அ. முத்துலிங்கம் சிறுகதைகள்

தொகுதி – 2

நற்றிணை பதிப்பகம்

பொருளடக்கம்

ஸ்ட்ரோபரி ஜாம் போத்தலும் அபிஸீனியன் பூனையும்	703
கொழுத்தாடு பிடிப்பேன்	713
அடுத்த புதன்கிழமை உன்னுடைய முறை	723
.23 சதம்	733
மொசுமொசுவென்று சடை வைத்த வெள்ளை முடி ஆடுகள்	743
அடைப்புகள்	752
ஆப்பிரிக்காவில் அரைநாள்	761
முதல் விருந்து, முதல் பூகம்பம், முதல் மனைவி	769
காபூல் திராட்சை	777
நாற்பது வருட தாபம்	785
தாத்தா விட்டுப்போன தட்டச்சு மெசின்	793
போரில் தோற்றுப்போன குதிரை வீரன்	802
பூமத்திய ரேகை	813
தளுக்கு	820
எந்த நிமிடத்திலும் பறிபோகும் வேலை	828
தாழ்ப்பாள்களின் அவசியம்	844
பத்து நாட்கள்	853
புவியீர்ப்புக் கட்டணம்	861
லூசியா	870
பொற்கொடியும் பார்ப்பாள்	884
வேட்டை நாய்	892

உடனே திரும்பவேண்டும்	901
49வது அகலக்கோடு	909
புகைக்கண்ணர்களின் தேசம்	916
வெள்ளிக் கரண்டி	930
சுவருடன் பேசும் மனிதர்	937
பத்தாவது கட்டளை	945
மன்மதன்	956
மட்டுப்படுத்தப்பட்ட வினைச்சொற்கள்	966
மயானப் பராமரிப்பாளர்	976
அமெரிக்கக்காரி	987
குதிரைக்காரன்	1000
குற்றம் கழிக்க வேண்டும்	1012
மெய்க்காப்பாளன்	1018
பாரம்	1028
ஐந்து கால் மனிதன்	1038
ஜகதலப்ரதாபன்	1044
புளிக்கவைத்த அப்பம்	1050
புதுப் பெண்சாதி	1063
22 வயது	1071
எங்கள் வீட்டு நீதிவான்	1081
தீர்வு	1089
எல்லாம் வெல்லும்	1100
மூளையால் யோசி	1114
ஆச்சரியம்	1121
கனகசுந்தரி	1126
முதல் ஆச்சரியம்	1133
சூனியக்காரியின் தங்கச்சி	1139
பிள்ளை கடத்தல்காரன்	1147

நிலம் எனும் நல்லாள்	1155
எலி மூஞ்சி	1163
இலையுதிர் காலம்	1170
அது நான்தான்	1178
ஆதிப் பண்பு	1187
பதினொரு பேய்கள்	1196
சின்னச் சம்பவம்	1206
மண்ணெண்ணெய் கார்காரன்	1217
ஒன்றைக் கடன்வாங்கு	1226
லூக்கா 22:34	1232
நான்தான் அடுத்த கணவன்	1242
ரயில் பெண்	1255
கடவுச்சொல்	1264
வாடகை வீடு	1271
கடவுளை ஆச்சரியப்படுத்து	1279
உன்னுடைய கால அவகாசம் இப்பொழுது தொடங்குகிறது	1287
வால்காவிலிருந்து கனடாவரை	1294
இன்னும் முன்னேற இடமுண்டு	1305
சிம்மாசனம்	1313
வெள்ளிக்கிழமை இரவுகள்	1321
சிப்பாயும் போராளியும்	1328
சின்ன ஏ, பெரிய ஏ	1338
ஸ்டைல் சிவகாமசுந்தரி	1345
ஆட்டுப்பால் புட்டு	1354
கடைசிச் சாட்சி	1362
இலக்கணப் பிழை	1369
நல்ல திமிங்கிலம்	1377
ஜெர்மன் விசா	1383

ஸ்ட்ரோபரி ஜாம் போத்தலும் அபிஸீனியன் பூனையும்

குதிரையே, கேள்!

ஆசை பெரும் கேடு விளைக்கும். இது எனக்குச் சிறு வயதி லேயே அடித்தடித்துப் போதிக்கப்பட்ட பாடம். ஆனபடியால் வாரா வாரம் ஸ்ட்ரோபரி ஜாமில் ஏற்படும் ஆசையைக் கட்டி வைக்க முயன்றேன். ஆனாலும் முடியவில்லை. சுப்பர் மார்க் கட்டில், கடுமையான கத்தரி கலரில் ஜொலித்துக்கொண்டு, நிரை யாக அடுக்கி வைக்கப்பட்டிருக்கும் போத்தல்களைப் பார்க்கும் போதெல்லாம் ஆசை பொங்கும். செய்த சங்கல்பங்களை மறந்து வாங்கி விடுவேன்.

ஆனால், அத்துடன் பிரச்சினை தீராது. இந்த ஜாம் போத் தல்களைச் செய்யும் Sun Fresh கம்பெனிக்கு ஒரு கவலை இருந்தது. இரவிலோ, அல்லது மனிதக் கண்கள் கண்காணிக்காத நேரத் திலோ, யாராவது இந்த மூடியைத் திறந்து ஜாமை அபகரித்து விடுவார்கள் என்று பயந்தது. ஆனபடியால் மிக உயர்ந்த மெசின் களைக்கொண்டு அந்தப் போத்தல்களின் மூடிகளை இறுக்கித் தயாரித்திருந்தார்கள். அதனால் என் அறையில் நிரையாக ஜாம் போத்தல்கள் இருந்தன, திறக்கப்படாமல். இவற்றை நான் எவ்வளவு முக்கியும் திறக்க முடியவில்லை.

டோல்ரஸ் நீளமான பெண். ஒல்லி என்றாலும் அவள் கைகள் முறுகி, இறுகி இருக்கும். அவள் உடம்பில் இடைக்கு மேலேயும் சரி, கீழேயும் சரி, ஒரு சதைத்துண்டையும் பிடிக்க முடியாது. அவளுக்கு நீண்ட கண்கள், நீண்ட மூக்கு, நீண்ட விரல்கள். இந்த விரல்கள் போத்தல்கள் திறப்பதற்காக, அதிலும் Sun Fresh கம்பெனியின் ஜாம் போத்தல் மூடிகளைத் தளர்த்து வதற்காகவே, படைக்கப்பட்டவை. என் அறைக்கு அவள் வரும் போதெல்லாம் சர்வ சாதாரணமாக அந்த நீண்ட விரல்களை ஒரு சிலந்தியின் கால்களைப்போலப் பரப்பி, மூடியைக் கவ்வி ஒரு திருகிலேயே திறந்துவிடுவாள்.

இப்படித்தான், ஒரு பெண் போத்தல் மூடி திறக்கும் லாகவத் திலே லயித்துக் காதல் வயப்பட்டது, இந்த உலகத்திலேயே நான்

ஒருவனாகத்தான் இருக்க முடியும். டோல்ரஸ் என்னைப்போல sophomore என்று அழைக்கப்படும் இரண்டாம் வருட மாணவி. சிவந்து நீண்ட அலகுடைய ஒரு பறவையின் முகத்தைப்போல அவளுடைய முகம் கூரானதாக இருக்கும். அந்தக் குருவியைப் பழிப்பதுபோல ஒரு பக்கம் தலையைச் சாய்த்தபடி பேசுவாள். Resistors பற்றிய ஆய்வுக்குழுவில் என்னுடன் இருந்தாள். ஒரு அமெரிக்கக் கப்பல் மாலுமிபோலக் கால்களை அகட்டிவைத்துக் கைகளைப் பின்னுக்குக் கட்டிக்கொண்டு, 200 B.C.இல் சீனாவில் கண்டுபிடிக்கப்பட்ட அபூர்வ உலோகக்கலவை பற்றி பேராசிரிய ரிடம் எங்களுக்காகப் போராடியவள். கோபாவேசமான இவளு டைய கணங்கள் அதிகமானது என்று நான் உணர்ந்தது அப்போது தான்.

இந்தப் பேராசிரியர் சொல்வார், உலகத்திலேயே முழு மூடன் ஒருவன் இருந்தால் அவனால் பெரும் உபயோகம் என்று. அவனிடம் ஒரு காரியத்தைச் செய்யக் கொடுக்கவேண்டும். அவன் எப்படி அதைச் செய்கிறானோ அதற்கு எதிர் திசையில் நாம் அந்தக் காரியத்தைச் செய்தால் வெற்றியாகும்.

டோல்ரஸ் இதைக் கேட்டு வயிற்றை அமுக்கிப் பிடித்துக் கொண்டு சிரித்தாள். நான் பரீட்சைகள் எழுதுவதிலும், எழுதிய பரீட்சைகளின் முடிவுகளுக்குக் காத்திருப்பதிலும் காலத்தைக் கழித்துக் கொண்டிருக்கும்போது இவள் பாடப் புத்தகங்களைத் தொடுவதேயில்லை. நான் செய்வதற்கு எதிராகத்தான் செய்யப் போவதாகவும், தனக்கு வெற்றி நிச்சயம் என்றும் கூறிவந்தாள்.

போட்டரிக்காவில், காற்றுப் புயல் அடிக்கும் ஒரு கிராமத் தில் தான் பிறந்ததாகச் சொல்லுவாள். ஒரு தகரம் போட்ட வீட்டில், அப்பா பாரில் குடித்துக்கொண்டிருக்கும்போது, பக்கத்து வீட்டுப்பெண் மருத்துவம் பார்க்கப் பிறந்தாளாம். இழுப்பதற்கு வசதியாகக் கால்கள் முதலில் தோன்றியபடியால் அதைப் பிடித்து இழுக்க வெளியே வந்து விழுந்ததாகச் சொல்லுவாள். அவளு டைய கால்கள் இன்று வரை நீளமாக இருப்பதற்கு இதுதான் காரணம் என்று அவளுடைய அம்மா தீவிரமாக நம்புகிறாளாம்.

டோல்ரஸ் கல்லூரி வகுப்புகளுக்கு அடிக்கடி மட்டம் போட்டுவிட்டு நூலக மூலையிலிருந்து ஏதாவது படித்தபடி இருப் பாள். ஒருமுறை என்ன படிக்கிறாள் என்று எட்டிப் பார்த்தேன். Don Quixote என்று பெரிய எழுத்தில் தலைப்பு போட்டிருந்தது. அவள் படிப்பதற்கும் எங்கள் பாடங்களுக்கும் ஏதாவது சம்பந்தம் இருக்குமோ என்று எனக்கு அடிக்கடி பயம் பிடித்துவிடும்.

வகுப்பில் நான் சிரத்தையாக எடுக்கும் குறிப்புகளை என்னிடம் வந்து கடன் வாங்குவாள். நான் போய் எடுக்கும்வரை அவை திரும்பி வராது.

அஸ்வமே, இன்னும் இருக்கிறது, கேள்.

ஒருநாள் அவளுடைய அறைக்குப் போனபோது அங்கே ஒரு மூன்று வயது பெண்குழந்தை விளையாடிக்கொண்டிருந்தது.

'இதோ என்னுடைய மகள், எலினா' என்று அறிமுகப்படுத்தினாள். எலினா, போட்டரிக்காவில் இருந்து வந்திருந்தாள். இரண்டு வாரம் தங்கிவிட்டுத் திரும்பிப் போய்விடுவாளாம்.

ஒரு முழு நிமிடம் என் வாயில் பேச்சு வரவில்லை.

"உனக்கு மணமாகிவிட்டது என்பதை எனக்குச் சொல்லவில்லையே?" என்றேன்.

"மணமாவதற்கும் பிள்ளை பெறுவதற்கும் என்ன சம்பந்தம்?" என்றாள்.

"என்ன, உனக்கும் நட்சத்திரம் வந்து வயிற்றிலே உதித்ததோ?"

"எனக்கு விருப்பமான ஒருவன், ஆமை இறைச்சி சாப்பிடாதவன், அவனுடைய உதவியில் பிறந்தவள்தான் எலினா."

"நீ எனக்கு ஏன் முன்பே சொல்லவில்லை?" என்றேன்.

"நீ யார்? என்னுடைய சுயசரிதை எழுத நியமிக்கப்பட்டவனா?"

எனக்கு வந்த கோபத்தை அடக்கிக்கொண்டேன். ஆனால், அவள் சொண்டுக்குள், "சுத்தமான மூடன், சுத்தமான மூடன்" என்று முணுமுணுத்தது மட்டும் கேட்டது.

அந்தக் கோபத்தை நீடிக்கும் சந்தோசம் எனக்குக் கிடைக்கவில்லை. அடுத்த நாள் அதிகாலை டோல்ரஸ் என் அறைக் கதவைத் தட்டினாள். இது அதிசயமான விஷயம். ஏனென்றால் டோல்ரஸ் காலை பத்து மணிக்கு முன் எழும்புவது கிடையாது. எலினாவைக் கூட்டி வந்திருந்தாள். டோல்ரஸ்ஸுக்கு கல்லூரியில் முக்கியமான பாடம் ஒன்று இருக்கிறபடியால் நான் ஒரு மணி நேரம் அந்தப் பெண் குழந்தையைப் பார்த்துக்கொள்ள வேண்டுமாம்.

எலினா மிகவும் ஆயத்தமான குழந்தை. தன் புத்தகங்களையும், விளையாட்டு சாமான்களையும் மூட்டையாகக் கட்டி எடுத்து

வந்திருந்தாள். மிகவும் பழகியவள்போல அங்கே தங்கியிருந்த மற்ற அறைவாசிகளுக்கு 'ஹலோ, ஹலோ' சொல்லிவிட்டு வந்தாள்.

"அங்கிள், இந்த ஷூவைப் பாருங்கள்" என்றாள். அப் பொழுதுதான் பார்த்தேன். முகப்பிலே லைட் பொருத்திய சப் பாத்து. அவளுடைய சிறிய பாதங்களுக்கு அது ஒரு சைஸ் கூடிய தாக இருந்தது. அவற்றை அணிந்து இறுக்கக் கட்டியும், கழற்றியும் மாறிமாறிப் போட்டு விளையாடினாள். ஒன்றிரண்டு முறை அதை அணிந்து தொப்பு தொப்பென்று நடந்தபோது அந்த ஒளியும் அவளுடன் ஆடியது.

திடீரென்று, "அங்கிள் ஒரு கதை சொல்லுங்கள்" என்றாள். முழுக் கையையும் நீட்டி ஒரு புத்தகத்தைக் கொடுத்தாள். "அண்ணன் பெயர் ஹன்ஸல்; தங்கை பெயர் கிரேட்டல். இருவரும் காட்டுக்குப் போகும் வழியில் ரொட்டித் துண்டுகளைப் போட்ட படியே சென்றார்கள். அந்தத் துண்டுகளைப் பறவைகள் கொத்தித் தின்றுவிட்டபடியால் திரும்பும்போது வழி தவறிவிட்டது. ஒரு சூனியக்காரியிடம் மாட்டிக்கொண்டார்கள். அவர்களைக் கொழுக்க வைத்துச் சாப்பிடுவதற்கு அவள் சமயம் பார்த்திருந் தாள். ஒருநாள் அவளிடமிருந்து சாமர்த்தியமாக அவர்கள் தப்பி நேராக வீடு வந்து சேர்ந்தார்கள்.

"ஆகவே இதிலிருந்து தெரியும் படிப்பினை என்ன? சூனியக் காரியிடம் பிடிபட்டால் வீட்டுக்குத் திரும்பும் வழி எப்படியும் தெரிந்துவிடும்."

அந்தப் பெண்குழந்தை வாய்விட்டுச் சிரித்தது. அவளுடைய முகம் தாயினுடையதுபோலக் கூம்பியிருந்தது. ஆனால், அந்தக் கண்கள் மட்டும் நீலமாக ஆமை இறைச்சி சாப்பிடாதவனுடைய கண்கள்போல இருப்பதாக எனக்குத் தோன்றியது.

வாய்நீர் இருபக்கமும் ஒழுக, புல்லைச் சாப்பிடும் துரகமே, இதையும் கேட்டுவிடு.

பல நாட்கள் காக்க வைத்தபிறகு ஒருநாள் மாலை டோல்ரஸ் என்னுடன் வருவதற்குச் சம்மதித்தாள். அபூர்வமாகக் குறித்த நேரத் துக்கு வந்துவிட்டாள். பயிற்சிக்காலம் முடிவடையாத ஒரு சிகை அலங்காரியிடம் அவள் முடி திருத்தியிருந்தது அப்பட்டமாகத் தெரிந்தது. இறைச்சி பிளந்ததுபோலச் சிவந்த அதரங்கள். இடது கையிலே மட்டும் பழுப்பு நிறத்திலான ஒரு ஜேட் காப்பு. அவள் கை நிறத்துக்குப் பொருத்தமாக இருந்தது.

மிகவும் சாதாரண உணவகத்தில் தயாரித்த மலிவு விலை சாப்பாட்டை உண்டுவிட்டு, "பாறைக்குப் போகலாம்" என்றாள்.

இந்தப் பாறை எங்கள் கல்லூரியில் மிகவும் பிரசித்தமானது. ஒரு ஒதுக்குப்புறத்தில் ஆயிரமாயிரம் கால்கள் பட்டு தட்டையாகவும் வழவழப்பாகவும் இருந்தது. இரண்டு பாய்ச்சலில் ஒருவர் உதவியும் இல்லாமல் டோல்ரஸ் பாறையின் உச்சிக்கு ஏறிவிட்டாள்.

சூரியன் முற்றிலும் மறைந்த பிறகு மிச்சமாயிருக்கும் வெளிச் சத்தில் அவள் முகம் ஒரு பூனையினுடையதுபோலத் தோன்றி யது. இதமான குளிர்க்காற்று தொட்டு வீசியது. வெகு நேரம் ஒன்றும் பேசாமல் அவள் சுவாசக்காற்று கொடுக்கும் சத்தத்தையே கேட்டுக்கொண்டிருந்தேன்.

"உன் உடம்பு முழுக்க என் காதலால் தோய்க்கப்பட்டு இருக் கிறது. உனக்குத் தெரியவில்லையா? உன் பதிலைச் சொல்லு. அவசரமே இல்லை. வேண்டிய நேரம் நீ எடுக்கலாம். வேண்டு மானால் பத்து செக்கண்ட்கூட எடுக்கலாம்" என்றேன்.

என்ன நினைத்தாளோ, அவள் மௌனமாக இருந்தாள். அது அவளுடைய இயல்புக்கு மாறானது. தடவித் தெரிந்து கொள்ளவேண்டிய இருட்டு கவிந்துவிட்டது. நாலைந்து மூச்சு களைச் சேமித்து ஒரே மூச்சாக விட்டாள். மனிதனால் படைக்கப் பட்ட உலகத்துக் கார்கள் எல்லாம் கீழே அதிவேக சக்தியோடு நெடுஞ்சாலையில் ஒன்றன்பின் ஒன்றாக ஒளி வெள்ளத்தை முகத்தில் விட்டு விட்டு அடித்தபடி உருண்டு போக, எனக்குப் பக்கத்தில் அவள் நின்றாள்.

ஓர் ஒளி வெள்ளம்போய் மற்ற ஒளி வெள்ளம் வருமுன் ஏற்பட்ட இடைவெளியில் என்னை அணைத்து நீண்ட முத்தம் ஒன்று தந்தாள்.

இதற்குப் பிறகு, என் ஆசையை நான் அளவு மீறி வளர்த்து விடக்கூடாது என்பதை ஞாபகமூட்டும்படி ஒரு சம்பவம் நடந்தது.

இடைப்பரீட்சை நடந்து முடிந்த ஒரு மாலைப்பொழுது. நண்பர்கள் பலர் சேர்ந்துவிட்டார்கள். இப்படியான சமயங்களில் டோல்ரஸ் ஒரு பியருக்கு மேலே குடிப்பதில்லை. அன்றும் அப்படியே இருக்கலாம். நான் எண்ணத் தவறிவிட்டேன். மேசை யின்மீது தாவிக் குதித்தாள். "நான் உங்களுக்கெல்லாம் ஒரு சந்தோசமான செய்தி சொல்லப்போகிறேன்" என்று சொன்னபடி என்னைச் சுட்டிக்காட்டினாள். "நண்பரும் நானும் விரைவில் மணமுடிக்கப்போகிறோம்." எல்லோரும் ஆரவாரம் செய்தார்கள். சீட்டி அடித்தார்கள். அடிக்கத் தெரியாதவர்கள் அன்று பழகிக் கொண்டார்கள். கையமர்த்திவிட்டுத் தொடர்ந்தாள். "என்னுடைய

நண்பரைப் பாருங்கள். அவருடைய உயரமின்மையை நான் பொருட்படுத்துவதில்லை. என் கழுத்தை அவருடைய நாக்கு தொடும்படிக்கு அவர் வளர்ந்த அன்று அவரை மணப்பதற்கு நான் சித்தமாக இருக்கிறேன்" என்றாள். சிலர் 'ஹாஹா' என்று சிரித்தார்கள்; சிலர் கை தட்டினார்கள். எல்லோரும் என் முதுகிலே குத்தினார்கள். முதுகுத்தண்டை வளர்ப்பதற்குக் கொடுத்த அச்சார மாக அதை ஏற்றுக்கொண்டேன்.

அன்று கல்லூரியில் Integral Calculus இல் ஓர் அபூர்வமான கணிதநுட்பம் பற்றிய விவாதம் நடந்தது. டோல்ரஸ் வரவில்லை. அவளைத் தேடிப்போனேன்.

அறைக்கதவை நான் திறந்ததும் நல்ல காட்சி ஒன்று கிடைத் தது. நிலத்திலே ஒரு கும்பல் உடுப்பு. ஜீன்ஸ், நிக்கர், ஸ்வெட்டர், பிளவுஸ், பிரா என்ற ஓடரில் துகில் நீக்கியிருப்பதற்கான அறி குறியுடன் அவை ஒன்றன் மேல் ஒன்றாகக் கிடந்தன. இனி அவள் அதைத் திருப்பி அணியும்போதும் அதே முறையில் அணிவாள் என்று எதிர்பார்க்கலாம்.

ஒரு வெல்வெட் மாதிரியான பசுந்துணியில் தயாரித்து மெத் தென இருக்கும் மயில் நீல பிளவுஸ் ஒன்று அவளிடம் இருந்தது. கடந்த இரவு அதைத்தான் அணிந்திருந்தாள் போலும். கடந்த வாரமும் அதைத்தான் உடுத்தினாள்; கடந்த மாதமும் அதுதான்; கடந்த வருடமும் அதையேதான் அணிந்திருக்கலாம்.

நாலு தடித்த கால் சோபா ஒன்றில் ஒரு முரட்டுக் கம்பளிப் போர்வையால் மூடிக்கொண்டு முழங்கால் நாடியைத் தொட, படுத்திருந்தாள். அவளுடைய படுக்கையில், நட்ட நடுவில் ஒரு அழகான பூனை தூங்கியது. சொக்லட்டுக்குக் கொஞ்சம் தகுதி குறைந்த நிறத்தில், தொடவேண்டும் என்ற ஆசையைத் தூண்டும் படி, கத்தை கத்தையாக மெத்தென்ற ரோமம் கொண்ட பூனை. கால்களிலும் வாலிலும் ஒரு சொட்டோ சொட்டுக் கறுப்பு. மஞ்சள் கண்கள். அதனுடைய இமைகளை அவசரமின்றி மூடி அவசரமின்றி திறந்தது. சோம்பலாக என்னைப் பார்த்துவிட்டு மறுபடியும் சயனமாகிவிட்டது.

"இது என்ன பூனை, சொல்லு பார்ப்போம்?" என்றாள். வான சாஸ்திரம், அர்த்த சாஸ்திரம், பூனை சாஸ்திரம் ஒன்றிலும் பரிச்சயம் இல்லாத நான் என் புத்தி போகும் தூரத்துக்கு யோசித்து, "சயாமிஸ் பூனை" என்றேன்.

"இல்லையே. அபிஸீனியன் பூனை! பூனைகளின் மூதாதை. எகிப்தில் ஐயாயிரம் வருடங்களுக்கு முன்பு வழிபாடு செய்யப் பட்டது" என்றாள்.

"அவ்வளவு வயதா?" என்றேன் நான்.

"சுத்த மூடன், சுத்த மூடன்" என்றாள் அவள்.

இந்தப் பூனை வந்த பிறகு அவளிடம் ஒரு பெரிய மாற்றம் தென்பட்டது. அவள் கையிலே Don Quixote புத்தகம் இருக்கும். மடியிலே பூனையை வைத்துத் தடவிக்கொண்டு இருப்பாள். நீண்ட விரல்களில் அரைவாசி அந்தப் பூனையின் செழித்த மயிர் பிரதேசத்துக்குள் மறைந்துவிடும். அந்தப் பூனையும் அவளுடைய உருண்டையான தொடைகளில் நீளவாக்காகப் படுக்கப் பழகிக் கொண்டது. பூனை தொக்கையாக வரவர அவளுடைய புத்தகத் தின் படிக்காத பக்கங்களின் தொக்கைத்தன்மை குறைந்துகொண்டு வந்தது.

> இரண்டு பெரிய மூக்குத் துவாரங்கள் இருந்தும்,
> மேலுதட்டினால் மூச்சுவிடும் கந்தகமே,
> மீதியையும் சொல்லிவிடுகிறேன்.

என்னுடைய Integral Calculus குறிப்புகளை ஒருநாள் அவள் கொண்டுபோய்விட்டாள். இரவு முழுவதும் கண்விழித்துத் தயாரித்த குறிப்புகள் அவை. அவற்றை மீட்பதற்காகப் போயிருந் தேன். என் நோட்ஸை கேட்டபோது எரிச்சல் பட்டாள். தவழ்ந்து தவழ்ந்து அவற்றைச் சேகரிக்கத் தொடங்கினாள். சில அவளது சோபாவின் அடியிலும், சில படுக்கையிலும் கிடந்தன. சில தாள் களின் மூலையில் பூனையின் ஏதோவொன்று ஒட்டிக்கொண்டி ருந்ததுபோலப் பட்டது. நான் மூன்று விரல்களை நீட்டி, இரண்டு விரல்களால் ஒற்றைகளைப் பிடித்து, பக்கங்களை எண்ணி சரி பார்த்தபடி ஒரு கேள்வியைக் கேட்டேன்.

உலகத்திலே சண்டையை உண்டாக்கும் கேள்விகள் சில இருக்கின்றன. அந்தக் கேள்விகளை ஊகிப்பதும் அவ்வளவு கஷ்ட மானதல்ல. அவளுடைய பூனைக்கு என்ன பேர் என்று கேட்பது அப்படிப்பட்ட கேள்வியா? நான் கேட்டுவிட்டேன். அதிலிருந்து தான் மிகப்பெரிய போர் ஒன்று ஆரம்பமாகியது.

அந்தப் பூனையின் பெயர் கஸில்டா என்றாள். "கஸில்டா யார்?" என்று கேட்டேன். அவளுக்குக் கோபம் வந்துவிட்டது.

"நீ என்ன இலக்கியம் படிக்கிறாய். உலகத்தின் தலைசிறந்த ஆர்ஜண்டீனிய படைப்பாளி தந்த கதாநாயகி அல்லவா! தெரி யாதா?" என்றாள்.

தோல்வியை ஒப்புக்கொள்ள மனது வரவில்லை. சமாளிக்கப் போய் இன்னும் சேற்றுக்குள் மாட்டிக்கொண்டேன்.

"கஸில்டாவின் குணாதிசயம் இதற்கு எப்படிப் பொருந்தும்?"

"இது என்ன கேள்வி? எவ்வளவு காதலைக் கொட்டினாலும் திருப்பிக் காதலிக்காத பெண்."

"அதைத்தான் சொல்கிறேன். பொருந்தாதே?"

"அதுதான் நாய்க்கும் பூனைக்கும் உள்ள வித்தியாசம். இந்தப் பூனையில் நான் எவ்வளவுதான் அன்பைக் கொட்டினாலும் அது என்னை ஒரு நண்பியாக ஏற்பதே கிடையாது. தன்னுடைய இயல்பை அது மாற்றுவதே இல்லை. எப்பொழுதும் பூனையாகவே இருக்கும்."

"நீ இதைப் பூனைக்குச் சொல்கிறாயா? அல்லது எனக்குச் சொல்கிறாயா?"

"பூனைக்குச் சொல்லத் தேவை இல்லை. அது மதியூகம் படைத்தது."

மிகவும் பாரதூரமான ஒரு கதையை உனக்கு நான் சொல்கிறேன். அதற்குரிய மரியாதை தந்து கேட்பாயாக, பரியே.

அன்றிலிருந்து நான் முகம் கொடுக்கவில்லை. அவள் வரக் கூடிய இடங்களை முன்கூட்டியே அனுமானித்து அவற்றைத் தவிர்த்தேன். டெலிபோனை எடுப்பதில்லை. அதில் அவள் விடும் தகவல்களையும் சட்டை செய்வதில்லை.

ஒருநாள் அவள் டெலிபோனில் இப்படி ஒரு செய்தியை விட்டிருந்தாள்: 'உன்னுடைய குரலுடன் பேசியது எனக்கு மிகவும் சந்தோசம். இந்த ஒரு வாரத்தில் உன் குரலுடன் பலமுறை பேசி யிருக்கிறேன். ஆனால், நீ விடும் தகவல் ஒரே மாதிரியாக இருக் கிறது. கல்லூரி விடுமுறை தொடங்க முதல் உன்னுடைய உடம் புடன் கூடிய குரலுடன் பேச ஆசைப்படுகிறேன்.'

முழுவதும் பசப்பல்.

பனி பெய்து சேறாகிய ஒருநாள் அவளைப் பார்க்க வேண் டும் என்ற எண்ணம் வேகமாக என்னைத் தாக்கியது. அவசரத்தில் கையுறைகூட அணியாமல் வெகுநேரம் நடந்து அவளுடைய அறைக்குப்போனால் அவள் அங்கே இல்லை. ஜோசெப் ஹெல்லர் எழுதிய Catch 22 புத்தகம் பாதி படித்தபடி தலைகுப்புறக் கிடந்தது.

விஸ்காஸ் என்ற பூனை உலர் உணவு பெட்டிகள் பன்னிரெண்டு ஒன்றன்மேல் ஒன்றாக அடுக்கி வைக்கப்பட்டிருந்தன. 25 சதவீதம் தள்ளுபடி என்பதால் வாங்கப்பட்டவை. அந்த வாரம் cafeteria-வில் அவள் வேலை செய்து சம்பாதித்த அவ்வளவு பணமும் இப்படிப் பூனை உணவு வாங்குவதில் செலவழிந்துவிட்டதாகப் பின்னால் அறிந்தேன்.

அந்தப் பூனை, கவனயீனமாகத் திறந்துவிட்ட உள்ளறையின் கதவில் தொற்றிக்கொண்டு என்னைச் சம்சயத்தோடு பார்த்தது. நான் நண்பனா எதிரியா என்பதை அது இன்னும் தீர்மானிக்க வில்லை. பிறகு ஒரு கொட்டாவி விட்டுத் தன் அசிரத்தையைக் காட்டியது.

காசை மிச்சப்படுத்துவதற்காக மிகக் குறைந்த வெப்பநிலை யில் அறையின் உஷ்ண முள்ளைத் திருப்பி வைத்திருந்தாள். என் னுடைய மேலங்கியைக்கூட கழற்றாமல், முழங்கால்கள் ஒட்ட, அவளுடைய சோபாவில் நெடுங்காலமாக வசித்த ஒரு லேஸ் வைத்த உள்ளாடையைத் தள்ளிவிட்டு, உட்கார்ந்து என்னுடைய காத்திருக்கும் வேலையைத் தொடங்கினேன். நல்லகாலமாக எனக்குப் பிடித்த அவளின் மெல்லிய வியர்வை நெடி அவளுடன் போகாமல் அங்கேயே தங்கியிருந்தது.

இரவு இரண்டு மணி வரை அவளுக்காகக் காத்திருந்ததை அடுத்த நாள் கூறினேன். அவள் ஆச்சரியப்படவில்லை. நூற்றுக் கணக்கான வாலிபர்கள் இப்படி அவளுக்காகக் காத்திருப்பது வழக்கம் என்பதுபோல நடந்துகொண்டாள்.

எவ்வளவு சோம்பேறித்தனம் இருந்தாலும் கல்லூரிக்குக் கட்டுரை கொடுக்கும் நாளை அவள் தவறவிட்டதில்லை. மூன்று பக்கக் கட்டுரை ஒன்று தேவையென்றால் சரியாக மூன்று தாள் களை எடுத்துக்கொண்டு அச்சடிக்கச் செல்வாள். அவளுடைய கட்டுரையும் சரியாக மூன்று தாள்களில் அச்சடித்து முடியும். ஒருமுறைகூட அச்சடித்ததைத் திருப்பிச் சரிபார்க்க மாட்டாள். ஒருநாளாவது அவளுடைய மதிப்பெண் A+க்கு குறைவாகக் கிடைத்து நான் பார்க்கவில்லை.

பாடம் நடந்துகொண்டிருந்தது. முழங்கையால் என்னை இடித்தாள். "ஏய், உன் நகங்களைப் பார்! இந்த அரைச் சந்திர வடிவங்கள் அபூர்வமானவை. எப்படி வெள்ளை வெளேரென்று இருக்கின்றன, பார்த்தாயா? உனக்கு ஒரு பெண்ணினால் அதிர்ஷ்டம் கிட்டும்" என்றாள்.

"இது என்ன, போட்டரிக்கா சாஸ்திரமா? எனக்குத் தெரிந்தது ஓர் உயரமான பெண்தான். அவளுடைய காதுகள் வெகு தூரத்தில் இருக்கிறபடியால் நான் சொல்லும் வாசகங்கள் அவளுக்கு எட்டுவதில்லை. இதில் எப்படி எனக்கு அதிர்ஷ்டம் வரும்?" என்றேன்.

"இவ்வளவு சீக்கிரம் தைரியம் இழக்கக்கூடாது. யார் கண்டது, நீ அவளுக்குக் கடன் கொடுத்த thermo dynamics குறிப்புகள் உனக்குத் திரும்பக் கிடைத்தாலும் கிடைக்கும்."

அவள் கால்களை எட்டி வைத்துப் போகும்போது திரும்பி என்னைப் பார்த்து, பற்கள் தெரிய சிரித்து, பறக்கும் முத்தம் ஒன்றை அனுப்பினாள். அது என்னிடம் வந்து சேர்வதற்கிடையில் ஒரு வாயிலோன் குறுக்கிட்டுவிட்டான்.

உன் முன்னங்கால்களில் எது வலது கால், எது
இடது கால் என்று நீ அறியாவிட்டாலும் வலது காலை
மட்டும் தூக்கி கதவு தட்டுவதுபோல நிலத்தைத் தட்டுகிறாயே,
முடிவையும் சொல்கிறேன் கேள், புரவியே.

அன்று எப்படியும் அவளை மடக்கிவிடவேண்டும். அவளறியாமல் அவளைத் தொடருவதென்று முடிவெடுத்தேன். வெகு நேரம் அவள் செய்கைகளைக் கவனித்தபடி அவளைப் பின் தொடர்ந்தேன். காத்திருந்தேன். தொடர்ந்தேன். காத்திருந்தேன்.

நாளின் நிறம் மாறிவிட்டது. நீளமான தோல்வார் கொண்ட அந்த மொசமொசவென்ற சிவப்புப் பையைத் தூக்கிக்கொண்டு, அதனுடைய தபால் தலை அளவு பக்கிள் அந்த மங்கிய வெளிச்சத்திலும் ஜொலிக்க, அபிஸீனியன் பூனையைத் தோற்கடிக்கும் பழுப்பு நிறக் கண்களை வீசிக்கொண்டு எதிர்த் திசையில் நடக்கத் தொடங்கினாள்.

நான் என் வாழ்க்கையின் மிக முக்கியமான முடிவை எடுப்பதற்கு இரண்டே இரண்டு செகண்டுகள் இருந்தன.

பேராசிரியர் சொன்ன 'சுத்த மூடன்' கதை ஞாபகத்துக்கு வந்தது. ஒரு சுத்த மூடன் எடுக்கும் முடிவுக்கு நேர் எதிரான முடிவை ஒருவன் எடுத்தால் எல்லாம் சரியாகி விடும். அப்படியே செய்வதென்று தீர்மானித்தேன்.

அவசரப்பட்ட காற்றுப்போல சிகை கலைய, நீண்ட கறுப்பு காலுறைகள் பளபளக்க, அவள் சாலையைக் கடந்தாள்.

அவளைத் தின்னவேண்டும்போலப் பட்டது.

♦

கொழுத்தாடு பிடிப்பேன்

ஓம் கணபதி துணை.

The Immigration Officer, 200 St. Catherine Street,
Ottawa,
ON K2P 2K9.
(Please translate to Sri Lankan Tamil language)

(இதை ஆங்கிலத்தில் மொழிபெயர்ப்பவர் வசனங்களின் ஓடரை மாற்றாமலும், எனது கருத்துகள் சரியாக வரும்படியும் தெட்டத் தெளிவாக எங்கள் கலாச்சார வித்தியாசங்களை விளக்கப்படுத்தியும் மொழிபெயர்க்கும்படி தாழ்மையுடன் வேண்டிக்கொள்கிறேன்.)

கனம் ஐயா அவர்களுக்கு,

சண்முகலிங்கம் கணேசரட்னம் ஆகிய நான் 90.03.18 அன்று மாலை ரொறொன்ரோ ஏர்போர்ட்டில் வந்து இறங்கினேன். எனக்குச் சொல்லித்தந்தபடி அங்கே இருந்த உத்தியோகத்தரிடம் நான் தஞ்சம் கேட்டு விண்ணப்பம் செய்தேன். என்னுடைய மனைவியின் தங்கச்சி விஜயலட்சுமியும், அவளுடைய புருசன் பாலச்சந்திரனும் என்னை ஏர்போர்ட்டில் வந்து சந்தித்தார்கள். விஜயாவை இதுவே முதல்முறை நான் நேருக்கு நேர் சந்திப்பது. அவவுடைய முகவெட்டு கிட்டத்தட்ட என்னுடைய மனைவியி னுடையதைப்போலவே இருந்ததால் அவர்களை அடையாளம் காண்பதில் எனக்கு எவ்விதக் குழப்பமும் இல்லை.

என்னை அழைத்துக்கொண்டுபோய் தங்களுடன் இருக்க வைத்தனர். அந்தச் சிறிய வீட்டில் எனக்காக ஒரு முழு அறையை ஒதுக்கித் தந்தார்கள். நான் என் வாழ்க்கையில் அதற்குமுன் இப்படி ஒரு தனி அறையை அனுபவித்தவன் அல்ல. ஆகவே எனக்கு என் சகலனில் மரியாதை அதிகமாகியது.

என் சகலனாகட்டும், விஜயாவாகட்டும் என்னை வடி வாகவே பார்த்தார்கள். இங்கே எனக்கு எல்லாமே புதுமையாக

இருந்தது. தபால்காரன் தபால்களை வீட்டிலேயே கொண்டு வந்து கொடுத்தான். எந்த இடத்திலும், எந்த நேரத்திலும் பைப்பில் இடது பக்கம் சுடு நீரும், வலது பக்கம் குளிர் நீரும் வந்தது.

பஸ்ஸிலே எப்படி றான்ஸ்பர் எடுப்பது, டெலிபோன் கார்ட் கள் எப்படி பாவிப்பது எல்லாம் எனக்குச் சொல்லித் தந்தார்கள். நான் வந்த நாலாவது கிழமையே ஒரு ரெஸ்ரோறன்டில் எனக்கு கைக்காசுக்கு டிஸ்வாசிங் வேலையும் கிடைத்தது.

வாழ்க்கை இப்படியே இருக்கும் என்று ஆரம்பத்தில் மகிழ்ந்து போனேன். வீடியோப் படங்கள் புதுசு புதுசாக வாட கைக்கு எடுக்கலாம். ஊரிலே சாப்பிட முடியாத உணவு வகைகள் எல்லாம் இங்கே கிடைத்தன. என் சம்பளத்தில் மாசா மாசம் சீட்டுப் போடச் சொன்னார்கள். அவர்களுக்கு றூம் வாடகை கட்டி, மாசச்சீட்டு 250 டொலர் போக மிச்சக் காசில் ஊருக்கும் அனுப்பினேன்.

என்னுடைய சகலனுக்கு இரண்டு வேலை. இரவு பதினொரு மணிக்குத்தான் வருவார். விஜயா கால்சட்டையும் கோட்டும் அணிந்து கைப்பையும் தூக்கிக்கொண்டு டேகேர் வேலைக்கு காலையிலேயே போய்விடுவா. அரை நாளுடன் அவவுடைய வேலை முடிந்துவிடும். என்னுடையது முதலாவது ஷிப்ட் முடிந்து மூன்று மணியுடன் வீட்டுக்கு வந்து கொஞ்சம் அயர்வேன். பிறகு ஏதாவது வீட்டு வேலைகள் செய்து கொடுப்பேன். அநேகமாக மார்க்கட்டுக்குப்போய் சாமான் வாங்கி வருவது என் பொறுப்பில் தான் இருக்கும்.

இரவு சகலன் வந்ததும் சேர்ந்து இருந்து சாப்பிடுவோம். விஜயா அழகாகச் சமைப்பா. அவவுடைய றால் குழம்பின் ரேஸ்ட் மறக்க முடியாதது. நான் றால் சாப்பிட்டது கடைசியாக அன்றுதான். என்னைப் பொலீஸ் பிடித்துக்கொண்டுபோன நாள். அதற்குப் பிறகு இரண்டு வருடங்கள் இந்த மறியலில் நான் அனுபவிக்காத சித்திரவதை இல்லை.

இங்கு தரும் சாப்பாடு வித்தியாசமானது. ஐந்து நேரங் களுக்கு இரண்டு முட்டை வீதம் பத்து முட்டை, நாலு நேரம் மீன்துண்டு, மூன்று நேரம் ஒவ்வொரு கோழிக்கால், நாலு நேரம் சாலட் என்று சொல்லும் வேகவைக்காத கீரை வகை தருவார்கள். எனக்கு ஹைபிறசரும், சலரோக வியாதியும் உண்டு. நான் இப்போ நோயாலும் மன வேதனையாலும் மிகவும் கஸ்ரப்படுகிறேன்.

நான் கனடாவுக்கு உல்லாசப் பயணியாக வரவில்லை. என் னுடைய விண்ணப்பத்திலும் விசாரணைகளிலும் திருப்பித்

திருப்பிச் சொன்னதுபோல எங்கள் நாட்டில் நடக்கும் யுத்தத்தி லிருந்து தப்புவதற்காகச் சொந்த மனைவியையும், தேவதைகள் போன்ற பிள்ளைகளையும் விட்டு தப்பி ஓடி வந்தவன். என்னுடைய குடும்பத்தை ஒரு வழியாக ஒப்பேற்றி விடலாம் என்ற ஆசையிலே மூன்று மாதகாலம் பிரயாணம் செய்தேன். நேராக பிளேனில் ஏறி நேராக வந்து இங்கே இறங்கவில்லை. வள்ளத்திலும், ரயிலிலும், மேலே விழவிழ தள்ளி உட்கார்ந்து இரவு முழுக்க கண்விழித்து பலாப்பழ லொறியிலும், கொன்ரெய்னரிலும், பிளேனி லுமாக எண்பத்து ஒன்பது நாட்கள் பயணம் செய்து வந்தவன். கொலம்பஸ் அமெரிக்காவுக்கு வந்துசேர எடுத்தது 71 நாட்கள் தான். நான் என் கனவு மூட்டைகளைத் தவிர வேறு ஒரு மூட்டை யும் கொண்டு வராதவன்.

என்ரை குஞ்சுகளை நான் ஊரிலே விட்டுவிட்டு வந்து இங்கே உத்தரிக்கிறேன். என்னை அவர்கள் மறந்துவிடுவார்கள். என் முகம் இன்னும் ஞாபகம் இருக்கோ தெரியாது. நான் ஊரை விடும்போது பெரியவனுக்கு 7 வயது, இரண்டாமவனுக்கு 5, பஞ்சலோகத்தில் செய்த என்ரை மகளுக்கு 4 வயது, கைக்குழந் தைக்கு 6 மாதம்தான்.

பெரியவன் வகுப்பில் வலுகெட்டிக்காரன். ஆமணக் கெண்ணய் குடிக்க வைத்தால் நேரே ஓடலாம் என்ற அறிவுகூட இன்றி என்னையே சுத்திச் சுத்தி ஓடுவான். சின்னவன் நான் கிணற்றில் தண்ணி அள்ளிக் குளிக்கும்போது எனக்குக் கீழே நின்று அந்தத் தண்ணியிலேயே குளிப்பான். வெள்ளை லேஸ் வைத்து அலங்காரம் செய்த சட்டையைப் போட்டுக்கொண்டு என் சின்ன மகள் தத்தக்க புத்தக்க என்று ஓடி வருவாள். பாயிலே படுக்கும் என்னைத் தொட்டுக்கொண்டு படுப்பதற்குச் சண்டை போடு வார்கள். இந்தத் தெய்வங்களை இனி எப்ப பார்க்கப் போறேனோ தெரியாது.

எங்கள் நாட்டில் தங்க நிறமான பூரணச்சந்திரன் வருவான். இங்கே நீல நிறத்தில் சந்திரன் தெரியும்போதே எனக்கு ஏதோ தீமை நடக்கப்போகுது என்று தெரிந்துவிட்டது. பக்கத்து அறையில் இருந்தவன் நேற்றிரவு என்ன காரணமோ திடீரென்று செத்து விட்டான். அவனுக்கு நான் ஒரு முட்டை கடன்தர வேண்டும். அவனுடைய பெயர் தெரியாது. ஆனால், அவன் சாவதற்குச் சம்மதிக்கவில்லை. திறந்த கண்களால் இன்னும் இந்த உலகத்தைப் பார்த்துக்கொண்டு இருந்தான்.

அவன் ஒரு பெயர் உச்சரிக்கமுடியாத ஆப்பிரிக்க நாட்டிலிருந்து வந்தவன். அங்கே சிவப்பு மாட்டுக்கு ஒரு சொல்லும், கறுப்பு மாட்டுக்கு இன்னொரு சொல்லும் இருக்கிறதாம். இடது கால் செருப்புக்கு ஒரு வார்த்தை என்றால், வலது கால் செருப்புக்கு இன்னொரு வார்த்தை என்றும் சொன்னான். ஒரு முட்டை கடன்தர வேணும் என்றால் ஒரு வார்த்தையும் இரண்டு முட்டை கொடுக்க வேணும் என்றால் அதற்கு இன்னொரு வார்த்தையும் அந்த நாட்டில் இருக்கலாம்.

இங்கே சில வசதிகள் உண்டு. இப்படி வசதிகளுக்கு முன்பே பழக்கப்பட்டிருக்காததால் நான் ஆரம்பத்தில் கஷ்டப் பட்டுவிட்டேன். திறப்புகளைத் தொலைக்காமல் வைப்பதற்குப் பழகியிருந்தேன். கனடாவில் எல்லாம் தானாகவே பூட்டி விடும் கதவுகள். இவை ஆபத்தானவை. நிறைய ஞாபக சக்தியை அவை உபயோகித்துவிடும். இங்கே தலையில் தொப்பி அணிந்து இடையில் குண்டாந்தடி செருகிய கார்டுமார் பெரும் சத்தம் போடும் இரும்புக் கதவுகளை எங்களுக்காகத் திறந்துவிடுவார்கள்; பின்பு பூட்டுவார்கள். நாங்கள் ஒன்றுமே செய்யத் தேவையில்லை. கதவுகள் தானாகவே பூட்டிக்கொள்ளுமோ என்று அஞ்சி நடுங்க வேண்டாம். கைகளை ஆட்டிக்கொண்டு உள்ளே போவதும் வருவதுமே எங்கள் வேலை.

என்னுடைய சகலன் வீட்டில் நான் மிகவும் எச்சரிக்கையாகவே இருந்தேன். அங்கே தானாகவே பூட்டிக்கொள்ளும் கதவு. திறப்புகளைக் கையிலே காவியபடியே இருக்கவேணும். திறப்புகளைத் தூக்கிக்கொண்டு நாங்கள் எல்லோரும் எங்களுக்கு விதிக்கப்பட்ட நேரங்களில் வேலைகளுக்குப் போவோம், வருவோம்.

ஐயா, என் வாழ்க்கையில் இதுவே சறுக்கலான காலம். போகப்போக அவர்கள் பணம் பணம் என்று பறப்பது எனக்குத் தெரிய வந்தது. குடும்பச் சூழ்நிலையும் நல்லாக இல்லை. என்னுடன் விஜயா பழகுவது கொஞ்சம் பயத்தைக் கொடுத்தது. எப்படியும் என்னுடைய தஞ்சக் கோரிக்கை கேஸ் முடிந்தவுடன் வேறு வீடு மாறவேண்டும் என்று முடிவுசெய்தேன். இவ்வளவு உதவி செய்த சனங்களை மறக்காமல் கழரவேண்டும் என்று மனசுக்குள் தீர்மானித்து சமயம் பார்த்திருந்தேன். ஆனால், அது கடவுளுக்கு எப்படியோ தெரிந்துவிட்டது.

எங்களுக்குள் பிரச்சினை பின்னேரங்களில் ரீவி பார்ப்பதில் தான் தொடங்கியது. விஜயாவின் கதைகளும் போக்கும் சரியில்லை. பேசும்போது தேவைக்கு அதிகமான நளினம் காட்டினா.

அவவுடைய விரல்களும் அதன் மிச்சப் பகுதியும் என் மனைவியை ஞாபகமூட்டின. ஒருநாள் நான் வேலையிலிருந்து அலுப்போடு வந்து நேரத்துக்குப் படுத்துவிட்டேன். எனக்கு விஜயா சிவப்பு முட்டை பொரித்து சாப்பாடு போட்டா. புருசன் வந்தபோது அவருக்கு வெறும் மரக்கறி சாப்பாடுதான். நான் படுத்திருந்த போது அவர்கள் சண்டை போட்டது எனக்குக் கிளியராக கேட்டது.

இன்னும் ஒரு முக்கியமான விஷயம். இவர்களுக்கு ஒரே மகள். அவளுடைய பெயர் பத்மலோசனி. முதலில் அவளை பத்மா என்று அழைத்து அது ஸ்ரைல் இல்லாதபடியால் லோசனி என்று மாற்றினார்கள். பிறகு அதுவும் சுருக்கப்பட்டு லோ என்றாகி விட்டது. இது ஒரு மொத்தமான பிள்ளை. இவளை விஜயா அடிக்கடி கலைத்தபடியே இருப்பா. 'பெரியப்பாவை சும்மாவிடு, அவர் களைப்பாக இருக்கிறார்' என்றோ 'போய்ப் படி' என்றோ 'கீழ் வீட்டிலே போய் புத்தம் வாங்கி வா' என்றோ விரட்டுவதுதான் வேலை.

இவள் சிறு பெண் என்றாலும் விவேகமானவள். படிப்பு கெட்டித்தனம் அல்ல. அவளுடைய மூளை கள்ளத்தனம் கொண்டது. நேராக ஒரு காரியத்தைச் செய்வாள் என்றில்லை. எப்பவும் விஷமமும் சூழ்ச்சியும் தந்திரமும்தான். அவளுடைய காதுகள் கூர்மையானவை. படிகளில் ஏறிவரும் சத்தத்தை வைத்தே வீட்டுக்கு யார் வருகிறார்கள் என்று ஊகித்து விடுவாள். இது அந்த அங்கிள், மேல் வீட்டுக்குப் போறார். இது கீழ் வீட்டு அன்ரி, வீடியோ எடுக்க வாறா என்று சரியாகச் சொல்வாள். வீட்டிலே தமிழ் வீடியோப் படங்களைப் பார்க்கும் நேரங்களில் 'ஆ... சரி, இனி கட்டிப்பிடிச்சு பாடப்போகினம்' என்று அவள் சொன்னால் அப்படியே நடக்கும்.

பின்னேரங்களில் ஹோலுக்குள் இருந்து ஹோம்வொர்க் செய்யுறன் எண்டு சொல்லி முழுசி முழுசிப் பார்த்துட்டு பெரியவர்களுக்கான டிவி சானலை ஓன் செய்துவிடும். அதில் வரும் மோசமான காட்சிகளை மியூட் பட்டனை அழுத்திவிட்டு சத்தம் கேட்காமல் பார்க்கும். இப்படிப் பழகிப் பழகி இந்த விஷயங்களில் இதுக்கு ஒரு நாட்டம் வந்து விட்டது.

பெரியவர்களின் மூளையைக் காட்டிலும் இதுக்கு பத்து மடங்கு மூளை. ஒருநாள் தாய் வீடியோக் கடைக்குப் போறதாய் சொல்லிப் போட்டு இறங்கிப் போய்விட்டா. இந்தப் பிள்ளை டெலிபோனில் ரீ டயல் பட்டனை அமுக்கி நம்பரைப் பார்த்து

விட்டு 'இந்த அம்மா பொய் சொல்லி இருக்கிறா, இவ சீட்டு அன்ரியிட்டை சாறி பார்க்க போனவ' என்று சொல்லி பிடிச்சுக் குடுத்துப் போட்டுது. இதை வெச்சுக்கொண்டு ஒரு கள்ளமும் செய்ய ஏலாது.

தானாகவே பட்டுபட்டென்று பூட்டிக்கொள்ளும் கதவுகள் கொண்ட இந்த வீட்டில் பாத்ரூம் கதவுகள் மட்டும் ஒழுங்காக வேலை செய்யாது. ஒருநாள் தெரியாமல் நான் கதவைத் திறந்த போது விஜயா குளித்துக்கொண்டிருந்தா. நான் பதகளித்துப் போனேன். இவ ஒன்றுமே நடக்காத மாதிரி மெல்லிசாய் சிரித்த படி நின்றா. பக்கத்தில் கொழுவி இருந்த டவலை இழுத்து மூட லாம் என்ற எண்ணம்கூட இல்லாமல். நான் சொறி என்றுவிட்டு திரும்பிவிட்டன்.

இதை இந்தக் குண்டுப் பிள்ளை பார்த்துவிட்டது. 'அம்மா வைப் பெரியப்பா நேக்கட்டாய் பார்த்திட்டார்' என்று கத்தத் தொடங்கிவிட்டது. அவளுடைய வாயை அடைக்க பெரிய லஞ்சம் தேவைப்பட்டிருக்கும். எப்படியோ அன்று சகலன் வேலை யில் இருந்து திரும்பியபோது இந்தப் பிள்ளை வாயைத் திறக்க வில்லை.

இது தெரியாமல் நான் செய்த தவறு. ஆனால், தெரிந்து ஒருநாள் தவறு செய்ய நேர்ந்தது. அதற்குப் பிறகு அப்படிச் செய்வ தில்லை என்று கடுமையான தீர்மானமும் செய்தேன். அந்தத் தீர் மானத்தை எவ்வளவுக்கு வெற்றியாகச் செய்து முடித்தேன் என்று சொல்லமுடியாது. காரணம் அது நடந்து சில நாட்களுக்குள் ளேயே நான் பொலீஸில் மாட்டிவிட்டேன்.

விஜயா பின்னரேங்களில் காலுக்கு மேல் கால்போட்டு இருந்து ஓய்வெடுப்பா. இரண்டு பெசென்ற் பால் கலந்து கடும் சாயம் கொண்ட தேநீரைச் சிறு சிறு மிடறுகளாக உறிஞ்சிக் குடிப்பா. என் மனைவியும் அப்படியே. இது இன்பமான நேரம். சிரிக்கக்கூடிய சமயங்களை இவ வீணாக்குவதில்லை. சின்ன ஜோக்குக்கும் கிக்கிக் என்று குலுங்கிக் குலுங்கி சிரிப்பா.

இப்படி என் மனம் அடங்காத ஒரு நாளில் இவ உள்ளுக்குப் போய் உடுப்பு மாத்தினா. கதவு நீக்கலாக இருந்தது அவவுக்கு தெரியும் என்றே நினைக்கிறேன். ஒடுக்கமான ஜீன்ஸ் கால் சட் டையை ஒரு காலுக்குள் விட்டா, பிறகு மற்றக் காலையும் விட்டா. அது வேகமாக வந்து அவவுடைய அகலான உட்காரும் பகுதியில் தடைபட்டு நின்றது. இவ குண்டியை அற்புதமான ஒரு ஆட்டு ஆட்டி ஜீன்ஸை மேலே இழுத்துக்கொண்டா. அந்தத் தொடைகள்

ஜீன்ஸை ஒரு சுருக்கம்கூட இல்லாமல் நிறைத்தன. என் மனம் அன்று பட்ட பாட்டைச் சொல்ல முடியாது. ஒரு பெண்ணைத் தொட்டு எவ்வளவு காலமாகிவிட்டது. அப்பொழுது ஒரு பழக்க மான வாசனை அள்ளி வீசி என் தேகத்தைச் சுட்டது.

ஐயா, அந்த நேரம் பார்த்துத்தான் இது நடந்தது. அதைச் சொன்னால் உங்களுக்கு நம்புவது கஷ்டமாக இருக்கும். கடவுள் வந்து சொன்னால் ஒழிய யார் நம்புவார்கள். இந்தத் தொக்கைப் பிள்ளை என்னை ஓய்வெடுக்கவிடாது. கதவைச் சாத்தி வைத் தாலும் உள்ளே திறந்துகொண்டு வந்து விடும். வந்தால் ஃபானைப் போடும், ரேடியோவைப் போடும். ஜன்னலைத் திறக்கும், பூட்டும். இருக்கிற சாமான்களை இடம் மாத்தி வைக்கும். ஆராயாமல் போகாது.

என்னுடைய கட்டில் கனடாவில் ஒரு கடையிலும் வாங்க முடியாதது. ஒரு தச்சனைக்கொண்டு செய்வித்த ஒடுக்கமான கட்டில். இந்தப் பிள்ளை அதில் ஏறித் துள்ளி விளையாடும். என்னுடைய நித்திரையை எத்தனை வழி வகைகள் இருக்கோ அத்தனை வழிவகைளையும் பாவித்துக் குழப்பிவிடும். அன்றைக் கும் அப்படித்தான். ஒரு துணிப் பொம்மையின் காலைப் பிடித்து இழுத்தபடி வந்து ஏதேண்டாலும் விளையாடுவம் என்று கரைச்சல் படுத்தியது. 'குழப்படி செய்யாதே, போ. அம்மாவிட்டை சொல்லுவேன்' என்று வெருட்டினேன். 'அம்மா இல்லை. அவ கீழ்வீட்டு அன்ரியிடம் கதைக்கப் போட்டா' என்றது. பிறகு 'கொழுத்தாடு பிடிப்பேன்' விளையாட்டை ஆரம்பித்தது. (இது எங்கள் ஊர் விளையாட்டு. இதை மொழிபெயர்ப்பாளர் விளக்க வேண்டும்.)

நான் 'கொழுத்தாடு பிடிப்பேன்' என்று சொன்னால் அது 'கொள்ளியாலே சுடுவேன்' என்று கத்தியபடியே கட்டிலைச் சுற்றிச் சுற்றி வெருண்டபடி ஓடும். இப்படி மாறி மாறி விளையாடினோம். இந்த விளையாட்டு மும்முரத்தில் சாரம் நழுவியதை நான் கவனிக்கவில்லை. முந்தி நான் சொல்லி இருக்கிறேன், இந்தப் பிள்ளைக்குக் காது சரியான கூர்மை என்று. அன்று எப்படித் தவறவிட்டதோ எனக்குத் தெரியாது.

திடீரென்று கதவை உடைப்பதுபோல யாரோ திறந்தார்கள். பார்த்தால் என்னுடைய சகலன் குழம்பிய தலையோடும், பொத் தான் போடாத சேர்ட்டோடும் வேகமாக வந்தார். எனக்குத் தெரிந்ததெல்லாம் அவருடைய மயிர் முளைத்த கறுப்புக் கைகளும், கட்டையான விரல்களும்தான்.

அவருடைய குத்து என் கழுத்திலேதான் வந்து விழுந்தது. நான் அள்ளுப்பட்டு போய் சுவரிலே தலையை இடித்துக்கொண்டு ரத்தம் ஒழுகக் கிடந்தேன். இந்தப் பிள்ளை குழறி அழத் தொடங்கி விட்டது. 'நான் ஒண்டும் செய்யவில்லை. எல்லாம் பெரியப்பா தான் செய்தவர்' என்று திருப்பித் திருப்பிச் சொன்னது.

அவர் 911க்கு எப்ப அடிச்சாரோ தெரியாது. நான் நிமிர பொலீஸ் நிக்குது. கட்டிலிலே பிள்ளையின் நிக்கர் கிடந்தது. அவர்கள் அதைத்தான் முதலில் தூக்கிப் பார்த்தார்கள்.

என்ரை மண்டையிலே காயம் எப்படி வந்ததென்று அவர்கள் விசாரிக்கவில்லை. ரத்தம் ஒழுகி சேர்ட் எல்லாம் நெஞ் சோடு ஒட்டிக் காய்ந்த பிறகுதான் கட்டுப் போட்டார்கள். என்னைத் திரும்பிப் பார்க்க ஒரு நாய்கூட இந்த நாட்டில் வர வில்லை. என்ரை மனைவிக்கு என்ன எழுதி மனதைக் கெடுத் தார்களோ நான் அறியேன். நகை சுற்றிவரும் மெல்லியதாள்போல ஒன்றில் இரண்டு பக்கமும் இங்க் தெரிய அவள் எழுதும் கடிதம் பிறகு வரவே இல்லை.

இந்த நரகத்திலிருந்து எனக்கு விமோசனமே இல்லை. அந்தப் பிள்ளையின் விவேகத்தைக் கணக்கு வைக்க முடியாது. அதனுடைய உடலும் பெரியது, புத்தியும் பெரியது. அநியாய மாய்ப் பிளான் பண்ணி என்னை மாட்டிவிட்டினம். என்னிடம் கையாடிய ஆறாயிரம் டொலர் சீட்டுக் காசை இனி நான் பார்க்க மாட்டேன். என்னை மறியலுக்கு அனுப்பி போட்டு வசதியாய் இருக்கினம். அங்கே நடந்த வண்டவாளங்களை நான் ஒருத்தருக் கும் மூச்சு விடவில்லை. விட்டால் ஒரு குடும்பமே நாசமாகிவிடும்.

என்ரை அறையில் இருக்கும் மற்றவன் ஒரு கேய் என்று சொல்லுகினம். மிகவும் துக்கமானவன். எந்த நேரம் பார்த்தாலும் எட்டாக மடித்து வைத்த ஒரு கடிதத்தைப் பார்த்தபடியே இருப்பான். அந்தக் கடிதம் மடிப்புகளில் கிழிந்து தொங்கியது. 27ஆம் செல் டானியலை வச்சிருக்கிறான் என்று பேசிக்கொண் டார்கள். இவனிடம் உள்ள ஒரே குறை நான் எப்ப எங்கடை செல்லில் மூத்திரம் பெய்ய வெளிக்கிட்டாலும் அதே நேரத்தில் இவனும் பக்கத்தில் நின்றுகொண்டு செய்வான். இவன் நித்திரை செய்து நான் பார்த்ததில்லை. வெகு நேரம் தூங்காமல் அடிக்கடி சிலுவைக்குறி இட்டபடி எனக்கு மேல் கால்களைத் தொங்கப் போட்டபடி இருப்பான். நடு இரவுகளில் நான் விழித்துப் பார்த் தால் நீண்ட ஸ்டொக்கிங்ஸை தோச்சு காயப்போட்டதுபோல அவன் கால்கள் கட்டிலின் மேல் தொங்கும்.

இரவு வந்தவுடன் நிழல்களும் வந்துவிடும். எங்களுடன் ஒரு கரப்பான் பூச்சியும் வசித்தது. அது இடது கைப்பழக்கம் கொண்டது. ஒருநாள் இதைக் காணாவிட்டாலும் எங்கள் மனம் பதை பதைத்துவிடும். நாள் முழுக்கத் தேடுவோம். ஒல்லியான சுண்ணாம்புக் கலர் பேர்ச் மரம்தான் முதலில் இலைகளைக் கொட்டும். பிறகு மற்ற மரங்களும் இலைகளை உதிர்க்கும். சிறைக்கூடத்தின் முகப்புக் கோபுரத்தில் பறக்கும் கொடியின் நடுவில் உள்ள மேப்பிள் இலை மட்டும் எந்தக் காலமும் கொட்டுவதில்லை.

என்ரை தேவதைகளை என்னிடமிருந்து பிரித்துவிட்டார்கள். புத்தபிக்குகள் அணியும் அங்கிக் கலரில் கால் சட்டையையும் மேல் சட்டையையும் சேர்த்துத் தைத்த ஒரு நீளமான உடுப்பை 24 மணிநேரமும் அணிந்தபடி நான் அவர்களையே நினைத்துக் கொண்டிருக்கிறேன். 160 வருடங்களுக்கு முன்பு அடைத்து வைத்த முதல் ஐந்து கைதிகளின் பெயர்களை இங்கே பொறித்து வைத்திருக்கிறார்கள். நான் படுக்கும் படுக்கையில் இதற்குமுன் ஆயிரம் பேர்களாவது படுத்து எழும்பியிருப்பார்கள். படுத்த சிலர் எழும்பாமல்கூட விட்டிருப்பார்கள். கொலக்ட் கோல்கள் வாய்க்காத, கடிதங்கள் கிடைக்காத, விசிட்டர்கள் ஒருவருமே அனுமதிக்கப்படாத அந்நிய நாட்டு கைதி ஒருவன் இங்கே வாழ்ந்தான். அவன் பெயர் இது என்று பின்னால் பொறித்து வைப்பார்களோ தெரியவில்லை.

ஜுலை 1, 1867இல் சில மாகாணங்கள் ஐக்கியமாகி கனடா என்ற புதிய நாட்டை ஏற்படுத்தின. இது தற்பொழுது 10 மாகாணங்களையும் 2 பிரதேசங்களையும் கொண்டுள்ளது.

கனடாவின் முதல் பிரதமர் சேர் ஜோன் ஏ. மக்டோனல்ட். கனடாவின் ராணியாகிய மேன்மை தங்கிய இரண்டாவது எலிஸபெத்துக்கும், அவரின் வாரிசுகளுக்கும், அவரின் பின் பதவிக்கு வருபவர்களுக்கும் நான் சட்டத்திற்கு அடக்கமானவனாகவும், விசுவாசமானவனாகவும், தேசபக்தி கொண்டவனாகவும் இருப்பேன் என்று சத்தியப் பிரமாணம் செய்கின்றேன்.

மேன்மை தங்கிய ஐயா, எப்போதாவது எனக்குக் குடியுரிமை கிடைக்கும் என்ற எண்ணத்தில் மேலே சொன்னவற்றை நான் மனப்பாடம் செய்து வைத்திருக்கிறேன். என்ரை றிவியூ அப்பீலைத் தள்ளுபடி செய்து என்னைத் திருப்பி அனுப்புமாறு கெஞ்சிக் கேட்டுக் கொள்கிறேன். நான் இங்கு கள்ளமாக வந்து சேர்ந்த மாதிரியே என்னைக் கொன்ரெய்னரில் போட்டு அனுப்பினாலும் சம்மதமே.

என்ரை மனைவிக்கு ஐந்தாவது குழந்தை பிறந்திருப்பதாகச் செய்தி கிடைத்திருக்கிறது. என்னுடைய உதவியில்லாமல் இது நடக்க வழியில்லை. இது சுத்தப்பொய்.

இங்கிருந்து 10000 மைல் தொலைவில், இலுப்பைப்பூ கொட்டுகிற இரவில் எண்ணையை மிச்சம் பிடிப்பதற்காகத் திரியைக் குறைத்து வைத்து ஏழு மணிக்கே படுக்கப்போகும் சனங்கள் கொண்ட ஒரு சிறு கிராமம் இருக்கிறது. விரித்தவுடன் சுருண்டு விடும் தன்மை கொண்ட ஒரு பாயை விரித்து, ஒரு பக்கத்தில் இரண்டு பிள்ளைகள், மறு பக்கத்தில் இரண்டு பிள்ளைகள் என்று சரிசமமாக தன்னைப் பிரித்துக் கொடுத்து, வானத்தில் ஹெலிகொப்ரர்கள் பறக்காத ஓர் இரவிலே, வெள்ளிகளுக்கு நடுவாகத் தோன்றும் ஒரு சிவப்புக் கிரகத்தைப் பார்த்தபடி படுத்திருக்கும் என் மனைவியைக்கொண்ட இந்த அற்புதமான கிராமத்துக்கு நான் திரும்பிப் போகவேண்டும்.

அங்கே ரோடு போடுபவர்களுக்குக் கல் சுமந்து கொடுத்து என்ரை வாழ்க்கையை ஓட்டிவிடுவேன். மீண்டும் உத்திரவாதம் தருகிறேன். இந்தக் கொழுத்த பிள்ளையின் வயது பத்து என்பது எனக்குத் தெரியவே தெரியாது.

நிச்சயமாகச் சொல்கிறேன். நான் குடியுரிமை கிடைக்கும் ஆசையில் கஷ்ரப்பட்டு மனப்பாடம் செய்த எல்லாவற்றையும் விரையில் மறந்துவிடுவேன் என்றும் உறுதி கூறுகிறேன். என்னை எப்படியும் திருப்பி அனுப்பிவிடுங்கள்.

இப்படிக்கு,

உங்கள் கீழ்ப்படிவான,
சண்முகலிங்கம்
கணேசரட்னம் சிறைக்கூடம் எண் 37
Kingston Penetentiary
555, King Street W.

◆

அடுத்த புதன்கிழமை உன்னுடைய முறை

வாரத்தில் ஏழு நாட்கள் இருப்பதில்தான் முதல் பிரச்சினை ஆரம்பமானது. இதை மாற்றுவது அவனுடைய ஆற்றலுக்கு அப்பாற்பட்டது. வாரத்தில் ஆறு நாட்கள் இருந்திருக்கலாம். எட்டு நாட்கள்கூட பரவாயில்லை. ஒற்றைப் படையாக ஏழு நாட்கள் வந்ததில்தான் விவகாரம். 1700 வருடங்களுக்கு முன்பு ரோமாபுரி பெரும் சக்கரவர்த்தி கொன்ஸ்டன்ரைன் வாரத்தில் ஏழு நாட்கள் என்று தீர்மானித்ததை அவன் எப்படி மாற்ற முடியும்.

இதனால் மணமுடித்த ஆரம்பத்தில் சில தொந்திரவுகள் ஏற்பட்டுத் தீர்க்கப்பட்டன. அவன் மனைவி கருவுற்றபோது அவை இன்னும் தீவிரமடைந்தன. லவங்கி பிறந்தபோது கனவிலும் அவன் நினைத்திராத பல பிரச்சினைகள் உருவாயின.

ஆனால், அவன் மனைவி பட்டியல் போடுவதில் திறமை சாலி. எந்தப் பிரச்சினையையும் பட்டியல் போட்டு தீர்த்துவிடு வாள். லவங்கி பிறந்தபோது ஏற்பட்ட மேலதிக வேலைகளுக்கும் பட்டியல் தயாரித்து அவற்றைச் சமமாகப் பங்கிட்டுக்கொண்டார் கள். குழந்தைக்கு உடை மாற்றுவது, குளிக்க வார்ப்பது, மழலைக் கீதம் பாடுவது, நித்திரையாக்குவது, உணவு பால் கொடுப்பது, விளையாட்டுக் காட்டுவது, நாப்பி மாற்றுவது எல்லாம் பட்டிய லில் இருந்தன. எவ்வளவு எளிய வேலை என்றாலும் அது பட்டிய லின் பிரகாரம் சரிசமமாகப் பிரிக்கப்பட்டது.

அப்போதுதான் புதன்கிழமை பிரச்சினை உருவானது. ஞாயிறு, திங்கள், செவ்வாய் அவனுடைய முறை. வியாழன், வெள்ளி, சனி அவளுடைய முறை. புதன்கிழமை நடுவே வந்தது. அதை யார் செய்வது, அதற்கும் அவள் வழி கண்டுபிடித்து சுமுக மாகத் தீர்த்துவைத்தாள். ஒரு மாதம் புதன்கிழமை அவன் வசம், அடுத்த மாதம் அவள் வசம்.

பிறந்து பத்து மாதங்களில் லவங்கியின் எடை 14 றாத்தல் கூடியிருந்தது. அதில் ஏழு றாத்தல் அவனுக்குச் சொந்தம், மீதி

ஏழு றாத்தல் அவளுக்குச் சொந்தம். திங்கள் காலை ஏழு மணிக்கு அவன் லவங்கிக்குப் பால் கொடுத்து, ஆடையணிந்து காரின் பின் இருக்கையில் வைத்துக்கட்டி அவளைக் குழந்தைகள் காப்பகத் துக்கு எடுத்துச் செல்வான். மாலையில் அவள் லவங்கியை அழைத்து வருவாள். இந்த வேலைப் பங்கீடு கறாரான ஒழுங்குடன் நடைபெற்றது.

தவழத் தொடங்கியபோது லவங்கிக்குப் பெரிய குழப்பம் உண்டானது. அவளுடைய பொம்மை ஒன்றை நெடுநேரம் கூர்ந்து பார்ப்பாள். தவழும் நிலைக்கு வந்து தயாராவாள். பிறகு தலையைக் கீழே போட்டுக்கொண்டு உந்தி உந்தி பின்பக்கம் போய் விடுவாள். அந்தப் பொம்மை இன்னும் தூரமாகிவிடும். தன் இயக்கத்தில் ஏதோ தவறு இருப்பது லவங்கிக்கு வெகுகாலமாகத் தெரியவில்லை. இறுதியில் எப்படியோ முன்னுக்குத் தவழப் பழகி விட்டாள்.

புத்தகங்களில் லவங்கிக்கு அளவில்லாத பிரியம். அவன் படித்தால் கேட்டுக்கொண்டே இருப்பாள். சில வேளைகளில் வேண்டுமென்றே புத்தகத்தை அவன் தலைகீழாக வைப்பான். அதைத் திருப்பி வைக்கலாம் என்பது லவங்கியின் மூளையின் எல்லைக்குள் வராது. எதிர்ப்பக்கம் தவழ்ந்து போய் உட்காரு வாள். அவன் மனைவியைப் பார்த்து 'உன் மூளை உன் மகளுக்கு' என்று சீண்டுவான். பட்டியல்காரி 'இல்லை, சரி பாதி' என்பாள்.

அவன் ஒரு பல்கலைக்கழகத்தில் விரிவுரையாளர். வேலை கனமில்லாதது, ஆனால், ஒரு சிக்கல் இருந்தது. அவனுடைய வீட்டிலிருந்து பல்கலைக்கழகம் ஒன்றரை மணிநேர கார் பயண தூரத்தில் இருந்தது. இப்படி ஒரு நாளில் அவனுக்கு மூன்று மணி நேரம் பிரயாணத்தில் செலவழிந்துவிடும். வீடு திரும்பும்போது மிகவும் களைத்துப்போய் வந்து சேர்வான்.

ஒரு தனியார் கணக்காய்வு நிறுவனத்தில் அவள் கடுமையாக உழைத்தாள். தன் கைவசம் உள்ள வேலையெல்லாம் முடிவதற் கிடையில் நேரம் தீர்ந்துவிடுகிறது என்று தினமும் முறைப்பாடு வைப்பாள். நாளுக்கு 12–14 மணி நேரவேலை. இது தவிர ஆலோசனைக் கூட்டங்களில் பங்கேற்பு, நெடுந்தூரப் பயணம் எல்லாம் உண்டு. எந்தவிதப் பிரச்சினைகளையும் முன்கூட்டியே அனுமானித்து அவற்றை எதிர்கொள்வது அவர்கள் வழக்கம். அதன்படியே நாளாந்த பட்டியல் தயாரித்து அவனுக்கு அவளுக்கு என்று பிரித்து சமாளிக்கப் பழகிக்கொண்டனர். மேலதிக வேலையாகக் கடமைகள் சரிவர நிறைவேற்றப் படுகின்றனவா என்பதையும் அவளே கவனித்துக்கொண்டாள்.

அவனுடைய மனைவி இரண்டு நாள் கருத்தரங்கு ஒன்றுக்கு ஆயிரம் மைல் தூரம் செல்கிறாள். இதுதான் அவள் முதல் தடவை லவங்கியை விட்டுப் பிரிவது. அவன் இரண்டு இரவுகளும் இரண்டு பகல்களும் லவங்கியைத் தனியாக கவனிக்கவேண்டும். அது ஒன்றும் பெரிய பிரச்சினை இல்லை. அவள் திரும்பிய பிறகு வேலைப் பங்கீடுகளை மீண்டும் சரிபண்ணிக்கொள்ளலாம்.

வழக்கம்போல டேகேரில் இருந்து லவங்கியைக் கூட்டி வந்தான். பால் கொடுத்துக் குளிக்க வார்த்துச் சரியாக ஏழு மணிக்கு படுக்கையில் போட்டான். வழக்கத்திலும் பார்க்க லவங்கி அன்று சோர்வுடன் காணப்பட்டாள். இரவு படுக்குமுன் லவங்கியின் அறைக்குச் சென்று பார்த்தான். அவள் அனுங்குவது கேட்டது. தொட்டுப் பார்த்தால் உடம்பு கணகணவென்று கொதித்தது. வீட்டிலே எப்பொழுதும் தயாராக இருக்கும் காய்ச்சல் மருந்தைக் கொடுத்தான். ஒரு மணி நேரம் பொறுத்துப் பார்த்தபோது காய்ச்சல் கொஞ்சமும் குறையவில்லை. ஆனால், மூச்சு முட்டல் அதிகமாகி சிணுங்கல் அழுகையாக மாறியிருந்தது.

லவங்கி இன்னும் இருபது றாத்தல் எடையை எட்டவில்லை. காரில், பின்பக்கம் பார்க்கும் சீட்டில் அவளைப் போட்டுக் கட்டி, அவசர சிகிச்சைப் பிரிவுக்கு விரைந்தான். மனைவி இருந்தால் குழந்தை பக்கத்தில் இருப்பாள். இன்று யாருமில்லை. பின் சீட்டில் இருந்த அவளைப் பார்க்க முடியாதது பெரிய குறையாகப்பட்டது. லவங்கி மூச்சுவிடத் திணறுவதும், முனகுவதும் கேட்டது. புறப்படுமுன் அவளுடைய காய்ச்சல் 103 டிகிரி. வேக எல்லைகளைக் கவனிக்காமலும், மஞ்சள் கோடுகளை மதிக்காமலும், அடிக்கடி மிருதுவான குரலில் ‘லவங்கி, லவங்கி’ என்று உச்சரித்தபடியே காரை ஓட்டினான்.

நேற்று லவங்கியிடம் அவன் மிகவும் கடுமையாக நடந்து கொண்டு விட்டான். பாத்திரம் கழுவியில் அவளுக்கு மோகம் அதிகம். அவன் மூடியைத் திறந்ததும் அவள் தவழ்ந்து வந்து ஏறி உட்கார்ந்து கொள்வாள். இறங்காமல் அடம் பிடிப்பாள். சத்தமாக அவன் ஓர் அதட்டல் போட்டான். அவள் விம்மி விம்மி அழத் தொடங்கினாள். மிகச் சாதாரணமாக ஓர் இன்பத்தைத் தான் அவளுக்கு மறுத்ததை நினைத்தபோது என்னவோ செய்தது.

அவசரப் பிரிவில் லவங்கியைப் பரிசோதித்த டொக்டருடைய முகத்தைக் கூர்ந்து கவனித்தான். அவர் எல்லாவித சோதனைகளையும் செய்தார். காய்ச்சலைக் குறைக்க கடுமையான மருந்தொன்றைக் கொடுத்து ஒரு மணிநேரம் காத்திருக்கச் சொன்

னார். அப்படியே செய்தான். இருந்தும் உஷ்ணம் குறையவில்லை. லவங்கி அடிக்கடி கண்களைத் திறந்து பார்த்தாள். அதற்குக்கூட போதிய பலம் இல்லாததால் மூடிவிட்டாள். இரும்புக் கதவை மூடுவதுபோல பெரிய சத்தத்துடன் சுவாசம் வந்துகொண்டிருந் தது. ஒவ்வொரு முறையும் இந்தச் சுவாசம்தான் கடைசிச் சுவாச மாக இருக்குமோ என்ற பயம் எழுந்து கொண்டே இருந்தது.

அவசர சிகிச்சைப் பிரிவுக்கு அம்புலன்ஸ் வாகனங்கள் அடிக்கடி வந்தபடியே இருந்தன. கை அறுந்து தொங்கியபடி ஒரு சிறுவனைக் கடைசியாக சில்லு வைத்த கட்டிலில் தள்ளிக் கொண்டு வந்தார்கள். பின்னால் பெற்றோர் ரத்தக்கறை உடை யுடன் விரைந்தார்கள். இவனால் தொடர்ந்து மாறிக்கொண்டு வரும் வேதனைக் காட்சிகளைத் தாங்க முடியவில்லை. லவங்கியை நெருக்கமாக அணைத்தபடி காத்திருந்தான்.

மருத்துவர் மறுபடியும் வந்து புதிய பரிசோதனைகள் செய்ய வேண்டும் என்றார். ஒரு தாதி வந்து ரத்தம் எடுப்பதற்காக ஊசியைச் செலுத்தினாள். ஐந்து நிமிட நேரம் ஐந்து இடங்களில் கிண்டினாள். பல தடவை முயற்சி செய்தும் அவளால் ரத்த நாளத்தைக் கண்டுபிடிக்க முடியவில்லை, தலைமைத் தாதிபோலத் தெரிந்த ஒருத்தி வந்து மீண்டும் முயற்சி செய்தாள். லவங்கி தன் கையைக் கொடுத்துவிட்டு இந்த உலகத்தில் தன்னைக் காக்க ஒரு வருமே இல்லை என்பதுபோல உச்சக் குரலில் கதறினாள். போதிய ரத்தத்தை உறிஞ்சி எடுத்தபிறகு முன் யோசனையாக ஊசியை வெளியே எடுக்காமல் கையுடன் சேர்த்துக் கட்டுப்போட்டு வைத் தார்கள். இப்பொழுது லவங்கி அவன் கழுத்தைக் கட்டிப்பிடித்த படி, கால்கள் இரண்டையும் அவன் இடுப்பில் பாம்புபோல சுற்றிக் கொண்டு, விம்மியபடியே இருந்தாள்.

அவளுடைய சின்ன உடம்பை வதைப்பதற்கு இன்னும் பல தயாரிப்புகள் நடந்தன. இப்பொழுது சிறுநீர் வேண்டும் என்றார் கள். பச்சைக் குழந்தையிடம் சிறுநீர் எடுப்பது எப்படி? அவர்கள் விடுவதாக இல்லை. அதே தாதி வந்தாள். அவளுடைய கெட்டி யாக நிற்கும் வெள்ளை கவுனை பார்த்த கணமே லவங்கி கத்தத் தொடங்கினாள். ஒரு மிக மெல்லிய ட்யூபை அவள் உடம்புக்குள் செலுத்தினாள். லவங்கியின் அலறல் எல்லையைக் கடந்துவிட்ட காரணத்தினால் உடலை வில்லுப்போல எதிர்ப்பக்கமாக வளைத்துத் திமிறித் தன் எதிர்ப்பைக் காட்டினாள்.

டொக்டர் இரவு ஆஸ்பத்திரியில் தங்க வேண்டும் என்றார். அவள் கையிலே ஒரு பிளாஸ்டிக் காப்பு மாட்டப்பட்டது. அதிலே

லவங்கியின் பேரும், தேதியும், ஒரு நம்பரும் இருந்தது. லவங்கியைப் பற்றிய எல்லாப் பதிவுகளும் கம்ப்யூட்டரில் இந்த நம்பரின் கீழ் பதியப்படும் என்றார்கள். லவங்கியின் வீட்டு ஆடையைக் களைந்துவிட்டு, பின்னுக்கு முடிச்சுப்போடும் ஒரு தொளதொள நீல கவுனை அணிவித்தார்கள். தடுப்பு போட்ட உயரமான கட்டி லில் அவளைக் கிடத்தி, அந்தச் சின்னக் கையிலே குத்தியிருந்த ஊசியின் மூலம் சேலைன் சொட்டுகளை உடம்பிலே செலுத்தத் தொடங்கினார்கள். கால் பெருவிரலில் தொடுத்த வயர், அவளு டைய உயிர் விநாடிகளை, கம்ப்யூட்டர் திரையில் இருதயத் துடிப் பாகக் காட்டியது. மூக்கிலே பிராண வாயுவும்போனது. இவை எல்லாம் ஆயத்தங்கள்தான். சிகிச்சை இன்னும் ஆரம்பிக்கவில்லை என்றார்கள். கடுமையான வலியிலிருந்து அவள் மெல்ல மெல்ல விடுபட்டு வருவதுபோலத் தெரிந்தது. அவன் அவளுடைய முதுகை வருடியபடியே இருந்தான்.

இரவு மணி இரண்டிருக்கும். மறுபடியும் டொக்டர் வந்தார். சோதனையில் கிடைத்த தகவல்கள் சிகிச்சைக்குப் போதாது, லவங்கியின் சுவாசப் பைகளை எக்ஸ்ரே எடுக்க வேண்டும் என்றார். இதற்குமுன் எத்தனையோ பேர் படுத்த கட்டிலில் ஒரு பாவப்பட்ட ஜீவனைப்போல சுருண்டுபோய் லவங்கி அப்பொழுது தான் சற்று அயர்ந்திருந்தாள்.

நூறு பின்னல்கள் செய்து மடித்துக் கட்டிய தலையோடு கறுப்பின இளைஞன் ஒருவன் வந்தான். எக்ஸ்ரே எடுப்பதற்கு அவனே வண்டியில் அவளைத் தள்ளிப்போனான். அவள் அணிந் திருந்த நீல நிற சைஸ் பெரிதான ஆஸ்பத்திரி கவுனை அகற்றி னார்கள். ஓர் இரவிற்கிடையில் அவளுடைய விலா எலும்புகள் வரிவரியாகத் தள்ளிக்கொண்டு நின்றன. ஈயக் கவசம் அணிந்த ஊழியர் இருவர் லவங்கியைத் தூக்கிப் பிடித்து சதுரமான உலோ கத்தில் நெஞ்சை அழுத்தி எக்ஸ்ரே எடுத்தார்கள். லவங்கி யாரோ துப்பாக்கியைக் காட்டியதுபோல இரண்டு கைகளையும் தூக்கிப் பிடித்தபடி தலையைக் குனிந்து கதறினாள். ரத்தம் எடுக்கும் போதும், ரப்பர் குழாயை உள்ளே செலுத்தும் போதும் இல்லாத அழுகையாக இந்த அலறல் இருந்தது. அந்நியர்கள் இப்படி அமுக்கிப் பிடிக்க அனுமதித்த தன் அப்பாவை நம்ப முடியாத கண்களினால் கெஞ்சினாள். அந்தப் பரிதாபமான விழிகள் அவன் நெஞ்சத்தில் ஆழமாகப் பதிந்தன.

டொக்டர் காலை ஐந்து மணிக்கு வந்தார். மறுபடியும் பரி சோதனைகள். சேலைனுடன் சேர்த்து பொதுப்படையான மருந்து

செலுத்தினார்கள். இதுவும் தற்காலிக ஏற்பாடுதான். சுவாசப் பையில் நீர் கட்டியிருக்கிறது, அதை அகற்றவேண்டும். பெரிய டொக்டரையும், ரேடியோலஜிஸ்டையும் கலந்துதான் முடிவுக்கு வரமுடியும் என்றார். அவனுக்குத் திக்கென்றது. என்றென்றைக்கு மாக அவனைவிட்டு லவங்கி போய்விடுவாளோ என்ற திகில் பிடித்தது. அந்த நேரம் பார்த்து அவன் மனைவி கைப்பேசியில் அழைத்தாள். அன்றைய கருத்தரங்கில் அவள்தான் முதல் பேச் சாளர். அவளைக் கலவரப்படுத்த அவன் விரும்பவில்லை. வீட் டிலே எல்லாம் ஒழுங்குமுறையாக நடக்கின்றன என்பதுபோலச் சொல்லி வைத்துவிட்டான்.

அவனுடைய பல்கலைக்கழகத்தை அழைத்துத் தகவல் விட்டான். அன்று அவனுக்கு மிகப் பிரதானமான ஒரு சந்திப்பு இருந்தது. கடந்த ஆறுமாத காலமாக முயற்சி செய்து கிடைத்தது. அதையும் கான்சல் பண்ணினான். இரண்டு அவுன்ஸ் பாலை போத்தலில் ஊற்றி அவளுக்குப் புகட்டப் பார்த்தான். லவங்கி மறுபக்கம் திரும்பிப் படுத்துவிட்டாள்.

லவங்கியின் காய்ச்சல் குறைந்தவிட்டதாகத் தாதி சொன் னது கொஞ்சம் ஆசுவாசமாக இருந்தது. மூச்சு சிரமப்பட்டு போனது. ஆனால், முந்திய மாதிரி திணறல் இல்லை. முனகல் மாத்திரம் இருந்தது. சுவாசப்பை 90 வீதம் வேலை செய்வதாக மீட்டர் சொன்னது. இருதயத்தின் ஒலியை கம்ப்யூட்டர் வரை படமாகக் காட்டியது. அதில் ஏற்படும் சிறு ஒலி மாற்றமும் இவனுக்கு பகீரென்றது.

கடைசியில் ரேடியோலஜிஸ்ட் வந்தார். ‘சுவாசப்பையில் தண்ணீர் கட்டவில்லை. ஒரு சுவாசப்பை மடிந்து சுருங்கிவிட்டது. லவங்கி 24 மணி நேரமாக ஒரு சுவாசப்பையில்தான் உயிர் வாழ்ந் திருக்கிறாள். சேலைனுடன் சேர்ந்து புதிய மருந்தை உட்செலுத்தி னால் சுவாசப்பை பழைய நிலைமைக்கு மீண்டுவிடும். பயப்படத் தேவை இல்லை’ என்றார்.

அவனுக்குக் கொஞ்சம் ஆறுதலாக இருந்தது. மெல்ல லவங்கியைத் தடவியபடியே பார்த்தான். பலவித வயர்களும், டியூபு களும் அவள் உடலில் இருந்து மேலே போயின. கயிற்றிலே வேலை செய்யும் ஒரு பாவையை யாரோ எறிந்துவிட்டதுபோல நடுக் கட்டிலில் அநாதரவாகக் கிடந்தாள்.

பின்னேரம் நாலு மணியளவில் ஒரு திருப்பம் ஏற்பட்டது. சுவாசப்பை வேலை 100 வீதம் காட்டியது முதன்முதலாக அப் பொழுதுதான். இத்தனை மணி நேரத்துக்குப் பிறகு வாயைத்

திறந்து லவங்கி புன்னகை செய்தாள். இயக்கமில்லாத நிலையிலும் தன் மெலிந்துபோன வயிற்றை மெத்தையிலிருந்து எம்பி எம்பிக் காட்டியபடியே சிரித்தாள். அவனுக்கு மனதை என்னவோ பிசைந்தது.

ஆறுமணிக்கு முதன்முதலாக பால் இரண்டு அவுன்ஸ் குடித் தாள். தாதி வந்து பார்த்துவிட்டு இனிமேல் பயப்பட ஒன்று மில்லை, பசிக்கும்போதெல்லாம் பால் கொடுக்கலாம் என்றாள். அவனுக்குக் கொஞ்சம் நிம்மதி திரும்பியது. மனைவியைக் கூப்பிட்டுச் சொல்லுவோமா என்று நினைத்தான். மறுபடியும் இப்பொழுது சொல்லி என்ன பிரயோசனம், வந்த பிறகு பார்க்க லாம் என்று எண்ணத்தை மாற்றிவிட்டான்.

அன்று இரவு பார்க்க வந்த டொக்டர் நல்ல முன்னேற்றம் என்றார். எல்லாப் பரிசோதனைகளையும் மீண்டும் செய்தார். மூச்சு சீராக இயங்குகிறது. இன்று இரவும் இப்படியே தாண்டி விட்டால் நாளை பெரிய டொக்டர் வீட்டுக்குப் போக அனுமதிப் பார் என்றார். வாழ்க்கையில் முன்னெப்போதும் கிடைக்காத ஓர் ஆறுதல் அப்போது கிடைத்தது.

ஆனால், புதிய அதிர்ச்சி ஒன்றை அன்று இரவு அவன் எதிர்பார்க்கவில்லை.

மனைவியிடம் இருந்து பத்து மணிக்குத் தொலைபேசி வந்தது. அவள் கலந்துகொண்ட கருத்தரங்கைப் பற்றி நிறையப் பேசினாள். மனது நிறைய சந்தோசமாக இருந்தாள். அடுத்த நாள் மாலை வந்துவிடுவதாகக் கூறினாள். அப்போதுகூட சொல்லி விடலாம் என்று தோன்றியது. அவளுடைய அழகான நித்திரை யைக் கெடுத்து என்ன பிரயோசனம் என்று தவிர்த்து விட்டான்.

இருளூட்டப்பட்ட அறையின் நாற்காலியில் அமர்ந்தபடியே அன்று அவன் உறங்கினான். இரவு பன்னிரெண்டு மணியிருக்கும். ஆஸ்பத்திரியில் இவனுடைய இரண்டாவது இரவு. திடீரென்று லவங்கி எழுந்து வீர் என்று அலறினாள். வயர்களும், டியூபுகளும் நாலு பக்கமும் இழுக்க நிலைகொள்ளாமல் துடித்தபடி படுக்கை யில் சுருளத் தொடங்கினாள். இவன் அவசர மணியை அழுத்தி விட்டு தடுப்பைக் கீழே இறக்கி அவளை வேகமாக அள்ளினான். அவன் கையிலே லவங்கி வழுக்கியபடி துடித்துக்கொண்டிருந்தாள்.

இரண்டு தாதிமார் ஓடிவந்தார்கள். லைட்டைப் போட்டார் கள். ஊசி ஏற்றப்பட்ட அவளுடைய கை வீங்கிப்போய் மினு மினுத்தது. தாதி உடனே யோசிக்காமல் ஊசியை நீக்கி கட்டையும்

அவிழ்த்துவிட்டாள். லவங்கியின் விரல்கள் பந்து போல் சுருண்டு, உள்ளங்கை ரேகைகள் மறைந்துவிட்டதைப் பிரமிப்புடன் பார்த் தாள். அது அவளுடையது அல்ல வேறு யாருக்கோ சொந்தமான தனியுறுப்புபோல அசிங்கமாக ஊதிப் போய்க் கிடந்தது.

ஊசி நழுவி சேலைன் தசைக்குள் போயிருக்கிறது. தாதியர் வீக்கத்தை அடக்குவதற்குச் சிகிச்சை கொடுத்தார்கள். லவங்கி அப்படியே அழுது அழுது இனிமேல் இயலாது என்ற நிலையில் ஓய்ந்துபோனாள். இருந்தும் அவளுடைய உடல் வெகு நேரமாக நடுங்கிக்கொண்டிருந்தது. இந்த உலகத்தில் யாருமே இல்லை என்பது போன்ற தனிமையில் துயரமும் மௌனமும் அழுத்த அவன் சுவரை வெறித்தபடி உட்கார்ந்திருந்தான். அவனுடைய இருதயத்தைப்போலவே அவனுடைய மடியிலும் ஓர் உயிர் துடித்தது. ஒன்பதாவது மாடியின் அந்த அறைக்குள் சூரியனுடைய முதல் கிரணங்கள் நுழையும் வரை அவன் அசையவில்லை.

காலை டொக்டர் வந்து பார்த்தபோது வீக்கம் குறைந்திருந் தது. அதற்கான சிகிச்சைக்கு மருந்து எழுதினார். பிறகு பின்னேரம் வீட்டுக்குப் போகலாம் என்றார். நம்பமுடியாத திகைப்பும் மகிழ்ச்சியும் அவனுக்கு ஏற்பட்டது. ஏதாவது விளையாட்டு காட்டு வதற்கு லவங்கியை ஒரு சிறு தள்ளுவண்டியில் வைத்துத் தள்ளிக் கொண்டு அந்த வார்டைச் சுற்றி ரவுண்டு வந்தான். ஒரு மனித உடல் தாங்கக்கூடிய எல்லை மட்டுமான வலியை அவள் அனுப வித்துவிட்டாள். அதை எல்லாம் மறந்து பிரகாசமான ஒரு சிரிப்பு சிரித்தாள். அவள் என்ன கேட்டாலும் அந்த விநாடி அதைச் செய்வதற்கு அவன் சித்தமாயிருந்தான்.

நாலு மணியளவில் தாதி வந்தாள். அவளைக் கண்டதும் லவங்கி கண்களைத் தாழ்த்தி, அவன் தோள்களுக்குள் தலையைப் புதைத்து மறைந்துபோகப் பார்த்தாள். லவங்கியின் கையிலே மாட்டிய பிளாஸ்டிக் காப்பை வெட்டினாள். அடுத்த இரண்டு நாட்களும் என்ன மருந்து, எப்போது கொடுக்க வேண்டும் போன்ற விபரங்களை அவள் சொல்ல குறித்துக்கொண்டான். லவங்கிக்கு வந்தது நியூமோனியா. ஒரு சுவாசப்பை கொடூரமான கிருமிகளால் தாக்கப்பட்டிருந்தது. அடுத்த சுவாசப்பையும் எந்த நிமிடத்திலும் மடிந்திருக்கலாம். அவன் அவசர சிகிச்சைக்கு வந்ததால் குழந்தை பிழைத்தாள். இனிமேல் கவனமாய் இருக்க வேண்டும் என்றாள். கிடைக்க முடியாத பொக்கிஷம் ஒன்று கிடைத்ததுபோல லவங்கியை அள்ளி தூக்கிக்கொண்டான். பிரத்தியேகமான குழந்தை இருக்கையில் அவளை இருத்திக் கட்டி, ‘லவங்கி, லவங்கி’

என்று மெல்லிய குரலில் அழைத்தபடி காரைக் கிளப்பினான். அவளுக்குப் பிடித்த பாட்டை வைத்தான். அந்த கீதம் காரை நிறைத்தது. லவங்கி மெதுவாக இரண்டு பக்கமும் தலையை ஆட்டியபடி தூங்க ஆரம்பித்தாள்.

வீடு வந்ததும் விழித்துக்கொண்டாள். தனது அறையையும், தனது பொம்மைகளையும் பார்த்து ஆரவாரப்பட்டாள். இதுவரை காணாத ஒரு புது உலகத்துக்குள் வந்ததுபோல மகிழ்ச்சி அவளை மூழ்கடித்தது. நாலு கால்களிலும் தவழ்ந்து தவழ்ந்து தன் முழு அறையையும் திருப்தி ஏற்படும் வரைக்கும் சோதித்து உறுதி செய்தாள்.

அவளுடைய பாலைச் சூடாக்கி பருக்கினான். இரவு உடைக்கு அவளை மாற்றினான். நீல மேற்சட்டை, மஞ்சள் காற் சட்டை. அப்பொழுதுதான் அவனுக்கு ஞாபகம் வந்தது, இரண்டு நாட்களாக தான் ஒன்றுமே உண்ணவில்லை என்பது. ஆனால், சமைத்துச் சாப்பிடும் மூடில் அவன் அப்போது இல்லை. ஏதாவது இலகுவான உணவு போதும். ஒரு சூப் டின்னைத் தேடி எடுத்து, ஒரு பாத்திரத்தில் இட்டு, நுண்ணலை அடுப்பில் வைத்து இரண்டு நிமிட பட்டனை அமுக்கினான். அது பாத்திரத்தைச் சுழல விட்டது.

லவங்கி அவளுக்கு மிகவும் பிடித்தமான ஒரு விளை யாட்டை ஆரம்பித்திருந்தாள். பிளாஸ்டிக் பைகளை பிசைந்து தலையிலே கவிழ்த்து விளையாடுவது. தடுக்கப்பட்ட விளை யாட்டு என்றபடியால் அவளுக்கு அதிகமான ஆவல் ஏற்பட்டது. இந்தக் கட்டுப்பாடற்ற சுதந்திரம் அவளுக்குப் பிடித்திருந்தது. வெகு விரைவிலேயே இதற்கு ஒரு தடை வரும். அதற்கிடையில் அந்த விளையாட்டின் உச்சத்தை அடைந்துவிட எண்ணினாள். முகத்தில் தாங்கமுடியாத கள்ள சந்தோசம்.

அந்த நேரம் பார்த்து வாசல் அழைப்பு மணி கிர்ர்ங் என்று தொடர்ந்து ஒலித்தது. நிற்க அவகாசம் தராமல் அப்படி பொத் தனை அமுக்குவது வேறு யாரும் அல்ல. அவனுடைய மனைவி தான். மறுபடியும் வீட்டுச் சாவியை மறந்துவிட்டுப் போயிருக் கிறாள். மணிச்சத்தம் கேட்டு லவங்கி இருந்தபடியே இடுப்புக்கு மேல் திரும்பி கைகள் இரண்டையும் பறவைபோல ஆட்டத் தொடங்கினாள். வருவது அம்மா என்பது அவளுக்கு எப்படியோ தெரிந்துவிடும். அவள் குடிக்காமல் விட்ட மீதிப்பால் இரண்டு அவுன்ஸ் போத்தலில் அப்படியே பக்கத்தில் கிடந்தது. அவன் மனைவி உள்ளே வந்ததும் அவன் கன்னத்தில் சிறு முத்தம்

கொடுப்பாள். அவனுடைய கன்னத்துக்கும் அவளுடைய உதட்டுக்கும் இடையில் நிறைய காற்று இருக்கும். கைப்பைகளைக் கீழே உதறும் அதே கணத்தில் 'லவங்கி' என்று ஆசையாகத் தாவி அவளை அணைப்பாள். இரண்டு அவுன்ஸ் பால் மிச்சம் விட்ட தைச் சுட்டிக் காட்டுவாள். பிளாஸ்டிக் பைகள் தரும் ஆபத்தைப் பற்றி முறைப்பாடு வைப்பாள். தூக்க ஆடைகள் கீழுக்கு மஞ்சளும், மேலுக்கு நீலமுமாக மாட்ச் பண்ணாமல் இருக்கும் அபத்தத்தை உடனேயே மாற்றியாக வேண்டும் என்பாள். மிகக் கடினமான கணக்குகள் போட்டு அடுத்த நாளைக்கு யார் லவங்கியை டேகேரில் இருந்து அழைத்து வரவேண்டும் என்பதைச் சரியாகக் கண்டுபிடித்துச் சொல்வாள். அழைப்பு மணிச்சத்தம் அடிக்கத் தொடங்கி அது நிற்க எடுத்துக்கொண்ட நீண்ட நேரத்தில் அவன் இவ்வளவையும் நினைத்துக்கொண்டான்.

◆

.23 சதம்

கனடிய டொலர் .23 சதம். இதன் மதிப்பு இலங்கை ரூபாயில் 15.00, இந்திய ரூபாயில் 8.00 இத்தாலிய லீராவில் 333, யப்பானிய யென்னில் 20. அது அல்ல முக்கியம். கனடிய அரசாங்கம் இந்த .23 சதத்தை எனக்குத் தரவேண்டும். பல வருடங்களாக அதை எப்படித் தருவது என்று அரசாங்கத்துக்குக் குழப்பமாக இருக் கிறது. எனக்கும் எப்படி வாங்குவது என்பது தெரியவில்லை. G8 என்று சொல்லப்படும் உலகத்து முக்கிய நாடுகளில் ஒன்றான கனடா நாடு இப்படிக் கேவலம் .23 சதத்துக்கு என்னை ஏமாற்றிக் கொண்டு வந்தது.

இந்தப் பிரச்சினை இப்படித்தான் ஆரம்பமானது.

என்னுடைய சமையல் வேலைக்கும், கணப்பு அடுப்பு எரிப் பதற்கும் கனடிய அரசின் இயற்கை வாயு கம்பெனி காஸ் விநி யோகம் செய்தது. என்னைக் குளிரிலிருந்தும், பட்டினியிலிருந்தும் காப்பாற்றியது. அதற்கு நன்றி.

மாதாமாதம் இவர்கள் கணக்கை அனுப்புவார்கள். இதர பில்களும் வரும் அவற்றை ஒரு சனிக்கிழமை காலை வேளையில் கணக்குப் பார்த்து நான் காசோலை எழுதித் தீர்த்து வைப்பேன். சாளரம் உள்ள கடித உறையில் இவை இடப்பட்டு தகுந்த முத்திரை ஒட்டி அனுப்பப்படும்.

ஒருமுறை இந்தக் கம்பெனி எனக்கு ஒரு பில் அனுப்பியது. அது டொலர் 199.77 ஆக இருந்தது. வசதி கருதியும், பூஜ்யத்தில் இருந்த பற்று காரணமாகவும் நான் டொலர் 200.00க்கு ஒரு செக் எழுதி அனுப்பி வைத்தேன். அதாவது .23 சதம் கூடுதலாக காசு கட்டிவிட்டேன்.

நான் செய்த தவறு அப்படித்தான் ஆரம்பித்தது.

அதற்குப் பிறகு நான் அந்த வீட்டை விட்டு வேறு வீடு மாறிப் போய் விட்டேன். அந்த பில் விஷயத்தையும் அடியோடு மறந்துவிட்டேன்.

ஆனால், மாதாமாதம் .23 சதத்துக்கு ஒரு மாதாந்திர கணக்கு பத்திரம் என்னைத் தேடி வந்தது. இந்த .23 சதம் நான் கொடுக்கவேண்டிய காசு இல்லை; எனக்கு அவர்கள் தரவேண்டிய காசு. இருந்தாலும் எனக்கு வரும் கடிதத்தில் சாளரம் வைத்த கடித உறையும், இன்னும் பல விளம்பரத் துண்டுகளும் இருக்கும். ஒவ்வொரு மாதமும், ஆரோக்கியமான ஒரு பெண்ணின் மாத விடாய்போல இது தபாலில் வந்தது.

நான் கம்பெனிக்கு கடிதம் எழுதினேன். பதிலில்லை. தொலைநகல் அனுப்பினேன். பதிலில்லை. மின்னஞ்சலில் முழு விபரத்தையும் பஞ்சிப் படாமல் எழுதினேன். 'எனக்கு இந்த .23 சதம் தேவையில்லை. இதை நீங்களே வைத்துக்கொள்ளுங்கள். நான் வீடு மாறிவிட்டேன். நன்றி. இனிமேலும்கூட என்னைத் தொந்தரவு செய்யவேண்டாம். அரசாங்கத்தின் பணத்தை விரயம் செய்வதில் அவர்களுக்கு ஆர்வம் இருக்காது. எனக்கும் அப்படியே. தயவுசெய்து இந்தப் பத்திரத்தை இனிமேல் அனுப்பவேண்டாம். மன்றாடிக் கேட்கிறேன். நிலத்திலே புரண்டு கேட்கிறேன்.'

அடுத்த மாதமும் 14ஆம் தேதி கடிதம் வந்தது. வளைந்த E எழுத்து மஞ்சள் நிறத்தில் அலங்கரிக்கும் கடித உறை. உள்ளே உடைத்தால் அதே கடிதம். ஆனால், ஒரு மாற்றம் உற்றுப் பார்த்த போது அதன் அடியில் குண்டூசித் தலை எழுத்தில் இப்படி எழுதி யிருந்தது. 'ஒரு டொலருக்கும் குறைவான தொகைக்கு நீங்கள் செக் அனுப்பத் தேவையில்லை. ஒரு டொலருக்கும் குறைவான தொகை நாங்கள் உங்களுக்குத் தரவேண்டுமென்றால் அதற்கும் செக் அனுப்பமாட்டோம்.'

ஆஹா, சிவபெருமானின் கண்டத்தில் தங்கிய நஞ்சுபோல அந்தரத்தில் தொங்கியது. இவர்களும் அனுப்பமாட்டார்கள், நானும் ஒன்றும் செய்ய முடியாது. வாழ்நாள் முழுக்க இந்த ஸ்டேட்மென்ற் என்னைத் தேடி வந்தபடியே இருக்கும்.

ஒருமுறை எப்படியோ முயற்சி செய்து ஓர் அதிகாரியுடன் பேசினேன். அவர் அனுதாபப்பட்டார். மிகவும் சிந்தித்தார். பிறகு சொன்னார். "இந்தத் தொகை ஒரு டொலருக்கு கீழாக இருக்கிறது. மாதா மாதம் கம்ப்யூட்டர்கள் இந்த பில்லை அடிக்கின்றன. அவை அப்படியே அனுப்பப்பட்டு விடுகின்றன. மனிதக் கைகள் இங்கே படுவதில்லை. இதை நிற்பாட்டுவதற்கு வழியில்லை. ஒரு கம்ப்யூட்டர் நிபுணரே இதைச் சரி செய்ய வல்லவர். விரைவில் இதைக் கவனித்து உங்கள் .23 சதத்தை அழித்துவிடுவார். அதற்குப் பிறகு மாதாந்திர பத்திரம் வருவது நின்றுவிடும். தயவுசெய்து பொறுமையாக இருங்கள்."

முன் வேகத்தில் ஓடவிட்ட படச்சுருள்போல பல மாதங்கள் ஓடிவிட்டன. ஆனால், 14ஆம் தேதி கட்டளை வருவது நிற்க வில்லை.

என் நண்பன் ஓர் ஆலோசனை கூறினான். அருமையாகப் பட்டது. கம்பெனிக்கு 1.00 டொலருக்கு ஒரு செக் அனுப்பி வைத் தேன். இப்பொழுது அவர்கள் எனக்கு 1.23 டொலர் தரவேண்டும். இது ஒரு டொலரிலும் கூடிய காசு. ஆகவே இந்தத் தொகைக்கு அவர்கள் ஒரு செக் எழுதி அனுப்பியதும் கணக்கு மூடப்பட்டு விடும். மாதாந்திர பத்திரம் வராது. நான் சேமமாக இருக்கலாம்.

அந்த ஆசையிலும் மண் விழுந்தது. என் கணக்கில் பற்று இல்லை. ஆகவே வாயு கம்பெனி நான் கொடுத்த செக்கை வாயு வேகத்தில் திருப்பி அனுப்பிவிட்டது.

இப்படியான நேரத்தில்தான் குரல் அஞ்சலில் தகவல் விடும் எண்ணம் எனக்கு வந்தது. 1-800 என்று தொடங்கும் வாடிக்கை யாளர் தொலைபேசி எண்ணை அமுக்கினேன். ஒரு பெண்ணின் குரல் மெசினில் ஒலித்தது. 'ஆங்கிலத்தில் பேசுவதற்கு ஒன்றை அமுக்கவும்; பிரெஞ்சில் பேசுவதற்கு இரண்டை அமுக்கவும்' என்றது. நான் ஒன்றை அமுக்கி வைத்தேன்.

மீண்டும் அதே பெண் குரல் 'உங்களுக்கு நாலு தெரிவுகள் இருக்கின்றன. காஸ் கசிந்து மணம் ஏற்பட்டால் ஒன்றை அமுக்க வும்; பொருள் வாங்குவதென்றால் இரண்டை அமுக்கவும்; சேவை கள் தேவையென்றால் மூன்றை அமுக்கவும்; வேறு முறைப்பாடுகள் என்றால் நாலை அமுக்கவும்,' என்றது. நான் நாலை அமுக்கினேன். அடுத்த சுற்றில் நாலு தெரிவுகள் இருந்தன; அதற்கு அடுத்த சுற்றில் மூன்று தெரிவுகள் இருந்தன. மறுபடியும் அடுத்த சுற்றில் நாலு தெரிவுகள் இருந்தன. கணக்கு சம்பந்தமான முறைப்பாட்டுக்கு உரிய எண்ணை அமுக்கினேன். அப்பொழுதாவது உயிரும் உடலும் சேர்ந்த ஒரு மனிதக் குரலுடன் பேசலாம் என்ற நம்பிக்கை எனக்கு இருந்தது.

இப்பொழுது புதிய ஒரு பெண் குரல் மெசினில் வந்தது. நன்றி. தயவுசெய்து பொறுத்திருங்கள். ஒரு பணியாளர் உங்க ளுடன் விரைவில் பேசுவார். டெலிபோனில் பீதோவனின் ஒன்ப தாவது இசைக்கோவை ஒலித்தது. நான் கைப்பேசியைப் பிடித்த வாறு காத்திருந்தேன். ஒரு நிமிடம் சென்றது. மறுபடியும் அதே குரல் வந்தது. உங்கள் பொறுமைக்கு நன்றி. நீங்கள் எங்களுக்கு மிகவும் வேண்டிய வாடிக்கைக்காரர். தயவுசெய்து லைனில் காத்திருக்கவும். விரைவில் ஒரு பணியாளர் தொடர்பு கொள்வார்.

அலுக்காமல் மறுபடியும் பீதோவன் தன் ஒன்பதாவது சிம்பனியை விட்ட இடத்தில் இருந்து தொடர்ந்தார். நீண்ட நேரம். பத்தாவது சிம்பனியாக மாறும்வரை அது ஒலித்தது.

இறுதியில் தொடர்பு கிடைத்தது. அப்பொழுதுகூட மனிதக் குரல் வரவில்லை. மெசின் குரல்தான். உங்கள் முறைப்பாட்டை பீப் என்ற ஒலி வந்தவுடன் பதிவு செய்யவும் என்று சொல்லியது. அப்படியே காத்திருந்து பீப் ஒலி வந்தவுடன் நீண்ட ஒரு முறைப் பாட்டை அவர்கள் செவிகளுக்காக விட்டுவைத்தேன். அதற்குப் பிறகும் அவர்களிடமிருந்து ஒரு பதிலும் இல்லை.

இந்தச் சம்பவத்திற்குப் பிறகுதான் குரல் அஞ்சலில் தகவல் விடும் ஆசை என்னைப் பிடித்தது. அவர்கள் என் தகவல்களைக் கேட்கப் போவதில்லை, பதிலும் தரப்போவதில்லை என்ற நிச்சயத்தில் மெசினுடன் ஒளிவுமறைவின்றிப் பேச்சு வார்த்தைகள் வைக்கத் தொடங்கினேன். பனிக்காலம் மறைந்த ஓர் அதிகாலையில் நான் ஒரு தகவல் விட்டேன்.

'வசந்தம் வந்துவிட்டது. இன்று வாசற்படியைத் துப்புரவாக்கினேன். தோட்டத்தில் முதல் பூ பூத்தது. இந்தத் தகவலை கேட்கும் உங்கள் இதயம், நண்பரே, எப்படி இருக்கிறது? அதில் சிறிது கசிவு வேண்டும். .23 சதம் வரவு காட்டும் மாதாந்திர கணக்குப் பத்திரம் இன்னும் வந்துகொண்டேயிருக்கிறது. நீங்கள் மனது வைத்தால் இதைச் சரி செய்துவிடலாம்.'

எதிர்பார்த்தபடி பதில் ஒன்றும் வரவில்லை. இன்னும் கொஞ்சம் துணிச்சல் கூடியது. எனக்கு பனிச்சேற்றில் ஒருமுறை விழுந்து கால் சுளுக்கிவிட்டது. அப்பொழுதுகூட சிரமம் பாராட்டாமல் அந்தக் காலத்து தமிழ் லையன்னாபோல தவழ்ந்து தவழ்ந்து போய் தொலைபேசியில் செய்திகள் விட்டேன்.

'இன்று காலை நான் பெண்ணின் சடைபோல பின்னப்பட்ட பிரெஞ்சு ரொட்டியைக் கையினால் பிய்த்துச் சாப்பிட்டேன். ஆனால், நேற்றிரவு மோசமாகப்போனது. கடல் பிராணிக்குப் பேர்போன சீன உணவகத்தில் நானும் நண்பரும் உணவருந்தினோம். பொன் நிறத்தில் வதக்கப்பட்ட முழுநீள மீன், மரத்தட்டில் வைத்துப் பரிமாறப்பட்டது. என்னைப் பார்க்கும் ஒன்றையும் நான் உண்பதில்லை. உணவகம் மூடும்வரைக்கும் இந்த மீன் என்னையே பார்த்துக்கொண்டிருந்தது."

'உங்கள் காலை உணவு திருப்தியாக இருந்திருக்கும். வரும் வழியில் Tim Horton இல் ஓட்டைவைத்த சீனிப்பாணை சாப்பிட்டு

கடுங்கோப்பியும் குடித்திருப்பீர்கள். உமது நாள் நல்லநாளாக ஆரம்பிக்கட்டும். என்னுடைய .23 சதத்திற்கு தீர்வு கிடைக்கும் பட்சத்தில் அது இன்னும் சிறப்பான நாளாக அமையட்டும்.”

சில நாட்களில் ஒன்றுக்கு இரண்டு தகவல்கள்கூட விட்டேன். எனக்காக அவர்கள் காத்திருப்பதுபோலவும், தகவல் விடாமல் ஏமாற்றக்கூடாது என்றும் பட்டது. ஒருமுறை பகல் தூக்கம் கலைந்து திடீரென்று எழுந்து ஒரு செய்தியை விட்ட பிறகுதான் என்னால் மீண்டும் நிம்மதியாக உறங்க முடிந்தது.

‘இன்று நீளமான நாள். சூரியனை இரண்டுதரம் பார்த்தேன். இந்த நாள் முடிவை நெருங்குவதற்குள் இன்னுமொருமுறை சூரியனைப் பார்த்துவிடுவேன் என்ற நம்பிக்கை உண்டு. பவன அமுக்கம் 101.8, வெப்பம் 19 டிகிரி, காற்று வேகம் கிழக்கு 15 கி.மீ, ஈரப்பதன் 55, பார்வைத் தூரம் 2 கி.மீ, சிறு மழைத்துளிகள் விழலாம். ஆனால், இடி முழக்கம் நிச்சயமாக இல்லை.”

‘கறுப்பு கழுத்து கனடிய வாத்துகள் திரும்பிப் போவதற்கு ஆயத்தமாகின்றன. இன்று என் தோட்டத்தில் இரண்டு பறவைகள் இறங்கின. ஒரு வெண்கல வாத்தியக்குழுபோல சத்தமிட்டன. ஏதோ வைத்ததைத் தேடுவதுபோல இரண்டும் வெகு நேரம் தேடின. பிறகு அப்படியே தெற்கு நோக்கிப் பறந்து போயின. அடுத்த வருடம் திரும்பும்போதும் இவை இறங்கி இளைப்பாறுமா தெரியவில்லை. நீங்கள் என்ன நினைக்கிறீர்கள்?”

இது நடந்து பல வாரங்களுக்குப் பிறகு எனக்கு நடு இரவில் ஒரு தொலைபேசி வந்தது. அழைத்தது ஓர் அந்நியப் பெண் குரலாக இருந்தது.

இனிய குரல்கள் என்னை அழைத்து பல வருடங்கள் ஆகி விட்டன. அதிலும் நடுநிசியில் பெண்கள் அழைப்பதே இல்லை.

“உங்கள் பெயர் நீண்டதாக இருக்கிறது. இடது பக்கம் தொடங்கி வலது பக்கத்தில் முடிகிறது. நீங்கள் ஆணா, பெண்ணா?” என்றது அந்தக் குரல்.

“நேற்று மாலைவரை நான் ஆணாகத்தான் இருந்தேன். அதற்குப் பிறகு சோதனை செய்ய சந்தர்ப்பம் வரவில்லை. அவசரமா?” என்றேன்.

‘க்ளுக்’ என்று சிரித்தாள். “மூச்சு எல்லாவற்றையும் வெளியே விட்டுவிட்டுத்தான் உங்கள் முழுப்பெயரையும் என்னால் உச்சரிக்க முடிகிறது” என்றாள். “நீங்கள் ஓர் உதவி செய்ய வேண்டும்.”

"நீங்கள் பெண்ணா?" என்றேன். இந்தக் கேள்வி தேவையில்லாதது. ஆனாலும் சம்பாஷணையை வளர்ப்பதற்கு மிகவும் உதவியானது.

'ஆம்' என்றுவிட்டு சிரித்தாள். அல்லது சிரித்துவிட்டு ஆமென்று சொன்னாளோ ஞாபகமில்லை.

"உங்கள் பெயர் என்ன?" என்றேன்.

"அவசியம் சொல்லவேண்டுமா?" அவள் குரல் மெலிந்து, மேலும் தயக்கமாகியது.

"நிச்சயம் சொல்லவேண்டும். உங்களுக்கு என் பெயர் தெரிகிறது. நான் ஆணா, பெண்ணா என்ற அந்தரங்க விஷயமும் தெரிகிறது. என் டெலிபோன் இலக்கம் தெரிகிறது. ஆனபடியால் நீங்கள் ஒரு முறையற்ற அனுகூலத்தில் இருக்கிறீர்கள். நடுநிசி நேரத்தில், அமைதியைக் கிழித்து என்னை அழைக்கிறீர்கள். பிறகு உதவி கேட்கிறீர்கள். நான் நடுநிசியில் உதவி செய்வதில்லை. அதுவும் பெயர் தெரியாத ஒரு பெண்ணுக்கு."

"ஸோர்லி."

"உங்கள் பெயர் ஸோர்லியா? அழகான பெயர். எங்கள் நாட்டில் இப்படி அழகான பெயர்கள் இல்லை. அழகான பெயர்களை எல்லாம் ஏற்றுமதி செய்துவிட்டார்கள். இப்போது எஞ்சியிருப்பது எல்லாம் அடிமண்டி; அழகில்லாதவை."

"க்ளுக்..."

"ஸோர்லி, இந்த நடுநிசியில், பேர் தெரிந்த ஆனால், முகம் தெரியாத அழகான பெண்ணுக்கு நான் என்ன உதவி செய்ய முடியும்?"

"பிழை, மிகப் பிழை."

"மிகப் பிழையா?"

"ஆமாம், நடுநிசி என்பது சரி, பேர் தெரிந்த என்பது சரி. ஆனால், முகம் தெரியாத பெண் எப்படி அழகாக இருப்பாள்?"

"இருப்பாள். குரலை வைத்து நான் வயதைக்கூட சொல்லிவிடுவேன். எங்கள் நாட்டில் கால் பெருவிரலை வைத்து முகத்தை வரைந்து விடுவார்கள். தெரியுமா?"

"நம்ப முடியாது."

"உங்களுடைய முகம் முக்கோணமாக இல்லை, சற்சதுரமாக இல்லை, நீள் சதுரமாகவும் இல்லை."

"ஆஹா! நல்ல ஆருடம்தான்."

"உங்களுடைய கண்கள் வெட்டுக்கிளியின் கால்கள்போல நீண்டு விரிந்த இமைகளுடன் இருக்கும்."

"இவ்வளவு தப்பாகச் சொல்வதற்கு மிகுந்த பயிற்சி தேவை."

"இல்லை, பெண்ணே! ஒன்ராறியோ வாவிக்கு இந்தப் பக்கம் உங்களை வெல்ல அழகி இல்லை."

"மிகையான புகழ்ச்சி. எங்கே, என் வயதைக் கூறுங்கள் பார்ப் போம்?"

"சரியாக 18 வருடம், மூன்று மாதம்."

"மிகப்பிழை, மிகப்பிழை."

"இன்று ஐஸ்கிரீம் சாப்பிட்டீர்களா?"

"இல்லையே."

"அதுதான் இந்த தவறு நடந்திருக்கிறது. நீங்கள் ஐஸ்கிரீம் சாப்பிட்டிருக்க வேண்டும்."

"உங்களுடைய சாக்கு பரிதாபகரமாக இருக்கிறது."

"எத்தனை மாதம் தவறியது?"

"ஆறுமாதம். பரவாயில்லை, மன்னிக்கிறேன். என் உயரத் தையாவது சொல்வீர்களா?"

"குரல் சாஸ்திரத்தில் அதுவும் அடங்கும்."

"எங்கே சொல்லுங்கள் பார்ப்போம்."

"மிகச் சரியாக."

"மிகச் சரியாக"

"கடல் மட்டத்தில் இருந்து உங்கள் உயரம் மிகச் சரியாக 170 செ.மீ"

"மிகத் தவறு. என்ன, இதற்கும் ஐஸ்கிரீம் சாப்பிட்டிருக்க வேண்டுமா?"

"அதுவல்ல. எங்கே இருக்கிறீர்கள்?"

"அறையில்."

"அதுதான் எங்கே?"

"மாடியில் உள்ள படுக்கை அறையில்."

"அதுதான் பார்த்தேன். கடற்கரையில் நின்று அளந்து பாருங்கள். மிகச் சரியாக இருக்கும்."

"வெகு சமத்காரம்தான். இனிமேலாவது என்ன உதவி என்று கேட்பீர்களா?"

"ஒரு பதினேழு வருடம், ஒன்பது மாதம் வயதான பெண்ணுடன்..."

"அழகான பெண்ணுடன்..."

"ஒரு 17 வருடம், 9 மாதம் வயதான அழகான இளம் பெண்ணுடன்."

"மீண்டும் பிழை."

"பெண்ணே, இப்போது என்ன தவறு செய்துவிட்டேன்?"

"ஒரு 17 வயதுப்பெண் இளம் பெண் அல்லவா? அது என்ன 17 வயது இளம்பெண். 'இது கூறியது கூறல்' என்பது தெரியாதா?"

"அவசரப்பட்டுவிட்டாய். எங்கள் இலக்கியத்தில் இதை மீமிசை என்பார்கள். கவிகளுக்கு இந்தச் சலுகை உண்டு. ஒரு 17 வருடம், 9 மாதம் வயதான அழகான இளம் பெண்ணுடன் நடு நிசியில் பேசுவது இதுதான் எனக்கு முதல் தடவை. என்ன உதவி நான் செய்யவேண்டும்?" என்றேன்.

"உங்களுடைய குரல் அஞ்சல் கேட்டேன்."

"குரல் அஞ்சலா? என்னுடையதா? எங்கே கேட்டீர்கள்?"

"அந்தக் கறுப்பு கழுத்து வாத்து, உங்கள் வீட்டுத் தோட்டத்தில் வந்த வாத்து, அடுத்த வசந்தம் வரும்போதும் உங்கள் தோட்டத்திற்கு வரும்."

"நன்றி. உங்களுக்கு இந்தத் தகவல் எப்படிக் கிடைத்தது?"

"சொல்ல மறந்துவிட்டேன். நான் இயற்கை வாயு கம்பெனியில் வேலை பார்க்கிறேன். குரல் அஞ்சல் பகுதியில் எனக்கு பணி தற்காலிகமாகக் கிடைத்திருக்கிறது. என் பணி திருப்தியாக இருக்கும் பட்சத்தில் என் வேலை நிரந்தரமாக்கப்படும்."

“எவ்வளவு காலமாக வேலை பார்க்கிறீர்கள்?”

“நான் சேர்ந்து இரண்டு வாரம்தான் ஆகிறது. எட்டு மணி நேரம் இரவு வேலை செய்கிறேன். வரும் குரல் அஞ்சல்களை யெல்லாம் வகை பிரித்துப் பதிவு செய்து அந்தந்தப் பகுதிகளுக்குச் செயல்படுத்த அனுப்பவேண்டும். உங்களுடைய குரல் அஞ்சல்கள் சந்தோஷத்தை அளித்தாலும் எனக்கு அவற்றை என்ன செய்வதென்றே தெரிவதில்லை. ஒரு தவறு செய்துவிட்டேன்.”

“என்ன தவறு? நீங்கள் தவறு செய்பவராகத் தெரியவில் லையே!”

“அது எப்படித் தெரியும்?”

“அதுவும் ஒரு குரல் சாஸ்திரம்தான்.”

“நான் செய்த தவறு உங்களுடைய கடைசி மூன்று குரல் அஞ்சல்களையும் அழித்ததுதான். இது மிகவும் பாரதூரமான பிழை. எனக்கு அவற்றை எங்கே அனுப்புவதென்று தெரியவில்லை. என்னுடைய வேலையை நான் இழக்கவேண்டி நேரிடலாம்.”

“ஆகவே நான் என்ன செய்யவேண்டும்?”

“இனிமேல் குரல் அஞ்சல்கள் அனுப்பவேண்டாம். வாத்து கள் பற்றியும், போப்பாண்டவர் மின்கடிதம் மூலம் பாவ மன்னிப்பு வழங்க மறுத்ததைப் பற்றியும், உங்கள் கவிதையைப் பிணந்தின்னி பறவைகள்போல விமர்சகர்கள் கொத்தியதைப் பற்றியும் வரும் அஞ்சல்கள் என்னைக் குழப்புகின்றன. அவற்றை நான் என்ன செய்யவேண்டும் என்று எதிர்பார்க்கிறீர்கள்.”

தொடர்ந்து வந்த மாதங்களில் நான் அஞ்சல்கள் அனுப்பு வதை நிறுத்திவிட்டேன். வெண்ணெய் பூசி, மின் அடுப்பில் வாட்டிய ரொட்டியைப் பற்றியும், ரப்பர்போல இழுபடும் இறுக்க மான உடை அணிந்த பெண்ணைப் பற்றியும், என் முதுகுப்பையின் இடது பக்க வார் அறுந்துபோன துக்கமான சமாச்சாரம் பற்றியும் நான் ஒரு தகவலும் விடவில்லை. அந்த 17 வயதுப் பெண் நடு நிசிகளிலோ அல்லது மற்ற நேரங்களிலோ டெலிபோனுக்குப் பக்கத்திலேயே வசித்த என்னை எந்தக் காரணம் கொண்டும் கூப்பிடவில்லை.

ஒவ்வொரு மாதமும் சரியாக பதினாலாம் தேதி எனக்கு ஒரு கடிதம் கிடைக்கும். இந்தக் கடிதத்தைச் சுமந்தபடி நீலக்கோடு போட்ட, சிவப்பும் வெள்ளையும் வர்ணம் அடித்த சரிந்துபோன தோற்றம் கொண்ட ஒரு தபால் வண்டி வரும். தடிப்பான உடல்

வாகு கொண்ட ஒரு தபால்காரி அந்தக் கடிதத்தைத் தூக்கி வந்து என் வீட்டுக் கதவில் இருக்கும் துளையில் போடுவாள். அது 'சதக்' என்று சத்தம் செய்துகொண்டு இன்னும் பல கடிதங்களுடன் விழும். அதைத் திறந்தால் அதற்குள் ஒரு மாதாந்திர கணக்குப் பத்திரம். .23 சதம் வரவு காட்டிக்கொண்டு இருக்கும். அத்துடன் திருப்பி அனுப்புவதற்காக சாளரம் வைத்த ஒரு கடித உறையும் இன்னும் பல விளம்பரத் துண்டுகளும் இருக்கும். இப்பொழு தெல்லாம் இவற்றைத் திறந்து பார்க்கும்போது நான் பற்களை நெறுமுவதில்லை. பொறுமையாக அவற்றை ஆராய்வேன், பிறகு பேப்பர் கழிவுகள் போடும் சாம்பல் நிறப் பெட்டிக்குள் அடைத்து வைப்பேன். அவை சுழல் பாவிப்புக்காக அடுத்துவரும் புதன் கிழமை காலை சேகரிக்கப்பட்டு விடும்.

இதனால் எனக்கும் அரசாங்கத்துக்கும் ஏற்பட்ட நட்டம் பல நூறு டொலர்களைத் தாண்டிவிட்டது. இந்தத் தொகையில் அரசாங்கம் அனுப்பிய நூற்றுக்கணக்கான பத்திரங்களின் செல வும், தபால் கட்டணங்களும் அடங்கும். என் தரப்பில், நான் அனுப்பிய நூற்றுக்கணக்கான கடிதங்களும், தொலை நகல்களும் மின்னஞ்சல்களும் தொலைபேசிச் செலவுகளும் அடங்கும்.

இந்தக் கணக்கில் பல மணித்தியாலங்களை விரயமாக்கிய என் உழைப்பு நேரமும், பல அதிகாரிகளின் உழைப்பு நேரமும், நடுநிசியில் தயங்கிய குரலில் டெலிபோன் பேசிய 17 வயது இளம் பெண்ணின் உழைப்பு நேரமும் அடங்கவில்லை.

1818ஆம் வருடம் இறந்துபோன இசை மேதை பீதோவனின் ஒன்பதாவது சிம்பனி இசை அமைப்பு உழைப்பு நேரமும் அடங் காது.

◆

மொசுமொசுவென்று சடை வைத்த வெள்ளை முடி ஆடுகள்

அந்த வெள்ளைச் சுவரில் கறுப்பு அம்புக்குறிகள் நிறைய இருந்தன. அந்த அம்புக்குறிகளைத் தீட்டியவன் அதிலேயே லயித் திருந்தவனாக இருக்க வேண்டும். அளவுக்கு அதிகமாகவே வரைந் திருந்தான். அவற்றைப் பார்த்தபடியே அவள் நடந்தாள். இப் படியே பக்கவாட்டாக வழி காட்டிக்கொண்டு வந்த அம்புக்குறி திடீரென்று ஓர் இடத்தில் வளைந்து நேர்க்குத்தாக மேலுக்குப் போனது. இவள் முகட்டைப் பார்த்தாள். அங்கே ஒரு வார்டோ, போவதற்கு வசதியோ இருக்கவில்லை. பின்பு வளைவில் திரும்ப வேண்டும் என்பதை ஊகித்து அப்படியே திரும்பினாள்.

அந்த மரப் படிக்கட்டுகள் நம்பிக்கை தரக் கூடியதாக இல்லை. இவள் அதில் தொற்றிக் கால் வைத்து மொட்டாக்கை ஒரு கையால் பற்றி மறு கையால் அஹமத்தைப் பிடித்துக்கொண்டு ஏறினாள். அப்படியும் அவை பக்கவாட்டில் ஆடின. அப்பொழு தெல்லாம் அவளுடைய இரண்டு கண்களும் வலைப் பின்னல் களுக்குப் பின்னால் வண்டுகளைப்போல சுழன்றன. மருத்துவ ருடைய அறை சுத்தமாக இருந்தது. வெள்ளைக் கல் பதிக்கப்பட்ட தரை திருப்பித் திருப்பி அழுத்தித் துடைக்கப்பட்டுத் தூசி இல் லாமல் மினுங்கியது. திரைச் சீலைகள் வெள்ளையாகத் துவைக்கப் பட்டுத் தொங்கின. பாத்திமா அவ்வளவு வெண்மையையும் சுத்தத் தையும் தாங்க முடியாதவளாக அங்கே இருந்த இருக்கையில் அமர்ந்தாள். இன்னும் அங்கே அவளுக்கு முன்பாக ஏழு எட்டுப் பெண்கள் காத்திருந்தார்கள்.

அஹமத் அசௌகரியமாக நாற்காலியில் தொங்கி உட் கார்ந்து கால்களை ஆட்டியபடி சுவரிலே இருந்த படங்களைப் பார்த்தான். அதன் கீழே இருந்த வாசகங்கள் அவனுக்குப் புரிய வில்லை. ஆனால், அந்தப் படத்தில் இருந்த புழுக்கள் பயங்கரமாக இருந்தன. அவை ஊசிபோல மெலிந்தும், நீண்டும், கொக்கிபோல வளைந்தும் காணப்பட்டன. அவை எல்லாம் வயிற்றிலே வசிக்கும் புழுக்கள் என்பது அவனுக்குத் தெரியாது. அது தெரிந்திருந்தால் இன்னும் கூடிய ஆச்சரியமடைந்திருப்பான்.

அ. முத்துலிங்கம்

அந்தப் படத்திற்கு எதிர்த்திசையில் ஆப்கானிஸ்தானின் சர்வாதிகாரி நஜிபுல்லாவின் விறைப்பான படம் ஒன்று மாட்டி யிருந்தது. ரஸ்ய துருப்புகள் விரட்டியடிக்கப்பட்டு ஐந்து வருடங்களாகிவிட்டன. ஒரு செப்டம்பர் மாதத்து அதிகாலையில் ஒருவருக்கும் தெரியாமல் இந்த நஜிபுல்லாவை தலிபான்கள் தூக் கிலே தொங்கவிடுவார்கள். அதற்கு இன்னும் இரண்டு வருடங்கள் இருந்தன. பாமியான் பிரதேசத்தின் உலகப் புகழ் பெற்ற, 2000 ஆண்டுகள் வயதாகிய, உலகிலேயே உயரமான, நின்ற கோலத்து புத்தர் சிலைகள் பீரங்கிகளால் அழிக்கப்படும். அதற்கு இன்னும் சரியாக ஏழு ஆண்டுகள் இருந்தன. இது ஒன்றும் தெரிந்திருக்க முடியாதவனாக அஹமத் அந்தப் படத்தினால் கவரப்பட்டு அதையே பார்த்துக்கொண்டிருந்தான்.

அந்தப் பெண் மருத்துவர் வெளிநாட்டுக்காரி, வெள்ளைத் தோலுடன் யெளவனமாக இருந்தாள். கூந்தலை மடித்துத் தலை யிலே செருகியிருந்தாள். அவள் முகத்தின் இரண்டு பாதிகளையும் அவளுடைய அழகை எவ்விதத்திலும் குறைக்காதவாறு சிறிய செம்பருக்கள் நிறைத்திருந்தன. சிவப்புக் கூந்தல் தேனீக் கூட்டம் போல பின்னால் பறக்க ரோட்டில் அவள் ஸ்கூட்டர் ஓட்டிப் போகும்போது அடிக்கடி பார்த்திருக்கிறாள்.

அவள் முதலில் அஹமத்துடன்தான் பேசினாள். அவன் என்ன படிக்கிறான் என்று கேட்டாள். அவன் கூச்சத்துடன் ரகஸ் யம் பேசுவதுபோலப் பதில் சொன்னான். கண்களைத் தாழ்த்தி வெட்கமாகச் சிரித்தான். அவள் குரல் இனிமையானது. ஆஸ் பத்திரியின் சக்கர நாற்காலிகளின் உராய்வுக்கும், பிணம் தள்ளிக் கொண்டு போகும் சில்லு வைத்த கட்டிலின் கரகர ஓசைக்கும் நடுவில் அது பொருத்தமில்லாமல் ஒலித்தது.

இவ்வளவு நேரமும் பாத்திமாவுடைய கறுப்பு அங்கிக்குள் ஒருவித சலனமும் காட்டாமல் ஒளித்திருந்த ஒருவயதுகூட நிறை யாத மகவை வெளியே எடுத்து மருத்துவரிடம் காட்டினாள். காற்றையும் வெளிச்சத்தையும் கண்டு அந்தக் குழந்தை அதிருப்தி யாக முனகியது. ஓர் அணிலின் வாயைப்போல சிவந்த வாயைத் திறந்து கொட்டாவி விட்டது.

இந்த டொக்டரைப் பாத்திமாவுக்குப் பிடித்துக்கொண்டது. தன் கணவரை இவளிடம் காட்ட வேண்டுமென்று நிச்சயித்துக் கொண்டாள். அதற்குக் கணவர் இடம் கொடுப்பாரா என்ற சந்தேகம் இருந்தது. ஆனாலும் அவள் தீர்மானமாக இருந்தாள்.

அவர் ஒரு நல்ல கணவராகத்தான் ஆரம்பித்தார். ஆற்றின் ஓட்டத்தில் இணைக்கப்பட்ட ஒரு மாவு மில்லில் அவருக்கு வேலை. ஒழுங்காக வேலைக்குப் போய்வந்தார். முதலில் அஹமத் பிறந்தான். ஒரு வருடம் கழித்து ஹனியா. அதற்கும் பிறகு மற்ற வர்கள். இப்படி எட்டு வருடங்கள் ஓடிவிட்டன. மாலையானால் அவர் வேலையில் இருந்து திரும்பும் வேளையைக் குழந்தைகள் ஆவலுடன் பார்த்துக்கொண்டிருப்பார்கள். இவள் சமையலில் மூழ்கி இருப்பாள். குழந்தைகள் பாடத் தொடங்குவார்கள்.

மழை பெய்கிறது
பாபா வருகிறார்
ஆடு கட்டிலின் கீழே
ஆடே, ஆடே ஓடு, ஓடு
பாபா வாருங்கள்.

பாபா வரும்போது அவருடைய முகமும், மயிரும் வெள்ளை நிறமாகக் காட்சியளிக்கும். பிள்ளைகள் இருவரும் பயந்ததுபோலக் கூச்சலிடுவார்கள். அவரும் கோமாளியாகி சில நிமிடங்கள் விளை யாடுவார். கழுத்து நரம்புகள் புடைக்க அஹமத்தை ஒரு கையால் தூக்கி ஆகாயத்தில் எறிவார். இவள் துப்பட்டாவை வாயில் அடைத்துப் பார்த்தபடி இருப்பாள். அந்த மகிழ்ச்சியான காலம் இப்போது வெகு தூரத்தில் இருந்தது.

ஆஸ்பத்திரியிலிருந்து திரும்பி வரும்போது அவர்கள் பர் வீனைச் சந்தித்தார்கள். அவள் ஆறு ஆடுகளை ஓட்டிக்கொண்டு போனாள். அதிலே இரண்டு குட்டிகள் வெள்ளையாக சடைத்துப் போய் இருந்தன. 'என்ன அழகானக் குட்டிகள்' என்றான் அஹமத். ஏதோ களியாட்டு விழாவுக்கு அவற்றை மட்டும் கூட்டிப் போவ தாக ரகஸ்யமாகச் சொன்னதுபோல அவை துள்ளித் துள்ளிப் போயின. சாதாரணமாக நடக்கும் தூரத்தையும் பாய்ந்து கடந்தன. நீண்ட கால்கள், முகத்துக்குப் பொருந்தாத பெரிய கண்கள், வெள்ளை வெளேரென்று மொசுமொசுவென்று சடை வைத்த மென்மயிர். பாத்திமாவுக்குக் கண்களை எடுக்க முடியவில்லை.

சிறு வயதில் அவளிடம் அப்படி ஓர் ஆட்டுக்குட்டி இருந் தது. அவள் போகும் இடம் எல்லாம் அதுவும் வந்தது. இரவு நேரத்தில் அவள் குடிசையில் அவளுடனேயே படுத்தது. அந்தச் சருமத்தின் மென்மை அவளுக்கு இப்போதும் ஞாபகத்தில் வந்தது. பர்வீன் ஒரு குடும்பம் கிடைத்துவிட்டதுபோல மிகுந்த சந்தோசத் தோடு இருந்தாள். ஓர் அரசு சாரா தொண்டு நிறுவனம் அவளுக்கு இலவசமாக அந்த ஆடுகளைக் கொடுத்திருந்தது. அவளைப்

பார்த்தபோது பாத்திமாவுக்குக் கொஞ்சம் பொறாமையாகக்கூட வந்தது.

அஹமத் நச்சரித்துக்கொண்டே இருந்தான். இலவசமான ஆடுகளை உடனேயே போய் எடுத்து வரவேண்டும் என்றான். அவனுக்கும் அந்த வெள்ளை ஆட்டுக்குட்டிகள் பிடித்துக்கொண்டன. பள்ளிக்கூடத்தில் இருந்து திரும்பும்போதெல்லாம் ஏதோ மாயத்தால் அவை வந்திருக்கும் என்பதுபோல குடிசையின் உள்ளேயும் வெளியேயும் தேடினான். பிறகு முகத்தைத் தொங்கப் போட்டான்.

அப்படியானச் சந்தர்ப்பங்களில் பாத்திமா ஒரு தந்திரம் செய்வாள். தோட்டத்தில் சிவப்பு வத்தகப்பழம் இருக்கும். அவற்றைப் பிறைச்சந்திர வடிவத்தில் வெட்டி வைத்துக் கொடுப்பாள். எல்லாப் பற்களும் சிவக்க அவன் சாப்பிடுவான். அப்போது அவனுக்குச் சந்தோசம் தாங்க முடியாமல் போகும். அடுத்த நாள் மாலைவரை மறதி மூடிவிடும்.

அன்று பாத்திமா சீக்கிரம் வந்திராவிட்டால் அந்தக் காட்சியைக் கண்டிருக்க முடியாது. ஒரு பெரிய விலங்கு வழி தவறிப் புகுந்ததுபோல சமையல் பகுதியில் அவளுடைய கணவர் தவழ்ந்து கொண்டிருந்தார். இரவும் பகலும் தொப்பிகள் பின்னி அவள் சேகரித்த சிறு காசுகள் போட்டு அடைத்த நிடோ டின்னை அவர் கூர்மையாகப் பார்த்தார். பிறகு ஒரு கள்ளனைப்போல மெதுவாகத் தனது இடது கையை அதற்குள் விட்டுத் துழாவினார். திடீரென்று அவளைக் கண்டதும் திகைத்துப்போய் ஒரு வார்த்தை பேசாமல் பாம்பு நழுவுவதுபோல முழங்காலில் நடந்துபோனார். அப்பொழுது அவருடைய சருமம் அவளுடைய நீண்ட துப்பட்டாவில் தொட்டது. அவளுக்கு அருவருப்பாயிருந்தது.

போதைப் பழக்கம் மிஞ்சிவிட்டது அப்பொழுதுதான் அவளுக்குத் தெரிந்தது. நல்லமாதிரி சமயங்களில் தனியாக இருந்த போது அவரிடம் கெஞ்சிப் பார்த்தாள். ஒரு குழந்தையைப்போல அவர் அழுதார். வாக்குக் கொடுத்தார். ஆனால், அடுத்தநாள் காலை அவருக்கு எல்லாம் மறந்துபோனது. வரவர அவர் வேலைக்குப் போவதே அரிதாகிக்கொண்டு வந்தது. தனிமையை விரும்பினார். வெறித்த பார்வையோடு வெகுநேரம் ஒரே இடத்தில் ஆடாமல் அசையாமல் உட்கார்ந்திருந்தார். ஒருநாள் இரவு எல்லாம் மிகவும் மோசமாகிவிட்டது. அவர் இருமிக்கொண்டே இருந்தார். நிறுத்தமுடியாத இருமல், இவள் எழும்பி அவர் நெஞ்சைக் தடவிக் கொடுத்தாள். அவர் ஏதோ சொல்ல விரும்பி வாயைத்

திறந்தார். மூச்சுக் காற்றுடன் இருமல் வெளியே வந்தது. அப் பொழுதுதான் கவனித்தாள். அவருடைய மார்புக்கூடு தசைகளைக் குத்திக்கொண்டு வெளியே தெரிந்தது. கைகள் எல்லாம் மெலிந்து போய் இருந்தன. உடை தொளதொளவென்று தொங்கியது.

அவள் கணமும் தாமதிக்காமல் மொட்டாக்கை எடுத்து தலையை மூடிக்கொண்டாள். ஒருவித சைகை உத்தரவுமின்றி அஹமத் லாந்தரைத் தூக்கினான். தூக்கிவிட்டுத் தன் செய்கை யைத் தாய் மெச்சவேண்டும் என்ற பாவனையில் அவளைப் பார்த் தான். பிறகு ஒரு வார்த்தை பேசாமல் அந்த இருட்டிலே இருவரும் கிளம்பிப்போய் அந்தப் பெண் மருத்துவரை அழைத்து வந்தார்கள். அவர் ஊசி போட்டு விட்டு "போதைப் பழக்கம் முற்றிவிட்டது. உடனேயே சிகிச்சை ஆரம்பிக்கவேண்டும். நாளைக்கே இவரை ஆஸ்பத்திரிக்குக் கூட்டி வாருங்கள்" என்றார். ஆனால், மறுநாள் பாத்திமா எவ்வளவு கெஞ்சியும் அவர் மறுத்துவிட்டார்.

பாத்திமா தைரியமான பெண். தன் வறுமையை அவள் ரகஸ்யமாக அனுபவிக்கவே விரும்பினாள். எனினும் இறுதியில் ஒருநாள் அஹமத் கொடுத்த துணிச்சலில் அவள் சம்மதிக்க வேண்டியிருந்தது. அந்த தொண்டு நிறுவனத்திற்குள் அஹமத்தை பிடித்தபடி அவள் மெதுவாக உள்ளே நுழைந்தாள். அவளுடைய நல்ல காலம் அங்கே இருந்தது ஒரு பெண் அதிகாரிதான்.

"என்ன வேண்டும்?" என்றாள்.

"அம்மா, நான் ஆடுகளுக்கு விண்ணப்பம் செய்வதற்காக வந்திருக்கிறேன். என் பிள்ளைகள் பட்டினி கிடப்பதை என்னால் பார்க்கமுடியவில்லை." இதற்கு மேலும் அவளால் பேசமுடிய வில்லை.

ஆனால், அந்தப் பெண் சொன்ன பதிலில் இவள் கண்கள் விரிந்தன. பிறகு கலங்கின, இவளால் நம்பமுடியவில்லை.

"அம்மா, இந்த நிறுவனம் உங்களைப் போன்ற பெண்களுக் காக ஏற்படுத்தப்பட்டதுதான். இதில் உதவி பெற கூச்சமே தேவை யில்லை. நாங்கள் ஆறு ஆடுகளைத் தருவோம். அவை உங்களுக்கே உங்களுக்குத்தான். நீங்கள் பணம் ஒன்றும் கட்டத் தேவையில்லை. அந்த ஆடுகளைப் பராமரித்து அதில் வரும் வருமானத்தை நீங்கள் எடுத்துக் கொள்ளலாம். அவை பெருகும்போது இரண்டே இரண்டு குட்டிகளை நீங்கள் நிறுவனத்துக்குத் திருப்பித் தரவேண் டும். உங்களைப்போல வசதி குறைந்த இன்னொரு பெண்ணுக்கு அவை கொடுக்கப்படும்."

அ. முத்துலிங்கம்

அவள் நல்லவளாகத் தெரிந்தாள். ஒரு தடித்த கறுப்பு நாளேடு போலிருக்கும் ஒன்றைப் பிரித்து வைத்து அவளுடைய விண்ணப்பத்தைப் பூர்த்தி செய்ய ஆரம்பித்தாள்.

"பெயர் என்ன?"

சொன்னாள்.

"தகப்பன் பெயர்?"

சொன்னாள்.

"கணவன் பெயர்?"

சொன்னாள்.

"முகவரி"

சொன்னாள்.

"கணவர் எப்போது இறந்தார்?"

"இறந்தாரா? அம்மா, என் கணவர் இறக்கவில்லை. நோயாளி யாக இருக்கிறார். வேலை இல்லை, வைத்தியச் செலவுக்குப் பணமும் இல்லை. சாப்பாட்டுக்கே வழியில்லை. மிகவும் கஷ்டத் தில் இருக்கிறோம்."

அந்தப் பெண் அதிகாரியின் முகம் கறுத்தது. "அம்மா, தவறான இடத்துக்கு வந்துவிட்டீர்கள். இது விதவைகள் மையம். போரிலே கணவனை இழந்த பெண்களுக்கு உதவுவதற்காக முதன் மையாகத் தொடங்கப்பட்டது. அதோ பெயர்ப் பலகையைப் பாருங்கள். மன்னிக்கவேண்டும்."

இப்பொழுது பாத்திமா மன்றாடத் தொடங்கினாள். அஹமத் தன் தாய் கெஞ்சுவதை இதற்குமுன் பார்த்ததில்லை.

அவனுக்குக் கூச்சமாக இருந்தது. நாளேட்டை மூடிவிட்டு அந்தப் பெண் பெரிய அதிகாரியைப் பார்ப்பதற்காக உள்ளே போனாள். பாத்திமாவுக்கு நடுக்கம் பிடித்தது. சுவரைப் பார்த்தாள். அதிலே ஒரு படத்தில் சிறுமி ஒருத்தி ஆட்டுக்குட்டி ஒன்றை 45 பாகை கோணத்தில் சரிந்து நின்று இழுத்து வருகிறாள். பின்னாலே சூரிய உதயம் தெரிகிறது. அதன் கீழே இப்படி எழுதியிருந்தது.

ஒவ்வொரு நாளும்
சூரியன் உதிக்கும்போது
நம்பிக்கையும் உதிக்கிறது.

பெண் அதிகாரி நிலத்தைப் பார்த்தபடி திரும்பி வந்தாள். விண்ணப்பம் நிராகரிக்கப்பட்டுவிட்டது அவள் முகத்தில் அப்பட்டமாகத் தெரிந்தது. வீணாக அவள் அமைதியைக் கெடுத்து விட்டதுபோல பாத்திமாவுக்குக் குற்றமாக இருந்தது. அவள் பேசு முன் பாத்திமா 'மன்னியுங்கள்' என்றாள். பிறகு கதவைத் திறந்து வெள்ளைச் சூரிய வெளிச்சத்தில் இறங்கி நடக்கத் தொடங்கினாள்.

சாம்பல் மழை துளியாகப் போட்டது. கால் பெருவிரலை நிலத்துக்கு எதிர்ப்பக்கமாக வளைத்தபடி அஹமத் நடந்தான். பர்வீனின் ஆடுகளை மறுபடியும் கண்டார்கள். அவை இப்போது பொன்னிறமாக மாறிவிட்டன. அதிலே ஒரு குட்டி நீளமான கால்களுடன் இருந்தது. தன்னுடைய உயரத்தை விடவும் கூடுதலாகத் துள்ளிப் பாய்ந்தது. தான் ஜீவித்திருப்பதன் ஒரே காரணத்துக்காக அது அவ்வளவு சந்தோஷித்தது அவர்களுக்கு ஆச்சரியத்தைக் கொடுத்தது.

பாத்திமா வேகமாகத் தொப்பிகளைப் பின்னிக்கொண்டிருந்தாள். அவற்றை அவள் அன்றே முடிக்கவேண்டும். காசு கிடைத்தால் ரொட்டியும், பாலக்கீரையும், சிறிது சீனியும் வாங்கலாம். அஹமத் நீண்ட நாட்களாகக் கேட்ட எண்பது பக்க கொப்பிக்கும் ஒரு வாய்ப்பிருந்தது.

ஒரு செட்டை விரித்த நிழல் முதலில் வந்தது. பிறகு வேறு நிழல்களும் சேர்ந்தன. செத்துப்போன கழுதையை அவை ஒவ்வொன்றாகக் கொத்தத் தொடங்கின. அந்தக் கொத்தல்கள் கண்ணில் இருந்து ஆரம்பித்தன. இன்னும் சில கழுகுகள் மரத்தில் இருந்து பார்த்தன. பக்கத்தில் ஒருத்தன் உருளைக் கிழங்குகளைக் குவித்து வைத்து விற்றான். மற்றவன் வரிக்குதிரைப் பைகளை அடுக்கிக்கொண்டிருந்தான். பலர் கால்பட்டு வயதேறுவதற்காக 'புக்காரா' கம்பளங்கள் அங்கங்கே ரோட்டிலே விரிக்கப்பட்டிருந்தன.

சில இலையான்கள் பஸ்ஸில் வந்து இறங்கின. இன்னும் சில ஏறின. பஸ்ஸில் இருந்த ஒருவர் உதட்டை நாக்கினால் சுழற்றி நக்கிக்கொண்டே அவளுடைய ஆறு தொப்பிகளையும் வாங்கி விட்டார். இது அபூர்வமானது. அந்தக் காசில் அவள் உப்புக் கண்டம் போட்ட இறைச்சியை வாங்கினாள். அந்த இறைச்சி எந்த விலங்குக்குச் சொந்தமானது என்று அவளுக்கு நிச்சயமாக வில்லை. ஒட்டகமாயிருக்கலாம், எருமையாகவுமிருக்கலாம். அல்லாவின் கருணையினால் ஆடாகவும் இருக்கக்கூடும்.

அ. முத்துலிங்கம்

நோட்டுப் புத்தகத்தை அஹமத் ஆசையாகத் தடவிப் பார்த்தான். அதை மறுபடியும் ஒவ்வொரு பக்கமாகத் திருப்பிக்கொண்டு வந்தான். ஓர் இடத்தில் ஒற்றை இரண்டு பக்கமும் ஒட்டிக்கொண்டு கிடந்தது. பாத்திமா பல் ஒடிந்த சீப்பினால் அதை லாகவமாகப் பிரித்துக் கொடுத்தாள். அந்தச் சிறு செய்கையில் அஹமத்தின் கண்கள் வெயிலைப்போல பிரகாசித்தன. பல் தெரிய அவளைப் பார்த்துச் சிரித்தான். அவன் இதற்கு முன்பு அப்படிச் சிரித்தது கிடையாது.

குழந்தைகள் தூங்கிவிட்டார்கள். தட்டிலே உப்புக் கண்டத்தை வைத்தபடி வெகுநேரம் தகப்பனுக்காகப் படிகள் இல்லாத வாசலில் குந்தியபடி காத்திருந்தான் அஹமத். இதோ வருகிறேன் என்று சொல்லிவிட்டு கழுத்துக்குள் தலையை இடுக்கிக்கொண்டு வெளியேபோனவர் வெகுநேரமாகியும் திரும்பவில்லை. பிறகு அஹமத் சாப்பிட்டான். எழுதினால் ஊறி மறுபக்கத்திற்குப் போகாத வழுவழுப்பான ஒற்றைகள் கொண்ட, தடித்த அட்டை எண்பது பக்க கொப்பியை நடு நெஞ்சில் திறந்து வைத்து, பறித்துக் கொண்டு போய்விடும் என்பதுபோல பிடித்துக்கொண்டு தூங்கினான். பாத்திமா குழந்தைக்குப் பாலைக் கொடுத்து படுக்க வைத்தாள். பிறகு லாந்தரை அணைக்காமல், முன் தலைமயிர் மூக்கிலே இரு பக்கமும் விழுந்துகிடக்க, கைகளால் தோளைப் பற்றிக் கொண்டு சுவரில் சாய்ந்தபடி காத்திருந்தாள். அவளுடைய உலகத்து உடைமைகள் எல்லாம் கையெட்டும் தூரத்தில் அவளைச் சுற்றிக் கிடந்தன.

ஏதோ சத்தம் கேட்டபோது அவளுக்கு முழிப்பு வந்தது 'வ்ராக், வ்ராக்' என்று அவள் கணவரிடம் இருந்து மூச்சு வந்து கொண்டிருந்தது. சதுரமான தோள்கள் தொங்கிவிட்டன. உடம்பு, சதை எல்லாம் வற்றி ஓர் எலும்புக்கூடாக மாறி அந்தக் கயிற்றுக் கட்டிலில் கவனிப்பாரின்றித் தொங்கியது. அவருடைய தலை மட்டும் சற்று நிமிர்ந்து மண் சுவரில் சாய்ந்திருந்தது.

அந்தக் கண்கள் அவளையே உற்றுப் பார்த்தன. திடீரென்று அப்படியே சுழன்று எழும்பின. முழி பிதுங்கி வெள்ளையாகத் தெரிய ஆரம்பித்தது. வாய் நூதனமான ஒலியை எழுப்பியது. பச்சைத் திரவம் நூலாகக் கடவாயில் இருந்து வடிந்தது. மெல்லிய சந்திர ஒளி பாதிக் கீற்றுகளாக அவர் உடம்பில் விழுந்து வரித் தன்மையை உண்டு பண்ணின. அந்த இடத்தில் வியாபித்த துர்நெடி அவளைப் பயத்தில் ஆழ்த்தியது.

அவசரமாக அஹமத்தை எழுப்பினாள். அவன் முகத்தில் நித்திரை கலக்கம் போகவில்லை, ஆனாலும் லாந்தரைக் கையிலே தூக்கிக்கொண்டு மருத்துவரிடம் போவதற்குத் தயாராக நின்றான்.

பாத்திமாவின் முகத்தில் மாறுதல் தென்பட்டது. அஹமத்தின் கைகளை இறுக்கிப் பற்றியபடி எட்டத்திலே நின்றாள். அசையாத கண்களுடன் கணவனையே குறிவைத்துப் பார்த்தாள். அவருடைய கண்கள் இவளைவிட்டு நகரவில்லை. அந்தக் கண்களில் என்றுமில்லாத குரோதம் தெரிந்தது.

அந்தக் குடில் பொதுவானதாக இருந்தது. பிளாஸ்டிக் விரிப்புகளால் வேயப்பட்ட கூரை காற்றிலே படபடவென்று அடித்தது. கண் மடல்கள் நித்திரையில் துடிக்க அஹமத் மடிந்து படுத்திருந்தான். பாத்திமாவுக்குத் தூக்கம் வரவில்லை. மூச்சுக் காற்றும், முனகலும், இலைகளின் அசைவும் இன்னும் இயற்கையின் சத்தங்களும் அவளுக்கு ஆறுதலைத் தந்தன.

ஆறு ஆடுகளில் இரண்டு குட்டிகள் மிக வெள்ளையாக இருந்தன. முற்றா மயிர் கொண்ட சிறிய ஆடுகள். அவள் விரும்பிய வெண்மை, பசுமையான ஆட்டின் சருமம் அவள் உடலைத் தொட்டது. ஆட்டின் சிறிய கால்கள் கவனிக்கப்படாத அவள் மார்புகளில் மெல்ல உதைத்தன. வலி தெரியாமல் சீண்டின. மெத்து மெத்தென்று உரசின. உலகம் தவறி தூரம் கடந்தது. அவள் தேகமே அதற்குள் மயங்கி உறக்க நிலையை அடைந்தது. ஸ்பரிசித்துக் கண்ணை மூடியது.

அது அப்படியே ஆயிற்று.

◆

அடைப்புகள்

தேசம் மிக முக்கியம். அவளை எந்த தேசத்தவள் என்று கேட்கிறார்கள். அவளுக்கே அது தெரியாது. தகப்பன் இலங்கையைச் சேர்ந்தவர்; தாய் மலையாளம். பிறந்தது துபாய். படித்தது இங்கிலாந்து. இப்போது வேலை பார்ப்பது அமெரிக்காவில்.

அம்மாவில் அவளுக்கு எப்போதும் கோபம். அவள் யார், என்ன தேசம் என்று அவளுக்குக் கற்றுத்தரவில்லை. அம்மா தொலைபேசியில் அழைப்பாள். அது ஒரு நடுச்சாமமாக இருக்கும்; அல்லது ஒரு ஞாயிறு காலை ஐந்துமணியாக இருக்கும். சூரியன் கிழக்கே உதிக்கிறான். ஆகையால் கிழக்கே இருக்கும் தேசத்தவர்களுக்கு முதலில் விடிந்துவிடும். இப்படி அவள் சொல்வது அம்மாவுக்குப் புரிவதில்லை. ‘மீனுக்குட்டீ’ என்று அழைத்து கொடுத்த ஒவ்வொரு சத்தத்தையும் மீட்கும் விதமாக அட்லாண்டிக் இரைச்சலுக்கு மேலாக பேசிக்கொண்டே போவாள்.

அவளுடைய வீட்டுத் தோழி அமண்டா. அவளுடைய தேசம் வியட்நாம். ஒரு மர அலங்காரியாக (Topiarist) வேலை பார்க்கிறாள். மரங்களிலே யானை, கரடி, அன்னம் என்று உருவம் செதுக்குவாள். இந்தக் கலை மிகவும் சுலபமானது; தேவையற்ற திசையில் போகும் கிளையை வெட்டிவிடுவதுதான் என்பாள். தேவையற்ற கிளையை எப்படித் தீர்மானிப்பது என்று கேட்டால் அதற்குத்தான் படிக்கவேண்டும் என்ற பதில் வரும்.

அவளுடைய கிரேக்க காதலனுடன் வெளியே போகும் சமயங்களில் மரத்தை அலங்காரம் செய்வதுபோல தன் தலையையும் அலங்கரிப்பாள். மீனுவைப் பார்த்து ‘எப்படி? எப்படி என் தலை அலங்காரம்?’ என்பாள்.

‘கிரேக்க அழகி மெடூஸாவின் தலைபோல இருக்கிறது’ என்பாள் மீனு. அவளும் நன்றி கூறிவிட்டு கதவைச் சாத்தாமலே ஓடுவாள். இன்றுவரை அவளுக்கு மெடூஸாவின் தலை அலங்காரம் பற்றிய உண்மை தெரியாது.

அலுவலகத்தில் மீனுவுக்குப் பக்கத்து அடைப்பில் இருப்பவள் பெயர் எஸ்தர். அவளுடைய தேசம் ஜமய்க்கா. எந்த

அறையினுள் நுழையுமுன்பும் அவள் கண்கள் பார்ப்பது வாசல் கதவுகளின் அளவுகளை. நுழைந்த பிறகு பார்ப்பது இருக்கைகளின் அகலங்களை. இரண்டு முழங்கைகளின் உதவியால் மார்புகளைத் தூக்கிக்கொண்டு வருவாள். சமீபத்தில் குழந்தை பெற்றவள். அந்தக் குழந்தையுடன் பிறந்த இருபதடி தொப்புள் கொடியை ஆஸ்பத்திரி யில் கொடுக்கும்படி கேட்டபோது மறுத்துவிட்டார்கள். அவள் நாட்டிலே செய்வதுபோல சில சடங்குகளை அவளால் செய்ய முடியவில்லை. அது பெரிய வருத்தம் அவளுக்கு.

தினமும் அவளுடைய மூன்று மாதக் குழந்தையை டேகேரில் ஒப்படைக்கிறாள். குழந்தையின் இரண்டுவேளை உணவுக்கு முலைப் பாலைக் கறந்து இரண்டு போத்தல்களில் அடைத்துக் கொடுத்துவிட்டு வருகிறாள். ஆறுமணி அடித்ததும் குழந்தையின் இரவு உணவு, முன் ஆடையை நனைக்க குழந்தைகள் காப்பக வாசலில் வந்து நிற்கிறாள். இந்தக் குழந்தை விபத்தாகப் பிறந்தது. புத்தகங்கள் கூறிய உத்திகளை எல்லாம் அனுசரித்தும் எப்படியோ நடந்துவிட்டது. இப்பொழுது முன்காப்பாக அவளுடைய கணவன் எந்நேரமும் ஆணுறை அணிந்தபடியே இருக்கிறான் என்கிறாள்.

எஸ்தரிடம் ஒரு றொட்வைலர் நாய் இருக்கிறது. உலகத்தி லேயே உத்தமமானது. உலகத்திலேயே மோசமானது. இப்படி அதைச் சொல்வாள். கறுத்து பளபளக்கும் மேனியும் மஞ்சள் முகமும் மடிந்த செவிகளும், ஒட்டிய வாலுமாக கம்பீரமாக இருக் கும். பயிற்சி கொடுத்து கூர்மைப்படுத்தப்பட்டது. சத்தமே போடாமல் எசமானியை விசுவாசிக்கும் அற்புதமான காவல் நாய்.

அதைப் பார்த்ததில் இருந்து மீனுவுக்கு ஒரு மயக்கம். றொட் வைலர் தத்து கொடுக்கும் நிறுவனத்துக்கு அவளும் விண்ணப்பம் செய்தாள். ஆறுபக்க நீளம் கொண்ட விண்ணப்பப் படிவத்தில் பயிற்சி அளிக்கப்பட்ட ஒருவருடக் குட்டியைக் கேட்டிருந்தாள். அவள் கொடுத்த விபரங்கள் அவர்களுக்குச் சம்மதமாக இருந்த தாகத் தெரிவித்தார்கள்.

ஒருநாள் நேர்முகப் பரீட்சைக்கு அந்த நிறுவனத்தினர் வீட்டிற்கு வந்தார்கள். நாயை வளர்ப்பதற்கு ஆரோக்கியமான சூழல் உண்டா என்பதை ஆராய்வதற்காக. வீட்டை ஒட்டி இருந்த குளமும் புல் தரையும் அவர்களுக்குப் பிடித்துக்கொண்டது. கேள்வி மேல் கேள்வி கேட்டு உறுதி செய்தார்கள். வீட்டுத் தோழி என்ற முறையில் அமண்டாவைப் பார்த்தும் ஒரு கேள்வி.

"ஒரு றொட்வைலர் நாய் குட்டியைக் காசு கொடுத்து வாங்க லாம். ஏன் தத்து எடுக்கிறீர்கள்?"

அமண்டா அங்கும் இங்கும் பார்த்தாள். ஒன்றும் பேச வில்லை. பிறகு தரையைப்பார்த்தாள். அங்கு அவள் எதிர்பார்த்த பதிலை ஒருவரும் எழுதி வைக்கவில்லை.

மீனு இரண்டு நாள் முழுக்க அவள் தலைமுடியைப் பற்றிப் பேசவே இல்லை.

ஆவி பறக்கும் கப்புச்சீனோ கோப்பியை ஒழுகும் கடுதாசிக் குவளையில் வைத்து உறிஞ்சியபடி எஸ்தர் அடைப்பு வாசலில் வந்து நின்றாள். அவள் இருக்கமுடியாது. உட்காருவதென்றால் இருக்கையில் நாலாபக்கமும் சரிசமமாக உடலை விநியோகிக்க வேண்டும். அதற்கு அவகாசம் இல்லை. "ஹனி, உன் றொட்வைலர் விண்ணப்பத்துக்குப் பதில் வந்துவிட்டதா?" என்றாள்.

"இல்லையே, ஒவ்வொரு நாளும் முடிவை எதிர்பார்த்தபடி இருக்கிறேன்."

"மீனு டியர், என்ன பதில் வந்தாலும் கலங்காதே. என்னை இரண்டு வருடம் பெயிலாக்கினார்கள்."

"எஸ்தர், எனக்கும் அதுதான் கவலை. நாள் முழுக்க வேலை செய்துவிட்டு வீட்டுக்குப் போனால் விசுவாசிக்க ஒரு ஜீவன் வேண்டும். அவர்கள் நிராகரித்தால் என்னால் தாங்க முடியாது."

"இந்த வருடம் தேறாவிட்டால் அடுத்த வருடம் இருக்கிறது. உன் எசமானித்தனத்தில் அவர்களுக்கு நம்பிக்கை வரவேண்டும். என்ன கவலை? 'நீங்கள் காட்டும் ஆர்வமும், செய்த ஆயத்தங் களும் திருப்திகரமானவை. உங்களுக்கு எல்லாத் தகுதிகளும், அதற்கு அதிகமாகவும்கூட இருக்கின்றன. ஆனாலும் விண்ணப்பத் தில் கொடுத்த விபரங்களை தீவிரமாக ஆராய்ந்ததில் நீங்கள் இன்னும் தயாராக இல்லை என்ற துக்கமான முடிவுக்கு வந்திருக் கிறோம்.' அநேகமாக இப்படித்தான் கடிதம் வரும்" என்றாள் எஸ்தர்.

முதல்நாள் இரவு புஷ் இரண்டு முறை ஜனாதிபதியாகி விட்டார். கோர் மூன்று தடவை ஜனாதிபதி ஆகியிருந்தார். அமெரிக்காவுக்கு இரண்டு நாளில் ஐந்து ஜனாதிபதிகள். அடுத்த வாரம் முடிவதற்கிடையில் 20 ஜனாதிபதிகள் தோன்றுவார்கள் என்று சிலர் ஆருடம் சொன்னார்கள். இரவு கண் விழித்து ரீ.வி பார்த்ததில் மீனு முதல் முறையாக பத்து நிமிடம் லேட்டாகி விட்டாள்.

லிப்ட் மூடும்போது யாரோ காற்றை எதிர்த்து நடப்பது போல குனிந்தபடி வருவது தெரிந்தது. 'திற' பட்டனை அமுக்கிப் பிடித்துக் காத்திருந்தாள். உயர்ந்த மடிப்புக் கலையாத ஆடைகள்.

மினுக்கிய சப்பாத்துகள். புதுசாக காட்சியளிக்கும் கழுத்துப்பட்டி. நறுமணம் ஒன்று லிப்டை நிறைத்தது. இரண்டாவது தலைமை அதிகாரி. அவளுடைய தலைவிதியை ஒரு கையெழுத்து மூலம் மாற்றக்கூடியவர். ரோஸ்டரில் முன் தீர்மானித்த சூட்டை அடைந்துவிட்ட ரொட்டிபோல அவள் துள்ளி விழுந்தாள்.

பெயர் ரொனால்டு மொரிஸன். அவருடைய தேசம் அமெரிக்கா. சிநேகமாகப் பார்த்து நன்றி கூறினார். பிறகு “முதல் பறவை புழுவைப் பிடிக்கும்” என்றார் சிரிப்புடன். இவள் ஓர் அசௌகரியமான புன்னகையை வெளியே விட்டாள். அது உதட்டைக் கடந்ததும் மறைந்துவிட்டது. பறவை என்றால் சரி, புழுவாக இருந்தால் முதல் புழுவாக இருக்கக்கூடாது என்று சொல்ல நினைத்தாள். சொல்லவில்லை. இரண்டாவது எலிதான் பொறியில் வைத்த வெண்ணெய்க் கட்டியைச் சாப்பிடும் என்று சொல்ல நினைத்தாள். சொல்லவில்லை. லிப்டின் சுவரோடு ஒட்டிக்கொண்டு 41வது மாடி வரும்வரைக்கும் மேலே தோன்றும் சிவப்பு எண்களை, அவளுடைய வாழ்க்கையே அதில்தான் தங்கியிருக்கிறது என்பதுபோல உன்னிப்பாகக் கவனித்தபடியே நின்றாள்.

வாசல் கதவில் சங்கேத அட்டையை உரசியதும் அது திறந்தது. பிறகு அவளுடைய அடைப்புக்குள் புகுந்து கைப்பையை வைத்தாள். அவளுடைய உயரத்திலும் பார்க்க பைல் கட்டுகள் உயரமாக வளர்ந்துவிட்டன. பதினாறு மணிநேரம் தொடர்ந்து வேலை செய்தாலும் அவை குறைவதில்லை. நின்றபடியே அன்றைய தகவல்களை கம்ப்யூட்டரில் படித்தாள். அவை அவளுக்கு உற்சாகத்தைத் தரவில்லை.

மீனுவுக்கு உற்சாகம் தரும் ஒரே இடம் கழிவறைதான். காரணம் அங்கே ஸ்கர்ட் உடுத்திய பெண்ணின் உருவம் வரைந்த ஒரு கதவு இருந்தது. அதற்குள் நுழைந்தவுடன் அது அவளுக்குச் சொந்தமாகிவிடும். ஜன்னல் விளிம்பிலிருந்து ஆகாயம் வரைக்கும் ஒரே வெளிதான். அடைப்புகள் இல்லை.

அவளுக்கு ஒரு கனவு உண்டு. அவள் பெயர் பொறித்த கதவு மூடும் ஓர் அறை வேண்டும். அப்பொழுதுதான் சந்திப்பு முடிந்து வெளியே போகும் ஆட்களிடம் ‘தயவுசெய்து கதவைச் சாத்தமுடியுமா?’ என்று கேட்கலாம். தொலைபேசியில் பேசும் போது கதவை அடைக்கலாம். அன்னியர்கள் உள்ளே வரும்போது கதவில் டக்டக் என்று தட்டிவிட்டு வரவேண்டும் என்று எதிர் பார்க்கலாம். காரியதரிசியை எட்டிப்பார்த்து ‘Hold my calls’ என்று

உத்தரவிடலாம். கோபமான சமயங்களில் கதவை அடித்துச் சாத்த லாம். இது எல்லாம் சாத்தியமாகும், இரண்டு முறை தவறிய மனேஜர் பதவி அவளுக்குக் கிடைக்கும்போது.

அவள் எழுந்து நின்றால் மேலும் இரண்டாயிரம் அடைப்பு கள் தெரிகின்றன. அப்பொழுது இன்னும் சில கோழிகளும் எழுந்து நின்று பஞ்சி முறிக்கின்றன. சும்மா போகிறவர்களும் வருகிறவர் களும் விசாரிக்கிறார்கள். வெள்ளரிக்காய் வைத்த சாண்ட்விச்சை அவள் கடிக்கும்போது என்ன என்ன என்று கேட்கிறார்கள்.

எப்பொழுது கழிவறைக்குப் போனாலும் அவளுடைய தாயாரின் ஞாபகம் வந்துவிடும். ஆரோக்கியம் குறித்த இரண்டு அறிவுரைகள். மூக்கை சீறி வெளியே எறியக்கூடாது. கைக்குட்டை யிலே சேமித்து வைக்கவேண்டும்.

கழிவறை சுருள்தாளை உபயோகிப்பதில் ஒரு முறை இருக் கிறது. அதற்கு அவள் தாயார் கட்டிய ஒரு ரைம்கூட உண்டு.

'மேலிருந்து கீழே

மீனுக்குட்டி மோளே'

இப்பொழுதுகூட காகிதத்தைப் பாவிக்கும்போது அவள் வாய் அவளை அறியாமல் அந்தப் பாடலை முணுமுணுக்கிறது.

மார்த்தா இளம் பெண். அவளுடைய தேசம் ஸ்வீடன். பயிற்சியிலிருக்கிறாள். அவள் சருமம் வெங்காயச்சருகுபோல மெல்லியது. உற்றுப் பார்த்தால் அவள் உடம்பில் ரத்தம் ஓடுவது தெரியும். விரல்கள் முடிந்த பிறகு இன்னும் சிறிது தூரம் வளர்ந்து வடிவாக்கப்பட்டு சிவப்புப் பூசிய நகங்கள். கையிலே ஒரு வளையம் மாட்டி அதிலே சாவிகளைக் கோத்து வைத்திருந்தாள். கடற்கரை நண்டுபோல நகர்ந்தபடியே கோப்புகளைச் சேகரித்துவிடுவாள். எப்போதோ ஒருத்தன் அனுப்பிய வலண்டைன் கார்டைப் பத்திரப் படுத்தி அடைப்புச் சுவரில் ஒட்டி வைத்திருக்கிறாள்.

'உன் அங்கங்களை
வெளியேயும் உள்ளேயும்
அனுபவிக்க
காத்திருக்கிறேன்.'

ஆண்டு நிதிஅறிக்கை இரண்டாயிரம் பிரதிகள் அச்சடிக்கப் பட்டன. அவற்றை இரண்டாயிரம் பங்குதாரர்களுக்கு அனுப்பி யிருந்தார்கள். அதற்குப் பிறகுதான் அந்தத் தவறு கண்டுபிடிக்கப் பட்டது. மார்த்தா 'ஜூன்30' என்பதற்குப் பதிலாக 'ஜூலை31' என்று பதிந்திருந்தாள்.

மேலாளர் 2000 பிழைகள் என்று சொன்னார். மீனுவின் மேற்பார்வை இன்னும் சிறப்பாக இருந்திருக்கலாம் என்றார். அவள் திகைத்துப்போனாள். அவருடைய அறையின் மூலையிலே, அளவான தண்ணீர் கிரமமாக ஊற்றி தொட்டியிலே பராமரித்த அக்லனீமா செடி வளர்வதைப் பார்த்துக்கொண்டு நின்றாள்.

மேலாளர் பெயர் புரூஸ். அவருடைய தேசம் கனடா. அவரிடம் அறை இருந்தது. அதற்குக் கதவு இருந்தது. ஜன்னல் இருந்தது. அவருடைய இரண்டு மகள்களும் கீறிய படங்கள் சுவரை அலங்கரித்தன. மாலையில் துப்புரவுப் பணியாளர்கள் வரும்வரை வேலை செய்வார். ஏதாவது உதவி தேவை என்றால் அவருடைய இரண்டாவது மகளைப் புகழ்ந்து ஏதாவது சொல்லவேண்டும்.

ஒரு விபத்தில் அவருக்கு மணக்கும் சக்தி போய்விட்டது. கண் இல்லாதவர், காது கேளாதவர், வாய் பேசாதவர், கை கால் ஊனமடைந்தவர் என்று எல்லோரையும் மீனு பார்த்திருக்கிறாள். ஆனால், இதுவே முதல்முறை நுகர முடியாதவரைச் சந்திப்பது.

மணம் இல்லாதபோது சாப்பாட்டு ரசனையும் போய்விடுகிறது என்பார். "பழைய ஞாபகங்களை முதலில் கொண்டுவருவது மூக்கினால் நுகரும்போதுதான். மணக்கும் சக்திபோனபோது நான் என் இளமையையும் தொலைத்துவிட்டேன்" என்றார். அவர் முகத்தில் அளவிட முடியாத ஒரு துயரம் ஓடியது.

ஆனால், அவளுடைய இளவயது ஞாபகங்களை அவளால் எவ்வளவு முயன்றும் மறக்க முடியவில்லை.

அவளுக்கு வயது 13. ஐஸ்கிரீம் சாப்பிட அவன் கூட்டிப் போகிறான். அவனுடைய தேசம் இங்கிலாந்து. பிளாஸ்டிக் கத்தி கீறி அவளுக்குக் காயம் பட்டுவிட்டது. அவளுடைய சருமம் திராட்சைப் பழத்தோல்போல மெல்லியது என்று அவன் வர்ணிக்கிறான். உருண்டையாக கடும் சிவப்பு ரத்தம் ஒரு துளி வந்தது. அவன் நாக்கை நீட்டி அதை உறிஞ்சினான். அந்தக் கணம் அவன் முகம் ரத்தம் குடிக்கும் நரிபோல மாறி அருவருப்பாகியது. அதற்குப் பிறகு அவள் அவனைப் பார்க்கவில்லை.

அவளுக்கு வயது 16. இன்னுமொருத்தன் வீட்டிற்கு வருகிறான். அவனுடைய தேசம் தேவலோகம். அழகாகத் தலை வாரியிருந்தான். ஒழுங்கான உடை. பாலிலே போட்ட திராட்சைபோல அசையும் தொண்டை உருண்டை. இரண்டு முழங்கால்களும் ஒட்ட, ஒரு கையை மறு கைமேல் வைத்து நாற்காலி நுனியில் இருக்கிறான். சுத்தமான விரல்கள்.

அ. முத்துலிங்கம்

முழுக்கையையும் பாவித்து சேலைத்தலைப்பை தூக்கியபடி அவள் அம்மா வருகிறாள். புட்டு அவிந்துவிட்டதா என்று ஈர்க்கினால் குத்திப் பார்ப்பதுபோல ஒரு பரீட்சை செய்வதுதான் அவள் நோக்கம். அவன் மரியாதையாக எழுந்து நிற்கிறான். "என் மகளுக்கு பதினாறு வயது தொடங்க நாட்கள் இருக்கின்றன. அவள் தனியாக வருவதற்கு இன்னும் தயாராக இல்லை." இப்படிச் சொல்கிறாள்.

அந்த தேவலோகத்துக்காரனைப் பிறகு அவள் காணவில்லை.

"நீங்கள் கூப்பிட்டீர்களா?" என்றாள். மேலாளர் கடிதத்தை நீட்டினார், அப்படிக் கொடுத்தபோது அவள் கண்களை அவர் பார்க்கவில்லை. வாங்கும்போதே நெஞ்சு பக்கென்று அடித்தது. அவளுடைய வேலை உயர்வு பற்றிய கடிதம். இப்படிப்போனது அது:

"கடந்த வருடத்தில் நீங்கள் அளித்த அளப்பரிய சேவைக்கு எங்கள் நிறுவனம் கடமைப்பட்டிருக்கிறது. இந்தக் கம்பெனி மேலாண்மை சார்பில் உங்களை மனமாரப் பாராட்டுகிறோம்.

"உங்கள் வேலைத்திறன் பற்றிய கோப்பை ஆழமாகவும் தீர்மானமாகவும் ஆராய்ந்ததில் மனேஜர் பதவியை ஏற்றுக்கொள்ளும் பக்குவத்திற்கு நீங்கள் இன்னும் தயாராக இல்லை என்றே கருதுகிறோம். எதிர்வரும் வருடங்களில் உங்கள் சேவை இன்னும் உயரும் என்ற நம்பிக்கை எங்களுக்கு இருக்கிறது."

போர்க்களத்து சைனியம்போல அவளுடைய பற்கள் மோதிக்கொண்டன.

நீ தயாராக இல்லை. நீ தயாராக இல்லை.

அவளுக்கு ஒரு பக்கத்து வீட்டுக்காரன். அவனுடைய தேசம் ஈரான். அவன் முகம் காரட் நிறத்தில் இருந்தது. நீண்டுபோய் இருப்பான். அவன் வீட்டில் எந்த பல்பையும் நின்றபடியே மாற்றி விடுவான். நாற்காலியை இழுத்து வைத்து ஏறி நிற்க வேண்டிய அவசியம் இல்லை.

இரண்டு தரம் அவனைச் சந்தித்திருக்கிறாள். ஒருமுறை தவறுதலாக அவன் வீட்டுக்குப் போயிருந்த கடிதத்தைக் கொண்டு வந்து கொடுத்தான். அது அவளுடைய வீட்டுத்தோழி அமண்டாவுக்கு வந்தது. நன்றி என்று விட்டு தன்னுடைய பெயரைச் சொல்வதற்கு வாயைத் திறந்தாள். அதற்கிடையில் அவன் திரும்பி விட்டான்.

அடுத்த தடவை குப்பைப் பையைப் பொது இடத்தில் போடச் சென்றபோது அவனும் வந்திருந்தான். தலை மூடிவைத்த சாம்பல்நிற அப்பியாச உடுப்பு அணிந்திருந்தான். கன்னம் மழுமழு வென்று மழித்திருந்தது. சிவந்த முகத்தில் பச்சைப் புள்ளிகள் தெளித்ததுபோல மயிர்கள் வளர்வதற்கு உத்தேசித்திருந்த இடங்கள் தெரிந்தன. அவளுடைய பையை வாங்கி இடது கையால் சுழற்றி கொள்கலனுக்குள் எறிந்தான். என்ன கை, என்ன வலிமை; என்ன லாகவம். அப்போது அந்தக் கையினுடைய மிச்சப் பகுதிகளை அறிமுகம் செய்துகொள்வதற்கு அவளுக்கு ஆவல் பிறந்தது.

'நன்றி' என்றாள். இன்னொரு இருதயம் நெஞ்சில் புகுந்து விட்டதுபோல அவளுக்கு அடித்துக்கொண்டது.

இரண்டு நாட்களாக அவனுடைய Lionel Landscaping பெயர் எழுதிய வானின் பின்பக்கத்தில் சிவப்பு ரோஜா பூச்செண்டு ஒன்றி ருந்தது. இன்னும் ஒருநாள் விட்டால் அது காய்ந்து கருகிவிடும். யாருக்காக வாங்கினான்? ஏன் கொடுக்கவில்லை?

அன்றிரவு நடுச்சாமம் போய் அவனுடைய கதவைத் தட்டு வாள். நீண்ட ஈரானிய உடையில் ஒரு சிவப்பு முகம் தோன்றும். 'உன்னுடைய பூச்செண்டு வாடுகிறது. நான் இங்கேதான் இருக் கிறேன்' என்று அப்போது சொல்லலாம்.

அவள் அலுவலகத்தைவிட்டுப் புறப்பட்டாள். அவசரமாக வீட்டுக்குப் போகவேண்டும். அவளுக்கு அழுவதற்கு நிறைய இருந்தது. எட்டு வீதி மாஸ்பைக் நெடுஞ்சாலையில் வாகனங்கள் இருபக்கமும் நெருக்கிக்கொண்டு பறந்தன. அப்பொழுதுதான் கவனித்தாள்.

அவளுக்குப் பக்கத்துக்குப் பக்கமாக சிவப்பு நிற கிறைஸ்லர் காரில் ஒருத்தன் வருகிறான். மஞ்சள் வாசகம் எழுதிய கறுப்பு ரீசேர்ட் அணிந்திருக்கிறான். அவனுடைய பெயர் என்னவென்று தெரியவில்லை. ஆனால், அவனுக்கு ஒரு தேசம் இருந்தது. அது டூனிஸியாவாக இருக்கலாம்; அல்லது துருக்கியாக இருக்கலாம்.

குளிர்கால ஆரம்பத்தை அவமதித்து மூடி திறந்துவிட்ட கார். அவன் சிகை பின்புறமாகப் பறக்கிறது. அவன் ஒரு இருபது டொலர் நோட்டை எடுத்து அவளை நோக்கி ஆட்டுகிறான். பார்க்காததுபோல அவள் வேகத்தை அதிகமாக்குகிறாள். அவனும் விடவில்லை. வேகத்தைக் கூட்டுகிறான். ஸ்டியரிங் வளையத்தைப் பார்த்துச் சிரிக்கிறான். இரண்டு 20 டொலர் தாள்களை எடுத்து ஆட்டுகிறான். அவள் வேகத்தை மட்டுப்படுத்த அவனும்

அப்படியே செய்கிறான். மற்ற வீதிக்கு மாறுகிறாள். அவனும் எப்படியோ மாறி பக்கத்தில் வந்துவிடுகிறான். அவன் கைகளிலே இப்போது 100 டொலர் தாள் ஆடுகிறது. காரை மிகவும் லாகவமாக ஓட்டுகிறான். அவளுடைய விலை இரண்டு நிமிடத்தில் ஐந்து மடங்கு உயர்ந்துவிட்டது.

நான் தயாராக இருக்கிறேன், தயாராக இருக்கிறேன் என்று கத்த வேண்டும்போல அவளுக்குத் தோன்றியது. அவன் எங்கே கொண்டுபோவான். மின் அட்டையில் திறக்கும் கதவுகள் கொண்ட, உயர்தரமான படுக்கை விரிப்புகள் விரித்த, குளியல் அங்கியும் துணிச்செருப்பும் இலவசமாகத் தரும் ஐந்து நட்சத்திர ஹொட்டலுக்கா; அல்லது முகம் சுருங்கிய கிழவி ஒருத்தி மணிக்கு இவ்வளவு என்று வாடகைக்கு விடும் குளியல் தொட்டி இல்லாத அறைக்கா?

எதிரே கட்டண கேட் வந்தது. அவன் தடுப்பில் நின்றபோது இவள் 'வேக சாலை' வழியாக புகுந்து முதலாவது EXIT எடுத்து, தப்பி வெளியே வந்துவிட்டாள். தண்டனைக் காசை பிறகு பார்த்துக்கொள்ளலாம் என்று நினைத்தாள். பத்து நிமிடம் கழித்து மறுபடியும் நெடுஞ்சாலையில் போய்க் கலந்துகொண்டாள். அப்பொழுதும் அவள் நெஞ்சு படபடவென்று அடித்தது. மணிக் கட்டுகள் நடுங்கின. முன்னுக்கும் பின்னுக்கும் பார்த்தாள். அவனைக் காணவில்லை. நிம்மதி ஏற்பட்டது.

அமண்டா அன்று வீட்டில் இருக்க மாட்டாள். அவளுடைய கிரேக்கக் கடவுளுடன் வெளியே போயிருப்பாள். வீடு முழுக்க அன்று மீனுவுக்கே சொந்தம். அழுவதற்கு எவ்வளவு நேரம் வேண்டுமானாலும் எடுத்துக் கொள்ளலாம்.

இவ்வளவு பெரிய ஆகாயத்தை மேலே வைத்துக்கொண்டு இரண்டு பறவைகள் நிலத்தைத் தொட்டபடி பறந்தன. காரிலே மோதுவதுபோல வந்து பிறகு விலகின. நெடுஞ்சாலையில் அனுமதிக்கப்பட்ட வேகத்திலும் பார்க்க பத்து மைல் கூடிய ஸ்பீடில் மீனு விரைந்து கொண்டிருந்தாள்.

கறுப்பு நாய்ப் படம் போட்ட கடித உறை ஒன்று அவளுக்கு வீட்டிலே காத்திருந்தது. அவளுடைய அழுகையைத் திறம்படச் செய்து முடிப்பதற்குக் கூடுதலான ஒரு காரணம் அதனுள் இருந்தது அவளுக்குத் தெரியாது.

◆

ஆப்பிரிக்காவில் அரைநாள்

முப்பது வருடங்களுக்கு முன்பு British coledonian என்று ஒரு விமான சேவை இருந்தது. இதுதான் என்னை முதன்முதல் ஆப்பிரிக்காவிற்குக் காவிச்சென்ற விமானம். இந்த விமானம் சியாராலியோனின் வெளி எல்லைக்குள் 350 மைல் வேகத்தில் நுழைந்தபோது சூரியன் தன் அன்றைய வேலையை முடித்துவிட்டான். நீலமான முகில்கள் ஒன்றையொன்று சத்தம் இல்லாமல் இடித்துக்கொண்ட அந்த மாலை வேளையில் அவற்றைக் கிழித்துக்கொண்டு பிளேன் கீழே இறங்கியது. அப்போது எனக்குத் தெரிந்தது ஒரு பக்கம் சிவப்பு மண் கடல். மறுபக்கம் நீலக்கடல். ஆப்பிரிக்காவுக்கே உரிய விறகுப் புகை கலந்த காற்று மூக்கில் ஏறியது.

எனக்கு நாலு வருடம் சீனியரான ஒரு லண்டன் நண்பரின் கடன் கருணையில் 22 பவுண்ட், 10 ஷில்லிங் கொடுத்து வாங்கிய திறமான சந்தனக் கலர் சூட்டை நான் அணிந்திருந்தேன். அதற்குத் தோதாக மஞ்சளில் கறுப்புக் கோடுபோட்ட டையும் கட்டியிருந்தேன். இது தவிர, ஆறு பக்க விண்ணப்பத்தாளை நிரப்பி, நாலு தடவை அலைந்து மத்திய வங்கியில் அனுமதி பெற்று, நிதி மந்திரியின் பிரத்தியேக கையொப்பத்தில் அருமையாகக் கிடைத்த முழு அந்நியச் செலாவணியில் மாற்றிய 10பவுண்ட் தாளை நாலாக மடித்து எனது வலது கால்சட்டைப் பையில் வைத்திருந்தேன். அது நான் ஒவ்வொரு அடி வைத்து நடக்கும்போதும் என் தொடையில் உரசி தன் இருப்பை நினைவூட்டி என் உச்சியைக் குளிரவைத்தது. இந்தக் காரணங்களால் பிளேனில் இருந்து இறங்கிய என் கால்கள் ஆப்பிரிக்க சிவப்பு மண்ணைத் தொடவில்லை, என்னைச் சந்திக்க வந்த நிறுவன அதிகாரியைப் பார்க்கும் வரைக்கும்.

ஆறடிக்கும் மேலான உருவம். இறுக்கிக்கட்டிய கரிய திரு மேனி. உயர்ந்த, மடிப்புக் கலையாத, அளவெடுத்துத் தைத்தது போல கச்சிதமாகப் பொருந்திய சூட். பத்தடி தூரத்தில்கூட மினுங்கி முகத்தில் அடிக்கும் லேஸ் கட்டிய சப்பாத்துகள். ஸ்டைலுக்காக கையில் வைத்திருந்த தந்தப் பிடி போட்ட

கருங்காலிக் கைத்தடி. இப்பொழுது என் கால்கள் தரையில் இறங்கின.

நீல ஆடை அணிந்த உயரமான பணிப்பெண் ஒருத்தி எங்களுக்காகக் காத்திருந்தாள். பக்கவாட்டில் வளர்ந்து தானாக நிற்கும் தலைமயிரும், நத்தையின் ஓடு போன்ற வடிவத்தில் காதணி போட்டவளுமாக இருந்தாள். அவள் முன்னே வழிகாட்ட நாங்கள் பின்னே தொடர்ந்தோம். எங்கள் கடவுச் சீட்டுகளையும், பிற பயண ஆவணங்களையும் ஆயத்த நிலையில் பிடித்திருக்கச் சொன்னாள். அப்படியே குடைபோல பிடித்திருந்தோம். ஆனால், அவள் மறைந்துவிட்டாள்.

என்னைச் சந்திக்க வந்த அதிகாரி பிரிக்காத ஒரு கட்டுத்தாள் பணத்தை எடுத்து குடிவரவு, சுங்கம், சுகாதாரம், அந்நியச் செலாவணி போன்ற சிறு தெய்வங்களுக்குச் சமமாகப் பங்கிட்டு மஸ்மஸ் கொடுத்து என்னை வெளியே மீட்டார். அப்படியும் என் பயணப் பெட்டி வரவில்லை. ஒரு ராட்டினம் மாத்திரம் தன் கடமையே கண்ணாகச் சுழன்று கொண்டிருந்தது. சிறிது நேரத்தில் கறுப்புச் சுமை காவிகள் நிரைநிரையாக பிளேனில் இருந்து பெட்டிகளை தலைமேல் சுமந்து வந்து ராட்டினத்தில் கொட்டினார்கள். நாங்கள் எங்கள் பெட்டிகளைப் பொறுக்கி எடுத்துக்கொண்டோம்.

விமான நிலையத்தில் இருந்து தலைநகருக்குப் போவதற்கு ஒரு மிதவை சேவை இருந்தது. அந்த மிதவையில் பல கார்களும் பஸ்களும் பார லொறிகளும் ஏறிவிட்டன. அந்த ஒரு மணி நேரப் பயணத்தில் ஒரு சிறு சம்பவம் நடந்தது. உயர்ந்த பதவி வகிக்கும் அந்த அதிகாரி மிதவையில் இருந்த பாரில் அமர்ந்து டிரைவருடன் பேசிக்கொண்டு பியர் அருந்தியபடி இருந்தார். உற்ற நண்பர்கள் போல இருவரும் பழகிக்கொண்டனர். ஆப்பிரிக்காவில் நான் கண்ட முதல் ஆச்சரியம் இப்படி ஆரம்பித்தது.

கார் ஒரு சந்தையைக் கடந்தபோது இருபக்கமும் சிறுவர்கள் மெல்லிய கத்தியால் தோலுரித்து வைத்த தோடம்பழங்களை விற்பதற்காக காரைச் சூழ்ந்தார்கள். ரோட்டோரக் கடைகளிலே மாட்டுத் தோல்கள், வால்கள், குளம்புகள், செவிகள், நாக்குகள் என்று அவ்வளவு அங்கங்களும் தனித் தனியாக விற்பனைக்குத் தொங்கின. துண்டிக்கப்பட்ட பன்றியின் தலைகள் கூடைகளில் கிடந்தன. அவற்றிற்குச் சொந்தமான உடல்களைக் காணவில்லை.

நெருக்கமான ரோட்டு ஆனபடியால் டிரைவர் வேகமாகவும், சிலவேளை மந்தமாகவும் காரை ஓட்டினான். வண்ண வண்ணத் துணிகளில் நீண்ட தலைப்பாகை கட்டிய பெண்கள் காரைத்

தொடர்ந்து ஓடிவந்தனர். சிலருடைய முதுகுகளில் சிறு குழந்தைகள் துணியினால் இழுத்துக் கட்டப்பட்டுத் தொங்கினர். இவர்களுடைய கழுத்துகள் இரண்டுபக்கமும் விழுந்துவிழுந்து ஆடின. இந்தப் பெண்களில் பலருக்கு மார்புச் சேலை இல்லை. அவர்களுடைய இரண்டு கைகளிலும் 'கூட்டா' மீன்களோ, வெள்ளிப் பூச்சு 'மக்கரல்' மீன்களோ இருந்தன. அவர்கள் காரின் பின்னே ஓடியபோது மறைக்கப்படாத அந்த நீண்ட மார்புகள் துள்ளின. மீன்களும் துள்ளின. இரண்டுமே வழுவழுவென்று இருந்தன. இரண்டுமே ஈரம் சொட்டின. இரண்டுமே மினுங்கின. எங்களுக்கு வாங்கும் உத்தேசம் இல்லை என்று எவ்வளவுதான் சொன்ன போதிலும் அவர்கள் துரத்துவதை நிற்பாட்டவில்லை. (இந்த டிரைவர்மாருக்கு இது ஒரு விளையாட்டு. ஏதோ வாங்க வந்ததுபோல காரை ஸ்லோ செய்வது, பிறகு வேகம் பிடிப்பது, பிறகு ஸ்லோ செய்வது, இந்த அப்பாவிப் பெண்களைச் சீண்டுவதற்காக. இரண்டு வருடங்கள் சென்ற பிறகே இந்த உபாயம் எனக்குப் பிடிபடும்.)

அன்று இரவு ஹொட்டலில் தங்கி அடுத்த நாள் என்னுடைய தொழில் நிறுவனத்துக்குப் போவதாக ஏற்பாடு. அதுவரை இலங்கையில் இருந்து ஆப்பிரிக்காவுக்கு வந்த முதல் ஆள் என்று, நான் என்னை நினைத்துக்கொண்டு இருந்தேன். அந்தச் சிறு புகழுக்குக்கூட எனக்கு அருகதை இல்லை என்பது சிறிது நேரத்திலேயே நிரூபிக்கப்பட்டது. எனக்கு முன்பாகவே ஆப்பிரிக்காவுக்கு வந்த ஒருத்தர் என்னை எப்படியோ முகர்ந்து கண்டுபிடித்து ஹொட்டல் தொலைபேசியில் கூப்பிட்டார். பிறகு நேரில் வந்து அழைத்துப்போனார்.

நான் இலங்கையில் இருந்து புறப்பட்டு ஒரு வாரமே ஆகியிருந்தது. லண்டனில் சில நாட்கள் தங்கி பிறகு நேரே வந்து இறங்கியிருந்தேன். இருப்பினும் எங்கள் ஊர் சாப்பாட்டுக்காக என் மனது ஆலாய்ப் பறந்தது. நண்பருடைய பங்களா தனியாக நாலு பக்கமும் இரும்பு கொசுவலை அடிக்கப்பட்டு சிறைக்கூடம் போலக் காட்சியளித்தது. வாசலிலே நெருப்புச் சுவாலை மரம் ஒன்று நின்றது. புஃலானி காவலாளி ஒருத்தன் சிறு தடிகளால் சரக்கூடம் அமைத்து அதற்குள் தூங்கிக்கொண்டிருந்தான். எங்கள் வருகை அசௌகரியம் கொடுத்ததுபோல நண்பரின் மனைவி முகம் நெளித்தார். எழுந்திருக்கவில்லை. மடியிலே தூங்கிய பூனையைத் தடவிக்கொண்டிருந்தார்.

முதலில் பானம் வந்தது. அத்துடன் சாப்பிடுவதற்கு பல்லுக் குத்தும் குச்சியில் குத்திவைத்த வெண்ணெய்க்கட்டியும் ஒலிவும்

செர்ரியும் இருந்தன. சாப்பிட்டு முடிந்ததும் பல்லையும் குத்தலாம். இதுவும் நல்ல ஏற்பாடாகவே பட்டது.

மேசையில் குழல் புட்டு காத்துக்கொண்டு இருந்தது. மணி மணியாக உருட்டிச் செய்து லைட்டில் மினுங்கியது. மாங்காய் குழம்பு. சிவப்பு மிளகாய்ச் சம்பல். வாய் ஊறியது. வாழ்க்கையில் முன்பு எப்பொழுதுமே சாப்பிட்டதில்லை என்பதுபோல விழுந்து சாப்பிட்டேன். நண்பரின் மனைவி அதிசயிக்கக்கூடாது என்பதற்காக, அடக்கம்போல காட்டுவதுதான் எனக்கு அப்போது சிரமமான காரியமாக இருந்தது.

இவர்களுக்கு ஒரு வேலைக்காரன் இருந்தான். பெயர் பங்குறா. 5ஆம் வகுப்பு வரைக்கும் படித்திருந்ததால் ஆங்கிலம் சற்று வாசிக்கவும் எழுதவும் வரும். சமையல், வீட்டு வேலை என்று எல்லாம் இவன் பொறுப்பு. கொடுக்கும் எந்த ஒரு பணியையும் அளவுக்கு அதிகமான தேகபலத்தைப் பாவித்து செய்து முடிப்பான். நான் அங்கு இருந்த சொற்ப நேரத்தில் ஒரு விஷயம் கவனித்தேன். வேலைகள் முடிந்து சிறிது ஓய்வு கிடைக்கும்போதெல்லாம், ஓடிப்போய் படிக்கட்டுகளின் கீழே உட்கார்ந்து ஆங்கில தினசரி ஒன்றைப் பார்த்து அக்கறையாக ஏதோ குனிந்து எழுதிக்கொண்டிருந்தான்.

நண்பரிடம், இவன் என்ன செய்கிறான் என்றேன். அவர் சிரித்தபடி அவன் விண்ணப்பம் தயாரிப்பதாகக் கூறினார். பேப்பரில் வரும் வேலை விளம்பரங்களைப் பார்த்து விண்ணப்பம் எழுதுவதுதான் அவன் வேலை. எஞ்சினியர், கிரேன் ஒப்பரேட்டர், நூலக மேற்பார்வையாளர், அரும்பொருள் காட்சிமனைப் பொறுப்பாளர் என்று எந்த விளம்பரம் வந்தாலும் எழுதிப் போட்டுவிடுவான். அன்றைய விண்ணப்பத்தை வாங்கிப் பார்த்தோம். குறுணி அட்சரங்களில் ஓர் எழுத்தில் இன்னொரு எழுத்துப்படாமல் கவனமாக தயாரிக்கப்பட்டிருந்தது. மத்திய வங்கி உயர் அதிகாரி வேலைக்கான மனு. நண்பர் கேட்டார். “பங்குறா, உனக்கு இந்த வேலை கிடைக்கும் என்று நம்புகிறாயா?”

“ஏன் கிடைக்காது? ஒருவருமே விண்ணப்பம் செய்யாவிட்டால் வேலையை எனக்குத்தானே கொடுக்க வேண்டும்!” இதற்கு நாங்கள் என்ன சொல்வது!

பங்குறாவுக்குப் பின்னர் என்ன நடந்ததோ தெரியவில்லை. யார் கண்டது? இன்று அவன் பிரதம குதிரை பாதுகாப்பு அலுவலனாக எங்காவது வேலை பார்க்கலாம்.

அப்பொழுது ஜனாதிபதியாக இருந்தவர் பெயர் சியாக்கா ஸ்டீவன்ஸ். அதற்கு முதல் வருடம்தான் இரண்டு தடவை ராணுவப் புரட்சியில் அரசைப் பறிகொடுக்க இருந்தவர் எப்படியோ தப்பிவிட்டார். 1971இல் சியாரோலியோன் ஒரு குடியரசு நாடாகப் பிரகடனப்படுத்தப்பட்டு ஜனாதிபதியாகியிருந்தார்.

இவருடைய தகப்பனாரைப் பற்றி ஒரு கதை உலாவியது. ஒரு காருக்கு நாலு ரயர்களும், அவசரத்துக்கு ஐந்தாவதும் இருப்பதுபோல, கிறிஸ்தவரான இவருடைய தகப்பனாருக்கு ஐந்து மனைவிகள். பாதிரியாருக்கு இது பிடிக்கவே இல்லை. எப்பொழுது இவரைப் பார்த்தாலும் கிறிஸ்தவ மதத்துக்கு இது ஏற்பானதல்ல என்று போதித்தபடியே இருந்தார்.

ஒருநாள் தகப்பனார் பாதிரியாரை தன் வீட்டு விருந்துக்கு அழைத்தார். எல்லா மனைவியரும் குறைவின்றி அவரை உபசரித்தார்கள். விருந்து முடிந்த பிறகு தகப்பனார் சாடை செய்ய, இந்த ஐந்து பெண்மணிகளும் வந்து பாதிரியாருக்கு ஸ்தோத்திரம் சொல்லிவிட்டு முன்னே வரிசையாக நின்றார்கள். தகப்பனார் உரத்த குரலில் சொன்னார், "வணக்கத்துக்குரியவரே, தயவுசெய்து சொல்லுங்கள். நான் இந்த மனைவிகளில் எந்த நான்கு பேரைத் தள்ளிவைக்கவேண்டும்."

அவ்வளவுதான். பாதிரியார் புறப்பட்டுவிட்டார். அதற்குப் பிறகு அவர் அந்தக் கதையையே எடுக்கவில்லையாம்.

இந்த நாட்டிலே ரேடியோ மிகவும் முக்கியம் வாய்ந்தது. எந்தக் கிராமத்திலும், எந்தக் குடியானவரும் காலைச் செய்திகளை ரேடியோவில் கேட்கத் தவறமாட்டார்கள். அமைச்சர்கள், அதிகாரிகளின் நியமனமும், பின் பதவி நீக்கமும் ரேடியோவிலேயே முதலில் அறிவிக்கப்படும். ரீ.வியும் அப்படியே. பல அமைச்சர்கள் ரீ.வி. பார்க்கும்போதுதான் தங்கள் பதவி பறிபோனதை அறிந்து அலறுவார்கள். நான் வந்து இறங்கிய அன்று சியாக்கா ஸ்டீவன்ஸ் ஜனங்களுக்கு ஒரு உரை நிகழ்த்துகிறார். அது நேரடி ஒளிபரப்பாக இருந்ததால் உணவுக்குப் பின் நண்பர் ரீ.வியை வைக்கிறார்.

செயற்கை வெளிச்சத்தில் ஜனாதிபதி தன் உரையைப் படிக்கிறார். முதலாவது பக்கம் முடிந்தது. அந்தப் பேப்பரைத் தூக்கி பக்கமாக வைக்கிறார். இரண்டாவது பக்கம் முடிந்தது. அதையும் தூக்கி பக்கமாக வைக்கிறார். மூன்றாவது பக்கமும் முடிந்தது. நாலாவது பேப்பரைக் காணவில்லை. அவர் தேடுகிறார். பேப்பர்களைக் கலைத்துப் பார்க்கிறார். மீண்டும் தேடுகிறார். கீழே குனிந்து பார்க்கிறார். தொலைந்துவிட்டது. பிறகு காமிராவைப்

பார்த்து தன் சொந்தமாக நாலு வசனம் பேசி உரையை முடிக் கிறார். அவர் முகத்தில் கோபம் இல்லை; எரிச்சல் இல்லை; பதற் றம் இல்லை. சாந்தம்தான்.

நண்பர் விழுந்து விழுந்து சிரிக்கிறார். நானும்தான். அவர் சொல்கிறார், "இதுதான் அவர்களுடைய பண்பு. அருமையான பொறுமைசாலிகள். இந்தப் பேச்சை ஒழுங்குபடுத்திய அதிகாரியின் தவறைப் பற்றி ஒரு வார்த்தைகூட கேட்க மாட்டார்கள்." பார தூரமான குற்றங்களைச் சாதாரணமாக மன்னித்துவிடுவார்கள். பெரிதுபடுத்த மாட்டார்கள். பிற்காலத்தில் இக்கட்டான நிலைமை களை நான் சந்திக்கும்போது அடிக்கடி இந்தச் சம்பவத்தை நினைத்துக்கொள்வேன்.

விருந்து முடிந்து நான் திரும்பியபோது ஹொட்டல் வாசலில் ஒரு பேரம் நடந்தது. மேல்நாட்டு முறைப்படி ஆடை அணிந்த ஒரு வெள்ளைக்காரர் அங்கே நின்றார். அவர் முகம் அதிக வெயில் பட்டு சிவப்பு கொண்டதாகவும், அவருடைய கால் சட்டை பெல்ட்டுக்குக் கீழே இறங்கியதாகவும் இருந்தது. அவரைச் சுற்றி இரண்டு இளம் அழகிகள் நின்றிருந்தனர். ஆப்பிரிக்கப் பெண் களை இதுவே நான் முதல்முறையாக நெருக்கமாகப் பார்ப்பது. ஒருத்தி மிகையான அலங்காரத்துடன் அவருடைய உடலைப் பாம்புபோல சுற்றிக்கொண்டு நின்றாள். மிக மெல்லிய ஆடை தரித்திருந்ததால் சிறு காற்றுக்கும் அது அசைந்து அவளுடைய தொடைகளுக்குள் ஒட்டிப்போனது. அவரிடத்தில் கொஞ்சம் தயக்கம் தெரிந்தது. "நான் உங்கள் செல்ல நாய்க்குட்டி என்று நினைத்துக்கொள்ளுங்கள். என்னைப் பாருங்கள். என்னைப் பாருங்கள்" என்றாள்.

மற்றவள் உயரமானவள். ஆப்பிரிக்க உடையில் தீர்க்கரேகை போல வளைந்து கொடுத்து தன் அகலமான கறுப்புக் கண்களால் வரவேற்பு பார்வை பார்த்தாள். அழகு என்பது முகத்திலோ, அங் கங்களிலோ இல்லை. ஆனால், அவளுடைய உடல் அசைவுகளில் அது வெளிப்பட்டது. என்னைப் பார்த்து, ஏதோ நீச்சல் குளத்தில் குதிக்க ஆயத்தம் செய்யும் வீராங்கனைபோல கைகள் இரண்டை யும் மேலே தூக்கி, 'நான் தனிமையாக இருக்கிறேன்' என்று பாடிய படி இடுப்பை அசைத்தாள். இடுப்பை என்றால் இடைக்குமேல் அவள் உடம்பு அசையாமல் நட்டு வைத்ததுபோல நின்றது. இடைக்குக் கீழே அவள் பிருட்டம் ஒரு வெட்டு வெட்டி மீண்டது. மனதைத் தாக்கிவிடும் ஒரு சிறு அசைவுதான் என்றாலும் இப் பொழுது நினைத்துப் பார்த்தாலும் அதிலே பெரிய சொற்பொழிவு இருந்தது புரியும்.

ஆப்பிரிக்காவின் இரவுகள் வித்தியாசமானவை. ஈரப்பற்று அதிகமான காற்று தேகத்தில் படும்போது அதன் கனத்தை உணரக் கூடியதாக இருக்கும். சந்திரன் குழைத்து வைத்தது போல கலங்க லாக இருந்தான். ஆனாலும் கணகணவென்று எரிவதை நிறுத்த வில்லை.

கண்ணைச் சுற்றிக்கொண்டு வந்த நித்திரை போய்விட்டது. வீட்டு ஞாபகம் அழுத்தியது. மனைவியின் நினைப்பு வந்தது. அப்பொழுது ஓர் எண்ணம் தோன்றியது.

இந்த நாடு புதியது. இந்தக் காற்று புதியது. இந்த மரம் புதியது. மொழி புதியது. ஆனால், இந்த சந்திரன் மட்டும் எனக்குப் பரிச்சயமானவன். என் ஊரில் இருந்தபோதும் இதே சந்திரனைத் தான் பார்த்திருக்கிறேன். என் மனைவியும் இதே சந்திரனை இப்போது பார்க்கக்கூடும். அப்பொழுதுதான் எனக்கு இந்தப் புலவர்கள் எல்லாம் வான்மதியைத் தூதுவிட்ட காரணம் புரிந்தது.

மிக அகலமான கட்டில். அதன்மீது அருமையான சொகுசு மெத்தை. மெல்லிய நறுமணம் வீசும் படுக்கை விரிப்பு. உடம்புக்கு இதமான குளிரை உண்டாக்கும் மெசின். மேலே போர்வை. புரண்டு புரண்டு படுத்தேன். அப்பொழுதும் இமை கூட்டமுடிய வில்லை.

காலையில் நான் உணவருந்த வந்தபோது அதே வெள்ளைக் காரனைப் பார்த்தேன். முழங்காலில் நீலமான நாப்கினை விரித் திருந்தான். கச்சிதமான புது உடையில் மேசையில் தனியே அமர்ந்து விதம்விதமான பெயர் தெரியாத உணவுப் பதார்த்தங் களை ஒரு கை பார்த்துக்கொண்டிருந்தான். நான் என் பங்குக்கு என் நீண்ட பயணத்தை உத்தேசித்து ஒன்றுக்கு மேல் ஒன்றாக அடுக்கி ரோஸ்டரில் சூடாக்கி ஓரங்கள் வெட்டப்பட்ட வெள்ளை பிரெட்டில் வெண்ணெய்ப் பூசிச் சாப்பிட்டேன். அதன் பிறகு அவொகாடோ பழத்தையும், அகலமாக வெட்டிய பப்பாளிப் பழத் துண்டுகளையும் அருந்தினேன்.

என்னுடைய நிறுவனம் 250 மைல் தூரத்தில் இருந்தது. ரோடுகள் செப்பனிடும் நிலையில் இருந்ததால் இந்தப் பயணம் 12 மணி நேரம் எடுக்கும் என்று சொன்னார்கள். வழியில் வன விலங்குகள், வழிப்பறிக் கொள்ளை என்று பல ஆபத்துகள் இருந்தன. ஆப்பிரிக்காவில் நான் கழிக்கப்போகும் முதல் பகல் இப்படி 12 மணிநேரப் பயணத்தில் செலவாகும். அப்படியும் நான் நிறுவனத்தின் வாசலை உயிருடன் அடைவதற்கு குறைந்தபட்ச சாத்தியங்கூட இல்லை என்றே எனக்குப் பட்டது.

அ. முத்துலிங்கம்

எனக்கு அனுப்பப்பட்ட சாரதியின் பெயர் காணு. கறுத்த முரசு ஒளிவிட அடிக்கடி அப்பாவியாகச் சிரித்தான். இவன் உதை பந்தாட்ட விளையாட்டுக்காரன். வாட்டசாட்டமான பராக்கிரம சாலி. சில வருடங்கள் கழித்து இந்த டிரைவர்தான் என்னுடைய மூன்று வயது மகளை ஆள் கடத்தும் கும்பலில் இருந்து காப் பாற்றுவான். நாங்கள் நாட்டைவிட்டு திரும்பும்போது இவன்தான் குலுங்கிக் குலுங்கி அழுவான். அது ஒன்றும் எனக்கு அப்போது தெரிந்திருக்க வாய்ப்பில்லை.

என்னைக் கண்டதும் புழுதி நிறைந்த சுருட்டை மயிர் சிறு வர்கள் எங்கிருந்தோ வந்து சூழ்ந்துகொண்டார்கள். காணு, சப்பு வதற்கு கோலா நட் வாங்கிக்கொண்டான். சுட்ட மரவள்ளிக் கிழங்கை வாங்கும்படி ஒரு சிறுவன் கெஞ்சினான். ஆனால், இன்னொரு பையன் சிறு போத்தல்களில் மென் சிவப்பு பானம் ஏதோ விற்றான். நான் வழியில் குடிப்பதற்கு அதில் இரண்டு போத்தல்கள் வாங்குவதற்கு முயன்றேன். டிரைவர் திடுக்கிட்டு தடுத்துவிட்டான். அவை மண்ணெண்ணெய் புட்டிகள், பானம் அல்ல.

காற்றிலே விறகுப் புகையின் மணம் வந்தது. அதிலே சூரிய ஒளி கூடுதலாகக் கலந்திருப்பது தெரிந்தது. இன்னொருமுறை ஆழமான சுவாசத்தை ஆனந்தமாக உள்ளே இழுத்தேன்.

ஒரு நீண்ட காரை எனக்காக அனுப்பியிருந்தார்கள். அதன் ஒரு மூலையில் ஏறி அமர்ந்த கணமே நான் மறைந்துவிட்டேன். எனக்கும் சாரதிக்கும் இடையில் எட்டு அடி தூரம். அப்பொழுது ஆப்பிரிக்காவில் மிகவும் பிரபலமான பாடகர் ஒருவர் பாடிய 'மாமா நோ கிறை' என்ற பாடல் ஒலித்துக்கொண்டிருந்தது. இந்தப் பயணத்தில் நான் இந்தப் பாடலை என் நிறுவன வாசலை அடைவதற்குள் ஓர் ஐம்பது தடவையாகிலும் கேட்பேன். டிரைவர் ஒரு வலைப்பின்னல் தொப்பி அணிந்திருந்தான். அந்தத் தொப்பி எனக்கு வெகு தூரத்தில் தெரிந்தது.

கார் புறப்பட்டது.

◆

முதல் விருந்து, முதல் பூகம்பம், முதல் மனைவி

என்னுடைய முதல் மனைவிக்கு இந்த உலகத்தில் பிடிக்காத விஷயங்கள் இரண்டு.

1) சூரிய அஸ்தமனத்தின்போது பையிலே பணம் இருப்பது. கையிலே இருக்கும் காசை எந்தப் பாடுபட்டாவது நாள் முடிவதற் கிடையில் செலவழித்துவிட வேண்டும். காலையில் எவ்வளவு பணம் பையில் இருந்தாலும் இரவு படுக்கப் போகும்போது ஒரு சதமும் இருக்கக்கூடாது. இதில் அவள் மிகவும் கண்டிப்பானவள்.

2) அம்மாவின் சமையல். அதைப் பற்றி நான் வாய் திறக்கக் கூடாது. திறந்தாலும் சிலாகிக்கக்கூடாது. அப்படிச் செய்தாலும் அதை அவளுடைய சமையலுடன் ஒப்பிடக்கூடாது.

பொய்களைக் காப்பது சிரமம் என்றால் உண்மைகளை மறைப்பது அதிலும் சிரமமானது அல்லவா!

அம்மா சாதாரண கிராமத்துக்காரி. கிராமப் பெண்கள் போலவே ஈடுபாட்டோடு சமைப்பார். என் முதல் மனைவியைப் போல சமையல் பாடம் கற்றிருக்கவில்லை. இன்னும் காசு செல வழித்து அழகு படுத்தவோ, ரோஜாப்பூ உதிரும் சோடனை செய் யவோ பழகவில்லை. ஆனால், அம்மா செய்யும் சமையல் ருசி யானது. எந்த உணவின் ஒரு பகுதியைச் சுவைத்தாலும் அது ஆயுளுக்கும் மறக்க முடியாதபடி இருக்கும்.

சிறுவயதாக இருந்தபோதே அம்மா ஆதார சுவைகளை ஆய்ந்து அறிந்துவிட்டார். வண்ணத்துக்கு நீலம், சிவப்பு, மஞ்சள் என்ற மூல நிறங்கள் இருப்பதுபோல ருசிக்கு இனிப்பு, உப்பு, புளிப்பு, கைப்பு என்ற சுவைகள். விஞ்ஞானிகள் கண்டுபிடித்த இந்த உண்மை அம்மாவுக்கு அப்பொழுதே தெரிந்திருந்தது. இந்த நாலையும் வெவ்வேறு விகிதத்தில் கலந்து பத்தாயிரம் புதிய சுவை களைத் தயாரித்துவிடுவார்.

மிகச் சிறிய வயதிலேயே என் ரசனை கூர்மையாகிவிட்டது. அம்மா சமைக்கும்போது ருசி பார்த்து அபிப்பிராயம் சொல்லப்

பழக்கப் பட்டிருந்தேன். உண்மையில் அவருக்கு என் மதிப்பீடுகள் தேவையில்லை. எனக்கு அது ஒருவித பயிற்சிதான் என்று இப்போது புரிகிறது.

புளியம்பூ சம்பலைக் கண்டுபிடித்தது நான்தான். இயற்கையாகவே புளியம்பூவில் கொஞ்சம் இனிப்பும் புளிப்பும் இருக்கும். எவ்வளவு காம்புகள் சேர்க்கிறோம் என்பதைப் பொறுத்து துவர்ப்பும் கைப்பும் கூடிவிடும். நாங்களாக உப்பும் மிளகாயும் சேர்த்துக் கொள்வோம். என்னுடைய சுவை அப்பியாசம் இப்படித்தான் ஆரம்பமாகியது. இதைத் தாண்டிய ஓர் அயிட்டம் இந்த உலகத்திலேயே இல்லை எனலாம்.

பீதோவன் என்ற சிறந்த இசை மன்னர் ஸ்வரங்களை எழுதும்போதே அவர் மூளைக்குள் பெரிய வாத்தியங்கள் வாசித்தபடி இருக்குமாம். அதுமாதிரித்தான் அம்மாவின் சமையலும். மூலக்கூறுகளைக் கலக்கும்போதே அந்த உணவின் சங்கீதம் அவர் காதுகளுக்குள் ஒலிக்கும். முன்பின் அனுபவிக்காத ஒரு பதார்த்தத்தை அவரிடம் கொடுத்தால் அதை ருசி பார்க்கும்போதே அதன் மூலக்கூறுகளைக் கூறிவிடுவார். அதேபோல ஒன்றைச் சமைப்பதும் அவருக்குப் பெரிய காரியமில்லை.

என்னுடைய முதல் மனைவி சமையல் வகுப்புகளுக்குப் போவாள். அதில் ஒன்றும் ஆபத்தில்லை. ஆனால், வந்ததும் வராததுமாக அவளுடைய மூளையிலே படித்தது ஈரமாக இருக்கும் போதே சமைக்கத் தொடங்கிவிடுவாள். அதை நான் ருசித்து அபிப்பிராயம் சொல்ல வேண்டும். என்னுடைய கருத்து பாதகமாக இருக்கும் பட்சத்தில் அவளிடம் இருந்து ஒரு பதில் புறப்படும். 'மோசஸின் பத்துக் கட்டளைகள்கூட முதல்தரம் தோல்வியிலேயே முடிந்தது. இரண்டாவது பதிப்புதான் வெற்றி பெற்றது என்பாள். அதற்குப் பிறகு அந்தப் பதார்த்தம் கைவிடப்பட்டுவிடும். இரண்டாவது தயாரிப்பைச் சுவை பார்க்கும் தண்டனையில் இருந்து நான் தப்பிவிடுவேன்.

சிறுவயதில் இருந்தே எனக்குப் பழக்கமான ஒரு நண்பர் இருந்தார். கடந்த இருபது வருடங்களாகத் தொடக்கநிலை எழுத்தாளராக இருப்பவர். தமிழிலே எழுதும் மூன்றாம் தர எழுத்தாளர்கள் எல்லோரையும் ஒரு நிரையில் நிற்கவைத்தால் இவர் நாலாவது வரிசையில் நிற்பார். எந்தப் புத்தகம் வாங்கினாலும் அதன் முதல் பக்கத்தில் 'இதைத் திருடியவர் தயவுசெய்து கீழ்க் கண்டவரிடம் சேர்ப்பிக்கவும்' என்று தன் பெயரை எழுதி வைத்திருப்பார். அருந்ததிராய் எழுதி சில வருடங்களுக்கு முன்பு

வெளிவந்த புத்தகத்தை 'சிறு கடவுள்களின் சாமான்கள்' 'சிறு கடவுள்களின் சாமான்கள்' என்று அடிக்கடி சொல்லி சிலாகிப் பார்.

புத்தகங்களின் தலைப்பை அவர் என்றுமே சரியாகச் சொன்னதில்லை. அந்தப் பாவமோ என்னவோ அவருக்கு கல் யாணம் வாய்க்கவில்லை. வீட்டுக்கு வரும்போதெல்லாம் என் முதல் மனைவிதான் அன்று புதிதாகச் செய்த ஏதாவதொரு அயிட் டத்தைப் பரிமாறுவாள். என் முழங்கால்கள் அப்போது தனித் தனியாக ஆடத்தொடங்கும். அந்த ஆட்டத்தை இன்னும் அதிகரிக் கும் விதத்தில் நண்பர் அவளுடைய சமையலைப் பற்றி வாய் திறக்காமல் எப்பவோ சாப்பிட்ட அம்மாவின் நெத்தலிப் புளிக் குழம்பை மறக்காமல் புகழுவார். இப்படி மிகச் சாதுவாக அடுத்து வரும் ஏழு நாட்களை எனக்கு நரகமாக்கிவிட்டு நழுவிவிடுவார்.

என் முதல் மனைவியின் சமையலை முற்றிலும் மட்டம்தட்ட முடியாது. அவள் செய்த அற்புதமான சமையல்களில் ஒன்று 1989இல் நடந்தது. அப்பொழுது நாங்கள் அமெரிக்காவின் சாந்த குரூஸ் நகரத்தில் இருந்தோம். மணமுடித்து சில வருடங்களே ஆகியிருந்தன. அது ஒரு விசேஷமான நாள் என்றபடியால் தேதியும் ஞாபகமிருக்கிறது. ஒக்டோபர் 17. என் முதல் மனைவி அங்கே பிரபலமான 'கொப்ளர்' என்ற இனிப்புப் பதார்த்தத்தை செய்ய ஆரம்பித்தாள். அப்பிள், பீச் பழங்களின்மேல் பால், மா, சீனி என்ற கலவையைப் பரப்பி சூட்டடுப்பில் 350 பாகை வெப்பத் தில் 45 நிமிடம் வேகவைக்கவேண்டும். இந்த அருமையான இனிப்பு வகை கொஞ்சம் அசந்தாலும் காலை வாரிவிட்டுவிடும்.

உலகத்து தினப் பத்திரிகைகள் அத்தனையும் தலைப்புச் செய்தியாக வெளியிட்ட நிலநடுக்கம் அப்பொழுதுதான் சம்பவித் தது. சாதாரணமானது அல்ல. றிக்டர் அளவில் 7.2. கிளாஸ்களில் வைத்த தண்ணீர் துள்ளி எழும்பியது. சரவிளக்குகள் பெண்டுலம் போல தானாகவே ஆடின. சன்னல் கண்ணாடிகள் பார்த்துக் கொண்டிருக்கும்போதே படீர் படீர் என்று வெடித்தன. எங்க ளுக்கு நிலநடுக்கம் பற்றி ஒன்றுமே தெரியாது. தலைதெறிக்க வெளியே ஓடினோம். நாங்கள் விளிம்பில் இருந்தபடியால் நல்ல வேளையாக அதன் முழுத்தாக்கமும் எங்கள் பகுதியை எட்ட வில்லை என்று சொன்னார்கள். மின்சாரம் துண்டாகிவிட்டதே ஒழிய வேறு சேதம் ஒன்றுமில்லை.

ஒருமணிநேரம் கழித்து திரும்பவும் வீட்டுக்குள்ளே மெல்ல அடியெடுத்து வைத்தபோதுதான் கொப்ளர் பற்றிய ஞாபகம் வந்தது. அது அப்படியே கேட்பாரற்று சூட்டடுப்பில் கிடந்தது.

நல்ல பசி வேறு. அன்று சாப்பிட்ட கொப்பளர்போல என் வாழ்க்கையில் முன்னும் சாப்பிட்டதில்லை; பின்னும் சாப்பிட்டதில்லை. அதன் பிறகு எவ்வளவுதான் முயற்சி செய்தபோதிலும் அப்படி அமையவே இல்லை.

இதுதான் வித்தியாசம். என் முதல் மனைவியின் சமையல் ஒரு நாளைப்போல் இன்னொரு நாள் வாய்ப்பதில்லை. இன்று ஓகோவென்று இருப்பது மறுநாள் படுத்துவிடும். அம்மாவுடையது அப்படியல்ல. தோசையில் விழும் துளைகளைக்கூட எண்ணினால் ஒரேஅளவில் இருக்கும்.

எங்கள் பெரியய்யாவுக்கு மூலநோய் இருந்தது. இதைப் போக்குவதற்கு ஒரேவழி, முட்டை இடும் இளம் கோழியைச் சமைத்துச் சாப்பிடுவதுதான் என்று நாட்டு வைத்தியர் சொல்லி விட்டார். அதைச் சமைப்பதற்கும் அம்மாவே நியமிக்கப்பட்டிருந்தார்.

அம்மா அழகான ஒரு கோழியை ஆசையாக வளர்த்து வந்தார். புள்ளிபோட்ட வித்தியாசமான கோழி. அப்பொழுதுதான் அது முட்டை இடத்தொடங்கியிருந்தது. ஒரு வார்த்தை அம்மா எதிர்த்துப்பேசவில்லை. அவசரமாக இடம் தேடித்திரிந்த கோழியைப் பிடித்து வெட்டிச் சமைத்தபோது அதன் வயிற்றில் இன்னும் ஒருமணி நேரத்தில் பிரசவமாக வேண்டிய முட்டை ரெடியாக வாசலில் இருந்ததாம். அதைத் தொடர்ந்து கோர்வையாக பல முட்டைகள், பல சைஸ்களில்; கடைசி முட்டை பல்லி முட்டை அளவில் இருந்தது. பெரியய்யா கோழியையும், அது இட உத்தேசித்திருந்த முட்டைகளையும் ருசித்து ருசித்து சாப்பிட்டார். நாங்கள் ஏழு பேர் அவரைச் சுற்றிவர நின்றோம். அவருடைய உணவில் பங்கு கேட்கக்கூடாது என்று நாங்கள் அறிவுறுத்தப் பட்டிருந்ததால் மறுப்பதற்கு தயாராகவே இருந்தோம். அது அவருக்கு எப்படியோ தெரிந்துவிட்டது. அவர் ஒரு வாய்கூட கொடுக்கவில்லை.

பெரியய்யா போனபிறகு நான் அடுக்களைக்குப் போனேன். சட்டியில் மீதமாக ஏதாவது இருக்கும் என்ற நம்பிக்கை. மஞ்சள் கரை போட்ட சேலை ஒன்று அம்மாவைச் சுற்றியிருந்தது. திருப்பி வைத்த ஓர் ஓடத்தைப்போல முதுகு வளைந்து தெரிந்தது. இரண்டு கைகளாலும் முகத்தைப் பொத்தியபடி இருந்ததால் நான் வந்ததைக் கவனிக்கவில்லை. அவருடைய முதுகும் தோள்பட்டையும் அசாதாரணமாகக் குலுங்கிக்கொண்டிருந்தன. பெரியய்யாவுக்கு மூல வியாதி போய்விடுமா என்று நான் கேட்க நினைத்ததை கேட்காமலே திரும்பிவிட்டேன்.

வியாதிக்காரர்களுக்கு மாத்திரம்தான் அம்மா சமைப்பார் என்றில்லை. எங்கள் வீட்டுக்கு விருந்தாளிகள் வந்தபடியே இருப் பார்கள். காலையில், மத்தியானத்தில், மாலையில். ஒருநாள் ஒருத்தர் இரவு பத்துமணிக்கு மேலே வந்தார். அம்மா சமையல் பாத்திரங்களைக் கழுவிக் கவிழ்த்து வைத்துவிட்டார். என்ன செய்வது.

தோட்டத்திலே கீரை இருந்தது. அதை ஆய்ந்தார். வெயி லிலே காய்ந்த பிலாக்கொட்டையை நீளம் நீளமாக வெட்டி உப்பும் மிளகாய்த்தூளும் கலந்து பொரித்தார். அன்றுதான் மரத்தில் இருந்து இறக்கிய இளநீர்க் குலைகளில் அம்மா இரண்டு முட்டுக்காய்களை சுண்டி சுண்டி தேர்ந்தெடுத்தார். அதன் வழுக் காய் இளசாகவும் வழுவழுப்பாகவும் ‘ஆட்டுச் செவி பருவத்தில்’ முறியாத தன்மையுடனும் இருந்தது.

அம்மாவுக்கு இன்ன மரக்கறியை இன்னமாதிரி வெட்ட வேண்டும் என்ற முறை முக்கியம். வெண்டைக்காய் என்றால் தோடு தோடாக வெட்டுவார். கத்தரிக்காய் என்றால் கீலம் கீல மாகத்தான். காரட் என்றால் அரைச் சந்திர வடிவம். அப்படியே வழுக்காயைச் சற்சதுரமாக வெட்டி ஒரு குழம்பு வைத்தார். விருந்துக்கு வந்தவர், இதற்கு முதல் வாழ்க்கையில் இப்படி அனுப வித்ததே இல்லை என்பதுபோல ஆசையோடு சாப்பிட்டார். கடைசிவரை அவர் சாப்பிட்டது வழுக்காய் கறி என்பதை அவரால் ஊகிக்க முடியவில்லை.

அம்மாவிடம் இருந்த இன்னொரு உயர்ந்த குணாம்சம் பதார்த்தம் வெந்துவிட்டதைத் தீர்மானிப்பது. மற்றவர்களைப் போல அம்மா அதை நேரத்தை வைத்து முடிவு செய்வதில்லை. ருசித்துப் பார்த்தும் தீர்மானிப்பதில்லை. அதன் மணத்தில் இருந்தே கணித்துவிடுவார்.

ஒருநாள் கணவாய் அடுப்பில் வெந்துகொண்டிருந்தது. கணவாயைச் சுத்தமாகக் கழுவி, கலருக்காக ஒரு சொட்டு மை போட்டு, முருங்கைப் பட்டையும் கலந்து வேகவைத்தார். இது மிகவும் விழிப்பாக இருக்கவேண்டிய நேரம். கொஞ்சம் குறைய அவித்தால் வேகாது; கூட அவித்தால் இறுகிவிடும். அந்தச் சமயம் பார்த்து பக்கத்துவீட்டு கனகம்மாக்கா வந்துவிட்டார். அம்மா அவருடன் வெளியே இருந்து பேசினார். ஆனால், அவருடைய மூக்கு மட்டும் அடுக்களையில் இருந்து வரும் வாசனையிலேயே கவனமாக இருந்தது. அந்த மணம் ஒரு கட்டத்தை அடைந்ததும் அம்மா உள்ளே வந்து கறியைச் சட்டென்று இறக்கி வைத்துவிட் டார். உப்பு, புளி அளவுகள்கூட அவருக்கு மணத்திலேயே தெரிந்து விடும்.

இப்படிப் பல தந்திரங்கள் அவரிடம் இருந்தன. உளுத்தம் களி கிண்டும்போது கொஞ்சம் கொஞ்சமாக தண்ணீர்ப்பதம் கட்டியாகிக்கொண்டே வரும். அடிக்கடி அகப்பைக் காம்பால் குறுக்காக கீறுவார். தண்ணீராக இருந்தால் கீறல் உடனே அழிந்து விடும்; கட்டி வற்றிப்போனால் மறையாது. கீறிய கோடு இரண்டு செக்கண்ட் கழித்து மறைந்தால் அதுதான் இறக்குவதற்கு சரியான தருணம் என்பார் அம்மா.

அம்மாவின் முழுத்திறமையும் வெளிப்படுவது ஆட்டுக்கறிப் பிரட்டல் செய்யும்போதுதான். அதன் ஆயத்தங்கள் ஆறு மாதம் முன்பாகவே எங்கள் வீட்டில் தொடங்கிவிடும். ஆட்டை வளர்க்கும்போதே ஐயாவிடம் அம்மா சொல்லி வைத்துவிடுவார். ஆடு ஒரு பருவமான எடையை எட்டியதும் அதன் முழுச் சாப்பாட்டு பொறுப்பையும் அம்மா ஏற்றுக்கொள்வார். அதன்பிறகு ஆட்டின் கண்ணில் புல்லையே காட்டமாட்டார். சோறு, பருப்பு, வெல்லம், வெண்ணெய், இஞ்சி என்றே ஊட்டுவார். பார்த்துக்கொண்டு இருக்கும்போதே அதன் பின்பாகம் பெருத்துக்கொண்டு வரும்.

அந்தப் பகுதி இறைச்சிதான் அம்மாவின் பங்காகக் கிடைக்கும். கருஞ்சிவப்பாக கொழுப்பிலே மிதந்துகொண்டு, தொடுவதற்கு மிருதுவாக மினுங்கும். மிளகாய்த்தூள், வெங்காயம், வெள்ளைப் பூண்டு, உப்பு என்று சேர்த்து மெல்லிய சூட்டில் இறைச்சியை அதன் கொழுப்பிலேயே வதக்குவார். அதன் பிறகு பச்சை மிளகாயை நீளவாட்டில் கீறிப்போட்டு தக்காளி, இஞ்சி, கறுவா, ஏலக்காய் என்று சேர்த்துப் பிரட்டி, அது கட்டியாக இறுகும் சமயத்தில் கொத்தமல்லிக் கீரை கொஞ்சம் சேர்த்து இறக்குவார். வாசம் கமகமவென்று எழும்பும். பற்களாலே இறைச்சியை மெல்லுமுன் நாக்கின் நடுவிலே ஒரு நிமிடம் நிறுத்தி, அப்புறம் மெல்ல ருசியை உறிஞ்ச வேண்டும். அப்படித்தான் அதன் முழுச் சுவையையும் அனுபவிக்கலாம்.

ஆனால், இது எங்களுக்கு வருடத்துக்கு ஒருமுறை மட்டுமே கிடைக்கும் விருந்து. அப்படியும் மோசமில்லை, ஏனென்றால் ஒரு வருடத்துக்கு அந்த ருசி நாக்கிலேயே தங்கியிருக்கும்.

அருமையான மாலைவேளை. யாரோ ராட்சதன் அடித்து விழுத்தியதுபோல ஆகாயம் சிவத்துப்போய்க் கிடந்தது. இன்னும் சில நிமிடங்களில் நட்சத்திரங்கள் தோன்றிவிடும். நான் சொகுசு நாற்காலியில் சாய்ந்திருந்து சன்னல் வழியாக ரோட்டைப் பார்த்துக்கொண்டிருந்தேன். கையிலே விரித்தபடி கிடந்த தடித்த தோல் அட்டை போட்ட, இத்தாலோ கால்வினோவின் நாவல் –

கதாநாயகன் மரத்திலே ஏறி கீழே இறங்க மறுத்தது – நாற்பதாவது பக்கத்துக்கு மேலே நகர மறுத்தது. ஒரு மாது குழந்தையைத் தள்ளுவண்டியில் தள்ளியபடி நடந்தாள். படுவேகமாக ஓடக்கூடிய ஒல்லியான கறுப்புப் பெண் அவர்களைக் கணத்தில் கடந்து வேகமாக ஓடினாள்.

முதல் மனைவி சமையல் கட்டில் பரபரப்பாக இயங்கு கிறாள். இடைக்கிடை தலையைத் தோள்மூட்டில் சாய்த்தபடி எதையோ உன்னிப்பாகப் படிக்கிறாள். இன்று ஏதோ விசேஷ மானது மேசைக்கு வரப்போகிறது. பால் ஆடை அலங்கரிக்கும் டேட் புடிங் ஆகக்கூட இருக்கலாம்.

காரியம் இப்படியே போய்க்கொண்டிருந்தால் எவ்வளவு நன்றாயிருக்கும். நாங்கள் சாந்தகுரூஸை விடுவதற்கு இன்னும் சில மாதங்களே இருந்தன. திடீரென்று அம்மாவின் கடிதம் வந்தது. அவர் வருகிறார்.

பசிபிக் மகாசமுத்திரத்துக்கு மேலே இரண்டு பெரும் காற்று கள் உருண்டு திரள்வதுபோல ஓர் உணர்வு எனக்கு ஏற்பட்டது. அம்மா பெரும் சமையல் செய்யத் திட்டமிட்டு சிறுசிறு பொருள் களை எல்லாம் சேகரித்து வருவார். அதில் எனக்கு மிகவும் விருப்ப மான நெத்தலியும் இருக்கும்.

என் மனைவியிடம் மிக்ஸி, கிரைண்டர், ஜூஸர் என்று பல உணவு தயாரிப்புக் கருவிகள் இருந்தன. வெட்டுவதற்குக்கூட பலரக மெசின்கள். விதம்விதமான உருவங்களில், பல்வேறு சைஸ் களில் தடிப்பான தாமிர அடிப்பாகம் வைத்த பாத்திரங்கள் சமைய லறையை அலங்கரித்தன. எப்படி எப்படியெல்லாம் சமைக்கவேண் டும் என்று விரும்புகிறோமோ அப்படியெல்லாம் சமைத்துத் தரும் வசதிகள் கொண்ட மின்சார அடுப்பு.

எங்களுடையது நாலு பக்கமும் வெளிச்சம் வரும் திறந்த சமையல்கட்டு. என்றாலும் அங்கே எப்படியோ ஓர் அரண் உண் டாகிவிட்டது. அம்மாவை சமையல்கட்டுக்கு வெளியே பார்ப்பது எனக்கு விசித்திரமான அனுபவம். அதே மஞ்சள் கரை போட்ட சேலையை அணிந்திருந்தார். சேலையின் நுனியை இழுத்துப் பிடித்தபடி இரண்டு நாற்காலிகளில் மாறி மாறி உட்கார்ந்தார். அவருடைய சமையல்கட்டு ராச்சியத்தை யாரோ எதிரி அரசன் பிடுங்கியதுபோல என் முகத்தை ஏக்கத்தோடு பார்த்தார். பெரும் பயிற்சி பெற்ற அமெரிக்க சுங்க அதிகாரிகளை ஏமாற்றிக் கொண்டு வந்த, அம்மாவின் சமையல் சாமான்களில் ஒன்றுகூட சமையல் கட்டுக்குள் நுழைய அனுமதி பெறவில்லை.

என் முதல் மனைவியின் பேச்சில் தேன் ஒழுகியது. இதுவே அம்மாவுக்கு அவள் கொடுக்கும் முதல் விருந்து. பலமான ஆர வாரங்களுக்குப் பிறகு தயாரித்த 'கொப்ளரை' அம்மாவுக்கு பவ்ய மாகப் பரிமாறினாள். அது சப்பையாக இருந்தது. மூன்று நாட்கள் பழுதாகிப்போன ஏதோ ஒன்றின் வாசனை அடித்தது. சலவை மெசினில் துவைத்த சட்டையில் தவறவிட்ட நோட்டுத்தாள்போல சுருங்கி பல்லிலே இழுபட்டது. அம்மா மிகவும் சாமர்த்தியமாகத் தனது அவஸ்தையை மறைத்தார். வாயே திறக்கவில்லை.

என்றுமில்லாத விதமாக அன்றைக்கு அவர் என் நாடியை மெல்லத் தடவிக் கொடுத்துவிட்டு படுக்கைக்குப் போனார். நான் முதல் மனைவியிடம் சொன்னேன். "இனிமேல் இந்த கொப்ளர் சனியனை செய்ய வேண்டாம். ஒவ்வொரு முறையும் நிலநடுக்கத் தின் உதவியை எதிர்பார்ப்பது சரியல்ல." இதை மிகவும் சமாதான மான ஒரு குரலில்தான் சொன்னேன். இதில் என்ன பிழை இருக் கிறது?

அப்படியும் என் வீட்டில் ஒரு பூகம்பம் தொடங்கியது. றிக்டர் அளவையில் அது எவ்வளவு என்று தெரியாது. ஆனால், ஒருமாதம் கழித்து அம்மா திரும்பும் வரைக்கும் நீடித்தது.

◆

காபூல் திராட்சை

(சமீபத்தில் இணையதளங்களில் ஓடும் ஒரு பிரபலமான நகைச்சுவைத் துணுக்கை படிக்க நேர்ந்தது.

பெண்கள் உரிமைக்காகப் பாடுபடும் அமெரிக்கப் பெண் மணி ஒருவர் பல வருடங்களுக்கு முன்னர் அப்கானிஸ்தானின் தலைநகர் காபூலுக்குப் பயணம் செய்தார். அங்கே ஆண்கள் முன்னே நடக்க, பர்தா அணிந்த பெண்மணிகள் பின்னே ஆறு அடி தூரத்தில் தொடர்வதைக் கண்டார். 'சீ, இது என்ன அடிமைத்தனம்' என்று மனம் நொந்துபோய் திரும்பிவிட்டார்.

இதே பெண்மணி தலிபான்கள் ஆட்சி நடந்தபோது மீண் டும் காபூலுக்குப் போனார். ஆச்சரியம். இப்போது பெண்கள் மொட்டாக்கை பின்னே எறிந்துவிட்டு முன்னே நடக்க, ஆண்கள் பின்னால் போனார்கள். அமெரிக்கப் பெண்மணி பரவசமானார். "ஓ பெண்ணே, என்ன மாயம்! எப்படி இதைச் சாதித்தாய்?" என்றார். அதற்கு அவள், "அது ஒன்றுமில்லை மிதிவெடிதான் காரணம்" என்றாள்.

இதைப் படித்த பிறகு என் காபூல் அனுபவம் ஒன்றை எழுத லாம் என்று தோன்றியது. அதுதான் கீழே வருவது.)

குருட்டு அரசன் திருதராட்டினனை மணமுடித்த காரணத்தி னால் தன் வாழ்நாள் முழுக்க கண்களைக் கட்டிக்கொண்டு அரசி யாகக் காலம் கழித்தவள் காந்தாரி. யானைப்படை அதிபதியாகிய சகுனியின் சகோதரி. அவளுடைய நாடுதான் காந்தாரம். அப்படி ஒரு காலத்தில் அழைக்கப்பட்ட கண்டஹார் நகரை நோக்கி அந்தச் சிறிய பிளேன் பறந்து கொண்டிருந்தது.

அதற்குள் நாங்கள் பத்துப்பேர் இருந்தோம். இதுவே எனது முதல் அப்கானிஸ்தான் பயணம். விமானப் பணிப்பெண்கூட இல்லாத அந்தப் பிளேன் ஒரு வெள்ளிப்பறவைபோல பஞ்சு முகில் களில் தத்தித்தத்திப் பறந்தது. அதனுடைய பக்கவாட்டு உடம்பில் நீல வர்ணத்தில் UN என்று கொட்டை எழுத்துகளில் எழுதி யிருந்தது.

அந்த எழுத்துகள் மந்திரசக்தி படைத்தவை. கண்டஹாரை ஆண்ட தலிபான்கள் எட்டு வாரங்களுக்கு முன்பு விமானம் ஒன்றைச் சுட்டு வீழ்த்த முயன்றார்கள். இந்த இரண்டு அட்சரங்களும் விமானம் சுட்டு வீழ்த்தப்படும் அபாயத்தில் இருந்து எங்களைக் காக்கும்.

இரு வெள்ளைக்கார விமான ஓட்டிகளையும் ஒரு பெண்ணையும் என்னையும் தவிர்த்து மற்ற எல்லாப் பயணிகளும் சிறு சிறு தாடிகளை வளர்த்திருந்தார்கள். ஆறு மாதங்களுக்கு முன்னர் என் சக ஊழியர் ஒருத்தர் தலிபான்களால் கைது செய்யப்பட்டார். அவருடைய குற்றம், தாடி மூன்று விரற்கடை தூரம் வளர்ந்திருக்கவில்லை என்பதுதான். சிறையில் நாலு வாரம் வைத்தார்கள். அந்த நேரத்தில் தாடி போதிய நீளம் வளர்ந்து ஒத்துழைத்து அவரை விடுதலை செய்தது.

இப்பொழுது தலிபான்கள் தங்கள் விதிகளைக் கொஞ்சம் தளர்த்திவிட்டார்கள். அந்நியர்களின் தாடியை அவர்கள் அளப்பதில்லை. ஆனபடியால் பல வெளிநாட்டு விருந்தாளிகளும் பத்திரிகைக்காரர்களும் பழையபடி கண்டஹார் நகரை நோக்கிப் படை எடுத்தார்கள்.

இந்தப் பயணத்திற்கு நான் ஒருவித முன்னேற்பாடுகளும் செய்யவில்லை. மேல் அதிகாரியின் உத்தரவு. மறுப்பு சொல்ல முடியாமல் வேகமாக கிளம்ப வேண்டி வந்தது. காலையில் புறப்பட்டால் வேலையை முடித்துவிட்டு அதே பிளேனில் மாலை வந்துவிடலாம் என்று சொன்னார்கள். நானும் அதை அப்படியே நம்பிவிட்டேன்.

அங்கேயும் எனக்குப் பெரிய வேலை என்று சொல்லமுடியாது. தலிபான்கள்மேலே அவர்கள் போதைப்பொருள் உற்பத்திக்கு ஆதரவாக இருக்கிறார்கள் என்ற குற்றச்சாட்டு உண்டு. அதை அவர்கள் மறுத்தார்கள். கடத்தலில் அகப்பட்டவர்களிடம் கைப்பற்றிய இரண்டு மில்லியன் டொலர் மதிப்புள்ள போதைப் பொருளை பகிரங்கமாக தீ வைத்து கொளுத்துகிறார்கள். அந்த உண்மையைக் கண் குளிரப் பார்த்து அறிக்கை தயாரிப்பதுதான் என் வேலை.

அதன்படியே நடந்தது. பெரிய மைதானத்தில் ஆயிரக் கணக்கானவர்கள் கூடியிருந்தார்கள். நீண்ட ஆடை நிலத்திலே இழுபட தலிபான் உயர் அதிகாரி வந்தார். முக்கோணத் தொப்பி அணிந்த நெப்போலியன் வெள்ளைக் குதிரையில் அமர்ந்தபடி

ரஷ்ய எல்லையில் தன் துருப்புகளைப் பார்வையிட்டதுபோல ஒரு பார்வை பார்த்தார். தீப்பந்தத்தை உயரத்தூக்கி தீ மூட்டியதும் கைத்தட்டல் எழுந்ததுபோலக் கரும்புகையும் எழுந்தது. அந்தப் புகையைச் சுவாசித்தவர்கள் சிறிது நேரம் வேறு உலகில் சஞ்சரிக்கப் போய்விட்டார்கள்.

இந்த நாளைக் கொண்டாட தலிபான் அதிகாரி பார்வை யாளர்களுக்கு ஒரு மதிய விருந்து ஏற்பாடு செய்திருந்தார். அந்தக் கட்டடம், சிறியதாகவும் அடக்கமாகவும் சுத்தமானதாகவும் இருந் தது. பூச்செடிகள் சுற்றிலும் பூத்துக் குலுங்கின. வெடிக்காத குண்டுகள் எல்லாவற்றையும் சேகரித்து மண்ணிலே புதைத்து ஓர் அடி மட்டும் மேலே தெரியும்படி வட்டமாக பூந்தொட்டிகளைச் சுற்றி அலங்கரித்திருந்தார்கள்.

குண்டுகளிலும் அழகு இருக்கிறது என்று சொல்கிறார்கள். ஒருவேளை வாழ்வின் அநித்தியத்தைக் காட்டும் முயற்சியாகவும் இருக்கலாம். அல்லது ரஷ்யர்களிடம் வெடிக்கும் குண்டுகளிலும், பார்க்க வெடிக்காத குண்டுகள்தான் அதிகம் என்பதைச் சொல் லாமல் உணர்த்துகிறார்களோ புரியவில்லை.

எந்த நேரத்திலும் ஒரு குண்டு தனது மனதை மாற்றி வெடிக்கலாம். அப்கானிஸ்தான் நீட்டு ரொட்டியை வெட்டிச் சாப்பிட முடியாது; கடித்தும் உண்ண இயலாது. பிய்த்துப் பிய்த்துத்தான் சாப்பிடலாம். அதுவும் விரைவில் பிய்ந்து ஒத்துழைக்காமல் ரப்பர்போல இழுபடும்.

இவ்வளவு கஷ்டம் இருந்தும் அன்று நான் சாப்பிட்ட ஸ்பீடில் என்றுமே சாப்பிட்டது கிடையாது.

சொன்ன நேரத்துக்கு எங்கள் விமானம் கண்டஹாரை விட்டுக் கிளம்பியது. ஆனால், எல்லையை அடையும் சமயம் பைலட்டுக்கு ஓர் அவசரச் செய்தி வந்தது. அதன்படி அவர் பிளேனை திருப்பினார். ஒரு பொதுநல ஊழியர் குண்டுவெடிப்பில் சிக்கி ஆபத்தில் இருக்கிறார். அவரை காபூலில் ஏற்றி பெஷாவார் ஆஸ்பத்திரிக்குக் கொண்டு செல்ல வேண்டும். நாங்கள் ஓர் இரவு காபூலில் தங்கி மறுநாள் எங்கள் பயணங்களைத் தொடரவேண்டும் என்று அறிவுறுத்தப்பட்டோம். வேறு வழியில்லை.

இப்படி ஒரு விபத்துபோலத்தான் என் காபூல் பயணம் நிகழ்ந்தது. காரணம் தெரியாமல் என் மனம் அடித்துக்கொண்டது. தாகூர் எழுதி பிரபலமான காபூலிவாலா கதையை மறக்க முடியுமா?

தாகூரின் ஐந்து வயது மகளுக்கும், காபூலில் இருந்து வந்த முரட்டு பட்டான் பழ வியாபாரி ஒருவனுக்கும் இடையில் ஏற்படும் அன்புப் பிணைப்பை சொல்லும் கதை அது. அந்தக் குழந்தையின் பெயர் மினி. அவள் மிடுக்கோடு உட்கார்ந்திருக்க, இந்தக் காபூலிவாலா அவள் காலடியில் பணிவோடு அமர்ந்து அவள் சொல்லும் கதைகளைக் கேட்பான். அவன் விற்கும் காபூல் திராட்சைப் பழங்களை மினிக்கு இலவசமாகக் கொடுப்பான். இப்படிக் கதை போகும்.

அன்றிலிருந்து இந்தக் காபூல் திராட்சைப் பழங்களில் எனக்கு ஒரு மோகம். சிறு வயதில் காபூலிவாலா கதையைப் படித்தபோது காபூலுக்கு ஒருநாள் நான் வரக்கூடும் என்பதைக் கனவிலும் நினைத்துப் பார்க்கவில்லை.

விமான தளத்தில் பிளேன் இரவு இறங்குவதற்கு அவசியமான ஓடுதரை விளக்குகள் வேலை செய்யவில்லை. எனினும் ஓடுதரையின் இருபக்கமும் நிறுத்திவைத்த கார்கள் விளக்குகளைப் போட்டு சமிக்ஞை கொடுத்தன. அதை வைத்து பைலட் சாமர்த்தியமாக பிளேனை தரை இறக்கிவிட்டார். ஒரு நல்ல மனிதரின் உயிரைக் காப்பாற்ற விமானி பத்துப் பயணிகளைப் பணயம் வைக்க நேர்ந்தது. நல்லவேளை தப்பிவிட்டோம்.

உயிராபத்தில் இருந்த ஊழியரை ஏற்றிக்கொண்டு பிளேன் மறுபடியும் உயர எழும்பிப் பறந்தது. நாங்கள் காபூலில் தங்குவதற்கு இடம் தேடி ஒவ்வொரு திசையில் புறப்பட்டோம்.

என்னுடைய வழிகாட்டி அது ஹொட்டல் என்பதை உறுதி செய்தார். ஒரு ஹொட்டலுக்கான எந்தவிதத் தகுதியையும் அது கொண்டிருக்கவில்லை. வரவேற்பாளர் என் பாஸ்போர்ட் விபரங்களை ஒரு நீண்ட பேப்பரில் ஒவ்வொரு எழுத்தாக எழுதிப் பதிந்தார். அவருக்குப் பின்னால் ஓர் அறிவிப்புப் பலகையில் பெரிய எழுத்துகளில் ஆங்கிலத்திலும் புஸ்துவிலும் டாரியிலும் இப்படி எழுதி இருந்தது.

1) கள்ள பாஸ்போர்ட்காரருக்கும், அடையாள அட்டை இல்லாதோருக்கும் அனுமதி கிடையாது.

2) வெடிகுண்டுகள், துப்பாக்கிகள் போன்றவற்றை வரவேற்பறையில் பாதுகாப்புக்கு விடவும்.

3) தகுந்த துணையுடன் வரும், முழுக்க முகத்திரை அணிந்த பெண்கள் மட்டுமே அனுமதிக்கப்படுவர்.

4) ஆண்களுடன் வரும் பெண்கள் தங்கள் மணப்பதிவை உறுதிசெய்ய வேண்டும்.

இப்படியாக இன்னும் பல கட்டளைகள்; மோசஸின் பத்துக் கட்டளைகள் வெகு சாதாரணமாகப்பட்டன.

என்னுடைய அறை ஒரு நீண்ட நடைபாதையின் முடிவில் இருந்தது. சாவியை நுழைத்து பூட்டைத் திறந்த பிறகும் கதவு நகர மறுத்தது. பெரும் பலத்தைப் பிரயோகித்து தள்ளிய போதுதான் திறந்தது. மரக்கட்டிலில் விரித்த போஃம் மெத்தையில் இரண்டு வெவ்வேறு கலர் உறைகள் போட்ட தலையணைகள் கிடந்தன. ஒரு மேசை மின்விளக்கு. அடிக்கடி மின்வெட்டு இருக்கும் என்பதன் அறிகுறியாக மெழுகுவர்த்தியும் நெருப்புப் பெட்டியும். கதவிலே தீ விபத்து சமயம் எப்படித் தப்பிக்க வேண்டும் என்ற வரைபடம்.

அந்த அறையிலே இருந்த பொருட்கள் எல்லாவற்றிற்கும் ஒரு விலைப்பட்டியல் இருந்தது. அவற்றின் முறையான பாது காப்புக்கு நானே உத்திரவாதம் என்ற கடுமையான எச்சரிக்கை யுடன். விலைகளைப் பார்த்தபோது இந்த ஹொட்டல் நிறுவனத் தினருக்கும், பாட்டா காலணி கம்பெனிக்கும் ஏதேனும் தொடர்பு இருக்கலாம் என்று பட்டது. அப்கானிஸ்தான் பணத்தின் மதிப்பு நாளுக்கு நாள் மாறிக்கொண்டே இருந்தபடியால் எல்லாப் பொருட்களின் விலைகளும் டொலரிலேயே பதிவு செய்யப்பட்டி ருந்தன.

கிளாஸ்	1.95 டொலர்
டவல் – சிறியது	4.95 டொலர்
டவல் – பெரியது	7.95 டொலர்
நிலைக் கண்ணாடி	16.95 டொலர்
மேசை	49.95 டொலர்
நாற்காலி	14.95 டொலர்

எப்படியும் ஓர் இரவு நான் இங்கே தங்க வேண்டும். அடுத்த நாள் காலை பிளேன் திரும்பிவிடும். என்னுடைய கடமை இந்தப் பொருட்களை சேதம் அடையாமலும், களவு கொடுக்காமலும் பாதுகாத்து அவர்களிடம் திருப்பி ஒப்படைக்கவேண்டும் என்பதே. அதற்கு முன் பசிக்கு ஏதாவது ஏற்பாடு செய்யலாம் என்று தோன்றியது.

உணவகத்தில் என்னைத் தவிர இன்னொருத்தர் சாப் பிட்டுக்கொண்டிருந்தார். மெனு அட்டை புஸ்துவில் இருந்தது.

அதற்குப் பக்கத்தில் ஆங்கிலத்தில் மையினால் எழுதி வைத்திருந் தார்கள். எல்லா அயிட்டமும் ஆடு, மாடு, ஒட்டகம் என்று தழை சாப்பிடும் மிருகங்கள் சம்பந்தப்பட்டவையாகவே இருந்தன.

என் தவிப்பைப் பார்த்த அந்த நல்ல மனிதர் தன்னுடைய பிளேட்டை தூக்கிக்கொண்டு என் மேசைக்கு வந்தார். இவர் தலையில் குஞ்சம் வைத்து தோளிலே தொட்டுக்கொள்ளும் தலைப்பா அணிந்திருந்தார். காபூலிவாலா இப்படித்தான் தோன்றி யிருப்பார் என்று என் மனது சொல்லியது. அவர் உதவியால் ஒம்லெட்டுக்கும், இரண்டு மரக்கறிக்கும் ஆணை கொடுத்தேன்.

காபூலிவாலா அடிக்கடி வரும் வாடிக்கைக்காரர். தன் இங்கி லீஷை தீட்டிப் பார்ப்பதற்கு நான் அகப்பட்டதில் மகிழ்ந்து போனார். மரியாதை காரணமாக என் முகத்தை நேரே பார்க் காமல், என் வலது காதில் இருந்து இரண்டு அடி தூரத்தில் தன் பார்வையை வைத்துக்கொண்டு பேசினார்.

தன் இரண்டு கைகளையும் உபயோகித்து வெகு வேகமாகச் சாப்பிட்டார். அவர் ஒரு போராளியாக இருக்கலாம். தசைகள் அடக்கமாகத் திரண்டு, அசைந்து அவருடைய தோலுக்குள் ஒரு விலங்கு வாழ்வது போன்ற பிரமையைக் கொடுத்தன. எலும்பு களை நறுக்நறுக்கென்று கடித்தார். சிலவற்றை விழுங்கினார். சில வற்றைச் சப்பி கோப்பையிலேயே துப்பினார். இந்தத் தெரிவுகளை அவர் எப்படிச் செய்தார் என்பது எனக்குப் புரியவில்லை.

தன் வீட்டுச் சிறையில் மூன்று கைதிகளைத் தான் பரா மரிப்பதாகவும், இரண்டு நாள் வீட்டுக்குப் போகவில்லை என்றும், அவர்களைப் பார்க்க யாருமில்லையென்றும், அன்று இரவு முடிவதற்கிடையில் திரும்ப வேண்டும் என்றும் கூறினார். அநாதர வான கைதிகள் மேல் அவருக்கு இருந்த பாசம் என்னைப் புல் லரிக்க வைத்தது.

என் சாப்பாடு வருவதற்கு இன்னும் சமயம் கிட்டவில்லை. வரவேற்பாளரிடம் ஒரு ஏகே 47ஐயும், கைத்துப்பாக்கியையும் திருப்பிப் பெற்றுக்கொண்டு காபூலிவாலா என்னிடம் விடை பெற்றுச் சென்றார். நான் தனித்து விடப்பட்டேன். அவர் பிளேட் டில் விட்டுப்போன எலும்புக் குவியல் மட்டும் எனக்குத் துணை யாக இருந்தது.

தலைக்குமேல் தூக்கிப் பிடித்தபடி ஒரு சேவகன் என் உணவைக் கொண்டுவந்து வைத்தான். இவ்வளவு மோசமான முட்டைகளை ஒரு கோழி இடும் என்பதோ, அவற்றை இவ்வளவு

மோசமாக சமைக்க முடியும் என்பதோ நான் அன்றுவரை அறி யாதது. இங்கே சாப்பிடுவது காபூலிவாலா போன்றவர்களுக்கே சாத்தியம் என்று எனக்குப் பட்டது.

வெளியே காற்றாடப் போனேன். அந்தப் பாதை என்னைப் பின் புறத்துக்குக் கொண்டுபோய் விட்டது. கண்களை நம்ப முடிய வில்லை. பெரிய பராமரிப்புகளை எதிர்பார்க்காத ஒரு திராட்சைத் தோட்டம். ஆரோக்கியமான முந்திரிக்கொடிகள் உருண்டுதிரண்டு படர்ந்து ஆகாயம் தெரியாமல் மறைத்தன.

முதலில் ஒன்றும் கண்ணுக்குப் புலப்படவில்லை. பிறகு பழங் கள் தோன்ற ஆரம்பித்தன. காபூல் திராட்சைகள். ஒரு சேதம் இல்லாமல் கொடியிலேயே கொழுத்துப்போய் குலக்கு குலக்காகத் தொங்கின.

மெல்லிய சந்திர ஒளி இருந்தது. சிவப்பு திராட்சை தங்கம் போல ஜொலித்தது. அதற்கு நடுவே ஒரேயொரு விதை கறுப்பு முத்துபோல காட்சி தந்தது. கையெட்டும் தூரத்தில் இருந்த ஒன்றைப் பறித்து வாயிலே போட்டேன். அது முன் பற்களால் கடிக்க முடியாதபடி பெரிதாக இருந்தது. பாக்கு கடிப்பதுபோல கொடுப்பு பற்களிலே வைத்துக் கடித்தேன். பழத்திலே இருந்த சாறு சீறிப் பாய்ந்து, கண்ணிலேயும் மூக்கிலேயும் பட்டு வாயெல் லாம் வழிந்தது. தேன்போன்ற தித்திப்பு.

தாகூரின் காபூலிவாலா கதையில் வரும் மினியின் வயது தான் என் மகளுக்கும். டிடிக்கு இரண்டு பழங்கள் பிடுங்கலாம் என்று யோசித்தேன். காபூல் நகரத்தில், தாலிபான்கள் ஆட்சியில், திராட்சைக் கொடியில் தானாகக் கனிந்த பழங்களைத் தன் கையால் கொய்யும் பாக்கியம் உலகில் எத்தனை பேருக்குக் கிட்டும்!

டிடியின் வாய் சிறிதாக, உருண்டையாக இருக்கும், ஒரு அணில் வாயைப்போல சிவந்து போய். டிடி முழுவாயைத் திறந் தாலும் ஒரு முழுப்பழம் அவள் வாய்க்குள் போவது சிரமமான காரியமே. இருந்தாலும் பழங்களை வெகு கவனமாக, காம்பு ஒடி யாமலும், தசைகள் நசுங்காமலும் பிடுங்கினேன். தொட்டவுடன் இங்க் கையிலே வரும் அப்கானிஸ்தான் புஸ்து பேப்பரில் அந்தப் பழங்களைச் சேகரித்து, பொட்டலமாக்கிக்கொண்டு என் அறைக்குத் திரும்பி வந்தேன். அப்பொழுதுதான் நினைவுக்கு வந்தது, காபூலில் திருட்டு குற்றத்திற்கு கையை வெட்டி விடு வார்கள் என்பது.

முதல் நாள் இரவு டிடி, தடுப்பு வைத்த தன் கட்டிலில் படுத்து தனக்குத் தானே தாலாட்டு பாடியபடி நித்திரை போனாள். அந்தத் தாலாட்டில் 'லாலா, னானா' போன்ற சொற்கள் இல்லை. அவள் உண்டாக்கிய முழு வார்த்தைகளும், இனிமேல் கண்டுபிடிக்கப் போகும் வார்த்தைகளுமாக அந்தத் தாலாட்டு இருந்தது.

காலையில் அவள் விளையாட்டு போனில் மும்முரமாக இருந்தாள். அவள் கூப்பிடும் சிநேகிதிகள் ஒருவராவது போனுக்கு வரவில்லை. ஆகவே அவர்களுடைய பதில் சொல்லும் மெசினில் தகவல்களை விட்டாள். இரவு எனக்காகக் காத்துக் கொண்டிருப்பாள். அவளுக்கு ஒரு சிறு முத்தம்கூட கொடுக்காமலே நான் புறப்பட்டு வந்துவிட்டேன். இந்தத் திராட்சையைக் கண்டால் அவள் கண்களும் திராட்சை அளவுக்குப் பெரிதாக விரியும்.

இன்னும் நித்திரை வரவில்லை. பசி காரணமாக இருக்கலாம். அப்கானிஸ்தான் பறவைகள் நேரமில்லாத நேரத்தில் இரவு ஒலி எழுப்பியது ஒரு பயத்தைக் கொடுத்தது. அதுவாகவும் இருக்கலாம். பொட்டலத்தைப் பிரித்து ஒவ்வொரு பழமாக உண்ணத் தொடங்கினேன். பழம் சீறி கன்னத்தில் அடித்த ஒவ்வொரு முறையும் டிடியின் முகம் நினைவுக்கு வந்தது.

இப்பொழுது புரிந்தது. என்னைச் சுற்றி நெருக்கியபடி பணம் இருந்ததுதான் பயத்திற்குக் காரணம். என் கண்கள் பார்த்த இடம் எல்லாம், மேலுக்கு, கீழுக்கு, பக்கவாட்டில் எங்கேயும் பணம்தான். காந்தார அரசி செய்ததுபோல கண்ணைக் கட்டிக்கொண்டு துயிலுவோமா என்றுகூட யோசனை ஓடியது.

விலைப்பட்டியலில் 1.95 டொலர் குறித்த கிளாஸில் இருந்த தண்ணீரைக் குடித்தேன். 29.95 டொலர் மேசையில் நிற்க வைத்த, 31.95 டொலர் விளக்கை அணைத்தேன். என்னுடைய தலையை 9.95 டொலர் தலையணையில் சரித்தேன். 17.95 டொலர் போர்வையால் போர்த்தினேன். மேலே 21.95 விலை பதித்த காற்றாடி சுழன்றுகொண்டு இருந்தது. அதிலே இருந்து வீசிய காற்றின் விலை தெரியவில்லை. நாளை காலை பில் கிடைக்கும்போது அது தெரியவரலாம்.

◆

நாற்பது வருட தாபம்

ஜீனத் அமன் நடித்த 'யாதோன் கி பாராத்' என்ற இந்திப் படம் வெளிவந்தபோது சக்கைப்போடு போட்டது. அதைத் தொடர்ந்து நாலு தமிழ்ப் படங்கள் அதே செய்தியை வெவ்வேறு கோணத்தில் தந்து வெற்றி பெற்றன. அந்தப் படங்களில் வருவது போல ஒரு சம்பவம் என் வாழ்விலும் நடந்தது. அதுவும் சமீபத்தில், கனடா வந்த பிறகு. அதை எழுதினால் யாரும் நம்ப மாட்டார்கள். ஏனென்றால் எழுத்தாளர்களுக்கு அப்படி ஓர் அபகீர்த்தி உண்டு. அவர்கள் உள்ளதை பெரிசாக்குவார்கள்; இல்லாததை இட்டுக் கட்டி நிரப்புவார்கள். ஆனால், அப்படியே நம்பிவிடும் ஒரு சிலருக்காகவாவது நான் இதைச் சொல்லித்தான் ஆகவேண்டும்.

கனடா வீதிகளில் இப்படிப்பட்ட காட்சியைக் காண்பது அபூர்வம். சேலை உடுத்திய அம்மையார். அதற்குமேல் ஆண்களுக்காக உற்பத்தி செய்யப்பட்ட ஒரு பழைய மேலங்கியை அணிந்திருந்தார். பனியோ, வெயிலோ அவர் காலை பதினொரு மணியளவில் நடந்துபோகிறார். ஒரு மணிநேரம் கழித்து திரும்புகிறார். குழந்தைகளை பள்ளிக்கூடம் அழைத்துப் போகவில்லை; கையிலே சாமான்கள் வாங்கும் பையுமில்லை. உலாத்தப் போவதாகவும் தெரியவில்லை. அதுதான் புதிராக இருந்தது.

பனித்துகள் விழும் ஒரு காலையில் நானும் மனைவியும் இவரைத் தற்செயலாக எங்கள் வீட்டு வாசலில் சந்தித்தோம். என் கண்ணில் முதலில் பட்டது அவருடைய சப்பாத்துகள்தான். குளிரைத் தடுப்பதற்கு எந்தவித முயற்சியும் எடுக்காத மட்டரகமான சப்பாத்து. கதகதப்பு கொடுப்பதற்கென்று கோட்டின் உள்ளே அடைத்துவைத்த வாத்து இறகுகள் எல்லாம் பகிரங்கமாக வெளியே வரத் தொடங்கியிருந்தன.

பார்க்க என்னவோ செய்தது. அவரை உள்ளே அழைத்தோம். மறுப்பு கூறாமல் உடனேயே சம்மதித்தார். கோட்டையும் சப்பாத்துகளையும் கழற்றியதும் ஒடிந்துபோய் தோற்றமளித்தார். சிலந்தி வலைபோல முகத்திலே சுருக்கங்கள். கால்கள் நாரையின் கால்கள்போல மெலிந்து காணப்பட்டன. ஒரு பக்க கணுக்கால் வீங்கிப்போய் இருந்தது.

ஒரு சீனப் பெண்மணி ரெய்க்கி முறையில் இலவசமாக சிகிச்சை கொடுக்கிறாராம். அங்கேதான் தினமும் அவர் போய் வருகிறார். இந்த ரெய்க்கி என்பது 18ஆம் நூற்றாண்டில் ஜப்பானி யர்கள் கண்டுபிடித்த, நோய் தீர்க்கும் முறை. அயனவெளிக் கதிர் களின் சக்தியைக் குவித்து உடம்பிலே செலுத்துவதுதான் வைத் தியம். கால் வீக்கம் கணிசமாகக் குறைந்துகொண்டு வருகிறது என்றார்.

இவர் யாழ்ப்பாணத்தில் ஆசிரியையாகப் பணியாற்றியவர். ஓய்வு பெற்றபின் இங்கே தற்போது மகளுடன் வசிக்கிறார். அரச படைகளின் தாக்குதலில் இருந்து ஒருமுறை பள்ளிக்கூடத்தையும் பிள்ளைகளையும் தான் தனியாகக் காப்பாற்றியதைப் பற்றிக் கூறி னார். பிறகு வழமைபோல இவரைத் தெரியுமா, அவரைத் தெரியுமா என்று கேட்டு இரண்டு பொதுக் குடும்பங்களைக் கண்டு பிடித்துவிட்டோம்.

"என்னுடைய தம்பியும் ஆசிரியர்தான். பேர் பரம்சோதி" என்றார்.

"அப்படியா. எனக்கும் Maths பரம்சோதியைப் பல்கலைக் கழகத்தில் தெரியும். சுதுமலை ஊர்" என்றேன்.

"ஐயோ, அவர்தான். அவர்தான் என்ரை தம்பி."

பரம்சோதி என்னோடு படித்தவன். பல்கலைக்கழகத்தில் நான் வேதியியல் எடுத்தால் அவனும் எடுத்தான்; கணிதம் எடுத் தால் அவனும் எடுத்தான்; பௌதீகம் எடுத்தால் அவனும் எடுத் தான். நான்போன வகுப்புகளில் எல்லாம் அவனும் இருந்தான். எங்கள் கிளாஸில் நூறு பேர்களுக்கு மேலே. ஆனபடியால் எனக்கு இவனுடைய பேரும் தெரியாது, பேசியும் பழக்கமில்லை. முகம் மட்டும் பரிச்சயமாயிருந்தது. நாங்கள் அதிசயமான முறையில் வெளியேதான் சந்தித்துக்கொண்டோம்.

மாஜெஸ்டிக் தியேட்டரில் அப்போது ஒரு படம் ஓடிக் கொண்டிருந்தது. மூன்று மணி மாட்னி காட்சிக்கு மர்லின் மன்றோ நடித்த The Seven Year Itch (ஏழு வருட நமைச்சல் அல்லது ஏழு வருட தாபம் – எப்படியாவது சொல்லிக்கொள்ளலாம்) என்ற படத்தைப் போட்டார்கள். பல நாட்களாக இது ஓடியது. பல நாட்களாக நானும் இதைப் பார்க்கவேணும் என்று பிளான் போட்டு வைத்திருந்தேன். பிரச்சினை என்னவென்றால் மூன்று மணிக்கு கணிதப்பாடம். கணிதவியல் பேராசிரியர் கடுமையான வர். அது மட்டுமல்ல, ஒரு வகுப்பைத் தவறவிட்டால் தவறவிட்டது தான். பிறகு அதைப் பிடிக்கமுடியாது. ஆனால், மர்லின் மன்றோ

படத்தை விரைவில் மாற்றி விடுவார்கள் என்று ஆதாரபூர்வமான செய்திகள் வந்து கொண்டிருந்தன. ஒருநாள் துணிச்சலாக கிளாஸ் கட் அடித்துவிட்டு படம் பார்க்கப்போய் டிக்கட் கியூவில் நின் றேன். பார்த்தால் எனக்கு முன்னால் பரம்சோதி.

என்னைப் பார்த்து சிரித்தான். அப்படியே இருவரும் பக்கத்து பக்கத்தில் இருந்து பார்த்தோம். பில்லி வைல்டர் எடுத்த படம். மர்லினின் புகழ் அப்போது உச்சியில் இருந்தது. ஏழுவருடம் மணமுடித்த கணவனை விட்டுவிட்டு மனைவியும் மகனும் விடு முறையைக் கழிக்க போய் விடுகிறார்கள். கணவன் மான்ஹட்டன் பலமாடிக் கட்டடத்தில் தனிமையாக இருக்கிறான். அதே கட்டடத் தின் மேல் வீட்டில் மாடல் அழகி மர்லின் மன்றோ. ஒரு தக்காளிக் கன்றை இவன் தலையிலே போட்டு அறிமுகம் ஆரம்பமாகிறது. அவளுடைய அழகும் பேதமையும் முட்டாள்தனமும் இவனைக் கிறங்கடிக்கும்.

பரம்சோதி பார்ப்பது நாலாவது தடவை. எனவே அடுத்த சீன் என்னவென்று நான் தலையைப்பிய்த்து ஊகிக்கத் தேவை யில்லை. தியேட்டரில் இருந்த அத்தனை சனத்துக்கும் தெரிவதற்கு பத்து செக்கண்ட் முந்தியே எனக்கு அதைச் சொல்லிவிடுவான். இதிலே மர்லின் ஒரு கட்டத்தில் ரோட்டிலே நிற்பாள். ரோட்டின் கீழே இருந்து வெப்பக் காற்று வென்ற் வழியாக மேலே அடிக்கும். அப்பொழுது அவளுடைய ஆடை, அவள் இரண்டு கைகளாலும் எவ்வளவு அமத்தியும், மீறிக்கொண்டு மேலே பறக்கும். உலகப் புகழ் பெற்ற இந்தக் காட்சி முடிந்ததும் தியேட்டரில் அரைவாசி சனம் எழும்பிப் போய்விடும்.

அன்றிலிருந்து பரம்சோதியும் நானும் அடிக்கடி சந்தித்து உற்ற நண்பர்களானோம். அப்பொழுது ஒரு விஷயம் கண்டு பிடித்தேன். இவன் கணிதத்தில் விண்ணன். எங்கள் syllabus பாடங்களை எல்லாம் முடித்துவிட்டு அடுத்த லெவலையும் செய் தான். ஆனால், இருக்கும் நேரத்தை எல்லாம் கணிதத்துக்கும், ஆடையை அமத்திப்பிடிக்கும் மர்லின்மன்றோவுக்கும் ஒதுக்கிய படியால் மற்றப் பாடங்களுக்கு அவனிடம் போதிய நேரம் இருக்க வில்லை.

நான் அவனுடன் Maths படிக்க தீர்மானம் செய்தேன். நான் தங்கிப் படித்த அறையில் இருந்து அவனுடைய இடம் இரண்டு மைல் தொலைவில் இருந்தது. கடைசித் தேர்வுக்கு ஒரு மாதம் இருந்தபோது இருவரும் சேர்ந்து மும்முரமாகப் படிக்கத் தொடங் கினோம்.

இரவு பத்து மணிக்கு என்னுடைய சைக்கிளில் புறப்படுவேன். 37ஆம் வீதி, வெங்காயக் கோபுர மசூதியைத் தாண்டியதும், தன் பெயரை மாற்றிவிடும். அந்த இடத்தில்தான் அவனுடைய வீடு இருந்தது. அவன் அறையில் வீட்டுக்கார அம்மா சுவரில் அலங்காரத்துக்காக பாடம் செய்யப்பட்ட மானின் முகத்தையும், அதன் கொம்புகளையும் கொழுவியிருந்தார். விளிம்பு சற்று ஓடிந்த மண் கூஜாவில் தண்ணீர். நாற்பது வாட் பல்பு ஒன்று கூரையில் இருந்து ஒரு வயரில் நேராகக் கீழிறங்கி நாங்கள் அவசரமாக எழும்பும் சமயங்களில் தலையில் இடித்தபடி ஒளி கொடுக்கும். தேடும் சொல்லை இலகுவாகக் கண்டுபிடிக்க விளிம்பிலே நகம் போல வெட்டி a,b,c,d எழுத்துகள் பதித்த அருமையான ஆங்கில அகராதி.

இவ்வளவு சகாயமும் இருக்க குறையேது! மூன்று மணி நேரம் படித்துவிட்டு இரவு ஒரு மணிக்குத் திரும்புவேன். சைக்கிள் கைப்பிடியில் பிரம்பில் செய்த சாமான்கூடை தொங்கும். அதற்குள் மெழுகுவர்த்தியைக் கொளுத்தி வைத்திருப்பேன். அந்த நேரத்தில் ரோடு எனக்கு மட்டும் போட்டதுபோல நிம்மதியாக ஒரு சனம் கூட இல்லாமல் இருக்கும். ஆயிரம் வருடங்களுக்கு முன்பு புறப்பட்ட நீலமான நட்சத்திர வெளிச்சத்திலும், கூடையிலே இருந்து புறப்பட்ட மெழுகுவர்த்தி வெளிச்சத்திலும் அந்த இருட்டில் பாதை கண்டுபிடித்து என் அறைக்கு வந்து சேருவேன்.

பரம்சோதியிடம் ஒரு குணம் இருந்தது. ஒரு கணிதத்தை எடுத்தால் அதை முடிக்காமல் அடுத்ததுக்கு போகமாட்டான். நாங்கள் கடந்த பத்து வருட கேள்வித்தாள்களைச் சேகரித்து ஒவ்வொன்றாகச் செய்வோம். சிலது எட்டாமல் போகும். நான் விட்டு விட்டு அடுத்ததுக்குப் போய் விடுவேன். ஏனென்றால் இங்கே நேரம் முக்கியம். ஒரு கணிதத்தோடு மட்டும் போராடிக்கொண்டிருந்தால் மற்றவற்றைச் செய்யமுடியாது. இது அடிமட்ட முட்டாளுக்குக்கூடத் தெரியும். பரம்சோதி அப்படி அல்ல. தன்மானம் முக்கியம். எடுத்த கணிதத்தை முடிக்காமல் அடுத்ததற்குப் போக மாட்டான்.

இந்த நாட்களில் பரம்சோதிக்கு ஒரு பெரும் சங்கடம் ஏற்பட்டது. ஒரு நாள் அவனைத் தேடி நான் வந்தபோது அவனுடைய அறை சாமான்கள் எல்லாம் முறையாகக் கட்டப்பட்டு வாசலிலே கிடந்தன. வீட்டுக்கார அம்மாள் சிங்கள மனுசி. இரண்டு மாத வாடகை கொடுக்காததால் பரம்சோதியை வெளியேற்றிவிட்டாள். அப்படியும் அவள் கோபம் ஆறவில்லை. அங்குமிங்கும் உலாத்தியபடி பெரிதாகக் கூச்சலிட்டுக்கொண்டிருந்தாள்.

எனக்கு கண்டி அரசன் கூத்தில் கீர்த்தி சிங்கன் 'மாட்டே னென்று சொல்லிவிட்டாளோ எனை மணக்க மாட்டேனென்று சொல்லி விட்டாளோ?' என்று குரலெடுத்துப் பாடியபடி மேடை யில் நாலு பக்கமும் தலைதெறிக்க ஓடும் காட்சிதான் ஞாபகத்துக்கு வந்தது. ஒரு தீயணைப்பு வண்டியின் மணிச்சத்தம்போல நிறுத் தாமல் உறுமினாள். பரம்சோதி ஒரு வாகை மரத்துக்குக் கீழே அதை முட்டிக்கொண்டு நின்றான். ஒரு பல்கலைக்கழக இறுதி ஆண்டு மாணவன் பாதுகாப்பான வளையிலிருந்து துரத்தப்பட்ட எலிக்குஞ்சுபோல நடுங்கிக்கொண்டு நின்றது எனக்குப் பொறுக்க இயலாமல்போனது.

நான் சைக்கிளை நிற்பாட்டக்கூட இல்லை. அப்படியே என்னுடைய ஒன்றுவிட்ட அண்ணர் வீட்டுக்கு விட்டேன். அவர் அரசாங்கத்தில் பெரிய அதிகாரி. அவர் வந்து சிங்களத்தில் ஏதோ பேசினார். ஓர் அரச சேவகன் செய்வதுபோல வீட்டுக்காரி இரண்டு அடி பின்னால் நகர்ந்தார். பரம்சோதி பத்து நாட்களுக் கிடையில் முழு வாடகையையும் கட்டி விடுவானென்று உறுதி யளித்தார். சாமான்கள் எல்லாம் கயிற்று முடிச்சுடன் திரும்பவும் உள்ளே போயின. அன்று இரவும், நாங்கள் ஒன்றுமே நடக்காதது போல செத்துப்போன மான்கொம்புகளுக்குக் கீழே உட்கார்ந்து நீண்ட கணிதப் புதிர்களுக்கு வெகுநேரமாக விடைகள் தேடி னோம்.

எங்கள் பரீட்சையில் தெரிவுகள் இருக்கும். பத்துக் கேள்வி கள் கொடுத்து எட்டுக்கு மாத்திரம் விடை எழுதச் சொல்வார்கள். இதிலே நேரம் மிக முக்கியம். ஒரு கேள்விக்கு இத்தனை நிமிடங்கள் என்று கணக்கு. அதற்குள் முடியாவிட்டால் அதை விட்டுவிட்டு அடுத்ததற்குப் போய்விடவேண்டும். கொடுத்த கேள்விக்குப் பொருத்தமான சூத்திரங்களை எழுதி செய்முறைகளையும் விளக்கி விட்டாலே பாதி மதிப்பெண் நிச்சயம். சில கணிதக் கேள்வி களுக்கு விடையையும் கொடுத்திருப்பார்கள். அந்த விடை கிடைக் கும் பாதையைக் காட்டினாலே சரி, உங்களுக்கு முழு மதிப்பெண் ணும் கிடைத்துவிடும்.

சிலவேளைகளில் வகுப்பில் நாங்கள் ஒரு தாளில் நாலு பக்கமும் சூத்திரங்களை எழுதி நிறைத்துவிட்டு அதற்குள் இருந்து வெளிவர முடியாமல் திணறுவோம். பரம்சோதி அந்த சூத்திரங் களை ஒரு கணம் உற்று நோக்குவான். பிறகு அதில் இரண்டு சூத்திரங்களை மொத்தமாக அடித்துவிடுவான். தேவையில்லை. மீதி சூத்திரங்களை வைத்து நாலே நாலு வரிகள் எழுதுவான்.

ஒரு டொல்ஃபின் மூக்கிலே பந்தை எடுத்து லாவகமாக நீந்தி வருவதுபோல எளிமையாகவும், இலகுவாகவும் விடையை எடுத்துத் தருவான்.

சோதனைக்கு முதல்நாள். அம்மா சிறுவயதில் சொல்லித் தந்ததுபோல பத்து மணிக்கே நான் படுக்கைக்குச் சென்றேன். அது பெரும் கனவுகள் உற்பத்தி செய்யும் இரவாக இருக்கும்.

ஒரு பளிங்குத் தரை. அதற்கு மேல் மரத்தினால் செய்த பிரமிட் கோபுரம். பாரமான இரும்புக் குண்டு ஒன்றை அதன் உச்சியில் வைக்கிறார்கள். அது உருண்டு கீழே வருகிறது. பிரமிட்டும் வழுக்கிக்கொண்டு நகருகிறது. அது எவ்வளவு தூரம் நகர்ந்தது? என்ன வேகத்தில்?

பில்லியட் மேசையில் பலவித வண்ணப் பந்துகள். வெள்ளைப் பந்தின் கோணம் இது. சிவப்புப் பந்தின் கோணம் இது. இவ்வளவு வேகத்தில் வெள்ளைப் பந்தை சிவப்பின்மீது ஏவினால் அது மூன்றாவது துவாரத்தில் விழுமா, விழாதா?

விழுந்துவிட்டது. இதோ சத்தம் படபடவென்று கேட்கிறது. யாரோ கதவை அடிக்கிறார்கள். பரம்சோதி வேர்க்க விறுவிறுக்க நிற்கிறான். இரவு ஒருமணி. இரண்டு நாட்கள் முன்பு நாங்கள் விடை காணமுடியாத ஒரு கணக்குக்கு (கிடத்தி வைத்திருக்கும் பாதி உருளையில் தண்ணீர் வேகமாக விழுகிறது. அரைவாசி உயரத்தில் அது என்ன வேகத்தில் நிரம்பும்?) அவன் சரியான விடையைக் கண்டுபிடித்துவிட்டான். அதைத் தர வந்திருக்கிறான். இந்த இரண்டு நாட்களும் அவன் வேறு ஒன்றுமே படிக்கவில்லை என்றான். மூளையை நோக்கிப் பாய்ந்த ரத்தம் எனக்குப் பாதியிலேயே நின்று மயக்கம் வந்தது. காரணம் காலையில் எங்களுக்கு வேதியியல் பரீட்சை.

நாங்கள் இரவிரவாகக் கண்விழித்துப் படித்து, ஆராய்ச்சிக் குறிப்புகள் எழுதி, அனுமானித்த உத்தேசக் கேள்விகள் ஒன்றுமே வரவில்லை. அந்த வருடம் யாரோ சொந்த மூளையைப் பாவிக்கும் பேராசிரியர் ஒருவர் கேள்வித்தாள்களைத் தயாரித்திருந்தார். பரீட்சை மறுமொழி வந்தபோது பரம்சோதி இரண்டு பாடங்களில் தோல்வி. ஆனாலும் கணிதத்தில் நூற்றுக்கு நூறு. இன்னொரு வருடம் அவன் திருப்பிப் படிக்கவேண்டும்.

நான் மேல்படிப்பில் மூழ்கிவிட்டேன். படிப்பு, பரீட்சை, வெளிநாட்டு வேலை என்று வாழ்க்கை வேகமாக திசைகளை மாற்றிவிட்டது. இப்பொழுது யோசித்துப் பார்க்கிறேன். பிரம்புக்

கூடையில் மெழுகுவர்த்தி எரிய நடுநிசியில் இரண்டு மைல் தூரம் என்னைத் தேடிவந்தபோது அந்த வெளிச்சத்தில் பரம்சோதியைப் பார்த்ததுதான் கடைசி. அதற்குப் பிறகு அவனை நான் காணவே இல்லை.

அந்த அம்மையார் எங்களுக்கு முன்னால் உட்கார்ந்திருந் தார். இளவயதில் என்னுடன் படித்த நண்பனின் அக்கா. மூச்சு விட வெளியே வரும் திமிங்கலம்போல ஏதோ ஓர் அசைவுக்காக நான் காத்திருந்தேன்.

"அப்ப உங்களுக்கு முத்துலிங்கத்தைத் தெரியுமா? என்ரை தம்பியும் அவரும் நல்ல சிநேகிதர்கள்?"

நான் மனைவியைப் பார்த்தேன். அவள் என்னைப் பார்த் தாள்.

இருவரும் அவரைப் பார்த்தோம். ஏதாவது விளையாடு கிறாரா?

"நாந்தான் அந்த முத்துலிங்கம்."

"நீங்களா?"

அவர் என்ன எதிர்பார்த்தாரோ தெரியாது. ஆனால், அதிர்ச்சியடைந்து விட்டார். நான் அடைந்த அதிர்ச்சியிலும் பார்க்க கூடியதாக இருந்தது.

"படிக்கிறவயதில் ஏதோ போகிறபோக்கில் என் பெயரை பரம்சோதி சொல்லியிருப்பார். அதற்குப் பிறகு தொடர்பே இல்லை. எப்படி நாற்பது வருடத்திற்குப் பிறகும் பெயரை ஞாபகம் வைத்திருக்கிறீர்கள்" என்றேன்.

"அவன் ஒரே தம்பி. அவனைப் படிப்பிக்க காசு கட்டியது நான்தான். படிப்பு முடியும்வரை உங்கள் பேரைத்தானே உச்சரித்த படி இருந்தான். அது எப்படி மறக்கும்."

மெதுவாகக் கேட்டேன். பதில் நல்லாயிருக்காது என்ற பயம் கூடிவிட்டது.

"இப்ப பரம்சோதி எங்கே?"

"யாழ்ப்பாணத்தில் இரண்டு கிழமைக்கு முன்னால்தான் மோசம் போயிட்டான்."

அந்த அம்மா தன் வீங்கிப்போன கணுக்கால்களைப் பார்த்த படியே இருந்தார். அவருடைய தோள் எலும்புகள் நாடியை

மறைத்தன. புருவங்களுக்கு இடையில் புடைத்துப்போன நீல நரம்புகள். ஒரு கண்ணில் மட்டும் ஒருதுளி உருவாகி மெதுவாக இறங்கியது.

யாரோ கண்ணுக்குப் புலப்படாத ஒருத்தர் அவரை அவசரப் படுத்தியதுபோலத் திடீரென்று எழுந்தார். 'நான் வாறன்' என்று கூறிவிட்டுக் குவியலாகக் கிடந்த மேலங்கியை எடுத்து மாட்டினார். அப்பொழுது ஒன்றிரண்டு இறகுகள் விடுபட்டுப் பறந்தன. ஒரு காலில் ஒன்றைப்போட்டு, வீங்கிப்போன மறு காலில் சிரமத்துடன் மற்ற காலணியை அணிந்துகொள்ள அவருக்குச் சற்று நேரம் எடுத்தது.

ஆட்கள் நடமாட்டத்தில் ஏற்கனவே கெட்டியாகிப்போன பனிக்கட்டி பாதையில் நடக்காமல், புல் தரையை மூடியிருந்த பனியில் சப்பாத்துகள் புதைய விறுவிறுவென்று நடந்துபோனார். வேகமான பாதாள ரயிலில் ஒரு ஸ்டேசனில் ஏறி அடுத்த ஸ்டேச னில் சட்டென்று இறங்கியதுபோல இந்த விவகாரம் சீக்கிரத்தில் முடிந்தது. அந்த அம்மையாரிடம் கனிவு காட்டும் விதமாக அவரு டைய இறகு தள்ளும் மேலங்கியை எடுத்துத் தந்திருக்கலாம், அல்லது காலணியை வசதியாகப் போட உதவி செய்திருக்கலாம் என்று இப்போது எனக்குத் தோன்றுகிறது.

◆

தாத்தா விட்டுப்போன தட்டச்சு மெசின்

பள்ளிக்கூடத்தில் இருந்து வீட்டுக்கு வந்த எனக்கு ஒரு நல்ல காட்சி கிடைத்தது. இது வழக்கத்துக்கு மாறானது. ஒரு பெண் 'ஆ ஆ' என்று கத்தினாள். இன்னும் யாரோ அவளை அமுக்கிப் பிடித்தார்கள். உள்ளுக்குப் போகப் பயந்து சன்னல் வழியாக எட்டிப் பார்த்த நான் அப்படியே உறைந்து போய்விட்டேன்.

கனகவல்லி என்ற பெண், என் அக்காவுடன் படிப்பவள், ஒரு தடுக்குப் பாயில் படுத்துக் கிடந்தாள். என் அக்காவும் இன்னும் இரண்டு பெண்களும் அவளை அமுக்கிப் பிடித்தார்கள். அம்மா இரண்டு காலையும் பரப்பி வைத்துக் குனிந்தபடி ஏதோ இம்சை செய்தாள். கனகவல்லி உயிர் எழுத்துகளில் இரண்டாவது அட்சரத்தை உரத்துக்கூவி உதவிக்கு அழைத்துக்கொண்டிருந்தாள்.

அம்மாவின் கையிலே பெரிய நாரத்தை முள் இருந்தது. அதைக் கனகவல்லியின் மூக்கிலே துளைத்து ஓட்டைபோட முயற்சி செய்தாள். மற்றவர்கள் அதற்குத் துணைபோனார்கள். மூக்குத்தி இருந்தால் அதற்கு ஒரு மூக்கு இருக்க வேண்டும். மூக்கு இருந்தால் அதற்கு ஓர் ஓட்டை இருக்கவேண்டும். அந்த ஓட்டையைத்தான் அம்மா செய்துகொண்டிருந்தாள். பல்லியைக் கண்டால் பத்தடி தள்ளி நடப்பவள் கனகவல்லி.

அண்ணாந்து தண்ணீர் குடிக்கும்போது வழியும் தண்ணீர் கழுத்துப் பள்ளத்தில் தங்கிவிடும், அவ்வளவு ஒல்லி. அவள்தான் மூக்குத்தி ஆசையில் ஓட்டைத் துளைப்பதால் ஏற்படும் வலியை இவ்வளவு பொறுமையாகத் தாங்கிக்கொண்டிருந்தாள். ஊறுகாய்க்கும் உதவாமல், கைச்சல் காய்களை நிறைய கொடுத்துக்கொண்டிருந்த எங்கள் வீட்டு நாரத்தை மரத்துக்கு இப்படியும் ஓர் உப யோகம் இருப்பது அன்றுதான் எனக்குத் தெரிந்தது.

கனகவல்லி படுத்திருந்த இடத்தில் இருந்து சரியாக பதினாறு அடி தூரத்தில் ஒரு மேசை. அதற்குமேல் தாத்தாவின் தமிழ் டைப்ரைட்டர் இருந்தது. டைப்ரைட்டரில் இருந்து நான் சரியாக

எட்டடி தூரத்தில் இருந்தேன். அந்தக் கணத்தில் கனகவல்லிக்கும், எனக்கும், தட்டச்சு மெசினுக்கும் இடையில் ஒரு முடிச்சு விழுந் தது. அந்தக் கதையைத்தான் நான் இப்ப உங்களுக்குச் சொல்லப் போகிறேன்.

கனகவல்லி, அக்கா, நான் எல்லோரும் படித்தது ஒரே பள்ளிக்கூடத்தில். அவர்கள் இரண்டு வகுப்புகூட, அவ்வளவுதான். கனகவல்லி என்றால் நினைவுக்கு வருவது ஒரு கொடிதான். அப்படித்தான் இருப்பாள். நடக்கும்போதும் அதைப்போலவே அசைவாள். இவளுக்காகத் தேரைவிட்டுப் போவதற்கு பல பாரி மன்னர்கள் என் வகுப்பிலேயே படித்துக்கொண்டு இருந்தார்கள். இது பின்னால்தான் எனக்குத் தெரியவரும்.

இவளில் அப்படி என்னத்தைக் கண்டார்கள் என்று எனக்கு வியப்பாக இருக்கும். காதுவரை நீண்ட அவள் கண் இமைகள் ஓயாது வேலை செய்தபடி இருக்கும். அதுவாக இருக்கலாம் அல்லது அவளுடைய முட்டை வடிவமான தலையைத் தாங்க முடியாமல் துவண்டு விழுவதுபோல, காட்சியளிக்கும் கழுத்தாக இருக்கலாம். யார் கண்டது? எங்கள் ஊர் லெவலுக்கு அவள்தான் டி.ஆர். ராஜகுமாரி.

இவளுடைய மாமா மெல்லிய மென்சிவப்புத் தாளில் சுற்றிக் கொண்டுவந்து கொடுத்த மூக்குத்தியில் அவளுக்கு அளவில்லாத மோகம். அதை எப்படியும் தன் மூக்கில் ஏற்றிவிட வேண்டும் என்ற பிடிவாதத்தில்தான் இப்படித் துளை போட்டுக்கொள்ளச் சம்மதித்தாள். மூன்று நாட்களில் கனகவல்லியின் இடது முகம் முழுக்க வீங்கிவிட்டது. மூக்கில் சீழ் பிடித்து ஒழுகியது. முதலில் கறிவேப்பிலைக் குச்சியைச் செருகிவிட்டார்கள். அதுவும் சரி வராமல் நூல் கயிறு கட்டினார்கள். பிறகு அதையும் கழற்ற வேண்டி வந்தது.

ஆறு மாதமாக இப்படி அவதிப்பட்டாள். சிறிது குணம் அடைந்ததும் இரண்டு விரல்களை உள்ளே விட்டுச் சுரை பூட்டும் அந்த மூக்குத்தியை மறுபடியும் அணிந்தாள். முகத்துக்கே ஒரு பிரகாசம் கிடைத்தது. மற்ற பெண்கள் எல்லோரையும் அது பொறாமைப்பட வைத்தது. ஆனால், அந்தப் பொறாமையை நீடிக்க முடியவில்லை. மூன்றாவது நாள் மூக்கில் சீழ் பிடித்து விடும். இப்படி இரண்டு நாள் மூக்குத்தியும், மூன்று நாள் சீழும் அணிந்து காட்சி அளித்தாள்.

எனக்கொரு தாத்தா இருந்தார். மிகவும் நல்லவர். முகத்துக்கு எவ்வளவு சருமம் தேவையோ அதற்குச் சற்றுக் கூடியதாக

அவரிடம் இருந்தது. அவருடைய உபயோகத் தன்மை தீர்ந்து விட்டது என்று மற்றவர்கள் தீர்மானிக்கும்வரை அவர்களுக்கு உதவி செய்வார். அவர் எங்களுடன் வசிக்கவில்லை; அவருடைய டைப்ரைட்டர்தான் வசித்தது.

தாத்தா வருவார். டைப்ரைட்டர் மூடிய துணியை உருவி மடித்து வைப்பார். உள்ளே பெயர் தெரியாத கறுத்த உலோகத் தினால் செய்யப்பட்ட அந்தத் தட்டச்சு மெசின் காட்சியளிக்கும். தேருக்கு முதல் நாள் தேர் மூடிய விரிப்பை, நீக்கியபோது கிடைக்கும் ஒரு புதுவிதமான சிலிர்ப்பு எனக்கு ஏற்படும். டைப் ரைட்டரில் புதைந்திருக்கும் அற்புதங்கள் என் சிறு மூளைக்கு அப்பாற்பட்டதாகத் தோன்றி என்னை இம்சைப் படுத்தும்.

அகத்தியர் தமிழைக் கண்டுபிடித்ததாகச் சொல்கிறார்கள். தமிழ் எழுத்துகளைப்போலக் கற்பனை முடிந்துபோன எழுத்து களை இந்த உலகத்தில் வேறு எங்கும் காண முடியாது. ‘அ’னாவை கண்டுபிடித்தவர் ‘ஆ’வன்னாவைக் கண்டுபிடித்தார். பிறகு ‘இ’னா ‘ஈ’யன்னா ‘உ’னா என்று எழுதியவர் ஆறாவது எழுத்துக்கு வந்த போது குழம்பிவிட்டார். கற்பனை ஊற்று வற்றிவிட்டது. ‘ஊ’ என்று யானைச் சவாரிபோல ஒன்றின் மேல் இன்னொரு அட்சரம் ஏறி ஊர்வலம் போகும் எழுத்தை உற்பத்தி செய்தார். பிறகு எப்படியோ சமாளித்து 247 எழுத்துகளை உண்டாக்கி தன் வேலையை முடித்தார்.

என் தாத்தாவின் டைப்ரைட்டரில் அகத்தியர் படைத்த அத்தனை எழுத்துகளும் இருந்தன. ஆனால், அந்த ஆறாவது எழுத்தான ‘ஊ’னா அதன் அபூர்வத் தன்மையாலோ, அல்லது இரண்டு அட்சரம் கொடுத்த பாரத்தினாலோ உடைந்துவிட்டது. அதனால் தாத்தா அடிக்கடி எழுதும் கடிதங்களில் ‘ஊ’னா வராமல் பார்த்துக்கொள்வார்.

‘சர்க்’ என்ற சத்தத்தோடு பேப்பரை உருளையில் மாட்டி, மேலுக்கு கறுப்பும், கீழுக்கு சிவப்பும் கொண்ட ரிப்பனை இழுத்து விடுவார். சிவமயம் என்று கறுப்பு எழுத்துகளில் அடித்து பிறகு கீழே சிவப்புக் கோடு போடுவார். கறுப்பு எழுத்துகளை அடித்த மெசின் ஒரு சின்ன விசையை அழுத்தியதும் சிவப்புக் கோடு போடும் அதிசயமாக மாறிவிடும்.

பின்பு தாத்தா கோ.எ/204/அ/11 என்று வலது மூலையில் அடிப்பார். தாத்தாவிடம் ஒரு கோப்பும் இல்லை. ஒரு கம்பியில் பழைய கடிதங்களைக் குத்தி வைத்திருப்பார். ஆனாலும் பெரிய

அலுவலகத்தில் இருந்து கடிதம் வருகிறது என்ற தோரணையை உண்டாக்க அப்படிச் செய்தார் என்று நினைக்கிறேன்.

எனக்கு இன்னொரு ஆச்சரியம் அப்போது உண்டாகும். கடலுக்கு அப்பால் எங்கோ இருக்கும் வெள்ளைக்காரர்கள் செய்த டைப்ரைட்டர் அது. அவர்களுக்கு எப்படியோ சிவமயம் எழுதி, அதற்குக் கீழே சிவப்புக்கோடு போடவேண்டும் என்பது தெரிந்திருக்கிறது. அதற்கான வசதியையும் செய்திருக்கிறார்கள். இது எப்படி என்றெல்லாம் நான் யோசித்து யோசித்துக் குழம்பிப் போவேன்.

வசனத்தொடர் பேப்பரின் விளிம்பை எட்டியவுடன் டைப்ரைட்டர் டிங் என்று ஒலி செய்து தாத்தாவை உசார்ப்படுத்தும். தடிமனான விரல்களால் எழுத்துகளைத் தேடிக் குத்தும்போது அந்த அட்சரங்கள் நடனம் செய்வதுபோல வளைந்து எழும்பி வந்து பேப்பரில் அடித்துத் திரும்பும். ஒரு முறையாவது ஒரு எழுத்து இன்னொரு எழுத்துக்கு மேல் விழும் என்று காத்திருப்பேன், விழாது. அற்புதமான வேகத்துடன் நடக்கும் நர்த்தனம் அது. ரிப்பன் எல்லாம் ஓடி மற்றப்பக்கம் சேர்ந்ததும் அவற்றைத் திரும்பவும் இடது பக்கம் சுற்றிவிடும் வேலையைத் தாத்தா எனக்குக் கொடுப்பார். இப்படி ஆரம்பித்து கொஞ்சம் கொஞ்சமாக டைப்ரைட்டரின் சூட்சுமங்களை நான் கற்றுக்கொண்டேன்.

வெகு விரைவில் என்னுடைய தட்டச்சு புலமையைச் சோதிக்கும் சந்தர்ப்பம் ஒன்று என்னைத் தேடிவரும்.

முறுக்கிய தசைநார்களால் மட்டுமே ஆன உடம்பைக் கொண்டவன் ரத்னசிங்கம். இறுதி ஆண்டுக்காரன். தடை தாண்டும் போட்டியில் எப்பொழுதும் அவனே முதலாவதாக வருவான். வழக்கமாக என்னைப் பார்த்தால் மற்றப் பக்கம் பார்த்தபடி போவான். அன்று ஒருநாள் தானாகவே வந்து என்னிடம் பேசினான். எனக்கு உச்சி குளிர்ந்த அளவுக்கு சம்சயம் ஏற்படவில்லை. வானத்தின் நிறம் நீலத்தில் இருந்து சிவப்பாகிப் பின்பு சாம்பலாக மாறும்வரை அன்று பேசினான்.

அவன் காதல் வசப்பட்டிருந்தான். இவ்வளவு தசை நார்களையும் வைத்துக்கொண்டு என்ன செய்வதென்று அவனுக்குத் தெரியவில்லை. இன்னும் நிரப்பப்படாத பல அங்கங்களைக் கொண்ட கனகவல்லியில் அவனுக்கு அளவு கடந்த மோகம். ஓடைகளிலும் மூலைகளிலும் முச்சந்தி முடுக்குகளிலும் அவளைக் கண்டபோதெல்லாம் சிரித்தான். அவளுக்கு ஒரு காதல் கடிதம்

எழுத விரும்பினான். சாதாரண கடிதம் அல்ல, டைப் அடித்த கடிதம். அதைப் படிக்கும்போது எப்படி அவள் திகைத்துப் போவாள்.

வடுவூர் துரைசாமி அய்யங்காரின் எல்லா நாவல்களையும் அவன் படித்திருந்தான். எனக்கும் தருவதாகச் சொன்னான். அவன் இரவிரவாகத் தயாரித்திருந்த கடிதத்தில் அய்யங்காருக்கும் பெரிய பங்கிருந்தது.

என்னுடைய அக்கா தவளை கொஞ்சி ராசகுமாரன் வருவான் என்று நம்பினாள். டி.ஆர். ராஜகுமாரி தினமும் ஏழு குடம் பசும்பாலில் குளிக்கிறாள் என்பதை நம்பினாள். உதிர்ந்த தலைமுடியைச் சுருட்டி பந்தாக்கி அதை மூன்றுதரம் துப்பி கூரையில் எறியாவிட்டால் தலைமயிர் எல்லாம் அடுத்த நாளே கொட்டிவிடும் என்பதை நம்பினாள். ஆனால், என்னால் டைப் அடிக்க முடியும் என்பதை நம்ப மறுத்தாள்.

வேறு வழி தோன்றாமல் அம்மாவும் அக்காவும் நெல்லுக் குத்தும் முக்கியமான வேலையிலோ, அல்லது இன்னொரு கன்னி மூக்கைத் தேடி முள்ளுக் குத்தும் வேலையிலோ ஈடுபட்டிருந்த போது நான் ரத்னசிங்கத்தைப் பின் வாசல் வழியாக எங்கள் வீட்டுக்குள் நுழைத்தேன்.

சிவமயம் எழுதி சிவப்புக் கோடு போடுவது எப்படி என்பதைச் சொல்லித் தந்தேன். 'கனவிலும் மறவாத காதலி கனக வல்லிக்கு' என்று கடிதம் தொடங்கியபோதே எனக்கு உடம்பு சிலிர்த்தது. 'ஊன் உறக்கம் இல்லாமல்' என்ற வசனத்தை 'பசி தூக்கம் இல்லாமல்' என்று மாற்றினோம். 'ஊருக்கு வெளியே உள்ள வைரவ கோயில்' என்பதை மாற்ற முடியவில்லை. 'ஊ' வரும் இடத்தை மையினால் எழுதி ஊதிக் காயவைத்தோம். கடிதத்தை அப்பொழுது பிரபலமான மந்திரிகுமாரி படத்திலிருந்து திருடிய 'வாராய், நீ வாராய். போகும் இடம் வெகு தூரம் இல்லை நீ வாராய்' என்ற வரிகளுடன் முடித்திருந்தான். கனகவல்லி மயங்கி விழுவதில் ஒருவித ஐயப்பாடும் எனக்கு அப்போது இருக்கவில்லை.

ரத்னசிங்கம் தன் காரியத்தை நிறைவேற்றுவதற்கு ஒரு புதன் கிழமை பாண் மணி அடிக்கும் நேரத்தைத் தெரிவு செய்தான். மழை பெய்து பல இடங்களில் தண்ணீர் தேங்கியிருந்த நாள் அது. கனகவல்லி அரைத் தாவணி கட்டி வருகிறவள். அன்று, உயரமாக வளர்ந்துவிட்டபடியால் கரை அவிழ்த்துவிட்ட

பாவாடையும் சுருக்கு கை பிளவுசும் மஞ்சள் தாவணியும் அணிந் திருந்தாள். மழைத்தண்ணீர் குட்டைக்கு முன் பாவாடையைத் தூக்கி இடுப்பில் செருகிவிட்டு, தன் அடுத்த நகர்வைப்பற்றி யோசித்துக்கொண்டு நின்றபோது அவன் தோன்றினான். மின்னல் வேகத்தில் கடிதத்தைக் கொடுத்தான். தடை தாண்டுவதில் மன்னன் சிறிய குட்டை தண்ணீரைத் தாண்டமுடியாமல் சகதியில் காலை வைத்து ஓடி மறைந்தான்.

இந்தக் கடிதம் தயாரித்த காலங்களில் நாங்கள் ஒன்றை மறந்து விட்டோம். கனகவல்லி சாவித்திரியின் சகோதரி, நளா யினிக்கு நாத்தனார் முறை. அவளுடைய மூளை வேகமாக வேலை செய்து பழக்கப்பட்டது அல்ல. அவன் கொடுத்த கடிதத்தை வாங்கியவள் திகைத்துப் போய் நின்றாள். சிறிது நேரம் நம்பாமல் தன் கையையே பார்த்தாள். கைகள் நடுங்க ஆரம்பித்தபோதுதான் அவளுக்குத் தான் செய்த காரியம் புரிந்தது. அப்பொழுது அவளை யும் அறியாமல் இடையில் செருகிய பாவாடை கீழே நழுவியது. தண்ணீர் பட்டு பாவாடைக் கரை மெள்ள மெள்ள கறுப்பு நிறமாக மாறத் தொடங்கியது.

தலைமை ஆசிரியரின் அறை, கண் பார்க்கக்கூடிய தூரத்தில் தான் இருந்தது. இறந்தபடி இரண்டு நாட்களைக் கழித்த ஒரு கரப்பான் பூச்சியை, அதன் மீசையைப் பிடித்துத் தூக்குவதுபோல அந்தக் கடிதத்தைத் தூக்கிக் கொண்டுபோய் தலைமை ஆசிரிய ரிடம் சேர்ப்பித்தாள். அவன் கடிதம் கொடுத்த காரியத்தை ஏழு பேர் பார்த்ததாகப் பின்னர் சாட்சி கூறினார்கள்.

எங்கள் ஊரில் ஒரேயொரு டைப்ரைட்டர்தான் இருந்தது. அதுவும் 'ஊனா உடைந்தது. அது எங்கே வாசம் செய்தது என்பது எல்லோருக்கும் வெளிச்சம். அதிகம் மூளையைச் செலவழிக்கும் அவசியம் இல்லாத புதிர்.

பள்ளிக்கூடம் முழுக்கக் கூடியிருக்கும் பொதுக்கூட்ட மேடையில் எல்லோர் கண்ணும் பார்க்கக்கூடியதாக தண்டனை அடுத்து வரும் வெள்ளிக்கிழமை நிறைவேற்றப்படும். பள்ளிக்கூடம் அன்று பதினைந்து நிமிடம் முன்பாக விடுவார்கள். அதைக் காணு வதற்காக வழக்கமாக மட்டம் போடுபவர்களும், நோய்வாய்ப் பட்டுக் கிடப்பவர்களும் அள்ளியடித்து வருவார்கள். முதல் குற்ற வாளியான ரத்னசிங்கத்துக்குப் பன்னிரெண்டு அடி. உடந்தைக் காரனான எனக்கு ஆறு அடி என்பது தீர்ப்பு.

அந்த வயதுகளில் எனக்கு முக்கியமான மூன்று பெரிய கவலைகள் இருந்தன. ரிக்கனோமற்றி, பரமானந்தம் மாஸ்ரர்,

முகப்பரு. இந்த மூன்றும் என்னை அந்தப் பிராயத்து வாழ்க்கையில் கிடைக்கும் அற்ப சந்தோசத்தை அனுபவிக்க முடியாமல் கெடுதி செய்தன.

முகப்பருவுக்குக் களிம்பு பூசலாம். ரிக்கனோமற்றிக்கு ட்யூசன் எடுக்கலாம். ஆனால், பரமானந்தம் மாஸ்ரரைச் சரிக்கட்டுவது எப்படி? அவர்தான் எங்கள் பி.இ. மாஸ்ரர். ஒரு காலத்தில் சாண்டோவாக பதவி வகித்தவர். போரிலே தொலைத்துவிட்ட கேடயம் போன்ற முகம். கணக்கிலெடுக்க முடியாத வடுக்கள். உயரம் என்று பார்த்தால் ஒரு தபால் பெட்டி அளவுக்குத்தான் இருப்பார். ஆனால், 50 கிலோ சிமென்ற் பையில் 60 கிலோவை அடைத்தது போல உடம்பு. எதிர்பாராத லாகவத்துடன் சுழலும் கால்களும் கைகளும். பி.இ. மாஸ்ரர் கொடுக்கும் தண்டனை என்றால் 50 தண்டால், 100 தண்டால் என்று இருக்கும். சும்மா அல்ல, உடைந்த போத்தல் பகுதியை நெஞ்சுக்குக் கீழே வைத்துக்கொண்டு நெஞ்சு இறங்கினால் ரத்தம்தான்.

இவர்தான் தண்டனை நிறைவேற்றுவதற்காக நியமிக்கப்பட்டிருந்தார். மேடையிலே இரண்டு தடியன்கள் மேசையைக் கொண்டுவந்து வைத்தார்கள். அது இருந்து புத்தகம் படிப்பதற்கு அல்ல. அதற்குக் கீழே தலையைக் கொடுத்து, அடி போடுபவரின் வசதியை உத்தேசித்து, பின்புறத்தை நீட்டிக் கொடுப்பதற்காக.

நான் பிரார்த்தித்தேன். இனி ஒருவரும் தண்டனையை மாற்ற முடியாது. ஆனால், அடி விழும் ஓடரை மாற்றலாம். வழக்கமாக இரண்டாவது எதிரிக்குத்தான் முதல் அடி விழும். பிறகுதான் தண்டனைக் கைதியை கூட்டி வருவார்கள்.

ரத்னசிங்கத்துக்கு முதல் அடி விழுந்தால் என் முறை வரும் போது அடிகாரர் களைத்துவிடுவார், வலி குறையும் என்று கணக்குப் போட்டேன். அப்படியே ஆனது. ஒரு தேவ கைங்கர்யத்துக்கு அழைக்கப்பட்டதுபோல பரமானந்தம் மாஸ்ரர் ஆயுத பாணியாகத் தோன்றினார். பல்லைக் கடித்தபடி, கழுத்துப் பகுதி திறந்துவிடக்கூடிய ஒரு வெள்ளை பனியனை அணிந்துகொண்டு ரத்னசிங்கம் அடிகளை ஒன்றன்பின் ஒன்றாக வாங்கினான். எட்ட முடியாத பின்புறத்தை அடிப்பதற்கு மாஸ்ரர் பன்னிரெண்டு தடவைகள் துள்ளினார்.

என் முறை வந்தது. நான் முதுகைக் குனிந்தபோது எங்கிருந்தோ குதிரை நாற்றம் அடித்தது. மூச்சை நிறுத்தி எல்லா பாகங்களையும் அடைத்தேன். கடவுள் ஒரு மகத்தான சாதனை படைப்பதற்கு அன்று சித்தம் கொண்டிருந்தார் போலும். காற்சட்டை நனையாமல் நான் தப்பியது கடந்த பத்து வருடங்களில் நடந்த சிறந்த அற்புதம் என்று பேசிக்கொண்டார்கள்.

இது எல்லாம் நடந்து நாலு வருடங்கள் ஓடிவிட்டன. ஒருவர் வாழ்க்கையில் இது பெரிய கால இடைவெளி இல்லை. ஆனால், வாலிப வயதில் இது மகா பெரிய தூரம். என்னுடைய தாத்தா அரை நாள் முழுக்கச் செலவழித்து இரண்டு கடிதங்களை டைப் அடித்தார். அவற்றை உறையிலே இட்டு தபால் பெட்டியில் போடுவதற்குப் போகும் வழியில் ஒரு கறையான் புற்றுக்கு அடியில் விழுந்துவிட்டார். அவர் கடைசியாகப் பார்த்த காட்சி ஒரு கறையான் புற்றுதான். அவர்போன பிறகும் அவர் எழுதிய பல விண்ணப்பங்களுக்கும் முறைப்பாடுகளுக்கும் பதில் கடிதங்கள் வந்தபடியே இருந்தன. அவற்றை என்ன செய்வது என்று யாருக்கும் தெரியவில்லை.

ரத்னசிங்கம் தடைதாண்டுவதைக் கைவிட்டான். பள்ளிக்கூடத்தையும் துறந்தான். தகப்பனாரின் அரிசி மில்லைப் பார்த்துக் கொண்டு மணமுடித்து வசதியாக செட்டில் ஆகி விட்டான்.

கனகவல்லியைச் சொந்தத்தில் மணமுடித்துக் கொடுத்திருந் தார்கள். அவள் கணவன் சோம்பேறி, எப்படியோ முயற்சி செய்து வேலையைத் துலைத்தான். அதே முயற்சியோடு கனகவல்லியையும் திரும்ப ஊருக்கு அனுப்பிவிட்டான் என்று அம்மா சொன்னாள்.

நான் கல்லூரி லீவில் ஒருமுறை வீட்டுக்குப் போயிருந்தேன். கதவைச் சுரண்டும் சத்தம் கேட்டது. திறந்து பார்த்தால் கனகவல்லி. என் கண்களில் தோன்றிய அதிர்ச்சியை அவசரமாக மறைத்தேன்.

அவளிலும் வயது கூடிய ஒரு சேலையை அவள் அணிந் திருந்தாள். தையல் விட்டுப்போன ஒரு பிளவுஸ். இடுப்பில் இருந்த குழந்தை நழுவிப்போய் மரமேற முயற்சி செய்தது. மூன்றுபேர் அழுத்திப்பிடிக்க, ஒரு சிவப்பு மூக்குத்திக்காக நாரத்தை முள்ளால் குத்தி உண்டாக்கிய துளையில் இப்போது குச்சிகூட இல்லை. நூல் கயிறும் இல்லை, தூர்ந்துபோய்க் கிடந்தது. தன்னை மறைப்பதாக நினைத்துக்கொண்டு ஒரு மார்பை கதவில் உரசியபடி தரையைப் பார்த்து நின்றாள்.

அவசரமாக வந்த அம்மா அவள் உள்ளே வந்துவிடக்கூடும் என்று பயந்ததுபோல வாசலை அடைத்தபடி நின்றாள். தாத்தாவின் டைப் ரைட்டருக்கு அங்கே வியாபாரம் நடந்தது. நெஞ்சு கூசாமல் அம்மா 'அறுபது ரூபாய்' என்றாள். கனகவல்லி நீண்ட நேரம் நின்று யோசித்தாள். நான் இடையில் புகுந்து 'ஆறு தவணையில்' என்று சொன்னேன். அவள் உலகத்தில் உள்ள அத்தனை மொழி பேசுபவர்களுக்கும் விளங்கக்கூடிய ஒரு மொழியில் பதில் சொன்னாள். சிறிதாக்கப்பட்ட சிரிப்பு. தலை நிமிராமல்

சிந்திய அந்தச் சிரிப்பு அம்மாவைத் தாண்டி உள்ளே வந்து அறையை நிரப்பியது.

பக்கத்து கிராமத்துக் கூட்டுறவுச் சங்கத்தில் அவளுக்கு தட்டச்சாளர் வேலை கிடைத்திருந்தது. அவளே ஒரு தட்டச்சு மெசின் கொண்டுவர வேண்டும் என்பது நிபந்தனை. பன்னி ரெண்டு வயது நிரம்பாத ஒரு பையனையும் அவள் அழைத்து வந்திருந்தாள். அவன் 'தூக்குங்கோ சேர்' என்று உற்சாகப்படுத்தி னான். எனக்கு நம்பிக்கை இல்லை. டைப்ரைட்டரை அவன் தலையில் ஏற்றியதும் அவன் கழுத்து ஓர் அங்குலம் உள்ளே இறங்கியது.

இன்னும் நிலத்தைப் பார்த்தபடி பொதுவாக, "அப்ப வாறன்" என்றாள்.

"ஒரு விசயம் அதில் 'ஊ' இல்லை" என்றேன்.

அவள் தெரியும் என்பதுபோலத் தலையை இரண்டு பக்க மும் அசைத்தாள். அப்பவும் நிமிரவில்லை. பிறகு என்ன நினைத் தாளோ சடாரென்று நிமிர்ந்து என்னை ஒருமுறை பார்த்தாள். காதுவரை நீண்டு, ஓய்வில்லாமல் வேலை செய்யும் அந்தக் கண் இமைகள் ஒருகணம் ஸ்தம்பித்துப்போய் நின்றன. ஆயிரம் மாண வர்களுக்கு முன்னால் மேடையில் வைத்து ரத்னசிங்கம் பன்னி ரெண்டு அடிகள் வாங்கிய காரணம் அன்றுதான் எனக்குப் புரிந்தது.

தாத்தாவின் கட்டளைகளுக்குக் கீழ்ப்படிந்து 'சிவமயம்' அடித்து, சிவப்புக் கோடுபோட்டு உழைத்த அந்த டைப்ரைட்டர் இன்றைக்கும் உற்சாகம் குறையாமல் வேலை செய்யலாம். பெயர் தெரியாத ஒரு மக்கள் கூட்டுறவுச் சங்கத்து மரக்கதிரையில் உட் கார்ந்தபடி கனகவல்லி அதைத் தன் மெல்லிய விரல்களால் தட்டிக் கொண்டிருப்பாள் – ஊர்க்காவல்துறை, ஊமை, ஊதாரி, ஊதியம், ஊன்றுகோல், ஊமத்தம்பூ போன்ற சொல் வரும் இடங்களை மையினால் 'ஊ' எழுதி நிரப்பியபடி.

♦

போரில் தோற்றுப்போன குதிரை வீரன்

அடுத்து வரும் ஞாயிறில் இருந்து அவனுடைய காதலியாக இருப்பதற்கு அவள் சம்மதித்துவிட்டாள். ஞாயிறு வருவதற்கு இன்னும் மூன்றே மூன்று நாட்கள் இருந்தன. அதுவரைக்கும் பொறுத்திருப்பது சிரமமான காரியம்தான்.

உடனேயே காதலி கிடைப்பதில் அவனுக்கு ஒரு தடை இருந்தது. தற்சமயம் அவளுக்கு ஒரு காதலன் இருந்தான். அவனுக்கு வேலை மாற்றலாகி 2000 மைல் தூரத்துக்குப் போகிறான். இனிமேல் திரும்பி வரமாட்டான். ஆகவே அவர்கள் இருவரும் மனமொத்துத் தங்கள் காதலை எதிர் வரும் ஞாயிறு காலையிலே முறித்துக் கொள்கிறார்கள். அதன்பிறகு அவள் அவனுடைய காதலியாகிவிடுவாள்.

அவள் ஒரு பெண் நாயுடன் உலாத்த வந்தபோதுதான் அந்தச் சந்திப்பு நிகழ்ந்தது. தினம் தினம் அதே பாதையில், அதே நேரத்துக்கு அலை அலையான சடை வைத்த அந்த ஸ்பானியல் நாயை அழைத்து வருவாள். பழுப்பு நிறத்தில் கட்டைக் கால்களும், நீண்டு தொங்கும் காதுகளுமாக அது ஆசையைத் தூண்டும் விதத்தில் இருக்கும். நல்ல ஒழுக்கங்கள் பழக்கப்படுத்திக் கொடுக்கப்பட்ட நாய். அவளுடைய கையில் இருந்த சங்கிலிக்கு ஏற்றவாறு அது அவளது இடது குதிக்காலடியில் குடுகுடுவென்று ஓடி வந்து கொண்டிருக்கும்.

அவன் நடத்தி வந்தது ஆண் நாய். ஜேர்மன் ஷெப்பர்ட் இனத்தைச் சேர்ந்தது. மிகுந்த செலவில் பயிற்சி பெற்றது. ஒரு துரும்புக்கும் தீங்கிழைக்காது. குரைக்காது. கண்மூடி இருந்தாலும் இரண்டு பயங்கர கண்கள்போலத் தோற்றமளிக்கும் கறுப்பு வட்டமான புருவங்கள். பார்த்தவுடன் யாருக்கும் சிறிது பயம் தோன்றும். அந்த நாயினுடைய பெயர் ஜாக். அந்த நாய்கள்தான் முதலில் சந்தித்தன. ஒன்றையொன்று மணந்து பார்த்து பிறகு உரசிக் கொண்டன.

அவள் முதலில் 'ஹாய்' என்றாள். இவனும் சொன்னான்.

"உங்கள் நாயின் முடி மிகவும் பளபளப்பாக இருக்கிறது" என்றாள்.

"நன்றி. பெயரென்ன வைத்திருக்கிறீர்கள்?" என்றான்.

"ஜெனிஃபர்."

"மன்னிக்கவும். நாயின் பெயரைக் கேட்டேன்."

"அதுதான் ஜெனிஃபர்" என்றுவிட்டுச் சிரித்தாள்.

அழகான சிரிப்பு. பற்களை மிகவும் அநீதியாக அந்த உதடு களால் மூடி வைத்திருந்தாள்.

அவனுடைய முதல் பொய் ஒரேயொரு செங்கல்லாக அப்படித்தான் ஆரம்பித்தது. அதற்குப் பிறகு ஒரு செங்கல்லைத் தாங்குவதற்கு இன்னொன்று என்று பெரிய கட்டடமே எழும்பி விட்டது. அது தன்னுடைய சொந்த நாய் இல்லை என்பதையோ, தான் சம்பளத்துக்கு வேலை பார்க்கும் ஒரு 'நாய் நடத்தி' என்ப தையோ அவன் கூறவில்லை. ஐந்து வீடுகளில், வீட்டுக்கு ஒரு நாயாக ஐந்து நாய்களை தினமும் நடத்துவதுதான் தன் வேலை என்பதையோ, அந்த ஊதியத்தில்தான் தன் மாதச் செலவுகளைச் சமாளித்து வருகிறான் என்பதையோ அவன் சொல்ல மறந்து விட்டான். அவளோ வசதியான குடும்பத்தைச் சேர்ந்தவள். பட்டப் படிப்பை முடித்தபிறகு கம்ப்யூட்டரில் வரைபடம் போடு கிறாள். ஒரு குழந்தையின் படத்தைக் கொடுத்தால் இருபது வருடங் களுக்குப் பிறகு அது எப்படித் தோற்றமளிக்கும் என்பதை ஊகமாக வரைந்துவிடுவாள். அதைப்போலவே மிருகங்களையும் செய்ய பயிற்சி எடுக்கிறாள். பூனை, நாய், குதிரை போன்றவற்றை உரு மாற்றம் செய்வது அவளுக்கு மிகவும் விருப்பமானது. தன்னுடைய நாய்க்குட்டி பத்து வருட காலத்தில் எப்படிக் காட்சியளிக்கும் என்பதை வரைந்து சட்டம் போட்டு வீட்டிலே மாட்டி வைத்திருக் கிறாள்.

அவள் வரும் நேரங்களை அவன் அறிந்திருந்தான். மற்ற நாய்களை வெவ்வேறு வேளைகளில் நடத்திப் போவான். ஆனால், ஜாக்கை மாத்திரம் ஒரு சொந்தக்காரனின் தோரணையில் குறித்த நேரத்தில் நடத்தி வந்து அவளைச் சந்தித்தான். அவர்கள் சங்கிலி களைக் கழற்றி அந்த நாய்களை விளையாட விடுவார்கள். அவள் சங்கிலியை மாலைபோல போட்டுக்கொண்டு குனிந்து ஒருமுறை தன் உடலைப் பார்ப்பாள். அந்தச் செய்கை அவனுடைய அடி உணர்வுகளைச் சில்லென்று தட்டி ஏதோ செய்யும். அவள் உடம் பின் ஈரமான பகுதிகளில் எல்லாம் உடனேயே முகத்தை வைத்து

அழுத்த வேண்டும் என்று அவனுக்குத் தோன்றும். அவனுடைய அப்பா இரண்டு கல்யாணமும், ஒரு சிறைவாசமும் செய்தவர். வீட்டிலே நாய் வளர்ப்பதை தீவிரமாக எதிர்த்தார். அவன் எவ்வளவோ கெஞ்சிக்கேட்டும் அது நடக்கவில்லை. ரீ.வி.யில் விளையாட்டு சானல் தவிர வேறு ஒரு சானலையும் அவர் போட மாட்டார். எப்பவும் வாய் திறப்பதில்லை; பலமான மௌனம் அனுட்டிப்பார். இரண்டு மடங்கு மௌனத்தில் அவனும் இருப்பான். திடீரென்று அவர் வாயைத் திறந்தால் அது ஒரு கட்டளை இடுவதற்காகத்தான் இருக்கும். அவன் வீட்டைவிட்டு ஓடிய போதுகூட ஒரு கட்டளை நிறைவேற்றப்படாத நிலையிலேயே இருந்தது.

இப்பொழுதுதான் அவன் வாழ்க்கையில் முதல்முறையாக ஒரு திருப்பம் ஏற்பட்டிருக்கிறது. திடீரென்று இரண்டு அதிர்ஷ்டங்கள்.

அடுத்த ஞாயிறில் இருந்து அவனுக்கு அவள் காதலியாகி விடுவாள். இரண்டாவது, ஜாக்கின் சொந்தக்காரர் குடும்பத்தோடு விடுமுறையில் போகிறார். இரண்டு வாரத்துக்கு அவருடைய வீட்டைப் பார்க்கும் வேலை அவனுக்குக் கிடைத்திருக்கிறது. பெரும் வசதிகள் கொண்ட வீட்டில் அவன் தங்குவான். அதுவும் நல்ல சம்பளத்துக்கு.

அபூர்வமான தோட்டம் அமைந்த அந்த வீட்டுக்கு அவளை முதல் முறையாக அழைத்து வந்தபோது அவள் ஆச்சரியம் காட்டவில்லை. மாறாக மிக இயல்பாக நடந்துகொண்டாள். நீண்ட காலணிகளை வீட்டின் படிக்கட்டுகளில் பக்கவாட்டாக வைத்து டக்டக் என்று ஏறினாள். மேல் கோட்டை கழற்றிய பிறகு, முதுகுத் தண்டோடு ஒட்டிய வயிறு தெரிவதுபோல ஒரு மெல்லிய நீண்ட ஆடையில் அது 'இஸ்க் இஸ்க்' என்று சத்தமிட நடந்து வந்தாள். அவளில் இருந்து புறப்பட்ட ஒரு பிரகாசம் வீட்டின் ஒளியை மேலும் கூட்டியது. பாம்புபோலக் கைகளைச் சுற்றி அவன் கழுத்திலே போட்டு "என் மூன்றாவது காதலனே" என்று சிரித்தபடி சொல்லி ஒரு சிறு முத்தம் கொடுத்தாள். பிறகு சாவதானமாக வீட்டைச் சுற்றிப் பார்க்க ஆரம்பித்தாள்.

"நீ தனியாகவா இருக்கிறாய்?" அவள் கேட்டாள்.

"நான் சொன்னேனே. என் பெற்றோர்கள் விடுமுறையில் போயிருக்கிறார்கள். இரண்டு வாரத்திற்கு நானே அரசன்; நீயே அரசி."

"மைக்கேல், நீ ஏன் போகவில்லை?"

"என் பெயர் மைக்கேல் இல்லை." அவன் தன் பெயரைச் சொன்னான்.

"நீ சமைப்பாயா?"

"இன்று காலை என்ன சாப்பிட்டேன் தெரியுமா? உறைய வைத்த முட்டை."

"உறையவைத்த முட்டையா?"

"மிக அருமையான தயாரிப்பு." அவன் அந்த முட்டை செய்யும் விதத்தை வர்ணிக்கத் தொடங்கினான். உற்சாகமாகக் கண் இமைக்காமல் அதைக் கேட்டாள். நடுநடுவே அவள் தனது இடது மார்பைத் தொட்டுத் தொட்டு நகர்த்தி வைத்தபடியே இருந்தாள்.

"கொஞ்சம் இரு, நான் சிகரெட் வாங்கி வருகிறேன்" என்று சடுதியாக அவன் புறப்பட்டபோதுதான் அந்தத் தவறு நடந்திருக்க வேண்டும். ஒரு பிறவியிலேயே அடையமுடியாத சமயம் கூடி வந்திருந்தது. இந்த நேரத்தில் சிகரெட் ஒரு கேடா என்பதை அவன் மனது யோசிக்கவில்லை.

வீட்டின் சொந்தக்காரர் வீட்டை ஒப்படைக்கும்போது மோசஸின் பத்துக் கட்டளைகள்போல மூன்று கட்டளைகளை அவனுக்கிட்டிருந்தார்.

அந்தப் பிரமாண்டமான வீட்டிலே அவன் எங்கேயும் தங்கலாம், எங்கேயும் உலாத்தலாம். ஆனால், பிரத்தியேகமான அவருடைய படுக்கை அறைக்குள் மட்டும் அவனுக்கு அனுமதி இல்லை. இரண்டாவது, அவனுக்கு இருந்த சிகரெட் மோகத்தை மனதிலே இருத்திச் சொன்னது. ஸாமன் மீனுக்குப் புகைபோடுவது போல சுவாசப்பைகள் கருகுமட்டும் அவன் புகை உற்பத்தி செய்யலாம். எவ்வளவு சிகரெட் வேண்டுமானாலும் ஊதித் தள்ளலாம். ஆனால், அதை வீட்டுக்கு வெளியே செய்யவேண்டும். மூன்றாவது இன்னும் பிரதானமானது. என்னதான் தலை போகிற காரியமாக இருந்தாலும் மாலை சரியாக ஆறு மணிக்கு (5.55 அல்ல 6.05 அல்ல) ஜாக்கிற்கு அதனுடைய இரவு உணவைக் கொடுத்துவிட வேண்டும்.

ஜாக்கிற்கு வேண்டிய உலர் உணவுப்பெட்டிகளையும், அளவு குவளையையும் சொந்தக்காரர் விட்டுப் போயிருந்தார். குளிர்ப் பெட்டியிலே அவனுக்குப் போதுமான சாப்பாட்டு வகைகள் இருந்தன. பாரிலே பீர், வைன் வகைகள். உடற்பயிற்சி அறை, நீச்சல்

குளம், நூற்றுக்கணக்கான புத்தகங்கள், 50 அங்குலம் ரீ.வி கொண்ட கேளிக்கை அறை என்று எல்லாம் அவனைச் சந்தோசப் படுத்தக் காத்திருந்தன. இப்பொழுது அவளும் இருந்தாள்.

'நல்ல பிள்ளையாக இரு' என்றான். அந்த வாசகத்தை ஜாக் குக்குச் சொன்னானா, அவளுக்குச் சொன்னானா தெரியவில்லை. முன் கதவைச் சாத்திக்கொண்டு புறப்பட்டான். முகப்பிலே பொருத்தியிருந்த மின்விளக்கு அவன் நிழல்பட்டுத் திடீரென்று பற்றி எரிந்தது; அவன்அகன்றதும் அணைந்தது.

அவளுக்குப் பிடிக்கும் என்று அவன் யப்பானிய உணவு வகை அன்று தயாரித்திருந்தான். ஒரு பரிசாரகனின் திறமையான அலங்காரத்துடன் அவை மேசையிலே காட்சியளித்தன. அதில் முக்கியமானது சூஸி. சிறு சோற்றுப் பருக்கைகளைத் தட்டை யாக்கி, கடல் பாசியில் சுற்றி, முள் இல்லாத மீன் சதையை மேலே வைத்து செய்தது. ஓர் அழகான பீங்கானில் நீள்வட்டமாக அவை அடுக்கி வைக்கப்பட்டிருந்தன. அதற்கு வேண்டிய தொடு குழம்பு இன்னொரு சிறு கோப்பையில் பக்கத்தில் இருந்தது.

இந்த வீடு அவளுக்கு மிகவும் பிடித்துக்கொண்டது. இதன் அமைப்பு நூதனமானது. மனிதர்களின் வசதிக்காக இது கட்டிய தாகத் தெரியவில்லை. பறவைகளுக்கும், வளர்ப்பு பிராணிகளுக் கும், தாவரங்களுக்குமாக கட்டிய வீடுபோலக் காட்சி தந்தது.

அவளுடைய கவனம் படுக்கை அறையிலேயோ, வரவேற் பறையிலேயோ, கேளிக்கை அறையிலேயோ செல்லவில்லை. படிக் கும் அறையிலேயே சென்றது. விதம்விதமான தாவரங்களும் செடி களும் அதை அலங்கரித்தன. வெளியே கொத்துக் கொத்தாக டியூலிப்கள் அத்தனை வண்ணத்திலும் பூத்துக் குலுங்கின. ஜன்னல் கண்ணாடியில் ஒட்டிய தேன் குவளைகளில் இருந்து தேன் குடித்த சிட்டுகள் ஒரே நேரத்தில் முன்னுக்கும் பின்னுக்குமாக பறந்து ஆர்ப்பாட்டம் செய்தன. உலோகத்தில் செய்த குதிரைவீரன் சிலை ஒன்று இருந்தது. அந்தக் குதிரை இரண்டு கால்களையும் உயரே தூக்கி நின்றது. அதன் சைகை அந்தக் குதிரைவீரன் இறந்துவிட் டான் என்பதே. ஒரு காலை மாத்திரம் தூக்கி வைத்திருந்தால் அந்த வீரன் போரிலே அடிபட்டிருப்பான். குதிரை நாலு காலை யும் ஊன்றி நின்றால் குதிரையும் சேமம்; அவனும் சேமம். அவள் எங்கேயோ அது பற்றிப் படித்திருந்தாள். அந்தப் போர்வீரனின் பெயரைக் கேட்கவேண்டும் என்று ஞாபகத்தில் குறித்து வைத்துக் கொண்டாள்.

சட்டம் மாட்டப்பட்ட சில குடும்பப் படங்கள் தொங்கின. எல்லா படங்களிலும் காலடியில் ஒரு நாய் இருந்தது. ஜாக் வரு வதற்கு முன்பு அந்த நாய்கள் இருந்திருக்கலாம். படங்களில் இருந்ததெல்லாம் ஒரு கணவனும் மனைவியும் ஒரு சிறுமியும் மட்டுமே. ஒவ்வொரு படமாக அந்தப் பெண்குழந்தை வளர்ந்து கொண்டே வந்தாள். ஒரு படத்தில்கூட அவன் இல்லாதது ஆச்சரி யமே. படத்தில் இருக்கும் குட்டி நாயைக் கம்ப்யூட்டரில் போட்டு வயதாக்கினால் எப்படி இருக்கும் என்று யோசித்துப் பார்த்தாள். ஜாக்கின் முகச்சாயல் கொண்டதாக அது இல்லை. சுத்த வெள்ளி யினால் செய்த இரண்டு உள்ளங்கை குடங்கள் மூடியுடன் அடுக்கி யிருந்தன. கீழே Little Flower Company என்று சிறிய எழுத்துகளில் பொறித்து, தேதியும் காணப்பட்டது. ஆச்சரியங்களின் எண் ணிக்கை கூடிக்கொண்டே வந்தது.

அவன் வருவதற்கிடையில் அங்கு குளிக்கலாம் என்று நினைத்தாள். தயார் நிலையில் இருந்து அவனைத் திக்குமுக்காட வைக்கலாம். நீண்ட காலணியை மற்ற குதிக்காலின் உதவியோடு கழற்றி, அதன் மேற்பாகத்தைப் பெருவிரலில் தொங்கவிட்டு, ஒரு நிமிடம் அது பெண்டுலம்போல அசைவதை ரசித்துவிட்டு மெல்ல எற்றினாள். அது சுவர் ஓரத்தில் போய் விழுந்தது. மற்ற காலணி யையும் கழற்றி எறிந்தாள். இன்னும் பிற ஆடைகளையும் நீக்கி விட்டு குளியலை நின்ற நிலையிலே முடித்தாள். பிறகு தொள தொள மேலங்கி ஒன்றை அணிந்துகொண்டாள். இரண்டு பக்கமும் நீண்டு தொங்கும் வார்களை அசட்டையாக முடிந்து, உடம்பின் மறைக்கவேண்டிய குறைந்தபட்ச பாகங்களை மூடியபடி குளிய லறையிலிருந்து வெளியே வந்தபோது அவன் பேயைக் கண்டது போலக் காட்சியளித்தான்.

இந்தப் படுக்கை அறையைத்தான் வீட்டின் சொந்தக்காரர் எது காரணம்கொண்டும் பாவிக்க வேண்டாம் என்று சொல்லி யிருந்தார். ஆனால், அந்த அற்பப் பிரச்சினையை அவன் இப் போது கிளப்புவதற்குத் தயாராக இல்லை. கைகளை அகலமாக விரித்து 'வா' என்று கூப்பிட அவள் ஓடி வந்து அவன் கைகளுக் கிடையில் ஒரு பறவையைப்போல ஒட்டிக்கொண்டாள்.

சாப்பாட்டு மேசையிலே இரண்டு பிளேட்களும், இரண்டு சிவப்பு நாப்கினும் மடித்து வைக்கப்பட்டிருந்தன. நீல நிற மெழுகு வர்த்திகள் இரண்டு கிறிஸ்டல் பீடங்களில் நின்று மெல்லிய ஒளியை வீசின. வெள்ளியில் செய்த கத்தியும் கரண்டியும் உரிய இடத்தில் இருந்தன. மிக உயர்ந்த சார்டொனே வைன் குளிராக்கப்

அ. முத்துலிங்கம் ◆ 807

பட்டு அதற்குரிய நீண்ட கிண்ணங்களுடன் ரெடியாக இருந்தது. சந்தர்ப்பத்தை எப்படியோ ஊகித்த ஜாக்கும் ஜெனிஃபரும் மிக ஒழுக்கத்தோடும், கண்டிப்போடும் வளர்க்கப்பட்ட இரு குழந்தை கள்போல அமைதியாக விளையாடிக்கொண்டிருந்தன.

படுக்கையிலே கால்களை நீட்டி அவன் அமர்ந்திருந்தான். அவனுடைய முழங்கால்களில் வசதியாக தன் பிருட்டத்தை இருத்தினாள். பிறகு அவன் கன்னங்களை ஏந்தியபடி, "முதலில் அந்தக் குதிரை வீரனின் பெயர் என்ன? சொல்லு" என்றாள்.

"எந்தக் குதிரை வீரன்?"

"ஸ்டடியில் இருக்கும் குதிரை வீரன்தான்."

"ஓ"

"என்ன ஓ"

"அதுவா, எனக்குப் பெயர் ஞாபகமில்லை."

"சரி, ஜாக்கிற்கு முன்பு எத்தனை நாய்கள் இருந்தன?"

"யாருக்குத் தெரியும்?"

"மைக்கேல்! நீ விளையாடுகிறாய்."

"என்னுடைய பெயர் மைக்கேல் இல்லை." அவன் பெயரைச் சொன்னான்.

"சரி விடு, ஜாக்கிற்கு முன்பு இருந்த நாய்களின் பெயர்கள் என்ன?"

"பெயர்களா?"

"இரண்டு நாய்கள் இருந்திருக்கின்றனவே. படத்தில் பார்த் தேன்."

"ஓ"

"என்ன ஓ"

"ஞாபகமில்லை."

அவனுக்குப் பதற்றமாகியது. என்ன நேரத்தில் இவள் என்ன கேள்வி கேட்கிறாள்.

"உனக்கு அந்த ஞாபகங்கள் மிகுந்த துக்கத்தை உண்டாக்கு கின்றனவா?"

"ஆமாம்." அவன் கண்களை அரைக்கம்பத்துக் கொடிபோல இறக்கி துக்கமாக வைத்துக்கொண்டான்.

"மன்னித்துக்கொள். அவை எப்படி இறந்தன?"

"எவை?"

"உன்னுடைய நாய்கள்தான்."

"ஓ"

"என்ன, எல்லாத்திற்கும் ஓ என்கிறாய்."

"அன்பே, இது என்ன குறுக்கு விசாரணை. அற்புதமான எங்கள் நேரம் வீணாகிக்கொண்டு வருகிறது. கிட்டவா, கிட்டவா" என்று மிருதுவாகப் பேசி அவளை அணைத்தான். அவனுக்குப் பயம் பிடித்துவிட்டது. அவளுடைய கேள்விகள் ஆபத்தான திசையில் போய்க்கொண்டிருக்கின்றன. நூல் இழையில் தான் தப்பிக் கொண்டிருப்பதும் தெரிந்தது.

"நான் எங்கேயும் ஓடிவிட மாட்டேன். போன ஞாயிறில் இருந்து நீயல்லவோ எனது காதலன். இந்த உடம்பு உன்னுடையதுதான். இந்தக் கேள்விக்கு மட்டும் பதில் கூறிவிடு. அது தெரியும் வரை என்னுடைய மூட் தூரத்திலேயே இருக்கும்."

"சரி, என்ன கேள்வி?"

"மூடனே, அந்த நாய்கள் எப்படி இறந்தன. ஒன்று 80இல் இறந்திருக்கிறது; மற்றது 91இல் இறந்திருக்கிறது. தயவு செய்து சொல். எனக்கு அழுகை வருகிறது."

அவள் தேம்பித் தேம்பி அழுவதற்கு மிகவும் தயாராகிக் கொண்டு வந்தாள்.

"அழாதே, அழாதே, என் தேவடியாக்குட்டி. எப்படி உன்னால் அவை இறந்துபோன வருடங்களைச் சொல்ல முடிகிறது?"

"எல்லாம் அந்த அஸ்தி கலசங்கள்தான். இரண்டு குட்டிக் கலசங்களில் Little Flower Company என்று பெயர் எழுதி, வருடங் களும் பொறித்து வைத்திருக்கிறதே. அது நாய் தகனம் செய்யும் கம்பெனி அல்லவா?"

பொய்கள் தங்களுக்கு விதித்த எல்லைகளை அடைந்து விட்டன. இரண்டு சைஸ் பெரிதான குளியல் அங்கியில் இருந்த அவளைக் கிட்ட இழுத்தான். அவனுடைய வயிறும், அவளுடைய வயிறும் இரண்டு வடக்கு தெற்கு காந்தங்கள்போல ஒட்டிக்

கொண்டன. வலது கையால் அவள் உடம்பின் ஈரமான பகுதி களைத் தடவித் தேடியபடி எல்லா உண்மைகளையும் சொல்லி விட்டான்.

ஒரு பகல் காலத்து மின்னலைப்போல அவள் கட்டிலி லிருந்து துள்ளிக் குதித்தாள். குளியல் மேல் அங்கியை நின்ற இடத்திலேயே கழற்றி குவியலாகவிட்டாள். அவளுடைய வழுவழு வென்ற நீண்ட கால்கள் அற்புதமான ஒரு கறுப்பு முக்கோணத்தில் சந்தித்துக்கொண்டதை அவன் பார்த்தான். அப்போது வெளியே சீறிய தன் மூச்சுக் காற்றுகளைக் கட்டுப்படுத்துவதற்கு அவனுக்கு இரண்டு சுவாசப்பைகளும் போதவில்லை.

“பிளீஸ், பிளீஸ்... எல்லாவற்றுக்கும் ஒரு விளக்கம் இருக் கிறது” என்று மன்றாடியபடியே அவளைப் பின் தொடர்ந்தான். ஒவ்வொரு கணமும் அந்த அழகு அவனுக்குக் கிட்டாததாகிக் கொண்டு வந்தது. சொந்தக்காரரால் அவனுக்கு அனுமதி மறுக்கப் பட்ட அந்த அறை, ஒரு விநாடியில் கசங்கி சுருண்ட படுக்கை விரிப்புகளாலும், நின்ற இடத்தில் தரையிலே உரிந்துவிட்ட குளியல் அங்கியாலும், மேசையிலே அசட்டையாக பானம் வைத்த கிளா ஸின் அழியாத வட்ட விளிம்பினாலும், எறிந்ததால் புரண்டு கிடந்த இரண்டு காலணிகளாலும் அலங்கோலமாகிக் காட்சி யளித்தது.

நீண்ட ஆடைகளின் கீழே அவளுடைய வெள்ளைப் பாதங் கள் தத்தியபடி இருந்தன. அவள் குனிந்து காலணிகளை மாட்டிய போது அவளுடைய பின் பாகத்தின் வெடிப்பு அவள் சட்டை யைக் கவ்விப்பிடித்தது. அவள் மூக்கு ஓட்டைகள் கோபத்தில் அசிங்கமாக விரிந்தன.

“நீ ஒரு லவராக இருப்பதைக்காட்டிலும் ஒரு பொய்யனாக இருப்பதில் உன் திறமையைக் காட்டிவிட்டாய்.” போகிற போக்கில் எதிரே இருந்த அரைவட்ட மேசையை அவளுடைய உருண்ட தொடை பக்கவாட்டில் இடித்தது.

விறுக்கென்று தன் நாயை ‘ஜெனிபஃர்’ என்று கூவி அழைத் தாள்.

நீண்ட நேரம் இருப்பதற்குத் திட்டம் போட்டிருந்த அந்த நாய் திடுக்கிட்டு எழுந்தது. ஏதோ அசம்பாவிதம் நடந்துவிட்டதை எப்படியோ ஊகித்து அவள் கால்களுக்கிடையில் புகுந்து என்ன செய்வது என்று தீர்மானிக்க முடியாமல் சுழன்று சங்கிலியின் பிடியில் மாட்டி இழுபட்டது. பிரம்பு போன்ற முதுகுடன், எரிச்சல்

ஊட்டும் விதமாக மார்புகளை முன்னே தள்ளியபடி, பிடரி மயிர் துள்ள எதிரே ஒரு குட்டைத் தண்ணீர் தேங்கி நிற்பது போன்ற பாவனையில் கால்களைத் தாண்டி வைத்து அவள் நடந்து போனாள். அவளுடைய நீண்ட ஆடை இப்போது 'இஸ்க் இஸ்க்' என்ற ஒலியை ஏனோ எழுப்பவில்லை. நிழல் பட்டு வேலை செய்யும் அந்த வாசல் மின்விளக்கு அவள் உருவத்தைக் கண்டு பிரகாசமாக ஒரு கணம் எரிந்து மீண்டும் அணைந்து போனது. அவன் கட்டிலில் மல்லாக்கப் படுத்திருந்தான். மடியில் ஒரு சாம்பல் கிண்ணம் இருந்தது. ஒட்டகம் படம் போட்ட சிகரெட் பெட்டியில் இருந்து ஒவ்வொரு சிகரெட்டாக எடுத்துப் பற்ற வைத்துப் பற்றவைத்து இழுத்து அந்தக் கிண்ணத்தை நிறைத்துக் கொண்டிருந்தான்.

சிகரெட் குடிக்கும் செய்கையில் அவன் இருந்ததாகத் தெரிய வில்லை. அந்தக் கிண்ணத்தை எப்படியும் அன்று இரவு பூர்த்தி யாவதற்கிடையில் சாம்பலால் நிறைத்துவிட வேண்டும் என்று முடிவெடுத்தவன்போலவே காணப்பட்டான்.

ஜாக் மிக அமைதியாக இருந்தது. அங்கே நடந்து முடிந்து போன அவனுடைய வாழ்க்கையின் மிகப் பெரிய சரிவைப் பற்றி அது ஒருவித அக்கறையும் காட்டவில்லை. அதற்கு அவனே தற் போதைய எசமான். அது நேற்றைய எசமானைப் பற்றி யோசித்த தாகத் தெரியவில்லை. நாளைக்கு யார் எசமான் என்ற விசனமும் இல்லை. காலை ஆகாரத்தைப் பற்றியோ, இரவு உணவு எங்கிருந்து வரும் என்பது பற்றியோ அறிவு இல்லை. உலகம் எப்படியும் அதன் விருப்பப்படி இயங்கியே ஆகவேண்டும் என்ற தோரணை யில் அது சாவதானமாகப் படுத்திருந்தது.

இரண்டு கைகளாலும் அள்ளி அணைக்கும் தூரத்தில் அவள் படுத்திருந்த மெதுவான படுக்கையின் பள்ளங்கள் இன்னும் முற்றாக அழியவில்லை. அவள் முடி ஒன்று அவளறியாமல் உதிர்ந்து அவளின் ஒரு பகுதியாக அங்கே தங்கிவிட்டது. அவள் உடம்பில் இருந்து புறப்பட்ட மெல்லிய வாசனை ஒன்று இன்ன மும் அங்கேயே சுழன்று கொண்டிருந்தது.

உலகில் வசிக்கும் ஒவ்வொருவருக்கும் அவசியமான, ஆனால், மிகக் குறைந்த பேர்களாலேயே அறியப்பட்ட சமையல் கலையில் அவனுக்கு விருப்பம் உண்டு. மூன்று மணிநேரம் நின்ற நிலையில் அவளுக்காக யப்பானிய உணவு சமைத்திருந்தான். அவள் ஒன்றைக்கூட ருசி பார்க்கவில்லை. கடல் பாசியில் சுற்றிய சூஸி முறுகிக்கொண்டு வந்தது. மெழுகுவர்த்தி, அவிழ்த்துவிட்ட

அவளுடைய கூந்தலைப்போல உருகி வழிந்தது. மூப்பாக்கிய வைன் இன்னும் மூப்பாகி விரைவில் அறையின் உஷ்ண நிலையை அடைந்துவிடும்.

திடீரென்று அவனுக்கு நினைவு வந்தது. எசமானின் மூன்று கட்டளைகளையும் உடைத்துவிட்டான். இனி உடைப்பதற்கு ஒன்றும் மிச்சமில்லை. நாயின் உணவு நேரம் மாலை ஆறு மணி. அது தாண்டி வெகுநேரம் ஆகிவிட்டது. திறமான பயிற்சிகளால் மிக நல்ல பழக்கங்கள் பழகிக்கொண்ட அந்தக் கறுப்பு நாய், இரு முன்னங்கால்களை நீட்டி தன் காதுகளை மறைத்தபடி, பழுப்புக் கண்களால் இத்தனை நேரமும் அவனையே பொறுமையாகப் பார்த்துக்கொண்டு இருந்திருக்கிறது.

◆

பூமத்திய ரேகை

என்னுடைய அம்மாக்களுக்கு என்னைப் பிடித்தது கிடையாது. ஒரு அம்மா என்றால் சமாளித்திருக்கலாம். மூன்று அம்மாக்களிடமும் சரிசமமாக, வஞ்சகம் வைக்காமல் பேச்சு வாங்குவது எவ்வளவு கடினம். ஆனாலும் நான் மிகச் சாமர்த்தியமாக பன்னிரெண்டு வயதுவரை சமாளித்து வந்தேன். அந்த வருடம்தான் நான் வீட்டைவிட்டு ஓடினேன்.

என் தகப்பனார் பேச்சு வார்த்தைகளில் நம்பிக்கை வைக்காதவர். அவர் என்னுடன் பேசிய மிக நீண்ட வசனம் 'டேய்' என்பதுதான். அப்பாவிற்கு அடிப்பதற்கும், உதைப்பதற்கும் வசதியான ஒரு வயதில் நான் இருந்தேன். மின்னல்போலப் பிடரியில் அடி விழும்போது அதைத் தடுப்பதற்கு நான் வெகு சிரமப்படுவேன். அதிலும் அப்பா இரண்டு கை பழக்கமுள்ளவர். எந்தப் பக்கம் இருந்து அடி வரும் என்பதை முன்பாகவே ஊகிக்க முடியாது. வலது பக்கத்தைத் தடுக்க தயார் நிலையில் இருக்கும்போது இடது பக்கமிருந்து அடி இறங்கும். என் வித்தைகள் ஒன்றும் பயன் தராது.

அண்ணன், அக்கா, தம்பிமார் என்று வீட்டை நிறைத்து நாங்கள் இருந்தோம். என் தம்பி சிசுபாலன் வடிவாக இருப்பான். பென்சில் சுருள்போல முடி. மழலை குறையாத பருவம். என்னுடன் சாவதானமாக விளையாடிக்கொண்டு இருப்பான், ஆனால், அப்பாவின் கோபம் என் பக்கம் திரும்பும்போது மாயமாக மறைந்து விடுவான்.

அக்கா என்று சொன்னால் என்னுடைய அம்மா அவளுக்கு அம்மா இல்லை; என்னுடைய அப்பாவும் அவளுக்கு அப்பா இல்லை. மூன்றாவது அம்மா வரும்போது அவளையும் கூட்டி வந்திருந்தாள். பெரியவளானதும் பள்ளிக்கூடத்தில் இருந்து நிறுத்தியதில் அவளுக்குப் பரம சந்தோஷம். ஓயாது பின்னல் வேலையில் ஈடுபடுவாள். பரம சாது. செத்த எலியை எடுத்து பக்கத்து வீட்டு வளவில் எறிவதற்குக்கூடத் தயங்குவாள். ஆனாலும் அப்பா கோபமாக என்மேல் பாயும்போது குறுக்காக விழுந்து தடுப்பது அவள் ஒருத்திதான்.

அ. முத்துலிங்கம்

என் அப்பாவுக்கு உயிர்களிடத்தில் அன்பு உண்டு. விசேஷ மாக புறா, முயல், அணில் இவைகளில் விருப்பம் அதிகம், அதுவும் சமைத்த பிறகு. இப்படித்தான் ஒருமுறை நான் வளர்த்த புறாவைக் கறிவைத்து சாப்பிட்டுவிட்டார். அதற்கு நான் அழுதேனென்றுகூட அடித்தார். அவர் இதற்குத்தான் அடிப்பார் என்று ஊகிக்க முடி யாது. என்னுடைய முழுப்பெயரையும் சொல்லிக் கூப்பிடும்போதே எனக்குத் தொடைகள் நடுங்கத் தொடங்கும். ஏதாவது ஓர் அபூர்வமான தவறை அப்போது கண்டுபிடித்திருப்பார்.

வெளியூர் பயணங்களையும், திருவிழாக்களையும் நான் வெறுத்தேன். இந்தப் பயணங்களில் அப்பா சாமான்களையும் ஆட்களையும் மாறி மாறி எண்ணுவார். கைக்குழந்தைகளைச் சில வேளைகளில் சாமான்கள் கணக்கில் சேர்ப்பார்; சில வேளை களில் ஆட்கள் கணக்கில் சேர்ப்பார். இங்கேதான் இடைஞ்சல். நான் கணக்கைச் சரியாக வைத்திருக்கவேண்டும் என்று அடிக்கடி அறிவுறுத்தப்படுவேன். என் பிரார்த்தனைகளின் பலத்தை நான் இந்தச் சந்தர்ப்பங்களில் பலமுறை பரிசோதித்ததுண்டு.

நாங்கள் வீதியில் நடக்கும்போது தரைப்படையின் பத்தாவது பிரிவு போர்முனைக்குக் கிளம்புவதுபோல சத்தமும் புழுதியும் எழும்பும். அப்பா முன்னுக்கு அங்கவஸ்திரத்தை விசிறி மாலை யாகப் போட்டுக்கொண்டு கைவீசி நடப்பார். அம்மாமார் மூன்று பேரும் முந்தானைகளை இறுக்கி, கொய்யகத்தைச் சரிசெய்து கொண்டு, பின்னால் நடப்பார்கள். நடுவிலே அண்ணனும் அக்கா வும். கடைசிப்படையாக வேலைக்காரி பூரணத்தின் தலைமையில் நாங்கள் அணிவகுப்போம். முன்னால் போனாலோ, பின் தங்கி னாலோ அடிவிழுவது நிச்சயம். இந்த நகர்வில் நான் பல போர்த் தந்திரங்களைக் கையாண்டு என்னைக் காப்பாற்றிக்கொள்ள வேண்டியிருக்கும்.

கிணற்றடியில் தினம் நடத்தும் அப்பாவின் காலை அனுட் டானங்கள் முக்கியமானவை. வலக்கையின் இரண்டு விரல்களை வாய்க்குள் விட்டு ஓவென்று ஓங்களிப்பார். நாலு அங்குலம் நீள மான தொண்டைக்குள் இவரால் ஆறு அங்குலம் நீளமான விரல் களை நுழைக்க முடியும். பச்சையும், மஞ்சளுமாய் திரவங்கள் வெளிப்படும். அதற்குப் பிறகு வடலிப்பனை ஓலையில் கிழித்து தயார் செய்த ஈக்கிலினால் நாக்கை வழிப்பார். ஒன்பதுமுறை இப்படி வழிப்பார். பிறகு வாயை அலம்பி கொளகொளவென்று கொப்பளிப்பார். திரும்பவும் இன்னொரு ஒன்பது தடவை வழிப்பு நடக்கும். அது என்னவோ பதினெண்கீழ் நெடுங்கணக்குபோல ஒரு கணக்கு. இந்த நியமத்தில் இருந்து அவர் தவறியதே கிடை யாது.

நான் எவ்வளவு எச்சரிக்கையாக இருந்தாலும் இரவு நேரங்களில் பாயை நனைத்துவிடுவேன். இதைப் பலகாலமாக தந்திரமாக மறைத்து வந்தேன். என் தம்பி சிசுபாலன் தலையில் (கால்களுக்கிடையில்) இந்தப் பழியைச் சுமத்தி விடுவேன். அவனுக்கு விபரம் தெரியவந்தபோது அவன் இதனைப் பலமாக ஆட்சேபித்தான். வீட்டிலே எல்லோரும் விழித்துக்கொண்டு என் நடவடிக்கைகளை மிக உன்னிப்பாகக் கவனிக்கத் தொடங்கினர்.

என் அப்பா இந்த விஷயத்தில் அளவுக்கு மீறிய உற்சாகம் காட்டினார். எத்தனை நாளைக்குத் தப்ப முடியும். ஒருநாள் அதிகாலை சுகமான ஒரு தூக்கத்தில் என் கவனத்தைச் சிதறவிட்டு அப்பாவிடம் கையும், காற்சட்டையுமாகப் பிடிபட்டேன். அப்பா எனக்கு மிகக் கொடூரமான ஒரு தண்டனை வழங்கினார். முள் முருங்கை மரத்தில் என்னைக் கட்டி வைத்து அடித்தார். வெயில் ஏறும்வரை அடித்தார். அக்கா அழுது மன்றாடி எனக்கு விடுதலை வாங்கித் தந்தாள். இந்த நேரங்களில் எனக்கு ஆறுதலாக இருந்தது அக்கா ஒருத்திதான். ஆனால், அவளும் விரைவிலேயே இறந்து விடுவாள் என்பது எனக்கு அப்போது தெரியவில்லை.

அக்கா மூக்குத்தி போட்டிருப்பாள்; முகப்பருவும் போட்டிருப்பாள். இரண்டுமே அவள் முகத்தை இன்னும் அழகு படுத்தும். புருவ மத்தியிலே சிவப்புப் பொட்டு பிரகாசிக்கும். எப்பவும் முழங்கால்களைக் கட்டிக்கொண்டு, முற்றின பலாப் பழம் காக்கையின் வரவுக்காகக் காத்திருப்பதுபோலக் காத்திருப்பாள். அடிக்கடி என் தலைமுடியைக் கோதியெடுத்து மயிலிறகு தடவியது போல விரைந்த முத்தம் தருவாள்.

முதல் நாள் என்னுடன் சிரித்து விளையாடியவள் ஒருநாள் இரவுக்குள் படுக்கையில் விழுந்தாள். மூளைக்காய்ச்சல் என்று சொன்னார்கள். வைத்தியர் அடிக்கடி வீட்டுக்கு வந்து சோதித்து மருந்து கொடுத்தார். அக்கா பாயுடன் சேர்ந்து வதங்கியபடியே வந்தாள். உடல் நிறம் மாறியது. மயில்தோகைபோல விரிந்த கூந்தல் ஒளியிழந்துபோனது. துர்வாடையொன்று மெல்லப் பரவியது. ஒரு நாள் இரவு தொடங்கும் நேரத்தில் கடவாயில் நீர் ஒழுக இறந்து போனாள்.

அக்காவின் சாவு என்னைப் பெரிதும் பாதித்தது. ஆறுதலுக்கு அவள் இல்லையென்றபோது என் மனதைப் பெரும் பயம் பிடித்து உலுக்கியது. அப்பாவிடமிருந்து என்னை அவள் காப்பாற்றுவாள் என்று நம்பியிருந்தேன். மாறாக அவள் போனபின் என் மீதிருந்த கெடுபிடிகள் இன்னும் இறுக்கப்பட்டன. இருட்டில்

அ. முத்துலிங்கம் ♦ 815

பெரும்பகுதியைத் தூங்காமலே கழித்தேன். இரவு நேர ஓசைகளைப் பழக்கப் படுத்திக்கொண்டேன். அப்பாவின் கயிற்றுக் கட்டில் பல விதமான சப்தங்களை உண்டாக்கும். முனகல்களும் திமிறல்களும் எழும். அவற்றிலே சில சத்தம் வரக்கூடாதென்று நினைக்கும் ஒருவரின் சத்தங்கள்போல எனக்குப் படும்.

ஒருநாள் இரவு. கோதுமை மாவில் உருட்டி உருட்டி செய்து, மூங்கில் குழலில் வைத்து முறியாது தள்ளிய புட்டு வயிறு நிறைய சாப்பிட்டுவிட்டு, தண்ணீரும் குடித்தேன். அன்றிரவு என் பாயி லிருந்து ஓடிய வெள்ளம் தம்பியின் பிரதேசத்தையும் தாண்டி அம்மா வரைக்கும் போய்விட்டது. பூமியில் இருந்து ஒழிந்துபோன ஒரு தொல் விலங்கின் மூர்க்கத்தோடு அப்பா அன்று என்னைத் தாக்கினார்.

எல்லாம் ஓய்ந்த பிறகு இரண்டாவது அம்மா என் வியாதிக்கு ஓர் அபூர்வமான யோசனை சொன்னாள். அவள் சொன்னால் போதும், அப்பா கேட்பார், தட்டமாட்டார். அது தான் நானும் அப்பாவும் அந்தச் சனிக்கிழமை காலை நேரம் கோயிலுக்கு வந்திருந்தோம். கோயில் பலிபீடத்தில் வைத்து பூஜை செய்து காகத்திற்கு எறியும் தளிசையை வாங்கி நான் உண்டால் என் வியாதி மாயமாய் மறைந்துவிடும். இது கைகண்ட மருந்தாம்.

ஐயர் பலிபீடத்தை நோக்கி வந்துகொண்டிருந்தார். ஒரு கையிலே மணி அடித்துக்கொண்டிருந்தது. அடுத்த கையில் தீபமும், தளிசைத் தட்டும். இன்னும் சில நிமிடங்களில் பலிபீட பூஜை ஆரம்பமாகிவிடும். அப்பொழுது பார்த்து அவள் வந்தாள். விசாலாட்சி. விசாலமான கண்களைக்கொண்டவள். என்னோடு படிப்பவள். உப்பு என்று சொல்வதுபோல அவள் உதடுகள் எப்ப வும் குவிந்துபோய் இருக்கும். நான்தான் வியாதிபிடித்து அலை கிறேன். இவளுக்கென்ன கேடு! பச்சைப் பாவாடையும், பட்டு ரிப்பனுமாக அந்த நேரம் பார்த்து வந்துவிட்டாளே. அவள் என் பக்கம் திரும்பினாள். அதரங்களில் அரை முறுவல். சூரியனைப் போல அவள் கண்கள் பிரகாசித்ததால் அவள் என்னைப் பார்த் தாளா, உலகத்தைப் பார்த்தாளா என்று தெரியவில்லை.

பூஜை முடிந்ததும் கணகணவென்று ஒலித்த மணியை நிறுத்திவிட்டு, ஐயர் தளிசையைக் கையிலெடுத்தார். காகங்கள் ஆவலுடன் நாலாபக்கமும் பறந்து அமளி செய்தன. அந்த நேரம் பார்த்து அப்பா, ஐயருடைய மணி பேசிய அதே ஸ்தாயியில் குரலை எடுத்துச் சொன்னார்.

"ஐயா, அந்த தளிசையை எறியவேண்டாம். என்னுடைய மகன் பாயோடு ஒன்றுக்குப் போகிறான். அதை இவனிட்டை குடுங்கோ ஐயா."

அப்பா வந்து என்னைத் தூணிலிருந்து இடுங்கிக்கொண்டு போனார். என் கால்கள் தரையில் அரைபட்டன; கண்கள் விசாலாட்சியைத் தேடின.

தளிசை வைத்தியம் வேலை செய்ததா என்பதை அறியும் வாய்ப்பு யாருக்கும் கிட்டவில்லை. அதற்கிடையில் மழைக் காலம் வந்துவிட்டது. அதிலே ஒரு வசதி. இரவிலே மழை கொட்டும் போது கூரை ஒழுகி பாத்திரங்கள் நிரம்பும். பாய்கள் இடம் மாறும். இதமான நித்திரை உண்டாகும். இந்தக் கலவரத்தில் நான் என் சிறுநீர் விவகாரத்தை சௌகரியமாக யாரும் அறியாதவாறு நடத்திவந்தேன்.

அப்பாவின் செருப்புச் சத்தம் வாசலில் கேட்கும் போதெல்லாம் தட்டி மறைவில் ஓடி ஒளிந்துகொள்வேன். வாசலில் செம்பும் தண்ணீரும் மறக்காமல் வைத்திருப்பேன். விளக்கு பளபளவென்று துடைத்து அப்பா கண்படும் இடத்தில் தொங்கும். அப்பாவின் சத்தங்கள் நின்று, ஆபத்து சின்னங்கள் விலகியதும் என் மறைவிடத்தில் இருந்து படிப்பைத் தொடருவேன்.

என்னுடைய கடைசிப் பரீட்சை நெருங்கிக்கொண்டு வந்தது. இதிலே முதலாவதாக தேறினால் பெரிய பள்ளிக்கூடம் போவதற்கு எனக்கு உதவிப் பணம் கிடைக்கும். என்னுடைய அப்பாவுக்கு என் படிப்பைப் பற்றி ஒருவித அக்கறையும் கிடையாது. வருட முடிவில் தேர்ச்சிப் பத்திரத்தில் அவருடைய கட்டை விரல் அடையாளத்தைப் பெறுவதே என்னுடைய உச்சபட்ச சாதனை. படிப்பை நிறுத்த அவருக்கு ஒரு காரணம் தேவையாக இருந்தது.

அன்று காலை நாலு மணிக்கே எழுந்துவிட்டேன். பாயைத் தொட்டுப் பார்த்து உறுதி செய்தபிறகு மண்ணெண்ணை விளக்கைக் கொளுத்திவைத்துப் படிக்கத் தொடங்கினேன். தட்டியிலே பழைய துணிகளை விரித்து அப்பாவின் கண்ணுக்கு வெளிச்சம் தெரியாமல் பார்த்துக்கொண்டேன்.

அன்று பூமி சாஸ்திரப் பரீட்சை. எப்படியும் அதில் வழக்கம் போல நூற்றுக்கு நூறு மார்க் வாங்கிவிடவேண்டும் என்ற ஆர்வம் எனக்கு. எட்டு மணிவரை இருந்த இடத்தில் இருந்தபடியே மனனம் பண்ணினேன். அட்சரேகைகள், தீர்க்கரேகைகள் எல்லாம் என் மண்டைக்குள் தாறுமாறாக ஓடின. செங்கடலும் கருங்கடலும் அரபிக்கடலும் பொங்கி அலை மோதின. என் மூளை நிறைந்து போய் இருந்தது.

அவசர அவசரமாக புத்தகங்களை அடுக்கினேன். விளக்கை எடுத்து மாடாவில் வைத்தேன். பென்சிலைச் சீவினேன். கால் சட்டை, மேற்சட்டைகளை எடுத்துத் தயாராக வைத்துவிட்டு

அ. முத்துலிங்கம் ♦ 817

கிணற்றடிக்கு ஓடினேன். வாளியில் தண்ணீர் பிடித்து, ஒரு மூலையில் நின்று சத்தம் செய்யாமல் கை, கால் முகம் என்று கழுவினேன். அப்படியே மெதுவாக நகர முயன்றேன்.

"உலகிலேயே மிகவும் குளிரான பிரதேசம் தென் துருவத்திலிருக்கும் அண்டார்டிக்கா கண்டம். உலகிலேயே மிகவும் குளிரான பிரதேசம் தென் துருவத்திலிருக்கும் அண்டார்டிக்கா கண்டம்."

"இஞ்ச வாடா."

"இந்து சமுத்திரம், பசுபிக் சமுத்திரம், அட்லாண்டிக் சமுத்திரம்."

"பல்லு தேச்சியா?"

"கிழக்கு மேற்காக ஓடும் ரேகை அட்சரேகை."

"தேச்சியாடா ?"

"தேச்சேன், அப்பா."

"நாக்கு வழிச்சியா?"

"வடதென்துருவங்களை இணைக்கும் ரேகை தீர்க்கரேகை."

"வழிச்சியாடா, சொல்?"

"ஒரு பாகை தீர்க்கரேகை நாலு நிமிடங்களுக்குச் சமம். ஒரு பாகை தீர்க்கரேகை நாலு நிமிடங்களுக்குச் சமம்."

"வழிச்சியா?"

"இல்லையப்பா, வழிக்கேல்லை."

"ஏண்டா?"

"நாலு நிமிடங்களுக்குச் சமம்."

"ஏண்டா?"

அப்போதுதான் முதல் அடி விழுந்தது. கிடைக்கு பதினைந்து பாகை கோணத்தில், பிடரியில். அட்சரேகையும், தீர்க்க ரேகையும் வாய் வழியாக வெளியே ஓடின.

"நான் வழிக்கமாட்டன்."

"என்னடா சொல்றாய், றாங்கியைப் பார்."

இன்னோர் அடி.

"இரண்டு விரலைத் தொண்டையுள் விடுறதும், ஈக்கினால் நாக்கைப் போட்டு வழிக்கிறதும் பிழை. நீங்கள் வாத்தியாரைக் கேட்டுப் பாருங்கோ. நான் வழிக்கமாட்டன்."

இதற்கிடையில் கிணற்றடியில் சனம் சேர்ந்துவிட்டது. மூன்று அம்மாக்கள், தம்பிமார், பக்கத்து வீட்டுக்காரர்கள்.

என் பேச்சைக் கேட்க ஆட்கள் வந்ததும் எனக்கு உசார் வந்துவிட்டது.

"இண்டைக்கு சோதனை எழுதப்போறன். பள்ளிக்கூடத்துக்கு லேட். இந்த நேரம்பார்த்து அடிக்கிறீங்களே. இது என்ன ஞாயம்?"

"என்னடா ஞாயம்? நான் அடிக்காமல் வேறை யாரடா அடிப்பாங்கள்?"

மறுபடியும் பிடரியிலும், முதுகிலும் அடி விழுந்தது.

"அக்கா!, அக்கா!"

மூன்று அம்மாக்களும் அப்படியே அசையாமல் நின்றனர். ஒருவர்கூட வாய் திறக்கவில்லை. ஒருவித வெட்க ரோசமில்லாமல் அந்தப் பெரிய உருவம் என்னைப்போய் அடித்துக்கொண்டிருந்தது.

"நிறுத்துங்கோ. காணும், நிறுத்துங்கோ."

என் குரலில் இருந்த பயங்கரம் என்னையே திடுக்கிட வைத்தது. என் வாயிலிருந்து முன்பின் யோசித்திராத வார்த்தைகள் புறப்படுவதை என் காதுகள் கேட்டன.

"கட்டை விரல் அடையாளம் வைக்கவும், தொண்டைக்குள் கையை விட்டு ஓங்களிக்கவும், என்னை அடிக்கவுந்தான் வரும். உங்களுக்கு ஒரு பெயர் இருக்கு. அதை எழுத வருமா?"

அப்பாவின் முகம்போனபோக்கைப் பார்க்கவேண்டும். அம்மாக்கள் வாய் எல்லாம் திறந்துவிட்டது. அதற்குப் பிறகு அங்கே நிற்க இயலாது. கடைசிக் கல்லும் கையை விட்டுப் போய் விட்டது. மாவடி ஒழுங்கையால் விழுந்து எடுத்தேன் ஓட்டம்.

அன்று நான் பூமி சாஸ்திரம் சோதனை எழுதவில்லை. அதற்குப் பிறகு என் வாழ்க்கையில் எந்தச் சோதனையையும் எடுக்க வில்லை.

◆

அ. முத்துலிங்கம் ◆ 819

தளுக்கு

யாழ்ப்பாணத்தில் ஒரு கிராமத்தில் மூன்று சிநேகிதிகள் இருந்தார்கள். மூன்று உடலும், ஓர் உயிரும் என்று சொல்லலாம். ஒன்றாகவே சைக்கிளில் பள்ளிக்கூடம் போனார்கள். ஒன்றாகவே படித்தார்கள். ஒன்றாகவே விளையாடினார்கள். ஒன்றாகவே ரகஸ்யம் பேசினார்கள். ஒரு கரண்ட் வயரில் வேலை செய்யும் மூன்று பல்புகள்போல அவர்கள் இருந்தார்கள்.

பேன் பார்ப்பதில்கூட ஒரு புதுமை செய்தார்கள். முக்கோண வடிவில் உட்கார்ந்து கொண்டு ஒருவர் தலையை ஒருவர் பார்த்தார்கள். அவர்களுடைய கூரிய கண்களில் இருந்தும், பரபரப்பான விரல்களில் இருந்தும் பேன் என்ற உயிர்ப்பிராணி தப்பவே முடியாது.

காரியம் இப்படிப் போய்க்கொண்டிருக்கும்போது இவர்களில் ஒருத்திக்கு அதிர்ஷ்டம் அடித்தது. அந்த அதிர்ஷ்டக்காரியின் பெயர் பத்மலோசனி. அதிர்ஷ்டம் அடிக்காத மற்ற இருவருக்கும்கூட பெயர்கள் இருந்தன. அவை இங்கே தேவையில்லை.

அதிர்ஷ்டக்கார பத்மலோசனியின் மாமா கனடாவில் இருந்தார். பணக்காரர் என்றால் மொத்தமான பணக்காரர். அவருடைய மகள்தான் மைதிலி. பத்மலோசனியின் வயதுதான் அவளுக்கும். பதினாறு முடிந்து சில நாட்கள் ஆகியிருந்தன. மைதிலி தகப்பனிடம் தன் சிறுவயது தோழியைப் பார்க்கவேண்டும் என்று சொல்லியிருக்கிறாள். ஒரே மகள். அவள் கேட்டதை தட்ட முடியுமா? பத்மலோசனிக்கு டிக்கட்டும், விசா எடுப்பதற்கு அவர் கம்பெனி தலைப்பு போட்ட பேப்பரில் உத்திரவாதம் கொடுத்து இங்கிலீஸில் டைப் அடிக்கப்பட்ட ஒரு கடிதமும், கறுப்பு கழுத்து வாத்துகள் படம்போட்ட இருபது டொலர் தாள்கள் பத்தும் அவள் மாமா அனுப்பியிருந்தார்.

அந்தக் கிராமத்தவர்களுக்கு இது அதிசயத்திலும் அதிசயம். எப்படி பாஸ்போர்ட் எடுப்பது, எப்படி விசா எடுப்பது, எப்படி பிளேன் ஏறுவது என்று குழம்பிப்போய் விட்டார்கள்.

காரணம் இதுதான். கள்ள பாஸ்போர்ட் எடுப்பது எப்படி என்று அவர்களுக்குத் தெரியும். எந்த ஏஜண்டைப் பிடித்தால் எந்தப் பாதை திறக்கலாம் என்பதும் தெரியும். எந்த எந்த விசா குத்தவேண்டும், எந்த எந்த விசா குத்தக்கூடாது என்பதும் தெரியும். ஆனால், உண்மையான பாஸ்போர்ட்டில், உண்மையான விசா குத்தி உண்மையான டிக்கட்டில் பயணம் செய்வது பற்றி அவர்கள் ஒருவருக்கும் ஒன்றுமே தெரியவில்லை.

கடைசியில் ஒருவழியாக பயண ஏற்பாடுகள் செய்து முடிக்கப்பட்டன. ஒரு புளியமரத்தின் கீழ் பத்மலோசனியும், அதிர்ஷ்டமில்லாத மற்ற இரண்டு சிநேகிதிகளும் உட்கார்ந்து பேசிக்கொண்டிருந்தார்கள். ஒருவர் விரலை ஒருவர் பிடித்தபடி. இதுவே முதல் தடவை அவர்கள் பிரியப் போவது. கொஞ்சம் பொறாமைப்பட்டார்கள். கொஞ்சம் மூக்கைச் சிந்தினார்கள். கொஞ்சம் அழுதார்கள்.

“எடி, கடிதம் போடுவாயோ?” என்றாள் ஒருத்தி.

“மறக்க மாட்டாயே!” என்றாள் மற்றவள். அவள் குரல் தழுதழுத்தது.

அவர்கள் வாங்கி வரச்சொன்ன லிஸ்டை எடுத்து ஞாபக மாக பிளவுஸுக்குள் செருகினாள் பத்மலோசனி. ரூல் போட்ட அந்த ஒற்றையில் ஒரு பக்கம் முடிந்து பின் பக்கத்திலும் சில சாமான்கள் எழுதப்பட்டிருந்தன. ஒருவரை ஒருவர் கிள்ளினார்கள். இறுதியாக கட்டிப்பிடித்து முத்தம் கொடுத்து விடைபெற்றுக் கொண்டார்கள்.

இது எல்லாம் நடந்து ஒரு மாதமாகிவிட்டது. அன்று பத்ம லோசனி கனடாவில் இருந்து திரும்பி வருகிறாள். அந்த இரண்டு சிநேகிதிகளும் ஒருவர் விரலை ஒருவர் பிடித்தபடி காத்திருந் தார்கள். ஏதோ பரீட்சை முடிவை எதிர்பார்ப்பதுபோல அவர்கள் நெஞ்சுகள் படபடவென்று அடித்துக்கொண்டன.

சொன்னபடியே சித்தப்பாவின் வாடகைக் கார் பத்ம லோசனியைக் கொண்டுவந்து இறக்கியது. அவள் அங்கே இங்கே திரும்பிப் பாராமல் மிடுக்கோடு உள்ளேபோனாள். இரண்டு மணி நேரமாக இவர்கள் காத்திருந்தார்கள். ஒருத்தி அளவுக்கு மீறி வளர்ந்திருந்த தன் ஒல்லிக் கால்களைப் பாவாடையினால் இழுத்து இழுத்து மூடினாள். மற்றவள், பின்னலில் சேர்த்துக்கொள்ளப் படாமல் அனாதரவாக விட்ட முற்றா மயிர் சுருள்களை விரல் களினால் உருட்டிக்கொண்டிருந்தாள். அந்தத் தரித்திரம் பிடித்த கார் இன்னும் அங்கேயே நின்றது. கடைசியில் ஒருவாறாக அது கிளம்பியதும் பத்மலோசனி இவர்களை நோக்கி ஓடிவந்தாள்.

அவளைப் பார்த்த இரண்டு சிநேகிதிகளும் திகைத்து விட்டார்கள். நல்ல சாப்பாட்டினால் உண்டாகும் ஓர் இன்ச் சதை அவள் உடம்பு முழுக்க மூடியிருந்தது. ஒருநாளைப்போல மாட்டும் செருப்புக்குப் பதிலாக முன்பக்கம் கூர்மையாக்கப்பட்ட, வார் வைத்து குதி உயர்த்திய கறுப்பு சப்பாத்தை அவள் அணிந்திருந்தாள். வழக்கமான கோதுமை மா அவித்த மணம் அப்போது எழும்பவில்லை. ஒரு புதுவிதமான சென்ற் வாசம் பரவியது. புது ஆடை மணமும், பிளேன் மணமும், கொஞ்சம் கனடா மணமும் அங்கே வீசியது. எல்லோரும் கட்டிப்பிடித்து ஒரு சொட்டு அழுதார்கள். சிறிது சந்தோஷப்பட்டார்கள். பிறகு மூக்கைச் சிந்தினார்கள்.

அவள் தான் வாங்கிவந்த சாமான்களை எல்லாம் எடுத்து பரப்பி வைத்தாள். வாசனைத் திரவியம், பவுடர், உதட்டுச் சாயம், நகப்பூச்சு என்று அத்தனையும் கிடைக்கமுடியாத அபூர்வ பொருட்கள். நெற்றிப் பொட்டுக்கூட வாங்கியிருந்தாள். கனடாவில் நெற்றிப் பொட்டும் செய்கிறார்களா என்று ஒருத்தி விசாரித்தாள். இன்னொருத்தி வெளிநாடு என்றாலே ஒரு மவுசுதான் என்றாள்.

“இது என்னடி? கறுப்பாய், நீட்டாய் வலைபோல?”

“இதுதான் நைலோன்ஸ். இதைப் போட்டுக்கொண்டுதான் அங்கே எல்லோரும் வெளியே போவார்கள். அப்படியில்லை. அப்படியில்லை. இப்படித் தொடைமட்டும் இழுத்துவிடவேண்டும்” என்றாள்.

இரண்டுபேரும் அவள் மேலே விழுந்து தொடையிலே கிள்ளிவைத்தார்கள்.

எல்லா ஆரவாரமும் அடங்கிய பிறகு பத்மலோசனி ஒரு பொக்கிஷத்தை எடுப்பதுபோல ஒன்றை எடுத்தாள்.

“இஞ்ச பாருங்கோடி. இது சீப்பு இல்லை. சோப்பு இல்லை. முகம் பார்க்கும் கண்ணாடி இல்லை. விக்டோரியா சீக்கிரட்டில் வாங்கிய பிரேசியர்ஸ். விலையை படியுங்கோ. அதில் 39.95 என்று போட்டிருக்கு. ரூபாய் இல்லை. டொலர்ஸ். பெரிய பெரிய ஹொலிவுட் நடிகைகள் எல்லாம் இதைத்தான் அணிவார்களாம்.”

அதிர்ஷ்டமற்ற இரண்டு சிநேகிதிகளும் ஆவென்று வாயைப் பிளந்து பார்த்துக்கொண்டு நின்றார்கள்.

“இது மாங்காய் புடுங்குவதற்கோ, தேங்காய் உரிப்பதற்கோ போட்டுக்கொண்டு போகிற சமாச்சாரம் இல்லை. உண்மையான பெரிய விசேஷங்களுக்கு மட்டுமே அணியவேணும். இந்தாடி

உனக்குச் சின்ன சைஸ். எடியே! உனக்கு இரண்டு சைஸ் பெரியது."

பாதி எலுமிச்சம் பழம்போல மார்பு உடையவள், "ஏன்டி, இரண்டு சைஸுக்கும் விலை ஒண்டுதானா?" என்றாள். அவள் தன்னுடைய பிராவை கையிலே தூக்கி மணிபோல ஆட்டிக் கொண்டிருந்தாள்.

"ஸ்டுபிட், இது என்ன பானையா, சருவமா ஒவ்வொரு சைஸுக்கும் ஒவ்வொரு விலைபோட? எல்லா சைஸுக்கும் ஒரே விலைதான்" என்றாள் பத்மலோசனி.

"ஐயோ, அப்படி என்றால் எனக்கு நீ இரண்டு சைஸ் பெரிதாக வாங்கி இருக்கலாமே. நான் வளர வளர வைத்து போடுவேன்" என்று முறையிட்டாள்.

"சீ, மூதேவி, ஆசையைப் பார்" என்று தாடையில் இடித்தாள் பெரிய மார்புக்காரி.

மூன்று நாட்களாக அவர்கள் வேறு ஒன்றுமே பேசவில்லை. ஒரே கனடாக் கதைதான். கேட்டு கேட்டு அலுக்கவில்லை. இவர்களுக்கு எல்லாமே புதுமையாக இருந்தது. சில கதைகளை இன்னொருமுறை கூறும்படி அவளைக் கெஞ்சிக் கேட்டார்கள். அவளும் கொஞ்சம் நடப்பு காட்டிவிட்டு பிறகு சொல்வாள். நயகரா நீர்வீழ்ச்சியிலோ, சி.என் கோபுரத்திலோ, ஸ்கைடோமிலோ அவர்களுக்கு ஆர்வமில்லை. மைதிலி பற்றி கேட்கவே ஆசையாயிருந்தது.

"உண்மைதானே. சொல்லடி, மைதிலி மொடலாகப் போகிறாளா?"

"அவள் மொடலிங் படிக்கத்தான் ஆசைப்படுகிறாள். அவளுடைய தகப்பன் அவள் என்ன சொன்னாலும் கேட்பார். இரண்டு விளம்பரப் படங்களில் ஏற்கனவே நடித்துவிட்டாள்."

"அப்படி அழகா?" என்றாள் ஒருத்தி. அவள் குரலில் ஏக்கம் தொனித்தது.

"அவளுடைய கலர் எங்களுடையதைப்போல வெள்ளை இல்லை. அவள் நடுக்கறுப்பு. அந்த நிறத்துக்காக அங்கே கொலை கூடச் செய்வார்கள். அவ்வளவு மதிப்பு. அவளுடன் மோலுக்குள் நடந்துபோனால் ஆட்கள் திரும்பிப் பார்த்தபடியே போவார்கள்."

"ஏன்டி, நீ ஒரு மாதம் இருந்திருக்கிறாய். நீ அங்கே பார்த்த மறக்கமுடியாத ஆச்சரியம் என்ன?" என்றாள் பெரிய மார்புக்காரி.

"அங்கே பெண் தபால்காரிகள் இருக்கிறார்கள்."

"அது என்ன பெண் தபால்காரி. தபால்காரி என்றால் பெண் தானே. வேறு என்ன?"

"ரோடு கூட்டும் மெசின். இரவிரவாக வந்து ரோட்டைக் கூட்டிவிடும். காலையில் பார்க்கும்போது ரோட்டுகள் பளிச் சென்று இருக்கும்."

எல்லோரும் பெருமூச்சு விட்டார்கள். அணில்கள் அவர் களுக்கு நெருக்கமாக வந்து பொறுக்கி சாப்பிட்டன. ஒருத்தி மெல் லிய குரலில் கேட்டாள், "ஏன்டி, உன்ரை மைதிலிக்குக் காதலன் இருப்பானோ?"

"அங்கே அவளை மைதிலி என்று கூப்பிட முடியாது. அவள் பெயரைச் சுருக்கி 'மித்' என்றுதான் கூப்பிடுகிறார்கள். மித் என்றால் நம்பிக்கைக்கு அப்பாற்பட்டது என்று பொருள். அவள் அழகும் அப்படித்தான்."

"சொல்லடி, அவளுக்கு லவர் இருக்கிறானா?"

"பலர் இருந்தார்கள்."

"அப்ப?"

பத்மலோசனி ஒரு மர்மப்புன்னகையைச் செய்து மொனலிசாபோல மௌனமாகிவிட்டாள்.

இருவரும் அவள் மீது பாய்ந்து விழுந்தார்கள். அவளைப் பிடித்து அமுக்கினார்கள். அவள் 'ஆவூ' என்று காயம்பட்ட விலங்குபோலக் கத்தினாள். அணில்கள் பிய்த்துக்கொண்டு ஓடி மறைந்தன.

"நான் சொல்லமாட்டன். அது ரகஸ்யம்."

"புரொமிஸ், புரொமிஸ்" என்றார்கள் இருவரும்.

மித்துக்கு ஒரு காதலன் இருக்கிறான். முழுக்க முழுக்க வெள்ளைக்காரன். அவன் ஒருநாள் அவளை வெளியே கூட்டிப் போவதற்கு வந்திருந்தான், கண்ணைச் சுற்றி காது வரைக்கும் வளைந்த கறுப்புக் கண்ணாடி போட்டுக்கொண்டு. அவனுடைய பெயர் பொறித்த இலக்கத் தகடு உள்ள கார் அவனிடம் இருந்தது. பத்மலோசனியும் அவர்களுடன் வரவேண்டும் என்று மித் அடம் பிடித்தாள்.

"நான் எப்படி வருவேன். நீங்கள் இரண்டு பேரும் ஒருத்தர் மூஞ்சியை ஒருத்தர் பார்த்துக்கொண்டு இருப்பீர்கள். நான் எதற்கு நடுவே, ஹலொவீன் பூசணிக்காய்போல" என்று சொன்னாள் பத்மலோசனி.

“அதென்னடி பூசணிக்காய்?”

“என்னவோ பூசணிக்காய். மித் எனக்காக ஒரு புது டிரஸ்கூட வாங்கியிருந்தாள். என்ன செய்யமுடியும்? அதைப் போட்டுக் கொண்டு நானும் அவர்களுக்குப் பின்னால் இழுபட்டேன்.”

அன்று மித் உடுத்திய உடைபோல ஒன்றை பத்மலோசனி தன் வாழ்நாளில் பார்த்ததில்லை. மெல்லிய பட்டுத் துணியினால் தயாரிக்கப்பட்ட விலை உயர்ந்த ஆடை அது. ஆயத்த ஆடையாக வாங்காமல், கைதேர்ந்த தையல்காரரால் அளவெடுத்துச் செய்யப் பட்டது. சிறுகாற்றுக்கும் அசைந்து கொடுக்கும் அந்த உடை, மிக நுட்பமான வேலைப்பாடுகளை அதன் தோள்மூட்டிலே கொண்டிருந்தது. எவ்வளவுதான் உயர்ந்ததாக படைக்கப்பட்டிருந் தாலும் அந்த ஆடை மறைக்க உத்தேசித்திருந்த அவள் உடலின் அழகு அதையும்விட பன்மடங்கு வசீகரத்துடன் இருந்ததாகவே பத்மலோசனிக்குப் பட்டது.

அந்த வெள்ளைக்கார காதலன் அவர்களை ஓர் ஐந்து நட்சத்திர ஹொட்டல் உணவகத்திற்கு அழைத்துப்போனான். அது பளபளவென்ற மார்பிள் தரையையும், பனை உயரம் எட்டும் திரைச்சீலைகளையும் கொண்டிருந்தது. நீண்ட வெண்கலச் சங்கிலி களில் தொங்கிய பாரமான சரவிளக்குகள் மெல்லிய ஒளியைப் பாய்ச்சின. அவையினுடைய பிரமாண்டத்துக்கும் அவை வீசிய ஒளிக்கும் சம்பந்தமே இருக்கவில்லை.

தூய வெள்ளை மேசை விரிப்பின் நடுவில் மலர் அலங் காரமும் அதைச் சுற்றி நாலு நீண்ட வைன் கிளாஸ்களும் இருந் தன. ஹொலிவுட் அழகி போன்ற ஒரு பரிசாரகி மெல்லிய சிவப்புத் தோல் மெனு அட்டையை அவர்களிடம் கொண்டுவந்து கொடுத் தாள். அது பாதி ஆங்கிலத்திலும் பாதி பிரெஞ்சிலுமாக இருந்தது. காதலர்கள் ஏதோ புரியாத உணவு வகைகளை ஓடர் பண்ணி னார்கள். பத்மலோசனி தன் பங்குக்கு ஒரு பதார்த்தத்தைச் சுட்டிக் காட்டி அதற்கு ஆணை கொடுத்தாள். அதைத் தெரிவு செய்த காரணம் அதில் அவளுக்குத் தெரிந்த இரண்டு வார்த்தைகள் இருந்ததுதான், ‘முட்டை’ மற்றது ‘சாதம்’.

உணவுகளுக்கு விலைப்பட்டியல் போட்டிருக்கவில்லை. உண்மையான உயர்ந்த உணவகங்களில் விலைப்பட்டியல் இராது என்று மித் பின்னால் பத்மலோசனிக்கு விளக்கினாள். உணவுப் பிரியர்கள் உணவைத்தான் பார்ப்பார்களாம், விலையை அல்ல.

காதலர்கள் தங்கள் உலகத்தில் சஞ்சரித்தார்கள். பத்ம லோசனி இரு கைப்பிடிகள் வைத்த சொகுசான உயர்ந்த

நாற்காலியில் உட்கார்ந்திருந்தாள். அப்படி அவள் இருந்தாலும் அந்த வெளியை நிறைத்த உணர்வே அவளுக்கு இல்லை.

பத்மலோசனியின் பிளேட்டைக் கொண்டு வந்து மேசையிலே வைத்துவிட்டுப் பளபளவென்று மினுங்கும் மூடியை ஒரு மந்திர வாதியின் கைவேகத்தில் அகற்றினாள் சேவகி. சிறிய சோறு. மஞ்சள் வடிவத்தில் ஏதோ ஒன்று. பூப்போல சீவி அழகுபடுத்திய பீட்ருட். பச்சை வடிவத்தில் சிறு துண்டுகளாக வேகவைத்த அஸ்பரகஸ். இன்னும் நடுவிலே அவித்து வைத்த முட்டை. அந்தச் சாதாரண முட்டைகூட அழகாகத்தான் இருந்தது.

இடதுகையிலே பத்மலோசனி முள்ளுக்கரண்டியைப் பிடித்தாள். வலது கையிலே கத்தியைத் தூக்கினாள். அந்த அவித்த முட்டையையே அவள் பார்த்துக்கொண்டு இருந்தாள். அது சுற்றிவர வெள்ளையாக இருந்தது. நடுவிலே கொஞ்சம் மஞ்சள் தெரிந்தது. அதை எங்கே இருந்து ஆரம்பிக்கலாம் என்ற சிந்தனை யில் அவள் மூழ்கியிருந்தபோது, ஞாபகத்திலே இருந்து விடு படாமல் இருப்பதற்கு காரிலே தன் பெயரை எழுதிவைத்த அந்தக் காதலன் ஒரு காரியம் செய்தான். அங்கே இருந்த அத்தனை விருந்தினர்களுக்கு முன்னும், பரிசாரகிகளுக்கு முன்னும், பத்மலோ சனிக்கு முன்னும், அவள் சாப்பிட உத்தேசித்திருந்த முட்டைக்கு முன்னும் அவன் அதைச் செய்தான். அந்த முட்டையில் இருந்து திடீரென்று ஒரு கோழிக்குஞ்சு வெளியே வந்து பறந்து போயி ருந்தால்கூட பத்மலோசனி அவ்வளவு ஆச்சரியப்பட்டு இருக்க மாட்டாள்.

அந்தக் காதலன் ஒரு முழங்காலில் மித்தின் முன் உட்கார்ந்து அவள் விரல்களைப் பிடித்தான். பிறகு ஆங்கிலப் படங்களில் வருவது போன்ற ஒரு ஆடம்பரமான வாசகத்தைப் பேசினான்.

'நீ பக்கத்தில் இல்லாதபோது என் சுவாசம்கூட முழுதாக வருவதில்லை. இந்த உலகில் வாழும் அத்தனை ஜீவராசிகளிலும் நான் மிக்க மகிழ்ச்சியுடையவனாக இருப்பேன், என்னிடம் எஞ்சி யிருக்கும் வாழ்நாளை நீ என்னுடன் சேர்ந்து கழிக்க சம்மதித்தால். என் அன்பு தேவதையே! தயவுசெய்து சரியென்று சொல்' என்று இறைஞ்சியபடியே ஒரு பளபளக்கும் மோதிரத்தை நீட்டினான்.

மித்தின் கண்களில் நீர் கட்டியது. சரி, சரி என்று சொல்லிய படியே அவன் கழுத்தைச் சுற்றி வளைத்துப் பிடித்து உதட்டிலே முத்தம் கொடுத்தாள். அவன் விடுபட்டு மூச்சு விடுவதற்காக நிமிர்ந்தபோது விரல்களால் அவன் பிடரியை மீண்டும் வளைத்து மீதி முத்தத்தைத் தொடர்ந்தாள்.

அப்பொழுது இரண்டு பரிசாரகிகளும், இன்னும் பக்கத்து மேசை விருந்தினர்களும் எழும்பி நின்று கை தட்டினார்கள்.

"நீ என்னடி செய்தாய்?"

"நான் என்ன செய்ய. என் பசியைத் தீர்ப்பதற்கு ரெடியா யிருந்த அந்த முட்டையைப் பார்த்துக்கொண்டு இருந்தேன்" என்றாள்.

அவர்கள் விட்ட பெருமூச்சுகள் எல்லாம் சுற்றியிருந்த காற்றின் கனத்தைக் கூட்டின. அங்கே மௌனம் நிலவியது. புளிய மரத்தில் இருந்து பூ உதிரும் சத்தம்கூட அப்போது கேட்டது.

"உண்மையாகவே அவன் உதட்டில் முத்தமிட்டாளா?" ஏக்கமாகக் கேட்டாள் எலுமிச்சம்பழ மார்புக்காரி.

அவ்விடத்தில் கொஞ்சம் பொறாமை முளைவிட்டது. பத்மலோசனி ஆழ்ந்த யோசனையில் தலையில் ஒரு விரலை வைத்தபடி இருந்தாள்.

சாலையில் சிவப்பு விளக்கு மாறுவதற்கு நிற்பதுபோல அந்த யோசனை அவர்களைக் கடந்து போகும்வரை காத்திருந்தார்கள்.

திடீரென்று, "என்னடி தலையைச் சொறியிறாய்! பேன், பேன்" என்றபடி இருவரும் அவள் மேல் பாய்ந்தார்கள். மிகவும் விலை உயர்ந்த போல்மிஷேல் கூந்தல் ஸ்பிரே அடித்து அழகாக வாரப்பட்டிருந்த அவளுடைய தலைமயிரை இழுத்துப்பிடித்து அலங்கோலம் செய்தார்கள். ஒருத்தி பெரிய வாய்க்கால் வெட்டு வதற்கு தயார் செய்வதுபோல அவளுடைய உச்சியைச் சாவகாச மாகப் பிரித்தாள். மற்றவள், மயிர்க் கற்றைகளை விரல்களினால் ஒதுக்கி மண்டைச் சருமம் தெரியும்வரை இழுத்து வைத்துத் தேடினாள்.

'அங்கே, அங்கே' என்றாள் ஒருத்தி. அந்த வெளிநாட்டுப் பேன் மிக லாகவமாக அவர்களுடைய துரிதமான விரல்களுக்கு அகப்படாமல் அந்த மயிர்க்கால்களுக்குள் ஓடி மறைந்தது.

'என்ன தளுக்கு, என்ன தளுக்கு' என்றாள் ஒருத்தி.

'ம்' என்று பெருமூச்சு விட்டாள் மற்றவள்.

◆

அ. முத்துலிங்கம்

எந்த நிமிடத்திலும் பறிபோகும் வேலை

என்னுடைய மகள் ஒரு multi tasker. தமிழில் வேண்டுமென்றால் அட்டாவதானக்காரி என்று சொல்லலாம். ஒரு காரியத்தை ஒரு நேரத்தில் செய்வதென்று இல்லை. ஒரு சர்க்கஸ் காரிபோலப் பல காரியங்களை ஒரே சமயத்தில் செய்யவேண்டும்.

அன்று அலுவலகத்தில் இருந்து வந்ததும் பதிலியை (answering machine) அமுக்கிவிட்டாள். அது தன் பாட்டுக்கு அன்று தான் சேகரித்த தகவல்களை அடுக்கடுக்காக சொல்லிக்கொண்டு வந்தது. வீட்டு தபால் பெட்டியில் விழுந்திருந்த கடிதங்களை அசிரத்தையாக தட்டிப்பார்த்து மேசையிலே எறிந்தாள். அதே சமயம் நுண்ணலை அடுப்பிலும் எதையோ வைத்துப் பட்டனை அமுக்கிச் சுழலவிட்டாள். இத்தனைக்கும் என் மகளின் நாரியில் அப்ஸரா 60 பாகை கோணத்தில் உட்கார்ந்திருந்தாள். அப்படியே அவளை இடது பக்கமாகச் சுழற்றி தூக்கி எடுத்து என்னிடம் கொண்டுவந்தாள். நானும் ஒருமாதமாகக் காத்திருந்து, ஆறாயிரம் மைல் தாண்டி வந்த ஒரு பார்சலைப் பெறுவதுபோல, அவளைப் பெற்றுக்கொண்டேன்.

அப்ஸரா என்றால் அவளுக்கு இன்னும் ஒரு வயது எட்டவில்லை; பத்து மாதம்தான். "அப்பா, இந்த கிறேப்ஸை இவளுக்குக் குடுங்கோ" என்று சொல்லிவிட்டு அப்படியே சுழன்று கைப்பேசியில் ஏதோ ஒரு எண்ணை அமுக்கத் தொடங்கினாள் என் மகள்.

அப்ஸராவுக்குப் பிடித்தது சிவப்பு, விதை இல்லாத திராட்சை. அதிலும் இரண்டு வகை இருக்கிறது. ஒன்று அப்போது தான் ஐஸ் பெட்டியில் வைத்து எடுத்ததுபோல இறுக்கமாக இருக்கும். மற்றது மிருதுவான தசைகளைக்கொண்டது. இரண்டாவது தான் அவளுக்குப் பிடிக்கும். தொட்டுப் பார்த்து அதை உறுதி செய்தபிறகுதான் வாயைத் திறப்பாள். ஒரு முழு திராட்சையையும் அவளால் சமாளிக்க முடியாது. ஏனென்றால் முன்னுக்கு இரண்டு பற்கள், அதுவும் கீழ் பற்கள், பஸ்மதி அரிசிபோல, இப்போதுதான் தோன்ற ஆரம்பித்திருந்தன. திராட்சையை நீளப் பாதியாக நறுக்கி ஒரு பாதியை அவளுக்குத் தருவேன். முகத்தை நாலு கோணலாக

மாற்றி வாயைப் பல அசைவுகள் செய்து சாப்பிடுவாள். இதற்கிடையில் மற்ற பாதியை நான் சாப்பிட்டு விடுவேன்.

மீண்டும் வேண்டுமென்பாள். அவளுக்கு அவசரம். இன்னுமொன்றை நறுக்குவேன். வாயில் இருப்பது தீர்ந்துவிட்டதா என்று தீர்மானித்துதான் அடுத்ததை அனுப்பவேண்டும் என்பது என் மகளுடைய கட்டளை. மீற முடியாது. மீறினால் வேலை போய் விடும். "ஆ, காட்டு. ஆ, காட்டு." அவள் வாயைத் திறந்தாள். எல்லாமே அங்கே சிவப்பாக இருந்தது. திறந்து அப்படியே வைத்திருந்தாள்.

ஒருமுறை கிருஷ்ணர் தவழும் பருவத்தில் வாயில் மண்ணை அள்ளிப் போட்டிருக்கிறார். யசோதை அவருடைய இடுப்பிலே தூக்கிப் பிடித்து வாயைக் காட்டு என்றாள். கிருஷ்ணர் பெட்டி போன்ற சிறு வாயைத் திறந்தார். அப்போது யசோதை அங்கே பிரபஞ்சத்தைக் கண்டாளாம்.

எனக்கும் அப்படியே தோன்றியது. உலகத்திலேயே அழகான காட்சி. சோகமான காட்சியும்கூட. இன்னுமொரு திராட்சையை அவளுடைய வாய்க்குள் போட்டேன். அது தன் பயணத்தைத் தொடங்கியது.

இந்த அலுப்புப் பிடிக்கும் நடைமுறையில் சில மாற்றங்களைக் கொண்டுவர நான் முயன்றேன். ஒருமுறை பாதி திராட்சையை அவள் கையில் கொடுத்து நான் வாயை ஆவென்று வைத்துக்கொண்டேன். அந்தப் பாதி திராட்சையை என் வாய்க்குள் அவள் வைக்கவேண்டும் என்பது என் விருப்பம். அது அவளுடைய சின்ன மூளைக்குள் ஏறவில்லை.

மனிதர்களுடைய வாயை இவ்வளவு குளோசப்பில் அவள் பார்த்ததில்லை. பெருவிரலில் எக்கி நின்று என் வாயைப் புகுந்து பார்த்தாள். பிறகு முகர்ந்தாள். மிகவும் அதிசயமான ஒன்றாக இருந்தது. பிறகு பரவசமாகி அந்தப் பற்களைத் தொட்டுப் பார்ப்பதற்குப் பிரயத்தனமானாள். நான் எவ்வளவு முயன்றும் அந்தத் திராட்சையை என் வாய்க்குள் வைக்கவேண்டும் என்பது அவளுக்குப் பிடிபடவே இல்லை. நாலு கறுப்பு நிரப்பிகள் கொண்ட என் பல் வரிசைகளை விளையாட்டு காட்டுகிறேன் என்றே நினைத்துக்கொண்டாள்.

நான் விடாமுயற்சிக்காரன். எப்படியும் இன்னும் இரண்டு நாளைக்குள் இந்த வித்தையை அவளுக்குப் பழக்கி விடுவேன். அப்போது திராட்சைகள் இன்னும் சீக்கிரமாக மறையும். அது வரைக்கும் நான் வேலையிலிருந்து நீக்கப்படாவிட்டால்.

இந்த முதல்நாள் என்பது முக்கியமானது. இதை நான் அப்ஸ ராவுக்காக எழுதுகிறேன். ஒரு காலத்தில் நான் எழுதியதை அவள் வாசித்துப் பார்ப்பாள். அப்போது அவளுக்குத் தன்னுடைய முதல் நாள் எப்படி இருந்தது என்பது புரியும். அவளாக இதை எழுத முடியாது ஏனென்றால் அவளுக்கு இப்பொழுதுதான் பத்து மாதம் நடக்கிறது.

ஒரு குழந்தைக்கு முதல் பத்து மாதம் மிகவும் முக்கியம் என்று சொல்கிறார்கள். தாயின் வயிற்றில் குழந்தை இருக்கும் காலம் சரியாக 280 நாட்கள். இதைப் பத்துப் பௌர்ணமிகள் என்றும் சொல்லலாம். பத்துமுறை சந்திரன் பூமியைச் சுற்றிய காலம். அல்லது பத்துமுறை சந்திரன் தன்னைத் தானே சுற்றிய காலம். இரண்டும் ஒன்றுதான். ஒரு குழந்தை தாயின் கருவிலே பத்து மாதம் இருந்துவிட்டு முற்றிலும் அந்நியமான உலகத்துக்குள் வருகிறது. இந்தப் புது உலகத்தில் மூச்சு விடவும், வாயினால் உண்ணவும் பழகுகிறது. பத்து மாதம் பூரணமாகும்போது அது கர்ப்பத்தில் வாழ்ந்த காலமும், வெளியுலகில் வாழ்ந்த காலமும் சமமாகிறது. பத்து மாதத்திற்குப் பிறகுதான் குழந்தை முழுக்க முழுக்க வெளியுலக வாசியாகிறது.

அதிவேக விமானத்தில் பறக்கும்போது ஒலி அரணைக் கடக்கும் அந்த விநாடியில் கிளிக் என்று ஒரு சத்தம் கேட்கும். அதுபோலக் குழந்தைகளும் பத்துமாதக் கெடுவை தாண்டும்போது ஒரு சிறு அதிர்ச்சி அடைகிறார்கள். அப்ஸராவுக்கு பத்து மாதம் பூர்த்தியாகிவிட்டது. சப்பணம் கட்டி உட்காருவாள். வேகமாகத் தவழுவாள். எழுந்து நிற்பாள். ஆனால், நடக்க மாட்டாள். ஒவ் வொருமுறை மருத்துவரிடம் போகும்போதும் அவளுடைய நீளத்தை அளந்து 24 இன்ச், 26 இன்ச் என்று குறித்துக் கொள் வார்கள். இப்பொழுது உயரம் 29 இன்ச் என்று குறித்து வைத் திருக்கிறார்கள்.

கால்களின் உபயோகம் இப்பொழுதான் அவளுக்குத் தெரிகிறது. இவ்வளவு காலமும் கீழ் மேலாகத் தெரிந்த உலகத்தை முதல் முறையாக பக்கவாட்டில் பார்க்கிறாள். எல்லாமே மாறி விட்டது. அவளுக்கு வேண்டிய பொருளை அவளாகவே தவழ்ந்து போய் எடுத்துக்கொள்ளலாம். மற்றவர்கள் தயவு தேவையில்லை. அவள் இப்பொழுது சிந்திக்கும் திறமுடைய ஒரு தனி ஆள்.

என்னுடைய மகள் குழந்தைகள் காப்பகம் ஒன்றைத் தேடி னாள். வேலைக்குப் போகும்போது அப்ஸராவை அங்கே விட்டுப் போகலாம். நல்ல காப்பகமாக இருக்கவேண்டும். வீட்டுக்கு அண்மையில் உள்ள மூன்று காப்பகங்களுக்கு கணவனும், மனைவி யுமாகப் போய்ப் பார்த்தார்கள். அதிலே ஒன்று பிடித்திருந்தது.

பளிச்சென்ற விசாலமான கட்டடம். புதிதாகக் கட்டியது. அதிலே ஒரு விசேஷம் இருந்தது. மற்ற டேகேர்போலச் சாதாரண வீடாகக் கட்டி பின்பு டேகேராக மாற்றப்பட்டதல்ல. ஒரு முழு ஏக்கரில் முற்றிலும் குழந்தைகளுக்காகக் கட்டப்பட்டது. ஒரு குழந்தை கட்டடக் கலைஞர் நிர்மாணித்து, ஒரு குழந்தை என்ஜினியர் கட்டி யதுபோல. இங்கே பெரியவர்கள்தான் அட்ஜஸ்ட் பண்ணி போக வேண்டும்.

உதாரணம் இங்கே இருந்த தண்ணீர் போக்கி, கொம்மோட் போன்றவை குழந்தைகள் உயரத்துக்குக் கட்டப்பட்டிருந்தன. குழந்தைகளுக்கு எட்டாத உயரத்தில் பிளக் ஓட்டைகள். சின்னக் கைகள் அம்பிடும் தள்ளு லாச்சிகளோ, கப்போர்டுகளோ இல்லை. வயர்கள் இல்லை. விழுந்தால் கால்களில் உராய்வு ஏற்படாத மாதிரி தரை அமைப்பு. அவர்கள் திறக்க முடியாதபடி கதவுகள், சாளரங்கள் என்று முன் எச்சரிக்கையுடன் அமைக்கப்பட்டிருந் தன. வெப்ப தட்ப சாதனங்கள்கூட குழந்தைகளுக்குச் சௌகரிய மான அளவில் இயங்கின.

ஆனால், பெற்றோர்கள் சமாளித்துப் போகவேண்டும். கதவு களுக்கு கடவு இலக்கங்கள் இருந்தன. அதை ஞாபகத்தில் வைத் திருக்கும் பெரியவர்கள் உள்ளே போய் வரலாம். குறிப்பிட்ட எல்லைகளைத் தாண்டி குழந்தைகளிடம் ஒருவரும் அணுக முடியாது.

இந்தக் காப்பகம் என் மகளுக்கு நன்றாகப் பிடித்துக்கொண் டது. ஆனால், ஒரு பிரச்சினை இருந்தது. அப்ஸரா இன்னும் தளர் நடை (toddler) பருவத்தை எட்டவில்லை. கைக்குழந்தை (infant) வகுப்பில் அவளுக்கு இடமில்லை. ஆகவே அப்ஸராவின் பெயரைப் பதிவு செய்துவிட்டு வந்து அவள் நடக்கத் தொடங்கும் நாளுக்காகக் காத்திருந்தோம்.

மழை பெய்து நிலம் நனைந்த ஒருநாள் மாலை. எங்கள் வீட்டுச் செல்ல நாய் ஈரமான இலைகளின் கீழ் மோந்துகொண்டு திரிந்தது. அப்ஸராவின் 13வது மாதம். திடீரென்று தானாக ஒருவர் உதவியும் இன்றி நாலு அடிகள் வைத்து நடந்தாள். அன்றுதான் அப்ஸரா உத்தியோகபூர்வமாகத் தளர் நடைப் பருவம் அடைந்த தாக ஏற்கப்பட்டாள்.

அடுத்தவாரம் என் மகளும் கணவனும் அவளை Toddler வகுப்பில் சேர்க்கத் தீர்மானித்தார்கள். அதற்கான பல ஆயத்தங் கள் நடந்தன. உடை, பால், கட்டி உணவு, தொப்பி, சப்பாத்து, மேல் உடை, தண்ணீரில் நடக்கக்கூடிய சப்பாத்து (பூட்ஸ் அல்ல) போன்றவை அடக்கம்.

ஒரு நாள் காலை இருவரும் அப்ஸராவை வெளிக்கிடுத்தி, காரின் பின் சீட்டில், முன் பார்க்கும் குழந்தை இருக்கையில் இருத்தி கட்டிக்கொண்டு சென்றார்கள். நானும் பின் இருக்கையில் அப்ஸராவுக்குப் பக்கத்தில் உட்கார்ந்து போனேன். என் தொழில் ஒரு பார்வையாளனுடையது மட்டுமே என்று டேகேர் வருவதற் கிடையில் நாலு தரம் திருப்பித் திருப்பி என் மகளால் நினை வூட்டப்பட்டேன்.

அங்கே அப்ஸராவின் வகுப்பில் இரண்டு காப்பாளினிகள். அப்ஸராவையும் சேர்த்து வகுப்பில் ஐந்து குழந்தைகள். அவர் களுக்கு அளவான மேசைகள், கதிரைகள், சாப்பாட்டு மேசைகள், படுக்கைகள், சிறு வீடுகள், பொம்மைகள், புத்தகங்கள் என்று எல்லாமே தயாராக இருந்தன. ஆனால், அப்ஸரா இன்னும் தயா ராக இல்லை. காப்பாளினிகளிடம் அவளுக்கு ஒருவித பயமும் இல்லை. ஆனால், இது யார் இப்படி அசிங்கமாக நாப்பி கட்டிய படி தள்ளாடி நடப்பவர்கள். அவளுக்குப் பயமாகிவிட்டது. தாயைக் கட்டிப் பிடித்து முதலில் சிணுங்கினாள். பிறகு மெல்ல மெல்ல அழுகையை உயர்த்தி இறுதியில் இனிமேல் இல்லை என்பதுபோலக் கழுத்தைக் கட்டிக்கொண்டு வீரிட்டாள். குறட்டி னால் கிளப்புவதுபோல ஒவ்வொரு விரலையும் பிரித்தெடுத்து தாயையும் பிள்ளையையும் வேறுவேறாக்க வேண்டி வந்தது.

என் மகள் சிறிது நேரம் அவளுடன் சேர்ந்து விளையாடி னாள். அவளுக்குப் பராக்கு காட்டிவிட்டு மெதுவாக நழுவுவது தான் எண்ணம். அப்ஸராவுக்குப் புரியவில்லை. எதற்காக இந்த அபத்தமான ஏற்பாடு. வீடு நல்லாய்த்தானே இருக்கிறது. இங்கே ஏன் வந்து இருக்கிறார்கள். கண்களில் மிரட்சியுடன் சுற்றுமுற்றும் ஆராய்ந்தாள். ஏதோ சரியில்லை என்பது அவளுக்கு விளங்கி விட்டது. அந்தப் பெற்றோர்கள் அவள் கண்கள் திரும்பிய ஒரு கணத்தில் மறைந்துவிட்டார்கள்.

இது நடந்தது காலை ஏழு மணிக்கு.

அப்ஸரா தொடர்ந்து இரண்டு மணி நேரம் கதறினாள். அந்தக் களைப்பில் அயர்ந்து நித்திரையானாள். பிறகு எழும்பி யதும் தனக்கு முற்றிலும் பரிச்சயமில்லாத முகங்களைக் கண்டு மீண்டும் அழுதாள். தளர் நடையில் நகர்ந்து தேடித் தன் மேலங்கியை எடுத்து டீச்சரிடம் நீட்டினாள். அதை அணிவித்து அவளை வீட்டுக்கு அனுப்ப வேண்டும். அந்தச் சின்ன விஷயம் இந்தப் பெரிய டீச்சருக்குத் தெரியவில்லை.

எனக்குக் காப்பகத்தில் இருந்து தொலைபேசி வந்தபோது மணி 11.00. நான் புறப்பட்டேன்.

கடவு எண்ணைச் சரியாகப் பதிந்து உள்ளே நுழைந்தேன். கதவுக்கு வெளியே நின்று கண்ணாடி வழியே மெல்ல எட்டிப் பார்த்தேன். எல்லோரும் ஒதுக்கிவிட்ட ஒரு மூலையில், அநாதர வான தன் நிலையில் என்ன செய்யலாம் என்று தன் சின்ன மூளையில் யோசித்தபடி அப்ஸரா நின்றாள். என் நெஞ்சில் ஓங்கி அறைந்ததுபோல இருந்தது. திடீரென்று அவள் கண்கள் மின்னின. மறைந்து நின்ற என் முகத்தில் கால்வாசிக்கும் குறைவாகத்தான் தெரிந்திருக்கும். எப்படியோ பார்த்துவிட்டாள். வீல் என்று கத்தி னாள். நான் பதைபதைத்து உள்ளே ஓடினேன். தூக்கி நெஞ்சோடு அணைத்தேன். 'நான் வந்திட்டன், நான் வந்திட்டன்' என்று ஆயிரம் முறை சொன்னேன். அவள் விம்மி விம்மி அழுதாள். அது ஏன்? சிரிக்க அல்லவா வேண்டும். எனக்குப் புரியவில்லை.

காரில் பின் சீட்டில் போட்டுக் கட்டினேன். மெல்ல மெல்ல அன்பான வார்த்தைகளை மிருதுவாகச் சொன்னபடி காரைக் கிளப்பினேன். எவ்வளவு ஆற்றியும் ஆறாத துக்கமாக அழுகை பீரிட்டுக்கொண்டே வந்தது. கண்ணீர் கொட்டியது. அந்தச் சின்ன மூளைக்குள் ஏதோ ஆழமான குழப்பம் நடந்து கொண்டிருந்தது.

கார் வேகம் பிடிக்கப் பிடிக்க அழுகை ஓயத் தொடங்கியது. இருந்தாலும் நடுங்கும் அவள் சொண்டுகளுக்குள் இருந்து பல சொற்கள் ஒன்றன்பின் ஒன்றாக வெளியே வந்தன. 'கொடுமை' 'துரோகம்' போன்ற வார்த்தைகள். இன்னும் பல புதிய வார்த்தை களும் இருந்திருக்கலாம். நான்தான் இவ்வளவு பெரிய உடம்பை வைத்துக்கொண்டு, இவ்வளவு பெரிய மூளையை வைத்துக் கொண்டு, இன்னும் அவளுடைய பாஷையைக் கற்றுத் தேற வில்லையே.

அப்ஸரா தீவிரமாகச் சிந்திக்கிறாள். அவளுக்கு ஒரு வயது முடிந்துவிட்டது. இரண்டு கால்களையும் விரித்து வைத்துப் புறப்படு வாள் ஓர் இலக்கை நோக்கி. ஆனால், பாதி வழியிலேயே வேறு யோசனை வந்துவிடும். அங்கே போவாள். இப்படியே இலக்கில் லாமல் அவள் பயணம் நடக்கும். ஒரு நிமிடம்கூட ஓயமுடியாமல் அவள் கால்களும் கைகளும் மூளையும் துடித்தபடியே இருக்கும்,

சில இலக்கியவாதிகள் பாதி நாவலை எழுதி விட்டுவிட்டு இன்னொரு நாவலைத் தொடங்கிவிடுவார்கள். அதுபோலத்தான். பாதி வழியில் சடக்கென்று திரும்புவதென்றால் அந்த ஸ்பீடில் அப்ஸராவால் 'ப திருப்பம்' போட முடியாது. அது தவிர பலவித மான பாலன்ஸ் வித்தைகளைச் செய்ய வேண்டும். ஒரு விமானம் தாங்கி கப்பல்போலப் பெரிய வட்டம் போட்டுத் திரும்புவாள். அப்படித் திரும்பி முடியும்போது வந்த காரியத்தை மறந்துவிடு வாள். பழையபடி இன்னுமொரு ஆரம்பம் அங்கே நிகழும்.

அ. முத்துலிங்கம் ◆ 833

இந்த வயதில் இன்னுமொரு விசேஷம் என்னவென்றால் அவளுடைய மூளையின் ஞாபகத்திறம். எவ்வளவு தீவிரத்துடன் சிந்தனை போகிறதோ அவ்வளவு தீவிரத்துடன் மறந்துவிடுவது. நேற்று விளையாடிய அதே பொம்மையைக் கொடுத்தவுடன் முகம் மலர்ந்து போகும். ஒரு சிரிப்பை வெளியே விடாமல் உள்ளே வைத்திருக்கும்போது கிடைக்கும் பிரகாசம் அந்த முகத்தில் வீசும். அன்றைக்குத்தான் கிடைத்த புது பொம்மைபோல விளை யாடுவாள்.

அவளுக்கு ஒவ்வொரு நாளும் புதியதே. அந்த முக மலர்ச் சிக்கு அதுதான் காரணம். ஒரு வயர் ஓடினால் அதை இழுத்துப் பார்க்க வேண்டும். டெலிபோனைக் கண்டால் அதன் கைப்பேசி யைப் படுக்கையில் இருந்து கீழே தள்ளிவிட வேண்டும். ரிமோட் டைக் கண்டால் எடுத்து அமுக்கிப் பார்க்க வேண்டும்.

அப்ஸராவுக்கு ஒரு லட்சியம் உண்டு. டிவியின் தொலை இயக்கியை எங்கே கண்டாலும் அதைத் தாவி எடுப்பது. இந்தக் கருவியிலே *43* பட்டன்கள் இருக்கின்றன. நான் எண்ணியிருக் கிறேன். நாலே நாலு பட்டன்களின் செயல்பாடுகள் பற்றி நான் அறிவேன். மீதி *39* பட்டன்களின் வேலை பற்றி இந்த வருடம் முடிவதற்கிடையில் கற்றுக் கொள்ளலாம் என்று பெரிய திட்டம் வைத்திருக்கிறேன். அப்ஸரா அது அத்தனையும் அறிவாள். இங்கே பட்டனை அமுக்கிக்கொண்டு டிவியில் என்ன மாற்றம் நிகழ்கிறது என்பதைக் கவனிக்கிறாள். அதை அணைப்பாள், பிறகு உயிர் கொடுப்பாள். இன்னும் சானல்களைக் கண்டபடிக்கு மாற்றுவாள். சத்தத்தைக் கூட்டுவாள், குறைப்பாள்; மௌனமாக்குவாள். குதிரை பாய்வதுபோலக் கறுப்பு வெள்ளைக் கோடுகளை ஓட வைப்பாள். பிறகு எவ்வளவு தூரம் போகிறது என்று பார்ப்பதற்காக ரிமோட்டை எறிவாள். இவ்வளவும் நாங்கள் மும்முரமாக ஏதாவது முக்கியமான காட்சியை டிவியில் பார்க்கும்போது நடக்கும்.

அது பரவாயில்லை. அவளுடைய தடுப்பு வைத்த குட்டிப் படுக்கையில் படுத்திருக்கும்போது தன் வாயிலிருக்கும் சூப்பியைப் பிடுங்கி சுழற்றி எறிவாள். பிறகு அதை எடுத்துத் தரும்வரைக்கும் நிறுத்தாமல் அழுவாள். தந்ததும் மறுபடியும் எறிவாள். இதுவும் ஒரு தந்திரம்.

சரியாக இரவு ஒரு மணி அடிக்கும்போது இது நடக்கும். இவளுடைய வயிற்றுக்குள் biological clock ஒன்று வேலை செய் கிறது. சரி, எங்கே சூப்பியை எறிவாள். இவளுடைய படுக்கைக்கும், சுவருக்கும் இடையில் இரண்டு இன்ச் இடைவெளி இருக்கிறது.

அதற்குள் எறிவாள். தரையில் படுத்திருந்து பிரயத்தனமாக துடைப்பக் குச்சியால் நகர்த்தி, நகர்த்தி சூப்பியை வெளியே கொண்டு வரவேண்டும். அப்படிப் பாடுபட்டு எடுத்துக் கொடுத்தால் உடனேயே இன்னொருமுறை எறிந்துவிடுகிறாள், அதே இடத்தில். படுக்கைக்குக் கீழே படுத்தபடி ஒருவர் தன் வாழ்நாளில் எவ்வளவு மணித்தியாலங்களைக் கழிக்கமுடியும்.

பைபிளிலே ஒரு வாசகம் இருக்கிறது. இதுதான் பைபிளிலேயே மிகச் சிறியது. இரண்டே இரண்டு வார்த்தைகள்தான். Jesus wept.

புத்திமான்கள் எல்லோரும் வியக்கும்படியான ஒரு முழு வசனத்தை 13 மாதம் தாண்டாத அப்ஸரா பேசினாள். அதுவும் பைபிள் வசனத்தைப்போல இரண்டு வார்த்தைகள் கொண்டது. இதுவே அவள் பேசிய வசனங்களில் மிகவும் நீண்டதாகும்.

கட்டடத் துண்டுகளை வைத்து விளையாடிக்கொண்டிருந்தாள். நான் பக்கத்தில் இருந்து கண்காணித்தேன். அவளும் அடிக்கடி திரும்பிப் பார்த்து நான் இருக்கிறேனா என்பதைக் கண்காணித்தாள்.

திடீரென்று 'I think' என்றாள். இதுவே அவள் பேசிய மிகவும் நீண்ட வசனம். ஒரு புத்தரோ, நியூட்டனோ, சோக்கிரட்டீஸோ பேசவேண்டிய இந்த வசனத்தை அவள் பேசினாள். நான் பிறகு எத்தனையோ தரம் கெஞ்சியும் அவள் அந்த வசனத்தைத் திருப்பிச் சொல்லவில்லை. ஆழமான சிந்தனையில் இருக்கும்போது மட்டும் தான் பேசுவாள் போலும். நான் காத்திருக்கிறேன். இவள் தன் முதல் வசனத்தை இன்னும் நீட்டுவாள். பிரான்ஸ் நாட்டின் 16ஆம் நூற்றாண்டு கணித மேதை Rene Descartes சொன்னார், 'I think, therefore I am' என்று. இந்த வசனத்தில் அடங்கிய தத்துவத்தைப் பேசித் தீர்த்துக்கொள்ள முடியவில்லை. உலகத்துத் தத்துவவாதிகள் இன்னும் திணறுகிறார்கள்.

அப்ஸரா துளிரும் அறிவுஜீவி. அவளுடைய முதல் வசனம் இரண்டு வார்த்தைகளாக வெளியே வந்துவிட்டது. மீதி மூன்று வார்த்தைகளையும் இன்னும் சில நாட்களில் சொல்லி விடுவாள். நான் காத்துக்கொண்டிருக்கிறேன்.

ஒரு மே மாதத்தின் இரண்டாவது ஞாயிறு காலை. அன்னையருக்காக ஒதுக்கி வைக்கப்பட்ட இந்தத் தினம் அதிசயமான சப்தங்களுடன் விடிந்தது. படுத்திருந்தபடியே காதுகளைக் கூர்மையாக்கினேன். கிளைகள் முறியும் ஒலி; தழைகள் அசையும் ஒலி.

மெதுவாகக் கதவைத் திறந்து வெளியே வந்தால் என் தோள் உயரத்துக்கு வளர்ந்த இரண்டு மான்கள் வேலி ஓரத்துக் கிளைகளை முறித்து மென்று கொண்டிருந்தன. என்னுடைய அசைவுகளைப் பார்த்து அவை மிரளவில்லை. மனித இனத்துக்கு மிகவும் பழக்கப்பட்டவையாகக் காணப்பட்டபோதும் தலையை நிமிர்த்தி இருபக்கமும் பார்த்தபடி சாப்பிட்டன.

அப்ஸரா என் நாரியில் உட்கார்ந்து சவாரி செய்தபடி என்னை 'ம்,ம்' என்று விரட்டினாள். அவளுடைய கண்கள் பக்கத்துப் பக்கத்தில் தொடாமல் இருக்கும் இரண்டு நட்சத் திரங்கள்போல ஒளி விட்டன. நான் அந்த மான்களைத் தொடும் தூரத்துக்கு வந்துவிட்டேன். அப்பவும் அவை எங்களைச் சட்டை செய்யவில்லை. அவற்றின் பெயர் white tail deer என்றும், பொஸ் டன் நகரின் பாதுகாக்கப்பட்ட காடுகளில் சுதந்திரமாக வாழு கின்றன என்றும் பின்னால் தெரிந்துகொள்வேன். திடீரென்று இரண்டு மான்களும் ஒரே சமயத்தில் துள்ளி எழும்பின. பின் சடாரென்று திரும்பி குறைக்கப்பட்ட வேகத்தில் ஓடி மறைந்தன.

அப்ஸரா அழத்தொடங்கினாள். உலகத்தில் அவள் என்ன கேட்டாலும் அதை நான் நிறைவேற்றுவேன் என்ற நம்பிக்கை அவளுக்கு. உடம்பின் சகல பாகங்களையும் துணைக்கு அழைத்துச் செய்யும் வேலைகள் எனக்குப் பிடிக்காது. அவளை இடுப்பில் வைத்துக்கொண்டு, வேலியைத் தாண்டி, தேசிங்கு ராஜாபோல ஒரு குதிரை வேகத்தில் நான் விரையவேண்டும் என்று அவள் எதிர்பார்த்தாள். அன்றைய நாள் சரியாகப் போகவேண்டுமானால் மான்களை நான் எப்படியும் திரும்ப அழைக்க வேண்டும். ராமர் சிறு குழந்தையாக இருந்தபோது மதியூக மந்திரி சுமந்திரன் கண் ணாடியில் சந்திரனைப் பிடித்துக் கொடுத்து ஏமாற்றினாராம். ஆனால், மறைந்துவிட்ட மானைத் திரும்ப அழைப்பதற்கு சுமந்திரன் என்ன தந்திரம் செய்திருப்பாரோ.

ஒரு பதின்மூன்று மாதங்கள் வயதான மூளையை ஏமாற்று வது சுலபம். அப்ஸராவுக்கு ஏதாவது விளையாட்டு காட்டினால் சரி. பிரமாதமாக ஒன்றுமில்லை, ஒரு தேயிலைப் பையை அதில் தொங்கும் நூலுடன் கொடுத்தாலே போதுமானது.

அவள் ஒரே விளையாட்டைத் திருப்பித் திருப்பி விளை யாடும் பழக்கம் உடையவள் அல்ல. உங்களைப் பற்றிய நல்ல அபிப்பிராயம் அவளுக்கு ஏற்படவேண்டுமானால் பல புதிய விளையாட்டுகளை சிருஷ்டித்துக் காட்டும் திறமை உங்களுக்கு இருக்கவேண்டும். அவளிடம் பலவிதமான விளையாட்டுப்

பொருள்களும், வண்ணவண்ணப் புத்தகங்களும், மிருதுவான துணிப் பொம்மைகளும், பாட்டரியில் இயங்கி நகரும், பாடும், மணி அடிக்கும் சாதனங்களும் இருந்தன. ஆனால், சில வேளை களில் ஒரு போத்தலின் மூடி முக்கியமான விளையாட்டுப் பொருள் ஆகிவிடும். இன்னும் சில சமயங்களில் ஐந்து வருடத் திற்கு முந்திய கிறிஸ்மஸ் அட்டையைத் தூக்கிக்கொண்டு பல தேசங்களுக்குப் பயணித்துத் திரும்புவாள், பிடியை விடாமல்.

ஒரு மத்தியான வேளை அவளுடைய நித்திரை நேரம் தாண்டிவிட்டது. பல விளையாட்டுகளை விளையாடினாள். புத்தகங்களை நான் வாசிக்க அவள் கேட்டாள். இடைக்கிடை அவள் மூளை வேறு திசையில் போய்விடும். தடித்த அட்டைப் புத்தகம். அதைத் திருப்பி வைத்தால் எகிப்து கோபுரம்போல நிற்கும். கவனம் திரும்பியதும் கதையை விட்ட இடத்திலிருந்து மறுபடியும் தொடரலாம். மழலைப் பாடல்களை நான் பாட அவள் ஆடினாள். கட்டடக் கட்டிகளை வைத்துப் பல கோபுரங் களைக் கட்டினேன். அவள் உடைத்தாள். இன்னொரு முறை கட்டினேன். அவள் உடைத்தாள். அவள் அகராதியில் விளை யாடுவதும் அழிப்பதும் ஒன்றே.

பெரிய வித்தியாசம் இல்லை. ஒளித்து விளையாடினோம். மேசைக்கு அடியிலோ, கட்டிலின் பின்னாலோ ஒளித்துவிட்டுத் தலையை நத்தைபோல நீட்டுவாள். நான் அந்தத் தலை நீளும் சமயத்தில் அதைப் பார்த்து 'கண்டிட்டேன்' என்று சொல்ல வேண்டும். அவள் 'இக் இக்' என்று நாரியில் வளைந்து சிரிப்பாள். இருபதாவது தடவை விளையாடிய பிறகு இந்தச் சிரிப்பு போலிச் சிரிப்பாக மாறிவிடும். பிறகு இன்னொரு விளையாட்டு ஆரம்ப மாகும்.

அப்ஸராவின் தலை, அவள் முழுக்க எழும்பி நின்றாலும் என் முழங்கால் அளவுக்கே வரும். பக்கவாட்டில் அவள் பார்க்கக் கூடிய உயரமான தூரம் என் முழங்கால் சில்லுகள்தான். அடிக்கடி ஓடிவந்து தன் தலையை முழங்காலுடன் மோதிவிடுவாள். அவளுக்கு ஒரு சிறிய மரக்குதிரை இருந்தது. அதில் ஏற்றி விடு வேன். அவசரமாக இறங்கித் தன் கதிரையில் ஏறி அமர்வாள். பிறகு அதுவும் அலுத்துப்போய் என் மடியில் ஏறுவாள். ஒரு கோல்டிலொக்போல மாறி மாறி உட்காருவாள்.

அப்ஸராவை மடியில் இருத்தி சூப்பியைக் கொடுத்துத் தாலாட்ட முயன்றேன். துள்ளி எழும்பி விட்டாள். அவள் மயங்கிய சமயம் மெதுவாக படுக்கையில் கிடத்தி இரண்டு சிறு

தலையணைகளைப் பக்கத்தில் அடுக்கி சூப்பியை வாயில் பூட்டி, அவளுக்குப் பிடித்த இசைப்பாடல்களை வைத்தேன். சரியாக 20 செகண்ட் கழித்து எழும்பி சட்டங்களைப் பிடித்து ஆட்டிக் கொண்டு நின்றாள். நித்திரை போகும் சிந்தனையே இல்லை. மறுபடியும் விளையாட்டு.

சரி 'ஆ,போ' விளையாட்டை ஆரம்பித்தோம். தலையிலே சிறு குட்டையை வைத்துவிட்டு அப்ஸரா முழங்காலில் இருந்து வளைந்து தலையால் தரையைத் தொடுவாள். நான் 'ஆ,போ' சொல்ல வேண்டும். குட்டை தரையில் விழும். நாங்கள் கையைத் தட்டுவோம். நான் குட்டையை எடுத்து மறுபடியும் அவள் தலை யில் வைப்பேன். இன்னொருமுறை விளையாட்டு தொடரும். இந்த விளையாட்டை 26 தடவை விளையாடினோம். 27 வது தடவை தலையைக் கீழே வைத்தவள் அதைத் திரும்பவும் எடுக்கவில்லை. முழங்காலை மடித்து ஓர் அலங்காரப் பந்தல் வளைவுபோல இருந் தாள். தொட்டுப் பார்த்தேன். அசையவில்லை. தலையையும் முழங் காலையும் மட்டுமே பதித்து பாலன்ஸ் செய்தபடி தூங்கிவிட்டாள். எங்கோ ஒளித்திருந்த நித்திரை அவள் தலையை வைத்ததற்கும், அதை எடுப்பதற்கும் இடையில் இருந்த ஒரு செக்கண்டில் வந்து மூடிவிட்டது. ஒரு தொட்டாற் சிணுங்கி இலைபோல அவள் பட்டென்று சுருங்கிப்போய்க் கிடந்தாள். நித்திரையால் எழும்பி யதும் முதல் ஐந்து நிமிடங்கள் தள்ளாடியபடி நடப்பாள். இந்த உலகத்தோடு தொடர்பு இலகுவில் கிடைத்துவிடாது. படிப்படியாக அவளுடைய energy level அதிகரிக்கும். பிறகு உச்சத்தை அடையும்.

அப்ஸராவின் அற்புதமான நேரம் குளிக்க வார்த்து, பால் குடிக்க வைத்த பிறகு தொடங்கும். இப்படி பால் குடித்த அரை மணி நேரத்தில் அவள் படுக்கைக்குப் போய்விடுவாள். ஆனால், இந்த அரை மணி நேரத்தில் அவளுடைய energy உச்சத்தில் இருக்கும். சிரிப்பும் பாட்டும் டான்ஸும் விளையாட்டுமாக ஒரே அமர்க்களம்தான்.

ஒருநாள் இந்தப் பொன்னான நேரத்தை வீணாக்கக்கூடாது என்று ஒரு பயிற்சி கொடுக்க முடிவு செய்தேன். முழு நேரப் பயிற்சி. அவளும் உற்சாகம் குறையாமல் பயின்றாள். பயிற்சி இதுதான்.

அம்மா சுட்ட தோசை
அப்பா முறுக்கிய மீசை
தின்னத் தின்ன ஆசை
விளக்குமாத்து பூசை.

இந்தப் பாடலை நான் திருப்பித் திருப்பிப் பாடவேண்டும். கடைசி வரியில் 'விளக்குமாத்து' என்று சொல்லிவிட்டு பேசாமல் இருப்பேன். அவள் 'பூயை' என்று சொல்லி அந்த மழலைப் பாடலை முடிப்பாள். இதுதான் நாங்கள் விளையாடிய 'அந்தாக் ஷரி' விளையாட்டு. பயிற்சி மிகவும் வெற்றிகரமாக நடந்தது.

இது தொடர்ந்து ஒரு வாரம் கொடுக்கப்பட்டது. பால் குடித்த பிறகு. ஆனால், படுக்கைக்கு முதல். 'விளக்குமாத்து' என்று விட்டு மௌனமாவேன், அவள் 'பூயை' என்று சொல்லி முடிப் பாள்.

சரி, training முடிந்தது. இனி ஆட்கள் பார்க்கவேண்டிய சமயம். ஒருநாள் இரண்டு விருந்தினர்கள் வந்திருக்கும்போது இந்தப் பாடலைப் பாடினேன். "விளக்குமாத்து? விளக்குமாத்து?" அப்ஸராவின் சொண்டுகள் ஒட்டிப்போய் இருந்தன.

நான் விருந்தினர்களிடம் கதையை மாற்றினேன். ஏதோ பேசிக்கொண்டிருந்தோம். சிறிது நேரம் சென்றது. அப்ஸரா என் முழங்கால்களைத் தொட்டாள். எனக்கு மட்டும் கேட்கும் மெது வான குரலில் 'பூயை' என்றாள். பாவம், அவ்வளவு நேரமும் அவள் அந்த வார்த்தையைத் தேடியபடி இருந்திருக்கிறாள். ஒரு பெரும் சிரிப்பை என் முகத்தில் எதிர்பார்த்தபடி மீண்டும் 'பூயை' என்றாள். எனக்குப் பாவமாக இருந்தது. இந்தச் சிறுவயதில் மறக்கும் உரிமையைக்கூட பிடுங்குவது மகா சின்னத்தனமாகப் பட்டது.

மூளையின் பெருமை அதன் நினைவுத்திறனில் கிடையாது; மறக்கும் திறனில்தான் இருக்கிறது. அவள் பெரியவளானதும் அவள் மூளையின் ஞாபக சக்தியை உறிஞ்சுவதற்குப் பல காரியங் கள் காத்திருக்கும். பல எண்களை நினைவில் வைக்க வேண்டும். சமூகப் பாதுகாப்பு எண்; கம்ப்யூட்டர் கடவு எண்; கடன் அட்டை எண். வீட்டு காவல் எண். இப்படி எண்ணமுடியாத எண்கள். அந்த அப்பியாசத்தை இப்பொழுதே தொடங்குவதற்கு என்ன கேடு!

நான் உடனே என் பயிற்சியை நிறுத்திவிட்டேன். 'பூசை' என்று அவள் இன்று சொன்னால் என்ன? நாளை சொன்னால் என்ன? ஒரு வருடம் கழித்துச் சொன்னால்தான் என்ன? மூழ்கியா விடப் போகிறது! மறதிக்குப் போதிய அவகாசம் தருவது எவ்வளவு இன்பகரமானது. இந்தப் பிராயத்திலேயே மூளையைக் கசக்கி அதன் ஒவ்வொரு ஓட்டையையும் நிரப்பவேண்டுமா? அப்ஸரா

அ. முத்துலிங்கம் ♦ 839

நாடியை நெஞ்சிலே தொடும் படி வைத்து, கீழ்க்கண்ணால் பார்த்தபடி சோகமாக நின்றாள். எனக்குச் சந்தோசமூட்டுவதுதான் ஒரே நோக்கம். மறுபடியும் 'பூயை' என்றாள்.

ஒரு வயதுகூட தாண்டாத குழந்தைக்குப் புத்தகங்களில் எப்படிப் பிரியம் ஏற்படும். இது ஓர் அதிசயம்தான். ஏனென்றால் அப்ஸரா உலகத்துக் குழந்தைகளைப்போல மிருதுவான துணிப் பொம்மைகளை வைத்து விளையாடுவதில்லை. புத்தகங்கள்தான் வேண்டும். என் மனைவியிடம் இருந்து அடிக்கடி எழும்பும் முறைப்பாடு ஒன்று உண்டு. படுக்கையில் ஒரு புத்தகம் விரித்தபடி கிடக்கும். படுக்கைக்குப் பக்கத்திலுள்ள மேசையில் இரண்டு புத்த கங்கள் பிரித்த நிலையில், இனிமேல் எப்பொழுது நான் தொடு வேன் என்ற எதிர்பார்ப்போடு. என் படிப்பு அறையில் சில புத்த கங்கள், அவையும் திறந்து விட்ட நிலையில் என்னைக் குலைக்கப் பார்க்கும். இது தவிர பாத்ரூமில் ஒன்றிரண்டு புத்தகங்கள். என் மனைவி மணம் முடித்த புதிதில் இருந்து கேட்டு வரும் கேள்வி இதுதான். அது எப்படி ஒரு நேரத்தில் ஒரு மனிதர் ஏழு புத்தகங் களைப் படிக்க முடியும்.

இந்தக் கேள்வியை இப்பொழுது அவள் கேட்பதில்லை. ஏனென்றால் அப்ஸராவும் அதையேதான் செய்கிறாள். அப்ஸரா பிற்பகல் இரண்டு மணிக்கு நித்திரைக்குப் போவாள். சரியாக மூன்று மணி மட்டும், சிலவேளைகளில் நல்ல கனவுகள் வாய்த் தால், மூன்றரை மட்டும் தூங்குவாள். நான் காத்திருப்பேன். அவள் நித்திரை முறிந்து தானாக அந்த உலகத்தில் இருந்து இந்த உலகத் துக்கு வரும் காட்சியைக் காண்பதற்காக நான் பக்கத்திலேயே இருப்பேன்.

அவள் எழும்புவது ஒரு சூரிய உதயம்போல இருக்கும். ஆயிரம் தடவை சூரியன் உதிப்பதைப் பார்த்தாலும் 1001வது தடவை அது புதுசாகத் தானே தோன்றும். அப்படி ஓர் அழகு. எழுந்ததும் புது அதிர்ச்சியுடன் சுற்றிலும் பார்ப்பாள். பிறகு மெது வாக அவள் சின்ன மூளைக்குள் சின்ன ஞாபகங்கள் வரும். என்னைப் பார்ப்பாள். மூளையில் ஒரு தொடர்பு கிடைக்கும். சிரிப்பாள். அந்தப் புன்னகைக்கு இந்த உலகத்தில் ஈடு ஏதாவது உண்டா? நான் அள்ளிக்கொள்வேன். அந்தக் கணமே மறுபடியும் அடுத்த நாள் மூன்று மணிக்காக ஏங்கத் தொடங்குவேன்.

அப்ஸராவிடம் இருப்பதெல்லாம் அழகழகாக வர்ணப் படம் போட்ட, வழுவழுப்பான தாளில் அச்சடித்த, கெட்டியான அட்டை போட்ட புத்தகங்கள். மழலைப் பாடல்கள், கதைகள் இப்படிப் பிரமாதமாக இருக்கும். அவை எல்லாம் ஒரே நேரத்தில்

அப்ஸராவின் வருகையை எதிர்பார்த்துத் திறந்த நிலையில் கிடக்கும் கொள்கையை வைத்திருந்தன. அப்ஸராவை மடியில் வைத்து ஒவ்வொரு பக்கமாகப் புரட்டிக்கொண்டே வரவேண்டும். ஒரு பக்கம் படத்தைப் பார்க்கும்போது அடுத்த பக்கம் என்ன வரும் என்ற ஆவலில் குனிந்து பார்ப்பாள். அடுத்த பக்கம் திருப் பியதும் அதில் என்ன என்று பார்க்காமல் மீண்டும் குனிந்து பார்ப்பாள். இப்படி அவளுடைய ஆவல் தீர்க்கமுடியாதபடி வளர்ந்துகொண்டே இருக்கும்.

சில வேளைகளில் தானாகவே பக்கத்தைத் திருப்பிப் பார்ப் பதும் உண்டு. அப்பொழுதும் பொறுமையைக் கடைப்பிடிப்பது அவளுடைய நற்குணங்களில் ஒன்று அல்ல. ஒரு பக்கம், ஐந்து பக்கம், பத்துப் பக்கம் என்று புரட்டி முடித்து விடுவாள்.

இன்னும் சில சமயங்களில் அவளுடைய புத்தகங்கள் அவளி லும் பெரிசாக இருக்கும். அல்லது அவளுடைய எடையிலும் கூடியதாக இருக்கும். இவை எல்லாம் அவளுடைய முயற்சியின் வேகத்தைக் குறைக்க முடியாது. தூக்குவாள், முடியாவிட்டால் இழுத்துக்கொண்டு வருவாள்.

மறுபடியும் முதலில் இருந்து பாட்டுகளைப் பாடவேண் டும். ராகங்களை மாற்றக்கூடாது. அந்தந்தப் பாட்டுக்கு அந்தந்த ராகம் என்ற வரையறை உண்டு. அப்படி மாற்றினால் இருந்த இருப்பில் தலையை மட்டும் 180 டிகிரி திருப்பி முகத்தைப் பார்ப் பாள். ஏதோ பிழை நடந்துவிட்டது.

Humpty Dumpty பாட்டு அவளுக்கு மிகவும் பிடிக்கும். அந்தப் பாட்டு வரும் பக்கத்தில் சிவப்பும் மஞ்சளும் நீலமும் சேர்ந்த கலரில் பெரிய முட்டையும், அதற்கு ஏற்ற மாதிரி கைகளும் கால் களும் வரைந்து இருக்கும். இந்தப் பாடலை உரத்துப் படிக்க வேண்டும். ஒவ்வொரு வரிக்கும் நாலு தாளத் தட்டு உண்டு. அதை மறக்கக்கூடாது. ‘Fall’ என்ற வார்த்தை வரும்போது கீழே நிலத்தில் படு பயங்கரமாக விழுவதுபோல நடிக்க வேண்டும். இந்தப் பயிற்சியில் தேர்ந்தவர்களே இதை வெற்றிகரமாகச் செய்து முடிக்கலாம். பாட்டு முடியும்போது பரவசமாகி புத்தகத்தின்மேல் பாய்வாள். புதுமைப்பித்தன் கூறியதுபோல எதையும் அழுத்தமாகப் படித்து அறியும் ஆவல் அதிகம் அவளுக்கு. Humpty Dumptyயின் மேல் அழுத்தமாக ஏறி உட்கார்ந்துவிடுவாள். சுவரில் இருந்து அப்பொழுதுதான் விழுந்தவன் மேல் இப்படி ஏறி மிதிப்பது அத்து மீறியது என்பது அவளுக்குப் புரிவதே இல்லை.

இப்படி அவளிடம் கட்டுக்கட்டாக வண்ணப் புத்தகங்கள் இருந்தாலும், அவளுடைய அறிவுத் தாகம் லேசில் அடங்கும் தன்மையானது அல்ல. அவள் செய்யும் செயல்களும் புரிதலுக்கு அப்பாற்பட்டதாக இருக்கும். அப்ஸரா இப்பொழுதுதான் தத்தக்க புத்தக்க என்று நடக்கத் தொடங்கியிருந்தாள். தளர் நடைப் பருவம். ஆரம்பம்தானே, மெல்ல மெல்ல அடி எடுத்து வைப்பாள் என்று நினைத்தேன். ஏதோ தன் பயணம் முடிவதற்கிடையில் நிலம் முடிந்துவிடும் என்பதுபோல அவசரத்துடன் ஓடிக் கடப்பாள். சர்க்கஸ்காரர்கள் கைகளைப் பக்கவாட்டில் நீட்டுவார்கள், ஒரு சமநிலை கிடைப்பதற்காக. இன்னும் சில குழந்தைகள் கைகளை முன்னே நீட்டுவதையும் பார்த்திருக்கிறேன். அப்ஸரா இரண்டு கைகளையும் பின்னே நீட்டுவாள். அப்படியும் பாலன்ஸ் கிடைக்காது. நிறையப் பால் குடித்திருப்பதால் தளும்பும் வயிறு. அந்த பாரத்தை ஈடுகட்டுவதற்காக அவளாகக் கண்டுபிடித்த ஒரு யுக்தி யாக இது இருக்கலாம். ஜெயமோகன் என்ற பிரபல எழுத்தாளர் 'இந்து ஞான மரபில் ஆறு தரிசனங்கள்' என்று ஒரு புத்தகம் எழுதியிருக்கிறார். 175 பக்கங்கள் கொண்டது, ஆனாலும் ஆயிரம் பக்கங்களுக்குச் சமம். அதில் ஒரு படம்கூட கிடையாது. அவ்வள வும் அச்சடித்த எழுத்துகள்தான். அதுகூட அவசரத்தில் படிக்கக் கூடிய புத்தகம் இல்லை. ஆழமான விஷயங்கள் கொண்ட புத்தகம் என்றபடியால் ஒரு வாரம் தொடர்ந்து படித்தால்தான் முடிக்க முடியும். அப்படி முடிக்கும்போது அரைவாசிதான் விளங்கும்.

அப்ஸரா எங்கோ இருந்து குடுகுடுவென்று ஓடி வருவாள். மின்னல்போல புத்தகத் தட்டுக்கு நேரே போய் அங்கே அடுக்கி வைத்திருக்கும் அத்தனை புத்தகங்களிலும் இந்தத் தத்துவப் புத்தகத்தை மாத்திரம் எப்படியோ கண்டுபிடித்து இழுத்து தூக்கு வாள். தூக்கிய கணமே இது அனுமதிக்கப்பட்ட காரியம் இல்லை என்பது அவளுக்குப் புரிந்து போகும். அதைத் தூக்கிக்கொண்டு ஓடத் தொடங்குவாள்.

நான் பின்னால் ஓடுவேன்.

பிடுங்கினால் இன்னும் பெரிய ஆபத்து. அழுவாள். ஆகவே அவள் பின்னால் அலைந்து நயமாகக் கேட்பேன். இன்னும் வேகம் கூட்டுவாள். விழுவாள். எழும்புவாள். ஓடுவாள். புத்தகப் பிடியை விடமாட்டாள்.

என்னுடைய பெரிய மூளையைப் பாவித்து பண்ட மாற்று முறையில் வண்ணப் புத்தகம் ஒன்றை ஆசை காட்டுவேன். கடிகார முள் திசைக்கு எதிராகத் திரும்பி இன்னும் ஓட்டம். கார்

சாவியைக் கிலுக்கி குடுப்பேன். சந்தேகம் வலுத்துவிடும். இன்னும் ஓட்டம். தொக்கையான சிவப்பு Felt Penஇல் அவளுக்கு ஒரு கண். அதைக் கொடுப்பேன். தன் சின்னக் கையால் தட்டிவிட்டு ஓடு வாள். ஒவ்வொரு நாளும் இது நடக்கும். 'உறவு உறவு என்றாலும் பறியில் கை போடாதே' என்று ஒரு சொல் வழக்கு எங்களூரில் உண்டு. அவளுடைய உடமையில் நான் எப்படிக் கை போடுவது. அவளாகத் திருப்பித் தந்தால்தான் உண்டு.

ஜெயமோகன் எழுதிய 'இந்து ஞான மரபில் ஆறு தரிசனங் கள்' புத்தகத்துக்கு இவ்வளவு ஆர்வமான 26 இன்ச் உயரமான வாசகி உலகத்தில் வேறு எங்கும் இருக்க முடியாது.

◆

தாழ்ப்பாள்களின் அவசியம்

அம்மாவுக்கு கனடாவில் நம்பமுடியாத பல விசயங்கள் இருந்தன. அதில் மிகப் பிரதானமானது வீடுகளில் பூட்டு என்ற பொருளுக்கு வேலை இல்லாதது. அம்மாவின் கொழும்பு வீட்டில் அலமாரிக்குப் பூட்டு இருந்தது. தைலாப்பெட்டிக்குப் பூட்டு இருந்தது. மேசை லாச்சிக்குப் பூட்டு இருந்தது. பெட்டகத்துக்குப் பூட்டு. வாசல் கதவுக்குப் பூட்டு. கேட்டிலே பெரிய ஆமைப் பூட்டு. இப்படியாகப் பூட்டு மயம்.

ஆனால், கனடாவில் குளிர்சாதனப் பெட்டிக்குக்கூடப் பூட்டு இல்லாதது மன்னிக்க முடியாத குற்றமாக அம்மாவுக்குப் பட்டது. எல்லா குளிர்சாதனப் பெட்டிகளும் பூட்டோடு வரும் என்றுதான் அவர் நினைத்தார். கொழும்பில் இருந்தபோது, அவர் ஒரு வீட்டுக்குப் போயிருக்கிறார். அங்கே வரவேற்பு அறையில் விருந்தாளிகள் உட்கார்ந்து சம்பாசணை செய்யும்போது, அவர்களுடைய குளிர்சாதனப்பெட்டியும் கலந்துகொண்டது. அதற்கு அடிக்கடி உயிர் வந்து சத்தம் எழுப்பும். பிறகு மௌனமாகி விடும். அந்தக் குளிர்சாதனப் பெட்டியில் அம்மாவுக்கு மிகவும் பிடித்த அம்சம் அதில் தொங்கிய பூட்டுத்தான்.

விருந்து நடந்துகொண்டிருந்தபோது, வீட்டுக்கார அம்மா வந்து சாவிபோட்டு குளிர்சாதனப்பெட்டியைத் திறந்து, வேண்டிய சாமான்களை எடுத்துப்போனது ஆடம்பரமாக இருந்தது. கனடாவில் பார்த்தால் அதற்குப் பூட்டு இல்லை. அதை வேறு மறைத்து வைத்திருந்தார்கள். சமையலறையில் குளிர்சாதனப் பெட்டி இருக்கும் விசயம் மற்றவர்களுக்கு எப்படித் தெரியும் என்பதுதான் அம்மாவின் பெரிய கவலை.

அடுத்த சங்கதி குளியலறை. அதற்குப் பூட்டு இல்லாதது அம்மாவுடைய மூளையின் எல்லைக்கு அப்பாற்பட்டதாக இருந்தது. சரி, பூட்டு இல்லாவிட்டால் பரவாயில்லை. கதவையும் சாத்தமுடியாது. கதவைச் சாத்தினால் அது மெல்ல மெல்ல உயிர் பெற்றதுபோல தானாகவே அசைந்து நகரும். குளித்து முடித்து வெளியே வரும்போது, கதவு 'ஆ'வென்று திறந்தபடி இருக்கும்.

கதவுக்கு அவசரமாக ஒரு பூட்டு வாங்க வேண்டும். அல்லது குளிக்காமல் இருக்கவேண்டும்.

என்னிடம் ஒரு வார்த்தை சொல்லாமல் அம்மா நேராக என்னுடைய புத்தகத்தட்டுக்குப் போய் சி.சு. செல்லப்பா எழுதிய 'சுதந்திர தாகம்' மூன்று பாகத்தையும் எடுத்து வந்தார். எனக்கு அம்மாவிடம் இருந்த மதிப்பு மூன்று மடங்கு அதிகமாகியது. மூன்று பாகத்தையும் ஒரேயடியாகப் படிக்கப் போகிறாரா என்று நினைத்தேன். அவருடைய நோக்கம் வேறு. அட்டையில் எழுதி யிருந்த தலைப்பைக்கூட அவர் பார்க்கவில்லை. குளித்துவிட்டு திரும்பி வரும்போது, பெரிய நிம்மதி அவர் முகத்தில் தோன்றியது. புத்தகம் நல்லதா என்று கேட்டேன். 'இந்தப் புத்தகம் தொக்கை காணாது. கதவுக்கு முண்டு கொடுப்பதற்கு இதனிலும் மொத்த மான புத்தகம் இருக்கிறதா?' என்றார்.

அம்மா தங்கியிருந்த மீதி நாட்கள் சுகமாக கழிந்தனவா என்றால் அதுவுமில்லை. ஒரு வீட்டின் வெளிக்கதவுக்கு தாழ்ப் பாள் முக்கியம் என்ற விசயம் அம்மா சொல்லும் வரைக்கும் எனக்கு மறந்துபோனது. எங்கள் கொழும்பு வீட்டுவீதியில் எல்லா வீடுகளுக்கும் தாழ்ப்பாள் இருந்தது. உள்ளுக்கு ஒன்று, வெளியே ஒன்று. இரவு படுக்கப் போகும்போது, உள் தாழ்ப்பாளைப் போடு வோம். வெளியே போகும்போது, வெளி தாழ்ப்பாளை இழுத்துப் பூட்டுவோம். நாங்கள் குடும்பமாகப் பயணம் புறப்படும்போது, எனக்கு நடுக்கம் பிடித்துவிடும். கதவை இறுக்கிச் சாத்தி தாழ்ப் பாள் போட்டு அம்மா ஆமைப் பூட்டை கொழுவி பூட்டுவார். அந்த ஆமைப்பூட்டு ஒரு தேங்காயளவு பெரியது. அம்மா அதை இழுஇழுவென்று இழுத்துப் பார்த்தபிறகு புறப்படுவார். நாங்களும் தொடருவோம். ஒரு நூறு அடி போனபிறகு ஐயா ஏதோ யோசித்து திரும்பிவருவார். ஆமைப்பூட்டில் தன் முழுப்பாரத்தையும் போட்டு தொங்கிப் பார்ப்பார். அதன் பிறகுதான் எங்கள் பயணம் தொடங்கும்.

கனடாவில் அம்மா வெளிக்கதவுக்குத் தாழ்ப்பாள் வாங்கிப் பூட்டவேண்டும் என்று பிடிவாதம் பிடித்தார். தன்னால் இரவு களில் தூங்கமுடியவில்லை என்றும் கெட்ட கனவுகள் துரத்து கின்றன என்றும் முறைப்பாடு வைத்தார். 'கனடாவில் ஒருவரும் தாழ்ப்பாள் போடுவதில்லை. எங்கள் வீட்டு பாதுகாப்புக்கு அபாய மணி பூட்டியிருக்கிறது. திருடர்கள் வந்தால் இலகுவில் காட்டிக் கொடுத்துவிடும்' என்றேன்.

‘அது எப்படி? அபாயமணி எப்போது ஒலிக்கும்? திருடன் உள்ளே வரமுன்னரா அல்லது வந்த பின்னரா?’ ‘உள்ளே திருடன் நுழைந்த பிறகுதான் அபாயமணி அடிக்கும்’ என்றேன். அம்மா ‘என்ன பிரயோசனம், திருடன் உள்ளே வராமல் அல்லவா பார்க்க வேண்டும்’ என்றார். அதற்கு என்னிடம் பதில் இல்லை.

அம்மாவுடன் பல கடைகள் ஏறி இறங்கினேன். சிலருக்குத் தாழ்ப்பாள் என்றால் என்னவென்றே தெரியவில்லை. அப்படித் தெரிந்தாலும் கதவுகளைப் பூட்டப் பயன்படுத்தும் தாழ்ப்பாள்கள் பற்றி அவர்கள் கேள்விப்பட்டிருக்கவில்லை. கடைசியில் பழைய சாமான்கள் விற்கும் ஒரு கடையில், கடந்துபோன நூற்றாண்டைச் சேர்ந்த இரண்டு பெரிய தாழ்ப்பாள்களைக் கண்டுபிடித்தோம். அம்மாவுக்கு மெத்தப் பிடித்துப்போனது. அவற்றைப் பூட்டிய பிறகு தான் அம்மாவுக்கு நிம்மதியாக நித்திரை வந்தது.

ஆனால், என்னுடைய நிம்மதி குலைந்துபோனது. டெலிபோன் மணி அடித்தால் அம்மாவால் சும்மா உட்கார்ந்திருக்க முடியாது. ஓடி வந்து அதை எடுக்கவேண்டும். கனடாவில் ஒரு வரும் டெலிபோனை எடுப்பதில்லை. அது ஓர் அழகுக்காகத் தான் வீட்டில் இருக்கிறது. அது அடிக்கடி மணியடித்து வீட்டைக் கலகலப்பாக்கும். இதை அம்மாவுக்கு எத்தனை தடவை சொன்னாலும் புரியவில்லை. எங்கள் வீடு ஒடுக்கமானது. ஆனால், அதை ஈடுகட்டுவதற்கு நீளமாக நிர்மாணித்திருந்தார்கள். வீட்டின் துவக்கத்தில் இருக்கும் காலநிலையும் வீட்டின் அந்தலையில் இருக்கும் காலநிலையும் வேறு வேறாக இருக்கும். அவ்வளவு நீளம். அம்மாவும் விடுவதில்லை. மணிச் சத்தம் கேட்க ஆரம்பித்ததும் ஓட்டப்பந்தயத்தில் ஓடுவது போல, மூச்சைப் பிடித்து ஓடிவந்து தொலைபேசியைத் தூக்குவார். தூக்கிய வீச்சில் தொலைபேசியின் வாயில் ‘ஹா’ என்று கத்தி நிறுத்தி மூச்சை ஒருதரம் உள்ளே இழுத்தபிறகு ‘லோ’ என்று சொல்லி முடிப்பார்.

என்னிடம் ஒரு செல்பேசி உண்டு. நண்பர்கள் என்னுடன் அதிலே உரையாடினார்கள். வீட்டுத் தொலைபேசி என்ற ஒன்றை நான் பாவிப்பதில்லை. அடித்தால் அதை எடுக்கமாட்டேன். விற்பனைக்காரர்களுக்காகவும் தவறான எண் டயல் பண்ணுகிறவர்களுக்காகவும் நன்கொடை யாசிப்பவர்களுக்காகவும் வேண்டாதவர்களுக்காகவும் அதைப் பராமரித்தேன். அவர்கள் விடாப்பிடியாக அதில் அழைப்பதுமட்டுமில்லாமல் தகவல்களும் விட்டார்கள். ஒவ்வொரு ஞாயிற்றுக்கிழமையும் காலை பத்து மணிக்கு நான் டெலிபோனில் அந்த வாரம் சேர்ந்திருக்கும் தகவல்களை எல்லாம் ஒவ்வொன்றாகச் செவிமடுத்து பின்னர் அழிப்பேன்.

அதற்கு எனக்கு அரைமணி நேரம் எடுக்கும். அம்மாவால் அதைத் தாங்கமுடியவில்லை. தொடர்ந்து வேகமாக ஓடி டெலிபோன் மணி நிற்பதற்கிடையில் அதைக் கையிலே தூக்குவதை அவர் கடமை என்றே நினைத்தார். எதற்காக இப்படி அடித்துப் பிடித்து ஓடுகிறார் என்று கேட்டேன். 'மகனே, நீ என்னைக் கூப்பிடலாம் அல்லவா? இன்றைக்கு வெந்தயக்குழம்பு வைத்தீர்களா என்று நீ கேட்கக் கூடும் என்று நினைத்தேன்.'

'தொலைபேசி மணி அடித்தால் அதைத் தொடவேண்டாம்.' 'தொலைபேசி மணி அடித்தால் அதைத் தொடவேண்டாம்' என்று அம்மாவிடம் திருப்பித் திருப்பிச் சொன்ன நான், கதவு மணி அடித்தால் என்ன செய்யவேண்டும் என்பதைச் சொல்லித் தர வில்லை.

ஒருநாள் நான் வெளியே போய்விட்டு திரும்பி வந்தபோது, வீட்டில் பெரிய ஆரவாரமும் சிரிப்புச் சத்தமும் கேட்டது. நான் தவறான வீட்டுக்கு வந்துவிட்டேனோ என்று வீட்டு நம்பரை சரி பார்த்துக்கொண்டேன். விருந்தினர் அறையில் அம்மாவோடு மூன்று பேர் உட்கார்ந்திருந்தார்கள். அந்த ஆண் சாம்பல் நிற ஆடை அணிந்திருந்தார். மடிப்புகள் கலைந்த கோட்டும் விளிம்பு கள் தேய்ந்துபோன கழுத்துப்பட்டியுமாக உட்கார்ந்திருந்த அவருக்கு ஐம்பது வயது மதிக்கலாம். மனைவி போல தோற்ற மளித்த குள்ளமான பெண், சாம்பல் நிற உடையில் தலையிலே சண்டியர்கள் லேஞ்சி கட்டுவதுபோல கட்டியிருந்தார். பெரிய சோபாவை பாதி நிறைத்து ஓர் இளம்பெண் உட்கார்ந்திருந்தாள். இரண்டு பெண்களின் உடைகளும் சாம்பல் கலரில் சாக்குத் துணி யில் தைத்ததுபோல வெட்டு இல்லாமல், உருவம் இல்லாமல், சுருக்கு இல்லாமல் கவர்ச்சியே இன்றி காணப்பட்டன.

அறிமுகப்படுத்தும்போது, அந்த இளம்பெண் தன் பெயரைச் சொன்னாள். அவளுடைய பாதணிகள் ஒரு முதலையினுடைய தலைபோல முன்னுக்கு ஒடுங்கிப்போய் இருந்தது எனக்கு விநோதமாகப்பட்டது. நான் கேட்காமலே தனக்கு 14 வயது நடக் கிறது என்றாள். நான் பார்த்ததிலே ஆக வயதுகூடிய 14 வயதுப் பெண் அவள்தான். கைகள் இரண்டையும் தொடைகளில் வைத்து கண்களை ஒரு கணத்துக்கு கீழே இறக்கி நாடகத்தனமாக மேலே தூக்கினாள். ஒரு விரலால் தோள் மயிரை சுண்டிவிட்டாள். அவளுடைய சாக்குத் துணி உடையைத் தாண்டி ஒரு கவர்ச்சி அந்த நொடியில் வெளிப்பட்டது. என்னுடைய ரத்தம் உயிர்பெற்று சுழலத் தொடங்கியது.

அ. முத்துலிங்கம்

அந்த மனிதர் அடிக்கடி இருமலால் குரல்வளையை நிறைத்தார். பேசியபோது, நாய் நக்கிக் குடிக்கும்போது ஏற்படுவது போன்ற ஓர் ஒலி அவர் தொண்டையிலே உருவானது. பிரசாரகர்களுக்கு உள்ள எல்லாத் தகுதிகளும் அவருக்கு இருந்தன. அவர் விட்ட இடத்திலிருந்து தொடர்ந்து அம்மாவிடம் பேசினார். எங்கள் வீட்டுக்கு எனக்கு அறிவிக்காமல் வந்திருந்த விருந்தினர்களுக்கு அம்மா பாசத்தோடு பணிவிடை செய்தார். மேசையிலே புத்தகங்களும் சஞ்சிகைகளும் துண்டுப் பிரசுரங்களுமாக பரவிக் கிடந்தன. அந்த மனிதரின் கண்களையே அம்மா உற்று நோக்கிக் கொண்டிருந்தார். அது, ஒரு கன்றுக் குட்டி தாய்ப்பசுவைப் பார்க்கும் பார்வை.

வீட்டுக்கு விருந்தாளிகளை வரவிடக்கூடாது. அப்படி அவர்கள் தவறுதலாக வந்துவிட்டால் அவர்களை உபசரிப்பதற்கென்று ஒரு வரைமுறை இருக்கிறது. அதில் தவறாமல் இருக்கவே நான் முயன்றேன். அந்தப் பிரசாரகர் சளசளவென்ற குரலில் ஒரு நீளமான வசனத்தைச் சொல்வார். பிறகு பரிசோதிப்பதற்காக 'நான் என்ன சொன்னேன்' என்று அம்மாவிடம் வினவுவார். அம்மா, அவர் சொன்னதை மூன்றாம் வகுப்பு மாணவிபோல திருப்பி அப்படியே ஒப்பிப்பார். வசனத்தின் கடைசிப் பகுதியில் குரலை அவர் ஏற்றுவதுபோல அம்மாவும் ஏற்றுவார். பிரசாரகருக்கு ஒரு புதிய அடிமை கிடைத்துவிட்டது போலவே எனக்குத் தோன்றியது. அந்த இளம்பெண் மரத்தரை சப்திக்க அடிக்கடி காலை மாற்றி அமர்ந்தாள். அப்படியே கண்களை ஒருமுறை கீழே இறக்கி மேலே தூக்கலாம் என்று நான் காத்திருந்தேன். என் கோபத்தை அந்த ஒரு காரணத்துக்காக நான் தள்ளிவைத்துக்கொண்டே போனேன்.

அவர்கள் போனதும் நான் அம்மாவைப் பிடித்தேன். 'ரோட்டிலே போற வாற ஆட்களை எல்லாம் வீட்டுக் கதவை திறந்து உள்ளே அழைப்பீர்களா?' என்று கேட்டேன். அம்மாவின் முகம் வாடிவிட்டது. ஒன்றுமே புரியாமல் திகைத்துப் போனார். 'நீ என்ன சொல்லுறாய். போறவாற ஆட்களா? அவர்கள் வெள்ளைக்காரர்கள்' என்றார். அம்மாவின் அசைக்க முடியாத கருத்துப்படி வெள்ளைக்காரர்கள் என்றால் திருட மாட்டார்கள், பொய்சொல்லமாட்டார்கள். கொலைசெய்ய மாட்டார்கள். பெண்களின் உறுப்புகள் எல்லாம் அவர்கள் கண்களுக்குத் தட்டையாகவே தெரியும்.

நான் முற்றிலும் கோபம் தணிந்த பிறகு ஒருநாள் இரவு உணவுக்காக மேசையின் முன் அமர்ந்தேன். வழக்கம்போல அம்மா

நின்றுகொண்டிருந்தார். அரைமணி நேரத்தில் சமைக்க வேண்டிய உணவுக்கு அம்மா அரைநாள் எடுத்திருப்பார். எவ்வளவு சொன்னாலும் உட்காரமாட்டார். ஓர் அடி தூரத்தில் இருக்கும் உணவை அவர்தான் எடுத்து கோப்பையில் வைப்பார். அதை ரசித்துச் சாப்பிடும்போது, என் முகம் எப்படிப் போகிறது என்பதை உன்னிப்பாகக் கவனிப்பதே அவர் வேலை.

அம்மா மெதுவாக என்னிடம், 'மகனே, உனக்கு பரவச நிலையை எட்டியவர்களின் கடவுள் பெயர் தெரியுமா?' என்றார். நான் 'தெரியாது' என்று சொன்னேன். 'உலகத்தின் ஆதிக் கடவுள் யாவே. அது ஹீப்ரு வார்த்தை. அந்த மொழியில் உயிரெழுத்து கிடையாது. எல்லாமே மெய்யெழுத்துதான். ஆகவே, அந்த வார்த்தையை உச்சரிக்கும்போது நீ எப்படியும் உச்சரிக்கலாம். ஆனால், கடவுளின் உண்மையான பெயர் ஹீப்ரு மொழி தோன்றுவதற்கு முன்னரே தோன்றிவிட்டது. அந்தப் பெயர் தெட்ராகிரம்மட்டன். ஆதிக் கடவுளை ஆராதிப்பவர்கள் இறக்கும்போது நேராக சொர்க்கம் செல்வார்கள். எனக்காக அவர்கள் பிரார்த்தனை செய்வதாகச் சொல்லியிருக்கிறார்கள்.'

அந்த வருடம்தான் புளூட்டொ கிரகம் அல்ல என்று அறிவிக்கப்பட்டது. அந்த வருடம்தான் இலங்கை சமாதானப் பேச்சு வார்த்தை ஜெனீவாவில் முறிந்தது. அந்த வருடம்தான் பனிக்காலம் முன்னறிவித்தல் இன்றி கனடாவில் ஒரு மாதம் முந்தி வந்தது. மரங்கள் அவசர அவசரமாக இலைகளைக் கொட்டின. அம்மா தடித்த குளிர் ஆடை அணியாமல் குழம்பு தெறித்து கறைபட்ட மெல்லிய மேலாடை தரித்திருந்தார். அவருடைய உடம்பு மெல்ல நடுங்குவதை அவர் பொருட்படுத்தவில்லை. இரண்டு கைகளையும் கழுத்து எலும்பில் வைத்துக்கொண்டு என் முழங்கால்களைப் பார்த்து தான் திரும்பப் போகவேண்டும் என்று சொன்னார். நான் மறுக்கவில்லை. காரணம் தெட்ராகிரம்மட்டன் அல்லது சமையல் அல்லது பாவாடையாகவும் இருக்கலாம். சமைப்பதை அம்மா அளவுக்கதிகமாக நேசித்தார். அதிகாலை எழும்பி அடுப்பு பற்றவைப்பதுபோல இங்கேயும் செய்ய விரும்பினார். மனிதனுக்கு கிடைத்த 24 மணித்தியாலத்தில் அரைமணிக்கு மேல் கனடாவில் யாரும் சமையலுக்குச் செலவிடுவதில்லை என்பதை நம்ப மறுத்தார். சமையல் சாமான்களுடைய விலையை உடனுக்குடன் இலங்கை காசில் மாற்றி, ஒரு நிமிடம் ஆச்சரியப்படாமல் அவர் கரண்டியைத் தூக்கியது கிடையாது. அன்றைய சமையலைக் குறிப்பிடும்போது, அதன் விலையையும் சேர்த்தே சொல்வார். எட்டாயிரம் ரூபாய் இறைச்சியை வதக்கி இன்றைக்கு

கறி வைத்தேன் என்பார் அல்லது எண்ணூறு ரூபாய் கீரையைத் தாளித்து கடைந்திருக்கிறேன் என்பார்.

அம்மா திரும்பிப்போய் ஒரு மாதம் ஆகிவிட்டது. எவ்வளவு ஆர்வத்துடன் என்னைப் பார்க்க 10,000 மைல் தூரம் கடந்து வந்தாரோ அந்த ஆர்வம் எல்லாம் வடிந்து குழம்பிப்போய்த் திரும்பினார். மிகக் கடுமையாக நடந்துகொண்டுவிட்டேனோ என்று சிலசமயம் நான் நினைத்ததுண்டு. ஒருநாள், அம்மா பின் தோட்டத்தில் பாவாடை காயப்போட்டதற்குப் பக்கத்து வீட்டுக் காரன் முறைப்பாடு செய்து அது பெரிய விவகாரமாகிப் போனது. 'என் வீட்டுத் தோட்டத்தில், நான் கட்டிய சணல் கயிற்றில், என்னுடைய பாவாடையைத்தானே காயப் போட்டேன். அவன் தலையில் போட்டேனா?' என்று அம்மா ஒருநாள் முழுக்க அரற்றினார். அவரால் புரிந்துகொள்ள முடியவில்லை. கண்கள் நனைந்து பளபளத்தன. போவது என்ற தீர்மானம் அன்றே அவர் மனதில் உருவாகியிருக்க வேண்டும். கடைசி துரும்பு என்று சொல்வார்கள், அப்படியும் இருக்கலாம்.

டெலிபோன் அடித்தால் எடுக்கக்கூடாது என்ற விதியும் அம்மாவைப் பெரிதும் வருத்திவிட்டது. குளிர்பானப் பெட்டியைப் பூட்டக்கூடாது, கதவுகளைத் திறக்கக் கூடாது. பாவாடை காயப் போடக்கூடாது. விருந்தினரை உள்ளே அழைக்கக்கூடாது. இப்படியான பல சட்ட திட்டங்களை அம்மாவால் எதிர்கொள்ள முடியவில்லை.

அவர் கடைசியாக விடைபெறும்போது, விமான நிலையத்தில் கேட்ட கேள்வி இன்னும் மனதில் நிற்கிறது. 'ஒவ்வொரு ஞாயிறு காலையும் பத்து மணிக்கு நீ டெலிபோன் தகவல்களை அழிக்கிறாயா?' நான் 'ஓம்' என்றேன். 'மறக்காமல் தகவல்களைக் கேட்டுவிட்டுச் செய்' என்றார். ஏன் அப்படிச் சொன்னார் என்பது எனக்குப் புரியவில்லை. முத்தமிடும்போது, என் முதுகைத் தடவி 'யாவே உன்னை ஆசீர்வதிக்கட்டும்' என்றார். நான் அவர் கன்னத்தைத் தொட்டேன். என்ன இது ஈரம் என்று கையைப் பார்த்த போது, அவர் பாதுகாப்பு வலயத்துக்குள் மஞ்சள் கைப்பையுடன் நுழைந்துவிட்டார். ஒரு கணத்துக்கு அந்த மெலிந்துபோன தோள் மூட்டின் ஓரம் தெரிந்தது; பின்னர் மறைந்துபோனது.

மாலை ஏழு மணி இருக்கும். கதவை யாரோ தட்டினார்கள். இது யார், மணியை அடிக்காமல் கதவைத் தட்டுவது என்று யோசித்தேன். அந்த நேரத்தில் ஒருவருமே என் வீட்டுக்கு வருவதில்லை. அவசரப்பட்டு கதவைத் திறந்தபோது, மூன்றுபேர் கதவை

ஒட்டிக்கொண்டு நின்றார்கள். வேறுயாருமில்லை. எனக்கு முன்பே பரிச்சயமான பிரசாரக்காரர்கள்தான். அவரும் மனைவியும் வயது 14 என்று சொல்லிக்கொண்ட அந்தப் பெண்ணும்தான்.

மூவரும் அதே நிறத்தில் அதே உடையை அணிந்திருந்தார்கள். அவர் கையிலே பெண்கள் காவும் பை ஒன்றை வைத்திருந்தார். என் வாய்க்குக் கிட்டவந்து 'அம்மா இருக்கிறாரா?' என்றார். திருத்த வேலைகள் முற்றுப் பெறாத அவருடைய பற்கள் பெரிதாக்கப்பட்டு தெரிந்தன. நான் காலை மடித்து கதவுக்கு குறுக்காக வைத்துக்கொண்டு 'அம்மா இலங்கைக்குப் போய்விட்டாரே' என்றேன். அப்படியா என்று அதிசயப்பட்டவர், என்னை இன்னும்கூட அதிசயப்படவைக்க நினைத்தோ என்னவோ காலைத்தூக்கி கடவையைக் கடப்பதுபோல தாண்டி உள்ளே வந்தார். சற்று முன்னர் நான் உட்கார்ந்து குளோப் பேப்பர் படித்த அதே இருக்கையில் அமர்ந்து என்னையும் அமரலாம் என்பது போலப் பார்த்தார். அவர் மனைவி கையோடு கொண்டுவந்திருந்த புத்தகங்களையும் சஞ்சிகைகளையும் துண்டுப் பிரசுரங்களையும் அமைதியாக மேசை மேல் அடுக்கினார். 14 வயது என்று கூறி அறிமுகமாகிய பெண், அங்கேயிருந்த பெரிய சோபாவை அமுக்கி அமர்ந்தாள். அது ஓர் அடி ஆழம் கீழே புதைந்தது. விருப்பமில்லாத இடத்துக்கு அவளை யாரோ இழுத்து வந்துவிட்டதுபோல முழங்கால்களை ஒட்ட வைத்து, தோள்மூட்டுகளைப் பின்னே தள்ளி, முதலைக் காலை முன்னுக்கு நீட்டி உட்கார்ந்திருந்தாள்.

பிரசாரகர் "உங்கள் தாயார் பெருந்தன்மையானவர்" என்றார் துடக்க வசனமாக. மற்ற இருவரும் ஆமோதிப்பதுபோலத் தலையை ஆட்டினார்கள்.

"அவருக்கு யாவேயைப் பற்றி தெரியும்" என்றார்.

"அப்படியா?"

"உங்களுக்குச் சொர்க்கம் போக விருப்பம் உண்டா?" அவரிடம் அதிகப்படியாக ஒரு டிக்கட் இருப்பதுபோல என்னைப் பார்த்தார்.

"நிச்சயமாக."

"எப்படிப் போகவேண்டும் என்பது தெரியுமா?"

"என்ன intersection?" என்று சொன்னால் நான் எப்படியும் விசாரித்துப் போய்விடுவேன்."

அவருடைய முகம் வாசல் கதவைத் தட்டி உள்ளே நுழைந்த போது பார்த்த முகம் அல்ல. மாறிவிட்டது. கண்கள் நொடியில் இரவுப் பிராணியின் கண்கள்போல சிவப்பாகிப் பளபளத்தன. மனைவி குனிந்தபடி வதவதவென்று புத்தகங்களையும் இதழ்களையும் துண்டுப்பிரசுரங்களையும் மறுபடியும் அள்ளி பையினுள் அடைத்தார். யாரோ ரகஸ்ய பட்டனை அமுக்கியது போல 14 வயது என்று சொல்லிக்கொண்ட பெண், சோபாவில் இருந்து துள்ளி எழும்பி அமுங்கிய இருக்கை பழைய நிலைக்கு வருமுன்னர் அந்த நெடுந்தூரத்தைக் கடந்து வாசல் கதவருகில் போய் நின்றாள்.

அந்த மனிதரின் உடம்பு கீழே கீழே போனது. நாய் கோபம் கூடக்கூட பதிந்துகொண்டே போவது ஞாபகத்துக்கு வந்தது. மூச்சு என் காது கேட்க சத்தமாக வெளிவந்தது. அவர் தன் நிலை இழக்காமல் இருப்பதற்குப் பெரும் பிரயத்தனம் செய்தாரென்று நினைக்கிறேன். 'உங்கள் தாயார் அருமையான பண்பு நிறைந்தவர். அவருடைய சொர்க்கத்தை உறுதி செய்வதற்கு நாங்கள் தொடர்ந்து பிரார்த்தனை செய்வோம்.'

நான், 'கட்டணம் ஏதாவது உண்டா?" என்று கேட்டேன். மனிதர் 'டக்'கென்று எழுந்து நின்றார். அவருடைய முகத்து சதைகள் தனித் தனியாகத் துள்ளின. உதடுகளைத் திறக்காமல், என்னைப் பார்க்காமல், பற்களினால் விடை சொல்லிவிட்டு வாசலை நோக்கி விரைந்தார். என் வீட்டுக் கதவைத் திறந்து சொர்க்க வாசலை என் முகத்தில் அறைவதுபோல சத்தத்துடன் சாத்தினார். மூவரும் மறைந்துவிட்டார்கள்.

அம்மா போனபின் முதன்முதலாக உள்கதவுத் தாழ்ப்பாளை அன்றிரவு தூங்கப் போகமுன் இழுத்து போட்டுக் கொண்டேன்.

♦

பத்து நாட்கள்

இஸ்லாமபாத் நகரம் எட்டுப் பிரிவுகளாக அமைக்கப் பட்டது. அதில், எஃப் பகுதியில் வீடு பிடிப்பது மிகக் கஷ்டம். அரசாங்க உத்தியோகத்தர்களும் ராணுவ அதிகாரிகளும் அரசியல் செல்வாக்குள்ளவர்களும் அங்கே வீடு கட்டி வாழ்ந்தார்கள். எப்போதாவது அந்தப் பகுதியில் வீடு வாடகைக்கு வரும். யாரா வது பெரிய அரசாங்க அதிகாரியைப் பிடித்து ஆறுமாதம் காத் திருக்க முடியுமானால், ஒரு வீடு சில வேளை கிடைக்கலாம். அப்படித்தான் எனக்கு அந்த வீடு கிடைத்தது.

சுற்றிலும் மரங்கள் சூழ்ந்திருக்கும் வீடு. மாடியில் நின்று பார்த்தால் ஒரு நல்ல நாளில் மர்கலா மலைச் சிகரம் தெரியும். வீதிகள் ஒன்றையொன்று செங்குத்தாக குறுக்கறுத்து ஓடுவதால் குடியிருப்புகள் உயரத்தில் நின்று பார்க்கும்போது, நீள்சதுரங் களாகத் தோற்றமளிக்கும். எங்கள் வீதி நெடுகலும் நாவல் மரங் களை நட்டு வைத்திருந்ததால் அந்தப் பிராந்தியம் குளிர்மை யாகவே இருக்கும். சுற்றுச்சூழல் மாசு கிடையாது. சுத்தமான வீதிகள். ஆனால், சந்தைகளும் கடைகளும் நகரின் மையப் பகுதி யில் தூரத்தில் இருந்ததால் சில சங்கடங்களும் இருந்தன. ஒரு நல்ல வீட்டை தேடிக் கண்டுபிடிக்கும்போது, ஒன்றிருந்தால் ஒன்று இருக்காது என்பது எதிர்பார்த்ததுதான்.

சரியாக மாலை ஆறுமணியானதும் சோக்கிதார்கள் என்று அழைக்கப்படும் வாயிலோன்கள் ஒவ்வொரு வீடாக வந்து சேரு வார்கள். அவர்கள் கைகளில் உருண்டையான கம்பும் போர்வை யும் இரவு உணவுப் பொதியும் சுட்டு விளக்கும் இருக்கும். ஒரு வருக்கு ஒருவர் முகமன்கூறி விசாரிப்புகள் நடந்தபிறகு கூட்டமாக தொழுவார்கள். பின்னர், தனித்தனியாகவோ கும்பலாகவோ உட்கார்ந்து சாப்பிடுவார்கள். நிமிர்த்தி வைத்திருக்கும் கயிற்றுக் கட்டில்களை சாய்த்துப்போட்டு புகைப்பிடிப்பார்கள். வீட்டு எச மானர்கள் தூங்கப்போய் சரியாக ஐந்து நிமிடம் கழித்து அவர் களும் தூங்கிவிடுவார்கள். அடுத்தநாள் காலை வீட்டுக்காரர்கள் எழும்ப ஐந்து நிமிடம் முன்பாக எழும்பி தங்கள் வீட்டுக்குப் புறப்பட்டுப் போய்விடுவார்கள்.

அ. முத்துலிங்கம்

எங்கள் வீதியில் ஒரு பெட்டிக்கடை இருந்தது. எனக்கு அந்த வீதியில் கிடைத்த முதல் நண்பன் பெட்டிக்கடைக்காரன் தான். பெயர் நவாஸ். காலை ஆறுமணிக்கு கடையைத் திறந்தான் என்றால் இரவு எட்டு மணிக்குத்தான் பூட்டுவான். வாரத்தில் ஏழு நாட்களும் வியாபாரம் நடக்கும். அவன் இல்லாமல் அந்த வீதி இயங்க முடியாது. காலை நேரத்தில் அவனிடம் புதினப் பத்திரிகை, பால், பாண், சிகரெட், பிளேட் என்று வாங்குவதற்காக வீட்டுக்காரர்கள் அவன் கடையை நோக்கி வந்தபடி இருப்பார்கள். நவாஸ் சிரித்தபடி வியாபாரத்தை சுறுசுறுப்புடன் கவனிப்பான்.

1960இல் அயூப்கான் இஸ்லாமபாத் நகரத்தை நிர்மாணித்த போது, பாகிஸ்தானின் தலைநகரத்தை இஸ்லாமபாத்துக்கு மாற்றி னார். திட்டமிட்டு நேர்த்தியாகக் கட்டிய நகரம் என்றபடியால், பச்சைப்பசேல் என்ற நெடிய மரங்களும் சுற்றியிருக்கும் மலை களும் இதன் அடையாளமாயின. நகரத்தின் தொடக்க காலங்களி லேயே நவாஸின் தகப்பன் அந்தப் பெட்டிக்கடையை அங்கே ஸ்தாபித்துக்கொண்டார். அவர் நோய்வாய்ப்பட்டபோது, கடையை ஏற்று அன்றிலிருந்து நடத்திக்கொண்டிருப்பதாக நவாஸ் ஒருநாள் என்னிடம் கூறினான்.

‘எத்தனை வருடங்கள்?’ என்றேன். ‘எனக்கு 18 வயது நடக் கும்போது கடையை எடுத்தேன். இப்பொழுது முப்பத்தெட்டு நடக்கிறது. 20 வருடங்கள், வருடத்துக்கு 365 நாட்களும் வேலை. இங்கே குடியிருக்கும் அத்தனை பேரையும் எனக்குத் தெரியும். அவர்கள் பிள்ளைகள், பேரப்பிள்ளைகள் எல்லோரும் இங்கேதான் பிறந்தார்கள்.’

நவாசுடைய கிராமம் லைலாப்பூர். அது இஸ்லாமபாத்தில் இருந்து 160 மைல் தூரத்தில் இருந்தது. அவனுடைய வயதான பெற்றோர்களை அவன் பார்க்கப்போவதில்லை; அவர்கள்தான் வந்து அவனைப் பார்த்துவிட்டு திரும்புவார்கள். வருடம் முழுக்க வேலை செய்யும் ஒருவன் எப்படிப் போக முடியும் என்று என்னிடம் கேட்பான். ‘நவாஸ், நீ ஏன் மண முடிக்கவில்லை?’ என்று ஒருநாள் கேட்டேன். ‘ஏழைகள் எடுத்தவுடன் மணமுடிக்க முடியாது. பெண்ணுக்கு பஃரி கொடுப்பதற்கு பணம் சேர்க்க வேண்டுமே’ என்றான். அப்படிச் சொல்லும்போதே, அவன் கண் கள் பெட்டிக்கடை மரப்பலகைகளில் ஒட்டி வைத்திருந்த பல ஹிந்தி நடிகைகளின் படங்களை ஒரு வினாடி பார்த்து மீண்டன. டிம்பிள் கப்பாடியா, நீத்து சிங், பர்வீன் பாபி, பூஜா பாட், சிறீதேவி, நீலம் என்று அப்போது பாகிஸ்தானில் பிரபலமாயிருந்த அத்தனை நடிகைகளும் அங்கே வரிசையாக அவனுக்காகக் காத்திருந்தனர்.

'உன்னைப் பெற்றோர் பள்ளிக்கு அனுப்பவில்லையா?' என்றேன். 'ஏதோ அனுப்பினார்கள்? கொஞ்சம் உருது எழுத, வாசிக்கத் தெரியும். கணக்கில் கூட்டல், கழித்தல் மட்டும் செய்வேன். பெருக்கல் வராது. என் பெற்றோருக்கு வசதி கிடையாது. சிறுவனாயிருந்தபோது, எங்கள் வீட்டில் கோழிக்கறி சாப்பிட வேண்டுமென்றால் நான் நோயில் விழவேண்டும் அல்லது கோழி நோயில் விழவேண்டும்.'

நாவல் பழ பருவத்தில் வீதியில் நாவல் பழங்கள் கொட்டும். ஆனால், அதைப் பொறுக்குவதற்கு சிறுவர்கள்தான் இல்லை. அந்த வீதிக் குழந்தைகள் நாகரிகமானவர்கள், வீதியில் விழுந்த வற்றைப் பொறுக்குவற்கு அவர்களுக்கு அனுமதி கிடையாது. வெளியே நின்று வியாபாரத்தை கவனிக்கும் நவாஸின் தலை மேலே நாளுக்கு நூறு பழங்கள் விழும். அவனுடைய வெள்ளை நிற சல்வார் கமிஸ் ஊதா நிறமாக மாறிவிடும். அந்தச் சமயங்களில் சூரிய ஒளியில் ஒரு பஞ்சாபி நடிகனைப்போல சிவந்த உடம்புடன், பின்னுக்கு வாரி இழுத்த நீண்ட தலைமுடியுடன் பார்ப்பதற்கு அவன் அழகாகவே தோற்றமளிப்பான்.

இப்படியான நாவல்பழ பருவத்தின்போதுதான் ஒருநாள், நான் என் அலுவலகத்திலிருந்து திரும்பியபோது என் வீட்டைக் காணவில்லை. வீதியின் பெயர்ப்பலகையைப் பார்த்தேன். பெயர் சரியாக இருந்தது. அது என் வீதியேதான். ஆனால், வீதியை மூடி பந்தல் போட்டுவிட்டார்கள். நான் காரை வெளியே நிறுத்திவிட்டு என்ன செய்யலாம் என்று யோசித்தபோது, என்னுடைய முன் வீட்டுக்காரர், ஓய்வுபெற்ற ராணுவ மேஜர். வேலைப்பாடுகள் செய்து முன்னுக்கு வளைந்த செருப்பை அணிந்துகொண்டு, கைத் தடியையும் சுழற்றியவாறு என்னிடம் வந்தார். எனக்கு நடுக்கம் பிடித்தது.

ஆரம்பத்தில் நான் அடிக்கடி மேஜருடன் பேசியதுண்டு. என்ன ஒரு கருத்தை நான் சொன்னாலும் உடனே ஓர் எதிர் கருத்தை அவர் முன்வைப்பார். அப்படியே விவாதம் நீளும். மறந்து போயும் பங்களதேஷ் பாகிஸ்தான் போரைப் பற்றி விவாதிக்கக் கூடாது. அப்படியே உணர்ச்சி பொங்கி நிலத்திலிருந்து ஓர் அடி எழும்பிவிடுவார். நான், அவர் சொன்ன கருத்துகளை எல்லாம் முழுமையாக ஒப்புக்கொண்ட பின்னர் கூட, அவர் விவாதத்தை அரை மணிநேரம் தொடருவார்.

அவர் ராணுவத்தில் வேலை செய்தவர் என்பது பார்த்தவுடனேயே தெரிந்துவிடும். உயரமாக, எக்கிய வயிற்றுடன் தோற்ற

மளிப்பார். முகம் மட்டும் அப்பொழுதுதான் யாரையோ கடித்து விட்டு வந்ததுபோல இருக்கும். ஆனால், அன்று எப்படியோ ஒரு புன்னகையை வரவழைத்தபடி தன்னுடைய மகனின் திரு மணத்துக்குத்தான் அந்த ஏற்பாடுகள் என்று கூறி சிரமத்துக்கு மன்னிப்பு கேட்டார். காரை, வீதி முனையிலே விட்டு விட்டு வீட்டுக்கு நடந்து போகும்படி வேண்டிக்கொண்டார். அப் பொழுது பார்த்தால் என்னைப்போல அந்த வீதியில் குடியிருந்த மற்றவர்களின் கார்களும் அங்கே நிறுத்தப்பட்டிருந்தன. கார் களைப் பாதுகாப்பதற்காக பிரத்தியேகமாக ஒரு காவலனையும் அவர் ஏற்பாடு செய்திருந்தார்.

அடுத்தநாள் காலை இன்னோர் அதிர்ச்சி காத்திருந்தது. பெட்டிக்கடையைக் காணவில்லை. அது நின்ற இடமும் வெறுமை யாக இருந்தது. நவாஸ் எங்கே என்றால் பதில் சொல்லத் தயங்கி னார்கள். அந்த வீதி குடியிருப்பாளர்களுக்கு அன்று பேப்பர், பாண், பால், சிகரெட் ஒன்றுமே கிடைக்கவில்லை. நகர மையத்துக் குத்தான் அவர்கள் போய் வாங்கி வரவேண்டும். பந்தல் போடு வதற்கு பெட்டிக்கடை இடைஞ்சலாக இருந்ததால் அதை அகற்றச் சொல்லி உத்தரவு போட்டார்கள். நவாஸ் இரண்டு நாள் அவ காசம் கேட்டான். அவர்கள் கொடுக்காமல் கடையையும் உடைத்து அவனையும் துரத்திவிட்டார்கள் என்று கேள்விப்பட் டேன். பாகிஸ்தானில் உரையாடும்போது, சாதாரணமாக உருது வில்தான் பேசுவார்கள். யாரையாவது திட்டவேண்டும்போல தோன்றினால் பஞ்சாபியில் மாறிவிடுவது வழக்கம். ஏனென்றால், பஞ்சாபி திட்டுவதற்காக உண்டாக்கப்பட்ட மொழி. அன்று மேஜர் பஞ்சாபியில் திட்டினார் என்பதுதான் பெரிசாகப் பேசப்பட்டது.

மணவீட்டு அலங்காரங்கள் பிரமாண்டமாக இருந்தன. விதம்விதமான சாமியானாக்களும் வண்ண விளக்குகளும் சரிகை சோடனைகளும் கண்களைக் கூசவைத்தன. லாகூரிலிருந்து சிவப்பு, வெள்ளை, மஞ்சள் வண்ண ரோசாமலர்கள் வந்து குவிந்தன. நாலு நாள் கொண்டாட்டம் என்று அறிவித்திருந்தார்கள். என்னுடைய வீட்டு மீட்டரில் இருந்து மின்சாரம் கடன்வாங்கி, தூண்களிலும் மரங்களிலும் குழாய்கள் கட்டி சினிமா பாடல்கள் ஒலிபரப்பப்பட்டன. பாடல்கள் அலறத் தொடங்கியதும் வீடுகளில் ஒருவரோடொருவர் பேசுவதுகூட தடைபட்டது. 24 மணிநேரமும் அவை ஒலித்தன. அப்பொழுதுதான் மாதுரி தீட்சித், சஞ்சய் தத் நடித்து வெளியான 'கல்நாயக்' படம் வெற்றிகரமாக இஸ்லாமபாத் திரை அரங்குகளில் ஓடிக்கொண்டிருந்தது. 'சோளிகே பீச்சே க்யா ஹை' என்ற பிரபலமான ஹிந்திப் பாடலை 200 தடவை வைத்து

விட்டார்கள். யாராவது வந்து சோளியைத் திறந்து காட்டினால் ஒழிய நிறுத்தமாட்டார்கள் போலத்தோன்றியது. என்னிடமிருந்து கடன் வாங்கிய மின்சாரத்தில்தான் இந்தப் பாடல் ஒலிக்கிறது. இதை, எந்த நிமிடத்திலும் நிற்பாட்டும் சக்தி என்னிடமிருக்கிறது என்று நினைத்தபோது எனக்குச் சிரிப்புத்தான் வந்தது.

ஆனால், இவ்வளவு சங்கடங்களுக்கு மத்தியிலும் ஓர் ஆறுதல் இருந்தது. மாலையானதும் பெரிய பெரிய வெண்கல தாம்பாளங்களில் பலவிதமான உணவு வகைகள் பரிமாறப்பட்டு அவை அலங்காரமான வெள்ளிப்பேப்பரினால் மூடப்பட்டு அந்த வீதியில் உள்ள அத்தனை வீடுகளுக்கும் அனுப்பி வைக்கப்பட்டன. திருமணத்துக்காக வீதியை மூடிய நாலு நாட்களும் விதவிதமான, தேர்ந்த ருசியான பதார்த்தங்கள் மேஜரின் சமையலறையிலிருந்து எங்கள் வீடுகளைத் தேடி வந்தன. வீட்டுக்காரர்கள் சமைப்பதை நிறுத்திவிட்டார்கள். சோக்கிதார்கள் தங்கள் உணவுப் பொதிகளை மறந்தார்கள். திருமணத்துக்காக நந்திக்கோட்டில் இருந்து தரு விக்கப்பட்ட சிறப்பு சமையல்காரர்களின் சமையல், வாழ்நாளுக் கும் மறக்கமுடியாதது என்பதில் எங்களிடையே கருத்து வேற்றுமை கிடையாது.

மணமகளை வீட்டுக்கு அழைத்துவந்த அடுத்தநாள் இரவு, பிரபல கஜல் பாடகர் நுஸ்ரத் பஃடே அலிகான் தன் பரிவாரங்களு டன் வந்தார். அவர் பாடுவதற்கு வரவில்லை; மேஜருக்கு வேண்டி யவர் என்று சொன்னார்கள். ஆனாலும் செய்தி பரவிவிட்டது. சனங்கள் ஒவ்வொருவராக வீதியில் சேரத்தொடங்கினார்கள். மேஜர், அவரை ஒரேயொரு பாடல் பாடச் சொல்லி வேண்டிக் கொண்டார். நுஸ்ரத் மணவிழாக்களில் பாடமாட்டார் என்பது எல்லோருக்கும் தெரியும். விதிவிலக்காக நண்பரின் வேண்டு கோளை ஏற்று ஒலிபெருக்கிகளை அணைத்துவிட்டு ஒரேயொரு கஜல் பாடல் பாடினார். அவருடைய கண்டத்தில் இருந்து புறப் பட்ட கர்ஜனை போன்ற குரல் அந்த வீதியை ஒரு பனிமூட்டம் போல மூடியது. பாடல் முடிந்த பிறகு எழும்பிய கைதட்டல் வெகுநேரம் நீடித்தது. எங்கள் வீதியைத் தாண்டி பந்தலுக்கு வெளி யேயும் ஆட்கள் நிரம்பி வழிந்தார்கள். 'இன்னும் வேண்டும்' என்று அவர்கள் கத்தினார்கள். எனக்கு தில்லானா மோகனாம்பாள் படத்தில் சிங்கப்பூர் ஜமீன்தார் மாளிகைக்கு வெளியே சண்முக சுந்தரம் என்ற சிவாஜி கணேசன், சனங்களுக்கு நாதஸ்வரம் வாசித்த காட்சி நினைவுக்கு வந்தது.

ஐந்தாறு நாட்கள் கழித்து பந்தலைப் பிரித்தபோது, எங்கள் வீதி திடீரென்று வேறு வீதிபோல ஆகிவிட்டது. உடனேயே

எங்களால் இயல்பு நிலைக்குத் திரும்ப முடியவில்லை. என்னிடம் மின்சாரம் கடன் வாங்கி ஒலித்த இசை நின்றுவிட்டது. இரைச் சலுக்கு பழகிய செவிகளால் அமைதியை எதிர்கொள்வது சிரம மாகவிருந்தது. வெண்கலத் தாம்பாளங்களில் சுவையான உணவு பரப்பி வருவதும் நின்று போனது. காலை வேளைகளில் ஒவ் வொரு வீட்டுக்காரரும் வெளியே வந்து பெட்டிக்கடை நவாஸ் வந்துவிட்டானா என்று எட்டிப் பார்த்தார்கள். பத்து நாட்களாக அவன் இல்லை. சரியாக 11வது நாள் நான் மேல் மாடியில் நின்று பார்த்தபோது, புதிய பெட்டிக்கடை ஒன்று திறந்திருந்தது. நவாஸ் ஒன்றுமே நடக்காததுபோல ஊதா நிறமாகிவிட்ட அவனுடைய சல்வார் கமிசை அணிந்துகொண்டு, வாரிய நீண்ட தலைமுடி யுடன், ஒரு கிளையினால் பல்லை தீட்டியபடி நின்றான். நான்தான் அன்று அவனிடம் சென்ற முதல் ஆள். தினசரிப் பேப்பரும், பாணும் வாங்கினேன். அவன் இவ்வளவு நாளும் எங்கே போனான், ஏன் போனான் என்ற விவரங்கள் பற்றி என்னிடம் வாய் திறக்கவில்லை. ஆனால், அவன் கேட்ட முதல் கேள்வி விசித்திரமானது. 'சேர், பாஃடே அலிகான் பாடினாராமே, உண்மையா?'

'அருமையான இசை. அரைமணி நேரம் நிறுத்தாமல் பாடி னார்' என்றேன். அவன் கண்கள் ஏக்கமாக மாறின. 'அப்படியா. அவர் என்னுடைய ஊர்க்காரர். அவர் குடித்த தண்ணீரை நான் குடித்தேன். அவர் சுவாசித்தக் காற்றை நான் சுவாசித்தேன். அவர் நடந்த மண்ணில் நான் நடந்தேன். ஆனால், அவருடைய பாடலை இன்றுவரை நான் நேரிலே கேட்டதில்லை.' அவனுடைய குரலில் பெருத்த சோகமும் ஏமாற்றமும் தொனித்தன.

நவாஸ் முகம் கொடுத்து பேசுவதாகத் தெரியவில்லை. கேட்ட கேள்விகளுக்கு கையிலே பிடித்திருந்த கிளையைப் பார்த்த படி பதில் சொன்னான். மணமுடித்த மேஜர் வீட்டுப் பையனை அவன் தோளிலே தூக்கிவைத்து விளையாடியதை என்னிடம் சொல்லியிருந்தான். சரியாக அந்த நேரம் பார்த்து மேஜரின் மகன் நித்திரை கலையாத நிலையில் அசைந்து அசைந்து வந்தான். நவாஸ் பரபரப்பானான். 'சிகரெட்' என்ற ஒரு வார்த்தை மட்டுமே இளைஞன் வாயிலிருந்து வந்தது. ஒட்டகம் படம் போட்ட சிகரெட் பெட்டியை எடுத்து அந்த ஒட்டகம் போலவே வளைந்து கொண்டு நவாஸ் நீட்டினான். இளைஞன் கண்ணாடித்தாளை ஒரு சுழட்டில் கிழித்து சிகரெட் ஒன்றை எடுத்து வாயில் வைத் தான். லைட்டரினால் நவாஸ் அதைப் பற்றவைத்தபோது, இளைஞன் ஏதோ முணுமுணுத்தான். எனக்கு அப்போது

அமெரிக்காவை தோற்றுவித்த பிதாமகர்களில் ஒருவரான பெஞ்சமின் பிராங்க்ளின் கூறியது நினைவுக்கு வந்தது. 'தன்மானம் வெளியேறிவிடுவதால் ஏழைகள் எப்பொழுதும் வளைந்துதான் காணப்படுவார்கள். எங்கேயாவது வெறும் சாக்குப்பை நிமிர்ந்து நிற்கமுடியுமா?'

பாணையும் பத்திரிகையையும் தூக்கிக்கொண்டு நான் வீட்டை நோக்கி நாவல் பழங்களின்மேல் நடந்து சென்றேன். அன்றிரவு படுக்கும்முன் தொலைக்காட்சியில் டிஸ்கவரி பார்த்தேன். குளிர்காலம் தொடங்குவதற்கு முன்னர் கரிபோ மான்கள் வடதுருவப் பகுதியிலிருந்து தெற்காக இடம் பெயர்வதைக் காட்டினார்கள். நிலம் தெரியாதபடி அவை கூட்டம் கூட்டமாக நகர்ந்தன. அப்பொழுது, தூரத்தில் ஒரு பாறையில் ஒரேயொரு ஓநாய் தன் பாட்டுக்கு உட்கார்ந்திருந்தது. உடனே 30 லட்சம் மான்களும் ஒரு திசையை நோக்கி தலைதெறிக்க ஓடத்துவங்கின. நிருபர் 'ஏன் இவை இப்படிப் பாய்ந்து பாய்ந்து ஓடுகின்றன?' என்று கேட்டார். அதற்கு விஞ்ஞானி சொன்னார் 'அவற்றின் மரபணுக்களில் 'பயப்படு' என்ற தகவல் எழுதியிருக்கிறது' என்று. மனிதர்கள் சிலரிலும் இப்படியான தகவல்கள் மரபணுக்களில் பதிந்துகிடக்கும் போலும் என்று யோசித்தபடி நான் அன்று தூங்கிப்போனேன்.

வருடம் தவறாமல் 365 நாட்கள் வேலை செய்த நவாஸ், அந்த வருடம் 355 நாட்கள் மட்டுமே வேலைசெய்தான். நாவல் பழ பருவம் போய் குளிர்காலம் தொடங்கியபோது, நவாஸ் கடைக்கு காலையில் வரும் கூட்டம் குளிராடை அணிந்து வந்தது. மாலை நேரங்களில் வீதியில் நடை பயின்றார்கள். புதுமணத் தம்பதிகளையும் சில வேளைகளில் காணக் கூடியதாக இருந்தது. மணநாள் அன்று அந்தப் பெண்ணை நான் நல்லாய் பார்க்கவில்லை. அவள் மயில் தோகை விரிப்பது போல தோள்களை விரித்துக் கவர்ச்சியாக காட்சியளித்தாள். கராச்சியில் இருந்து வருவிக்கப்பட்ட நாகரிகமான பெண். அவள், நெஞ்சை முன்னேவிட்டு பின்னால் நடந்தாள். அவளுக்குப் பின்னால் அவன் நடந்தான்.

நீண்ட இடைவெளிக்குப் பின்னர் ஒருநாள் காலை அதிசயமாக மேஜரும் வீதியில் தோன்றினார். தொளதொளத்த மேலாடையைப் பல்லினால் கவ்விப்பிடித்தபடி, சல்வாரின் கயிற்றை இறுக்கிக் கட்டியவாறு அவர் நவாஸ் கடையை நோக்கி நடந்தார். பிரசவக்கோடு போல ஒரு கறுப்புத் தழும்பு அவர் வெள்ளை உடலில் விழுந்திருந்தது. அவருடைய தேகம் ஓய்வு பெற்றாலும்

வயிறு முப்பதைத் தாண்டவில்லை. பங்களதேஷ் போரில் அவர் பெரும் சாகசம் செய்தார் என்று கேள்விப்பட்டிருந்தேன். அவருடைய உச்சக்கட்ட வீரப்பிரதாபம் வேறு ஒன்றும் இல்லை. சிறைப் பிடிக்கப்பட்ட 91,000 பாகிஸ்தானியர்களின் பட்டியலில் அவருடைய பெயர் இல்லை என்பதுதான்.

பத்தடி தூரத்திலேயே மேஜரைக் கண்ட நவாஸ், ஓர் எலும்பில்லாத பிராணிபோல மாற்றமடைந்தான். தவழ்வது போல அவரை நோக்கி ஓடினான். தையல்காரர் ஊசியை வாயிலே வைத்துக்கொண்டு பேசுவதுபோல பல்லினால் மேஜர் எதையோ சொல்ல, நவாஸ் வயிற்றை இரண்டாக மடித்து விழுந்து சிரித்தான். போப்பாண்டவர் கிரிகோரி, 1582 ஆம் ஆண்டு ஒக்டோபர் மாதத்தில் பத்து நாட்களை உலக காலண்டரில் இருந்து கிழித்தது போல, இங்கேயும் யாரோ அந்த வருடம் பத்து நாட்களை அழித்து விட்டார்கள் என்று நினைத்துக்கொண்டேன்.

◆

புவியீர்ப்புக் கட்டணம்

கடிதத்தை உடைக்கும்போதே அவனுக்குக் கை நடுங்கியது. அது எங்கேயிருந்து வந்திருக்கிறது என்பது தெரியும். இது மூன்றாவது நினைவூட்டல். மூன்று மாதங்களாக அவன் புவியீர்ப்புக் கட்டணம் கட்டவில்லை. இப்போது, உடனே கட்டவேண்டும் என்று இறுதிக் கடிதம் வந்திருக்கிறது. கடந்த இரண்டு வருடங்களாகத்தான் இந்தத் தொல்லை. அதற்கு முன் இப்படி விபரீதமான ஒரு துறை புவியீர்ப்புத் துறை உண்டாகியிருக்கவில்லை.

'அம்மையே!'

'சொல்லுங்கள், நான் உங்களுக்கு இன்று எப்படி உதவலாம்?'

'புவியீர்ப்புக் கட்டணத்தை கட்டும்படி மீண்டும் நினைவூட்டல் கடிதம் வந்திருக்கிறது.'

'நீங்கள் யார் பேசுவது?'

'நான் 14 லோரன்ஸ் வீதியிலிருந்து பேசுகிறேன்.'

'சரி, உங்களுக்கு என்ன பிரச்சினை?'

'இந்தக் கட்டணம் அதிகமாக இருக்கிறது. இன்னொரு முறை பரிசீலிக்கமுடியுமா?'

'இதோ கணினியில் உங்கள் கணக்கை திறந்திருக்கிறேன். சென்ற மாதமும் உங்களோடு பேசியிருக்கிறேனே. அதற்கு முதல் மாதமும் இதே கேள்வியைக் கேட்டிருக்கிறீர்கள். ஆரம்பத்தில் இருந்து ஒழுங்காக பணம் கட்டி வந்த உங்களுக்குத் திடீரென்று என்ன நடந்தது?'

'என்னுடைய நிதிநிலைமை மோசமாகிவிட்டது.'

'அதற்கு நாங்கள் என்ன செய்யமுடியும்? எங்கள் துறையின் விதிமுறைகள் அடங்கிய கையேட்டை உங்களுக்கு அனுப்பியிருந்தோமே. அதன் பிரகாரம்தான் கட்டணம் அமைத்திருக்கிறோம்.'

'அம்மையே, உங்கள் கையேடு மிகவும் பாரமாக உள்ளது. எழுத்துகள் எறும்புருவில் படித்து முடிப்பதற்கிடையில் ஓடி

விடுகின்றன. உங்கள் கட்டண அமைப்பும் ஒன்றுமே புரியவில்லை. மிக அநியாயமாக இருக்கிறது.'

'புரியாதது எப்படி அநியாயமாகும்? நீங்கள் தண்ணீருக்கு கட்டணம் செலுத்துகிறீர்கள். மின்சாரக் கட்டணம், சமையல் வாயு கட்டணம், சூரியஒளி வரி, காற்றுத்தூய்மை வரி என்று சகலதும் கட்டுகிறீர்கள். தொலைக்காட்சி, தொலைபேசி, செல்பேசி எல்லாம் பட்டுபட்டென்று தீர்த்துவிடுகிறீர்கள். இதிலே மாத்திரம் என்ன குறை கண்டீர்கள்?'

'அம்மையே, புவியீர்ப்புக்கும் எனக்கும் என்ன சம்பந்தம். ஆதியிலிருந்து அது இருந்துகொண்டுதானே இருக்கிறது. நியூட்டன் அதைக் கண்டுபிடிப்பதற்கு முன்னர்கூட இருந்திருக்கிறது என்று சொல்கிறார்களே. இவ்வளவு நாளும் அதற்கு வரி விதிக்கவில்லை. இப்பொழுது இரண்டு வருடங்களாக அதற்கும் வரி கட்டவேண்டு மென்றால், எப்படி?'

'ஐயா, நீங்கள் சொல்வது ஆச்சரியமாக இருக்கிறது. இந்தக் கேள்வியை இரண்டு வருடத்திற்கு முன்னரே கேட்க உங்களுக்குத் தோன்றவில்லை? தண்ணீரை உங்கள் வீட்டுக்குக் கொண்டுவரு கிறோம். காற்றை தூய்மையாக்கி சுவாசிக்க வழங்குகிறோம். கூரை யிலே விழும் சூரிய ஒளியில் உங்கள் சாதனங்கள் இயங்குவதற்கு அனுமதிக்கிறோம். சமையலுக்கு வாயு தருகிறோம், மின்சாரம் தருகிறோம். எல்லாவிதக் கட்டணமும் கட்டிவிடுகிறீர்கள். ஆனால், புவியீர்ப்புக்கு மட்டும் எதிர்ப்பு தெரிவிக்கிறீர்கள். யோசித்துப் பாருங்கள், புவியீர்ப்பு இல்லாமல் உங்களால் ஒரு நிமிடம்கூட வாழ முடியுமா? கார் ஓட்ட முடியுமா? நடக்க முடியுமா? உங்கள் பிள்ளைகள் ஓடியாடி விளையாடமுடியுமா? ஒன்றுக்குப் போவது போல ஒரு சின்னக் காரியம்கூட உங்களால் செய்யமுடியாதே?'

'அம்மையே, என்னுடைய சுண்டெலி மூளையில் இவை யெல்லாம் புரிய தாமதமாகிறது. ஆனால், உங்கள் துறை என்ன செய்கிறது? புவியீர்ப்பை சுத்தம் செய்கிறதா அல்லது வீடு வீடாய் கொண்டுபோய் அதை இறக்குகிறதா? இது மிகப் பெரிய அநியாய மாகப் படவில்லையா?'

'அமெரிக்காவில் உள்ள அத்தனை பேரும் புவியீர்ப்புக் கட்ட ணம் கட்டுகிறார்கள். ஐரோப்பா கட்டுகிறது. சில ஆப்பிரிக்க நாடுகளும் கட்டத் தொடங்கிவிட்டன. உலகம் படுவேகமாக முன் னேறிக்கொண்டிருக்கிறது. நீங்கள் ஒரு தேசப்பற்றாளராக நடக்க வில்லை. புவியீர்ப்பின் முக்கியத்துவத்தை உணர்ந்தும் அதனை முற்றிலும் பயன்படுத்தியும் அதற்கான கட்டணத்தை நீங்கள் கட்டத் தயங்குவது விசனத்துக்குரியது. இதைப் பற்றி நான் மேலிடத்துக்கு முறைப்பாடு செய்யவேண்டியிருக்கும்.'

‘அம்மையே, உங்கள் இனிமையான குரலும் ‘முறைப்பாடு’ என்ற வார்த்தையும் ஒரே வாசகத்தில் வரலாமா? இந்தத் துறை துவங்கிய காலத்திலிருந்து நான் கட்டணத்தை சரியாகக் கட்டி வந்தேன். எனக்கு தேசப்பற்றும் பூமிப்பற்றும் புவியீர்ப்புப் பற்றும் அதிகம் உண்டு. புவியீர்ப்பு கவிதை ஒன்றாவது படிக்காமல் நான் தூங்கப் போவதில்லை. அம்மையே, எப்படியும் கட்டிவிடுகிறேன். சிரமத்துக்கு மன்னிக்கவும். வணக்கம்.’

‘வணக்கம்.’

‘ஹலோ.’

‘ஹலோ.’

‘அது யார்? 14 லோரன்ஸ் வீதிதானே? வீட்டுச் சொந்தக் காரரா பேசுவது?’

‘நான்தான், சொல்லுங்கள்?’

‘ஐயா, நான் புவியீர்ப்புத் துறையிலிருந்து பேசுகிறேன். நீங்கள், கடந்த நாலு மாதம் கட்டணம் கட்டாமல் எங்கள் சேவையைப் பயன்படுத்தி வருகிறீர்கள். உங்கள் மேல் நடவடிக்கை எடுக்க வேண்டிய கட்டம் நெருங்கி வருகிறது என்பதை வருத்தத்துடன் தெரிவித்துக்கொள்கிறேன்.’

‘அம்மையே, இது என்ன அநியாயம். நான் பணக் கஷ்டத்தி லிருக்கிறேன், கொஞ்சம் கருணை காட்டுங்கள். நான் கட்ட முடியாது என்று சொல்லவில்லையே, எனக்குச் சிறிது அவகாசம் கொடுங்கள். புவியீர்ப்பு முடிவதற்கிடையில் எப்படியும் கட்டி விடுவேன்.’

‘நீங்கள் இடக்காகப் பேசுவதாக நினைக்கிறீர்கள். உங்களுக்கு இத்துடன் எட்டு அவகாசம் கொடுத்தாகிவிட்டது. எங்கள் தரவு களின் அடிப்படையில் பார்த்தால் நீங்கள் ஏமாற்றும் பேர்வழி என்று தெரிகிறது. நீங்கள் உடனடியாக முழுப்பணத்தையும் கட்டாவிட்டால் பாரதூரமான விளைவுகளைச் சந்திக்க நேரிடும்.’

‘அம்மையே, பெரிய வார்த்தை சொல்லலாமா? ஏமாற்றுவது என்ற வார்த்தையை எழுத்துக்கூட்டக்கூட எனக்கு வல்லமை போதாது. நான் அப்படியான ஆளும் அல்ல. சின்ன வயதில் அம்மாவின் கோழிக்குஞ்சு ஒன்றை அவருக்குத் தெரியாமல் திருடி விற்றது பற்றி யாரோ சொல்லியிருக்கிறார்கள். தேவ சங்கீதம் போல ஒலிக்கும் உங்கள் குரலில் இந்த வார்த்தைகள் வரலாமா? நான் இந்த மாதம் முழுக்காசையும் கட்டிவிடுகிறேன்.’

‘சரி, அப்படியே செய்யுங்கள். அடுத்த மாதம் எங்கள் துறையி லிருந்து ஒருவர் உங்களை அழைக்காமல் பார்த்துக் கொள்ளுங்கள்.’

‘மெத்தச் சரி. அம்மையே, ஒரு விளக்கம் கூறவேண்டும்.’

‘சொல்லுங்கள்.’

‘ஒவ்வொரு மாதமும் இந்தக் கட்டணம் ஏறிக்கொண்டே வருகிறதே, அது ஏன்?’

‘நாங்கள் அனுப்பிய சுற்றறிக்கை 148.8 ஐ நீங்கள் படிக்க வில்லையா?’

‘இல்லை, அம்மையே.’

‘அதில் 48வது பக்கத்தை படிக்கவேண்டும். புவியீர்ப்பை நீங்கள் பயன்படுத்துகிறீர்கள். உங்கள் மனைவி பயன்படுத்துகிறார். உங்கள் இரண்டு பிள்ளைகளும் பயன்படுத்துகிறார்கள். உங்கள் எடை மாதாமாதம் கூடுகிறதல்லவா, அதுதான் காரணம். உங்கள் எட்டு வயது மகனைக் கேட்டிருந்தால் அவன் பதில் சொல்லி யிருப்பானே.’

‘உங்களுக்கு எப்படி என் மகனின் வயது எட்டு என்று தெரியும், இது பெரிய அநியாயமாக இருக்கிறதே.’

‘ஐயா, எங்களுக்கு எல்லாம் தெரியும். உங்கள் மகன் பிறந்தது அல்பெர்ட் மார்ட்டின் மருத்துவமனையில், அவனுடைய எடை பிறக்கும்போது 7 றாத்தல் 8 அவுன்ஸ் என்பதும் பதிவாகியிருக் கிறது. உங்கள் மனைவியின் சுற்றளவு அதிகமாகி வருகிறதே, அதைக் கவனித்தீர்களா?’

‘நீங்கள் எல்லைமீறிப் பேசுகிறீர்கள்?’

‘ஏன் கட்டணம் கூடுகிறது என்று கேட்டீர்கள், அதற்குக் காரணம் கூறினேன். இந்தத் திட்டத்தால் பயன் பெற்றவர்கள் அதிகம். சிலர் தங்கள் எடையைக் கணிசமாகக் குறைத்துவிட்டார் களே.’

‘அம்மையே, எங்கள் எடை எப்படி உங்களுக்குத் தெரியும்?’

‘நீங்கள் சுற்றறிக்கை 133.6 ஐ படித்திருக்கவேண்டும். உங்களு டைய இன்றைய எடை 174, கடந்த மாதம் அது 172 ஆக இருந்தது. உங்கள் வீட்டு மூலைகளில் பொருத்தியிருக்கும் மந்திரக் கண்கள் இந்தத் தகவல்களை எமக்கு அனுப்புகின்றன.’

‘அம்மையே, நாங்கள் இரண்டு வாரகாலம் இந்த நாட்டில் இல்லை. வெளிநாட்டுக்குப் பயணம் போயிருந்தோம். அதற்குக் கழிவு ஒன்றும் இல்லையா? நாங்கள் இந்த நாட்டு புவியீர்ப்பை பயன்படுத்தவில்லையே?’

'ஐயா, இதையெல்லாம் எங்கள் துறை முன்கூட்டியே ஆழமாக சிந்தித்திருக்கிறது. உங்கள் சட்டத்தரணிமூலம் ஒரு சத்தியக் கடதாசி தயாரித்து அனுப்பிவிடுங்கள். இந்தத் தேதியிலிருந்து இந்தத் தேதிவரை நாங்கள் இந்த நாட்டு புவியீர்ப்பை பாவிக்கவில்லை. நாங்கள் பயணம் சென்ற தேசத்தில் அவர்களுக்குச் சேரவேண்டிய புவியீர்ப்பு கட்டணத்தைச் செலுத்திவிட்டோம். இப்படி எழுதி அனுப்புங்கள். நாங்கள் அதற்கான கழிவை உங்கள் கணக்கில் சேர்த்துவிடுவோம்.'

'நன்றி அம்மையே, நன்றி. உங்கள் அறிவுக்கூர்மை என் நெஞ்சைத் துளைத்தாலும் உங்கள் குரல் இனிமை என்னைத் திக்குமுக்காடவைக்கிறது. இன்னும் ஒரேயொரு கேள்வி கேட்க அனுமதிப்பீர்களா?'

'சரி, கேளுங்கள்.'

'என்னுடைய மாமியார் படுத்த படுக்கையாக இருக்கிறார். அவர் ஒரு கட்டிலில் தூங்குகிறார். அவருக்குப் பக்கத்தில் ஒரு கிளாசில் அவர் பல் தூங்குகிறது. அவர் புவியீர்ப்பை பாவிப்பதே இல்லை. அதற்கு ஏதாவது சலுகை உண்டா?'

'இப்படி ஒரு கேள்வி கேட்கிறீர்களே. நான் வெட்கப்படுகிறேன். உங்கள் மாமிக்கு புவியீர்ப்பு இல்லையென்று வையுங்கள். அவரால் கட்டிலில் படுத்திருக்கமுடியுமா? இப்பொழுது செவ்வாய் கிரகத்தைத் தாண்டியல்லவோ பறந்து போய்க்கொண்டிருப்பார்.'

'மன்னியுங்கள். என்னுடைய மூளையைப் பிரகாசிக்க வைத்து விட்டீர்கள். இன்றே புவியீர்ப்புக் கட்டணத்தைக் கட்டி விடுவதாக வாக்குறுதியளிக்கிறேன்.'

'முதலில் செய்யுங்கள்.'

'ஹலோ'

'ஹலோ'

'ஐயா, உங்கள் வாக்குறுதியும் செவ்வாய் கிரகத்தைத் தாண்டி பறந்துகொண்டிருக்கிறது. இறுதி எச்சரிக்கை தருவதற்காக வருந்துகிறேன். இன்னும் ஒரு வாரத்திற்குள் நீங்கள் நிலுவைக் கட்டணம் முழுவதையும் கட்டிவிடவேண்டும்.'

'அம்மையே, இது என்ன இப்படி வெருட்டுகிறீர்கள். நான் என்ன வைத்துக்கொண்டு இல்லையென்கிறேனா? காற்று வரி கட்டினேன், வாயு கட்டணம் கட்டினேன், தண்ணீர்க் கட்டணம் கட்டினேன், மின்சாரக் கட்டணம் கட்டினேன்.'

'அதைத்தான் நானும் கேட்கிறேன். எல்லாத் துறைகளுக் கும் கட்டுகிறீர்கள், புவியீர்ப்புக் கட்டணத்தைக் கட்டுவதற்கு மட்டும் தயக்கம் காட்டுகிறீர்கள்.'

'அதன் காரணம் உங்களுக்குத் தெரியும்தானே.'

'இல்லை, தெரியாது. தயவுசெய்து என் அறிவைக் கூட்டுங் கள்.'

'மின்சாரக் கட்டணம் கட்டாவிட்டால் இணைப்பைத் துண்டித்துவிடுவார்கள். தண்ணீர்க் கட்டணம் கட்டாவிட்டால் தண்ணீரை வெட்டிவிடுவார்கள். காற்று, தொலைபேசி, வாயு எல்லாத்தையும் வெட்டிவிடுவார்கள். புவியீர்ப்புக் கட்டணம் கட்டாவிட்டால் அதைத் துண்டிப்பீர்களா? நியூட்டன் திரும்பப் பிறந்து வந்தால்கூட அதைச் செய்யமுடியாதே.'

'ஐயா, சுற்றறிக்கை வாசிக்கத் தெரியாத நீங்கள் இவ்வளவு சிந்திப்பீர்கள் என்றால் இந்தத் துறையை நடத்தும் விஞ்ஞானிகள் எவ்வளவு சிந்திப்பார்கள். சென்றவாரம் செய்தித்தாள் படித் தீர்களா?'

'நீங்கள் என்னுடைய நாலாம் வகுப்பு உபாத்தினிபோல கேள்விக்கு மேல் கேள்வி கேட்கிறீர்கள்.'

'ஐயா, நீங்கள் சுற்றறிக்கைதான் படிப்பதில்லை, பேப்பர் என்ன பாவம் செய்தது, அதைப் படிக்கலாம் அல்லவா?'

'அம்மையே, என் கனவில் துர்தேவதைகள் வந்து என்னை ஆட்டிப்படைக்கின்றன. நான் என்ன செய்ய?'

'சரி, துர்தேவதைகள் போனபிறகு பேப்பரைப் படித்து தெரிந்துகொள்ளுங்கள்.'

'அம்மையே, என் ஆவலைப் பெருக்கவேண்டாம். தாங்க முடியவில்லை. பேப்பரில் என்ன செய்தி வந்தது, தயைகூர்ந்து செப்புங்கள்.'

'செப்புகிறேன். ஒருவர் எட்டுமாதத்துக்கு புவியீர்ப்புக் கட்டணம் கட்டாமல் உங்களைப்போல ஏமாற்றிக்கொண்டே வந்தார்.'

'அப்படியா?'

'அவருக்கு தண்டம் விதித்தோம், அவர் அதையும் கட்ட வில்லை. ஆகவே புவியீர்ப்பை அவர் இனிமேல் பாவிக்கக் கூடாது என்று தீர்மானித்தோம்.'

'பிறகு என்ன நடந்தது?'

'அவரை விண்வெளிக்கலத்தில் ஏற்றிச்சென்று புவியீர்ப்பு இல்லாத இடத்தில் இறக்கிவிட்டோம். மனிதர் ஒரு தடவை பூமியைச் சுற்றி வந்தார். அதற்கிடையில் மனது மாறி சம்மதித்து விட்டார். திரும்பவும் அவரைப் பூமியில் கொண்டுவந்து இறக்கி விட நேர்ந்தது.'

'உண்மையாகவா!'

'மனிதர் முழுக்காசையும் கட்டினார்; தண்டத்தையும் கட்டினார்; வட்டியையும் கட்டினார். ஆனால், ஒரு பிரச்சினை?'

'அது என்ன?'

'விண்வெளிக்கலத்தில் ஏற்றிச்சென்ற பயணச் செலவு, விண்வெளி உடையின் விலை, இன்ன பிற செலவுகளை மாதா மாதம் கட்டுகிறார். 2196 மாதங்களில் கட்டிமுடித்து விடுவார்.'

'2196 மாதங்களா?'

'ஓமோம், கட்டிமுடிக்க 183 வருடங்கள் ஆகும்.'

'அவ்வளவு வருடம் வாழ்வாரா?'

'அது தெரியாது. அவருடைய பிள்ளைகள் நிலுவைக் கணக்குக்கு உத்திரவாதம் கொடுத்திருக்கிறார்கள்.'

'அம்மையே, நான் இன்றே உங்கள் கட்டணத்தை ஒருசதம் மிச்சம் வைக்காமல் கட்டிவிடுகிறேன்.'

'ஹலோ.'

'ஹலோ.'

'உங்களைப் பற்றி புவியீர்ப்புத்துறையினர் சிலாகித்துச் சொன்னார்கள். நீங்கள் கட்டணத்தை உடனுக்குடன் கட்டி விடுவதாக புகழ்கிறார்கள்.'

'நன்றி. நீங்கள் யார் பேசுவது? தொண்டை அடைத்த வாத்தின் குரல்போல இருக்கிறதே!'

'நான்தான் பூமிப்பயணத்துறையில் இருந்து பேசுகிறேன்.'

'இது என்ன புதுத்துறையா?'

'என்ன ஐயா எங்களுடைய கடிதம், சுற்றறிக்கை ஒன்றும் கிடைக்கவில்லையா? மூன்று மாதக் கட்டணம் நிலுவையில் இருக்கிறதே.'

'என்ன கட்டணம்?'

'பூமிப் பயணக் கட்டணம். அதாவது பூமி சூரியனைச் சுற்றி வருவது உங்களுக்குத் தெரியும். ஒருமுறை பூமி சூரியனைச் சுற்றும் போது, நீங்கள் 149,600,000 மைல்களைக் கடக்கிறீர்கள். நினைத்துப் பாருங்கள், இத்தனை மைல்கள் நீங்கள் இலவசமாகப் பயணம் செய்கிறீர்கள். ஒரு சதம் செலவு இல்லாமல். இனிமேல் இது இலவசம் கிடையாது. பயணத்துக்கு கட்டணம் கட்டவேண்டும்.'

'அப்படியா. அருமையான விசயம். இனிமேல் நாள் நாளாக எண்ணாமல் மைல் மைலாக எண்ணலாம். நினைத்துப் பார்க்கும் போதே புல்லரிக்கிறது.'

'முதலில் மூன்று மாதக் கட்டணத்தை அனுப்பிவிடுங்கள். பிறகு புல்லரியுங்கள். நீங்கள் பயணம் செய்த தூரம் 37,400,000 மைல்கள்.'

'அதற்கென்ன. பாட்டுப் பாடிக்கொண்டு ஒரு காசோலை எழுதி ஒப்பம் வைத்து அனுப்பிவிடுகிறேன். ஒரு கேள்வி அம்மையே. இதிலே, விமானத்தில் இருப்பதுபோல முதலாம் வகுப்பு, இரண்டாம் வகுப்பு, மூன்றாம் வகுப்பு என்று இருக்கிறதா?'

'இல்லை. இல்லவே இல்லை. எல்லோரும் சரிசமம்தான்.'

'மிச்சம் நல்லது. சமத்துவம் என்றால் எனக்குப் பிடிக்கும். என்னுடைய அம்மாவுக்கும் பிடிக்கும்.'

'உங்களுக்கு ஒரு சலுகையும் இருக்கிறது.'

'அப்படியா, சொல்லுங்கள்.'

'லீப் வருடத்தில் ஒரு நாள் அதிகம் அல்லவா? ஆனால், நாங்கள் கட்டணத்தைக் கூட்டப்போவதில்லை. லீப் வருடத்திலும் அதே கட்டணம்தான்.'

'நம்பவே முடியவில்லை. இந்த நற்செய்தி கொடுத்த உங்களுக்கு ஒரு முத்துமாலை பரிசளித்தாலும் தகும். அல்லா விடில் புள்ளி விழாத சிவந்த அப்பிள் கொடுத்தாலும் தகும். கேட்கும் போதே மனம் புளகிக்கிறது. அம்மையே, பணக்காரர் களுக்கு நல்ல வசதியிருக்கிறது. அவர்கள் அதிகக் கட்டணம் கட்டலாம் அல்லவா?'

'பாருங்கள், உங்கள் மூளை சுறுசுறுப்பாக வேலை செய்கிறது. உங்களைப்போல ஆட்கள்தான் பூமிக்குத் தேவை. நீங்கள் விமானத்தில் போகும்போது, அளவுக்கு அதிகமான பொதி கொண்டு

போனால் மிகை கட்டணம் கட்டவேண்டும். அப்படித்தான் இங்கேயும்.'

'உதாரணமாக?'

'ஒரு பணக்காரரிடம் நாலு வீடுகள், ஐந்து கார்கள், அப்படி ஏராளமான பொருள்கள் இருந்தால் அவர் மிகை கட்டணம் கட்டவேண்டும். சாதாரண குடும்பத்தவர்கள் மிகை கட்டணம் கட்டத் தேவையில்லை. உங்களுக்கு அந்த அபாயம் கிடையாது.'

'அம்மையே, உங்களை எப்படிப் பாராட்டுவது என்றே தெரியவில்லை. இன்றே என் பயணக் கட்டணத்தை அனுப்பி விடுவேன்.'

'நல்லது. அது என்ன சத்தம்?'

'ஒன்றுமில்லை. பூமி பிரண்டு மறுபக்கம் திரும்பும் சத்தம்.'

'சரி, நீங்கள் என்னிடம் பத்து நிமிடம் பேசியபோது 11000 மைல்கள் பிரயாணம் செய்துவிட்டீர்கள். அதற்கும் சேர்த்து பணத்தைக் கட்டிவிடுங்கள்.'

'உடனே, உடனே செய்வேன். இதனிலும் பார்க்க மகிழ்ச்சி தரும் விசயம் எனக்கு வேறு என்ன இருக்கிறது? இன்னொன்று.'

'என்ன?'

'நான் ஒரு சுற்றுலா போவதற்கு திட்டமிட்டிருந்தேன். இந்தப் பெரிய பிரபஞ்ச பயணம் போகும்போது, சின்னஞ்சிறு சுற்றுலா என்ன கேடு என்று அதை நிறுத்திவிட்டேன். அந்தக் காசை மிச்சம் பிடித்து பூமிப் பயணக் கட்டணத்தை உடனேயே கட்டிவிடுகிறேன்.'

'பூமிப் பற்றாளர் என்றால் நீங்கள்தான்.'

'அம்மையே, ஓர் ஆலோசனை. நட்சத்திரங்கள் சும்மா சும்மா மினுங்கிக்கொண்டு கிடக்கின்றன. அதற்கு ஒருவரும் வரி கட்டுவ தில்லை. சந்திரன் வளர்வதும் தேய்வதுமாய் இருக்கிறான். அவனையும் வளைத்துப் போடவேண்டும். ஒருவருமே கவனிப்ப தில்லை.'

'அருமையான யோசனை. கவனிக்கிறோம். கவனிக்கிறோம்.'

◆

லூசியா

அவன் ஆற்றிலே மீன் பிடித்துக்கொண்டிருந்தபோது, அவனுடைய கறுப்பு அடிமைச் சிறுவன் ஓடோடி வந்தான். ஓடி வந்த வேகத்தில் அவனுடைய மூச்சு மேலும் கீழுமாக இழுத்தது. 'என்ன என்ன?' என்று கேட்டான் எசமான். 'அந்தக் கிழவன் உங்களுடன் பேசவேண்டுமென்று எனக்கு சைகைமூலம் சொன்னான். அவனிடம் ஒரு கறுப்பு அட்டைப் புத்தகம் இருக்கிறது. அது பைபிள்தான்' என்றான் சிறுவன். 'உனக்கு எப்படி அது பைபிள் என்பது தெரியும்?' அதற்கு அடிமை 'எனக்குத் தெரியும் எசமான். என்னுடைய முந்தைய எசமானிடம் ஒரு பைபிள் இருந்தது. அதை நான் பார்த்திருக்கிறேன்' என்றான்.

அந்தச் சம்பவத்திற்குப் பிறகு எசமானால் நேராக சிந்திக்க முடியவில்லை. மீன் பிடிப்பதிலும் நாட்டம் குறைந்துவிட்டது. தூண்டிலை எடுத்து சுற்றி வைத்துக்கொண்டு தன் இருப்பிடத்தை நோக்கி நகர்ந்தான். அவன் நெஞ்சு படபடவென்று அடித்தது. அடிமை சொல்வது உண்மையாக இருக்குமா? கூடையையும் மீன் களையும் தூக்கிக்கொண்டு அடிமையும் அவன் பின்னால் போனான்.

அன்றிரவு எசமானுக்கு நித்திரை வரவில்லை. அடுத்த நாள் காலை எப்படியும் பைபிளை வாங்கிவிடவேண்டும் என்று முடிவு செய்தான். அவனிடம் இரண்டே இரண்டு புத்தகங்கள்தான் இருந்தன. கடந்த இரண்டு வருடங்களில் அவற்றைப் பத்துத் தடவை படித்து அவை மனப்பாடமாகி விட்டன. கர்த்தரின் கருணையை எண்ணி வியந்தான். பத்தாயிரம் மைல்களுக்கப்பால் காட்டு மிராண்டிகள் வாழும் ஒரு தீவில் சிறைத்தண்டனை அனுபவித்து வரும் அவனுக்கு ஒரு பைபிளை அனுப்பியிருக்கிறான். முழங் கால்களில் உட்கார்ந்து ஆண்டவனைப் பிரார்த்தித்தான். சிலோன் கரையில் கப்பல் உடைந்ததோடு அதிலிருந்த பொருட்கள் எல்லாம் மூழ்கிவிட்டன. அவனிடம் எஞ்சியது இரண்டு வெள்ளிக்காசுகள், ஒரு தங்கக் காசு, கைக்கத்தி, வாள், சப்பாத்து, அவன் அணிந்திருந்த உடை, இரண்டு புத்தகங்கள். அவனுடைய அடிமை நேற்றிரவு

பின்னிய அழகான தொப்பியும் இருந்தது. இவை எல்லாவற்றையும் கொடுத்தால்கூட பரவாயில்லை, எப்படியும் பைபிளை வாங்கிவிடவேண்டும்.

பொழுது புலர்ந்ததும் கிழவனைத் தேடி புறப்பட்டார்கள். அந்த அதிகாலையில் அவர்களைப் பார்த்ததில் கிழவன் அதிசயப் படவில்லை. தினமும் அது நடப்பது போலவே முகத்தை வைத் திருந்தான். கிழிந்த ஆடையை அணிந்து குறுக்காலே ஒரு துண்டைக் கட்டியிருந்தான் கிழவன். எசமான் உயரமாக நின்றான். அடிமை பேரத்தை சைகையினால் ஆரம்பித்தான். முதலில் ஒரு வெள்ளிக்காசுக்கு கேட்டுப்பார்ப்போம் என எசமான் நினைத் தான். ஆனால், கிழவன் அடிமைச் சிறுவன் பின்னிய தொப்பியை எடுத்துக்கொண்டு பைபிளைத் தரச் சம்மதித்தான். தொப்பியை எடுத்து தலையில் மாட்டித் தன் சிவந்த பற்களைக் காட்டிச் சிரித் தான். எசமானும் அடிமையும் திரும்பிப் பாராமல் பைபிளைத் தூக்கிக்கொண்டு தங்கள் இருப்பிடத்துக்குப் போய்ச் சேர்ந்தார்கள்.

பைபிளைத் திறந்து பார்த்தான் எசமான். அவன் கண்கள் பனித்தபடி இருந்ததால் அவனால் எழுத்துகளை உடனே வாசிக்க முடியவில்லை. திறந்த பக்கத்தில் அவனுடைய கைவிரல்கள் தொட்ட இடத்தை படிக்கத் தொடங்கினான். 16வது அதிகாரம். புனிதபோலிடம் சிறையதிகாரி தன்னைக் கடைத்தேற்றுவதற்கு என்ன வழி என்று கேட்கிறான். அதற்குப் புனிதபோல் 'நீ யேசு விடம் விசுவாசமாக இரு. அவர் உன்னை இரட்சிப்பார்' என்று கூறுகிறான். தன்னுடைய நிலைமைக்கும் அது பொருந்தியிருந் ததைக் கண்டு எசமான் மனம் நெகிழ்ந்து உருகினான்.

1611இல் இங்கிலாந்தின் ஜேம்ஸ் அரசனால் பதிப்பிக்கப்பட்ட பைபிள் அது. அவன், அதைப்பற்றிக் கேள்விப்பட்டிருந்தாலும் கண்களால் பார்ப்பது இதுவே முதல் தடவை. விலைமதிக்க முடியாத இந்தப் பைபிள் ஒரு காட்டுவாசியின் கையில் எப்படிச் சிக்கியது. கிழவனே அதற்குப் பதில் கூறியிருந்தான். போர்த்துக் கீயர்கள் சிலோனை ஆண்ட காலத்துக்குப் பிறகு, ஒரு போர்த்துக் கீயன் அதனைக் கிழவனுக்குக் கொடுத்தான். போர்த்துக்கீயனுக்குப் பைபிள் எழுதியிருந்த மொழி படிக்கத் தெரியாது. கிழவன் அதை விற்பதற்கு இத்தனை நாட்கள் காத்திருக்க வேண்டியிருந்தது.

ரோபர்ட் நொக்ஸ் என்ற ஆங்கிலேயனும் அவனுடைய தகப் பனும் இன்னும் 14 மாலுமிகளும் ஆன் என்ற கப்பலில் சிலோனை அணுகியபோது, பெரும்புயலில் அது சிக்கிக் கொண்டது. பாய் மரத்தை வெட்டி புயலிலிருந்து தப்பி அவர்கள் மூதூர் கரை

ஓரத்தில் ஒதுங்கிக்கொண்டார்கள். இன்னொரு பாய்மரம் கட்டு வதற்கு அந்தப் பகுதி மக்கள் ஒத்துழைத்தார்கள். அப்பொழுது கண்டி அரசன் இரண்டாம் ராஜசிங்கனுடைய ஆட்சி நடந்து கொண்டிருந்தது. அவன் என்ன நினைத்தானோ அவர்களைச் சிறைபிடித்து கண்டிக்கு அழைத்துவர உத்தர விட்டான். அவர் களைப் பல குழுக்களாகப் பிரித்துக் காவலில் வைத்தான். கூரை போட்ட, சுவர்கள் இல்லாத சிறைகள் அவர்களுக்கு ஒதுக்கப் பட்டன. மலைகளும் காடுகளும் சூழ்ந்த பிரதேசம். ஒடுக்கமான பாதைகள். எல்லா எல்லைகளிலும் காவல் இருந்தது. அந்த ஊர் மக்களே அவர்களுடைய உணவுக்கும் பாதுகாப்புக்கும் பொறுப்பு. வேறு தேவைகளுக்கு அவர்களாகவே உழைக்கவேண்டும் என்பது மன்னனின் கட்டளை.

கண்டி அரசன் அவர்களைச் சிறைப் பிடித்த வருடம் 1659. அப்பொழுது ரோபர்ட் நொக்சுக்கு 18 வயது. கப்பல் உடைந்து அவர்கள் தீவிலே ஒதுங்கிய நாளிலிருந்து ரோபர்ட்டின் தகப் பனுக்கு மலேரியா காய்ச்சல் கண்டது. மலேரியாவுக்கு என்ன மருந்து கொடுக்கவேண்டும் என்பது அவர்களுக்குத் தெரிய வில்லை. அவர் நாளாந்தம் மெலிந்துகொண்டே வந்தார். உடம்புத் தோல் வற்றி, எலும்புகள் ஒவ்வொன்றும் தனித்தனியாக தெரிந் தன. ரோபர்ட்டுக்கு தகப்பனைப் பார்க்க பரிதாபமாகவிருந்தது. அவர் கப்பலின் தலைவனாகப் பல வருடங்கள் பணியாற்றியவர். சிறப்பான நிர்வாகி. அவர் முடிவு இந்தக் காட்டுவாசிகளின் நடுவே என்று கர்த்தர் எழுதிவைத்ததை நினைத்து ரோபர்ட் வேதனைப் பட்டான்.

ஒருநாள், தகப்பன் தான் படுத்திருந்த புல்லுப்பாய்க்கு கிட்ட ரோபர்ட்டை அழைத்தார். 'மகனே, என்னுடைய உடம்பிலிருந்து உயிர் மெள்ள மெள்ள பிரிகிறதை என்னால் உணரக்கூடியதாக இருக்கிறது. மரணம் இவ்வளவு இன்பமானதாயிருக்கும் என்பதை நான் அறியவில்லை. நீ எப்படியும் தப்பித்துப் போய்விடு. உன் சகவாசத்தில் கவனமாயிரு. கடவுளை தோத்திரம் செய்ய மறக் காதே' என்றார்.

அன்றிரவு அவர் இறந்துபோனார். ரோபர்ட்டுக்கு என்ன செய்வதென்றே தெரியவில்லை. அவனுக்கு ஆதரவாக இருந்தது ஒரு கறுப்புச் சிறுவன் மட்டுமே. ஊர்க்காரர்கள் உதவ மறுத்து விட்டார்கள். ஒரு கயிற்றை மாத்திரம் தூக்கி எறிந்தார்கள். அதை வைத்து என்ன செய்வதென்று தெரியவில்லை. தகப்பனுடைய கழுத்திலே கயிற்றைக் கட்டி ஒரு செத்த நாயை இழுப்பது போல

இழுத்து காட்டுக்குள் கொண்டுபோனார்கள். அங்கே குழி வெட்டுவதற்குக்கூட அவர்களிடம் ஆயுதம் எதுவும் இல்லை. ரோபர்ட்டும் அடிமைச் சிறுவனும் கையினாலேயே குழி பறித்து அதிலே அவரைப் புதைத்து, மரத்திலே சிலுவைக் குறி நட்டு, சமாதியின் மேலே ஒரு கல்லையும் வைத்தார்கள். அந்த இடத்தின் பெயர் பண்டாரகொஸ்வத்த என்று சொன்னார்கள்.

தகப்பன் இறந்த பிறகு, ரோபர்ட் கையிலே இருந்த இரண்டு புத்தகங்களையும் இரவு பகலாகப் படித்தான். எஞ்சிய நேரத்தில் தொப்பி பின்னினான். அதை அடிமை விற்று வருவான். மிக எளிமையான வாழ்க்கை. அப்பொழுதுதான் கர்த்தரின் கிருபையால் கிழவனிடமிருந்து அவனுக்குப் பைபிள் கிடைத்தது. தினமும் பைபிள் படிக்கத் தொடங்கினான். அவனுடைய அப்பாவின் கடைசிநேர அறிவுரையும் நினைவுக்கு வந்தது. எப்படியும் சிலோனை விட்டுத் தப்பிவிடவேண்டும் என்ற வைராக்கியம் பிறந்தது. அப்படித் தப்பிச் செல்லவேண்டுமென்றால் அந்த நாட்டு மக்களுடைய மொழியைப் புரியவேண்டும். மிருகம், பறவை, மரத்தைப் பற்றியெல்லாம் தெரிந்துகொள்ளவேண்டும் என்று தீர்மானித்தான்.

ரோபர்ட் கொஞ்சம் கொஞ்சமாக சிங்களத்தைக் கற்று அதைப் பேச ஆரம்பித்தான். அங்கே வரும் வியாபாரிகளிடம் கண்டியிலிருந்து பாதைகள் எப்படி எப்படிப் பிளந்து போகின்றன. அவை எங்கே போய் முடிகின்றன. எங்கே எங்கே காவல்கள் உண்டு என்று கேட்டு ஞாபகத்தில் வைத்துக்கொண்டான். கரை யோரங்களில் டச்சுக்காரர்களின் ஆட்சி நடந்தது. அங்கே சனங்கள் எப்படி வாழ்கிறார்கள் என்பதை அறியவும் அவனுக்கு ஆவல். வியாபாரிகள் சந்தேகப்படும்போது கேள்விகளை நிறுத்திக்கொள்வான்.

ஒருநாள், அவன் எதிர்பாராத சம்பவம் ஒன்று நடந்தது. நடு வீதியிலே ஒருத்தன் இரண்டு கைகளையும் உயரப் பிடித்தபடி ஒரு நீலநிற துணிப் பொட்டலத்தை தூக்கிப் போனான். வீதியிலே நின்ற, போன சனங்கள் எல்லாம் தலைகுனிந்து நிலத்தை முத்தமிட்டார்கள். ரோபர்ட் இந்த அதிசயத்தை பார்த்தபடி நின்றான். அப்பொழுது பின்னால் வந்த ஒருவன், அவன் முதுகில் பளீர் பளீர் என்று பிரம்பினால் அடித்தான். அவனுடைய வலி மாறுமுன்னரே அது என்னவென்று விசாரித்தான். அது அரசரின் உடைகள் என்றும் அதை ஒருவன் தோய்ப்பதற்கு ஆற்றுக்கு எடுத்துப்போகிறான் என்றும் சொன்னார்கள். மரியாதை செய்யாதவர்களுக்கு வழக்கமாக மரண தண்டனை கிடைக்கும். அவன்

புதிய ஆள் என்றபடியால் பிரம்படியோடு தப்பிவிட்டான் என்று அறிந்தான்.

ரோபர்ட்டுக்கு அப்பொழுது ஒரு விசயம் பிடிபட்டது. மொழியையும் மிருகங்களையும் பறவைகளையும் மட்டும் அறிந்தால் போதாது. மக்களுடைய பழக்க வழக்கங்களும் தெரிந்திருக்க வேண்டும். அவற்றையும் படித்தான். ஆடுகளும் பன்றிகளும் வளர்க்கத் தொடங்கினான். அதில் அவனுக்கு நல்ல லாபம் கிடைத்தது. போதிய பணம் சேர்த்தால்தான் அவன் தப்பலாம். அந்த நாட்டு மக்கள் முழுச்சோம்பேறிகளாக இருந்தார்கள். ஆற்றிலே நிறைய மீன்கள் ஓடின, அவர்களுக்குப் பிடிக்கத் தெரியவில்லை. ஒரு மானை வேட்டையாடுவதற்கு முழுக்கிராமமும் படையெடுத்துப் புறப்பட்டது. யானை பிடிப்பதில் மாத்திரம் அவர்களை வெல்லமுடியாது. அவ்வளவு திறமைசாலிகளாகவிருந்தார்கள்.

அவனுடன் கப்பலில் வந்தவர்கள் எல்லாரும் ஒவ்வொரு வராக மணமுடித்து அங்கேயே வாழ்க்கையை அமைத்துக் கொண்டார்கள். அவனுக்கு பைபிளை வாங்கித் தந்த கறுப்பு அடிமைகூட விடுதலையாகி மணமுடித்துவிட்டான். ரோபர்ட்டுடன் கடைசி வரை விசுவாசமாக இருந்தது ஜோனும் ஸ்டீபனும்தான். அவர்கள் மூவரும் சில வருடங்களுக்கு முன்னர் ஓர் ஒப்பந்தம் செய்து கொண்டார்கள். மணம் முடித்து அங்கேயே வாழ்நாளை முடித்துக் கொள்ள அவர்களுக்குச் சம்மதமில்லை. ஆனால், இளமை கடந்து போய்க்கொண்டிருந்தது. இதற்கு என்ன வழியென்று யோசித்தபின் அந்த முடிவை எடுத்தார்கள்.

கண்டி ராச்சியத்தில் இரண்டு மனைவிகளை ஓர் ஆண் மகன் வைத்திருப்பது அரிது. ஆனால், பெண்கள் இரண்டு மூன்று கணவன்மாரை வைத்திருந்தார்கள். பிள்ளைக்கு யார் தன்னுடைய அப்பா என்று தெரியாது. மனைவியும் அதுபற்றிக் கவலைப்பட மாட்டாள். அவர்கள் வாழ்ந்த ஊரிலே ஒரு மணவிலக்கான பெண் இருந்தாள். அவள் பெயர் சிந்திரிக்மல். ஓர் ஆண் செய்யும் அவ்வளவு காரியத்தையும் அவளும் செய்வாள். அவ்வளவு திடகாத்திரமான பெண். மூன்றுபேரும் அவளை மனைவியாக வரித்தார்கள். அவளும் உடன்பட்டாள். எப்போது வேண்டுமானாலும் யாரும் வந்து போகலாம். ஒருவரும் கேள்வி கேட்கக்கூடாது என்பதுதான் நிபந்தனை.

அவர்களுக்கு ஒரு பெண்குழந்தை பிறந்தது. லூசியா என்று பெயர். கறுப்புத் தலைமயிர், நீலக் கண்களுடன் குழந்தை மிகவும்

அழகாக இருந்தது. ஆனால், அதனுடைய நிறம் இன்னும் அபூர்வ மானது. கறுப்பாக இல்லாமல் வெள்ளையாகவும் இல்லாமல் பொன் தூவிவிட்டது போன்ற சருமம். மூன்று பேரையும் லூசியா அப்பா என்றே அழைத்தாள். ரோபர்ட், அவளுக்கு ரகஸ்யமாக ஆங்கிலம் கற்றுக் கொடுத்தான். நாளாவட்டத்தில் அவள் பைபிளை வாசிக்கவும் துவங்கினாள். ரோபர்ட்டுக்கு லூசியாவைப் பிரிந்து கணமும் இருக்கமுடியாது. லூசியாவுக்கும் அவன்மேல் அளவுக்கதிகமான பிரியம்.

அந்த மூன்று கணவன்மாருக்கும் சிந்திரிக்மல்லை பிடித்தது போல அவள் பெயரும் பிடித்திருந்தது. அது ஒரு பூவின் பெயர். அபூர்வமானது, அத்தோடு அழகானது. உபயோகமான மலர்கூட. நேரம் என்னவென்று பார்ப்பதற்காக அந்தப் பூ மரத்தை எல் லோரும் தங்கள் வீட்டு வாசல்களில் வளர்த்தார்கள். நடு மத்தி யானம் கழிந்து சரியாக 10 நாழிகையானதும் அந்தப்பூப் பூக்கும். அடுத்தநாள் காலையில் வாடிவிடும்.

சிந்திரிக்மல் தன் பெயருக்கு ஏற்றபடி, வீட்டு வேலைகளை ஒழுங்குடனும் முறைதவறாமலும் செய்தாள். அதிகாலையில் எழுந்துபோனால் தலையில் விறகுக் கட்டும், இடுப்பில் மண் பானையில் தண்ணீருமாகத் திரும்புவாள். அவள் கணவன்மார் களிடம் அது வேண்டும் இது வேண்டும் என்று கேட்டதில்லை. என்னவென்ன சமையலுக்குத் தேவையோ அதையெல்லாம் அவளே சம்பாதித்தாள்.

ஒருநாள், சிந்திரிக்மல் குரக்கன் மாவைக் குழைத்து உருட்டி புட்டு செய்தாள். மண்பானையின் வாயில் துணிகட்டி அதற்கு மேல் வைத்து அவித்த புட்டில் அவளே காட்டிலே பறித்து வந்த தேனைக் குழைத்து லூசியாவுக்கு ஊட்டினாள். தேனில் விட்டுக் குழைக்கும்போது, அதில் தேனீக்களும் இருந்தன. எதற்காக அப்படிச் செய்கிறாய் என்று ரோபர்ட் பதறிப்போய் கேட்டான். அவள் குலுங்கிச் சிரித்தாள். 'தேனீக்களுடன் தேனை சாப் பிட்டால்தான் இனிமையான குரலுடன் வார்த்தைகள் கூர்மை யாக வரும். இதுகூடத் தெரியாதா?' என்றாள். அவனுக்குத் தெரிய வில்லை. 'அப்படியா? நீயும் தேனீக்களைச் சாப்பிடுவியா?' 'நிறைய. என் வார்த்தைகள் மட்டுமல்ல. என் பற்களும் கூர்மையானவை' என்றபடி அவள் தன் சிவந்த பற்களைக் காட்டியபடி அவனை அணுகினாள். ஒருகணம் ரோபர்ட் தகப்பனுக்குக் கொடுத்த சத்தி யத்தை மறந்தான். இங்கிலாந்துக்குத் திரும்பிப் போகும் எண்ணத்தை துறந்துவிட்டு, அவளுடன் அங்கேயே தங்கிவிடலாம் என்றும் தோன்றியது. அது நடந்து பல வருடங்கள் ஆகிவிட்டன.

அவர்களுடைய வாழ்க்கை அமைதியாகப் போய்க் கொண்டிருந்தபோது, மன்னருடைய கொடுங்கோலைப் பற்றிய செய்திகள் அடிக்கடி வந்தன. ஒருநாள் அரசன் பரிவாரத்துடன் தன்னுடைய தடாகத்தில் நீச்சலுக்குப் போனான். அவன் திறமையான நீச்சல்காரன். ஆனால், அன்று நீந்தும்போது, ஒரு பரிசோதனைக்காக நீரில் மூழ்குவதுபோல நடித்தான். பரிவாரத்தில் ஒருவர்கூட அசையவில்லை. இரண்டு இளைஞர்கள் பாய்ந்துபோய் நீந்தி அரசரைக் காப்பாற்றினார்கள். அடுத்த நாள் சபைகூடியதும் அரசன் தன்னைக்காப்பாற்றிய இளைஞர்கள் யார் என்று வினவினான். இரண்டு வாலிபர்களும் எண்ணெய்போட்டு பின்னுக்குச் சீவி இழுத்த தலைமுடியுடன் முன்னே வந்து அரசருடைய பரிசை வாங்குவதற்காக நின்றார்கள். அவர்களை யானையின் காலில் இடற வைக்கச் சொல்லி அரசன் தண்டனை விதித்தான். நாட்டை ஆளும் ஓர் அரசனை அவர்கள் எப்படித் தொடலாம். இது மற்றவர்களுக்கும் ஒரு படிப்பினை என்றான்.

அவர்கள் கேள்விப்பட்ட இன்னொரு கதையும் மனதை நடுங்கவைத்தது. அரசனிடம் ஓர் ஆங்கிலேயர் ஏவல் புரிந்தார். மன்னருக்கு வெள்ளைத்தோல் பணியாளர்களில் விருப்பம் அதிகம். அங்கே உத்தியோகத்துக்குப் போனவர்கள் ஒருவராவது உயிருடன் திரும்ப வந்ததில்லை. இது நாடறிந்த ரகஸ்யம். ஆனாலும் பேராசை யாரையும் தடுப்பதில்லை. அரசனுடைய தாராளமான பரிசுகளுக்காக துணிந்து புதியவர்கள் வருவார்கள். ஒருநாள், வெள்ளைக்காரன் அரசனின் பீங்கான் கோப்பையைப் போட்டு உடைத்துவிட்டான். அதை அரசன் மன்னித்திருப்பான். ஆனால், அவன் பயந்து ஓடி புத்தகுரு வீட்டில் ஒளிந்தது மன்னனுக்குப் பிடிக்கவில்லை. அவனைக் கழுவில் ஏற்றிக் கொல்லவேண்டும் என்பது தண்டனை. கழுவேற்றப் போகும்போது, பின்னால் அரண்மனை நாய்களும் ஓடும். ஆங்கிலேயனைக் கொண்டுபோனபோது வழியிலேயே நாய்கள் அவன் பின்னாலே பாய்ந்து பிருட்டத்தின் ஒரு பகுதியை தின்றுவிட்டன. அவனைக் கழுவிலே ஏற்றியபோது, அவனிடத்தில் பாதிப் பிருட்டமும் பாதி உயிருமே இருந்தது என்றார்கள்.

இவற்றை எல்லாம் கேட்டபோது, ஸ்டீவனும் ரோபர்ட்டும் தப்பி ஓடுவதற்கான முயற்சியைத் துரிதப்படுத்த நினைத்தார்கள். ஜோன் மாத்திரம்தான் அந்த எண்ணத்தை மறந்துவிட்டதாகக் கூறினான். லூசியாவையும் மனைவியையும் விட்டுப் போக அவனுக்கு விருப்பமில்லை. அத்தோடு அவனுடைய வியாபாரமும் நல்ல லாபம் ஈட்டியது. இருப்பதை விட்டுவிட்டு இல்லாத ஒன்றைத் தேடிப்போக அவன் மறுத்துவிட்டான்.

எதிர்பாராமல் திசாவ வெண்குதிரையில் ஒருநாள் ஆரோ கணித்து வந்தான். அந்தக் கிராமம் அவனுடைய அதிகாரத்துக்கு கட்டுப்பட்டது. அரசனுக்கு யானை பிடிப்பவர்கள் வேண்டுமென்று அந்தத் தொழிலில் திறமையானவர்களைத் தேர்ந்தெடுத்துக்கொண்டு காட்டுக்குச் சென்றான். அவர்களுடன் ஒரு பெண்யானையும் போனது. அவனுடைய கம்பீரத்தைப் பார்க்க வீதிக்கு ஓடிவந்த இரண்டு சிறுவர்களை அவன் அரண்மனை சேவகத்துக்குப் பிடித்துப் போனான். தலைவாரி இழுத்து நீண்ட பின்னல்கள் கட்டியிருந்த அந்தச் சிறுவர்களை இழுத்துக்கொண்டு போனபோது, தாய்மார் கண்ணீர் விட்டனர். அந்தப் பிள்ளைகள் இனிமேல் என்றென்றைக்கும் திரும்பி வரமாட்டார்கள் என்பது அவர்களுக்குத் தெரியும்.

அரசனிடமிருந்து செய்தி வந்த அன்று ரோபர்ட்டும் ஸ்டீபனும் என்ன செய்வதென்று தெரியாமல் தடுமாறினார்கள். அரசன் முடிதுறக்கவேண்டும் என்று சனங்கள் கிளர்ச்சி செய்தார்கள். அரசன் முந்திக்கொண்டு முடிக்குரிய தன்னுடைய பதினைந்து வயது மகனை நஞ்சு வைத்துக் கொன்றான். தனக்கு ஓர் ஆங்கில ஆலோசகன் வேண்டுமென்று தீர்மானித்து, ரோபர்ட்டுக்கு அரசன் செய்திக்குமேல் செய்தி அனுப்பினான். ரோபர்ட் பெரும் பொருளீட்டி செல்வந்தனாகியிருந்தான். நல்லாய் சிங்களம் பேசினான். அவனுக்குப் பல சலுகைகள் தருவதாக அரசன் ஆசை காட்டினான். மறுத்தால் ராசக்குற்றம் ஆகிவிடும். ஒரே வழி அன்றிரவு எப்படியும் தப்பி ஓடிவிடுவதுதான்.

தன்னுடைய தகப்பனின் சமாதியில் பிரார்த்தனை செய்து ரோபர்ட் விடைபெற ஆயத்தமானான். சிந்திரிக்மல் அவனிடம் 'லூசியா உங்களுடைய மகள். அது உங்களுக்குத் தெரியுமா? இந்த உண்மையைக் கடைசி நாளன்று நான் மறைக்க விரும்பவில்லை' என்றாள். 'எப்படி அவ்வளவு நிச்சயமாகச் சொல்கிறாய்?' 'பிள்ளை உண்டாகும்போது ஒரு தாய்க்குத் தெரியும்' என்றாள். 'நீ சொன்னாலும் சொல்லாவிட்டாலும் அவள் என்னுடைய மகள்தான்' என்றான் அவன்.

ரோபர்ட் லூசியாவை தனிமையில் அழைத்துப் பேசினான். 'என் கண்ணே! நான் உன்னை உயிருக்குயிராக நேசிக்கிறேன். உனக்கும் அது தெரியும். எப்படியும் உன்னை இங்கிலாந்துக்கு அழைத்துப்போக திரும்பி வருவேன். நீ எனக்காகக் காத்திரு. ஆனால், இரண்டு விசயங்களை நீ மறக்கக்கூடாது. உன் கண்களை நிமிர்த்தி யாரையும் பார்க்காதே. அந்த நீலம் உன்னைக் காட்டிக்

கொடுத்துவிடும். இரண்டாவது, எந்தச் சந்தர்ப்பத்திலும் உனக்கு ஆங்கிலம் தெரியும் என்பதைச் சொல்லாதே.'

லூசியா அவனைக் கட்டிப்பிடித்து முத்தம் கொடுத்து 'நிச்சயம் வருவீர்களா?' என்றாள்.

'நிச்சயமாக. உலகம் முழுவதும் டச்சுக்காரர்கள் தோற்றுக் கொண்டிருக்கிறார்கள். ஆங்கிலேயர்கள் வெல்கிறார்கள். நான் கிழக்கிந்தியக் கம்பெனியில் சேருவேன், அவர்களுடன் திரும்ப உனக்காக வருவேன், கண்ணே' என்றான்.

ஸ்டீபனும் ரோபர்ட்டும் விடை பெற்றுக்கொண்டார்கள். அவர்கள் முதுகிலே காவிய மூட்டைகளில் அத்தியாவசியமான பொருட்கள் மாத்திரம் இருந்தன. அவற்றுள் பைபிளும் ஒன்று. வாசலிலே சிந்திரிக்மல் பூத்து சரியாக ஐந்து நாழிகை கடந்த சமயத்தில் அவர்கள் புறப்பட்டார்கள். அது 1679ஆம் ஆண்டு மே மாதம். அப்போது லூசியாவுக்கு வயது 14. ரோபர்ட்டுக்கு வயது 37. அவன் சரியாக 19 வருடங்களை சிலோன் மன்னன் இரண்டாம் ராஜசிங்கன் ஆட்சியிலும் 18 வருடங்களை இங்கிலாந்து அரசன் இரண்டாம் சார்ல்ஸ் மன்னன் ஆட்சியிலும் அது வரை கழித்திருந்தான்.

லூசியாவுக்கு எப்பொழுதும் ரோபர்ட்டின் நினைவாகவே இருந்தது. அது அவளுக்கே ஆச்சரியம். ரோபர்ட்டுடைய பெயரை தல்லிபத் இலையில் எழுதி எழுதிப் பார்ப்பாள். பிறகு, கிழித்து எறிந்துவிடுவாள். அவன் எப்பொழுது திரும்பி வருவான் என்று நாட்களை எண்ண ஆரம்பித்தாள். பண்டாரகொஸ்வத்தவை தாண்டியவுடன் இங்கிலாந்து வந்துவிடுமென்று அவள் நினைத்தாள். அது பத்தாயிரம் மைல்கள் தள்ளியிருக்கும் ஒரு நாடு என்பது அவளுக்குத் தெரியாது.

1680 மார்ச் 28ஆம் தேதி புதுவருடம் பிறந்தபோது, முதல் தவறு ஏற்பட்டது. அன்று மன்னரின் பீரங்கி வெடிக்கும் சத்தம் அவர்களுக்குக் கேட்கும். கழுத்தை முறித்து அண்ணாந்து பார்க்கவைக்கும் கம்புகளில் வண்ண வண்ணக் கொடிகள் பறக்கும். அரசர் தலை முழுகியதை பறை அறிவித்ததும் குடிகளும் முழுகி புத்தாடை புனைவார்கள். அதன் பிறகு கொண்டாட்டம் ஆரம்பமாகும். பரிசுகள் கிடைக்கும். திசாவ பரிவாரத்துடன் உலா போனபோது, லூசியா ஆர்வம் தாங்காமல் எட்டிப் பார்த்தது மிகப் பெரிய தவறு. அவளுடைய நீலக் கண்கள் ஜொலித்தன. அவளையும் இன்னும் சிலரையும் திசாவ பிடித்து அரண் மனைக்குப் புது வருடப் பரிசாக அனுப்பிவைத்தார்.

அரண்மனை சமையலறையில் அவளுக்குப் பணி. அவளுடன் சேர்த்து அங்கே 12 இளம்பெண்கள் வேலை செய்தார்கள், அவர்கள் எல்லோருமே அழகாக இருந்தார்கள். அழகான பெண்களைப் பிடித்து அனுப்பச் சொல்லி திசாவமாருக்கு அரசனின் கட்டளை இருந்தது. இதை, அவள் பின்னர்தான் தெரிந்துகொண்டாள். அவளுடைய வேலை சமைத்த உணவை தட்டங்களில் ஏந்தி அரசருக்கு எடுத்துப் போவது. அவற்றை வெள்ளைத் துணி போட்டு மூடியிருப்பார்கள். அவளுடைய வாயும் மூக்கும் கறுப்புத் துணியால் கட்டப்பட்டிருக்கும். முப்பது தட்டங்கள் வரிசையாகப் போகும். அவர்களுடைய மூச்சுக் காற்று மன்னரின் உணவில் படாமல் எச்சரிக்கையாக இருப்பார்கள். அவளுடைய வாழ்க்கை படாடோபமாகவும் சந்தோசமாகவும் போய்க்கொண்டிருந்தது. அவள் இரண்டாவது தவறைச் செய்யும்வரைக்கும்.

ஓர் ஆங்கிலேயன் ஒருநாள் அரசனுடன் உணவருந்த வந்தான். அவன் பேசிய ஆங்கிலத்தை ஒருவன் மொழிபெயர்த்தான். இவள் அரசரின் வலது பக்கம் நின்றாள். மொழிபெயர்ப்பாளன் இடதுபக்கம் நின்றான். முப்பது பதார்த்தங்களில் அவ்வப்போது ஒன்றை அரசர் ருசி பார்ப்பார். பிறகு கையைத் துடைப்பதற்கு அவளுடைய தொடையையோ, பிருட்டத்தையோ, கால்கள் சந்திக்கும் பிரதேசத்தையோ பயன்படுத்துவார். சிலவேளை, அடுத்த உணவை அவர் தொடுவதற்கு தீர்மானிக்கும் வரை அவர் கைகள் அங்கேயே இருக்கும். அந்த மொழி பெயர்ப்பாளன் அன்று என்ன கவனத்தில் இருந்தானோ அந்த ஆங்கிலேயன் சொன்னதை தப்புத் தப்பாக மொழிபெயர்த்தான். இவள் கேட்டுக்கொண்டு மௌனமாக இருந்தாள்.

அன்று சமையலறையில் அவளுடன் வேலைசெய்த உற்ற சிநேகிதி ஒருத்திக்கு இதைச் சொன்னாள். அரசருக்கு ஒவ்வொரு அறையிலும், ஒவ்வொரு வீதியிலும் ஒவ்வொரு கிராமத்திலும் ஒற்றர்கள் இருந்தார்கள். இவள் சொன்னது அன்று இரவே அரசர் காதுகளுக்கு எட்டிவிட்டது. சேவகன் வந்து அரசர் அழைப்பதாகக் கூறியதும் லூசியா நடுங்கினாள். இனிமேல் தான் திரும்பி வரப்போவதில்லை என்பது தெரிந்தது. யேசுவிடம் மன்றாடினாள். கழுமரத்தில் ஏற்றவேண்டாம். யானை மிதித்துக் கொல்லவேண்டாம். மலை உச்சியிலிருந்து என்னைத் தள்ளிக் கொல்லட்டும், ஆண்டவனே என்று பிரார்த்தித்தாள்.

ஆனால், மன்னர் சிரித்தபடியிருந்தார். லூசியா கைகளைக் குவித்து, நெற்றியின் ஓரத்தில் வைத்து தலையைச் சாய்த்து, அரச

குலப் பெண்கள் செய்வதுபோல வணக்கம் சொன்னாள். 'உனக்கு ஆங்கிலம் தெரியுமா, பெண்ணே?' 'ஆம், மாட்சிமை தங்கிய அரசரே' என்றாள். அவள் வழக்கம் போல கறுப்புத் துணியினால் தன் வாயையும் மூக்கையும் கட்டவில்லை. அவளுடைய தலை மயிர் ஒழுங்காக வாரப்பட்டு மடித்துக் கட்டப்பட்டு தலைக்கு மேலேயிருந்தது. மெல்லிய ஆடை மறைக்காத உடம்புப் பகுதி பொன் தூவியதுபோல மினுமினுத்தது. கண்கள் நீலமாக மிதந்து கொண்டிருந்தன. பயத்தினால் அவள் கால்கள் நடுங்குவதுகூட அவளுடைய அழகை அதிகப்படுத்தியது. மன்னர் அதிசயித்து விட்டார். இப்படியான ஓர் அழகுப்பதுமை தன்னுடைய சமைய லறையில் வீணாகப் போய்க்கொண்டிருக்கிறதா? இவ்வளவு கால மும் அவர் கண்களிலிருந்து எப்படித் தப்பினாள்.

'உனக்கு ஆங்கிலம் தெரியும் என்பதை ஏன் என்னிடம் நீ சொல்லவில்லை?'

'நீங்கள் கேட்கவில்லை, மாட்சிமை தங்கிய அரசரே.'

தேனுடன் சேர்த்து தேனீயைச் சாப்பிட்டதனாலோ என்னவோ அவள் குரல் இனிமையாகவும் அதே சமயம் கூர்மை யாகவும் வெளிவந்தது. அரசர் அவளை அருகே கூப்பிட்டார். அவள் தாடையைப் பிடித்துத் திருப்பி கண்களைப் பார்த்தார். சிறிதுநேரம் திக்குமுக்காடிப்போனார். பற்களைப் பார்த்தார். அவை வெள்ளை வெளேரென்று இருந்தன. அவருக்குப் பிடிக்க வில்லை. அவற்றைப் பழுப்பு நிறமாக்கச் சொன்னார். பிறகு இரண்டு கைகளையும் எடுத்து அவள் இடையையும் பிருட்டத் தையும் மார்பையும் ஆராய்ந்து, தடவித் திருப்திப்பட்டார். 'இன்றி ரவே என்னுடைய சயன அறை மஞ்சத்துக்கு வந்துவிடு' என்றார். அந்தக் கணமே அவள் 37வது ஆசைநாயகியாக நியமனம் ஆனாள்.

அன்று சேடிகள் லூசியாவை பட்டுடையினால் அலங்கரித் தார்கள். அவள் தன் வாழ்நாளில் கண்டிராத நகைகளை எல்லாம் அவளுக்கு அணிவித்தார்கள். அவற்றை எந்த அங்கத்தில் அணி வது, எப்படிப் பூட்டுவது என்பதெல்லாம் லூசியாவுக்குத் தெரிய வில்லை. அவளுடைய எடை கூடி நடப்பதற்கே சிரமப்பட்டாள். அவள் நடக்கும்போது, உடம்பிலிருந்து பல விதமான ஒலிகள் எழுந்தன. சேடிகள் லூசியாவை மஞ்சத்துக்கு அழைத்துவந்த போது, அடிமைகள் அரசனுக்கு இரவு ஆடை அணிவித்துக் கொண்டிருந்தார்கள்.

அவளுடைய சேடிகள் பக்கத்திலே நிற்க, லூசியா தலை குனிந்து நின்றாள். பஞ்சணையில் சாய்ந்தபடி அவள் அழகை

அரசன் சில கணங்கள் ரசித்தான். பிறகு கைகளைத் தட்டினான். அவ்வளவு நேரமாக ஆடைகளைப் புனைந்து, ஆபரணங்களை ஒவ்வொன்றாகப் பூட்டிய சேடிகள் அவற்றை அவசர அவசரமாக கழற்றத் தொடங்கினார்கள். கழற்றி கழற்றி தட்டத்தில் அடுக்க அதன் உயரம் கூடிக்கொண்டுவந்தது. இறுதியில் லூசியாவின் உள்ளாடை தெரியத் தொடங்கியதும் அரசன் காலினால் ஒரு சேடியை எட்டி உதைத்தான். அவள், விழுந்து எழுந்து ஓடினாள். மற்றவளும் உரித்த துகிலையும் குவித்த ஆபரணத் தட்டையும் கையில் ஏந்தியபடி கணத்தில் மறைந்தாள்.

'நான் புள்ளிபோட்ட பட்டத்து யானையில் அவ்ருத்த பவனி வரும்போது, நீ எனக்குப் பக்கத்தில் அமரவேண்டும்' என்றான் அரசன். அவள் குனிந்து சரி என்பதுபோல தலையை ஆட்டினாள். 'ஓ, நான் மறந்துவிட்டேன். ஆங்கிலத்தில் சொல்' என்றான். அவள் பதிலை ஆங்கிலத்தில் சொன்னாள். 'என்னுடைய அம்மாவின் பெயர் உனக்குத் தெரியுமா? டொன்னா காதரீனா. அது போர்த்துக்கீயர்கள் சூட்டிய கத்தோலிக்கப் பேர். உன்னுடைய பெயர் லூசியா. எங்கள் பையனுக்கு என்ன பெயர் வைக்கலாம்?' என்று கேட்டுவிட்டு, அவன் இடியிடியென்று குலுங்கிச் சிரித்தான். பிறகு 'ஓ, என் நீலக்கண் ஆங்கிலக்காரியே' என்று அவளை இழுத்து தன்னுடம்போடு அணைத்தான். அவனுடைய பெரிய ஆகிருதிக்குள் அவளுடைய சிறிய உடல் சுலபமாக மறைந்து கொண்டது.

லூசியா திரும்பி மன்னரைப் பார்த்தாள். ஓர் அசிங்கமான உடல் மஞ்சத்தின்மீது குறுக்காகப் படுத்துக் கிடந்தது. மன்னருடைய வயிறு மேலுக்கு போவதும் கீழுக்கு வருவதுமாக இருந்தது. எப்படித்தான் உற்று நோக்கினாலும் காற்று அந்த உடலுக்குள் எந்த வழியாக உள்ளே போகிறது என்பது தெரியவில்லை. ஆனால், அது வெளியே வரும்போது பேரிரைச்சலுடன் வந்தது. லூசியா எங்கே படுக்கலாம் என்று சுற்றுமுற்றும் ஆராய்ந்தாள். அங்கே சேவை செய்த பதினாறு தாதியரில் ஒருத்திகூட அவள் எங்கே சயனிக்க வேண்டும் என்பதைச் சொல்லிக் கொடுக்கவில்லை.

வெளியே கறுப்பு அடிமையின் காலடிச் சத்தம் கேட்டது. அவன் யாரைக் காவல் காக்கிறான் என்ற எண்ணம் திடீரென்று எழுந்தது. ஒருவேளை, அவள் தப்பிப் போய்விடாமல் இருக்கத்தான் அவன் அந்தளவு பெரிய வாளை உருவிக்கொண்டு உலாத்துகிறானோ? மன்னருடைய தாடி அவருடைய வெள்ளை உள்ளாடையில் உரசி மடிந்துபோய்க் கிடந்தது. தலையில் மன்னருக்கு

முக்கால்வாசி வழுக்கை. அவர் நாலு மூலை கிரீடம் அணிந் திருந்தபோது, அந்த வழுக்கை சாமர்த்தியமாக மறைக்கப்பட்டி ருந்தது. அவர் கால்களுக்கிடையில் கிடந்தது வெள்ளை உள் ளாடை வழியாகத் தெரிந்தது. அது இறந்து போன வெளவால் போலவே அவளுக்கு அப்போது தோன்றியது.

நாழிகைப் பாத்திரத்தில் மறுபடியும் தண்ணீர் நிறைத்து வைக்கும் சத்தம் கேட்டது. நாலு நாழிகைகள் ஓடிவிட்டன. நாளை இரண்டு ஆங்கிலேயத் தூதுவர்கள் மன்னனைப் பார்க்க வரு வார்கள் என்று மன்னன் சொன்னது ஞாபகத்துக்கு வந்தது. அவர்கள் என்ன காரியமாக வருகிறார்கள் என்பது அவளுக்குத் தெரியவில்லை. திரை மறைவிலிருந்து அவள், அவர்கள் பேசு வதைக் கேட்பாள். பின்பு, அரசருக்கு அதைச் சொல்லவேண்டும். அரண்மனை மொழிபெயர்ப்பாளரில் மன்னர் சந்தேகம் கொண் டிருக்கிறார். அவருக்கு என்ன தண்டனை கிடைக்கும்? முதலை களுக்குத் தின்னக் கொடுப்பார் என்றே நினைத்தாள்.

இந்தத் தூதுவர்களை அவளுடைய அப்பா ஏற்பாடு செய் திருக்கலாம் என்று பட்டது அவளுக்கு. தான் அரசருடைய 37வது ஆசைநாயகியான செய்தி அவருக்குப் போயிருக்குமா? அது தெரிந் தால் தன்னை விடுவிக்கும் முயற்சியை நிறுத்திவிடுவாரா? ஒரு வேளை, அவர் சந்தோசப்படுவாரா அல்லது துக்கப்படுவாரா? அவளால் ஒன்றுமே யூகிக்க முடியவில்லை. ஆசைநாயகி என்றாலும் அவருக்குத் தன் மகளை எப்படி மறக்கமுடியும்?

வரப்போகும் தூதுக்குழுவுடன் தனிமையில் பேசுவதற்கு ஏதாவது வழியிருக்குமா என்று லூசியா யோசித்தாள். இரண் டாவது ராஜசிங்கனின் 37வது ஆசைநாயகி ஆங்கிலம் பேசுவதைப் பார்க்கும்போது, அந்தத் தூதுவர்களின் முகம் எப்படிப் போகும் என்பதை நினைத்தபோது அவளுக்குச் சிரிப்பாக வந்தது. அவளுடைய அப்பாவின் வீரச்செயல்களை மற்றவர்கள் சொல்லி அவள் கேட்டிருக்கிறாள். எப்படியும் அவளை அழைத்துப் போக அவர் வருவார். நாளைக்கே அவளுக்கு விடுதலை கிடைத்தாலும் கிடைக்கலாம்.

அவள்போல, அன்றிரவு முழுக்கத் தூங்காமல் இருவர் இருந் தனர். ஒருவன் வாள் உருவிய கறுப்பு அடிமை. மற்றவன் நாழிகைப் பாத்திரத்தை நிறைத்து வைக்கும் நாழிகைக்காரன். யார் தூங்கி னாலும் நாழிகைக்காரன் தூங்க முடியாது. அவன் தூங்கினால் காலம் நின்றுபோகும். அவனுடைய மூச்சும் நின்றுபோகும்.

நாழிகைக்காரன்போல அவள் தூங்காமல் கழித்தது 1680ஆம் ஆண்டு நவம்பர் மாதத்து 6ஆம் தேதி இரவு. ரோபர்ட் நொக்ஸ்

வழி தெரியாமல் பல மாதங்கள் காட்டில் அலைந்து கடைசியாக சிலோனின் டச்சுப் பிரதேசத்திலுள்ள அரிப்புக் கோட்டைக்குப் போய்ச் சேர்ந்தான். அங்கே மேசையில் டச்சுக்காரர்களுடன் உட்கார்ந்து, இருபது வருடங்களுக்குப் பிறகு, பீங்கான் கோப்பையில் உணவருந்தினான். அடுத்தநாள் யாழ்ப்பாண பட்டினத்தின் கோட்டை அதிபதியுடன் கொழும்புக்குப் பயணமாகி, அங்கிருந்து இங்கிலாந்துக்கு கப்பல் ஏறினான். இந்தப் பயணத்தைச் செய்து முடிக்க அவனுக்கு 16 மாதங்கள் பிடித்தன. இந்த 16 மாதங்களில் ஒருநாள்கூட அவன் கிழவனிடம் ஒரு தொப்பியைக் கொடுத்து அதற்கு ஈடாக வாங்கிய பைபிளை வாசிக்கத் தவறவில்லை. லூசியாவுக்கு வாக்குக் கொடுத்தது போல, கிழக்கிந்திய கம்பெனியில் அவன் சீக்கிரம் சேருவான். அப்போது, சிலோன் நிலவரங்கள் பற்றி அவர்களிடம் தன் அபிப்பிராயத்தைக் கூறுவதற்கு அவனுக்கு நிறைய வாய்ப்புக் கிட்டும்.

மேலும் ஏழு வருடங்கள் கழித்து இரண்டாம் ராஜசிங்கன் இறந்துபோவான். அப்போது லூசியாவுக்கு வயது 22 ஆகும். அரசனின் மரணத்தைத் தொடர்ந்து நாட்டில் குழப்பங்கள் உண்டாகும். டச்சுக்காரருடைய ராச்சியம் முடிவுக்கு வந்து ஆங்கிலேயர் ஆட்சி தொடங்கும். அதற்கெல்லாம் இன்னும் 118 வருடங்கள் அவள் காத்திருக்கவேண்டியிருக்கும்.

◆

பொற்கொடியும் பார்ப்பாள்

நவாலியூர் சோமசுந்தரப்புலவரின் பாடல் ஒன்றில் பால் குடம் சுமந்துகொண்டு ஒரு சிறுமி சந்தைக்குப் போவாள். அவளுடைய மனம் கோட்டை கட்டும். நான் பாலை விற்றுக் காசு சேர்த்து பணக்காரியாவேன்; பட்டாடை உடுத்தி நடக்கும் போது எல்லோரும் பார்ப்பார்கள். 'பாரும், பாரும்' என்று அவள் தலை நிமிர்வாள். அப்போது பால் குடம் உடைந்து அவள் கோட்டையும் சிதைந்துபோகும்.

அந்தப் பாடலில் நான் ரசித்த வரிகள்:

சுந்தரிபோல் நானே
சந்தைக்குப் போவேனே
அரியமலர் பார்ப்பாள்
அம்புசமும் பார்ப்பாள்
பூமணியும் பார்ப்பாள்
பொற்கொடியும் பார்ப்பாள்.

இதிலே பொற்கொடி என்ற பெயர் அழகானது. அரிய மலர், அம்புசம், பூமணி என்ற பெயர்கள் எல்லாம் எங்கள் கிராமத்தில் இருந்தன. ஆனால், பொற்கொடி என்ற பெயரை நான் கேள்விப் பட்டதே இல்லை. அந்தப் பெயர் கொண்ட ஒருவரை நான் சந்தித்ததுமில்லை. கடைசியில் அப்படி ஒரு பெயர் யாழ்ப்பாணத் தில் இல்லை; ஏன் இந்த உலகத்திலேயே கிடையாது, இது புலவ ரின் கற்பனை என்று விட்டுவிட்டேன்.

சமீபத்தில் கனடாவில் ஒரு விருந்தில் ஓர் அம்மையாரைப் பொற்கொடி என்று அறிமுகப்படுத்தினார்கள். என்னால் நம்ப முடியவில்லை. ஐம்பது வருடங்களாகத் தேடிய ஒரு பெயரைக் கனடாவில் கண்டுபிடித்தேன். அவர் சுவாரஸ்யமாகப் பேசினார், ஆகவே, அவரை எனக்குப் பிடித்துக்கொண்டது. திடீரென்று, பலநாள் பழகியவர்போல என் பக்கம் திரும்பி 'உங்களுக்கு றேணு காவைத் தெரியுமா? நான் அவருடைய அம்மா' என்றார்.

'எந்த றேணுகா?'

'லெப்டினன்ட் றேணுகா. யாழ்ப்பாணம் கோட்டை முற்றுகைப் போரில் உயிர் துறந்த போராளி.'

என்னுடைய முகம் சாத்தி வைத்த கதவுபோல இருந்தது. அவருக்கு மனசு தாங்க முடியவில்லை.

'கேளுங்கோ, என்ரை புருசன் வெளி நாட்டிலே வேலை செய்தார். நான் ஒரு தமிழ் ரீச்சர். எங்கள் குடும்பம் சராசரிக் குடும்பம். மூன்று பிள்ளைகள் எனக்கு. மூத்தது மகன். இரண்டாவது றேணுகா. கடைக்குட்டியும் மகள். றேணுகா என்பது இயக்கப் பெயர்; வீட்டுப் பெயரை எப்போதோ மறந்துவிட்டோம். நாங்கள் ஒற்றுமையாக எங்கள் பாட்டுக்கு சீவித்தோம், பக்கத்து வீட்டு நடராசன் வரும்வரைக்கும்.'

'அது ஆர் நடராசன்?'

'அவனும் என்னுடைய மகள் வகுப்புத்தான். படிப்பிலே கெட்டிக்காரன், ஸ்போட்சிலும் அவன்தான் முதல். என்ரை மகளுக்கு வாழ்க்கையில் லட்சியம் என்று ஒன்றிருந்தால் அது அவனைத் தோற்கடிப்பது. அவள் எப்பவும் எதிலும் இரண்டாவதாக வந்தது கிடையாது.'

'போட்டி என்றால் நல்லதுதானே.'

'எதுக்கும் லிமிட் வேணும். அவன் இவளைச் சீண்டிய படியே இருப்பான். இவள் எப்பவும் ஆணுக்குப் பெண் சமம் என்று அவனுடன் வாதாடுவாள்.'

'றேணுகாவுக்கு என்ன வயதிருக்கும்?

'அப்ப அவளுக்கு 12, 13 தான். ஆனால், துணிச்சலானவள். சைக்கிள் ரேஸில் அவள் வலுதிறம். நடராசனுடன்தான் போட்டி. அடிக்கடி தோற்பாள். ஒருமுறை எப்படியோ வென்றுவிட்டாள். அதற்குப் பிறகு அவனுடன் ரேஸ் ஓடவே இல்லை. அவன் எவ்வளவோ கெஞ்சிப் பார்த்தும் மறுத்துவிட்டாள்.'

'ஏன்?'

'அவள் அப்படித்தான். கிடைத்த வெற்றியைத் திருப்பிக் கொடுக்கமாட்டாள். ஊர் எல்லாம் நடராசன் ரேஸில் தோற்றுவிட்டான் என்ற கதை பரவிவிட்டது. ஒருநாள் நடராசனுக்கும் இவளுடைய அண்ணன்காரனுக்கும் இடையில் ஏதோ வாக்குவாதம். ஏச்சுப்பட்டுக்கொண்டினம். இவள் சும்மா இருக்க ஏலாமல் நடராசன் வீட்டுக்குள் உறுமிக்கொண்டு போனாள். அவன் சாப்பிட்டுக் கொண்டிருக்கும்போதே, பிடரியில் அடித்திருக்கிறாள். அவனுடைய தலையைச் சோத்து பிளெட்டுக்கு

அ. முத்துலிங்கம் ◆ 885

மேலே பிடித்து அடித்ததில் சோறெல்லாம் மூக்குக்குள் போய் விட்டது.'

'என்ன இரண்டு பேரும் விரோதிகளாக மாறிவிட்டார்களா?'

'சீ, அப்படியில்லை. இரண்டு நாள்தான், பிறகு பழையபடி சிநேகிதர்களாகிவிட்டார்கள். அபாயகரமான எந்த விளையாட்டென்றாலும் அவளுக்கு உடனே சம்மதம். அதிலே ஒரு திரில். மேசையிலே கைவிரல்களை விரித்து வைத்து, பாண் வெட்டும் கத்தியால் விரல்களுக்கிடையில் மாறி மாறி குத்துவாள். நடராசனும் செய்வான். யார் வேகமாய்ச் செய்ய முடியும் என்பதுதான் போட்டி. இவள் அப்படிக் குத்தியதில் ஒருநாள் இடது கை பெருவிரலுக்கும், ஆள்காட்டி விரலுக்கும் இடையில் கத்தி குத்தி ரத்தம் பாய்ந்தது. இவள் ஒரு சொட்டும் பயப்பட வில்லை. ஆஸ்பத்திரிக்குக் கூட்டிக்கொண்டு போய் நாலு தையல் போட்ட பிறகுதான் சரிவந்தது. சோதனை வந்தால் இரவிரவாக சேர்ந்து படிப்பார்கள். வரலாறு, கணிதம், தமிழ் இந்தப் பாடங்களில் இவள்தான் முதல் மார்க் வாங்குவாள். அவன் வேறு பள்ளிக்கூடம் என்றபடியால் அவர்களுக்கிடையில் போட்டி இல்லை.'

'எப்ப இயக்கத்தில் சேர்ந்தார்?'

'பொறுங்கோ, வாறன். அவசரப்படுறியள். மாவீரன் அலெக்சாந்தரைப் பற்றி இவள் எழுதிய கட்டுரைக்கு முதல் பரிசு கிடைத்தது. அவள் சொல்வாள்: பிள்ளைகளைத் தாய்மார் வீரமாக வளர்க்கவேண்டும் என்று. அலெக்சாந்தரின் தாயின் படுக்கையில் பாம்புகள் இருக்குமாம். சிறுவயதில் இருந்து அலெக்சாந்தர் பயமில்லாமல் வளர்ந்ததால்தான் உலகத்தில் பாதியைப் பிடித்து ஆட்சி செய்தானாம். 1988ஆம் ஆண்டு துவக்கத்தில் அவள் புத்தியறிஞ்சாள். அடுத்து வந்த சில நாட்களுக்குள் அவளுக்கும் நடராசனுக்கும் இடையில் பெரும் சண்டை மூண்டது. அதுவே கடைசி. அதற்குப் பிறகு அவள் அவனுடன் பேசுவதையே நிறுத்திவிட்டாள்.'

'என்ன சண்டை?'

'திலீபன், ஐந்து அம்சக் கோரிக்கை வைத்து நாலு மாதம் முன்புதான் உண்ணாவிரதத்தில் இறந்து போயிருந்தான்.'

'நாடே கொந்தளித்த காலம் அது. இவள் இரண்டு நாட்களாகச் சாப்பிடவில்லை. அவ்வளவு துக்கம். அந்த நேரத்தில் நடராசன் 'லெப்டினன் கேர்ணல் திலீபன் போராடிச் செத்திருக்க

வேண்டும்; உண்ணாவிரதம் கோழைகளின் ஆயுதம்' என்றான். அதுதான் அவளால் தாங்கமுடியவில்லை. 'துரோகி, துரோகி' என்று பற்களை நெருமிக்கொண்டு அடிக்கப் போய்விட்டாள். அந்தச் சம்பவம் அவளை அடியோடு மாற்றிவிட்டது. பள்ளிக்குப் போக மறுத்ததும் அப்போதுதான்.'

'ஏன்?'

'பள்ளிக்கூடத்தில் அவளை ஐந்து நாள் சஸ்பெண்ட் செய்திருந்தார்கள். அவள் படித்தது வேதப் பள்ளிக்கூடத்தில். ஒரு கட்டுரையில் இப்படி எழுதியிருந்தாள். 'யேசு சிலுவையில் அறையப்பட்டார். அவருக்கு தேவாலயம் எழுப்பினார்கள். இங்கே ஓர் உயிர் தன்னைத்தானே சிலுவையில் அறைந்துகொண்டது. அதற்குக் கோயில் எழுப்புவோர் இல்லையா?'

'பிறகு, பள்ளிக்கூடம் போனாரா?'

போனாள். ஆனால், ஆர்வம் கெட்டுவிட்டது. கெமிஸ்ரியில் முன்னெப்போதும் இல்லாதமாதிரி மோசமாகச் செய்திருந்தாள். நாங்கள் டியூசன் ஏற்பாடு செய்தோம். பிப்ரவரி 26ஆம் தேதி டியூசனுக்கு வெளிக்கிட்டாள். வாசலில் நின்று 'அம்மா, போட்டு வாறன், போட்டு வாறன்' என்று இரண்டு தரம் பிலத்து சத்தம் போட்டாள். எனக்கு இடுப்பொடியிற வேலை. எரிச்சலுடன் 'சரி போ' என்று கத்தினேன். அப்படிப் போனவள்தான், பிறகு திரும்பவில்லை.

'தேடினீர்களா?'

'தேடாமல். என்ன பிரயோசனம். இரண்டு மணி நேரமாய் அவள் திரும்பவில்லை. அப்ப சின்னவள் இன்னும் நித்திரைப் பாயில் கிடந்தாள். படுக்கைச் சீலை சுருண்டு தொடைக்குக் கீழே போய்விட்டது. 'எழும்படி, பிரமசத்தி' என்று காலால் எத்தினேன். நித்திரை முறியாமல் எழும்பி கண்ணைக் கசக்கிக்கொண்டு வந்தவள் 'அம்மா, இண்டைக்கு அக்கா ஏன் இரண்டு பிராவும், இரண்டு சட்டையும் போட்டுக் கொண்டு போறா?' என்றாள். நான் 'என்ரை ஐயோ, என்ரை ஐயோ' என்று கத்தத் தொடங்கினேன். எனக்கு நெஞ்சுத் தண்ணி வத்திப் போச்சுது. சின்னவளுக்குப் பத்து வயது. அவளுக்கு என்ன தெரியும். அவள் நேரகாலத்துக்கு வந்து எனக்குச் சொல்லியிருந்தால் நான் என்ரை மகளை அன்றைக்கு எப்படியும் தடுத்திருப்பேன்.'

'பிறகு, தேடிப் பிடித்தீர்களா?'

‘பதினெட்டு மாதங்களாகத் தேடினேன். நான் நம்பிக்கையைக் கைவிடவேயில்லை. கடைசியில் ஒருநாள் செய்தி வந்தது, எங்களை வரும்படி. நான் கடைசி மகளைக் கூட்டிக்கொண்டு காட்டுக்குள்ளே போனேன். சந்திப்புக்கு ஏற்பாடு செய்த வழிகாட்டி முன்னுக்குப் போனார். அடர்த்தியான பெரும் காடு. நிறைய முள்மரங்கள். என்னுடைய மகள் தன்னந்தனிய எப்படி இந்தக் காட்டைக் கடந்திருப்பாள் என்று நினைத்தபோதே நெஞ்சு பதறியது. நான் படிப்பிக்கும் பழைய பாடல் ஒன்று ஞாபகத்துக்கு வந்தது.

அற்றாரைத் தாங்கும் ஐவேல் அசதி அருவரையில்

முற்றா முகிழ் முலை எங்ஙன சென்றனள்

றேணுகாவைக் கண்டதும் நான் திகைத்துப் போனேன். கறுத்துப் போயிருந்தாள். முன்னிலும் ஆள் மெலிவு. ஆனால், உடம்பு வயர்போல முறுகிக்கிடந்தது. ஒட்டியாணம் கட்டி துள்ளித் திரிந்த பிள்ளை இடுப்பிலே கிரனேட்டை கொழுவி வைத்திருந்தது. ஓடிவந்து கட்டிப்பிடிப்பாள் என்று நினைத்தேன். ஆனால், அவள் ஒரு மூன்றாம் ஆளைப் பார்ப்பதுபோல அப்படியே நின்றாள். அசையவில்லை. கடைசி மகள்தான் கட்டிப்பிடித்து அழுதாள். நான் அடக்கமுடியாமல் விம்மியபடியே இருந்தேன். அவள் பேசிய முதல் வாசகம் ‘அம்மா அழுகிறதென்றால் அவவை திருப்பிக் கூட்டிக்கொண்டு போ’ என்பதுதான்.’

‘மகளுக்கு ஏதாவது கொண்டு போனீர்களா?’

‘வேற. புட்டும் சாம்பாரும் கொண்டு போயிருந்தேன். குழல் புட்டு அவளுக்குப் பிரியம். கோழிக்கால் போட்டு வைத்த சாம்பார். அதுவும் அவளுக்குப் பிடிக்கும். நான் அவ்வளவு புட்டையும் சாம்பாருடன் குழைத்துத் தீத்திவிட்டேன். ஓர் இரவு மட்டுமே தங்குவதற்கு அனுமதி. என்னுடன் படுப்பதற்கும் அவள் ஓம்படவில்லை. மனதை மாத்திவிடுவேன் என்று பயப்பட்டாள். அவளும் கடைசி மகளும் பட்சமாய் ஒரு கூடாரத்தில் தூங்கினார்கள். நானும் அவளுடைய கூட்டாளியும் இன்னொரு கூடாரத்தில் படுத்தோம். கூட்டாளியின் பெயர் பாமினி. கவிதை எழுதுவாள் என்று நினைக்கிறேன். கூடாரத்துச் சுவரில் கவிதைகள் எழுதி எழுதி ஒட்டியிருந்தாள். ‘அவர்கள் சவப்பெட்டி நிறைப்பவர்கள். அவர்கள் மரணத்தின் மொத்த விற்பனைக்காரர்கள்.’

பாமினி, இரவு முழுக்க என்ரை மகளின் துணிச்சலைப் பற்றியே பேசினாள். மகள் பயிற்சியில் திறமாகச் செய்ததால் குறுகிய நேரத்தில் படைக்குத் தலைவியாகத் தேர்ந்தெடுக்கப்

பட்டிருந்தாள். அவள் அடிக்கடி சொல்லுவாளாம் 'எங்களுக்குத் தேவை எதிரிகளின் உயிர் மட்டும் அல்ல. அவர்களுடைய ஆயுதங்கள், துப்பாக்கிகள், குண்டுகள், கிரனேட்டுகள், ரேடி யோக்கள். எல்லாமே தேவை.' கிரனேட் என்றால் அவளுக்குப் பைத்தியம். பந்துபோல தூக்கிப்போட்டு பிடித்து விளையாடு வாள். பின்னைக் கழற்றி கிரனேட்டை மேலே எறிந்து அது திரும்பி வந்ததும் பின்னைச் செருகி இடுப்பிலே அணிந்துகொள்வாள். கிரனேட்டின் ஆயுள் ஐந்து செக்கண்ட்தான். 'அது ஆயுளைத் தாண்டினால், உன் ஆயுள் போய்விடும்' என்று சொல்லிச் சிரிப்பாளாம். இவளுக்கு எங்கேயிருந்து இவ்வளவு துணிச்சல் வந்தது என்று நானே என்னைக் கேட்டுக் கொள்வேன்.

அடுத்த நாள் அதிகாலை மகள் போய்விட்டாள், விடை கூட சொல்லாமல். அழுதுவிடுவாள் என்ற பயம். அதுதான் நான் கடைசியாக அவளை உயிருடன் பார்த்தது.

யாழ்ப்பாணம் கோட்டை உங்களுக்குத் தெரியும், போர்த்துக் கீசர் கட்டியது. யாழ்ப்பாணத்தின் மையம் அது. அங்கே இருந்து தான் எல்லா அளவுகளும் ஆரம்பிக்கும். 350 வருடங்களுக்கு முன்னர் டச்சுக்காரர் அதைப் போர்த்துக்கீசரிடம் இருந்து கைப் பற்றிக் கொண்டார்கள். அந்த முற்றுகை சரியாக 107 நாளில் முடிவுக்கு வந்தது. அது சரித்திரம்.

இந்தக் கோட்டையைச் சிங்கள ராணுவத்திடம் இருந்து கைப்பற்றத் தொடங்கிய யுத்தம் யூன் மாதம் 1990ஆம் ஆண்டு தொடங்கியது. பயிற்றுவிக்கப்பட்ட பெண் படை முதல் முறையாக இதில் பங்கு கொண்டது. இதற்கு என் மகள் தலைமை வகித்தாள். அவளுடன் முப்பது போராளிகள். கோட்டை மதிலைத் தாண்டி இவர்கள் உள்ளே பாய்ந்து விட்டார்கள். குண்டுகள் சரமாரியாகப் பொழிந்தன. அவளைத் தொடர்ந்து போன போராளிகளால் வியூகத்தைக் கடக்கமுடியவில்லை. அவ்வளவு பேரும் மாண்டு போனார்கள். என்ரை மகள் அந்த இறுதி நிமிடத்தில் என்ன செய்தாளோ, என்னை நினைத்தாளோ தெரியாது. கடைசியில் என்ன நடந்ததென்றால், சிங்கள ராணுவம் போரின் உக்கிரம் தாங்க முடியாமல் வான் மார்க்கமாகவும் சுரங்கப் பாதை வழியாகவும் தப்பி வெளியேறிக்கொண்டது.

திலீபன் இறந்த மூன்றாவது ஆண்டு நினைவு தினம் நடந்த அன்று கோட்டை விழுந்தது. இந்தப் போரும் சரியாக 107 நாட்களில் முடிவுக்கு வந்தது. அந்த வெற்றியைப் பார்க்க மகள் இல்லை. அவள் இறந்து பல நாட்கள் ஆகிவிட்டன.

போர் ஓய்ந்த நிலையில் எங்களைக் கோட்டைக்குள் அனுமதித்தார்கள். நானும் மகனும் மட்டும்தான் போயிருந்தோம். கோட்டை முற்றிலுமாக பிடிபட்டபோதிலும், போராளிகளின் சடலங்கள் அங்கங்கே விழுந்த இடத்திலேயே கிடந்தன. அவை சதைகள் எல்லாம் உருகி அழிந்துபோய், அடையாளம் தெரியாத நிலையில் காணப்பட்டன. மேலே கழுகுகள் வட்டமிட்டன. அடங்கலும் இலையான்கள் மொய்த்தன; நாற்றம் காற்று முழுவதும் வியாபித்திருந்தது.

நான் என் மகளைத் தேடி அலைந்தேன். சடலம் சடலமாக புரட்டித் தேடினோம். முகங்கள் அழிந்துவிட்டன, ஆகையால், வேறு உடல் அடையாளத்தை வைத்துத்தான் கண்டுபிடிக்க முடியும். இடது கையை மட்டும் குறிவைத்துத் தேடுவது என்று முடிவு செய்துகொண்டு தேடினோம். அங்கே பல பிணங்கள் கிடந்தபடியால் எங்கள் தேடுதலை கெதியாக முடிக்க அப்படிச் செய்தோம்.

மதியம் சற்று ஓய்வு எடுத்துக்கொண்டு மீண்டும் தேடத் தொடங்கியபோது, ஒரு புதுப் பிரச்சினை முளைத்தது. எங்களைப் போல இன்னும் சில தாய்மாரும் அங்கே அலைந்ததால் எல்லாம் ஒரே குழப்பமாகிவிட்டது. ஓர் ஒழுங்கு முறை கிடையாது. சில வேளை ஒரே பிணத்தை திருப்பித் திருப்பிச் சோதிக்கவேண்டி வந்தது. நாங்கள் களைத்துப்போன சமயம் மிகவும் அழுகிய நிலையில் ஒரு பிணம் கிடைத்தது. அது இளம் பெண்ணின் உடல். உயரம், பருமன் எல்லாம் பொருந்தியிருந்தது. இடது கையை ஆராய்ந்தபோது, இடது பெரு விரலுக்கும் ஆள்காட்டி விரலுக்கும் நடுவில் பெரிய வெட்டுக் காயம் தென்பட்டது. நாலு தையல் போட்டது வடிவாய்த் தெரிந்தது. ஐமிச்சத்துக்கு இடமேயில்லை. அதுதான் என் மகளுடைய உடம்பில் எஞ்சியபாகம். பதினாறாவது பிறந்த நாளை என்ரை கிளி காணவே இல்லை. அப்படியே இழுத்து, காகங்கள் கொத்தி, புழுக்கள் தின்று முடித்த உடலை மடியில் போட்டுக்கொண்டு இரண்டு வருடத்து அழுகையை அழுது தீர்த்தேன்.

'உடலை என்ன செய்தீர்கள்?'

'உங்களுக்கு மாத்திரம் ஒரு ரகஸ்யம் சொல்வேன். இதை வேறு யாருக்கும் நான் சொன்னதில்லை. அவளுடைய வலது கை ஒரு கிரனேட்டை இறுக்கிப் பிடித்தபடி இருந்தது. பின் இழுக்கப்படாத முழு கிரனேட்.'

'கிரனேட்டா?'

'என் மகன் அதைச் சோதித்துவிட்டுச் சொன்னான் 'இது போராளிகளுடைய கிரனேட் அல்ல; சிங்கள ராணுவத்தின் கிரனேட்' என்று.

'அது எப்படி நடந்தது என்று நினைக்கிறீர்கள்? இறந்து போன ராணுவச் சிப்பாயின் கிரனேட்டைப் பறித்துக் கொண்டாரா அல்லது எதிரிகள் எறிந்த கிரனேட்டை அது வெடிக்க முன் ஏந்தி பின் கொழுவி வைத்துக் கொண்டாரா?'

பொற்கொடி அம்மையார் என்னைப் பார்த்தார். ஐந்து நிமிடத்துக்கு முன்னர் அறிமுகமாகிய என் முகம் எப்படியோ அவருக்கு அந்நியமாகிவிட்டது. என் கேள்விக்குப் பதில் கூற வில்லை. தலையைக் குனிந்தபடி விம்மி விம்மி அழத் தொடங்கினார். அரியமலர், அம்புசம், பூமணி இன்னும் அங்கே கூடியிருந்த அத்தனை விருந்தினரும் எங்கள் பக்கம் திரும்பிப் பார்ப்பதுபோல எனக்குத் தோன்றியது. நான் மெல்ல அந்த இடத்தை விட்டு அகன்றேன்.

◆

வேட்டை நாய்

அவனுடைய பிரச்சினை எப்போது ஆரம்பித்தது என்றால் அவன் தனக்கென்று சொந்தமாக ஒரு வேட்டை நாய் வாங்கத் தீர்மானித்தபோதுதான். கடந்த ஏழு வருடங்களாக அவன் வேட்டைக்குப் போகிறான். அவனுக்கு அது இயல்பாக வந்தது. துப்பாக்கியைத் தூக்கிப் பிடித்து குறிபார்த்துச் சுடும்போது, வேறு எதிலும் கிடைக்காத ஓர் இன்பம் அவனுக்குக் கிடைத்தது. அவனுடைய நண்பன் ஒருவன் கொடுத்த ஆலோசனையில், பறவை வேட்டைக்குத் தோதான ரெமிங்டன் துப்பாக்கி ஒன்றை 420 டொலர் கொடுத்து வாங்கியிருந்தான். அப்பொழுது அதிர்ஷ்டவசமாக அவனுக்கு நடாஷா பழக்கமாகியிருக்கவில்லை. ஆனால், வேட்டை நாய் வாங்கப் போனபோது அவளும் வந்தாள். அவளுக்கு என்ன வேட்டை நாயைப் பற்றித் தெரியும்; ஆனால், டொலரின் அருமை நன்றாகத் தெரியும்.

நாயின் சொந்தக்காரர் இரண்டு நாய்க்குட்டிகளைக் காட்டினார். இரண்டுமே உயர்ந்த வகை, சீஸ்பீக் ஜாதி என்றார். ஒன்றின் விலை 1000 டொலர்; மற்றது 800 டொலர். எதற்காக விலையில் வித்தியாசம் என்று கேட்டதற்கு 1000 டொலர் நாயின் மரபுத்தொடர் உத்தமமானது; இரண்டாவது கொஞ்சம் குறை பாடுள்ளது என்றார். அவன் முடிவெடுக்கமுடியாமல் தடுமாறி நின்றபோது, நடாஷா அவனை மலிவு நாயை வாங்கும்படித் தூண்டினாள். அப்படித்தான், அவன் தன் வேட்டை நாயைத் தெரிவு செய்தான். இப்பொழுது யோசித்துப் பார்த்தபோது, அது முட்டாள்தனமான முடிவு என்பது தெரிந்தது.

நடாஷாவைப்போல ஒரு கஞ்சத்தனமான பெண்ணை அவன் தன்னுடைய 27 வயது வாழ்நாளில் சந்தித்தது கிடையாது. நாலு வருடங்களுக்கு முன்னர் அவர்களுடைய நட்பு தொடங் கியது. காதல் பிறக்கும்போது மின்னல் தெறிக்கும் என்று சொல் வார்கள். அவனுக்கு அப்படி ஒன்றும் நடக்கவில்லை. வழக்கமான உணவகத்தில் அன்று நெருக்கமான கூட்டம். அவன் ஒரு மேசை யில் அமர்ந்து உணவருந்திக் கொண்டிருந்தான். ஓர் ஒல்லியான

பெண் தன் உணவுத் தட்டை தூக்கிக்கொண்டு, அவன் மேசைக்கு வந்து ஒரு மரியாதைக்காக அங்கே உட்காரலாமா என்று வினவினாள். மிகவும் சாதாரணமாகத் தோன்றிய பெண். பார்த்தவுடனேயே மறந்துவிடக்கூடிய முகம். அவன் தாராளமாக என்றான். நன்றி சொல்லிவிட்டு அவள் தன்னை மடித்து, கால்களை லேசாக விரித்து உட்கார்ந்தாள். ஒரு டொல்ஃபின், மீன் பரிசு கிடைத்ததும் சிரிப்பதுபோல சிரித்தாள். அவளுடைய ஒல்லித் தேகம், பயிற்சி செய்து உடம்பைப் பேணியதால் உண்டான மெலிவு அல்ல. பட்டினியால் உண்டான மெலிவு. அவளுக்கு முன்னாலிருந்த பேப்பர் தட்டில் ஆகமலிவான, ஆரோக்கியம் குறைந்த உணவு பரிமாறப்பட்டிருந்தது. அவள் உடுத்தியிருந்த விதம், பேசிய உச்சரிப்பு, நடந்த தோரணை எல்லாமே அவள் அமெரிக்கப் பெண் அல்ல என்பதை உறுதிப்படுத்தியது. உற்று நோக்கியபோது, அவளை முன்பே பார்த்திருந்தது நினைவுக்கு வந்தது.

ஒரு சப்பாத்துக் கடையில் ஒவ்வொரு சப்பாத்தாக அளவு பார்த்து, தெரிவு செய்து அதற்குமேல் அவள் ஏறி நின்றாள். இடைக்குமேல் உடம்பைத் திருப்பி வலது கால் குதியைப் பார்த்தாள்; பிறகு மற்ற பக்கம் உடலை வளைத்து இடது கால் குதியைப் பார்த்தாள். இரண்டு கால்களையும் தட்டி அதன் சத்தத்தைக் கேட்டு ரசித்தாள். நடந்து பார்த்தாள். அந்த நடையில் ஒரு புதிய அசைவு சேர்ந்துகொண்டது. இடுப்பிலே கையை வைத்துக் கொண்டு போக்குவரத்து பொலீஸ்காரன் போல நடு வழியில் நின்றாள். முன்காலை மாறி மாறி நீட்டி சப்பாத்தின் நுனிகளை ஆராய்ந்தாள். இனி ஆராய்வதற்கோ, சரி பார்ப்பதற்கோ ஒன்றும் இல்லை என்ற நிலையில் அந்தச் சப்பாத்துகளைத் தூக்கி குழந்தை போல அணைத்தாள். அந்தக் காட்சி அவன் மனதில் பதிந்து போயிருந்தது.

திடீரென்று அவளிடம், 'நீங்கள் அந்தச் சப்பாத்தை வாங்கினீர்களா?' என்றான். அவள், ஒரு பறவை தலையைத் தூக்குவது போல தூக்கி, சாய்வாக அவனை ஆச்சரியத்தோடு பார்த்தாள். 'நேற்று என்னைக் கடையில் பார்த்திருக்கிறீர்கள்' என்றாள். அவன் 'ஆமாம்' என்று சிரித்தான்.

'என்னுடைய கால் அளவு பதினொன்று. இங்கே அமெரிக்காவில் எங்கே தேடினாலும் எனக்குக் குதிச்சப்பாத்து வாங்குவது கடினம். என்னுடைய நாட்டிலே என் காலுக்கு அளவெடுத்து செய்து தருவார்கள். இங்கே அதை நினைத்துக்கூட பார்க்க முடியாது.'

அவளுடைய உச்சரிப்பு வித்தியாசமாக இருந்தது. ஒவ்வொரு வார்த்தையாக அவள் தன் நாட்டு மொழியில் சிந்தித்துப் பிறகு, அதை ஆங்கிலத்தில் மாற்றிப் பேசினாள். அந்த வார்த்தைகள் ஒவ்வொன்றும் அவள் வாயில் நின்று இளைப்பாறி வந்ததால் சற்று ஈரப்பசையுடன் இருந்தன.

'நீங்கள் என்னுடைய கேள்விக்கு பதில் சொல்லவில்லை. அந்தச் சப்பாத்தில் ஏறி நின்றபோது, உயரமாகவும் வசீகரமாகவும் தோன்றினீர்கள். இறுதியில் அதை வாங்கினீர்களா?'

'சப்பாத்து எனக்குப் பிடித்துக்கொண்டது. 11 சைஸ் சப்பாத்து கிடைப்பது கடினம். மிகவும் அபூர்வமாக அது பொருந்தியது. என்னுடைய பாதங்கள் நீளமானவை. ஆனால், சப்பாத்தின் விலை மிக அதிகம். அது வாங்கும் காசிற்கு இரண்டு தண்ணீர் நிரப்பிய பிரா வாங்கிவிடலாம். ஆகவே நான் வாங்க வில்லை.'

'உங்களுடைய தாய்மொழி பிரெஞ்சா?'

'இல்லை, உக்ரெய்ன் மொழி. எனக்கு ரஷ்ய மொழியும் பிரெஞ்சு மொழியும் ஆங்கிலமும் தெரியும். ஆனால், ஒவ்வொரு மொழியிலும் 1000 வார்த்தைகளுக்குமேல் தெரியாது' என்று சொல்லிவிட்டுச் சிரித்தாள். ஆரோ நெருக்கமாக அடுக்கி வைத்தது போல மணிமணியான பற்கள். அவள் விடைபெற்றபோது, பரிசாரகியிடம் ஓர் அட்டைப்பெட்டி கேட்டு வாங்கி அதிலே மீதி உணவை அடைத்துக்கொண்டு புறப்பட்டாள்.

இப்படித்தான், தற்செயலாக அவர்களுடைய நட்பு நாலு வருடங்களுக்கு முன்னர் ஆரம்பித்தது. அவனுக்கு அவளிடம் பிடித்தது அவளுடைய ஒளிவு மறைவில்லாத வெளிப்படையான தன்மை. தன் மனதிலே பட்டதை அப்படியே பட்டென்று பேசி விடுவாள். பிடிக்காத விசயம்கூட அவள் பேசி முடித்ததும் பிடித்துப் போகும்.

ஒருநாள் திடீரென்று அவளைப் பார்த்து 'நான் உன்னைக் காதலிக்க முடிவெடுத்திருக்கிறேன்' என்றான். 'மிகச்சரியான முடிவு. அதை ஏன் என்னிடம் சொல்கிறீர்கள்' என்றாள். 'உன்னுடைய சம்மதம் இல்லாமல் நான் எப்படிக் காதலிக்க முடியும்?'

'அப்படியா? அவ்வளவு சுலபமாக என்னைக் காதலிக்க முடியாது. சில நிபந்தனைகள் இருக்கின்றன. எங்கள் நாட்டு வழக்கப்படி நாங்கள் இருவரும் ஒருவருக்கொருவர் ஒரு ரகஸ் யத்தைப் பரிமாறிக்கொள்ளவேண்டும். அந்த ரகஸ்யம் எங்கள்

இருவருக்கும் மட்டுமே தெரிந்தது. அப்பொழுதுதான் அதன் பவித்திரத் தன்மை கெடாது. சிலபேர் தங்கள் மார்புகளிலும் கைகளிலும் காதலை பச்சை குத்திக் கொள்வதுபோல, நாங்கள் ரகஸ்யத்தைப் பரிமாறி அதை உறுதி செய்கிறோம்' என்றாள். ஆயிரம் வார்த்தைகளை இருப்பில் வைத்துக்கொண்டு இப்படி நீளமாகவும் தர்க்கமாகவும் பேசினாள்.

'சரி, நீ ஒரு ரகஸ்யம் சொல்லு' என்றான். 'அது எப்படி? நீதான் முதலில் காதலைச் சொன்னாய். நீதான் ரகஸ்யத்தையும் சொல்லவேண்டும்' என்றாள் அவள்.

'மாமாதான் எனக்கு எல்லாம். 17 வயதில் என்னை விமானத்தில் ஏற்றி அமெரிக்காவுக்குத் தனியாக அனுப்பினார். முதல் விமானப் பயணம் என்பதால் வெளியே தைரியமாக இருந்தாலும் உள்ளுக்குள் நடுங்கிக்கொண்டுதான் இருந்தேன். ஆம்ஸ்டர்டாமில் விமானம் மாறவேண்டும். ஐந்து மணிநேர இடைவெளி, நான் காத்திருந்தேன். அப்பொழுது, பெரிய உதடுகள் கொண்ட கறுப்புப் பெண் ஒருத்தி, தன் குழந்தையைத் தூக்கிக்கொண்டு வந்து என்னருகே அமர்ந்தாள். கமரூனுக்கு பயணம் செய்வதாகவும் அவளுடைய விமானம் இரண்டு மணிநேரம் தாமதம் என்றும் சொன்னாள். சிறிது நேரத்தில் பாத்ரூம் போகவேண்டும், தன்னுடைய குழந்தையைப் பார்த்துக் கொள்ளமுடியுமா என்று கேட்டாள். நானும் சம்மதித்தேன். அரைமணி நேரமாகியும் அவள் திரும்பவில்லை. நான் பதற்றத்தில் இருந்தபோது, குழந்தை கைகால்களை ஆட்டி என்னைப் பார்த்துச் சிரித்தது. என்னுடைய விமான அறிவித்தல் இரண்டாவது தடவையாக ஒலித்தது. நான் குழந்தையை விமானக் கூட இருக்கையில் நீளவாக்காகக் கிடத்திவிட்டு விமானத்தைப் பிடிக்க ஓடினேன். அதற்கு பிறகு என்ன நடந்தது என்று தெரியாது. இப்பொழுதும் சில வேளைகளில் அந்தக் குழந்தையின் ஞாபகம் வரும். இந்த ரகஸ்யத்தை முதன்முதல் உனக்குத்தான் சொல்கிறேன்.'

நடாஷா அவனைத் துளைப்பதுபோல வெகுநேரம் பார்த்தாள். அந்தப் பார்வையில் கனிவு இல்லை. ரகஸ்யத்தைச் சொன்னது தவறு என்று அவனுக்குப்பட்டது. ஆனால், இனி ஒன்றுமே செய்யமுடியாது. அவள் தன்னுடைய ரகஸ்யத்தைச் சொல்ல ஆரம்பித்தாள்.

'எங்கள் கிராமத்து வீட்டில் நானும் அம்மாவும் மட்டுமே தங்கியிருந்தோம். சொந்தக்காரர்கள் என்று எப்போதாவது யாராவது வருவார்கள். அம்மா மற்ற வீடுகளுக்குப்போய் துப்புரவுப்

பணி செய்தாள். எதற்காக அதைச் செய்கிறாள் என்று ஒருநாள் கேட்டேன். 'அவர்களிடம் எங்களிலும் பார்க்க அதிக பொருட்கள் இருக்கின்றன' என்றாள். எப்போதும் என்மீது அன்பைச் சொரிந்த படியே இருக்கும் அம்மா, ஒருநாள் அதிகாலை என்னை எழுப்பினாள். அப்போது எனக்கு 13 வயது நடந்துகொண்டிருந்தது. நான் பூப்படைந்து சில மாதங்கள் ஆகியிருந்தன. குளிருக்கான மேலங்கியைத் தரித்துக்கொண்டு அவசரமாக வெளிக்கிடச் சொன்னாள். புதிய கையுறையை அணியலாமா என்று கேட்டேன். அவள் ஆம் என்றாள். பனி மூடிய பாதையில் பஸ்ஸிலே மூன்று மணிநேரம் பிரயாணம் செய்தபோது, அம்மா என் எதிர்காலம் பற்றி நிறையப் பேசினாள். எல்லாமே மர்மமாக இருந்ததால் ஒருவித உற்சாகமும் பயமும் ஒரே சமயத்தில் தோன்றி இதயம் படபடவென்று அடித்தது. ஒரு பஸ் நிறுத்தத்தில் இறங்கி 10 நிமிடதூரம் நடந்தோம். இப்படிச் சாகசமான நாளை என் வாழ்க்கையில் நான் அனுபவித்ததில்லை. அம்மா அடிக்கடி மணியைப் பார்த்தாள். ஒரு கட்டடம் வந்ததும் என்னை நிற்கச் சொன்னாள். அது ஒரு தபால் நிலைய மையம். அம்மா சொன்னாள்: 'நீ தயாராக இரு. இப்போது பார்க்கப்போவதை என்றென்றைக்கும் ஞாபகத்தில் வைத்திரு.' என் நெஞ்சு அடிக்கும் வேகம் நிமிடத்துக்கு நிமிடம் கூடியது. நான் குளிரில் கால்களை மாற்றி மாற்றி வைத்து நடுங்கியபடி நின்றேன். சிறிது நேரத்தில் ஆட்கள் ஒவ்வொருவராக வெளியே வந்து தபால் வண்டிகளை ஓட்டிச் சென்றார்கள். மீசை வைத்த குண்டான மனிதர் ஒருவர் வந்து, ஒரு தபால் வண்டியில் ஏறி அதை ஓட்டிச் சென்றார். அம்மா என் புஜத்தைக் கிள்ளி 'அந்த மனிதரை வடிவாகப் பார். அவர்தான் உன் அப்பா' என்றாள். என்னுடைய அப்பா அவருடைய 13 வயது மகள், புதுக் கையுறை அணிந்து கொண்டு அவரைப் பார்ப்பதற்காக 200 மைல்கள் பயணம் செய்ததையும் பத்தடி தூரத்தில் நிற்பதையும் அறியாமல் கடந்து போனார். அதன் பின்னர் நாங்கள் வீடு நோக்கிய பயணத்தைத் தொடங்கினோம். திரும்பும்போது, அம்மா ஒரு வார்த்தை பேசவில்லை.'

'ரகஸ்யத்தைச் சொன்னதற்கு நன்றி. இன்னும் வேறு ஏதாவது ரகஸ்யம் இருக்கிறதா?' என்றான்.

'இருக்கிறது. அது அடுத்த காதலனுக்கு. ஓர் ஆளுக்கு ஒரு ரகஸ்யம்தான்' என்றாள்.

அப்படியா என்று அவன் நடாஷாவின் அம்மா செய்தது போல, அவளுடைய எலும்பு புஜத்தைக் கிள்ளினான். பிறகு அப்படியே அணைத்துக்கொண்டான்.

காதலிக்க முடிவெடுத்த பிறகு இருவரும் ஒன்றாகச் சேர்ந்து வாழத் தீர்மானித்தார்கள். அவளிடம் எல்லா நற்பண்புகளும் இருந்தன. ஆனால், அவளுடைய சிக்கன முறைகளை அவனால் தாங்க முடியவில்லை. உணவு விசயத்தில் அவை உச்சத்தை எட்டின. உக்ரெய்னில் வாழ்ந்தபோது, அவள் அனுபவித்த வறுமை கொடியது. அடுத்தவேளை உணவு என்ன, எங்கேயிருந்து, எப்போது கிடைக்கும் என்று தெரியாமல் வாழ்ந்திருக்கிறாள். அமெரிக்காவின் மலிவு உணவு அவளைப் பைத்தியமாக்கியது. உணவைப் பற்றி அவள் சிந்திக்காத நிமிடம் இல்லை. மலிவு விலை நாளில் சந்தைக்குப் போய் முழுக்கோழிகளை வாங்குவாள். அவை ஐம்பது சதவீதம் தள்ளுபடியில் கிடைக்கும். அவற்றை வீட்டுக்கு கொண்டுவந்து ஆழ்குளிரில் புதைத்து வைத்து, வேண்டியபோது எடுத்துச் சமைப்பாள். சில கோழிகள் அவை உயிருடன் இருந்த காலத்திலும் பார்க்க ஆழ்குளிரில் இருந்த நாட்களே அதிகம். அவற்றின் ருசியும் இந்தப் பூமியில் வேறு எங்கும் கிடைக்காத ஒரு ருசி. மெலிந்த கொடிபோன்ற தோற்றம் மெல்ல மெல்ல மறைந்து தண்ணீரில் ஊறவைத்தது போல அவள் உடம்பு ஊதியது. ஒடுங்கியிருந்த இடை நிரம்பி எங்கே மார்பு முடிகிறது, எங்கே இடை தொடங்குகிறது என்று அவன் தடுமாறும்படி ஆகிவிட்டது.

செப்டம்பர் பிறந்ததும் அவன் வேட்டை உரிமத்துக்கு விண்ணப்பம் செய்வான். ஞாயிறு காலைகளில் வேட்டைக்குப் போவது அவனுக்கு முக்கியம். அவன் 800 டொலர் கொடுத்து வாங்கிய வேட்டை நாய்க்கு ஹன்டர் என்று பெயர் சூட்டியிருந்தான். ஒரு நாளைக்கு ஆறு வாத்துகளுக்கு மேலே சுடக்கூடாது. அதுதான் சட்டம். அவன் வேட்டை நாய் வாங்கியது, முழுக்க முழுக்க வாத்து வேட்டைக்காகத்தான். அவனும் நண்பர்களும் வேட்டைக்குப் போனார்கள். வாத்தைச் சுட்டவுடன் நாய் குளத்துக்குள் தாவிப் பாய்ந்து செத்துப்போன வாத்தை மென்மையாக வாயில் கவ்வி இழுத்து வந்து, எசமானின் காலடியில் போட்டுவிட்டு அவனுடைய இடது பக்கத்தில் போய் உட்கார்ந்துகொள்ளும். உடம்பில் ஓடும் தண்ணீர் வழிந்து நாயைச் சுற்றித் தேங்கி நிற்கும், ஆனால், நாய் அசையாது. அடுத்த வேட்டுச் சத்தம் வரும்வரைக்கும் அப்படியே காத்திருக்கும். இதையெல்லாம் ஒரு வேட்டை நாய் செய்யும், அவனுடைய ஹன்டர் செய்யாது.

வேட்டை நாயை அன்பு காட்டி வளர்க்கக்கூடாது என்பதால் அவன் கண்டிப்புடன் வளர்த்தான். பயிற்சியாளர் திறமான பயிற்சிகள் கொடுத்திருந்தார். வேட்டுச் சத்தம் கேட்டதும் உறைந்து

போன தண்ணீரில் ஹண்டர் பாயும். எண்ணெய்ப் பிடிப்பான அதன் தோலில் தண்ணீர் ஒட்டுவதில்லை. செத்த வாத்து மிதந்து கொண்டிருக்கும்போதே, வேகமாக நீந்திச் செல்லும். முக்கால் வாசித் தூரத்தை கடந்ததும் வந்த காரியத்தை மறந்து மீண்டும் திரும்பி வந்து அவன் பக்கத்தில் உட்கார்ந்துகொள்ளும். எப்படி முயற்சி செய்தாலும், அதற்குத் தன்னுடைய உத்தியோகம் வாத்தை வாயிலே கவ்வி வரவேண்டும் என்பது தெரியவில்லை. இருபது வீதம் கழிவு விலையில் வாங்கியதாலோ என்னவோ மீதம் இருபது வீதம் தூரத்தை அது கடப்பதே இல்லை. 'அதற்குக் கொடுத்த விலைக்கு சரியாக வேலை செய்கிறது. இப்பொழுது அது வீட்டு நாயும் அல்ல, வேட்டை நாயும் அல்ல' என்று நண்பர்கள் கேலி செய்தார்கள். பயிற்சிக்காரரோ ஹண்டரை எந்தக் காலத்திலும் பழக்கமுடியாது என்று கைவிட்டுவிட்டார்.

அவனுக்கு நடாஷா மீது கோபம் பொங்கி வரும். வீட்டுக்கு அதே கோபம் குறையாமல் திரும்புவான். நடாஷா ஒரு கிராமத்து மனைவிபோல வாசலில் காத்திருப்பாள். அது அவனுக்குப் பிடிக்கும். பெரிய மார்புகள், மாதாகோயில் மணிகள்போல மேலும் கீழும் ஆட அவனிடம் ஓடி வருவாள். அவன் கோபத்தை மறந்து அவளுடைய பருத்த புஜங்களுக்குள் அடங்கிவிடுவான்.

அவளுக்கு எப்பவும் ஆரம்பத்தில் இருந்தே துவங்கவேண்டும். ஒவ்வொரு அறையாக நின்று நின்று முத்தமிட்டுக் கொள்வார்கள். அவள் 17 சைஸ் ஆடையை 18 சைஸ் உடம்பில் அணிந்திருப்பதால் உடம்பு சிறைப்பூட்டியதுபோல காட்சியளிக்கும். சதைக்கூட்டம் வெளியே தள்ளும். அவள் உடையை உடம்பில் இருந்து பிரித்து விட்டுக்கொண்டு இருப்பாள். படுக்கையில் கூட அவள் காலணியைக் கழற்றுவதில்லை. என்ன என்பான். அவள் வாய் திறக்காமல் தோள்மூட்டுகளால் சைகை செய்வாள். முயக்க மூர்க்கம் நெருங்க நெருங்க அவள் கைவிரல்கள் எல்லாம் போய் அவன் முடிக்குள் மறைந்துவிடும். பிரெஞ்சு, ரஷ்யன், உக்ரேய்ன் என்று பல மொழிகளிலும் கூவிச் சத்தமெழுப்புவாள். ஹண்டர் பக்கத்திலே உட்கார்ந்து இது என்ன வேட்டை என்பதுபோல அதிசயமாகப் பார்க்கும்.

ஒருநாள் நடாஷா கலவி முடிந்த பிறகு, தலைமயிரை விரித்து அதற்குமேல் படுத்து, சப்பாத்து கழற்றாத கால்களைப் பின்னியபடி, தட்டைக்கூரையைப் பார்த்துக்கொண்டு வெகு நேரம் யோசித்தாள். திடீரென்று 'நான் மகிழ்ச்சியாக இருக்கிறேன். நாம் மணமுடித்துக் கொள்வோம்' என்றாள். எப்படி இந்த அற்புதமான யோசனை தோன்றியது என்றான் அவன். அவள் சொன்னாள்,

'என்னுடைய அம்மா என்னிடம் ஒன்றுமே கேட்டதில்லை. இன்றைக்கும் முழங்கால்களில் உட்கார்ந்து இன்னொருவர் வீட்டைச் சுத்தம் செய்கிறாள். ஒன்றே ஒன்றுக்காகத்தான் அவள் வாழ்நாள் முழுக்கக் காத்திருக்கிறாள். திருமண ஆடையில் ஒரு புகைப்படம். இந்தச் சின்ன ஆசையைக்கூட என்னால் நிறைவேற்ற முடியவில்லை.'

அவர்கள் பதிவுக் கல்யாணம் செய்து, திருமண ஆடையில் படம் பிடித்து தாயாருக்கு அனுப்புவது என்று தீர்மானித்தார் கள். அவள் பல வருடங்களாகப் பார்த்து பார்த்து ஏங்கிய குதிச் சப்பாத்தை அவன் திருமணப் பரிசாக வாங்கிக் கொடுத்தான். திருமண ஆடையை, ஒரு நாள் வாடகைக்கு 75 டொலர் கொடுத்து, அவள் வாங்கினாள். பதிவுக் கல்யாணம் முடிந்த கையோடு, இரவல் ஆடையில், புதிய சப்பாத்தை அணிந்து, பூச் செண்டை ஏந்தியபடி இருவரும் புகைப்படம் எடுத்துக் கொண் டார்கள்.

மிசூலாவின் வீதிகளில் அந்தப் புதுமணத்தம்பதியினர் கை கோத்துக்கொண்டு நடந்தனர். குதிச்சப்பாத்தில் அவள் கூடிய தூரத்தைப் பார்த்தாள். ஒரு கையால் கவுனைச் சற்றுத் தூக்கியபடி அவன் மேல் சாய்ந்து அவள் நடந்தபோது, ஒரு கணம் அழகாகக் கூட தென்பட்டாள். வீதியிலே சிலர் நடப்பதை நிறுத்திவிட்டு அவர்களைத் திரும்பிப் பார்த்தனர். சிலர் திருமண வாழ்த்துச் சொன்னார்கள்.

அதற்குப் பிறகு நடந்தது ஒருவரும் எதிர்பாராதது. தபால் வண்டியை ஓட்டிக்கொண்டு ஒரு மீசைக்கார மனிதர் சென்றார். அவன் 'அதோபார், உன்னுடைய தகப்பனாக இருக்கலாம்' என்றான். அவள் கையைப் பறித்துக்கொண்டு நடுவீதியில் நின்று கத்தினாள். 'நீ மோசமானவன். நான் சொன்ன ரகஸ்யம் பவித்திர மானது. நீ அதைக் கேலிப்பொருள் ஆக்கிவிட்டாய்.' பல கண்ணீர்த் துளிகள் ஒரே சமயத்தில் தோன்றின. தன் இரு கைகளா லும் வாடகை அங்கியைத் தூக்கிக்கொண்டு, 11 சைஸ் சப்பாத்தில் வேகமாக நடக்கத் தொடங்கினாள். 'நடாஷா, நடாஷா, என் அன்பே' என்று கத்தியபடியே அவன் பின் தொடர்ந்தான்.

அவர்களுடைய வீட்டுக்குள் புயல்போல நுழைந்து கொண்டு பெரும் ஓசையோடு கதவைச் சாத்தினாள். 'ஒரு பச்சைக் குழந்தையை ஏர்போர்ட்டில் தனிய விட்டுவிட்டு ஓடிவந்த கோழை நீ' என்றாள். 'மன்னித்துக்கொள்' என்றான் அவன். 'நீ கேவலமான ஆள். அற்பன். நான் அவசரப்பட்டுவிட்டேன்.' நிலைமை முழு

நாசத்தை நோக்கி நகர்ந்துகொண்டிருந்தது. அதை எப்படியும் தடுக்க வேண்டும் என்ற எண்ணத்தில் 'கோவிக்காதே, என் செல்லம்' என்று கன்னத்தைத் தொடப்போனான். நடாஷா அவனைப் பிடித்துத் தள்ளினாள். அவன் தடுமாறி கீழே விழுந்ததும் பாய்ந்து, 75 டொலர் வாடகைக்கு எடுத்த கல்யாண ஆடையைச் சிரைத்துப் பிடித்தபடி, அவன் மேலே ஏறி உட்கார்ந்தாள். பன்றி இறைச்சி போன்ற வெள்ளைத் தொடைகளும், தொக்கையான முழங்கால்களும், அவன் சொந்த சம்பாத்தியத்தில் வாங்கிக் கொடுத்த பென்சில் குதிச் சப்பாத்துகளும் அவன் கண்களுக்கு வெகு சமீபத்தில் தெரிந்தன. அவளை உதறிவிட்டு அவனால் இலகுவாக எழுந்திருக்க முடியவில்லை. மல்யுத்தத்துக்குத் தயாரான ராட்சதத் தவளைபோலக் கால்களைப் பரப்பி அவன்மேல் பாரமிறக்கியிருந்தாள். அவளுடைய உக்ரேய்ன் உதடுகள் கோபத்தில் துடித்தன. முகம் அவனை நோக்கி வளைந்த போது, ஒரு மிருகம் குனிந்து முகர்ந்து பார்க்கத் தயாராவதுபோல அவனுக்குப் பதற்றமேற்பட்டது.

கோபத்தை அதற்குமேல் அவளால் எடுத்துப்போக முடியவில்லை. கழிவு விலையில் வாங்கிய வேட்டை நாய்போல பாதியிலே பரிதாபமாக என்ன செய்வது என்று தெரியாமல் விழித்தாள். நசுங்கிப்போய் இருந்த நிலையிலும் அவனுக்கு அவளைப் பார்க்கச் சிரிப்பாக வந்தது. அவனுடைய வாழ்நாள் முழுக்க அவள்தான் மனைவியாக இருக்கவேண்டும் என்று தீர்மானித்தான். அப்பொழுது அவர்களுக்கு மணமாகி 45 நிமிடங்கள் கழிந்திருந்தது நினைவுக்கு வந்தது.

◆

உடனே திரும்பவேண்டும்

முதலில் கடித்தது தும்பு இலையான். தும்பு இலையான் உண்மையில் கடிக்காது, முட்டைதான் இடும். என்னுடைய மகள் கைக்குழந்தை. அவள் தோள் மூட்டில் முட்டையிட்டிருந்தது. கண்ணுக்குத் தெரியாத அந்த முட்டைப்புழு சருமத்துக்குள் புகுந்து வளர ஆரம்பித்தது. சருமம் வீங்கி குழந்தை நிறுத்தாமல் அழுதது. நாங்கள் ஆப்பிரிக்காவுக்கு வந்து சில மாதங்களே ஆகியிருந்தன. எங்களுக்கு என்ன செய்வதென்று தெரியவில்லை.

அடுத்து, அவளுக்கு நுளம்பு கடித்து மலேரியாக் காய்ச்சல் பிடித்தது. மருத்துவமனைக்கு ஓடினோம். குழந்தை மெலிந்து உருக் குலைந்து கொண்டு வந்தது. அந்த நேரம் பார்த்து என்னை நைரோபி அலுவலகத்துக்கு அவசரமாக வரும்படி பணித்தார்கள். நான் வேலை செய்த சியாராலியோன் தேசம் ஆப்பிரிக்காவின் மேற்குக் கரையோரம் என்றால், நைரோபி கிழக்குக் கரை. நீண்ட தூரம். நேரடியான விமான பறப்பு இல்லை. போவதற்கும் வருவதற் கும் மூன்று நாள் எடுக்கும். மனைவியை எப்படியும் சமாளிக்கச் சொல்லிவிட்டு புறப்பட்டேன். நான் திரும்பி வர எட்டு நாட்கள் ஆகும் என்பது எனக்கு அப்போது தெரியாது. வாழ்நாள் முழு வதும் மறக்கமுடியாத ஒரு பயணமாக அது அமையும் என்பதும் நான் நினைத்தும் பார்த்திராத ஒன்று.

நான் போன விசயம் இரண்டு நாளில் முடிந்து மூன்றாவது நாள் புறப்பட்டேன். எத்தியோப்பிய விமானம் அழகான பணிப் பெண்களுக்குப் பேர் போனது. அமைதியான உபசாரம். நீண்ட பயணம், ஆனால், ஏதோ பிரச்சினை காரணமாக எங்களை அபிட் ஜானில் இறக்கிவிட்டு அடுத்த நாள் போகலாம் என்றார்கள். அடுத்தநாள் விமானம் புறப்பட்டு நேராகப் போய் நைஜீரியாவின் லேகொஸ் தலைநகரத்தில் இறங்கியது. 'விமானம் பழுது, நாளை தான் புறப்படும்' என்றார்கள். அப்படித்தான் பிரச்சினை ஆரம்பமானது.

ஒருவராவது எதிர்ப்புத் தெரிவிக்காமல் தங்கள் தங்கள் பெட்டிகளையும் பைகளையும் தூக்கிக்கொண்டுபோய் வரிசையில்

நின்றார்கள். எனக்கு நைஜீரியா விசா இல்லையாகையால் அதிகாரி என்னை மறித்துவிட்டார். கேள்விமேல் கேள்வி கேட்டு துளைத்தார். 'நானாக விரும்பி வரவில்லை. பிளேன் பழுதாகி நின்றுவிட்டது, நாளை புறப்படும். ஓர் இரவு மட்டுமே தங்குவதற்கு அனுமதி வேண்டும்' என்றேன். அந்த அதிகாரி நம்ப மறுத்தார். ஏதோ, நானே சதிசெய்து பிளேனை பழுது படுத்தியதுபோல என்னைப் பார்த்தார். என்னுடைய பாஸ்போர்ட்டை பறிமுதல் செய்து வைத்துக்கொண்டு ஒரு பழைய தபால் உறையின் பின் பக்கத்தில் ஏதோ மொழியில் கிறுக்கி என்னிடம் தந்தார். அதுதான் பற்றுச்சீட்டு. 'நாளைக்கு திரும்பும்போது கடவுச்சீட்டை பெற்றுக் கொள்ளலாம்' என்றார்.

ஒரு பக்கம் ஆறுதலாக இருந்தாலும் கவலை பிடித்தது. வெளியே நூற்றுக்கணக்கான வாடகைக் கார்கள் நின்றன. ஒரு சாமான் தூக்கி, நிலத்திலே கிடந்த என் பெட்டியைத் தூக்கி வாகனத்தில் வைத்தான். அதற்குக் கூலியாக 100 டொலர் கேட் டான். காசை குடு குடு என்று சாரதி விரட்டினான். நான் மறுத் தேன். அங்கே நின்ற அத்தனை சாமான் தூக்கிகளும் முற்றுகை இட்டனர். தரையிலே சும்மா கிடந்த பெட்டியைத் தூக்கி காரிலே வைப்பதற்கு கூலி நூறு டொலரா? பிரச்சினை பெரிதானது. வேறு ஒன்றும் செய்யத் தெரியாமல் காசைக் கொடுத்துவிட்டு வண்டியில் ஏறி விமான நிலையத்துக்குக் கிட்டவாக உள்ள ஒரு விடுதிக்குப் போகச் சொன்னேன். உடனே சாமான் தூக்கியும் முன் இருக்கை யில் ஏறி அமர்ந்துகொண்டான். ஏன் என்று கேட்டேன். 'என் சாமானை விடுதியில் இறக்குவதற்கு' என்று சொன்னான் சாரதி. நைஜீரியாவில் இப்படி வழக்கம் இருக்கும்போல என்று நினைத்துக் கொண்டேன். சாலை நீண்டுகொண்டே போனது. ஆள் அரவம் அற்ற ஒரு வீதியில் கார் போனபோது, எனக்கு பயம் பிடிக்கத் தொடங்கியது.

உலக வங்கியில் பெரிய பதவியில் இருக்கும் ஒருவரை லேகொஸ் நகரில் கார்ச் சாரதி ஒருத்தன் கொள்ளையடித்து, அவரு டைய விலை உயர்ந்த ஆடைகளையும் சப்பாத்துகளையும் கூட கழற்றிக்கொண்டு அவரை நடுவீதியில் விட்டிருந்த செய்தியைத் தினப் பத்திரிகையில் சமீபத்தில்தான் நான் படித்திருந்தேன். ஆகவே, கிலி பிடித்து நடுங்கிக்கொண்டிருந்தேன். அவ்வளவாக மனித நடமாட்டமில்லாத ஒரு விடுதியில் சாரதி காரை சடுதியாக நிறுத்தினான். நான் நேராக மனேஜரிடம் சென்று 'என்னிடம் பணம் இல்லை, காசோலைதான் இருக்கிறது. எனக்குத் தங்க இடம் வேண்டும், வாடகை சாரதிக்கும் பணம் கொடுக்கவேண்டும்'

என்றேன். அவரும் சம்மதித்து எனக்குத் தங்குவதற்கு ஓர் அறையை ஒதுக்கி வாடகைக் காருக்கும் பணம் கொடுத்தார். ஒருவாறாக சாரதியிடமும் சாமான் தூக்கியிடமும் இருந்து தப்பி, பெட்டியுடன் அறைக்குள் நுழைந்தபோதுதான் எனக்கு அப்பாடா என்று ஆறுதல் ஏற்பட்டது.

அறையிலே ரீ.வி., குளிர்பெட்டி, சுழல்விசிறி என்று எல்லா வசதிகளும் இருந்தாலும் அறை மிக மோசமான நிலையில் இருந்தது. நிலக்கடலைக் கோதுகள் காலில் தட்டுப்பட்டன. எனக்கு முன்பு தங்கியிருந்தவருடைய தலை அடையாளம் தலையணையில் இன்னும் இருந்தது. தரையில் ஊர்ந்த கரப்பான் பூச்சிகள் அணுகியதும் ஒரு குருவிபோல பறந்து போயின. வீட்டு நிலைமை பற்றிய பதற்றமும் எனக்குக் கூடியது. எழுபதுகளில் நெடுந்தொலைவு தொலைபேசி அழைப்புக்கு பல மணி நேரம் காத்திருக்கவேண்டும். ஒருவழியாக தொடர்பு கிடைத்து மனைவியுடன் பேசியபோது, அவர் திரும்பத் திரும்ப 'சுறுக்க வாங்கோ, சுறுக்க வாங்கோ' என்று சொன்னாரே ஒழிய வேறு ஒன்றும் சொன்னாரில்லை.

பெரும் அவதியாக இருந்தது. ஒருவர்கூட அறிமுகம் இல்லாத பெரிய நாடு. ஒரு மனித சீவன்கூட அன்பாகப் பேசவில்லை. வரவேற்பறையில் உட்கார்ந்திருந்த பெண்மணி பெரிய ஒப்பனை எல்லாம் செய்திருந்தாளே ஒழிய அவள் உதடுகள் சிரிப்பதை மறந்து பல வருடங்கள் ஆகியிருக்கலாம். யன்னல் வழியாகப் பார்த்தேன். தரைப் புற்கள் நிறைய மின்மினிப் பூச்சிகள். அவ்வளவு மின்மினிகளை ஒரே இடத்தில் நான் பார்த்ததில்லை. சில இருப்பதும் சில பறப்பதுமாக ஒரு மின்விளையாட்டு அங்கே நடைபெற்றது. அந்தக் காட்சியில் சற்று மகிழ்வதுகூட கடவுளுக்குப் பிடிக்கவில்லை. திடீரென்று, மின்சாரம் துண்டிக்கப்பட்டு அறை இருட்டானது. சிறிது நேரம் அப்படியே அசையாமல் நின்றேன். உதவிக்கு வருவாரில்லை. நான் தடவித் தடவிக் கட்டிலை அடைந்து படுத்தபோது, காலை எப்படியும் வீடு போய்ச் சேர்ந்து விடலாம் என்று என்னைத் தேற்றிக்கொண்டேன்.

இரவு இரண்டு மணிக்கு திரும்பவும் மின்சாரம் வந்தபோது படபடவென்று விசிறி சுழன்றது. விளக்குகள் எரிந்தன.

தொலைக்காட்சி சத்தமாகப் பேசியது. குளிர்பெட்டி உயிர் பெற்றது. நான் திடுக்கிட்டு விழித்தேன். மீதி இரவு நான் தூங்கவே இல்லை. எப்போது விடியும் என்று காத்திருந்து விடிந்ததும் குளித்துத் தயாரானேன். ஈரப்பசை இல்லாத காற்றில் தலை முடிகள் நட்டுக்கொண்டு நின்றன. சீப்பினால் சீவியபோதும்

படியாமல் சரசரவென்று ஒலி உண்டானது. நான் முதல் நாள் தரித்த அதே உடையை அணிந்துகொண்டு, காலை உணவுகூட சாப்பிட நேரம் இல்லாமல் விடுதி மனேஜரிடம் சொல்லி ஒரு கார் பிடித்து விமான நிலையத்துக்குப் போய்ச் சேர்ந்தேன்.

தபால் உறையின் பின்பக்கத்தில் கிறுக்கிய துண்டை கையிலே பிடித்துக்கொண்டு குடிவரவு அதிகாரியைத் தேடினேன். சீருடையில் எல்லோரும் ஒரே மாதிரியான உடலமைப்புடன் தெரிந்தார்கள். ஒருவருக்கும் அந்தத் துண்டு என்ன சொன்னது என்பது தெரியவில்லை. அது யார் எழுதியது என்பதும் மர்ம மாகவிருந்தது. அந்த மனிதர் பேசியபோது, அவருடைய தொண்டை நரம்புகள் புடைத்து நின்றன. இந்த ஓர் அடை யாளத்தை வைத்துக்கொண்டு அந்த அதிகாரியை எப்படித் தேடிக் கண்டுபிடிப்பது.

இரண்டு மணிநேரம் கழித்து அந்த மனிதரே என்னைத் தேடி வந்து ‘நூறு டொலர் எடு’ என்றார். நைஜீரியாவில் எல்லோ ரும் காசை நூறு நூறாகத்தான் எண்ணுவார்கள் போலும். அதனி லும் குறைவான ஒரு தொகை அவர்களுக்குத் தெரியவில்லை. அவர் தந்த துண்டையும் நூறு டொலரையும் கொடுத்தேன். சாவியைப் போட்டு லாச்சியை திறந்து ஒரு குவியல் கடவுச்சீட்டு களை அள்ளி மேசைமேல் போட்டார். இன்னும் துளாவி மீதியை யும் மேசையில் குவித்தார். சில நழுவி மேசைக்காலில் விழுந்தன. நான் பதறியபடி ஒவ்வொன்றாக ஆராய்ந்தேன். என் கைகள் நடுங்கியபடியால் என்னால் சீராகத் தேடமுடியவில்லை. எத்தனை நாடுகள், எத்தனை அளவுகள், எத்தனை வண்ணங்கள். ‘வனு வாட்டு’ என்றுகூட ஒரு நாடு இருந்தது. ஒருவாறாக என்னுடைய கடவுச்சீட்டை கண்டடைந்தபோது, மகிழ்ச்சியால் உடல் விம்மி யது. அவர் மீதியை கைகளால் வழித்து அப்படியே லாச்சியினுள் தள்ளினார். பெரிய காரியத்தைச் செய்து முடித்தவர்போல கைகளை அகல விரித்து நடந்துபோனார். நான் ஒரு சின்னக் கணக்கு போட்டுப் பார்த்தேன். அன்றைய நாள் முடிவதற்கிடை யில் அவருக்கு நாலாயிரம், ஐயாயிரம் டொலர்கள் வியாபாரமாகி விடும்.

டிக்கட் கவுண்டரை தேடிப்போனேன். அங்கே பெண் ஒருத்தி உட்கார்ந்திருந்தாள். அந்த விமான நிலையத்தில் முக்கிய மான வேலைகளுக்கு பெண்களையே நியமித்திருந்தார்கள். இந்தப் பெண் சிக்கலான, ஆனால், நாகரிகமான முடியலங்காரம் செய் திருந்தாள். அந்த அலங்காரங்களை முடிப்பதற்கு அவளுக்கு

அரைநாள் கூட ஆகியிருக்கலாம். நைஜீரிய விமான நிறங்களான கடும்பச்சை, வெள்ளை கலந்த சீருடை. செதுக்கப்பட்ட புருவம். ஒப்பனை செய்த முகம். அழகான உதடுகள். ஆனால், அந்த உதடுகளை அவள் வீணாக்கவில்லை. ஒரு வார்த்தை பேசாமல் காரியத்தைக் கவனித்தாள்.

அவளுடைய வேலை, பயணிகளுக்கு விமான இருக்கை எண் அட்டைகளைக் கொடுப்பது. பக்கத்து மேசை லாச்சி திறந்து கிடந்தது. பயணிகள் ஒவ்வொருவராக வந்து அவளிடம் இருபது டொலர் கொடுத்தார்கள். அவள் காசை வாங்கி லாச்சியில் போட்டுவிட்டு ஓர் அட்டையை எடுத்து அதில் இருக்கை எண்ணை எழுதி நீட்டினாள். பிறகு, அடுத்தவரிடம் 20 டொலர் பெற்றுக்கொண்டு அவரைக் கவனித்தாள். ஒரு பயணியிடம்கூட அவள் பேசவில்லை. எனக்கு முன்னால் நின்றவர் இரண்டு கைகளிலும் சாமான்கள் வைத்திருந்தபடியால் அவர் கைகளை விரிக்க அவருடைய அக்குளில் இருக்கை அட்டையைச் செருகி னாள். என் முறை வந்தபோது, ஒரு பேச்சுப்பேசாமல் காசை நீட்டினேன். என் இருக்கை எண் D6 என்று குறித்துத் தந்தாள். எனக்கு நிம்மதியாக இருந்தது. தங்குமிடத்திற்குச் சென்று அறிவிப்பு வருவதற்காகக் காத்திருந்தேன்.

ஒரு விசயம் எனக்கு ஆச்சரியமளித்தது. பயணிகளில் ஆண்கள் குறைவு, பெண்களே அதிகமாகவிருந்தனர். அவர்கள் எல்லாம் ஆறடி உயரமாக வாட்டசாட்டமாக பெரிய பெரிய பொதிகளுடன் தரையில் உட்கார்ந்திருந்தனர். சிலர் குழந்தை களையும் முதுகில் கட்டியிருந்தார்கள். முதல் பார்வைக்கு நூற்றுக் கணக்கான கறையான் புற்றுகள் தரையிலே முளைத்துவிட்டது போலவே தோன்றியது. ஒரு விமானம் வந்து நின்றது. எல்லோரும் மூட்டை முடிச்சுகளுடன் அதை நோக்கி ஓடினர். நான் அறிவிப்புக் காக காத்திருந்தேன். சிறிது நேரத்தில் அந்த பிளேன் புறப்பட்டுப் போனது. எனக்குப் பக்கத்தில் உட்கார்ந்திருந்தவர் அடிக்கடி மேல் சட்டையை உயர்த்தி உள்ளே கையைவிட்டுக் கோலா பாக்கு எடுத்துச் சப்பிக்கொண்டிருந்தார். அவர் பேசும்போது, வார்த்தை களுடன் பாக்குத்தூளும் பறக்கும். ஆகவே, தயங்கியபடி பேச்சுக் கொடுக்காமல் என்னுடைய அட்டையை எடுத்துக் காட்டினேன். அவர் பறந்துகொண்டிருந்த விமானத்தைச் சுட்டிக்காட்டி 'அது தான் என்னுடைய விமானம்' என்று சொன்னார்.

அடுத்து வந்த பிளேன் நிற்கத் தொடங்க முன்னர் எல்லோ ரும் ஓடினர். நானும் ஓடினேன். அந்தத் தொக்கையான பெண்கள்

எல்லாம் இடித்துத் தள்ளி மூட்டை முடிச்சுகளுடன் வேகமாக ஓடினர். என்னால் அந்த வேகத்துக்கு ஈடுகொடுக்க முடியவில்லை. ஒரு மாதிரி ஒடுக்கமான பிளேன் வாசலுக்குள் நுழைந்துவிட்டேன். எல்லா இருக்கைகளிலும் ஆட்கள் உட்கார்ந்துவிட்டார்கள். இடம் கிடைக்காமல் இருபது பேர் நின்றார்கள். அதில் நானும் ஒருவன். என்னுடைய எண் D6. எனக்கு ஒதுக்கப்பட்ட இருக்கையில் உட்கார்ந்திருந்த பெண்மணியின் அட்டையில் D6 என்றே எழுதி யிருந்தது. எனக்குப் பின்னால் நின்றவருடைய அட்டையும் D6. விமானி எங்களை விமானத்திலிருந்து இறங்கும்படி விரட்டினார். நாங்கள் திரும்பவும் தங்குமிடத்துக்கு வந்தோம். என்னோடு திரும்பியவர் எனக்கு நிலைமையை விளங்கப்படுத்தினார். அந்த ஒப்பனைப் பெண் காசு உழைப்பதற்காக ஒரே இருக்கை எண்ணை மூன்று நான்கு பேருக்குக் குறித்துக் கொடுப்பார் என்றார். உங்கள் இருக்கையை முதலில் அடைவது உங்கள் கெட்டித்தனம். இது ஒரு பந்தயம்போல என்றார். எனக்கு பகீரென்றது.

மேலும், இரண்டு விமானத்தை அன்று தவறவிட்டேன். மறுபடியும் இரவு அதே விடுதிக்குச் சென்று தங்கினேன். மனைவி யுடன் மீண்டும் தொலைபேசியில் பேசினேன். மனைவி ஒரே வார்த்தையைத் திருப்பித் திருப்பிச் சொன்னார். ‘சுறுக்க வாங்கோ, சுறுக்க வாங்கோ.’

அடுத்த நாளும் விமானங்களைத் தவறவிட்டேன். அதற்கு அடுத்த நாளும். அந்தப் பெண்களுடன் போட்டி போட என்னால் முடியவில்லை. எனக்குப் பயிற்சி போதாது. பெரிய மூட்டை களைத் தூக்கிக்கொண்டு நைஜீரிய விமானச் சின்னமான பறக்கும் யானைபோல வேகமாகப் பறக்கும் பலசாலிகளாக அவர்கள் இருந் தார்கள். ஒருமுறை நான் பாய்ந்து ஏறி எனக்குக் குறிக்கப்பட்ட இருக்கையில் உட்காரப்போன சமயம், ஒரு பாரிய பெண்மணி, தலையிலே பொதி தனியாக ஆட, வலது கையால் பெரிய மூட்டை யைக் காவிக்கொண்டு இடது கையால் என்னை இழுத்தெறிந்தார். நான் பிளேன் வாசலில் போய் விழுந்தேன்.

திடீர் திடீரென்று பயணிகளுக்கிடையில் சண்டைகள் மூளும். இரண்டு மலைகள் பொருதத் தயாராவதுபோல, மூக்குகள் முட்ட பெருத்த குரலில் மோதல்கள் ஆரம்பிக்கும். அவர்கள் வசவுகள் எப்படியிருக்கும் என்றறிய எனக்கு ஆசை. ஆனால், மொழி புரியாது. தொடங்கிய மாதிரியே உடனே சமாதானமாகி விடுவார்கள். தொழுகை நேரம் வந்தால் எல்லோரும் ஒரே திசையை நோக்கித் திரும்புவார்கள். மறுபடியும் கறையான் புற்று போலக் காத்திருத்தல் நடக்கும்.

மூன்றாவது நாள், நான் முதல் விமானத்தைத் தவறவிட்டேன். நெளிவுசுளிவுகள் எல்லாம் எனக்குப் பரிச்சயமாகிவிட்டன. விமானம் புள்ளியாகத் தெரியத் தொடங்கியதும் ஓட ஆரம்பித்தேன். நானும் மற்றவர்களை இடித்து மிதித்து முன்னேறினேன். அப்படியும் எனக்கு முன்னால் ஓடிய பத்துப்பேர்களில் ஒற்றைக் கொம்பு போல வளைந்துபோன ஒரு கிழவிகூட இருந்தார். எனக்கு மூச்சு வாங்கியது. என்னுடைய இருக்கையைக் கண்டுபிடித்த போது, அதில் ஏற்கனவே வாட்டசாட்டமான ஒரு கறுப்பு மனிதர் நைஜீரிய தொப்பி அணிந்துகொண்டு உட்கார்ந்திருந்தார். எனக்கு அதிர்ச்சி. இவர் என்ன காற்றிலிருந்து உண்டாகினாரா? ஒன்றுமே புரியவில்லை. என் சுவாசப் பையில் இன்னும் கொஞ்சம் காற்று மிச்சம் இருந்தது. 'உங்கள் இருக்கை எண் என்ன?' என்றேன். அவர் அட்டையைக் காட்டினார். அவருக்கும் எனக்குக் கிடைத்த அதே எண்தான். சீட் கிடைக்காதவர்கள் பரிதாபமாக நின்று கொண்டிருந்தார்கள். விமானி வந்து துரத்தும் வரைக்கும் நிற்பது தான் வழக்கம். விமானி வந்து எங்களைக் கலைந்துபோகச் சொன்னார். அப்போது இருக்கையைப் பிடித்த மனிதர் ஒரு காரியம் செய்தார். எழுந்து அவர் இருக்கையில் என்னை உட்கார வைத்து சீட் பெல்ட்டையும் அவரே கட்டிவிட்டார். சீட் பெல்ட்டைக் கட்டாவிட்டால் வேறு யாராவது என்னை இழுத்துப் போட்டு உட்கார்ந்துவிடும் அபாயம் இருந்தது. 'நல்ல பயணமாக அமையட்டும்' என்று வாழ்த்திவிட்டு தன் உடமைகளை எடுத்துக் கொண்டு அந்த மனிதர் மறைந்தார். உடனேயே எனக்குத் தெரிந்தது, அவரை நான் இனிமேல் என் வாழ்நாளில் சந்திக்க மாட்டேன் என்று. என் வாயிலிருந்த வார்த்தைகள் எல்லாம் வெளியேறிவிட்டதால் என்னால் நன்றிகூட சொல்ல முடியவில்லை. இன்றும் அந்த மனிதரை எந்தக் கூட்டத்தில் கண்டாலும் என்னால் அடையாளம் காட்டமுடியும்.

விமானம் தரையிறங்கியதும் எவ்வளவு வேகமாக முடியுமோ அவ்வளவு வேகமாக விமான நிலையத்திலிருந்து வீட்டுக்குப் போனேன். ஒரு குட்டித் தலையணையில் குட்டித் தலையை வைத்து குழந்தை படுத்திருந்தது. சரியாக எட்டு இரவும் எட்டு பகலும் கழித்து வந்திருந்தேன். அப்படியும் என் முகத்தை மகள் மறக்கவில்லை. மெல்லிய ஒரு புன்னகை வெளிப்பட்டது. அதனிலும் பெரிய சமிக்ஞை தருவதற்கோ சந்தோசத்தை வெளிப்படுத்துவதற்கோ அவள் உடம்பில் பலம் இல்லை. மலேரியா குணமாகிவிட்டது என்று மனைவி சொன்னார். குழந்தை உடலைச் சற்றுத் திருப்பி 'உம் உம்' என்று தன் தோள்மூட்டைக்

காட்டியது. தும்பு இலையான் முட்டையிட்ட இடம் வீக்கம் குறைந்து ஆனால், கறுத்துக் கிடந்தது. சிறு குருவி வாய் பிளந்தது போல சதை பிரிந்துபோய் காணப்பட்டது. புழு வெளியே வந்து விட்டது என்றார் மனைவி. இப்போது, அது செட்டை முளைத்து எங்கோ பறந்துகொண்டிருக்கலாம். ஒன்றும் அறியாத என் மகளின் உடம்பைக் கூடாக்கி அங்கே ஒரு புழு நீண்ட காலம் வசித்தது என்பதை நினைக்கவே மனம் துணுக்குற்றது.

எங்கள் மருத்துவர் ஆப்பிரிக்காவில் புகழ் பெற்றவர். மருத்துவமனையைவிட்டு வேறு எங்கும் நோயாளிகளைப் பார்க்கப் போகமாட்டார். என் மகளைப் பார்க்க காலையிலும் மாலையிலும் வந்து போனதாக மனைவி சொன்னார். நம்ப முடிய வில்லை. என் குழந்தையை அவர் காப்பாற்றிவிட்டார். விமானத் தில் தன் ஆசனத்தை எனக்கு விட்டுத் தந்த தொப்பி போட்ட நெடிய கறுப்பு மனிதரையும் நினைத்துக்கொண்டேன். மனித ஈரம் இன்னும் பூமியில் ஒட்டிக்கொண்டிருந்தது.

மனைவி என்னைப் பார்த்து 'என்னால் இனிமேல் ஒரு நிமிடம்கூட இங்கே தங்க முடியாது. நாங்கள் இப்பவே எங்கள் நாட்டுக்குத் திரும்பவேண்டும்' என்றார். அவருடைய இமைகள் நனைந்திருந்தன. என் மன நிலையும் அப்படித்தான். 'அதைத் தான் நாளைக்கு முதல் வேலையாகச் செய்யப்போகிறேன்' என்றேன்.

நாங்கள் ஆப்பிரிக்க மண்ணை விட்டுக் கிளம்ப மேலும் 21 வருடங்கள் பிடித்தன.

◆

49வது அகலக்கோடு

எல்லாப் பக்கத்திலும் வேகம் குறைந்துகொண்டு வந்தாலும் சிவமூர்த்திக்கு வாசிப்பு வேகம் மட்டும் குறையவில்லை. நேற்றிரவு முழுக்க அவர் தேனீயைப் பற்றிப் படித்தார். அதற்கு முதல்நாள் வரலாறு படித்தார். அதற்கும் முதல் நாள் விஞ்ஞானம். ஒவ் வொன்றிலும் வியப்படைவதற்கு ஏதாவது ஒரு விசயம் அவருக்கு அகப்படும். ராணித் தேனீ ஆண் வேண்டுமென்றால் ஆண் முட்டையிடும்; பெண் வேண்டுமென்றால் பெண் முட்டையிடும். ஆண் தேனீ வேலை செய்யவே தேவையில்லை. சம்போக சுகம் மட்டுமே அதற்கு. தேனீ என்றால் சுறுசுறுப்பு என்று புத்தகங்களில் எழுதி வைத்திருக்கிறார்களே. ஆண் தேனீயின் வாழ்க்கை என்ன சுகமான, சோம்பல் வாழ்க்கை. என்ன ஒன்று, ஆண் தேனீயால் கொட்டமுடியாது. அதற்கும் சேர்த்து பெண் தேனீ கொட்டுமாம். அதில் என்ன ஆச்சரியம். எல்லா உயிரினங்களிலும் இதுதானே நடக்கிறது. ஆண் தேனீபோல ஒரு சோம்பல் வாழ்க்கை கிடைத் தால் எப்படி இருக்கும்? இங்கே அவர்தானே எல்லா வேலை யையும் செய்ய வேண்டி இருக்கிறது.

கேத்தல் தண்ணீர் கொதித்து ஆவியாக மாறியது மட்டு மில்லாமல் கேத்தலின் அடிப்பாகம் தங்கம்போல ஜொலித்து எரிய ஆரம்பித்தது. உலோகம் எரியும் மணம் மூக்கை எட்டியபோது தான் சிவமூர்த்தி கேத்தலைப் பார்த்தார். அவ்வளவு நேரமும் கேத்தலின் முன்தான் நின்றார். ஆனால், தண்ணீர் முடிந்து கண நேரமாகி விட்டதை அவர் உணரவில்லை. அவர் மூளை வேறு இடத்தில் சஞ்சரித்தது.

மறுபடியும் கேத்தலை தண்ணீர்விட்டு நிரப்பி தேநீர் தயாரிக்க வேண்டியிருந்தது. இப்படிப் பலமுறை நடந்துவிட்டது. அவருடைய மூளை ஒன்றிலே ஈடுபடும்போது, மற்ற எல்லாமே மறந்துவிடுகிறது. மறதியை வெல்ல அவர் பலவிதமான யுக்தி களைக் கையாண்டும் பயனில்லை. கண்ணாடியைக் கழற்றி எங்கே வைத்தார் என்பது மறந்துபோகிறது. ஆகவே, எப்போது கண் ணாடியைக் கழற்றினாலும் அதை ஒரே இடத்தில் வைக்கப்

பழகிக்கொண்டார். கறிக்கு உப்புப் போட்டாரா என்பது மறந்து போகிறது. ஆகவே, உப்பைப் போடுமுன்னர் உப்புப் பாத்திரத்தைக் கரண்டியால் அடித்து, பெரும் சப்தம் உண்டாக்கிய பிறகு போடு வார். அது ஞாபகத்தில் இருக்கும். இப்படிச் சில தந்திரங்கள் அவரிடம் இருந்தன.

சில நாட்கள் முன்பு பஸ்ஸில் இருந்து இறங்கிய பின்னர் எந்தத் திசையில் அவருடைய வீட்டுக்குப் போகவேண்டும் என்பது மறந்துவிட்டது. ஒரு கணம் திகைத்து, நெஞ்சு அடிக்கத் தொடங் கியது. கனடாவுக்கு வந்த பிறகு கடந்த பதினைந்து வருடங்களாக அதே பஸ்ஸில் வந்து அதே இடத்தில் இறங்குகிறார். அப்படியும் சில வேளைகளில் அவருடைய மூளை அவரை ஏமாற்றிவிடுகிறது. அசையாமல் நின்றார். சிறிது நிதானம் வந்ததும் பழையபடி ஞாபகம் திரும்பியது. நெஞ்சு படபடக்க ஒருமாதிரி வீடு போய்ச் சேர்ந்தார்.

மனைவி இருந்தால் அவளிடம் சொல்லியிருப்பார். அவள் போய் நாலு வருடங்களாகிவிட்டன; சிவமூர்த்தியிலும் பார்க்க ஓர் அங்குலம் உயரம் கூடியவள். இவருடன் பக்கத்து பக்கத்தில் நடக்கும்போது, கூனிக்குறுகி உயரத்தைக் குறைக்கப் பார்ப்பாள். அப்படிச் செய்து செய்து வளைந்துபோய் இருந்தாள். சிவமூர்த்தி கட்டில் வாங்கியபோது, தன்னுடைய உயரத்தையே கணக்கில் எடுத்திருந்தார். படுக்கையில் படுத்திருக்கும்போது அவளுடைய கணுக்கால் வெளியே நீட்டும். ஒரு நீளமான கட்டிலை வாங்கலாம் என்று அவருக்குத் தோன்றவே இல்லை. அவளும் சொல்ல வில்லை. அவள் இறந்தபோதுகூட அவளுடைய கால்கள் கட்டி லுக்கு வெளியே தொங்கிக்கொண்டுதான் இருந்தன.

எப்போதாவது வரும் தொலைபேசியை எதிர்பார்த்து யன்னலைப் பார்த்தபடி அவர் உட்கார்ந்திருப்பார். நேற்று பாதி நாள் Solitaire விளையாடினார். இந்த விளையாட்டில் அவர் மிகவும் தேர்ச்சி பெற்றிருந்தார். தனக்குத்தானே ஆடும் இந்தச் சீட்டு விளையாட்டை சோர்ந்து போயிருக்கும் நேரங்களில் ஆடத் தொடங்கியிருந்தார். நெப்போலியன் கடைசிக் காலத்தில் சென்ற ஹெலெனா சிறையில் இருந்தபோது இந்த விளையாட்டையே திரும்பத் திரும்ப விளையாடுவான். பல நாடுகளை மின்னல்போல வெற்றி கொண்டவனுக்கு ஸொலிடேர் விளையாட்டில் தன்னைத் தானே தோற்கடிப்பது கடினமாக இருக்கவில்லையாம்.

பத்துப் பன்னிரெண்டு குழந்தைகளை நீளத்துக்கு நாடா வால் பிணைத்து, இரண்டு குழந்தைகள் காப்பக தாதிகள்

ரோட்டில் நடத்திச் சென்றனர். குழந்தைகளுக்கு மூன்று அல்லது நாலு வயதுதான் இருக்கும். ஒரு தாதி முன்னால் நடந்தார். மற்றவர் கடைசியில் வந்தார். ஒரு குழந்தையின் முகத்திலும் அதற்கு இயற்கையாக இருக்கும் பிரகாசம் இருக்கவில்லை.

இவருடைய எழுத்தாள நண்பர் இவரைப் பார்க்க வருவ தாகச் சொல்லியிருந்தார். ஆழ்ந்தபடிப்பும் அறிவும் அவருக்கு. அரசியல், வரலாறு, பூகோளம், விஞ்ஞானம், இலக்கியம் என்று எதுவும் அவரிடம் பேசலாம். மனிதர் தன்னுடைய புத்தகங்கள் பற்றி பேசத்தொடங்கினால் மட்டும் தாங்க முடியாது. ஒருமுறை ஐந்து வரி வெண்பா எழுதினார். வெண்பாவுக்கு நாலு வரிதானே என்று கேட்டபோது, அதுதான் உங்கள் பிரச்சினை. மரபை உடைக்கவேண்டும் என்றார். அவர் 45 புத்தகங்கள் எழுதியிருக் கிறார். (அதிலே ஒன்று கல்வெட்டுப் புத்தகம் என்பதை இவர் பிறகுதான் கண்டுபிடிப்பார்.) அந்தப் புத்தகங்களின் எண்ணிக்கை யைவிட அதைப் படித்தவர்களின் கூட்டுத் தொகை குறைவாகவே இருக்கும் என்று சிவமூர்த்தி ஊகித்தார். புத்தகம் வெளியானதும் தன்னுடைய கையொப்பத்தை முதல் பக்கத்தில் பெரிதாகப் போட்டு இவருக்குக் கொடுப்பார். இவர் வாங்கி அதைப் புத்தகத் தட்டில் வைப்பார். அதுபற்றி பேச்சை எடுத்துவிடுவாரோ என்று உள்ளுக்குள் நடுக்கத்துடன் காத்திருப்பார்.

முதியோர் காப்பகம் சுற்றுலா அறிவித்தபோது, சிவமூர்த்தி யும் தன் பெயரைக் கொடுத்தார். சுற்றுலா போவதில் இவருக்குப் பெரிய ஆர்வம் இல்லை. ஆனால், ஒருநாள் பொழுதைக் கழித்து விடலாம் என்ற நினைப்பு இருந்தது. அவர்கள் ஏற்பாடு செய்த சுற்றுலா வழிகாட்டி மூன்று மொழிகள் பேசுவான். பஸ் போகும் போதே காட்சிகளை வர்ணிப்பான். முதலில் சீன மொழியில் மூன்று நிமிடம் பேசுவான். பிரெஞ்சு மொழியில் ஒரு நிமிடம்; ஆங்கிலம் வந்ததும் அரைநிமிடத்தில் முடித்து விடுவான். அதற் கிடையில் இன்னொரு புதிய இடம் வந்துவிடும். அவன் மறு படியும் சீன மொழியில் விஸ்தாரமாக வர்ணிக்க ஆரம்பித்துவிடு வான். ஐஸ்வைன் தொழிற்சாலை, ஆயிரக்கணக்கான மீன்களைத் தொட்டிகளில் வளர்க்கும் இடம் என்று அனைத்தையும் காட்டி னார்கள். அவ்வளவு பார்த்த பிறகும் அவருக்கு ஒரு மீனும் நினை வில் இல்லை. அவருக்கு ஞாபகம் இருப்பதெல்லாம் ஒரு வெள்ளைக்காரப் பெண்ணின் கைதான். அவள் மீன்தொட்டிக்குள் கையை விட்டு ஏதோ செய்தாள். வெள்ளைவெளேரென்ற அவளுடைய கை காற்றும் தண்ணீரும் சந்திக்கும் இடத்தில் முறிந்துபோய் காட்சியளித்ததை அவரால் மறக்க முடியவில்லை.

மதிய போசன இடைவேளையில் உணவகத்துக்கு அழைத்துச் சென்றார்கள். இவருக்குக் கிடைத்தது பிறைவடிவ ரொட்டி. அதை வாய்க்குள் விட்டுக் கடித்தார். இப்பொழுது கையில் எஞ்சியிருப்பது பிறையல்ல. சதுரமல்ல. முக்கோணமு மல்ல. அது ஒரு ரொட்டிபோலவே இல்லை. அதைக் கையிலே வைத்துக்கொண்டு என்ன செய்வது என்பதுபோல பார்த்தார். உணவு முடிந்ததும் எல்லோரும் கழிவறைக்கு வரிசையாக நின்று போனார்கள். இவரும் போய் நின்றார். சுற்றுலாக்களில் கழிவறை யைக் கண்டால் போகவேண்டும் என்பது விதி. உபாதை வந்து தான் போகவேண்டும் என்பதில்லை. கண்ணாடியில் பார்த்த போது, கண்கள் முந்தியிலும் பார்க்க ஒன்றுக்கொன்று கிட்டவாகத் தென்பட்டன. இவர் கன்னத்தில் ஏற்பட்ட துப்பாக்கி சன்னக் காயம் பிம்பத்தில் பிழையான பக்கம் தெரிந்தது. இவருடைய முகமே வேறு யாருடையதோ போல மாறிவிட்டது.

வழிகாட்டி அவர்களுக்கு இரண்டு மணி நேரம் விடுதலை கொடுத்து, அவர்கள் பார்க்கவேண்டிய இடங்களைப் பார்த்து விட்டு, பஸ் நிறுத்தத்திற்கு சரியாக ஐந்து மணிக்கு திரும்பி வந்து விடச் சொன்னார். அவருடன் பிரயாணம் செய்தவர்கள் பல திசைகளில் பிரிந்தார்கள். பஸ்ஸிலே 'லிங்க்ராங்' என்று எழுதி யிருந்தது. மூன்று நட்சத்திரங்களும் ஊதா மஞ்சள் கோடுகளும் போட்டிருந்த அந்த பஸ்ஸை மனத்தின் ஞாபக அடுக்கில் இருத்தி னார். திரும்பி வரும்போது, தவறான பஸ்ஸில் ஏறிவிடக் கூடாது என்பதற்காக அப்படிச் செய்தார்.

சுற்றுலாப் பயணிகள் அவசர அவசரமாக பலதரப்பட்ட அங்காடிகளுக்குள் நுழைந்தனர். ஏதோ கடைகளை மூடிவிடு வார்கள் என்பதுபோல அவசரமாக ஓடினார்கள். சிவமூர்த்திக்குப் பார்க்க ஒன்றுமே இல்லை. ஒரு பாலம் இருந்தது. அதுதான் கனடாவையும் அமெரிக்காவையும் இணைக்கும் பாலம் என்று சொன்னார்கள். அதிலே போய் நின்று சிலர் சுற்றிவரப் பார்த் தார்கள். தூரத்திலே நயாகரா நீர்வீழ்ச்சி புகைரூபமாகக் காட்சி யளித்தது. இன்னும் சிலர் அதைப் பின்னணியாக வைத்துப் படம் எடுத்தார்கள்.

திடீரென்று, இளம் காதலர்கள் இருவர் பாலத்தின் நடுவில் காணப்பட்டனர். எப்படி அவர்கள் அங்கே தோன்றினார்கள் என்பது தெரியவில்லை. வானத்தில் இருந்து குதித்த தேவராசிகள் போல அழகாக, ஒருவருக்கொருவர் பொருத்தமானவராக இருந்தார்கள். கட்டியணைத்துக் கொண்டிருந்தவர்கள் திடீரென்று

முத்தமிடத் தொடங்கினர். அது முத்தமிடுவது போலவே இல்லை. ஒருவரை ஒருவர் கடித்துச் சாப்பிடப்போவது போல இருந்தது.

பொழுது மெதுவாகக் கீழே இறங்கியது. ஆகாயத்தில் ஓர் ஓட்டை மாத்திரம் நெருப்புப்போல எரிந்தது. அதுதான் சூரியனாக இருக்கவேண்டும். எண்ணெய் குறைந்த விளக்குப் போல அந்த ஒளியும் மங்கத் தொடங்கியது. பகற்காலம் ஒரு நாளைக்கு 108 வினாடி என்ற கணக்கில் குறைந்துகொண்டு வந்தது. எதிர்வரும் டிசெம்பர் 21ஆம் தேதி ஆகக்குறைந்த பகலும், ஆகக்கூடிய இரவு மாக அது மாறிவிடும்.

பாலத்தில் ஒருவரையும் காணவில்லை. திடீரென்று வெறிச் சென்றாகிவிட்டது. காதலர்கள் எங்கே, ஒருவரை ஒருவர் சாப் பிட்டு முடித்துவிட்டார்களா? பாலத்தின் நடுவுக்குப்போய் கனடா, அமெரிக்காவைக் கிழிக்கும் கோட்டைப் பார்க்கவேண்டும் என்று நினைத்தார். 49ஆவது அகலக்கோடு அமெரிக்காவை மாத்திரம் பிரிக்கவில்லை. அது, பூமியைச் சுற்றிவந்து இந்தப் பாலத்திலேயே முடிந்தது. உலகத்திலேயே இரண்டு நாடுகளைப் பிரிக்கும் ஆக நீளமான இந்த எல்லைக்கோடு ஜேர்மனியையும் பிரான்ஸையும் ரஷ்யாவையும் மொங்கோலியாவையும் சீனாவையும் குறுக்கறுத்த பின், மறுபடியும் இங்கே வந்து சந்தித்தது. இதை நினைத்தபோது இந்தக் கோட்டைக் கீறியது அவர்தான் என்பதுபோல அவருக்குப் பெருமையாக வந்தது.

பாலத்தின் நடுவுக்கு வந்ததும் அந்தக் கோட்டைப் பார்த் தார். அது எதிர்பார்த்ததுபோல நேராக இல்லை. மெல்லிய சரிந்த கோணத்தில் இருந்தது. கோட்டைக் கடந்து மறுபக்கம் வந்தார். இப்பொழுது அமெரிக்காவில் அவர் நின்றார். சூரியன் அதே ஓட்டை வழியாக அமெரிக்காவிலும் காய்ந்தான். நயாகரா அங்கே யும் வெள்ளிக்கோடு போல தெரிந்தது. மறுபடியும் கனடாவுக்குள் வந்தார். திரும்பவும் ஒரு துள்ளுத் துள்ளி அமெரிக்காவில் போய் விழுந்தார்.

கறுப்பு எறும்பு ஒன்று தனியாக அவசரமாக எங்கோ போய்க்கொண்டிருந்தது. அதைக் கையினால் பிடித்து அமெரிக்கா வுக்குத் திருப்பிவிட்டார். அது நேரே கோட்டைத் தாண்டி அமெரிக்காவுக்குள் நுழைந்தது. வேறு ஒரு நாட்டுக்கு வந்து விட்டது அதற்குத் தெரியவில்லை. அப்படியே போய்க்கொண் டிருந்தது.

பழுத்த இலை ஒன்று நிலத்தில் கிடந்தது. ஐந்து முக்கோணம் கொண்ட மேப்பிள் இலை. கனடா தேசியக் கொடியின் நடுவில்

இருக்கும் தேசிய இலை. அதைக் காலினால் எற்றி விட்டார். அது காற்றில் மிதந்து சென்று அமெரிக்காவின் எல்லைக்குள் விழுந்தது. ஒருநாட்டில் இருந்து இன்னொரு நாட்டுக்குப் போவது எவ்வளவு சுலபம். அவருக்கு வியப்பாக இருந்தது.

இந்த நாடுகளின் எல்லைகளை யார் உண்டாக்கினார்கள் என்று நினைத்துப் பார்த்தார். மனிதன் அவற்றை உருவாக்கிய நாளிலிருந்து எத்தனை பிரச்சினைகள், எத்தனை போர்கள். அமெரிக்க ஜனாதிபதி மெடிஸன் காலத்தில் அமெரிக்கப் படைகள் கனடாவைப் பிடிக்க உள்ளே நுழைந்தன, ஆனால், அவர்கள் வெற்றி பெறவில்லை. தற்காலிகமாக, 1818இல் இந்தக் கோடு உண் டாக்கப்பட்டது. 1844இல் ஜேம்ஸ் போல்க் அமெரிக்க ஜனாதிபதி தேர்தலில் போட்டியிட்டபோது, இந்தப் பிரச்சினை மீண்டும் முளைத்தது. அமெரிக்க – கனடிய எல்லையை விரிவாக்க வேண்டும் என்பதை அவர் தேர்தல் பிரகடனமாக அறிவித்தார். அவரது தேர்தல் கோஷம் ‘அகலக்கோடு 54.40 அல்லது போர்.’ அவர் ஜனாதிபதியாக தெரிவு செய்யப்பட்டதும் எப்படியோ மனது மாறி 49ஆவது அகலக்கோடு எல்லை ஒப்பந்தத்தில் கையொப்பமிட்டார். இவ்வளவு சரித்திர வரலாறு படைத்த கோட்டின் மேலே ஏறி நின்று, நாலாபக்கமும் சுழன்று சுழன்று பார்த்த சிவமூர்த்தி அந்த ஒப்பற்ற காட்சியை உள்வாங்கினார்.

நேரத்தைப் பார்த்தார். அது 4.30ஐ நெருங்கிக் கொண் டிருந்தது. இப்பொழுது புறப்பட்டால் 5.00 மணிக்கு பஸ் தரிப் பிடத்துக்குப் போய்விடலாம். நடக்கத்தொடங்கினார். பஸ் நிறுத் தத்தில் அவருடைய பஸ்ஸைக் காணவில்லை. மற்ற பஸ்கள் வேறு வேறு நிறங்களில் நின்றன. அவருடையது மறைந்துவிட்டது. மூன்று நட்சத்திரங்களும் ஊதா மஞ்சள் கோடுகளும் போட்டிருந்த அந்த பஸ்ஸைக் காணவில்லை. லிங்ராங் என்று எழுதியிருக்கும். நேரத்தைப் பார்த்தார். அது 4.45 காட்டியது. எப்படி அவருடைய பஸ் சொன்ன நேரத்துக்கு முன்னரே புறப்படலாம். ஒரு சுற்று வந்து வேறு இடங்களிலும் தேடிப்பார்த்தார். காணவில்லை. அவருடைய இருதயம் நெஞ்சுக் கூட்டிலும் பார்க்கப் பெரிதாகி பக்கங்களில் இடிக்கத் தொடங்கியது.

கழுத்திலே சதை வட்டமாகத் தொங்கும் அந்தக் கறுப்பு மனிதரிடம் மீண்டும் சென்று மூன்று நட்சத்திரங்களும், ஊதா மஞ்சள் கோடுகளும் வரைந்திருந்த அந்த பஸ் எங்கே போனது என்று விசாரித்தார். அவன் ஒரு வாழைப்பழத்தை சாப்பிட்டுக் கொண்டிருந்தான். சாப்பிடுவதை பாதியில் நிறுத்திவிட்டு, கழிவு

விலையில் சாமான்கள் விற்கும் மலிவுக் கடையில் மேலும் தள்ளுபடி கிடைக்குமா என்று கேட்கும் ஒருவரைக் கடைக்காரன் பார்ப்பதுபோலப் பார்த்து 'இங்கே எங்கே எங்கே பஸ்கள் நிற்கின்றனவோ அவைதான் இங்கே நிற்கும் பஸ்கள். இங்கே இல்லாவிட்டால் அது இல்லை. என்னை எத்தனை தரம் கேட்டாலும் இதுதான் பதில். நான் என்ன கால்சட்டைப் பையுக்குள் பஸ்ஸை ஒளித்து வைத்திருக்கிறேனா?'

ஒரு பத்துப் பேரை விசாரித்திருப்பார். எல்லோருமே இல்லை, இல்லை என்று பதில் கூறினார்கள். அவர் ஒரேயொரு சின்னக் கேள்வியைக் கேட்டிருந்தால் இந்த அல்லல் அவருக்கு ஏற்பட்டிருக்காது. 'நான் எந்த நாட்டில் நிற்கிறேன்?' அவர்கள் அமெரிக்கா என்று சொல்லியிருப்பார்கள். அவர் கனடா என்று நினைத்து எதிர் திசையில் நடந்தது அவருக்குத் தெரியாது. அவருடைய பஸ் புறப்பட்டுப் போய் சரியாக இரண்டு மணி நேரம் கழித்துத்தான் அவர், தான் இன்னொரு நாட்டில் நிற்பதைக் கண்டு பிடிப்பார்.

ஒரு மதிய நேரம், ஆண் தேனீபோல சோம்பலாக சுருண்டு படுத்துக்கிடந்த சிவமூர்த்தி, சில வாரங்கள் கழித்து இந்தச் சம்பவத்தை நினைவு கூர்ந்தார். தொலைபேசியில் யாராவது அவரை அழைத்தால், தான் தொலைந்துபோன சம்பவத்தை விஸ்தாரமாக விவரிப்பதற்கு அவர் தயாராக இருந்தார். அவர் வர்ணிக்கும் விதம் பெருமைப்படும்படியான ஒரு காரியத்தை அவர் செய்து முடித்தது போலவே இருக்கும். தன்னுடைய பூகோள அறிவையும் சரித்திர அறிவையும் திரட்டி யோசித்துப் பார்த்தார். கனடாவின் பாராளுமன்றம் ஒட்டவாவில் இருந்தது. அது 49ஆவது கோட்டுக்கு கீழே அமெரிக்காவின் எல்லைக்குள் தான் வந்தது. ஒரு நாட்டின் நாடாளுமன்றமே அப்படி இருக்கும் போது, அவர் ஒரு சில அடிகள் தவறுதலாக வைத்து அமெரிக்க எல்லைக்குள் தொலைந்துபோனது அப்படி ஒன்றும் பெரிது படுத்தக்கூடிய காரியமே அல்ல.

◆

புகைக்கண்ணர்களின் தேசம்

1952ஆம் ஆண்டில் ஒருநாள் திடீரென்று ஆறாம் ஜோர்ஜ் மன்னர் இறந்து போனதால், அவருடைய மகள் எலிஸபெத் பிரிட்டிஷ் ராச்சியத்துக்கு மகாராணியானார். இது எல்லோரும் எதிர்பார்த்ததுதான். ஆனால், எதிர்பாராத விதமாக என் அப்பாவும் மகாராணியும் சதி செய்து என்னை மேற்படிப்பு படிக்க இங்கிலாந்துக்கு அனுப்புவார்கள் என்பது நான் நினைத்துப் பார்த்திராத ஒன்று. என் அப்பா ஒரு ரகஸ்யத்தை பாதுகாத் தார். அதைத் தெரிந்துகொள்வதற்கு நான் இரண்டு கடலையும் ஒரு சமுத்திரத்தையும் கடக்கவேண்டியிருந்தது. எனக்கோ வான சாஸ்திரம் படிக்க ஆசை, ஆனால், அந்தக் காலத்தில் மேற்படிப்பு என்றால் அது பாரிஸ்டர் படிப்புதான். அதுதான் சேர் பொன்னம் பலம் ராமனாதனின் படிப்பு. வேறு என்ன படித்தாலும் அந்தப் படிப்புக்கு கிட்டவராது என்பது என் அப்பாவின் கருத்து.

19ஆம் நூற்றாண்டு முடிவதற்கு ஒரு வருடம் இருந்தபோது, அப்பா பிறந்தார் என்று நான் நினைக்கிறேன். அந்தக் காலத்தில் யாரும் பிறந்த ஆண்டுகளை ஞாபகம் வைத்தது கிடையாது. நாளும் நட்சத்திரமும்தான் முக்கியம். இன்னும் முக்கியமானது பெயர். பெயர் இருந்தால்தான் போர்த்துக்கீசர் தொடங்கிவைத்த காணித் தோம்பில் எந்தக் காணியில் உங்களுக்கு உரித்துள்ளது என்பதைப் பதிவு செய்யலாம். ஆகவே, என் அப்பா பிறந்தபோது அவருக்குப் பெயர் சூட்டினார்கள். வைரவநாதபிள்ளை.

அப்பா சிறுவனாக இருந்தபோது, யாழ்ப்பாணத்துக்கு ரயில் வண்டி வந்தது. அப்போது வெள்ளைக்காரர்கள் ரயில் பாதை போடுவதற்காக கற்களையும் மரங்களையும் குவித்து வைத்திருந் தார்கள். அப்பா அவற்றில் ஏறி விளையாடியதை எனக்கு நினைவு கூர்ந்திருக்கிறார். அப்பா சிறு வயதிலேயே சிலம்படி, கறளாக் கட்டை என்று பழகி உடலை வலுவாக்கியிருக்கிறார். மல்யுத்தத் திலும் பயிற்சி உண்டு. அப்பா என்னிடம் தன்னுடைய இளமைக் கால கதைகளை ஒளிவு மறைவின்றிக் கூறியிருக்கிறார். இது தவிர, அவர் சொல்லாமல் நான் கண்டுபிடித்த விவகாரங்களும் உள்ளன.

இந்தக் கதையை நான் சொல்ல புறப்பட்டபோது, இடைக் கிடை என் கதையும் வந்து சேர்ந்துவிட்டது. ஆனால், இது அப்பாவின் கதைதான்.

இதை எல்லாம் எழுதுவதற்கு முக்கியமான காரணம், அப்பா நான் புறப்படும்போது சித்தப்பாவிடம் கொடுத்து அனுப்பிய கடிதம். நான் நடுக்கடலில் போகும்போது மட்டுமே திறக்கவேண் டும் என்ற கட்டளை வேறு. என் வாழ்க்கையில் மர்மங்களுக்கு இடமில்லை. எனவே, இங்கிலாந்தில் நான் கடைப்பிடிக்கவேண்டிய ஒழுக்கங்கள் பற்றி கடிதம் இருக்கும் என்று நினைத்தேன். என் வாழ்க்கையையே அது மாற்றும் என்பதை நான் நினைத்துக்கூட பார்க்கவில்லை.

என்னுடைய அப்பா பன்னிரண்டு வயது வரைக்கும் பள்ளிக்கூடத்துக்குப் போனார். படிப்பில் அவருக்கு அவ்வளவு புத்தி ஓடவில்லை, ஆனால், கணக்கில் நல்ல ஈடுபாடு இருந்தது. மூன்று தானத்தை மூன்று தானத்தால் மனதிலே பெருக்கி விடை சொல்லுவார். பள்ளிக்கூடத்தை நிறுத்திவிட்டு அப்பா வேலை பழகுவதற்கு சண்முகநாத பிள்ளை என்ற இளம் முதலாளியிடம் சேர்ந்தார். அவர் நல்ல பணக்காரர். தலைப்பாகை தரித்து, காதிலே கடுக்கன் அணிந்து, தாளங்குடை பிடித்து வீதியிலே அவர் நடந்து வருவதை நான் பின்னாளில் பார்த்திருக்கிறேன்.

ஆரம்பத்தில் அப்பாவுக்குத் தான் செய்வது ‘கள்ளயாவாரம்’ என்பது கூடத் தெரியாது. தோணியிலே முதலாளிக்காக இந்தியா போய் சரக்கு கொண்டு வருவது அவர் பொறுப்பு. யாழ்ப்பாணம் புகையிலை அப்பவெல்லாம் திருவனந்தபுரத்தில் நல்ல விலைக்குப் போனது. திரும்பி வரும்போது, கும்பகோணம் புடவை, பண்ட பாத்திரங்கள் என்று தோணியை நிறைப்பார்கள். தோணி புறப் படும்போதே, அப்பா மனதாலே கணக்குப் போட்டு எவ்வளவு லாபம் கிடைக்கும் என்று சொல்லி விடுவார். மெள்ள மெள்ள அப்பா அபினும் கடத்தத் தொடங்கினார். பிறகு, அதுவே முக்கிய வியாபாரமாக வளர்ந்துவிட்டது.

அப்பா, முதலாளிக்கு விசுவாசமாக இருந்தார். கள்ள யாவாரத்தில் நல்ல லாபம் கிடைத்து முதலாளி பெரும் பணக் காரர் ஆனார். எப்போதாவது பொலீஸில் மாட்டும்போது அப்பா தானே குற்றத்தை ஒப்புக்கொண்டு முதலாளியைத் தப்பவைப்பார். முதலாளியும் திறம் அப்புக்காத்துமாரை அமர்த்தி அப்பாவை எப்படியும் வெளியே கொண்டுவந்து விடுவார். ஒருசமயம் மட்டும் கேஸ் இறுகி அப்பா ஆறு மாதம் மறியலுக்குப் போனார். எனக்கு இதுவெல்லாம் பிறகு பிறகுதான் தெரிய வந்தது.

ஒரேயொருமுறை அப்பா கொழும்புக்குப் பயணமாகியிருக்கிறார். அப்பொழுதே ரயில் வண்டி யாழ்ப்பாணத்துக்கு வந்துவிட்டது, ஆனால், பிரபலமாகவில்லை. யாழ்ப்பாணத்திலிருந்து கரையோரமாக கொழும்புக்கு வண்டிகட்டி பிரயாணம் செய்வதென்றால் ஒரு மாதம் பிடிக்கும். அந்தப் பயணத்தின்போதுதான் அப்பாவின் வாழ்க்கையில் பெரிய மாற்றம் ஒன்று ஏற்பட்டது.

அப்பா மன்னாரில் சாயவேர் வாங்குவதற்காக பாரவண்டிகளை நிறுத்தினார். அந்த நாட்களில் சாயவேருக்கு யாழ்ப்பாணத்தில் நல்ல மதிப்பு இருந்தது. இரண்டு வண்டி பாரம் சாயவேர் கொள்முதல் செய்தார். மன்னாரில் அந்த நேரம் பெரும் முத்துக்குளிப்பு நடைபெற்றுக்கொண்டிருந்ததால் நிறைய அதிகாரிகளும், தோணிக்காரர்கள், சுறா வாய்கட்டிகள், கல்லுக்காரர், குளிகாரர் என்று ஊரிப்பட்ட அயலூர்க்காரர்களும் அங்கே கூடியிருந்தார்கள். அரேபியர், புகைக்கண்ணர், டச்சுக்காரர், போர்த்துக்கீசியர் எனப் பலவிதமான வேற்று நாட்டினர் குவிந்துபோய் ஒருவரை ஒருவர் தோற்கடித்து ஏலம் எடுத்தார்கள்.

அங்கே அனைவரையும் கவர்ந்த ஒரு பெண் நின்றுகொண்டிருந்தாள். எல்லோருடைய பார்வையும் அவள் பக்கம்தான் விழுந்தது. ஏனென்றால், அவள் கொடிபோல மெலிந்து சின்னப் பாதங்களுடன் அழகாக இருந்தாள். கடல் மணலிலே நடந்து போனால் அவள் பாதச்சுவடுகள் ஒரு குழந்தையினுடையது போல சின்னதாக இருந்தன. தலைமயிரை அள்ளி மேலே சுழட்டிக் கட்டியிருந்தாள். ஆங்கிலம், டச்சு, போர்ச்சுகீசியம் என்று எல்லா மொழிகளையும் சரளமாகப் பேசினாள். பல நாட்டினருக்கும் அவள் மொழிபெயர்த்ததோடு அந்த வியாபாரத்தில் நல்லாய் பழக்கப்பட்டவள் போல சுறுசுறுப்பாக இயங்கினாள். அப்பாவுக்கு அவளைப் பார்த்ததுமே பிடித்துக்கொண்டது. அத்தனை சனம் அங்கே நிறைந்திருக்க ஒரேயொரு முறை தலையை நிமிர்த்தி அவள் அப்பாவைப் பார்த்துச் சிரித்தாள். லாச்சியில் இருந்து ஒரு பொருளை வெளியே எடுப்பதுபோல மிகச் சுலபமாக சிரிப்பை வெளிப்படுத்தினாள்.

வாட்டசாட்டமான உடம்புடன் அப்பாவும் பார்ப்பதற்கு வசீகரமாக இருப்பார். தலையை முன்பக்கம் மழித்து பின்னுக்கு நிறைய குடுமி வைத்து, வேட்டி, அங்கவஸ்திரம், கடுக்கன் என்று அலங்கரித்துத்தான் வெளியே கிளம்புவார். அப்பாவிடம் அவர் பயணச் செலவுக்காக கொண்டு வந்த காசு அரைத் துண்டிலே

இறுக்கிக் கட்டி இடுப்பிலே இருந்தது. அந்தப் பெண்ணே தனக்கு மனைவியாக வரவேண்டும் என அவர் விரும்பினார். ஒரு நல்ல தொகையைக் கொடுத்து அவள் வீட்டாரிடம் பெண் கேட்டார். அப்பாவின் நடை உடை செல்வாக்கைப் பார்த்தவர்கள் இரண டாம் பேச்சு பேசாமல் ஓம் பட்டுவிட்டார்கள். அப்பாவைப் பார்த்து மிரண்டு போகாத ஒரே சீவன் அந்தப் பெண் மட்டும் தான்.

நாலு வண்டி சரக்கோடு அப்பா வந்து இறங்கியபோது, தொங்கல் வைத்து சேலை உடுத்திய ஓர் அழகான பெண்ணும் அந்தக் கூட்டத்தில் இருப்பதை ஊர் கூடிப் பார்த்தது. முதலாளிக்கு அப்பா செய்தது அவ்வளவாகப் பிடிக்கவில்லை, ஆனால், பெண்ணைப் பார்த்ததும் அப்படியே ஸ்தம்பித்து விட்டார். அந்தக் கிராமத்திலேயே அப்படி ஓர் அழகான பெண் கிடையாது. அதிலும் மூன்று அந்நிய மொழிகள் சரளமாகப் பேசும் பெண் என்பதை அவரால் நம்பவே முடியவில்லை. அப்பாவை ரகஸ்யமாக அழைத்து 'நீ கெட்டிக்காரனடா, நல்ல வேலை செய் தாய்' என்று புளுகி முதுகில் தட்டிக் கொடுத்தாராம் முதலாளி. அப்பாவுக்கு அப்போ வயது 22; அம்மாவுக்கு 14தான்.

அம்மா வந்த பிறகு கள்ளயாவாரத்தில் அப்பா இன்னும் கடுமையாக உழைத்ததில் முதலாளி அவரை பாகஸ்தர் ஆக்கினார். வசதிகள் பெருகி நல்ல வீடு, ஆள் படை என்று வாழ்ந்தாலும் அப்பாவுக்கு பிள்ளை இல்லை என்ற குறை இருந்தது. அந்தக் காலத்தில் இருபாலைப் பரியாரியார் திறமான வைத்தியர், அவரிடம் அம்மா மருந்து வாங்கிச் சாப்பிட்டார். கோயில் விரதங் களும் தவறாமல் பிடித்தார். இதிலே ஏதோ ஒன்று வேலைசெய்து அம்மா கர்ப்பமானார். என்னுடைய அப்பா அடைந்த சந்தோசத் துக்கு அளவேயில்லை. அம்மாவுக்கு நிறைமாதமாக இருந்த சமயம் பெரிய சரக்குக் கப்பல் ஒன்று துறைமுகத்துக்கு வருவதாகத் தகவல் கிடைத்தது. அம்மாவிடம் கெதியில் திரும்புவதாகச் சொல்லிவிட்டு அப்பா கிளம்பினார்.

நான் பிறந்த அன்று நிறைய மழை பெய்தது. அம்மாவுக்கு நோவெடுத்து அவர் அலறத் தொடங்கியதும் மருத்துவச்சி பரி சோதித்துப் பார்த்துவிட்டு தலை திரும்பவில்லை என்று சொன் னாள். திடீரென்று இரண்டு பிஞ்சுக்கால்கள் வெளியே நீட்டிக் கொண்டு தெரிந்தன. நல்ல அனுபவசாலியான மருத்துவச்சிகூட கொஞ்சம் பயந்துதான் போனாள். ஆனால், சொற்ப நேரத்தி லேயே அவளுக்கு ஒன்றில் பிள்ளை அல்லது தாய் என்பது

விளங்கிவிட்டது. கலந்து ஆலோசிக்க அப்பாவும் இல்லாததால் அம்மாவிடமே கேட்டாள். அம்மா சொன்னார்: 'என்ரை உயிரைப் பற்றி யோசிக்காதே, எனக்குப் பிள்ளைதான் முக்கியம்.' என்னை வெளியே இழுத்து எடுத்தபோது, அம்மாவுக்கு நான் ஆணா பெண்ணா என்பதுகூடத் தெரியாது. நான் வெளியே வரமுன்னரே அவர் இறந்து போய்விட்டார்.

சின்ன வயதில் நான் நல்லாய்ப் படிக்க வேண்டும் என்பது அப்பாவின் விருப்பம். அடிக்கடிச் சொல்வார் 'உன்ரை அம்மா வுக்கு மூன்று அந்நிய பாசை தெரியும்' என்று. எனக்குக் கொஞ்சம் வயது வந்ததும் என்னை வட்டுக்கோட்டை அமெரிக்க மிசன் விடுதியில் படிக்க அனுப்பிவிட்டார். இப்பொழுது நினைக்கிறேன்; அப்பா தான் கள்ளயாவாரம் செய்வது எனக்குத் தெரியக்கூடாது என்று விரும்பினார். ஊருக்கும் உலகத்துக்கும் பொலீசுக்கும் தெரிந்த ஒரு விசயம் எனக்குத் தெரியவராது என்று அப்பா எப்படி எதிர்பார்க்கலாம். உண்மையில் என் மனதில் அப்போது அப்பா வைப் பற்றிய ஒரு வீரச் சித்திரமே இருந்தது.

படிப்படியாக அப்பா முழுவியாபாரத்தையும் கவனிக்க ஆரம்பித்த சமயம், நான் என் படிப்பை முடித்துவிட்டு வீட்டுக்கு வந்திருந்தேன். எனக்கு மேல்படிப்பு படிக்க விருப்பமிருந்தது. ஆனால், அப்பா அதைப்பற்றி ஒரு சொல் சொல்லாமல் எனக்குப் பெண் பார்க்க ஆரம்பித்தார். தரகரைக் கூப்பிட்டு அப்பழுக்கில் லாத உயர் சாதிப் பெண்ணை எனக்குத் தேடிப் பிடிக்கச் சொன் னார். தினம் இரண்டு மூன்று சாதகங்கள் வந்தன. மீனலோசனி யின் சாதகம் வந்தபோது, அருமையான இடம் என்று புகழ்ந்து அப்பா என்னைப் பெண் பார்க்க அழைத்துப்போனார்.

நான் பார்த்த ஒரே பெண் மீனலோசனிதான். எனக்கு முதலில் தெரிந்தது அவளுடைய கண்கள்தான். நீர்க்குமிழி போன்ற கண்கள். ஒரு பெண்ணிடம் அப்படியான கண்களை நான் அதற்கு முன்னர் கண்டது கிடையாது. நிறமே இல்லாத அந்தக் கண்களை விட்டு என் கண்களை அகற்றமுடியவில்லை. அதனால் அவளு டைய மற்ற அங்கங்களை நான் மணமுடித்த பின்தான் முழுவது மாகப் பார்த்தேன். அப்பா தன் அந்தஸ்துக்கு ஏற்ற மாதிரி எங்கள் கல்யாணத்தை விமரிசையாக நடத்தி வைத்த அன்றுதான் எதிர் பாராத ஒரு சம்பவம் நடந்தது.

மன்னாரிலிருந்து முதலாளிக்குத் தெரிந்த ஒருத்தர் என் கல்யாணத்துக்கு வந்திருந்தார். அவர் ஏதோ சொல்லப்போக முதலாளிக்கும் அப்பாவுக்கும் இடையில் பெரும் சண்டை

மூண்டது. ஊரில் முக்கியமானவர்கள் மத்தியஸ்தம் செய்தும் சமாதானம் உண்டாகவில்லை. கோபத்தின் உச்சியில் அப்பா தன் பங்கைப் பிரித்துத் தரச்சொன்னார். முதலாளி மறுத்து விட்டார்.

இலங்கைக்குச் சுதந்திரம் கிடைத்ததில் அப்பாவுக்குப் பெரிய சந்தோசம் கிடையாது. ஆறாம் ஜோர்ஜ் மன்னரிடம் அப்பாவுக்கு அளவுகடந்த பற்று உண்டு. சுதந்திரத்துக்குப் பிறகும் ஆறாம் ஜோர்ஜ் மன்னர் ஆண்டதில் அப்பா கொஞ்சம் ஆறுதலாக இருந்தார், ஆனால், என் கல்யாண நாள் அன்று எலிஸபெத் மகாராணி பட்டத்துக்கு வந்தபோது எல்லாம் மாறியது. அப்பாவிடம் ஒரு திட்டம் இருந்தது. அந்தத் திட்டம் நான்தான். லண்டனுக்குப் போய் நான் படிக்கவேண்டும் என்ற முடிவை அப்பா அப்போது தான் தெரிவித்தார். என்னையும் மீனலோசனியையும் அவசர அவசரமாக கொழும்பு புறப்படச் சொன்னார். சித்தப்பாவுடன் முதன்முறையாக ரயிலில் பயணமானோம். இங்கிலாந்தில் நாங்கள் இருவரும் படிப்பதற்கு வேண்டிய ஒழுங்குகளை அவர் செய்து தருவாரென அப்பா கூறினார்.

கப்பலின் பெயர் எஸ்.எஸ். ஹிமாலயா. கப்பல் டிக்கட், கடவுச்சீட்டு, விசா போன்ற சகலதையும் சித்தப்பா முடித்துத் தந்தார். துறைமுகத்துக்குள் போனபிறகுதான் யந்திரப் படகுகளில் ஏறி நடுக்கடலில் நிற்கும் கப்பலுக்குப் போக வேண்டும் என்பது தெரிந்தது. சித்தப்பாவிடம் விடைபெற்றுக் கொண்டு படகில் ஏறினோம். சித்தப்பா அப்பாவின் கடிதத்தைக் கொடுத்து கப்பல் புறப்பட்ட பிறகு படிக்கச் சொன்னார். படகு கிளம்பியதும் சித்தப்பா வலது கையைத் தூக்கிச் சத்தியப் பிரமாணம் செய்யப் போவதுபோல பிடித்துக்கொண்டு வெகு நேரம் நின்றார். அவருடைய உருவம் சிறிதாக வரவர அவர் மேல் எனக்கு ஏனோ பரிவு கூடிக்கொண்டு போனது.

புதிதாக மணமுடித்தவர்களை கப்பலின் சின்ன அறையில் பூட்டி வைத்தால் அது அவர்களுக்கு இடைஞ்சல் இல்லை; சொர்க்கமாகத் தோன்றும். மீனலோசனி சும்மா இருந்தால்கூட அவள் முகம் சிரிப்பது போலவே இருக்கும். பாண்டிய வம்சா வளியில் வந்தவளாகையால் அவளுடைய சருமம் நல்லாய் தேய்ந்த காசுபோல வழுவழுவென்று மினுங்கியது. அவளுடைய பேச்சு, நடை எல்லாமே எனக்கு வித்தியாசமாகப் பட்டது. 'மீனலோசனி' என்று நான் கூப்பிட்டால் அவள் 'ஓய்' என்று பதிலிறுப்பாள். அதைக் கேட்க எனக்கு ஆவலாக இருந்த அதேசமயம் சிரிப்பாக வும் வந்தது. அடிக்கடி அவளைப் பெயர் சொல்லி அழைத்தேன்.

உடம்பிலே நிறைய நகைகளை அணிந்துகொண்டு ஒரு கல்யாண விருந்துக்குப் புறப்பட்டது போல வந்திருந்தாள். அவை எல்லாம் அவர்கள் குடும்பத்தில் பரம்பரையாக வந்த நகைகள். அவைகளை விற்கவோ அழிக்கவோ கூடாது; திருத்திச் செய்யவும் முடியாது என்றாள். பிடரி மயிரை மறைப்பதற்குக்கூட அவளிடம் ஒரு நகை இருந்தது. அவற்றின் பெயர்கள் மணிமாலை, குறங்கு செறி, நூபுரம், பாதசரம் என்றெல்லாம் சொன்னாள். எல்லா நகையும் அளவு பெருத்தவை அல்லது சிறுத்தவை. ஒரு விரல் நுனியில் மோதிரம் ஒன்றை மாட்டியிருந்தாள். ஏனென்றால் விரலுக்கு கீழே அது இறங்கவில்லை. பூட்டுக் காப்புகள் கைகளுக்குப் பெரிதாக இருந்த படியால், அவள் கையை இறக்கியதும் அவை நழுவி தரையில் விழுந்தன. ஆகவே, கைகளை எப்பவும் செங்குத்தாகப் பிடித்தபடி நடக்க அவள் பழகியிருந்தாள்.

மூன்று வயதான ஹிமாலயாவில் முதல் வகுப்பு, இரண் டாம் வகுப்பு என்றெல்லாம் இல்லை, ஒரே வகுப்புத்தான். எங்களுடன் ஆயிரம் பேர் பயணித்தார்கள். எங்களுக்குக் கிடைத்த அறையில் எப்பொழுது பார்த்தாலும் குளிர் குளிர் என்று அரற்றியபடியே இருந்தாள் மீனலோசனி. முழங்காலில் கைகளைக் கட்டி அப்படியே அதில் தலையைச் சாய்த்திருப்பது அவளுடைய இயல்பான நிலை. 'இந்தக் குளிருக்கு இவ்வளவு கத்துகிறீர். இங்கி லாந்து குளிரை எப்படிச் சமாளிக்கப்போகிறீர்?' என்று ஒருமுறை கேட்டேன். அவள் உடனே பதில் சொல்லவில்லை. யோசிக்கும் போது அடிச்சொண்டை கடிப்பாள். கனநேரம் கடித்த பிறகு 'இங்கிலாந்தில் மரங்களில் எல்லாம் பழங்கள் போல பனிக் கட்டிகள் தொங்குமாமே?' என்றாள். நான் 'எனக்கு எப்படித் தெரியும். நானும் உம்முடன்தானே முதல் முறையாக பயணம் செய்கிறேன்' என்றேன். எனக்கு எல்லாம் தெரியவேண்டும் என்று அவள் எதிர்பார்த்தாள். ஸ்வெட்டரை எடுத்து அவள் தலை வழியாக போட்டபோது, அது பாதிவழியில் நின்றுவிட்டது. நான் உதவி செய்யாமல் தலை இல்லாமல்கூட அவள் அழகாக இருப் பதைப் பார்த்து ரசித்தேன்.

கப்பலில் நிறைய அரேபியர்கள் பயணம் செய்தார்கள். நாங்கள் இங்கிலாந்தைச் சென்றடைய எடுத்துக்கொண்ட நாட் களை மீனலோசனி தன் கைவிரல்களில் எண்ணிக் கணக் கிட்டாள். அந்த 14 நாட்களும் எங்களுக்குப் பக்கத்து அறையில் வசித்த அரபுக் குடும்பம் ஒன்றுடன் மட்டுமே பழகக்கூடியதான வாய்ப்புக் கிடைத்தது. அந்த நட்பும் ஆறு நாட்களுக்குப் பின் முறிந்துபோனது. தலையையும் முகத்தையும் கறுப்புத் துணி

கொண்டு மூடியிருந்த அந்தப் பெண், என் மனைவியிடம் மட்டுமே பேசினாள். நகைகளைப் பற்றி நிறையக் கேள்விகள் கேட்டாள் என்று நினைக்கிறேன். என் மனைவி அவை எல்லாவற்றிற்கும் பதில் சொன்னாள். அவளுக்கு உண்டான இயல்பான ஆர்வத் தால் திருப்பி ஒரேயொரு கேள்வி கேட்டாள். அப்பாவித் தன மானது. 'உங்களுக்கு மணமாகிவிட்டதா?' அந்தப் பெண் கோபத் துடன் 'நான் அப்படிப்பட்ட பெண்ணில்லை' என்று பதிலிறுத் தாள். அதற்கு என்ன பொருள் என்பது ஒருவருக்கும் தெரிய வில்லை. அதன் பிறகு பயணம் முடியுமட்டும் அவர்கள் பேச்சு தடைபட்டு விட்டது.

தரையிலே பயணம் செய்யும்போது, நிலக்காட்சிகள் மாறு வதுபோல தண்ணீரிலும் காட்சிகள் மாறிக்கொண்டு வந்தன. செங் கடலைக் கடந்தபோது ஆகாயம், தண்ணீர் எல்லாமே வித்தியாச மாகத் தோன்றி எங்களை அதிசயத்தில் ஆழ்த்தியது. காற்றுக்கூட நூதனமாக வீசியது. கடலின் மணம் மாறியது. மாலுமிகள் திடீ ரென்று உற்சாகமாகக் காணப்பட்டனர். அப்பொழுதும் அறையை விட்டு மீனலோசனி வெளியே வரவில்லை. வழக்கம்போல முழங் கால்களை கட்டிப் பிடித்துகொண்டு அந்த நிலையிலேயே தூங்கி னாள். நான் இதுதான் சமயமென்று அப்பாவின் கடிதத்தைப் படிப்பதற்காக எடுத்துக்கொண்டு மேல்தட்டுக்குச் சென்றேன்.

> கடவுள் கிருபையை முன்னிட்டு வாழும் சிரஞ்சீவியாகிய என் மகனுக்கு எழுதிக்கொள்வது. நான் சுகம், நீயும் மீன லோசனியும் அப்படியே என கடவுளைப் பிரார்த்திக்கிறேன்.
>
> இந்தக் கடிதத்தை திறந்து படிக்கும்போது, நீ நடுக்கடலில் இருப்பாய். அநேகமாக, அப்போது நான் மறியல் வீட்டில் இருப்பேன். பதறாதே, மிச்சக் கடிதத்தையும் படி. நான் சொல்லப்போகிற ரகஸ்யம் உனக்கு அதிர்ச்சியைக் கொடுக்க லாம். அது, உன் அம்மாவைப் பற்றியது. அவரைப் போன்ற ஒரு அழகி இந்த உலகத்திலேயே கிடையாது. இதைப் பல தடவை நான் உனக்குச் சொல்லியிருக்கிறேன். பிளந்து போட்ட ஆயிரக்கணக்கான சிப்பிகளுக்கு நடுவே, துர்நாற்ற மான காற்று வீசிய ஒரு மாலை, உன் அம்மாவை ரகஸ்ய மாகச் சந்தித்தேன். கறுப்புத்திரை விழுந்ததுபோல கடற் கரையில் இலையான்கள் மொய்த்தன. அவர் முகம் பாதிதான் தெரிந்தது. 'உன்னை எனக்குப் பிடித்திருக்கிறது, உனக்கு என்னைப் பிடிக்குமா?' என்று நேரிலே கேட்டேன். அவருக்கு இலங்கையில் புழங்கிய அத்தனை பாசைகளும்

தெரியும். அத்தோடு மூன்று அந்நிய பாசைகளும் பேசுவார். அவர் எந்த பாசையிலாவது ஒரு வார்த்தையைப் பதிலாகச் சொல்லியிருக்கலாம். அப்படிச் செய்யாமல் நிலத்தைப் பார்த்து மெள்ளத் தலையை ஆட்டினார். என் வாழ்க் கையின் ஆகச் சந்தோசமான தருணம் அது. இத்தனை பாசைகள் எப்படிப் பேச வந்தது என்று ஒருதடவை அவரிடம் கேட்டபோது, எந்தப் பாசையையும் ஒரு முறை கேட்டாலே தனக்குப் பழக்கமாகிவிடும் என்று சொன்னார்.

உன் அம்மாவைப் பார்த்த முதல் நாள், அவர் பூப்போட்ட பருத்திப் புடவை ஒன்றைத் தொங்கல் இல்லாமல் குறுக் காகக் கட்டியிருந்தார். எனக்கு மனது திக்கென்றது. அவர் தொங்கல் போடமுடியாத சாதியைச் சேர்ந்தவராக இருக்க வேண்டும். விசாரித்துப் பார்த்தபோது, அவர் சாயவேர் கிண்டும் ஆகக் கீழான வேர்குத்திச் சாதி என்பது தெரிந்தது. சில வருடங்களுக்கு முன்னர் யாழ்ப்பாணத்தில் கீழ்ச்சாதி பெண்ணொருத்தி தொங்கல் வைத்து சேலை உடுத்திப் போனபோது, மேல் சாதி ஒருவன் கொக்கச் சத்தகத்தால் தொங்கலை இழுத்து வெட்டி பெரும் கலவரம் மூண்டது. அதை அப்ப கவுண்மேந்து ஏஜண்டாக இருந்த பிறீமன் துரை நேரில் வந்து அடக்கவேண்டியிருந்தது. என்னுடைய மனதிலே ஒரு வைராக்கியம் எப்படியோ புகுந்துவிட்டது. என்ன வந்தாலும் வரட்டும் என்ற துணிச்சலோடு நான் உன்ரை அம்மாவை மணமுடித்து ஊருக்குக் கூட்டி வந்தது உனக்குத் தெரியும்.

உன்னுடைய அம்மா எதையும் ஒருமுறைதான் செய்து பழக்க மானவர். எந்தப் பாசையையும் ஒருதடவைதான் கேட்டார். என்னைப் பார்த்து ஒருமுறைதான் புன்னகை செய்தார். சம்மதம் கேட்டபோது, ஒருமுறைதான் தலையை ஆட்டினார். அதுதான் ஒரேயொரு முறை கர்ப்பம் தரித்தால் போதும் என்று அவர் நினைத்துவிட்டார். மருத்துவச்சி வெளியே நீட்டிக்கொண்டிருந்த உன்னுடைய இரண்டு கால்களையும் இழுத்துப்போட்டார். நீ முற்றிலும் நீல நிறமாக வந்து விழுந்தாய். சரியாக ஒரு நிமிடம் நீ மூச்சு விடவில்லை, சத்தமும் எழுப்பவில்லை. மருத்துவச்சி உன் நெற்றியில் சூடாக்கிய ஊசியால் இரண்டு கீறுக் கீறியவுடன் நீ முதல் மூச்செடுத்து கத்தினாய். அந்த அற்புதமான சத்தத்தை கேட்க உன் அம்மா இல்லை; நான் நடுக்கடலில் தோணியில் இருந்தேன். மருத்துவச்சியிடம் நூறுதடவை

‘என்ரை உயிர் போனாலும் பரவாயில்லை; பிள்ளை பத்திரம்’ என்று உன் அம்மா சொல்லிக்கொண்டே இருந்தாராம்.

நீ பிறந்து அம்மாவின் மடியில் வளர்ந்திருந்தால் உன் அம்மா வின் தோள்மூட்டில் பச்சை குத்தியிருப்பதைப் பார்த்திருப் பாய். அது அவவுடைய சாதியைக் குறிக்கும். நான் மண முடித்து ஊருக்கு வந்தபோது, அதை மறைத்துவிட்டேன். அம்மாவிடமும் அதைப் பற்றி மூச்சுவிட வேண்டாம் என்று சத்தியம் வாங்கியிருந்தேன். அவர் தொங்கல் போட்டு புடவை உடுத்தி வந்ததால் ஒருவரும் சந்தேகிக்கவில்லை. உன் அம்மாவின் அழகும் அவர்கள் கண்களை மறைத் திருக்கலாம்.

பல வருடங்களாகக் காப்பாற்றிய ரகஸ்யத்தை உன் கல்யாண நாள் அன்று முதலாளி கண்டுபிடித்துவிட்டான். நான் அவனுக்கு எவ்வளவு விசுவாசமாக இருந்தேன். அவனுக்காக மறியல் கூடப் போயிருக்கிறேன். நான் அவனை ஏமாற்றிவிட்டேனென்றும் எங்களைத் தள்ளி வைத்து அவமானப்படுத்தப் போவதாகவும் அவன் சத்தம் போட்டான். எனக்கு வேறு வழி தெரியவில்லை. இந்தக் கடிதத்தை எழுதி முடித்த சில மணி நேரத்தில் நான் கப்பலில் வந்திறங்கிய கள்ளச் சரக்கு பற்றி பொலீசுக்கு தகவல் கொடுப்பேன். இம்முறை முதலாளி தப்பமுடியாது. இருவரும் சேர்ந்து மறியலுக்கு போவோம். தேவையான ஆதாரங்களும் சாட்சிகளும் என்னிடம் இருப்பதால் எந்தப் பெரிய அப்புக்காத்துமாரும் எங்களை வெளியே கொண்டு வர ஏலாது. இங்கிலாந்தில் உங்களுடைய நாலு வருடப் படிப்புக்கான பணம் உனக்கு அங்கே கிடைக்கும். அதற் கான ஏற்பாடுகளை எல்லாம் நான் செய்துவிட்டேன்.

விக்டோரியா மகாராணி இறந்தபோது, எனக்கு இரண்டு வயது நடந்தது. நான் என் வாழ்நாளில் நாலு மன்னர் களையும் இரண்டு ராணிகளையும் கண்டுவிட்டேன். இப் பொழுது நாடு சுதந்திரம் அடைந்துவிட்டது, ஆனால், எசமானர்கள் மாறிவிட்டார்கள். இனம் இன்னொரு இனத்தை ஒடுக்கும்; சாதி இன்னொரு சாதியை அடக்கும். பிறந்த நாட்டில் கிடைக்கும் நீதியைவிட வெள்ளைக்கார னிடமிருந்து உனக்கு நல்ல நீதி கிடைக்கும். நீ திரும்பி வரவேண்டாம், அங்கேயே சுகமாய் இரு. மீனலோசனி

நல்லவள். நீ அவளுக்கு என்ன சமாதானம் சொல்ல வேண்டும் என்பதை உன்னிடமே விட்டுவிடுகிறேன்.

உன்மீது எப்பவும் பட்சம் குறையாத

அப்பா.

கடிதத்தைப் படித்து முடித்த பிறகு, நம்ப முடியாமல் சில இடங்களைத் திரும்பவும் படித்தேன். நெடுநேரம் நான் மேல் தட்டில் என்னசெய்வது என்று தெரியாமல் குழம்பிப்போய் நின் றேன். சூரியன் அவனுடைய வெப்பத்தை அவனே தாங்க முடி யாமல் தண்ணீருக்குள் இறங்க ஆயத்தம் செய்துகொண்டிருந்தான். மணமுடித்து சரியாக இன்னும் முப்பது நாள்கள் கழியவில்லை, மீனலோசனியிடம் இதை மறைக்கவேண்டுமா என்று நினைத்த சமயத்தில் அவளே என்னைத் தேடிக்கொண்டு மேலே வந்தாள். தண்ணீர் கொடிபோல அவள் அசைந்து வருகிறாளா அல்லது கப்பல் அசைகிறதா என்பது தெரியவில்லை. ஆனால், அவள் நடந்து வந்தது நல்ல காட்சியாகவே அமைந்தது.

எப்படித் தெரிந்ததோ என் முகத்தைப் பார்த்ததும் அவள் முகம் சட்டென்று மாறியது. எப்பவும் சிரித்த முகமாக இருக்கும் அவள் முகம் யாரோ கூடாரத்தின் நடுக்கம்பை உருவி விட்டது போல அப்படியே படிப்படியாக விழுந்து தட்டையானது. 'என்ன, என்ன?' என்று பதறியபடி என்னிடம் ஓடிவந்தாள். நான் 'ஒன்று மில்லையே' என்று சொல்லி முகத்தை இயல்பு நிலைக்குக் கொண்டுவர முயன்றபடி கடலைப் பார்த்தேன். மணமுடித்தபின் சொன்ன முதல் பொய் அது.

அவள் தயங்கி நின்று சுற்றுமுற்றும் யாராவது இருக்கிறார் களா என்று பார்த்துவிட்டு ஏதோ பரிசுப் பொருள் தரப்போவது போல மெல்ல அணுகினாள். வாத்சாயனர் பெண்களின் ஆலிங் கனம் பற்றிச் சொல்லும்போது, 'மரத்திலே கொடி படர்வதுபோல' என்று ஓர் இடத்தில் வர்ணித்திருப்பார். அதுபோல என் மீது படர்ந்தாள். 'என்னை ஏன் தனிய விட்டுவிட்டு வந்தீர்கள்' என்று சிணுங்கினாள்.

இவளை எனக்கு மணமுடித்து வைப்பதற்கு என் அப்பா என்ன பாடுபட்டிருப்பார். ஓர் உத்தமமான சாதிப் பெண்ணுக் காக ஊர் ஊராக அலைந்தார். யாழ்ப்பாணத்து கடைசி அரசன் சங்கிலியன் காலத்தில் பாண்டிய நாட்டிலிருந்து குடிபெயர்ந்த 50 ராச குடும்பத்து வன்னியர்களின் வம்சாவளியில் வந்த இவளு டைய உடம்பில் ராச ரத்தம் ஓடுகிறது என்று அப்பா பலமுறை என்னிடம் சொல்லியிருக்கிறார். அவள் நடப்பதும் நிற்பதும்கூட

ஓர் அரசதோரணையிலே இருக்கும். 'உமக்கு ஓர் அதிசயம் காட்டப்போகிறேன்' என்று கதையை மாற்றினேன். என்ன என்பது போல என் வாயைப் பார்த்தாள்.

'இப்ப சூரியன் மறையப் போகுது. கொஞ்சம் இருந்து பாரும், அதே இடத்தில் வெள்ளிக்கிரகம் தோன்றும்' என்றேன்.

அவள் நம்பவில்லை. 'உண்மையாகவா? எப்படி உங்களுக்குத் தெரியும்?' என்றாள்.

'உலகத்தில் எல்லா நாடுகளும் பூமியின் சுழற்சியை வைத்துத் தான் நாட்களைக் கணக்கிடுகின்றன என்று நாங்கள் நினைக் கிறோம். அதாவது வருடத்தில் 365 நாட்கள். ஒரு காலத்தில் மெக்சிகோ நாட்டின் ஆதிகுடிகள் காலத்தை வெள்ளிக்கிரகத்தை வைத்துக் கணித்தார்கள். 263 நாட்கள் சூரியன் உதிக்க முன்னர் காலையில் வெள்ளிக்கிரகம் தோன்றும். 263 நாட்கள் வெள்ளிக் கிரகம் சூரியன் மறைந்த பின்னர் அதே இடத்தில் தோன்றும்' என்றேன்.

இரண்டு கண்களையும் நீள்சதுரமாக்கி 'உண்மையாகவா?' என்றாள். எதற்கெடுத்தாலும் 'உண்மையாகவா' என்று கேட்பது அவள் வழக்கம். இவள் ராமநாதன் பாடசாலையில் படித்து, பின்னர் லண்டன் சோதனை எழுதியவள். இப்பொழுது என் னுடன் படிப்பதற்கு லண்டனுக்குப் பயணமாகிறாள். ஆனால், இவள் கேட்கும் கேள்விகள் எனக்குப் பல சமயம் சிரிப்பை வர வழைக்கும். 'உண்மையாகவா, வெள்ளைக்காரர்கள் மாட்டை துண்டு துண்டாக வெட்டி ஊறுகாய் போட்டு வருடம் முழுக்க வைத்துச் சாப்பிடுவார்களாமே?' என்றாள் ஒருநாள். நேற்று அவள் கேட்டது இன்னும் வேடிக்கையானது. 'கப்பலில் சூதகம் வந்தால் நான் என்ன செய்ய வேணும்?'

மேல் தட்டில் எல்லைக் கம்பியைப் பிடித்துக்கொண்டு அப்பாவிபோல நின்ற மீனலோசனி, கோயிலில் பூக்கட்டி வைத்துத் தான் என்னை மணமுடிப்பதா வேண்டாமா என்பதை முடிவு செய்தாள். 'உமக்கு வெள்ளைப்பூ கிடைத்திருந்தால் என்னை கல்யாணம் செய்திருக்கமாட்டீரா?' என்று கேட்டேன்.

'பின்ன?' என்றவள், இன்னும் வேறு வழிகளும் உண்டா என்பதுபோல கண்களை விரித்து ஆச்சரியத்தோடு பார்த்தாள். 'நீங்கள்தான் எனக்கு கணவர் என்று கடவுள் நினைத்தால் அதை நான் எப்படி மாற்ற முடியும்?'

'அது மெத்தச் சரி. அப்ப ஏன் அப்பாவிடம் சம்மதம் தெரிவிக்காமல் நீங்கள் மூன்று மாதமாய் இழுத்தடித்தனீங்கள்?'

'சொன்னால் சிரிப்பீங்கள்.'

'சிரிக்கமாட்டன், சொல்லும்'

'அம்மாவுக்கு சாதி முக்கியம். சங்கிலியன் காலத்திலிருந்து கலக்காமல் வந்த எங்கள் சாதியில் கலப்பு வந்திடுமோ என்ற பயம். அதுதான் பழைய தோம்புகள் வழியாக ஆராய்ந்து உங்கள் சாதியைச் சோதிச்சவ.'

'என்ன கண்டுபிடிச்சா?'

'நீங்கள் முத்து குத்தகை எடுக்கும் மதுரை நாயக்கர் பரம்பரை. அதிலே அவவுக்கு நல்ல சந்தோசம்.'

'அப்படியா, எனக்கே இன்றைக்குத்தான் தெரியும்.'

பூசணிக்காய் நிறத்தில் ஒரு மாலுமி எங்களைத் தாண்டி விசையாகப் போனான். அவனுடைய புஜம் முழுக்க பச்சை குத்தியிருந்தது. அவனைத் தொடர்ந்து இன்னொருத்தன் தலை தெறிக்க ஓடினான். அவன் தலையை முன்னே நீட்டி ஓடியது பார்ப்பதற்கு தலையை உடம்பு துரத்துவதுபோல இருந்தது. செங்கடல் ஒரே சிவப்பாக மாறி தகதகத்தது. அதைப் பார்ப்பதற்காக நிறைய சனக் கூட்டம் சேர்ந்துவிட்டது. ஒரு பயணி மாலுமியிடம் ஏதோ கேட்க, அதற்கு அவன் என்னவென்றே தெரியாத ஒரு மொழியில் பதிலளித்தான். அவன் என்ன சொன்னான் என்பது எனக்கோ மனைவிக்கோ விளங்கவில்லை.

கூட்டம் அதிகமில்லாத கப்பலின் விளிம்பு பக்கம் நாங்கள் நகர்ந்தோம். நான் 'மீனலோசனி' என்று அழைத்தேன். அவள் மெல்ல 'ஓய்' என்றாள். அவளைப் பார்த்தபோது எனக்கு அவள் மேல் பரிவு சுரந்தது. 400 வருடங்களாக காப்பாற்றி வந்த ராச ரத்தம் அவள் உடம்பில் ஓடியது. எந்த நேரமும் சிரித்தபடி இருக்கும் அவள் முகத்தை ஏமாற்றுகிறேனோ என்று மனம் துணுக்குற்றது. என் கண்கள் தாழ்ந்து பாதசரம் பூட்டியிருக்கும் அவள் கால்களில் போய் நின்றன.

'உம்மைச் சுற்றி இருக்கிற பரந்த கடலை வடிவாய் பாரும். நாங்கள் இரண்டு துளியாய், இரண்டு கண்டத்துக்கு நடுவில் நிற்கிறோம். இரண்டு தனித்தனி துளி என்றாலும் நாங்கள் ஒன்று தான். உம்முடைய இடப்பக்கம் ஆப்பிரிக்கா; வலப்பக்கம் ஆசியா. தொடலாம்போல கிட்டவாயிருக்கு' என்றேன். அவள்

ஆசியாவையும் ஆப்பிரிக்காவையும் ஏதோ விலைக்கு வாங்கப் போவதுபோல திரும்பித் திரும்பி உன்னிப்பாகப் பார்த்தாள்.

'அது சரி, நீர் லண்டனில் என்ன படிக்கிறதாக முடிவு செய்திருக்கிறீர். அதற்கும் பூக்கட்டி வைக்கப்போறீரா?' என்றேன். அவளுடைய நீர்க்குமிழி கண்களில் கோபம் வந்தாலும் அது உடனேயே கரைந்துவிட்டது. 'எல்லா பிரச்சினைகளையும் பூக் கட்டி தீர்த்தால் எவ்வளவு நல்லாயிருக்கும். புகைக்கண்ணர்களின் மொழி படிக்கலாம் என்று யோசிக்கிறேன். அவர்கள் தேசத்தில் அவர்கள் மொழிதானே படிக்கவேணும்.'

'எங்கள் அப்பா சொல்லுவார்: ஆங்கில மொழி படித்தால் மட்டும் போதாது. டச்சு மொழி படிக்கவேணும். போர்த்துக் கீசரின் மொழியும் படிக்கவேணும். அவர்கள் எல்லாம் எங்கள் நாட்டை ஆண்டவர்கள். அவர்கள் நாட்டை நாங்கள் ஆள முடியாவிட்டாலும் அவர்கள் மொழியையாவது ஆளவேணும்.'

நான் சொன்னது என்னவென்று புரியாமல் மீனலோசனி கைகளைச் செங்குத்தாகப் பிடித்துக்கொண்டு என்னை ஆச்சரியத் தோடு பார்த்தாள். அது ஒரு மகாராணியின் பார்வை.

அவளுக்குப் பின்னே, சூரியன் மறைந்த அதே இடத்தில் வெள்ளிக்கிரகம் மேலே எழும்பிக்கொண்டிருந்தது.

◆

வெள்ளிக் கரண்டி

நான் பிரச்சினையில் இருந்தேன். பெரும் பிரச்சினை. கடந்த ஒருவாரமாக எதிர்பார்த்ததுதான். அன்று காலை மனைவி நித்திரையில் இருந்து எழும்பியதும் முதல் வேலையாக 'இன்று முழுக்க மழை பெய்யும்' என்று சொல்வதுபோல 'இன்று முழுக்க ஞாயிற்றுக்கிழமை' என்றார். அதன் பொருள் அன்றைய நாளின் ஒவ்வொரு மணித்தியாலத்தையும் ஒவ்வொரு நிமிடத்தையும் அவர் ஏற்கனவே திட்டமிட்டு வைத்திருக்கிறார் என்பதுதான். எனக்கு நடுக்கம் பிடித்தது. நான், எங்கே அவர் பார்க்க முடியாது என்று நினைத்து திருமண அழைப்பிதழை ஒளித்து வைத்தேனோ அங்கே அதைக் கண்டுபிடித்துவிட்டார். எப்படியும் அந்தத் திருமணத்துக்குப் போகத்தான் வேண்டும் என்று அடம் பிடித்தார். அவருடைய பள்ளித் தோழியின் மகள் திருமணம். அப்படித்தான் பிரச்சினை ஆரம்பித்தது.

ஒரு திருமணம் என்றால் அது திருமண மண்டபத்தில் நடக்கும். அல்லது விடுதியில் நடக்கும். அல்லது மணமகள் வீட்டில் நடக்கும். யாராவது ஆவிகள் நடமாடும் நான் டக்கற் தீவில் கொண்டுபோய் வைப்பார்களா? நானும் எத்தனையோ தரம் சொல்லிப் பார்த்துவிட்டேன். மனைவியின் மனது கல்லுப் போல மாறிவிட்டது. 'ஆவியாவது பூதமாவது' என்றார். நாங்கள் மணமுடித்த புதிதில் ஏ.வி.எம் தயாரித்து வெளிவந்த 'வேதாள உலகம்' படத்தைப் பார்த்துவிட்டு தான் அதை நம்பவில்லை என்று அப்போதே சொன்னவர். சரி என்று 'ஆயிரம் தலை வாங்கிய அபூர்வ சிந்தாமணி' படத்தைக் கூட்டிப்போய் காட்டியபோது, அதைப் பார்த்துவிட்டு சிரிசிரியென்று சிரித்தவர். இந்த ஜன்மத்தில் அவரை நல்வழிப்படுத்த முடியாது என்பது எனக்குக் கவலை யளித்தது.

பிரயாண ஏற்பாடுகளைச் செய்வதற்குப் பயண முகவரிடம் சென்றால் அவர் ஆறுதல் வார்த்தை ஒன்றும் சொல்லவில்லை. 'நான்டக்கற்றா' என்றார். மரணம் ஆரம்பித்துவிட்டதுபோல முகத்தை வைத்துக்கொண்டு 'ஒரு திருமணவிழாவுக்குப் போக வேண்டும்' என்று சொன்னேன். அவர் கண்களில் பரிதாபம்

தெரிய 'பேய்கள் உலவும் தீவு' என்று அதற்குப் பெயர் இருக் கிறதே என்றார். பிறகு, எட்டு வருடம் சிறைத்தண்டனை விதிக்கப் பட்ட ஒருவரைப் பார்ப்பதுபோல என்னைப் பார்த்துக் கொண்டே என்னிடம் டிக்கட்டுகளை நீட்டினார்.

நான்டக்கற் என்பது அட்லாண்டிக் சமுத்திரத்தில் உள்ள ஒரு சிறிய தீவு. அதன் நீளம் 14 மைல், அகலம் 3.5 மைல். ஒரு கரையில் இருந்து மூச்சைப் பிடித்துக்கொண்டு ஓடினால் அடுத்த கரையை அடைந்துவிடலாம். ரோமாபுரி மன்னர்கள் காலத்தில் போட்டதுபோல ரோட்டுக்களில் கற்கள் பதித்திருக்கும். வீதிகளில் சமிக்ஞை விளக்குகள் இருக்காது. ஒரு நூறு வருடத்துக்கு முந்திய காலகட்டத்தை அந்தத் தீவு நினைவூட்டும் என்றெல்லாம் சொன் னார்கள். அமெரிக்கக் கரையில் இருந்து நாங்கள் 40 மைல் தொலைவில் இருந்த தீவுக்குப் போவதற்காக மிதவைக்கப்பலில் ஏறியபோது, என்னைத் தவிர எங்களுடன் பயணம் செய்த மற்ற பிரயாணிகளில் ஒருவர்கூட கவலைப்பட்டதாகத் தெரியவில்லை.

நாங்கள் தங்கப்போகும் அதே விடுதிக்கு தாங்களும் போவ தாகச் சொன்ன ஓர் இளம் தம்பதியினரை மிதவையில் சந்தித் தோம். அவர்கள் அங்கே தேன்நிலவைக் கழிக்க இரண்டு வாரம் போகிறார்களாம். அதைக் கேட்டபோது, பெரும் நிம்மதியாக இருந் தது. அந்தப் பெண் ஏற்கனவே தேன்நிலவை ஆரம்பித்துவிட்டவர் போல அந்த ஆடவனுடன் ஒட்டிப்பிடித்தபடி நின்றார். தாராள மான இதழ்களில் தாராளமான புன்னகையை அணிந்திருந்தார். அவனுடைய உடம்பில் எங்கேயெல்லாம் பள்ளம் இருந்ததோ அங்கேயெல்லாம் அவள் உடம்பு வந்து நிரப்பியது. 'நான்டக்கற் பேர்ச் மரங்களில் ஆவிகள் தொங்குமாமே, உண்மையா?' என் றேன். அவன் அவளைப் பார்த்தான். அவள் என்னைப் பார்த்து 'ஆவிகள் பயமுறுத்துவது நல்லதுதான். நாங்கள் இன்னும் நெருக்க மாக இருக்கலாம்' என்று கலகலவென்று சிரித்தபடியே கூறினாள்.

எங்கள் விடுதியின் மேலாளர் போன்ற ஒரு விநோதமான பிறவியை நான் முன்பு எங்கும் சந்தித்ததில்லை. பல உதவியாளர் களுடன் இந்த விடுதியை அவர் நடத்தினார். சலவை செய்த, மடிப்புக் கலையாத ஆடையை நேர்த்தியாக உடுத்தியிருந்தார். முகத்திலே புன்சிரிப்பு என்பது எந்தச் சந்தர்ப்பத்திலும் அவருக்குத் தோன்றுவது கிடையாது. நாற்றமான கழிவறையிலிருந்து இப் பொழுதுதான் வெளியே வந்தவர் போன்ற முகம். மேலாளராக இருக்க அவர் விரும்பவில்லை. அமெரிக்க ஜனாதிபதி பதவி கொடுத்தாலும் அதை வேண்டாம் என்று சொல்லுவார் போலவே

பட்டது. ஆனால், அவருடைய உதவியாளர்கள் சுறுசுறுப்பாக, யார் கூப்பிட்டாலும் ஓர் இடத்திலிருந்து இன்னொரு இடத்துக்கு ஓடிக்கொண்டிருந்தார்கள்.

திமிங்கில வேட்டை கப்பல் தளபதி ஒருவர் 19ஆம் நூற்றாண்டில் கட்டிய மாளிகையில்தான் நாங்கள் தங்கியிருந்தோம். இப்போது அதைச் செப்பனிட்டு விடுதியாக மாற்றியிருந்தார்கள். இதிலே முக்கியமானது, திருத்த வேலைகள் செய்தபோது விடுதியைப் பழசான தோற்றத்திலேயே வைத்திருந்ததுதான். நவீன வசதிகளான மின்சாரம், குழாய்த் தண்ணீர் போன்றவை விருந்தினருக்காக இணைத்திருந்தாலும் அந்த மாளிகை பழமை மாறாது, அந்தக் காலத்து திமிங்கில வேட்டைக்காரர்கள் எவ்வளவு செல்வச் செழிப்புடன் ஆடம்பரமாக வாழ்ந்தார்கள் என்பதற்கு அத்தாட்சியாக நின்றது.

விடுதியை அருங்காட்சியகம்போல அனைவரும் சுற்றி வந்து பார்த்தார்கள். முழு மரத்தைக் கடைந்து நிர்மாணிக்கப்பட்ட பெரிய பெரிய தூண்கள். சுவரிலே நான்டக்கற்றின் புகழ் பெற்ற ஓவியர்கள் வரைந்த படங்கள். நூறு வருடத்துக்கு முன் பிடித்த பாஸ் மீன் ஒன்று பாடம் செய்யப்பட்டு கண்ணாடிப்பெட்டியில் வைக்கப்பட்டிருந்தது; அதன் எடை 33 றாத்தல் என்ற குறிப்புடன். கப்பல் தலைவர் அதைப் பிடித்திருக்கலாம். புகைக்கூட்டு விளிம்புச் சுவரில் மர்மமாக ‘இங்கே வெள்ளிக் கரண்டி கண்டெடுக்கப்பட்டது’ என்று எழுதி வைத்திருந்த தகவல் என்னை யோசிக்க வைத்தது. அந்த மர்மம் விடுபட நான் இரண்டு நாள் காத்திருக்க வேண்டும் என்பது எனக்கு அப்போது தெரியாது.

படுக்கைகளும் வித்தியாசமானவை. பழைய மரத்தில் செய்யப்பட்ட பாரமான கட்டில். துள்ளி ஏறிப் படுக்க வேண்டும். அங்கு வைக்கப்பட்டிருந்த மேசை, நாற்காலிகளும் புராதனமானவையே. மெத்தை, மெத்தை விரிப்பு, விளக்கு என்று சகலதும் 19ஆம் நூற்றாண்டை ஞாபகப்படுத்துவதாக இருந்தன.

இவ்வளவு தூரம் பயணம் செய்து வந்து கலந்துகொண்ட திருமணம் இரண்டே நிமிடத்தில் முடிந்துபோனது. சத்தியப் பிரமாணம் செய்து, மோதிரம் மாற்றியபிறகு மணமகன் அவர்கள் வழக்கப்படி, காலினால் ஒரு கிளாஸ் கிண்ணத்தை உடைத்ததோடு திருமணம் நிறைவுக்கு வந்தது. ஆனால், விருந்து முடிவுக்கு வந்தபோது சரியாக பன்னிரெண்டு மணி அடித்தது.

அவசரமாக உடைமாற்றி படுக்கப்போன அன்றிரவு விசித்திரமான சம்பவம் ஒன்று நடந்தது. பழங்கால கட்டில் என்ற

படியால் உடம்பின் ஒவ்வொரு அசைவுக்கும் கட்டில் கிறீச்... கிறீச்... என்று சத்தமிட்டது. திரும்பிப் படுக்க முடியாது. கைகால்களை அசைக்க முடியாது. ஒரு 19ஆம் நூற்றாண்டு மனிதனின் நித்தி ரையை அனுபவிக்க வேண்டும் என்பதுதான் அவர்களது நல் லெண்ணம். கவி சொன்னதுபோல 'இரவே என்னை ஒப்படைக் கிறேன்' என்று கூறிவிட்டு படுத்து எப்படியோ தூங்கிவிட்டேன்.

திடீரென்று விழிப்பு ஏற்பட்டது. நேரம் இரண்டு மணி இருக்கும். காற்று அசைந்ததை உணரக்கூடியதாக இருந்தது. வேறு உயிர் ஒன்று அறையில் உலாவியது. முழுவிழிப்பு ஏற்படவில்லை; இன்னும் அரை நித்திரைதான். கறுப்பு பெண், எட்டு ஒன்பது வயதிருக்கும், கட்டிலில் ஏறியது. கட்டில் அசைந்த கிறீச்... சத்தம் கூட எனக்குத் துல்லியமாகக் கேட்டது. உடனேயே நான் எழும்பி உட்கார்ந்து விளக்கைப் போட்டேன். நெஞ்சு படபடவென்று அடித்தது. ஒன்றுமே இல்லை. மறுபடியும் கைகளை ஒடுக்கிக் கொண்டு கட்டிலைத் தொந்திரவு செய்யாமல் படுத்தேன். நீண்ட நேரத்துக்குப் பிறகுதான் தூக்கம் வந்தது.

அடுத்தநாள் முழுக்க என்னால் அந்தச் சம்பவத்தை மறக்க முடியவில்லை. மனைவியிடமும் சொல்லத் தயக்கம், சொன்னால் வேதாள உலகம் படத்தை மறுபடியும் நினைவூட்டுவார். நேரத்தை போக்குவதற்காக நான்டக்கற் தீவை சுற்றிப் பார்த்தோம். 17ஆம் நூற்றாண்டில் இந்தத் தீவைக் கைப்பற்றிய வெள்ளைக்காரர்கள் திமிங்கில வேட்டையைத் தொடங்கினார்கள். இந்தத் தீவுதான் ஒரு காலகட்டத்தில் உலகத்தின் திமிங்கில வேட்டை தலைநகரமாக விளங்கியது. Moby Dick நாவலில் வரும் திமிங்கிலக் கப்பல்கூட நான்டக்கற் துறைமுகத்தில் இருந்துதான் புறப்பட்டது. எங்கே திரும்பினாலும் பெண்கள் நீச்சல் உடையில் திரிந்ததால் அவர்க ளுடைய கால்கள் மேலே போய் எங்கே முடிகின்றன என்பதை ஊகிக்க வேண்டிய அவசியமே நேரிடவில்லை.

அன்று இரவும் சரியாக இரண்டு மணிக்கு அதே மாதிரி உணர்வு ஏற்பட்டது. யாரோ வெண்சாமரம் வீசியதுபோல காற்று விலகியது. கட்டிலில் ஒரு சிறுமி ஏறி அமர்ந்ததும், கட்டில் அசைந் ததும் ஞாபகம் இருக்கிறது. எழும்பி உட்கார்ந்து விளக்கைப் போட் டால் ஒன்றுமே இல்லை. மார்புக்கூடு சிறுத்ததோ அல்லது இருதயம் பெருத்ததோ தெரியவில்லை. நெஞ்சு படக் படக்கென்று இடித்தது. இரண்டு கரையையும் தொட்டுக்கொண்டு ரத்தம் பாயும் ஓசை துல்லியமாகக் கேட்டது. கழுத்திலே இருந்து ஆரம்பித்த வியர்வை பெருகி நெஞ்சுச் சட்டையை நனைத்தது. மனைவியைத்

திரும்பிப் பார்த்தேன். அவர் மூக்காலும் வாயாலும் சரிசமமான அளவில் மூச்சு விட்டபடி ஆழ்ந்த உறக்கத்தில் இருந்தார். மெது வாகக் கதவைத் திறந்து வெளியே வந்தேன்.

மெல்லிய குளிர் காற்று முகத்தில் அடித்தது. ஒன்றிரண்டு நட்சத்திரங்கள் வானத்துக்கு காவலாக நின்றன. தூரத்தில் இருந்த மர இருக்கையில் புதிதாக மணமுடித்த இளம் தம்பதிகள் அமர்ந்திருந்தனர். அவன் நேராக இருந்தான். அந்தப் பெண் சரிந்து அவன் நெஞ்சில் தலையை வைத்துக்கொண்டு தன்னை மறந்து காணப்பட்டாள். அவன் என்னவோ மெள்ளச் சொன்னான். அவள் பதில் சொல்லாமல் தலையை அவன் நெஞ்சில் மேலும் கீழுமாக உரசினாள். அதுதான் பதில். அவன் இன்னும் ஏதோ கேட்டான். பிறகும் தலையை மேலும் கீழுமாக உரசினாள். அவளு டைய பதில் எல்லாம் உரசலாகவே இருந்தது. ஒரே ஒருமுறை பக்கவாட்டில் உரசினாள். அவள் இல்லை என்று சொல்கிறாள்.

அவர்களை அப்படிப் பார்ப்பது குற்றமாகப் பட்டது. மறு படியும் சத்தம் செய்யாமல் அறைக்குள்ளே நுழைந்தேன். மனைவி அதே மாதிரி தூங்கிக்கொண்டிருந்தார். கொஞ்சம் துள்ளி படுக் கையில் ஏறி அமர்ந்தேன். நித்திரை முற்றிலும் விடைபெற்று விட்டது. அந்தக் கறுப்புச் சிறுமி மறுபடியும் வந்துவிடுவாளோ என்று பயமாக இருந்தது. தேன் நிலவு தம்பதியினர் நெஞ்சில் கன்னத்தால் உரசிப் பேசிக்கொண்டதை நினைத்துப்பார்த்தேன். அவர்கள் என்ன பேசியிருப்பார்கள்? வெகுநேரம் அப்படியே சாய்ந்து இருந்தேன். மீதி இரவு நித்திரை வரவே இல்லை.

விடிந்ததும் நான் மனைவியிடம் நடந்ததைச் சொன்னேன். அவர், தான் நன்றாகத் தூங்கியதாகவும் தனக்கு ஒரு வித சத்தமும் கேட்கவில்லை என்றும் சொன்னார். 'இது பல நூறு வருடங் களுக்கு முன்னர் கட்டப்பட்ட மாளிகை. எத்தனையோ தலை முறை இந்த வீட்டில் வாழ்ந்திருக்கும். இங்கே என்னென்ன சம்பவங்கள் நடந்திருக்குமோ தெரியாது. இந்தக் கட்டிலில் எத்தனை நூறுபேர் படுத்து எழும்பியிருப்பார்கள்; எத்தனை பேர் செத்திருப்பார்கள். பேயாகக்கூட இருக்கலாம்' என்றேன்.

'ஆயிரம் தலைவாங்கிய அபூர்வ சிந்தாமணி' பார்த்துவிட்டுச் சிரித்ததுபோல மனைவி சிரிசிரியென்று சிரித்து 'நீங்கள் நம்பு கிறீர்களா' என்று கேட்டுவிட்டு என்னை ஒரு மாதிரியாகப் பார்த் தார். நான் புழுவாகிவிட்டதுபோல உணர்ந்தேன். திருமணமாகி இத்தனை வருடங்களில் இப்படியான ஒரு பார்வையை அவர் என் மீது வீசியதே இல்லை.

அன்று காலையே நாங்கள் அவசரமாகப் புறப்பட்டோம். விடுதிக் காப்பாளருக்கு நல்ல சந்தோசம். அப்போதுகூட மனிதர் புன்னகைக்கவில்லை. புன்னகைத்திருந்தால் அவருடைய முகம் சிரிக்கும்போது எப்படி இருக்கும் என்பதை நாங்கள் கண்டுபிடித் திருக்கலாம். ஆனால், அந்த வாய்ப்புக் கிட்டவில்லை.

இரண்டு வாரம் தங்கப்போவதாகச் சொன்ன இளம் தம்பதி களும் எங்களுடன் மிதவையில் திரும்பினார்கள். அவர்கள் jigsaw puzzle போல ஒட்டிக்கொண்டு திரிந்ததில் அவர்களை அணுகி எதற்காக தேன்நிலவை பாதியில் முறித்தார்கள் என்ற காரணத் தையும் கேட்க முடியவில்லை. அவள் முகத்தில் அழியாத மென்னகை இருந்தது. இதனிலும் பார்க்க சிறிய சிரிப்பை ஒரு வாய் உண்டாக்க முடியாது. மிதவைக்கப்பல் அட்லாண்டிக் சமுத் திரத்தைக் கடக்கும் வரைக்கும் அந்தப் பெண் அவனுடைய நெஞ் சில் கன்னத்தால் உரசும் காட்சி என் மனதில் ஏனோ திரும்பத் திரும்ப எழுந்தது.

கரை வந்ததும் சுற்றுலா பயணிகளுக்கான கடை ஒன்றில் 'நான்டக்கற் ஆவிகள்' என்ற தலைப்பில் ஒரு புத்தகம் இருக்கக் கண்டேன். உடனேயே காசு கொடுத்து அதை வாங்கி வீடு போகும் வழியிலே பஸ்ஸில் படிக்கத் தொடங்கினேன். இவை எல்லாம் உண்மைக் கதைகள். பலர் தங்கள் அனுபவங்களைத் தாங்களே எழுதியிருந்தார்கள். அதிலே காணப்பட்ட ஒரு கதையின் சுருக்கம் இதுதான்:

பல நூறு வருடங்களுக்கு முன்னர் நான்டக்கற்றில் ஓய்வு பெற்ற திமிங்கில வேட்டைக் கப்பல் தளபதி ஒருவர் தான் ஈட்டிய பணத்தில் ஒரு பெரிய மாளிகை கட்டினார். தளபதி இறந்தபிறகு அவருடைய மனைவி அந்த மாளிகையில் தனியாக வசித்தார். இவர் கஞ்சத்தனமானவர். அவ்வளவு பணமிருந்தாலும் வேலைக் காரர்களை அமர்த்த அவர் விரும்பவில்லை. ஒரேயொரு கறுப்புச் சிறுமியை மட்டும் வேலைக்கு வைத்திருந்தார். ஒவ்வொரு நாளும் கிழவி படுக்கைக்குப் போக முன்னர் தன்னிடம் உள்ள பணத்தை எல்லாம் வெளியே எடுத்து எண்ணிப் பார்ப்பார். பிறகு அவருடைய வெள்ளிப் பாத்திரங்கள், கரண்டிகள், கத்திகள் என்று சகலதையும் கணக்குப் பார்த்து சரி என்று பட்ட பிறகே தூங்கப் போவார்.

ஒருநாள் இரவு கிழவி எண்ணியபோது ஒரு வெள்ளிக் கரண்டியைக் காணவில்லை. எத்தனை தடவை திருப்பி எண்ணி யும் அதே தானம் வந்தது. அவர் சம்சயம் வேலைக்காரச் சிறுமி

மேலே திரும்பியது. அவளை உருட்டி, மிரட்டிக் கேட்டபோது, அவள் தனக்குத் தெரியாது என்று சொன்னாள். கிழவிக்குச் சிறுமி தான் திருடினாள் என்பதில் எந்தவிதச் சந்தேகமும் இல்லை. ஈவிரக்கம் பாராமல் சிறுமியை வேலையைவிட்டு துரத்திவிட்டார். அவளுக்குப் புகலிடம் இல்லை; வேறு சொந்தக்காரரும் கிடையாது. யாரும் அவளை வேலையில் சேர்க்கச் சம்மதிக்கவுமில்லை. பட்டினி கிடந்து அவள் இறந்துபோனாள்.

பல வருடங்களுக்குப் பிறகு வீடு கை மாறியது. புதிதாக வீட்டை வாங்கியவர் புகைபோக்கியைச் சுத்தம் செய்தபோது அதன் விளிம்புச் சுவரில் ஒரு வெள்ளிக் கரண்டியைக் கண்டெடுத்தார். புதுச் சொந்தக்காரர் அந்த வீட்டிலே பேய் உலாவுவதைத் தான் பல தடவைக் கண்டதாகக் கூறினார். ஒரு கறுப்புச் சிறுமி நீண்ட நடை ஓடைகளில் நடந்துபோவாள். ஆனால், அவளுடைய தோற்றம் ஒரு கணத்துக்குமேல் நீடிப்பதில்லை, மறைந்துபோய் விடும்.

இதுதான் நான் படித்த கதை.

என் மனைவியிடம் இந்தக் கதையை வாசிக்கக் கொடுத்தேன். படித்துவிட்டு ஒன்றும் பேசாமல் புத்தகத்தைத் திருப்பித் தந்தார். எப்படி என்று கேட்டேன். மனைவி பதில் பேசாதது மட்டுமல்ல, மூச்சு விடுவதையும் ஒரு நிமிடம் நிறுத்திக்கொண்டார். தொண்டையில் சத்தம் உண்டாக்குவது அவ்வளவு கஷ்டமானதா? பல மாதங்கள் கழித்து மறுபடியும் ஒரு திருமண அழைப்பிதழ் நான்டக்கற்றில் இருந்து வந்தது. நான் என் மனைவியைப் பார்த்து 'இதற்கும் போகவேண்டுமா?' என்று கேட்டேன். 'செத்தாலும் வரமாட்டேன்' என்றார் அவர்.

◆

சுவருடன் பேசும் மனிதர்

கனடாவிற்கு வந்து ஏற்பட்ட பிரச்சினைகளுள் ஒன்று தலைமுடி வெட்டுவது. நான் வசித்த வீட்டிலிருந்து தலைமுடி திருத்துமிடம் நாலே நிமிட தூரத்தில் இருந்தது. கடந்த ஏழு வருடங்களாக மாதம் ஒருமுறை அங்கே சென்றிருக்கிறேன். அதன் உரிமையாளர் ஓர் இத்தாலியர், பெயர் ரோனி. அவரும் இரண்டு மூன்று உதவியாளர்களும் அங்கே வேலை செய்தார்கள்.

ரோனி நட்பானவர். அவருடைய முடி அலங்கோலமாக சிதறுண்டு போயிருக்கும். நான் அவருக்குச் சொல்வேன், 'என்ன உங்களுடைய முடியே இப்படித் தாறுமாறாக இருக்கிறது. உங்கள் வாடிக்கைக்காரர்கள் இதைப் பார்த்து வராமல் போய்விடுவார் கள்.' அவர் சொல்வார், 'என்ன செய்வது. என்னைப்போல ஒரு நல்ல முடிதிருத்துபவர் கிடைத்தால் உடனே தலையைக் கொடுத்து விடுவேன். இங்கே எல்லோருமே மோசம். அதுதான் முடிவெட்டு வதைத் தள்ளிப் போட்டுக்கொண்டே வருகிறேன்.'

நானும் ரோனியைப் போல அவருடைய உதவியாளர் களிடம் தலையைத் தரமாட்டேன். வரிசையில் உட்கார்ந்திருக்கும் வாடிக்கைக்காரர்களுடன் என் முறைக்காகக் காத்திருப்பேன். ரோனியிலே எனக்குப் பிடித்தது அவசரமின்மை. நிதானமாக, தொழில் சுத்தமாக வேலையை முடிப்பார். எப்படி வெட்ட வேண்டும் என்று கேட்க மாட்டார். என்ன சைஸ் கிளிப் என்று கேட்கமாட்டார். பிடரியில் நேர் வெட்டா அல்லது குறைவெட்டா என்றெல்லாம் கேட்கமாட்டார். ஒவ்வொரு வாடிக்கைக்காரருக்கும் அவரிடம் குறிப்பு உண்டு. தையல்காரரிடம் இருப்பதுபோல, மருத்துவரிடம் இருப்பதுபோல. அதைப் பார்த்து தன் வேலையைச் செம்மையாக முடித்துவைப்பார்.

அவரிடம் எனக்குப் பிடிக்காத ஓர் அம்சமும் இருந்தது. ரோனி விளையாட்டுப் பிரியர். அவர் தலைமுடி வெட்டும்போது, முதல் நாள் நடந்த ஐஸ் ஹொக்கி பற்றி அல்லது கூடைப்பந்து பற்றி அல்லது பேஸ்போல் பற்றி ஓயாது பேசுவார். விளை யாட்டைப் பற்றி தெரியாது என்று சொன்னால் கனடாவில் ஒரு

புழுவைப் பார்ப்பதுபோல பார்ப்பார்கள். ஆகவே, முதல் நாள் நான் அதற்குத் தயாரிக்கவேண்டும். தொலைக்காட்சியில் விளையாட்டுகளைப் பார்த்து முக்கியமான குறிப்புகளை எடுத்து வைத்துக்கொள்வேன். அடுத்த நாள் முடி திருத்தும்போது, ஏதாவது ஒரு குறிப்பிட்ட சம்பவத்தைச் சொல்லி அவரை மகிழ் விப்பேன். அன்று முடிவெட்டு உத்தமமாக அமையும்.

ஆனால், எத்தனை வருடங்கள்தான் இந்த நாடகத்தை ஆட முடியும். எனக்கும் அலுப்பு பிடித்தது. நான் வேறு இடத்தில் முடிவெட்ட ஆரம்பித்தேன். அது 20 நிமிட தூரத்தில் இருந்த பெரிய நிலையம். பெண்கள் பகுதி தனியாக இயங்கியது. ஆட்கள் வருவதும் போவதுமாக ஒரே கலகலப்பு. நான் வாயே திறக்காத ஒரு வேலைக்காரரிடம் போகலாம் என்ற முடிவில் இருந்தேன். என்னுடைய முறை வந்தபோது, புதன்கிழமை என்ற வாசகம் எழுதிய தடித்த உடையை வியாழக்கிழமை அணிந்திருந்த ஐம்பது வயதுக்காரர் ஒருவர் என் முடியை வெட்டத் தயாராயிருப்பதாகச் சொன்னார். ஒருநாள் பிந்திய ஆள் என்றாலும் அவர் தலையைச் சரித்து புன்னகைத்த விதம் எனக்குப் பிடித்துக்கொண்டது.

அவர் வாய் திறந்து ஒரு வார்த்தை பேசவில்லை. கருமமே கண்ணாகி அவர் முடியை வெட்டி முடித்ததும் கண்ணாடியில் பார்த்தால் அது வெகு நேர்த்தியாக இருந்தது. ஒரு கலைஞனின் வேலை என்பதில் சந்தேகமே இல்லை. அவருடைய கைகள் வண் ணத்துப்பூச்சிபோல துரிதமாக இயங்கின. தலையிலே ஆடிக் கொண்டிருக்கும் ஆயிரம் முடிகளில் ஒரு மயிரை மட்டும் அவர் கத்தரிக்கோல் தேடி லாவகமாக வெட்டும். அவ்வளவு நுட்பமான கலைஞன்.

அடுத்த முறையும் அவர்தான் வெட்டினார். அதற்கு அடுத்த முறை சென்றபோது அவருக்காகக் காத்திருந்து அவர் முடிவெட்ட ஆரம்பித்தபோது ஒரு சம்பவம் நடந்தது. முடி திருத்துபவரைப் பார்த்தால் மத்திய கிழக்கு நாட்டைச் சேர்ந்தவர் போலத் தோற்றமளித்தார். கண்கள் பழுப்பு நிறத்திலும் முடி கறுப்பாகவும் இருந்தது. அவருடைய நடை உடை பாவனைகள் எல்லாம் வித்தி யாசமாகவே தோன்றின. வாடிக்கைகாரர்களிடம் பேசும்போது, அவருடைய உச்சரிப்பு அரேபியர்களுடையதைப்போல இருந்த தையும் கவனித்தேன்.

அன்று பெண்கள் பகுதியில் இருந்து மிக நாகரிகமாக உடை யணிந்திருந்த ஒரு பெண் இவரிடம் வந்தாள். கறுப்பு காலணியும்

சிவப்பு கையுறையுமாக பார்த்தவுடனேயே அவள் அரேபியப் பெண் என்று சொல்லிவிடலாம். வயது முப்பதுக்குள்தான் இருக்கும். அதிகாரம் செய்தே பழக்கப்பட்டவள் போல ஒருகையை இடுப்பில் வைத்து சாய்ந்து நின்றாள். ஏதோ அரபு போன்ற மொழியில் அவரிடம் வேகமாகப் பேச அந்த மனிதர் ஒரு வார்த்தையில் ஏதோ சொன்னார். அந்தப் பெண் மீண்டும் சங்கிலித் தொடர் போல நிற்காமல் பேசினாள். இவர் மறுபடியும் சுருக்கமாகப் பதில் கூறினார். அவள் தொடர்ந்து ஏதோ கேட்க 'உனக்குக் கேட்கவில்லையா. எனக்கு அரபு மொழி தெரியாது' என்று உரத்து ஆங்கிலத்தில் சொன்னார். ஒரு குதிரை பக்கவாட்டில் நகர்வது போல அவள் நகர்ந்து சற்று எரிச்சலாகவே அந்த இடத்தை விட்டு அகன்றாள்.

எல்லோரும் இவரையே பார்த்தார்கள். இவர் ஒருவித பதற்றமும் இன்றி முன்புபோல அமைதியாக என் முடியை வெட்டிக் கொண்டிருந்தார். நான் முதன்முதலாக இவரிடம் பேச்சுக் கொடுத்தேன். இவர் ஈராக்கில் இருந்து போருக்கு முன்னர் சதாம் காலத்தில் கனடாவுக்குக் குடிபெயர்ந்தவர். அந்தப் பெண் தலை முடியலங்காரம் செய்ய வந்திருக்கிறாள். அவளுக்கு ஆங்கிலம் தெரியாது. அவள் பேசும் அரபுவை மொழிபெயர்த்து ஆங்கிலத்தில் கூறுமாறு கேட்டிருக்கிறாள். இவர் தனக்குத் தெரியாது என்று சொல்லியிருக்கிறார். ஈராக்கில் இருந்து புலம்பெயர்ந்த ஒருவருக்கு அரபு மொழி தெரியாது என்பதை அவள் நம்பவில்லை. அதுதான் கோபமாகச் செல்கிறாள்.

எனக்கு ஆச்சரியம். நான் வாழ்நாளில் சந்திக்கும் முதல் ஈராக்கியர் இவர்தான். ஆதி காவியமான கில்காமேஷ் இலக்கியம் பிறந்த நாடு என்று எனக்கு ஈராக்கில் மதிப்பு உண்டு. நாலாயிரம் வருடங்களுக்கு முன்பு சுமேரிய எழுத்தில் எழுதிய அந்தக் காவியம் இன்றும் களிமண் தட்டைகளில் அங்கே பாதுகாக்கப்படுகிறது.

நான் அவரிடம் கேட்டேன். 'எப்படி உங்களுக்கு அரபு மொழி தெரியாமல் போனது?'

'நான் ஈராக்கில் பிறந்தாலும் அநேகமாக வெளிநாடுகளில்தான் வளர்ந்தேன். என்னுடைய தந்தையார் ஈரான், சிரியா போன்ற நாடுகளில் வேலைசெய்தார். நான் பொறியியல் படிப்பு படித்தவன். ஈராக்கில் தொடர்ந்து வாழமுடியாமல் தஞ்சம் கேட்டு கனடாவுக்கு வந்தோம். என் மகன் இப்போது வெளிநாட்டில் வேலை செய்கிறான். நான் இங்கே தனியாகத்தான் வாழ்கிறேன்.'

அ. முத்துலிங்கம்

'பொறியியல் படித்துவிட்டு எப்படி இந்தத் தொழிலுக்கு வந்தீர்கள்?'

'நான் மாத்திரமில்லை. என்னைப்போல பலபேர் இங்கே வந்து முற்றிலும் வேறு வேலை செய்கிறார்கள். ஆங்கிலத்தில் இன்னொருமுறை பொறியியல் படிக்க என்னால் முடியவில்லை. ஆனால், எனக்கு இந்தத் தொழிலில் ஒரு மோகம் என்று சொல்லலாம். மூன்று மாதப் பயிற்சியில் முடிவெட்டப் பழகிவிட்டேன். இதுவும் பொறியியல்போலத்தான். மிகப் பெரிய கலை. ஒவ்வொரு நாளும் நான் வீட்டுக்குப் போகமுன்னர் ஒரு புது விசயம் கற்றுக் கொண்டு போவேன்.'

என்னால் நம்பமுடியவில்லை. இந்த மனிதரை அதிசயத்தோடு பார்த்தேன். இனிய புன்னகை மாறாமல் தொழிலில் கவனமாக இருந்தார். 'நீங்கள் இன்னும் ஆரம்பக் கேள்விக்குப் பதில் சொல்லவில்லை. நீங்கள் என்ன மொழி பேசுவீர்கள்?' என்றேன்.

'நான் படித்தது பாரசீக மொழி. அது தொழிலுக்காக. வீட்டு மொழி அராமிக்.'

'அராமிக்கா? கேள்விப்பட்டதில்லையே.'

'அப்படி ஒரு மொழி இருக்கிறது. என் மகனுக்கும் கொஞ்சம் தெரியும். என் மனைவியும் நானும் வீட்டிலே அதுதான் பேசுவோம். போனவருடம் என் மனைவி இறந்துவிட்டார். எனக்கு இங்கே என் மொழி பேசுவதற்கு ஒருவருமே இல்லை. கனடாவில் இந்த மொழி பேசுபவர்கள் சிலர் இருப்பதாகக் கேள்வி. ஆனால், அவர்களுடன் என்னால் தொடர்புகொள்ள முடியவில்லை.'

'அராமிக் மொழி பேசும் நாடு என்று ஏதாவது உண்டா?'

'அப்படி இருந்தால் அது பெரிய வரம் அல்லவா? நான் Syrian Othodox Churchஐ சேர்ந்த கிறிஸ்தவன். சதாம் ஆட்சியில் நாங்கள் பட்ட கொடுமைகளைச் சொல்லி ஆற்ற முடியாது. உலகத்தில் இன்று ஒரு மில்லியன் மக்கள் அராமிக் மொழியைப் பேசுகிறார்கள். ஆனால், துயரம் என்னவென்றால், அவர்கள் ஓர் இடத்தில் இல்லை. அவர்களுக்கு ஒரு நாடு இல்லை. சிதறிப்போய் ஈரான், ஈராக், இஸ்ரேல், லெபனான், சிரியா போன்ற பல நாடுகளில் சிறு சிறு குழுக்களாக வாழ்கிறார்கள். அவர்கள் எங்கே வாழ்ந்தாலும் அவர்கள் ஒடுக்கப்பட்ட மக்கள்தான். உலகத்துக்கு முதன்முதலாக சட்டத்தொகுப்பை வழங்கியவன் 3700 ஆண்டுகளுக்கு முன்னர் வாழ்ந்த எங்கள் மன்னன் ஹமுராபி. ஒடுக்கப்பட்டவர்களைக் காப்பதற்குத்தான் அவன் சட்டம் இயற்றினான்.

இன்று நாங்கள் ஒடுக்கப்பட்டு, துரத்தப்பட்டு, நாடு நாடாக அலைந்துகொண்டிருக்கிறோம்.'

'கனடா நீங்கள் தேர்ந்தெடுத்த நாடுதானே. இங்கே உங்க ளுக்கு முழுச் சுதந்திரம் உண்டல்லவா?'

'நண்பரே, இது சொர்க்கம். இதில் என்ன சந்தேகம். இங்கே வந்தபின் நான் நினைத்தேன்; ஒடுக்கப்பட நாடுகளைச் சேர்ந்த மக்கள் ஒவ்வொருவரும் ஒரேயொரு நாள் என்றாலும் கனடாவில் வாழ்ந்து பார்க்கவேண்டும் என்று. அப்பொழுதுதான் அவர் களுக்குச் சுதந்திரக் காற்று என்பது என்னவென்று தெரியவரும். நான் சொன்னது எங்கள் மொழியை. இன்று அது அழிந்து கொண்டு வருகிறது. எங்கே எங்கேயெல்லாம் எம் மக்கள் வாழ் கிறார்களோ அங்கேயெல்லாம் எங்கள் மொழி விழுங்கப்படுகிறது. 'ஆபத்தில் இருக்கும் மொழி' என்று எங்கள் மொழியை அறிவித்து விட்டார்கள். இன்னும் சில வருடங்களில் அது அழிந்து போகக் கூடும்.'

'அப்படி நிச்சயமாகச் சொல்லமுடியுமா?'

'அப்படித்தான் அறிவித்திருக்கிறார்கள். நீங்கள் இரவு நேரத் தில் என் வீட்டுக்கு வந்தால் நான் அராமிக் புத்தகங்களைப் படித்துக்கொண்டிருப்பதைப் பார்ப்பீர்கள். சுவர்களுடன் அராமிக் கில் பேசுவேன். பழக்கம் விட்டுப்போய்விடுமே என்ற பயம். நான் பேசும் ஒவ்வொரு நிமிடமும் என் மொழி வாழ்ந்து கொண்டி ருக்கிறது.'

இப்பொழுது அவர் முடிவெட்டுவதை நிறுத்திவிட்டார். சற்று எட்ட நின்று தலையை இரண்டு பக்கமும் சரித்து என் முடியை உன்னிப்பாகக் கவனித்தார். பின்னர் முகத்தைப் பார்த் தார். திடீரென்று 'ஷாம்பூ போடவா?' என்றார். நான் சம்பா ஷணை தொடரவேண்டும் என்பதில் ஆவலாயிருந்தேன். சரி என்று தலையாட்டினேன்.

'நான் நிறையப் பேசிவிட்டேன். நீங்கள் எந்த நாடு, என்ன மொழி பேசுவீர்கள் என்று சொல்லவில்லையே?'.

நான் சொன்னேன். 'நானும் உங்களைப் போலத்தான். நான் பேசுவது தமிழ்மொழி. இலங்கைக்காரன். அங்கே எங்கள் மொழியை சிங்களம் விழுங்கிக்கொண்டிருக்கிறது.'

'உங்கள் மொழியைப் பற்றிக் கேள்விப்பட்டிருக்கிறேன். அது பழைய மொழி அல்லவா?' அது உண்மை. இரண்டாயிரம்

ஆண்டுகள் தொன்மையான இலக்கியங்கள் எங்களிடம் இருக்கின்றன. கிறிஸ்து பிறப்பதற்கு 300 ஆண்டுகள் முன்னராகவே செதுக்கிய தமிழ் பிராமிக் கல்வெட்டுகள் குகைகளில் அகப்பட்டிருக்கின்றன. இன்று உலகத்தில் பல நாடுகளில் 80 மில்லியன் மக்கள் தமிழ் பேசுகிறார்கள்.'

'எண்பது மில்லியனா? நம்பவே முடியவில்லை. எங்கள் மொழியிலும் பார்க்க 80 மடங்கு அதிகமான எண்ணிக்கை. அதிர்ஷ்டம் செய்த மொழி. ஆனால், உங்களுக்கென்று ஒரு நாடு உண்டா?'

'இல்லை.'

'உங்கள் மொழியில் தேசிய கீதம் உண்டா?'

'இல்லை.'

'அப்படியானால் உங்கள் மொழிக்கும் என் மொழிக்கும் பெரிய வித்தியாசமே இல்லை.'

'எப்படி அவ்வளவு நிச்சயமாகச் சொல்லமுடியும்?'

'நீங்கள் வரலாற்றைப் படித்தால் தெரிந்துவிடும். கிறிஸ்து பிறப்பதற்கு 1000 ஆண்டுகளுக்கு முன்னரே ஹீப்ரு மொழியும் அராமிக் மொழியும் செழித்து வளர்ந்தன. இரண்டுக்குமே சம வயது. இரண்டிலுமே எழுதப்பட்ட செல்வங்கள் இன்று வரை பாதுகாக்கப்பட்டு வருகின்றன. நாளடைவில் இரண்டு மொழி களுமே நலிந்தன. 100 வருடங்களுக்கு முன் ஹீப்ரு மொழி எழுத்தில் மட்டுமே வாழ்ந்தது. பேசுவதற்கு ஓர் ஆன்மா இல்லை. இன்று ஐந்து மில்லியன் மக்கள் ஹீப்ரு பேசுகிறார்கள். எழுது கிறார்கள். பழைய இலக்கியங்களும் புதிய இலக்கியங்களும் படிக் கிறார்கள். அவர்களுக்கு ஒரு நாடு உண்டு. அதன் பெயர் இஸ்ரேல். அவர்களுடைய மொழி இனிமேல் அழியவே அழியாது.'

'நாடு இல்லாமல் ஒரு மொழி வாழமுடியாது என்று சொல் கிறீர்களா?'

'நான் ஒரு தலைமுடி திருத்துபவன். மொழியியல் அறிஞன் அல்ல. எனக்கு என்ன தெரியும்? நாடு இல்லாமல்தானே என் மொழி சிதைந்தது. நாடு இருந்தபடியால்தானே இறந்து போன ஹீப்ரு மொழி மறுபடியும் உயிர்பெற்று நிலைத்து நிற்கிறது. உங்கள் மொழி தமிழ்நாடு இல்லாமல் வாழும் என்று நினைக்கிறீர்களா?

'ஆனால், இந்தியாவில் ஒரு தமிழ் மாநிலம் இருக்கிறதே.'

'மாநிலம் வேறு. நாடு வேறு. இன்று உலகத்திலுள்ள ஒரு சின்னஞ்சிறிய நாட்டை எடுத்துக்கொள்ளுங்கள். மால்ட்டா. அங்கே 4,00,000 மக்கள் வாழ்கிறார்கள். அவர்களுடைய மொழி மால்ட்டீஷ். அந்த மொழி அழியுமா? அழியாது. ஒரு மைல்கல் எப்போதும் உண்மை பேசுவதுபோல நான் பேசுகிறேன். அவர்களுடைய மொழி அழியவேண்டும் என்றால் முதலில் அந்த நாடு அழியவேண்டும். உங்கள் நாட்டுக்குச் சமீபத்தில் இருக்கும் மாலைதீவு, அதை எடுத்துக்கொள்ளுங்கள். அதனுடைய சனத் தொகை 3,50,000. அவர்களுடைய மொழி திவேஹி. அது அழியுமா? எப்படி அழியும்? 3,00,000 மக்கள் வாழும் நாடு ஐஸ்லாண்ட். அவர்களுடைய மொழி ஐஸ்லாண்டிக். அது அழியுமா? இல்லை. இப்படிச் சொல்லிக்கொண்டே போகலாம்.'

'நம்புவதற்கு கஷ்டமாக இருக்கிறது. பத்து மில்லியன் மக்கள் ஒரு மொழியைப் பேசினாலும் அவர்களுக்கு ஒரு நாடு இல்லாவிட்டால் அந்த மொழி அழிந்துவிடும் என்று சொல்கிறீர்கள்?

ஷாம்பூ போட்டு முடிந்ததும் அவர் முடி உலர்த்தியால் தலைமுடியைச் சீவி உலர்த்திக்கொண்டிருந்தார். அவர் வாய் மட்டுமே பேசியது, ஆனால், கைகள் வேறு யாருடையவோ கைகள் போலத் துரிதமாக வேலை செய்தன.

அப்படித்தான் என் சிற்றறிவுக்குப் படுகிறது. ஒரு மொழிக்குப் பாதுகாப்பு வேண்டும். ஒரு நாடுதான் அதைக் கொடுக்க முடியும். உலகத்தில் 7000 மொழிகள் இருக்கின்றன என்று படித்திருக்கிறேன். அவற்றிலே 2000 மொழிகள் அழிவில் இருக்கின்றன. மீதியில், ஒரு நாடு பாதுகாப்புக் கொடுக்கமுடியாத மொழிகள் எல்லாம் ஒவ்வொன்றாக அழிவை நோக்கி நகர்கின்றன. அனைத்து மொழிகளையும் காப்பாற்ற முடியாவிட்டாலும் அவற்றைச் சேமிக்க வேண்டும். ஆவணப்படமாகவும் ஒலி வடிவமாகவும் கணிமைத் தொழில்நுட்பத்தில் பாதுகாக்கலாம். ஒரு மொழி அழிவது என்பது ஓர் இனம் அழிவதற்கு, ஒரு கலாசாரம் அழிவதற்குச் சமம். கீழே விழுந்த முடியைத் திரும்பவும் ஒட்டமுடியாது. மொழியும் அப்படித்தான். பூமியிலிருந்து ஒரேடியாக மறைந்துவிடும்.

நான் பேசமுடியாமல் அவரையே பார்த்தேன்.

'ஒரு மொழியின் எதிர்காலத்தை அதைப் பேசும் மக்களின் எண்ணிக்கை தீர்மானிப்பதில்லை. அதுபோல அதன் வளர்ச்சிக்கும் எண்ணிக்கைக்கும் சம்பந்தமில்லை. ஒரு சின்னப் பரிசோதனை. உங்கள் நாட்டு சிங்கள மொழியின் கடந்த 50 வருட

கால வளர்ச்சியுடன் தமிழ் மொழியின் ஐம்பது வருட வளர்ச்சியை ஒப்பிட்டுப் பாருங்கள். நான் சொல்வது உங்களுக்கே புரியும்.'

புதிய முடி அலங்காரத்தை நான் கண்ணாடியில் பார்த்தேன். திருப்தியாகவிருந்தது. காசாளரிடம் பணத்தைக் கட்டினேன். ஈராக்கிய நண்பரின் பெயரைக்கூட நான் அதுவரை தெரிந்திருக்கவில்லை. அது முக்கியமாகவும் படவில்லை.

எனக்குக் கவியின் வரிகள் ஞாபகத்துக்கு வந்தன.

நான் சாக்கடையில்
விழுந்து கிடக்கிறேன்.
என் கண்கள்
நட்சத்திரங்களில்.

நான் என் மொழிமீது வைத்த நம்பிக்கையைத் துறக்கத் தயாராகவில்லை.

அவர் என்னை மூடியிருந்த போர்வையைக் கையிலே விரித்துப் பிடித்தபடி ஒரு மாட்டுச் சண்டைக்காரர் போல நின்றார். தத்தம் மொழிகளை இழந்துகொண்டுவரும் இருவரையும் ஒரு போர்வை பிரித்தாலும் அவர் வேதனையும் இழப்பும் துயரமும் என்னுடையது போலவே இருந்தது. எப்படி இவரிடம் விடை பெறுவது என்பது எனக்குத் தெரியவில்லை. ஒருவர் அந்தச் சமயத்தில் எதைச் சொல்லக்கூடாதோ அதைச் சொன்னேன்.

'நண்பரே, அழிவை நோக்கி பயணிக்கும் ஒரு மொழியை நிறுத்த தனிமனிதர் ஒன்றுமே செய்யமுடியாது. இன்றிரவு சுவருடன் உங்கள் உரையாடல் இனிமையாக அமையட்டும்.'

'என்ன, அப்படிச் சொல்லிவிட்டீர்கள். ஒரு மொழியை அழிய விட்டுவிடுவோமா? அது யேசு பேசிய மொழி அல்லவா?'

நான் திடுக்கிட்டேன். கடந்துபோன பிறகும் முடிவெட்டு நிலையக் கதவுகள் நெடுநேரம் ஆடின.

◆

பத்தாவது கட்டளை

என் அன்பே, ஒரு காலத்தில் லெற்றீஸியா என்ற பெயர் என்னைப் பைத்தியமாக்கியது. பச்சைக் கண்களுடன் அந்தப் பெண் இருந்தாள். மெல்லிய பெண். தள்ளினால் விழுந்து விடுவாள். ஆனால், அவள் உடம்பு முழுக்க அந்தக் கண் இருந்தது. நான் மேல் வீட்டில் குடியிருந்தேன். அவள் எதிர் வீட்டில் கீழே குடியிருந்தாள். ஒருநாள், ஒருமுறை, ஒரு கணம்தானும் அவள் தன்னுடைய பச்சைக் கண்களை மேலே எறிந்து என்னைப் பார்த்ததில்லை. ஆனால், லெற்றீஸியா என்ற பெண் என்னை 24 மணி நேரமும் ஆட்டிவைத்தாள். வதைத்தாள். அவளுக்கு அது தெரியவே இல்லை.

என் நண்பன் ஒருவன் ஒரு வேலையும் இல்லாத நேரத்தில், தான் காதலித்த பெண்களின் பெயர்களை எல்லாம் ஆங்கில எழுத்து அகரவரிசைப்படி நிரையாக எழுதினான். மின்வழி சாட் மூலம் X என்ற பெயர்கொண்ட பெண்ணைக்கூட காதலித்திருந்தான். பெரும் துக்கமாக L எழுத்தில் துவங்கும் பெயருள்ள ஒரு பெண்ணைக்கூட தான் காதலிக்கவில்லை என்றான். நான் L எழுத்தில் துவங்கும் லெற்றீஸியா என்ற பெயரைச் சொன்னேன். அவன் உடனே எழும்பி அந்தப் பெயர் உள்ள பெண் ஒருத்தியைக் காதலிப்பதற்காகத் தேடத் தொடங்கினான்.

எதற்குச் சொல்கிறேன் என்றால் லெற்றீஸியா என்ற பெயர் என் ரத்தத்தில் கலந்தது. நான் பிறக்கு முன்னரே என் மரபணுவில் சேர்ந்திருக்கவேண்டும். 14 வயதில் அந்தப் பெயர்மீது எனக்குக் காதல் வந்தது. நான் அந்தப் பெயர்கொண்ட ஒரு பெண்ணைத் தேடுவதை நிறுத்தவில்லை. இத்தனை வருடங்கள் ஓடிய பிறகு அப்படிப் பெயர் தரித்த ஒரு பெண்ணை எப்போதாவது காண்பேன், பேசுவேன், தொடுவேன் என்றெல்லாம் நான் நினைக்கவே இல்லை.

ஒரு புத்தகத்தில் நான் படித்தேன். ஸ்வீடனில் ஒருவர் இருக்கிறாராம். அவரிடம் நூறு புகைப்படங்களையும் நூறு

அ. முத்துலிங்கம்

பெயர்களையும் கொடுத்தால் அவர் இன்ன புகைப்படத்துக்கு இன்ன பெயர் என்பதைச் சரியாகக் கண்டுபிடித்துச் சொல்லி விடுவாராம். இது சாத்தியமா என்பது தெரியவில்லை. ஆனால், நான் காசு கொடுத்து வாங்கிப் படித்த அந்தப் புத்தகத்தில் அப்படித்தான் எழுதியிருந்தது. புத்தகத்தில் இருப்பதால் அது உண்மையாகத்தான் இருக்கவேண்டும்.

நான் சொல்வதை நீ நம்பமாட்டாய் என்று எனக்குத் தெரியும். மின்தூக்கியில் ஏறிய இருபது பேர்களுள் உன்னை முதன் முதலில் கண்டபோது, உன்னுடைய பெயர் லெற்றீஸியாவாக இருக்கவேண்டும் என்று நான் நினைத்தேன். ஒருவேளை, எனக்கும் அந்த ஸ்வீடன் நாட்டுக்காரர்போல ஒரு திறமை உண்டானதோ என்னவோ. உன் உருவத்துக்கு அந்தப் பெயர்தான் சரியென்று தோன்றியது. மின்தூக்கி மேலெழும்பிய நேரத்திலிருந்து அது என் தளத்தில் வந்து நிற்கும் வரைக்கும் நான் உன்னையே பார்த்துக் கொண்டு நின்றேன். உனக்கு அது தெரியவில்லையா அல்லது அப்படித் தெரிந்தும் ஒருவேளை உதாசீனம் செய்தாயோ, என்னவோ. அதை மிக நன்றாகவே செய்தாய். என்னுடைய தளம் வந்து 19 என்ற சிவப்பு விளக்கு எரிந்தபோது நான் இறங்கிவிட, நீ என்னை விட்டுவிட்டு மேலே போய் ஏதோ ஒரு தளத்தில் இறங்கிக்கொண்டாய். உன்னுடனேயே மேலே சென்று நீ இறங்கும் தளத்தில் இறங்கி நீ வேலைசெய்யும் அலுவலகத்தின் பெயரை அறிந்துகொண்டிருக்கலாம் என்ற அறிவு பின்னர்தான் வந்தது. அன்று நான் என் அலுவலகத்தில் வேலையே செய்யவில்லை. உன் நினைப்பாகவே இருந்தேன். ஒவ்வொரு தளமாக ஏறி ஒவ் வொரு அலுவலகமாக உன்னைத் தேடினால் என்னவென்று தோன்றியது.

ஒரு வாரமாக எனக்குப் பைத்தியம் பிடித்ததுபோல அலைந் தேன். காலையில் நான் உன்னை எந்த நேரத்தில் மின்தூக்கியின் முன் பார்த்தேனோ அதேநேரம் போய் அங்கே பல நிமிடங்கள் காத்து நின்றேன். நீ அந்த உயரமான கட்டடத்தில் என்னைப் போல ஏதோ ஒரு அலுவலகத்தில் வேலை செய்கிறாய், ஆனால், எப்படி நான் அறியாமல் உள்ளே நுழைகிறாய், வெளியே போகி றாய் என்பது பெரும் மர்மமாகவே இருந்தது.

ஒருநாள் மாலை, வேலை முடிந்து நான் திரும்புகையில் மின்தூக்கி நிறைந்துபோய்க் கிடந்தது. கீழ்த்தளத்துக்கு வந்து இறங்கியபோது என்னுடன் நீயும் பிரயாணம் செய்திருந்தாய். நீ சுவாசித்த காற்றை நானும் சுவாசித்திருந்தேன். உன் சுவாசப்

பையைத் தொட்டுவந்த காற்றின் ஒரு அணுத்துகள் என் சுவாசப் பையையும் தொட்டிருக்கலாம். அன்று ரொறொன்ரோவின் காலநிலை சரியில்லை என்று வானொலிகளும் தொலைக்காட்சி களும் அறிவிப்புகள் விட்டுக்கொண்டிருந்தன. ஐந்து அங்குலம் பனி கொட்டும் என்று சொன்னார்கள். எல்லோரும் மேலங்கி களை பூட்டிக்கொண்டு வேகமாக தங்கள் தங்கள் பி.எம்.டபிள் யூக்களையும் ரொயோட்டாக்களையும் நிசான்களையும் நோக்கி ஓடிக்கொண்டிருந்தார்கள். நீ ஒரு கறுப்பு மேலாடையில், மெல்லிய கழுத்துத் துணி கழுத்தைச் சுற்றிப் பறக்க, மெழுகுச் சிவப்பு கையுறை அணிந்து என்னைக் கடந்து சென்றாய். அந்த அவசரத் திலும் நீ உனக்கு முன் சென்ற கிழவர் உனக்காகக் கதவு திறந்து பிடித்ததற்கு நன்றி கூறிச் சிரித்தாய். அந்தச் சிரிப்பிலிருந்து நீ ஒரு அந்நிய நாட்டைச் சேர்ந்தவள் என்பதை நான் கண்டுபிடித்தேன். உடையை வைத்து ஒருவரைக் கண்டுபிடிக்கலாம். மொழியை வைத்து ஒருவரைக் கண்டுபிடிக்கலாம். நடையை வைத்துக்கூட ஓர் அளவுக்கு சொல்லிவிடலாம். ஆனால், உன்னுடைய சிரிப்பு நீ இந்நாட்டவள் அல்ல என்பதை எனக்குக் காட்டிவிட்டது. நீ சிரிக்கும்போது உன்னுடைய கண்கள் கீழே போகவில்லை. தலை குனியவில்லை. நீ உன் கைகளால் சிரிப்பை மறைக்கவில்லை. அந்தச் சிரிப்பு விரிந்து உன் கண்களைத் தொட்டபோதுகூட நீ சிரிப்பதை நிறுத்தவில்லை. இங்கே ஒருவரும் அப்படிச் சிரிப்பது கிடையாது. பனிக்கட்டிக்கு மேலே சூரிய வெளிச்சம் பட்டது போல 'பளீர்' என்ற சிரிப்பு வெகு இயல்பாக வெளிப்பட்டது. கதவைத் திறந்து பிடித்த அந்தச் சாதாரண கிழவனுக்கு இத்தனை பெரிய பரிசை நீ அளித்தாய்.

இந்தக் கடிதத்தை நான் எங்கேயிருந்து எப்படி எழுதுகிறேன் என்பதை நீயறிந்தால் ஆச்சரியப்படுவாய். படுக்கையில் குப்புறப் படுத்தபடி எழுதுகிறேன். கட்டில் பக்கத்து மின்விளக்கு குறைக்கப் பட்ட ஒளியில் என் கடிதத்தின்மீது வட்ட ஒளியைச் சிந்துகிறது. ஒவ்வொரு பக்கமாக எழுதி, எழுதியதை அடியில் வைத்துவிட்டு மீதியைத் தொடருகிறேன். என் மனைவி பக்கத்தில் படுத்து ஆழ்ந்த நித்திரையில் இருக்கிறார். அவர் மூச்சு சீராக ஓடுகிறது. நல்ல இசைக்குப் பின்னால் சுருதி ஒலிப்பதுபோல இந்தக் கடிதம் எழுதும் வேலைக்கு அது சீராக உதவுகிறது. அவர் திரும்பிப் படுக்கும்போதோ, கைகளை எறியும்போதோ சிறிது தடைபடுகிறது.

கடிகாரம் அதிகாலை 3.20 காட்டும் இந்த நேரத்தில் எனக்கு உன் நினைவு புத்துணர்ச்சியைக் கொடுக்கிறது.

நீயும் நானும் முதன்முதல் நாங்கள் வேலைசெய்யும் கட்டடத்தின் கீழ் இயங்கும் டிம்ஹோர்ட்டன் உணவகத்துக்கு கோப்பி குடிக்கப்போன சம்பவம் எனக்கு இன்றுபோல ஞாபகம் இருக்கிறது. அன்று நீ உன்னுடைய நீண்ட கழுத்தை மறைக்கும் ஸ்வெட்டரையும் கூந்தலை பாதி வெளியே காட்டும் தொப்பி யையும் அணிந்து வந்திருந்தாய். உன் உடம்பில் ஆடை மறைக் காத பகுதி பழுத்த பரு நிறத்தில் இருந்தது. நீ ஒரு கப்புச்சீனோ வும் நான் ஒரு கோப்பியும் ஓடர் பண்ணினோம். கபில நிறச் சீருடை அணிந்த பரிசாரகி காதில் மாட்டிய டெலிபோனில் பேசியபடி இடதுகையால் மெசினைத் தட்டி வலது கையால் கோப்பிக் குவளைகளைத் தந்தாள். நான் அவற்றைப் பெற்று உன் இருக்கைக்கு எடுத்து வந்தேன். இந்தக் கோப்பி அருந்த உன்னை அழைக்கும் திட்டம் என்னிடம் ஆறுமாதமாக இருந்தது. தயங்கித் தயங்கித்தான் அழைத்தேன். ஆனால், நீ சட்டென்று சம்மதம் சொன்னது எனக்கு ஆச்சரியமாகவிருந்தது. இந்தச் சந்திப்பின் போதுதான் நீ ஒரு குழந்தை என்ற எண்ணம் எனக்கு உறுதிப் பட்டது.

நான் நேரத்தை நீட்டுவதற்காக மெல்லிய மிடறுகளாக கோப்பியை விழுங்கிக்கொண்டிருந்தேன். நீ தானாக கதைப்பவள் அல்ல, உன்னிடம் இருந்து விசயத்தைப் பிடுங்கவேண்டும். நான் ஏதாவது கேள்வி கேட்டால் பதில் சொல்லும்போது சிரிப்பையும் பாதிக்குப் பாதி தருவாய். ஒவ்வொரு கேள்வியின் பதிலிலும் உன்னைப்பற்றிய மேலதிகமான தகவல் எனக்குக் கிடைத்தது. நீ ஒரு மருத்துவருக்கு ஆராய்ச்சியில் உதவியாளராகப் பணி செய்கிறாய். நீ ஒரு தூக்கவியல் நிபுணி. சிலர் ஆழ்ந்த தூக்கத்தில் இருக்கும்போது அவர்கள் மூச்சு சில நிமிடங்கள் நின்றுவிடுவ துண்டு. அது பற்றிய ஆராய்ச்சியில் இருப்பதாகச் சொன்னாய். உன்னைப் பார்க்கும் கணங்களில் என் மூச்சு பல நிமிடங்கள் நின்றுபோனதை நான் சொல்லலாம், நீ நம்பவா போகிறாய். இந்த உலகத்தில் அப்படி ஒரு வேலை இருப்பதே எனக்கு அன்று தான் தெரியவந்தது. கேள்விகளை ஒரு கணத்துக்கு நிற்பாட்டி நான் சொன்னேன், 'உடனே பார்க்காதே. உனக்குப் பின்னால் பத்துமணி கோணத்தில் ஒருத்தன் உட்கார்ந்து உன்னையே பார்த்துக்கொண்டிருக்கிறான்.'

நீ என்ன சொன்னாய், ஞாபகம் இருக்கா? 'பகல் பத்து மணியா, இரவு பத்து மணியா?' ஒரு குழந்தைப் பிள்ளையைப் போல முகத்தை வைத்துக்கொண்டு கேட்டாய். நான் சிரித்து விட்டேன். உறங்கும்போது மூச்சு நின்றுவிடும் நோயாளிகளை

ஆராயும் ஒரு பெண், இத்தனை அப்பாவியா என்று என்னை அது நினைக்க வைத்தது.

கோப்பி குடித்து முடிந்த பிறகு, கோப்பிக் குவளை விளிம்பு களை உருட்டிப் பிரித்து ஏதாவது பரிசு விழுந்திருக்கிறதா என்று பார்த்தாய். பிறகு உரிமையோடு என்னுடைய குவளையின் விளிம் பையும் திறந்து பார்த்தாய். அங்கேயும் பரிசு இல்லை. என்னுடைய கேள்வி என்னவென்றால் என்னுடைய குவளையில் பரிசு கிடைத் திருந்தால் என்ன செய்திருப்பாய், பெண்ணே. நீயே கொண்டு போயிருப்பாயா அல்லது எனக்குக் கொடுத்திருப்பாயா?

நான் ஆரம்பத்திலிருந்து எழுதாமல் எங்கே எங்கேயோ பாய்ந்து போய்விட்டேன். பல காதல்கள் ரயில்களில் ஆரம்பமாகி யிருக்கின்றன. பல காதல்கள் பஸ்களில் தொடக்கம். மின்தூக்கியில் காதல் வளர்ந்ததை நான் கேட்டதுமில்லை, பார்த்ததுமில்லை. நான் மின்தூக்கியின் முன் காத்து நிற்கத் தொடங்கினேன். சற்று தள்ளி நின்று கண்ணாடிக் கூண்டிற்குள் தெரியும் விளம்பர பொம் மைகளைப் பார்த்துக்கொண்டு நிற்பதுபோல உன் வரவை பார்த்துக் காத்திருப்பேன். உன் தலைமுடி மகுடம் எந்தநேரத்திலும் விழுந்துவிடலாம் என்பது போல நீ நிமிர்ந்து நேராக நடந்து வந்தாய். உன் பாதங்கள் எப்படி இருக்கின்றன என்பதை நீ எப்போ தாவது குனிந்து பார்த்ததுண்டா? நீ தூரத்தில் வருவது தெரிந் ததும் நானும் நிதானமாக நடந்துவந்து காத்து நிற்கும் கூட்டத்தில் கலந்து கொள்வேன். நீ ஏறும் அதே மின்தூக்கியில் நானும் ஏறு வேன். அது நிறைந்து வழியும். உன்னுடைய ஏதாவது ஒரு அங்கம் தெரியும். தலை முடி, அல்லது உன்னுடைய கைப்பை, கறுப்பு வலை ஸ்டொக்கிங்ஸ் அணிந்த கால்கள். கன்னமும் இடையும். மெழுகுச் சிவப்பு கையுறையின் ஒரு பகுதி. என் இன்பம் பூர்த்தி யாகிவிடும். நான் கையை எட்டி நீட்டினால் உன்னைத் தொட்டு விடலாம். பல நாள் நான் உன்னுடன் தொடர்ந்து பிரயாணம் செய்தாலும் நான் ஓர் உயிர்ப்பிராணி என்று உணர்ந்ததாக ஒரு நாள்கூட நீ காட்டியதில்லை.

உலகம் கையில் கிடைத்து நான் அதைத் தொலைத்து விட் டேன் என்று உணர்ந்த ஒருநாள் எல்லாம் மாறியது. ஐன்ஸ்டீன் பற்றி ஒரு கதையுண்டு. அவர் சொல்வார்: ஒரே காரியத்தை திருப்பித் திருப்பி ஒரே மாதிரிசெய்து அதிலே புதிய பலனை எதிர்பார்ப்பவர் முட்டாள் என்று. நான் அவர் சொன்னதைப் பொய்யாக்கியவன். நான் மின்தூக்கிக்காக காத்திருந்தேன். திடீரென்று அப்பிள் குவியலின் மணம் எழுந்தது. திரும்பிப்

பார்த்தேன். நீ ஒரு எலுமிச்சை பச்சை ஆடையில் நின்றுகொண்டி ருந்தாய். நான் திரும்பிய வேகத்தைப் பார்த்தோ என்னவோ நீ சிரித்தாய். கதவு திறந்துவிட்ட கிழவருக்குக் கொடுத்த அதே சிரிப்பு. அந்தக் கிழவர் கதவைத் திறந்து உனக்கு உதவினார். நானோ ஒன்றுமே செய்யவில்லை. எனக்கும் அதே கண்களைத் தொடும் சிரிப்பு. அன்று ரொறொன்ரோ மாநகரத்தில் அதுவே ஆகச்சிறந்த சிரிப்பு. அதன் பிறகு நாம் சந்திக்கும்போதெல்லாம் நீ சிரித்தாய். அப்பொழுதுதான் நீ முதன்முதலாக உன்னுடைய பெயர் லெற்றீ ஸியா என்று சொன்னாய். நான் ஏற்கனவே தெரியும் என்று சொன்னதை நீ நம்பவில்லை. நீ நம்பி அதனால் எனக்கு ஒரு பிரயோசனமும் கிடையாது. உன்னுடைய உடல் உருவத்துக்கு வேறு என்ன பெயர் பொருந்தமுடியும், அதை யோசித்துப் பார். இந்தக் கடிதத்துக்குப் பிறகாவது நான் சொல்வது உண்மையென் பதை நீ நம்புவாய் என்று நினைக்கிறேன்.

மிகவும் மதிப்பு வாய்ந்ததும், பெறுமதியானதுமான உன் னுடைய சிரிப்பை என்னைப்போன்ற வயது கடந்த ஒருவனில் நீ வீணாக்கியது எனக்கே ஏதோ மாதிரியிருந்தது. என்னுடைய வயதை நீ நேரே கேட்கவில்லை. ஆனால், நிச்சயம் ஊகித்திருப் பாய். உன்னுடைய வயதை இரண்டாகப் பெருக்கினால்கூட நீ என் வயதை எட்டமுடியாது. உன்னுடைய வயதுக்கும் என் னுடைய வயதுக்கும் இடையில் உள்ள வித்தியாசம் உன்னுடைய வயதிலும் பார்க்க அதிகமானது. எங்களுக்கிடையில் சிரிப்பைத் தாண்டிய ஒரு நட்பு உதயமாகும் என்பதை நான் கனவிலும் நினைத்துப் பார்த்ததில்லை.

ஆனால், நான் விடாமுயற்சியை நிறுத்தவில்லை. ஒருநாள் வழக்கம்போல மின்தூக்கி கீழே வந்தபோது எல்லோரும் இடித்துப் பிடித்து உள்ளே ஏறினார்கள். எனக்கு இடம் கிடைக்கவில்லை அதனால் நான் வெளியே தள்ளப்பட்டேன். மின்தூக்கிக் கதவுகள் பூட்டி மேலே எழும்பியது. அப்பொழுது பார்த்தேன், உன்னுடைய மெழுகுச் சிவப்பு கையுறையில் ஒன்று கீழே கிடந்தது. ஏதோ ஒரு பயந்து ஓடும் மிருகத்தின் மெல்லிய தோலில் அது செய்யப்பட்டி ருந்தது. அழகிய வேலைப்பாடு. தொடுவதற்கு வெப்பமாகவும் அதே சமயம் மிருதுவாகவும் இருந்தது. அதை என் கோட்டுப் பையில் வைத்துக்கொண்டபோது, ஒரு கனிந்த அப்பிள் மணம் எழும்பியது. உன்னுடைய சுகந்தத்தில் ஒரு பகுதி அந்தக் கையுறை யில் தங்கிவிட்டது.

இரண்டு பகலும் ஓர் இரவும் அந்தக் கையுறை என்னுட னேயே தங்கியது. கோட்டுப் பையுக்குள் அது இருந்தாலும் அதைத்

தொட்டபடியே நேரத்தைக் கழித்தேன். தொடும் போதெல்லாம் லெற்றீஸியா... லெற்றீஸியா... என்று சொன்னேன். அந்த ஸ்பரிசமும் அந்தப் பெயர் எழுப்பிய மிருதுவான ஒலியும் ஒன்றுக்கொன்று பொருத்தமானதாகவே இருந்தன. நீ என்னுடன் இருப்பதுபோலவே உணர்ந்தேன்.

அந்தக் கையுறையை உன்னிடம் திருப்பிக் கொடுக்கும் போது நான் பெரிய நாடகம் ஆடவேண்டி வந்தது. நான் இன்னும் இரண்டு நாளைக்கு கொடுக்காமல் கடத்தியிருக்கலாம். ஆனால், நீ அதைத்தேடி அல்லலுற்றிருப்பாய் என்று எனக்குப் பட்டது. இன்னொரு கையுறை வாங்கிவிடுவாயோ என்று கூட பயந்தேன். நான் அந்தக் கையுறையை உன்னிடம் திருப்ப இரண்டு நாளாக முயற்சி செய்ததாகக் கூறினேன். முற்றிலும் பொய். உண்மையில் உன்னைத் தவிர்த்துத் திரிந்தேன். நீ அந்தக் கையுறையை ஆசையுடன் திரும்பப் பெற்றுக்கொண்டாய். ஒரு தொலைந்துபோன செல்லப்பிராணியை அரவணைப்பதுபோல அதைத் தடவிக்கொண்டு உன் கண்களால் நன்றி தெரிவித்தாய். உன் நீண்ட சிவப்பு பூசிய விரல்கள் அந்தக் கையுறையினுள் லாவகமாக நுழைந்தபோது எதையோ இழந்துவிட்டதுபோல நான் உணர்ந்தேன். அன்று என்னை நீ கோப்பி குடிக்க அழைத்தாய். அது இரண்டாவது தடவை. எனக்கு நன்றி சொல்வதற்காகத்தான் என்று நினைக்கிறேன். அன்று முழுக்க நான் உன் கண்களையே பார்த்துக்கொண்டிருந்தேன். உன் கழுத்து ஸ்கார்பை உருவிய போது, லில்லித் தண்டுபோல நீண்டிருந்த கழுத்து என் பார்வைக்கு முதன் முதல் கிடைத்தது. நீ உன் நாட்டு மொழிபற்றி பேசினாய். பேனா ஆண்பால் என்றாய். மலர் பெண்பால் என்றாய். புறா பெண்பால் என்றால் அந்த நாட்டு ஆண்புறாவும் பெண் பாலா என்பதைக் கேட்க நான் மறந்துவிட்டேன். ஒருகையில் அணிந்திருந்த கையுறையில் மற்றக் கையுறையைச் செல்லமாகப் பிடித்து தட்டிக்கொண்டிருந்தாய். விடைபெறும்போது, இயல்பாக கையுறை அணியாத மெல்லிய விரல்களை என் தொடை மீது வைத்து போகலாமா என்றாய். அந்த ஸ்பரிசம் என்னை என்னவெல்லாம் செய்தது என்பதை நீ அறியவே போவதில்லை.

அதன் பின்னர் உன்னைப் பல நாட்களாக நான் காணவில்லை. காலையில் வருவதில்லை, மாலையிலும் காணவில்லை. உன்னுடைய பெயர் தெரியுமே ஒழிய உன்னைப் பற்றிய விவரம் நான் அறிந்தது தூக்கவியலில் வேலை பார்க்கிறாய் என்பதுதான். எனக்குப் பைத்தியமே பிடித்துவிட்டது. அப்பொழுது எனக்குத் தெரியாது, சில நோயாளிகளை அவர்கள் தூங்கும்போது

சோதனை செய்வதற்காக நீ மாதத்தில் ஒரு வாரம் இரவில் வேலை செய்வாய் என்பது. நான் மனம் உடைந்து போனேன்.

ஒருநாள் எங்கள் கட்டடத்தின் கீழ்த் தளத்தில் உள்ள புத்தகக் கடைக்குள் நுழைந்தேன். என்னுடைய நல்லூழ்தான் என்னை அங்கே அந்த நேரத்தில் கொண்டுபோய்ச் சேர்த்தது. நீ ஒரு புத்த கத்தை நின்ற நிலையில் கையிலே பிடித்து ஆழமாக ஊன்றி வாசித்துக்கொண்டிருந்தாய். புத்தகத்தின் அட்டையைப் பார்த் தேன். ஆன் பாட்லெட் என்பவர் எழுதிய அவுஸ்திரேலியா ஆதி வாசிகள் பற்றிய புத்தகம். உன்னுடைய அழகுக்கும் உன்னுடைய பெயருக்கும் நீ செய்யும் வேலைக்கும் நீ படித்த புத்தகம் பொருத்த மாகவே இல்லை. யசுநாரி கவபாட்டா எழுதிய ‘தூங்கும் அழகிகள் இல்லம்’ புத்தகத்தை நீ படித்துக் கொண்டிருந்தால் நான் அதிசயப் பட்டிருக்கமாட்டேன். உனக்கு முன்னால் பல நிமிடங்கள் பேசாமல் உன்னையே பார்த்துக்கொண்டு நின்றேன்.

என்னைக் கண்டதில் உன் முகத்தில் பெரும் உவகை தென் பட்டது. ஓர் இளம் பெண்ணுக்கு மகிழ்ச்சி தரும்படி என்னிடத்தில் என்ன உண்டு என்று என்னைக் கேட்டுக்கொண்டேன். அந்தப் புத்தக அடுக்குகளில் இரண்டு பக்கமும் புத்தகங்கள் நிறைந்து கிடக்க நாங்கள் நின்றபடி பேசினோம். சிறிது நேரம் நீ எடுத்த புத்தகம் பற்றிய பேச்சு வந்தது. நீ திடீரென்று ‘நான் டிட்ஜெரிடு வாசிப்பேன்’ என்றாய். ‘உண்மையாகவா? அது அவுஸ்திரேலிய ஆதிவாசிகள் வாத்தியம் அல்லவா. அதை வாசிக்க எப்படிக் கற்றுக்கொண்டாய்?’ என் கேள்விக்கு நீ பதில் கூறவில்லை. யூகலிப் டஸ் மரத்தை கறையான் நடுவால் அரித்து ஓட்டை உண்டாக்கி இயற்கையாகக் கிடைக்கும் வாத்தியம். இதுவே மனித குலம் கண்டுபிடித்த முதல் காற்று வாத்தியம் என்று சொன்னாய்.

ஒரு புதன்கிழமை, வாத்தியத்தைக் கேட்க என்னை உன் வீட்டுக்கு வரச்சொன்னாய். இனிவரும் எந்தப் புதன்கிழமையையும் இனிமேல் உன்னை நினைக்காமல் நான் சந்திக்கமுடியாது. உன்னைப்போல உன் வீடும் அழகாகவே இருந்தது. கண்ணுக்கு இதமான நீண்ட திரைச்சீலைகள் காற்று இல்லாமலே அசைந்தன. ஒன்றிரண்டு அலங்காரச் செடிகள். சுவர்களிலோ கூரையிலோ இருந்து வெளிச்சம் வரவில்லை. தரையிலிருந்து சந்திரவெளிச்சம் போன்ற தூய்மையான வெளிச்சம் கசிந்தது.

நீ அணிந்திருந்த இரவு நிற ஆடையை என்னால் வர்ணிக்க இயலாது. தரையில் இருந்து வீசிய வெளிச்சத்தில் உன்னுடைய நீண்டகால்களை ஆடைக்குள் காணக்கூடியதாக இருந்தது.

என்றுமில்லாத மாதிரி உன் உதடுகள் மினுங்கின. வளைந்து நெளிந்த மரத்தில் தானாகவே உருவான டிட்ஜெரிடு வாத்தியம் உன் கழுத்துவரை உயரமாக இருந்தது. காட்டுவாசிகள் எப்படி அதைப் பிடித்து வாசிப்பார்களோ அப்படியே நின்ற நிலையில் அதில் உன் உதடுகளைப் பதித்து வாசித்தாய். வேறு ஒரு காற்று வாத்தியத்திலுமிருந்து நான் அப்படியான ஒலியைக் கேட்டதில்லை. கைகளினால் பக்கவாட்டில் அடித்தபோது மேளச்சத்தம்போல ஒன்றும் உண்டானது. ஆனால், எனக்கு என்னவோ நீ அதை வாசித்ததுபோலவே தெரியவில்லை. ஆண்களுக்கேயான அந்த இசைக்கருவியை நீ ஊதினாய். உன் சுவாசப்பையில் இருந்த காற்று அந்த வாத்தியத்தை நிறைத்து என்னிடம் வருகிறது என்றே நினைத்தேன்.

இந்தக் கடிதத்தை இப்படியே எழுதிக்கொண்டு போனால் முடிவை அடைய முடியாது. நான் சொல்லவேண்டி வந்த விசயத்தைச் சொல்லவும் ஏலாது. இதுவே உனக்கு என்னுடைய முதல் கடிதம். இதுவே கடைசிக் கடிதமாகவும் இருக்கலாம்.

உன்னை நான் கட்டிப்பிடித்த சமயம் நீ என்னை விட்டு ஓடினாய். என்னிடம் வருவதும் ஓடுவதுமாக எனக்கு விளையாட்டுக் காட்டினாய். இதோ எட்டி வந்து பிடித்துவிட்டேன் என்று நான் நினைக்கும் சமயத்தில் பறித்துக்கொண்டு போனாய். விசமம் நிறைந்து அன்று காணப்பட்டாய். ஆனால், இரண்டு மடங்கு அதிகமான என் வயதை உன் விளையாட்டு நினைப் பூட்டுவதாகவே அமைந்தது.

என் பிடியில் ஒருமுறை பிடிபட்டு இறுக்கமாக இருந்த சமயத்தில் 'என் மூன்று வயது மகளை இன்றைக்கு பாட்டி வீட்டுக்கு அனுப்பியிருக்கிறேன்' என்று சொன்னாய். நான் கேட்கவில்லை, நீயாகவே சொன்னாய். எங்கள் சந்திப்பை நீயும் என்னைப்போல திட்டமிட்டுத்தான் செயலாற்றியிருக்கிறாய். வாத்தியம் வாசிக்கக் கூப்பிட்டபோதே உன் மனதில் அது உருவாகி யிருக்கவேண்டும். உன் கழுத்தின் கீழே பள்ளம் விழுந்த இடத்தைத் தொட்டுக் காட்டி, அது எனக்குத்தான் சொந்தம் என்று சொன் னாய். நான் முத்தமிட்டு அதை உறுதிப்படுத்தினேன். ஆனால், அதற்கு மறுநாள் என்னை முதன்முதலாக டெலிபோனில் அழைத்துச் சொன்னது என்ன? 'இன்றைக்கு வேண்டாம். நாளைக்கு வேண்டாம். இனிவரப் போகும் நாளைகள் எல்லாவற் றையும் சேர்த்துச் சொல்கிறேன். நீங்கள் என்னை இனிமேல் பார்க்கவேண்டாம். அழைக்கவேண்டாம். பேசவும் வேண்டாம்.'

ஒரு ஸ்வரத்தை தரும் டிட்ஜெரிடு வாத்தியம்போல ஒரு சந்திப்பு மட்டும் எங்களுக்குப் போதும் என்று நீ நினைத்துவிட்டாய். எங்கள் இனிமையான புதன்கிழமை ஒரு ஆரம்பம் என்று எண்ணி யிருந்தேன். அந்தப் புதன்கிழமையை நீ ஒரு முடிவாகவல்லவா நினைத்திருக்கிறாய்.

சரி, கடிதம் எழுதிய காரணத்தை நான் சொல்லாமல் எப்படி முடிப்பது? அன்று நீ தூங்கும்போது உன்னை வெகு நேரம் பார்த்தபடியே இருந்தேன். நீ ஒரு தீபகற்பம்போல உறங்கினாய். உன் தொழிலில் எத்தனையோ பேரை நீ தூங்கும்போது அவதானித்திருப்பாய். ஆனால், ஒரு தூக்கவியல் நிபுணியை நான் அவதானித்தது இதுவே முதல் தடவை. உன்னுடைய தேன் வண்ண முடி தலையணையில் பரந்திருக்க, நீ தூங்கியபோது உன் கண்மடல்கள் நிற்காமல் அடித்தன. பனிக்காலத்து அணில் அலைவதுபோல என் இருதயமும் தடுமாறியது. அது எந்த நோயின் அறிகுறி என்பதை நான் அறியும் வழியுமில்லை.

நீ தூங்கிய நேரத்தில் உனக்குச் சொந்தமான ஒரு பொருளை நான் திருடினேன். ஒரு புறாவின் சருமத்தில் செய்ததுபோல அது மிருதுவானதாக இருந்தது. கண்ணாடிவலை போலானது. உன் மார்புகள் சின்னதாக, தனித்தனியாக வட்டமாக இருந்தன. இந்தச் சன்னமான பொருளினால் நீ அவற்றை மறைத்தாய். நீ அதைத் தேடிப் பார்த்தாயா. அல்லது உன்னிடம் இருக்கும் பல சேகரிப்பு களில் இது களவுபோனது உனக்குத் தெரியவில்லையா?

அதை நான் திருப்பி உன்னிடம் தரவேண்டும். எப்பொழுது வந்து தரலாம். உன் மகள் பாட்டி வீட்டுக்குப் போன புதன் கிழமையாக இருந்தால் நல்லது. அப்படியே உன்னை ஒருமுறை தழுவிவிட்டு நான் திரும்புவேன். எனக்குச் சொந்தமான கழுத்துப் பள்ளத்திலும் நான் முத்தமிடவேண்டும். அப்பொழுது, வேறு ஒரு பொருளும் திருட்டுப் போகாது என்று என்னால் உத்திரவாதம் தரமுடியாது. அப்படிக் காணாமல் போவது உன்னுடைய கைக் குட்டையாகவோ, கறுப்பு வலை ஸ்டொக்கிங்ஸ் ஆகவோ இருக்க லாம். அல்லது முக்கோண வடிவான மெல்லிய உள்ளாடையாக வும் இருக்கலாம். அதில் லெற்றீஸியா என்ற உன்னுடைய நாமத் தின் முதல் எழுத்தான L பதித்திருப்பதை நான் அறிவேன். அதை நான் என்றென்றும் ஸ்பரிசித்துக்கொண்டே இருக்கவேண்டும்.

நான் உண்டாக்கும் ப்ரியங்கள் அனைத்தும் உனக்குத்தான்.

இப்படிக்கு
19ஆவது தளத்தில் இறங்குபவன்

[இந்தக் கடிதத்தை நான் அப்படியே மேலே தந்திருக்கிறேன். சமீபத்தில் ரொறொன்ரோ நூலகத்தில் பைபிள் பகுதியைப் பார்வையிட்டபோது, நூற்றுக்கணக்கான பைபிள்கள் அங்கே இருந்ததைக் கண்டேன். மிகப் பழைய பைபிள்கள்கூட இருந்தன. ஒன்று 1611 ஆம் ஆண்டில் அச்சானது. ஒரு பைபிளை எடுத்துப் புரட்டியபோது 'பத்துக் கட்டளைகள்' பக்கத்தில் இந்த எட்டுப் பக்க கடிதம் நாலாக மடித்துக் கிடந்தது. படித்ததும் காதல் கடிதம் என்பது தெரிந்தது. இதைக் காதலனோ அல்லது காதலியோ கைமறதியாக வைத்திருக்கவேண்டும். கடிதத்தைப் படித்துவிட்டு காதலி வைத்தாளோ அல்லது கடிதத்தைக் கொடுக்க முன்னர் அதைக் காதலன் வைத்துக் கொடுக்க மறந்தானோ என்ற புதிர் விடுபடவில்லை.]

♦

மன்மதன்

பரிமளம் கிளாஸில் கொஞ்சம் சாராயத்தை ஊற்றி தயாராக வைத்தாள். அதன் பின்னர் தன்னை மேலும் ஆயத்தப் படுத்தத் தொடங்கினாள். கண்ணாடியில் முகத்தைப் பார்த்து அஞ்சனத்தைச் சரிசெய்தாள். மெல்லிய இடையில் ஒரு சிறு பகுதிமட்டும் தெரியத் தக்கதாக சேலையை வரிந்து இழுத்துச் செருகினாள். 33 வயது என்பதை ஒருவரும் சொல்லவே முடி யாது. அப்படிச் சொன்னாலும் ஆறு பிள்ளைகள் இருப்பதைக் கண்டுபிடிப்பது கஷ்டம்.

இடை அசைய நடந்து வந்து வாசலைப் பார்த்தாள். அவள் அழகு முழுக்க வெளிப்படுவது அப்போதுதான். அது அவளுக்குத் தெரியும். அவள் உடுத்தியிருந்த கறுப்புப் பூப்போட்ட மஞ்சள் சேலை, தனியாக உயிர் பெற்றது போல சரசரவென்று ஆடியது. அவளுக்கு நகர்ந்துகொண்டே இருக்கவேண்டும். பக்கத்து வீட்டி லிருந்து ஒன்றிரண்டு பேர் எட்டிப் பார்த்தார்கள். அவர்களுக்கு வேலை அவளை வேவு பார்ப்பதுதான். ஒருத்தி அழகாக இருந் தால் பொறுக்காது. தலையை வெட்டி உள்ளே திரும்பினாள். தையல் மெசினைத் துடைத்தாள். அளக்கும் நாடாவை எடுத்து அங்குலங்கள் எல்லாம் அந்தந்த இடத்தில் சரியாக இருக்கின் றனவா என்பதுபோல பார்த்துவிட்டு வைத்தாள். கத்தரிக்கோலை நேராக்கினாள். மறுபடியும் வாசலுக்கு விரைந்தாள்.

உள் அறைக்கதவை, ஏதோ விழுந்து உடைந்துவிடும் என்பது போல, மெதுவாகத் திறந்து சந்திராவும் பவானாவும் தங்கள் தாயாரை எட்டிப் பார்த்தார்கள். சந்திரா மூத்தவள், அவளுக்கு அடுத்தவள் பவானா. சந்திரா, பவானாவைத் தோளால் இடித்து 'இன்றைக்கு மன்மதன் வரப்போறான்' என்றுவிட்டு வாயைப் பொத்திக் குலுங்கிச் சிரித்தாள். 'அது யார் மன்மதன்?' என்றாள் பவானா. 'வேறு யார், இப்ப புதுசா ஒருத்தன் வாறானே, சேர்ட் தைக்கக் குடுக்க. தருமன் என்று பேர். ஆனால், அவனுக்குத் தான் மன்மதன் என்ற நினைப்பு' என்றாள் மூத்தவள். 'கறுத்து, முன்கூனல் போட்டு இருப்பானே, அவனா?' 'அந்த றால்

கருவாடுதான். பார், அம்மா சுழன்று சுழன்று நிலைகொள்ளாமல் திரியிறதை' சந்திரா வெறுப்பாகச் சொன்னாள். 'அக்கா, அம்மாவை இப்பிடிச் சொல்லாதே.' 'போடீ, உனக்கு ஒண்டும் தெரியாது.'

மூத்தவள் நெடுப்பாக வசீகரமாக இருந்தாள். ஆனால், அவளுக்குத் தன் பெயர் பிடிக்காது. சந்திரா என்ற நாகரிகமில்லாத பழங்காலத்துப் பெயரைத் தனக்கு வைத்ததில் கோபம். பவானா வுக்குத் தன் பெயரில் அளவற்ற சந்தோஷம். ஆனால், அக்காவைப் போல அவள் உயரம் கிடையாது. படிப்பிலும் அவ்வளவு கெட்டித் தனம் இல்லை. என்ன படித்தாலும் புத்தகத்தை மூடியவுடன் மறந்துவிடுவாள் ஆனால், சினிமாவில் நடிக நடிகைகள் பெயர்கள் எல்லாம் மனப்பாடம். வட்டமான கண்கள் என்று யாரோ அவளு டைய கண்களைச் சமீபத்தில் புகழ்ந்திருக்கிறார்கள். நாளுக்கு இரண்டு தடவை கண்ணாடியின் முன் நின்று தன் கண் இமை மயிர்களை எண்ணுவதுதான் அவளுடைய வேலை. கொழும்பு தியேட்டர்களில் அப்போது எம்.ஜி.ஆரும் அஞ்சலிதேவியும் நடித்த 'மர்மயோகி' படம் ஓடிக்கொண்டிருந்தது. யாழ்ப்பாணத்துக்கும் விரைவில் வந்துவிடும் என்று சொன்னார்கள். எப்படி அஞ்சலி தேவிக்கு அத்தனை பெரிய கண்கள் என்பது அவளுக்கு மாளாத வியப்பை அளித்திருந்த நேரம்.

அவர்களுடைய கடைசித்தம்பி, இரண்டு வயதிருக்கும். வாயில் சூப்பியை வைத்தபடி, முழங்கை வரைக்கும் எச்சில் ஒழுக, வெளியே வந்து தாயின் மடிப்பு குலையாத முந்தானையைப் பிடித்து இழுத்தது. 'என்னடி, உப்புச் சிரட்டைபோல அங்கை நிற்கிறாய். சனியன், ஒரு பிள்ளையைப் பார்க்க உனக்கு ஏலாது.' சந்திரா எட்டிவந்து தம்பியைக் கத்தக் கத்த இழுத்துக்கொண்டு உள்ளே போனாள். மற்ற தம்பிமாரை பார்க்க வேண்டிய அவசியம் இல்லை. அவர்கள் மீன்குஞ்சுகள்போல சிதறி ஓடிக்கொண்டிருந் தார்கள். பவானா சரித்திரப் புத்தகத்தை பிரித்தாள். அதற்கு நடுவே வைத்த பேசும் படம் புத்தகத்தில் அஞ்சலிதேவியின் படம் இருக் கும் பக்கத்தைப் புரட்டி, அவள் கண்களையே பார்த்து நெடு மூச்செறிந்து இந்த உலகத்தின் அநீதிகளை ஒவ்வொன்றாக மனதுக் குள் எண்ணினாள்.

இன்னொரு சொட்டு சாராயத்தை பரிமளம் கிளாசில் ஊற்றி னாள். கண்ணுக்குத் தெரியுமுன்னரே புருசன் வரும் சத்தம் கேட்டது. முழு வீட்டையும் ஓடிக்கடந்து வாசலுக்கு வந்து, அன்று முழுக்க அங்கே காத்துக் கிடந்தவள்போல கதவைப் பிடித்து

சாய்வாக நின்று புன்னகையுடன் அவரை நேற்றுத்தான் கட்டின வள்போல வரவேற்றாள். ‘கணநேரம் காத்து நிக்கிறீரா’ என்று கணவன் கன்னத்தை தொட்டுக் கொண்டு விசாரித்தார். ‘உள்ளுக்கு வாங்கோ, சாப்பாடு சுடச்சுட ரெடியாயிருக்கு’ என்றாள். அவர் சாராயத்தைத் தூக்கி அளவு பார்த்துக் குடித்து, அந்தக் கையோடு சத்தம் எழச் சுவைத்து சாப்பிட்டு, படுத்து, படுத்தவுடன் தூங்கியும் விட்டார்.

சந்திரா தன் தங்கையைக் கிள்ளினாள். ‘இப்ப பார், அவன் வருவான்.’ ‘சீ, போ அக்கா, உனக்கு எப்பவும் இந்த நினைப்புத் தான்.’ ஆனால், சந்திரா சொன்னது உண்மை என்பது சற்று நேரத்தில் நிரூபணமானது. சைக்கிள் மணிச் சத்தம், அதைத் தொடர்ந்து ‘பரிமளமக்கா’ என்ற அவனின் குரல். கொஞ்ச நேர மாக வேறு சத்தமே இல்லை. மெதுவாக மூத்தவள் அறைக் கதவைத் திறந்து கூடத்தை எட்டிப் பார்த்தாள். அவளுக்கு ஒரே சமயத்தில் அதிர்ச்சியும் சிரிப்பும் ஏற்பட்டன.

ஒரு றால் எழுந்து நிற்பதுபோல அவன் வளைந்துபோய் நின்று பற்கள் முழுவதும் தெரியச் சிரித்தான். கைகளை விரித்து நின்றிருந்த அவனின் ஒரு கையில் அவன் அணிந்திருந்த டெர்ரி லின் சேர்ட் தொங்கியது. பரிமளம் நாடாவால் அவன் கைகளின் நீளத்தை அளவெடுத்துக்கொண்டிருந்தாள். அவளுடைய அம்மா தைக்கத் தொடங்கிய காலத்திலிருந்து அளவெடுத்துத் தைப்பது இதுவே முதல்தடவை. பெண்கள் தைக்க வரும்போது பிளவுஸ் அளவு சட்டை கொடுத்துவிட்டுப் போவார்கள். ஆனால், இது முற்றிலும் புதியது. பரிமளம் தொடர்ந்து தருமனுடைய மற்ற அங் கங்களையும், ஒவ்வொன்றாக தொட்டுத் தொட்டு அளவெடுத்து குறிப்புப் புத்தகத்தில் எழுதி வைத்தாள். பார்த்தால் இது தையல் விவகாரமாகத் தெரியவில்லை. ஒரு மருத்துவ பரிசோதனை போலவே தென்பட்டது.

இப்படி அவன் அடிக்கடி வந்தான். அவன் வரும் நாட்களில் எல்லாம் தவறாமல் பரிமளம் தன் கணவனுக்குச் சாராயம் ஊற்றி வைத்தாள். சாராயம் குடித்தால் மனுசனுக்குப் புத்தி வேறு ஒன்றிலும் செல்லாது. குடித்தவுடன் சாப்பிட்டுப் படுத்துத் தூங்க வேண்டும். பரிமளம் ஒரு மரக்கதிரையின் மேல் மூட்டை கடிக் காமல் வீரகேசரிப் பேப்பரை மடித்து வைத்து அதற்கு மேல் உட்கார்ந்து கைமெசினில் நீண்ட நேரம் தைப்பாள்.

அந்த நேரம் அவள் கவனம் முழுக்க இங்கே அங்கேயென்று அலையாது. எங்கே அவளுடைய கை முடிகிறது எங்கே மெசின்

தொடங்குகிறது என்பதைச் சட்டென்று கண்டுபிடிக்கமுடியாது. ஒரு சேர்ட்டு தைத்து முடிப்பதற்கிடையில் நாலைந்து தடவை அளவெடுக்க வேண்டியிருக்கும் என்று ஒருநாள் பரிமளம் அவனிடம் சொன்னாள். அதற்கும் அவன் முழுப் பற்களும் தெரியச் சிரித்தான். சேர்ட் தைப்பது என்பது பிளவுஸ் தைப்பது போல எளிதான காரியம் அல்ல என்பதில் எல்லோரும் அறிவு பெற்றார்கள்.

பவானாவுக்கு அவள் அக்கா அம்மாவைக் குறை சொல்வது பிடிக்கவில்லை. அவர்களுடைய அப்பா உழைப்பது குடும்பத் திற்கு காணாது என்பது எல்லோருக்கும் தெரியும். இப்பொழுது தான் அவளுடைய அம்மா சேர்ட் ஓடர் எடுக்கத் தொடங்கி யிருக்கிறாள். இரவு பகலாக மெசினில் உட்கார்ந்து தைக்கிறாள். சந்திரா இதையெல்லாம் யோசித்துப் பார்ப்பதில்லை. அவள் மூளை 'நியூசிலாந்தின் தலைநகரம் வெல்லிங்டன்' என்பதை மனனம் செய்வதிலேயே செலவழிந்தது. வேறு விசயங்களில் அது பிரகாசித்ததை அவள் காணவில்லை.

காலையில் சந்திராவும் பவானாவும் எழும்பியபோது, பரிமளம் தலை முழுகி உடுத்தி நேர்த்தியாகக் காணப்பட்டாள். இரவிரவாக தைத்தவள் போலவே இல்லை. எப்படித்தான் தாயார் முகத்தை இப்படி பளிச்சென்று வைத்திருக்கிறாள் என்பதும் அவர்களுக்குப் புரியாத ஒன்று. இரண்டு பேரும் வழக்கம்போல பள்ளிக்கூடம் புறப்பட்டார்கள். வழியிலே முன்தலை மயிரை உயரமாகச் சுருட்டி அலங்காரம் செய்திருந்த ஒரு பையன் ஏதோ பள்ளிக்கூடத்தில் படிக்கிறவனாக இருக்க வேண்டும் நெஞ்சு சட்டையின் மேல் மூன்று பொத்தான்களைத் திறந்துவிட்டு, சாம் பல் கலர் முழுக்கை சேர்ட்டில் சைக்கிளை வளைத்து வளைத்து ஓட்டி அவர்களைக் கடந்து சென்றான். கடந்த பிறகும் கழுத்தை முறித்து திரும்பி சந்திராவையே பார்த்தான். பாவாடையில் காற்றுப் புகுந்து பொங்க, பின்னலில் கட்டிய சிவப்பு ரிப்பன் அலைய, அவள் அந்தப் பெரிய சூரியனை ஒரு சிறிய புத்தகத்தால் மறைத்தபடி முன்னால் கவர்ச்சியாக நடந்துகொண்டிருந்தாள். எல்லா பையன்களும் சந்திராவையே பார்த்தார்கள். அவளுக்குச் சிறுத்த கண்கள். பவானாவுக்கு அஞ்சலிதேவிபோல அகலமான கண்கள். இருந்தாலும் பையன்களுக்கு அது தெரியவில்லை. அக்கா வோடு பள்ளிக்கூடம் போகும்போது ஒருவன்கூட அவளைப் பார்ப்பதில்லை. பவானாவுக்குச் சமீப காலங்களில் அந்தத் துயரம் கூடிக்கொண்டு போனது.

ஒருநாள், அவர்கள் பள்ளிக்கூடத்துக்குப் புறப்பட்டபோது, சந்திராவை அப்பொழுதுதான் புதிதாகப் பார்ப்பதுபோல பரிமளம் பார்த்தாள். சந்திரா கிடுகிடுவென்று வளர்ந்திருந்தாள். பாவாடை இரண்டு அங்குலம் கட்டையாகிவிட்டது. மார்புச் சட்டை போதாமல் போய் இறுக்கிப் பிடித்தது. எப்படித்தான் பிளவுஸ் கைகளை உள்ளே நுழைத்தாளோ தெரியவில்லை. 'இஞ்ச வாடி. பாவாடை மடிப்பை அவிழ்த்து நீளமாக்கி விடுகிறேன்' என்றாள் தாயார். சந்திரா 'நேரமில்லை அம்மா, இப்ப வேண்டாம்' என்றாள். பரிமளம் விடவில்லை. பாவாடையை நீட்டியபிறகு மகளுக்கு அணிந்து பார்த்தாள். அளவு அப்பவும் சரியாக அமைய வில்லை. சந்திரா ஆரோவுடைய மகள் போல ஆகியிருந்தாள். ஈக்கில் போன்ற இடை இப்போது பெரிதாகியிருந்தது. 'இது என்னடி உனக்கு இவ்வளவு பெரிய வயிறு?' என்று பனம் பழத்தை அமுக்கிப் பார்ப்பதுபோல அமுக்கினாள். சந்திரா 'இல்லை அம்மா, அதே வயிறுதான்' என்று கூறி வயிற்றை எக்கிக்கொண்டு நின்றாள்.

எந்த ஒரு தாய்க்கும் முதலில் தோன்றியிருக்க வேண்டிய சந்தேகம் பரிமளத்துக்கு கடைசியில்தான் வந்தது. மகள் உயரமாக இருந்தாலும் அவளுடைய முகம் சிறுமியினுடையது. அந்தக் குடும்பத்தில் அவள் ஒருத்தியே புத்திசாலி. கேள்விமேல் கேள்வி கேட்டதும் ஏதோ சாப்பிடத் தொடங்கியவள்போல சந்திராவின் வாய் ஆடியது. ஆனால், வார்த்தைகள் வெளியே வரவில்லை. தலைமயிரைப் பிடித்து அடித்து உதைத்த பிறகுதான் சந்திரா தான் கர்ப்பம் என்பதை ஒத்துக்கொண்டாள். தாயார் சொந்த மாகச் சிந்தித்து இதைக் கண்டுபிடித்ததில் திருப்திப்படுகிறவளா கவும் இருந்தாள். 'யாரடி அவன்?' என்று கேட்டதற்கு அவள் சொன்ன பதில்தான் திடுக்கிட வைத்தது. ஏதோ பழி வாங்கியது போன்ற திருப்தியுடன் 'தருமன்' என்றாள். பரிமளத்துக்கு நெஞ்சில் யாரோ ஓங்கி உதைத்ததுபோல இருந்தது. தன் குரல்வளையை இரண்டு கைகளாலும் தானே திருகிக்கொண்டு 'எந்த தருமன்?' என்றாள். 'உன்னட்டை சேர்ட் தைக்க வருவானே, அவன்தான்.' தாயாருடைய மீதி கேள்விகளுக்கு அவள் பதில் சொல்லவில்லை. வேறு கொடூரமான வார்த்தைகள் வெளிவந்து விடுமோ என்று பயந்ததுபோல அவளுடைய வாயை இறுக மூடிக்கொண்டாள்.

பரிமளம், தருமனை வழக்கமான இடங்களில் தேடினாள். அவனுடைய கோடுபோட்ட சேர்ட்கூட பாதி தைத்த நிலையில் பரிமளத்திடம் இருந்தது. தருமன் ஊரை விட்டே போய் விட்ட தாகச் சிலர் பேசிக்கொண்டார்கள். அவன் வேலை செய்த

இடத்திலும் வேலைக்கு வருவதை நிறுத்திவிட்டான் என்றார்கள். சந்திரா பள்ளிக்கூடம் போவதற்குத் தடை விதிக்கப்பட்டது. அவளுடைய கர்ப்பம் வெளியே தெரியத் தொடங்கியபோது, பரிமளம் அவளைக் கூட்டிக்கொண்டு கிராமத்துக்குப் போனாள்.

ஒருநாள், பரிமளமும் மகளும் தனிமையில் இருந்தபோது தாய் அவளிடம் பேச்சுக்கொடுத்தாள். எப்பொழுதும் சொண்டு இறுகிப்போய் யோசனையில் இருந்த சந்திராவைப் பார்க்க பரிமளத்துக்கு எரிச்சலாக வந்தது; பரிதாபமாகவும் இருந்தது. கதைக்க ஆரம்பித்தால் அது எப்படியோ சண்டையிலேயே போய் முடிந்தது. மகளுடன் பேசுவதற்கு ஒரு தாயார் இவ்வளவு தயாரிக்க வேண்டுமா என்று ஒரு கணம் யோசித்தாள். இரண்டு சுவாசத் துக்கு தேவையான காற்றை ஒரேயடியாக உள்ளே இழுத்துக் கொண்டு பரிமளம் பேசத் தொடங்கினாள்.

'எடி, உன்னை தருமன் உண்மையிலேயே லவ் பண்ணி னானா?'

'அப்பிடித்தான் சொன்னான். காதல் கடிதங்கள் எல்லாம் எழுதினானே.' சாணை பிடிப்பவன் முகத்தைத் திருப்பி வைப்பது போல வேறு எங்கோ பார்த்துக்கொண்டு பேசினாள்.

'என்ன எழுதினான்?'

'எவ்வளவோ எழுதினான். எல்லாம் மறந்துபோச்சு. 'நான் பணக்காரனாகும்வரை காத்திரு' என்றான். அடுத்த முறை 'இந்தப் பேப்பரில் இருக்கும் மைத்துளிகள் எல்லாம் என் ரத்தத் துளிகள்' என்று பொய் எழுதினான். இன்னொரு கடிதத்தில் 'உன் காலை என் முகத்தில் வைத்துத் தேய். அது எனக்கு அளவில்லாத சந் தோசத்தைத் தரும்' என்று புளுகினான்.'

'என்ரை கையில அவன் கிடைச்சால் நான் நல்லாய் தேய்ச்சு விடறன். உனக்கு எப்பபடியெடி அவன்ரை பழக்கம் கிடைச்சுது?'

'இது என்ன அம்மா கேட்கிறாய்? அவன் சேர்ட் அளவு கொடுக்க வந்ததே என்னைப் பார்க்கத்தானே.'

'என்ன அப்பிடியா. தனியாய் உன்னை எங்கே வைச்சு சந்திச்சான்?'

'ஏதோ சந்திச்சான், விடு.'

'சொல்லடி, எங்கே சந்திச்சான். சொல்லு.'

‘விடு என்றால் விடு அம்மா. உனக்கு விசர் பிடிச்சுப் போட்டுது.’

‘நான் சொல்றனடி. வெள்ளைப் பிள்ளையார் கோயிலுக்குப் பின்னால இருக்கிற பாழ் மண்டபத்துக்கு உன்னைக் கூட்டிப் போனானா இல்லையா? சொல்லடி.’

‘உனக்கு எப்பிடித் தெரியும்? நான் நினைச்சது சரி.’ சந்திரா அந்த வயிற்றுடனும் பாய்ந்து எழும்பினாள். ‘உனக்கு முன்னால நிற்கவே எனக்கு அருவருப்பாய் இருக்கு. உண்மையைச் சொல் லட்டா? உன்னைப் பார்க்கிற ஒவ்வொரு நிமிடமும் எங்கே உன்னைப்போல ஆகிவிடுவேனோ என்ற பயமாயிருக்கு.’

சந்திரா தலையைக் குனிந்து அழத்தொடங்கினாள். தன் உடம்பிலே உண்டாகி வெளிவந்த இந்தப் பெண், 15 வயது முடி வதற்குள் தன்னை ஒரு விரோதியாகக் கருதுவதை பரிமளம் நினைத்துப் பார்த்தாள். சந்திரா வேறு எதையோ அப்போது நினைத்தாள். தனிமையில் சந்தோசமாக இருந்த தருணங்களில் தருமன் ‘பரிமளமக்கா’ என்று தன்னை அழைத்ததை சந்திரா சொல்லவில்லை.

பிரசவ நேரம் நெருங்கியதும் அவர்கள் மருத்துவச்சியை வீட்டுக்கு அழைத்து ரகஸ்யமாக பிரசவம் பார்த்தார்கள். பிறந்த குழந்தை ஆணா பெண்ணா என்பதுகூட சந்திராவுக்குத் தெரி யாது. தனக்கு அந்தத் தகவலை சொல்லவேண்டாம் என்று சந்திரா கேட்டுக்கொண்டிருந்தாள். பிறந்த அன்றே குழந்தையை கன்னியாஸ்திரி மடத்தில் விட்டுவிட்டு அவர்கள் வீடு திரும்பி னார்கள்.

சந்திரா படித்து முன்னுக்கு வருவாள் என்ற கனவு இந்தச் சம்பவத்துக்குப் பிறகு உடைந்துபோனது. அவள் மறுபடி பள்ளிக் கூடம் போக மறுத்துவிட்டாள். தையல் மெசின் சத்தம் மீண்டும் ஓடியது. மரக்கதிரையில் வீரகேசரிப் பேப்பரை விரித்து அதன் தலையங்கத்தின் மேல் உட்கார்ந்துகொண்டு பரிமளம் பழையபடி பிளவுஸ் தைத்தாள். அளவெடுத்து சேர்ட் தைப்பது நின்றுவிட் டது. புருசனுக்கு சாராய உபசாரமும் இல்லை. சந்திரா தானாகவே தாயாரிடம் தையல் வேலை கற்க ஆரம்பித்திருந்தாள். அந்தச் சமயத்தில் சீராகப் போன அவர்கள் வாழ்க்கையில் மறுபடியும் ஒரு சம்பவம் நிகழ்ந்தது.

தருமன் திரும்பி வந்துவிட்டதாகப் பேசிக்கொண்டார்கள். பரிமளம் காலை எழுந்ததும் சாவதானமாக ஆடையலங்காரம்

செய்துகொண்டாள். சந்திரா 'என்ன, என்ன?' என்று கேட்ட போதும் அவள் பதில் சொல்லவில்லை. கண்மை நீளமாகப் பூசி ஒப்பனையை முடித்து கைப்பையை தோளிலே மாட்டிக் கொண்டு அவள் புறப்பட்டபோது, காலை வெய்யில் எரிக்கத் தொடங்கி யிருந்தது. அவள் நடையில் அவசரம் தென்பட்டாலும் அழகு குறையவில்லை. கரையிலே பச்சை மணிகள் வைத்துத் தைத்த மெல்லிய சேலை அவள் நடக்கும்போது கணுக்கால்களுக்கு மேலே எம்பி எம்பி வந்து விழுந்தது.

உடம்பின் எந்த ஒருபாகத்தையும் தொடாத விதத்தில் மடிப்பு கலையாத சேர்ட் ஒன்றை அணிந்துகொண்டு தருமன் நடுரோட் டிலே எதிராக நடந்து வந்துகொண்டிருந்தான். திறந்து கிடந்த நெஞ்சுச் சட்டையில் குனிந்து அடிக்கடி வாயினால் ஊதினான். எதிர்பாராத விதமாக சந்தித்ததும் இரண்டு பேருடைய வாயும் போட்டி போடுவதுபோல ஆவென்று திறந்துகொண்டன. எந்தக் காலையிலும், மாலையிலும், நடுப் பகலிலும் தருமன் வாயைத் திறந்தால் அதற்குள்ளிருந்து வெளிப்படுவது பொய்தான். 'என்னை மன்னிச்சிடு பரிமளக்கா. நான் உன்னட்டைத்தான் வாறன்' என்று துடங்கினான். பரிமளம் ஏமாறத் தயாராயில்லை. அப்படியே எட்டிப் பாய்ந்து அவன் கழுத்துடன் சேர்த்து கொலரைப் பிடித் தாள். 'வேசமோனே' என்று கத்தியபடி கைப்பையினால் அவனை அடிக்கத் தொடங்கினாள். அவன் தலை குனிந்து குனிந்து ரோட்டை நோக்கி இறங்கியது. வாய் கோணலாகியது. தெற்குப் பக்க முகம் சூரிய ஒளியில் சிவப்பாக மாறியது.

இதற்கிடையில் வேடிக்கை பார்க்க ஆட்கள் சூழ்ந்து விட் டார்கள். பரிமளம் அவனை அப்படியே கொறகொறவென்று வீட்டுக்கு இழுத்துப் போனாள். ஊர்ப்பெரியவர்கள் நாலு பேர் நடந்ததை விசாரித்தார்கள். சந்திரா கர்ப்பமான கதையோ, அவளுக்குப் பிள்ளை பிறந்த கதையோ அங்கே ஒருவருக்கும் தெரி யாது. தருமன் ஏமாற்றிவிட்டான் என்பதுதான் வழக்கு. அவனும் எதிர்வழக்காடாமல் தன் குற்றத்தை ஒப்புக்கொண்டு சந்திராவை மணமுடிப்பதாக வாக்குக் கொடுத்தான். தோள்கள் ஒடுங்கி முன்னுக்குத் தள்ள குனிந்துகொண்டு நின்றவன் வாக்குக் கொடுத் ததும் முழுப் பற்களையும் காட்டிச் சிரித்தான். அவன் மனதிலே ஓடியதை மறைப்பதற்காகத்தான் அவன் அப்படிச் சிரித்திருக்க வேண்டும்.

இரவு நேரம். அக்காவும் தங்கையும் பக்கத்து பக்கத்து பாயில் படுத்திருந்தார்கள். சற்றுத் தள்ளி தம்பிமார் நாலு பேரும் திசைக்கு

அ. முத்துலிங்கம் ◆ 963

ஒருவராக சுழன்றுபோய்க் கிடந்தனர். சந்திரா முன்புபோல குலுங்கிச் சிரிக்காமல் எந்நேரமும் அமைதியாகவே இருந்தாள். பவானா அன்று யாரும் பார்க்காமல் கண்மை பூசி கண்களை பெரிதாக்கியிருந்தாள். மெல்ல விரலை நீட்டி இருட்டில் அக்கா வைத் தொட்டாள். சந்திரா அசையவில்லை. 'அக்கா, உனக்கு இந்தக் கல்யாணத்தில் விருப்பம்தானே.'

'விருப்பம் இல்லாமலா ஓம்பட்டேன். அவன் என்னை விட்டு ஓடிப்போனாலும் என்னால் அவனை மறக்கேலாமல் இருக்கடி.'

'ஏன் அக்கா, நீ எப்படி அவனைக் காதலித்தாய். றால் கருவாடு என்றெல்லாம் சொன்னாயே.'

'உனக்கும் ஒரு நாளைக்குத் தெரியவரும். காதல் என்றால் அப்படித்தான். அவன் கண்களில் ஏதோ ஒரு வசியம் இருந்தது. அவன் முயற்சி செய்யக்கூட இல்லையடி. அவன் என்னைப் பார்த் ததும் என்னுடைய இருதயம், கதவுகள் பிளப்பதுபோல இரண் டாகத் திறந்துகொண்டது. என்னால் எப்படி யோசித்தாலும் இதை விளங்கிக்கொள்ளவே முடியாது.'

'மன்மதன் கரும்பு வில்லை வளைச்சு மலர் அம்புகளை எய்வானாம். மன்மதன் அழகானவன் என்று எங்காவது சொல்லி யிருக்கா, அக்கா?'

'இருக்காது. காதலுக்கும் அழகுக்கும் சம்பந்தமே இல்லை.'

'அது உண்மைதான். நீ யோசிக்காதை அக்கா. உன் விருப்பப் படியே எல்லாம் நல்லாய் நடக்கும்.'

'என் விருப்பம் சரி. அவன் என்னை விரும்புறானோ, என்னவோ. அது தெரியேல்லையே எனக்கு.'

சோறு கொடுக்கும் சடங்குக்கு நாள் குறித்தார்கள். அது வரைக்கும் தருமன் பொறுத்திருக்கவில்லை. தினமும் அவர்கள் வீட்டுக்கு, பரிமளம் அளவெடுத்துத் தைத்த கோடு போட்ட சேர்ட்டை அணிந்து வந்தான். தையல் மெசினுக்குப் பக்கத்தில் உட்கார்ந்து சந்திராவுடன் பேசிக்கொண்டான். பரிமளம் சமைய லறையில் சேலையை அள்ளிச் செருகிக்கொண்டு சங்கிலித் தையல் போடுவதுபோல சுழன்று சுழன்று காரியமாற்றினாள். அவள் கணவன் வெளியே கட்டிலில் படுத்துக்கொண்டான். பவா னாவுக்கு நிலைகொள்ளாது, இடைக்கிடை கதவை மெதுவாகத் தள்ளித் திறந்து கூடத்தில் என்ன நடக்கிறது என்பதை நோட்ட மிட்டாள்.

சோறு கொடுக்கும் சடங்கு நாள் அன்று முன்வாசலை தோரணங்களால் அலங்கரித்திருந்தார்கள். இரவல் பாய்களை விரித்து 40–50 பேர் வசதியாக உட்கார்ந்து சாப்பிடுவதற்கான ஆயத்தங்கள் காலையிலிருந்தே நடந்தன. மணப்பெண்ணை அயல் வீட்டுப் பெண்கள் சோடித்தனர். அதையும் மீறிய சோடிப்புடன் பரிமளம் உள்ளங்கைகளைக் காட்டியபடி அசைந்து திரிந்தாள். அவளைப் பார்க்க சந்திராவுக்கே கூச்சமாக இருந்தது.

எப்படியும் இந்தச் சடங்கு முடிந்து வீட்டைவிட்டு ஒழிந்து போனால் போதுமென்றிருந்தது அவளுக்கு.

சமையல் வேலையை ஊர்ப் பெண்கள் கவனித்தார்கள். அது முடிவுக்கு வரவும் மாப்பிள்ளை பையன் பெண்ணுக்குச் சேலை கொடுக்கும் தருணம் நெருங்கியது. சேலை கொடுத்ததும் சந்திரா அவனுக்குச் சோறு பரிமாறுவாள். தாலி கட்டும் வழக்கம் எல்லாம் அவர்களிடம் கிடையாது.

தருமனை முறையாக அழைத்துவரப் புறப்பட்டார்கள். அவன் அங்கே இல்லை. அங்கிருந்த ஒருவருக்கும் அவன் எங்கே போனான் என்பது தெரியவில்லை. அப்பொழுது ஓர் ஆள் தலைதெறிக்க ஓடிவந்தான். அவன் சொன்ன தகவலைக் கேட்டு எல்லோரும் திகைத்துப்போய் நின்றார்கள். மணப்பெண்ணின் தங்கை பவானாவும் தருமனும் சற்று முன்பு ஓடிப்போய் விட்டார்கள்.

◆

மட்டுப்படுத்தப்பட்ட வினைச்சொற்கள்

பச்சை, மஞ்சள், வெள்ளை பரிசாரகி உடையணிந்து நிற்பவள் ஓர் அகதிப் பெண்; இலங்கை அல்லது இந்தியப் பெண்ணாக இருக்கும். கயானாவாகக்கூட இருக்கலாம். கறுப்புச் சருமம், கறுப்புத் தலைமயிர், கறுப்புக் கண்கள். அவள் உதட்டுச் சாயம், நகப்பூச்சுக்கூட கறுப்பாகவே இருந்தது. அவள் பெயர் நீளமாகவும் அதிக மெய்யெழுத்துகள் நிரம்பியதாகவும் இருந்திருக்கக் கூடும். அதைச் சுருக்கி 'ரத்ன' என்று தன் உடையின் ஒரு பக்கத்தில் குத்தி வைத்திருந்தாள்.

பரிசாரகப் பயிற்சி வகுப்பில் சொல்லிக் கொடுத்தது போல அவள் மேசைக்கு சற்று தூரத்தில் நின்றாள். கண் பார்க்கக்கூடிய தூரம், காது கேட்கக்கூடாத தூரம். அதுவே விதி.

இன்னும் பல விதிகள் அவளுக்குத் தெரியும்.

உணவை மேசையின் மேல் வைக்கும்போது, அதை விருந்தினரின் இடது பக்கத்தில் நின்று வைக்கவேண்டும். விதி 12.

மீதமான உணவை மேசையில் இருந்து எடுக்கும்போது அதை விருந்தினரின் வலது பக்கத்தில் நின்று எடுக்க வேண்டும். விதி 11.

விருந்தினரின் நாற்காலியை இழுத்து வசதிசெய்து கொடுக்கும்போது இடது பக்கமாக நிற்கவேண்டும். விதி 26.

நாப்கினை மடித்து பிளேட்டின் இடது பக்கத்தில் வைத்தால் விருந்தினர் முடித்துவிட்டார் என்று அர்த்தம். விதி 7.

நாப்கினை மடித்து பிளேட்டின் நாற்காலியின் மேல் வைத்தால் விருந்தினர் இன்னும் முடிக்கவில்லை என்று அர்த்தம். விதி 9.

சாப்பிடப் பயன்படுத்தும் உபகரணங்கள் வெளியில் இருந்து உள்ளுக்கு குறைந்துகொண்டே வரவேண்டும். விதி 19. இன்னும் இருக்கின்றன. அவளுக்கு எல்லாமே மனப்பாடம்.

அவளுக்குத் தொல்லை கொடுப்பது விதிகள் அல்ல. ஆங்கில வகுப்பு. பெயர் சொற்களையே அவளுடைய ஆசிரியர் படிப்பிக்கிறார்; அவையே முக்கியம் என்றும் சொல்கிறார். சாலட், நாப்கின், சீஸ், கூகம்பர், கிளாம் சூப், ஒலிவ், லெட்டுஸ். வினைச் சொற்கள் இப்போது தேவை இல்லை, அவை தானாகவே வந்து இணைந்துகொள்ளும் என்கிறார். எப்போது, எந்தத் தேதியில் வந்து சேரும் என்பதை அவர் சொல்லவில்லை. ஸ்தோத்திரம்போல அவள் ஓர் ஒற்றை ரூல் கொப்பி நிறைய பெயர்ச் சொற்களையே எழுதி வைத்துப் பாடமாக்குகிறாள். வினைச்சொற்கள் இல்லாமல் அவற்றை எப்படிப் பயன்படுத்துவது? ஆனால், அவள் ஆசிரியர் சொன்னால் அது சரியாகத்தான் இருக்கும்.

அவளுடைய அறைச் சிநேகிதி அவள் படிக்கும் முறையை பரிகாசம் செய்கிறாள். இதனிலும் உத்தமமான ஒரு வழி அவளுக் குத் தெரிந்திருக்கும். ஒரு காதலன் கிடைத்தபிறகு அவள் காலண் டரில் புள்ளடி போட்டு வைக்கத் தொடங்கியிருந்தாள். அந்தத் தினங்களில் அகதிப் பெண் பதினொரு மணிக்கு முன்னர் அறைக் குத் திரும்பமுடியாது. காதலர்கள் சந்திக்கும் புனித கணத்துக்கு அவளால் கெடுதல் வரக்கூடாது என்கிறாள். தகரக் குழாய் சத்தத் தில் அவள் காதலன் பேசுகிறான். அவன் கையை நீட்டும்போது அது திராட்சைக் குலைபோல தொங்கும். அவள்தான் அதைப் பிடித்துக் குலுக்கவேண்டும். அவன் கண்களும் அவள் முகத்தை நேரே பார்க்காமல் அவனுடைய வலது தோளுக்கு மேலால் பார்க் கின்றன.

அன்றைய விருந்தை கனடாவின் அதி செல்வந்தர்களில் ஒருவர் ஏற்பாடு செய்திருந்தார். அவர் வீட்டிலே நாளுக்கு ஒரு தடவை திரைச் சீலைகளையும் இரண்டு தடவை படுக்கை விரிப்பு களையும் எட்டுத் தடவை பல்புகளையும் மாற்றுவார்களாம். அவ்வளவு பெரிய பணக்காரர். மணி பதினொன்றைக் கடந்து வெகு நேரமாகிவிட்டது. அவளுக்கு மணித்தியாலத்துக்கு இவ் வளவு என்று சம்பளம். திருமண விருந்து, பிறந்த தின விருந்து போன்ற கொண்டாட்டங்களின்போது அவள் மிகவும் எச்சரிக் கையாக இருப்பாள். அவளுடைய மேலாளர் தவறுகளை அனு மதிப்பதில்லை. கறுப்பு ஸ்டொக்கிங்க்ஸ் அணிந்து, கைகளை ஒரு பறவை பறக்க ஆயத்தம் செய்வதுபோல விரித்து, தட்டு தட் டென்று அறையினுள் நுழையும்போது மேலாளர் அளவு கன அடி காற்று வெளியேறிவிடும். இதைக் கண்டுபிடிப்பதற்கு ஆர்க்கி மெடிஸ் தேவையில்லை. அகதிப் பெண்ணே அதைச் செய்துவிடு வாள்.

திடீர் திடீரென்று மேலாளர் பரீட்சை வேறு வைப்பார்.

'இதற்கு என்ன பெயர்?'

'புட்டிங்.'

கரண்டியால் ஒரு துண்டை வெட்டி வாயிலே வைத்துச் சுவைப்பார்.

'இப்போது இதற்கு என்ன பெயர்?'

'எச்சில் உணவு.'

'இதை என்ன செய்யவேண்டும்?'

'குப்பையில் வீச வேண்டும்.'

அவள் பரீட்சையில் பாஸ்.

புத்தகத்தில் சொல்லப்பட்ட ரூல்கள் தவிர தனிப்பட்ட முறையில் அவளுக்கும் சில விதிகளை மேலாளர் உண்டாக்கி யிருந்தார்.

விருந்தினர்களுடன் இன்முகமாய் இருக்கவேண்டும். அது அவளுக்குத் தெரியும்.

விருந்தினர்கள் குறிப்பறிந்து அவர்களைத் திருப்திப்படுத்த வேண்டும். அது அவளுக்குத் தெரியும்.

விருந்தினர்களுக்கு எரிச்சலூட்டும் காரியத்தைச் செய்யக் கூடாது. அது அவளுக்குத் தெரியும்.

அகதிப் பெண்ணின் ஆங்கிலம் குறைபாடுள்ளது. ஆகவே விருந்தினர்களுடன் அவள் பேசுவதைத் தவிர்க்கவேண்டும். அவர்கள் ஏதாவது கேட்டால் புன்னகையைத் தாராளமாக செலவு செய்யலாம். இந்தக் கடைசி விதி அவசியமில்லாதது என்றே அவள் நினைத்தாள். வினைச்சொற்கள் இல்லாத வசனங்களை அவள் பேசும்போது அவை யாருக்குமே புரிவதில்லை.

பிரதம மேசைக்கு எதிர் மேசையில் இருந்த குடும்பம் வினோதமாக இருந்தது. தாய்போல தோற்றமளித்தவளுக்கு வயது 30 இருக்கலாம். தகப்பனுக்கு 50. மகனுக்கு 18, மகளுக்கு 8 என்று அவள் கணக்குப் போட்டாள். அப்படியானால் அந்த மனைவி இரண்டாம் தாரமாக இருக்கலாம். மகன் முதல் தாரத்துக்குப் பிறந்திருக்கவேண்டும். எல்லாம் ஒரு ஊகம்தான். ஊகிப்பதில் அவள் மிகவும் கெட்டிக்காரி.

அவர்களுடைய மேசை அவள் பொறுப்பில் இருந்தது. அது மிகவும் கலகலப்பனது. ஐந்து நிமிடத்துக்கு ஒருமுறை ஏதோ பேசிச் சிரித்து சத்தம்போட்டு மகிழ்ந்தார்கள். அவர்கள் பேசியது போலந்து மொழியாக இருக்கலாம். அதில் நிறைய மெய்யெழுத்து கள் கலந்து கிடந்தன, ஆனால், அவை பெயர்ச் சொற்களா, வினைச்சொற்களா என்பது தெரியவில்லை. ஒரு ஐம்பது வயது தகப்பனுக்கும் முப்பது வயது மனைவிக்கும் 18 வயது மகனுக்கும் 8 வயது மகளுக்கும் இடையில் பொதுவாக என்ன இருக்கும். அவர்களைப் பார்க்கும் போதெல்லாம் பரிசாரகிக்கும் சிரிப்புத் தொற்றியது.

அப்பொழுதுதான் அவன் அவளைப் பார்த்தான். அவளை ஒருவருமே பார்ப்பதில்லை. இந்தப் பதினெட்டு வயது, சிவப்பு தலைமுடிக்காரன் அவளைப் பார்க்கிறான். அவன் கண்கள் துளைத்துவிடும்போல இருக்கின்றன. அந்த விருந்தில் கலந்து கொண்ட எத்தனையோ இளம்பெண்கள் அங்கே இருந்தார்கள். ஆனால், இவளையே அவன் பார்த்தான். விதிகள் என்ன சொல் கின்றன. மேலாளர் இதைப்பற்றி என்ன நினைப்பார். அவள் அந்தப் பார்வையைத் திருப்பித்தர முடியுமா? அவளுக்குத் தெரிய வில்லை. தன் வேலையை அவள் இன்னும் சிரத்தையுடன் கவனித்தாள்.

இதற்கு முன் என்றும் ஏற்பட்டிராத வகையில் அவள் மனதில் ஏதோ குறுகுறுவென்று ஓடியது. தன் தங்கையுடன் முகத்தைத் திருப்பி பேசிப் பேசி சிரித்தான் சிவப்பு முடிக்காரன். அந்தச் சிரிப்பின் மிச்சத்தை அவள் பக்கம் திரும்பி முடித்துக் கொண்டான். அவள் அவர்களுக்கு ஏதாவது பரிமாறப் போகும் போதெல்லாம், அவன் கண்கள் அவளைத் தொட்டு வாசல்வரை கொண்டுவந்து விடுவது வழக்கமானது.

அவன் சாப்பிட்டுக்கொண்டிருந்தபோது அவன் மடியி லிருந்த நாப்கின் மெதுவாக நழுவி கீழே விழுந்தது. அப்படி விழு வதற்கு அவன் விரல்கள் உதவிசெய்தன என்றே நினைத்தாள். அதற்கும் ஒரு விதி இருக்கிறது. அவள் நாப்கினை குனிந்து எடுத்து அவன் கையில் கொடுத்தாள். அவன் நன்றி என்று வாங்கிக் கொண்டான். அப்படிச் சொன்ன அதே நேரம் அவன் கைவிரல் கள் அவள் உள்ளங்கையை ஒருவித சந்தேகத்துக்கும் இடமில் லாமல் அழுத்தின. நடுக்கம் வழக்கம்போல அடிக்காலில் இருந்து தொடங்கியது. ஒன்றுமே நடக்காதது போல அவள் மறுபடியும் தன்னிடத்துக்கு நகர்ந்தாள். அவளைச் சுற்றியிருக்கும் காற்றைக்

கலைத்துவிடக்கூடாது என்பதுபோல நின்றாள். மேசையில் பேசுவது கேட்கக்கூடாத தூரமாகவும் அவர்கள் பார்க்கக்கூடிய தூரமாகவும் அது இருந்தது. அது ரூல் 17.

இப்பொழுது நடனம் ஆரம்பமாகிவிட்டது. அவனுடைய தாயும் தகப்பனும் எழுந்து மேடைக்குப் போய்விட்டார்கள். தாய் சுழன்று சுழன்று ஆடினாள். ஆடலறை முழுக்க அவள் நிறைந்து இருந்தாள். தகப்பன் ஆகக் குறைந்த அங்க அசைவுகளை வெளிப் படுத்தி தன் பங்கு நடனத்தை கச்சிதமாக நிறைவேற்றினார். அவன் தங்கை நாற்காலியை நகர்த்தி வைத்து நடனத்தையே கண் கொட்டாமல் பார்க்கத் தொடங்கினாள்.

திடீரென்று அவன் முகத்தில் புன்னகை தோன்றியது. கையை உயர்த்தி அவளை அழைத்தான். ரூல் 16. அவள் விரைந்து சென்று பணிவுடன் ஒரு குளவியின் இடைபோன்ற தன் இடையை, கண் மதிக்கமுடியாத அளவுக்கு வளைத்து 'எஸ்' என்றாள். அந்த வார்த்தை பேசுவதற்கு அவளுக்கு அனுமதி இருந்தது.

அவன் 'கொஃபி, டீ காஃப், டூ சுகர்' என்றான். அவன் அந்த வார்த்தைகளைச் சொன்னது, அவளுடைய பெயரை யாரோ கனிவுடன் உச்சரித்ததுபோல இனிமையாக இருந்தது. 'கொஃபி, டீ காஃப், டூ சுகர்' அவன் நாக்கில் தொடாமல் அந்த வார்த்தைகள் உருண்டு வந்து விழுந்தன.

அன்று விருந்து முடிவதற்கிடையில் அவன் மூன்றுதரம் கொஃபி ஓடர் பண்ணிவிட்டான். அவளுடைய கடமை அவன் கேட்டதைப் பரிமாறுவது. ரூல் 22. அவன் இன்னும் 20 தடவை கேட்டாலும் அவள் பரிமாறத் தயாராக இருந்தாள்.

விருந்தினர்கள் ஒவ்வொருவராக புறப்பட்டுப் போயினர். இவர்களும் விரைவில் போய்விடுவார்கள். அவனுடைய தாயார் கைப்பையைத் திறந்து ஏதோ சரிசெய்தபடி அதைத் தோள்மூட் டிலே மாட்டித் தயாரானாள். இவன் தன் நாப்கினை எடுத்து நாலாக மடித்து தன் பிளேட்டின் மேல் அவளைப் பார்த்தபடியே வைத்தான். பிறகு கண்களால் சைகை காட்டினான்.

இவள் ஒரு விதியையும் மீறவில்லை. நிதானமாக எல்லா கோப்பைகளையும் ஒவ்வொன்றாக அகற்றினாள். அவன் முறை வந்தது. அவன் உற்றுப் பார்த்துக்கொண்டே இருந்தான். அவனு டைய பிளேட்டை எடுத்துக்கொண்டு உள்ளே போனாள்.

நாப்கினை அகற்றியபோது கீழே ஐந்து டொலர் நோட்டு இருந்தது. பேனையால் நாப்கினில் ஒரு டெலிபோன் நம்பர் வேறு

எழுதியிருந்தது. அவள் அந்த நம்பரை தன் உள்ளங்கையில் உடனேயே எழுதி வைத்தாள். அன்று இரண்டாம் முறையாக அவளுடைய உள்ளங்கை அவளுக்குப் பயன்பட்டது.

அறைச் சிநேகிதியைக் காணவில்லை. கையைத் திருப்பி நம்பரைப் பார்த்தாள். அது இன்னும் அழியவில்லை. உரத்து அந்த இலக்கத்தைச் சொன்னாள். அந்த இலக்கம்கூட இனிமை யாக ஒலித்தது. அவள் மனம் என்றும் இல்லாதவிதமாக அந்தரத் தில் உலாவியது. சிவப்பு முடிக்காரன் இப்பொழுது என்ன செய் வான். அவளை நினைப்பானா? அறை அமைதியாக இருந்தது. ஒருமுறை அவனை அழைத்தால் என்னவென்று தோன்றியது. அந்த நடுநிசியில் யாரும் பேச மாட்டார்கள் என்றே நினைத்தாள். ஆகவே, ஒவ்வொரு தானமாக மெதுவாக டயல் பண்ணினாள்.

மறுமுனையில் இருந்து ஒரு குரல் உடனேயே ஒலித்தபோது, இவளுக்குப் புரிந்துவிட்டது அவன்தான் என்று. 'கொஃபி, டீ காஃப், டூ சுகர்' என்று உச்சரித்த அதே உருண்டையான குரல். ஆனால், அவளுடைய கைகள் நடுங்கின, வாய் நடுங்கியது. தொடைகள் நடுங்கின. உடனே அவள் டெலிபோனைத் திருப்பி வைத்துவிட்டாள். ஆனால், சரியாக ஒரு நிமிடத்தில் தொலை பேசி திரும்பவும் ஒலித்தது. கடைசியாக வந்த நம்பர் பட்டனை அவன் அமுக்கியிருக்கிறான். அவள் தொலைபேசியை எடுக்க வில்லை. சுருண்டுபோய் இருக்கும் ஒரு பாம்பைப் பார்ப்பது போல எட்டத்தில் நின்று அதைப் பார்த்தாள். அது அடித்துக்கொண்டே போனது. இறுதியில் அவனிடம் இருந்து வந்த ஒரு தகவலை டெலிபோன் சேமித்து வைத்துக்கொண்டது.

அவள் அந்தத் தகவலை ஓடவிட்டுக் கேட்டபோது பாதி தான் புரிந்தது. அவன் குரலில் தகவலைச் சரியான இடத்தில் விடுகிறோமோ என்ற தயக்கம் தெரிந்தது. யார் அழைத்தது என்ற ஊகமும் இருந்தது. அவளைத் திருப்பி அழைக்கும்படி மன்றாட்ட மாகக் கேட்டிருந்தான்.

அவள் அவனை அழைக்கவில்லை. ஆனால், வேண்டிய போது அவனுடைய குரலை ஓடவிட்டுக் கேட்டாள். தினம் ஒரு சடங்குபோல அதைச் செய்து வந்தாள். அது எப்படியோ அவளு டைய அறைவாசிக்குத் தெரிந்துவிட்டது. அவளுக்கு எரிச்சலைக் கூட உண்டாக்கியிருக்கலாம். ஒருநாள் அவள் இல்லாத நேரம் பார்த்து அந்த அற்புதமான குரலை அறைவாசி அழித்துவிட்டாள். அகதிப் பெண் அன்று துடியாய்த் துடித்துப் போனாள்.

அவர்கள் வசித்த அறை ஒரு கூரை, ஒரு கதவு, ஒரு யன்னல் கொண்டது. அவளுடைய கட்டிலுக்குப் பக்கத்தில் அவள் சிநேகிதியின் கட்டில் இருந்தது. கையை நீட்டினால் சிநேகிதி முகத்தில் அது இடிக்கும். ஆகவே, அகதிப் பெண் சுவருடன் முட்டிக் கொண்டு படுப்பாள். இன்னும் பல இன்னல்கள் இருந்தன. தகரக் குழாய் குரல்காரன் அவளைப் பார்க்கும் விதம் அவளுக்குப் பிடிக்கவில்லை. அவள் சிநேகிதி இல்லாத சமயங்களில் டெலிபோனில் கூப்பிட்டு சிநேகிதியைப் பற்றி விசாரிப்பான். அவள் இல்லையென்ற பிறகு தொலைபேசியைக் கீழே வைக்கவேண்டியது தானே. அவன் செய்வதில்லை, ஒரு சம்பாசணையை உண்டாக்கப் பார்ப்பான்.

தோள்மூட்டுக்கு மேல் சூரியன் உயர எழும்பாத ஒரு பனிக் காலத்து பகல் வேளை. அவளுடைய அறைத் தோழியும், காதலனும் அவளுக்கு ஒரு விருந்து கொடுத்தார்கள். அவள் எப்படி மறுத்தும் அவர்கள் கேட்கவில்லை. அவளை அன்றுடன் ஒரு வழி பார்த்துவிடவேண்டும் என்பதுபோல வருந்தி அழைத்தார்கள். சரி என்று அவளும் போனாள். அவளை இம்சிப்பதுதான் அந்த விருந்தின் முழு நோக்கமும் என்பது பின்னாலே தான் அவளுக்குத் தெரிந்தது. மதிப்புக்காக கறுப்புக்கண்ணாடிகளை தங்கள் தங்கள் தலைகளில் குத்தி வைத்துக்கொண்டு காதலர்கள் இருவரும் அடிக்கடி கண் ஜாடையில் பேசினார்கள். திடீரென்று பெருங் குரலில் சிரித்தார்கள். அவளுக்குப் புரியவில்லை. சிரிப்புக்குக் காரணம் பல சமயங்களில் அவள்தானோ என்றும் தோன்றியது.

அவளுக்கு அது பிடிக்கவில்லை. தினம் ஒரு விருந்து என்று வெட்டி முறிகிறாள். அவளுக்கே ஒரு விருந்தா? ஆவு ஆவென்று அலுவலக மண்டபத்துக்கு அன்று வந்து சேர்ந்தபோது இன்னும் சில நிமிடங்களே இருந்தன. வழக்கத்தில் வேலை தொடங்க ஐந்து நிமிடம் முன்பாகவே வந்து சீருடை அணிந்து தயாராகிவிடுவாள். ரூல் 16. எந்த மண்டபத்துக்கு வேண்டுமானாலும் அவளை அவர்கள் அனுப்புவார்கள். ரூல் 18.

அவளைப்போல பரிசாரகி வேலைகேட்டு வந்த சிலர் அங்கே காத்திருந்தார்கள். யாரையோ பழிவாங்கத் துடிப்பது போல அன்று பத்து மணி நேரம் தொடர்ந்து வேலை செய்தாள். ஒரு நிமிடம்கூட உட்காரவில்லை. கால்கள் கெஞ்சின. கைகள் பாரமான தட்டங்களைத் தூக்கியபடி அலைந்து சோர்ந்தன. அது அவளுக்குப் பழக்கமாகிப் போயிருந்தது.

நடுநிசி தாண்டியும் விருந்து முடிந்தபாடில்லை. அப்படியான வேளைகளில் மேலாளருக்கு கருணை பிரவாகம் எடுக்கும்.

ஐந்து நிமிடம் ஓய்வு தருவார். சாப்பாட்டுக் கூடத்துக்கும், விருந்து மண்டபத்துக்கும் இடையில் ஒரு சின்ன ஒடுக்கமான அறை. அங்கே சுழட்டி டயல் பண்ணும் கறுப்பு டெலிபோன் ஒன்று இருந்தது. அதைக் கடந்து போகும்போதெல்லாம் அவள் மனம் அலைபாய்ந்தது; திக்திக்கென்று அடித்தது. என்றும் இல்லாதவாறு அன்று அவளுக்கு அவன் நினவு வந்துகொண்டே இருந்தது.

பல வாரங்களுக்கு முன் முதல் தடவையாக அவனை அழைத்த பிறகு மேலும் மூன்று முறை அழைத்திருக்கிறாள். அப்பொழுதெல்லாம் ஒரு முரட்டு ஆண்குரல் பேசியது. அவனுடைய தகப்பனாக இருக்கலாம். அவள் உடனே தொலைபேசியை வைத்துவிடுவாள். அன்று என்னவோ அவன் குரலை ஒருமுறை யாவது கேட்கவேண்டும் என்று பட்டது. கையிலே இருந்த தட்டத்தைக் கீழே வைத்துவிட்டு டெலிபோனை சுழட்டி டயல் பண்ணினாள். விரல்கள் நடுங்கின. நெஞ்சு, இன்னும் சில கணங் களில் நின்றுவிடப்போகும் ஒரு குருவியின் இருதயம் போல, படபடவென்று அடித்தது.

அதிசயமாக அவன் குரல் கேட்டது. அவன்தான். அவளுக் குச் சந்தேகமே இல்லை. உடனேயே உலகம் வறண்டுவிட்டது. வாயிலே சத்தம் வருவது நின்றுவிட்டது. அவன் ஹலோ ஹலோ என்று விடாமல் ஒலித்தான். என்ன பேசுவது? என்ன பேசுவது? எந்த வார்த்தையைச் சொல்வது, என்ன சுருதியில் ஆரம்பிப்பது, ஒன்றையுமே அவள் சிந்திக்கவில்லை. அவனுடைய குரலைக் கேட் டாலே போதும் என்று நினைத்திருந்தாள். அவன் மீண்டும் ஹலோ என்றான்.

'மொஸரல்லா சாலட்'

'லெட்டூஸ்'

'ப்ரூஸெட்'

'சுப்படூ வங்கோல'

'லாசன்யா'

அவளிடம் வினைச் சொற்கள் இல்லை. சில வாரங்களுக்கு முன்பு அவன் சாப்பிட்ட அத்தனை உணவு வகைகளையும் ஒப்பித்தாள். மறுபக்கத்தில் இருந்து சிரிப்புக்கு நடுவில் ஒரு சத்தம் கேட்டது. அத்துடன் பரிசாரகி டெலிபோனைத் துண்டித்து விட்டாள்.

இது நடந்து மூன்று நாட்கள் ஆகிவிட்டன. அவள் படுக்கையில் கால்களை நீட்டி, ஒன்றோடொன்று பின்னிக்கொண்டு, சிவப்பு முடிக்காரனின் முகத்தை ஞாபகத்துக்குக் கொண்டுவர முயன்றாள். திடீரென்று அவளுடைய சிநேகிதி கதவைத் திறந்து பிரவேசித்தாள். அவள் கதவை அடித்துச் சாத்தும் சத்தத்திலும் பார்க்க திறக்கும் சத்தம் கூடுதலாக இருக்கும். இதை எப்படிச் சாதிக்கிறாள் என்பது தெரியவில்லை. நின்ற கோலத்தில் கால்களை உதறி சப்பாத்துகளைக் கழற்றினாள். கைப்பையை வீசி எறிந்தாள். அவள் உதடுகள் மேலும் கீழும் இமைகள் துடிப்பதுபோல அடித்தன, ஆனால், சத்தம் வரவில்லை.

அகதிப் பெண் வாயே திறக்கவில்லை. அப்போதுதான் விழித்ததுபோல மறுபக்கம் சுழன்று கழுத்தை இரண்டு பக்கமும் திருப்பிப் பார்த்தாள். மிக மட்டமான அறை; மட்டமான சிநேகிதி; மட்டமான போர்வை; மட்டமான மணம். எந்தப் பக்கம் திரும்பினாலும் ஒரு சுவரைக் காணக்கூடிய அந்த அறையில் அவள் கண்களை மூடிக்கொண்டு மீண்டும் அவனுடைய முகத்தை நினைவில் மீட்டாள். அவனுடைய சொண்டுகள் உருண்டு வார்த்தைகள் வழுக்கி விழுந்ததை எண்ணிப் பார்த்தாள்.

'கொஃபி, டீகாஃப், டூ சுகர்'

'கொஃபி, டீகாஃப், டூ சுகர்'

அப்படியே அவள் தூங்கிப்போனாள்.

டெலிபோன் சம்பாசணை வெட்டுப்பட்ட பிறகு அவன் சும்மா இருக்கவில்லை. விருந்தில் அவன் சாப்பிட்ட அத்தனை உணவு அயிட்டங்களையும் சொன்னது பரிசாரகி என்பதை ஊகிக்க அவனுக்குச் சில நிமிடங்களே எடுத்தன. ஆனால், அவள் வேலை செய்யும் கம்பெனியைக் கண்டுபிடிக்க கொஞ்ச அவகாசம் தேவைப்பட்டது. அந்தக் கம்பெனி, தன் ஊழியர்களை எந்த விருந்து மண்டபத்துக்கு, எப்போது அனுப்புகிறது என்பதையும் தெரிந்துகொள்ள வேண்டி இருந்தது. ஆனாலும் அவன் முயற்சியைக் குறைக்கவில்லை. அடுக்கடுக்காக பல விருந்து மண்டபங்களுக்குப் போய் அவளைத் தேடினான். அது ஒன்றும் அகதிப் பெண்ணுக்குத் தெரியாது.

படிக்கட்டுகள் முடிவுக்கு வந்த உச்சிப் படியில் அவன் நின்றான். அகதிப் பெண் கீழே நின்றாள். அவன் இவளைப் பார்க்க முன் இவள் அவனைப் பார்த்தாள். அவனும் இப்போது பார்த்துவிட்டான். அவனுடைய பார்வையில் போலந்திலிருந்து அவன்

கொண்டுவந்திருந்த அத்தனை வார்த்தைகளும் இருந்தன. அவளுடைய பார்வையில் பெயர்ச் சொற்கள், வினைச் சொற்கள், இன்னும் இலக்கணத்தில் சொல்லப்பட்ட அத்தனை வகையான சொற்களும் இருந்தன. அவனுக்கு அவை எல்லாம் தேவைப் பட்டன.

அவள் தன் கையிலே வைத்திருந்த தட்டத்தை பச்சை, மஞ்சள், வெள்ளை மார்போடு சேர்த்துப் பிடித்துக்கொண்டாள். சீருடையில் அவள் தேவதைபோலக் காட்சியளித்தாள். இரண்டு இரண்டு படியாக அவன் பாய்ந்து நெருங்கியபோது, அவர்களுக் கிடையில் அந்த தட்டம் இடைஞ்சலாக இருந்ததைக் கண்டான். அவள் அதை இறுக்கிப் பிடித்திருந்தாள். அவன் கீழே பார்த்தான். அவள் இரண்டு கைகளாலும் காவிய தட்டத்தில் இன்னும் சில நிமிடங்களில் யாரோ சாப்பிட்டு முடிக்கப் போகும் உணவு வகை இருந்தது.

அவள் விதி 27 ஐயும், 32 ஐயும், 13 ஐயும் ஒரே சமயத்தில் முறித்தாள்.

◆

மயானப் பராமரிப்பாளர்

உலகத்தைச் சுற்றி வரவேண்டும் என்று அவன் திட்ட மெல்லாம் போட்டது கிடையாது. தற்செயலாக அது அமைந்தது. அவுஸ்திரேலியாவுக்குப் பயணிக்க வேண்டுமென்று அவன் சொன்னதும் பயண முகவர்தான் அந்தப் புத்திமதியை வழங்கி னார். முகவர் ஓர் ஆப்பிரிக்கர். பார்த்தால் முட்டாள்போல தோற்றமளிப்பார் ஆனால், அதி புத்திசாலி. எப்பொழுதும் வயிற்றின் மேலே பை வைத்த ஒரு நீண்ட அங்கியை அணிந்திருப் பார். அதற்குள் வலது கையையும் இடது கையையும் ஒரே சமயத்தில் நுழைக்கலாம். 'நீங்கள் உலகம் சுற்றும் டிக்கட் ஒன்று எடுங்கள். அதுதான் மலிவு' என்றார். வலது கையை வெளியே எடுத்து நீங்கள் வலது பக்கத்தால் உலகை வலம்வரலாம். இடது கையை வெளியே எடுத்து நீங்கள் இடது பக்கத்தாலும் சுற்றி வரலாம். இரண்டும் ஒன்றுதான்' என்றார்.

இரண்டும் ஒன்றல்ல என்பது அவனுக்குத் தெரியும். சிறுவயதில் '80 நாட்களில் உலகத்தைச் சுற்றி' என்ற ஆங்கிலப் புத்தகம் அவனுக்குப் பாட நூலாக இருந்தது. அதிலே கதாநாய கனாக வரும் ஃபிலியஸ் ஃபொக் என்பவர் 80 நாட்களில் உலகத் தைச் சுற்றி வரப்போவதாக பந்தயம் கட்டுவார். இங்கிலாந்தி லிருந்து கிழக்கு நோக்கி இந்தியா, அமெரிக்கா என்று சுற்றி மறு படியும் இங்கிலாந்துக்கு, அவர் கணக்குப்படி சரியாக 80 நாட் களில், திரும்பி வந்து சேருவார். உண்மையில் அவர் ஒரு நாள் முந்தி, 79 நாட்களில் உலகத்தைச் சுற்றி முடித்திருப்பார். மேற்கு நோக்கி உலகத்தைச் சுற்றப் புறப்பட்ட மகெல்லன், அவருடைய மொத்த பயண நாள் கணக்கில் ஒரு நாளைக் கூட்டவேண்டி நேர்ந்தது. சர்வதேச தேதிக்கோட்டை தாண்டும்போது ஏற்படும் குழப்பம்தான் இதற்கெல்லாம் காரணம் என்பது அவனுக்குத் தெரியும்.

லொஸ் ஏஞ்சல்ஸிலிருந்து புறப்படும் விமானம், இடையில் நிற்காமல் ஒரேயடியாக பறந்து அவுஸ்திரேலியாவின் சிட்னி நகரத்தை அடையும் என்று பயண முகவர் கூறியிருந்தார். அவன்

புறப்பட்ட வெள்ளிக்கிழமை மாலை விமான நிலையம் பரபரப்பாக இயங்கியது. தரை தெரியாமல் பனி கொட்டியிருந்தபடியால் நூற்றுக்கணக்கான பனி அகற்றும் மெசின்கள் பெரும் இரைச்சலுடன் வேலைசெய்தன. தங்கும் அறை சிட்னிக்குப் போகும் பயணிகளால் நிறைந்திருந்தது. அவர்கள் எல்லோருக் கும் ஒரு கஷ்டம் இருந்தது. லொஸ் ஏஞ்சல்ஸில் கடும் குளிர். ஆகவே பயணிகள் நீண்ட மேலங்கிகளும் தொப்பிகளும் கையுறைகளுமாகக் காட்சியளித்தனர். இதே பயணிகள் அவுஸ்திரேலியா போய் இறங்கியதும் அங்கே கோடைக்கால வெயில் வாட்டியெடுக்கும். ஆகவே, அங்கே அணிவதற்கு மெல்லிய பருத்தி ஆடைகள் தேவைப்படும். இரண்டு கால நிலைகளுக்கும் பொருத்தமான ஆடைகளால் அவர்கள் ஆடைப்பெட்டிகள் நிரம்பி வழிந்தன.

அவனுக்குப் பக்கத்தில் அமர்ந்திருந்தவருக்கு வயது 30 – 35 இருக்கும். முகம் அப்படிச் சொன்னது. ஆனால், அவருடைய உடல் பருமன் சும்மா உட்கார்ந்திருக்கும்போதே அவரை ஆசு ஆசுவென்று மூச்சு விடவைத்தது. மேல்கோட்டு அணிந்திருந்தாலும் அவருடைய சேர்ட் பித்தான்கள் இறுக்கி பூட்டப்பட்டு, இடையில் காணப்பட்ட பிளவில் உள்சதை தெரிந்தது. அவருடைய மேல் கோட்டின் வலது கைவழியாக பாம்பு ஒன்று எட்டிப் பார்த்தது. அப்படி உடம்பில் பச்சை குத்திவைத்திருந்தார். அவர் கையை அசைக்க அசைக்க பாம்பு வெளியே வருவதும் உள்ளே போவதுமாக இருந்தது. அவருக்குப் பக்கத்தில் ஐந்து வயது மதிக்கத்தக்க பெண் குழந்தை புதிய உடை, புதிய சப்பாத்து, புதிய மேலாடை, புதிய தொப்பி தரித்து உட்கார்ந்திருந்தது. பயிற்சி இல்லாத ஒருத்தர், பொருத்தமில்லாத ரிப்பனையும் நிறம் ஒத்து வராத காலுறையையும் அதற்கு அணிவித்து அலங்காரம் செய்திருந்தாலும் குழந்தையின் அழகு கொஞ்சம்கூடக் குறையவில்லை. சற்று நேரத்துக்கு முன்னர் குழந்தை அழுதிருக்கவேண்டும். கண் துடைத்துப் பளபளவென்று மின்னியது. குழந்தை அந்த மனிதருடைய கையை விடாமல் இறுக்கிப் பிடித்திருந்தது வினோதமாகப் பட்டது. அவரும் அடிக்கடி குனிந்து குழந்தையிடம் ஏதோ சொன்னார். அது சரியென்று தலையாட்டியது. அவர் தன்னுடைய கன்னத்தைத் தொட்டுக் காட்ட அந்த இடத்தில் முத்தமிட்டது.

ஏதாவது பேசவேண்டுமே என்பதற்காக 'நீங்களும் சிட்னிக்கா பயணிக்கிறீர்கள்?' என்று கேட்டுவைத்தான். என்ன கேள்வி இது? இடையில் ஓர் இடத்திலும் நிற்காமல் நேராகப் பறக்கும் குவாண்டஸ் விமானம் அது. ஒரு சம்பாசணையின் ஆரம்பக் கேள்விதான்.

'சிட்னி பயணம் எனக்குப் பிடிக்கும். நீண்ட தூக்கம் போட வசதியானது' என்றார் அந்தத் தொக்கையான மனிதர்.

'நான் தூங்கப் போவதில்லை. விமானம் சர்வதேசத் தேதிக் கோட்டைக் கடக்கும்போது, ஒரு முழுநாள் மறைந்துவிடும் என்று சொன்னார்கள். ஆகவே முழித்திருப்பது என்ற தீர்மானத்தில் இருக்கிறேன்' என்றான்.

'ஓ, அப்படியா. நான் கிறீன்விச் நகரத்தில் மெரிடியன் கோடு கீறி வைத்திருக்கும் இடத்துக்குச் சென்றிருக்கிறேன். ஒவ்வொரு நாளும் சரியாக ஒரு மணிக்கு கறுப்புப் பந்து ஒன்றை கோபுரத்தின் உச்சியிலிருந்து போடுவார்கள். அதைப் பார்ப்பதற்குத் தினமும் நூற்றுக்கணக்கானோர் அங்கே கூடுவார்கள்' என்றார்.

'பசிபிக் சமுத்திரத்தில் இரண்டு தீவுகள் பக்கத்து பக்கத்தில் இருக்கின்றனவாம். ஒன்றின் பெயர் சமோவா, மற்றதின் பெயர் ரொங்கோ. அந்தத் தீவுகளை சர்வதேசத் தேதிக்கோடு பிரிக்கிறது. சமோவாவில் திங்கள் காலை ஆறு மணி என்றால் ரொங் கோவில் செவ்வாய் காலை ஆறுமணி. ஐந்து நிமிட தூரம் மட்டுமே ஆனால், 24 மணிநேர வித்தியாசம். ஒரு விசித்திரம்தான்' என்றான்.

'இது எல்லாம் மனித மூளையில் உதித்த கற்பனைதான். கற்பனைக் கோட்டை நாங்கள் எங்கேயும் கீறி வைக்கலாம். இன்னும் ஒரு வாரத்தில் புதுவருடம் பிறக்கிறது, அதை உலகமே கொண்டாடும். புதுவருட நாள்கூட ஒரு கற்பனைதானே' என்றவர், தன்னுடைய பைகளையும் சிறுமியையும் பார்த்துக் கொள்ள முடியுமா, தான் பாத்ரூம் போகவேண்டும் என்று அவனைக் கேட் டார். அவன் தாராளமாக என்று சொன்னான். குழந்தை கைகள் இரண்டையும் முன்னே நீட்டி முறுக்கி கோத்துவைத்து அவனைப் பார்த்து சிரித்தது. அதனுடைய மணிக்கட்டுகள் மெலிந்து உடைந்து விழுந்துவிடும்போல இருந்தன. அவனுக்குத் தன் குழந்தையின் ஞாபகம் வந்தது.

'என்ன பேர் அம்மா உனக்கு?'

'டிலன்.'

'என்ன படிக்கிறாய்?'

'முதலாம் வகுப்பு.'

'இதுதான் உன் முதல் விமானப் பயணமா?'

'இல்லையே. பறந்திருக்கிறேனே.'

'அவுஸ்திரேலியாவுக்குப் போயிருக்கிறாயா?'

'இல்லை. இப்போதுதான் அம்மாவிடம் போகிறேன். ஆனால், திரும்பி வரமாட்டன்.'

'ஏன்? அப்ப அப்பா?'

அவருடைய மயானம் இங்கேதானே இருக்கிறது.

அவனுக்குத் திக்கென்றது. சின்னக்குழந்தையிடம் துருவித் துருவிக் கேட்பதற்கும் கூச்சமாகவிருந்தது. குழந்தை தலையைக் குனிந்து கண்களை மட்டும் உயர்த்தி அவனையே பார்த்தது.

அந்த நேரம் பார்த்து தகப்பன் மூச்சிரைக்க வந்து சேர்ந்தார். அவரைக் கண்டதும் இரண்டு வருடங்களாக பிரிந்திருந்தது போல, குழந்தை அவரை நோக்கி ஓடிப்போய் கட்டிப்பிடித்தது. அவர் கையிலே அழகான ஒரு குழந்தை பொம்மை இருந்தது. பொன் தலை முடியும் நீலக் கண்களும் குட்டிக் கால்களும். குழந்தை ஆவலுடன் பொம்மையை வாங்கி தன் மடியிலே வைத்துக் கொண்டது.

'டாடி உங்களுக்கு எப்படித் தெரியும். நான் இந்தப் பொம் மையை வாங்கவேண்டுமென்று கனவு கூட கண்டிருக்கிறேன். என்னுடைய வகுப்பு சிநேகிதிகளிடம் இது இருக்கிறது. முதுகு பட்டனை தட்டிவிட்டால் இது பாடும்.' 'தாங்யூ டாடி, தாங்யூ' என்று எம்பி அவர் கன்னத்தில் குழந்தை முத்தமொன்று பதித்தது.

'என்ன பெயர் வைப்பாய்?' என்றார் தகப்பன்.

'தெரியாது, டாடி. நான் நிறைய யோசிக்கவேண்டும்.'

குழந்தையின் முகத்தில் பூரணமான சந்தோஷம். அது அந்தப் பொம்மையைத் தாலாட்டுவதும் அதனுடன் பேசுவதும் அதை தூங்கவைப்பதுமாக விளையாடியது. அவர் குழந்தையிடம் ஏதோ சொல்ல அது பக்கென்று சிரித்தது. இரண்டு கைகளையும் நீட்டி குழந்தையைப் பரிவுடன் தடவிக் கொடுத்தபடி அவன் பக்கம் திரும்பி 'இவளுடைய தாயார் அவுஸ்திரேலியாவில் இருக்கிறார். அவரிடம் நான் இவளை ஒப்படைக்க வேண்டும். கோர்ட் உத்திரவு' என்றார்.

விமானத்தில் பயணிகள் ஏறவேண்டும் என்ற அறிவிப்பு ஒலித்தது. அந்தக் குழந்தை தன் பையையும் பொம்மையையும் தூக்கிக்கொண்டு தகப்பனுடன் புறப்பட்டது. விமானப் பணிப்

பெண் அவர்களுக்குச் சரியான இருக்கைகளை அடையாளம் காட்டி உதவினாள். மிகப்பெரிய விமானம் அது. எங்கே முடிகிறது என்பதே தெரியவில்லை. அவனுக்குப் பக்கத்து இருக்கையில் மூதாட்டி ஒருவருக்கு இடம் கிடைத்தது. மறுபுறத்தில் குழந்தையின் தகப்பன். யன்னல் கரை இருக்கையில் குழந்தை உட்கார்ந்து அடுத்த நிமிடமே பொம்மையின் தலைமயிரைக் குலைத்து விதவிதமான அலங்காரம் செய்து விளையாடத் தொடங்கியது.

விமானத்தின் ஆரவாரம் அடங்கியதும் அவன் 'உங்களுக்குக் குழந்தையை விட்டு பிரிந்திருப்பது கஷ்டமாக இருக்குமே?' என்றான்.

'என்ன செய்வது? கடந்த ஒருவருடமாக குழந்தை என்னிடமே வளர்ந்தது' என்றார்.

'அதற்கு முன்னர்?'

'மனைவியும் என்னுடன் இருந்தார். ஒரு ஞாயிற்றுக் கிழமை காலை வழக்கம்போல என் மனைவி நடைப்பயிற்சிக்கு புறப்பட்டு போனவர் திரும்பி வரவேயில்லை.'

'ஏன் அப்படிச் செய்தார்?'

'அதுதான் இன்றுவரை யாருக்கும் தெரியாது. நாங்கள் பொலீசுக்கு அறிவித்தோம். பகல் முழுக்க அவர் போன ரோட்டிலும் சுற்றியிருக்கும் பார்க்கிலும் காட்டிலும் ஆற்றிலும் கூட தேடினோம்.'

'என்ன கண்டுபிடித்தீர்கள்?'

'அன்று இரவே எனக்குக் காரியம் துலங்கிவிட்டது. என்னுடைய மனைவி மற்றவருக்கு ஆச்சரியம் தருவதற்கென்றே பிறந்தவர். படுக்கையறையில் அவருடைய உடுப்புகளையும் காலணிகளையும் காணவில்லை; பாஸ்போர்ட்டும் மறைந்துவிட்டது. உடனேயே பொலீசாருக்குத் தகவல் கொடுத்தேன். ஆனால், உண்மையான அதிர்ச்சிக்கு நான் அடுத்தநாள் மத்தியானம் வரை காத்திருக்கவேண்டியிருந்தது.'

'என்ன நடந்தது?'

'வங்கி சேமிப்பில் இருந்த அத்தனை பணத்தையும் அவர் எடுத்துப் போயிருந்தார். 20,000 டொலர்களுக்கு மேலே.'

'திட்டமிட்டுச் செய்ததுபோல இருக்கிறதே!'

'திட்டமிடுவதற்கு என் மனைவியிலும் பார்க்கச் சிறந்தவர் இந்த உலகத்தில் கிடையாது. விலகுவதற்கு ஆறுமாதம் முன்பே அவர் திட்டமிட்டுவிட்டார். உடைகளையும் நகைகளையும் காலணிகளையும் கைப்பைகளையும் ஒவ்வொன்றாக வெளியேற்றி எங்கேயோ சேகரித்து முன்பே சூட்கேசில் அடைத்து வைத்திருந்தார். ஞாயிற்றுக்கிழமை காலை குழந்தையை அலங்கரித்து தயாராக இருக்கும்படி சொல்லிவிட்டுத்தான் நடைப்பயிற்சிக்குப் புறப்பட்டார். அவர் திரும்பியதும் அவளைப் பூங்காவுக்கு கூட்டிப் போவதாகச் சொல்லியிருந்தார். அது சும்மா எங்களைத் திசை திருப்புவதற்கு. மகளும் வெளிக்கிட்டு காத்துக்கொண்டு மாலை வரை வாசலில் நின்றாள். மனைவியோ அந்த நேரம் விமானத்தில் அவுஸ்திரேலியாவுக்குப் பறந்துகொண்டிருந்தார்.'

'மிகக் கொடூரமாக இருக்கிறது.'

'இன்னும் இருக்கிறது. அவரிடம் இருபதுக்கும் மேற்பட்ட கடன் அட்டைகள் உண்டு. எல்லாமே என் பெயரில்தான். நான் தான் பணம் கட்டவேண்டும். அவர் போனபிறகும் பில்கள் வந்த படி இருந்தன. அவற்றுக்கு பணத்தைக் கட்டி அட்டைகளையும் ரத்து செய்தேன். அவர் புது அட்டைகளை உண்டாக்கினார். அவற்றுக்கும் பணம் கட்டினேன். மணவிலக்கு கிடைத்த பிறகு தான் கொஞ்ச நிம்மதி எனக்குக் கிடைத்திருக்கிறது.'

'நீதிமன்றத்தில் முறையிடவில்லையா?'

நீதிமன்றம் எப்பவும் பெண்கள் பக்கம்தானே. உங்களுக்குத் தெரியுமா, அவருடைய வழக்கறிஞருக்கும் நான்தான் பணம் கட்டி னேன்.'

'அநியாயமாக இருக்கிறதே! உங்கள் மனைவி வேலைக்குப் போவதில்லையா?'

'என்னிலும் உயர்ந்த படிப்பு அவருக்கு. ஆனால், வேலை செய்யப் பிடிக்காது. புருசனின் வேலை பெண்ணைப் பராமரிப்பது என்று அவர் நினைக்கிறார்.'

'எதற்காக வீட்டை விட்டு ஓடினார் என்றாவது கூறினாரா?'

'நான் சம்பாதிப்பது அவருக்குப் போதவில்லை என்று நினைக்கிறேன். மயானங்களைச் சுத்தமாக வைத்திருக்கும் ஒப் பந்தம் எடுப்பது என் தொழில். 20 பேர் என்னிடம் வேலை செய்கிறார்கள். 12 மயானங்கள் வைத்திருக்கிறேன். வீட்டுக்கு வரும்போது, தினம் என்மேல் பிணவாடை அடிக்கிறது என்று குற்றம் சொல்வார். என் அருகே நிற்கும்போது பல தடவை அவர்

மூச்சைப் பிடித்துக்கொண்டு நிற்பதை நான் அவதானித் திருக்கிறேன்.'

'நீங்கள் பொறுமையானவர்.'

'அது உண்மைதான். என் வாழ்க்கையிலேயே அதிமகிழ்ச்சி யான நாட்களைக் கடந்த ஒரு வருடத்தில்தான் நான் அனுபவித் திருக்கிறேன். ஓடும் தண்ணீரில் முகம் பார்க்கமுடியாது. இப் போதுதான் எல்லாம் ஓய்ந்து நிம்மதியாக இருக்கிறேன்.'

'மனைவியிடம் உங்களுக்கு வருத்தம் இல்லையா?'

'என்ன வருத்தம்? இறப்பில் எல்லா மனிதரும் சமம். அடை யாளம் இல்லாத புதைகுழிகள் பலதை நான் பார்த்திருக்கிறேன். அந்தப் புதைகுழிகளை நிரப்பியவர்கள் இறந்தபோது அவர் களுக்குக் கூட்டம் இல்லை; பிரார்த்தனை இல்லை; மலர் வளையம் இல்லை. ஒரேயொரு சின்னப் பத்திரம்தான் அவர்கள் இந்தப் பூமியில் தரித்ததற்கான அடையாளம். அவர்கள் புதைகுழிகளை நான் அதே கவனத்துடன் பராமரிக்கிறேன். இறந்துபோனவர்கள் சமம் என்னும்போது இருப்பவர்களும் சமம்தானே. என் மனைவியை நான் இன்னமும் நேசிக்கிறேன் என்றுதான் நினைக் கிறேன்.'

'நேசிக்கிறீர்களா?'

'நேசிப்பதற்குக் காரணமே தேவையில்லை, நண்பரே.'

விமானம் உயரத்தில் பறந்து சமநிலையை அடைந்து விட்டி ருந்தது. நீண்ட பயணம் என்பதால் மூன்று திரைப்படங்கள் திரை யிடப்போவதாக அறிவித்திருந்தார்கள். பாடுவதுபோல இனிமை யான குரலில் பேசிய பணிப்பெண்கள் சுறுசுறுப்பாக உணவு பரி மாறினார்கள். என் பக்கத்திலிருந்த மூதாட்டி உணவு வேண்டாம் என்றுவிட்டார். தகப்பனும் மகளும் தங்கள் தெரிவுகளை பணிப் பெண்ணிடம் சொன்னார்கள். உணவு உண்ணும்போதுகூட குழந்தை பொம்மையைவிட்டுப் பிரியவில்லை. தகப்பன் விமானப் பணிப்பெண்ணிடம் தனக்கு வெள்ளை வைன் கொண்டுவரும்படி பணித்தார். பக்கத்தில் இருந்த மகளை போர்வையால் மூடி 'இனி போதும், படு கண்ணே' என்றார். நீண்டு வளைந்த கிளாஸில் அவர் ரசித்து வைன் குடிப்பதை அவன் பார்த்தபோது, அவருடைய மூக்கு மிகப் பெரிதாகிவிட்டதுபோலத் தோன்றியது. அவனுடைய பக்கம் திரும்பி 'நீங்கள் திரைப்படத்தைப் பாருங்கள். நான் தூங்கப்போகிறேன். நாளைக் காலை சந்திப்போம்' என்று கூறிவிட்டு இருக்கையைப் பின்னால் சாய்த்து கண்ணை மூடினார்.

ஹடாரி அவன் ஏற்கனவே பார்த்திருந்த திரைப்படம். அதன் ஆரம்பக் காட்சிகள் திகைப்பூட்டின. காண்டாமிருகத்தைப் பலமுறை துரத்தி தோல்வியடைந்து கடைசியில் பிடித்துவிடு கிறார்கள். யானைக்குட்டி ஒன்றைத் துரத்திக்கொண்டு கதாநாயகி ஓடுகிறாள். திடீரென்று யானைக்குட்டியை விட்டுவிட்டு அவன் முகத்துக்கு கிட்டவாக குனிகிறாள். பிடரியோடு வெட்டிய தலை முடி. சிறுமி போன்ற தோற்றம். வசீகரமான கண்கள். என்ன சாப்பிடுகிறீர்கள் என்று கேட்கிறாள். உணவுத் தட்டில் உருண்டை ரொட்டி, முட்டைப்பொரியல், வேகவைத்த தக்காளி, பச்சைக் காளான், மஞ்சள் நிறமான தோடம்பழச் சாறு இருந்தது. அப் பொழுதுதான் அவனுக்கு நினைப்பு திரும்பியது. விடிந்துவிட்டது. யன்னல் வழியாக மஞ்சள் வெளிச்சம் பாய்ந்து வந்துகொண்டி ருந்தது. வெள்ளி இரவு புறப்பட்ட விமானம் ஓர் இரவில் ஞாயிற்றுக்கிழமையை அடைந்துவிட்டது. ஒரு முழு சனிக் கிழமைக்கு என்ன ஆனது என்பது தெரியவில்லை.

அவனுக்கு உணவில் மனம் செல்லவில்லை. பக்கத்து இருக் கையில் தகப்பன் இரண்டு கைகளையும் பாவித்து உணவை வாய்க்குள் செலுத்திக்கொண்டிருந்தார். சிறுமி ஆழ்ந்த நித்திரை யிலிருந்தாள். அவளுடைய திறந்த வாயில் ஒரு மயிர்க்கற்றை விழுந்து கிடந்தது. பொம்மை அவள் நெஞ்சில் உறங்கியது. அவளு டைய உடம்பு மூன்று இடங்களில் தகப்பனை தொட்டுக் கொண்டி ருந்தது. ‘உங்கள் மகளின் கண்களில் இன்னும் துயரம் நிரம்பியிருக் கிறது. ஓர் ஐந்து வயதுப் பெண்ணின் கண்களில் நான் இவ்வளவு பாசத்தைக் கண்டதில்லை’ என்றேன். அவர் குழந்தையின் தலையை அன்புடன் தடவிக் கொடுத்தார். ‘இவள் தாய் இவளை நல்லாக வளர்ப்பாள்.’

‘சர்வதேசத் தேதிக் கோட்டை விமானம் கடந்தபோது விமான ஓட்டி ஒலிபெருக்கியில் அதை அறிவித்தார். பயணிகள் கைதட்டி ஆரவாரித்தார்கள். சிலர் தங்கள் கைக்கடிகாரங்களை ஞாயிற்றுக்கிழமைக்கு மாற்றினார்கள்’ என்றார்.

‘அப்படியா’ என்றான் அவன்.

‘நீங்கள் அப்போது ஆழ்ந்த தூக்கத்தில் இருந்தீர்கள்.’

‘பாருங்கள். ஆவலாகத் திட்டம்போட்டேன், எனக்குப் பார்க்க வாய்க்கவில்லை.’

‘நீங்கள் துக்கப்படக்கூடாது. ஓர் அறிஞர் சொன்னார், இன்றைக்கு உலகம் அழியப் போகிறது என்று பயம்கொள்ளாதே.

அவுஸ்திரேலியாவில் ஏற்கனவே 'நாளைக்கு' நடந்து கொண்டிருக்கிறது என்று. ஆகவே நானும் மகளை நினைத்துக் கவலைப் படப் போவதில்லை. தினம் சூரியனை நான் பார்க்கும் முன்பு என் மகள் அதைச் சிட்னியில் பார்த்துவிடுவாள். எந்த சர்வதேசத் தேதிக் கோட்டினாலும் எங்களைப் பிரிக்கமுடியாது.'

'மகளைப் பிரிந்து வாழ்வதற்கு உங்களைத் தயார் செய்து விட்டீர்கள் என்று நினைக்கிறேன்.'

அவர் உடனே பதில் சொல்லவில்லை. தன் உணவுத் தட்டத்திடம் ஆலோசனை கேட்பதுபோல அதையே உற்றுப் பார்த்தார்.

'எனக்கு இப்பொழுது வயது 33. யேசுவை சிலுவையில் அறைந்த வயது. என்னுடைய சிலுவை இந்தப் பிரிவுதான். இதை நான் என் எஞ்சிய வாழ்நாள் முழுவதும் காவுவேன்.'

ஒரே இடத்தில் இருந்துகொண்டு அனைத்தையும் உண்ணும் எருது என்று ஒரு பழைய பாடல் உண்டு. அது போல இருக்கையில் அமர்ந்தபடி ஓர் அடி நகராமல் 400 பயணிகளும் இரவு உணவு, காலை உணவு, மதிய உணவு என்று சகலத்தையும் முடித்துக்கொண்டனர். பொம்மை பாடும் பாட்டை திருப்பித் திருப்பிக் குழந்தை கேட்டது. இடைக்கிடை தகப்பன்மேல் பாய்ந்து கைகளைக் குவித்து ஏதோ ரகஸ்யம் பேசியது. விமானம் லயம் மாறி கீழே இறங்கத் தொடங்கியது. இன்னும் சில நிமிடங்களில் தரை தொட்டுவிடும் என்று விமானி அறிவித்தார். வாழ்நாள் முழுக்க அவனை நினைவில் வைக்க விரும்புவது போல அவன் கையை இறுக்கிப் பிடித்து விடைகொடுத்தார். எதிர்பாராத விதமாக குழந்தை தகப்பனிடம் மெள்ள ஏதோ சொல்லிச் சிணுங்க ஆரம்பித்தது. தகப்பன் அதற்கு ஆறுதல் வார்த்தை சொல்லிக் கொண்டிருந்தார்.

குடிவரவு, சுங்கம் கடவைகளைத் தாண்டி அவன் தன் பயணப்பெட்டிகளை தள்ளுவண்டியிலே வைத்து தள்ளிக் கொண்டு போனபோது, வரவேற்பாளர்களைச் சந்திக்கும் இடத்தில் மறுபடியும் அவர்களைக் கண்டான். தகப்பனுக்கும் மகளுக்கும் ஆரம்பித்த விவாதம் இன்னும் முடிவுக்கு வரவில்லை. மாறாக உச்சநிலையை நோக்கி நகர்ந்துகொண்டிருந்தது. குழந்தை இரண்டு கால்களையும் பரப்பி வைத்து அங்கேயே நெடுநாட்களாகத் தங்க திட்டமிட்டது போல நின்றது. மயான பராமரிப்பாளர் தன் பெரிய உடம்பை வளைத்து, குனிந்து அவளுடைய மஞ்சள் தலை முடியுடன் கெஞ்சுவதுபோல பேசினார்.

'ஹனி, இதுதான் நாங்கள் ஒன்றாயிருக்கும் கடைசி ஐந்து நிமிடம். நான் உனக்கு பொய் சொன்னேன் என்ற நினைப்போடு நீ போகக்கூடாது. அப்படிப் போனால் அதைச் சரி செய்ய எனக்குச் சந்தர்ப்பமே கிட்டாது.'

'சனிக்கிழமை முழுக்க என்னுடன் இருக்கப்போவதாக சொன்னாய்?'

'இன்றைக்கு ஞாயிற்றுக்கிழமை.'

அந்த இரண்டு வார்த்தைகளையும் அப்பொழுதுதான் முதன்முதலாகக் கேட்பதுபோல குழந்தை குழப்பத்துடன் அவரைப் பார்த்தது.

'அந்த சனிக்கிழமை உனக்குக் கிடைக்காது. அது போய் விட்டது. என்றென்றைக்குமாக.'

'நீ பொய் சொன்னாய்.'

'இல்லை. நீ பெரியவளானதும் ஒருநாள் புரிந்துகொள்வாய். இனி அம்மாதான் உனக்கு எல்லாம். அவர் வந்தவுடன் சிரித்துக் கொண்டு போகவேண்டும். சரியா. எங்கே சிரி.'

அந்தக் குழந்தை புறங்கையால் துடைக்கத் துடைக்க கண்களில் நீர் பெருகிக்கொண்டே வந்தது.

'டாடி, என்னுடைய பிறந்தநாள் உனக்கு ஞாபகம் இருக்குமா?'

'இருக்கும் கண்ணே, அதை மறப்பேனா?'

அப்பொழுது தூரத்தில், விளம்பரங்களில் வருவதுபோன்ற அழகான பெண், கூந்தல் பின்னுக்கு எழும்பி எழும்பி விழ, குதிக் காலணியில் டக்டக்கென்று கத்தரிக்கோல் போல நடந்து வந்தாள். மண்புழுவின் நிறத்தில் அவள் சருமம் இருந்தது. நடு வயிற்றைத் தொடும் நீளமான முத்துமாலை. மெல்லிய சாம்பல் ஆடையின் இரண்டு கழுத்து பித்தான்களையும் திறந்து விட்டிருந்தாள். பார்த்தவுடனேயே அவள்தான் தாயென்று தெரிந்தது. அவள் உடல் அசைவு, இனிய சுபாவத்துடன் ஒத்துப் போகாதது. மயானம் பராமரிக்கும் மனிதருக்கும் இந்தப் பெண்ணுக்கும் ஒரு விதப் பொருத்தமும் இல்லையென்று அவனுக்குத் தோன்றியது. இருவரும் ஒரேயொரு சொல் பரிமாறிக்கொண்டார்கள்.

'ஹலோ'

'ஹலோ'

குழந்தையின் முதுகில் ஒரு விரலை வைத்து அம்மாவின் முன் தள்ளினார். அந்தக் குழந்தையின் உடம்பு சுருங்கியது.

உயரம் சரி பாதியானது. தோள்மூட்டுகள் உயர்ந்து காது களை மறைத்தன. மயானம் பராமரிப்பவர் மறுபடியும் ஒருமுறை குழந்தையின் இரண்டு கன்னங்களிலும் கையை வைத்து அள்ள முயன்றார். முடியவில்லை. சாதாரண முத்தம் ஒன்றைக் குழந் தைக்குக் கொடுத்துவிட்டு முகத்தைத் திருப்பிக்கொண்டார்.

ஒரு கையில் பொம்மையையும் மறுகையில் நீளமான கைப்பிடி வைத்த பையையும் பிடித்துக்கொண்டு, அது காலிலும் தரையிலும் இடற, குழந்தை அவசரமாக தாயைப் பின் தொடர்ந் தது. திடீரென்று நின்று, தானியத்தைக் கொத்துவதற்கு குருவி தயங்குவதுபோல யோசித்தது. தகப்பனிடம் திரும்பி வந்து பொம்மையைக் கொடுத்து, 'நீயே வைத்திரு' என்று சொன்னது.

'சரி, நான் பொம்மைக்கு உன் ஞாபகமாக நல்ல பெயர் சூட்டுகிறேன். I will call her Saturday.' (நான் அவளை சனிக்கிழமை என்று அழைப்பேன்.) வலது கையைத் தூக்கி அவர் ஆட்டிய போது பாம்பும் ஆடியது. குழந்தை பதில் பேசவில்லை. முகத்தைத் திருப்பி ஓர் அமெரிக்கக் குழந்தை ஆம் என்று சொல்வதற்கு எப்படித் தலையசைக்குமோ அப்படி அசைத்தது.

◆

அமெரிக்கக்காரி

ஒரு நாள் அவளுக்கொரு காதலன் இருந்தான்; அடுத்த நாள் இல்லை. அவன் வேறு ஒரு பெண்ணைத் தேடிப்போய்விட்டான். இது அவளுடைய மூன்றாவது காதலன். இந்தக் காதலர்களை எப்படி இழுத்து தன்னிடம் வைத்திருப்பது என்று அவளுக்குத் தெரியவில்லை. அவர்கள் தேடும் ஏதோ ஒன்று அவளிடம் இல்லை. அல்லது இருந்தும் அவள் கொடுக்கத் தவறி விட்டாள் என்பது தெரிந்தது.

பார்ப்பதற்கு அவள் அழகாகவே இருந்தாள். விசேஷமான அலங்காரங்களோ, முக ஒப்பனைகளோ அவள் செய்வதில்லை. செய்வதற்கு நேரமும் இருக்காது. மற்ற மாணவிகளைப் போலத்தான் அவளும் உடுத்துகிறாள்; நடக்கிறாள். ஆனால், அவர்களைப் போல பேசுகிறாள் என்று சொல்லமுடியாது. இலங்கை, யாழ்ப்பாணத்திலிருந்து அமெரிக்கப் பல்கலைக்கழக உதவிப் பணம் பெற்று நேராகப் படிக்க வந்தவள். ஆகவே, அவளுடைய உச்சரிப்பில் மூக்கால் உண்டாக்கும் ஒலிகள் குறைவாகவே இருக்கும். அமெரிக்க மாணவர்களுக்குப் புரியாத பல புதிய வார்த்தைகளும் இருந்தன. அவள் sweet என்பாள். அவர்கள் candy என்பார்கள்; அவள் lift என்பாள். அவர்கள் elevator என்பார்கள்; அவள் torch என்பாள். அவர்கள் flashlight என்பார்கள். அதுவெல்லாம் ஆரம்பத்திலேதான், ஆனால், வெகுவிரைவிலேயே அவள் தன்னைத் திருத்திக்கொண்டாள். அவளுடைய நுட்பமான அறிவை அவள் வேதியியல், கணிதம், இயற்பியல் போன்ற பாடங்களுக்கு மட்டும் பயன்படுத்துவதில்லை.

கறுப்பு எறும்புகள் நிரையாக வருவதுபோல பையன்கள் அவளை நோக்கி வந்தார்கள். அவளுடைய கரிய கூந்தலும், கறுத்துச் சுழலும் விழிகளும் அவர்களை இழுத்தன. ஆனால், வந்த வேகத்திலேயே அவர்கள் திரும்பினார்கள் அல்லது அவளை விட்டுவிட்டு வேறு பெண்களிடம் ஓடினார்கள். முதலில் வந்தவன் கேட்ட முதல் கேள்வியை நினைத்து அவள் இன்றைக்கும் ஆச்சரியப்படுவாள். 'யாரோ தேசியகீதம் இசைப்பது போல நீ

எதற்காக எப்போதும் தலைகுனிந்து நிற்கிறாய்?' அவள் எப்படிப் பதில் சொல்வாள்? 17 வருடங்கள் அவள் அப்படித்தான் நிலத்தைப் பார்த்தபடி பள்ளிக்கூடத்துக்குப் போனாள், வந்தாள். அதைத் திடீரென்று அவளால் மாற்ற முடியவில்லை. ஆனால், கேள்வி கேட்டவனை அவளுக்குப் பிடித்துக்கொண்டது. அவளுடைய வகுப்பில் அவனும் சில பாடங்களை எடுத்தான். நடக்கும் போது அவனுக்கு அவளுடன் ஒட்டிக்கொண்டு நடந்துதான் பழக்கம்.

அன்று நடந்த கூடைப்பந்து போட்டியைப் பார்க்க அவளை அழைத்தான். அவளுக்கு அந்த விளையாட்டைப் பற்றிய ஞானம் இல்லை, கூடைக்குள் பந்தைப் போடவேண்டும் என்பது மட்டுமே தெரியும். தொடை தெரியும் கட்டையான பாவாடைகளும் நீளமான சிவப்பு காலுறைகளும் அணிந்த பெண்கள் உற்சாகமாக துள்ளிக் குதித்து ஆரவாரித்தார்கள்; சிலவேளைகளில் பந்தைக் கூடையில் போடாதபோதும்கூட கைதட்டினார்கள். இவளும் தட்டினாள். திரும்பும் வழியில் அவன் ஐஸ்கிரீம் வாங்கிக் கொடுத்தான். ஒரு துளி அவள் உதட்டிலே சிந்தியபோது அதை ஒரு விரலால் துடைத்துவிட்டான். மூன்றாவது நாள் அவளுடன் சேர்ந்து படிக்க வேண்டும் என்று அழைத்தான். அவனுடைய அறிவுக் கூர்மை அவளைத் திகைப்படைய வைத்தது. அவளைப்போல அவன் ஒன்றுமே மனப்பாடம் செய்யவில்லை. தர்க்கமுறையில் சிந்தித்து மிகச் சிக்கலான வேதியியல் சாமாந்திரங்களை உடனுக்குடன் எழுதினான். மூன்றாவது நாள் அவன் அறை நண்பன் இல்லையென்றும் அவளை அந்த இரவு தன் அறையில் வந்து தங்கும்படியும் கேட்டான். அவள் மறுத்த பிறகு அவனைக் காணவில்லை.

இரண்டாவதாக அவளைத் தேடி வந்தவன் துணிச்சல்காரன்; குறும்புகள் கூடியவன். அவளுக்கு பென்ஸீன் அணு அமைப்பு தெரியும், அவனுக்குத் தெரியாது. அப்படித்தான் அவர்கள் நட்பு உண்டானது. ஒருநாள் அவள் படித்துக் கொண்டிருந்தபோது திடீரென்று உண்டாகி அவள் முன்னால் நின்றான். அவனுடைய நிழல் அவள்மேல் பட்டு அவள் நிமிர்ந்து பார்த்த போது அவள் உட்கார்ந்திருந்த சுழல் கதிரையைச் சுழலவிட்டான். அது மூன்றுதரம் சுற்றிவிட்டு அவன் முன்னால் வந்து நின்றது. 'பார், எனக்கு பிரைஸ் விழுந்திருக்கிறது. நீ என்னுடன் கோப்பி குடிக்க வரவேண்டும்' என்றான். அவளுக்குச் சிரிப்பு வந்தது, சம்மதித்தாள். கோப்பி குடிக்கும்போது 'நீ உங்கள் நாட்டு இள வரசியா?' என்றான். 'இல்லை. அங்கேயிருந்து துரத்தப்பட்டவள். இனிமேல்தான் நான் ஒரு நாட்டைத் தேடவேண்டும்' என்றாள். 'நீ அரசகுமாரி மாதிரி அழகாக இருக்கிறாய்' என்று சொன்னான்

அந்த அவசரக்காரன். அன்றிரவே அவள் அறையில் தங்கமுடியுமா என்று கேட்டான். அதற்குப் பிறகு அவனும் மறைந்துபோனான்.

இவர்கள் அவளிடம் எதையோ தேடினார்கள். அவள் அமெரிக்காவில் வாழ்ந்தாலும் இன்னும் இலங்கைக்காரியாகவே இருந்தாள். அவள் அமெரிக்காவுக்கு வரமுன்னரே அவளுடைய கிராமத்தில் அவர்கள் அவளை 'அமெரிக்கக்காரி' என்று அழைத்தது இங்கே யாருக்கும் தெரியாது. அவளுடைய பெயரே அவளுக்கு மறந்துவிட்டது. வீட்டிலும் பள்ளிக்கூடத்திலும் வீதியிலும் அவளை 'அமெரிக்கக்காரி' என்றே அழைத்தார்கள். அவளுடைய இரு அண்ணன்மார்களிலும் பார்க்க அவள் புத்திசாலி என்று அம்மா சொல்வாள். அவளுக்கு நாலு வயது நடக்கும்போதே ஆங்கிலம் வாசிக்கக் கற்றுக்கொண்டாள். அவளுடைய அண்ணன்மார் கொண்டுவரும் அமெரிக்க கொமிக் புத்தகங்கள் அனைத்தையும் படித்துவிட்டு அந்தக் கதைகளைத் தன் வகுப்பு தோழிகளுக்குச் சொல்வாள். ஆர்க்கி, சுப்பர்மான் பாத்திரங்களாக மாறி தான் அமெரிக்காவில் வாழ்வதாகவே அவள் கற்பனை செய்வாள்.

சின்ன வயதிலேயே தாயாரிடம் கேட்பாள், 'நான் அமெரிக்கக்காரியா?' தாய் சொல்வார், 'இல்லை, நீ இலங்கைக் காரி.' 'அப்ப நான் எப்படி அமெரிக்கக்காரியாக முடியும்?' 'அது முடியாது.' 'நான் அமெரிக்காவுக்குப் போனால் ஆக முடியுமா?' 'இல்லை, அப்பவும் நீ இலங்கைக்காரிதான்.' 'நான் ஒரு அமெரிக்கனை மணமுடித்தால் என்னவாகும்?' 'நீ அமெரிக்கனை மணமுடித்த இலங்கைக்காரியாவாய். நீ என்ன செய்தாலும் அமெரிக்கக்காரியாக முடியாது.' அப்போது அவளுக்கு வயது பத்து. அவளுக்கு பெரிய ஏமாற்றமாகப் போய்விடும்.

மூன்றாவதாக அவளைக் காதலித்தவன் கொஞ்சம் வசதி படைத்தவன். அவள் அப்போது இரண்டாவது வருட மாணவி. ஒரு வகுப்பு முடிந்து வெளியே வந்தபோது, அவன் வந்து தானாகவே தன்னை அறிமுகம் செய்துகொண்டான். உடனேயே பல பெண்களின் கண்கள் அவளைப் பொறாமையோடு பார்த்தன.

அவன் விடுதியில் தங்கிப் படித்துக்கொண்டிருப்பதாகச் சொன்னான். அவனுடைய பெற்றோர் போர்ட்லண்டில் வசித்தனர். அவனிடம் கார் இருந்தபடியால் ஒவ்வொரு வார முடிவிலும் அவர்களிடம் அவன் போய்வருவான்.

அவன் காரில் இருந்து இறங்குவது விசித்திரமாக இருக்கும். காரை நிறுத்திவிட்டு இரண்டு கால்களையும் ஒரே நேரத்தில் தரையில் ஊன்றி எழுந்து நடந்துவருவான். நேற்று வகுப்பில் என்ன பாடம் நடந்தது, இன்று என்ன நடக்கிறது, நாளை என்ன

நடக்கும் என்ற கவலையே அவனிடம் கிடையாது. பல்கலைக் கழகம் ஒரு விளையாட்டு மைதானம் என்பது அவன் எண்ணம். அவள் பின்னாலேயே அவன் திரிந்தான். ஒருநாள் அவளைக் கண்ணை மூடச்சொன்னான். அவன் ஏதாவது பரிசுப் பொருள் தரும்போது அப்படித்தான் செய்வான். அவள் மூடினாள். வாயைத் திற என்றான். ஏதோ சொக்லட்டோ, இனிப்போ தரப் போகிறான் என்று நினைத்து வாயைத் திறந்தாள். அவளுடைய அம்மா மருந்து தரும்போதும் அப்படித்தான் திறப்பாள். அவன் குனிந்து அப்படியே திறந்த வாயில் முத்தம் கொடுத்துவிட்டான். அவளுக்கு அது பிடிக்கவில்லை. 'இது என்ன பெரிய விசயம். நான் உன் கையிலே முத்தம் கொடுத்திருக்கிறேன். உன் நெற்றியிலே முத்தம் தந்திருக்கிறேன். நெற்றியில் இருந்து இரண்டு அங்குலம் கீழே உன் வாய் இருக்கிறது. இது இரண்டு அங்குலத் தவறுதான்' என்றான்.

நன்றிகூறல் நாள் விருந்துக்கு தன் வீட்டுக்கு வரும்படி அழைத்தான். கடந்த வருடம் அவள் தன் சிநேகிதி வீட்டுக்குப் போயிருந்தாள். நன்றிகூறல் நாளன்று விடுதியில் ஒருவருமே இருக்கமாட்டார்கள் என்பதால் அவள் சம்மதித்து, இரண்டு மணிநேரம் அவனுடன் காரில் பிரயாணம் செய்தாள். இதுதான் அமெரிக்காவில் அவளுடைய ஆக நீண்ட கார் பயணம்.

அவனுடைய பெற்றோர்கள் கண்ணியமானவர்கள். தகப்பன் நடுவயதாகத் தோன்றினாலும் தாயார் வயதுகூடித் தெரிந்தாள். மீன் வெட்டும் பலகைபோல அவள் முகத்தில் தாறுமாறாகக் கோடுகள். மகனின் சிநேகிதி இலங்கைக்காரி என்பதை எப்படியோ தெரிந்து வைத்துக்கொண்டு சமீபத்தில் பத்திரிகைகளில் வெளி யான இலங்கைச் செய்தி துணுக்குகளை அவளுக்காக வெட்டி வைத்து அவளிடம் தந்தது அவள் மனதைத் தொட்டது. விருந்து மேசையிலே இலங்கைப் போரைப் பற்றியே பேச்சு நடந்தது. இந்திய ராணுவம் இலங்கையை ஆக்கிரமித்து இரண்டு வருடங்கள் அப்போது ஓடியிருந்தன. அவள் தன்னுடைய அம்மா மூன்று இடங்கள் மாறிவிட்டதால் அடிக்கடி கடிதம் எழுதும் விலாசத்தை தான் மாற்றவேண்டியிருக்கிறது என்று கூறினாள். தன்னுடைய அண்ணன்மார் இருவரும் ஒருவருடம் முன்பாக போரில் இறந்துபோனதை அவள் சொல்லவில்லை.

இரவானதும் சோபாவை இழுத்துக் கட்டிலாக்கி அதில் அவளைப் படுக்கச் சொல்லிவிட்டு அவன் மேலே போனான். அவள் அயர்ந்து தூங்கினாள். நடுச்சாமம் போல ஒரு மிருதுவான

கை அவள் வாயை மெல்ல மூடியது. பார்த்தால் இவன் நிற்கிறான். அவளுக்குப் பயம் பிடித்தது. உடல் வெடவெடவென்று நடுங்கி இரவு உள்ளாடை வேர்வையில் நனைந்துவிட்டது. அவனைத் துரத்திவிட்டாலும் மீதி இரவு அவள் தூங்கவில்லை. மறுநாள் அவனுடன் காரில் பிரயாணம் செய்தபோது, இரண்டு மணி நேரத்தில் அவள் அவனுடன் இரண்டு வசனம் மட்டுமே பேசினாள்.

அவளுடைய பல்கலைக்கழக வாழ்வில் பெரும் மாற்றம் மூன்றாவது வருட முடிவில்தான் நிகழ்ந்தது. பல்கலாச்சார கலை நிகழ்வில் அவள் கலந்துகொள்ளாமல் இரண்டு வருடங்கள் கடத்தி விட்டாள். இம்முறை தப்ப முடியவில்லை. இலங்கையிலிருந்து வந்து படிக்கும் மாணவி அவள் ஒருத்திதான். 'பாரம்பரிய நடனம்' என்று தன் பெயரைக் கொடுத்தாள். அவளிடம் ஒரு சேலை இல்லை, நல்ல நடன ஆடைகூடக் கிடையாது. ஒரு பஞ்சாபிப் பெண்ணின் உடையைக் கடன் வாங்கி இயன்றளவு ஒப்பனை செய்து தயாரானாள். அவள் பள்ளிக்கூடத்தில் ஆடிய 'என்ன தவம் செய்தனை' பாடலுக்கு அபிநயம் பிடிப்பது என்று தீர்மானித்தாள். பாடலை முதலில் பாடி நாடாவில் பதிவு செய்து வைத்துக் கொண்டாள். மேடையிலே அவள் நின்றதும் திரை இரண்டு பாதியாகப் பிளந்து நகர்ந்தது. மெல்லிய நடுக்கம் பிடித்தாலும் துணிச்சலுடன் பாடலை விளக்கி இரண்டு வரிகள் பேசிவிட்டு ஆடினாள். மாணவர்கள் எதிர்பாராத விதத்தில் கைதட்டி வரவேற்றார்கள்.

அவளுடைய நாட்டியத்துக்கு முன்பு நடந்த நிகழ்ச்சியில் ஒரு வியட்நாமிய மாணவன் கம்பி வாத்தியத்தை இசைத்தபடி பாடினான். இவள் ஒப்பனையைக் கலைத்துவிட்டு வெளியே வந்த போது அந்த வியட்நாமிய மாணவன் இவளுடைய நடனத்தை வெகுவாகப் பாராட்டினான். இவளும் பேச்சுக்கு அவனுடைய வாத்தியம் அபூர்வமானதாக இருந்தது என்றாள். அவன் 16 கம்பிகள் கொண்ட அந்தப் பெண்கள் வாத்தியத்தை தன்னுடைய இறந்துபோன வியட்நாமிய அம்மாவிடம் கற்றுக்கொண்டதாகக் கூறினான். எப்போதாவது தாயார் ஞாபகமாக தான் அதை வாசிப்பதாகச் சொன்னான். ஆயிரம் கண்ணாடிகள் வைத்து இழைத்த நீண்ட உடை தரித்து, தலையிலே வட்டமான தொப்பி அணிந்த அவனைப் பார்ப்பதற்கு வேடிக்கையாக இருந்தது. பேசும் போது அவளுடைய ஆயிரம் பிம்பங்கள் அவனில் தெரிந்தன. இறுதி ஆண்டில் ஆங்கில இலக்கியம் படிக்கும் அவனுடைய பெயர் லான்ஹங் என்றான்.

அடுத்தநாள் காலை லான்ஹங் 27,000 மாணவர்கள் படிக்கும் அந்தப் பல்கலைக்கழகத்தில் அவளை எப்படியோ தேடிக்

கண்டுபிடித்துவிட்டான். 'உங்கள் பெயரை நீங்கள் நேற்று சொல்லவே இல்லை?' என்றான். அவள் மதி என்றாள். அவளுடைய குடும்பப் பெயர் என்னவென்று கேட்டான். இந்த மூன்று வருடங்களில் ஒருவர்கூட அவளிடம் குடும்பப் பெயர் கேட்டதில்லை. அவளுக்குச் சிரிப்பு வந்தது. 'என்னுடைய குடும்பப் பெயர் மிகவும் நீண்டது. அதை நீ மனனம் செய்வதற்கு அரை நாள் எடுக்கும்' என்றாள். 'அப்படியா, மதி என்றால் உங்கள் மொழியில் என்ன பொருள்?' அவள் 'புத்தி' 'சந்திரன்' என இரண்டு பொருள் இருப்பதாகச் சொன்னாள். 'வியட்நாமியருக்கு சந்திரன் பவித்திரமானது. அவர்கள் விழாக்களில் சந்திரனுக்கு முக்கியப் பங்கு உண்டு' என்றவன் தொடர்ந்து 'நேற்று உங்கள் நடனம் மிக அழகாக இருந்தது. வியட்நாமிய நடன அசைவுகளுடன் ஒத்துப்போனது' என்றான். 'அப்படியா? நன்றி' என்றாள். 'தவழ்வதுபோல அபிநயம் பிடித்தீர்களே, அது என்ன?' இவன் பேசும் சந்தர்ப்பத்தை நீட்டுவதற்காகக் கேட்கிறானா அல்லது உண்மையான கேள்வியா என்பதில் அவளுக்குச் சந்தேகம் இருந்தது.

'கண்ணனை உரலில் கட்டி வாய் பொத்தி கெஞ்ச வைத்தாயே' என்ற வரிகளை விளக்கிக் கூறினாள். அவன் அமெரிக்காவில் பிறந்து வளர்ந்தவன். இவள் அர்த்தம் சொன்னதும் அப்படியா என்று கேட்டுவிட்டு 'அந்தத் தாய் உண்மையில் அமெரிக்காவில் பிறக்காததால் அதிர்ஷ்டம் செய்தவள்தான். மூன்று வயது பாலகனை உரலில் கட்டி வைத்தால் அந்தத் தாயைச் சிசுவதை சட்டத்தின் கீழ் அமெரிக்காவில் கைதுசெய்து சிறையில் அடைத்து விடுவார்கள்' என்று சொல்லிவிட்டு பெரிய பற்களைக் காட்டிச் சிரித்தான். அவளும் நிறுத்தாமல் சிரித்தாள். அவள் கண்களை அவன் அதிசயமாக முதன்முறை பார்ப்பதுபோல பார்த்தான். அவள் வாய் சிரிக்க ஆரம்பிக்க முன்னரே அவள் கண் இமைகள் சிரித்ததை அன்று முழுவதும் அவனால் மறக்க முடியாமல் இருந்தது.

இப்படி அவர்கள் அடிக்கடி சந்தித்துக்கொண்டார்கள். மூன்றாவது, நாலாவது சந்திப்புக்குப் பின்னரும் அவன் அவளுடைய அறையில் வந்து இரவு தங்கவேண்டும் என்று கேட்காதது அவளுக்கு ஆச்சரியமாக இருந்தது. அவளுக்கு அது பிடித்துக் கொண்டது. அவனுடன் இருக்கும்போது அவள் இயல்பாக உணர்ந்தது ஏனென்று தெரியவில்லை. அவனுடன் சேர்ந்து வெளியே நடக்கும்போதோ, உட்காரும்போதோ, பேசும்போதோ முயற்சி எடுக்கத் தேவையில்லை. அவனை மகிழ்ச்சிப்படுத்த அவள் வேறு எதுவித முயற்சியும் செய்யத் தேவையில்லை. ஏனோ அவள் இருதயம் அவன் அண்மையில் வித்தியாசமாகத் துடித்தது.

ஒவ்வொரு மாதமும் அவள் தாயாருக்குக் கடிதம் எழுது வாள். தாயார் இருக்கும் இடத்தில் டெலிபோன் வசதி கிடையாது என்றபடியால் அவர் இரண்டு மூன்று மாதத்திற்கு ஒரு தடவை வெளிக்கிட்டு பட்டணத்துக்குப் போய் அங்கிருந்து அழைத்து மூன்று நிமிடம் மகளுடன் பேசுவார். சரியாக மாலை ஆறு மணிக்கு அந்த அழைப்பு வரும். தாயார் எழுதும் நீல நிற வான் கடிதங்களும் தவறாமல் வந்தன. ஒரு கடிதத்திலாவது அவர் தன் கஷ்டங்களைச் சொன்னதில்லை. அந்த மாதம் ராணுவம் கொக் கட்டி சோலையில் நிறைய பேரைக் கொன்று குவித்திருந்தது. அவர் அதுபற்றி மூச்சுவிடவில்லை. மாதக் கடைசியில் தன் பதில் கடிதத்தை எழுதி மதி இப்படி முடித்திருந்தாள். 'அம்மா நான் உன் மகளாய்ப் பிறந்து உனக்கு ஒன்றுமே செய்யவில்லை. உனக்குப் பிடித்த ஒன்றைக்கூட வாங்கித் தரவில்லை. நேற்றுக் குளிருக்கு ஒரு சப்பாத்து வாங்கினேன். அதன் விலை நாப்பது டொலர். அந்தக் காசை உனக்கு அனுப்பினால் அது உனக்கு மூன்று மாத குடும்பச் செலவுக்குப் போதுமானதாக இருக்கும். நான் அங்கே தான் அமெரிக்கக்காரி, இங்கே வெறும் இலங்கைக்காரிதான். எனக்கு விநோதமான பெயர் கொண்ட நண்பன் ஒருவன் கிடைத் திருக்கிறான். லான்ஹங். டெலிபோன் புத்தகத்தில் அப்படிப் பெயர் ஒன்றேயொன்றுதான் உண்டு. மிக நல்லவன். நான் உன்னைத் திரும்பவும் பார்க்கவேண்டும். அதற்கிடையில் செத்துப்போகாதே.'

லான்ஹங் அடிக்கடிச் சொல்லும் வார்த்தை 'என்னை ஆச்சரியப்படுத்து.' இரவு நேரத்தில் இருவரும் உணவருந்த சேர்ந்து போவார்கள். இவள் என்ன ஓடர் கொடுக்கலாம் என்று கேட் பாள். அவன் 'என்னை ஆச்சரியப்படுத்து' என்பான். சினிமா வுக்குப் போவார்கள். 'என்ன படம் பார்க்கலாம்?' என்பாள் இவள். அவன் 'என்னை ஆச்சரியப்படுத்து' என்பான்.

ஒருமுறை, லான்ஹங் அவளைத் தேடி வந்தபோது அவள் பார்க்காததுபோல கம்ப்யூட்டரில் தட்டச்சு செய்துகொண்டிருந் தாள். அவன் அவள் தட்டச்சு செய்வதையே வெகு நேரம் உற்றுப் பார்த்தான். அவளுடைய விரல்கள் மெலிந்த சிறிய விரல்கள். அவை வேகவேகமாக விசைப்பலகையில் விளையாடுவதைப் பார்த்தான். அவளுடைய விரல் ஒரு விசையைத் தொடும்போது, அந்த விசையில் மீதி இடம் நிறைய இருப்பதாகச் சொன்னான். அப்படிச் சொல்லியபடி ஒரு விரலை எடுத்து கையில் வைத்து தடவினான். இவளுக்கு என்ன தோன்றியதோ எழுந்து நின்று பற்கள் நிறைந்த அவன் வாயில் முத்தமிட்டாள்.

மழை பெய்து ஓய்ந்த மாலை நேரம் ஒரு பேர்ச் மரத்து நிழலில் அமர்ந்து அவள் தாயாரை நினைத்துக்கொண்டாள். தாயார் காலையில் பள்ளிக்கூடத்துக்குப் படிப்பிக்கச் செல்லும் போது சேலையை வரிந்து உடுத்தி, கொண்டைபோட்டு, அதற்கு மேல் மயிர் வலை மாட்டி, குடையை எடுத்துக்கொண்டு போகும் காட்சி மனதில் வந்தது. இப்போது அங்கேயும் மழை பெய்திருக் குமா என்று எண்ணிக்கொண்டிருந்த சமயம் லான்ஹங் ஈரமான மண்ணில் சப்பாத்து உறிஞ்சிச் சப்தமெழுப்ப நடந்துவந்தான். குட்டையில் தேங்கிய தண்ணீரைக் கண்டதும் ஒரு பழங்காலத்துப் போர்வீரன் போல துள்ளிப் பாய்ந்து அவள் முன் வந்து குதித் தான். 'இந்தச் சின்னக் குட்டைக்கு இவ்வளவு பெரிய பாய்ச்சலா?' என்றாள் மதி. அவள், உடலை ஒட்டிப்பிடிக்கும் கண்ணாடித்தன் மையான ஆடையில் வசீகரமாகக் காட்சியளித்தாள். அவன் அவளைக் குனிந்து ஸ்பரிசித்துவிட்டு 'இன்றைக்கு உன் சருமம் இறகு போன்ற உன் ஆடையிலும் பார்க்க மிருதுவாக இருக்கிறது' என்றான். 'அது இருக்கட்டும். என்னால் இன்று உன்னை ஆச்சரி யப்படுத்த முடியாது. ஒரு மாற்றத்துக்கு நீ என்னை ஆச்சரியப் படுத்து' என்றாள்.

'இன்று ஆங்கில இலக்கியத்தில் என்ன படித்தேன் தெரியுமா?'

'எனக்குத் தெரியாது, நீ சொல்' என்றாள் அவள். 'ரஸ்ய எழுத்தாளர் ரோல்ஸ்ரோயுக்கு பதின்மூன்று பிள்ளைகள். அது உனக்குத் தெரியுமா?'

'இல்லை. இப்பொழுதுதான் தெரியும். மேலே சொல்.'

'பதின்மூன்றாவது பிள்ளை ஒரு பையன். அந்தச் சிறுவன் இறந்தபோது ரோல்ஸ்ரோய் என்ன செய்தார் தெரியுமா? சைக்கிள் விடப் பழகிக்கொண்டிருந்தார். அப்பொழுது அவருக்கு வயது அறுபது.'

'இதை ஏன் எனக்குச் சொல்கிறாய்?'

'நீ ஆச்சரியப்படுத்து என்று சொன்னாயே, அதுதான்.'

அவள் மெதுவாக முறுவலிக்க ஆயத்தமானாள்.

'பார், பார் உன் இமைகள் சிரிக்கத் தொடங்குகின்றன.'

அவள் முனைவர் படிப்பைத் தொடங்கியபோது, அவன் பட்டப் படிப்பை முடித்துவிட்டு ஆசிரிய வேலையை ஏற்றுக் கொண்டான். அவன் ஓர் அறை கொண்ட சின்ன வீட்டை

வாடகைக்குப் பிடித்தபோது அதிலே இருவரும் சேர்ந்து வாழ்வ தென்று தீர்மானித்தார்கள். அவள் தன்னிடம் இருந்த கட்டிலையும் மேசையையும் மற்றும் உடமைகளையும் எடுத்துக்கொண்டு அவனுடைய வீட்டுக்கு மாறினாள். அவளுடைய கட்டிலை அவனுடைய கட்டிலுக்குப் பக்கத்தில் போட்டபோது அது உயரம் குறைவாக இருந்தது. 'ஆணின் இடம் எப்பவும் உயர்ந்தது என்பதை நினைவில் வைத்துக்கொள்' என்றான் அவன். முதலில் பதிவுத் திருமணம் செய்து, அதற்குப் பிறகு அவளுடைய அம்மா அனுப்பிய தாலியைச் சங்கிலியில் கோத்து அவளுடைய கழுத்தில் அவன் கட்டினான். 'வியட்நாமிய சடங்கு இல்லையா?' என்றாள் அவள். முழுச்சந்திரன் வெளிப்பட்ட ஓர் இரவில் சந்திரனில் தோன்றிய கிழவனைச் சாட்சியாக வைத்துக்கொண்டு அவன் இஞ்சியை உப்பிலே தோய்த்து கடித்துச் சாப்பிட்டான். மீதியை அவள் கடித்துச் சாப்பிட்டாள். அத்துடன் அவர்களுடைய திருமண வாழ்க்கை சந்திரக் கிழவனின் ஆசியுடன் சிறப்பாகத் தொடங்கியது.

மணமுடித்த நாளிலிருந்து அவள் தலையணை பாவிப் பதில்லை, சற்று உயரத்தில் படுத்திருக்கும் அவனுடைய ஒரு புஜத் தில் தலையை வைத்துப் படுக்கப் பழகிக்கொண்டாள். லான்ஹங் ஆசிரியத் தொழிலுடன் வீட்டு வேலைகளையும் கவனித்தான். அவன் ஓர் அருமையான கணவன். ஆனால், வீட்டைச் சுத்தமாக வைக்கத்தான் அவனால் எப்படி முயன்றும் முடியவில்லை. இப்படியும் ஒரு பெண் படிப்பாளா என்று ஆச்சரியப்படுவான். அவளுடைய ஆராய்ச்சி நூல்களும் நோட்டுப் புத்தகங்களும் குறிப் பெழுதும் காகிதங்களும் படுக்கையில் கிடக்கும், சமையலறையில் கிடக்கும், பாத்ரூமில் கிடக்கும், படிப்பு மேசையில் கிடக்கும். எப்படித்தான் இவளால் படிக்கமுடிகிறதென்று ஓயாமல் வியப் பான். இரண்டு மணி நேரமாக வீட்டைத் துப்புரவு செய்து, சாமான்களை ஒழுங்குபடுத்தி அவன் நிமிர்ந்த இரண்டு நிமிடத்திற் கிடையில் அவள் வீட்டை மறுபடியும் நிறைத்துவிடுவாள்.

முனைவர் படிப்புக்கு அவள் நீண்ட நேரம் பரிசோதனைக் கூடத்தில் கழிக்கவேண்டியிருந்தது. சிலநாட்களில் இருபது மணி நேரம் தொடர்ந்து ஆராய்ச்சி செய்தாள். ஆனாலும் தாயாருக்கு மாதம் தவறாமல் கடிதம் எழுதுவாள். 'அம்மா உனக்கு ஒரு விசயம் தெரியுமா? நான் உன் வயிற்றில் கருவாக உதித்தபோது என் வயிற்றில் ஏற்கனவே கருக்கள் இருந்தன. அப்படி எனக்கு ஒரு குழந்தை பிறந்தால் அது உனக்குள்ளே இருந்து வந்ததுதான்.'

ஒரு சனிக்கிழமை மதியம் பரிசோதனைக்கூடத்துக்கு அவள் போகவில்லை. அவள் ஆராய்ச்சியை முடித்து ஆய்வுக் கட்டு ரையை பூர்த்திசெய்யும் தறுவாயில் இருந்தாள். படுக்கையறைக்கு வந்த லான்ஹறங் அப்படியே அசைவற்று நின்றான். படுக்கையில் நாலு பக்கமும் நூல்கள் இறைந்து கிடந்தன. காலை உணவு எச்சில் பிளேட் அகற்றப்படவில்லை. பாதி குடித்த கோப்பி குவளையை மடியில் வைத்துக்கொண்டு அவள் குறிப்பேட்டில் குனிந்து எழுதிக் கொண்டிருந்தாள். லான்ஹறங் புத்தகங்களைத் தள்ளி படுக்கையில் இடம் உண்டாக்கி அதிலே அமர்ந்து அவள் கைகளைப் பிடித் தான். 'இந்த உலகத்தில் ஆகச்சிறந்த மாணவி நீதான். அதில் சந்தேகமில்லை. எங்களுக்கு மணமாகி நாலு வருடங்களாகியும் பிள்ளை இல்லை. அதையும் நீ யோசிக்கவேண்டும். நாங்கள் ஒரு மருத்துவரைப் பார்க்கலாம்' என்றான். அவள் அவன் முகத்தை ஏறிட்டுப் பார்த்தாள். இதற்கு முன் அவள் பார்த்திராத அவனு டைய இரண்டு கன்ன எலும்புகளும் இப்பொழுது துல்லியமாகத் தள்ளிக்கொண்டு தெரிந்தன.

மருத்துவர் இருவரையும் நீண்ட பரிசோதனைகளுக்கு உட் படுத்தினார். அவர் கண்டடைந்த முடிவை அவர்கள் எதிர்பார்க்க வில்லை. 'என்னை ஆச்சரியப்படுத்து, என்னை ஆச்சரியப்படுத்து' என்று அடிக்கடி கூறும் அவள் கணவன் உச்சமான ஆச்சரியத்தை பரிசோதனை முடிவுகள் வெளியான அன்று அடைந்தான். மருத்து வர் பரிசோதனை முடிவுகளை எடுத்துவர உள்ளேபோனார். அவருடைய சப்பாத்து ஓசை குறையக் குறைய இவர்களுடைய இருதயம் அடிக்கும் ஒலி கூடிக்கொண்டுபோனது. குழந்தை உண் டாக வேண்டுமென்றால் ஓர் ஆணுக்கு மில்லிலிட்டர் ஒன்றுக்கு இரண்டு கோடி உயிரணுக்கள் உற்பத்தியாக்கும் தகுதி இருக்க வேண்டும். அவனுக்கு அதில் பாதிகூட இல்லை. அவளுக்கு அவன் மூலம் கருத்தரிக்கும் வாய்ப்பு இல்லை என்று மருத்துவர் கூறிவிட்டார்.

அவ்வளவு நாளும் ஒரு குழந்தை இருந்தால் நல்லாயிருக்கும் என்று நினைத்திருந்த இருவருக்கும் எப்படியும் ஒரு குழந்தையைப் பெற்றெடுக்கவேண்டும் என்ற வெறி உண்டானது. மதியின் தாயாருடைய கடிதங்கள் 'நீ கர்ப்பமாகி விட்டாயா' என்று கேட்டு வரத் தொடங்கியிருந்தன. வழக்கம் போல அவனுக்கு வலது பக்கத்தில் படுத்திருந்த அவளிடம், 'ஏ, இலங்கைக்காரி, நீ ஏன் என்னை மணமுடித்தாய்?' என்றான்.

'பணக்காரி, பணக்காரனை முடிப்பாள். ஏழை ஏழையை முடிப்பாள். படித்தவள் படித்தவனை முடிப்பாள். ஒன்றும்

இல்லாதவள் ஒன்றுமில்லாதவனை முடிப்பாள்.' அவள் வாய் சிரித்தாலும் முகத்தில் துக்கம் தாளமுடியாமல் இருந்தது. 'இங்கே என்னைப் பார். அஞ்சல் நிலையத்து சங்கிலியில் பேனாவை கட்டிவைப்பதுபோல நான் உன்னைக் கட்டி வைக்கவில்லை. நான் வேண்டுமானால் விலகிக்கொள்கிறேன். நீ யாரையாவது மணமுடித்து பிள்ளை பெற்றுக்கொள்' என்றான். அவள் ஒன்றுமே பேசாமல் அவனுடைய கட்டிலில் துள்ளி ஏறி அவனுடைய புஜத்தை இழுத்துவைத்து அதன்மேல் இன்னும் கூட தலையை அழுத்திப் படுத்துக்கொண்டாள்.

அன்று காலையிலிருந்து தொலைக்காட்சியின் எந்த சானலைத் திருப்பினாலும் அதில் கிளிண்டன் – மோனிகா விவகாரமே விவாதிக்கப்பட்டது. ரேடியோவிலும் அதையே சொன்னார்கள். பத்திரிகைகளும் பக்கம் பக்கமாகப் புலம்பின. ஒன்றிலுமே அவளுக்கு மனது லயிக்கவில்லை. மாலையானதும் அவள் தன்னறையில் உட்கார்ந்து யன்னல் வழியாக ரோட்டைப் பார்த்துக்கொண்டிருந்தாள். ஆய்வுக்கட்டுரையை மூன்றுநாள் முன்னர் சமர்ப்பித்துவிட்டதால், கொடிக்கயிற்றில் மறந்துபோய் விட்ட கடைசி உடுப்புப்போல அவள் மனம் ஆடிக்கொண்டிருந்தது. ஒரு பொலீஸ் கார் சைரன் சத்தம்போட வேகமாக கடந்து சென்றது. ஒரு நாளில் அவ்வளவு நேரத்தையும் வைத்துக் கொண்டு என்ன செய்வது என்று அவளுக்குத் தெரியவில்லை. திடீரென்று ரோட்டிலே காலடி ஓசைகள் கேட்கத்தொடங்கின. பாஸ்கட்போல் போட்டி முடிந்து மாணவர்களும் மாணவிகளும் கூட்டம் கூட்டமாக நகர்ந்தனர். ஒரு பெண்ணை ஒருவன் தோளின்மேல் தூக்கி வைத்து நடந்தான். எல்லோருமே மகிழ்ச்சியாகக் காணப்பட்டார்கள். அதிலே யார் தோற்றவர், யார் வென்றவர் என்பதை அவளால் கண்டுபிடிக்க முடியவில்லை. உள்ளே சமையலறையில் லான்ஹங் பாத்திரங்கள் சத்தம் எழுப்ப அவளுக்காக வியட்நாமிய சூப் தயாரித்துக்கொண்டிருந்தான். அதன் மணம் சமையலறையைக் கடந்து, இருக்கும் அறையைக் கடந்து அவளிடம் வந்தது. நீண்ட ஆடையின் நுனியில் சூப் கோப்பையை வைத்துத் தூக்கிக்கொண்டு லான்ஹங் வந்தபோது அவள் நாற்காலியில் உட்கார்ந்தபடியே தூங்கிவிட்டாள்.

அடுத்த நாள் காலை இருவரும் சேர்ந்து ஒரு முடிவுக்கு வந்தார்கள். அவர்கள் வீடு வாங்குவதற்காக சேமித்து வைத்திருந்த அத்தனை பணத்தையும் கொடுத்து IVF கருத்தரிக்கும் முறையை பரிசோதிப்பது எனத் தீர்மானித்தார்கள். அவனுடைய பள்ளிக்கூடத்தில் படிப்பித்த ஓர் ஆப்பிரிக்க ஆசிரியர் தன்னுடைய

உயிரணுக்களைத் தானம் செய்ய முன்வந்தார். மருத்துவர்கள் பல பரிசோதனைகளை மேற்கொண்டார்கள். நிறைய சட்டதிட்டங்கள் இருந்ததால் மூவரும் பலவிதமான பாரங்களில் கையொப்பமிட வேண்டியிருந்தது. ஆறு மாத காலமாக அவளைத் தயார் செய்தார்கள். 28 ஹோர்மோன் ஊசிகள் நாளுக்கு ஒன்று என்ற முறையில் செலுத்தி, அவளுடைய மாத விலக்கு முடிந்த மூன்றாம் நாள் பரிசோதனைக் கூடத்தில் உருவாக்கிய கருவை அவள் உள்ளே செலுத்தினார்கள். பத்து நாள் கழித்து மருத்துவமனையில் போய்ச் சோதித்துப் பார்த்தபோது அவள் கர்ப்பமாகியிருப்பது உறுதியானது. அன்றே தாயாருக்கு ஒரு கடிதம் எழுதிப் போட்டாள். 'நான் கர்ப்பமாயிருக்கிறேன். உனக்கு ஒரு பேரனோ பேத்தியோ பிறந்த செய்தி விரைவில் வரும். காத்திரு.'

அவளுக்குப் பல சந்தேகங்கள் இருந்தன. மருத்துவ பரிசோதனைகள் நடத்திய பெண்ணிடம் தன் பிரச்சினைகளைச் சொன்னாள். ஒருநாள் கேட்டாள், 'ஓர் இலங்கைப் பெண்ணுக்கும், வியட்நாமிய ஆணுக்குமிடையில் ஆப்பிரிக்கக் கொடையில் கிடைத்த உயிரணுக்களால் உண்டாகிய சிசு என்னவாகப் பிறக்கும்?' அதற்கு அந்தப் பெண் ஒரு வினாடிகூடத் தாமதிக்காமல் 'அமெரிக்கனாக இருக்கும்' என்றாள். சரியாக 280 நாட்களில் அவளுக்கு அழகான குழந்தை பிறந்தது. சுகமான மகப்பேறு. அவள் தன்னுடன் கொண்டுவந்திருந்த கைப்பையில் தயாராக வைத்திருந்த பேப்பரையும் பேனாவையும் எடுத்து தாயாருக்கு ஒரு கடிதம் எழுதினாள். 'எனக்கு ஒரு அமெரிக்கப் பிள்ளை பிறந்திருக்கு.' ஒரேயொரு வசனம்தான். அந்தக் கடிதத்தை உடனேயே அனுப்பிவிடும்படி கணவனிடம் கொடுத்தாள். வட கிழக்கு மூலையில் தபால்தலை ஒட்டிய அந்தக் கடிதம், வீதி பெயரில்லாத, வீட்டு நம்பர் இல்லாத அவளுடைய தாயாரிடம் எப்படியோ போய்ச் சேரும். அவள் தாயார் அந்தக் கடிதத்தை அமெரிக்க தபால்தலை தெரியக்கூடியதாக மற்றவர்கள் காணத் தூக்கிப் பிடித்துக்கொண்டு அன்று முழுக்க கிராமத்தில் அலைவாள்.

இருபது நாள் கழித்து மாலை சரியாக ஆறு மணிக்கு அவள் தாயாரிடமிருந்து ஒரு தொலைபேசி வந்தது. அது அவள் எதிர்பார்த்ததுதான். அந்த டெலிபோன் செய்வதற்காக அவளுடைய அம்மா அதிகாலை ஐந்து மணிக்கு எழும்பியிருப்பாள். ஆறு மணிக்கு முதல் பஸ்சை பிடித்து பட்டணத்துக்குப் போய் டெலிபோன் நிலையத்துக்கு முன் காத்திருந்து, கதவு திறந்தபோது முதல் ஆளாக உள்ளே நுழைந்திருப்பாள். அங்கே அப்போது காலை ஏழு மணியாக இருக்கும்.

இருபது நாள் வயதான குழந்தை அவள் மடியிலே கிடந்தது. அம்மாவின் குரல் கேட்டது. 'மகளே, என்ன குழந்தை, நீ அதை எழுதவில்லையே?'

'பொம்பிளைப் பிள்ளை, அம்மா, பொம்பிளைப் பிள்ளை.'

'அம்மா, அவள் அழுகிறாள், சத்தம் கேட்குதா?' குழந்தை யைத் தூக்கி டெலிபோனுக்கு கிட்டப் பிடித்தாள். 'மகளே, குழந் தைக்கு என்ன பேர் வைத்தாய்?' அவளுக்கு அம்மாவின் குரல் கேட்கவில்லை, அவளுடைய சுவாசப்பை சத்தம்தான் கேட்டது.

'அம்மா, அவள் முழுக்க முழுக்க அமெரிக்கக்காரி. நீ அவளைப் பார்க்கவேணும். அதற்கிடையில் செத்துப்போகாதே.'

இருவரும் ஒரே சமயத்தில் பேசினார்கள். அவர்கள் குரல்கள் அட்லாண்டிக் சமுத்திரத்தின் மேல் முட்டி மோதிக் கொண்டன.

அவள் மடியிலே கிடந்த குழந்தையின் முகம் அவள் அம்மா வுடையதைப் போலவே இருந்தது. சின்னத் தலையில் முடி சுருண்டு சுருண்டு கிடந்தது. பெரிதாக வளர்ந்ததும் அவள் அம்மாவைப்போல கொண்டையைச் சுருட்டி வலை போட்டு மூடுவாள். தன் நண்பிகளுடன் கட்டைப் பாவாடை அணிந்து கூடைப்பந்து விளையாட்டு பார்க்கப் போவாள். சரியான தருணத் தில் எழுந்து நின்று கைதட்டி ஆரவாரிப்பாள்.

'என் அறையில் வந்து தூங்கு' என்று ஆண் நண்பர்கள் யாராவது அழைத்தால் ஏதாவது சாட்டுச் சொல்லி தப்பியோட முயலமாட்டாள்.

பல்கலைக்கழகக் கலாச்சார ஒன்று கூடலில் 'என்ன தவம் செய்தனை' பாடலுக்கு அபிநயம் பிடிப்பாள் அல்லது பதினாறு கம்பி இசைவாத்தியத்தை மீட்டுவாள். ஒவ்வொரு நன்றிகூறல் நாளிலும் புதுப்புது ஆண் நண்பர்களைக் கூட்டி வந்து பெற் றோருக்கு அறிமுகம் செய்துவைப்பாள். அவர்களின் உயிரணு எண்ணிக்கை மில்லி லிட்டருக்கு இரண்டு கோடி குறையாமல் இருக்கவேண்டுமென்பதை முன்கூட்டியே பார்த்துக்கொள்வாள்.

◆

குதிரைக்காரன்

அவனுடைய பெயர் என்னவென்று யாராவது கேட்டால் அவன் மார்ட்டென் என்றே சொன்னான். அது ஒரு பிலிப்பினோ பெயர். ஆனால், அவர்கள் அழைக்கும்போது மார்ட்டின் என்றே அழைத்தார்கள். ஒன்றிரண்டு முறை தவறைச் சுட்டிக் காட்டினான். பின்னர் திருத்துவது அலுத்துப்போய் அவனும் தன் பெயரை மார்ட்டின் என்று சொல்லத் தொடங்கியிருந்தான். ஒரு வருடத்திற்கு முன்னர் பழைய சந்தையில் வாங்கிய கோட்டை அணிந்திருந்தான். வயது ஏறும்போது கோட்டும் வளரும் என்று எண்ணினானோ என்னவோ, அந்தக் கோட்டு அவன் உடம்பைத் தோல்போல இறுக்கிப் பிடித்துக்கொண்டது. விளிம்பு வைத்த வட்டத் தொப்பி ஒன்றைத் தலையிலே தரித்திருந்தான். முதுகுப் பை சாமான்கள் நிரம்பிப் பாரமாகத் தொங்கியது. லராமி ஆற்றை ஒட்டிய பாதையில் நடந்துபோனால் மார்க் ஓகொன்னருடைய பண்ணை வரும் என்று சொல்லியிருந்தார்கள். ஆனால், எத்தனை மணி நேரம் அப்படி நடக்க வேண்டும் என்பதை எவரும் சொல்லவில்லை. மரப் பாலங்கள் அடிக்கடி வந்தன. மிகவும் எச்சரிக்கையாக அவற்றைக் கடக்க வேண்டும். ஒன்றிரண்டு பலகைகள் உடைந்து தண்ணீர் மினுங்கிக்கொண்டு கீழே ஓடுவதை அவதானிக்கக் கூடியதாக இருந்தது.

பாதை இரண்டாகப் பிரியும் ஒவ்வொரு சமயமும் பிலிப்பைன் நாட்டில் இருக்கும் தன் தகப்பனை நினைத்துக் கொண்டான். அவருடைய அறிவுரை பயனுள்ளதாகத் தோன்றியது. வழிதெரியாத புதுப் பிரதேசத்தில் நடக்கும்போது எப்போதும் பாதை பிரிந்தால் இடது பக்கத்தைத் தேர்ந்து எடுக்க வேண்டும். வழி தவறினால் திரும்பும்போது வலது திருப்பங்களை எடுத்துப் புறப்பட்ட இடத்துக்கு வந்து சேர்ந்துவிடலாம். இடம் வலம் என்று மாறி மாறி எடுத்தால் திரும்பும் வழி மறந்து தொலைந்துபோய்விட வேண்டியதுதான். எத்தனை நல்ல புத்திமதி. மான் கூட்டம் ஒன்று அவனைத் தாண்டிப் போனது. கொம்பு வைத்த ஆண் மான் பாதையின் நடுவில் நின்று ஒருவித அச்சமும் இல்லாமல்

எதையோ தீர்மானிக்க முயல்வதுபோல அவனை உற்றுப் பார்த்தது. அது வெள்ளைவால் மான் என்பது அவனுக்குப் பின்னாளில் தெரியவரும். கறுப்புவால் மான்கள் இன்னும் பெரிதாக இருக்கும். கீழே தூரத்தில் பைஸன்கள் பள்ளத்தாக்கிலே மேய்ந்துகொண்டிருந்தன. ஆனால், அவன் பயப்படுவது கரடிகளுக்குத்தான். அவை ஆபத்தானவை என்று கேள்விப்பட்டிருந்தான். ஓநாய்களும் அவனுக்கு அச்சம் ஊட்டுபவை.

பனிக்காலம் முடிந்துவிட்டாலும் இன்னும் சில இடங்களில் கடைசிப் பனி உருகாமல் தரையை ஒட்டிப் பிடித்திருந்தது. அமெரிக்காவில் ஜனாதிபதி ஐஸன்ஹோவர் தனது இரண்டாவது தவணை ஆட்சியைத் தொடங்கி நாலு மாதங்கள் ஆகிவிட்டன. அவனுடைய நாட்டு ஜனாதிபதி மகசெசெ விமான விபத்தில் இறந்துபோய் இரண்டு வாரம் ஆகிறது. பின்னாளில் உலகப் பிரபலமாகப் போகும் ஓசாமா பின்லாடன் பிறந்து ஒரு மாதம் ஆகியிருந்தது. இது ஒன்றும் அவனுக்குத் தெரியாது. அவன் கவனம் முதுகுப்பையில் பத்திரமாக அவன் காவிய மரக்கன்று பழுதாகக்கூடாது என்பதில் இருந்தது. பண்ணை எப்போது வரும் என அலுத்துப்போய் சற்று நின்று வானத்தை நிமிர்ந்து பார்த்தபோது கண்களை அவனால் நம்பமுடியவில்லை. மஞ்சள் தலை கறுப்புக் குருவிகள் ஆயிரம் ஆயிரமாகத் தெற்கிலிருந்து வடக்கு நோக்கிப் பறந்துகொண்டிருந்தன. இவை என்ன பறவைகள் எனக் கண்டுபிடிக்க வேண்டும் என மனதுக்குள் நினைத்துக்கொண்டான். மீண்டும் பார்வையை நேராக்கியபோது 'ஓகொன்னர் பண்ணை' என்று எழுதிய பெயர்ப் பலகை அவன் கண்ணில் பட்டது.

ஓகொன்னர் நீண்ட பொன்முடி விழுந்து கண்களை மறைக்க, தட்டையான அகலமான நெஞ்சுடன் ஆறடி உயரமாகத் தோன்றினார். மாலை ஆறு மணி ஆகிவிட்டதால் தூரத்தில் தெரியும் இரண்டு மலை முகடுகளைப் பார்த்தபடி ஓய்வெடுத்தார். சூரியனுடைய கடைசிக் கிரணங்கள் அவர் முகத்தைச் சிவப்பாக்கின. அவருக்கு முன் இருந்த இனிப்பு மேசையில் நுரை தள்ளும் பானம் இருந்தது. பியர் ஆக இருக்கலாம். மரநாற்காலிகள் நிறைய இருந்தும் அவர் அவனை உட்காரச் சொல்லவில்லை. மார்ட்டின் தொப்பி விளிம்பில் ஒரு விரலை வைத்து அது போதாதென்று நினைத்தோ என்னவோ இடுப்புவரைக் குனிந்து வணக்கம் சொன்னான். 'பண்ணையில் என்ன வேலை செய்யத் தெரியும்?' என்று அவனிடம் கேட்டார். மார்ட்டின் 'எல்லா வேலையும் தெரியும். கோழி வளர்ப்பு, பன்றிகள், ஆடுகள், மாடுகள் எல்லாம்

பராமரிப்பேன். தச்சு வேலையும் கொஞ்சம் கற்றிருக்கிறேன்' என்றான். அவனுடைய தகப்பன் 'தச்சுவேலை உனக்கு உதவும். அது யேசுநாதருடைய தொழில்' என்று சொன்னது ஞாபகத்துக்கு வந்தது. 'குதிரை பராமரித்து உனக்கு ஏதாவது அனுபவம் உண்டா?' என்றார். 'இன்னும் இல்லை ஐயா. ஆனால், எதையும் சீக்கிரம் கற்றுக்கொள்வேன்' என்றான். 'அப்ப சரி. உனக்குத் தச்சு வேலை வரும் என்பதால் நீ வேலிகளைச் செப்பனிடலாம். குதிரை பராமரிப்பாளன் தொம்ஸனுக்கு உதவியாளாக இரு' என்றார்.

'நன்றி, ஐயா. ஒரு சின்ன விண்ணப்பம். ஒரு செடி கொண்டு வந்திருக்கிறேன். அதை நடுவதற்கு அனுமதி வேண்டும்' என்றான். 'செடியா? என்ன செடி?' என்றார் ஓகொன்னர். 'அஸ்பென் செடி ஐயா. அதிவேகமாக வளரும். தன் இனத்தைத் தானே பெருக்கிக் கொள்ளும். பண்ணைக்கு சுபிட்சத்தையும், மனிதர்களுக்கு அமைதியையும் கொடுக்கும்' என்றான். 'அப்படியா, மிக்க மகிழ்ச்சி. அஸ்பென் செடி ஒன்றை நானும் தேடிக்கொண்டிருந்தேன். நீ கொண்டுவந்துவிட்டாய், நன்றி. வராந்தாவுக்கு முன் நட்டுவிடு. நான் தினம் தினம் பார்க்கலாம்' என்றார். மார்ட்டின் 'ஆகட்டும்' என்றான்.

தொம்ஸன் ஒரு கறுப்பின அமெரிக்கன். அறுபது வயதில் சற்றுக் கூன் விழுந்து ஆறடி உயரமாக இருந்தான். யோசித்துப் பார்த்தபோது மார்ட்டின் அமெரிக்காவில் ஆறடிக்கு உயரம் குறைவானவர்களை இன்னும் சந்திக்கவில்லை. நேரம் இருட்டி விட்டதால் சமையல் அறை பூட்டுமுன்னர் தொம்ஸன் அவனுக்கு இரவு உணவு வாங்கிவந்து கொடுத்தான். வாட்டிய மாட்டிறைச்சி, பீன்ஸ், ரொட்டி. குதிரை லாயத்துக்குப் பக்கத்தில் இருந்த ஒரு சிறு அறையை அவனுக்கு ஒதுக்கி அங்கே படுத்துக்கொள்ளச் சொன்னான். மரக்கட்டிலின் மேல் பரப்பிய வைக்கோல் மெத்தை ஒன்று கிடந்தது. அதிலே கால்களை நீட்டிப் படுத்தபோதும் அவனுக்குத் தூக்கம் வரவில்லை. அவனுக்கு மேல் சரி நேரே பழுப்பு நிறத்தில் பெரிய வௌவால் ஒன்று தலைகீழாகத் தொங்கியது. அவன் அதைப் பார்த்துக்கொண்டிருந்தபோது அது கால்களை விடுவித்து நேரே விழுந்து பாதியில் செட்டையை அடித்து வெளியே பறந்து போனது. அவன் நியூயோர்க்கில் ஒருவாரம் தங்கியிருந்தது நினைவுக்கு வந்தது. அமெரிக்காவில் காலடி வைத்த அந்த முதல் நாள் அவனுக்கு ஐந்தாவது மாடியில் தங்க இடம் கொடுத்தார்கள். எவ்வளவோ அவன் மறுத்தும் அவர்கள் சம்மதிக்கவில்லை. கழிப்பறை போவதற்கு ஐந்து மாடிகளும் இறங்கிக் கீழே வந்தான். மறுபடியும் மேலே ஏறினான். மூன்றாம் நாள்தான் கழிப்பறை ஐந்தாம் மாடியிலேயே இருப்பதை அறிந்து அதிர்ச்சியடைந்தான்.

தரையில் கழிப்பறை இருப்பதை அவன் கண்டிருக்கிறான். ஆனால், ஐந்தாவது மாடியில் ஒரு கழிப்பறையை உருவாக்க முடியும் என்பது அவனுக்குப் பெரும் புதிராகவே இருந்தது. எப்படி யோசித்தும் அதைக் கற்பனை செய்ய முடியவில்லை. அமெரிக்காவின் முதல் அதிசயமாக அது மனதில் பதிந்துபோய்க் கிடந்தது.

குதிரைகள் கால் மாறி நிற்பதும் அவற்றின் கனைப்புச் சத்தமும் அவனை மறுநாள் காலை எழுப்பியது. தொம்ஸன் அவனை அழைத்துச் சென்று குதிரைகளை அறிமுகப்படுத்தினான். அவற்றின் பெயர்கள் எலிஸபெத், தண்டர்போல்ட், ஸ்கை ஜம்பர், ரப்பிட்ஸ்டோர்ம் என்று பலவிதமாக இருந்தன. குதிரைகளைப் பார்த்தவுடனேயே அவனுக்கு அதீத பிரியம் ஏற்பட்டுவிட்டது. அவைகளைப் பராமரிப்பது பற்றித் தொம்ஸன் சொல்லித் தந்தான். மார்ட்டின் ஒவ்வொரு குதிரையையும் தொட்டு அதன் பெயரைச் சொல்லிச் சிநேகப்படுத்திக்கொண்டான். குதிரை வளர்ப்புப் பற்றி நிறையக் கேள்விகள் கேட்டான். ஓர் உயர்ஜாதிக் குதிரை மட்டும் கூடிய பாதுகாப்புடன் பிரத்தியேகமாகப் பராமரிக்கப்பட்டது. பகலிலும் மின்சார பல்புகள் எரிந்தன. ‘குதிரையின் கர்ப்பகாலம் 11 மாதம். கருத்தரிக்கக் கூடிய சிறந்தமாதம் மே அல்லது ஏப்ரல். அதிக வெளிச்சம் கருத்தரிக்கும் வாய்ப்பைக் கூட்டும். அதுதான் அப்படியான கவனம். அந்தக் குதிரை சீக்கிரத்தில் கர்ப்பமடையப்போகிறது’ என்று தொம்ஸன் கூறினான்.

குதிரை வளர்ப்பைப் பற்றிய எல்லாக் கலைகளையும் பயின்றாலும் மார்ட்டினுக்குக் குதிரைச் சவாரி போவதில் அதிக விருப்பம் இருந்தது. அதையும் தொம்ஸனிடம் கற்றான். அவனை இயற்கையான குதிரை ஓட்டி என தொம்ஸன் வர்ணித்தான். ஏறி உட்கார்ந்ததும் குதிரை ஆளை எடை போட்டுவிடும். மார்ட்டினை ஒரு குதிரைகூட இடர் செய்யவில்லை. வெகு சீக்கிரத்தில் நல்ல குதிரை ஓட்டக்காரனாகத் தேர்ந்துவிட்டான். 2000 ஏக்கர்கள் கொண்ட அவர்களுடைய பண்ணையை அவன் குதிரை மேல் அமர்ந்தபடியே சுற்றிப் பார்வையிட்டான். ஆரம்பத்தில் அவனுடைய பணி வேலிகளைச் செப்பனிடுவது. காட்டு மிருகங்கள் அடிக்கடி வேலியை உடைத்து உள்ளே வந்துவிடும். அவற்றைத் துரத்துவதுதான் பெரிய தொல்லை. அவனுடைய அப்பா கற்றுக்கொள்ளச் சொல்லி வற்புறுத்திய தச்சு வேலை அவனுக்குக் கைகொடுத்தது.

ஒருநாள் மாலை நேரம் எசமான் அவனை அழைத்தார். அவர் படுக்கை அறைக்கு முன் இருந்த வராந்தாவில் சாய்மனைக்

கதிரையில் அமர்ந்து பியர் குடித்தபடி சூரிய அஸ்தமனத்தை ரசித்துக்கொண்டிருந்தார். அவன் நட்ட அஸ்பென் மரம் கிடுகிடு வெனப் பத்தடி உயரத்துக்கு வளர்ந்துவிட்டது. அந்த மரத்தை உற்றுப் பார்த்தார். ஒரு சோடா மூடி அளவான இலைகள் எந்த நேரம் பார்த்தாலும் துடித்தபடி இருந்தன. கண்ணுக்குத் தெரியாத யாரோ ஒருவர் அதைப் பிடித்து ஆட்டுவதுபோல. மரத்தின் வெள் ளையான மரப் பட்டைகளில் குறுக்கு மறுக்காகக் கோடுகள் விழுந்திருந்தன. 'இது என்ன கோடுகள் தெரியுமா?' என்றார் எசமான். 'இதைக் கேட்கவா அவனைக் கூப்பிட்டார்' என மனதுக் குள் நினைத்தபடி 'தெரியாது எசமான்' என்றான். 'பண்ணை வேலியில் நிறையப் பொத்தல்கள் உள்ளன. எப்படியோ மான்கள் உள்ளே நுழைந்துவிடுகின்றன. ஆண் மான்களுக்கு அஸ்பென் மரம் நிரம்பப் பிடிக்கும். அவை தங்கள் கொம்புகளைத் தீட்டுவது அஸ்பென் மரத்தில்தான். அவை வளைந்து கொடுப்பதால் மான் களுக்குச் சுகமாக இருக்கும். ஒரு காலத்தில் இங்கிலாந்தில் இந்த மரங்களை அம்புகள் செய்வதற்கு மட்டும் பாவித்தார்கள். யாரா வது அஸ்பென் மரத்தை வெட்டி வேறு உபயோகத்திற்குப் பயன்படுத்தினால் அவர்களுக்கு மிகக் கடுமையான தண்ட னையை அரசன் வழங்கினான். அது தெரியுமா?' என்றார். அவனுக்குத் தெரியவில்லை. 'அப்படியா?' என்றான். 'அதோ, இலைகள் துடிக்கின்றன, பார்த்தாயா?' என்றார். அப்பொழுது காற்று ஒரு சொட்டுக்கூட இல்லை. 'இந்த மரத்துக்கு நடுங்கும் அஸ்பென் என்று பெயர். அப்படி ஏன் பெயர் வந்தது தெரியுமா?' என்றார். அவர் கேட்ட ஒரு கேள்விக்குக்கூட அவனுக்கு விடை தெரியவில்லை. ஆனால், அவர் என்ன சொல்லப் போகிறார் என்பதை அறிய ஆவலாக இருந்தான். அதற்கிடையில் அவரு டைய ஒரே மகள் அலிஸியா துள்ளிக்கொண்டு வந்தாள். அவளுக்கு 14 வயது தொடங்கியிருந்தது. மிகப் பெரிய அழகியாக வருவதற்குத் திட்டம் போட்டிருந்தாள். இரண்டு பக்கமும் கூரிய முனை கொண்ட நீலக் கண்கள். தகப்பனுடைய காதில் குனிந்து எதையோ சொல்லி அவருடைய கையைப் பிடித்து உள்ளே இழுத்துப் போனாள். அவள் வந்த தோரணையும் தகப்பனை அழைத்துப்போனதும் அவளை ஓர் எசமானி என்றே காட்டியது. மார்ட்டின் அதே இடத்தில் பல நிமிடங்கள் நின்றான். எசமான் திரும்பவில்லை. தன் அறைக்குப் போகாமல் தொம்ஸனைத் தேடிச் சென்று அவனிடம் அஸ்பென் மரம் ஏன் நடுங்குகிறது என்று கேட்டான். தொம்ஸனுக்கு ஒன்றுமே தெரியவில்லை. 'நடுங்கு கிறதா?' என்று ஒருசொல்லை மட்டும் உதிர்த்தான்.

அடுத்த நாளும் அதே நேரத்துக்கு எசமான் அவனை அழைத்தார். முந்திய நாள் அவர் அழைத்தக் காரணம் என்னவென்று அப்போதுதான் தெரிந்தது. அஸ்பென் மரத்தைப் பற்றிய விடுகதையை அவர் மறந்துவிட்டார். 'குதிரைகளைப் பற்றி எல்லாம் படித்துவிட்டாயா?' என்றார். 'அப்படியே எசமான்' என்றான். 'பண்ணை வேலிகளைத் தினம் சோதிக்கிறாயா?' என்றார். 'சோதிக்கிறேன்' என்று பதில் கூறினான். 'துப்பாக்கிப் பிடித்துச் சுடுவாயா?' என்றார். 'இல்லையே, எசமான்.' 'தொம்ஸன் உனக்குச் சொல்லித் தரவில்லையா? ஒரு குதிரை பராமரிப்பாளனுக்குத் துப்பாக்கிப் பயிற்சி முக்கியமல்லவா?' என்றார். மார்ட்டினுக்கு ஒன்றுமே புரியவில்லை. ஆனால், அடுத்த நாள் தொம்ஸன் குதிரை ஓட்டம் சொல்லித் தந்தது போலத் துப்பாக்கிப் பயிற்சியும் கொடுத்தான். அது ஒன்றும் குறிபார்த்துச் சுடும் தந்திரம் அல்ல. எப்படித் துப்பாக்கியில் ரவை போடுவது, எப்படி விசையை இழுப்பது. எப்படிக் கழற்றிப் பூட்டுவது, அவ்வளவுதான். எசமானோ அல்லது தொம்ஸனோ அவனுடைய துப்பாக்கிச் சுடும் வல்லமையை ஒருநாள் சோதிக்கக் கூடும் என எதிர்பார்த்து அதற்குத் தயாராக இருந்தான். ஆனால், அவனுக்கான சோதனை வேறு உருவத்தில் வந்தது.

அவர்களிடம் தண்டர்போல்ட் என்று ஒரு குதிரை இருந்தது. உயர்ந்த ஜாதிக் குதிரை. ஒரு நல்ல ரேஸ் குதிரையாக அதற்குப் பயிற்சி கொடுக்கலாம் என்று எசமான் சொல்லியிருந்தார். அது ஒருநாள் பயிற்சியின்போது காலை உடைத்துக் கொண்டது. எசமான் குதிரையைக் கொன்றுவிடும்படி உத்தரவிட்டார். மார்ட்டின் வேலை பார்த்த அத்தனை வருடங்களிலும் அவர்கள் ஒரு குதிரையைக் கூடக் கொன்றதில்லை. சுடுவதற்குத் தொம்ஸன் மறுத்துவிட்டான். 'இரண்டு நிமிட வேலை அது. நீயே செய்' என்றான். கடந்த மூன்று வருடங்களாக மார்ட்டின்தான் இந்தக் குதிரையைப் பராமரித்தவன். தண்ணீர் காட்டியவன். அதன் உடம்பை மினுக்கியவன். எத்தனையோ தடவை அதன்மீது சவாரி போயிருக்கிறான். வேறு வழியில்லாமல் துப்பாக்கியை எடுத்துக் கொண்டு போய் அதன் முன்னால் நின்றான். ஒரு காலை நொண்டிக்கொண்டு குதிரை அவனையே பார்த்தது. வளைந்து அதன் நெற்றியில் ஒரு முத்தம் கொடுத்தான். குதிரைக்கு ஏதோ புரிந்தது போலிருந்தது. அதன் நெற்றிப் பொட்டில் துப்பாக்கிக் குழாயை வைத்து அதை அழுத்த முடியாமல் நீண்ட நேரம் நின்றான். பின்னர் விசையை அழுத்தினான். பெரிய சத்தம் எழுந்தது. ஆனால், குதிரை ஒன்றுமே செய்யாமல் நின்றபோது அவன்

திகைத்துப் பின்வாங்கினான். ஓர் ஒலி எழுப்பாமல், காலை அசைக்காமல், வாலை ஆட்டாமல் அப்படியே பக்கவாட்டில் சரிந்து குதிரை விழுந்தது. அந்தக் காட்சி அவனுக்கு ஆயுளுக்கும் மறக்க முடியாததாகிவிட்டது. அவன் வாழ்நாளில் ஆக நீண்ட இரண்டு நிமிடம்.

தொம்ஸன் நீண்ட நோயில் படுத்ததும் குதிரைகளைத் தனியாகப் பராமரிக்கவேண்டிய கடமை மார்ட்டின்மேல் விழுந்தது. குதிரைகளுக்கு வைக்கோல், ஓட்ஸ், தண்ணீர் காட்ட வேண்டும். பயிற்சி கொடுக்க வேண்டும். அவற்றின் குளம்புகளை அடிக்கடிப் பரிசோதிப்பதற்குத் தவறக்கூடாது. இன்னொரு முக்கியமான கடமை தடுப்பூசி போடுவது. அத்துடன் லாயத்தில் குளவி கூடு கட்டி இருக்கிறதா என்பதைத் தினம் சோதிப்பான். குதிரைக்குப் பிரதான எதிரி குளவி. இத்தனை பிரச்சினைகள் போதாதென்பது போல இந்தச் சமயத்தில்தான் எசமானின் மகள் அலிஸியாவுக்கு மார்ட்டின்மேல் காதல் ஏற்பட்டது. நீலக்கண் அழகி அவள். மேல்நிலைப் பள்ளியில் படித்துக்கொண்டிருந்தாள். மிக நுட்பமான அறிவு அவளுக்கு என அவளுடைய ஆசிரியைகள் புகழ்ந்தார்கள். பெற்றோருக்கு ஒரே புத்திரி. மார்ட்டினோ பெரிய படிப்பு ஒன்றும் இல்லாமல் கூலிக்கு வேலை செய்பவன். அவனுக்கு வயது 21; அவளுக்கு 17. அதுதான் சங்கதி.

பெரிய காரியங்கள் எல்லாம் ஒரு சின்ன விசயத்தில்தான் ஆரம்பமாகும். மான்களில் அதி உயரமானதும் எடை கூடியதும் மூஸ் மான்தான். அது ஒருநாள் வேலியை உடைத்துப் பண்ணைக் குள்ளே வந்துவிட்டது. இந்தச் செய்தியைக் கொண்டுவந்தது அலிஸியா. மூஸ் மானைக் கண்டதும் மார்ட்டின் திகைத்து விட்டான். அவன் சவாரிசெய்த குதிரையிலும் பார்க்க அது பெரியது; 1500 றாத்தல் எடையிருக்கும். காட்டுக்காளான் போலப் பக்கவாட்டில் படர்ந்திருக்கும் கொம்புகள். இரண்டு மூன்று மணி நேரமாக அதைத் துரத்தித் துரத்திப் பண்ணைக்கு வெளியே கலைத்தான், வேலியைச் செப்பனிட்டுவிட்டு வியர்வை உடம்பில் வழிய லாயத்துக்குத் திரும்பினான். அவர்களிடம் அப்போது 40 குதிரைகள் இருந்தன. அலிஸியா குதிரைச் சவாரி உடுப்பு அணிந்து கம்பீரமாக அவளுடைய குதிரை மேலே ஆரோகணித்திருந்தாள். திடீரென்று முதல் நாள் இரவு ஏதோ அவளுக்கு நடந்துவிட்டது போல வித்தியாசமான பெண்ணாகத் தெரிந்தாள். இரண்டு கைகளாலும் உடம்போடு ஒட்டியிருந்த ஆடையைப் பிடித்து இழுத்து உடம்பிலிருந்து விடுவித்துக்கொண்டாள். அது அவனை என்னவோ செய்தது. ‘ஏ பிலிப்பினோ, என்னோடு சவாரிப் போட்டிக்கு வா’ என்றாள். அவனை அவள் பெயர் சொல்லி

அழைத்ததே கிடையாது. அவளுடையது அதிவேகமான குதிரை. இவன் தரையைப் பார்த்தபடி பேசாமல் நின்றான். 'என்ன பயந்து போய் விட்டாயா?' என்று சீண்டினாள். மார்ட்டின் வழக்கமாக ஏறும் குதிரை வேகத்துக்குப் பேர் போனது இல்லை, ஆனால், நாளுக்கு 100 மைல் தூரம் களைப்பில்லாமல் ஓடக்கூடியது. அதில் ஏறினான். அவள் தன் குதிரையை முடுக்கிவிட்டாள்.

மார்ட்டின் நிதானமாகப் பின்தொடர்ந்தான். அவளோ குதிரையின் முதுகோடு வளைந்து படுத்துக்கொண்டு அதன் ஓர் அங்கமாகவே மாறிக் குதிரையை வேகமாக ஓட்டினாள். நீண்ட நேரத்துக்குப் பின்னும் அவனுடைய குதிரை களைப்புத் தெரியாமல் ஒரே வேகத்துடன் ஓடியது. மிகச் சமீபமாக வந்து விட்டான். இன்னும் சில நிமிடங்களில் அவளை முந்தி விடலாம். கடைசி நிமிடத்தில் குதிரையை இழுத்துப் பிடித்து வேகத்தைக் கட்டுப்படுத்தினான். அவனுக்கு என்ன பைத்தியமா எசமானின் மகளிடம் தன் திறமையைக் காண்பிப்பதற்கு? 'என்ன, பிலிப்பினோ, நீ எனக்கு விட்டுக்கொடுத்தாயா?' என்றாள். அவன் 'இல்லையே' என்றான். 'சரி சரி பேசாதே. நீ இரண்டாவதாக வந்ததற்கு உனக்கு ஒரு பரிசு தரவேண்டும்' என்று சொல்லியபடி அவனை அணுகி குதிரை மேல் அமர்ந்தபடியே அவனுக்கு ஒரு முத்தம் தந்தாள். அன்று அவன் லாயத்துக்குத் திரும்பிய பின்னர் ஒன்றுமே செய்ய வில்லை. சாப்பிடவில்லை. குதிரைகளைக் கவனிக்கவில்லை. நீண்ட நேரம் வைக்கோல் மெத்தையில் படுத்தபடி அவள் இரண்டு கைகளாலும் உடுப்பை இழுத்து உடம்பிலிருந்து விடுவித்ததைத் திருப்பித் திருப்பி நினைவுக்குக் கொண்டுவந்தபடித் தூங்கிப் போனான்.

அப்படித்தான் அவர்கள் காதல் ஆரம்பித்தது. தினம் தினம் சந்தித்துக்கொண்டார்கள். அவள் குதிரைச் சவாரி உடுப்பில் இருப்பாள். இவன் என்ன வேலை செய்துகொண்டிருந்தானோ அந்தக் கோலத்தில் புறப்படுவான். அவன் பயத்தில் நடுங்கிக்கொண்டே அவளிடம் வருவான். 'பிலிப்பினோ, பிலிப்பினோ' என அவனை அழைத்து ஆணை கொடுப்பாள். 'என்னை விட்டுவிடு. இது சரியாக வராது' என அவன் கெஞ்சுவான். 'ஏ பிலிப்பினோ, உனக்கு இரண்டு காதுகள் இருக்கின்றன. ஆனால், அந்தக் காது களுக்கு நடுவில் மண்டையில் உனக்கு ஒன்றுமே இல்லை' என்பாள். சம்பந்தா சம்பந்தம் இல்லாமல் 'எசமானிடம் குதிரை சுடும் துப்பாக்கி இருக்கிறது' என்பான். 'முட்டாள், உன்னைத் திருத்த முடியாது. அஸ்பென் மரம் போல நீ எப்பவும் நடுங்கிக் கொண்டிருக்கிறாய்' என்பாள்.

ஒருநாள் அவன் கேட்டான். 'எதற்காக அஸ்பென் மரம் நடுங்குகிறது?' அவள் சொன்னாள். 'யூதாஸ் இஸ்காரியத் யேசுவின் 12 சீடர்களில் ஒருவன். அவன் 30 வெள்ளிப் பணத்துக்காக ஒரு துரோகச் செயலைச் செய்கிறான். மதகுருமார்களுடன் யேசுவைத் தேடி படை வீரர்கள் வந்தபோது யேசுவின் கன்னத்தில் முத்தமிட்டு யூதாஸ் அவரை அடையாளம் காட்டிக் கொடுக்கிறான். யேசுவைப் படைவீரர்கள் பிடித்துக்கொண்டு போன உடனேயே தன் குற்றத்தை உணர்ந்து யூதாஸ் வெள்ளிப் பணத்தை மதகுருமார்களிடம் வீசி எறிந்துவிட்டு, துக்கம் தாளாமல் தூக்கு மாட்டித் தற்கொலை செய்துகொள்கிறான். யேசு சிலுவையில் அறையப்படுமுன்னர் அவன் இறந்துபோகிறான். யூதாஸ் தூக்கில் தொங்குவதற்குத் தேர்வு செய்தது அஸ்பென் மரம். அந்தக் கணத்திலிருந்துதான் அஸ்பென் மரம் நடுங்குகிறது என்பது பரம்பரைக் கதை.'

அலிஸியா அந்தக் கதையைச் சொல்லிவிட்டு தன் இரண்டு கைகளாலும் மார்ட்டினின் கன்னத்தைத் தொட்டுப் பிடித்துக் கொண்டு. 'மரம் நடுங்குவதற்குக் காரணம் இருக்கிறது. ஆனால், உனக்கு நான் இருக்கிறேன்' என்றாள். அவள் சொன்னதை நம்புவதற்கு அவனுக்குப் பெரிய ஆசை. அந்த வீட்டில் அவள் ஓர் இளவரசி போலத்தான் வாழ்ந்தாள். ஒரே செல்லப் பெண். சின்ன வயதில் இருந்து அவள் வைத்ததுதான் சட்டம். அவளை மீறி வீட்டிலே ஒன்றும் நடந்தது கிடையாது. மார்ட்டினை மண முடிக்கப் போவதாகப் பிடிவாதமாகத் திட்டவட்டமாகச் சொல்லி விட்டாள். தகப்பன் எவ்வளவோ முயன்று பார்த்தார். ஒருநாள் மனைவியிடம் சொன்னார். 'குதிரை வால் போல இவள் வளர வளர இவளுடைய புத்தி கீழே போகிறதே. இவளை என்ன செய்வது?' தாயாருக்கு மகளுடைய குணம் தெரியும். அவர் கணவரிடம் சொன்னார். 'இழு என்று எழுதியிருக்கும் கதவைத் தள்ளித் திறக்கப் பார்க்கிறீர்கள். அவளை உங்களால் மாற்றமுடியாது. அவள் விருப்பத்துக்கு விடுங்கள்.' இறுதியில் ஒருநாள் பெற்றோர் சம்மதத்துடன் அவர்கள் திருமணம் நடந்து முடிந்தது. பல வருடங்கள் அவர்களுக்கு பிள்ளையே பிறக்காமல் கடைசியில் ஒரு மகள் பிறந்தாள். அவளுக்கு 'ஹனிதா' என்று பெயர் சூட்டினார்கள்.

அந்த உணவகம் பிரதான சாலையிலிருந்து ஒதுங்கியிருந்தது. மங்கிய வெளிச்சமும் பழசாகிப்போன தரை விரிப்பும் அது வசதியானவர்கள் செல்லும் உணவகம் அல்ல என்பதை நினைவூட்டியது. மேசைகளும் நாற்காலிகளும் தரையிலே பூட்டப்பட்டிருந்தன.

விவசாயிகளும் குடியானவர்களும் அங்கங்கே அமர்ந்து ஏதோ பானம் அருந்தினார்கள். சுவரிலே மாட்டியிருந்த டிவி 18 நாள் தொடர் புரட்சிக்குப் பின்னர் பதவி பறிபோன எகிப்து அதிபர் முபாரக்கைத் திருப்பித் திருப்பிக் காட்டியது. டிவிக்கு முன் இருந் தாலும் அதை நிமிர்ந்து பார்க்காமல் அந்தப் பெண் உட்கார்ந் திருந்தார். அவர் உணவுக்கு ஆணை கொடுக்கவில்லை. யாருக் காகவோ காத்திருப்பது தெரிந்தது. 'நீங்கள் யார்?' என்று கேட் டேன். 'நான்தான் ஹனிதா' என்றார். அவருக்கு 31 வயது இருக் கும். 31 வயதில்தான் ஒரு பெண் அவருடைய அழகின் உச்சத்தில் இருக்கிறார் என்று ஆராய்ச்சி சொன்னது. அந்த ஆராய்ச்சி முடிவு சரியானதுதான். கறுப்பு முடி. உடலை இறுக்கிய உடை. அதற்கு மேல் குளிர்கால அங்கி அணிந்திருந்தார். முழங்கால் வரை உயர்ந்து நின்ற கறுப்புப் பூட்ஸ்கள். கழுத்தைச் சுற்றி மெல்லிய ஸ்கார்ஃப். ஒரு சிறிய நாட்டின் இளவரசி போன்ற அழகான தோற்றத்தோடு அவர் அந்த உணவகத்தில் சற்றும் பொருத்தமில் லாமல் அமர்ந்திருந்தார்.

'உங்களுடைய சிறுவயது ஞாபகம் என்ன?' என்று கேட் டேன். 'நான் பிறக்க முன்னரே என்னுடைய தாத்தாவும் பாட்டியும் இறந்துவிட்டார்கள். எனக்குத் தெரிந்தது என் அம்மாவும் அப்பா வும்தான். என் அம்மா சாதாரண குதிரைக்காரனான அப்பாவைப் பிடிவாதமாகக் காதலித்து மணந்துகொண்டார். அவர் சொல்லித் தான் எனக்கு அது தெரியும். ஆனால், அவர்கள் ஒருவர்மேல் ஒருவர் அன்பு செலுத்தியதை ஒரு நாளாவது நான் கண்டது கிடையாது. அம்மா என் அப்பாவை 'ஏ பிலிப்பினோ' என்றுதான் இறுதிவரை அழைத்தார். என் தகப்பனும் கணவன் போல நடக் காமல் ஒரு கீழ்ப்படிதலான வேலைக்காரன் போலவே நடந்தார். வீட்டு நாயை அதட்டுவது போலவே அம்மா அப்பாவுடன் பேசு வார். அம்மாதான் பண்ணைக்கு முதலாளி. அப்பா ஒரு சேவகன். ஒரேயொரு மாற்றம் என்னவென்றால் மணமுடித்த பின்னர் அப்பா அம்மாவின் படுக்கையறையைப் பகிர்ந்துகொண்டதுதான்.

'உங்களுடைய அம்மா அவ்வளவு மோசமானவரா?' 'அப் படிக்கூடச் சொல்ல முடியாது. அவருடைய புத்திக் கூர்மையும் வியாபாரத் தந்திரங்களும் அதிசயிக்கவைப்பவை. பண்ணையை முற்றிலுமாக மாற்றி அமைத்தார். அவர் சிந்திப்பார், அப்பா அதற்குச் செயல்வடிவம் கொடுப்பார். மாடுகள், ஆடுகள், பன்றிகள் எல்லாவற்றையும் விற்றுவிட்டுக் குதிரையில் மட்டுமே முதலீடு செய்தார். இன்றைக்கு 200க்கு மேற்பட்ட உயர் ஜாதிக் குதிரைகள் இருக்கின்றன. உயர் ஜாதிக் குதிரை வேண்டுமானால் எங்களிடம்

தான் வரவேண்டும். அப்படி ஒரு பெயர். இந்தப் பெரிய வெற்றிக்கு அம்மாவினுடைய அயராத உழைப்புத்தான் காரணம். இருபது வருடங்களாகப் பாடுபட்டு ஒரு புது ஜாதிக் குதிரையை அம்மா உருவாக்கியிருக்கிறார். சொக்கலட் நிறம். மணிக்கு 8 மைல் வேகத்தில் நீண்ட தூரம் நடக்கக்கூடியது. அமெரிக்காவின் குதிரை இனப்பெருக்கு வரலாற்றில் அம்மாவுக்கு இடம் உண்டு. அம்மா இறந்த பிறகு பண்ணை நிர்வாகம் என் கைக்கு வந்தது. பண்ணையை இன்னும் விரிவாக்கி, கோடை விடுமுறையில் சிறுவர் சிறுமியருக்குக் குதிரையேற்றத்தில் பயிற்சி கொடுக்கும் திட்டத்தை அறிமுகம் செய்திருக்கிறேன். என்னுடைய சின்ன வயது ஆசை இப்போதுதான் நிறைவேறியிருக்கிறது.'

'உங்கள் அப்பா பற்றிச் சொல்லவில்லையே?'

'ஏறக்குறைய 50 வருடங்களுக்கு முன்னர் அப்பா பண்ணைக்கு வந்த அன்று ஒரு அஸ்பென் மரத்தை நட்டார். அன்றிலிருந்து அந்த மரத்தில் அவருக்கு ஒரு பற்று. அஸ்பென் மரம் விதையிலிருந்து முளைப்பதில்லை. வாழைமரம்போலக் கிழங்கிலிருந்து தானாகவே முளைத்துப் பெருகும். அதை அழிக்க முடியாது. ஒருமுறை காட்டிலே தீப்பிடித்தபோது பல மரங்கள் அழிந்துவிட்டன. ஆனால், அஸ்பென் மரம் மறுபடியும் கிழங்கிலிருந்து முளைத்து எழுந்துவிட்டது. சங்கிலிபோல அதன் சந்ததி ஆயிரமாயிரம் வருடங்கள் தொடரும். இன்று எங்கள் பண்ணையில் 800க்கு மேற்பட்ட அஸ்பென் மரங்கள் நிறைந்து கிடக்கின்றன. மாலை வந்துவிட்டால் அப்பா வராந்தாவில் சாய்மனைக் கதிரையில் அமர்ந்து இந்த மரங்களைப் பார்த்தபடி தன் பொழுதைக் கழிப்பார்.

'நீங்கள் திருமணம் செய்யப் போவதில்லை என்று பேசுகிறார்களே. அது உண்மையா?'

'அப்படியெல்லாம் இல்லை. அப்பாவின் சந்ததி என்னுடன் முடிவுக்கு வராது. சங்கிலிபோல அது தொடரும். அதற்கு முன்னர் எனக்கு ஒரு கடமை இருக்கிறது. என்னிடம் இருக்கும் ஒவ்வொரு நிமிடத்தையும் அப்பாவுக்காக செலவழிப்பது என்று தீர்மானித்திருக்கிறேன். என் அப்பாவை நினைத்து நான் கலங்காத நாள் இல்லை. எங்கேயோ பிறந்து இங்கே வந்து வேலைக்காரனாகவே தன் வாழ்நாளைக் கழித்துவிட்டார். ஐம்பது வருடங்களாக அவர் பண்ணையை விட்டு வெளியே போனதில்லை. அவரிடம் அன்பு செலுத்துவதற்கு வீட்டிலே ஒருவர்கூடக் கிடையாது. அறியாத வயதில் நானும் அவரைக் கேவலமாக நடத்தினேன். தினம் பள்ளிக்

கூடத்திலிருந்து வந்ததும் நான் என் சப்பாத்துக்களை உதறிக் கழற்றி அப்படியே காலால் எற்றிவிடுவேன். அப்பா அவற்றை எடுத்து வைப்பார். ஒரு நாள்கூட என்னைக் கண்டித்தது கிடையாது. இப்போது நான் வெட்கப்படுகிறேன். அவருக்குப் பார்கின்ஸன் வியாதி. அவரால் தானாக ஒன்றும் செய்ய முடியாது. கைகளும் தலையும் நடுங்கியபடி இருக்கும். அவருடைய கடைசிக் காலத்தை மகிழ்ச்சியாக ஆக்குவதுதான் என் ஒரே கடமை.'

'அவருக்கு உங்களை அடையாளம் தெரியுமா?'

'சில வேளைகளில் தெரியும். அடிக்கடிக் கண்கள் வெளியே பார்க்காமல் அவர் மண்டைக்குள் திரும்பிவிடும். அவர் வாய் ஓரங்களில் துப்பல் காய்ந்து வெள்ளையாகத் தெரியும். எப்போது சாப்பிட்டார் என்பது மறந்துபோகும். திடீரென்று பிலிப்பினோ மொழியில் எதுவோ சொல்வார். இத்தனை வருடங்களில் அவர் அந்த மொழி பேசியது கிடையாது. இரவு பகல் வித்தியாசம் தெரியாது. இரவு இரண்டு மணிக்கு என்னை எழுப்பி வெளியே போவதற்குக் கையைக் காட்டுவார். அவரைச் சக்கர நாற்காலியில் உட்கார்த்தித் தள்ளி வராந்தாவில் விடுவேன். அவர் நட்ட அஸ்பென் மரம் பெரிதாக வளர்ந்து அங்கே நிற்கும். அதைச் சுற்றி இன்னும் நூற்றுக்கணக்கான மரங்கள். நடுங்கும் இலைகளைப் பார்த்தபடியே அவர் நெடுநேரம் இருப்பதை நான் சிறுமியாக இருந்தபோது அவதானித்திருக்கிறேன். ஆனால், இப்போது ஒரு வித்தியாசம். அஸ்பென் இலைகள் நடுங்கும். அவருடைய கைகளும் தலையும் நடுங்கும். கூர்ந்து பார்க்கும்போது அங்கே பெரிய உரையாடல் நடைபெறுவது தெரியவரும்.'

சலசலவென ஓடிய ஆறு திடீரென்று உறைந்ததுபோல மௌனம் கூடியது. ஹனிதா குனிந்து, கலையழகுடன் கூர்மையாக்கப்பட்ட அவருடைய கை நகங்களை நோக்கினார். பின் எழுந்து நின்றார். இரண்டு கைகளாலும் உடம்போடு ஒட்டியிருந்த ஆடையைப் பிடித்து இழுத்து உடம்பிலிருந்து விடுவித்துக்கொண்டு நிமிர்ந்து கண்களைச் சுழற்றி அந்த மலிவான உணவகத்தைப் பார்த்தார். அவர் கண்கள் போய் நின்ற இடங்களில் அமர்ந்திருந்த ஏழை விவசாயிகள் எழுந்து எழுந்து கைகளை நெற்றியில் தொட்டு வணக்கம் சொன்னார்கள்.

◆

குற்றம் கழிக்க வேண்டும்

இந்தச் சம்பவம் நடந்து மூன்று மாதங்கள் கடந்துவிட்டன. காலையில் அந்த வீதியில் ஒவ்வொரு வீடாக ஏறிக் கதவு மணியை அந்தச் சிறுமி அடித்தாள். அதே வீதியில் வசிக்கும் அவளுக்கு வயது 12 – 13 தான் இருக்கும். முகம் நிறையப் புன்னகை பூத்துக் கொண்டு மீதிப் புன்னகையை என்ன செய்வது என்று தெரியாமல் தத்தளித்தபடி நின்றாள். கையிலே இருந்த அழைப்பிதழை நீட்டி விழாவுக்கு அழைத்தாள். அது அவளுடைய பூப்புனித நீராட்டு விழா. 'அம்மா வரவில்லையா?' என்று சிலர் கேட்டார்கள். அவர் வேறு வீடுகளுக்கு அழைப்பிதழ் கொடுக்கப் போய்விட்டதாகச் சொன்னாள். கையிலே இன்னும் நாலைந்து அழைப்பிதழ்கள் இருந்தன. அவற்றினால் முகத்தை விசிறியபடியே 'சரி அங்கிள், கட்டாயம் வாருங்கோ' என்று வீட்டுக்காரரிடம் சொல்லிவிட்டு நகர்ந்தாள்.

அந்தச் சிறுமியின் பெயர் சண்முகப்பிரியா. 'சண், சண்' என்று அழைப்பார்கள். அவளுடைய அம்மாவை அந்த வீதியிலிருந்த எல்லோருக்கும் பழக்கம். அவளுடைய அப்பாவைச் சந்திக்கவே முடியாது. அவர் காலையில் ஆறு மணிக்கு வேலைக்கு வெளிக்கிட்டால் இரவு பத்து மணிக்குத்தான் திரும்புவார். எப்பொழுது, எந்தச் சமயத்தில் எவரைப் பார்த்தாலும் அந்தச் சிறுமியின் அம்மா சண்முகப்பிரியா பற்றியே பேசுவார். உலகத்தில் அவருக்குப் பேசுவதற்கு வேறு பொருளே இல்லை. மகள் கணக்குப் பாடத்தில் ரொறொன்ரோவிலேயே மிகச் சிறப்பாகச் செய்திருந்த செய்தியை ஒவ்வொரு வீடாக ஏறிக் கதவைத் தட்டிச் சொன்னார். அவள் மாகாண அளவில் கணக்குப் பரீட்சைக்குத் தயாராகி வருகிறாள் என்பதையும் கூற மறக்கவில்லை. அவள் பூப்பெய்திய பிறகு சந்தித்தவர்களிடம் எல்லாம் 'இனி என்ன செய்வது? எங்கள் பாரம்பரியம் என ஒன்றிருக்கிறது. குற்றம் கழிக்காமல் அவளைப் பள்ளிக்கு அனுப்ப முடியாது' என்றார். 'என்ன குற்றம்?' என்று சிலர் அப்பாவியாகக் கேட்டார்கள். 'பூமாதேவிக்குத்தான்' என்று சொல்லிவிட்டு நடந்தார்.

சண்முகப்பிரியாவின் தாயார் இந்த நாளை சில வருடங்களாக எதிர்பார்த்திருந்தார். கடந்த 13 ஆண்டுகளில் ரொறொன்ரோவில் நடந்த அத்தனை சாமத்தியச் சடங்குகளுக்கும் அவர் கொடுத்த காசை ஆண்டுவாரியாக அவரால் சொல்லமுடியும். யார் யாருக்கு எவ்வளவு காசு கொடுத்தார் என்ற விவரமும் அவர் மூளையில் பதிந்து கிடந்தது. காசு கொடுத்தவர்களின் பட்டியலை யாராவது கேட்டால் அகர வரிசையில் அந்தப் பெயர்களைத் தருவதற்கும் தயாராக இருந்தார். மகள் பெரிய பிள்ளையாகிவிட்டதால் கொடுத்த காசு எல்லாவற்றையும் கணக்குப் பிசகாமல் அறவிடலாம் என்பது அவர் மகிழ்ச்சிக்கு இன்னொரு காரணம்.

பூப்புனித நீராட்டு விழா ஆடம்பரமாக நடந்தது. வெள்ளைக்காரப் பெண்கள் சேலைகட்டித் தரையை மிதித்துக் கும்மி அடித்து வரவேற்றார்கள். எல்லோருமே தொப்புளில் வளையம் மாட்டியிருந்தார்கள். அவர்கள் குனிந்து நிமிரும் போதெல்லாம் அவை தண்ணீரிலே விழுந்த வெள்ளிக்காசு போலப் பளபளத்தன. நாலு கூட்டம் மேளம் சிறிது மிகை என்று தோன்றியது. ரொறொன்ரோ நகரத்திலேயே ஒப்பனைக் கலையில் பிரபலமான ஒருவரை அழைத்து மிகத் திறமாகப் பூப்பெய்திய பெண்ணை அலங்கரித்திருந்தார்கள். அசிரத்தையாக விட்டதுபோல கூந்தலை திட்டமிட்டுக் குலைத்துச் சிங்காரம் செய்வதற்கு நிறைய நேரம் தேவைப்பட்டது. மணமேடையில் பெண் புகைக்குள் இருந்து வெளியே வருவதுபோல ஏற்பாடு செய்திருந்தார்கள். அப்படி ஒருவரும் இதற்கு முன்னர் செய்ததில்லை. 12 வகையான ஆலத்தித் தட்டுகளை 12 வகையான பெண்கள் 12 வகையான சேலைகளை உடுத்திக்கொண்டு காவினார்கள். காலையிலிருந்து மாலைவரை வீடியோக்காரர் துளித் துளியாக நிகழ்வுகளைப் படம் பிடித்தார். ஏதாவது ஒரு துளியைத் தவறவிட்டால் அதைத் திரும்பவும் நடிக்கச் சொல்லிப் பதிவு செய்தார். புகைப்படக்காரர் இன்னொரு பக்கத்தில் 10,000 டொலர் பெறுமதியான இலக்கக் காமிராவினால் 1170 படங்கள் எடுத்துக்கொண்டார். சினிமாவில் இடம்பெற்ற 'வயசுக்கு வந்த' பாடல்கள் ஒன்று விடாமல் ஒலிபெருக்கியில் ஒலித்தன. பெண்ணை ஊஞ்சலிலே வைத்து ஆட்டிய அதே நேரத்தில் தட்டிலே உறை உறையாகக் காசு விழுந்தது.

வேறு ஒரு சாமத்தியச் சடங்கிலும் நடக்காத சில காட்சிகளும் காணக் கிடைத்தன. பத்துப் பன்னிரண்டு சிறுமிகள் 13–14 வயது மதிக்கலாம், அவளுடைய சிநேகிதிகள், அவளுடன் படிப்பவர்கள் அல்லது உறவினர்களாக இருக்கலாம். எல்லோரும்

ஒரே கலரில் சாரி அணிந்து வரிசையாக வந்தார்கள். அவர்கள் முதன்முதலாக அன்றுதான் சாரி உடுத்தியிருந்தார்கள் என்பது அவர்கள் ஐஸ் தரையில் நடப்பதுபோல நடந்துவந்த தோரணை யில் தெரிந்தது. எல்லோருக்கும் ஒரே விதமான உதடுகள், இரண்டு பவளங்களை ஒன்றுக்குக் கீழ் ஒன்று ஒட்டிவைத்த மாதிரி. ஒவ்வொருவராக வந்து இடையின்மேல் வளைந்து, இடைக்குக் கீழே கால்களை எட்டவாக வைத்து, புனிதநீர் பெண்ணை முத்த மிட்டார்கள். முத்தம் கொடுத்தவரும் அதை வாங்கியவரும் வெட்கப்பட்டுக் கொண்டனர்.

சிறுமியின் தகப்பனார் பக்கத்தில் நின்றாலும் தெரியாது; பேசினாலும் கேட்காது. சாப்பாட்டு நேரம் வந்தபோது அவர் தான் அழைத்தார். அவர் அரைவாசி பேசியபின்னர்தான் அவர் வாய் அசைந்ததைக் கண்டுபிடித்தார்கள். சாமத்தியச் சடங்குகளில் மிகவும் எச்சரிக்கையாக இருக்கவேண்டிய தருணம் அதுதான். ஒருவர் கையில் ஏந்திய பிளேட் அவரைத் தொடாமலும், அடுத்த வர் உடுப்பை உரசாமலும் இருக்கவேண்டும். 30 டொலர் உறையில் போட்டு அன்பளித்துவிட்டு 40 டொலர் சாப்பாட்டைச் சாப் பிடும்போதுதான் விழாவைப்பற்றி விமர்சிப்பார்கள். பிளேட்டில் உணவை நிறைத்துக் கையிலே பிடித்துக்கொண்டு நாற்காலியில் உட்காராமல் ஒருவர் குதிரையைப்போல நின்றபடி சாப்பிட்டார். நாற்காலி ஊத்தையாகிவிடும் என்று அமரவில்லையோ அல்லது உடுப்பு அழுக்காகிவிடும் என்று அமரவில்லையோ தெரியாது. இவ்வளவு ஆடம்பரம் தேவையா என்ற விவாதத்தை அவர்தான் ஆரம்பித்து வைத்தார். அவர் குரல் உரத்தும் உயரத்தில் இருந்தும் கேட்டது.

'யூதர்கள் தங்கள் பிள்ளைகளுக்குப் பார்மிற்சா கொண்டாட் டம் மிகச் சிறப்பாகச் செய்கிறார்கள். கிறிஸ்தவர்கள் தூயநற் கருணை விழா வைக்கிறார்கள். முஸ்லிம்கள் சுன்னத்துக் கல் யாணம் நடத்துகிறார்கள். ஒரு பெண் பெரிய பிள்ளையானதும் குற்றம் கழிக்கவேண்டும். தாயாருக்கு அதன் முக்கியத்துவம் தெரியும். மற்றவர்கள் அபிப்பிராயத்துக்குப் பயப்படக்கூடாது.' இப்படியெல்லாம் வாதங்கள் நடந்தன. சாப்பாடு முடிய விவாதமும் முடிவுக்கு வர நின்றுகொண்டு விவாதத்தைத் தொடங் கியவர் பொதுவாகச் சிரித்தார். அவர் தன்னை எண்ணிச் சிரித் தாரா, விவாதத்தை மெச்சிச் சிரித்தாரா அல்லது வறுத்த கோழிக் காலைப் பார்த்துச் சிரித்தாரா என்பது ஒருவருக்கும் தெரியாது.

சிறுமியின் பெற்றோருக்குச் சின்னச் சின்ன குறைகள் இல்லாமலில்லை. முழுக்க முழுக்க மல்லிகை மலர்களினால்

அலங்கரித்த நகரும் பூப்பந்தரின் கீழே பெண்ணை மணவறைக்கு அழைத்துவர முடியவில்லை. அதை நினைத்து நினைத்துக் கவலைப்பட்டார்கள். வழக்கமாக ஹெலிகொப்டரில் பெண்ணைக் கொண்டுவந்து இறக்குவார்கள். செலவு கூடிவிட்டபடியால் அதையும் தவிர்க்கவேண்டி நேர்ந்தது. காமிராக்காரர் தந்திரமான முறையில் பெண்ணை நயக்கரா நீர்வீழ்ச்சியில் குளிப்பதுபோலப் படம் எடுத்து ஆல்பத்தில் சேர்ப்பது சம்பிரதாயம். அதைச் சடங் குக்கு வரமுடியாத சொந்தபந்தங்களுக்கு எல்லாம் அனுப்பிவைப் பார்கள். அதையும் செய்ய இயலவில்லை. மற்றும்படிக்கு எல்லாம் மிகச் சிறப்பாகவே நடந்து முடிந்தது.

பதின்மூன்று நாள் கழித்து 'சண்' என்று அழைக்கப்படும் சண்முகப்பிரியா பள்ளிக்கூடத்துக்குப் புறப்பட்டாள். தாயார் வாசல் மட்டும் வந்து அவளை வழியனுப்பினார். சண்முகப் பிரியாவின் தேகத்தில், இந்தச் சிறிய கால இடைவெளிக்குள், தோல் உரித்த பாம்பின் உடம்புபோலப் பளபளப்புக் கூடியிருந்தது. ருதுச் சடங்குக்காகப் பல்கூட்டை கழற்றி வைத்தவள் அதை மறுபடியும் மாட்டியிருந்தாள். புத்தகப்பையை ஒரு தோளில் எறிந்து தொங்க விட்டுக்கொண்டு தலையை அதே பக்கத்துக்குக் கொஞ்சம் சாய்த் தாள். தாயார் 'பிள்ளை, கவனமாய்ப் பார்த்துப்போ' என்றார். மகளும் சரி என்று தலையாட்டிவிட்டு நகர்ந்தாள். அவள் மடிக் கணினியில் சேமித்த 1170 படங்களையும் எடுத்துச் சென்றிருந்தாள். அவளுடைய வகுப்புச் சிறுமிகள் அனைவரும் ஆவலோடு அவற்றைப் பார்த்துக் கேள்விகள் கேட்டார்கள். சண்முகப்பிரியா அவர்களுக்கு ஒவ்வொரு படத்தையும் காட்டி விழாவைப்பற்றி விளக்கிக் கூறினாள். ஆசிரியை அவளை வகுப்பு முடிந்ததும் தன்னைத் தனியே வந்து பார்க்கச் சொன்னார்.

மிஸ் மொர்ரிஸன் அவளிடம் அன்பு காட்டும் ஆசிரியை. எதற்காகப் பள்ளிக்கூடத்துக்கு வரவில்லை என்று கேட்டார். குற்றம் கழிப்பதைச் சண்முகப்பிரியா ஆங்கிலத்தில் absolving sin என்று மொழிபெயர்த்துக் கூறினாள். 'மாகாண அளவில் நீ கணக்குப் பரீட்சையைத் தவறவிட்டுவிட்டாயே. அதுபற்றி உனக்கு மனவருத்தமில்லையா?' என்று கேட்டார். சண்முகப்பிரியா 'இது எங்கள் கலாச்சாரம். குற்றம் கழிக்கவேண்டும். பூமிக்குப் பாவம் சேர்ந்திருக்கிறது. சடங்கு செய்யாவிட்டால் பெரிய அசம்பாவிதம் நேரும் என்று அம்மா சொன்னார். அதுதான் வரமுடியவில்லை.' மறுபடியும் மிஸ் மொர்ரிஸன் சொன்னார். 'இதிலே ஒருவித பாவமும் இல்லை. இது பெண்களுக்கு இயற்கையாக நடப்பது. ஒரு சிறுமி பெண்ணாகும் தினம். ஒவ்வொரு பெண்ணும்

பெருமைப்பட வேண்டுமே ஒழிய இதில் குற்றம் கழிப்பதற்கு என்ன இருக்கிறது?'

'எங்கள் கலாச்சாரத்தைக் கைவிடவேண்டுமா?'

'இல்லையே. எல்லா கலாச்சாரமும் உயர்வானது. அல்லா வைத் தொழு, ஒட்டகத்தையும் கட்டிவை என்று ஓர் அராபியப் பழமொழி உண்டு. உன் கலாச்சாரத்துக்கு மரியாதை கொடு. அதே சமயத்தில் உன் மூளையை உபயோகிக்கவும் மறக்காதே.'

சண்முகப்பிரியா சொந்தப் புத்தியைப் பாவிக்கும் பெண். திரும்பி வீட்டை நோக்கித் தனியே நடந்தபோது அவள் இது பற்றிச் சிந்தித்தாள். மனதிலே இப்படி எண்ணம் ஓடியது. 'என் அம்மா கிராமத்து ஆள். அவருக்கு உயிர் நான், என்னை விட்டால் ஒருவரும் இல்லை. இந்த நாட்டைப்பற்றியோ அவர்கள் கலாச் சாரம் பற்றியோ அவர் ஒருபோதும் அறிந்துகொள்ளப் போவ தில்லை. இந்தப் பூமியில் என் உடம்பில் ரத்தம் ஓடும் வரைக்கும் நான் என் அம்மாவின் மனது நோகும்படி நடக்கமாட்டேன். அவர் செய்கிற குற்றத்தைக் கழித்துவிடுவேன். ஆனால், என் எதிர் காலத்தை நானே தீர்மானிப்பேன்.'

வீட்டு வாசலில் அவளுடைய அம்மா காத்துக்கொண்டிருந் தார். மெல்லிய குளிர் அடித்தாலும் ஒரு தூணைப்பிடித்துக் கொண்டு அசையாமல் நின்றார். சண்முகப்பிரியா நேரே வீட்டி னுள் நுழைந்து கணினி முன் அமர்ந்தாள். தாயார் பின்னாலே வந்து 'உனக்கு பயத்தம் பணியாரம் செய்திருக்கிறேன், சாப்பிடு' என்று தந்தார். சாப்பிட்டாள். பின்னர் சுடக் காய்ச்சிய பாலில் கொக்கோ பவுடரைக் கரைத்துக் கொண்டுவந்தார். அதையும் சண்முகப்பிரியா குடித்தாள்.

'பிள்ளை உடுப்பை மாத்து. சப்பாத்தைக் கழட்டு. பிறகு ஆறுதலாய் வேலை செய்யலாம்தானே.'

அவள் அப்படியே செய்துவிட்டு வந்து மறுபடியும் கம்ப்யூட்டர் முன் அமர்ந்தாள்.

தாயார் அவள் முகத்தை ஒரு வளர்ப்பு நாய்க்குட்டி பார்ப் பதுபோலப் பார்த்தபடி அவள் முன் உட்கார்ந்தார்.

கணவன் இரவு பத்து மணிக்குத்தான் வருவார். காலையில் இருந்து அவருடன் ஒரு வார்த்தை பேச ஆள் இல்லை. மகள் ஏதாவது பேசுவாள் என்று நினைத்தார்.

'மகள், உனக்கு முட்டைக்கோப்பி போட்டு வரட்டே?'

'வேண்டாம் அம்மா.'

சண்முகப்பிரியா கணினியில் வீட்டுப் பாடத்தை வேகமாகத் தட்டச்சு செய்ய ஆரம்பித்தாள்.

'உன்னுடைய சிநேகிதிகளுக்குப் படங்கள் காட்டினாயா?'

'ஓம் அம்மா.'

இன்னும் சிறிது நேரம் தாயார் அங்கே நின்றார். பின் மகள் குடித்து முடித்தக் கோப்பையை எடுத்துக்கொண்டு சமையல் அறைக்குப் போய்க் கழுவி வைத்துவிட்டு அங்கிருந்த நாற்காலியில் அமர்ந்தார். அவருக்கு முன் சமையலறை குளிர் பெட்டி நின்றது. இரண்டு நிமிடத்துக்கு ஒருமுறை அது உயிர் பெற்றுச் சத்தமிட்டது. அது தன்னிடம் ஏதோ பேசியது என்று நினைத்துக்கொண்ட போது ஆறுதலாக உணர்ந்தார். சண்முகப்பிரியா திரும்பித் தாயாரைப் பார்த்தபோது அவர் சற்றுக் கூனிப்போய்த் தன் கால் விரல்களைப் பார்த்தபடியே உட்கார்ந்திருந்தார்.

மறுபடியும் தாயார் எழுந்து வந்து மகளுக்கு முன்னே நின்றார்.

'இரவு சாப்பிட என்ன பிள்ளை உனக்கு வேணும்?'

'என்வெண்டாலும் சரி அம்மா.'

'என்ன மகள் கம்ப்யூட்டரில் செய்யிறாய்?'

சண் என்று அழைக்கப்படும் சண்முகப்பிரியா பென்சிலைக் கடித்துக்கொண்டு யோசித்தாள்.

'நோபல் பரிசு ஏற்புரை எழுதுகிறேன், அம்மா.'

'ஆ, ஆ, சரி. சரி செய். நல்லது.'

◆

மெய்க்காப்பாளன்

இது எல்லாம் நடந்தது ஒரு சாதாரண நாள் பின்னேரம் சரியாக நாலு மணிக்கு. எப்படித் தெரியுமென்றால் அந்தப் பஸ் தரிப்பு நிலையத்துக்குப் பின்னாலிருந்த மணிக்கூண்டு டங்கென்று சத்தமிட்டது. நான் ரோட்டுக்கு இந்தப் பக்கம் நின்றேன், பஸ் தரிப்பு எதிர்ப் பக்கம் இருந்தது. மணியை நிமிர்ந்து பார்த்த என் கண்கள் கீழே இறங்கின. இப்படித்தான் என் வாழ்நாளை மாற்றப் போகும் சம்பவம் தொடங்கியது.

பின்மதியம் மூன்று மணிக்கு மச்சாள் அந்தரிக்கத் தொடங்கி விடுவார். அண்ணர் சரியாக ஐந்தரை மணிக்கு அலுவலகத்தி லிருந்து வருவார். அவருடைய அலுவலகம் மூடுவது ஐந்து மணிக்கு. ஐந்து மணி அடிக்கும்போது அன்றைய கோப்புகளை மூடிவிட்டு, பேனையைத் திருகி சேர்ட் பக்கெட்டில் செருகிவிட்டு, லாச்சியை பூட்டிச் சாவியைப் பத்திரப்படுத்திவிட்டு அலுவலக வாசலில் நிற்பார் என்றுதான் நினைக்கிறேன். அல்லாவிட்டால் எப்படிச் சரியாக ஐந்தரை மணிக்கு அவரால் வீட்டுக்கு வர முடியும்.

அண்ணர் வீட்டு வாசலை மிதிக்கும்போது அவித்த முட்டை ரெடியாக இருக்கவேண்டும். அதற்குத்தான் மச்சாள் இந்தப் பாடு. அப்படிச் செய்யாவிட்டால் இலங்கைப் பாராளு மன்றத்தை யாராவது தரைமட்டமாக்கிவிடுவார்கள் என்பதுபோல காரியங்கள் நடக்கும். நாலு மணிக்கு பத்து நிமிடம் இருக்கும் போது மச்சாள் காசைத் தந்து ஒரு முட்டை வாங்கிவரச் சொல்லு வார். அது சிவப்பு முட்டையாக இருக்கவேண்டும். அண்ணர் வெள்ளை முட்டை சாப்பிடமாட்டார். அரசாங்கத்தில் தலைமை லிகிதராக உத்தியோகம் பார்க்கும் ஒருவர் வெள்ளை முட்டையை எப்படிச் சாப்பிட முடியும்? அடுத்த நாளும் மச்சாள் ஒரு முட்டை வாங்குவார். அதற்கு அடுத்த நாளும். எத்தனையோ தடவை கேட்டுவிட்டேன், ஒரு பத்து முட்டையை ஒரே தரமாக வாங்க லாம்தானே என்று. மச்சாளுக்குக் கோபம் வரும். அவர் கண்கள் பெரிதாகி நான் தினம்தினம் வாங்கி வரும் சிவப்பு முட்டை சைசுக்கு வந்துவிடும். 'ஒரு கோழி எப்பவாவது ஒரு நாளைக்குப்

பத்து முட்டை இடுமா? ஒரு நாளைக்கு ஒன்றுதான்' என்பார். நான் கேட்டதற்கும் இதற்கும் என்ன சம்பந்தம்? மச்சாள் சொன்னால் இரண்டாம் பேச்சு பேசக்கூடாது, இல்லாவிட்டால் அண்ணரிடம் சொல்லி விடுவார். நான் கிட்டத்தட்ட அடிமை என்ற விசயம் எனக்கு ஞாபகத்துக்கு வரும்.

இரண்டுதரம் நான் சோதனையில் பெயிலாகிவிட்டதால் எனக்கு வேறுகதி கிடையாது என்று என்னைப் பொலிடெக்னிக்கில் சேர்த்திருந்தார்கள். அண்ணர்தான் பணம் கட்டுகிறார். அவர்தான் சாப்பாடு போடுகிறார். அவர்தான் தங்க இடம் கொடுக்கிறார். வருடத்துக்கு ஒரு புது சேர்ட்டும் தான் போட்டு முடித்த ஒரு பழைய சேர்ட்டும் தருகிறார். எனக்கு 17 வயது தொடங்க இரண்டு மாதம் இருக்கிறது. சரியாக நாலு மணிக்கு ஒரு முட்டை வாங்கி கொடுத்துச் சொந்த அண்ணரைக் கொழுக்க வைப்பதில் என்ன பிழை இருக்கிறது. காசை எறிந்து எறிந்து ஏந்திக்கொண்டே முட்டை வாங்கக் கடைக்குள் நுழைந்தேன். அப்பொழுது அடித்த நாலு மணிக்குக் கீழ்தான் அவள் பஸ்சுக்காக நின்றுகொண்டிருந்தாள். பள்ளி மாணவி. வெள்ளைச் சீருடை. வெள்ளைச் சப்பாத்து. நீலமும் வெள்ளையும் கோடு போட்ட டை. இரட்டைப் பின்னல் பின்னி நீல ரிப்பனால் பூப்போட்டுச் சடையை முடிவுக்குக் கொண்டுவந்திருந்தாள். புத்தகங்களை, கைகளை மடித்து அதற்குமேல் வைத்துக் காவினாள். அவளைப் பார்த்துக்கொண்டு வந்த கண்கள் அவள் கழுத்துக்கு வந்ததும் நின்றன. நீளமான கழுத்து. ஒரு வாத்தின் கழுத்துப் போல நீள்வதும் சுருங்குவதுமாக வழுவழுவென்று இருந்தது. உடனேயே அவளுடைய கழுத்துக்கும் என்னுடைய இருதயத்துக்கும் ஒருவிதமான தொடர்பு ஏற்பட்டது. அவளுடைய கழுத்து நீண்டு தலை உயரும் ஒவ்வொரு முறையும் என் இருதயம் ஒரு துடிப்பைத் தவறவிட்டது.

இரண்டு நிமிடம் கழிந்தது. பார்த்தால் நான் அவளுக்குப் பக்கத்தில் நின்றேன். பஸ் வந்ததும் அவள் ஏறினாள். நானும் ஏறினேன். அவள் எந்த இடத்துக்கு டிக்கட் எடுத்தாள் என்பது எனக்குத் தெரியவில்லை. ஆகவே பஸ் கடைசியாகப் போய் நிற்கும் இடத்துக்கு முட்டைக் காசைக் கொடுத்து டிக்கட் எடுத்தேன். பஸ்சிலே நான் பின்னால் இருக்க அவள் நாலைந்து இருக்கைகள் தள்ளி முன்னாலே உட்கார்ந்தாள். அவளுடைய தலை, இரட்டைப் பின்னல், பாதிக் கழுத்து, தோள்மூட்டின் ஒரு பகுதி எனக்குத் தெரிந்துகொண்டிருந்தது. அரை மணி நேரம் கழித்து அவள் மணி அடிக்காமலே பஸ் நின்றது. அவள் திடீரென்று இறங்கிப் போனாள். நான் அடுத்தத் தரிப்பில் இறங்கிப் பஸ் பிடித்து வீட்டுக்கு வந்து சேர்ந்தேன்.

என் மச்சாளின் முகத்தைப்போல ஒரு முகத்தை ஒருவரும் கண்டிருக்கமாட்டார்கள். அவருடைய முகத்தோல் நல்லாய் பாவித்த செருப்புத் தோல்போலத் தடிப்பாக இருக்கும். சிரித் தாலும் கோபித்தாலும் முகத்தின் தசைகளில் மாற்றமிராது. ஆனாலும் குரலில் வித்தியாசம் தெரியும். கோபிக்கும்போது பொய்க்குரல் வந்துவிடும். 'எங்கே முட்டை?' என்றார். 'உடைஞ்சு போச்சுது' என்றேன். 'அதுக்கு இவ்வளவு நேரமா?' 'நான் எங்கை உடஞ்சுது என்று பார்க்கத் திரும்பவும் தேடிக்கொண்டு போனன். அப்பிடியும் கண்டுபிடிக்க முடியேல்லை.'

'மிச்சக் காசு எங்கே?'

'அதுவும் துலைஞ்சு போச்சுது. எத்தனை தரம் ஒன்றையே திருப்பித் திருப்பிச் சொல்லுறது.' எனக்குக் கோபம் வந்ததுபோல மூச்சைப் பெரிசாக உள்ளேயும் வெளியேயும் விட்டேன். சில வேளைகளில் இந்தத் தந்திரம் வேலை செய்யும். அண்ணர் காத் திருந்து கடைசியில் முட்டை இல்லாமல் சாப்பிட்டுவிட்டு உள்ளுக் குள் என்னையே உற்றுப் பார்த்துக்கொண்டிருந்தார். அவருக்கும் எனக்கும் பதினைந்து வருட வித்தியாசம். அந்த நிமிடம் அவர் என்னை 'வெளியே போடா' என்று சொன்னால் நான் இரவு ரோட்டில்தான் படுக்க வேண்டும். ஆனால், அவர் சொல்ல வில்லை. மச்சாள் 'பொலிடெக்னிக்கில் படிக்கிற இதுக்கு இவ்வளவு கெறுக்கு' என்று புறுபுறுத்தபடி உள்ளுக்குப் போனார்.

வழக்கமாக மச்சாளுக்குக் கோபம் புரளும் நாட்களில் அடியிலே சீனப்பூ வரைந்த சீனத் தட்டிலே சோறும் கறியும் பரிமாறி அதை இன்னொரு தட்டினால் மூடி மேசையிலே வைத்து விடுவார். நான் சீனப்பூ தெரியுமட்டும் சோற்றை அள்ளித் தின்று தண்ணீர் குடித்துக் கோப்பையைக் கழுவிக் கவிழ்த்து வைத்து விட்டுப் படுக்கப் போவேன். சத்தங்களில் இனிமையானது மேசையில் கோப்பை வைக்கும் சத்தம்.

அன்றைக்கு அந்தச் சத்தம் எழவில்லை; மச்சாள் கோப்பை வைக்கவில்லை. இரண்டு மூன்று தடவை மேசைக்கு வந்து பார்த்து ஒன்றும் இல்லையென்று உறுதிப்படுத்திவிட்டு திரும்பப் போய்ப் படுத்துவிட்டேன். முட்டை இல்லாமல் ஒரு கோப்பை நிறைந்த சோற்றைச் சாப்பிடுவதற்கு ஒரு தலைமை லிகிதர் எவ்வளவு கஷ்டப்பட்டிருப்பார். இது என்ன கஷ்டம் என்று மனதைத் தேற்றிக்கொண்டு அன்றைக்குப் படுக்கச் சென்றேன். வெகு நேரத்துக்குப் பிறகு நித்திரை வந்தது.

இரண்டு நாள் கழிந்தபின் அண்ணர் முட்டை சாப்பிட்ட திருப்தியில் சுவரிலே கதிரையைச் சாத்திவைத்து அதிலே

உட்கார்ந்து இரண்டு கால்களையும் தொங்கவிட்டுப் பேப்பரில் சிறுவர் பகுதியில் வந்த கார்ட்டூனைப் படித்து மகிழ்ந்துகொண்டிருந்த நேரத்தில் மெல்லப் பேசத் தொடங்கினேன். 'எனக்கு இந்தப் படிப்பு இறங்குதில்லை. பொலிடெக்னிக்கில் ஸ்பெசல் கிளாஸ் இருக்கு. அதுக்கு போகவேணும்.' அண்ணர் திடுக்கிட்டு விட்டார். அவருடைய வாய் குளறியது. நானாக வந்து படிப்பைப் பற்றிப் பேசியது அதுவே முதல் தடவை. 'எவ்வளவு காசு கட்ட வேணும்?' என்றார். 'காசு இல்லை. எல்லாம் இலவசம். பஸ் காசு மாத்திரம் தான்' என்றேன். அண்ணருக்கு நான் கட்டடக் கலை படிக்க வேண்டும் என்ற விருப்பம். பெரிய கட்டடங்களைச் சிறிய தாளிலே வரைவது. மச்சாளுக்கு நான் தாவரவியல் படிக்க வேண்டும். சின்னப் பூக்களை பெரிய தாளிலே வரைவது. எனக்கோ படம் வரையத் தேவை இல்லாத எந்தப் படிப்பும் சம்மதம். என் மூளையைத் திறமாக வேலைசெய்ய வைத்து ஒருமாதிரியாக இருவரையும் சமாளித்து, காலையிலேயே மச்சாளுக்கான முட்டையை வாங்கிக் கொடுத்து பின்னேரத்துக்கான நேரத்தை எனக்காக அபகரித்துக்கொண்டேன்.

பதினெட்டு பத்தொன்பது வயது தாண்டியவர்களுக்கு நான் சொல்வது ஒருக்காலும் விளங்காது. சரியாக நாலு மணிக்கு பளபளவென்று மின்னும் வெள்ளைச் சீருடையில் அவள் பஸ் தரிப்புக்கு வருவாள். வரும்போதே ஒரு தென்றல் வீசும். நான் அவளையே பார்த்தாலும் அவள் என்னைப் பார்ப்பது கிடையாது. அப்படித் தவறி அவள் கண்பார்வை என் மீது விழுந்தாலும் அது என் உடலைக் கிழித்துக்கொண்டு மற்றப்பக்கம் போய்விடும். அந்தப் பார்வை என்னால் தாங்க முடியாததாக இருக்கும். இரண்டு பின்னலில் ஒன்று முன்னுக்கிருக்கும், ஒன்று பின்னுக்கிருக்கும். தன் அழகை முன்னுக்கும் பின்னுக்கும் சமமாகப் பிரித்துக்கொடுக்கும் எண்ணமாக இருக்கலாம். இரண்டு பின்னலையும் பின்னால் விட்டால்கூட அழகு குறையாது. பஸ்சுக்குக் காத்திருக்கும்போது முகத்திலே எரிச்சலோ பதற்றமோ இல்லாமல் கண்கள் சாந்தமாகவே இருக்கும். தலை குனிந்து அவளுடைய வெள்ளைச் சப்பாத்தைப் பார்க்கும் அல்லது மார்போடு ஒட்டியிருக்கும் புத்தகங்களைப் பார்க்கும். அவை இயற்பியல், தாவரவியல் போன்ற புத்தகங்கள். அவள் கண்களில் தெரியும் புத்திக்கூர்மையை வைத்து அவள் மருத்துவப் படிப்புக்குத் திட்டமிடுகிறாள் என்பதை ஊகிக்கமுடியும். ஆனால், வாத்து செய்வதுபோலக் கழுத்தை நீட்டினால் உடனேயே செய்தி என் இருதயத்துக்குப் போய்த் துடிப்பு ஒன்று தவறிப்போகும்.

பஸ் வந்ததும் அவளை ஏறவிட்டுப் பின்னர்தான் நான் ஏறுவேன். அவள் வழக்கம்போல முன்னுக்கு உட்கார நான் பின் னுக்கு அவளைப் பார்க்கக்கூடிய தூரத்தில் உட்காருவேன். இறங்க வேண்டிய இடம் வந்ததும் அவள் இறங்கிச் செல்வாள். அவளைப் போகவிட்டுச் சிறிது நேரம் கழித்து நானும் தொடர்வேன். அவள் திரும்பிப் பார்க்காமல் நடப்பாள். ஒரு பெரிய கேட் வைத்த வீடு வரும்போது கேட்டைத் திறந்து உள்ளே போவாள். கேட்டின் நடுவிலே தகரம் வைத்து மறைப்புக்காக அடித்திருக்கும். அந்த வீதியின் கடைசி வீடுமட்டும் நான் ஏதோ வேலையிருப்பதுபோலப் போய்த் திரும்பி அடுத்த பஸ் பிடித்து வீடு வந்து சேருவேன். இது தினம் தினம் நடக்கும்.

ஒருநாள் நாலு மணிக்கு அவள் பஸ் தரிப்புக்கு வரவில்லை. எனக்கு மூச்சடைத்துவிடும்போல இருந்தது. ஆறு பஸ் வந்து போய்விட்டது. அவளுக்கு ஏதாவது உடல் சுகமில்லையோ என்று மனம் தவித்தது. சரியாக 5.15க்கு அவள் வந்தாள். அவள் கையிலே புத்தகங்களுடன் பாட்மிண்டன் விளையாடும் ராக்கெட்டும் இருந்தது. முகம் வியர்த்துத் துடைத்துப் பளிச்சென்று இருந்தது. ரத்தம் கூடியிருந்தது. புத்தகத்துடன் ராக்கெட்டை அணைத்துப் பிடித்து அவள் நடந்து வந்தபோது என் மகிழ்ச்சிக்கு அளவே யில்லை. அன்று பார்த்து பஸ் தரிப்பில் ஒருவருமே இல்லை. அவளுக்கும் எனக்கும் இடையில் இரண்டு அடி காற்று மட்டுமே. ஏதாவது பேசவேண்டுமென்றால் அதுதான் கடவுள் எனக்குத் தந்த சந்தர்ப்பம். 'நீங்கள் பாட்மிண்டன் விளையாடுவீர்களா?' இப்படி ஒரு சின்னக் கேள்வியைக் கேட்டிருக்கலாம். கேட்க வில்லை. அவள் உதடுகளைத் திறந்து பேசும்போது என்ன சத்தம் வரும் என்பதைத் தெரிந்திருக்கலாம். அன்று 20 நிமிடங்கள் வீணா யின. ஒரு சமயம் சற்றுக் குனிந்து சீருடைக்குக் கீழே, சொக்சுக்கு மேலே உள்ள சின்ன இடைவெளியில் கையிலே வைத்திருந்த ராக்கெட்டினால் சொறிந்தாள். அந்தச் செய்கைகூட எவ்வளவு அழகாக இருந்தது. அழகில்லாத ஒரு வேலைகூட இவளால் செய்ய முடியாதா என்று நான் அந்தத் தருணம் நினைத்தேன்.

வியாழக்கிழமை அவள் பாட்மிண்டன் விளையாடும் நாள். ஆனால், என் மனம் கேட்காது. மற்ற நாட்களைப்போல நாலு மணிக்கே போய்ப் பஸ் தரிப்பில் காத்திருப்பேன். அவள் நாலு மணிக்கு வராமல் 5.15க்கு அல்லது 5.20க்கு வருவாள். ஒரு மணிக்கு மேலே அங்கே காத்திருக்கும் என்னைச் சில நேரங்களில் கண்ணெறிந்து பார்ப்பதுபோலத் தோன்றும். ஆனால், ஒரு கண்ணாடியைப் பார்ப்பதுபோல அந்தப் பார்வை என்னைத்

துளைத்துக்கொண்டு மறுபக்கத்துக்கு போய்விடும். நான் நிற்பது அவளுக்குத் தெரிவதில்லை. எனினும் நான் கடமை தவறாமல் அவளை வீட்டிலே சேர்த்துவிட்டுத் திரும்புவேன்.

அவள் படிக்கும் பள்ளிக்கூடம் எதுவென்று இன்னொரு நாள் கண்டுபிடித்தேன். அவள் கழுத்திலே கட்டித் தொங்கவிட்டிருக்கும் டை அதைச் சொல்லிக்கொடுக்கும். கொழும்பில் உள்ள அத்தனை பெண்கள் பள்ளிக்கூடங்களையும் ஒவ்வொன்றாக ஆராய்ந்து, தகவல்களைத் திரட்டித்தான் அதை என்னால் செய்ய முடிந்தது. என்னுடைய புத்திக்கூர்மை அடைவு எண் என்னுடைய செருப்பு சைசைத் தாண்டவில்லை என்று அண்ணர் என்னைப் பலமுறைத் திட்டியிருக்கிறார். அப்படியிருந்தும் என்னுடைய தொடர் விடாமுயற்சியால் அதைக் கண்டுபிடித்தேன். அவளுடைய வீட்டைக் கண்டுபிடித்தேன். அவர்கள் வீட்டில் எத்தனை பேர்கள் என்பதைக் கண்டுபிடித்தேன். அவள் எத்தனையாம் வகுப்புப் படிக்கிறாள், என்ன படிப்புப் படிக்கிறாள், என்ன விளையாட்டு விளையாடுகிறாள் போன்ற சகல விசயங்களும் எனக்குத் தெரிந்தன. அவளுடைய தகப்பன் பெயர்கூடத் தெரியும். அது கேட் பலகையில் எழுதியிருந்தது. அவளுடைய பெயர் மட்டும் தெரியவில்லை. ஒருநாள் அதையும் கண்டுபிடித்தேன்.

அவளுடைய பள்ளிக்கூடத்தில் கார்ணிவல் என்று பேப்பர்களில் விளம்பரம் வர ஆரம்பித்திருந்தது. அந்த நாளுக்காக நான் ஆவலுடன் காத்திருந்தேன். ஏனென்றால் பள்ளிக்கூடத்தில் நடக்கும் கார்ணிவலுக்கு அவள் கட்டாயம் வருவாள். தினம் சீருடையில் வரும் அவளை வேறு உடுப்பில் பார்க்கும் வாய்ப்புக் கிடைக்கும். அவள் கவுண் அணிந்து வரலாம், சேலையில் வரலாம், சுரிதாரில் வரலாம் என்றெல்லாம் கற்பனையில் சோடித்துப் பார்த்தேன். கார்ணிவல் அன்று வாசல் திறந்ததும் உள்ளே நுழைந்து அங்குலம் அங்குலமாக முழு நிலத்தையும் அளந்து தேடினேன். இரண்டு மணிநேரமாக இப்படித் தேடி அலைந்து களைத்த சமயத்தில் வாத்து கழுத்தில் வளையம் போடும் இடத்தில் சத்தம் வந்தது. அந்த விளையாட்டு நடத்துநர்களாக இரண்டு பெண்கள் இருந்தார்கள். அதிலே ஒன்று இவள். அந்த இடத்துக்கே இவளால் ஒளி கூடியிருந்தது.

அரைத் தாவணியில் அவள் இருந்தாள். நான் அதைக் கற்பனை செய்யவில்லை. அவள் உடல் லாவண்யம் அரைத் தாவணியில் வளைந்து நெளிந்து என்னை வேறு ஒன்றையும் பார்க்கவிடாமல் செய்தது. ஒருத்தி மேசையில் இருந்தாள். இவள் கீழே விழும் வளையங்களை மீட்டு மேசையில் வைக்கும்

வேலையைச் செய்தாள். அவள் குனிந்து குனிந்து வளையங்களைப் பொறுக்கியபோது அவள் உடலில் தோன்றிய வளைவுகள் என் மனதில் அழியாதபடி பதிந்தன. 25 சதத்துக்கு ஐந்து வளையங்கள். நான் பஸ் காசை எடுத்துத் தனியாக வைத்துவிட்டு வளையங்களை வாங்கி எறிந்துகொண்டிருந்தேன். இவளுடைய கழுத்தைப் போலவே வாத்துகள் கழுத்தை நீட்டுவதும் சுருக்குவதுமாக இருந்தன. அவள் தொட்ட அதே வளையங்களை அதே இடத்தில் நானும் தொட்டேன். காசு முடியுமட்டும் விளையாடினேன். வாத்துக் கழுத்தைப் பார்த்ததிலும் பார்க்க அவள் கழுத்தையே அதிகம் பார்த்தேன். ஒருமுறை வாத்தின் கழுத்தில் விழுந்த வளையம் கீழே இறங்க முன்னர் வாத்து அதைக் கழற்றிவிட்டது. அப்பொழுது அவள் கல்லென்று மெல்லிய ஓசையில் சிரித்தாள். ஒருமுறைதானும் அவள் என்னை நிமிர்ந்து பார்க்கவில்லை. மேசையில் இருந்த பெண் 'ஸ்வேதா' என்று அவளை அழைத்தாள். அப்படித்தான் அவள் பெயரை இரண்டு ரூபா செலவழித்துக் கண்டுபிடித்தேன்.

என் அண்ணர் தேவையில்லாமல் வாய் திறக்க மாட்டார். நல்லாய் அவித்த முட்டையை உண்பதற்கும், என்னைத் திட்டுவதற்கும் மட்டுமே திறப்பார். ஒருநாள் அவர் மச்சாளிடம் சொன்னது கேட்டது. 'இவனில நல்ல மாற்றம் தெரியுது. இப்படிக் கிரமமாக அவன் ஸ்பெசல் கிளாசுக்கு போவான் என்று நான் நினைக்கவில்லை.' அதற்கு மச்சாள் 'அது பெரிசா ஏதோ பிளான் போடுது. இப்போதைக்கு உங்களுக்கு விளங்காது' என்றார். என்னை எத்தனை சரியாக அவர் கணக்குப் போட்டிருந்தார் என்பதை நினைக்கத் திகைப்பாயிருந்தது. அன்றைக்கு ஒரு மணி நேரமாக மண்டையைச் சுவரில் உடைப்பதா, மேசையில் உடைப்பதா என்று தீர்மானிக்க முடியாமல் தவித்தேன்.

சிவப்பு நிற எண்ணங்கள் மனதை நிறைத்தன. கிட்டத்தட்ட ஒருவருட காலம் நான் அவளை ஒருநாள் தவறாமல் வீடு வரைக்கும் பக்குவமாகக் கூட்டிச்சென்று விட்டுவிட்டு வந்தேன். நான் அவளுக்குப் பக்கத்தில் நிற்கவோ இருக்கவோ முயற்சிக்கவில்லை. பார்த்துச் சிரிக்கவில்லை. பேசவில்லை. கடிதம் கொடுக்கவில்லை. நாளுக்கு ஓர் அணுவாக எங்களிடையே வளர்ந்த காதல் முடிவுக்கு வந்தவிதம்தான் மிகவும் பரிதாபகரமானது.

ஆரம்பத்திலிருந்து ஒருநாள் நல்லாய்ப் போய்க்கொண்டிருந்தால் அன்றைய நாள் பிழையான திசையில் சென்று கொண்டிருக்கிறது என்பது அர்த்தம். காலையில் அண்ணர் எழும்பி இரண்டு நிமிடமாகியும் என்னிடம் சத்தம் போடவில்லை. பாணில்

ஒருவரும் சாப்பிட முடியாத முரட்டுப் பகுதியைச் சாப்பிடுவதற்கு மச்சாள் சுடவைச்ச குழம்பை ஊற்றினார். உதட்டில் கொஞ்சம் சிரித்தது போலவும் கிடந்தது. அன்பொழுக, மெசினில் மா அரைத்துக்கொண்டு வரச் சொன்னார். திரும்பி வந்தபோது நண்பன் ஒருவன் வீட்டிலே காத்துக்கொண்டிருந்தான். என்னைத் தேடி வீட்டுக்கு யாரும் வருவது மச்சாளுக்குப் பிடிக்காது. எம்.ஜி.ஆர். நடித்த மர்மயோகி படத்தை நாலுதரம் பார்த்திருந் தேன். அவர் அப்போது கோல்ஃபேஸ் ஹொட்டலில் வந்து தங்கி யிருந்தார். 'அவர் ஹொட்டல் மாடிக்கு வருவார், வா பார்க்கலாம்' என்று நண்பன் அழைத்தபோது நான் நாலு மணிக்கு வேலை இருக்கிறதென்று மறுத்துவிட்டேன். அவன் என்னை ஒருமாதிரி பார்த்தபடித் திரும்பினான். இப்படி ஒருவனா என்று அவன் திகைத்துப் போனது தெரிந்தது.

மூக்கில் ரத்தம் ஒழுகுவதுபோல மச்சாள் முகத்தைத் தூக்கி வைத்துக்கொண்டு முன் விறாந்தையில் உலாத்தினார். அன்று மச்சாள் உதடுகள் அசையாமல் கதைக்கும் நாள். இரண்டு கைகளையும் தன் இடுப்பில் வைத்துக்கொண்டு சாரியை அயர்ன் பண்ணித் தந்துவிட்டுப் போகும்படிக் கேட்டார். கைகள் இடுப் பிலே வேலையாக இருந்ததுதான் காரணம் என்று நினைக்கிறேன். எந்த சாரி என்று கேட்டேன். மைசூர் சில்க் என்றார். இதைவிட கொடிய தண்டனையை ஒருவர் உண்டாக்க முடியாது. இன்னும் அவர் குரலை உயர்த்தவில்லை. அதற்கு அரை நிமிடம் இருந்தது. உரஞ்ச உரஞ்ச நழுவிப் போகும் சாரி அது. சாரிக்கு கீழே மச்சாள் இருக்கிறார் என்று கற்பனை செய்ததில் ஒருவாறு அழுத்தித் தேய்க்கக்கூடியதாக இருந்தது. வேறு ஒரு வேலையை மச்சாள் உண்டாக்க முன்னர் ஓடியோடி பஸ் தரிப்புக்கு வந்தால் பஸ் புறப்பட்டு விட்டது. எப்படியோ ஓடிப்பிடித்து அதில் தொத்தி ஏறிக்கொண்டேன்.

அவளுடைய பின்னலையும் ரிப்பனையும் பார்த்தபடி பின்னால் இருந்தேன். ஸ் என்று தொடங்கும் அவளுடைய பெயரை உச்சரித்தால் அது எப்படிக் கேட்கும் என்று நான் சோதித்துக்கூடப் பார்த்தது கிடையாது. மனதுக்குள் அடிக்கடி சொல்லிப் பார்ப்பேன். ஸ் எழுத்தே ஒரு ரகஸ்யமான எழுத்து தான். அந்த வருடம்தான் என் வாழ்நாளில் ஆகத்திறமான வருடம். பஸ் நிறுத்தத்தில் அவள் இறங்கியதும் நானும் இறங் கினேன். என்றுமில்லாத மாதிரி அவளுடைய பிறங்கை என்னு டைய பிறங்கையில் மெல்லிசாக உரசியது. அவளைக் கொஞ்ச தூரம் நடக்கவிட்டு பின்னால் நானும் நடந்தேன். அவள்

என்னைக் கடைக்கண்ணால் திரும்பிப் பார்த்தாள். நான் நம்ப வில்லை. அந்த ஒரு வருடகாலத்தில் அவள் அப்படிச் செய்தது கிடையாது.

அன்று எனக்கு என்ன தோன்றியதோ அவளை மனனம் செய்தேன். அவளுடைய உயரம், பருமன், நிறம், பின்னல், ரிப்பன், கழுத்து, உடல் வளைவு, கால்கள் சகலதையும் மனப்பாடம் பண்ணினேன். வழக்கத்திலும் பார்க்க வேகமாக நடந்தாள். ஏதோ பொது மலசலக்கூடத்தைக் கடப்பதுபோல. நானும் நடந்தேன். அவளுடைய வீடு வந்ததும் பாதி மறைத்திருக்கும் கேட்டைத் திறந்து உள்ளே போனாள். நான் என்பாட்டுக்கு வீதியின் நுனிக்குப் போய் மறுபடியும் வந்த வழியால் திரும்பினேன். அவளுடைய வீட்டுக் கேட்டைத் தாண்டும்போது திரும்பிப் பார்த்த நான் திடுக் கிட்டேன். அவளுடைய அப்பாவும் அம்மாவும் நின்றார்கள். அவர் களுடைய மார்பும் தலையும் தடுப்புக்கு மேலால் தெரிந்தன. அவளுடைய பாட்டியும் அவளும் அவளுடைய தங்கச்சியும்கூட அங்கே நின்றது தெரிந்தது. தங்கச்சி கேட்டின் அடியில் குனிந்து என்னைப் பார்த்தாள். முழுக்குடும்பமும் நின்று என்னை வேடிக்கை பார்த்தது. என் நெஞ்சு படக் படக் என்று அடித்தது. அவர்கள் வாய் திறந்து ஒன்றுமே கேட்கவில்லை, பார்வை மட்டும் தான். எப்படிக் கேட்டைக் கடந்து பஸ் பிடித்து வீடு வந்து சேர்ந்தேனோ தெரியாது. வீட்டுக்கு வந்தபிறகும் இருதயம் விலா எலும்பில் விட்டுவிட்டுக் குத்தியது. முகத்தைப் பார்த்த அண்ணர் திடுக்கிட்டு 'என்னடா' என்றார். நான் ஒன்றுமில்லை என்று கத்தி னேன். அந்தச் சத்தம் மச்சாளுக்குக் கேட்டது. வெள்ளவத்தைக்குக் கேட்டது. எம்.ஜி.ஆருக்குக் கேட்டது.

'அப்பா, எறும்பு நைஜீரியாவைக் கடந்துவிட்டது' என்றான் மகன்.

'சரி, நீ அதை ஒன்றும் செய்யாதே.'

மேசையின் ஒரு விளிம்பிலிருந்து மறு எல்லைவரை உலகப் படம் கண்ணாடியில் வரையப்பட்டுக் கிடந்தது. ஆங்கிலேயரின் ஆட்சி உச்சத்தில் இருந்தபோது உண்டாக்கிய வரைபடம் என்ப தால் இப்போது இருக்கும் நாடுகள் சில அப்போது இல்லை. அப்போதிருந்த நாடுகள் சில ஒன்றாகச் சேர்ந்துவிட்டன. எறும்பு வரைபடத்தில் ஓடிக்கொண்டிருந்தது. என் மகனின் விரல் அதன் பின்னால் ஊர்ந்தது.

'எறும்பு இத்தாலிக்குப் போய்விட்டது.'

'சரி.'

கிட்டத்தட்ட ஒருவருட காலம் அவள் போன பஸ்சில் நான் அவளைப் பின்தொடர்ந்தேன். யாராவது கணக்குப் போட்டு பார்த்தால் 1600 மைல்கள், 290 மணித்தியாலங்கள். எனக்கு அவள் மேல் பெரிய கோபம் இருந்தது. இப்பொழுது யோசித்துப் பார்க்கும்போது அந்தப் பெண் வேறு என்ன செய்திருக்கமுடியும் என்று தோன்றுகிறது. நான் சிரித்தால் முகத்தை வேறுபக்கம் திருப்பியிருக்கலாம். பேசினால் தனக்கு அது பிடிக்கவில்லை என்று சொல்லியிருக்கலாம். கடிதம் கொடுத்தால் அதை வாங்கி என் முன்னால் கிழித்துப்போட்டுத் தன் கோபத்தைக் காட்டியிருக்கலாம். நான் மௌனமாகத் தொடர்ந்தேன். அவள் மௌனமாகத் தன் எதிர்ப்பைக் காட்டினாள். அவள் நல்லவளாகத்தான் இருப்பாள்.

'அப்பா, நீங்கள் பயணம் போயிருக்கிறீர்களா?'

'போனது மாதிரித்தான்.'

'எங்கே?'

'ஏதோ இடத்துக்கு.'

'அது எவ்வளவு தூரம் அப்பா?'

'1600 மைல்கள்.'

வார்த்தைகளைக் கண்டுபிடிக்க முன்னர்தான் மனிதன் உண்மையாக இருந்தான். வார்த்தைகள் மனதைச் சொல்லப் பயன் படுவதில்லை; மனதை மறைக்கவே பயன்பட்டிருக்கின்றன.

'எப்ப போனனீங்கள்?'

'எனக்கு 17 வயது நடந்தபோது.'

'பயணத்துக்கு எவ்வளவு நேரம் பிடித்தது?'

'290 மணித்தியாலங்கள். அதாவது 12 நாட்கள்.'

'12 நாட்களா?'

'ஓர் உண்மையைக் கண்டுபிடிக்க 12 நாட்கள் என்பது சிறிய கால அவகாசம்தான்.'

எங்கள் சம்பாசணையில் கலந்துகொள்ளாமல் எறும்பு ஒருவர் உதவியுமின்றித் தனியாக அட்லாண்டிக் சமுத்திரத்தைக் கடந்துகொண்டிருந்தது.

◆

பாரம்

அமெரிக்காவில் அவன் தங்கிய முதல் வீட்டுக்கு முன் ஒரு மயானம் இருந்தது. வாடகைக்கு எடுத்தது. மறு நாள் காலை யன்னலைத் திறந்து பார்த்தபோதுதான் அவனுக்கு மயானம் இருப்பது தெரிந்தது. உடனேயே அனோஜாவை நினைத்துக் கொண்டான். மயானத்தைத் தாண்டும்போது அவள் கைவிரல்களை ஒவ்வொன்றாகச் சூப்புவாள். அவனையும் கைவிரல்களைச் சூப்பச் சொல்லுவாள். அவனுக்குச் சிரிப்பு வந்தது. அமெரிக்காவின் பனிக்காலத்தில் என்ன செய்வாள்? ஒவ்வொரு முறை மயானத்தைக் கடக்கும்போதும் கையுறையைக் கழற்றி ஒவ்வொரு விரலாகச் சூப்பிவிட்டு மறுபடியும் கையுறை அணிவாளா? செய்தாலும் செய்வாள். ஆச்சரியப்படுத்துவதில் அவளை யாரும் வெல்லமுடியாது.

அவனுக்கு வயது 22. பல்கலைக்கழகம் முதுகலைப் படிப்புக்கு உதவித் தொகை வழங்கியிருந்தது. புறப்படும்போது அவன் ஒரு பெயருடன் புறப்பட்டான். அமெரிக்காவில் ஒரு பெயர் போதவில்லை, இரண்டு பெயர் வேண்டுமென்றார்கள். கொடுத்தான். எல்லாமே புதுசாக இருந்தது, போகப்போகப் பழகிவிட்டது. மயானம், மயானம் போலவே இல்லாமல் ஓய்வு நேரத்தைக் கழிக்கக்கூடிய ஒரு பூங்காபோலக் காட்சியளித்தது. கல்லறை வாசகங்களை வாசித்தபடி நடப்பது அவனுக்குப் பிடிக்கும். ஒருமுறை, 12, 13 வயது சிறுமி பள்ளிக்கூட சீருடையில் ஒரு கல்லறை முன் உட்கார்ந்து அழுதாள். கல்லறை மேடையை வெறும் கையால் துடைத்துவிட்டு அவள் கொண்டு வந்த பூவை வைத்து வணங்கினாள். முழங்காலில் குனிந்து சிறுமி உட்கார்ந்திருந்த காட்சி மனதை உருக்கியது. அந்தச் சின்ன வயதில் என்ன துயரமோ அவளுக்கு. பிறகு கண்களைத் துடைத்தபடி புத்தகப் பையை தூக்கிக்கொண்டு அவனைக் கடந்து போனாள். அந்த வாசகத்தைக் குனிந்து படித்தான். 'ஓ, இந்தப் பாரம். என்னால் தாங்க முடியவில்லை.' இறந்தவர் என்ன பாரத்தைச் சொல்கிறார் என்பது அவனுக்குப் புரியவில்லை.

விமலன் வாடகைக்கு எடுத்தது வீடு அல்ல, அதில் உள்ள ஓர் அறையைத்தான். அந்தக் குடியிருப்பில் எல்லா வீடுகளும் ஒரே மாதிரி இருந்தன. வித்தியாசப்படுவது யன்னல்களில் தொங்கும் திரைச் சீலைகளின் நிறம்தான். பச்சை திரைச் சீலைகள் தொங்கும் மூன்றாவது வீட்டில் ஒரு பெண்ணும் அவள் குழந்தையும் இருந்தார்கள். அவர்கள் பேசுவதைக் கேட்டிருக்கிறான். ஆங்கிலத்தில் பேசுவார்கள். பின்னர் அதையே தெலுங்கிலும் பேசுவார்கள். ஒருநாள் தோள்கள் முன்னும் பின்னும் அசைய நடந்து வந்து அவள் வணக்கம் சொன்னாள். ஒரு கணம் அவள் அனோஜாவோ எனத் திகைத்துவிட்டான். அத்தனை உருவ ஒற்றுமை. பின்னர் இவன் வணக்கம் சொன்னபோது தலையைப் பின்னால் எறிந்து புன்னகைத்தாள். கத்தைத் தலைமயிரை ஒரு விரலால் தொட்டு இழுத்துக்கொண்டே போனாள். அனோஜாவும் அப்படித்தான்.

அன்றிரவு முழுக்க அவனால் தூங்க முடியவில்லை. அனோஜாவின் நினைவு சுழன்று சுழன்று வந்தது. ஒருசமயம் அவள் தனது இடது கையைத் தூக்கிக் கொண்டையிலே குத்தியிருந்த ஒரேயொரு ஊசியை இழுத்தாள். அது ஒன்றுதான் அவள் செய்தது. தலைமுடி அருவி கொட்டுவதுபோல அவிழ்ந்து தோளில் விழுந்து வழிந்து கீழே இறங்கியது. அவன் மனதிலே அது பெரும் கிளர்ச்சியை உண்டுபண்ணியது. ஒருவிரலால் முடியை இழுத்தபடி, மெல்லிய சிரிப்புடன் அவள் அசையாமல் நின்றாள். அடுத்த நகர்வை அவன்தான் செய்யவேண்டும் என எதிர்பார்த்தாள். எங்கே ஆரம்பிப்பது என்றுதான் அவனுக்குத் தெரியவில்லை. குமிழ்போலத் தள்ளிக்கொண்டு நின்ற வெள்ளைத் தோள்களைத் தொட்டான். முதல் பக்கம் கிழிக்கப்பட்ட நாவலைத் தொடங்குவதுபோல. அதன் பின்னர்தான் உருகும் சொக்லட் போன்ற இதழ்களைக் கண்டான். அன்றைய மாலை முடிவுக்கு வந்தபோது ஒரேயொரு முத்தம் மிஞ்சியது. அதனை இருவரும் சமமாகப் பங்குபோட்டுக் கொண்டார்கள்.

நடந்து வந்து வணக்கம் சொன்ன பெண்ணின் பெயர் விகாசினி என அறிந்தான். அவனுடைய வயது அவளுக்கு இருக்கும். ஒன்றிரண்டு வயது கூடவும் இருக்கலாம். அவளுடைய கணவன் ஒருநாள் கடிதம் எழுதி வைத்துவிட்டு ஓடிப்போய் விட்டான். அவனுடன் வேலை செய்த ஒரு பெண்ணைக் கூட்டிக் கொண்டு அடுத்த மாநிலத்துக்கு. அவனுக்குச் சொந்தமான பொருட்களை எல்லாம் பலநாட்களாகத் திட்டம் போட்டு ரகஸ்யமாகக் கடத்தியிருக்கிறான். அவன் மனைவிக்கு அது

தெரியாது. ஓர் இரவுக்குள் அவளுடைய வாழ்க்கை மாறியது. அவளுடைய வருமானத்தில் வீட்டு வாடகை கட்டவேண்டும். ஏனைய செலவுகளைச் சமாளிக்க வேண்டும். குழந்தையைப் பராமரிக்க வேண்டும். அவள் இடிந்துபோனாள். இந்த விவரங்கள் எல்லாம் பின்னாளில் அவள் சொல்லித்தான் விமலனுக்குத் தெரியும்.

ஒருநாள் அவன் மயானத்தைச் சுற்றிப் பார்த்துவிட்டு வெளியே வந்தபோது விகாசினி அவனை எதிர்பார்த்து வாசலில் நின்றாள். ஒரு கையிலே அவளுடைய மகனைப் பிடித்திருந்தாள். உற்சாகமாகச் சிரித்து 'எப்படி இருக்கிறீர்கள்?' என்று கேட்டாள். அவள் பற்கள் பளீரென்று வெள்ளையாக ஒளிவீசின. தலை மயிர் வாரி இழுக்கப்பட்டு ஈரமாகப் பளபளத்தது. அவள் முகத்திலிருந்து அவனால் கண்களை எடுக்கமுடியவில்லை. 'எனக்கு ஓர் உதவி தேவையாயிருக்கிறது' என்றாள். விமலன் திகைத்துவிட்டான். 'உதவியா, என்னிடமா?' என்றான். வழக்கமாக அவள் கணவன்தான் காலையில் குழந்தைகள் காப்பகத்தில் மித்ரனை விட்டுவிட்டுப் போவான். அவள் வேலை செய்யும் மருந்தகம் எதிர்த் திசையில் இருந்ததால் அவனைக் காப்பகத்தில் விட்டுப் போகும்போது தினம் ஒரு மணிநேரம் லேட்டாகி விடுகிறது. 'நீங்கள் பல்கலைக்கழகத்துக்கு அதே வழியால் தினம் போகிறீர்கள். நான் வேறு ஏற்பாடு செய்யும் வரைக்கும் உங்களால் மித்ரனைக் காப்பகத்தில் விடமுடியுமா? மாலையில் நான் திரும்பும்போது அவனை அழைத்து வந்து விடுவேன்.'

விமலன் இதை எதிர்பார்க்கவில்லை. தயங்காமல் 'நிச்சயம்' என்றான். அவளுக்கு ஓர் உதவி செய்ய முடிகிறதே என்பதில் அவனுக்கு மகிழ்ச்சியாக இருந்தது. மித்ரன் அபூர்வமான குழந்தை. இரண்டு வயதுதான் ஆகிறது. சொல்வதை அமைதியாகக் கேட்பான். ஆனால், பேசவே மாட்டான். அவனுடைய சேமிப்பில் இருப்பது இரண்டு மூன்று வார்த்தைகள். அவனுடைய பதில் அநேகமாக 'ம்ம்ம்ம்' என்றிருக்கும். சரியாக காலை 7.10க்கு மித்ரனை வெளிக்கிடுத்தி விமலனின் அறையில் விட்டுவிட்டு விகாசினி வேலைக்குப் போய்விடுவாள். மித்ரன் அறையில் உட்கார்ந்து டிவி பார்க்கும்போது விமலன் உடைமாற்றி வெளிக்கிடுவான். 7.25க்கு அவர்கள் புறப்பட்டால் காப்பகத்துக்கு 7.55க்கு வந்துவிடுவார்கள்.

அமெரிக்கர்களுக்குப் பிடிக்காத நாள் வியாழக்கிழமை என்று ஆராய்ச்சி சொன்னது. விமலனுக்கும் அந்த நாள் பிடிக்காது.

பேராசிரியரிடம் புரஜெக்ட் சமர்ப்பிக்கவேண்டிய நாள். ஒன்றிரண்டு தடவை பிந்திப்போய் பேராசிரியர் அவனை எச்சரித்திருந்தார். முதல்நாள் இரவு அவன் ஆராய்ச்சிக் குறிப்பு களை எழுதி முடித்துப் படுத்தபோது இரவு இரண்டு மணி. காலை விகாசினி வந்து கதவைத் தட்டியபோதுதான் அவன் எழுந்தான். மித்ரனை விட்டுவிட்டு அவள் போய் விட்டாள். விமலன் அவசர அவசரமாக உடை மாற்றி வெளிக்கிட்ட நேரம் வெளியே மெல்லிய பனித்தூறல் போட ஆரம்பித்தது. ஆராய்ச்சி சம்பந்தமான தகவல் கள், வரைபடங்கள், புத்தகங்கள், மடிக்கணினி போன்றவற்றை மறக்காமல் எடுத்து வைத்தான். மித்ரனுடைய மேலங்கி, கையுறை, ஸ்கார்ஃப் எல்லாம் சரியாக இருக்கிறதா எனப் பார்த்தான். மித்ரன் சப்பாத்துகளைக் கழற்றி விட்டான். அவற்றை மறுபடியும் கட்டி னான். அவனுடைய உணவு, தண்ணீர்க் குடுவை, புத்தகப்பை ஒவ்வொன்றையும் ஞாபகமாக ஏற்றவேண்டியிருந்தது.

கராஜ் பட்டனை அமத்தி கதவைத் திறந்து காரை வெளியே எடுத்தான். அவன் புறப்படும்நேரம் பார்த்துப் பனிப்பொழிவு கூடியது. பொஸ்டனில் எல்லோரும் காலநிலை பற்றி இறந்த காலத் தில் பேசுவார்கள்; எதிர்காலத்தில் பேசுவதே இல்லை. அப்படித் திடீர் திடீரென மாறும். அவனுடைய பல்கலைக்கழகத்தைத் தொட்டு ஓடும் சாள்ஸ் நதி உறைந்துவிட்டது. அவனுடன் படிக் கும் நண்பன் ஒருவன் தான் கோடையில் 22 மைல் தூரம் அதில் படகு விடுவதாகவும் அதே தூரத்தை அதே உறைந்துபோன ஆற்றில் குளிர் காலத்தில் சைக்கிள் ஓட்டிக் கடப்பதாகவும் சொல்லியிருந்தான். இந்தச் செய்தியை அனோஜாவுக்கு எழுதி னால் அவள் என்ன செய்வாள்? முதலில் நம்ப முடியாது என்று கண்களை உருட்டுவாள். மயானத்தைக் கடக்கும்போது கைவிரல் கள் சூப்பாவிட்டால் பேய் பிடிக்கும் என்பதை நம்புகிறவள் இதை ஏன் நம்பக் கூடாது? அவள் அவனுக்குத் துரோகம் செய்ய வில்லை. காதலை அவன்தான் முறித்தான், அவளுடைய நன்மைக் காக. வீட்டிலே அவளுக்குப் பெரிய உத்தியோகத்திலிருக்கும் மாப்பிள்ளையை மணம் பேசினார்கள். அப்படியான ஒரு வசதி யான வாழ்க்கையை அவனால் ஒருபோதும் கொடுக்க முடியாது.

அவனுக்கு முன்னால் போன கார்கள் எல்லாம் ஊர்ந்து கொண்டு போயின. எப்படியோ காப்பகத்துக்குப் போய்ச் சேர்ந்த போது மனம் நிம்மதியானது. அந்தக் காப்பகத்தில் ஒரு வழக்கம் இருந்தது. கார்களை ஓட்டிக்கொண்டு ஒன்றன் பின் ஒன்றாக வந்து தங்கள் முறை வருமட்டும் காத்திருக்க வேண்டும்.

ஆசிரியைகள் வந்து கதவைத் திறந்து, சீட் பெல்டைக் கழற்றி அவர்களாகவே குழந்தைகளைத் தூக்கி உள்ளே கொண்டு செல்வார்கள். விமலன் தன் முறை வந்ததும் காரின் கதவைத் திறக்கும் பட்டனை அமுக்கினான். பனிக்குளிருக்கு மஞ்சள் மேலங்கி அணிந்த ஆசிரியை அவனுக்குக் கைகாட்டி வணக்கம் தெரிவித்த பின்னர் கார் கதவைத் திறந்தார். திறந்தவர் அப்படியே திகைத்து நிற்பதைக் கண்ட விமலன் என்னவென்று எட்டித் திரும்பிக் காருக்குள் பார்த்தவன் அதிர்ச்சியடைந்தான். அங்கே மித்ரன் இல்லை. பதறியடித்து இறங்கிப் பின்னுக்குப் போய்த் தேடினான். காருக்குக் கீழே பார்த்தான். பூட்ஸைத் திறந்து மூடினான். அவனுக்குப் பேச்சு வரவில்லை. ஆசிரியை அவனை வியப்புடன் பார்க்க ஒன்றுமே பேசாமல் காருக்குள் ஏறி வேக மாகக் காரை எடுத்து வெளியே வந்து வீட்டை நோக்கித் திருப்பி னான்.

விமலனின் கை கால் எல்லாம் பதறியது. காருக்குள்ளே மித்ரனுடைய புத்தகப்பை, பானக் குடுவை எல்லாம் இருந்தன. அவன் எடுத்துப் போகவேண்டிய மடிக் கணினி, வரைபடங்கள், குறிப்பேடுகள், சகலமும் இருந்தன. ஆனால், மித்ரனைக் காணவில்லை. என்ன நடந்தது? எப்படித் தவறினான் என்பது அவன் மூளைக்கு எட்டவில்லை. புறப்படும் அவசரத்தில் குழந்தை யைக் காருக்குள் ஏற்ற மறந்துவிட்டானா? அவனால் நம்ப முடிய வில்லை. கார் கராஜ் கதவைத் திரும்பவும் பூட்டினானா என்பதும் ஞாபகத்தில் இல்லை. ஒருவேளை குழந்தை நடந்து வழிதவறிப் பனியில் உறைந்து போய்விடுவானோ. அல்லது பனிப்பொழிவில் ரோட்டில் போகும் கார் ஏதாவது அவனை அடித்துப் போட்டு விட்டால் என்றெல்லாம் அவன் மனம் போட்டு வதைத்தது.

பனி கொட்டும் வேகம் சற்று மட்டுப்பட்டிருந்தது. திரும்பு வழியில் பனிப்பொழிவு இரண்டு அங்குலத்தை தாண்டிவிட்ட தால் காரை ஓட்டுவது சிரமமாகிக்கொண்டு வந்தது. கார் கண் ணாடித் துடைப்பான் வேலை செய்யவில்லை. தலையை வெளியே நீட்டி ஒரு கையால் அடிக்கடிக் கண்ணாடியைத் துடைக்க வேண்டியிருந்தது. பொலீஸ் கார் ஒன்று சைரன் ஒலிக்க அவனை நோக்கி வந்து தாண்டிப் போனது. வீடு அண்மித்ததும் காரின் வேகத்தைக் குறைத்து ரோட்டின் இரு பக்கங்களையும் உற்றுக் கவனித்துக்கொண்டே ஓட்டினான். மித்ரன் வீதியிலே வழிதவறி அலையக்கூடும் என நினைத்தான். அவன் நெஞ்சுப் படபடப்பு அதிகமாகிக்கொண்டு வந்தது. வீட்டுக்கு சற்றுத் தள்ளி ஒரு குளம் வேறு உறைந்துபோய்க் கிடந்தது.

அந்த நேரம் பார்த்து செல்போன் அடித்தது. அது விகாசினி தான், அவன் எடுக்கவில்லை. எடுத்து என்ன சொல்வது. வழக்கமாக அவன் மித்ரனைக் காப்பகத்தில் விட்டபின்னர் விகாசினியை அழைத்து அந்தத் தகவலைச் சொல்வது வழக்கம். ஆனால், அன்று விகாசினியைக் கூப்பிடவில்லை அதுதான் அவள் அழைக்கிறாள் போலும் என்று நினைத்தான். இன்னொரு யோசனை வந்தது. ஒருவேளை குழந்தைகள் காப்பகம் அவளை அழைத்திருக்குமோ? மித்ரன் காரில் இல்லாததை யாராவது அவளிடம் சொல்லியிருப்பார்களோ. அதை நினைத்ததும் மேலும் அவனுக்கு நடுக்கம் கூடியது. இருதயம் வெடித்து வெளியே வந்துவிடும்போல நெஞ்சு அடித்தது.

வீட்டை அடைந்ததும் கராஜ் கதவுப் பட்டனை அமத்திக் கதவைத் திறந்தான். அழுது கத்திக்கொண்டு மித்ரன் வெளியே ஓடி வருவான் என்று எதிர்பார்த்தான். ஒரு சத்தமும் இல்லை. நெஞ்சு பதைபதைக்க இங்கும் அங்கும் தேடினான். ஒரு மூலையில் அழுக்குக் கூடைத் துணிகளைச் சுற்றிக்கொண்டு சுருண்டுபோய் மயங்கிய நிலையில் மித்ரன் கிடந்தான். கையுறை மேலங்கி ஸ்கார்ஃப் எல்லாம் அப்படியே இருந்தன. ஆனாலும் குளிரில் விறைத்துப் போயிருந்தான். மெல்லிய மூச்சு வந்து கொண்டிருந்தது. அவனை அள்ளித்தூக்கி வாரியணைத்தான். மித்ரனின் தலை அவனுடைய நெஞ்சில் வழுக்கிக் கீழே சரிந்தது. அறையின் வெப்பத்தைக் கூட்டிவிட்டு கம்பளியினால் அவனைச் சுற்றிப் படுக்கையில் கிடத்தினான். ஒரு சில நிமிடங்களிலேயே மித்ரன் கண் விழித்தான். நல்லாய்ச் சூடாக்கிய பாலை ஒரு கிளாஸில் கொடுத்தபோது அவனுக்குக் குடிக்கத் தெரியவில்லை. மூக்கையும் முகத்தில் பாதியையும் உள்ளே நுழைத்து பாலை முடிந்தமட்டும் குடித்தான். மித்ரன் அவனைப் பார்த்து ஓர் அழகான சிரிப்புச் சிரித்தான். அவன் மனதை அந்தச் சிரிப்பு போட்டு உலுக்கியது. அத்தனை நாட்களிலும் அவனைப் பார்த்து மித்ரன் சிரித்தது கிடையாது. இதுதான் முதல் தடவை.

அடுத்த நாள் காலை விமலன் சீக்கிரமே எழும்பி உடை யணிந்து தயாராக நின்றான். விகாசினி என்ன கேள்விகள் கேட்பாள், அதற்கு என்ன என்ன பதில்கள் சொல்வது என யோசித்து வைத்தான். அந்தக் குழந்தை விறைத்துப்போய் இறந்திருந்தால் அவன் என்ன செய்திருப்பான். அவன் கொலை காரன் ஆகி யிருப்பான். அவன் மனம் அதிர்ந்தது. எல்லாச் சாமான்களையும் ஏற்றினான். ஆனால், குழந்தையைக் காருக்குள் ஏற்ற மறந்துவிட் டான். எப்படித்தான் அவளுக்கு முகம் கொடுப்பான்? எத்தனை

சாக்குச் சொல்லிச் சமாதானம் செய்தாலும் அவன் செய்தது மன்னிக்கமுடியாத குற்றம்.

கதவைத் தட்டிவிட்டு விகாசினி கலகலவென சிரித்துக் கொண்டே கயிற்றுப் பாலத்தில் நடப்பதுபோல ஆடி அசைந்து உள்ளே வந்தாள். என்றும் இல்லாத விதமாக அவள் மெல்லிய சாரி உடுத்து அதற்கு மேலே குளிர் அங்கி அணிந்து பொத்தான் களைப் பூட்டாமல் திறந்து விட்டிருந்தாள். மித்ரன் ஓடிவந்து விமலனின் கால்களைக் கட்டிக்கொண்டான். விகாசினி கையிலே வெள்ளிக் கிண்ணத்தில் ஏதோ வைத்திருந்தாள். அன்று அவள் ஒட்டிய கன்னத்துடனும், நீண்ட இடுப்புடனும் மிக அழகாக இருந்தாள். வெளியே இருந்து அழகு வெளிப்படாமல் உள்ளே யிருந்து அது வெளியே வந்துகொண்டிருந்தது. வெள்ளிக் கிண்ணத்தை அவனிடம் நீட்டியபோது கிளிங் கிளிங் என வளை யல்கள் சரிந்து முன் கையில் விழுந்தன. அவளுடைய முகத்தை நேரே பார்க்கமுடியாமல் கட்டிலில் உட்கார்ந்து விமலன் சப்பாத்து களை அணிந்துகொண்டிருந்தான். பின்னர் அவை ஒரே அளவா என்பதைச் சோதிப்பதுபோலக் கண்ணை எடுக்காமல் உற்றுப் பார்த்தான்.

அவள் கைகளால் அவன் நாடியை நிமிர்த்தி 'என்ன?' என்றாள். அவளை நிமிர்ந்து பார்த்தபோது அவனுக்கு நெஞ்சு சுரீர் என்றது. எப்படியும் அவளிடம் தன் முட்டாள்தனத்தைச் சொல்லிவிட வேண்டும் என்ற தீர்மானத்தில் இருந்தான். அவ்வளவு பக்கத்தில் கிடைத்த உடம்பு வாசனை அவனை நிலை குலையச் செய்தது. 'என்னுடைய பிறந்த நாள் இன்றைக்கு. இந்தக் காரட் அல்வாவை எனக்கு நானே கிண்டினேன். இந்தப் பெரிய அமெரிக்காவில் என்னுடன் சேர்ந்து இதைச் சாப்பிட ஒருவருமே இல்லை' என்றாள். பளிச்சென்று இருந்த அவள் முகம் ஒரு கணம் கறுத்தது. விமலன் பிறந்தநாள் வாழ்த்துச் சொன்னான். விகாசினி அவனையே துளைப்பதுபோலப் பார்த்துக்கொண்டு நின்றாள். கரண்டியை எடுத்து அல்வாவை அள்ளி ஒரு வாய் சாப்பிட்டு 'இத்தனை அருமையாகச் செய்திருக்கிறீர்களே' என்று ரசித்தான். அந்தச் சொல் அவளை இன்னும் பிரகாசமாக்கியது. அவன் சொல்ல நினைத்ததை அவனால் சொல்ல முடியவில்லை.

விகாசினி போனபின் மித்ரனைத் தூக்கிக் காரின் குழந்தை இருக்கையில் உட்காரவைத்து சீட் பெல்டினால் கட்டினான். 'ஏண்டா, நீ என்னைக் காட்டிக் கொடுக்கவில்லை?' என்று கேட்ட படியே காரை ஓட்டினான். அவனிடம் இருந்து ஒரு சத்தமும்

எழவில்லை. விமலனுடைய சீட்டுக்கு சரி பின்னால் அவன் ஆசனம் இருந்ததால் அவனைப் பார்க்க முடியவில்லை. காப் பகத்திலிருந்து ஒருவர்கூட நடந்த சம்பவத்தை விகாசினியிடம் சொல்லவில்லை. ஆனால், விமலன் எப்படிச் சொல்லாமல் இருக்க லாம்? குற்றவுணர்வினால் அவன் நசித்துவிடுவான் போலவே இருந்தது. 'என்னடா மித்ரா, நீ என்ன நினைக்கிறாய்?' என்று கேட்டான். அவன் 'ம்ம்ம்ம்' என்று பதில் சொன்னான்.

இதுவெல்லாம் நடந்து கிட்டத்தட்ட எட்டு வருடங்கள் ஓடி விட்டன. இத்தனை வருடங்களில் அவன் ஒரு கணமேனும் விகாசினியை மறந்தது கிடையாது. பல தடவை அவளிடம் உண்மையைச் சொல்லிவிட வேண்டுமென நினைத்திருக்கிறான். ஆனால், அவளுடைய சிரித்த முகத்தைக் காணும்போது அவன் தைரியம் எல்லாம் ஓடிவிடும். அன்று மித்ரனின் பிறந்த நாள். மயானத்தில் கல்லறைகளைப் பார்வையிட்டபடி விமலன் நடந் தான். மித்ரனின் பிறந்தநாளை அவன் என்றைக்குமே தவறவிட்ட தில்லை. விகாசினியும் மித்ரனும் இன்னமும் அதே வீட்டில்தான் குடியிருந்தார்கள். விமலன் பெரிய வீடு ஒன்று சொந்தமாக வாங்கிப் போய்விட்டான். பொஸ்டனில் இயங்கும் தகவல் தொழில்நுட்பக் கம்பெனி ஒன்றில் கிடுகிடுவென வளர்ந்து உயர் பதவியில் இருந்தான். பல வருடங்களுக்கு முன்னர் அவன் படித்த கல்லறை வாசகம் ஞாபகத்துக்கு வந்தது. 'ஓ இந்தப் பாரம், என்னால் தாங்க முடியவில்லை.' இப்பொழுது அந்த வாசகம் புரிந்ததுபோல இருந்தது.

விகாசினியின் வீட்டினுள் விமலன் நுழைந்தபோது வீடு எட்டு வருடங்களுக்கு முன்னர் எப்படி இருந்ததோ அப்படியே இருந்தது. ஒரு பொருளும் இடம் மாறவில்லை. அதே பழைய தொலைக்காட்சிப் பெட்டி. தரை விரிப்புகள் கிழிந்து ஆகக் கடைசி நிலையில் இருந்தன. பச்சை நிறத் திரைச்சீலை தன் நிறத்தை முழுவதுமாக இழந்துவிட்டது. சோபாவில் வருடம் வருடமாகச் சேகரிக்கப்பட்ட பலவர்ணக் கறைகள் திட்டுத் திட்டாகக் காணப் பட்டன. கடைசியாக உட்கார்ந்தவரின் பிருட்ட வடிவம் இன்னமும் அங்கே சேமிக்கப்பட்டிருந்தது. வறுமைக் கோட்டுக்குக் கீழே இறங்கிவிடாமல் இருப்பதற்கு விகாசினி கடுமையாகப் பாடுபடுவது தெரிந்து அவன் மனம் சங்கடப்பட்டது.

விகாசினியின் காலடியோசை சமையலறையில் கேட்டது. அந்த ஓசையை வைத்து அவள் என்ன என்ன செய்கிறாள் என்பதை ஊகித்தான். மனம் துடித்தது. அலை அலையாக விழுந்த

கூந்தலைக் கையில் ஏந்தியபடி அவள் வெளிப்பட்டாள். நீளமான இடுப்பு. அவள் சிரித்தபோது முக்கோணமான கன்ன எலும்புகள் பளிச்சிட்டன. கண்களை எடுக்க முடியாமல் அவளையே பார்த்தான். திடீரென்று ஒரு சுவாசப்பையை நிரப்புவதற்கு தேவையான காற்றுக்கூட அறையில் இல்லாமல் போனது. மித்ரன் ஓடிவந்து விமலனைக் கட்டிப் பிடித்தான். மித்ரனுடைய பத்து வயது தோள்மூட்டுகளை இரண்டு கைகளாலும் பிடித்து அவனைத் திறந்துவிட வேண்டும் என்பது போல, எதிரெதிர் திசையில் திருகினான். தூக்கி அணைத்து வாழ்த்துச் சொல்லி விட்டு தான் கொண்டுவந்த பரிசைக் கொடுத்தான். திறந்து பார்த்து விட்டு 'ஐபாட்' என்று உரக்கக் கத்தினான். பின்னர் 'எனக்கா?' என்று கேட்டுவிட்டுத் தாளமுடியாத பரவசத்தில் ஒரு நடனம் ஆடினான். அவசரமாகத் தாயாரிடம் பரிசைக் காட்டிவிட்டு நண்பர்களிடம் சொல்ல வெளியே ஓடினான்.

விகாசினி கோப்பி கொண்டுவந்து கொடுத்தாள். அவன் விரல்கள் கோப்பையைப் பற்றியதை உறுதி செய்தபிறகு தன் விரல்களைச் சுட்டதுபோல விடுவித்தாள். கோப்பியைப் பாதி குடித்தவன் கோப்பையின் வெளிப்புறத்தைப் பார்த்துத் திடுக் கிட்டான். அதிலே ஒரு படம் அச்சிடப்பட்டிருந்தது. விகாசினி, அவள் கணவன் அத்துடன் அப்பொழுதுதான் பிறந்த அவர்கள் குழந்தை மித்ரன். கோப்பையைப் பட்டென்று மேசையில் வைத்தான். அந்தக் கணவனைப் பார்க்க அருவருப்பாக வந்தது. பேசவேண்டிய தருணம் அணுகுவதற்குக் காத்திருந்தபோது திடுதிப்பென்று விகாசினி, 'நீங்கள் பரிசு கொடுப்பது இதுவே கடைசியாக இருக்கட்டும். மித்ரனுடைய எதிர்பார்ப்பை வளர்க்கக் கூடாது' என்றாள். 'இதிலே என்ன பிரச்சினை? நான் வருடத்துக்கு ஒருமுறைதானே அவனைப் பார்க்கிறேன். இதற்குக்கூட எனக்கு உரிமை இல்லையா?' என்றான். 'நான் இக்கட்டான சமயத்தில் இருந்தபோது நீங்கள் உதவினீர்கள். அந்த உதவியை நான் என்றென்றைக்கும் மறக்க முடியாது. உங்களுக்கு எப்படி அதைத் திருப்பிக் கொடுப்பேன். இவ்வளவு செய்ததே போதும்' என்றாள்.

அவளுடைய குரலில் இருந்த அந்நியம் புதுசாக இருந்தது. இப்படி வார்த்தைகள் அவள் வாயிலிருந்து வரும் என அவன் எதிர்பார்க்கவில்லை. எத்தனை இரவுகள் அவன் பாதித் தூக்கத் தில் 'மித்ரன், மித்ரன்' என அலறியபடிப் பதறிப்போய் எழுந்திருக் கிறான். 'என்ன பேசுகிறீர்கள்? இந்த ஒரு நாளுக்காகத்தான் நான் வருடத்தில் 364 நாட்களும் காத்திருக்கிறேன். நான் ஒருவருக்கும் ஒன்றையுமே திருப்பிச் செய்ததில்லை. ஒருவழிப் பாதையில்

எதிர்ப்பக்கமாக ஓடிக்கொண்டிருக்கிறேன். துரோகம் இழைத்தபடி என் வாழ்நாளை ஓட்டுகிறேன். என்ன பரிகாரம் செய்தாலும் என்னால் என் மனப் பாரத்தை இறக்கி வைக்க ஏலாது. அத்தனை பாரம் சேர்ந்துவிட்டது. இது ஒன்றுதான் என் மனதை ஆற்றும் வழி.' அவன் உணர்ச்சிவசப்பட்டுக் கத்தியதை அவள் முன் னொருபோதும் கண்டதில்லை. அவன் கண்கள் கலங்கின. குரல் தழுதழுத்தது. கூகிளில் அவன் பெயரைப் பதிந்தால் விநாடிகளில் அவனுடைய சாதனைகள் பக்கம்பக்கமாக வரும். பல நாடுகளில் பல அதிகாரிகளை வழி நடத்துபவன், குனிந்த தலையுடன் அவன் முன்னால் நிற்பதை ஆச்சரியம் மேலிட்டவளாய்ப் பார்த்துக் கொண்டிருந்தாள். 'நீங்கள் எத்தனை பெரிய பதவியில் இருக் கிறீர்கள். இது என்ன?' என்றாள். 'இத்தனை காலமாக உங்கள் மதிப்பு எனக்குத் தெரியவில்லை. அமெரிக்கப் பென்னியின் மதிப்பு ஒரு சதம். அதை உருக்கினால் இரண்டரை சதம். நீங்கள் உருக்கிய அமெரிக்கப் பென்னி.' ஒன்றுமே புரியாமல், 'என்ன சொல் கிறீர்கள்?' என்றாள். 'மித்ரனைப் பராமரிக்கும் பொறுப்பு இனி மேல் எனக்கு. இன்று நேற்று யோசித்து இந்த முடிவுக்கு நான் வரவில்லை. பல மாதங்களாக இதைப் பற்றியே சிந்தித்தேன். உங்களை என் மீதி வாழ்நாளில் என்னால் மறக்க முடியாது. மணமுடிக்க ஆசைப்படுகிறேன். சம்மதிப்பீர்களா?' என்றான்.

முதலில் அவள் அதிர்ச்சியில் வாயடைத்துப்போய் நின்றாள். பின்னர் அவளுடைய வாய் அசைந்தபோது அவள் ஏதோ பேசு கிறாள் என்பதை அவன் உணர்ந்தான். அவளுடைய பதில் கீழ்க் கண்டவற்றில் ஒன்றாக இருக்கலாம் என நினைத்தான்.

1) ஆம்

2) இல்லை.

3) உங்களுக்குப் பைத்தியமா?

4) அவகாசம் வேண்டும்.

5) மித்ரனுக்கு சம்மதம் என்றால் எனக்கும் சம்மதம்.

ஆனால், அவளுடைய பதில் மேல் சொன்னவற்றில் ஒன்று அல்ல.

◆

ஐந்து கால் மனிதன்

நான் அமர்ந்திருந்தேன். சுப்பர் மார்க்கெட்டின் வெளியே காணப்பட்ட பல இருக்கைகளில் ஒன்றில். அந்தப் பெண் வந்து பொத்தென்று பக்கத்து ஆசனத்தில் அமர்ந்தார். சீருடை அணிந் திருந்தார். கையிலே பேப்பர் குவளையில் கோப்பி. தான் செய்த வேலையைப் பாதியில் நிறுத்திவிட்டு வந்திருக்கிறார் என்பதும், அவர் துப்புரவுப் பணிப்பெண் என்பதும் பார்த்தவுடன் தெரிந்தது. வயது 50க்கு மேலே இருக்கும். கறுப்பு முடி, நீலக் கண்கள். வெண்மையான சருமம். கிழக்கு ஐரோப்பியப் பெண்ணாக இருக்க லாம். ஒருவேளை ரஸ்யப் பெண்ணாகவும் இருக்கலாம். கோப்பி யைச் சத்தம் எழுப்பாமல் உறிஞ்சிக் குடித்தபடி யோசனையை எங்கோ தூரத்தில் செலுத்திவிட்டு அமைதியாக உட்கார்ந்திருந் தார். அந்தக் கண்களில் வெளிப்பட்ட துயரம்போல ஒன்றை நான் முன்னர் கண்டதில்லை. அதுவே அவருடன் என்னைப் பேசத் தூண்டியது.

'இன்றைய வேலையை முடித்துவிட்டீர்களா?' என்று கேட் டேன். 'இல்லை, இன்னும் பாதி வேலை இருக்கிறது. ஓய்வெடுக் கிறேன்' என்றார். அவருடைய அலங்காரம், பேச்சு, நடக்கும் தோரணை, ஆங்கில உச்சரிப்பு இவற்றை வைத்துப் பார்த்தபோது அவர் நீண்ட காலமாக ரொறொன்ரோவில் வசிக்கிறார் என்பதை உணர முடிந்தது. துப்புரவுப் பணியில் அநேகமாகப் புதிதாக குடி வந்தவர்கள் அல்லது அகதிக் கோரிக்கையாளர்கள் தாம் வேலை செய்வது வழக்கம். நீண்டகாலம் வசிப்பவர்கள் சீக்கிரத்தில் வேறு தொழிலுக்கு மாறிவிடுவார்கள். ஆகவே இந்தப் பெண் துப்புரவுப் பணியில் ஈடுபட்டிருந்தது எனக்கு ஆச்சரியத்தைக் கொடுத்தது.

'நீங்கள் கனடாவுக்கு எப்பொழுது குடிபெயர்ந்தீர்கள்?' என்று கேட்டேன். அவர் கிரீஸ் நாட்டைச் சேர்ந்தவர். அவருக்கு 13 வயது நடந்தபோது தனியாகக் கனடாவுக்கு வந்தார். அவ ருடைய தகப்பன் அவருக்கு ஹெலென் என்று பெயர் சூட்டி னார். ஹோமருடைய இதிகாசத்தில் வரும் பேரழகி ஹெலென். பிறந்தபோது அவர் அத்தனை அழகாக இருந்தாராம். புராணத் தில் வரும் ஹெலெனை பாரிஸ் என்ற வீரன் கடல் கடந்து

அபகரித்துப் போனான். ஹெலென் என்ற பெயரைக்கொண்ட இந்தப் பெண்ணும் ஏறக்குறைய அம்மாதிரித்தான் கடத்தப் பட்டார். அவரே தன் மீதிக் கதையைக் கூறினார்.

'எங்கள் குடும்பத்தில் நாங்கள் ஏழு பிள்ளைகள். நான் ஆறாவது. என் அப்பாவுக்கு ஒரு கால் கிடையாது. அவர் எப் பொழுதும் குதிரையில் ஆரோகணித்திருப்பார். படுக்கும் நேரம் போக மீதி நேரம் எல்லாம் அப்பாவைக் குதிரையின் மேல்தான் காணலாம். அவருடைய வேலை பிரபுக்களை வேட்டைக்கு அழைத்துப் போவது. அவரும் நன்றாக வேட்டையாடக் கூடியவர். குறிதவறாமல் சுடுவார். எங்கே எந்த நேரம் எந்த எடத்தில் என்ன பறவைகள் கிடைக்கும், என்ன மிருகங்கள் அகப்படும் என அவர் ஒருவருக்கே தெரியும். ஆகவே அப்பாவைத் தேடிப் பிரபுக்கள் வருவார்கள். அதிக வேட்டை கிடைத்தால் அப்பாவுக்கு அதிகப் பணம் கிடைக்கும். நான் பிறந்த பிறகு பிரபுக்கள் வேட்டையில் பெரிதாக முன்னர் போல ஆர்வம் காட்டவில்லை. படிப்படியாக அப்பாவின் வருமானம் குறைந்தது. அப்பாவுக்கு வேறு வேலை தெரியாது. அவராகவே ஆள் சேர்த்துக்கொண்டு வேட்டைக்குப் போவார். அவரை எங்கள் கிராமத்தில் 'ஐந்து கால் மனிதன்' என்றே அழைப்பார்கள். எனக்கு 11, 12 வயது நடந்தபோது நிலைமை மோசமானது. வீட்டிலே நாங்கள் அடிக்கடிப் பட்டினி கிடக்க நேரிட்டது. அப்பா தொடர்ந்து குடும்பத்தைப் பராமரிப் பதற்குப் பெரும் சிரமப்பட்டார்.

நான் படிப்பில் கெட்டிக்காரியாக இருந்தேன். தொடர்ந்து படிக்க வேண்டும் என்ற ஆசை எனக்கு. கிரேக்கக் காவியங்களும் என்னைக் கவர்ந்திருந்தன. பண்டைய கிரேக்க மொழியைப் படிக்க வேண்டும் என்ற ஆர்வத்தையும் என்னால் அடக்க முடியவில்லை. நவீன கிரேக்கம் வேறு, பண்டைய கிரேக்கம் வேறு. எழுத்துகள் ஒன்றாக இருந்தாலும் உச்சரிப்பு வேறு. பொருளும் வேறு. பண்டைய இலக்கியங்களை என்னால் வாசிக்க முடியும். ஆனால், பொருள் விளங்காது.

என் அம்மாவின் தங்கை கனடாவில் வசதியாக வாழ்ந்தார். அவர் என்னை அழைத்தார். கனடாவில் என்ன வேண்டுமென் றாலும் படிக்கலாம் என்று ஆசை காட்டினார். ஏனோ நான் மகிழ்ச்சியில் குதித்தேன். அந்த வறுமையிலும் என் அம்மாவுக்கு நான் புறப்படுவதில் சம்மதம் இல்லை. ஆனால், என் அப்பா வுக்குப் பெருமை பிடிபடவில்லை. நான் கனடாவுக்குப் படிக்கப் போகிறேன் என்பதை நாலு தடவை ஊர் முழுக்கக் குதிரையில்

சுற்றியபடி அறிவித்தார். 1969ஆம் ஆண்டு டிசம்பர் மாதக் குளிரில் நான் மொன்ரியல் வந்து சேர்ந்தேன். என்னுடைய சின்னம்மா வுக்கு இரண்டு பிள்ளைகள். நான் வந்த அன்றே என்னை அவர்கள் அறையில் தூங்க அனுமதித்தார். அவர்கள் கட்டிலில் படுத்தார்கள். நான் தரையில் படுத்தேன். அடுத்த நாள் காலை யிலேயே எனக்கு உண்மை புரிந்துவிட்டது. நான் வேலைக்காரி யாகத்தான் வந்திருந்தேன்.

கிரேக்கப் புராணத்தில் ஒரு கதையுண்டு. திரோய் அரசன் தன் நகரத்தைச் சுற்றிப் பிரமாண்டமான சுவர் எழுப்பத் திட்டம் போட்டான். அதற்காக அதிவீரன் அப்பொல்லோவையும் கடல் கடவுளான போஸிடோனையும் நியமித்தான். சுவரைக் கட்டி முடித்தபிறகு அவர்களுக்குத் தகுந்த சன்மானம் தருவதாக வாக்குக் கொடுத்தான். ஆனால், அவர்கள் சுவரைக் கட்டி முடித்த பிறகு அவர்கள் சம்பளத்தைக் கொடுக்காமல் அரசன் ஏமாற்றினான். கிரேக்கப் புராணம் சொல்லும் ஏமாற்றுக்காரர்களில் இவனே அதிகம் சிறப்புவாய்ந்த ஏமாற்றுக்காரன். என் சின்னம்மாவும் அப்படித்தான். சிறு பெண்ணான என்னைத் திட்டமிட்டு ஏமாற்றி னார். காலையில் அவர் வேலைக்குப் போய்விடுவார். நான் இரண்டு பிள்ளைகளையும் பார்ப்பேன்; சமைப்பேன்; துவைப் பேன்; தரையைக் கூட்டிச் சுத்தம் செய்வேன். பள்ளிக்கூடம் போக வேண்டும் என்று நான் கேட்டபோது பனிக்காலம் முடியட்டும் என்று சொன்னார். பனிக்காலம் முடிந்தபோது செப்டம்பரில்தான் பள்ளியில் புது ஆட்களைச் சேர்ப்பார்கள் என்றார். இப்படியே புதுப்புது விதமான சாட்டுகளை உருவாக்கினார். என்னைக் கடைசிவரை அவர் பள்ளிக்கு அனுப்பவில்லை.

நான் வீட்டுக்கு எழுதும் கடிதங்களைப் படித்துக் கிழித்து விட்டுத் திரும்பவும் எழுதச் சொல்வார். அவரே என் கடிதத்தை உறையிலிட்டுத் தபால்தலை ஒட்டி அனுப்புவார். நான் கண்டது காலை, மதியம், மாலை, இரவு, அவ்வளவுதான். என்னை வெளியே கூட்டிப் போனது கிடையாது. எனக்குப் பிரெஞ்சு மொழியும் தெரியாது. நான் ஓர் அடிமை வாழ்க்கை வாழ்ந்தேன். ஆனால், என் அப்பா நான் பெரிய படிப்பு படிக்கிறேன் என்ற ஆனந்தத்தில் மிதந்தார். என்னுடைய சின்னம்மா கடிதத்தில் என்ன எழுது வாரோ தெரியாது. ஆனால், அப்பா எனக்கு எழுதும் கடிதங்களில் ‘நல்லாகப் படி. அடுத்தச் சோதனையிலும் முதல் ஆளாக நீ வரவேண்டும்’ என்று எழுதியிருப்பார்.

சின்னம்மாவுக்கு இன்னொரு குழந்தை பிறந்தது. என் னுடைய பல பிறந்த தினங்கள் வந்து போயின. அது என்

ஒருத்திக்கு மட்டுமே தெரியும். யாரும் எனக்குப் பிறந்த நாள் வாழ்த்துப் பாடவில்லை. ஒருநாள் இரவு எல்லோரும் உறங்கிய பின்னர் நான் கண்ணாடிக்கு முன் நின்று என்னைப் பார்த்தேன். நான் இளம் குமரியாக நின்றது எனக்கே ஆச்சரியமாகப்பட்டது. என்னையே பார்த்துக்கொண்டு நெடுநேரம் நின்றேன். அன்று மாலை சின்னம்மா அடித்ததில் கைவிரல்கள் பதிந்த அடையாளம் கண்ணாடியில் என் கன்னத்தின் பிழையான பக்கம் தெரிந்தது. அந்த வீட்டுத் தரைவிரிப்பைப் பாதி சுருட்டியபடி விட்டிருந்தேன். அதை மறுபடியும் விரிக்க மறந்துவிட்டேன். அதற்கான தண்டனைதான் என் கன்னத்தில் பதிந்து கிடந்தது. என் நிலையை எண்ணியபோது எனக்கே மிகவும் பரிதாபமாகப்பட்டது.

சின்னம்மாவிடம் விலை மதிக்க முடியாத பொருள் ஒன்று இருந்தது. படிகக்கண்ணாடியால் செய்த ஏழு காம்புகள் கொண்ட மெழுகுத்திரி தண்டு. அதை நான் துடைத்துக்கொண்டிருந்தபோது அது கை தவறிக் கீழே விழுந்து உடைந்துவிட்டது. என்னுடைய சின்னம்மா எங்கிருந்தோ சத்தம் கேட்டு 'உடைத்து விட்டாயா?' என்று கத்திக்கொண்டு கையை ஓங்கியபடி ஓடி வந்தார். அன்று எனக்கு என்ன நடந்தது என்று தெரியாது. நான் 18 வயது யுவதி. கைகளை இடுப்பில் வைத்துக்கொண்டு அவரை நேருக்கு நேர் பார்த்து 'அதற்கு என்ன இப்போ?' என்று கேட்டேன். அவர் அப்படியே நின்றார். முகத்தில் முதல் தடவையாக ஒருவித அச்சத்தைக் கண்டேன். புகைப்படம் எடுக்க மெதுவாகப் பின்னுக்கு நகர்வதுபோல நகர்ந்தார். தரையில் இருந்து விளையாடிய கைக்குழந்தையைச் சட்டென்று தூக்கி இடுப்பில் வைத்துக் கொண்டு அந்த இடத்தைவிட்டு அகன்றார். அன்றைக்கு உடைந்த கண்ணாடிச் சில்லுகளை நான் கூட்டி அள்ளவில்லை. அப்படியே போய்ப் படுத்துவிட்டேன். என் வாழ்நாளில் அதுவே நீண்ட இரவு. அடுத்த நாள் அதிகாலை பஸ் கட்டணத்துக்கு வேண்டிய பணத்தைத் திருடிக்கொண்டு ரொறொன்ரோவுக்குப் பஸ் பிடித்தேன்.'

'ரொறொன்ரோவில் சந்தோஷமாக இருந்தீர்களா?'

'ரொறொன்ரோ வந்து இறங்கிய அன்றுதான் வசந்தம் தொடங்கியிருந்தது. வானம் தொடக்கூடிய தூரத்தில் தெரிந்தது. மரங்கள் துளிர்த்துப் புது ஆரம்பத்தை நினைவூட்டின. மனம் மகிழ்ச்சியில் திளைத்தது. ஒரு தொழிற்சாலையில் உடைகளில் பொத்தான் தைக்கும் வேலை கிடைத்தது. மிகவும் சுதந்திரமாக இருந்தேன். அங்கே வேலை செய்த ஒருவரை மணமுடித்தேன்.

ஒரு மகன் பிறந்தான். எல்லாம் நல்லாகவே போனது. திடீரென்று ஒரு நாள் என் கணவர் உணவகம் ஒன்று திறக்கலாம் என்று யோசனை சொன்னார். சேமிப்பில் வைத்திருந்த அவ்வளவு பணத்தையும் போட்டுக் கிரேக்க உணவகம் ஒன்றைத் தொடங்கினோம். சில வருடங்களுக்குப் பின்னர் அது லாபத்தில் ஓடியது. ஆனால், என் கணவர் இறந்தபோது நான் அதை நட்டத்திற்கு விற்க நேர்ந்தது.'

'நீங்கள் உங்கள் சின்னம்மாவைப் பிறகு சந்திக்கவே இல்லையா?'

'நான் மொன்ரியலில் போய் இறங்கிய அன்று சின்னம்மா என் நாடியைப் பிடித்து இங்கும் அங்கும் திருப்பி ஒவ்வொரு கோணத்திலும் என்னை உற்றுப் பார்த்தார். நான் நினைத்தேன் சின்னம்மா என்மீது அன்பு காட்டுகிறார் என்று. அது அப்படியில்லை. அவர் என் விலையைத் தீர்மானித்தார் என இப்போது தோன்றுகிறது. என்னிடமிருந்து எவ்வளவு வேலை வாங்கலாம் என்றுதான் அவர் கவலைப்பட்டார். எத்தனை கொடூரமாக என்னை அவர் நடத்தியிருந்தாலும் அவர் சொன்ன ஒரு வாசகத்தை மாத்திரம் இன்றைக்கும் என்னால் மறக்க முடியாது. 'நீ எதற்காகப் படிக்க வேண்டும், படிக்க வேண்டும் என்று அலைகிறாய். துடைப்பக்கட்டையோடு நிற்கும்போது நீ நல்ல அழகாய்த் தானே தெரிகிறாய்.' இதுதான் சின்னம்மா. இறக்கும் வரைக்கும் என் அப்பாவுக்கு நான் ஏமாற்றப்பட்டது தெரியாது. ரொறொன்ரோ வந்த பின்னர் நான் எழுதித்தான் அம்மாவுக்குத் தெரியும். அவர் சின்னம்மாவை மன்னிக்கவே இல்லை. நான் மன்னித்துவிட்டேன், ஆனால், அந்தக் காயம் இன்னும் ஆறாமலே கிடக்கிறது.

எங்கள் நாட்டில் ஒரு பழமொழி உண்டு. 'சப்பாத்து விற்பனைக்காரன் முழங்காலில் உட்கார்ந்து ஆகவேண்டும்.' வேலைக்காரியாக என்னைச் சின்னம்மா ஆக்கிய பின்னர் நான் அவரிட்ட கட்டளையை நிறைவேற்றாமல் இருக்க முடியுமா? சின்னம்மா தன்னைப் பெரிய அழகியாக நினைத்திருந்தார். அப்படியல்ல, அவர் தண்ணீரில் ஊறவைத்தது போல ஊதிப்போய் இருப்பார். ஆனால், திறமையான எசமானி. அவர் கண்கள் பூச்சியின் கண்கள் போலச் சுழன்றபடி இருக்கும். என்னுடைய வேலைகளில் குறை கண்டபடி இருப்பது அவர் பொழுதுபோக்கு. தவறுசெய்தால் வசவு கிடைக்கும். என்னிடம் சாதாரணமாகக் கிரேக்க மொழியில் பேசுவார். ஆனால், திட்டும்போது ஆங்கிலத்துக்கு மாறிவிடுவார். நான் ஆங்கிலம் கற்றுக்கொண்டது அப்படித்தான்.'

'உங்களுக்கு மகன் இருக்கிறான் அல்லவா?' என்றேன்.

'நான் படிக்க முடியாத பெரிய படிப்பை என் மகன் படிப்பான் என நினைத்தேன். ஆனால், அவன் பள்ளிக்கூடப் படிப்பைக்கூட முடிக்கவில்லை. பத்து நாள் பழக்கமான ஒரு பெண்ணை எனக்குத் தெரியாமல் மணமுடித்தான். அந்தப் பெண் சிரிக்கும் போது சிகரெட் புகை வெளியே வரும். அவளைக் கூட்டிக் கொண்டு அமெரிக்காவின் ஐடஹோ மாநிலத்துக்குப் போய்விட்டான். ஏன் அங்கே போனான் என்ற காரணத்தை யாராவது கேட்டால் சிரிப்பார்கள். அங்கேதான் வாத்து சுடலாம் என்கிறான். ஏர்னெஸ்ட் ஹெமிங்வே என்ற எழுத்தாளர் வாத்து சுட்ட மாநிலமாம். நான் ஒரு வாத்திலும் கீழாகிவிட்டேன். தாயை விட்டு ஒரு மகன் பிரிவதற்கு இது நல்ல காரணமா? என்னோடு ஒருவிதத் தொடர்பும் அவனுக்குக் கிடையாது. எனக்கு ஒருவருமே இல்லை, நான் தனியாகத்தான் வாழ்கிறேன். அடிக்கடி என் அப்பாவை நினைத்துக்கொள்வேன். அவர் இறக்கும்வரை உழைப்பதை நிறுத்தியதே இல்லை. ஊரிலே 'ஐந்து கால் மனிதன்' என்று அவரைப் பழித்தபோது அவர் அதைப் பொருட்படுத்தவில்லை. சோர்ந்து போனதும் கிடையாது. ஒருநாள் குதிரையில் அமர்ந்தபடியே இறந்துபோனார். ஒரு கால் மட்டுமே இருந்தாலும் அவர் அயராமல் உழைத்தார். ஆனால், எனக்கு இரண்டு கால்கள் இருக்கின்றனவே' என்று சொல்லி மெல்லச் சிரித்தார்.

ஹெலென் என்று அருமையாகப் பெயர் சூட்டப்பட்ட கிரேக்கப் பெண் சட்டென்று எழுந்து நின்று தன் ஆடையைத் தட்டிச் சரி செய்தார். ஒரு காலத்தில் அவர் பேரழகியாய் இருந்திருப்பார் என்றுதான் தோன்றியது. கடுதாசிக் கோப்பிக் குவளையை, சற்றுமுன் அவர் சுத்தமாக்கிய குப்பைத் தொட்டியில் எறிந்தார். துடைப்பக்கட்டை, தண்ணீர்க் கலம், சோப் வாளி, கிருமி நாசினி ஆகியவை நிறைந்த வண்டிலைத் தள்ளிக்கொண்டு புறப்பட்டார். புறப்படும் முன்னர் அவர் கடைசியாகச் சொன்ன வாசகம் ஒரு சிறுகதையின் முடிவுக்குரிய லட்சணத்தோடு வெளி வந்தது. 'நான் 13 வயதில் துடைப்பத்தைக் கையிலெடுத்துச் சுத்தம் செய்தேன். இன்று 55 வயதிலும் அதையே செய்கிறேன், இன்னும் மோசமாக.' கொஞ்சம் நின்று யோசித்தார். 'துடைப்பக்கட்டை யோடு நிற்கும்போது நான் அழகாகத்தான் இருக்கிறேன், இல்லையா?'

◆

ஜகதலப்ரதாபன்

முன்னொரு காலத்தில் யாழ்ப்பாணப்பட்டினத்துக்கு ஒரு புதுப்படம் வந்தால் அதைக் கிராமங்களில் விளம்பரப்படுத்து வதற்கு மாட்டு வண்டில்களைப் பயன்படுத்துவார்கள். வண்டிலின் இரண்டு பக்கங்களிலும் தொங்கும் விளம்பரத் தட்டிகளில் எம்.கே.டி. பாகவதரோ, டி.ஆர். ராஜகுமாரியோ, எம்.எஸ். சுப்பு லட்சுமியோ, பி.யு. சின்னப்பாவோ காட்சியளிப்பது வழக்கம். மேளம் அடித்தபடி வண்டில் கிராமத்து ஒழுங்கைகளில் ஓடும். அப்படி ஓடும்போது விளம்பரத்துண்டுகளை அள்ளி வீசுவார்கள். வாழ்நாள் முழுக்க இந்த ஒரு தருணத்துக்காகவே காத்திருந்தது போல நானும் தம்பியும் பாய்ந்து புழுதியில் விழுந்து புரண்டு அந்தத் துண்டுகளைப் பொறுக்குவோம்.

முன்னொரு அதே காலத்தில் எங்கள் வீட்டில் பெரிய அண் ணரும் சின்ன அண்ணரும் அடிக்கடிச் சண்டை போட்டார்கள். பெரிய அண்ணர் எம்.கே.டி. பாகவதர் பக்தர். அவர் நடித்த அத்தனை படங்களையும் பார்த்திருந்தார். சில படங்களைப் பல தடவை. சின்ன அண்ணர் பி.யு. சின்னப்பா பக்கம். அவருடைய முழுப் பாடல்களையும் மனப்பாடம் செய்திருந்தார்; பாடவும் செய்வார். எம்.கே.டியின் ஒரு பாடலைக்கூடப் பாடமாட்டார். அப்படி ஒரு வன்மம். எங்கள் ஊர்க் கடையொன்றின் கிராம போன் பெட்டியில் தியாகராஜபாகவதரின் பாட்டுகளை வைப் பார்கள். என்னுடைய பெரிய அண்ணர் குழாய்க்குள் தலையை விட்டுப் பாட்டுகளைக் கேட்பார். கடைக்காரர் பி.யு. சின்னப்பா பாடல்களையும் போடுவார். அப்போது இரண்டாவது அண்ணர் விழுந்தடித்துக் கடைக்கு ஓடுவார். நானும் தம்பியும் சிலசமயம் பெரிய அண்ணர் பக்கமும் சிலசமயம் சின்ன அண்ணர் பக்கமும் சாய்ந்து அவர்களை மகிழ்விப்போம். சினிமா என்கிற சமாச் சாரத்தை நாங்கள் பார்த்தது கிடையாது. பெரிய அண்ணரும் சின்ன அண்ணரும் தாங்கள் பார்த்த படக்கதைகளை அளக்கும் போது நாங்கள் ஒரு கற்பனை உலகைச் சிருஷ்டித்து அதற்குள் மூழ்கிக்கிடப்போம்.

ஜகதலப்ரதாபன் விளம்பரத் துண்டுகளைப் பொறுக்கிய நாளிலிருந்து எனக்கும் தம்பிக்கும் எப்படியாவது அந்தப்

படத்தைப் பார்த்துவிட வேண்டும் என்ற ஆசை பெருகத் தொடங் கியது. அந்த ஆசை இன்னும் தங்கச்சிக்கு வரவில்லை. பிறந்ததி லிருந்து அவள் நோஞ்சானாக இருந்தாள். உடம்பில் எந்தப் பகுதி யைத் தொட்டாலும் அங்கே ஓர் எலும்பு இருக்கும். சிரித்து விளை யாடுவாள், திடீரென்று படுத்துவிடுவாள். பெலன் காணாது என்று பரியாரியார் சொன்னதால் ஓர் ஆடும் குட்டியும் அவளுக்காக வாங்கி வீட்டில் விட்டார்கள். அவள் ஆட்டுப்பால்தான் குடிப் பாள். ஆட்டிலும் பார்க்க ஆட்டுக்குட்டிதான் அவள் ஆரோக்கிய மாக வளர்வதற்குக் காரணம். ஆட்டுக் குட்டிக்குச் செங்கமலம் என்று பெயர். தங்கச்சி 'செங்கி, செங்கி' என்று கத்துவாள், அது துள்ளினால்தான் வாயைத் திறப்பாள். அம்மா ஒரு வாய் தீத்தி விடுவார். இப்படித் தங்கச்சி தேறி வந்தாள்.

ஒருநாள் நாங்கள் எல்லோரும் வீட்டில் இருந்தோம். அது பள்ளி விடுமுறை நாளாக இருந்ததால் தங்கச்சி நடுவிலே நின்று எல்லோருக்கும் விளையாட்டுக் காட்டினாள். ஒரு வீட்டில் எத்தனை பேர் இருந்தாலும் ஒருவரைச் சுற்றித்தான் அது இயங்கிக் கொண்டிருக்கும். எங்கள் வீட்டில் அது தங்கச்சிதான். இடுப்பிலே கைகளை வைத்து, இரண்டு வயதுப் பின்னல் எழும்பி எழும்பி அதே இடத்தில் விழ, அவள் ஆட நாங்கள் விழுந்து விழுந்து சிரித்தோம். அந்த நேரம் கதவை யாரோ தட்டினார்கள். 'நில், நில்' என்று வீட்டிலிருந்த அத்தனை பேரும் கத்த கத்த குடுகுடு வென்று ஓடிச்சென்று நாதாங்கியை இழுத்துக் கதவைத் திறந்து விட்டாள் என் தங்கச்சி. கதவைத் திறக்க அவளால் முடியும் என்பது முதல் ஆச்சரியம். வாசலில் நின்ற அந்தப் பெண்மணி யைப் பார்த்தது எங்களுக்கு இரண்டாவது ஆச்சரியம்.

எங்கள் ஊர்ப் பணக்காரருடைய மனைவி அவர். அம்மா வைக் கண்டால் பல்லுக் கொதி வந்தமாதிரி முகத்தை மாற்றி விடுவார். அம்மாவுக்கு அவரைப் பிடிக்காது. சாதாரணமாக எங்கள் வீடுகளுக்கெல்லாம் அவர் வரமாட்டார். அன்றைக்கு மஞ்சள் சேலை உடுத்தி, தலை மொட்டையடித்து பெரிய பொட்டு வைத்து வாயைத் திறந்து ஒன்றுமே பேசாமல் சேலை மடியை விரித்துப் பிடித்துக்கொண்டு நின்றது துயரமான காட்சி. அம்மா உள்ளே வரும்படி உபசாரத்துக்கு அழைத்தும் அவர் ஒரு சொல் சொல்லாமல் அசையாது நின்றார். நத்தை ஊர்ந்த தடம்போல முகத்திலே கண்ணீர் காய்ந்த கோடு. அம்மா உள்ளே போய் ஒரு கைப்பிடி அரிசி கொண்டுவந்து அவர் மடியில் போட்டார். தலையை ஆட்டிவிட்டு அவர் அடுத்த வீட்டுக்குப் புறப்பட்டார்.

அம்மா அவர் மடிப்பிச்சை எடுக்கிறார் என்று சொன்னார். ஏழு வீடுகளுக்குப் போய்ப் பிச்சை எடுத்துக் கஞ்சி காய்ச்சிக்

குடிப்பார். அது மிகத் தீவிரமான நேர்த்திக்கடன். ஊரிலே நெருப்புக் காய்ச்சல் பரவி வந்த நேரம் அது. அவர்களுடைய ஒரே மகனுக்கு நெருப்புக் காய்ச்சல் கண்டு அவன் படுத்த படுக்கை யாகக் கிடந்தான். அதற்காகத்தான் விரதம் என்றார் அம்மா. அதன் பிறகு அவர் சொன்னதுதான் எங்களுக்கு அதிர்ச்சியைக் கொடுத்தது. 'அவர்கள் வீட்டிலே மூட்டை மூட்டையாக அரிசி அடுக்கி வைத்திருக்கு. மடிப்பிச்சை எடுக்கிறது எவ்வளவு வெட்கக் கேடு.' அம்மாவின் வாயிலிருந்து இப்படியான வார்த்தைகள் எப்படி வந்தன என்றே தெரியவில்லை. இரண்டு நாள் கழித்து அழுதுகொண்டே அம்மா அவர்கள் சாவீட்டுக்குப் போனார்; அழுதுகொண்டே திரும்பி வந்தார். அப்படியும் அவருக்கு அழுகை முடிவடையவில்லை.

பி.யு. சின்னப்பா நடித்த ஜகதலப்ரதாபன் படம் விண்ட்சர் தியேட்டரில் ஆறுமாதம் ஓடிவிட்டது. அந்தப் படத்தைப் பார்க்காமல் வாழ்வதில் ஒருவிதப் பிரயோசனமும் இல்லை என்பது என்னுடைய இரண்டாவது அண்ணரின் முடிவான எண்ணம். அம்மாவிடம் போய்ப் 'படத்தை மாத்தப் போறாங் கள். படம் மாறினால் பின்னர் பார்க்கவே முடியாது' என்றெல் லாம் கெஞ்சினார். நாங்களும் 'முன்வீட்டு மாமி எங்களுக்கு அம்மாவாகப் பிறந்திருக்கலாம் அல்லது பக்கத்து வீட்டு அக்கா அம்மாவாகப் பிறந்திருக்கலாம்' என்றெல்லாம் சொல்லி அம்மா வின் மனதைப் புண்படுத்தினோம். கடைசியில் சின்ன அண்ணர் சொன்னதைக் கேட்ட அம்மாவின் வாய் அப்படியே பிளந்து போய் நின்றது. 'நான் வயித்திலே இருந்தபோது நீங்கள் என்னைக் கரைக்கப் பார்த்தது எனக்குத் தெரியும். நான் பிறந்திருக்கவே கூடாது. என்னிலே உங்களுக்குப் பட்சமே இல்லை' என்றார். அது வேலை செய்தது.

அம்மா ஒருவரும் எதிர்பாராத காரியம் ஒன்று செய்தார். தங்கச்சியின் ஆட்டுக்குட்டியை முன்பின் யோசிக்காமல் விலை பேசி விற்றார். படத்துக்கு அளவான காசைப் பெரிய அண்ண ரிடம் எண்ணிக் கொடுத்து எங்களைப் பட்டினத்துக்குக் கூட்டிப் போய்ப் படத்தைக் காட்டிவிட்டு வரச்சொன்னார். அதுதான் நானும் தம்பியும் பார்க்கப்போகும் முதல் படம். நாங்கள் தியேட்டருக்குக் கிட்டத்தட்டப் பறந்துதான் போய்ச் சேர்ந்தோம். அங்கே ஏற்கனவே வரிசை நீண்டுபோய்க் கிடந்தது. அத்தனை சனங்களும் ஆடுகளை விற்று வந்திருக்கிறார்கள் என்பதை நினைத்தபோது எனக்கு மலைப்பாயிருந்தது. கேட் திறந்ததுதான் தாமதம் நாங்கள் நின்ற வரிசை மறைந்து புதிதாக வரிசைகள்

முளைத்தன. சிலர் ஆட்களுக்கு மேல் ஏறி வந்து டிக்கட் வாங்கு வதை அன்றுதான் பார்த்தேன்.

ஒடுக்கமான வாங்குகளில் முதுகுகளை நேராக்கிக்கொண்டு நெருக்கியடித்தவாறு நாங்கள் உட்கார்ந்தோம். வலது பக்கத்தில் கயிறு கட்டிச் சிறைக்கூடம்போலச் செய்து அதற்குள் பெண்கள் உட்கார்ந்திருந்தார்கள். சோடா, சிகரெட், கடலை என்று தோளிலே தொங்கியப் பெட்டியிலிருந்து சின்னப் பெடியன்கள் விற்றார்கள். பிரமாண்டமான வெள்ளைத் திரை முன்னே இருந் தது. சும்மா அந்தத் திரையைப் பார்த்துக்கொண்டு இருப்பதே புளகாங்கிதம் தரக்கூடியது. அத்தனை கண்களும் அதையே பார்த்தன. எங்கே தங்களுக்குத் தெரியாமல் படம் ஆரம்பமாகி விடுமோ என்ற பயத்தில் அடிக்கடித் திரையில் ரோர்ச் லைட் அடித்துச் சோதனை செய்தார்கள். முதல் மணி அடித்து இரண் டாவது மணியும் ஒலித்தபோது விளக்குகள் அணைந்தன. என் னுடைய இருதயம் என்றைக்கும் இல்லாத மாதிரி ஏன் அவ்வளவு வேகமாக அடித்தது என்பது புரியாத புதிர்தான். என் நெஞ்சு எலும்பு தடுத்திருக்காவிட்டால் இருதயம் வெளியே வந்து விழுந் திருக்கும் என்று நான் அப்போது பயந்தேன்.

இப்பொழுது நினைவில் இருப்பதெல்லாம் பிரமிப்புதான். அன்றைக்கும் இன்றைக்கும் மறக்கமுடியாத ஆச்சரியத்தைத் தந்தது பி.யு. சின்னப்பா பல வேடங்களில் ஒரு காட்சியில் தோன்றியது. அவரே மிருதங்கம், அவரே கடம், அவரே வயலின், அவரே வாய்ப் பாட்டு, அவரே கொன்னக்கோல். சின்ன அண்ணர் சீட்டில் இருக்கமுடியாமல் துள்ளினார். நான் என்னை உயரமாக்குவதற்கு என் கை மேலேயே உட்கார்ந்திருந்தேன். அதனால் துள்ளவில்லை. படம் முடிந்தபிறகும் கூட எங்களுக்கு வெளியே போகத் தோன்ற வில்லை. சின்ன அண்ணர் பி.யு. சின்னப்பாவின் பாட்டுகளைப் பாட, நாங்கள் ஊரை நோக்கி நடந்தோம். அங்கே எந்த வீதியில் எந்த நாய் என்பது எங்களுக்குத் தெரியும். அவைக்கும் எங்களைத் தெரியும். ஒரு நாய் குலைத்துக்கொண்டே எங்கள் பின்னால் எல்லை முடியும்வரை வரும். அதன்பின்னர் அடுத்த நாய் எங் களைத் தொடரும். இப்படியாக ஒருவாறு வீடு வந்து சேர்ந்தோம்.

அம்மா எங்களுக்காகச் சோற்றை வைத்துக்கொண்டு காத்திருந்தார். படக்கதையைச் சின்ன அண்ணர் உணர்ச்சியோடு, ஒரு சொல் மற்றச் சொல்லை இடித்துக்கொண்டு வெளியே வர, சொன்னார். மிதமிஞ்சிய ஆர்வத்தில் உருட்டிய சோற்றை வாய்க் குள் வைக்காமல் கையிலே பிடித்துக்கொண்டு நீண்ட நேரம்

காட்சியை வர்ணித்தார். சின்ன அண்ணருக்கு ஆகப் பிடித்த சீன் பி.யு. சின்னப்பாவின் சாகசங்கள் நிறைந்த வாள்சண்டைகளும், கம்புச்சண்டைகளும்தான். அம்மா 'சோறு காயப்போகுது, முதலில் வாய்க்குள் வை, பிறகு கதையைச் சொல்லு' என்றார். பெரிய அண்ணர் வாயைத் திறந்தால் சின்ன அண்ணர் முழுசிப் பார்த்தார். பி.யு. சின்னப்பா அவருக்குத்தான் சொந்தம், அவர்தான் கதையைச் சொல்லவேண்டும் என்று நினைத்தார். தங்கச்சி நித்திரையாகி விட்டாள் என்று மட்டுமே அம்மா சொன்னார். அவள் 'செங்கி, செங்கி' என்று ஆட்டுக்குட்டியைக் கேட்டு நீண்ட நேரம் அரற்றியதையும், எவ்வளவு முயன்றும் சாப்பிடாமலே அழுதபடித் தூங்கச் சென்றதையும் எங்களுக்குச் சொல்லவில்லை.

அடுத்தநாளும் தங்கச்சி சாப்பிட மறுத்துவிட்டாள். முதலில் அவள் உடம்பு பொட்டுப்பொட்டாகச் சிவந்து தடித்தது. அம்மா எண்ணெய் தடவிவிட்டார். கொஞ்சம் காய்ச்சல்தனமாக இருந்ததால் கைமருந்து கொடுத்தார். நாள் செல்லச் செல்ல காய்ச்சல் நிற்காமல் ஏறிக்கொண்டே போனது. பரியாரியாரைக் கூட்டி வந்ததும் அவர் கையைப் பிடித்துப் பார்த்துவிட்டு நிமிடம்கூட யோசிக்காமல் நெருப்புக் காய்ச்சல் என்றார். அவ்வளவு எச்சரிக்கையாய் இருந்தும் தப்பமுடியவில்லை. வைத்தியர் கொடுத்த குளிசையை முலைப்பாலில் கரைத்து அம்மா பருக்கினார். காய்ச்சல் விடவில்லை, வரவரக் கூடிக் கொண்டே போனது. காய்ச்சலின் உச்சத்தில் தங்கச்சி 'செங்கி, செங்கி' என்று பிதற்றத் தொடங்கினாள். நோயின் கடைசிக் கட்டம் அது என்று பேசிக் கொண்டார்கள். பரியாரியார் வந்து கையைப் பிடித்துப் பார்த்துவிட்டு இரண்டு நாளைக்குப் பிறகுதான் சொல்லலாம் என்றார்.

பல வருடங்களுக்குப் பின்னர் இந்தச் சம்பவத்தை நினைத்துப் பார்க்கும்போது என் மனக்கண்ணில் மீண்டும் மீண்டும் ஒரு சித்திரமே வந்து போகும். ஜகதலப்ரதாபன் படத்தில் பௌர்ணமி வெளிச்சத்தில் அரசன் தன் மகன்களைக் கூப்பிட்டு, அப்படியான ஓர் அற்புத இரவில் என்ன செய்யத் தோன்றுகிறது என்று கேட்பான். எல்லா புதல்வர்களும் அரசனுக்குப் பிடித்த காரியத்தையே சொல்வார்கள். ஜகதலப்ரதாபன் மாத்திரம் துணிச்சலோடு தான் மஞ்சத்தில் படுத்திருக்க இந்திராணி, நாககுமாரி, அக்னிகுமாரி, வருணகுமாரி ஆகிய நால்வரும் வெண்சாமரம் வீசியும், இசை பாடியும், நடனமாடியும் பணிவிடை செய்து தன்னை மகிழ்விக்க வேண்டும் என்று மன்னனிடம் சொல்வான். அரசன் அவனைத் துரத்திவிடுவான். இறுதிக் காட்சியில் ஜகதலப்ரதாபன் சொன்னதைச் செய்து சபதத்தை முடிப்பான். அவனுடைய வெற்றியைப்

பார்த்து நாங்கள் மகிழ்ந்திருந்த அதே வேளை எங்கள் தங்கச்சி 'செங்கி, செங்கி' என்று வீட்டிலே கத்தி அழுதுகொண்டிருந்திருப்பாள். அன்றிலிருந்து ஜகதலப்ரதாபன் படத்தை எங்கே, எந்தச் சமயத்தில் நினைத்தாலும் என் தங்கச்சியின் நினைவும் சேர்ந்தே வரும்.

சில நாட்களாக தங்கச்சி படுத்திருக்கும் அறைக்குள் போகக் கூடாது என்பது அம்மாவின் கட்டளை. கயிற்றுக் கட்டிலின் நடுவே அவள் தனியாகப் படுத்துக் கிடந்தாள். எலும்பான உடம்பு என்றபடியால் அவள் கட்டிலில் கிடப்பதே சிலவேளை கண்ணுக்குத் தெரியாது. நாங்கள் யன்னல் வழியாக வேடிக்கை காட்டுவோம். வீடு நிறைய இருந்த தங்கச்சி படுத்தவுடன் வீடு ஸ்தம்பித்த நிலைக்கு வந்திருந்தது. அவள் படுக்கையில் கிடக்க என் தம்பி நாகலோகத்தில் பேபி கமலா ஆடிய பாம்பு நடனத்தை அப்படியே நெளிந்து நெளிந்து ஆடினான். தங்கச்சி வழக்கத்தில் கைதட்டி விழுந்து விழுந்து சிரிப்பாள். அன்று மெல்லிய உதடுகளைச் சற்று அசைத்துத் தான் சிரிப்பதாகக் காட்டினாள். சில நேரங்களில் அதைக்கூட செய்யாமல், சோர்ந்துபோய் தூங்கிவிடுவாள். நாங்கள் ஒவ்வொருவராகப் படுக்கச் செல்வோம். அம்மா விளக்கைக் குறைத்துவிட்டுத் தங்கச்சிக்குப் பக்கத்தில் அமர்ந்து கொள்வார்.

இரவு முழுக்க அப்பாவும் அம்மாவும் தூங்கவில்லை என்றுதான் தோன்றியது. கிரமமாக மருந்து கொடுத்துக்கொண்டும், தங்களுக்குள் ஏதோ பேசிக்கொண்டும் இருந்தார்கள். அதிகாலையில் சத்தம் கேட்டு விழிப்பு ஏற்பட்டபோது மங்கலாக உருவங்கள் அசைந்தன. ரகஸ்யமான குரலில் பேச்சு நடந்தது. அப்பா கதவுக்குப் பக்கத்தில் நிற்பது புகைபோலத் தெரிந்தது. சத்தம் செய்யக் கூடாது என்ற கவனத்துடன் கதவு நாதாங்கி உருவப்பட்டபோது ணங் என்ற மெல்லிய ஒலி எழும்பி வீட்டை நிறைத்தது. கதவை மெள்ளத் திறந்து, மஞ்சள் சேலை உடுத்தி மொட்டையடித்திருந்த என் அம்மா வெளியே போனார்.

◆

புளிக்கவைத்த அப்பம்

இப்படித்தான் நடந்தது. யூதப் பெண்மணி ஒருவர் எங்களை மாலை விருந்துக்கு அழைத்திருந்தார். இதிலே என்ன அதிசயம். நான் பலவிதமான கொண்டாட்டங்களுக்கு அழைக்கப்பட்டுச் சென்றிருக்கிறேன். விருந்துகளும் அனுபவித்திருக்கிறேன். இந்துக்கள், இஸ்லாமியர், புத்தர்கள், கிறிஸ்துவர்களின் சகலப் பண்டிகைகளிலும் விருந்துகளிலும் பங்கேற்றிருக்கிறேன். யூத வீட்டுக்கு மட்டும் போனது கிடையாது. பெரும் எதிர்பார்ப்பில் நானும் மனைவியும் விருந்து நாளுக்காகக் காத்திருந்தோம்.

விருந்துக்கு அழைத்தப் பெண்மணியின் கணவர் ஓர் எழுத்தாளர். அவர் எழுதிய பெரிய நாவலின் எழுத்து நல்லாக இல்லை யென்றாலும் கதை சுவாரஸ்யமானது. சினிமாவாக எடுத்தால் வெற்றிபெறும். முழுக்கதையும் சைபீரியாவில் ஒரு ரயில் வண்டியில் நடைபெறுகிறது. அதை எடுப்பதற்கு ரொறொன்ரோவிலுள்ள பல தயாரிப்பாளர்களை அவர் அணுகியிருந்தாலும் ஒருவரும் துணிந்து முன்வரவில்லை.

விருந்துக்குப் போன அன்று ஓரா (அதுதான் அவர் பெயர்) தன் கணவர் ஊரில் இல்லையென்றார். வீட்டிலே அவரும் அவர் தாயார் மட்டுமே இருந்தனர். அதுவும் நல்லதுதான். இலக்கியம் கதைக்கும் சங்கடத்திலிருந்து விடுதலை கிடைத்திருந்தது. ஓரா எங்களை அமரச் செய்து, தாயார் சமையல் அறையில் வேலையாக இருப்பதாகவும், விரைவில் எங்களுடன் வந்து சேர்ந்துகொள்வார் என்றும் சொன்னார். நாங்கள் பார்க்கக்கூடிய தூரத்தில் உணவு மேசை இருந்தது. அதிலே பலவிதமான உணவு வகைகள் பளிச்சென மின்னும் பாத்திரங்களில் அலங்காரமாக அடுக்கிவைக்கப்பட்டிருந்தன. அவற்றைப் பார்த்ததும் அன்று குறைந்தது இருபது விருந்தாளிகளாவது வருவார்கள் என நினைத்தோம். ஆனால், ஓரா நாங்கள் மட்டுமே விருந்தாளிகள் என்று சொன்னபோது நானும் மனைவியும் ஒருவரை ஒருவர் பார்த்தோம். இரண்டு பேருக்கு இத்தனை உணவா என்று திகைப்பை அடக்க நாங்கள் தனித்தனியாகச் சிரமப்பட்டுக்கொண்டிருந்தோம்.

ஓரா கிளைக்குக் கிளை தாவி உட்காரும் குருவிபோலச் சுறுசுறுப்பாக இருந்தார். அவருடைய தாயார் சமையலறையில் இருந்து வெளிப்பட்டார். கூழாங்கற்களை வாய்க்குள் நிறைத்துக் கொண்டு 'குலேபகாவல்லி' என்று சொன்னால் ஒரு சத்தம் உண் டாகுமே அதுதான் அவர் பெயர். அது என் வாயில் நுழையாது; எழுத்திலும் எழுதமுடியாது. ஆகவே வசதிக்காக அவர் பெயரைச் சாரா எனச் சுருக்கியிருக்கிறேன். அவருக்கு வயது எண்பதுக்கு மேலே இருக்கும். சாந்தமான முகம். ஆனால், எதையோ ஞாபக மறதியாக வைத்துவிட்டது போன்ற கண்கள். இரண்டு கைகளிலும் இரண்டு பாத்திரங்களில் மேலும் புதிய பதார்த்த வகைகள். அவற்றை மேசையில் வைத்துவிட்டு எங்களுக்கு வணக்கம் சொல்லி வரவேற்றார். 'நான் இப்பொழுது கொண்டுவந்த பதார்த் தம் அபூர்வமானது. புது விருந்தாளிகளுக்குப் புளிக்க வைத்த மாவில் தயாரிப்பது யூத கலாச்சாரத்தில் முக்கியமானது. இதன் பெயர் அரணிகலுஸ்கா. கறுவா போட்டுத் தயாரித்த இழுபடும் கேக். இப்பொழுதுதான் சூட்டடுப்பில் இருந்து இறக்கினேன். இது சுடச்சுட உண்ண வேண்டியது. வாருங்கள், வாருங்கள்' என்று எங்களை மேசைக்கு அழைத்தார். மஞ்சள் கோடு போட்டுச் சரி பாதியாக வீதியை பிளப்பதுபோல கேக்கின் நடுவில் கோடு வரைந்திருந்தது. 'இது என்ன?' என்று பீதியுடன் கேட்டேன். 'உங்களுக்கு ஒரு பாதி, மீதி மனைவிக்கு' என்றார். நாங்கள் முந்திப் பிந்திப் பார்த்திராத உணவு வகைகள். ஒரு கிராமமே உண்டு பசியாறக் கூடிய அந்தப் பதார்த்தங்களின் பெயர்களைக் கேட் டோம். எப்படிச் சமைப்பது, எப்படி அவற்றை உண்பது என வினவியபடியே உண்டோம். 'தாராளமாகக் கூச்சப்படாமல் சாப்பிடுங்கள், இன்னும் உள்ளே இருக்கிறது' என்றார் சாரா.

சாராவுக்கு விதம் விதமான உணவு வகைகளில் ஒருவித மான மோகம். அவர் உண்ணவே தேவையில்லை, உணவின் மணத்தை வைத்தே தரத்தைச் சொல்லிவிடுவார். மகளுக்கு வேலை சந்தையிலிருந்து சாமான்களை வாங்கி வந்து போட்டுக் கொண்டே யிருப்பதுதான். சாரா தினமும் சமைப்பார். ஏதாவது புதிதாக யோசித்தால் உடனே அவருக்கு அதைச் சமைத்துப் பார்க்க வேண் டும். சில சமயம் நடு இரவு ஏதாவது யோசனை தோன்றினால் அடுத்த நாள் காலைவரைக் காத்திருக்கும் பொறுமை கிடையாது. அந்தக் கணமே சமைக்கத் தொடங்கி விடுவார். அவர் சமைக்கும் அனைத்துமே ருசியாகத்தான் இருக்கும். ஆனால், சமைக்கும்போது ஆராவது குறுக்கிட்டால் அவர் மனம் வெதும்பிவிடுவார். ஆகவே அவர் விசயத்தில் எல்லோரும் எச்சரிக்கையாக இருப்பார்கள் என மகள் சொன்னார்.

சாராவுக்குக் கிரேக்கம், இத்தாலியன், ரஷ்யன், ஸ்பானிஷ், பிரெஞ்சு, ஹீப்ரு மற்றும் ஆங்கில மொழிகள் தெரியும். அவர் எந்த மொழியிலும் எங்களுடன் பேசத் தயாராக இருந்தார். எங்களுக்கு ஆங்கிலம் மட்டுமே தெரியும் என்பதால் எங்களிடம் ஆங்கிலத்திலும், மகளிடம் ஹீப்ருவிலும் பேசினார். அவர் பிறந்து வளர்ந்தது கிரீஸ் நாட்டில் சலோனிக்கா என்ற நகரத்தில். அவர் சிறுமியாக இருந்தபோது இரண்டாம் உலக யுத்தம் வந்தது. ஜேர்மன் படைகள் சலோனிக்காவுக்குள் நுழைந்துவிட்ட நாளிலிருந்து யூதர்களின் வாழ்க்கை நரகமாக மாறியது. சாராவின் தகப்பன் அவர்களிடமிருந்த பணம், நகை எல்லாவற்றையும் மதகுரு மூலம் ஜேர்மன் படையினரிடம் ஒப்படைத்தார். அப்படித்தான் ஜேர்மன் ராணுவத்திடமிருந்து கட்டளை வந்திருந்தது. அங்கே வசித்த 60,000 யூதக் குடும்பங்களும் அப்படியே செய்தன. பணம் கொடுத்ததால் பாதுகாப்புக் கிடைக்கும் என நம்பினார்கள். ஆனால், நிலைமை நாளுக்கு நாள் மோசமானது.

நான் சாராவைப் பார்த்து 'அப்போது உங்களுக்குச் சின்ன வயதாக இருந்திருக்கும். உங்களுடைய ஆகப் பழைய ஞாபகம் என்ன?' என்றேன். சாரா சொன்னார். 'என்னுடைய தகப்பன் ஒரு மருந்தகத்தில் வேலை பார்த்தார். போர் தொடங்கிய நாள் எனக்கு நன்றாக நினைவிருக்கிறது. அது 1941, ஏப்ரல் மாதம். அம்மா முழங்காலில் உட்கார்ந்து அக்கா அணிந்திருந்த பாவாடை மடிப்பை அவிழ்த்து நீளமாக்கினார். எங்கள் சம்பிரதாயத்தில் ஒருவர் அணிந்திருக்கும் உடையில் தையல் வேலை செய்யக் கூடாது. பிணத்தைச் சுற்றும் துணியை மட்டும்தான் அப்படித் தைக்கலாம். பறந்து கொண்டிருக்கும் மரண தேவதை, யாராவது ஒருவர் உடை அணிந்திருக்கும்போதே அதை தைப்பதைக் கண்டால் அந்த ஆள் இறந்துபோக வேண்டியவர் என நினைத்து உயிரை எடுத்துவிடும். ஆகவே அம்மா அக்காவிடம் ஒரு அப்பிளைக் கொடுத்து அதை வாயை ஆட்டிச் சாப்பிடச் சொன்னார். வாயை ஆட்டினால் மரண தேவதைக்கு அந்த ஆள் உயிரோடு இருப்பது தெரிந்து ஒன்றும் செய்யாமல் விட்டுவிடும். நானும் ஓர் அப்பிள் கேட்டு அம்மாவிடம் சண்டை பிடித்தேன். அந்த நேரம் அப்பா வாசல் கதவை உடைப்பதுபோலத் திறந்து உள்ளே ஓடி வந்து 'அவர்கள் வந்துவிட்டார்கள்' என்று கத்தினார். அவர்கள் என்று சொன்னது ஜேர்மன் ராணுவத்தை. அன்றிலிருந்து நாங்கள் வெளியே போவதைக் கணிசமாகக் குறைத்து, மறைந்து வாழப் பழகிக்கொண்டோம். அது உலகச் சண்டை என்பது எனக்குத் தெரியாது; ஆனால், பயப்பட வேண்டும் என்பது தெரிந்திருந்தது.

யூதர்கள் வெளியே போகும்போது ஒரு மஞ்சள் நட்சத்திரத்தை நெஞ்சிலே குத்திக்கொண்டு போகவேண்டும் என்பது புதுச் சட்டம். ஒரு நாள் அம்மா வெளியே புறப்பட்டபோது மஞ்சள் நட்சத்திரத்தை மறந்துவிட்டார். நான் வீதியில் உருண்டு புரண்டு அழுதேன். அம்மா வீட்டுக்குப் போய் மறுபடியும் நட்சத்திரத்தை அணிந்து புறப்பட்டார். ஏன் அப்படி அன்று செய்தேன் என்பது எனக்குப் புரியவில்லை. பல வருடங்கள் கழித்து நான் அமெரிக்க எழுத்தாளர் நதானியல் ஹாவ்தோர்ன் எழுதிய The Scarlet Letter நாவலைப் படித்தேன். அதிலே வரும் கதாநாயகிக்குத் தவறான முறையில் குழந்தை ஒன்று பிறக்கிறது. ஊர் அவரைத் தள்ளி வைத்ததும் அல்லாமல் அவர் வெளியே புறப்படும்போது ஊதா நிறத்தில் A எழுதிய துணிப்பட்டையை நெஞ்சிலே அணிந்து செல்லவேண்டும் என்றும் தண்டனை பிறப்பிக்கிறது. ஒருநாள் அவர் துணிப் பட்டையை அணியவில்லை. அவருடைய மகள் தாயார் பட்டையை அணியவேண்டும் என்று அழுது முரண்டு பிடிப்பாள். அதைப் படித்தபோது எனக்குக் கண்ணில் நீர் நிறைந்தது. என்னுடைய தாயாரின் மனம் எவ்வளவு புண்பட்டிருக்கும் என்பதைப் பல வருடங்கள் கழித்து உணர்ந்தேன். அந்தச் சம்பவம் நடந்த சில மாதங்களிலேயே என் தாயாரை விட்டு நான் பிரிய நேர்ந்தது. பின்னர் அவரை நான் காணவே இல்லை.'

'யுத்தம் முடிவுக்கு வரும்வரை சலோனிக்காவில்தான் இருந்தீர்களா?'

'ஒவ்வொரு நாளும் நிலைமை மோசமாகிக்கொண்டு வந்தது. உணவுக்குப் பெரும் தட்டுப்பாடு என்றபடியால் ரேசன் நடை முறைக்கு வந்துவிட்டது. என் அப்பா நீண்ட நேரம் வரிசையில் நின்று ரொட்டி வாங்கி வருவார். ஒருநாள் அப்பா என்னையும் தன்னுடன் கூட்டிப் போனார். அவர் அப்படி என்னை வெளியே அழைத்துப் போவதே கிடையாது. ஆனால், முதல் தடவையாக அன்று அப்படிச் செய்தார். ஏன் அப்படிச் செய்தாரோ நானறியேன். நானும் அப்பாவுடன் வரிசையில் நின்றேன். திடீரென்று ஜேர்மன் ராணுவத்தின் நீண்ட ட்ரக் வண்டி வந்து நிமிடத்தில் அங்கே வரிசையில் நின்ற யூதர்களை எல்லாம் சுற்றிவளைத்துப் பிடித்து வண்டியில் ஏற்றிக்கொண்டு புறப்பட்டது. நான் திகைத்துப் போய் நின்றதில் ஓவென்று கத்தி அழுவதற்குக்கூட மறந்து விட்டேன். அந்தக் கூட்ட நெரிசலிலும் அப்பா வண்டியின் கம்பித் தடுப்பு வழியாக இரண்டு விரல்களை நீட்டி என்னை ஓடி விடச்சொல்லி சைகை காட்டினார். அந்த முகத்தை என்னால் மறக்க முடியாது. அதுதான் நான் என் அப்பாவைக் கடைசியாகப்

பார்த்தது. இப்பொழுது கனவு காணும்போதும் அந்த முகம்தான் வரும். அந்தச் சம்பவம் நடந்து 70 வருடங்கள் ஆகிவிட்டன. இன்றும் என்னால் வரிசையில் நிற்க முடியாது, மயக்கம் வந்து விழுந்து விடுவேன். நான் வரிசையில் நின்றது அன்றுதான் கடைசி.

'அம்மாவும் அண்ணாவும் அக்காவும் நானும் ஒரு கிரேக்கக் குடும்பத்தினர் வீட்டில் போய் ரகஸ்யமாகத் தங்கினோம். அவர் கள் அப்பாவின் நண்பர்கள், அப்பாவுக்கு விசுவாசமாக இருந்த வர்கள். எங்கள் முக்கியப் பிரச்சினை உணவுதான். கிடைக்கும் உணவு அவர்களுக்கே பற்றவில்லை. அதை எங்களுடன் அவர்கள் பகிர்ந்துண்ணும் கட்டாயத்தில் இருந்தார்கள். அண்ணரோ அம்மாவோ வீட்டைவிட்டுப் புறப்பட மாட்டார்கள். நானும் அக்காவும் வெளியே சென்று ஏதாவது உணவு கிடைக்கிறதா என்று தேடி வருவோம். ஒருநாள் அப்படிப் போய்த் திரும்பிய போது எங்கள் வீதியை நிறைத்து சனங்கள் நின்றார்கள். அம்மா வையும் அண்ணாவையும் ஜேர்மன் ராணுவம் கைது செய்து போனதாகப் பேசிக்கொண்டார்கள். நாங்கள் அந்த வீட்டுக்குத் திரும்பவும் போகவில்லை. என்னுடைய அக்கா அந்த வீட்டுக் காரர்தான் ராணுவத்துக்கு தகவல் கொடுத்திருக்கிறார் என நம்பினாள். முதல் தடவையாக அன்று இரவு நாங்கள் வீதியிலே படுத்து உறங்கினோம்.

'இப்படிப் பல மாதங்களைக் கழித்தோம். பகலிலே காட்டுக் குள் போய் ஒளிந்து கொள்வோம். இரவானதும் வெளியே வந்து பணக்காரக் குடியிருப்புகளுக்குச் சென்று குப்பைத் தொட்டிகளில் தேடுவோம். சில நாட்கள் திருடுவோம். அந்தக் காலங்கள் மிகவும் கொடுமையானவை. ஏழை விவசாயிகள் உருளைக்கிழங்கு பயிர் செய்வார்கள். நாங்கள் விதைகளைக் கிண்டியெடுத்துப் பச்சையாக உண்டுவிடுவோம். எங்கள் சப்பாத்துகள் கிழிந்துபோனதால் இடது காலுக்கு ஒரு சப்பாத்தை அக்காவும், வலது கால் சப்பாத்தை நானும் அணிந்துகொண்டோம். மற்றக் காலுக்கு இலை தழைகளைச் சுற்றிக் கட்டிவிடுவோம்.

'இரவு பகலாக எங்களை விரட்டியது பசிதான். இந்த நாட் களில் ஒரு மறக்க முடியாத சம்பவம் நடந்தது. நாங்கள் ஒளித்து வாழ்ந்த காட்டில் ஒரு தேன்சிட்டும் வசித்தது. சாம்பல் வண்ணத்தில், மென்சிவப்புத் தொண்டை கொண்டது. அதன் அலகு அதன் உடம்பிலும் நீளமாக இருக்கும். எந்நேரமும் வேக மாகச் சிறகசைத்துப் பறந்து தேன் குடிக்கும். ஒரு நாளைக்கு அதன் எடையளவு தேனை உண்டே ஆகவேண்டும். அல்லது

உயிர் தரிக்காது. ஒரு நிமிடம்கூட ஓய்வெடுக்காமல் அது பறந்து தேடுவதைப் பார்க்க எனக்குத் திகிலாக இருக்கும். அதன் நிலையும் என் நிலைபோலத்தான் இருந்தது. உயிர் வாழ்வதற்காக ஒவ்வொரு கணமும் பாடுபட்டது. எங்களில் யார் முதல் இறக்கக்கூடும் என நினைப்பேன். ஒவ்வொரு நாள் காலையிலும் எழுந்தவுடன் அது உயிருடன் இருக்கிறதா என்று பார்ப்பேன். நான் முதலில் இறந்து அது என் உடலைப் பார்ப்பதாகச் சில நாள் கற்பனை செய்வேன்.

'அந்த நாட்களில் எங்கள் உடம்பில் இருந்த அத்தனை உறுப்புகளிலும் நாங்கள் ஒரு கணமும் விடாமல் நினைத்த உறுப்பு வயிறுதான். பட்டினியால் நாங்கள் இறந்துபோயிருக்க வேண்டும். எப்படியோ சாகாமல் போனதற்கு ஒரு காரணம் இருந்தது. ஜேர்மனிக்கு எதிராகப் போரிடும் ரகஸ்யக் குழு ஒன்றுடன் நாங்கள் இணைந்துகொண்டோம். அவர்களுக்கு உதவி செய்தோம். தகவல் கொண்டு போவது, அவர்கள் பொருட்களைக் காவுவது, கண் காணிப்பது, வேவு பார்ப்பது போன்ற வேலைகள். அணிவதற்குப் பழைய கோட்டும் சப்பாத்துகளும் கிடைத்தன. அதுவும் சில மாதங்கள்தான்.

'ஒரு பணக்காரக் கிரேக்க வீட்டில் வேலையாட்களாகச் சேரும் வாய்ப்புக் கிடைத்தது. இரண்டு நேரம் சாப்பிடக் கிடைத்ததில் சொல்லிக்கொள்ளமுடியாத மகிழ்ச்சி அடைந்தோம். வீட்டைத் துப்புரவாக வைத்திருப்பது, துணி துவைப்பது, பிள்ளை களைப் பார்ப்பது, இப்படி வேலை. ஆனால், ஒரு பிரச்சினை இருந்தது. காலையில் எழும்பியதுமே வீட்டுக்கார அம்மா மாடியி லிருந்து இறங்கிவந்து, இரட்டைச் சோபாவின் நடுவே உட்கார்ந்து அதை நிறைப்பார். எல்லாக் கட்டளைகளையும் உட்கார்ந்தபடியே பிறப்பிப்பார். நாங்கள் அவற்றை நிறைவேற்றுவோம். அவர் கைப் பையை மேசைமேலே வைத்திருப்பார். நாங்கள் அறைக்குள் நுழைந் ததும் அதை எடுத்துத் தன் மடிமீது வைத்துக்கொள்வார். தினமும் துடைப்பத்தால் வீட்டைக் கூட்டிக் குப்பையை அவர் கண்களுக்கு முன்னால் காட்டிவிட்டுத்தான் வீசுவோம். வீசுவதற்கு அனுமதி கேட்டோமா அல்லது குப்பையின் அளவை அங்கீகரிக்கும்படி வேண்டினோமா என்பது எனக்குத் தெரியவில்லை. ஒரு குளிர் நாள் அதிகாலை அங்கேயிருந்து வெளியேற்றப்பட்டோம். என்னுடைய அக்காவைப் பொலீஸ் கைதுசெய்து கொண்டு போனது. அவர் ஒரு நகையைத் திருடிவிட்டார் என்ற குற்றச் சாட்டு. நகையைத் திருடி என்ன செய்வது. உணவைத் திருடினார் என்றால் நம்பமுடிந்திருக்கும். பொலீஸ் நிலையத்தில் அக்காவைக் கொடுமைப்படுத்தினார்கள். அவர் எழுந்து நின்றபோது அவர்

அ. முத்துலிங்கம் ◆ 1055

கால்களைச் சுற்றி ரத்தம் தேங்கிக் கிடந்தது. இப்பொழுது நான் நினைக்கிறேன் அவரைப் பலாத்காரம் செய்திருக்கிறார்கள் என்று. ஆனால், அக்கா அதுபற்றி என்னிடம் மூச்சுவிடவில்லை. சில நாட்களில் ஜேர்மனி தோற்று இரண்டாம் உலகப் போர் முடிவுக்கு வந்தது.'

பழைய கதைகளைச் சொல்லிக்கொண்டு தாயும் மகளும் எங்களை உபசரித்தபடியே இருந்தார்கள். நாங்கள் சாப்பிட்டது மாலை உணவுக்கும், இரவு உணவுக்கும், அடுத்தநாள் காலை உணவுக்கும் போதுமானதாக இருந்தது. மூன்று விதமான பிஸ்கட், இரண்டு விதமான கேக். மாமலிகா என ஒன்று. பார்ப்பதற்குப் பாயசம்போலவும் இருந்தது, பால்கஞ்சிபோலவும் இருந்தது. ஆனால், ருசி இரண்டுமே அல்ல. விவரிக்க முடியாத ஒரு புதிய ருசி. உலர்ந்த பழங்களில் தேனை ஊற்றிச் சூடாக்கிய ஓர் உணவு வகை. என்றுமே அனுபவித்திராத அந்த இனிப்புச் சுவையில் என்னுடைய சொண்டுகள் ஒட்டிக்கொண்டதால் உடனே அடுத்தக் கேள்வியைக் கேட்க முடியவில்லை.

ஏதாவது கேள்வி கேட்டால் சாரா அதை முதலில் தலைக் குள் உள்வாங்கி, பரிசுச்சீட்டு குலுக்குவதுபோலத் தலையைக் குலுக்கி, பின்பு பதில் இறுப்பதுதான் வழக்கம் என்பதை அவ தானித்திருந்தேன். 'அதன் பின்னர் என்ன செய்தீர்கள்?' என்றேன். தலையை ஆட்டிவிட்டு அவர் பதில் சொல்லத் தொடங்கினார். 'நானும் அக்காவும் தினமும் ரயில் நிலையத்தில் போய்க் காத்திருக்கத் தொடங்கினோம். எங்களைப்போன்ற இன்னும் சிலரும் வந்து அங்கே நெடுநேரம் நின்றார்கள். வதை முகாம் களுக்குக் கொண்டு செல்லப்பட்ட யூதர்கள் சிலர் திரும்பி வந் தார்கள். அண்ணன், அம்மா, அப்பா இவர்களில் யாராவது வரு வார்கள் என்ற நம்பிக்கை. ஒருநாள் எலும்புக்கு மேல் பெரிய தலை நிற்கும் ஓர் உருவம் வந்து இறங்கியது. எங்கள் அண்ணன் தான். நாங்கள் அவரைக் கட்டிக்கொண்டு அழுதோம். அவர்தான் எங்களை முதலில் அடையாளம் கண்டார். அவரை நாங்கள் அடையாளம் கண்டிருக்கவே முடியாது. அவர் முன்னங் கையிலே அவர் கைதியாக வதை முகாமில் இருந்ததற்கான ஆதாரமாக ஓர் எண் பச்சைக் குத்தப்பட்டிருந்தது.

'எங்கே அவரைக் கொண்டுபோனார்கள்? அவர் மட்டும் தப்பி எப்படித் திரும்பினார்?'

'என் அம்மாவையும் அண்ணாவை அழைத்துப்போனது போலந்தில் புதிதாக உருவாக்கிய பேர்க்கனோ ஆஸ்விட்ஷ்

இரண்டாவது வதை முகாமுக்கு. அங்கேதான் என் அப்பாவையும் வைத்திருந்தார்கள். அப்பா ஆரோக்கியமாக இருந்ததால் அவரை வேலைக்குப் பயன்படுத்தினார்கள். அவருடைய வேலை விஷ வாயுக் கூடத்துக்குள் யூதர்களை அனுப்பும்போது அவர்களுடைய ஆடைகளைப் பத்திரப்படுத்துவது. கூடத்துக்குள் போகும் அத்தனை பேரும் இறந்துபோவார்கள். அப்பாவுடைய வேலை அந்த உடுப்புகளை ஆராய்ந்து ஏதாவது மதிப்புள்ள பொருள்கள் இருந்தால் அவற்றை ஜேர்மன் அதிகாரிகளிடம் ஒப்படைப்பது. என் அம்மா வதை முகாமுக்குப் போய்ச் சேர்ந்தபோது ஜேர்மன் அதிகாரிகளிடம் கெஞ்சிப் பேசி அவருக்கும் ஒரு வேலை கொடுக்கவைத்தார் அப்பா. அது நீடிக்கவில்லை. ஒவ்வொரு நாள் காலையிலும் எல்லோரும் வரிசையாக நிற்க வேண்டும். என் அம்மா ஊசியால் விரலில் குத்தி ரத்தத்தை எடுத்து முகத்தில் பூசிக் கன்னத்தை கொஞ்சம் சிவப்பாக்கி உசாராக நிற்பார். ஜேர்மன் அதிகாரி ஒரு தடியினால் தொட்டுக்கொண்டே போவார். அப்படித் தொடப்பட்டவர்கள் விஷவாயுக் கூடத்துக்கு அனுப்பப்படுவார்கள். என் அம்மாவையும் அவர் தொட்டுவிட்டதால் வதைமுகாமுக்கு சென்ற ஒரு வார காலத்திலேயே அம்மா விஷவாயுக் கூடத்தில் கொல்லப்பட்டார். அவர் செய்த ஒரே குற்றம் அவர் யூதராகப் பிறந்ததுதான்.

'என்னுடைய அண்ணனுக்குப் பிணங்களை எரிக்கும் இடத்தில் வேலை. அண்ணனும் அப்பாவும் அடிக்கடி ரகஸ்யமாகச் சந்தித்துக்கொண்டார்கள். அப்பாவுக்குப் போதிய உணவு இல்லாததால் நாளுக்கு நாள் மெலிந்து பலகீனமாக இருந்தார். காலையில் வரிசையில் பார்வைக்காக நிற்கும்போது நல்ல வலுவான உடம்பு இருப்பதுபோல நிமிர்ந்து நின்று நடிப்பார். ஆனால், போர் முடிவதற்கு சரியாக ஒரு வாரம் இருந்தபோது என் அப்பாவை ஜேர்மன் அதிகாரி தடியினால் தொட்டு விட்டான். அவரையும் விஷவாயுக் கூடத்துக்குள் கொண்டு சென்றார்கள். அவருடைய ஆடைகளை இன்னொரு இளம் யூதன் சோதித்துப் பிடுங்கிக் கொண்டான். ஒரு வாரம் கடந்திருந்தால் அப்பா தப்பியிருப்பார். அவர் உடலையும் என் அண்ணன்தான் எரித்தார்.'

'நீங்கள் எப்போது ஹீப்ரு படித்தீர்கள்?'

'நான் எங்கே பள்ளிக்கூடத்திற்குப் போனேன். எல்லா மொழிகளையும் நானாகவே கற்றுக்கொண்டேன். போர் முடிந்த பின்னர் யூதர்கள் ஒவ்வொருவராகப் புறப்பட்டு வெளிநாடுகளுக்குக் குடிபெயர்ந்தார்கள். அநேகம் பேர் அமெரிக்காவுக்குப்

போயினர். எனக்கு ஒருவரும் அங்கே இல்லை. அத்துடன் இளவயது வேறு. ஒரு முதியவருடன் சென்றால்தான் ஒரு நாடு என்னை ஏற்றுக்கொள்ளும். அண்ணரும் அக்காவும் அங்கேயே தங்குவதாக முடிவு செய்துவிட்டார்கள். ஒரு மீன்பிடிப் படகில் சிலர் பாலஸ்தீனத்துக்குக் கள்ளமாகப் போய்க் குடியேறுவதற்குப் புறப்பட்டார்கள். பல யூதர்கள் அப்படி ஏற்கனவே போயிருந்தார்கள். அப்பொழுது இஸ்ரேல் என்ற நாடு பிரகடனம் செய்யப்படவில்லை. எனக்கு எப்படியாவது கிரீஸ் நாட்டை விட்டுத் தப்பிப் போய்விட வேண்டும் என்று பட்டது. என்னுடன் அந்தப் படகில் 500 பேர் நெருக்கியடித்துக்கொண்டு பயணம் செய்தார்கள். புறப்பட்ட பதினோராவது நாள் பிரிட்டிஷ் காவல் படை எங்களைத் தடுத்து விசாரித்துக் குடியேற அனுமதி தந்தது.

'நான் பாலஸ்தீனத்தில் போய் இறங்கியது 1947ஆம் வருடம் யூன் மாதம். அங்கே ஆயிரக்கணக்கானோர் ஏற்கனவே வந்து குவிந்தபடி இருந்தனர். எல்லோரும் தனித்தனிக் குழுக்களாக இயங்கினர். அது ஒரு புதிய வாழ்வு முறை. அதை கிப்புட்ஸ் (kibbutz) என்று அழைத்தார்கள். நான் ஒரு குழுவைத் தேர்ந்தெடுத்தேன். அந்தக் குழுவில் 63 பேர் இருந்தோம். அந்தக் குழு பெரிய கூட்டுக் குடும்பம்போல இயங்கியது. எங்களுக்கு ஒரு தலைவர் இருந்தார். நாங்கள் எல்லோரும் காலையில் எழுந்ததும் எங்களுக்குக் கொடுக்கப்பட்ட வேலையைச் செய்ய வேண்டும். அங்கே ஒரு பொருளும் ஒருவருக்கும் சொந்தமானதில்லை. ஆனால், எல்லாப் பொருள்களும் எல்லோருக்கும் சொந்தம். வேலைக்குச் சம்பளமில்லை. படுக்க இடமும், சாப்பிட போதிய உணவும் கிடைக்கும்; அணிவதற்கு உடை கிடைக்கும். மருத்துவ வசதி உண்டு. எல்லாத் தேவைகளையும் குழு கவனித்துக் கொண்டது. நான் அங்கு வாழ்ந்த காலங்களில் மிகவும் மகிழ்ச்சியாக இருந்தேன்.

ஒரு வருடம் முடிவதற்கிடையில் இஸ்ரேல் என்ற நாடு பிரகடனம் செய்யப்பட்டது. அப்பொழுதுதான் நான் ஹீப்ரு படிக்க ஆரம்பித்தது. ஹீப்ரு மொழி வலது பக்கத்தில் தொடங்கி இடது பக்கத்தில் எழுதப்படுவது. உயிர் எழுத்து இல்லை. உச்சரிப்புக்காக மேலும் கீழும் புள்ளிகளும் கோடுகளும் இடுவார்கள். ஆறுமாதத்திலேயே நன்று பேசவும் எழுதவும் கற்றுக் கொண்டு விட்டேன். அங்கேயே ஒருவரைக் காதலித்து மணம் முடித்தேன். எல்லாத் தாய்மாரும் வேலைக்குப் போன படியால் குழந்தைகளுக்கான பொதுக் காப்பகம் ஒன்று இயங்கியது. ஒன்றிரண்டு தாய்மார் காப்பகத்துக்குப் பொறுப்பாக இருந்தார்கள்.

எல்லாப் பிள்ளைகளுக்கும் எல்லாத் தாய்மாரும் பால் கொடுப்பர். நான் ஆரம்பத்தில் வயலில் வேலை செய்தேன். பின்னர் என்னைக் குழந்தைகள் காப்பகத்துக்கு மாற்றினார்கள். அப்பொழுது எந்தப் பிள்ளை பசித்து அழுகிறதோ அதற்குப் பால் கொடுப்பேன். ஓரா முழுக்க முழுக்கப் பொது காப்பகத்தில்தான் வளர்ந்தாள்.'

நான் ஓராவிடம் 'உங்களுக்குக் குழந்தையாகக் கிபுட்ஸில் வளர்ந்தது ஞாபகத்தில் இருக்கிறதா? அந்த வாழ்க்கை எப்படி இருந்தது?' என்று கேட்டேன்.

'மிகச் சந்தோசமான நாட்கள். விளையாடுவதற்கு நிறைய பிள்ளைகள் இருந்தார்கள். என்னுடைய அம்மா உன்னுடைய அம்மா என்ற வித்தியாசம் தெரியாமல் வளர்ந்தோம். பணக்காரர் ஏழை என்பது கிடையாது. எல்லோரிடமும் எல்லாம் இருந்தது. என்னுடைய அம்மாவும் காப்பகத்திலே வேலை பார்த்ததால் நான் ஒருவித வித்தியாசமும் உணரவில்லை. ஆனால், பின்னர் அம்மாவைச் சமையல்கூடத்துக்கு மாற்றிவிட்டார்கள்.'

'சமையலறை உங்களுக்குப் பிடித்ததா?'

'சொர்க்கம் பிடிக்குமா என்று யாராவது கேட்பார்களா? சமையலறை என் வாழ்க்கையை முற்றிலும் மாற்றியது. நான் அப் பொழுதுதான் முதல் முறையாக ஒரு சமையல் அறையைப் பார்க் கிறேன். என் வாழ்நாளில் நான் சமைத்தது கிடையாது. உணவை இரந்து அல்லது திருடி அல்லது பணம் கொடுத்து வாங்கிச் சாப் பிட்டுத்தான் பழக்கம். சமையல் அறையில் சொந்த மாகச் சமைக்கத் தொடங்கிய அந்த நாளை மறக்க முடியாது. இனந் தெரியாத ஆனந்தத்தில் மிதந்தேன். இந்தப் பூமியில் நான் பிறந்தது இதற்காகத்தான் என்ற உணர்வு எனக்குள் எழுந்தது. எப்பொழுது பார்த்தாலும் ஏதாவது சமைத்தபடி இருப்பேன். அல்லது புதிதாக எதையாவது உண்டாக்குவேன். தலைமைச் சமையல்காரர் என்னைப் பல தடவைக் கண்டித்திருக்கிறார்.

'அங்கே பல நாடுகளில் இருந்து யூதர்கள் வந்திருந்தார்கள். பிரான்ஸ், ஜேர்மனி, இத்தாலி, அமெரிக்கா, கிரீஸ், ஸ்பெய்ன், எதியோப்பியா எனப் பல நாடுகள். அந்த நாட்டுச் சமையல் பதார்த்தங்களை எல்லாம் சமைக்கப் பழகினேன். என் சிறு வயதில் நான் இழந்த அனைத்தையும் மீட்டுவிட வேண்டும் என்பதுபோலச் சமையல் கலையில் ஆர்வமாக ஈடுபட்டேன். அங்கிருந்த எல் லோரும் என் சமையலை ஆவலோடு எதிர்பார்த்து ருசித்துச் சாப்பிட்டார்கள்.'

இப்பொழுது ஓரா பேசினார். 'என்னுடைய அம்மாவுக்கு இன்றைக்கும் சமையல் என்றால் ஒருவிதப் பற்றுத்தான். சமையல் அறைக்குள் நுழைந்தால் அவரை இலகுவில் வெளியே கிளப்ப முடியாது. சின்ன வயதில் குப்பைத்தொட்டி உணவைப் பொறுக் கியபோது என்ன உணவு என்று அவர் பார்க்கவில்லை. 'உண்ணக் கூடியதா?' என்றுதான் பார்த்தார். அந்த இழப்பை ஈடுசெய்யத் தான் இப்படி ஒரு வெறியோடு சமைக்கிறார் என்று நினைக்கிறேன். நான் அவரைத் தடுப்பதில்லை. சமையலுக்கு என்ன கேட்டாலும் வாங்கிக் கொடுக்கிறேன். நீங்கள் வருவதைச் சொன்னதும் மூன்று நாள் முன்னரே திட்டமிடத் துவங்கி விட்டார். என்னென்ன விசேஷமாகச் சமைக்கலாம் என்பதை அவரே தீர்மானித்தார். யூதர்களின் புளிக்கவைத்த உணவான அரணிகலுஸ்கா செய்ய வேண்டும் என்று பிடிவாதம் பிடித்தார். அதற்கான கூட்டுப் பொருள்களை வாங்குவதற்காக நான் இரண்டு நாள் அலைந்தேன். அது இல்லாமல் அவர் விருந்து படைக்கவே மாட்டார்.'

இவ்வளவு நேரமும் சரியாகத்தான் போனது. என் மனைவி வாயைத் திறந்தபோது எல்லாமே மாறியது. 'எங்களுடைய தோசை சாப்பிட்டிருக்கிறீர்களா? அதுவும் புளித்த மாவில் செய்வது. வட்ட மாக இருக்கும். அதற்காகத் தயார் செய்யும் ஒரு வகை medley சாம்பாருடன் சேர்த்து உண்ணும்போது மிகவும் சுவையாக இருக்கும்.'

'அப்படியா? அப்படியா? அதை எப்படிச் செய்வது?' என்றார் சாரா. அவர் கண்கள் மின்னின. என் மனைவி தோசை செய்வதற்கு வேண்டிய கூட்டுப்பொருள்களை ஒவ்வொன்றாகக் கைவிரல்களை மடித்து மடித்து கூறினார். என்னுடைய மனைவியின் தோசை சுடும் திறன் பற்றி நான் நீண்டகாலமாக அறிவேன். அதன் வடிவம் சதுரமாகவும், முக்கோணமாகவும் சில சமயம் வட்டமாகக்கூட வருவதுண்டு. முதலில் தோசைக் கல்லை விட்டுக் கிளப்பின பிறகுதான் வடிவம் என்னவென்று பிடிபடும். பிடிவாதமாக என்னை ஒரு கண்ணால் பார்த்தபடி எப்படி உளுந்தை ஊறவைப்பது, அரைப்பது, புளிக்க வைப்பது என்றெல் லாம் விளக்கினார்.

ரோஜர் ஃபெடரருக்கு எப்படி டென்னிஸ் மட்டையைப் பிடிப்பது என்று சொல்லிக்கொடுத்ததுபோல ஆகிவிட்டது.

சாரா உடனேயே பிடித்துக்கொண்டார். சிறந்த இசைக் கலைஞரின் மூளையில் இசைக்குறிப்புகளைப் படிக்கும்போதே இசை ஓடும் என்று சொல்வார்கள். அப்படியே சாராவின்

மூளையில் தோசை எப்படி உருவாகும், அதன் ருசி எப்படி யிருக்கும் என்பதெல்லாம் வெளிச்சமாகிவிட்டது. சாரா 'உங்கள் தோசையை இப்படியும் செய்யலாமே. தோசைக் கல்லில் வேகும் போது முட்டை மஞ்சள் கருவை பரப்பி, வால்நட் துகள்களையும் கோவா இலையையும் பொடிசெய்து அதன் மேல் தூவி சுருட்டிக் கொடுத்தால் அது அலாதியான ருசியாக இருக்கும். அல்லது கல்லிலே இருந்து எடுத்த பிறகு மேப்பிள் சிரப்பைத் தடவிச் சாப்பிடலாம். அதுவும் சொல்லப்பட்ட பக்குவமாக வரும். ஆனால், இதைக் கேளுங்கள். கோழி இறைச்சியின் எலும்பை நீக்கி, நீராவியில் வேகவைத்துச் சின்னச் சின்னதாக வெட்டி, கறுப்பு பீன்ஸ், தக்காளி, கொத்தமல்லிக் கீரையுடன் சேர்த்துத் தோசைமேல் பரப்பி, பாதி சூட்டில் உருட்டிச் சாப்பிட்டால் அது இன்னும் ருசியாக இருக்குமே' என்றார். மனைவி என்னைப் பார்த்தார். அவர் நினைப்பது என்னவென்று எனக்குத் தெரிந்தது. அத்தனையும் குறுஞ்செய்திகளாக நேரே என் மூளைக்கு வந்து கொண்டிருந்தன.

'அடுத்த சனிக்கிழமை நீங்கள் தோசை விருந்துக்கு வர முடியுமா?' என்றார் மனைவி. அது சூரியன் எட்டிப் பார்க்கத் தொடங்கிய ஓர் ஏப்ரல் மாதம். சாரா தன் மகளைப் பார்க்க, அவர் உள்ளே சென்று யூதக் காலண்டரை எடுத்து வந்தார். அதைப் பார்த்துவிட்டு சாரா 'நாங்கள் வரமுடியாதே, பாஸோவர்' என்றார். என் மனைவி 'அது என்ன பாஸோவர்?' என்று கேட்க ஓரா சொன்னார், 'யூதர்கள் ஒரு காலத்தில், அதாவது 3400 வருடங் களுக்கு முன்னர், எகிப்திலே பார்வோன் அரசன் ஆட்சிக்காலத் தில் அடிமைகளாக இருந்து கஷ்டப்பட்டனர். அவர்களின் தலைவன் மோசே அவர்களை அடிமைத் தளையிலிருந்து விடு விக்கப் போராடினான். ஒருநாள் அரசன் வெறுத்துபோய் 'சரி போய்விடுங்கள், உடனே உடனே' என்று ஆணையிட்டான். அடிமைகள் அவசர அவசரமாகப் புறப்பட்டபோது அப்பத்துக் காகப் புளிக்க வைத்த மா புளிக்கவில்லை. வேறு வழியின்றி புளிக்காத அப்பத்தைச் சுட்டுத் தின்றபடியே வெளியேறினர். அந்தக் கொடுமையையும், அந்த நாளையும் அவர்கள் மறக்க வில்லை. எகிப்தைவிட்டு வெளியேற எடுத்துக் கொண்ட ஏழு நாட்களும் அவர்கள் புளிக்காத உணவை உண்டனர். இன்றைக்கும் அந்தச் சம்பவத்தின் நினைவாக ஏழு நாட்கள் புளிக்கவைத்த உணவை யூதர்கள் உண்பதில்லை. தோசை புளிக்கவைத்த உணவு. அது பாஸோவரில் தடுக்கப்பட்டது' என்றார்.

மகள் தாயாரைப் பார்த்தார். சாரா சொன்னார். 'இந்த நாள் எனக்கு முக்கியமானது. நான் சலோனிக்காவில் பட்டினியாக அலைந்தபோது ஒருநாள் பாஸோவர் தினத்தில் புளிக்க வைத்த அப்பம் கிடைத்தது, ஆனால், நான் உண்ண மறுத்துவிட்டேன். 3400 வருடங்களுக்கு முன்னர் விரட்டப்பட்ட மக்களை அந்த ஏழு நாட்களிலும் நினைக்கிறேன். அன்று துடங்கிய ஓட்டம் சலோனிக்கா வரைக்கும் என்னைத் துரத்தியது. உலகமெங்கும் அலைந்துழன்று மடிந்தவர்களை நினைக்கிறேன். விஷவாயுக் கூடத்தில் இறந்தவர்களை நினைக்கிறேன். எல்லாம் மாறக்கூடியது. ஆனால், நேற்று நடந்தது மாறக்கூடியது அல்லவே? நான் உலகத்து நேற்றைய துயரங்களுக்காகவும், நாளைய நம்பிக்கைகளுக்காகவும் விரதம் காக்கிறேன்' என்றார். அவர் உணர்ச்சிவசப்பட்டு மேசையை நோக்கி வளைந்து போய் இருந்தார். சமைத்த அத்தனை உணவும் மேசையில் அவருக்கு முன் இருந்தன. மகள் மெதுவாக தாலாட்டுவது போல அவர் முதுகில் தட்டினார்.

இதுவெல்லாம் நடந்து ஒரு மாதம் ஆகிவிட்டது. பாஸோவர் முடிந்து வரும் முதல் சனிக்கிழமை இன்று. சமையலறையில் காலையில் இருந்து பலவிதமான சத்தங்கள் கிளம்பியவண்ணம் இருக்கின்றன. மனைவிதான் அவற்றை எழுப்புகிறார். இன்றுதான் அவர்கள் எங்கள் வீட்டு விருந்துக்கு வரும் நாள்.

◆

புதுப் பெண்சாதி

கொழும்பிலே ரயில் ஏறும்போது பத்மலோசனிக்குத் தன்னுடைய பெயர் இனிமேல் பயன்படாது என்பது தெரியாது. அவள் கணவனைத் தேடினாள். அவன் மும்முரமாக இரண்டு பெரிய பெட்டிகளையும் அவனுடைய வயதிலும் பார்க்கக் கூடிய வயதான ஒரு சூட்கேசையும் ஏற்றிக்கொண்டிருந்தான். அவர் களுக்குக் கல்யாணம் முடிந்து ஒருநாள்தான் ஆகியிருந்தது. அவளு டைய தாலி வட்டமாகத் தொங்கியது. கண்ணுக்கு மை பூசியிருந் தாள். தலையிலே மல்லிகைப்பூ. பெருவிரலைப் பார்த்தபடி இருந் தாலும் அடிக்கடித் தலையை நிமிர்த்திக் கணவன் என்ன செய் கிறான் என்பதையும் பார்த்தாள்.

அவன் கறுப்பாக, நெடுப்பாக முறுக்கியக் கயிறுபோல இருந் தான். அவளுக்கு மீசை பிடிக்காது ஆனால், அவனுடைய மீசை வசீகரமாக இருந்தது. மெல்லிய பச்சை நீளக்கை சேர்ட்டைச் சுருட்டி சுருட்டி புஜத்தின் தசைநார்கள் உருளும் இடத்தில் விட்டி ருந்தான். அவளுடைய அம்மா அவளுக்குச் சொல்லிவிட்டது ஞாபகத்துக்கு வந்தது. 'உன்னுடைய புருசனுக்குப் பெரிய படிப் பொன்றும் இல்லை. கிராமத்தில் கடை வைத்திருக்கிறான். நீ எந்தச் சமயத்திலும் உனக்கு படிப்பு இருக்கு என்றோ, இங்கிலீஷ் தெரியும் என்பதையோ காட்டிவிடாதை.' ஸ்டேசனில் டிக்கட் கொடுத்த ஆள் மீதிப்பணத்தைச் சரியாகத்தான் எண்ணிக் கொடுத் திருக்கிறார். எட்டத்தில் நின்ற அவளுக்கே அது தெரிந்தது. ஆனால், கணவன் சரியில்லை என்று கணக்கைத் திரும்பவும் கேட்டு அவன் விளக்கவேண்டியிருந்தது. இவன் எப்படிக் கடை வியாபாரத்தைக் கவனிப்பான் என்று நினைத்தபோது அவளுக்கு மலைப்பாகவிருந்தது.

அடுத்தநாள் காலை கொக்குவில் ஸ்டேசனில் அவர்கள் இறங்கியபோது அவர்களை வரவேற்க ஒருவருமே இல்லை. துண்டு துண்டாகச் சிதறிய வானம்; வட்டு முறிந்த பனைமரங்கள்; மஞ்சள் நிறப் புற்கள்; உடைந்துபோன மரவேலி. அந்த இடத்திற்கு முற்றி லும் பொருத்தமில்லாமல் அவள் செங்குத்தாக நின்றாள். கீழே

குனிந்து செருப்பு வாரை பின் குதியில் இழுத்துவிட்டாள். மறு படியும் குனிந்து அடுத்தகால் வாரையும் சரியாக்கிவிட்டு நிமிர்ந்த போது அந்த ஊர்ச் சிறுவர்கள் அவளைச் சூழ்ந்துகொண்டார்கள். எல்லோரும் அவளையே அதிசயமாகப் பார்த்தார்கள். ஒரு சிறுவன் கத்தினான். 'ராமனாதனுக்குப் புதுப் பெண்சாதி.' அவ் வளவுதான். அந்தக் கணத்திலிருந்து அவளுடைய முழுப்பெயரைச் சொல்லி அழைப்பதற்கு யாருமே இல்லையென்று ஆகிவிட்டது.

விற்போரில் வென்ற அரசகுமாரியை அழைத்துவருவது போல ராமனாதன் முன்னே நடக்க அவள் பின்னே தொடர்ந் தாள். சாமான் தூக்கிகள் அவளுக்கு முன்னாலும், சிறுவர்கள் பின்னாலும் போனார்கள். அது பெரிய ஊர்வலம்போல அமைய ஊர்ப்பெண்கள் வேலிக்கு மேலால் எட்டிஎட்டிப் பார்த்து அதிசயித்தார்கள். குதிச்செருப்பு பெண் ஒருத்தி அவர்கள் கிராமத்து ஒழுங்கையில் ஏதோ சகாயம் செய்யப்போவது போல நடந்து வந்தது அதுவே முதல் தடவை. அவர்கள் ஊரில் இப்படி அழகான பெண் இல்லை. அவளுடன் படித்த ஒரு மாணவன் அடிக்கடிச் சொன்னதை நினைத்துப் பார்த்தாள். 'இவ்வளவு அழகையும் நீ ஒருத்தியே வைத்துக்கொண்டு என்ன செய்யப் போகிறாய்?' மெல்லச் சொண்டுக்குள் வந்த சிரிப்பை அடக்கி னாள்.

ராமனாதன் இரண்டு நாட்களாகக் கடையைத் திறக்க வில்லை. புதுப் பெண்சாதி மயக்கத்தில் இருக்கிறான் என்று ஊரில் பேசிக்கொண்டார்கள். மூன்றாம் நாள் கடையைத் திறந்து பழையபடி வியாபாரம் செய்ய ஆரம்பித்தான். அந்தக் கிராமத்தில் அது ஒன்றுதான் பலசரக்குக் கடை. அத்துடன் பள்ளிக்கூடச் சாமான்கள், சோடா, சிகரெட், பத்திரிகைகள் என்று எல்லாம் அங்கே கிடைக்கும். காலை ஆறுமணிக்குப் பலகைகளை ஒவ் வொன்றாக அகற்றி அவன் கடையைத் திறந்தால் இரவு எட்டு மணிக்குப் பூட்டிவிட்டு வீட்டுக்குப் போவான். வீடு வசதியாகக் கடைக்குப் பின்னால் இருந்தது.

முதல் ஆறுமாதம் புதுப் பெண்சாதியைப் பார்க்க அந்த ஊர்ப் பெண்கள் வந்தபடி இருந்தார்கள். அவள் வார்த்தைகளை விழுங்கி விழுங்கிப் பேசும் அழகைப் பார்க்கச் சிலர்; விரித்த அவள் தலைமுடி காற்றில் தேசியக்கொடி போல பக்கவாட்டில் பறக்கும் அழகைப் பார்க்கச் சிலர். பக்கத்து வீட்டுக்காரி அவளை 'புதுப்பெண்சாதி' என்றுதான் கூப்பிட்டாள். சாமான் விற்க வருப வர்கள் 'புதுப்பெண்சாதி அம்மா' என்றும், சிறுவர்கள் 'புதுப்

பெண்சாதி அக்கா' என்றும் அழைத்தார்கள். அவளுக்குத் தன் பெயர் மறந்துகொண்டு வந்தது.

வந்த சில மாதங்களிலேயே புருசனுடைய கடை நட்டத்தில் ஓடுவது அவளுக்குத் தெரிந்துவிட்டது. அவனுக்கு ஒரு கணக்கும் எழுதிவைக்கத் தெரியாது; வாசிப்பதுகூட எழுத்துக் கூட்டித்தான். பட்டணத்துக்கு மினக்கெட்டுப்போய் சாமான்கள் வாங்கிவந்து கொள்விலையிலும் குறைந்த விலைக்கு விற்பதைப் பார்த்து அவள் திகைத்திருக்கிறாள். ஒருநாள் கதையோடு கதையாக 'நானும் உங்களுக்குக் கடையில் உதவியாக இருக்கிறனே' என்று கேட்டாள். புருசன் பாம்பு கொத்தியது போல திடுக்கிட்டு 'சீச்சீ, அப்படியெல்லாம் செய்யக்கூடாது, உமக்கு ஒன்றும் தெரியாது' என்று சொல்லிக் கதையை முடித்துவிட்டான்.

ஒருநாள் அதிகாலை முன் வீட்டுக் கிழவிக்கு ஒரு தந்தி வந்தது. கிழவி தந்தியை உடைக்காமல் அதைத் தலைக்குமேல் பிடித்துக்கொண்டு செட்டை முளைத்த கறையான்போல அங்குமிங்கும் ஓடினாள். இங்கிலீஷ் தெரிந்த ஒருத்தரும் அகப்படாததால் பள்ளிக்கூடம் திறக்கட்டும், யாராவது வாத்திமார் வந்ததும் படிக்கலாம் என்று சொன்னார்கள். கிழவி ஆவென்று அழுது புலம்பத் தொடங்கினாள். இவள் புருசனிடம் 'நான் படித்துப் பார்க்கட்டா?' என்று கேட்டாள். 'நீரா, உமக்கு வாசிக்கத் தெரியுமா?' என்றான் கணவன். 'கனக்கத் தெரியாது, ஆனால், முயற்சி பண்ணலாம்' என்றாள். அவன் அனுமதி கொடுத்ததும் தந்தியைப் பிரித்து வாசித்துவிட்டுச் சிரித்தாள். 'ஆச்சி, பயப்பிடாதை. உன்ரை மகளுக்கு ஆண்குழந்தை பிறந்திருக்கு, நீ பாட்டியாகிவிட்டாய்' என்றாள். பிள்ளை பிறந்த புதினத்தை விடப் புதுப்பெண்சாதிக்கு ஆங்கிலம் தெரியும் என்பதுதான் அன்று ஊர் முழுக்கப் பேச்சு. ராமனாதன் ஆச்சரியத்தோடும் பெருமையோடும் அவளைப் பார்த்தான். அவள் படித்த பள்ளிக்கூடத்தில் ஆங்கிலத்திலும் கணிதத்திலும் அவள் முதல் பரிசு பெற்றதை அப்பவும் அவனிடம் சொல்லவில்லை.

மணமுடித்து இரண்டு வருடங்களாகியும் ராமனாதனுக்கு ஏதோ பிரச்சினை இருந்தது. அவள் அழகு அவனைக் கூச வைத்தது. அவளுக்கு அவன் ஏற்றவனில்லை என்ற எண்ணம் ஆரம்பத்திலிருந்தே அவனிடம் இருந்தது. அவளை நெருங்கிய அடுத்த கணமே சிறுபையன்போல உணர்வான். கறுப்பாகத் திரண்டு கிடக்கும் அவள் கண்களை அவனால் நேராகப் பார்க்கமுடியாது. சற்றுமுன் பூச்சிக் கடித்ததுபோல வீங்கியிருக்கும் உதடுகளை அவள் செல்லமாகத் திறந்து பேசும்போதெல்லாம் மனதைக் கிளறும்.

சிலவேளைகளில் அவனுக்கு அடிக்காலில் தொடங்கி நடுக்கம் ஏறிக்கொண்டு வரும். அவனால் அவளை அணுகமுடியவில்லை.

ஒருநாள் இரவு அவள் சொன்னாள். 'நான் உங்களுக்குப் புத்தி சொல்லுறன் என்று நினைக்கக் கூடாது. கடையிலே விற்கிற சாமான்களுக்கு சங்கேத எழுத்தில் விலைக்குறிப்பு எழுதி வைப்பம். விற்கும்போது பொருளில் எழுதிய விலையிலும் கூடிய விலைக்கு விற்கவேணும். இந்த முறையில் நட்டமே வராது.' பேசி முடிந்த பிறகும் அவள் வாய் மெல்லிசாய் திறந்து அவன் சொல்லும் பதிலை உள்வாங்கக் காத்திருந்தது. அன்று ராமனாதன் களைத்துப் போய் இருந்ததால், பிச்சைக்காரர்களுக்கு தர்மம் செய்யும் முகத்தை அணிந்து 'சரி, செய்யும்' என்று சொல்லிவிட்டுப் படுத்துத் தூங்கி னான்.

அன்றிரவு விளக்கைக் கொளுத்திவைத்து அந்த வெளிச்சத் தில் உட்கார்ந்து ஒவ்வொரு சாமானாக எடுத்து விலைக்குறிப்பு எழுதினாள். அந்தக் குறிப்புகள் 'கத்ண' என்றும் 'இதுஎ' என்றும் இருந்தன. ஒவ்வொரு சங்கேத எழுத்துக்கும் ஓர் எண் இருந்தது. எந்த எழுத்துக்கு எந்த எண் என்பதை ஞாபகம் வைப்பதற்காகப் பத்து எழுத்து வாசகம் ஒன்றையும் தயாரித்தாள். இரவு ஒரு மணிக்கு ராமனாதன் உருண்டு படுத்தபோது தன் மனைவி கைவிளக்கு வெளிச்சத்தில் குனிந்து குனிந்து எழுதிக்கொண் டிருப்பதைப் பார்த்து மறுபடியும் திரும்பிப் படுத்தான்.

காலை எழும்பியவன் திடுக்கிட்டுவிட்டான். அவன் மனைவி மாற்றமில்லாமல் அதே இடத்தில் அமர்ந்து, அதே மாதிரிக் குனிந்து, கீழேவிழுந்த தலைமுடியை ஒருகையால் பிடித்த படி எழுதிக்கொண்டிருந்தாள். ஒரு முழு இரவு அவள் தூங்க வில்லை. அவனால் நம்ப முடியவில்லை. மனதில் ஏதோ உருகி ஓடியது. அருகே வந்து அவள் கன்னத்தைத் தொட்டு 'பத்மி' என்றான். அவன் அவளை அப்படி என்றுமே அழைத்ததில்லை. அவள் நிமிர்ந்துகூடப் பார்க்கவில்லை. அவளுக்கு வெடித்து அழுகை வந்தது. கார் கண்ணாடித் துடைப்பான்போல இரண்டு கைகளாலும் மாறி மாறி கன்னத்தைத் துடைத்தாள். அப்படியும் நிற்காமல் கண்ணீர் பெருகி வழிந்து கன்னத்தை நனைத்தது. 'அழா தேயும், அழாதேயும்' என்று ராமனாதன் அவளை அணைத்தான். அன்றைக்கு இரண்டு மணி நேரம் தாமதமாகக் கடையைத் திறந்த வன், வீரகேசரி பேப்பர் முன் பக்கத்தில் பெரிய எழுத்தில் அவன் பெயர் அச்சாகியதுபோல அன்று முழுக்க மகிழ்ச்சியில் திளைத் தான்.

மத்தியான நேரங்களில் அவன் சிறிது கண்மூடி இளைப் பாற அவள் வியாபாரத்தைக் கவனித்தாள். அந்தக் கடையில் அதிகமாக விற்றது யானை மார்க் சோடாவும், த்ரீரோசஸ் சிகரெட் டும்தான். அவள் விலைச்சீட்டைப் பார்த்து விலை சொல்லி வியா பாரத்தை சுறுசுறுப்பாகக் கவனிப்பாள். அவளைப் பார்க்கச் சுழட்டிவிட்ட பம்பரம்போல இருக்கும். கடை பூட்டும் நேரம் மறுபடியும் அவள் வந்து உதவி செய்வாள். விளம்பரத் தட்டிகளை மடித்து, சிகரெட் பற்றவைக்கும் நெருப்புக் கயிற்றை அணைத்துச் சுருட்டி உள்ளே வைப்பார்கள். ஒவ்வொரு பலகையாக முறை தவறாமல் அடுக்கி, கடையை மூடி ஆமைப் பூட்டைப் போட்டுப் பூட்டுவார்கள். ஒருநாள் அவள் கணக்குப் பார்த்துவிட்டு 'இன்றைக்கு லாபம் ரூபா 50.40. ஆகக்கூடிய லாபம் கிடைத்த நாள்' என்று சொல்லிச் சிரித்தாள். 'எப்படி அத்தனை சரியாகச் சொல்கிறீர்?' என்று ஆச்சரியமாகக் கேட்டான். ஏதோ பழைய காலத்து சினிமா கதாநாயகி பெயரை நினைவுக்குக் கொண்டு வருவதுபோலக் கண்களைச் செருகி, இரண்டு கைகளையும் ஒரு கன்னத்தில் வைத்து யோசித்தாள். பின்னர் 'எண்ணும் எழுத்தும் தெரிந்தால் எதுவும் செய்யலாம்' என்றாள். அவள் வார்த்தைகளை விழுங்கி விழுங்கிப் பேசும்போது அவனுக்கு அவளையே விழுங்கி விடலாம்போலத் தோன்றும்.

மணமுடித்துச் சரியாக 13 வருடம் கழித்து அவர்களுக்கு ஒரு பெண்குழந்தை பிறந்தது. அற்புதமாகப் பிறந்த குழந்தைக்கு அற்புதம் என்று பெயர் சூட்டினார்கள். அப்பொழுதுகூட அவளைப் புதுப்பெண்சாதி என்றே அந்த ஊர்ச்சனங்கள் அழைத் தார்கள். அற்புதத்துக்கு 10 வயது நடந்தபோது ஒருநாள் கணவன் மாரடைப்பில் இறந்துபோனான். அவள் சோர்ந்து போகவில்லை. பொறுப்புகள் கூடியபோது விவேகமும் கூடியது. அவளுடைய ஒரே பெண்ணைப் படிப்பித்து வளர்த்து ஆளாக்க வேண்டும் என்பதுதான் அவளுடைய லட்சியமானது.

கடையில் வியாபாரம் முன்னெப்பொழுதும் இல்லாத மாதிரி நல்லாய் நடந்தது. வாத்திமாரும் அந்தப் பள்ளிக்கூடத் தில் படித்த பிள்ளைகளும் பிறத்தியாரும் கடைப் பொருட்களில் எழுதி ஒட்டியிருக்கும் சங்கேத வார்த்தைகளை உடைக்கப் பார்த் தார்கள். முடியவில்லை. அற்புதத்தைக் கேட்டுத் தொந்திரவு செய் தார்கள். அது அவளுக்குக்கூடத் தெரியாது. பள்ளிக்கூடத்தில் கணிதம் படிப்பிக்கும் வாத்தியார்கூட முயன்று பார்த்துத் தோல்வி யடைந்தார். புதுப்பெண்சாதி மிகத் திறமையாக சங்கேத வார்த் தைகளை உண்டாக்கியிருக்கிறாள் என்று பேசிக் கொண்டார்கள்.

ஒருநாள் காலை அற்புதத்தைக் காணவில்லை. தாயைப் போலவே மகளும் அழகாக வருவதற்குத் திட்டம் போட்டிருந்தாள். பின்னலைப் பின்னித் தொங்கவிட்டு அதற்குமேல் அரைத் தாவணியை எறிந்திருப்பாள். ஒரு பிணம் பொதுக்கிணற்றிலே மிதப்பதாக செய்தி வந்தபோது ஒருவரும் நம்பவில்லை. 17 வயது நடந்துகொண்டிருந்த அற்புதம் தற்கொலை செய்திருக்கிறாள். சோதனைக்காக அதிகாலை எழும்பி மும்முரமாகப் படித்துக் கொண்டிருந்தவளுக்கு 'இன்னொரு வாய்' 'இன்னொரு வாய்' என்று சொல்லி இரண்டுநாள் முன்புகூட அந்தத் தாயார் சோறு தீத்தியிருக்கிறாள். எதற்காகத் தற்கொலை செய்துகொண்டாள் என்பது அவளுக்கு விளங்கவில்லை. அற்புதம் ஓர் இயக்கப் பெடியனைக் காதலித்தாள். அவன் வடமராட்சிப் போரில் இறந்துவிட்ட செய்தி கிடைத்து அவள் உயிரை விட்டிருக்கிறாள். ஊரிலும், அவள் படித்த பள்ளிக்கூடத்திலும் இந்தக் கதை எல்லோருக்கும் தெரிந்திருந்தது. பெற்ற தாயாருக்குத் தெரியவில்லை. 13 வருடம் காத்திருந்து, 17 வருடம் வளர்த்த மகளுக்குத் தாய் ஒரு பொருட்டாகத் தோன்றவில்லை. மூன்று மாதமே பழகிய ஒரு போராளிக் காகக் கிணற்றிலே குதித்துவிட்டாள்.

மகள் இறந்தபிறகு அவள் கடையைத் திறக்க மறுத்து விட்டாள். இனி யாருக்கு என்ன சீவியம் என்று அரற்றினாள். ஊர்ச் சனங்கள் வற்புறுத்தியபடியால் மறுபடியும் கடையைத் திறந்த அன்று அது எதிர்பாராதவிதமாக மறக்க முடியாத ஒரு நாளாக அமைந்தது. 30 ஜூலை 1987. லெப் ஜெனரல் திபேந்தர் சிங் தலைமையில் இந்திய அமைதிப்படை இலங்கையில் இறங்கிய நாள். அவளுடைய கடை விழாக்கோலம் பூண்டது. வந்தவர்களுக் கெல்லாம் யானை மார்க் சோடா உடைத்துக் கொடுத்தாள். ஆண் களுக்கு த்ரீரோசஸ் சிகரட்டுகளும், பள்ளிப்பிள்ளைகளுக்கு இனிப்பு, பென்சில், அழிரப்பர்களும் இலவசமாக வழங்கப்பட்டன. புதுப்பெண்சாதி கடையில் அன்று கொண்டாட்டம் இரவு நடுநிசிவரை நீண்டது.

ஊரடங்குச் சட்டம் நடைமுறையிலிருந்த ஒருநாள் அவள் அன்றைய கணக்குகளை அவசரமாக முடித்துவிட்டுக் கடையைப் பூட்டிய சமயம் திடுதிப்பென்று இந்திய ராணுவ வாகனம் ஒன்று வந்து நின்றது. ஒரு பட்டாளக்காரன் மாத்திரம் தொப்பென்று குதித்து எட்டு வாழைப்பழங்களைப் பிடுங்கிக்கொண்டு, நாலு ரொட்டியும், ஒரு த்ரீரோசஸ் பக்கட்டும் வாங்கினான். முட்டைப் படம் போட்ட போத்தலைச் சுட்டிக்காட்டினான். அடித்தொண் டையில் விநோதமான சத்தம் உண்டாக்கும் ஒரு மொழியில் ஏதோ

வினவ இவளும் யேஸ் யேஸ் என்று தலையாட்டினாள். அவன் காசு எவ்வளவு என்று சைகையில் கேட்க, இவள் அதே சைகையில் வேண்டாமென்றாள். அவன் மறுத்துக் காசை நீட்டியதும் அவள் விலைக்குறிப்புகளைப் படித்து ஒரு துண்டுக் காகிதத்தில் கணக்கு எழுதிக் காட்டி சரியான காசைப் பெற்றுக்கொண்டாள். சாமான் களுக்குக் காசு கொடுத்தது இந்திய ராணுவத்தின் மதிப்பை அவளிடம் உயர்த்தியது. அந்த மதிப்பு 24 மணிநேரம்கூடத் தாக்குப்பிடிக்கவில்லை.

அடுத்தநாள் அவள் கடையை மூடும் நேரம், முதல் நாள் போல ஒரு வாகனம் வேகமாக வந்து பிரேக்போட்டு நின்றது. ஆனால், வாகனத்தில் இருந்து குதித்தவன் நேற்று வந்தவன் அல்ல. அதிகாரம் செலுத்திப் பழகிய முகம். நீலத் தலைப்பாவும் மீசையும் வைத்த ராணுவ அதிகாரி. அவளைப் பேசவிடாமல் பகையுணர் வுடன் இழுத்து வாகனத்தில் ஏற்றிக்கொண்டு புறப்பட்டார்கள். அதற்கிடையில் ஊர்ச்சனம் கூடிவிட்டது. தன்னை ஏன் பிடிக் கிறார்கள், எதற்காகக் கூட்டிச் செல்கிறார்கள் என ஒன்றும் அறி யாது திகைத்துப்போய் நின்றவள் பக்கத்துவீட்டுக்காரியிடம் கத்திச் சொன்னது ‘ராசம்மாக்கா, என்ரை ஆடு, என்ரை கோழிகள், பத்திரம்’ என்பதுதான்.

முட்டைப்படம் போட்ட ஷம்பூவைச் சாப்பிடலாமா என்று பட்டாளத்துக்காரன் கேட்டிருக்கிறான். மொழி புரியாமல் இவள் ஓம் என்று பதில் சொல்லியதைக் கேட்டு அவன் அதைச் சாப் பிட்டுப் பேதியாக்கிப் படுத்த படுக்கையாகக் கிடந்தான். அதற்காக அவளை விசாரணைக்குப் பிடித்துச் சென்றார்கள். மொழி பெயர்த்தவர் சொல்லித்தான் இது அவளுக்குத் தெரியும். தான் நிரபராதி என்பதை அவள் பலதடவை விளக்கிக் கூறியும் அது பலனளிக்கவில்லை.

ஆறுமாதமாகியும் புதுப்பெண்சாதி ஊருக்குத் திரும்ப வில்லை. அவளுடைய கடையும் திறக்கவில்லை. ராணுவம் பிடித்துப் போனவளுக்கு என்ன நடந்ததென்பது ஒருத்தருக்கும் தெரியாது. கோழிக்கு உணவு போட்டவர்கள் ஒருநாள் கோழியை உணவாக்கினார்கள். ஆட்டுக்கு உணவு போட்டவர்கள் ஒருநாள் ஆட்டை உணவாக்கினார்கள். ஒரு நாள் இரவு யாரோ பின் கதவை உடைத்துக் கடைக்குள்ளே புகுந்து அரிசி, பருப்பு என்று திருடிப்போனார்கள். அதைத் தொடர்ந்து மா, உப்பு, சர்க்கரையும் மறைந்தது. விரைவில் சோடா, த்ரீரோசஸ், சுருட்டு, முட்டைப் படம்போட்ட ஷம்பூ, பென்சில், கொப்பி, அழிரப்பர் எல்லாமே

களவு போயின. கடைசியில் எஞ்சியது கணக்குப் புத்தகம். அற்புதம் இறந்தபோது பேப்பரில் வந்ததை வெட்டிச் சுவரில் ஒட்டிவைத்த படம். கைதான அன்று கடைசியாகக் கிழித்த நாள் காட்டி. அது திங்கட்கிழமை, 1989 மார்ச் 20 என்று காட்டியது.

தெற்கே ஒரு பெயர் தெரியாத ஊரிலிருந்து 32 வருடங்களுக்கு முன்னர் மணமுடித்து இந்தக் கிராமத்துக்கு வந்த புதுப் பெண்சாதியை எல்லோரும் மறந்துவிட்டார்கள். ஒருநாள் போரிலே வீட்டை இழந்த இளம் தம்பதியினர் கடையினுள் புகுந்து அதைச் சொந்தமாக்கினர். ஈரத் துணியால் தரையைத் சுத்தம் செய்த பெண் ஒவ்வொரு பலகையிலும் 1, 2, 3, 4, 5, 6, 7, 8, 9, 0 என்ற எண்ணும் அதற்குக் கீழே எழுத்தும் எழுதியிருப்பதைப் படித்தாள். பத்துப் பலகைகள், பத்து எழுத்துகள். எண்ணெழுத்து இகழேல். சிறிது தயங்கிவிட்டு அந்த இளம் மனைவி கையிலிருந்த துணியால் அதை அழுத்தமாகத் துடைத்து அழித்தாள்.

◆

22 வயது

ஒரு நிமிடம் கழிந்திருந்தால் அவன் அந்தச் சிக்கலில் இருந்து தப்பியிருக்கலாம். இது அவனுடைய முதல் வேலை. இன்னும் இரண்டு நாட்களில் அவனுக்கு 22வது வயது பிறக்கிறது. வேலையில் சேர்ந்த ஒரு வருடத்தில் அலுவலகத்தில் அவன் ஓடம் போல மிதந்துகொண்டிருந்தான். யாரும் எவரும் எதற்கும் எப்பவும் அவனை உபயோகித்துக்கொள்ளலாம். அவனுக்கு ஒதுக்கப்பட்ட அடைப்புக்குள் இருந்து யன்னல் வழியே பார்த்தால் ரொறொன் ரோவின் சிஎன் கோபுரம் தெரியும். துக்கமான சமயங்களில் அப்படிப் பார்ப்பான். அவனுடைய அன்றைய துக்கம் வெள்ளிக் கிழமை விடுப்பு எடுப்பது எப்படி என்பதுதான். அவனுடைய 22வது பிறந்த நாளை நண்பர்களுடன் கழிப்பதாக அவன் வாக்குக் கொடுத்திருந்தான்.

அவன் மின்தூக்கி வாசலை அணுகவும் அவனுடைய கம்பெனி தலைவர் மின்தூக்கியிலிருந்து வெளியேறவும் சரியாக இருந்தது. அவனுடைய தோளைப்பிடித்துத் தன்னுடைய அலு வலக அறைக்கு அழைத்துப் போனார். பிரமாண்டமான மேசை, பிரமாண்டமான கம்பளம், பிரமாண்டமான திரைச்சீலை. மேசை யில் வட்டமாக ஒளிவீசும் பாரமான விளக்கு. இருபது வருடங் களுக்குப் பின்னர் அப்படியான ஓர் அறையிலிருந்து வேலை பார்க்க வேண்டும் என்பதுதான் அவனுடைய வாழ்க்கை லட்சி யம். தலைவர் அவனுக்குப் பெரிய உபகாரம் செய்வதுபோல மெல்லிய சிரிப்போடு அவனிடம் பொறுப்பான ஒரு வேலையை ஒப்படைப்பதாகச் சொன்னார். உண்மையில் அது ஒரு தூதுவ னின் பணிதான், அதுவும் கொஞ்சம் அதிகம். ஒரு சேவகன் என்றும் சொல்லலாம். அரசர் காலம் என்றால் ஒரு புறாவின் வேலை. பிரச்சினை என்னவென்றால் அவனுடைய பிறந்த தினம் ஏற்கனவே அவனை நோக்கித் தன் பயணத்தைத் தொடங்கி விட்டதுதான்.

பெய்ஜிங் விமானநிலையத்தில் போய் இறங்கியதும் அட் லாண்டிக் சமுத்திரத்திற்கு மேல் பறந்தபோது ஏதோ ஒரு

தருணத்தில் அவன் வயது 21இலிருந்து 22க்கு மாறிவிட்டது ஞாபகத்துக்கு வந்தது. அது ஒருவருக்கும் தெரியாது. பக்கத்து இருக்கை நடுத்தரவயதுப் பெண்மணிகூட அறியவில்லை. ஒரு வாழ்த்தும் இல்லை. வரவேற்பில், நீளமான கறுப்பு ஓவர்கோட் அணிந்த ஒருத்தர் அவனுடைய பெயர் எழுதிய அட்டையைத் தூக்கிப் பிடித்துக்கொண்டு காத்து நின்றார். முதல் பார்வையில் அது ஒரு பெண் என்பது அவனுக்குத் தெரியவில்லை. ஹலோ என்று சொன்னான். வரவேற்க வந்த பெண்ணுக்கு அவனாகவே அவளைக் கண்டுபிடித்ததில் மகிழ்ச்சி. மெல்லிசாகச் சிரித்துக் கொண்டு வியர்வையில் ஈரமான கையை நீட்டிக் கைகொடுத்தாள். அவன் சந்திக்க வந்த நிறுவனம் எப்படியோ தேடிப்பிடித்து ஒரு சொல்கூட ஆங்கிலம் பேசாத சீனப் பெண்ணை அவனுக்குச் சாரதியாக நியமித்திருந்தார்கள். அவன் என்ன சொன்னாலும் அந்தப் பெண் சத்தம் எழுப்பாமல் எல்லாப் பற்களையும் காட்டி ஒரு சிரிப்புச் சிரித்தாள். அதுதான் பதில். காரில் இரண்டு மணி நேரப் பயணம். அந்தச் சிரிப்பை தவிர சாரதியின் வாயிலிருந்து வேறு ஒரு சத்தமும் கிளம்பவில்லை.

சீனாவில் எங்கே பார்த்தாலும் ஆளை வசீகரிக்கும் விளம்பரங்கள் காணப்பட்டன. கிட்டத்தட்ட ஒரு விளம்பர உலக மாகவே அது மாறிக்கொண்டு வந்தது. நவீன ஆடையலங்காரங்கள், காலணிகள், ஆபரணங்கள், கார்கள், டிவிக்கள், கம்ப்யூட்டர்கள் என்று சகலதுக்கும் விளம்பரம்தான். சீன ஆண்களும் பெண்களும் இந்த விளம்பரங்களில் தோன்றவில்லை. வெள்ளைக்கார ஆண்களும் பெண்களும்தான் காணப்பட்டார்கள். வெள்ளைக்காரத் தம்பதிகள் ஒரு பொருளை பாவிக்கிறார்கள் என்றால்தான் அது விற்பனையாகும் போலும். ஆகவே சீனா முழுக்கப் பொன்கூந்தல் வெள்ளைக்காரிகள் கூந்தலை விரித்தும் சிரித்தும் விளம்பரத் தட்டிகளை நிறைத்தார்கள்.

கார் வேகம் பிடித்து ஓடியது. அந்தப் பெண் மிகவும் அனுபவப்பட்ட சாரதிபோல லாகவமாகவே காரை ஓட்டினாள். மூன்று நாலு மைல் கடந்ததும் காருக்குள்ளிருந்து 'கிர்ர்க் கிர்ர்க்' என்று ஒரு சத்தம் எழுந்தது. சுற்றுமுற்றும் பார்த்தான், ஒன்று மில்லை. திடீரென்று சத்தம் நின்று இரண்டு நிமிட அமைதிக்குப் பிறகு மீண்டும் கிர்ர்க் கிர்ர்க் என்ற சத்தம் கேட்டது. இப்படியே சத்தம் நிற்பதும் தொடங்குவதுமாக இரண்டு மணிநேரப் பயணத்தை இம்சையாக்கியது. காரிலே ஏதோ பழுது என்று அவன் நினைத்துக்கொண்டான். சாரதியைக் கேட்டால் அவளுக்குப் பதில் தெரிந்திருக்கும். ஆனால், அதை எந்த மொழி யில் அவளிடம் கேட்பது?

அன்று அவன் முக்கியமாகச் சந்தித்தது கம்பெனி நிர்வாகிகளை. அதற்கு கர்ஸன் லீ என்பவர் உதவியாக இருந்தார். அவரே மற்ற சம்பந்தப்பட்ட அதிகாரிகளை அறிமுகப்படுத்தினார். அவர்களுடைய அலுவலகங்கள் வெவ்வேறு இடங்களில் இருந்ததனால் சாரதிப்பெண் அங்கேயெல்லாம் அவனை அழைத்துச் சென்றாள். கூடவே கிர்ர்க் கிர்ர்க் சத்தமும் விடாமல் துரத்தியது. இரவு களைத்துப்போய் ஹொட்டலுக்கு வந்து உணவருந்தியபோது அந்தச் சாரதிப் பெண்ணை நினைத்துக்கொண்டான். அழுக்கு மேலங்கியை அணிந்தபடி ஒரு சின்னச் சிரிப்புடன் அவள் தன் கடமையைச் செய்தாலும் அந்தச் சத்தத்தை நினைத்தபோது அவனுக்குக் கிலி பிடித்தது. அடுத்தநாள் மேலும் சிலரை மரியாதைக்காக அவன் சந்தித்தாகவேண்டும். அவர்களுடைய முகவரிகளை ஏற்கனவே சாரதிப் பெண்ணிடம் கொடுத்திருந்தான். காலை நல்லாக அமையவேண்டும் என மனதுக்குள் வேண்டிக்கொண்டு கணினியைத் திறந்து தலைவருக்கு அன்றைய அறிக்கையை மின்னஞ்சலில் அனுப்பிவிட்டுப் படுத்துத் தூங்கினான்.

மறுநாள் சாரதிப்பெண் சொன்ன நேரத்துக்கு வந்தாள். காரிலே பிரயாணம் செய்தபோது மறுபடியும் கிர்ர்க் கிர்ர்க் சத்தம் எழும்பி அவனுக்கு எரிச்சலை உண்டுபண்ணியது. அந்த மர்மத்தை எப்படியும் துலக்கவேண்டும் என்று நினைத்தான். பெரிய அதிகாரியைச் சந்தித்து ஒப்பந்தத்தில் கையெழுத்து பெற்று அதைப் பத்திரப்படுத்திவிட்டான். லீயைத் தன்னுடன் மதிய உணவு அருந்தும்படி அழைத்தபோது அவர் ஒப்புக்கொண்டார். உயர் தரமான உணவகத்துக்குச் சென்று உணவுக்கு ஆணை கொடுத்தார்கள். அவனுக்கும் சேர்த்து லீ உணவை ஓடர் பண்ணியதும் அல்லாமல் 'அதைச் சாப்பிடுங்கள், இதைச் சாப்பிடுங்கள்' என்று வேறு உபசாரம் செய்தார்.

பரிசாரகன் முன்னேவர, சாரதிப்பெண் தயக்கமாகப் பின்னே வந்தாள். தன் மொழியில் லீயிடம் என்னவோ சொன்னாள். லீ அதை மொழிபெயர்த்தார். அவளுக்குப் பத்து நிமிடம் அவகாசம் வேண்டுமாம், மதியம் சாப்பிடவில்லை என்கிறாள். அவனுக்குப் பெரிய அவமானமாகிவிட்டது. அந்தப் பெண்ணைப் பற்றிய நினைப்பே இல்லாமல் அவன் தன்னுடைய மதிய உணவை முடித்தது குற்றமாகப்பட்டது. அந்த அநீதியைச் சரிக்கட்டும் விதத்தில் அவளையும் உண்பதற்கு அழைத்தான். அவள் மறுப்பு சொல்வாள் என்று எதிர்பார்த்தான். மாறாக அந்தப் பெண் உடனே சம்மதித்து நீண்ட மேசையின் ஓரத்தில் அமர்ந்து தனக்கு வேண்டிய உணவு வகைகளுக்கு ஆணை கொடுத்தாள்.

லீ கைப்பெட்டியைத் தூக்கிக்கொண்டு விடைபெற்றுப் போய்விட்டார். இப்பொழுது எதிர்பாராத ஒரு விபத்தாக அவனும் அவளும் மட்டுமே அங்கே இருந்தார்கள். அவன் உணவை முடித்து விட்டாலும் அதே மேசையில் அதே நாற்காலியில் அவளைப் பார்த்தபடி அமர்ந்திருந்தான். சாரதிப்பெண் குச்சிகளினால் விளை யாட்டுப்போல உணவை அள்ளி உண்டவள் பாதியில் எழுந்து மேலங்கியைக் கழற்றினாள். அப்பொழுது அவனுக்குக் கிடைத்த அதிர்ச்சி அவனுடைய 22 வயது வாழ்க்கையில் முன்னொரு போதும் கிடைக்காதது. அவள் மெல்லிய புகைபோன்ற ஆடை அணிந்திருந்தாள். பளபளவென்று மினுங்கிய மென்மயிர் தெரியும் கைகள். அவளுடைய ஆடை இடையில் ஒட்டிச் சுருங்கி, தொடை யிலே பிரிந்து, சட்டென்று கீழே அருவிபோல விழுந்தது. சின்ன உருண்டையான மார்புகள் என்றாலும் விசையானவை. அவள் அசையும்போது அவை ஒன்றையொன்று இடித்துக்கொண்டன. ஓர் அழுக்கு மேலங்கி இப்படித் துரோகமான காரியம் செய்ததை நினைத்து ஆச்சரியப்பட்டான். அது அவள்தானா என்பதை உறுதி செய்வதுபோல அவள் முகத்தை மீண்டும் பார்த்தான். அவள் பேரழகி. அவனுக்கு வயது 22.

வழுவழுப்பான முழங்கால்கள் தெரியக் கால்களை மடித்து நாற்காலியில் நிமிர்ந்து உட்கார்ந்தாள். நீண்ட குதிச் சப்பாத்து களில் ஒன்றைக் கழற்றிவிட்டு மற்றதை நீட்டியிருந்த காலில் அணிந் திருந்தாள். தேர்ந்த இசை நடத்துனர் குச்சி பிடிப்பது போலக் கைகளில் உணவுக் குச்சிகளைப் பிடித்திருந்தாள். அவன் மனதுக் குள் என்னவோ பொங்கி வெளியே வர முயன்றுகொண்டிருந்தது. சும்மா இருந்த இருதயம் நோவு எடுக்கத் தொடங்கியது. அவனு டைய கண்கள் திடீரென்று இவ்வளவு பெரிதாகியதைப் பார்த்து அந்தப் பெண் சற்றுத் தடுமாறினாள். உணவை எடுக்காமல் வாய்க்குக் கிட்ட வெறும் குச்சிகளைப் பிடித்துக்கொண்டு இவனை நோக்கி என்ன என்பதுபோலப் பார்த்தாள். அந்தத் தருணத்தைச் சமாளிக்க அவன் கைகளினால் 'அவள் அழகாயிருக்கிறாள்' என் றான் சைகையால். பெண்ணுக்கு அது புரிந்துவிட்டது. பலபேர் அவளிடம் அதைச் சொல்லியிருக்கலாம். நெஞ்சிலே கைவைத்துக் குனிந்து நன்றி என்றாள்.

'உனக்கு மணமாகிவிட்டதா?' என்று கேட்டான். அவள் 'இல்லை' என்றாள்.

'காதலன்?'

'இல்லை.'

'ஏன்?' என்று கேட்டான்.

பழுப்புக் கண்களை கொஞ்சம் கீழே நிறுத்தி அவள் மெல்லிய சிரிப்பு சிரித்தாள். 'என்னை ஒருவரும் விரும்பவில்லை.'

சீனப்பெண் வேகமாகச் சாப்பிடுவதுகூடப் பார்ப்பதற்கு அழகுதான். இரண்டு குச்சிகளை வைத்துக்கொண்டு சிந்தாமல் இத்தனை உணவு வகைகளிலும் ஒன்றை ஒழுங்காகத் தெரிவு செய்து வாய்க்குள் லாகவமாக வைத்தபடி அந்தப் பெண் இவனைப் பார்த்தாள். அவளுடைய தலைமுடி தோள்களுடன் நின்றுவிடும்படி வெட்டப்பட்டிருந்தது. அவள் அழகு ஒவ்வொரு நிமிடமும் கற்பனை செய்யமுடியாத விதமாகக் கூடிக்கொண்டே போனது.

அவள் இனிப்புப் பதார்த்தத்தை ருசிக்க ஆரம்பித்ததும், தான் அமர்ந்திருக்கும் முறையை மாற்றினாள். ஒருகாலைத் தூக்கி மற்றக் காலை குறுக்காக வெட்டிப்போட்டு இருக்கையில் பின்னால் சாய்ந்து அமர்ந்து கிண்ணத்தில் இருந்த இனிப்புடன் விளையாடிக்கொண்டு, அன்று முழுக்க அவளுக்கு நேரம் இருப்பது போல, சாவதானமாக உண்ண ஆரம்பித்தாள். அவள் தொடைகள் வெட்டிய இடத்தில் முக்கோணமாக வெண்மை நிறைந்திருந்தது. அவனால் கண்களை அங்கிருந்து எடுக்க முடியவில்லை. அவை மீண்டும் மீண்டும் அங்கே போய் அதே இடத்தில் நின்றன. அவன் உடம்பு முழுவதும் இச்சை நிறைந்துவிட்டது. அவனே ஆச்சரியப் படும்படி, ஆரோ சொல்லித் தந்ததைச் செய்வதுபோல 'நீ தேவ லோகத்துப் பெண் போல இருக்கிறாய்' என்று சைகையில் சொன்னான். அவள் சிரித்துவிட்டு 'நீ பொய் சொல்கிறாய்' என்றாள். ஒரு சின்னக் கரண்டியால் இனிப்பைக் குட்டி குட்டியாக வெட்டிச் சாப்பிட்டுக்கொண்டிருந்தாள். இவன் மறுபடியும் சைகையால் அவள் சாப்பிடுவது அவனுக்கும் வேண்டும் என்றான். அவள் எழுந்தாள். அவளுடைய கால்கள் ஓவர்கோட் இல்லாமல் நீண்டு தெரிந்தன. கழற்றிவிட்ட நீண்ட குதிச் சப்பாத்தைக் கால்களால் தேடி அணிந்துகொண்டாள். கரண்டியால் தான் சாப்பிட்ட இனிப்புவகையை அள்ளிக்கொண்டு ஓர் உலக சாதனைக்குப் புறப்பட்டதுபோல மேசையை ஆகக்கூடிய தூர மாகச் சுற்றி வந்து அவனுக்கு முன்னால் நின்றாள். அவன் தன்னுடைய 22 வயது வாயைத் திறக்க அவள் கரண்டியால் ஊட்டிவிட்டாள். மறுபடியும் ஒன்றுமே நடக்காததுபோல அவள் நடந்து போய் தன் ஆசனத்தில் அமர்ந்தாள்.

அ. முத்துலிங்கம் ♦ 1075

அவன் நினைத்ததிலும் பார்க்கக் கூடிய ஆச்சரியம் அடைந் தான். மொழி இல்லாமல் ஒரு பெண்ணுடன் பழகுவது எத்தனை சுலபம். ஒருவிதத் தயக்கமும் இல்லாமல் பேசவும் முடிந்தது. உண்மையில் மொழி ஒரு தடைதான். அதன் உச்சத்தை உடனேயே பரிசோதிப்பது என்று தீர்மானித்தான். 'எனக்கு நீ வேண்டும்' என்றான். அவள் நாணமாகப் புன்னகைத்துவிட்டு நகராமல் இருப் பாள் அல்லது புரியாததுபோல நடிப்பாள் என்று நினைத்தான். அவள் மெதுவாக எழுந்து தன் உடையை இழுத்து நேராக்கி னாள். அவன் நாற்காலியில் அப்படியே நிலைமாறாமல் உட்கார்ந் திருந்தான். தன்னையறியாமல் தான் பறந்துவிடக்கூடும் என்று பயந்ததுபோல நாற்காலியின் கைப்பிடிகளை இறுகப் பற்றிக் கொண்டான். குதிக்கால் சப்பாத்து அணிந்திருந்தாலும் சீனப் பெண்கள்போல கால் விளிம்புகளால்தான் அவள் நடந்தாள். அவனுடைய இருதயம் நெஞ்சு எலும்புகளை இடிக்கத் தொடங் கியது. உதட்டுச் சாயம் பூசும்போது கண்ணாடிக்குமுன் சாய்வது போல அவள் இடையில் வளைந்து தயங்கித் தயங்கி அவனை நெருங்கினாள்.

இருவருமே எதிர்பாராத ஒன்று அப்போது நடந்தது. கழற்றி வைத்த அவளுடைய பழைய கோட்டிலிருந்து 'கிர்ர்க் கிர்ர்க்' என்ற சத்தம் எழுந்தது. இவன் திடுக்கிட்டுத் துள்ளி எழுந்தான். முதலில் யாரோ புகைப்படம் எடுக்கிறார்கள் என்று சந்தேகித்தான். 'என்ன, என்ன சத்தம்?' என்று கேட்டான். அவன் குரல் அவனுக்கே கொஞ்சம் வெட்கத்தைத் தந்தது. அவனைப் பார்த்து அவள் ஆச்சரியப்பட்டாள். சரியாக அந்த நேரம் பரிசாரகன் சாப்பிட்டு முடித்த பிளேட்டுகளை அகற்ற வந்திருந்தான்.

சற்று ஆங்கிலம் தெரிந்த பரிசாரகனிடம் அந்தச் சத்தம் எங்கேயிருந்து வருகிறது, ஏன் தன்னைத் துரத்துகிறது என்று கேட்டான். அவன் குரலில் இருந்த பதற்றம் இருவரையும் ஆச்சரி யப்படுத்தியது. பரிசாரகன் அந்தப் பெண்ணுடன் பேசத் தொடங் கினான். அவளும் ஏதோ சொன்னாள். அவனுக்குத் திருப்தி யில்லை, மீண்டும் ஏதோ கேட்டான். அவள் சொன்ன பதில் பரி சாரகனை முற்றிலும் மாற்றியது. அவன் குரலில் முந்தியில்லாத மரியாதை ஏறியது. அவள் வேறுவழியின்றி நாற்காலியில் மடித்து வைத்த மேலங்கியைத் தூக்கி அதன் பைகளுக்குள் கையை நுழைத்து இரண்டு போத்தல்களை வெளியே எடுத்து மேசைமேல் வைத்தாள். அதற்குள்ளே இரண்டு ஆரோக்கியமான பளபளக்கும் சிள்வண்டுகள் இருந்தன.

சீனாவில் சிள்வண்டுகளைப் பழக்கிச் சண்டைக்கு விடுவார்கள். ஆயிரம் வருடங்களாகச் சிள்வண்டுச் சண்டைகள் பிரபலம். சில விடுதிகளில் இந்தச் சண்டையை நடத்துவார்கள். நிறைய வாடிக்கையாளர்கள் போட்டி போட்டுக்கொண்டு பந்தயம் கட்டுவார்கள். சாரதிப்பெண் புகழ் பெற்ற சிள்வண்டு வளர்ப்புக் கிராமத்திலிருந்து வருபவள். அவற்றை வளர்த்துச் சண்டைக்கு விடுவதுதான் அவளுடைய தொழில். அவள் சிள்வண்டு வளர்ப்பில் சீனாவில் அறியப்பட்ட நிபுணர். இவை எல்லாவற்றையும் பரிசாரகன் சொன்னான்.

அந்த உணவகத்தில் வேலை செய்தவர்களும் விருந்தினரும் சும்மா நின்றவர்களும் அந்தச் சண்டைக்கார சிள்வண்டுகளைச் சுற்றி நின்று வேடிக்கை பார்க்க ஆரம்பித்தார்கள். நிறையக் கேள்விகள் கேட்டார்கள். ஒரு பத்திரிகைக்காரர் நாலைந்து கமிராக்களை கழுத்தில் தொங்கவிட்டபடி படங்கள் எடுக்க வந்தார். அவரைத் துரத்தவேண்டியிருந்தது. மிகச் சொற்ப நேரத்தில் அவள் ஒரு சினிமா நடிகையைப் போலப் பிரபலமாகிவிட்டாள். பரிசாரகன் சுற்றி நின்றவர்களைக் கலைந்து போகும்படி வேண்டிக்கொண்டான்.

விமான நிலையத்துக்கு அவனைச் சாரதிப்பெண் ஓட்டிப் போனபோது அசௌகரியமான மௌனம் சூழ்ந்தது. மேலங்கி தரித்தவுடன் அவள் ஒரு சாதாரண பெண்ணாக மாறிவிட்டாள். அடிக்கடிக் கண்ணாடி வழியாக அவனைப் பார்த்தாள். அந்த அருமையான தருணம் தாண்டிவிட்டது. அவளை அழகியாகக் கருதுவதா, சாரதியாகக் கருதுவதா அல்லது சிள்வண்டு நிபுணியாகக் கருதுவதா என்பதில் அவனுக்குக் குழப்பம். ஒரு காலத்தில் அவன் வேலை செய்யும் கம்பெனிக்கு அவன் தலைவர் ஆகலாம், அல்லது கனடாவின் பிரதமர் ஆகலாம், அல்லது இன்னும் உயர்ந்த உலக ஸ்தாபனத்தில் ஒரு பெரிய பதவிகூட வகிக்கலாம். ஆனால், இனி ஒரு காலத்திலும், அவன் என்ன பதவி வகித்தாலும் ஒரு பெண் எழுந்து வந்து கொடுக்க நினைத்த, ஆனால், வீணாகிப் போன முத்தத்தை அவன் மிஞ்சிய வாழ்நாளில் திரும்பப் பெறப் போவதில்லை. அந்த எண்ணம் அவனைச் சங்கடப்படுத்தியது. காரிலிருந்து அவன் இறங்கியபோது அவளும் இறங்கினாள். கனடாவிற்குக் கொண்டு போவதற்காகப் பத்திரப்படுத்திய இரண்டு 100 யுவான் நோட்டுகள் அவனிடம் இருந்தன. அவளுக்கு ஏதாவது செய்ய வேண்டும் போலத் தோன்றியது. ஒரு 100 யுவான் நோட்டை அவளிடம் கொடுத்து நன்றி என்றான். அவள் இடுப்பு வரைக்கும் குனிந்து அவர்கள் மொழியில் என்னவோ சொன்னாள்.

மூன்றாவது முனை டிக்கட் கவுண்டர் பெண் ஆங்கிலத்தில் சாதாரண விசயத்தையும் நீண்ட நீண்ட வசனங்களில் பேசினாள். நேரம் இருந்ததால் குடிவரவுக்குள் நுழையாமல் பிருட்ட வளைவு களுக்கு ஏற்றமாதிரி வடிவமைத்த ஆசனம் ஒன்றில் அமர்ந்து சற்று நேரம் அந்தப் பெண்ணைப்பற்றி நினைத்தான். அப்பொழுது அவனுக்கு இரண்டாவது முறையாக ஓர் ஆச்சரியம் கிடைத்தது. சாரதிப்பெண், ஓட்டமும் நடையுமாகக் கண்களால் யாரையோ தேடியபடி நீண்ட மேலங்கி அசைய வேகமாக நடந்தாள். இவனைக் கண்டதும் சிறிது நின்று மூச்சுவாங்க அழகான ஆங் கிலத்தில் 'உங்களைப் பார்க்கத்தான் வந்தேன்' என்றாள். அவன் வாய் அவனையறியாமல் திறந்துகொண்டது. எழுந்து நின்று 'உங் களுக்கு ஆங்கிலம் தெரியுமா?' என்றான். 'தெரியும், மன்னிப்பு கேட்க வந்திருக்கிறேன்' என்றாள். தாயினுடைய சப்பாத்தை அணிந்து டக்கு டக்கென்று நடக்கும் சிறுமியின் நடைபோல அவளுடைய ஆங்கிலம் கனமானதாக இருந்தது; அதே சமயம் கவர்ச்சியாகவும் இருந்தது. அவளுடைய மார்பு மேலும் கீழுமாக அசைந்துகொண்டிருந்ததை அவள் அணிந்திருந்த ஓவர்கோட்டி னால்கூட மறைக்கமுடியவில்லை. 'அமருங்கள்' என்றான். எதிரில் பல இருக்கைகள் வெறுமனே இருந்தாலும் அவள், பக்கத்திலே நெருக்கமாக அமர்ந்தாள்.

'உங்கள் பெயர் என்ன?' என்றான். அவள் 'பார்பறினோ' என்றாள்.

'ஆங்கிலம் பேசத்தெரிவது குற்றமா? எதற்காக அதை மறைக்க வேண்டும்?'

'கம்பெனி விதி அது. நான் கம்பெனி ரகஸ்யங்களைச் சொல்லி விடக்கூடும் என்று பயந்தார்கள்.'

'அவ்வளவுதானா?'

'உங்களைப்போன்ற வாடிக்கையாளரிடம் ஏதாவது உப யோகமான தகவல் அகப்படலாம். அவர்களிடம் அதைச் சொல்ல வேண்டும் எனவும் எதிர்பார்க்கிறார்கள்.'

'என்னிடமிருந்து உங்களுக்கு ஏதாவது விசயம் கிடைத்ததா?'

'கிடைத்தது, ஆனால், நான் அதை அவர்களிடம் சொல்லப் போவதில்லை.'

'ஏன்?'

'நீங்கள் எனக்கு ஓர் உபகாரம் செய்யவேண்டும். நான் சிள்வண்டு வைத்திருந்ததை அவர்களிடம் சொல்லக்கூடாது.'

'சொன்னால்?'

'என் வேலை போய்விடும். சாரதி வேலை இல்லாவிட்டால் என் எதிர்காலம் நின்றுவிடும்.'

'உங்களுக்குத்தான் சிள்வண்டு வருமானம் இருக்கிறதே.'

'சாரதி வேலையை வைத்துத்தான் என்னுடைய வாடிக்கை யாளர்களைப் பிடிக்கிறேன். இது போனால் இரண்டுமே போய் விடும்.' அவள் முகம் உண்மையில் கலவரமானதாக மாறியது.

'ஓ அப்படியா? என்னுடைய விமானத்துக்கு போதிய நேரம் இருக்கிறது. ஓவர்கோட்டைக் கழற்றிவிட்டுச் சாவகாசமாக உட்கார லாமே.' கட்டளையை நிறைவேற்றுவதற்காக அவள் எழுந்து நின்று ஓவர்கோட்டைக் கழற்றினாள். அவள் கை மென்மயிர்கள் வியர் வையில் பளபளத்தன. மெல்லிய ஆடை துடையின் ஈரத்தில் ஒட்டிப்பிடித்து நின்றது. அவள் பேரழகி. அவனுக்கு வயது 22. கண்களை அவனால் மற்றப் பக்கம் திருப்ப முடியவில்லை. பக்கத்து ஆசனத்தில் பட்டென்று முட்டுவதுபோல உட்கார்ந்தாள். அவனுடைய மார்புச் சத்தம் அவளுக்குக் கேட்டுவிடுமோ என்ற பயம் அவனுக்கு ஏற்பட்டது.

'ஒரு வழி இருக்கிறது' என்றான்.

அவளுடைய வாய் அவனுடைய முகத்துக்குச் சமீபமாக இருந்தது.

'உணவகத்தில் நீங்கள் எனக்கு ஏதோ தருவதற்காக எழுந்து நடந்துவந்தீர்கள். வளைந்தீர்களே ஒழிய ஒன்றுமே தரவில்லை. அதைத் தந்தால் நான் முறைப்பாடு செய்யமாட்டேன்.' அவன் வசனத்தை முடிக்கக்கூட இல்லை. அவள் அப்படியே சாய்ந்து அவன் மார்பை தன் பக்கவாட்டு மார்புகளால் அழுத்திக் கைகளால் கழுத்தை வளைத்து அவன் உதட்டில் நீண்ட முத்தம் ஒன்றைப் பதித்தாள். அவளுடைய நாக்கு தபால்தலை ஒட்டப் போவதுபோலக் கொஞ்சம் வெளியே வந்திருந்தது. அந்த முத்தம் ஒரே சமயத்தில் கன்னத்தையும் மேல் உதட்டையும் காதையும் தொட்டது. அவனுக்குச் செய்வது என்னவென்று தெரியவில்லை. பிருட்ட வளைவில் செய்த இருக்கையில் அவன் உட்கார்ந்திருந் தாலும் அவன் அங்கே உட்காரவில்லை.

ஒரு சிறுகுழந்தை செய்வதுபோல கண்களைக் கைகளால் மூடிக்கொண்டு அவள் எழுந்து நின்றாள். பின்னர் தன் பழைய கோட்டை மாட்டினாள். அப்படி மாட்டியதும் அவள் சாதாரண தோற்றம் கொண்டவளாக மாறிப்போனது அதிசயமாகத்தான் இருந்தது. கொசுறு கொடுப்பதுபோல இன்னொரு சின்ன முத்தம் தந்துவிட்டுப் புறப்படுவதற்குத் தயாரானவள் சற்று நின்று யோசித் தாள். இறுதியில் ஏதோ வார்த்தைகளுக்கு விடுதலை கொடுப்பது போலத் தயங்கி 'எனக்குக் கனடாவுக்கு வர விருப்பம்' என்றாள். ஏன் என்றான் அவன். 'அங்கே எத்தனை பிள்ளைகள் வேண்டு மென்றாலும் பெற்றுக்கொள்ளலாம் என்று சொல்கிறார்கள்.' அவன் ஒன்றுமே பதில் சொல்லவில்லை. நடந்துகொண்டே திரும்பிக் கையசைத்தபோது அவள் ஓவர்கோட்டில் இருந்து 'கிர்ர்க் கிர்ர்க்' என்ற சத்தம் எழுந்தது. இருவரும் ஒருவரை ஒருவர் பார்த்துப் பக்கென்று சிரித்தார்கள். அவன் நெஞ்சிலிருந்து ஒரு கையளவு சதையை அவள் பிய்த்துக் கொண்டு போனாள்.

பூமியின் மறுபாதியிலிருந்து ரொறொன்ரோவுக்கு விமானத் தில் பயணம் செய்த அத்தனை மணி நேரத்திலும் அவன் நாவில் ஓர் இனிப்பு கரைந்துகொண்டிருந்தது. புறப்பட்டுப் போனபோது இருந்த அவன் இப்போது இல்லை. இருபது குதிரைகள் ஓடிமுடித்த தரை போல இருதயம் சற்று அமைதியானது. அவன் மனமோ விமானம் பறந்த உயரத்திலும் மேலாகப் பறந்தது. ஏனென்றால், அவனுக்கு 22 வயது தொடங்கி மூன்று நாட்கள் கழிந்துவிட்டன. ஏனென்றால், அவனுடைய கோட் பையில் மாவோவின் படம் போட்ட நூறு யுவான் சிவப்பு நோட்டு ஒன்று மிச்சமாக இருந்தது. ஏனென்றால், உடுத்தி முடித்த அழுக்கான உடைகள் எல்லாம் தாறுமாறாக அடைக்கப்பட்ட அவனுடைய பெட்டியில் கையொப்பமிடப்பட்ட 30 மில்லியன் டொலர் அணு உலை ஒப்பந் தத்தின் மூலமும், மூன்று நகல்களும் இருந்தன. ஏனென்றால், அவன் உதட்டிலே சூடான சீன முத்தம் ஒன்று இருந்தது, கொஞ்சம் குளிர்ந்துபோய்.

◆

எங்கள் வீட்டு நீதிவான்

ஐயாவுக்குப் பெரும் எதிர்பார்ப்பு இருந்தது. அதனால் பிள்ளைகள் பிறந்ததும் அவர்கள் சாதகத்தை எங்களூரில் பிரபலமான சாத்திரியாரைக் கொண்டு எழுதுவித்தார். நாங்கள் ஏழு பிள்ளைகள். எங்கள் ஒவ்வொருவருக்கும் ஒவ்வொரு கொப்பி யில் முழுச் சாதகமும் எழுதப்பட்டிருந்தது. அந்தச் சாதகங்களை ஐயா ஒரு கட்டாகக் கட்டிப் பெட்டகத்துக்குள் வைத்துப் பூட்டி விடுவார். அவற்றைப் பார்ப்பதற்கோ ஆராய்வதற்கோ எங்களுக்கு அனுமதியில்லை.

அம்மா எங்கள் எல்லோரையும் வீட்டிலே பெற்றார். சொல்லி வைத்தாற்போல நாங்கள் இரவிலேயே பிறந்தோம். அனைத்துப் பிரசவத்தையும் மருத்துவச்சிதான் பார்த்தாள். பின்னேரம் ஆனதும் அம்மா சாடையாக வயிற்றுக்குள் குத்துகிறது என்பார். ஐயா உடனே மூன்று காரியங்கள் செய்வார். எங்கள் கிராமத்தில் ஒரேயொரு வீட்டில் சாவிகொடுத்தால் ஓடும் கடி காரம் இருந்தது. பிள்ளை பிறக்கும் சரியான நேரம் தெரிய வேண்டும் என்பதால் ஐயா அந்த மணிக்கூட்டை இரவல் வாங்கி வருவார். மாட்டுக்கொட்டிலில் ஓர் இரும்புக் கட்டில் மடித்து வைக்கப்பட்டிருக்கும். ஐயா அதை எடுத்து விரித்து அதற்குமேல் தும்பு மெத்தை ஒன்றைப் போட்டு அதன் மேல் அம்மாவைப் படுக்க வைப்பார். குறுக்காக ஓடும் சங்கிலிகளின் மேல் மெத் தையை விரித்தால் அது நடுவிலே தொய்ந்துபோய் இருக்கும். அம்மாவால் தானாகப் பள்ளத்தில் படுக்க இயலும். எழும்ப வேண் டும் என்றால், இரண்டு பேர் அவரைப் பிடித்து இழுத்தால்தான் முடியும். ஐயா வீட்டுப் பரம்பரைச் சொத்து அந்தக் கட்டில். அவர் அந்தக் கட்டிலில்தான் பிறந்தார். ஆகவே அது அதிர்ஷ்ட மானது என்று நம்பினார்கள். நாங்கள் உயிர் பிழைத்தது எங்களின் கெட்டித்தனமோ, அம்மாவின் கெட்டித்தனமோ, மருத்துவச்சியின் கெட்டித்தனமோ அல்ல; கட்டிலின் கெட்டித்தனம்.

மூன்றாவதாக ஐயா செய்யும் வேலை மருத்துவச்சிக்கு ஆள் அனுப்புவது. அந்த மருத்துவச்சி பார்க்கும் பிரசவம் பழுதாகாது.

ஆண்பிள்ளை என்றால் ஐம்பது காசு. பெண் பிள்ளை என்றால் அதற்கும் குறைவு. ஒரு தட்டியால் மறைப்புச் செய்து உருவாக்கிய அறைக்குள்தான் பிரசவம் நடக்கும். அங்கே எரியும் விளக்கு வேப்பெண்ணையில் வெளிச்சம் கொடுப்பதால் ஒருவிதமான நெடி அறையில் சூழ்ந்திருக்கும். மருத்துவச்சி உள்ளே இருக்கும்போது ஐயா வெளியே இருப்பார். நடு இரவிலோ அதைத் தாண்டியோ பிள்ளை பிறந்ததும் அது அழும் சத்தம் கேட்கும். அந்த நேரத்தை மணிக்கூட்டில் பார்த்து, ஒரு பென்சிலால் நாக்கைத் தொட்டு ஐயா கொப்பியில் எழுதி வைப்பார். சாதகம் கணிப்பதற்கு அந்த நேரத்தைத்தான் சாத்திரக்காரர் பயன்படுத்துவார்.

இதுவெல்லாம் எனக்குப் பிறர் சொல்லித்தான் தெரிந்தது. அப்பொழுது நான் மிகச் சின்னவன். ஒரு வாழைப்பழத்தை முழுதாகக் கடிக்கத் தெரியாது. பக்கவாட்டில் கடித்து உண்ணத்தான் தெரியும். நான் கண்ணால் பார்த்த பிரசவம் என் தங்கச்சி பிறந்த போதுதான் நடந்தது. அவள்தான் ஏழாவது, கடைசி. அதற்குப் பிறகு எங்கள் வீட்டில் ஒரு குழந்தையுமே பிறக்கவில்லை. இது எங்கள் ஊர்க்காரர்களுக்கு ஆச்சரியம். பத்துப் பன்னிரெண்டு பிள்ளைகள் குடும்பத்தில் பிறப்பதுதான் வழக்கம். அடுத்தடுத்து ஆண் பிள்ளைகள் பிறந்து கடைசியில் ஒரு பெண்பிள்ளை பிறந்ததும் போதும் என்று முடிவு செய்து விட்டார்கள் என்றே பலரும் நினைத்தார்கள். அப்படியான எண்ணம் ஐயாவுக்கோ அம்மாவுக்கோ கிடையாது. ஒரு சாத்திரக்காரரின் கூற்றுத்தான் அப்படியான முடிவுக்குக் காரணம் என்பது பின்னாலே தெரியவரும்.

அப்பொழுதெல்லாம் வழக்கம் பிரசவம் ஆனதும் தேசிக் காயை உருட்டிவிடுவதுதான். மருத்துவம் பார்க்கும் மருத்துவச்சி ஒரு தேசிக்காயைக் கையிலே வைத்திருப்பாள். சிசு பிரசவமானதும் தேசிக்காயை வெளியே உருட்டி விடுவாள். அறையைத் தாண்டி தேசிக்காய் உருண்டு வரும்போது அந்த நேரத்தைக் குறித்து அதன் படி சாதகத்தைக் கணிப்பார்கள். ஐயாவுக்குத் தேசிக்காய் உருட்டுவதில் நம்பிக்கை இல்லை. குழந்தை பிறந்ததும் அழவேண்டும், அந்தச் சத்தம் நேரத்தைக் குறிப்பதற்குப் போதுமானது என்று வாதாடுவார். அம்மாவோ தேசிக்காய் கட்சி. நான் பிறந்தபோது ஏற்பட்ட விபத்தினால் ஐயா தன் பிடிவாதத்தைப் பின்னர் மாற்ற வேண்டி நேர்ந்தது.

பிற்பகல் நாலு மணிக்கு அம்மா வயிற்றுக்குள் குத்துகிற தென்று உள்ளே போய் இரும்புக்கட்டிலில் படுத்துக்கொண்டார். ஐயா வெளியிலே கொப்பியுடனும் பென்சிலுடனும் நாக்குடனும்

காத்திருந்தார். எங்கள் வீட்டு நாய் வீமன் தாடையைத் தரையில் வைத்துக் கண்களால் மேலே பார்த்துக்கொண்டு ஐயாவுக்குப் பக்கத்தில் கிடந்தது. மருத்துவச்சி அம்மாவுக்குப் பக்கத்தில் நின்றார். அம்மா துடிதுடியென்று துடித்துக் கத்திக் குளறினார். ஆனால், பிள்ளை பிறந்தபாடில்லை. மருத்துவச்சி தனக்குத் தெரிந்த வித்தையெல்லாம் செய்து பார்த்தார். இருள் வடிய ஆரம்பித்திருந்தது. திடீரென்று ஒரு சிவந்த கால் வெளியே தள்ளியது. மற்றக்கால் வெளியே வர இன்னும் சில நிமிடங்கள் பிடித்தன. பகலை ஆரம்பிக்கச்சொல்லி பறவைகள் சத்தமிடத் தொடங்கி விட்டன. மருத்துவச்சி வந்தால் வரட்டும் என்று காலைப் பிடித்து இழுத்து வெளியே போட்டு நான் பிறந்தேன். வழக்கமாகக் குழந்தைகள் பிறக்கும்போது நீந்துவதுபோல முகம் பூமியைப் பார்த்துப் பிறக்கும். நான் வானத்தைப் பார்த்துப் பிறந்தேன். ஏதாவது புது விதமாகச் செய்யவேண்டும் என்ற ஆர்வம் எனக்கு அப்போதே இருந்தது. என்னுடைய முகம் சவ்வினால் சுற்றிக்கிடந்தது. மூச்சு விடுவதில்லை என்ற முடிவோடு நான் இருந்ததால் மருத்துவச்சி என்னைப் பிடித்துத் தலைகீழாகக் குலுக்கினார். முதுகிலே தட்டி னார். வழக்கமான தந்திரங்கள் ஒன்றும் வேலை செய்யவில்லை. பழுக்கக் காய்ச்சிய ஊசியை நெற்றியிலும் மார்பிலும் கீறினபோது தான் நான் சத்தம் போட்டு அழுதேன். இதுவொன்றும் தெரி யாமல் வெளியே குந்தியிருந்த ஐயா அப்போதுதான் நான் பிறந்த தாக நினைத்து நேரத்தைக் குறித்துக்கொண்டார்.

எனக்குப் பத்துப் பன்னிரெண்டு வயது வரும்வரை நான் என் நெற்றிக் கீறலையும் மார்புக் கீறலையும் என்னுடன் படிக்கும் மாணவர்களுக்குப் பெருமையாகக் காட்டியதுண்டு. அதற்குப் பின்னர் அந்தக் கீறல் மெல்ல மெல்ல மறைந்துபோனது. ஐயா குறித்த நேரத்தை வைத்துச் சாத்திரக்காரன் சாதகம் எழுதினான். நான் வானத்தைப் பார்த்துக்கொண்டு பிறந்ததால் என் பிறப்பு அபூர்வமானது, எனக்கு வான்புகழ் கிட்டும் என்று அவன் சொன் னான். ஒரு கணம் வீட்டிலே அதை நம்பி என் மதிப்பும் உயர்ந்தது. ஆனால், சீக்கிரத்தில் என் சாதகம் பிழையானது என்பதைக் கண்டுபிடித்துவிட்டார்கள்.

மருத்துவச்சி மூடத்தனமாக நான் பிறந்த சரியான நேரத்தைச் சொல்லாமல் எனக்கு உயிர் கொடுப்பதில் நேரத்தை வீணடித்ததால் என்னுடைய சாதகத்தை முறையாகக் கணிக்க முடியாமல் போனது. நானும் பிற்காலத்தில் நான் என்னவாய் வருவேன் என்ற அறிவு பெறாமல் உத்வேகம் குறைந்த வாழ்க்கையை ஓட்டினேன்.

எனக்குப் பின்னர் தம்பியும் தங்கச்சியும் பிறந்தபோது தேசிக் காய் முறைதான் பின்பற்றப்பட்டது. மருத்துவச்சியிடம் தேசிக் காயைக் கொடுத்து அதை உருட்டிவிடச் சொன்னார்கள். ஆனால், இந்த முறையிலும் சில பிரச்சினைகள் இருந்தன. அவள் உருட்டு வதற்கு மறந்துபோகலாம். கண்களுக்குப் படாமல் வேகமாக உருட்டிவிடலாம். ஆனால், எப்படியோ ஒரு விபத்தும் இல்லாமல் ஐயா சரியான நேரத்தைக் குறித்து அவர்களுக்கு முறையான சாத கங்கள் எழுதப்பட்டன. அந்தச் சாதகங்களை எல்லாம் ஐயா ஒன்றுக்கு மேல் ஒன்றாக அடுக்கி வைத்து ஒரு கயிற்றினால் கட்டிப் பெட்டகத்தில் பூட்டிப் பாதுகாத்தார்.

அம்மாவும் ஐயாவும் அடிக்கடி மகிமைப்படுத்துவதும், தங்களுக்குள் பேசிப் பெருமைப்படுத்துவதும் பெரியண்ணருடைய சாதகத்தைப் பற்றித்தான். சாத்திரக்காரர் அண்ணர் பெரிய நீதி வானாக வருவார் என்று சொல்லியிருந்தது அவர்களுக்கு அள வில்லாத மகிழ்ச்சியைக் கொடுத்தது. அயலவர்களிடமும் நண்பர் களிடமும் உறவினர்களிடமும் அண்ணரின் சாதகத்தை மெச்சி அவர்கள் பேசுவதை நான் கேட்டிருக்கிறேன். அவர்கள் மட்டில் அண்ணர் ஒரு நீதிவானாக ஏற்கனவே பதவியேற்றிருந்தார். அப் போது அவர் எட்டாம் வகுப்பில் இரண்டாவது தடவை படித்துக் கொண்டிருந்தார்.

என் ஐயாவுக்கும் அம்மாவுக்கும் கல்யாணம் நடந்தது நல்ல சாதகப் பொருத்தம் இருந்தபடியால் என்று நினைப்பவர்கள் இருந் தார்கள். ஆனால், அந்த உண்மை எனக்கு மட்டும்தான் தெரியும். நான் ஒருநாள் இரவு வெளிவிறாந்தையில் பாய் விரித்துப் படுத் திருந்தேன். அம்மா அப்படிப் படுக்க என்னை விடுவதில்லை. ஆனால், அன்று எப்படியோ சம்மதம் பெற்றிருந்தேன். காலையில் எழும்பும்போது உடம்பில் ஒட்டியபடி செத்த நுளம்பும் ரத்தமும் இருக்கும். அந்த ரத்தம் என்னுடைய ரத்தமா நுளம்பின் ரத்தமா என்பதைக் கண்டுபிடிக்கவே முடியாது. தூரத்திலிருந்து வந்திருந்த சொந்தக்காரர் ஒருவருடன் ஐயா பேசும்போது நான் தூங்குவது போலக் கிடந்தேன். என்னுடைய ஐயா அம்மாவை முடித்ததற்குக் காரணம் ஒரு பல்லி என்பது எனக்கு அன்றைக்குத்தான் புலப் பட்டது. ஐயா இரண்டாம் தாரமாக அம்மாவை முடிப்பதா, விடுவதா என்று முடிவெடுக்க முடியாமல் அவதிப்பட்டார். அதிகாலையில் ஒரு கோயில் சுவரில் ஏறிக் குந்திக்கொண்டு சாமி சம்மதம் கொடுத்தால்தான் கீழே இறங்குவேன் என்று அவர் பிடி வாதமாகச் சூளுரைத்து விட்டார். காலை மத்தியானமாகி, மத்தியானம் மாலையாகியபோது ஒரு பல்லி கத்தியது. அதையே

கடவுள் கொடுத்த சமிக்ஞையாக எடுத்துக்கொண்டு ஐயா சுவரி லிருந்து குதித்து விவாகத்துக்குச் சம்மதம் சொன்னார். அன்று அந்தப் பல்லி பசியெடுத்துக் கத்தியிராவிட்டால் அம்மாவுக்குக் கல்யாணம் நடந்திராது. நாங்களும் பிறந்திருக்கமாட்டோம். ஐயாவுக்கும் ஒரு கட்டு சாதகம் எழுதிப் பெட்டகத்தில் வைத்துப் பூட்டும் அதிர்ஷ்டம் கிட்டியிருக்காது.

மணிக்கூடு வருவதற்கு முன்னர் ஐயாவின் காலத்தில் எப்படிச் சாதகம் கணித்தார்கள் என்று அவரிடம் நான் ஒரு சமயம் கேட்டிருக்கிறேன். இப்படிக் கேள்விகள் கேட்க ஐயாவை அணுகுவதற்கு நாங்கள் யோசிக்க வேண்டும். ஆனால், சில வேளைகளில் அவர் தொடையில் தட்டி பாட ஆரம்பிக்கும்போது அவரிடம் கேள்விகள் கேட்கலாம். அவர் சந்தோசத்தில் இருக் கிறார். பகலில் பிள்ளை பிறந்தால் ஒருவர் தன் நிழலைக் காலால் அளந்து சரியாக நேரம் கூறமுடியும். நான் சிறுவனாக இருந்த போது அப்படி ஒருவர் தன் நிழலை அளந்து சரியாக மணி சொன்னதைக் கண்டிருக்கிறேன். இரவு நேரமாக இருந்தால் நட்சத் திரங்களின் நிலையை வைத்து நேரம் சொல்பவர்கள் கிராமங்களில் இருந்திருக்கிறார்கள். அவர்கள் கணித்துக் கொடுத்த நேரத்தை வைத்துச் சாதகம் எழுதிவிடுவார்கள். இதுதவிர இன்னொருமுறை யும் இருந்தது. பகலோ இரவோ குழந்தை பிறந்ததும் ஒரு வாழை மரத்தைக் குறுக்காக வெட்டி விடுவார்கள். அந்தக் காலத்தில் எல்லா வீடுகளிலும் வாழை மரம் இருந்தது. அடுத்த நாளோ அதற்கு அடுத்த நாளோ சாத்திரக்காரர் வந்து குருத்து எவ்வளவு நீளம் வளர்ந்திருக்கிறது என்பதை அளந்து குழந்தை பிறந்த நேரத்தைச் சரியாகக் கணித்து அப்படியே அந்த நேரத்துக்குச் சாதகத்தை எழுதுவார்.

எங்கள் வீட்டில் பிள்ளை பிறந்த அடுத்த நாள் மணிக்கூடு போய்விடும். மூன்றாவது நாள் இரும்புக் கட்டிலை மடித்து மாட்டுக்கொட்டிலுக்குள் ஐயா வைப்பார். அம்மா எழும்பி மெள்ள மெள்ள வீட்டு வேலைகளைச் செய்ய ஆரம்பிப்பார். புதிதாக ஓர் ஏணை தொங்கும். வீட்டிலே இரண்டு ஏணைகள் ஒரே சமயத்தில் தொங்குவது சர்வசாதாரணம். பிள்ளைகள் எல் லோரும் அடுத்தடுத்துப் பிறந்தார்கள். ஒரு வருடம் அல்லது ஒன்றரை வருட இடைவெளிதான். வேப்பெண்ணெய் விளக்கின் நெடி வீட்டை நிறைக்கும். 31ஆம் நாள் துடக்குக் கழிப்பார்கள். அதன் பிறகு அடுத்தக் குழந்தைக்கான ஆயத்தங்கள் தொடங்கி விடும்.

அ. முத்துலிங்கம் ♦ 1085

எந்தச் சாத்திரக்காரன் எங்கள் ஊரைத் தாண்டிப்போனாலும் எங்கள் வீட்டுக்கு வரத் தவறமாட்டான். பெட்டகத்துக்குள் கட்டி வைத்திருக்கும் சாதகக் கட்டைக் கொண்டுவந்து ஐயா அவனிடம் கொடுப்பார். அவன் சாதகங்களை அலசிக் கேட்பவர்களுக்குத் திருப்தியீனம் வராமல் பலன் கூறுவான். எல்லாம் சொல்லி முடிந்த பிறகு அம்மா ஐயாவின் முகத்தைப் பார்ப்பார். ஐயா சொல்வார் ‘மூத்தவனின் சாதகத்தை வடிவாய் பாருங்கோ. அவன் நீதிவானாக வருவானோ?’ என்று நேரடியாகவே கேட்பார். சாத்திரக்காரன் மறுபடியும் சாதகத்தைப் புரட்டிக் கொப்பியின் பின் ஒற்றையில் சில கணக்குகள் போடுவான். ‘என்ரை கண்ணிலே இது முதலில் தட்டுப்படாமல் போட்டுது. நான் பார்த்த சாதகங்களில் இப்படிப் புதன் உச்சமடைந்த சாதகத்தைக் காணவில்லை. புதன் கல்விக்கு அதிபதி. நிச்சயம் உங்கள் மகன் நீதிவான் ஆவான்’ என்பான். அன்று சாத்திரக்காரனுக்கு ஆசார உபசாரங்களுடன் பெரிய விருந்து கிடைக்கும்.

இப்படிப் பல சாத்திரக்காரர்கள் வந்துபோனார்கள். எல்லோருக்கும் வாக்கு வல்லபம் இருந்தது. ஒருவராவது முந்திச் சொன்ன சாத்திரக்காரரின் பலனை வெட்டிச் சொல்லாமல் ஒட்டியே சொன்னார்கள். இது அவர்களுக்குள் ஓர் ஒப்பந்தம் என்றே இன்று நினைக்கிறேன். ஒருமுறைப் பாதி ராத்திரியில் நான் கண் விழித்தபோது கண்ட காட்சி என்னைத் திடுக்கிட வைத்தது. பெரிய குங்குமப் பொட்டு வைத்து, சடை விரித்த இளம் சாத்திரக்காரன் ஒருத்தன் குத்துவிளக்குக்கு முன்னால் உட்கார்ந்து சாதகக் கட்டுகளை ஆராய்ந்துகொண்டிருந்தான். ஐயாவின் வழுக்கை விழுந்த முன்னந்தலை கரப்பான் பூச்சி முதுகு போல மினுங்கியது. அம்மா பாக்குத்தூளை முன் பல்லால் மென்றுகொண்டிருந்தார். வாடிய பூப்போல அவருடைய தலை குனிந்திருந்தது. கை விரல்கள் வளைந்துபோய் அவர் கன்னத்தைத் தொட்டுக்கொண்டு இருந்தன. இருவரும் கிட்டத்தில் இருந்தாலும் பெரும் யோசனையில் தூரத்தில் இருந்தார்கள்.

‘ராட்சதர்கள் பலம் பெறுவது இரவில். இரவு பிறக்கும் பிள்ளைகளில் ராட்சதக் குணம் கொஞ்சம் கூடுதலாக இருக்கும். கண்ணன் பிறந்தது இரவில். கண்ணனிடம் ராட்சத அம்சம் இருந்தபடியால்தான் அவனால் கம்சனைக் கொல்ல முடிந்தது. அது ஒன்றும் பெரிய குற்றம் இல்லை. ஆனால், உங்கள் வீட்டில் ஏழு பிள்ளைகள் அடுத்தடுத்து இரவில் பிறந்திருக்கிறார்கள். வீட்டில் அளவுக்கதிகமாக ராட்சத அம்சம் கனத்துப்போய்க் கிடக்கிறது.’ பாட்டும் வசனமும் கலந்த மெல்லிய குரலில் இப்படிச்

சொல்லிவிட்டு வலது கையைத் தூக்கி ஒரு பறவையை விடுதலை செய்வதுபோல விரித்தான்.

ஐயாவும் அம்மாவும் இதைக்கேட்டு இடிந்துபோய் விட்டார்கள். 'ஏதாவது பரிகாரம் உண்டா?' என நடுங்கியபடி ஐயா கேட்டார். 'பரிகாரம் பிறகு செய்யலாம். ஆனால், இன்னொரு குழந்தை இந்த வீட்டில் இரவு பிறக்கக்கூடாது. வீடு தாங்காது' என்று கட்டளையிடுவதுபோலச் சொன்னான். 'வேறு என்ன செய்யலாம்?' 'உங்கள் பிள்ளைகளில் ஒன்றிரண்டு பேர் வெளியே தங்கிப்படித்தால் நல்லது. அதனால் பெரிய நன்மை உண்டாகும்' என்றான். அப்படித்தான் என்னுடைய இரண்டாவது அண்ணர் மாமி வீட்டிலிருந்து படிக்கப் போனார். என்னைப் போர்டிங்கில் சேர்ப்பதாகச் சொன்னார்கள். நான் புறப்படுவதற்கு முதல்நாள் சமையலறைக்குள் போனபோது அம்மா விளக்குக்கு முன்னால் தனியாக உட்கார்ந்து அழுதுகொண்டிருந்தார். என்ன என்னவென்று கேட்க அவர் பதில் பேசாமல் முந்தானையால் துடைத்தார். துடைக்கத் துடைக்கக் கண்ணீர் பெருகியது, ஆனால், சத்தமே வரவில்லை. எங்கள் குடும்பம் ஒன்றாயிருந்தது அதுவே கடைசி.

சாத்திரி சொன்னதுபோல ராட்சதர்கள் வீட்டுக்குள் இருந்து வரவில்லை. வெளியே இருந்துதான் வந்தார்கள். அவர்கள் கால்கள் தடிப்பான தோல் பூட்சுகளுக்குள் இருந்தன. வீடுகளும் வீதிகளும் விளையாட்டு மைதானங்களும் அமைதியிழந்தன. வானமும் பூமியும் மாறின. ஒருநாள் வீட்டிலிருந்து ஓடிய வீமன் திரும்பவில்லை. என்னுடைய அண்ணர் என்னவானார் என்பதைப் பார்க்க ஐயாவும் அம்மாவும் உயிருடன் இருக்கவில்லை. இரவு நேரம் சைக்கிளில் விளக்கு வைக்காமல் ஓடி பொலீசில் பிடிபட்டு அண்ணர் இரண்டு தடவைக் கோர்ட்டுக்குப் போகவேண்டி நேர்ந்தது. நீதிவானாகி வாழ்க்கைப்படிகளில் ஏறுவார் என்று சாத்திரக்காரரால் ஆருடம் சொல்லப்பட்ட அண்ணர் கோர்ட் வாசல் படிகளில் குற்றம் சாட்டப்பட்டுத்தான் ஏறினார்.

நான் ரொறொன்ரோவில் இருந்து இரவு நேரம் இதை எழுதிக்கொண்டிருக்கிறேன். இரவு நேரம் மனிதர்களுக்கு உகந்ததில்லை, ராட்சதர்களுக்கு உகந்தது, அதனால் கெடுதல் உண்டு என ஐயாவும் அம்மாவும் பலதடவை சொல்லியிருக்கிறார்கள். எங்கே இரவு தொடங்குகிறது எங்கே முடிகிறது என்பதை எப்படி

நான் கண்டுபிடிப்பது. இங்கே எனக்கு நடு இரவு. கலிஃபோர்னியாவில் முன்னிரவு. இங்கிலாந்தில் பின்னிரவு. இலங்கையில் நாளையாகிவிட்டது.

ஐயா பத்திரமாகக் கட்டிப் பாதுகாத்த சாதகக் கட்டு ஞாபகத்துக்கு வருகிறது. எங்களுடைய சாதகங்கள் இரவல் மணிக்கூடு காட்டிய நேரப்படிக் கணித்து எழுதப்பட்டவை. சாதகத்தின் சொந்தக்காரர்கள் அவற்றைத் தொட்டது கிடையாது. அதை ஒரு முறையாவது பார்த்திருக்கலாம் என்று இப்போது எனக்குத் தோன்றுகிறது. இரவு நேரத்தில் ஒரே தாயின் வயிற்றில், ஒரே மருத்துவச்சியால் பிரசவம் பார்க்கப்பட்டு, ஒரே இரும்புக் கட்டிலில் நாங்கள் எல்லோரும் பிறந்திருந்தோம். திசைக்கு ஒருவராகச் சிதறி ஓடியபோது ஐயா பத்திரப்படுத்திய சாதகக் கட்டுக்கு என்ன நடந்ததென்பது தெரியவில்லை. இன்று நாங்கள் வெவ்வேறு நாடுகளில், வெவ்வேறு சூழல்களில், வெவ்வேறு துயரங்களுடன் வசிக்கிறோம். சில தேசிக்காய்கள் வேகம் பிடித்து எல்லைக்கு அப்பால் ஓடின. சில உரிய இடத்தில் வந்து நின்றன. சில கதவைத் தாண்டவே இல்லை.

◆

தீர்வு

அடகு வைப்பதற்கு வீட்டிலே ஒன்றும் இல்லாவிட்டால், எல்லாப் பெறுமதியான பொருள்களும் முடிந்து விட்ட நிலையில், குறுக்கு மூளை அப்பா அவனை அடகு வைப்பார். அவன் பெயர் உக்கோ. ஏப்ரல் மாதம் வரும்போது அவன் தயாராகிவிடுவான். ஆப்பிரிக்காவில் ஏப்ரல் மாதக் கடைசியில்தான் மழைக்காலம் ஆரம்பமாகும். அடகு வைத்தால் மூன்று நான்கு மாதம் கழித்து தான் அவன் மீட்கப்படுவான். ஒரு பிளாஸ்டிக் பையை எடுத்து தன் உடுப்புகளை அதற்குள் அடைத்தான். உடுப்புகள் என்பது அவன் பள்ளிக்கு அணியும் ஒரு கால் சட்டையும் ஒரு சேர்ட்டும் தான். மீதி இடத்தில் அவன் புத்தகங்களை நிரப்பினான். என்ன நடந்தாலும் அவன் படிப்பைக் கைவிடக்கூடாது என்பதில் உறுதி யாக இருந்தான்.

உக்கோ பள்ளிக்கூடத்துக்கு வருகிறானோ இல்லையோ, வகுப்பில் அவன்தான் எப்பொழுதும் முதல். தலைமையாசிரி யருக்கு அவன் பள்ளிக்கூடத்திற்கு வராவிட்டால் அவனை அடகு வைத்துவிட்டார்கள் என்பது தெரியும். அவனிடம் அவர் நிறைய அன்பு வைத்திருந்தார். அவனுக்குப் பதினொரு வயது நடந்த போது அந்தப் பிராந்தியத்தில் நடந்த பரீட்சையில் அவன் முதலா வதாக வந்தான். தலைமையாசிரியர் தன் சொந்தக் காசில் அவனுக்கு ஒரு கைக்கடிகாரம் வாங்கிப் பரிசளித்தார். முள்கள் சுழன்று ஓடும் கடிகாரம். வாழ்க்கையில் அதுவரைக்கும் அவன் கட்டியது விளையாட்டுக் கடிகாரம்தான். முதலில் நேரத்தைப் பார்த்துவிட்டுப் பின்னர் முள்ளைத் திருப்பி வைக்கவேண்டும். ஆனால், இதில் சின்ன முள்ளும் பெரிய முள்ளும் தானாகவே ஒன்றை ஒன்று துரத்தின. அவன் தனது இடது கையில் ஒரேயொரு நாள் அதைக் கட்டினான். அடுத்த நாள் அவனுடைய அப்பா அதை எடுத்துப்போய் சந்தையில் விற்றுவிட்டார். அம்மா அவரை 'குறுக்குமூளை மனுசன்' என்று திட்டினார். அந்தப் பெயர் பின்னர் நிலைத்துவிட்டது.

உக்கோவுக்கு மூன்று அம்மாக்கள், நாலு பாட்டிகள், ஒரு அப்பா. அப்பாவுக்கு அவனுடைய அம்மா இரண்டாவது

அ. முத்துலிங்கம் ♦ 1089

மனைவி. அப்பாவின் மூன்று மனைவிகளுக்கும் பிள்ளைகள் இருந்தார்கள். ஆனால், அடகு வைப்பது என்று வரும்போது உக்கோவையே அப்பா தெரிவு செய்வார். ஒருநாள் அப்பாவிடம் அம்மா கேட்டுவிட்டார். அதற்கு அவர் சொன்ன பதில்தான் ஆச்சரியமானது. 'எனக்குத் தெரியும், நீ பேசாமல் இரு. எத்தனை நாள் அடகு வைத்தாலும் இவன் படிப்பை விடமாட்டான். முதலா வதாக வந்துவிடுவான்.' அதைக்கேட்டதும் உக்கோவுக்குக் கொஞ் சம் பெருமையாக இருந்தது. தாயாரிடம் பலமுறைக் கெஞ்சியிருக் கிறான். 'அப்பா குடித்துவிட்டு ரோட்டில் சண்டை போடுவது எனக்கு அவமானமாயிருக்கு. நண்பர்கள் பரிகசிக்கிறார்கள். நீ ஏன் அவரைத் திருத்தக் கூடாது?' அம்மா சிரிப்பார். 'கோழிக் குஞ்சின் பிரார்த்தனை பருந்தை ஒன்றும் செய்யாது. நீ சின்னப் பிள்ளை' என்பார்.

முதல் முறை அவனை அடகு வைத்தபோது அவனுக்கு வயது 11. அப்பா அவனை லெபனிஸ் வியாபாரிகளிடம்தான் அடகு வைப்பார். லெபனானில் யுத்தம் தொடங்கிய பின்னர் நிறைய கிறிஸ்தவர்களும் முஸ்லிம்களும் ஆப்பிரிக்காவுக்கு வந்து சேர்ந்தார்கள். ஏதாவது வியாபாரத்தைத் துவங்கி அதை லாப கரமாக நடத்தினார்கள். பெரிய வீடுகளில் ஆறு ஏழு வேலைக் காரர்களை வைத்துக்கொண்டு வசதியாக வாழ்ந்தார்கள். அவன் பின்வாசல் கதவு வழியாகத்தான் உள்ளே நுழைவான். காலையில் எசமானின் சப்பாத்துகளை மினுக்கி வைப்பது அவனுடைய முதல் வேலை. அறைகளைத் துப்புரவாக்க வேண்டும், ஆனால், துடைப் பத்தால் கூட்டமுடியாது. சிறுபையன் கூட்டினால் வீட்டிலே பேய் பிடித்துவிடும் என்றார்கள். ஆகவே கைகளினால் பொறுக்குவான். எசமானுக்கு நல்ல நாள் என்றால் அவனுக்கும் நல்ல நாள். அவருக் குக் கெட்ட நாள் என்றால் அவனுக்கு ஆகக் கெட்ட நாள். எசமானின் அறையில் ஒரு படம் மாட்டியிருந்தது. துப்பாக்கியை வலது கையில் தூக்கிப் பிடித்துக்கொண்டு அவர் நின்றார். இடது கால் இறந்துபோன மானின் முதுகில் இருந்தது. அதன் கண்கள் திறந்தபடியே இருந்தன. எசமானின் கண்களும் திறந்தபடி இருந்தன. அவர் காலைத் தூக்கினால் மான் எழும்பி ஓடிவிடும் என்பதுபோல அவனுக்குத் தோன்றும். சாப்பாடு மூன்று நேரமும் அலுமினியத் தட்டில் கிடைக்கும். அதனால் அவனுக்கு மகிழ்ச்சி. ஆனால், இரவு நேரங்களில் அம்மாவை நினைத்து அழுவதை அவனால் நிறுத்தமுடியவில்லை.

அடுத்த தடவை குறுக்குமூளை அப்பா அவனை அடகு வைத்தது ஒரு லெபனிஸ்காரருடைய மருந்துக்கடையில். அங்கே

தினம் பத்து மணிநேரம் வேலை. முதலாளி உயரமாக பெரிய வயிறு முன்னுக்குத் தள்ள நீண்ட டிஸ்டாஸா அங்கி அணிந்திருப் பார். தையல்காரனிடம் சொல்லி அவர் அங்கியை முன்னுக்கு நீளமாகவும் பின்னுக்குக் கட்டையாகவும் தைப்பிப்பதாகப் பேசிக் கொள்வார்கள். ஒருவாரம் முடிவதற்கிடையில் அவன் மருந்தின் பெயர், என்ன வியாதிக்கான மருந்து, அதன் பக்க விளைவுகள், விற்பனை விலை இன்ன பிற விவரங்களை மனனம் செய்து விட்டான். வாங்குபவருக்குப் பொறுமையாக மருந்தைச் சாப்பிடும் முறைபற்றி விளக்கிச் சொல்வான். முக்கியமாக மருந்தைத் 'திருப்பிக் கொண்டுவரவேண்டாம்' என்று நினைவூட்ட வேண்டும். அது முதலாளியின் கட்டளை. அவன் கட்டளைகளைச் சரிவர நிறைவேற்றியபடியால் முதலாளிக்கு அவன்மீது பிடிப்பு வந்து விட்டது. அவனுக்குச் சம்பளம் கிடையாது. தங்க இடமும் சாப் பாடும்தான். உக்கோவுடைய ஒப்பந்தம் முடிந்து வீட்டுக்குப் போகும்போது அவனுக்குச் சம்பளம் தருவதாகக் கூறியிருந்தார். ஆனால், அவன் செய்த ஒரு முட்டாள்தனம் எல்லாத்தையும் கெடுத்துவிட்டது.

அங்கே ஒரு வழக்கம் இருந்தது. ஆறு மாதத்திற்கொருமுறை காலாவதியான மருந்துகளை ஒரு பெட்டியில் அடுக்கிச் சுகாதார மந்திரியின் அலுவலகத்துக்கு எடுத்துச் செல்வார்கள். மந்திரி மருந்துகளின் ஆயுளை மேலும் ஒரு வருடத்துக்கு நீட்டிக் கடிதம் கொடுப்பார். கணிசமான பணத்தைக் கொடுத்துத்தான் அந்தக் கடிதத்தைப் பெறமுடியும். காலாவதியான மருந்துகளை விற்பதில் உக்கோவுக்குச் சம்மதமில்லை. ஒருநாள் மூச்சுத்திணறியபடி நோயாளி ஒருவர் கேட்டு வந்த மருந்து காலாவதியாகிவிட்டது. விற்க மறுத்தால் முதலாளிக்குக் கோபம் வரும். விற்றாலோ நோயாளிக்குப் பலன் கிடையாது. இப்படியான இக்கட்டான சமயங் களைக் கடந்துபோக உக்கோவிடம் ஒரு யுக்தி இருந்தது. இருபது மட்டும் ஒவ்வொன்றாக எண்ணுவான். அதற்குள் யாராவது புது வாடிக்கையாளர் கதவைத் திறந்து வந்தால் மருந்தை விற்கலாம். வராவிட்டால் கொடுக்கக்கூடாது. வேகமாக எண்ணினான். ஒருவருமே வரவில்லை. மருந்து இல்லையென்று நோயாளியை அனுப்பிவிட்டான். இந்த விசயம் எப்படியோ முதலாளிக்குத் தெரிய வந்து அவனைத் தாறுமாறாக வைதார். தகப்பன் அவனை மீட்க வந்தபோது உக்கோவினால் பெரும் நட்டப்பட்டதாக முறை யிட்டு, ஏதோ மருந்து விற்பதுபோல அவனை 'திருப்பிக் கொண்டு வரவேண்டாம்' என்று கடுமையாகச் சொல்லித் துரத்திவிட்டார்.

அவனுக்கு 15 வயதானபோதுதான் அவனுடைய குறுக்கு மூளை அப்பா அவனைப் பால்தாஸர் வீட்டில் அடகு வைத்தார். அவர் பெரிய வைர வியாபாரி. மிக நல்ல மனிதர். இலையான்கள் செய்வதுபோல கைகளை ஒன்றுடன் ஒன்று உரசிக்கொண்டுதான் பேசுவார். ஒருநாள் முழுக்க அவர் பக்கத்தில் நின்றாலும் நாலு ஐந்து வார்த்தைகளுக்குமேல் பேசமாட்டார். உக்கோ அவன் வாழ்நாளில் அத்தனை பெரிய வீட்டைக் கண்டதில்லை. வீட்டைச் சுற்றி உதை பந்தாட்ட மைதானம்போலப் பெரிய புல்வெளியும் தோட்டமும். தோட்டத்திலே இரண்டு கருப்பு வெள்ளை நாரைகள், சிவந்த அலகுடன் உலவிக்கொண்டிருக்கும். முதலாளி நல்ல மனிதர். அவனுக்குப் புதிய உடையும் காலுக்கு அணிவதற்குச் செருப்பும் கிடைத்தன. எந்த நேரமும் தோய்த்து மடித்த சீரான உடையில்தான் வீட்டுக்குள் நடமாட வேண்டும் என்பது கட்டளை. காலை எட்டு மணியிலிருந்து வியாபாரிகள் வந்த வண்ணமே இருப்பார்கள். அவர்களுக்குச் சின்னச் சின்ன கிண்ணங்களில் காபியும், மெஸ்ஸே, ஹாமுஸ், லாப்னே என்று சிற்றுண்டி வகைகளும் தந்து உபசரிக்க வேண்டும். மாலையானதும் மதுபானம்தான். அந்த வீட்டில் இருந்ததோ மூன்று பேர்தான். அவர்களைப் பராமரிக்க 17 வேலைக்காரர்கள் உழைத்தார்கள். அவர்களிலே உக்கோவும் ஒருத்தன்.

எசமானின் மகள் பெயர் ஜூலியானா. அவளைக் கண்ட முதல் நாள் அவன் திகைத்துப்போய் நின்றான். அவன் வேலை செய்த வீடுகளில் பல அழகிகளைக் கண்டிருக்கிறான். ஆனால், இப்படியும் இந்த உலகத்தில் அழகிருக்கலாம் என்பதை அவன் அறியவில்லை. இன்னொருவர் முந்த முடியாத அழகு. கூந்தலை எதிர்ப்பக்கமாக வாரி உருட்டி அலங்கரிப்பதால் உயரமாகத் தெரிவாள். அந்தப் பெரிய வீட்டில் உள்ள 20 அறைகளில் அவள் எங்கோ வசித்தாள். அபூர்வமாகக் கண்ணில் தென்படுவாள். சமையலறைக்கும் வரவேற்பறைக்கும் இடையில் ஓடிக் கொண்டிருக்கும்போது. ஒருநாள் காலை நேரம் அவளை நேருக்கு நேர் கண்டபோது நடுங்கிவிட்டான். நிமிர்ந்து பார்க்க முடியாமல் கண்கள் கூசின. அழகுகூட ஒருவருக்கு அச்சத்தை ஏற்படுத்தும் என்பதை அன்றுதான் உணர்ந்தான். 'உக்கோ' என்றாள். அவளுக்கு அவன் பெயர் தெரிந்திருந்தது மட்டுமில்லாமல் அது ஞாபகத்திலும் இருந்ததை அவனால் நம்ப முடியவில்லை; பெருமையாக விருந்தது. வேலையில் சேர்ந்த அன்றே அவனுக்கு ஒரு கட்டளை பிறப்பிக்கப்பட்டிருந்தது. எசமானை அவன் 'மாஸ்டர்' என்றும் எசமானியை 'மாடம்' என்றும் மகளை 'ஸ்மோல் மாடம்' எனவும் அழைக்கவேண்டும்.

'எஸ், ஸ்மோல் மாடம்' என்றான். அவன் தலை குனிந் திருந்தது. அவள் மாட்டியிருந்த வெள்ளிச் சருகை வேலைப்பாடு செய்த சப்பாத்துகளையே அவன் கண்கள் கண்டன. அவன் அணிந்திருந்த இறுக்கமான உடை பாதி நனைந்துவிட்டது. 'நீ படிக்கிறாயாமே. என்ன படிக்கிறாய்?' என்று கேட்டாள். அவன் மூளை படபடவென்று வேலை செய்தது. சில நாட்களுக்கு முன்னர் அவள் மேசையிலே கிடந்த புத்தகங்களைப் பார்த்திருக் கிறான். அவளுக்கு அவனிலும் பார்க்க இரண்டு வயது கூட இருக்கும். ஆனால், ஒரு வகுப்பு கீழே படிக்கிறாள். இடுப்பிலே கையை வைத்துக்கொண்டு பதிலுக்காக நின்றாள். இந்தச் சின்னக் கேள்விக்கு இவ்வளவு தாமதமான பதிலா என்று அவள் யோசித் திருக்கலாம். வெள்ளை கொலர் வைத்த மெல்லிய பச்சைக் கவுண் அணிந்திருந்தாள். அதே வெள்ளைக் கலரில் அகலமான பெல்ட் அவள் இடுப்பைச் சுற்றி இறுக்கியிருந்தது. அவன் புத்தியாக அவளி லும் பார்க்க ஒரு வகுப்பைக் குறைத்துச் சொன்னான். 'சரி போ' என்றாள். அப்படிச் சொன்னபோது அவளுடைய தலை 40 பாகை தோள் பக்கம் சரிந்தது. விடுதலை பெற்றவன்போல அந்த இடத்தை விட்டு அகன்றான். அகன்றதும் ஏதோ பெரும் இழப்பு வந்து அவனை மூடிக்கொண்டது. மீதி நாள் முழுக்க அவனுக்கு நரகமாகவே கழிந்தது.

அவனுடைய குறுக்குமூளை அப்பா அந்தத் தடவை அவனை அடகுவைக்க வந்தபோது அவனுடைய அம்மா எதிர்த்துப் போராடினார். அவர் படுத்த படுக்கையாகக் கிடந்தார். அவரைப் பார்த்துக்கொண்டது மூன்றாவது அம்மா. வேறு ஒரு வரும் எட்டிப் பார்ப்பதில்லை. மருத்துவர்கள் கைவிட்டுவிட் டார்கள். வலியில் அம்மா துடித்தபடியே 'உச்சரிக்கமுடியாத வியாதி வந்துவிட்டதே' என்று புலம்புவார். 'உக்கோ உக்கோ' என்று நிமிடத்துக்கு நாலு தடவை அழைப்பார். அவன் ஒன்றுமே செய்யத் தேவையில்லை. அம்மாவின் பக்கத்தில் உட்கார்ந்தாலே போதும். இலையான்களின் தொல்லைதான் தாங்கமுடியாமல் இருந்தது. அம்மாவின் கண்களை அவை விடாமல் தாக்கின. எசமான் வீட்டிலே இலையான்களே இல்லை. அவைகளுக்கு எப்படி ஏழை வீடு, பணக்கார வீடு தெரிகிறது என்பது அவனுக்குப் புரியவில்லை. தன்னால் ஒன்றுமே செய்யமுடியவில்லையே என்று நினைத்தபோது அவனுக்கு வாழ்க்கையில் முதல் தடவையாக வெறுப்பு வந்தது. எப்பொழுது அவனுடைய குறுக்குமூளை அப்பா வந்து தன்னை மீட்பார் என்று தினமும் எதிர்பார்த்துக் கொண்டிருந்தான். ஆனால், இப்போது அவர் வந்துவிடுவாரோ

அ. முத்துலிங்கம் ♦ 1093

என்ற அச்சம் ஏற்பட்டது. அதை நினைக்க அவனுக்கு வெட்கமாயிருந்தது.

இந்த உலகத்தில் அவனிடம் உண்மையான அன்பு காட்டுபவர்கள் இரண்டே இரண்டு பேர்தான். ஒன்று அம்மா. மற்றது அவனுடைய தலைமையாசிரியர். 'நீ நல்லாய்ப் படி. உனக்கு அபூர்வமான மூளை. நீ வெளிநாடு போய் பெரிய படிப்பெல்லாம் படிக்க வேண்டும்' என்று இங்கிலாந்து மாப்பை விரிப்பார். அவன் உடனேயே விம்மத் தொடங்குவான். 'ஒரு வரைபடத்தைப் பார்த்து அழுவது இந்த உலகத்தில் நீ ஒருவன் மட்டுமே' என்று எரிச்சலுடன் சொல்லிவிட்டு மாப்பை மறுபடியும் சுருட்டி வைப்பார். அவனால் வரைபடங்களைப் பார்க்க முடிவதில்லை. 'வெளிநாடு போகமாட்டேன் சேர்' என்பான் அவன். 'உன் மூளை பெண்டுலம் போல வேலை செய்கிறது. கூர்த்த மதி கொண்டவனாய் ஒரு கணம் தெரிகிறாய். அடுத்த கணம் முழு மூடனாகிவிடுகிறாய். கிளையிலேயே உட்கார்ந்திருக்கும் பறவைக்கு சோளம் எங்கே இருக்கிறது என்பது தெரியாது. தேனி பூப்பூவாய்ப் போய்த் தேனைத் திரட்டுவது போல நீ அறிவைத் திரட்டவேண்டும்' என்பார். உக்கோவின் தலை குனிந்திருக்கும்.

ஒருநாள் கதவு மணி அடித்தது. அந்த ஒலி அடங்குவதற்கிடையில் மறுபடியும் ஒலித்தது. உக்கோ ஓடிச்சென்று கதவைத் திறந்தான். இரண்டு இளம் பெண்கள், அவர்களைத் தோளோடு தோள் ஒட்டிவிட்டதுபோல, நெருக்கமாக நின்றார்கள். உக்கோ சிரித்தான். ஆனால், அவர்கள் திருப்பிச் சிரிக்கவில்லை. அவனைத் தள்ளி விழுத்துவதுபோல உள்ளே நுழைந்தனர். ஜூலியானாவுடன் படிப்பவர்கள் என்பது உடனே புரிந்தது. படபடவென்று காரியங்கள் துவங்கின. ஒருத்தி கரண்டி ஒன்றை வாய்க்கு முன் பிடித்துக்கொண்டு (அதுதான் ஒலிவாங்கி) பாடினாள். அந்தப் பாட்டுக்கு மற்றவள் நடுக்கூடத்தில் நடனம் ஆடினாள். அது அரேபியர்கள் நடனம் என்பது அவனுக்குப் பின்னர் தெரிந்தது. அவள் முறையாக அரேபிய நடனம் கற்றவள் போலிருந்தாள். பின்னர் ஜூலியானாவின் முறை வந்தது. இடுப்பிலே நீலம் சிவப்பு என ரிப்பன்களை இறுக்கிக் கட்டி இன்னும் இடையைச் சிறிதாக்கிக்கொண்டு ஆடினாள். நடனத்தின் முக்கியமான பகுதி இடையை ஆட்டுவதுதான். ஒரு கால் நேராக நிற்க மற்றக் காலைச் சாய்த்து வைத்து, ஒரு கையை இடுப்பிலே ஊன்றிக்கொண்டு நின்ற நிலையிலேயே இடையை மட்டும் தூக்கித் தூக்கி எறிந்தாள். அது மேலும் கீழும் ஆடியது. அவன் அவர்களுக்கு மெஸ்ஸே பரிமாற வந்தபோது பாடிய பெண் கரண்டியைப் பின்னுக்கு

ஒளித்தாள். வாயை ஒன்றும் செய்யமுடியவில்லை. அவன் திரும்பியபோது ஜூலியானா என்னவோ மெள்ளச் சொல்ல இருவரும் ஒரே நேரத்தில் திரும்பி அவனைப் பார்த்தார்கள். அவனுக்கு என்னவோபோல ஆகிவிட்டது. சமையலறைக்கு ஓடி வந்த பின்னரும் அவனுடைய தொடைகள் ஆடின. அவள் என்ன சொல்லியிருப்பாள் என்று அன்று இரவு முழுக்க தூங்க முடியாமல் மண்டையைப் போட்டு அவன் உடைக்க வேண்டியிருந்தது.

அவளிடம் எண்ணி, கணக்கு வைக்க முடியாத ஆடைகள் இருந்தன. இரவு ஆடை, வீட்டு ஆடை, பள்ளி ஆடை, விளையாட்டு ஆடை, குளிக்கும் ஆடை, வெளி ஆடை, விருந்து ஆடை என்று பல வகை. ஒருமுறை அணிந்ததை இன்னொரு தடவை அணிவதை அவன் பார்த்தது கிடையாது. சிலசமயம் விருந்து ஆடையை வீட்டுக்கு உடுத்தி அலங்காரம் செய்து கண்ணாடியில் தன்னையே நெடுநேரம் பார்ப்பாள். பின்னுக்கு இழுபடும் மெல்லிய நீல நிற உடையில் இளவரசிபோல, உயர்ந்த கால்செருப்பு சத்தமிட, உலவுவாள். ஒருநாளைக்குப் பலமுறை உடைமாற்றுவாள். கழற்றிய உடை கழற்றிய இடத்திலேயே வட்டமாகக் கிடக்கும். அவற்றைப் பொறுக்கிக் கூடையில் உக்கோ பலதடவை போட்டிருக்கிறான். அந்த உடைகளின் மிருதுத்தன்மை விரல்களில் படும் சில கணங்கள் அவன் மனதில் பல மணிநேரம் தங்கும். அவளைத் தொடுவதுபோல மிகவும் மரியாதையுடன்தான் அவற்றைத் தொட்டிருக்கிறான்.

எசமான் வீட்டில் இரண்டு தோட்டக்காரர்கள் புல் வெட்டுவார்கள். உருளையான மெசினைத் தள்ளிக்கொண்டு போக அது பெரும் சத்தம் எழுப்பியபடிப் புல்லை வெட்டிச் சேகரிக்கும். புல் வெட்டும் நாட்களில் ஜூலியானா அழைத்தால் கேட்காது. அந்த வீட்டில் உள்ள 20 அறைகளில் எந்த அறையில் இருந்தும் அவள் கூப்பிடுவாள். அந்தச் சத்தம் சுவர்களில் எதிரொலித்து எதிரொலித்து அவனிடம் வந்து சேரும்போது பாதி பலம் இழந்துவிடும். அவன் ஒவ்வொரு அறையாக அவளைத் தேடிக்கொண்டு அலைவான். அன்று அவள் தீவிரமாக ஏதோ படித்துக்கொண்டிருந்தாள். வீட்டுப் பாடம் செய்கிறாள் என்று பட்டது. எட்டிப் பார்த்தான். பாஸ்கல் முக்கோணத்தில் ஒரு கணக்கு. ‘எஸ் ஸ்மோல் மாடம்’ என்றான். தேநீர் கொண்டுவரச் சொன்னாள். மாடிப் படிகளில் இறங்கிச் சமையலறைக்குச் சென்று எடுத்து வந்து பூச்செண்டு கொடுப்பதுபோல எட்ட நின்று நீட்டினான். அவள் கோப்பையை வாங்கிய பின்னரும் அவன் கைகள் நீண்டபடியே

இருந்தன. ஆறிவிட்டது என்றாள். அவன் மறுபடியும் சமையல் அறைக்கு ஓடி இன்னொன்று எடுத்து வந்தான். அதுவும் சரியில்லை. மூன்றாவது தடவை இரண்டு இரண்டு படியாகத் தாவி ஏறிக் குதிரைபோல மூச்சுவிட்டுக்கொண்டு ஓடிவந்தான். அவள் ம்ம்ம் ஆறிவிட்டது என்றாள். தேநீர் கோப்பையைத் தொட்டுக் கூடப் பார்க்கவில்லை. 'ஸ்மோல் மாடம். நீங்கள் என்மீது ஏதோ கோபமாயிருக்கிறீர்கள்' என்றான். 'கோபமா? உன்மீதா? போ போ' என்று கையை நீட்டி விரட்டினாள். அவன் தடுமாறிப் பின்பக்கமாக விழுந்து தன் மீது தேநீரைக் கொட்டிக்கொண்டான். இதை அவள் எதிர்பார்க்கவில்லை. பதைபதைத்தபடி வந்து 'ஓ என்னை மன்னித்துவிடு' என்று அவன் கையைப் பிடித்துத் தூக்கிவிட்டாள். அந்த மிருதுவான விரல்கள் அவனைத் தொட்டது ஒரு கணம்தான். சிப்பியின் உள்பக்கம் போல பளபளவென்ற வெள்ளை நகங்கள். அவள் விரல்களை விடுவித்த பின்னும் அந்தச் சிலிர்ப்பு விடவில்லை. யன்னலைத் துளைத்துக்கொண்டு புதிய சூரிய வெளிச்சம் திடீரென்று உள்ளே பாய்ந்தது. புல்வெட்டும் சத்தம் பெரிதாகி அவர்களைச் சூழ்ந்துகொண்டது. அவனுடைய மீதி வாழ்நாள் முழுக்கப் புல்வெட்டும் சத்தம் கேட்கும் போதெல்லாம் அவனுக்கு அவள் ஞாபகம் வரும்.

அவன் மனதில் கள்ளம் புகுந்துவிட்டது. அன்று முழுக்க அவள் கண்களில் படுகிறமாதிரி உலவினான். கால்களிலே புதிய சுறுசுறுப்பு வந்தது. என்றுமில்லாத விதமாக அவள் அம்மாவின் கழுத்தைச் பாம்பு சுற்றுவதுபோலக் கைகளால் சுற்றிப் பிடித்துக் கொண்டு ஏதோ அரேபிய மொழியில் சொன்னாள். பின்னர் அவனைத் திரும்பிப் பார்த்ததுபோல இருந்தது. வழிப்பறிக் கொள்ளைக்காரன்போல திடீரென்று அவள் பாதையில் குறுக்கிடச் சொன்னது அவன் மனம். எங்கே அவள் நின்றாலும் அவளைப் பார்க்கவேண்டும் என்று தோன்றியது. கண்ணை வெட்டினால் அவள் மறைந்துவிடுவாள் என்று பயந்தான். அடுத்த நாள் அவள் பள்ளிபோகும்போது அவன் வாசலில் ஏதோ வேலை உண்டாக்கி நின்றான். காரில் ஏறப் போகும் முன்னர் திரும்பிப் பார்த்தாளா என்பதை அவனால் நிச்சயிக்க முடியவில்லை. அவள் பள்ளியிலிருந்து திரும்ப வரும் நேரத்தைக் கணித்து அதே இடத்தில் காத்திருந்தான். அன்று அவனைத் திகைக்கவைத்த சம்பவம் நிகழ்ந்தது. குறுக்கு மூளை அப்பா வந்து அவனை மீட்டுக்கொண்டு போய்விட்டார்.

அந்த வருடம் சோதனையில் அவன் நாட்டில் முதலாவதாக வந்திருந்தான். பிரிட்டிஷ் கவுன்சில் இங்கிலாந்தில் மேல் படிப்புப்

படிப்பதற்கு அவனுக்கு உதவித்தொகை அறிவித்திருப்பதாகத் தலைமையாசிரியர் சொன்னார். 'எனக்கா?' என்று மட்டும் கேட்டான். அவனால் வேறு ஒன்றுமே பேசமுடியவில்லை. கண்ணீர் ஒழுகத் தொடங்கியிருந்தது. வீட்டுக்கு ஓடிவந்து மூச்சு வாங்க அம்மாவிடம் செய்தியைச் சொன்னான். சொன்னதும் தன் தவறை உணர்ந்துகொண்டான். ஆறுமாதமாக அவர் படுக்கையைவிட்டு எழுந்திருக்கவில்லை. வலியில் முனகிக் கொண்டு அவன் தலையைத் தடவி 'நீ என்னை விட்டுவிட்டு போகப்போகிறாயா?' என்றுமட்டும் கேட்டார். அதன்பிறகு அவனுடன் பேசவில்லை. அம்மாவுக்கு மூன்று மொழிகள் தெரியும். அவருடைய கிராமத்து ஃபுலானி மொழி. குறுக்கு மூளை அப்பாவிடம் பேசும் ரிம்னி மற்றும் கிரியோல். அம்மா மூன்று மொழியிலும் அவனிடம் மௌனம் சாதித்தார்.

சந்தை பஸ் நிலையத்துக்குப் போய் இரண்டாவது பாட்டியை அழைத்துவரும்படிக் குறுக்குமூளை அப்பா கட்டளை இட்டிருந்தார். பாட்டி வந்தால் அம்மா உற்சாகமாகிவிடுவாள். ஹமட்டான் காற்று வீசும் காலை நேரம். சகாரா பாலைவனத்துக் குளிரை அப்படியே அள்ளிக் கொண்டுவந்திருந்தது காற்று. அவன் மூச்சு விடும்போது அவனுடைய சுவாசப்பை அளவு உருண்டையான புகை மேகங்கள் அவனுக்கு முன்னால் போயின. எந்த நேரம் என்ன பஸ்ஸில் பாட்டி வருவார் என்ற தகவல் அவனுக்குச் சொல்லப்படவில்லை. ஒவ்வொரு பஸ்ஸாக அவன் தேடிக் கொண்டு வந்தான். அவனுக்கு முன்னால் ஒரு பெண்ணும் யாரையோ தேடினாள். முதுகிலே ஒரு குழந்தையைக் கட்டியிருந்தாள். அதே அளவு இன்னொரு குழந்தையை வாளியிலே காவினாள். பஸ்கள் வந்து வந்து போய்க்கொண்டிருந்தன. பஸ் வாசகங்களைப் படித்தபடி அவன் பாட்டிக்காகக் காத்து நின்றான்.

'மடியில் உட்காராவிட்டால் முழு டிக்கட்.'

'கடவுள் மேலே இருக்கிறார். அவசரமாகச் சந்திக்க வேண்டுமென்றால் அடுத்த பஸ்ஸில் ஏறுங்கள்.'

'பிணங்களை ஏற்றிப்போவது சட்டவிரோதம்.'

கடைக்கண்ணில் ஒளிபட்டதுபோல அதிர்ச்சி. ஒரு மூச்சுத் தவறியது. அதற்குப் பின்னர்தான் கண்டான். ஜூலியானா. அவனுடைய சிரிப்பைத் திருப்பிக் கொடுக்காத இரண்டு சிநேகிதிகளுடன் வந்திருந்தாள். வீதியின் மறு பக்கத்தில் அவள் நடந்தபோது அவளுடைய ஆடை நடைக்கு ஏற்பச் சுழன்றது. உக்கோ தன்

உடையைக் குனிந்து பார்த்தான். இறுக்கமான காக்கிக் கால் சட்டை, ஒருவாரம் முழுக்கப் போட்டு ஊத்தையான பழுப்பு மேல் சட்டை. கினிக்கோழி புதருக்குள் பதுங்குவது போல மெல்ல பின்பக்கமாக நகர்ந்து பஸ்ஸின் பக்கவாட்டில் மறைந்துகொண்டான். அவளோ ஒரு கவலையும் இல்லாமல் கைகளை ஆட்டிச் சிரித்துப் பேசிக்கொண்டு போனாள். அவள் உருவம் மறைந்த பின்னர் அவளை மறுபடியும் பார்க்க மனம் அவாவியது. பிர பஞ்சத்தை அவள்தான் இயக்குகிறாள் என்பது போன்ற நடை. என்ன ஒய்யாரம். சிநேகிதிகள் பக்கம் திரும்பி, கழுத்தைச் சாய்த்து ஏதோ சொன்னாள். வந்ததுபோலவே திடீரென்று மறைந்தும் போனார்கள். பின்னர் அவளை அவன் வாழ்நாளில் காண வில்லை.

தலைமையாசிரியர் அவனைத் தேடி வீட்டுக்கு வந்து விட்டார். அவர் கோபமாக இருந்தார். 'உண்மைதானா? நீ போகப் போறதில்லையா? எத்தனை பெரிய அதிர்ஷ்டம். இந்தக் கிராமத் துக்கே உன்னால் பெருமை கிடைத்திருக்கிறது.' உக்கோ நிலத்தைப் பார்த்தபடி சொன்னான். 'அம்மாவுக்கு விருப்பமில்லை, சேர்.' 'என்ன பேசுகிறாய்? நான் சந்திரனைச் சுட்டிக் காட்டுகிறேன். நீ என் விரல் நுனியைப் பார்க்கிறாய். உன் அம்மாவைப் பார்த்துக் கொள்ள பாட்டி இருக்கிறார்.' அன்று தலைமையாசிரியர் அவனு டன் நீண்ட நேரம் பேசினார். 'எல்லா ஏற்பாடுகளும் முடிந்து விட்டன. நீ தலைநகரத்துக்குப் புறப்படவேண்டியது மட்டும்தான்' என்றார். 'என்னால் முடியாது சேர்' என்றான் அவன். 'கதவு திறந்திருக்கிறது. நீ சாவித்துவாரம் வழியாகப் பார்க்கிறாய்' என்று கோபமாகச் சொல்லிவிட்டு எழுந்து போய்விட்டார். அவர் அப்படிக் கோபித்து அவன் கண்டதில்லை. தாயார் அவனையே வெறித்துப் பார்த்தார். 'நான் விரைவில் செத்துப் போய்விடுவேன்' என்றார். 'நான் உன்னைவிட்டுப் போகமாட்டேன் அம்மா' என்று உக்கோ அவரைக் கட்டிப்பிடித்தான். பழுதாகிப்போன சருமத்தின் மணம் வந்தது.

மூன்று நாட்களாக அவனால் தூங்க முடியவில்லை. நடுச் சாமம் சாடையாகக் கண்ணயர்ந்தபோது நெற்றியை யாரோ தடவினார்கள். கண்விழித்தபோது பக்கத்தில் அம்மா இருந்தார். கிண்டி எடுத்த இஞ்சிக் கிழங்குபோல விரல்கள் அவன் நெற்றியை வருடின. உதடுகள் வெள்ளையாகக் காட்சியளித்தன. இவரா ஒரு காலத்தில் அவனுக்குப் பால் ஊட்டி வளர்த்தார். அவருடைய தோளில் அவன் தொட்டபோது கத்திபோலக் கூராகவிருந்தது. அம்மாவின் வாயில் காணப்பட்ட அத்தனை பற்களும் பெரிதாகி

எண்ணெய் விளக்கு ஒளியில் அவனைப் பயமுறுத்தின. 'ஏன் அம்மா நித்திரை வரவில்லையா?' என்றான். 'நான் தூங்கினால் நீ போய் விடுவாய், எனக்குத் தெரியும்' என்றார். 'நான் போக மாட்டேன், அம்மா' என்று அவன் உறுதிகூறி தூக்க மருந்தை எடுத்துக் கொடுத்தான். அவர் அதைச் சாப்பிட்டுவிட்டு அமைதியாகத் தூங்கினார்.

காலை ஐந்து மணிக்கு அவன் வீட்டை விட்டு புறப்பட்ட போது தாயார் ஆழ்ந்த தூக்கத்தில் கிடந்தார். பையைத் தூக்கிக் கொண்டான். இத்தனை பொய்களை அவன் தாயாரிடத்தில் சொன்னது கிடையாது. அவன் போனது தெரிந்ததும் அவர் மனம் என்ன பாடுபடும் என்பதை அவனால் நினைத்துக்கூடப் பார்க்க முடியவில்லை. பஸ் தரிப்பில் ஒருவருமே இல்லை. ஒரு நாய் மாத்திரம் படுத்திருந்தது. வீட்டுக்குத் திரும்புவோமா என மனம் தடுமாறியது. தலைமையாசிரியர் கோபித்துக்கொண்டு சட்டென்று எழுந்துபோனதை எண்ணி வருந்தினான். அவனுக்கு இருப்பது ஒரு அம்மா மட்டுமே. படிப்பு தடைபட்டால் நாளை இன்னொரு படிப்பு கிடைக்கும். ஆனால், அம்மாவுக்கு அவன் எங்கே போவான். இனிமேல் அவரைப் பார்க்கவே முடியாது என்று எண்ணியபோது மனம் நடுங்கியது. அந்த எண்ணத்தை தள்ளிக் கொண்டு வேறொரு நினைப்பு வந்தது. சிப்பியின் உள்பக்கம் போல பளபளக்கும் நகங்களுடன் கழுத்தைச் சரித்து மெல்லச் சிரிக்கிறாள் ஜூலியானா. அந்த நினைப்பு அவனைப் பதைபதைக்க வைத்தது.

நாயைப் பார்த்தான். அதுவும் அவனை மேல் கண்ணால் பார்த்தது. இன்னும் சில நிமிடங்களில் பஸ் வந்துவிடும். அதற்கு முன்னர் நாய் எழுந்துபோனால் அவன் வீட்டுக்குத் திரும்புவான். போகாவிட்டால் அவன் பஸ் ஏறுவான். மூன்று மாதங்களாக அவனை வாட்டியெடுத்தப் பிரச்சினைக்கு ஒரு தீர்வு கிடைத்தது இப்படித்தான்.

◆

எல்லாம் வெல்லும்

பிரிகேடியர் துர்க்கா பூமியில் வாழப்போகும் கடைசி நாளன்று திடுக்கிட்டு விழித்தபோது காலை ஐந்து மணி. அவர் மூன்றாவது நாளாகப் பதுங்கு குழியில் இரவைக் கழித்திருந்தார். வழக்கமாகத் தோய்த்து அயர்ன் பண்ணி விறைப்பாக நிற்கும் அவருடைய சீருடை சேற்று நிறமாக மாறிவிட்டது. சப்பாத்து களைக் கழற்றி மண்ணை உதறி மறுபடியும் அணிந்துகொண்டார். சுவரில் சாத்திவைத்த S-97 துப்பாக்கியின் மேல் வண்டு அள விலான இலையான் ஒன்று உட்கார்ந்திருந்தது. அதை அடிக்கக் கை ஓங்கியவர் மனதை மாற்றி ஆயுத உறையைக் கையிலெடுத்துத் திசைகாட்டியும் சங்கேத வார்த்தைத் தாளும் இருப்பதை உறுதி செய்தபின்னர் இடுப்பிலே கட்டினார். நிரையாக நீண்டுகிடந்த பங்கர்களைப் பார்த்தார். ஆள் நடமாட்டமே இல்லை. வெளியே வந்து அவசர அவசரமாகக் காலைக் கடன்களை முடித்தார். முந்தைய நாள் போரில் மிஞ்சிய புகைமணம் காற்றிலே நிறைந்து கிடந்தது. இரண்டு வாரங்களுக்கு முன் அவர் முள்ளிவாய்க்காலில் இருந்ததை நினைத்துப் பார்த்தார். இத்தனை அழிவு இவ்வளவு சீக்கிரத்தில் வந்துவிட்டதை அவரால் நினைத்துக்கூடப் பார்க்க முடியாததாக இருந்தது.

முள்ளிவாய்க்காலில் காலையில் எழும்பியதும் துர்க்காவின் கண்ணில் படுவது அகிலா என்ற சிறுமிதான். வழக்கம்போல அரைமணி நேரம் யோகாசனம் செய்தபின்னர் மேஜர் சோதியா வின் படத்துக்கு மெழுகுத் திரி கொளுத்தி வணங்குவார். ஒரு சுற்று நடந்து கூடாரங்களைப் பார்வையிடுவார். சிலர் இன்னமும் தூக்கத்தில் இருப்பார்கள். சிலர் எழுந்து தேநீர் தயாரிப்பார்கள். அகிலாவுக்குக் குண்டு விழுந்து ஒரு கை போய்விட்டது.

அதிலே கட்டுப்போட்டிருந்தார்கள். அவள் ஒருவிதக் கவலையுமில்லாமல் குனிந்து புற்களுக்கிடையில் ஏதோ ஒரு பூச்சியைத் துரத்திக்கொண்டிருந்தாள். துர்க்காவைக் கண்டதும் விறைப்பாக நின்று ‘துர்க்காக்கா’ என்று மகிழ்ச்சி பொங்கக் கத்தி மிஞ்சியிருந்த இடது கையால் ஒரு சல்யூட் அடித்தாள். ‘இங்கே

நிற்கக்கூடாது, ஓடு ஓடு' என்றார். 'எல்லாம் வெல்லும், அக்கா.' 'எல்லாம் வெல்லும்' என்று துர்க்காவும் ஒரு சல்யூட் வைத்தார்.

அகிலா, நித்தியா, அபிராமி, சுகன்யா, கன்னிகா, குழலி எல்லோரும் காயம் பட்டவர்கள். கை இல்லாமலும், கால் இல்லாமலும், கண் போயும் கட்டுகளோடு வாழப் பழகிய சிறுமியர். அவர்கள் போர்முனையில் தங்கக்கூடாது. மாற்று ஏற்பாடுகள் செய்யும்வரை அங்கே இருக்க அனுமதி கொடுக்கப்பட்டிருந்தது. குண்டுவீச்சில் பெற்றோரை இழந்து, உறவு என்று சொல்ல ஒருவருமே இல்லை அவர்களுக்கு. நித்தியாவுக்கு இரண்டு கண்களிலும் கட்டுப்போட்டிருந்தது. குண்டு வீச்சும் எறிகணையும், துப்பாக்கிச் சூடும் ஆறு மணித்தியாலங்கள் தொடர்ந்து நடந்து அப்போதுதான் ஓய்வுக்கு வந்திருந்தது. தினம் இரண்டு மணிநேரம் ஜெனரேட்டர் போடப்பட்டு அந்த நேரம் சனங்கள் அத்தியாவசியமான காரியங்களைச் செய்யப் பழகிக்கொண்டார்கள். சில வேளைகளில் துர்க்கா நினைப்பதுண்டு குண்டுகள் விழும்போது நேராகப் பதுங்கு குழிகள் மேல் விழுந்தால் நல்லாயிருக்கும் என்று. ஒரு பிரச்சினையுமின்றி இறந்துபோகலாம். அந்தப் பதுங்கு குழியைப் சிறுமியர்தான் நிறைத்திருந்தனர். இரண்டு கை போன மேனகாவும் அங்கேதான் இருந்தாள். ஒருமுறை கிபீர் இரைந்து கொண்டு தாழப்பறந்து வந்தது. மூன்றுவயதுக் குழந்தைகூட அது கிபீர் விமானம் என்று சத்தத்தை வைத்தே சொல்லிவிடும். அதனுடைய வேகம் ஒலியின் வேகத்தைப்போல இரண்டு மடங்கு. விமானம் போனபின்னரே அதன் ஒலிவந்து சேரும். விமானத்தின் பேரிரைச்சலில் கத்திப் பேசினாலும் கேட்காது. சிறுமிகள் பதுங்கு குழிகளுக்குள் நீச்சல் குளத்துக்குள் குதிப்பதுபோலப் பாய்ந்துவிட்டார்கள். பக்கத்தில் குண்டு விழுந்து மண் எல்லாம் சரிந்து மூடிவிட்டது. ஆழமான குழி அது. நாலுபேர் அவசர அவசரமாகக் கிண்டியதில் உயிர்களைக் காப்பாற்ற முடிந்தது. அப்படியும் சுவர்ணலதா மூச்சுத்திணறி இறந்துவிட்டாள். எப்பவும் திருநீறு பூசி, பொட்டு வைத்து, இரட்டைப் பின்னலுடன் சிரித்தபடி இருக்கும் சிறுமி அவள். காலையில் எழுந்தவுடனேயே சீப்பைத் தூக்கிக்கொண்டு 'அக்கா, அக்கா' என்று யாராவது பெரிய பெண்ணைத் தேடித்திரிவாள், தலையை இழுத்துவிடச் சொல்லி.

தினம் மின்சாரம் வேலை செய்யும் இரண்டு மணி நேரத்தில் முக்கியமான செய்திகளை மக்களுக்காக ஒலி பரப்பினார்கள். வெளிநாடுகளுக்குச் செய்திகளும் தகவல்களும் படங்களும் அனுப்பப்பட்டன. பதுங்கு குழியில் காயம்பட்டு வேதனையோடு

முனகிக்கொண்டிருந்த குழந்தைகள் விஜய் நடித்து வெளிவந்த 'சிவகாசி' படத்தை டிவியில் பார்த்தார்கள். பசியையும் வேதனை யையும் மறந்து அவர்கள் படத்தில் ஆழ்ந்துபோய் இருந்ததைப் பார்த்தபோது துர்க்காவுக்கு மனதைப் பிசைந்தது. எந்தத் தாய்மார் பெற்ற பிள்ளைகளோ. அவர்களுக்கே தாயின் முகம் மறந்து விட்டது. அடுத்த நேர உணவு என்னவென்று தெரியாது. அது எங்கேயிருந்து கிடைக்கும் என்பதும் தெரியாது. குண்டு எங்கே விழும், அப்போது யார் யார் மிஞ்சுவார்கள் என்பதும் தெரியாது. இரண்டு கையும் போய் மெலிந்து, இழுத்து இழுத்து மூச்சு விட்டுக் கொண்டிருக்கும் கன்னிகா சொல்கிறாள்: 'அக்கா, தள்ளி நில்லுங்கோ, படத்தை மறைக்காமல்.'

துர்க்கா வானத்தை நிமிர்ந்து பார்த்தார். சூரியன் அன்றைய நாளைத் தயக்கத்துடன் துவங்கினான். மரங்கள் புகைமூட்டமாகத் தெரிந்தன. காலநிலை பகல் மப்பாகவும் பின்னேரம் மழையாகவும் இருக்கும் என்று அவருக்குப் பட்டது. முழங்காலை மடித்துச் சப்பாத்துக் கயிறை இழுத்துக் கட்டினார். இடைப்பட்டியை மூன்றாவது ஓட்டைமட்டும் இறுக்கிய பின்னர் தொப்பியை தலை மேல் அணிந்தார். கைத்துப்பாக்கியை உறையினுள் செருகினார். 'ரெடியாக இரு' என்று சொல்வதுபோல செகண்டுக்கு 700 மீட்டர் வேகத்தில் சுடக்கூடிய S-97 யப்பான் துப்பாக்கியை ஆதரவாகத் தொட்டு தன் இருப்பை உணர்த்தினார். குறிசூட்டுத் திறனில் அவர் பல முறை பரிசுபெற்றவர். தீச்சுவாலை நடவடிக்கையின்போது வயிற்றிலே குண்டுபட்ட பிறகும் அந்தத் துப்பாக்கி அவரைக் கைவிடவில்லை. அந்த நிலையிலும் 1500 மீட்டர் தூரத்தில் அவரு டைய துப்பாக்கி பலதடவை குறி தப்பாமல் சுட்டிருக்கிறது. இரண்டு வார காலமாக அரிசிக் கஞ்சியை மாத்திரம் சாப்பிட்டு வந்ததில் அவர் உடல் மெலிந்துபோய் இருந்தது, ஆனால், வலிமை குன்றவில்லை. அண்ணாந்து பார்த்தபோது ஒரு பறவையைக்கூடக் காணமுடியவில்லை. ஒரு பறவையின் சத்தமாவது கேட்கிறதா என்று காது கூர்ந்து கேட்டார். போர் தொடங்குவதற்கு முன்னால் அந்த நேரம் எத்தனை பறவைகளின் ஒலி வானத்தை நிரப்பி யிருக்கும். எல்லாமே இடம் பெயர்ந்துவிட்டன என எண்ணினார். முதலில் இடம்பெயர்வது பறவைகள், பின்னர் மிருகங்கள். கடைசி யில்தான் மனிதர்.

அவரிடமிருந்த நைக்கொன் காமிராவினால் துர்க்கா நூற் றுக்கு மேற்பட்ட பறவைகளைப் படம் பிடித்திருந்தார். தன் னுடைய மடிக் கணினியில் படங்களைச் சேமித்து வைத்ததும் அல்லாமல் அவற்றைப் பற்றிய விவரமான குறிப்புகளையும் எழுதி

இருந்தார். பறவைகளின் நிறங்கள், செய்யும் ஒலி, பழக்கவழக்கங்கள், உணவு என அவர் அவதானித்த அத்தனை தகவல்களையும் எழுதிப் பாதுகாத்தார். இந்தத் தகவல்களையும் படங்களையும் ஒலிகளையும் ஒரு நாளைக்கு காணொளித் தகடாக வெளியிட வேண்டும் என்பது அவருடைய திட்டம். அவ்வப்போது கம்ப் யூட்டரில் பதிந்து வைத்தவைகளை வெளி நாட்டுக்குப் பாதுகாப் புக்காக அனுப்பவும் அவர் தவறவில்லை.

அருள்மதி போராளியாக விருப்பப்பட்டு ஒருநாள் தானாக வந்து அவர்களுடன் சேர்ந்திருந்தாள். அவளைப் பார்த்தபோது துர்க்காவுக்குச் சிரிப்பாக வந்தது. இருபது வயதிருக்கும், உருண்டை யாக இருந்தாள். உடம்பில் எந்தப் பாகத்தை எவ்வளவு ஆழமாகக் கிள்ளினாலும் அவள் எலும்பைத் தொட முடியாது. மூன்று மாதக் கடும் பயிற்சியில் தசைகள் கரைந்து உடம்பு முறுகிவிட்டது. அவளைப் போர்க்களத்துக்குத் துர்க்கா அனுப்பியதில்லை. அருள் மதியின் அம்மா ஆங்கில ஆசிரியை. ஆங்கிலம் தமிழ் இரண்டிலும் அருள்மதிக்கு நல்ல புலமை. கணினியில் பயிற்சி இருந்ததால் அவளைத் தகவல் தொழில் நுட்பத்தில் துர்க்கா பயன்படுத்தினார். கணினி மூடியில் தன் தாயிடமிருந்து வந்த கடிதத்தின் ஒரு வசனத்தை வெட்டி ஒட்டியிருப்பாள் அருள்மதி. தாய்க்கு அவள் ஒரே ஆசை மகள். Please come home. There is only one you. கணினி யைத் திறக்கும் போதெல்லாம் தாயின் ஞாபகம் வரும். தாயைப் பிரிந்த கடைசி நாள் தாயின் வயிற்றில் குறுக்காகத் தலைவைத்துப் படுத்திருந்ததை நினைப்பாள். தாய் அவளைக் கொஞ்சுவதில்லை. கழுத்தை ஆழமாக முகர்ந்து பார்ப்பதோடு சரி. போர்ச் செய்தி களைத் தினமும் கணினிமூலம் வெளிநாடுகளுக்கு அனுப்புகையில் தாயின் நினைவு வந்துவிடும். அத்துடன் வெளிநாடுகளில் என்ன நடக்கிறது என்ற விவரங்களை அன்றாடம் திரட்டித் தருவது அவள் பொறுப்பு. ஒரு வாரத்திலேயே காட்டு வாழ்க்கைக்குப் பழகிவிட்டாள். நடக்கும்போது ஒரு சருகு அசையாது; சுள்ளி முறியாது. துர்க்கா ஓய்வாக இருக்கும் சமயங்களில் முக்கியமான மொழிபெயர்ப்புகளை அருள்மதி எடுத்து வருவதுண்டு. பின்னர் அதுபற்றிப் பேசுவார்கள். முடிந்ததும் பாம்பு சுருள் அவிழ்ப்பது போல ஓசையின்றி எழுந்து அருள்மதி செல்வாள்.

சிறுவயதிலேயே துர்க்காவுக்கு மரங்கள், செடிகள், விலங்கு கள், பறவைகள் என்று இயற்கையில் ஓர் ஈர்ப்பு. தாவரவியல் பாடங்களை முதலிலேயே படித்து ஆசிரியையிடம் வகுப்பில் கேள்விகளாகக் கேட்டபடி இருப்பாள். பறவைகளில் அவளுக்கு இருந்த ஆர்வம் அப்பொழுதே தொடங்கிவிட்டது. மருத்துவம்

படிப்பது என்று தீர்மானித்தாள். ஒருநாள் பள்ளிக்கூடத்தில் இருந்து திரும்பும்போது பஸ்ஸிலிருந்து இறங்கியவள் வீட்டுக்கு வரவில்லை. எல்லோரும் தேடினார்கள். அடுத்த நாள் என்ன பாடம் என்று ஆசிரியையிடம் கேட்டு அதைப் படிப்பதற்கான புத்தகங்களுடன் பள்ளியிலிருந்து புறப்பட்டவள் என்னவானாள் என்பது தெரியவில்லை. பிறகுதான் செய்தி பரவியது, அவள் இயக்கத்தில் சேர்ந்து விட்டாள் என்று. யாரோ அவளிடம் கேட்ட போது அவள் சொன்ன பதில் 'எல்லோரும் பந்தியில் உட்கார்ந்தால் பரிமாறுவதற்கு யாராவது வேண்டாமா?'

கிளிநொச்சி விழுந்த அன்று துர்க்கா அருள்மதிக்குச் சொன்னது நினைவுக்கு வந்தது. 'நீ ஆயுதத்தைத் தொடக்கூடாது. வரலாற்றைச் சொல்வதற்கு எங்களுக்கு ஒருவர் வேண்டும்.' அருள்மதி 'இதற்குத்தானா இவ்வளவு பயிற்சி எடுத்தேன்?' என்றாள். ஒரு பாறையிலிருந்து இன்னொரு ஆபத்தான பாறையின் மேல் பாய்வதற்கு முன்னர் ஆயத்தம் செய்வதுபோல துர்க்கா தயங்கினார். 'நான் போரில் இறந்தால் என் உடல் அவர்களுக்கும் கிடைக்கக் கூடாது. உயிருடன் என்னைப் பிடித்தால் என்னை எப்படிப் பாதுகாப்பது என்று எனக்குத் தெரியும். ஆனால், என்னுடைய இறந்த உடல் அவர்கள் கையில் அகப்பட்டால் அதற்கு என்ன நடக்கும் என்று உனக்குத் தெரியும். என் உடலின்மேல் அவர்கள் கைகள் ஊர்வதை என்னால் நினைத்துக்கூடப் பார்க்க முடியாது. நீ எப்படியாவது என்னைப் புதைத்துவிடு. அல்லது எரித்துவிடு. எது அந்த நேரத்துக்குச் சுலபமோ அதைச் செய்.'

போரிலே பங்குபற்றக்கூடாது என்று துர்க்கா சொன்னது அருள்மதிக்குப் பெரிய ஏமாற்றத்தைத் தந்தது. 'சரி, ஆனந்தபுரம் போர்த்திட்டத்தையாவது சொல்லுங்கள். விவரம் எனக்குத் தெரிய வேண்டாமா?' என்றாள் அருள்மதி. 'உரிய நேரம் வரும்போது நீயாகவே தெரிந்துகொள்வாய். அவசரப்படாதே.' 'கிழக்குப் பக்கம் என்று கூறுகிறீர்கள். எவ்வளவு தூரம் கிழக்குப் பக்கமாக முன்னேற வேண்டும்?' என்று கேட்டாள் அருள்மதி. 'கிழக்குப் பக்கம் முடியு மட்டும். அல்லது அவர்கள் எங்களை நிறுத்துமட்டும்.' அந்த நேரம் பார்த்து கைரேடியோ சடசடவென ஒலித்தது. சங்கேத வார்த்தைகள். அருள்மதிக்கு ஒன்றும் புரியவில்லை, துர்க்கா கோபமானது மட்டும் தெரிந்தது. பின்பக்கத்தைக் காட்டிக்கொண்டு துர்க்கா விடைபெறாமல் நடந்தார். அதுவே கடைசிச் சந்திப்பு.

ஜெயதீசனைத் துர்க்காவால் மறக்கமுடியாது. அவரைப் பார்த்தவுடனேயே சிரிப்பு வரும். காலையில் முதல் வேலையாக

ஒருகையால் கீழே நழுவும் கால்சட்டையைப் பிடித்தபடி, மறுகை யில் பனம்பழங்கள். எங்கேயோ போய்ப் பொறுக்கிக்கொண்டு வந்திருப்பார். அவை சிறுமிகளுக்கு. ஜெயதீசனுடன் யாருமே கோபிக்கமுடியாது. எங்கேயெல்லாம் போகக்கூடாதோ அங்கே யெல்லாம் போவார். அவருடைய நாடு அவுஸ்திரேலியா. தன் னுடைய நாட்டைவிட்டு வந்து அநாதைக் குழந்தைகளுக்காக அவர்களுடன் வாழ்ந்தார். எல்லோரும் கழித்துவிட்ட ஒரு பழைய காரில் மாற்றங்கள் செய்து அதை ஆமணக்கு விதை எண்ணெயில் ஓடுகிறமாதிரித் தயாரித்திருந்தார். அதற்காகவே இரண்டு ஏக்கர் நிலத்தில் ஆமணக்குச் செடிகளைப் பயிரிட்டு வளர்த்தார். அவர் பெரிய விஞ்ஞானி, சேவையாளர், பரோபகாரி. குழந்தைகளுக்கு மகிழ்ச்சிநேரம் ஒதுக்கி ஆடல் பாடல் என்று அவர்களைச் சந் தோசப்படுத்தினார். கடந்த இரண்டு வாரங்களாக அவரைப் பற்றிய ஒரு தகவலும் இல்லை. குழந்தைகளையும் அழைத்துக் கொண்டு முள்ளிவாய்க்காலை விட்டு நகர்ந்தாரா என்பது தெரியவில்லை.

நாலு வருடங்களுக்கு முன்னர் தலைவருடைய 51ஆவது பிறந்த நாள் வந்தபோது துர்க்கா ஆச்சரியமான ஒரு பரிசு தந்தார். 16 வருடங்களாகக் காடுகளில் அலைந்து திரிந்து எடுத்த நூறு விதமான பறவைகளின் படங்களை அச்சடித்துத் தட்டியில் ஒட்டி அதன் கீழே பறவைகளின் பெயர்களை எழுதி, 'ஈழத்துப் பறவைகள்' என்று தலைப்பிட்டுத் தலைவரிடம் நேரே கொடுத்தார். அந்தத் தடவை தலைவர் துர்க்காவையும், விசேட பயிற்சியில் இருந்த சில பெண் போராளிகளையும் சந்திப்புக்கு அழைத்திருந் தார். பயிற்சியில் இருந்த ஓர் இளம்பெண் அவளுடைய பெயர் மாலதியோ என்னவோ வெகுவான கூச்சத்துடன் அமர்ந்திருந் தாள். ஒரு பூனை வந்து அவ்வளவு பேர் இருக்க மாலதியின் மடி யில் ஏறி உட்கார்ந்தது. மாலதி பயத்தில் நெளிந்துகொண்டிருந்தார். தலைவர் பார்த்துச் சிரித்துவிட்டு 'புலி பூனைக்குப் பயப்பிடுவதா?' என்று சொன்னார். பின்னர் பூனையை வாங்கி, கூட்டம் முடிவுக்கு வரும்வரை தன் மடியில் வைத்துத் தடவியபடியே இருந்தார்.

துர்க்கா கொடுத்த பரிசைத் திறந்து பார்த்ததும் திடுக்கிட் டார். 'நன்றி! நன்றி! இத்தனை பறவைகளா? எனக்குத் தெரிய வில்லையே?' என்று தலைவர் வியந்தார். ஒவ்வொரு பறவையின் பெயரையும் உரத்துச் சொன்னார். மைனா, வாலாட்டி, வானம் பாடி, தையல்காரி, பிலாக்கொட்டை, சிட்டுக்குருவி, தகைவிலான், புளினி, வானம்பாடி, புறா, குயில், மரங்கொத்தி, கரிக்குருவி, குக் குறுப்பான், செண்பகம், நாகணவாய் என்று சொல்லிக்கொண்டே

அவர் வர எல்லோரும் அதிசயமாகப் பார்த்தார்கள். 'நூறு பறவை களை மாத்திரம்தான் நான் படம் பிடித்திருக்கிறேன். ஆனால், 240 பறவை வகைகள் இருக்கின்றன' என்றார் துர்க்கா. தலைவர் 'இவையெல்லாம் எங்கள் பறவைகள். சுதந்திரமானவை. தடை யின்றி அவை எங்கேயும் பறக்கலாம்' என்று பெருமையோடு சொன்னார். சிரிதேவி குறுக்கிட்டு ஒரு பறவையைச் சுட்டிக்காட்டி 'இது என்ன பறவை? புதிசாக இருக்கிறதே' என்றாள். துர்க்கா பதில் சொல்வதற்குள் தலைவர் சிரிதேவியைப் பார்த்து சிரித்துக் கொண்டு, 'இது தெரியாதா? ஆறுமணிக் குருவி, காலை ஆறு மணிக்குச் சத்தம் போடும்' என்றார். எல்லோர் கண்களும் தலை வர் பக்கம் திரும்பின. 'சிரிதேவி காலை ஆறுமணிக்கு எழும்பி னால்தானே தெரியும்' என்று அவர் சொன்னதும் எல்லோரும் சிரித்து அந்த இடம் கலகலப்பானது. எத்தனையோ சந்திப்புகள், ஆனால், அந்தச் சம்பவத்தை மாத்திரம் துர்க்காவால் மறக்க முடியவில்லை.

ரேடியோவில் அறிவிப்பாளராகச் செயல்பட்டவர் இறை வன். தினம் அவருக்குக் கிடைக்கும் இரண்டு மணி நேரத்தில் செய்தி வாசிப்பதோடு சுவையான தகவல்களையும் கூறி அந்த ரேடியோ நேரத்தை உபயோகமுள்ளதாக மாற்றி விடுவார். அவருக்கு இஸ்ரேல் நாட்டு முன்னாள் போர்த் தளபதி மோசே தயான் மீது அளவற்ற பற்று. அவரைப்பற்றிய ஏதாவது கதை ஒன்றைச் சொன்ன பிற்பாடுதான் இறைவன் அன்றைய நிகழ்ச் சியை முடிவுக்குக் கொண்டுவருவார். மோசே தயான் இளைஞ னாகப் பிரிட்டிஷ் ராணுவத்தின் விசேடப் பிரிவில் பணியாற்றிய போது ஒரு கண்ணை இழந்தவர். ஒருநாள் விதிக்கப்பட்ட வேகத் துக்கு மேலாகக் கார் ஓட்டிக்கொண்டு போனபோது பொலீஸ் அவரைப் பிடித்துவிட்டது. அவர் சொன்ன பதில்: 'எனக்கு ஒரு கண்தான் இருக்கிறது. நான் எதைப் பார்ப்பது. ரோட்டையா அல்லது வேகம் காட்டும் கருவியையா?' பொலீஸ் அவரை ஒன்றும் செய்யாமல் விட்டு விட்டது. இப்படிச் சின்னச் சின்னத் தகவல்களைத் தருவார்.

சில போராளிகள் இறைவனைப் பரிகசிப்பார்கள். 'இஸ்ரேல் தளபதி பற்றிப் புகழ் பாடுகிறீர்கள். இஸ்ரேலின் கிபீர் விமானம் தான் இரண்டு மடங்கு ஒலிவேகத்தில் பறந்து குண்டுகளைப் போட்டு எங்கள் மக்களைக் கொல்கிறது. கிபீர் என்றால் பொருள் இளம் சிங்கம். சிங்கக்கொடி ராணுவம் இளஞ்சிங்கங்களை எங்கள் மீது ஏவி விடுகிறது. நீங்கள் அவரைப் போற்றுகிறீர்கள்.' அதற்கு இறைவன் சொல்லுவார். 'உங்கள் கேள்விக்கு பதிலும் மோசே

தயான் சொன்னதுதான். ஒரு ராட்சதக் கோலியாத்தை வெல்ல சிறு பையன் தாவீது போதும்.'

பல நாட்கள் முன்பு முள்ளிவாய்க்காலில் மறுபடியும் அகிலாவைப் பார்த்ததும் துர்க்கா திடுக்கிட்டார். அவள் சொல் வழி கேட்காதவள். எவ்வளவு சொல்லியும் அவள் கூடாரத்துக்குத் திரும்பிப் போகவில்லை. 'அக்கா, ஆறுமணிக் குருவியைப் பார்த்தேன்' என்றாள். 'பொய் சொல்லாதே. அது வலசை போற குருவி. இந்த மாதம் அது இங்கே இருக்க முடியாது.'

'இல்லை அக்கா. எனக்குத் தெரியும் வாருங்கோ' என்று கூட்டிப்போனாள். அவள் சொன்னது உண்மைதான். கட்டை யான நீல வால் குருவி. மேலுக்கு பச்சை, கீழுக்கு சிவப்பு உடம்பு. வெள்ளைக் கழுத்து. சப்பாத்து லேஸ் துளைபோல சின்னக் கண்கள். அத்தனை அழகான குருவியை மரத்திலே கண்டதுதான், நிலத்திலே அவ்வளவு சமீபத்தில் துர்க்கா பார்த்ததில்லை. அது இலைகளைத் தள்ளி புழுக்களைக் கொத்தித் தின்றுகொண்டி ருந்தது.

'ஏன் அக்கா திகைச்சுப்போய் நிற்கிறீங்கள்?'

'பாவம் இது. தவறிப்போய்விட்டது. இதன் ஆங்கிலப் பெயர் Indian Pitta. ஒவ்வொரு வருடமும் இமயமலைக்குப் பறந்து முட்டையிட்டுக் குஞ்சு பொரித்து, பின்னர் அங்கே பனிக்காலம் ஆரம்பிக்கும்போது இங்கே பறந்து வந்துவிடும். இந்த வருடம் எப்படியோ அது தனித்துவிட்டது.'

'கூட்டத்தோடு பறக்கவில்லையா? அப்ப என்ன நடக்கும்?'

'இந்த நிலத்தில் அப்படி ஒரு பற்று ஆக்கும். பார், எங்களை விட்டுப் போக விருப்பமில்லை. ஓடிப்போய் என்னுடைய காமி ராவை எடுத்து வாறியா.' துர்க்கா பேசி முடிக்கமுன்னர் அகிலா எடுத்தாள் ஓட்டம். அவள் திரும்பி வந்தபோது குருவி பறந்து விட்டது.

'எங்கே அக்கா குருவி?'

'இங்கேதான் எங்கேயோ, அது தனிய மாட்டிவிட்டது. இந்த வெயில் சூட்டில் அது நிச்சயம் செத்துப்போகும், ஐயோ பாவம்' என்றார். இரண்டு இமைகளும் சந்திக்கும் இடம் ஈரமாகியது.

'அது தப்பிவிடும் அக்கா, பயப்பிடாதையுங்கோ' என்றாள் அகிலா, ஏதோ பெரிய ஆள்போல.

ஒவ்வொருவராகத் தன் அணியிலிருந்தவர்களைத் துர்க்கா இழந்துகொண்டு வந்தார். ஒரு கணினி செய்யவேண்டியதை அகல் மதி செய்வாள். கழுத்து எலும்பு தெரியும் ஒல்லியான தேகம். அதிவேகமாக ஓடக்கூடியவள். சொற்களைக் கையினால் மறைத்துக்கொண்டுதான் பேசுவாள். அந்தக் காலத்து விதூஷகன் போல துர்க்காவுக்குச் சிரிப்பு மூட்டுவதுதான் அவள் வேலை. அவள் சிரித்தால் போதும், விடிவதைப்போல அந்த இடத்தில் ஒளியுண்டாகும். திட்டத்தைத் துர்க்கா விளக்கியதும் போராளி கள் தங்கள் தங்கள் கடிகாரங்களைச் சரிபார்த்துக்கொண்டார்கள். ஒரு ரகஸ்யப் பொறியை நோக்கி ராணுவ கவசவாகனங்களைத் திருப்பிவிடுவதுதான் உத்தி. பீரங்கிக் குண்டுகள் வந்து விழும் திசையையும், அவற்றின் இரைச்சலையும் வேகத்தையும் வைத்து எவ்வளவு தூரத்தில் ராணுவம் நகருகிறது, எந்தத் திசை நோக்கிச் செல்கிறது, இலக்கையடைய எவ்வளவு நேரம் எடுக்கும் போன்ற விவரங்களைக் கணிப்பதில் அகல்மதி தேர்ச்சி பெற்றவள். அன்று இரண்டு கவசவாகனங்களை அழித்திருந்தார்கள். எந்த நேரமும் உற்சாகமாக இருப்பவள் அன்று என்னவோ மாதிரி இருந்தாள். ‘அக்கா, வெற்றி கிட்டுமா?’ என்றாள். தொண்டையில் நிறைய சொற்கள் சேர்ந்துவிட்டதால் அது அடைத்துப்போய் கிடந்தது. துர்க்கா அவளை உற்றுப் பார்த்து அடிக்கடித் தலைமைப் பீடம் சொல்லும் வாசகத்தை சொன்னார். ‘வெற்றி முக்கியமில்லை. அவர்கள் தோல்விதான் முக்கியம்.’ துர்க்கா வாய் திறந்து பேசி முடிந்ததும் கிபீர் விமானத்திலிருந்து குண்டு வெளிச்சமாக வந்து விழுந்தது. ஒரு கணத்துக்கு முன்னர் அகல்மதி கையில் ஏகே 47 துப்பாக்கியுடனும் தூரக்கண்ணாடியுடனும் நின்றாள். அடுத்த கணம் பெரும் குழிதான் கிடந்தது. அவள் இருந்த சுவடு முற்றாக அழிக்கப்பட்டுவிட்டது. சூழ்ந்த புகைமூட்டத்தில் சதை எரியும் மணம் ஒன்றே துர்க்காவுக்கு மிஞ்சியது.

அடுத்தப் பெரிய இழப்பு செவ்வானம். அவளும் மற்றவர் களைப்போல வெளிநாட்டுக்குப் போயிருந்தால் இன்றைக்கு ஒரு புகழ்பெற்ற மருத்துவராகி நிறைய பணம் சம்பாதித்துக் கொண்டு இருந்திருப்பாள். எத்தனையோ வாய்ப்புகள் வந்தும் போக மறுத்து, போரிலே காயம் பட்டவர்களுக்கு வைத்தியம் பார்ப்பதற்காகத் தங்கிவிட்டாள். அவளுக்கு மிஞ்சிப்போனால் 27 வயதுதான் இருக் கும். கெக்கரிக்காய்போன்ற நேரான உடம்பு, ஒரு வளைவுகளும் இல்லை. காதிலே ஓட்டை உண்டு, தோடு கிடையாது. மூக்கிலே துளை உண்டு, மூக்குத்தி கிடையாது. விரலிலே நகம் உண்டு, பூச்சு பூசமாட்டாள். ஒரு நாளில் 18 மணித்தியாலத்துக்கு குறை யாமல் வேலை செய்தாள்.

நோர்வேயில் இருந்த அவளுடைய தம்பி அவளுக்கு ஒரு மடிக்கணினி அனுப்பியிருந்தான். ஒரு குழந்தையைத் தூக்குவது போல அதைத் தூக்கிக்கொண்டு இரண்டு நாட்களாக அலைந் தாள். எப்படித் திறப்பது என்றுகூட அவளுக்குத் தெரியவில்லை. ஒருநாள் அருள்மதியிடம் இரவு பத்து மணிக்கு கம்ப்யூட்டர் கற்றுக் கொள்ள வந்தாள். எல்லா விசயங்களையும் ஒரே நாளில் கற்றுவிட வேண்டும் என்ற அவா. கம்ப்யூட்டரில் அவள் எழுதிய முதல் கடிதத்திற்கு இணையத்தொடர்பு கிடைக்கவில்லை. ஜெனரேட்டர் நேரம் முடிந்துவிட்டபடியால் கடிதத்தை அடுத்தநாள் அனுப்ப லாம் என்று மூடிவைத்தாள். அவள் அடித்த கடிதம் கம்ப்யூட்டரில் கிடந்தது. அதிகாலை ஆஸ்பத்திரிக்கு உடுத்திப் போனாள். போன சிறிது நேரத்திலேயே கொத்துக் குண்டு ஒன்று ஆஸ்பத்திரியின் மேலே விழுந்து 40 பேர் பலியானார்கள். அதில் செவ்வானமும் ஒருத்தி. ஒரு மரக்கொப்பு முறிந்ததுபோல நடுவிலே முறிந்துபோய்க் கிடந்தவளைப் பார்க்க முடியவில்லை. இறந்தவர்களில் 20 பேர் குண்டு விழாவிட்டாலும் இறந்து போயிருப்பார்கள் என்று பேசிக் கொண்டார்கள். செவ்வானம் இறந்த செய்தியைத் தொலைபேசி யில் நோர்வேயிலிருந்த அவளுடைய தம்பிக்கு அறிவித்தார்கள். இரண்டு நாள் கழித்து அவள் எழுதி கம்ப்யூட்டரில் சேமித்து வைத்த கடிதத்தை மின்னஞ்சலில் அவனுக்கு அனுப்பிவைத்தாள் அருள்மதி.

பிரிட்டிஷ் ராணுவத்தின் விசேடப்பிரிவில் பணியாற்றி அதி உயர் விருதுகளைப் பெற்றவர் ஆண்டி மக்நாப். அவருடைய இரண்டு புத்தகங்களை மொழிபெயர்ப்பில் தலைமைப்பீடம் படித் திருந்தது. ஒன்று Bravo Two Zero அடுத்தது Immediate Action. துர்க் காவும் இயன்றமட்டும் அவற்றை இரவிரவாகப் படித்து முடித்து விடுவார். ஆண்டி மக்நாபில் பற்று அப்படித்தான் ஏற்பட்டது. அருள்மதி பகுதி பகுதியாக மொழிபெயர்த்தது Col. James Mrazek என்ற அமெரிக்கர் எழுதிய The Art of Winning Wars என்ற புத்த கத்தைத்தான். அதன் 5வது அதிகாரத்தை மொழிபெயர்க்கச் சொல்லி அவசர கட்டளை ஒரு நடு இரவில் வந்தது. அருள்மதி இரவிரவாக மொழிபெயர்த்து கையினால் எழுதி அதை கம்ப்யூட்ட ரில் அச்சடிக்கக்கூட நேரமின்றி அப்படியே சுரேஷ் மாஸ்ரரிடம் கொடுத்து அனுப்பினாள். அந்த மொழிபெயர்ப்பில் சொல்லப் பட்ட ஒரு வசனம் துர்க்காவினால் மறக்கமுடியாதது. 'போர்கள் ஆயுத பலத்தினால் அல்ல, புத்தியினால் வெல்லப்படுகின்றன.'

இருபது வருட போர் வாழ்க்கையில் துர்க்கா பல் போராளி களைப் பார்த்திருக்கிறார். ஆனால், லெப். கேர்ணல் மொழியரசி

போன்ற ஒரு போராளியைக் கண்டது கிடையாது. அபூர்வமான வர். அழகான தோற்றம் கொண்ட அவருக்கு ஒரு கால் கிடை யாது. பதிலுக்குக் கரடுமுரடான ஒரு மரக்கால் பொருத்தியிருந்தது. போர்க்களத்திலோ, தனிப்பட்ட வாழ்க்கையிலோ தான் எந்த விதத்திலும் குறைவுபட்டதாக அவர் உணர்ந்ததில்லை. குளிக்கப் போனால் ஒரு மணித்தியாலம் மற்றவர்கள் அவருக்காக ஒதுக்குவது வழக்கமாகிவிட்டது. ஒட்டி வெட்டி மிச்சமாயிருந்த கூந்தலை எண்ணெய் வைத்து ஊறவிட்டு சீயக்காயுடன் செவ் வரத்தம் பூக்களையும் அரைத்துப் பூசி ஒரு பாட்டம் முழுகிவிட்டு பின்னர் வாசனை சோப் போட்டு மீண்டும் ஒருதடவை குளிப்பார். விருந்துக்கு புறப்பட்டதுபோல முகத்தை ஒப்பனை செய்வார். 'சாம்பிராணிப் புகை வேண்டுமா, அக்கா' என்று யாராவது இளம் பெண் சீண்டினால் மரக்காலைக் காட்டுவார். மற்றவர்கள் ஞாபகப்படுத்தினால் ஒழிய அவருக்குத் தான் போராளி என்பது மறந்துபோகும். விடிந்து, அன்றைய நாள் தொடங்கிய பிறகு ஒரு தடவையாவது தன் அம்மாவின் றால் குழம்பைப் பற்றி பேசாமல் அவரால் இருக்க முடியாது. ஒருநாள் துர்க்கா கேட்டார், 'மொழி, என்ன அலங்காரம் உச்சமாயிருக்கிறது. உம்முடைய எதிரிகளைத் துப்பாக்கியால் விழுத்தப் போகிறீரா அல்லது இமை வெட்டினால் சரிக்கப் போகிறீரா?' 'பாவம். என் அழகைப் பார்ப்பதற்கு அவர் களுக்கு வாய்ப்பே கிடைக்காது. என்னுடைய பிகே துப்பாக்கி 1500 மீட்டர் தூரத்திலேயே அவர்களைக் கண்டுபிடித்து கொன்று விடும்.' 'அப்படியானால் இவ்வளவு செவ்வரத்தம் பூக்களை ஏன் வீணாக்குகிறீர்?' 'எனக்குத்தான். என் தலைக்காகத்தான் அவை பூக்கின்றன.'

போர் என்றதும் அங்கே ஏதோ றால் குழம்பு பரிமாறு கிறார்கள் என்ற நினைப்புத்தான். பாதி துள்ளுவார். மற்றவர் களைத் தள்ளிவிட்டு முன்னுக்கு நிற்பது மொழியரசிதான். போர் முடிவதற்கு முன்னர் இரவு தொடங்கிவிடக்கூடும் என்பது போலச் செயலாற்றுவார். துப்பாக்கியைத் தூக்கிச் சுடும் அந்த நேரத்திலும் விரலால் துப்பலைத் தொட்டுப் புருவத்தை நேராக்க மறக்கமாட் டார். எதையாவது அவசரமாகச் செய்துவிட்டுத்தான் மூளையைப் பாவிப்பார். 'மொழி, எதற்காக இவ்வளவு ரிஸ்க் எடுக்கிறீர்?' என்று துர்க்கா கோபிப்பார். 'எதுக்குப் பயப்படவேணும். கடவுளுக்குத் தான் என்னைக் கூப்பிட வேண்டிய நேரம் தெரியும்.' 'அது சரி. நீர் ஏன் கடவுளுக்கு உதவி செய்கிறீர்?' என்று துர்க்கா கடிந்து கொள்வார்.

'எல்லாம் வெல்லும், அக்கா.'

‘எல்லாம் வெல்லும்.’

லெப். கேர்ணல் மொழியரசி டக்டக்கென்று மரக்காலை நிலத்திலே உதைத்து நடந்துபோவார். அவர் இறந்து ஒரு வருடமாகிவிட்டது.

ஆனந்தபுரம் போர் யுத்தியை இரண்டு வாரகாலமாகத் திட்டமிட்டார்கள். ஆயிரம் போராளிகள் பங்குபற்றிய இந்த நகர்வில் இடப்புற அணியின் பொறுப்பை பிரிகேடியர் துர்க்கா ஏற்றிருந்தார். அவருக்குத் துணையாக வாகை ஒன்று, வாகை இரண்டு போரணிகள் இருந்தன. இணைப்படையாக அவருக்குப் பின்னால் பிரிகேடியர் விதூஷாவின் படை நின்றது. வலப்பக்கத்து நுனியில் பிரிகேடியர் மணிவண்ணனும் பிரிகேடியர் தீபனும் இருந்தனர். நடுவில் பொறுப்பாக நின்றது கேர்ணல் அமுதாவும் கேர்ணல் தமிழ்ச்செல்வியும். போர் தொடங்கிய சிறிது நேரத்தில் கேர்ணல் அமுதாவும் கேர்ணல் தமிழ்ச்செல்வியும் உள்வாங்கும் அதே சமயம் இடம் வல அணிகள் மடிந்து எதிரியை வளைத்துப் பிடித்துவிட வேண்டும். 2200 வருடங்களுக்கு முன்னர் ஹனிபால் பயன்படுத்திய அதே யுத்தி. போர்த் தளவாடங்கள், 50 கலிபர்கள், உந்து கணை செலுத்திகள், ஆர்ட்டிலறிகள், மோர்ட்டார்கள், யந்திரத் துப்பாக்கிகள் என சகலதும் தயார் நிலையில் இருந்தன.

துர்க்கா இடப்புறத்து முனையில் முன்னேறினார். அவருடைய துணைப்படைகள் அவரை ஒட்டியபடி நகர்ந்து பாரிய தாக்குதல் நடத்துவதற்கான உத்தரவுக்காகக் காத்து நின்றபோது ராணுவத்தின் தாக்குதல்கள் தொடங்கின. ஆகாயத்திலிருந்து குண்டுகள் விழுந்து அணியைச் சிதறடிக்க முயன்றன. அவற்றையெல்லாம் சட்டைசெய்யாமல் துர்க்கா முன்னேறிக் கொண்டிருந்தார். திடீரென்று சடசடவென இடப்புறமிருந்து குண்டுகள் பாய்ந்து வந்தபோது துர்க்கா துணுக்குற்றார். அவர் அதை எதிர்பார்க்கவில்லை. லெப். கேர்ணல் மோகனா இடது புறத்தில் நின்றார். உடம்பின் ஓர் அங்கம் போலாகிவிட்ட மோகனாவின் துப்பாக்கி இலக்கில் அசையாமல் நேராக நின்றது. துர்க்கா திரும்பிப் பார்த்தபோது மோகனாவின் பாதித் தலையைக் காணவில்லை. இலங்கை ராணுவமும் பெரிய போர்த்திட்டத்தை வகுத்திருந்தது. இரவிரவாக நகர்ந்து இரண்டு கிலோமீட்டர் தூரத்துக்கு அது பெட்டியடித்திருந்தது. போராளிகளின் படை அதற்குள் சிறைபட்டிருப்பது அப்போதுதான் துர்க்காவுக்குத் தெரியவந்தது.

அருள்மதி பத்து நாட்களுக்கு முன்னர் மொழிபெயர்த்து கையினால் எழுதி அனுப்பிய அமெரிக்க கேர்ணல் ரசேக்கின்

ஐந்தாவது அதிகாரத்தைத் தலைமைப்பீடத்திடம் சுரேஷ் மாஸ்ரர் கொடுத்தாரா என்பது தெரியவில்லை. அது முக்கியமான மொழி பெயர்ப்பு. மோகனாவின் சிவப்பு ரத்தம் ஊர்ந்து வந்து துர்க்கா வின் சப்பாத்தை நனைத்ததும் திடுக்கிட்டு நிமிர்ந்து நேரத்தைப் பார்த்தார். திசைகாட்டி பொருத்தப்பட்ட அந்தக் கஸியோ கைக் கடிகாரம் தலைமைப்பீடம் அவருக்குப் பரிசாகக் கொடுத்தது. இனியும் தாமதிக்க முடியாது. அவர்கள் தீர்மானித்த நேரம் நெருங்கிக்கொண்டிருந்தது. அந்தத் திடல் நூறு அடி உயரம்தான் இருக்கும். இரண்டே நிமிடத்தில் அதன்மீது ஏறிவிடலாம். இருபது வருடப் பயிற்சி இந்தத் தருணத்திற்காகத்தான். ஒரேயொரு கட்டளைதான் தேவை. எல்லோரும் பின்வாங்கி இன்னொரு சமருக்குத் தயார் செய்யலாம். அல்லது நினைத்துப் பார்க்க முடியாத அளவுக்கு அழிவை எதிரிகளுக்கு உண்டாக்கலாம்.

கைரேடியோவில் அவ்வளவு நேரமாக எதிர்பார்த்திருந்த கட்டளை கடைசியில் வந்தது. மூன்றே மூன்று சங்கேத வார்த்தை கள்தான். ‘அதிகம் இழந்தவர்கள் தோற்றவர்கள்.’ சுருக்கமான தெளிவான உத்திரவு. துர்க்காவின் உடலில் இதற்கு முன்னர் ஒரு முறையும் அனுபவித்திராத மாற்றம் நிகழ்ந்தது. அளவுக்கதிகமான அட்ரனலீன் அவர் உடம்பில் பாய்ந்து சுவாசவேகம் கூடி அந்தரத் தில் மிதப்பதுபோல ஆனார். அவர் காதுக்குள் இருதயம் அடித் தது. ஆயிரம் யானை பலம் உண்டானது போன்ற உணர்வு. முன்னே கால் வைத்தால் போதும். ஒரு போதும் திரும்ப முடியாத ஒரு கட்டத்துக்குள் அவர் நுழைந்துவிடுவார். அவருடைய இரு தயத்தின் இரண்டு துடிப்புகளுக்கு இடைப்பட்ட நேரத்தில் பாய்ந்து அவருடைய ஆயுளையும், 1000 போராளிகளின் ஆயுளை யும், ஒரு தேசத்தின் ஆயுளையும் தீர்மானிக்கப்போகும் அந்த ஓர் அடியைத் துர்க்கா வைத்தார்.

எதிரிகளின் நாலு டாங்கிகளும் எட்டுக் கவச வாகனங்களும் புள்ளிகளாகத் தெரிந்தன. தனித்தனியாக ஆடிய கைவிரல்களால் துர்க்கா S-97 துப்பாக்கியைத் தொட்டுத் தூக்கினார். சற்று நிதானித்து நேராக்கிக் குறிபார்த்து விசையை அமுக்கினார். எதிரிகள் விழுந்துகொண்டே இருந்தார்கள். இனி அவர் நிறுத்தப் போவதில்லை. யாராவது அவரை நிறுத்தினால் ஒழிய. ராணுவத் தின் வலப்பக்க முனையும் இடப்பக்க முனையும் நகர்ந்து இடை வெளியைக் குறுக்கி வந்தபோது இலங்கை ராணுவத்தினர் தங்கள் படையில் ஒருவரை ஒருவர் சுட்டுத் தள்ள ஆரம்பித்தார்கள். இப்படி ஒரு மூடத்தனமான நகர்வு ஒருவரும் எதிர்பார்க்காதது. இதைச் சாதகமாக்காமல் விடுவது அதனிலும் கூடிய மூடத்தனம்.

ராணுவம், தங்கள் படையைக் கொல்லும் அதே வேகத்தில் போராளிகளையும் கொன்றது. எங்கேயோவிருந்து இலக்கு வைத்துச் சுடப்பட்ட குண்டு ஒன்று துர்க்காவைத் தாக்கியது அவருக்குத் தெரியவில்லை. உதிரம் நெற்றியிலே வழிந்து, கழுத்திலே இறங்கி, நெஞ்சை நனைத்தபோது குனிந்து பார்த்தார்.

அன்றைய நாள் 2009 ஏப்ரல் 4ஆம் தேதி. போர் முடிவுக்கு வந்தபோது போராளிகளில் 700 பேர் கொல்லப்பட்டுவிட்டனர். இலங்கை ராணுவத்தின் இழப்பு 3000 பேருக்கு மேலாக இருந்தது. அந்த விவரம் துர்க்காவுக்கு என்றென்றைக்குமே தெரியப்போவதில்லை. அவர் துப்பாக்கியைக் கையிலே இறுக்கிப் பிடித்த வண்ணம் புரண்டு ஆகாயத்தைப் பார்த்தபடிக் கிடந்தார். அது சொல்லமுடியாத தூய வெண் நிறத்தில் காணப்பட்டது. ஓர் அபூர்வமான நறுமணம் மூக்கைத் துளைத்தது. மேஜர் சோதியாவும், லெப்.கேர்ணல் செல்வியும் கண்களுக்குத் தெரிந்தனர். அருள்மதிக்கு விடைசொல்லாமல் புறப்பட்டது ஞாபகத்துக்கு வந்தது. வெகுதூரத்தில் பூட்ஸ் ஒலிகளும் மனிதக் குரல்களும் கேட்டன. பிரிகேடியர் துர்க்கா மரணத்தைத் தழுவு முன்னர் கடைசியாகப் பார்த்தது ஆகாயத்தை மறைத்து நூறு பறவைகள் சிறகடித்து பறந்த காட்சியை. அவருடைய கண்கள் அந்தக் கூட்டத்தில் ஆறுமணிக் குருவியைத் தேடின.

◆

'எல்லாம் வெல்லும்': போராளிகள் சந்திக்கும்போது சொல்லும் முகமன் வார்த்தை.

மூளையால் யோசி

இன்றைக்கு அவர்கள் வகுப்புக்கு வரும்போது ஒட்டிக் கொண்டு வந்தார்கள். சமந்தாவும் ஒலேக்கும் காதலர்கள் என்ற விசயம் எனக்குப் பல நாட்களாகத் தெரியும். எப்பொழுது அவர்கள் பிரிவார்கள் என்று காத்துக்கொண்டிருந்த பெண்களில் நானும் ஒருத்தி. ஏனென்றால் ஒலேக் அத்தனை அழகாக இருப் பான். அவன் உக்கிரேய்ன் நாட்டுக்காரன். உயரமாக நீலக் கண் களுடன் முடி நெற்றியில் விழுந்து புரள புத்தகப் பையை ஒரு தோளில் தொங்கவிட்டபடி, அப்பொழுதுதான் தூங்கி எழுந்தது போல ஆடி அசைந்து வருவான். எங்கள் வகுப்பில் வெவ்வேறு நாடுகளைச் சேர்ந்தவர்கள் படித்தார்கள். பலர் அகதிகளாகக் கனடாவுக்கு வந்தவர்கள். ஆனால், சமந்தா கனடியப் பெண். அவள் யாரையும் காதலிக்கலாம். ஒலேக் இந்த நாட்டுக்கு அகதியாக வந்தவன் என்றபடியால் அவனை எங்களுக்கு விட்டுத் தந்திருக்கலாம். ஆனால், அவர்கள் காதல் இப்போதைக்கு முறிவ தாகத் தெரியவில்லை. சமந்தாவுக்கு இது மூன்றாவது காதல். ஒலேக்குக்கு எத்தனையாவதோ தெரியாது. அவன் வந்து ஒரு வருடம்தான் ஆகிறது.

கனடாவின் பகல் ஒளி சேமிப்பு நேரம் என்னைக் குழப்பி விடும். இன்று இரவு முடியமுன்னரே காலை தொடங்கிவிட்டது. அம்மா நித்திரை கலையாமல் எழும்பியபோதே ஆரம்பித்து விட்டார். அவரிடம் நேற்று முடிக்காத புத்திமதி நிறைய மிச்சம் இருந்தது. 'மூளையால் யோசி' என்றார். ஒரு பெண்ணுக்குக் காரியம் ஆக வேண்டுமானால் இரண்டு வழிகள் உள்ளன. ஒன்று மூளையைப் பாவித்துப் பெறுவது; மற்றது அவள் உடலில் வேறு ஒன்றை உபயோகித்துக் காரியத்தை முடிப்பது. அந்த வேறு அங்கம் எதுவென்று அம்மா சொன்னது கிடையாது. 'நேற்றையப்போல இன்றைக்கும் பிந்தி வராதே. நான் வர முன்னர் வீட்டைத் துப்புர வாக்கு. பிளேட்டுகளைக் கழுவி வை. நான் வேலையாள் வந்ததும் சமைப்பேன். நீ வீட்டுப் பாடத்தை செய்யலாம்' என்றார்.

அம்மாவைப் பார்க்க சிலவேளை எனக்குப் பாவமாய் இருக்கும். அம்மா கனடாவுக்குக் குடிபெயர்ந்த ஒரு வருடத்தில்

நான் பிறந்துவிட்டேன். எனக்கு ஐந்து வயது நடந்தபோது அம்மா விவாகரத்துப் பெற்றார். அப்பா சம்பாதித்து வாங்கிய இரண்டு அறை வீடு அம்மாவுக்குக் கிடைத்தது. அப்பாவின் பேச்சை நான் எப்ப எடுத்தாலும் அம்மாவுக்குக் கோபம் வந்துவிடும். அப்பா இன்னொரு பொம்பிளையுடன் போனதுதான் காரணம்.

அப்பாவை எனக்கு ஞாபகம் இருக்கிறது. என்னைத் தூக்கித் தூக்கி எறிந்து பிடிப்பார். அவர் படுத்திருக்க அவர் நெஞ்சில் இருந்து விளையாடுவேன். ஒருநாள் பார்க்கில் ஊஞ்சல் நெற்றி யில் இடித்து துளி ரத்தம் சொட்ட, அப்பா என்னைத் தூக்கிக் கொண்டு ஓடினார். அந்தக் காட்சியும் என் மனதில் நிற்கிறது. அடுத்த நினைவு சாப்பாட்டு மேசையில் நாங்கள் சாப்பிட்டுக் கொண்டிருந்தது. அப்பாவுக்கும் அம்மாவுக்கும் இடையில் சண்டை மூண்டுவிட்டது. அப்பா அம்மாவின் தலைமயிரைப் பிடித்து இழுத்தபடிக் கத்தினார். நான் பயந்து அழுதேன். பக்கத்து வீட்டுக்காரர் தொலைபேசியில் பொலீஸை அழைக்க அவர்கள் வந்து அப்பாவைக் கூட்டிச் சென்றார்கள். அதன் பின்னர் அப்பா வரவில்லை. அம்மா வீட்டிலே இருந்த அப்பாவின் படங்களை யெல்லாம் அகற்றிவிட்டார். நான் டயரி அட்டையில் அவருடைய படத்தை ஒட்டி வைத்திருக்கிறேன். அது அம்மாவுக்குத் தெரியாது. அப்பா வீட்டை விட்டுப்போய் பத்து வருடம் கழிந்தாலும் அவர் முகத்தை அப்படித்தான் நினைவு வைத்திருக்கிறேன்.

இத்தனை மாதங்களில் இன்றுதான் முதல் முறை ஒலேக் என்னுடன் பேசினான். மற்ற மாணவிகள் பொறாமையோடு திரும்பிப் பார்த்தார்கள். 'ஆன்' என்று கூப்பிட்டான். (என்னு டைய பெயர் அனசூயா. நம்பமுடிகிறதா? அம்மா இந்தப் பெயரை எங்கே கிண்டி எடுத்தாரோ தெரியாது. வகுப்பில் என்னை 'ஆன்' என்றே அழைத்தார்கள்.) நான் முதலில் சமந்தாவைப் பார்த்தேன். அவள் கண்கள் எரிந்துகொண்டு இருந்தன. 'ஓ, உன்னுடைய பெயர் ஒலேக் அல்லவா? நீ எங்கள் வகுப்பில்தானே படிக்கிறாய்?' என்றேன். 'என்னைக் கேலி செய்கிறாய். ஆன், நீதான் எங்கள் வகுப்பில் கெட்டிக்காரி. எனக்கு எப்பொழுது isotope பற்றிச் சொல்லிக்கொடுக்கப் போகிறாய்?' என்றான். 'நீ எனக்கு என்ன தருவாய் என்பதைப் பொறுத்தது' என்றேன். இன்னும் கொஞ்ச நேரம் அவனுடன் பேசியிருக்கலாம். வகுப்பு மணி அடித்து விட்டது.

இன்று காலை அம்மா கவலை தோய்ந்த முகத்துடன் காணப்பட்டார். என்ன என்று கேட்கக்கூடாது. கேட்டால்

புலம்பலை ஆரம்பித்துவிடுவார். அவராகவே சொல்லத் தொடங்கினார். 'எங்கள் பழைய மனேஜர் போய்விட்டான். இப்பப் புதிதாய் ஒருத்தன் வந்திருக்கிறான். இவன் வந்த நாளிலிருந்து என்னை வேலையிலிருந்து நீக்கப் போவதாகப் பயமூட்டுகிறான். இவனுடைய தொல்லை தாங்க முடியாமல் இருக்கிறது. எனக்கு வேலைக்குப் போக விருப்பமில்லை. போகாவிட்டால் இரண்டு பேரும் ரோட்டில்தான் நிற்கவேணும்.' பள்ளிக்கூடம் புறப்பட்டபோது எனக்கு என்ன தோன்றியதோ நான் விருந்துகளுக்கு மட்டுமே அணியும் குதி உயர்ந்த திறம் தோல் பூட்ஸை அம்மாவுக்குக் கடன் கொடுத்தேன். அம்மா அதில் ஏறி நின்றபோது உயரமாகவும் அழகாகவும் தெரிந்தார். அப்படியே அன்று அலுவலகத்துக்கு போகப்போவதாகச் சொன்னார். திடீரென்று என்னைக் கட்டிப் பிடித்து ஒரு முத்தம் தந்தார். நினைத்துப் பார்த்தபோது பல வருடங்களுக்குப் பிறகு அம்மா எனக்கு முத்தம் கொடுத்தது நினைவுக்கு வந்தது. திரும்பிப் பாராமல் பள்ளிக்கு ஓடினேன்.

பள்ளிக்கூடத்தில் எனக்கு நல்ல நாளா கெட்ட நாளா என்பது தீர்மானமாகத் தெரியவில்லை. வகுப்பில் என்னுடைய சிநேகிதிகள் என்னைக் கண்டதும் பேச்சை நிறுத்தினார்கள். அது என்னை அமைதியில்லாமல் ஆக்கியது. ராணுவ வீரர்கள் அணிவகுப்பின்போது தலையைத் திருப்பி ஒரே திசையில் பார்ப்பது போல ஒலேக் என்னைப் பார்த்துக்கொண்டே வரிசையில் நடந்தான். நாள் முடிவுக்கு வரும்வரைக்கும் அவன் பார்த்தது என்னை உற்சாகப்பட வைத்தது.

இன்றைக்குப் பள்ளிக்கூடத்தில் நடந்ததைச் சொன்னால் யாரும் நம்ப மாட்டார்கள். ஒலேக் கறுப்புக் கண்ணாடி அணிந்து வந்திருந்தான். என்னுடைய இரண்டு உருவங்கள் கண்ணாடியில் தெரிந்தன. அவன் அருகில் நெருங்கும்போது என்னை நானே அணுகுவதுபோலப் பட்டது. 'கண்ணாடியைக் கழற்று' என்றேன். மறுத்துவிட்டான். அவன் சொன்னான்: பழைய காலத்தில் சீனாவில் போர்வீரர்கள் நெஞ்சிலே கண்ணாடியைக் கட்டியிருப்பார்களாம். போரின்போது வாளால் வெட்ட வரும் எதிரி தன் முகத்தைக் கண்ணாடியில் பார்த்ததும் வெட்டாமல் மனதை மாற்றிக் கொள்வானாம். 'நான் உன்னைக் கொல்லப் போகிறேன் என்று நினைக்கிறாயா?' என்றேன். 'நீ அதைத்தானே தினம் தினம் செய்கிறாய்' என்றான் அவன்.

இடைவேளையின்போது பள்ளிக்கூட விளையாட்டு மைதானத்தைப் பார்த்த நாங்கள் திகைத்துப்போய் நின்றோம்.

300–400 கனடிய வாத்துகள் 'ங்காஅக், ங்காஅக்' என்று சத்த மிட்டபடி மைதானத்தை நிறைத்து நின்றன. செப்டம்பர் மாதம் பிறந்துவிட்டதால் தெற்கு நோக்கிப் புலம் பெயர்ந்தவை மைதானத் தில் இறங்கி ஓய்வெடுத்தன. புற்களைத் தின்பதும் பூச்சிகளைப் பிடிப்பதுமாக ஒரே கவனத்தில் இருந்த அவற்றினூடே நடந்த போது வழிவிட்டனவே ஒழியப் பறக்கவில்லை. நான் நடுவில் போய் நின்றதும் என்னை வாத்துகள் சூழ்ந்துவிட்டன. ஒலேக் என்னையும் வாத்துகளையும் செல்போனில் படம்பிடித்தான். தன் னிடம் கனடிய வாத்து பதித்த ஒரு டொலர் நாணயம் இருப்ப தாகச் சொன்னதை நான் நம்பவில்லை. கனடாவின் 100வது ஆண் டின்போது விசேடமாக வெளியிட்ட நாணயத்தை அடுத்தநாள் எனக்குக் கொண்டுவந்து காட்டுவதாகச் சொன்னான். செய்தாலும் செய்வான்.

இன்றைக்கு என் வாழ்க்கையில் துக்கமான நாள். நான் பஸ் நிலையத்தில் காத்துக்கொண்டிருந்தபோது ரோட்டின் எதிர்ப் பக்கத்தைப் பார்த்துத் திடுக்கிட்டேன். என்னுடைய அப்பாவைப் பல வருடங்களுக்குப் பின்னர் பார்த்தேன். ஒரு கிழிந்த கோட்டை அணிந்துகொண்டு ஏதோ காசைத் தேடுவது போலக் குனிந்து தரையைப் பார்த்தபடி நடந்தார். பார்ப்பதற்குப் பிச்சைக்காரனைப் போலவே இருந்த அவருடைய தோற்றம் என்னை என்னவோ செய்தது. அவருக்கு வேலை போய்விட்டது என்று அம்மா சொன் னது நினைவுக்கு வந்தது. அப்பா உழைத்துக் கட்டிய வீட்டில் தான் நாங்கள் வசதியாக வசித்தோம். என்னிடம் பத்து டொலர் இருந்தது. ரோட்டைக் கடந்து அந்தப் பக்கம் போய் அப்பா விடம் அதைக் கொடுத்து வர எண்ணினேன். எதிர்பாராத சமயத்தில் கட்டிப்பிடித்து ஒரு முத்தமும் கொடுக்கலாம். அப் போது அவர் முகம் எப்படியிருக்கும்? ஆனால், தயக்கமாக இருந் தது. அந்த நேரம் பஸ் வர அதில் ஏறிவிட்டேன். வீடு வந்த பின்னர் அப்பாவின் படத்தை வெகுநேரம் பார்த்தேன். அம்மா விடம் சொல்லவில்லை.

இன்றைக்கு வகுப்பில் ஒரே கொண்டாட்டம். எங்கள் எங்கள் நாட்டுத் தேசிய கீதங்களைப் பாடச்சொன்னார் ஆசிரியர். நான் இங்கே பிறந்தவள், ஆனால், பலர் வேறு வேறு நாட்டில் பிறந்தவர்கள். கனடியர்கள் அவர்கள் கீதத்தை ஒன்றாகப் பாடி னார்கள். யப்பானிய மாணவன் அவர்கள் கீதத்தைப் பாடினான். நாங்கள் நிமிர்ந்து உட்கார்ந்து கேட்க ஆரம்பித்தபோது முடிந்து விட்டது. உலகத்திலேயே சிறியது யப்பான் தேசிய கீதம்தான். நல்ல காலமாக வகுப்பில் உருகே நாட்டிலிருந்து ஒருவரும் இல்லை.

உலகத்திலேயே ஆக நீளமானது அவர்களுடைய கீதம்தான். அதி இனிமையானது உக்கிரேனியன் தேசிய கீதம். ஒலேக் ராகம் போட்டுப் பாடினான். அவன் பாடாமல் சும்மா வாயை ஆட்டி னாலும் அது அழகாகத்தானிருக்கும். இலங்கை தேசிய கீதத்தை நானும் சாவித்திரியும் சேர்ந்து பாடுவதாகத் திட்டமிட்டு 'மன்மத ராசா, மன்மத ராசா' என்று முதல் இரண்டு வரிகளைப் பாடி னோம். நிறைய அகதிகளை ஏற்றுமதி செய்யும் ஒரு நாட்டின் தேசியகீதம் போலவே அது ஒலித்தது. ஒருவருமே கண்டுபிடிக்க வில்லை. ஆனால், கைதட்டினார்கள்.

இன்று காலை அம்மா என்னைக் கையும் களவுமாகப் பிடித்துவிட்டார். நான் ஒப்பனை செய்ததையும் காது மயிரைச் சுருட்டி விட்டதையும் உதட்டுச் சாயத்தை ஒளித்துப் புத்தகப் பையில் வைத்ததையும் எப்படித்தான் ஊகித்தாரோ தெரியாது. 'வரவர உன் சோடிப்பு சரியாயில்லை. நீ படிக்கப் போகிறாயா அல்லது வேறு எதற்கோ திட்டம் போடுகிறாயா? மூளையால் யோசி. அதை மறக்காதே' என்றார். என்னை வியப்படைய வைப் பதே அம்மாவின் வேலையாகிவிட்டது.

சமந்தா விழுவதுபோல வேகமாக நடந்து வந்தாள். நான் பக்கத்தில் நின்ற சாவித்திரியைத் தோளால் இடித்துச் சொன் னேன். 'இப்பப் பார் சமந்தா புத்தகத்தைக் கீழே போடுவாள்' என்று. அப்படியே போட்டாள். குனிந்து கீழே கைகள் புத்தகத் தைத் தேடி அலைந்தபோது கோடுபோட்ட அவளுடைய ஸ்கேர்ட் மேலே போனது. பெண்களையே பொறாமைப்படவைக்கும் உருண் டையான அவளுடைய பின்பக்கம் ஒலேக் நின்ற திசையில் நீண் டது. புத்தகத்தைத் தடவி எடுத்தபோது கடைக் கண்ணால் ஒலேக்கைத் தேடினாள். பிறகு என்னைப் பார்த்தாள். அவளுடைய அதே கண்களால் எப்படி ஒரே சமயத்தில் இத்தனை பிரியத்தையும் பகையையும் காட்டமுடிகிறது என்பது தெரியவில்லை.

இன்று நடந்த சம்பவத்தை என்னால் இருபது வருடம் சென்றாலும் மறக்க முடியாது. பள்ளிக்கூடத்திலிருந்து பாதியில் புறப்பட்டதும் என் வீட்டுக்கு வரவேண்டும் என்று சொன்னான் ஒலேக். ஐஸரோப் பற்றி விளக்கமாகப் படிக்கவேண்டுமாம். வீட்டுக்கு வந்து நான் திறப்பைப் போட்டுக் கதவைத் திறந்ததும் 'இது என்ன மணம்?' என்றான். எனக்கு வெட்கமாய்ப் போய் விட்டது. மூன்று நாட்களுக்கு முன்னர் அம்மா சமைத்த கறியின் மணம். இவனை நேரே நிலவறைக்குக் கூட்டிச் சென்று குழல் விளக்கைப் போட்டேன். அது ஒரு நிமிடம் கழித்து எரிந்தது. புத்தகப்பையை எறிந்துவிட்டுச் சோபாவில் கால்களை நீட்டிப்

படுத்துக்கொண்டு ஏதாவது குடிப்பதற்குக் கேட்டான். வந்து ஒரு நிமிடம்தான் ஆகிறது, முழுவீடும் அவனுக்குச் சொந்தமாகி விட்டது. நான் மேலே போய்க் கடவுளை வேண்டிக்கொண்டு குளிர்பெட்டியைத் திறந்து பார்த்தேன். நல்லகாலமாகப் பாதி கடித்த அப்பிளுக்குப் பின்னால் ஒரு கோக் டின் இருந்தது. அதை எடுத்து வந்து அடக்கமான மனைவிபோல நீட்டினேன். அவன் ஒற்றை விரலால் திறந்து விலை உயர்ந்த மதுவகையை குடிப்பது போல மிடறு மிடறாகக் குடித்தான். அந்த நேரம் நான் அம்மா சாரி உடுத்துப் பொட்டு வைத்து நிற்கும் படங்களை எல்லாம் அவசரமாக அகற்றினேன்.

'புத்தகத்தை எடு' என்றேன். அவன் நீலக் கண்கள் என் உடம்பிலே அசையாமல் குத்திக்கொண்டு நின்றன. அவன் கண்கள் தேடிய அங்கம்தான் அம்மா குறிப்பாகச் சொன்னதாக இருக் குமோ என்று பட்டது. மருத்துவருடைய அறையில் பேப்பர் கவுன் அணிந்து நிற்பதுபோல எனக்குக் கூச்சமாகவிருந்தது. அதைக் காட்டாமல் 28ஆம் பக்கத்தைத் திறந்து 'ஐஸரோப் என்றால் ஒரே தனிமம், ஒரே குணாதிசயம். ஆனால், வெவ்வேறு எடை' என்று ஆரம்பித்தேன். அவன் என் தோள்மூட்டில் முகத்தை வைத்து மணக்கத் தொடங்கினான். நான் ஒரு கையால் புத்தகத்தை பிடித்துக்கொண்டு மறுகையால் அவனைத் தள்ளினேன். அவன் செல்போனை எடுத்து கறுப்பு வெள்ளை வாத்துகளுக்கு நடுவில் நானும் கறுப்பு வெள்ளைப் பள்ளிக்கூடச் சீருடையில் நிற்கும் படத்தைக் காட்டினான். 'நீ கொழுத்த வாத்துபோல தெரிகிறாய்' என்று சிரித்தான். செல்போனைப் பக்கவாட்டில் திருப்பப் படமும் திரும்பியது. நான் அழகாகத்தான் இருந்தேன்.

சோபாவில் நிறைய இடம் இருந்தது. அவன் இடமில்லா ததுபோல என்னை நெருக்கிக்கொண்டு உட்கார்ந்திருந்தான். பக்கெட்டில் கையைவிட்டு 'நான் மறக்கவில்லை, பார். உனக்குக் காட்டக் கொண்டுவந்தேன்' என்று கனடிய வாத்துப் பதித்த ஒரு டொலர் நாணயத்தை வெளியே எடுத்தான். அபூர்வமான நாணயம் அது; விலைமதிப்பானது என்று எனக்குத் தெரியும். மறு பக்கத்தைத் திருப்பிப் பார்த்தேன். எலிஸபெத் மகாராணி. 'உன்னுடையதா?' என்றேன். 'நாணயம் சேகரிப்பது எனக்குப் பிடிக்கும்' என்றான். 'வேறு என்ன பிடிக்கும்?' 'உன் கல்லுத் தொங் கட்டான் பிடிக்கும்.' அவன் வாய் என் காதை நெருங்கியது. சாப்பிடப்போவதுபோல தொங்கட்டானை வாயினால் கவ்வி னான். 'என்ன செய்கிறாய்? என்ன செய்கிறாய்?' அவன் என் தோள்மூட்டுகளை திருக ஆரம்பித்தான். பயத்துடன் 'நீ என்னைத் திறக்கப் போகிறாயா?' என்றேன்.

எந்த நேரத்தில் அந்த வார்த்தையை சொன்னேனோ தெரியாது. யாரோ சாவித் துவாரத்தில் திறப்பை நுழைத்து கதவை திறக்கும் சத்தம். அம்மா வருவதற்கு இன்னும் மூன்று மணி நேரம் இருந்தது. திருடனாக இருக்கலாம். இருதயம் காதுக்குள் அடித்தது. நான் மெதுவாக இரண்டு படி ஏறி எட்டிப்பார்த்தேன். அது அம்மாதான். ஓர் ஆண் உருவம் சத்தமில்லாமல் படிகளில் ஏறி மேலே சென்றது. 'யார்' என்று ஒலேக் ரகஸ்யக் குரலில் கேட்டான். 'மடையா அது அம்மா. நீ புறப்படு, புறப்படு. நிலவறை யன்னல் வழியாகப் போ' என்று மன்றாடினேன்.

முதலில் புத்தகப் பையை எடுத்து யன்னல் வழியாக எறிந்தான். அம்மா மேலே சிரிக்கும் சத்தம் கேட்டது. 'ஏன் உன் அம்மா சிரிக்கிறார்?' என்றான். 'நீ போ. அவர் அப்படித்தான். என்னுடன் சிரிப்பதே இல்லை. தனியாக இருக்கும்போது பழக்கம் விட்டுப் போகாமல் இருக்க அப்படிப் பயிற்சி செய்வார்.' தலையையும் கால்களையும் ஒரே சமயத்தில் நுழைத்து யன்னல் வழியாக குதித்தான். பின்னர் 'கோக், கோக்' என்று கத்தினான். பாதி குடித்த கோக்கை யன்னல் வழியாக நீட்டினேன். புத்தகப்பையை ஒரு தோளில் தொங்கவிட்டபடி, கோக்கை உறிஞ்சிக்கொண்டு 'போபஸன்யா' என்று கைகாட்டிவிட்டுச் சோம்பலாக நடந்து போனான். உக்கிரேய்ன் மொழியில் 'போய் வருகிறேன்' என்று அர்த்தம். எனக்கென்னவோ அவன் திரும்பி என்னிடம் வருவான் என்று தோன்றவில்லை.

என்னுடைய கம்ப்யூட்டரின் கடவு வார்த்தை அவன் பெயர் என்பதுகூட அவனுக்குத் தெரியாது. உலகத்தின் முடிவு என் நெஞ்சில் தொடங்கிவிட்டதுபோல உணர்ந்தேன். என் தலைக்கு மேலே இரண்டு விதமான காலடி ஓசைகள் வந்தன. அம்மாவின் சிரிப்பு மீண்டும் கேட்டது. இது வேறுவிதமான சிரிப்பு. திடீரென்று ஒரு கெட்ட எண்ணம் வந்தது. அம்மாவும் நானும் ஒரு தனிமத்தின் இரண்டு ஐஸரோப்கள். ஒரே குணாதிசயம். வெவ்வேறு எடை. சற்றுமுன் ஒலேக் சோபாவில் எங்கே படுத்திருந்தானோ அதே இடத்தில் அவன் மாதிரிப் படுத்துக்கொண்டு முகட்டைப் பார்த்தேன். நான் மூளையால் யோசிக்க வேண்டிய நேரம் நெருங்கிவிட்டது.

◆

ஆச்சரியம்

நான் சில மாதங்கள் ஓர் அச்சகத்தில் வேலை பார்த்திருக்கிறேன். ஒரு பெரிய கம்பெனியில் அச்சகம் என்பது சிறிய பிரிவு. அந்தப் பிரிவில் கணக்காளர் பகுதியில் எனக்கொரு சின்ன வேலை. கம்பெனியின் முதன்மை இயக்குநர் கொழும்பு மேல்தட்டு வர்க்கத்தைச் சேர்ந்தவர். பரம்பரைச் செல்வந்தராக இருக்கவேண்டும். அவருக்கு இந்த அச்சகம் தேவையில்லாத ஒன்று. அச்சகத்துக்குப் பொறுப்பான மேலாளர் சகலத்தையும் கவனித்தார். ஆனாலும் முதன்மை இயக்குநர் தினமும் வந்து இரண்டு மணி நேரமாவது அச்சகப் பிரிவில் செலவழிப்பார்.

அவர் வந்து ஆட்சி நடத்தும் அந்த இரண்டு மணி நேரமும் முழு அலுவலகமும் பரபரப்பாகும். என் வாழ்க்கையில் நான் அப்படியான காட்சியைக் கண்டதே கிடையாது. மேலாளரிலிருந்து கடைசி ஊழியர்வரை நடுங்குவார்கள். முதன்மை இயக்குநர் பார்ப்பதற்கும் அப்படித்தான் இருப்பார். நல்ல உயரம், அத்துடன் முன்னுக்கு தள்ளி நிற்கும் வயிறு. எந்தக் கோடை எந்தச் சூரியன் எரித்தாலும் மடிப்புக் கலையாத விலையுயர்ந்த ஆடைக்குமேல் கோட்டு அணிந்துதான் காட்சியளிப்பார். அவரிடம் விதவிதமான தோல் சப்பாத்துகள் இருந்தன. நாளாந்தம் பளபளவென்று மினுக்கியெடுத்த கறுப்பு அல்லது பழுப்பு நிறச் சப்பாத்தில் டக்டக்கென ஒலியெழுப்பி நடந்து வருவார்.

அவர் தூரத்தில் வருவது தெரிந்ததும் அலுவலகக் கோப்புகள், பேரேடுகள், நாள் கணக்குப் புத்தகங்கள் ஆகியவற்றின் பக்கங்களை இடமிருந்து வலமாகத் திருப்பும் சத்தம் கேட்கும். பின்னர் வலமிருந்து இடமாகத் திருப்பும் சத்தம் எழும். முழு அலுவலகமும் பதற்ற நிலையை எய்தும். யாரையாவது கூப்பிட்டு ஏதாவது விசாரிப்பார். மற்றவர்கள் காற்றுக்குள் மறைந்துகொள்ள முயற்சி செய்வர். விசாரிக்கப்படுபவருக்கு வாய் குளறும். முதன்மை இயக்குநர் மூன்றாவது கேள்வி கேட்கும்போது முதல் கேட்ட கேள்விக்குப் பதில் சொல்லுவார். 'சரி போ' என்று சொன்னதும் பாய்ந்து போய் தன்னுடைய இருக்கைக்குள் புதைந்துகொள்வார்.

அவருடைய அந்தரங்கக் காரியதரிசி ஒரு நாற்பத்தைந்து வயது மதிக்கக்கூடிய பெண். மணமுடிக்கவில்லை. ஒரு காலத்தில் அவர் அழகான பெண்ணாக இருந்திருக்கலாம். சற்று அதிகமாகப் பால் கலந்த தேநீர் கலர். நீளமான கண்கள். அவருக்கு ஒரு காதலன் இருந்தார். திருமணத்துக்கு அழைப்பிதழ்கள் அனுப்பிய பின் மணமுடிக்க முடியாது என்று சொல்லி ஓடிவிட்டார். இனி மேல் திருமணமே வேண்டாமென்று அப்போது தீவிரமான முடி வெடுத்தார் என்று அலுவலகத்தில் பேசிக்கொண்டார்கள். கடந்த 25 வருடகாலம் முதன்மை இயக்குநருக்கு விசுவாசமாக வேலை பார்க்கிறார். இப்பொழுது மெலிந்து வளைந்துபோய் அவருடைய தாடை எலும்புகள் வெளியே தள்ளக் கேவலமாகத் தெரிவார். எந்த ஒரு காலத்திலும் ஒப்பனையைக் காணாத முகம். ஒரு வாரம் முழுக்க இரண்டு பருத்திச் சேலைகளை மாறிமாறிக் கட்டி வருவார். கம்பெனிக்கு காலையில் முதலில் வந்து கடைசியில் போவது அவர்தான். அப்படித் திறமையுடன் கடுமையாக உழைக் கும் அவருக்கு அந்தக் கம்பெனியில் தெரியாத விசயங்களே இல்லை. ஆனாலும் ஒவ்வொரு நாளும் முதன்மை இயக்குநர் வந்து போனதும் அழுதுகொண்டிருப்பார். இத்தனை வருடங்களில் இந்தப் பெண் வேறு வேலை தேடிக்கொள்ளாதது இன்னொரு ஆச்சரியம்.

முதன்மை இயக்குநர் வந்ததும் அவருடைய அறையை நோக்கிப் பிரதானமான முடிவுகள் எடுக்கவேண்டிய கோப்பு களைத் தூக்கிக்கொண்டு அந்தரங்கக் காரியதரிசி ஓட்டமும் நடையுமாகச் செல்வார். பத்தடி தூரம்தான் என்றாலும் அவர் ஓடித்தான் கடப்பார். அவர் கழுத்திலே இருந்து வழியும் வியர்வை யைச் சேலைத் தலைப்பினால் ஒற்றியபடியே அவருக்குப் பக்கத்தில் நிற்பார். புதிதாகப் பிறந்த குழந்தையை அவர் கையிலே கொடுத்து விட்டு நிற்பதுபோலக் கொஞ்சம் பெருமையும் இருக்கும். அவர் செய்த வேலையையும் குறிப்புகளையும் முதன்மை இயக்குநர் படித்து தன் முடிவுகளை எழுதுவார். கோப்புகளின் மேல் மட்டை யில் 'அவசரம்' 'மிக அவசரம்' 'உடனே' போன்ற ஒட்டுப்பேப்பர் குறிப்புகளை அவரே ஒட்டி அனுப்புவார். அவருடைய கட்டளை களை ஊழியர்கள் அவர் விதித்த காலக்கெடுவுக்குள் முடிக்க வேண்டுமானால் அவர்கள் அன்று வீட்டுக்குப் போக முடியாது. அடுத்தநாளும் முடியாது. அவர்கள் கோப்புகள் கைகளில் கிடைத் ததுமே ஒட்டுப்பேப்பரை அகற்றிவிடுவார்கள். உடனே அவை சாதாரண கோப்புகளாக மாறிவிடும்.

எவ்வளவுதான் கவனமாகக் காரியதரிசி தன் வேலையைச் செய்தாலும் முதன்மை இயக்குநர் ஏதாவது ஒரு பிழையைக் கண்டு

பிடித்துவிடுவார். பேச்சு வரப்போகிறது என்பது அவளுக்கு ஒரு நிமிடம் முன்பாகவே தெரிந்துபோகும். சண்டை மாடு மூச்சு விடுவதுபோல வேகமாக மூச்சு விடுவார். பின்னர் வாய் திறந்ததும் அதே வேகத்தில் வசவுகள் வெளிப்படும். அந்தரங்கக் காரியதரிசி யைத் தினமும் வையாமல் அவரால் வீட்டுக்குத் திரும்ப முடியாது. 'உன்னுடைய மூளை முழுமையடையாத மூளை' என்பதுதான் அவர் திரும்பத் திரும்பச் சொல்லும் வசை. எப்போவாவது அள வற்ற கருணை சுரந்தால் மட்டும் அன்றைக்கு அந்தப் பெண்ணை அப்படித் திட்டாமல் விடுவார்.

அச்சுக்கூடத்தில் ஒரு புதுப் பையன் சேர்ந்திருந்தான். பெயர் சண்முகவடிவேல். அவனுடைய மாமா கொடுத்த கடிதத்தைத் தூக்கிக்கொண்டு கிராமத்திலிருந்து நேராக மேலாளரைப் பார்க்க வந்திறங்கிய பையன். 'அப்பா எங்கே?' என்று மேலாளர் கேட்டார். 'அவரை முதலை சாப்பிட்டிட்டுது, சேர்' என்றான். 'சரி, அம்மா எங்கே?' என்றார் மேலாளர். 'அவ மறியல் வீட்டிலே சேர்.' வேறு ஒரு கேள்வியும் அவர் கேட்கவில்லை. அப்பாவித்தனமாக இருக் கிறான், நல்லாய் வேலை செய்வான் என்று நினைத்துத்தான் அவனை வேலையில் சேர்த்தார். அவனோ ஏமாளி, மற்றவர்களின் சந்தோசத்துக்காகக் கடவுளால் படைக்கப்பட்ட சீவன். பொழுது போகவில்லை என்றால் அவனைப் பந்துபோல உருட்டுவதுதான் அடுத்தவர்களுக்கு வேலை. அவனுக்குக் கவலை என்பது இல்லை. எந்த நேரமும் அவனைச் சுற்றியுள்ளவர்களுக்கு அவனிலிருந்து மகிழ்ச்சி வீசிக்கொண்டிருக்கும்.

அந்த அச்சுக்கூடத்தில் மூன்று மாதத்துக்கு ஒருமுறை இடது சாரிக்கட்சியைச் சேர்ந்த ஒரு சங்கம் இதழ் ஒன்று தயாரிக்கும். அதில் நிறையக் கட்டுரைகள் இருக்கும். அவை எல்லாவற்றையும் அவன் வாசிப்பான். பெரிய பெரிய வார்த்தைகள் வரும்போது வாயில் ஒருமுறை உச்சரித்துப் பார்ப்பான். அவனுக்குப் பிடித்த திறமான வார்த்தை பூர்சுவா. அதற்கு அடுத்த வார்த்தை நிலப் பிரபுத்துவம். சொல்ல நல்லாயிருக்கும். ஒருநாள் அந்த வார்த்தை களின் பொருளைக் கண்டுபிடிக்க வேண்டும் என நினைத்துக் கொள்வான். எல்லாக் கட்டுரைகளிலும் 'என்னே கொடுமை! என்னே துன்பம்! பாட்டாளி மக்களே! விழித்தெழுங்கள்!' போன்ற வாசகங்கள் நிறைந்திருக்கும். இந்த ஆச்சரியக் குறிகளை அகற்றி விட்டால் கட்டுரை அரை சைசுக்கு வந்துவிடும்.

அப்பொழுதெல்லாம் கம்ப்யூட்டர் வசதிகள் கிடையாது. ஒவ்வொரு எழுத்தாக அச்சுக்கோர்த்துதான் அச்சடிக்க வேண்டும்.

அவையோ தலைகீழாக இருக்கும், அச்சடித்ததும் சரியான எழுத்தாக மாறிவிடும். சண்முகவடிவேலுவுக்கு அங்கு நடப்பவை எல்லாமே புதினம்தான். அங்கே வேலை செய்தவர்களில் தொழில் பக்தி கொண்டவன் என்றால் அது அவன்தான். சிலவேளை அச்சுக்கோர்க்கும்போதே படித்ததை நினைத்துச் சிரிப்பான். பக்கத்தில் வேலை செய்யும் பையனிடம் 'ஆகிருதி' என்ற ஆங்கில வார்த்தைக்கு என்ன தமிழ் என்று கேட்பான். அவன் பதில் சொல்லுவான். ஆனால், அச்சு யந்திரத்தின் பெரிய ஓசையில் அது அவனுக்குக் கேட்காமல் போகும்.

வெளியே என்ன வெப்பம் வீசுமோ அதுவே அச்சுக் கூடத்துக்குள்ளும் வீசும். எல்லோரும் சேர்ட்டைக் கழற்றிச் சுருட்டி இடுப்பிலே கட்டிக்கொண்டுதான் வேலை செய்வார்கள். இவனும் அப்படித்தான் வேலை செய்தான். ஒருமுறை இதழுக்கு அச்சுக் கோர்க்கும்போது ஆச்சரியக் குறிகள் முடிந்து விட்டன. தன்னுடைய சுப்பர்வைசரிடம் அவன் போகமுன்னர் மற்ற அச்சுக் கோப்பவர்கள் எல்லாம் ஒன்று திரண்டுவிட்டார்கள். முதலாளியிடம் போய் ஆச்சரியக்குறிகள் முடிந்துபோனதைச் சொல்லச்சொல்லி ஏவிவிட்டார்கள். இந்தப் பெரிய கம்பெனியில் ஆச்சரியக் குறிகள் இவ்வளவு விரைவில் தீர்ந்துபோனது அவனுக்கும் ஆச்சரியம்தான். இடுப்பிலே சுருட்டிக் கட்டிய சேர்ட்டை அவிழ்த்து உதறி, நேராக்கி அணிந்தான். பொத்தான்களை ஒவ்வொன்றாக மேலிருந்து கீழாக போட்டுக்கொண்டு தயாரானான். மற்றப் பெடியன்கள் 'போ, போ' என்று துரத்தினார்கள். இந்தப் பேய்ப்பெடியனும் விசயம் விளங்காமல் முதலாளியின் அறையை நோக்கிப் புறப்பட்டான்.

எப்பொழுதும் அவனுக்குச் சந்தோசம்தான். முதன்மை இயக்குநர் அறையிலிருந்து கிட்டத்தட்ட 200 அடி தூரத்தில் அச்சுக்கூடம் இருந்தது. அவன் முதன்மை இயக்குநரைப் பார்த்தது கிடையாது. அவருடைய அறை எந்தப் பக்கம் இருக்கிறது என்பதும் தெரியாது. அவனுடன் வேலை செய்தவர்கள் காட்டிய திசையில் ஒருவித பயமோ, தயக்கமோ இல்லாமல் நடந்தான். மகிழ்ச்சி அவனிலிருந்து வீசியது. எம்.ஜி.ஆர். நடித்த நாடோடி மன்னன் படத்துக்கு இலவச டிக்கட் கிடைத்தது போலக் கைகளை வீசி நடந்தான். அந்தப் பெண்ணுடைய முகம் தெரிய முன்னர் பற்கள்தான் தெரிந்தன. தாடை எலும்புகள் மீது கண்ணீர் வழிந்தது. ஒரு பறவை எழுப்புவதுபோல மெல்லிய ஒலி அவரிடமிருந்து எழுந்தது. அதுதான் காரியதரிசிப் பெண் என்று ஊகித்தான். அவரையும் இப்பொழுதுதான் முதன்முறையாகப் பார்க்கிறான். லேஞ்சியால் அவர் கண்களைத் துடைக்கத் துடைக்க நீர் பெருகிக்

கொண்டே வந்தது. இவன் திடுக்கிட்டுப் போய் என்ன செய்வ தென்று தெரியாமல் நின்றான். வழக்கமாக முதன்மை இயக்கு நரைப் பார்க்க யாரும் சடுதியில் போக முடியாது. காரியதரிசிப் பெண் யார், என்ன வேண்டும், உங்களுக்கு முன்அனுமதி உண்டா போன்ற விவரங்களை அறிந்த பின்னர்தான் எவரையும் உள்ளே அனுமதிப்பார். அன்று பாதி அழுகையில் இருந்தார். அதை முடிவுக்குக் கொண்டுவர சில நிமிடங்கள் பிடிக்கும். எனவே கதவைச் சுட்டிக் காட்டிவிட்டு தன் அழுகையைத் தொடர்ந்தார்.

முதன்மை இயக்குநருக்கு கீல்வாதம் (gout) என்றொரு வியாதி. பெருவிரல்கள் வீங்கி வேதனையில் உழல்வார். இது அடிக் கடி வரும். அதுவரும் நாட்களில் எவரும் கிட்ட அணுக முடியாது. அன்றைக்கு அவருக்கு வேதனை உச்சத்தில் நின்றது. அவர் பளபளக்கும் இரண்டு தோல் சப்பாத்துகளையும் கழற்றிவிட்டுத் தன் கால்களை மேசையில் வைத்து ஆராய்ந்து கொண்டிருந்தார். சுவாசத்தை நிறுத்திவிட்டு எல்லாக் கண்களும் பார்க்க, கதவைத் தட்டாமல் திறந்து சண்முகவடிவேல் உள்ளே நுழைந்தான். ஒரு கணம் இரண்டு தொக்கையான கால்பெருவிரல்களைப் பார்த்துப் பின்வாங்கினான். உடனேயே கிராமத்து தைரியத்தை வர வழைத்துக்கொண்டு 'ஐயா, ஆச்சரியக் குறி எல்லாம் முடிஞ்சு போச்சுது. உங்களிட்டை வேற குறி இருக்கோ என்று கேட்டு வரச் சொன்னார்கள்' என்றான்.

நான் வேலை செய்த அந்த மூன்று மாதங்களில், வார விடுமுறை, போயா விடுமுறை, பொங்கல் விடுமுறை, கிறிஸ்மஸ் விடுமுறை, நோய் விடுப்பு எல்லாவற்றையும் கழித்து மீதியான அத்தனை பணி நாட்களிலும் காணாத ஒரு காட்சி அது. முதன்மை இயக்குநரின் கதவு பட்டென்று பெரும் சத்தத்துடன் திறந்தது. வெறி நாய் துரத்தியதுபோல அவன் அலறிக்கொண்டு வெளியே வந்தான். முதன்மை இயக்குநர் அன்று என்ன சொன் னார் என்பதோ, என்ன செய்தார் என்பதோ என்னால் இங்கே எழுத்திலே பதியக்கூடியது அல்ல. சண்முக வடிவேல் அடுத்தநாள் வேலைக்கு வரவில்லை. கிராமத்துக்கு ஓடிவிட்டான். அலுவலகத் தில் ஒரு முட்டாள் குறைந்துவிட்டான் என்று பேசிக்கொண் டார்கள்.

◆

அ. முத்துலிங்கம்

கனகசுந்தரி

இப்படியொரு அவமானம் கனகசுந்தரிக்கு அவளுடைய 15 வயது வாழ்க்கையில் நடந்தது கிடையாது. இதற்கெல்லாம் காரணம் கறுப்பு ரீச்சர்தான். மற்றவர்கள் விமலா ரீச்சர் என்று அழைத்தாலும் அவளுக்கு அவர் கறுப்பு ரீச்சர்தான். எதற்காகத் தன்மீது வன்மம் பாராட்டுகிறார் என்று அவள் யோசித்திருக்கிறாள். ரீச்சர் வாய் திறக்கும்போது நாக்கு பிளந்திருக்கிறதா என்று உற்றுப் பார்த்திருக்கிறாள். கனகசுந்தரி அழகாக இருப்பாள். வெள்ளைவெளேரென்ற நிறம். அவள் நடந்து போனால், ஆணோ பெண்ணோ நின்று திரும்பிப் பாராமல் நகரமுடிவதில்லை. ரீச்சர் வரமுன்னர் கனகசுந்தரிக்கு அந்தப் பள்ளிக்கூடத்தில் ஒரு மதிப்பு இருந்தது. தலைமையாசிரியர்கூட அவளைக் கண்டதும் தலையை ஆட்டிப் புன்னகை செய்வார். காலை வேளைகளில் அவள் பச்சைப் பாவாடை, மஞ்சள் பிளவுஸ் அணிந்து, இரட்டைப் பின்னல் பின்னி, பச்சை ரிப்பன் கட்டிக் கடவுள் வணக்கம் பாடும் போது வெகு அழகாக இருப்பதாகச் சிநேகிதிகள் சொல்லியிருக்கிறார்கள். அவள் பள்ளி வாழ்க்கையைக் கறுப்பு ரீச்சர் அன்றுடன் முடித்துவிட்டார்.

பள்ளிக்கூடம் விடுவதற்கு இன்னும் நேரம் இருந்தது. கனகசுந்தரி வீட்டுக்குப் போகும் வீதியில் நடந்தாள். தூரத்தில் யாரோ ஒருத்தர் சைக்கிளில் புகையிலைச் சிப்பம் கட்டிக்கொண்டு போனார். அம்மாவுக்கு என்ன சொல்லித் தப்பலாம் என்பதைத் தீர்க்கமாக ஆலோசனை செய்தாள். கறுப்பு ரீச்சர் ஓணான்போல தலையை ஆட்டி 'நீ உருப்படமாட்டாய்' என்று திட்டியதை அவளால் மறக்க முடியவில்லை. வீதியின் அகலத்தையும் மீறிய கார் ஒன்று எதிர்த் திசையில் வந்தபோது கனகசுந்தரி வேலியோடு ஒட்டிக்கொண்டு நின்றாள். அது ஒரு ஹில்மன் மிங்ஸ் கார். அந்த ஊரில் அபூர்வமாகத் தென்படுவது. தன் கவலையை மறந்து கார் மறையும்வரை அதையே பார்த்தாள். அவள் மனம் காரின் பின்னாலேயே போய்விட்டது. உடனேயே தன் தங்கையிடம் இதைச் சொல்லவேண்டும் என நினைத்துக்கொண்டாள். அவளுடைய தங்கை பொது நிறம். அடிக்கடித் தன் கையை அக்காவின்

கையுக்குப் பக்கத்தில் வைத்து ஒப்பிட்டு பார்த்துவிட்டுச் சொல்வாள். 'அக்கா, உன்ரை கலர் வெள்ளைக்காரியின்ரை கலர். எங்கள் பள்ளிக்கூடத்திலே உன்னிலும் பார்க்க திறமான அழகி ஒருத்தரும் இல்லை.'

கனகசுந்தரிக்குப் பத்து வயது நடந்தபோது கறுப்பு ரீச்சர் பள்ளிக்கூடத்துக்கு வந்து சேர்ந்தார். அன்றிலிருந்து எல்லாமே மாறியது. அவர் கணக்கு, சரித்திரம், தமிழ், வன்னவேலை, சமஸ் கிருதம் போன்ற பாடங்களை எடுத்தார். 'எழுத்தை எழுதிவிட்டு அதைக் கொடியில் காயப்போடுவதுதான் சமஸ்கிருதம்' என்று கனகசுந்தரி கேலியாகச் சொல்வாள். கறுப்பு ரீச்சர்தான் பள்ளிக் கூடத்தில் 'குட்டிப்போட்டு முந்துவது' என்ற வழக்கத்தை கொண்டு வந்தார். வெளியே மாமரத்துக்கு கீழே அவர்களை வரிசையாக நிற்கவைத்து ரீச்சர் மனக்கணிதம் கேட்பார். தசம் இரண்டு தானத் துக்கு விடை கூறவேண்டும். சரியான விடை சொன்னால் பிழை யாகச் சொன்னவர்களையெல்லாம் குட்டிவிட்டு வரிசையில் முன் னேறலாம். கனகசுந்தரிக்கு விடை தெரியவில்லை. விடைசொன்ன வள் தடவுவதுபோல அவள் தலையில் குட்டிவிட்டு முன்னுக்குப் போய் நின்றாள். கறுப்பு ரீச்சர் எப்படிக் குட்டுவது என்று கனக சுந்தரியின் தலையில் இடி இடிப்பதுபோலக் குட்டிக் காண்பித்தார். ரீச்சருக்குத் தன் மீது எவ்வளவு வெறுப்பு என்பதை கனகசுந்தரி அன்று கண்டு கொண்டாள்.

கனகசுந்தரியின் வாழ்க்கையில் அரசர்களும் அரசிகளும் நிறையவே குறுக்கிட்டார்கள். அந்தச் சம்பவம் எட்டாம் வகுப்பு படிக்கும்போது நடந்தது. சில வருடங்களுக்கு முன்னர்தான் எலிஸபெத் மகாராணியின் முடிசூட்டு விழா நடந்திருந்தது. லண்ட னில் யாருக்கோ முடிசூட்டினால் இந்த ரீச்சருக்கு என்ன வந்தது? ராணியின் முடிசூட்டு விழா பற்றி ஒரு கட்டுரை எழுதச் சொன் னார். 'வெள்ளைக்காரர்களின் ராணி எலிஸபெத் அழகாயிருப் பார். அவருடைய முடிசூட்டு விழா 2 யூன் மாதம், 1953ஆம் ஆண்டு நடைபெற்றது' என்று கட்டுரையைத் தொடங்கியிருந்தாள் கனகசுந்தரி. ரீச்சருக்கு அது பிடிக்கவில்லை. 'அழகு என்பது தோல் நிறத்தில் இல்லை. கறுப்பானவர்கள் அழகாகவும், வெள்ளைக் காரர்கூட அழகில்லாமலும் இருக்கலாம். உதாரணத்துக்கு உலக அழகி கிளியோபாட்ரா. அவர் வெள்ளைக்காரியல்ல, ஓர் ஆப்பிரிக்கக்காரி.' ரீச்சர் எத்தனை பெரிய உரை நிகழ்த்தினாலும் அவளுக்கு உண்மை தெரியும். ரீச்சர் கறுப்பு; அவள் வெள்ளை.

ஆனால், அவளை அன்று ரீச்சர் பள்ளியிலிருந்து துரத்திய காரணம் ஓர் அரசியால் உண்டாகவில்லை; அரசனால்தான்

வந்தது. இலங்கையை ஆண்ட பழங்காலத்து அரசன் வசபன். சரித்திரப் பாடம் என்பதால் இரவிரவாகக் கண்விழித்து தேதி களைப் பாடமாக்கி வந்திருந்தாள் கனகசுந்தரி. ஆனால், கறுப்பு ரீச்சர் கேள்வியை மாற்றிவிட்டார். 'வசபன் எத்தனை குளங்கள் கட்டினான்? எத்தனை கால்வாய்கள் வெட்டினான்?' என்பது தான் கேள்வி. இதை யார் நினைவில் வைத்திருக்கப் போகிறார் கள்? சும்மா ஓர் எண்ணைச் சொல்லிவைத்தாள். ரீச்சர் கறுப்பு நாகம்போல அவளைக் கொத்த சமயம் பார்த்திருந்தார். 'நீ முகத் துக்கு வெள்ளையடிச்சுக்கொண்டு வாற நேரத்திலே கொஞ்சம் சரித்திரமும் படிக்கலாமே' என்று வைதுவிட்டு 'ஏறு, ஏறு. வாங் கிலே ஏறி நில்' என்றார். அவளுக்குத் திகைப்பாய் இருந்தது. பெரிய பிள்ளையான பிறகு ஒருவரும் வாங்கில் ஏறி நிற்கச் சொல் வதில்லை. கனகசுந்தரி தயங்கித் தரையைப் பார்த்தபோது மறு படியும் ரீச்சர் 'ஏறு, ஏறு, உனக்கு அப்பத்தான் புத்தி வரும்' என்றார். கனகசுந்தரி பாவாடையை மடித்து ஒரு கையைப் பக்கத்து மாணவியின் தோளில் ஊன்றி வாங்கில் ஏறி நின்றாள். கூரையில் தலை இடித்துவிடும்போல அத்தனை உயரமாக தன்னை உணர்ந்தாள். உடம்பு கூசியது. ரீச்சர் கரும்பலகையில் ஏதோ எழுதத் திரும்பிய சமயம் கனகசுந்தரி பல்லைக் கடித்தபடி தன் சிநேகிதிகளுக்கு மட்டும் கேட்கும் குரலில் சொன்னாள். 'இவவின்ர கறுப்பு நிறத்தைத் தாங்க ஏலாமல்தான் புருசன்காரன் ஓடிப் போனான்.' இது எப்படியோ ரீச்சருக்குக் கேட்டுவிட்டது. தீயை மிதித்ததுபோலச் சீறிக்கொண்டு திரும்பினார். விவகாரம் தலைமை யாசிரியர்வரை போனது. இனிமேல் கனகசுந்தரியைப் பள்ளிக் கூடத்துக்கு வரவேண்டாம் என்று சொல்லிவிட்டார்.

அவள் வீட்டுக்கு வரமுன்னரே தகவல் வந்துவிட்டது. அவளைக் கண்டதும் அம்மா தன் தலையில் தானே அடிக்கத் துடங்கினார். 'உனக்கு வாயை வைச்சுக்கொண்டு சும்மா இருக்க ஏலாது' என்று கதறினார். கனகசுந்தரி ஒன்றுமே பேசவில்லை. 'ஐயா வந்ததும் அவரைக் கூட்டிக்கொண்டு பள்ளிக்கூடத்துக்கு போ' என்றார். 'என்னை வெட்டிக் கொன்றாலும் போகமாட் டேன்' என்றாள் கனகசுந்தரி. 'நீதானே ரீச்சருக்குப் படிக்க வேண் டும்' என்று சொன்னாய்.' 'அதுவும் ஒரு வேலையா? 2000 வருடத் துக்கு முன்னர் எத்தனைக் குளம் வெட்டினால் என்ன? அதிலே ஒன்றுகூட இன்றைக்கு இல்லை. அந்தக் காலத்து மக்கள் எத்தனை வேளை சாப்பிட்டார்கள்? அந்தப்புரத்தில் எத்தனை அடிமைகள் சிறை கிடந்தார்கள்? இதைத் தெரிந்தாலாவது பிரயோசனமாய் இருக்கும்.' 'இப்ப என்ன செய்யப் போறாய்?' என்றார் தாயார்

அதிர்ந்துபோய். 'வேறு என்ன? நான் கல்யாணம் செய்யப்போறன். சுருக்காய் எனக்கு மாப்பிளை பாருங்கோ' என்றாள்.

தங்கச்சிக்காரி பள்ளிக்கூடத்திலிருந்து வந்ததும் இருவரும் ஒன்றுமே நடக்காததுபோல ஒழுங்கையில் போய் நின்று கொண் டார்கள். தங்கை வழக்கம்போலக் கையிலே நோட்டுப் புத்தகத்தை எடுத்துக்கொண்டு, வாயிலே குருவி துரும்பு காவுவது போல குறுக் காகப் பென்சிலை வைத்துக்கொண்டு புறப்பட்டாள். 'எத்தனை நம்பர் எழுதியிருக்கிறாய்?' என்றாள் அக்காக்காரி. தங்கை 116 என்று சொன்னாள். அவளுடைய தங்கையின் பொழுதுபோக்கு கார் நம்பர்கள் எழுதுவது. அவள் வகுப்புக்காரிகள் எல்லோரும் எழுதினார்கள். குறுகலான வீட்டு ஒழுங்கையில் அபூர்வமாகவே கார் வரும். அவள் சிநேகிதிகளில் ஒருத்தி 247 கார் நம்பர்கள் எழுதிவிட்டாள். அவர்கள் ஊரில் காணக்கிடைப்பது இரண்டே இரண்டு வகை கார்தான். ஒன்று ஒஸ்டின் 40, அடுத்தது மொறிஸ் மைனர். எப்போதாவது ஹில்மன் மிங்ஸ் கார் வரும். அப்பொழுது கனகசுந்தரி துள்ளிக் குதிப்பாள். நீளமான முன்பக்கமும், மயில் தோகையைக் குறுக்காக வெட்டிவிட்டதுபோன்ற பின்பக்க தோற்ற மும் கொண்டது அது. ஓர் அரசி உலா போவதற்குத் தகுதியான கார் என்று ஆதங்கப்படுவாள். அன்று மதியம் தான் கண்ட ஹில்மன் மிங்ஸை வர்ணிக்கத் தொடங்கினாள். அவள் தங்கை பரவசநிலையை எய்திவிட்டதுபோலக் கேட்டுக் கொண்டிருந்தாள்.

ஒருநாள் இரண்டு பேரும் ஒழுங்கையில் கார் நம்பர்கள் எழுதிக்கொண்டு நின்றபோது தூரத்தில் கறுப்பு ரீச்சர் வருவது தெரிந்தது. ஒரு கையில் புத்தகத்தைக் காவியபடி மறுகையால் குடையை நெஞ்சோடு அணைத்துக்கொண்டு நடந்தார். தரையைப் பார்த்தபடி நடந்த அவருக்கு முன்னால் அவருடைய நிழல் நடந்து போனது. தங்கச்சி நினைத்தாள் அவளுடைய அக்கா வீட்டுக்குள் ஓடிவிடுவார் என்று. அப்படியெல்லாம் நடக்கவில்லை. ரீச்சர் அவர்களைச் சமீபித்து நிமிர்ந்து பார்க்காமலே தாண்டிப் போனார். அந்தச் சமயம் கனகசுந்தரி தேன் தடவிய குரலில் 'ரீச்சர் குடையை விரிச்சுப் பிடியுங்கோ. கறுத்துப் போவீங்கள்' என்றாள். ரீச்சரின் உடம்பில் பாய்ந்த அத்தனை ரத்தமும் முகத்தில் ஏறி அது குரூரமாக மாறியது. எரிப்பது போல நிமிர்ந்து பார்த்தார். பின்னர் கிடுகிடுவென அந்த இடத்தைவிட்டு அகன்றார்.

இதைக் கேள்விப்பட்ட அம்மாவுக்கு கோபம் உச்சத்துக்கு போனது. 'நீ வெள்ளை என்ற கர்வம் உனக்குத் தலைக்கு ஏறி விட்டது. உன்ரை வாயைப் பற்றி இந்த ஊரிலே எல்லாருக்கும் தெரியும். அடுத்த ஊருக்கும் தெரியும். அதற்கடுத்த ஊருக்கும்

தெரியும். உன்னை ஆர் கட்ட வரப்போகினம். உன்ரை ஐயா ஒன்றுமே சேர்த்து வைக்கவில்லை. நீ இப்படியே கார் நம்பர் களை உன்ரை தங்கச்சிபோல எழுதிக்கொண்டிரு. புருசன் வந்து குதிப்பான்' என்று திட்டினார். அம்மா சொன்னது முற்றிலும் பொய் என்பது விரைவிலேயே நிரூபணமானது. பொம்பிளை பார்க்கப் பக்கத்து ஊரிலிருந்தும், அதற்கடுத்த ஊரிலிருந்தும் இன்னும் பெயர் தெரியாத பல ஊர்களிலுமிருந்தும் ஆட்கள் வந் தார்கள். கனகசுந்தரியின் அழகு அவ்வளவு பிரசித்தமானது. அவள் ஒரேயொரு நிபந்தனைதான் வைத்தாள். 'மாப்பிளை ரோட்டுக்கூட்டும் ஆளாகக்கூட இருக்கலாம், ஆனால், வெள்ளை யாக இருக்கவேண்டும்.'

கனகசுந்தரி மாப்பிள்ளையை வணங்கிவிட்டுக் கடையில் வாங்கிய வடையையும் வாழைப்பழத்தையும் பரிமாறுவாள். வடை, வாழைப்பழத்தைப் பிடிக்கவில்லை என்று சிலர் சொன்னாலும் ஏக மனதாக எல்லோருமே 'பெண் பிடித்திருக்கிறது' என்றார்கள். ஆனால், சீதனக்கதை வந்தபோது பேச்சு முறிந்தது. பத்து பவுண், இருபது பவுண் அத்துடன் ரொக்கம் என்று வாய் கூசாமல் கேட் டார்கள். ஒருநாள் இரவு அவசரமாக ஒரு குடும்பம் 75 மைல் தொலைவில் உள்ள வவுனியாவில் இருந்து வந்து பெண் பார்த்தது. கனகசுந்தரி மேல்கண்ணால் ஒரேயொரு முறை பார்த்தாள், மாப் பிள்ளை மயங்கிவிட்டார். சீதனத்தைப் பற்றிக் கவலைப்படத் தேவையில்லை. கல்யாணச் செலவு முழுவதையும் அவர்களே ஏற்பதாகவும் சொன்னார்கள். ஆனால், பிரச்சினை என்னவென் றால் மாப்பிள்ளை நெட்டையாக, கறுப்பாக இருந்தார். அவர் வவுனியாவில் நாலு லொரிகள் சொந்தமாக வைத்திருந்தார். கொழும்புக்குச் சரக்கு ஏற்றுவதும் அங்கிருந்து கொண்டுவந்து இறக்குவதுமாக நல்ல வியாபாரம். கனகசுந்தரி வாழ்நாள் முழுக்க வசதியாக வாழலாம். அனைவரும் திடுக்கிடும் விதமாக கனக சுந்தரி சம்மதம் தெரிவித்தாள். மாப்பிள்ளையிடம் சொந்தமாக ஒரு ஹில்மன் மிங்ஸ் கார் இருந்ததுதான் காரணம் என்பது பலருக்குத் தெரியாது. காரின் நம்பர் EL 1548. கூட்டிப் பார்த்த போது 9 வேறுவந்தது. அது அவளுடைய இலக்கம்.

இரண்டு நாளிலே கல்யாண எழுத்து முடிந்தது. மூன்று மாதத்தில் திருமணம் என்று முடிவானதும் மாப்பிள்ளை வவுனியாவுக்குத் திரும்பினார். அவருக்குக் காதல் கடிதம் எழுத வராது. முழுக்க முழுக்க கடிதத்தில் சினிமாப் பாடல் வரிகள் தான். 'உன்னைக் கண் தேடுதே' என்று அவர் எழுத 'புதுப்பெண் ணின் மனதைத் தொட்டுப் போறவரே' என்று அவள் எழுதினாள்.

அவர் 'புருசன் வீட்டில் வாழப்போகும் பெண்ணே' என்று எழுதி னால் அவள் 'நீதானே எனை அழைத்தது' என்று எழுதி தன் சினிமாப் புலமையைக் காட்டினாள். ஒரேயொரு தடவை அவர் எழுதியதைப் படித்து வியந்துபோய் அந்தக் கடிதத்தை கனகசுந்தரி பத்திரப்படுத்தினாள். 'ஒரு பூவைப் பார்த்து 1000 பேர் இன் புறுவார்கள். ஓர் ஓவியத்தைப் பார்த்து 1000 பேர் களிப்பார்கள். ஆனால், உன் அழகு பார்ப்பவர் எல்லோருக்கும் துன்பம் தருவது. அது இன்பம் தரப்போவது எனக்கே எனக்கு மட்டும்தான்.'

வீதியை மறைத்துப் பந்தல் போட்டு நாலு கூட்டம் மேளம் பிடித்து வெகு விமரிசையாகத்தான் திருமணம் நடந்தது. இரவு பகலாக ஒலிபெருக்கியில் சினிமாப் பாடல்கள் முழங்கின. கனக சுந்தரிக்கு உச்சிப்பட்டம், இரட்டை வடம் சங்கிலி, தங்க வளை யல்கள், ஒட்டியாணம், நெக்லஸ் என்று மாப்பிள்ளை வீடு கொடுத்த ஆபரணங்களைப் பூட்டி அழகு பார்த்தார்கள். நகைகள் அவள் உடல் அழகை மறைத்தனவே ஒழியக் கூட்டவில்லை. கனக சுந்தரியின் தாயார் தனக்குச் சொந்தமான ஒரேயொரு சிவப்புக் கல் அட்டியலைக் கொண்டுவந்து மகளுக்குப் பூட்டியபோது அதை உடனே கழற்றித் தங்கைக்கு அணிந்து 'இது உனக்கு' என்றாள்.

தாலி கட்டிய பின்னர் புருசனோடு புறப்படும் நேரம் வந்தபோது ஆச்சரியப்படும் விதமாக கனகசுந்தரி கதறி அழு தாள். தாயாரிடம் 'அம்மா என்னை மன்னித்துவிடு. அறிவில் லாமல் நடந்துகொண்டேன்' என்று விம்மினாள். தகப்பனாரின் காலில் விழுந்து வணங்கினாள். தங்கையைக் கட்டிக்கொண்டு மறுபடியும் முதலில் இருந்து ஆரம்பித்து அழுதாள். அடுத்த நாள் காலையே கணவனுடன் அவள் வவுனியாவுக்குப் புறப்பட்டு விடு வாள். அவர்கள் முதலிரவு மாமியார் வீட்டில் அன்று நடக்கும். மாலையும் கழுத்துமாகப் புதுத் தம்பதிகள் காரில் ஏறி அமர்ந்ததும் சாரதி காரை எடுத்தார். சிறுவர்கள் காரைத் தொடர்ந்து சிறிது தூரம் ஓடி வழியனுப்பினார்கள்.

அடுத்த நாள் தம்பதிகள் வவுனியாவுக்குப் புறப்பட்டார் கள். ஒரு முழு இரவைக் கணவனுடன் கழித்துவிட்ட கனகசுந்தரி செல்லமாக 'டிரைவர் வேண்டாம், நீங்களே காரை ஓட்டுங்கள்' என்றாள். புருசன் பக்கத்தில், இங்கிலாந்திலிருந்து பிரத்தியேகமாக இறக்குமதி செய்யப்பட்ட ஹில்மன் மிங்ஸ் காரில், முன் சீட்டில் அவள் உட்கார்ந்திருக்கிறாள் என்பதை அவளால் நம்பவே முடிய வில்லை. இரண்டு வர்ணம் பூசிய கார் அது. மேல்பாதி வெள்ளை, கீழ்ப்பாதி அடர் பச்சை. யாழ்ப்பாணம் முழுக்கத் தேடினாலும்

அப்படி அற்புதமான கார் கிடைக்காது. காரை அந்த ஒடுக்கமான ஒழுங்கைகளுக்குப் பொருந்தாத வேகத்தில் கணவன் ஓட்ட, கனக சுந்தரி சுகத்தை அனுபவித்து கால்களை அகட்டி வைத்து, கைகளைப் பரப்பி உட்கார்ந்திருந்தாள். காரின் தரையிலிருந்து எழும்பிய அதிர்வு அவள் கால்கள் வழியாக மேலே ஏறியது. அந்த நேரத்திலும் அவளால் கறுப்பு ரீச்சரை மறக்க முடியவில்லை. 'உருப்படாமல் போவாய்' என்று அவர் சாபமிட்டதை நினைத்து சொண்டுக்குள் சிரித்தாள். கணவனின் உதட்டில் ஒரு பக்கத்தில் சிகரெட் தொங்க, மறுபக்கத்தில் வெண்புகை நூலாக எழும்பிய காட்சி பார்ப்பதற்கு அவளுக்கே பெருமையாக இருந்தது. வீடு போய்ச்சேரும் வரைக்கும் சிகரெட் முடியக்கூடாது என்று பிரார்த்தித்தாள். 'போகும் வழியில் அம்மாவைப் பார்த்துவிட்டு போகலாம்' என்றாள். மறு பேச்சில்லாமல் கணவன் காரைத் திருப்பினான்.

காலையில் வாசலில் கார் வந்து நின்றதும் அயல் வீட்டுச் சனங்கள் காரைச் சூழ்ந்துகொண்டார்கள். சிறுவர்கள் உள்ளுக்கு எட்டி எட்டிப் பார்த்தார்கள். கணவனை வரவேண்டாம் என்று கண்களால் சைகை காட்டிவிட்டு இறங்கி, பொற்கிரீடம் விழுந்து விடும் என்பதுபோல் தலையை உயர்த்தி வீட்டினுள்ளே புகுந்தாள். தூங்கிய தங்கச்சியைக் காலால் தட்டி எழுப்பி சிவப்புக் கல் அட்டியலைப் பறித்துத் தானே அணிந்துகொண்டாள். கனக சுந்தரியின் தாயும் தகப்பனும் பின்னாலே தீக்கோழிகள்போல ஓடி வந்தார்கள். அவள் திரும்பிப் பார்க்கவில்லை. ஒரு வார்த்தை பேசவும் இல்லை. நீச்சல்காரர் தண்ணீரைக் கிழிப்பதுபோலச் சனங்களைப் பிளந்துகொண்டு போய் கார் முன் சீட்டில் ஏறி அமர்ந்து ஒருநாள் புருசனிடம் 'காரை எடுங்கள்' என்று உத்தர விட்டாள். பின்னர் கண்ணாடி வழியாகப் பார்த்து நீண்ட வெள்ளைக் கையுறை அணிந்த எலிஸபெத் மகாராணி செய்வது போலக் கையை அசைத்தாள். கார் கிளம்பியதும் அதைத் தொடர்ந்து சிறுவர்கள் ஓடினார்கள். கார், அது கிளப்பிய புழுதி யில், மறைந்தது. சிறிது நேரத்தில் சிறுவர்களும் மறைந்தார்கள்.

◆

முதல் ஆச்சரியம்

ஆப்பிரிக்காவில் எனக்கு ஏற்பட்ட முதல் ஆச்சரியத்தைப் பற்றிச் சொல்லலாம் என நினைக்கிறேன். இத்தனை வருடங்கள் கழிந்த பின்னரும் அது நினைவிலிருந்து மறைய மறுக்கிறது. சமீபத்தில் அந்த நினைவு வந்தபோது ஏன் இதை எழுதவில்லை என்று யோசித்தேன். ஒருவரும் நம்பமாட்டார்கள் என்பதால் எழுதாமல் விட்டேனோ தெரியவில்லை அல்லது 2013ஆம் ஆண்டு பிறந்த பின்னர் எழுதும் முதல் எழுத்தாக இது இருக்கவேண்டும் என்று விதி தீர்மானித்ததால் இருக்கலாம். என்னவோ, இப்போது சொல்லலாம் என்று தோன்றுகிறது.

நான் அங்கே சென்ற வருடத்துக்கு சில வருடங்களுக்கு முன்னர்தான் சியராலியோன் என்ற ஆப்பிரிக்க நாடு பிரிட்டிஷ்காரர்களிடமிருந்து சுதந்திரம் பெற்றிருந்தது. ஆனாலும் எல்லாமே அங்கே ஆங்கிலமயம்தான். ஆங்கிலப் பவுண்டு அங்கே பணமாக இருந்தது. அவர்கள் புதிதாக லியோன் என்ற காசை உருவாக்கியிருந்தார்கள். இரண்டு லியோன் ஒரு பவுண்டு. இந்த லியோனை எடுத்துப்போய் இங்கிலாந்தில் பொருள்கள் வாங்கலாம். ஆங்கிலப் பவுண்டை சியராலியோனில் பயன்படுத்தலாம். இங்கிலாந்தில் என்னென்ன பொருட்கள் இருந்தனவோ அவையெல்லாம் சியராலியோனிலும் இருந்தன. சியராலியோனின் மேல்தட்டு மக்கள் ஆங்கிலேயரைப்போலவே பேசினார்கள், பழகினார்கள், உடையணிந்தார்கள். ஓரளவுக்கு மக்கள் சுபிட்சமான வாழ்க்கை வாழ்ந்தார்கள் என்றுதான் பட்டது. ஏழ்மை என்பதை வெளிப்படையாகக் காணமுடியவில்லை. நான் வசித்த கிராமத்தில் மாலையானதும் கேளிக்கையும் பாட்டும் கூத்தும்தான்.

நான் சிலோனை விட்டபோது அங்கே பொற்காலம் என்று கூறலாம் அரசியல்வாதிகளுக்கு. இறக்குமதி இல்லை. ஏற்றுமதி குறைந்துவிட்டது. அத்தியாவசியமான பொருட்களுக்குத் தட்டுப்பாடு. காலையில் பாண் வாங்குவதற்கு ஐந்து மணிக்கு வரிசையில் போய் நிற்க வேண்டும். பால் என்றால் நான்கு மணி. வெங்காயம் என்றால் மூன்று மணிக்கு போனால்தான் சமாளிக்க முடியும்.

எங்கள் குழந்தைக்குப் பால்மா வாங்குவதற்கு நாங்கள் ஒரு மந்திரியைப் பிடிக்கவேண்டியிருந்தது. அப்படியான நாங்கள் ஆப்பிரிக்காவுக்குப் போய் அங்கேயிருந்த பொருள்களைப் பார்த்ததும் மயங்கிவிட்டதில் ஆச்சரியமில்லை. ஏதோ லண்டனில் இருப்பது போலவே இருந்தது. சிலோனில் அப்போதெல்லாம் டெலிவிசன் கிடையாது, ஆனால், சியராலியோனில் இருந்தது. சிலோனில் ஒஸ்டின் A *30* காரும் மொரிஸ் மைனரும்தான். ஆப்பிரிக்காவில் பென்ஸ் கார்கள் தாராளமாக ஓடின.

மனைவி சிலோனுக்கு ஒரு பார்சல் அனுப்பலாம் என்றார். நான் கொஞ்சம் யோசித்திருக்க வேண்டும். உடனேயே சரி என்றேன். சிலோனில் கிடைக்காத சில பொருட்களை வாங்கி பார்சல் பண்ணிக்கொண்டு அந்தக் கிராமத்தில் இருந்த ஒரேயொரு அஞ்சலகத்துக்குப் போனேன். அப்போது அஞ்சலகம் என்ற பெயர் கூடக் கிடையாது. தபால் கந்தோர்தான். ஒரு சின்ன அறை. நீளமான கம்பிகளால் அதை அடைத்திருந்தார்கள். முதல் பார்வைக்கு அது சிறைபோலவே தோற்றமளித்தது. ஒரு மலிவான மேசை மற்றும் நாற்காலி. மேசையிலே சின்னச்சின்ன உடைமைகள். நான் போனபோது *50–55* வயது மதிக்கக்கூடிய ஒருவர் நின்றுகொண்டிருந்தார். அவர்தான் போஸ்ட் மாஸ்டர், கிளார்க், தபால்காரர் என்பதை ஊகிப்பது அவ்வளவு கடினமானதில்லை. சுருட்டைத் தலைமுடியை ஒட்ட வெட்டியிருந்தார். குதிரைக்கு இருப்பதுபோல சற்று மேலே மடிந்த உதடு. தொளதொளவென்ற நீண்ட ஆடையும் கீழே கால்சட்டையும் அணிந்திருந்தார். கால்சட்டை காலிலும் பார்க்க நீளமாக இருந்ததால் மிச்சத் துணி சுருண்டுபோய்க் காலடியில் கிடந்தது.

நான் அவர்கள் மொழியில் வணக்கம் சொன்னேன். ஆப்பிரிக்க வணக்கமுறை நீண்டு நீண்டு போகும். அவற்றை மனனம் செய்திருந்தேன். அவரும் சொல்ல நானும் சொன்னேன். ஐந்து நிமிடம் ஆனது. உள்ளே ஒரு நாய் படுத்திருந்தது. அதற்கு மேல் ஒரு குழந்தை படுத்து உறங்கியது. நாயும் உறங்கியது. உறங்காமல் காட்சியளித்தது அவர் ஒருவர்தான். வாயிலே கோலாநட்டை சப்பியபடி நின்றார். சும்மா கிடந்த நாற்காலியில் உட்காரலாம் என்ற யோசனை அவருக்கு இன்னும் தோன்றவில்லை.

அவரைப் பற்றி நான் வேலை செய்யும் அலுவலகத்தில் ஏற்கனவே கேள்விப்பட்டிருந்தேன். அவர் அந்தக் கிராமத்து பணக்காரர். ஆறு பெண்களைப் பெற்று அவர்களை நல்ல விலைக்கு விற்றிருந்தார். *100* ஆடுகளும் *50*க்கு மேலே மாடுகளும் அவரிடம்

இருந்தன. அவரைப் பார்க்க இவருடைய மாப்பிள்ளைகள் சில வேளைகளில் வருவதுண்டு. ‘நீ எந்த மகளை மணமுடித்தாய்?’ அவர் கேட்பார். ‘நாலாவது மகள்.’ ‘எத்தனை ஆடுகள் கொடுத் தாய்?’ அவன் சொல்வான். அதற்குப் பின்னர்தான் அவனுடைய தகுதியைத் தீர்மானித்து அதற்கு ஏற்றபடி உபசாரம் செய்வார். தபால் கந்தோர் வேலை ஒரு பொழுதுபோக்குப் போலத்தான். ஒருநாளைக்கு என்னைப்போல ஒன்றிரண்டு பேர் வருவார்கள். ஆகவே என்னை அவசரமாக முடித்து அனுப்பிவிட்டு அடுத்த வரைக் கவனிக்கவேண்டும் என்ற கவலை கிடையாது.

என்ன என்பதுபோல முகத்தினால் கேட்டார். நான் பார் சலைத் தூக்கிக் காட்டினேன். ‘எங்கே அனுப்பவேண்டும்?’ என்றார். ‘சிலோன்’ என்று பதில் கூறினேன். அவர் நம்பாமல் இன்னொருமுறை கேட்டார். மறுபடியும் சிலோன் என்றேன். ஒரு புத்தகத்தை எடுத்து அதில் பல பக்கங்களை இடமிருந்து வலமாக வும் பின்னர் வலமிருந்து இடமாகவும் தட்டிப் பார்த்துவிட்டு ‘இல்லை’ என்று பிரகடனம் செய்தார். நான் கம்பிகள் வழியாகப் புத்தகத்தை வாங்கித் தேடிப் பார்த்து சிலோன் என்று சின்ன எழுத்தில் எழுதியிருந்ததைக் கண்டுபிடித்துக் காட்டினேன். மேலும் என்னுடன் வாதம் செய்ய விரும்பாமல் அப்படி ஒரு நாடு இருக் கிறது என்பதை ஒத்துக்கொண்டார்.

பார்சலைக் கேட்டார். அது கம்பிகளுக்குள்ளால் போகத் தயாராகவில்லை. கதவைத் திறந்து வெளியே வந்து பெற்றுக் கொண்டார். தராசுபோல தோன்றிய ஒன்றில் அதை நிறுத்தார். ஏதோ வித்தைகள் எல்லாம் செய்து அதன் எடையைக் குறித்துக் கொண்டார். பின்னர் நீளமான ஒரு புத்தகத்தை எடுத்து ஆராய்ந்து பலவிதமான கணக்குகளை எழுதி விடையைக் கண்டு பிடித்துவிட்டு என்னை நிமிர்ந்து பார்த்தார். என் வயிற்றின் உள்ளே குடல் இருப்பது ஞாபகத்துக்கு வந்தது. என் நெஞ்சு பட படப்பு அதிகமாகியது. ‘40 லியோன்’ என்று வாய்கூசாமல் சொன்னார். நான் ‘என்ன?’ என்று கத்தினேன். நாய் திடீரென்று விழித்து கழுத்தை உயர்த்த, குழந்தை உருண்டு கீழே விழுந்தது. பாம்பு தலையைத் தூக்கிப் பார்ப்பதுபோல ஒரு கணம் பார்த்த பின்னர் நித்திரையைத் தொடர்ந்தது.

40 லியோன் என்றால் அது 20 பிரிட்டிஷ் பவுண்டு. புராண கால அரிச்சந்திரன் செய்ததுபோல மனைவியையும் குழந்தை யையும் விற்றாலும் அந்தக் காசு தேறாது. நான் ‘இந்தப் பார்சல் உள்ளே இருக்கும் சாமான்களின் விலை 5 லியோன்தான்’

என்றேன் பரிதாபமாக. அதுதான் முதல் சிக்கல். உடனேயே ஏன் அப்படிச் சொன்னேன் என்று வருத்தப்பட வேண்டியிருந்தது. 'பார்சல் உள்ளே என்ன இருக்கிறது?' என்று கேட்டார். நான் ஒவ்வொன்றாகச் சொன்னேன். அதைச் சொல்லும்போது வெட்கம் என்னைத் தின்றது. அந்த மனிதரின் முகபாவனையில் அவர் மனதில் ஓடுவது அப்படியே தெரிந்தது. இதையெல்லாமுமா ஒரு மனிதர் சிலோனுக்கு, அதுவும் புத்தகத்தில் பெயர் இல்லாத ஒரு நாட்டுக்கு, அனுப்புவார்? உண்மையில் நான் அனுப்ப நினைத்த பொருள்கள் அப்படி அத்தியாவசியமானவை அல்ல. சொல்லப் போனால் மனிதகுலம் அவை இல்லாமலே சுபிட்சமாக வாழ முடியும். 'ஊதுகுழல், டொனால்ட் டக், பேசும் பொம்மை.' 'அது என்ன பேசும் பொம்மை? அதை ஏன் அனுப்புகிறீர்கள்?' என்றார். 'நண்பரே, எங்கள் நாட்டில் ஜனநாயக ஆட்சி நடக்கிறது. அங்கே பொம்மைகள் பேசுவதற்கு அனுமதி உண்டு' என்றேன்.

இந்த நேரம் பார்த்து என் அலுவலகத்தில் வேலை செய்யும் ஊழியர் ஒருத்தர் என்னைப் பார்த்துவிட்டு அவசரமாக ஓடி வந்தார். என்னிடம் ஒன்றுமே பேசாமல் அவர்கள் மொழியில் தபால் அதிகாரியிடம் ஏதோ சொன்னார். அவர் பதில் கூறினார். பிறகு இவர் ஏதோ சொல்ல அவரும் சொன்னார். இப்படியே போனது. நான் ஒருத்தன் அங்கே நிற்பது எல்லோருக்கும் மறந்துபோய்விட்டது. நான் இடைமறித்து 'என்ன பேசினீர்கள்?' என்று நண்பரிடம் கேட்டேன். அவர் நான் பெரிய அதிகாரி என்றும், பார்த்துச் செய்யச் சொன்னதாகவும் தெரிவித்தார். அதற்கு அவர் என்ன பதில் சொன்னார் என்று கேட்டேன். 'அரசனாய் இருந்தாலும் வாந்தி எடுக்கும்போது குனியத்தானே வேண்டும்' என்றார். 'சரி சரி. நீங்கள் போங்கள், நான் சமாளிக்கிறேன்' என்று அவரை அனுப்பிவைத்தேன்.

அவர் போன பின்பு மீதி வாந்தியையும் எடுக்கத் தயாரானேன். ஆனால், அதிகாரி தொடர்ந்து 'தேதி என்ன?' என்று கேட்டார், ஏதோ அதற்கும் நான்தான் பொறுப்பு என்பதுபோல. சொன்னேன். அவர் குத்தப் போகும் முத்திரையில் சரியான தேதி விழவேண்டும் அல்லவா? நான் சொன்னதை அவர் நம்பவில்லை. நாள்காட்டியில் தாளைக் கிழித்தார். அது புதன்கிழமையானது. இன்னொரு தாளைக் கிழித்தார். அது வியாழன் ஆனது. அடுத்த தாளைக் கிழித்ததும் வெள்ளிக்கிழமை வந்தது. சரியான தேதிதான். மறுபடியும் விட்ட இடத்துக்கு திரும்பி '40 லியோன்' என்றார்.

'உங்கள் புத்தகத்தில் ஏதோ பிழை உள்ளது. இந்தச் சின்னப் பார்சலுக்கு இத்தனை பெரிய காசு கட்டணமாக வராது'

என்றேன். 'இங்கே யார் அதிகாரி?' குரல் உயர்ந்தது. வாய்க்குள் நுழைந்த பூச்சியைத் துப்புவதுபோல வார்த்தைகள் வெளியே வந்து விழுந்தன. பணிவான குரலை வரவழைத்துக்கொண்டு 'இன் னொருமுறை சரிபார்த்தால் நல்லது' என்றேன். பலநாள் பாடு பட்டுத் தயாரித்த, அவருக்கு மட்டுமே புரியும் புத்தகத்தை எடுத்து, தாளில் ஒரு நம்பரை எழுதிக் காட்டினார். ஒரு சின்னத்தாளில் எழுதப்பட்டுவிட்டதால் அது சரியான கட்டணம். 'இவ்வளவு அதிகப்படியான கட்டணம் உலகில் வேறு எங்குமே கிடையாது' என்றேன். 'இதுதான் ஆகக் குறைந்த கட்டணம். கடல்மேல் பயணம் செய்து பார்சல் உங்கள் நாட்டுக்குப் போகும். மேலும் குறைத்தால் கட்டாது. தபால்துறை நட்டத்தில் ஓடிக்கொண்டிருக் கிறது' என்றார். 'நானும் நட்டத்தில்தான் ஓடிக்கொண்டிருக்கிறேன்' என்றேன். அவர் கவனிக்கவில்லை. ஒரு கொடுப்புக்குள் இருந்த கோலாநட்டை மற்றப்பக்கம் நாக்கால் தள்ளிக்கொண்டிருந்தார்.

'உங்கள் மேலதிகாரியோடு பேசலாமா?' கொசுக்களை கலைப்பதுபோலக் கைகளை வீசி என் வார்த்தைகளைக் கலைத் தார். 'நான்தான் மேலதிகாரி.' 'சரி, அந்த மேலதிகாரியின் மேலதி காரியோடு பேசலாமா?' 'அதுவும் நான்தான்.' அப்பொழுதுதான் நான் உணர்ந்தேன், சியராலியோன் தபால் துறையின் சர்வ வல்லமை பொருந்திய அதிபர் முன்னே நான் நின்றுகொண்டிருக் கிறேன் என்பதை. நான் பார்சலை எடுத்துக்கொண்டு வந்த வழியே திரும்பினேன். வீட்டிலே வீரமாகப்போய் பார்சல் அனுப்பமுடி யாமல் போனதைச் சொல்ல முடியாது. ஆகவே பக்கத்துக் காட் டில் பார்சலை எறிந்துவிடுவது என்று முடிவு செய்தேன். யானை யும் நரியும் ஊதுகுழலை ஊத, கொலபஸ் குரங்குகள் நடனமாடட் டும். எப்படியும் பார்சல் சிலோனுக்குப் போய்ச் சேரப்போவ தில்லை. மனைவியிடம் ஒரு சின்னப் பொய் சொன்னால் சரி யாய்ப் போய்விடும். என் நினைப்பைச் செயலாக்கு முன்னர் ஓல மிட்டபடி என்னைத் துரத்திக்கொண்டு போஸ்ட் மாஸ்டர் ஓடி வந்தார். 'இதற்கெல்லாம் கோபித்துக்கொண்டு போகலாமா? வாருங்கள், வாருங்கள்' என்றார், ஏதோ கல்யாண வீட்டு விருந் துக்கு அழைப்பதுபோல. எனக்கு ஒன்றுமே புரியவில்லை. ஊது குழலுக்கும், டொனால்ட் டக்கிற்கும், பேசும் பொம்மைக்கும் ஏற்படவிருந்த அபகீர்த்தியிலிருந்து அவை இப்படித்தான் தப்பிக் கொண்டன.

சின்ன வார்த்தையாக இருந்தாலும் முழு வாயையும் திறந்து தான் போஸ்ட் மாஸ்டர் பேசுவார். அவர் வாயைப் பார்த்துக் கொண்டிருந்ததில் அவர் சொன்ன விசயத்தைக் கேட்கத் தவறி

விட்டேன். 'சரி. பார்சலுக்கு எவ்வளவு தருவீர்கள்?' என்றார். நான் திடுக்கிட்டுவிட்டேன். ஒரு தானத்தைச் சொன்னேன். அவர் ஒன்றைச் சொன்னார். நான் ஒன்றைச் சொன்னேன். பருந்து பெரிய வட்டம் போட்டு, சிறிய வட்டம் போட்டு, இன்னும் சின்ன வட்டம் போட்டு இறுதியில் ஒரு புள்ளியில் குவிவதுபோல படிப் படியாகப் பேசி கடைசியில் பேரம் படிந்தது. இருவரும் சம்மதித்த பணத்தை ஜனாதிபதி சியாக்கா ஸ்டீவன்ஸ் படம் போட்ட 50 சத புது நாணயங்களாகக் கொடுத்தேன். எனக்கு முன்னால் சரியான தபால் தலைகளை பார்சலில் ஒட்டி முத்திரையால் குத்தி னார். 'சரி போய் வாருங்கள்' என்று விடைகொடுத்தார். குழந்தை திடீரென்று எழும்பி உட்கார்ந்து என்னைப் பார்த்துச் சிரித்தது. நாயும் உடம்பைச் சிலிர்த்து எழுந்தது. எப்படியோ அவைகளுக்கு அன்றைய வியாபாரம் முடிவுக்கு வந்தது தெரிந்தது.

நான் வீட்டுக்கு வந்து பார்சலை அனுப்பிவிட்டேன் என்று மனைவியிடம் சொன்னேன். அது போய்ச் சேராது என்பது எனக்குத் தெரியும். ஒரு மாதம் கழித்து பார்சல் சிலோனில் கிடைத்துவிட்டதாகக் கடிதம் வந்தது. நான் அடைந்த ஆச்சரியத் துக்கு அளவே இல்லை.

அதுதான் ஆப்பிரிக்காவில் ஏற்பட்ட முதல் ஆச்சரியம். ஆனால், அதற்கு பின்னர் ஏற்பட்ட ஆச்சரியங்களை எல்லாம் கணக்கில் எடுத்து யோசித்துப் பார்த்தபோது அந்த முதல் ஆச்சரியம் பெரிய விசயமே இல்லை என்றுதான் எனக்கு இப் போது படுகிறது.

◆

சூனியக்காரியின் தங்கச்சி

'அந்தப் புதன் கிழமை என் வாழ்க்கையில் மறக்க முடியாத நாள். அன்று ஒருவரும் சாகவில்லை. ஏறக்குறைய ஆறுமாதத்தில் ஆக அதிர்ஷ்டம் கூடிய நாள் அதுதான். வழக்கமாக நாளுக்கு ஒன்று, இரண்டு, ஐந்து, பத்துப்பேர் என செத்துக்கொண்டு இருந்தோம். அப்போதுதான் தீர்மானித்தேன். எப்படியாவது நாட்டை விட்டு வெளியேறிவிட வேண்டும் என்று.' அகதி ஒரு நாற்காலியில் கைப்பிடிகளில் முட்டாமல் நடுவே ஒடுங்கி உட்கார்ந்திருந்தான். அமண்டா ஒரு சோபாவில் காலை நீட்டியபடி அவன் சொல்வதைக் கேட்டுக்கொண்டிருந்தாள்.

ரொறொன்ரோவின் லொப்லோஸ் சுப்பர் மார்க்கெட்டுக்கு முன்னே அவனை அமண்டா சந்தித்தாள். அவனுக்கு 25 வயது இருக்கும். ஒரு விளம்பரத் துண்டை அவளிடம் நீட்டினான். அசிரத்தையாக அதைப் படித்தபோது அதில் இப்படி எழுதியிருந்தது. 'நான் ஓர் அகதி. உங்கள் வீட்டுப் பராமரிப்பு வேலை, தோட்ட வேலை, கார்ப் பாதை பழுதுபார்க்கும் வேலை சகலதையும் மலிவு விலைக்கு என்னால் செய்யமுடியும்.' அமண்டா வீட்டில் திருத்த வேலைகள் நிறைய இருந்தன. அகதியிடம் வீட்டு முகவரியைக் கொடுத்து அடுத்தநாள் வரச்சொன்னாள். சுவர்களுக்கு வர்ணம் பூசவேண்டும். குறித்த நேரத்துக்கு அவன் வந்தான். அவன் கையிலே வேலைக்கான உபகரணங்களும் வாயிலே விநோதமான கதைகளும் இருந்தன. அவளுக்கு அவனைப் பிடித்துக்கொண்டது.

பல நாட்கள் அகதி அமண்டா வீட்டில் வேலை செய்தான். தனக்குள் பேசிக்கொண்டு அடிக்கடி சிரிப்பான். அவன் சிரிக்கும்போது கண்கள் மறைந்துவிடும். கார் பாதையைச் செப்பனிட்டான். தோட்ட வேலை செய்தான். ஒருநாள் அமண்டா புத்தக அலமாரி வேண்டும் என்றாள். அந்த வீட்டில் புத்தக அலமாரிகள் பல இருந்தாலும் எல்லாமே நிறைந்துவிட்டதால் புத்தகங்கள் நிலத்திலே குவிந்து கிடந்தன. அவள் நிறையப் படித்தாள். அலுவலகமே போவதில்லை. மீதிநேரம் கணினியில் தட்டச்சு

செய்தாள். மரங்கொத்திகள் கொத்துவதுபோல 101 விசைகளில் அவள் விரல்கள் வேகமாக ஓடின. இடைக்கிடை அவன் வேலை செய்வதைப் பார்வையிட்டாள். அளவெடுத்துப் பலகைகள் வாங்கிச் செய்த அலமாரி அவளுக்குப் பிடித்துக்கொண்டது. இப்படி வாரத்தில் மூன்று நாலு நாட்கள் அகதி தொடர்ந்து வேலை செய்தான்.

ஒருநாள் அகதி, 'மாம், ஓர் உதவி செய்யமுடியுமா?' என்று கேட்டான். அவளுக்கு ஆச்சரியமாகவிருந்தது. அவன் கேள்வி கேட்பதில்லை; பதில் கூறித்தான் பழக்கம். 'என்ன?' என்றாள். அவனுக்கு ஒரு கடன் அட்டை தேவை. வங்கி அவனுடைய விண்ணப்பத்தை நிராகரித்துவிட்டது. அவள் உத்திரவாதம் கொடுத்தால் அவனுக்குக் கடன் அட்டை கிடைக்கக்கூடும். அமண்டா அவனுடன் சென்று வங்கி மனேஜரைச் சந்தித்து வைப்பு நிதியாக 500 டொலர் அவன் பெயரில் கட்டினாள். வங்கிக் கடன் அட்டை கொடுத்தபோது அவன் அடைந்த மகிழ்ச்சியை வர்ணிக்க முடியாது. 'மாம், இந்த நாளை நாம் கொண்டாடவேண்டும். ஒரு கோப்பி என்னுடன் சாப்பிட முடியுமா?' என்றான். அவளும் சம்மதித்தாள். கோப்பிக் காசை கடன் அட்டைமூலம் தீர்த்தான். அவன் முகத்தில் தோன்றிய பெருமை அவளை அதிசயிக்க வைத்தது.

'நீ எப்படி அகதியாக இங்கே வந்து சேர்ந்தாய்?' என்று அமண்டா கேட்டாள். 'என் நாட்டில் பல வருடங்களாகப் போர் நடக்கிறது. நான் ஆறு வருடங்கள் போர்வீரனாகக் கடமையாற்றினேன். நாளுக்குக் குறைந்தது ஒரு சாவு நிச்சயம். ஒரு கட்டத்தில் துணிந்து கள்ள பாஸ்போர்ட் எடுத்து நல்ல எதிர்காலம் தேடி கனடாவுக்கு வந்தேன். என் அகதிக் கோரிக்கை நிராகரிக்கப்பட்டு விட்டது. இப்போ வழக்கறிஞர் அப்பீல் செய்திருக்கிறார்.'

அமண்டா அவன் முகத்தைப் புது பிரமிப்புடன் பார்த்தாள். அதில் திருத்துவதற்கு ஒன்றுமே இல்லை. அத்தனை லட்சணமாக இருந்தது. அவள் பார்வையைத் தாங்கமுடியாமல் அவன் மெள்ளச் சிரித்துத் தலை குனிந்தான். ஒட்டவெட்டிய தலை மயிர். கைகளை அசைக்கும்போது தானாகவே உருண்டு திரளும் புஜங்கள். ஒடுங்கிய வயிறு. அவன் அணிந்திருந்த ஜீன்சும், வர்ணம் உதிர்ந்த ரீசேர்ட்டும் உடலுடன் உச்சமாகப் பொருந்தியிருந்தன. அவன் ஒரு போர்வீரன்தான் என்பதில் அவளுக்கு ஒருவித சந்தேகமும் இல்லை.

'நீங்கள் யார், மாம்?'

'சூனியக்காரியின் தங்கச்சி.'

'வேடிக்கை வேண்டாம், மாம். நீங்கள் என்ன செய்கிறீர்கள்? கம்ப்யூட்டர் முன்னே எப்பவும் உட்கார்ந்திருக்கிறீர்களே. அதுதான் உங்கள் வேலையா?'

'நான் ஒரு பதிப்பகத்தில் வேலை செய்கிறேன். அவர்களுக்கு எழுத்தாளர்கள் அனுப்பும் அச்சுப் பிரதிகளைப் படித்து அபிப்பிராயம் சொல்வது என் வேலை. நான் நல்லது என்று சொன்னால் மட்டுமே அவர்கள் பிரசுரிப்பார்கள். மீதி நிராகரிக்கப்படும்.'

'அப்படியா? உங்கள் வேலை சுவாரஸ்யமானதுதான். நல்ல நல்ல நாவல்களை இலவசமாகப் படிக்கலாம். அதற்குச் சம்பளம் தருவார்கள். இதுவல்லவோ வேலை.' என்றான்

'அப்படிச் சொல்லமுடியாது. சில நாவல்களைப் படிக்க முடியாது. அவ்வளவு மோசமாயிருக்கும். படித்து முடிப்பது எனக்குப் பெரிய தண்டனை. ஆனால், இந்த எழுத்தாளர்கள் இருக்கிறார்களே அவர்கள் எல்லோருமே தாங்கள் பெரிய படைப்பைச் செய்துவிட்டதாகவே நினைக்கிறார்கள்.'

'சமீபத்தில் ஏதாவது நல்ல நாவல் படித்தீர்களா, மாம்?'

'நேற்று ஒரு நாவல் வந்தது. அதைப் படித்தபோது உன்னை நினைத்தேன். ஓர் அகதியைப் பற்றிய கதை அது.'

'அப்படியா? சொல்லமுடியுமா, மாம்?'

'லாட்வியா நாட்டிலிருந்து ஓர் அகதி அமெரிக்காவுக்கு வருகிறான். அவனுக்கு ஒரு தொழிலும் தெரியாது. எந்த வேலைக்குப் போனாலும் அவனால் இரண்டு நாட்களுக்கு மேல் தாக்குப்பிடிக்க முடியாது. ரோட்டு வேலை. சமையல் உதவி வேலை. பெரிய பெரிய அங்காடிகளில் பெட்டிகள் அடுக்கும் வேலை. ஒன்றுமே சரிவரவில்லை. மாதத்தில் பத்து நாட்கள் வேலை செய்து ஒருவாறு பிழைத்துக்கொள்கிறான். ஒருநாள் பெரிய பெட்டி ஒன்றை முதலாளி ஒரு செல்வந்தர் வீட்டுக்குச் சென்று கொடுத்துவரச் சொல்கிறார். அப்போது இரவு மணி 12 ஆகிவிடுகிறது. ஆனால், அவர் இப்போதே அதைக் கொடுக்க வேண்டும் எனப் பிடிவாதம் பிடிக்கிறார்.

அவன் பெட்டியுடன் அந்த வீட்டுக்குப் போகிறான். செல்வந்தர் மிகப்பெரிய மாளிகை ஒன்றில் தனியாக வசிக்கிறார். மெல்லிய வெளிச்சத்தில் ஒரு கிளாசில் பொன்னிற வைன் அருந்திக்கொண்டிருக்கிறார். பெட்டியை வாங்கினாரே ஒழிய

திறந்து பார்க்கவில்லை. அதி உற்சாகமாக இருக்கிறார். ஒரு கிளாஸ் வைன் குடிக்கும்படி கேட்கிறார். இவன் சம்மதித்து உட்காரு கிறான். ஒரு மிடறு பருகிவிட்டு 'ஆ, அமரோனே ரிப்பஸ்ஸா' என்று வைனின் பெயரைச் சொல்கிறான். செல்வந்தர் ஆச்சரியப் படுகிறார். உனக்கு வைனைப்பற்றித் தெரியுமா என்கிறார். ஏதோ கொஞ்சம் தெரியும் என்று பதில் சொல்கிறான். செல்வந்தர் தன் வீட்டின் குளிர் கிடங்குக்குள் போய் இன்னொரு விலையுயர்ந்த வைனைக் கொண்டு வருகிறார். அதில் ஒரு வாய் குடித்து சிறிது யோசித்துவிட்டு 'போர்டியோ, சவல் ப்ளாங் 1998' என்கிறான். செல்வந்தரால் நம்பமுடியவில்லை. ஆனந்தத்தில் அவனை அப் படியே கட்டிக்கொள்கிறார். அன்றே அவனுக்கு அவருடைய தொழிற்சாலையில் வேலை கிடைக்கிறது.

அவன் வேலையில் படிப்படியாக உயர்ந்து ஒருநாள் முத லாளியின் கம்பெனியில் பங்குதாரர் ஆகிறான். அத்துடன் நிற்காமல் முதலாளியின் மனைவியை அவருக்குத் தெரியாமல் காதலித்து மணமுடிக்கிறான். அத்துடன் கதை முடிகிறது. வாழ்நாள் முழுக்க அவனுடைய துரோகம் அவனை வாட்டுகிறது. அவனால் மகிழ்ச்சியாக இருக்க முடியவில்லை. திருப்பித் திருப்பி அவனைச் சுற்றி ஒரு கேள்வி எழும். அந்த நடு இரவு செல்வந்தரை அவன் சந்தித்திருக்காவிட்டால் அவன் வாழ்க்கை என்னவாகியிருக்கும்? அவனால் விடையைக் கண்டுபிடிக்க முடியவில்லை.

'துயரமான கதை' என்றான் அகதி. அவள் சொன்னாள். 'துயரமானது அல்ல. துரோகமான கதை. எல்லோருடைய வாழ் விலும் ஒரு துரோகமாவது இருக்கும். துரோகம் செய்தவன் மறக்க வேண்டும். செய்யப்பட்டவன் மன்னிக்கவேண்டும்.'

அகதி தயங்கியபடி கேட்டான். 'மாம், உங்கள் வாழ்க்கையில் ஏதாவது துரோகம் இருக்கிறதா? நீங்கள் ஏன் மணமுடிக்க வில்லை?'

'நானும் மணம் முடித்தவள்தான். என் கணவர் முதல் மனைவியை விலக்கிவிட்டு என்னை மணமுடித்தார். பத்து வருடம் ஒன்றாக வாழ்ந்தோம். கூடப் பிறந்த என் அக்கா ஒருநாள் என்னைப் பார்க்க வந்தாள். சில நாட்கள்தான்; என் கணவர் என்னை விட்டுவிட்டு அவளை இழுத்துக்கொண்டு போனார். இப்பொழுது அவர்கள் மணம் செய்துகொண்டு விட்டார்கள். திருமணம் நல்ல விசயம்தான். ஆனால், அதுவே பழக்கமாகக் கூடாது.'

அவன் பதில் சொல்லவில்லை. அதற்கு அவள் பதில் பேச வில்லை. அவனும் பதில் சொல்லவில்லை. அவளும் பதில் பேச வில்லை.

சமையல் அறையில் மார்பிள் கற்கள் பதிக்கவேண்டும் என அவள் திட்டமிட்டாள். உண்மையில் அது அவசியமாக இருக்க வில்லை. செய்தால் அழகாயிருக்கும் என நினைத்தாள். அத்துடன் அவனுக்கு ஏதாவது வேலை கொடுத்தால்தானே அவனால் வீட்டுக்கு வரமுடியும். வீட்டில் இருந்த எல்லா வேலையும் முடிந்து விட்டது. அவன் பக்கத்தில் இருந்து பழகிவிட்டது. அவனைப் பார்க்கவேண்டும்போலத் தோன்றியது. ஆனால், பிரச்சினை என்னவென்றால் அவனிடம் கைப்பேசி இல்லை. அவள் அழைக்க முடியாது. அவனாகக் கூப்பிட்டால்தான் உண்டு. ஒவ்வொரு நிமிடமும் அவனிடமிருந்து வரும் தொலைபேசிக்காகக் காத்திருந்தாள்.

கடைசியில் அவனுடைய தொலைபேசி வந்தபோது அவளுக்கு அடக்க முடியாத கோபம் அவன்மேல் இருந்தது. 'உடனே வா, வேலை இருக்கிறது' என்றாள். 'என்ன வேலை, மாம்?' 'சமையலறையில் மார்பிள் கல் பதிக்கவேண்டும்.' 'எனக்கு அந்த வேலை தெரியாது, மாம்.' 'எனக்கும் தெரியாது, உடனே வா' என்றாள். அவன் வந்து அவளைப் பார்த்துத் திடுக்கிட்டான். ஒரு விருந்துக்கு போவதுபோல அலங்காரம் செய்திருந்தாள். நட்சத்திரம்போலக் கண்கள் மின்னின. முகத்துக்கு ஒப்பனை செய்து உதட்டுக்குச் சாயம் பூசி, தலைமுடியைச் செப்பனிட்டு பார்க்க கவர்ச்சிகரமாகத் தெரிந்தாள். அவனைக் கண்டதும் பெரிதாகச் சிரித்து 'ஆ, வந்துவிட்டாயா? நான் மார்பிள் கல் பதிப்பதைப் பார்த்திருக்கிறேன். இதில் ஒன்றும் பெரிய நுட்பம் கிடையாது. நான் உதவி செய்கிறேன்' என்றாள். அவளைப் பார்த்த பிரமிப்பில் இருந்து அவன் விடுபட முயன்றுகொண்டிருந்தான்.

அமண்டா ஒவ்வொரு கல்லாக எடுத்துக் கொடுத்தாள். அவளுடைய வழுவழுப்பான முழங்காலில் உட்கார்ந்திருந்தாள். அவள் சொல்லிக்கொடுத்தபடி அவன் பதித்துக்கொண்டே வந்தான். இடது கையால் வாங்கி இடது கையால் பதித்தான். 'நீ இடதுகைக்காரனா?' என்றாள். தலையாட்டினான். அவன் ஏதாவது தவறு செய்தால் அவன் முதுகிலே செல்லமாகத் தட்டினாள். அவனுக்கு அது பிடித்திருந்தது. ஒன்றிரண்டு தவறுகளை வேண்டுமென்றே செய்தான். நடுப்பகுதிக்கு வந்தபோது அழகான பூ வேலைப்பாடு செய்த கல்லைத் தந்தாள். அவன் பதித்துவிட்டு நிமிர்ந்து நின்று தன்னுடைய வேலையின் அழகை இடப்பக்க மாகவும் வலப்பக்கமாகவும் தலையைச் சரித்துப் பார்த்தான். அவள் ஆனந்தத்தில் பூரித்தாள். 'நீ நல்ல வேலைக்காரன்' என்று சொல்லி கன்னத்திலே முத்தம் ஒன்று கொடுத்தாள். அன்று வேலை பாதியிலேயே நிறுத்தப்பட்டது.

அ. முத்துலிங்கம் ◆ 1143

படுக்கையறையில் அவளுக்கு இன்னொரு ஆச்சரியம் கிடைத்தது. அவன் தோள்மூட்டில் அதன் உறுதியான அழகைக் கெடுப்பதுபோல ஒரு பெரிய காயத்தை மோசமாக தைத்த வடு. 'அது என்ன வடு?' என்றாள். 'போரின்போது எதிரியின் குண்டு தோள்மூட்டைத் துளைத்துப் போனது. அது ஆழத்தில் இன்னமும் கிடக்கிறது. மருத்துவர் அதை எடுப்பது ஆபத்தானது, அங்கேயே இருக்கட்டும் என்று சொன்னார். அப்படியே அங்கே தங்கி விட்டது.' அமண்டா வடுவில் முத்தமிட்டாள். அன்றிரவு அவனை அங்கேயே தங்கிவிடும்படி வேண்டினாள். 'இல்லை, மாம். நான் உங்கள் வேலைக்காரன்' என்றான். 'மாம், என்று சொல்லாதே. அமண்டா என்று கூப்பிடு.' 'சரி மாம்' என்றான். அவள் தலையைப் பின்னே சரித்து சிகரெட் புகையை ஊதுவதுபோல அவன் கழுத்துப் பள்ளத்தில் ஊதினாள். அவன் கூச்சத்தில் நெளிந் தான்.

அகதி பகலில் வந்தான்; சில நாட்கள் இரவில் வந்து தன் நாட்டுச் சமையலைச் செய்தான். பின்னர் இருவரும் சாப்பிட் டார்கள். அடிக்கடி சிரித்தபடி இருப்பவன் அன்று சிரிக்கவே இல்லை. ஏதோ துக்கமாக இருந்தான். அவள் என்னவென்று கேட்க அவன் மழுப்பினான். அமண்டா விடவில்லை. அவன் சொன்னான். 'கனடாவின் ஜூன் 2012 புதிய சட்டம் நடை முறைக்கு வந்துவிட்டது. அது அகதிகளுக்கு எதிரானது. ஒரு வழக்கு அப்பீலில் இருக்கும்போதே அரசாங்கம் சம்பந்தப்பட்ட அகதியை நாடு கடத்தலாம். வழக்கறிஞர் எனக்கு அச்சமூட்டு கிறார்.' அவள் சொன்னாள். 'கனடாவின் சட்டங்கள் ஆமை வேகத்தில் நகரும். உன்னுடைய இலக்கம் வரமுன்னர் நீ கனடா வின் குடிமகனாகிவிடுவாய்.' முழு வாயைத் திறந்து நம்பிக்கையாக 'அப்படியா?' என்றான். அவன் மகிழ்ச்சியில் சிரித்தபோது கண்கள் மறைந்துவிட்டன. அவளும் சிரித்தாள். மறுபடியும் அவன் சிரித்தான். அங்கே ஏதோ சிரிப்புப் போட்டி நடைபெறுவதுபோல இருவரும் மாறி மாறிச் சிரித்தார்கள்.

அவளுடைய ஐந்து சிநேகிதிகள் இரவு விருந்துக்கு வந்திருந் தார்கள். அமண்டா அடிக்கடி விருந்து கொடுக்கும் பெண் அல்ல. ஆனால், அன்று அவள் மனம் மிதந்தபடி இருந்தது. தன் மகிழ்ச்சியை சிநேகிதிகளுடன் பகிர்ந்துகொள்ளவேண்டும் என நினைத்தாள். அன்று காலையிலிருந்து சமையலறையில் அவதான மாகச் சமைத்தாள். அன்றைய உணவில் மீன் கறி இருந்தது. அவளுடைய அகதிக் காதலன் சொல்லிக்கொடுத்த மாதிரியே செய்தாள். முதன்முதலாக கறியில் பழப்புளி பாவித்திருந்தாள்.

அப்படி ஒன்று இருப்பதே அவளுக்குத் தெரியாது. ருசி பார்த்தபோது அற்புதமான சுவையாக இருந்தது. மேசையில் ஆறு பிளேட்டுகளையும் நாப்கின்களையும் அலங்காரமாக வைத்தாள். பின்னர் கத்தி கரண்டிகளையும் ஒழுங்காக அடுக்கினாள். மேசையில் மின்னூட்டத்தில் கிடந்த செல்பேசியை எடுத்துப் பார்த்த போது நாலு குரல் அஞ்சல்கள் கிடந்தன. 'இன்றுதான் நாள் என்று வழக்கறிஞர் கூறுகிறார். உங்கள் குரலை கடைசித் தடவையாக கேட்கலாம் என ஆசையாகவிருந்தது. அதுகூட நிறைவேறவில்லை. தபால் பெட்டியைப் பாருங்கள். போய் வருகிறேன்.' அவன் குரல் கேவியதுபோலப் பட்டது.

அவள் தபால்பெட்டியைத் திறந்து பார்த்தாள். ஒரு கடித உறையில் 500 டொலரும் ஒரு துண்டுக் கடிதமும் இருந்தன. தப்பான ஆங்கிலத்தில் இப்படி எழுதியிருந்தான்:

'இன்றைக்கு என்னை அவர்கள் கைதுசெய்ய வரக்கூடும். ஏழுமணி விமானத்தில் என்னை நாடு கடத்துவார்கள். நீங்கள் கொடுத்த 500 டொலரைத் திருப்பியிருக்கிறேன். என் நாட்டில் எனக்கு என்ன நடக்குமோ தெரியாது. என்னை அவர்கள் சிறையில் அடைக்கலாம். சித்திரவதை செய்யலாம். ராணுவத்தை விட்டு விட்டு கள்ளமாகத் தப்பி ஓடிய துரோகி என்றே பட்டம் சூட்டுவார்கள். எங்கே இருந்தாலும் நான் வாழ்நாளின் மீதி ஒவ்வொரு நிமிடத்தையும் உங்கள் நினைவாகவே கழிப்பேன்.

பிரியமான,

அர்ஜுன ரணதுங்க.'

அந்தப் பெயரை உதடுகளை அசைத்து வாய்க்குள் சொல்லிப் பார்த்தாள். ஸ்ரீலங்கா நாட்டின் புகழ்பெற்ற இடதுகை கிரிக்கெட் விளையாட்டுக்காரர் ஒருவரின் ஞாபகமாகச் சூட்டிய பெயர் அது. அப்படி அவன் சொல்லியிருந்தான். கைப்பையை மறந்து வைத்து விட்டதுபோல தலையை இங்கும் அங்கும் அசைத்து எதையோ தேடினாள். சுற்றியிருந்த காற்றை நெஞ்சு ஏற்கவில்லை. தற்செயலாக அவள் உருவம் யன்னல் கண்ணாடியில் மங்கலாகத் தெரிந்தது. முகமும் கழுத்தும் ஒரு நிறம், மீதி உடல் வேறு நிறம். மூச்சு ஒன்றை ஒன்று தள்ளிக்கொண்டு வேகமாக வெளியேறியது. விருந்தை நிறுத்திவிடலாம் என தீர்மானித்து கைநடுக்கம் நிற்கும் வரைக்கும் அசையாது நின்றாள். ஆனால், விருந்தாளிகள் ஒவ்வொருவராக வரத் துவங்கிவிட்டார்கள்.

விருந்து முடிந்தது. கத்தியையும் கரண்டியையும் கடிகார முள் 8.20 காட்டுவதுபோல வைத்தாள். சிநேகிதிகள் மீன் கறியைப் புகழ்ந்தார்கள். எப்படிச் செய்தாய் என்று கேள்வி கேட்டுத் துளைத்தார்கள். சமையல் குறிப்பை மின்னஞ்சல் மூலம் அவர்களுக்கு அனுப்புவதாக வாக்களித்தாள். பழப்புளி எங்கே வாங்குவது என்று கேட்டார்கள். அதற்கும் பதில் சொன்னாள். தன்னுடைய அகதிக் காதலன் பற்றி சிநேகிதிகளிடம் அப்போது சொல்ல வேண்டும் என நினைத்தாள்; அந்தத் தருணம் தவறிப் போனது.

சமையலறைக்குள் வந்த சிநேகிதிகள் அவள் புதிதாகச் செய்த பளிங்குத் தரையைப் பார்த்து பிரமித்து நின்றார்கள். 'ஆஹா' என்று நம்பமுடியாமல் வியந்தார்கள். நடுவிலே பூப்போட்ட பளிங்கு கல் மிக நேர்த்தியாக இருப்பதாகவும் அழகை உச்சத்துக்கு எடுத்துச் செல்வதாகவும் உண்மையாகவே பாராட்டினார்கள். அப்பொழுது அவனைப் பற்றிச் சொல்லலாம் என நினைத்தாள். அந்தத் தருணமும் தாண்டிப் போனது.

இரவு உடை மாற்றிப் படுக்கைக்குத் தயாரானபோது மறுபடியும் அவன் நினைவு வந்தது. விலங்கு மாட்டி ஒரு கொலை காரனைப்போல நடத்திக்கொண்டு போய் இரண்டு ஆயுதம் தாங்கிய கனடா எல்லைக்காவல் படைவீரர்கள் அவனை விமானத்தில் ஏற்றியிருப்பார்கள். அவன் இடது கையால் அவள் இடுப்பைச் சுற்றி வளைத்தது நினைவில் ஓடியது. சுத்தியலை இடது கையால் பிடித்து அடித்தான். இடது கையால் மீன் வெட்டினான். அவன் சொன்னான்: 'நான் சம்பளத்துக்காக அரச படையில் சேர்ந்து போர் புரிந்தேன். என் எதிராளி ஓர் இலட்சியத்துக்காகப் போராடினான். அவனுக்கு உயிர் ஒரு பொருட்டில்லை. நானோ கேவலமாக இன்னொரு நாட்டில் தஞ்சம் புகுந்திருக்கிறேன்.'

நெடுநேரமாக அமண்டாவுக்குத் தூக்கம் வரவில்லை. அவனுடன் விமானத்தில் அவளும் அட்லாண்டிக் சமுத்திரத்தின் மேல் பறந்தாள். பின்னர் உரத்துச் சொன்னாள்: 'ஓ, என் சிநேகிதிகளே! நான் உண்மையான சூனியக்காரியின் தங்கச்சி. எனக்கு ஓர் அகதியைத் தெரியும். என் வீட்டு சமையலறைக் கற்களை இடது கையால் பதித்தவன். மீன் குழம்பு சமையலுக்குச் சொந்தக் காரன். என் ரகஸ்யக் காதலன். ஓர் இனத்தின் விடிவுக்காக போராடிய எதிரியின் துப்பாக்கிக் குண்டை தோள்மூட்டில் என்றென்றைக்கும் காவியபடி திரிபவன்.'

பின்னர் அவள் நிம்மதியாகப் படுத்துத் தூங்கினாள்.

◆

பிள்ளை கடத்தல்காரன்

இந்தக் கதையை ரொறொன்ரோவில், வார்டன் வீதியில் அமைந்துள்ள பல்கடை அங்காடியில் வேலைசெய்யும் சோமாலியக் காவலாளியுடன் ஆரம்பிக்கலாம். வெள்ளைச் சீருடை, தோள்களில் தரித்த கறுப்புப் பட்டைகள், கணுக்காலுக்கு மேல் உயர்ந்த பூட்ஸ், இடுப்பிலே பெல்ட்டில் குத்தியிருக்கும் ரேடியோ எனக் கம்பீரமாக இருந்தார். சாய்த்து வைத்த தொப்பி பாதிக் கண்ணை மறைக்க உலா வந்து அவ்வப்போது உயரமான ஸ்டூலில் அமர்ந்து தன் கடமையைச் செய்யும் கறாரான காவலாளி அவர். கதையைத் தொடங்க மிகவும் பொருத்தமானவர்.

அல்லது இந்தக் கதை ஓர் அகதியுடன் ஆரம்பமானது என்று கூடச் சொல்லலாம். அவன் பெயர் லோகநாதன். நேற்று அவனுக்கு 24வது பிறந்தநாள். அவன் பிறந்த தேதி அவனுக்கு நினைவிருக்கிறது. அவனைப் பெற்ற அம்மாவுக்கு அந்த தேதி ஞாபகத்தில் வந்ததே கிடையாது. கனடாவுக்கு வந்து மூன்று வருடம் ஆகிவிட்டது. ஒரு படுக்கை போட்டால் நிரம்பிவிடும் சின்ன அறையில் தனியாக வசித்தான். காலையில் அவனை எழுப்பிவிட யாரும் இல்லை. அவன் எழுப்புவதற்கும் யாரும் கிடையாது. அது மிகப்பெரிய துக்கம். அகதிக்கோரிக்கை நிராகரிக்கப்பட்ட பிறகு மேன்முறையீடு செய்துவிட்டுக் காத்திருந்தான். தொழிற்சாலையில் காலை 7 மணியிலிருந்து மாலை 4 மணி மட்டும் வேலை. பின்னர் சுப்பர்மார்க்கெட்டில் ஐந்திலிருந்து ஒன்பது மணி வரை வேலை. இரண்டு வேலை செய்தாலும் கனடா வருவதற்கு வாங்கிய கடனில் பாதியைக்கூட இன்னும் அழிக்கவில்லை. தொழிற்சாலை வேலையை முடித்துவிட்டு சுப்பர்மார்க்கெட் வேலைக்கு அவசரமாக நடந்து கொண்டிருந்தான். சில நாட்களாக அவனுக்கு முதுகு வலி. அவனுடைய ஆங்கிலம்போல கொஞ்சம் விந்தி விந்தி நடந்தான். அவன் வாழ்க்கையில் அனுபவிக்கப் போகும் மிக மோசமான தருணத்துக்கு இன்னும் ஒரு மணிநேரம் இருந்தது.

பனிக்காலம் அவனுக்குக் கொடுமையானது. மார்ச் மாதம் நீண்டுபோய் வசந்தத்தைப் பிறக்கவிடாமல் இழுத்தடித்தது. எலும்புகள் வேலைசெய்ய மறுத்தன. முதுகு எலும்பு வைத்தியரிடம் உடம்பைக் காட்டச் சென்றபோது அவர் கீழ் எலும்பு எல் 2ம் எல் 3ம் பிசகிவிட்டதாகச் சொன்னார். ஒன்றிலிருந்து பத்து வரை எண்கள் வரிசையில் வலி எந்த எண் என்று கேட்டார். வலிக்குக்கூட ஓர் எண் இருக்கிறதா என வியப்படைந்தான். அவன் ஆறு என்று சொன்னான். 10 எண் வலி எப்படி இருக்கும் என்று கற்பனை செய்தான். அந்த மருத்துவரிடம் வேலை செய்த தாதிப் பெண் லட்சணமாக இருந்தாள். ஐந்து டொலர் நோட்டில் இருக்க வேண்டிய முகம். அவளுக்கு அழகு எண் எட்டு கொடுக்கலாம் என்று தீர்மானித்தான். அவனுடைய சுப்பர்மார்க்கெட் மனேஜர் செயல் திறனுக்கு நான்கு எண் போதும். வேகமாக நடக்க முடியவில்லை. அவனைத் தாண்டி இரண்டு சிறுவர்கள் ஓர் அப்பிளை இரு பக்கமும் பிடித்தபடி நடந்து போனார்கள். பார்க்கச் சிரிப்பாக வந்தது.

கதை உண்மையில் தொடங்கியது மூன்று வயது மதிக்கக் கூடிய ஒரு பெண் குழந்தையில்தான். சுப்பர்மார்க்கெட்டில் சிறுவர்கள் விளையாட்டு மையத்தில் சற்று வயதுகூடிய பெண் குழந்தையுடன் விளையாடிக்கொண்டிருந்தது. திடீரென்று பெரிய பெண், பெற்றோர் வந்து அழைக்க புறப்பட்டு போய்விட்டது. தனித்து விடப்பட்ட குழந்தை இங்கும் அங்கும் பார்த்தது. காசு போட்டால் ஆடும் குதிரையுடன் விளையாடிவிட்டு மெல்லச் சிணுங்கத் தொடங்கியது. சிணுங்கல் பெரிதாகிக்கொண்டு வந்ததை ஒருவரும் கண்டுகொள்ளவில்லை. 'ம்மா, ம்மா' என்று கத்தி அழத் தொடங்கியபோது அந்தப் பாதையில்போன ஒரு மூதாட்டி குழந்தையைப் பார்த்தார். பரிதாபமாக இருந்தது. குழந்தையின் கையைப் பிடித்து அழைத்துச் சென்று வாசலில் உயரமான ஸ்டூலில் அமர்ந்து அன்றைய லொத்தர் டிக்கட்டுகளை வரிசைப்படுத்திச் சரி பார்த்துக்கொண்டிருந்த சோமாலியக் காவலாளியிடம் ஒப்படைத்துவிட்டுத் தன் பாட்டுக்குச் சென்றார்.

காவலாளியின் பெயர் அப்துல் ஆஹ்ட்டி. வாட்டசாட்ட மானவர். மீனின் உடம்பில் தலை இருப்பதுபோல கழுத்தே தெரியாமல் இருந்தார். சோமாலியாவில் ஒரு காலத்தில் அவர் மந்திரியாகக் கடமையாற்றியவர். அழகான ஆங்கிலம் பேசுவார். வார்த்தைகள் அவர் வாயிலிருந்து புறப்படும்போது பல்லு கூசுவது போல முகத்தைப் பிடிப்பார். அவருடைய உச்சரிப்புப் பலருக்குப் புரியாது. மந்திரிப் பதவி வகித்ததை அவர் ஒருவருக்கும் சொல்வது

கிடையாது; நம்பமாட்டார்கள். சோமாலியாவில் மந்திரியாக இருந்தவர்களின் தொகை ஏறக்குறைய சோமாலியாவின் சனத் தொகையில் பாதியாக இருக்கும். அப்துல் ஆஹ்றட்டி குழந்தையின் சிறு கையைப் பிடித்துக்கொண்டார். அது குழந்தைக்குக் கொஞ்சம் ஆறுதலாகப் பட்டிருக்கலாம். இடுப்பில் குத்தியிருந்த ரேடியோவை எடுத்து அவருடைய மேலாளரிடம் தன்னிடம் ஒரு குழந்தை ஒப் படைக்கப்பட்டு இருப்பதைச் சொன்னார். பின்னர் தன் குறிப்புப் புத்தகத்தைத் திறந்து, பேனாவினால் காற்றிலே மூன்று வட்டம் போட்டுவிட்டு நேரத்தைக் குறித்து வைத்தார். மந்திரியாக இருந்த வர் ஆதலால் சட்ட நுணுக்கம் தெரிந்தவராகவும் விவரமானவ ராகவும் காணப்பட்டார்.

சும்மா இருந்த குழந்தையிடம் குனிந்து அதன் பெயர் என்ன என்று கேட்டார். மீசை வைத்த அந்த முகத்தை அத்தனை கிட்டடி யில் பார்த்த குழந்தை பயத்தில் அலறத் தொடங்கியது. சற்று தூரத்தில் தானியங்கி விற்பனை மெசின் ஒன்று நின்றது. அதற்கு முன் நின்ற 14 வயதுப் பையன் குடித்து முடித்த கோக் டின்னை கக்கத்தில் வைத்து நசுக்கி எறிந்துவிட்டுப் போனான். அப்துல் ஆஹ்றட்டி பக்கவாட்டில் வளைந்து மெசினில் எழுதியிருந்ததைப் படித்தார். ஒரு டொலரைப் போட்டு சொக்கலற் ஒன்றை எடுத்து உறையைப் பிரித்துக் குழந்தையிடம் கொடுத்தார். அது தண்ணீரை ஏந்துவதுபோல இரண்டு கைகளையும் குவித்துப் பிடித்து வாங்கி, சொக்கலற்றைக் கடித்து உண்ணத் தொடங்கியது. சற்று நேரத்தில் அதன் கைவிரல், கன்னம், அது அணிந்திருந்த வசந்தகால உடை சகலதும் சொக்கலற் கலருக்கு மாறிவிட்டன. அடுத்து என்ன செய்யலாம் என சோமாலிய மந்திரி யோசித்தபோது லோகநாதன் அங்கு வந்துசேர்ந்தான்.

லோகநாதன் இரக்க சுபாவம் உள்ளவன். அழுதுகொண்டு ஒரு குழந்தை கன்னத்தில் கண்ணீரும் சொக்கலற்றும் சரிபாதி விகிதத்தில் வழிய, காவலாளியுடன் நின்ற காட்சியைப் பார்த்தபின் அவனால் சும்மா போக முடியவில்லை. அவனுக்கு சுப்பர்மார்க் கெட் வேலை நேரம் நெருக்கியது. ஆனால், எந்த ஒரு குழந்தையும் அழும் காட்சி அவனை உருக்கிவிடும். அவனுடைய அப்பா பூவர சம் கம்பினால் அவனை அடிக்கும்போதே கேட்பார், 'உன்னை எதற்காக அடிக்கிறேன் தெரியுமா?' அவன் பதில் சொல்லவேண் டும். 'நான் திருந்துவதற்கு.' மறுபடியும் அடிப்பார்.

'உன்னை எதற்காக அடிக்கிறேன் தெரியுமா?' 'தெரியும் அப்பா. நான் திருந்துவதற்கு.' அவன் வாழ்க்கை முழுக்க

நிறைந்திருந்தது அழுகையும் வலியும்தான். அழும்போது சிலவேளை மூச்சுத் திணறும். ஆ ஆ என்று வாய் திறக்கும் ஆனால், உள்ளேபோன மூச்சு வெளியே வராது. மறுபடியும் அப்பா அடிப்பார். 'உன்னை எதற்காக அடிக்கிறேன் தெரியுமா?' 'என் சுவாசப்பையை வெடிக்க வைப்பதற்கு, அப்பா.'

லோகநாதனின் மனம் உருகியது. பார்த்தவுடன் தமிழ் குழந்தை என்றே தோன்றியது. இரண்டு குட்டிப் பின்னல் பின்னி நுனியில் ரிப்பன் கட்டியிருந்தது. வெள்ளைச் சப்பாத்து. வெள்ளை சொக்ஸ். நெஞ்சிலே டோரா படம் வரைந்த வெள்ளை கவுன். கச்சிதமாக உடை அணிந்திருந்த குழந்தை வசதியான குடும்பத்தில் இருந்து வந்திருக்கவேண்டும். மழலைப் பள்ளியில் இருந்து கூட்டிப்போன இடத்தில் யாரோ தவற விட்டுவிட்டார்கள். காவலாளிக்கு வணக்கம் கூறிவிட்டு குழந்தையிடம் பேச அனுமதி கேட்டான் லோகநாதன்.

'உன்னுடைய பெயர் என்ன?'

'ஷிவானி.'

'ஓ நல்ல பெயர். அம்மாவுடன் வந்தனீங்களா?' குழந்தை தலையை ஆட்டியது.

'அம்மாவின் பெயர் என்ன?' அது லளிதகுமாளி என்றது. லலிதகுமாரி என்று ஊகித்துக் கொண்டான்.

'உன்னுடைய அம்மாவின் செல்போன் நம்பர் தெரியுமா?'

சும்மாதான் கேட்டான். அவன் எதிர்பார்க்கவில்லை. காவலாளியையும் அவனையும் ஆச்சரியப்படுத்தும் விதமாக குழந்தை முன்னுக்கும் பின்னுக்கும் ஆடியபடி நம்பரை பாட்டாகப் பாடியது.

காவலாளியை லோகநாதன் பார்த்தான். அவர் தலை யாட்டினார். அந்தக் குழந்தை பாடிய நம்பரை செல்பேசியில் அழைத்தான். 'நீங்கள் அழைத்த நம்பர் தற்போது செயல்பாட்டில் இல்லை. மீண்டும் அழைக்கவும்' என்றது. மறுபடியும் அழைத்தான். மறுபடியும் அதே செய்தி. 15 நிமிடம் கழித்து ஒரு பெண்ணின் குரல் கேட்டது.

'நீங்கள் லலிதகுமாரியா?'

'ஆமாம். நீங்கள்?'

'உங்களுக்கு ஷிவானி என்று மகள் இருக்கிறாரா?'

'ஆமாம். நீங்கள் யார்? என்ன வேண்டும்?' குரலில் பதற்றம் இல்லை; எரிச்சல்தான் இருந்தது.

'உங்கள் குழந்தை இங்கே அழுதுகொண்டிருக்கிறது. அங்காடியின் வடகிழக்கு மூலையில் காவலாளியுடன் காத்திருக் கிறது. உடனே வாருங்கள்.'

'சரி' என்று சொல்லி போன் வைக்கப்பட்டது. ஆனால், பெண் வரவில்லை. 15 நிமிடம் கழிந்தும் அவர் வந்தபாடில்லை. மறுபடியும் லோகநாதன் அழைத்தான். அவன் பேசமுன்னரே குரல் வந்தது. 'வருகிறேன் என்று சொன்னேன் அல்லவா?' மறு படியும் வைக்கப்பட்டது. குரலில் கொஞ்சம் கோபம் இருந்தது. என்ன பெண் இவர்? அவனுக்கு வேலைக்குப் போகவேண்டிய நேரம் தாண்டிவிட்டது. மனேஜர் கண்டிப்பானவர். அவனை வீட்டுக்குத் திருப்பி அனுப்பலாம் அல்லது வேலை நிரந்தரமாகப் பறிபோகலாம். குழந்தையைக் காவலாளியிடம் ஒப்படைத்துவிட்டு போகவும் மனம் வரவில்லை. மறுபடியும் குழந்தையின் தாயாரை அழைத்தபோது அழைப்பு துண்டிக்கப்பட்டது. ஒரு மணிநேரம் கழிந்தபோது சந்தேகம் வலுத்தது.

லோகநாதன் 'கொஞ்சம் பொறுங்கள்' என்று கெஞ்சினான். முன்னாள் மந்திரிக்குச் சங்கடமாக இருந்தது. 'தெருவைக் கண்டு பிடித்து பயனில்லை. சரியான திசையிலும் போகவேண்டும். எனக்கு ஏதோ சரியில்லை என்று படுகிறது. நான் கடமையைச் செய்யவேண்டும்' என்றார். குழந்தைகள் நலன் காப்பு மையத்தை அழைத்தபோது அவர்கள் உடனேயே ஒரு பெண் பணியாளரை அனுப்பி வைத்தார்கள். அந்தப் பெண் கேட்ட கேள்விகளுக்கு காவலாளியும் லோகநாதனும் பதில் சொன்னார்கள். அவர் சின்ன நோட்டுப் புத்தகத்தில் விவரங்களைப் பதிந்தார். காவலாளி சொன்னார். 'மிக மோசமான தாயாராக இருக்கிறார். வருகிறேன் என்று சொன்னாரே ஒழிய வரவேயில்லை. அவருக்கு இது எத்தனை பாரதூரமான குற்றம் என்பது தெரியவில்லை. என் அனுபவத்தில் இப்படி நடந்ததே கிடையாது.'

ஒரு பெண் சூயிங்கம் மென்றுகொண்டு சுப்பர்மார்க்கெட் தள்ளுவண்டியைத் தள்ளியபடி அவர்களை நோக்கி நடந்து வந்தார். தள்ளுவண்டியின் மேல்தட்டிலும் கீழ்தட்டிலும் சாமான் கள் நிறைந்துபோய் கிடந்தன. நாகரிகமாக உடை அணிந்திருந்த அவர் ஒரு வங்கி அதிகாரிபோலக் காணப்பட்டார். மெல்லிய மேலங்கி, அதனிலும் மெல்லிய கழுத்துச் சால்வை. நீண்ட வாரில் கைப்பை அவரது இடது தோளில் தொங்கியது. குற்றவாளிகளைப்

பார்ப்பதுபோல இவர்களை அசட்டையாகப் பார்த்துக்கொண்டு அணுகினார். குழந்தை அதுபாட்டுக்கு சொக்கலற்றை நக்கியது.

லோகநாதனால் தன் கண்களை நம்பமுடியவில்லை. 'நீங்கள்தானா லலிதகுமாரி?' அவர் பதில் பேசவில்லை. 'ஒருமணி நேரமாக நான் உங்கள் குழந்தைக்கு காவலாக இங்கே நிற்கிறேன். நீங்கள் சுப்பர்மார்க்கெட்டில் சாமான்கள் வாங்கினீர்களா? மிகவும் நல்லது' என்றான். 'நான் சொன்னேனே வருகிறேன் என்று. பாதியில் எப்படி வரமுடியும்?' பணியாளர் குறுக்கிட்டார். 'ஒரு மூன்று வயதுக் குழந்தையைத் தனியாக விட்டுவிட்டுச் சென்றது தவறு என்பது உங்களுக்குத் தெரியாதா?' 'இவர் யார்? எல்லோரும் மாறிமாறி என்னைக் கேள்வி கேட்கிறீர்களே? முதலில் குழந்தையை என்னிடம் கொடுங்கள்.' 'அம்மா, இவர் குழந்தைகள் நலன் காப்பு மையத்திலிருந்து வந்திருக்கிறார். நான்தான் அவரை அழைத்தேன். ஒரு மணிநேரம் காத்திருந்தும் உங்களைக் காணவில்லையே?' என்றார் காவலாளி.

எரிச்சல்தான் அவருடைய முகத்தின் இயல்பு நிலை. லலித குமாரி கோபாவேசத்தோடு லோகநாதன்மேல் பாய்ந்தார். 'உங் களிடம் நான் சொன்னேனே. அவசரபுத்தியில் இப்படிச் செய்து விட்டீர்களே. இவர்களுடைய மோட்டுக் கேள்விகளுக்கெல்லாம் நான் பதில் சொல்ல வேண்டுமா?' 'அம்மா, பதில் சொல்லித்தான் ஆகவேண்டும். குழந்தையைப் பாதுகாப்பு இல்லாத இடத்தில் தனியாக விட்டுவிட்டு போயிருக்கிறீர்கள். இது தண்டனைக்குரிய குற்றம். குழந்தை அழுதுகொண்டே இருந்திருக்கிறது' என்றார் பணியாளர். லலிதகுமாரி சத்தமிடத் தொடங்கினார். 'ஓ கடவுளே! இத்தனை மூளைசாலிகளை நான் ஒரே இடத்தில் சந்தித்தது கிடையாது. குழந்தை அழுவது என்ன புதினமா? இப்படிப் பொறுப்பில்லாமல் நடப்பதை எப்படி அனுமதிக்கலாம்?'

இரண்டு பொலீஸ்காரர்கள் பக்கத்து பக்கத்தில் இடுப்பில் வைத்த கையை எடுக்காமல் நடந்து வந்தார்கள். பணியாளர் அழைத்திருக்கவேண்டும். பொலீஸ் லலிதகுமாரியிடம் விசார ணையை ஆரம்பித்தபோது அவர் திகைப்புடன் அவர்களைப் பார்த்தார். நிலைமையின் தீவிரம் இன்னும் அவருடைய மூளைக் குள் இறங்கவில்லை. 'நான் குழந்தையின் தாய். நீங்கள் இங்கே வந்ததே தவறு. ஏதோ சதி நடக்கிறது, அதை முதலில் விசாரியுங் கள்' என்றார். காவலாளி லோகநாதனைப் பார்த்துச் சொன்னார். 'இந்தப் பெண் என்ன பைத்தியமா? நீங்கள் செய்த உதவிக்கு அவர் நன்றியல்லவா சொல்லியிருக்கவேண்டும்.' 'நன்றியா? அவர்

என்னைத் திட்டாமல் விட்டாலே போதும்.' 'கோழிக்குஞ்சின் வசவு பருந்தை ஒன்றுமே செய்யாது. பாருங்கள், எத்தனை மடத் தனமாக அவர் நடந்துகொள்கிறார். பணியாளர் குழந்தையைக் கூட்டிப் போனால் வழக்காடி அதை மீட்பதற்கு நாலைந்து மாதம் எடுக்கும். சிலவேளை குழந்தை கிடைக்காமல்கூட போகலாம். வழக்கறிஞர் செலவு வேறு 10,000 டொலரைத் தாண்டிவிடும்' என்றார் காவலாளி.

வட்டமான சனங்களின் கூட்டம் வரவர அதிகரித்தது. லலித குமாரி லோகநாதனை ஒருவித வன்மத்துடனும் வெறுப்புடனும் பார்த்தார். அவருடைய உடைக்கும் நாகரிகத்துக்கும் முற்றிலும் பொருந்தாத விதமாக அவனைத் திட்டினார். 'நான் இதோ வருகி றேன் என்று சொல்லியும் இப்படித் துரோகம் செய்தாயே. சும்மா தன்பாட்டுக்கு விளையாடிய பிள்ளையைக் கடத்திப்போன உன் சேவைக்குக் கனடிய அரசு உனக்குச் சிலை வைக்கப்போகிறதா?' என்று வாய்கூசாமல் கத்தினார். உடம்புடன் சேர்த்துத் தலையைத் திருப்பிய காவலாளி 'கடத்தினாரா? அந்தக் குழந்தையைக் காப் பாற்றியது அவரல்லவா?' என்றார். பொலீஸ் 'அம்மா மன்னி யுங்கள். உங்கள் தரப்பு நியாயத்தை நீங்கள் கோர்ட்டில் சொல்ல லாம்' என்று விளக்கியபடியே அவருக்கு விலங்கு மாட்டி அழைத்துச் சென்றது. குழந்தை பணியாளருடன் போனது. தள்ளு வண்டி காவலாளியுடன் நின்றது.

'என்னைப் பிடித்துப் போகிறீர்களா? மூடர்களே, நான் குழந்தையின் தாய். அவன்தான் பிள்ளை பிடிகாரன். அவன்தான் குற்றவாளி. அவனைக் கைது செய்யுங்கள். என் குழந்தையை என் னிடம் ஒப்படையுங்கள்.' அவர் கண்களில் வெளிப்பட்ட குரோதம் விபரீதமாகப் பட்டது. உடம்பை வளைத்து முகத்தைத் திருப்பி அவனைப் பார்த்து கால்கள் தரையில் இழுபட கத்தினார்: 'I will pin you. I will pin you.' 'பின்' என்றால் ஊசி என்பது லோக நாதனுக்குத் தெரியும். 'உன்னை மாட்டிவிடுவேன்' என்ற அர்த்தத்தில் அவர் கத்தினார் என்பது பின்னால் புரிந்தது. அவன் இரண்டு வேலை செய்ததுபோல அந்த வார்த்தையும் இரண்டு வேலை செய்தது.

லோகநாதன், காயப்போட்ட துணி ஆடுவதுபோல சுப்பர் மார்க்கெட்டை நோக்கி நடக்கத் தொடங்கினான். வேலைக்கு ஒரு மணி நேரம் தாமதமாகிவிட்டது. பறக்கும் பறவை உதிரும் சிறகைத் திரும்பிப் பார்ப்பதில்லை. அவன் கடமையைச் சரியாகத் தான் செய்தான். ஆனால், மனம் லேசாவதற்குப் பதில் கனமாகி

விட்டது. 'மகனே, என்னை காலை மூன்று மணிக்கு எழுப்பி இந்த மருந்தைத் தா' என்று சொல்லிவிட்டு அவன் அம்மா தூங்கப் போனார். அவன் நீண்ட நித்திரையில் ஆழ்ந்து போனான். காலை யில் எழுந்து பார்த்தபோது அவர் இறந்துபோய் கிடந்தார். அப் போதுகூட அவனுக்கு இத்தனை வேதனை ஏற்படவில்லை. 'என் பிள்ளையை நீ கடத்தினாய்' என்று அவர் கத்தியபோது அது எத்தனை நோவை நெஞ்சில் கிளப்பியது.

இன்னும் இரு நிமிடங்களில் அவன் சுப்பர்மார்க்கெட்டை அடைந்துவிடுவான். திடீரென்று முதுகு வலி ஆரம்பித்தது. ஓர் அடி எடுத்து வைப்பதே பெரும் பிரயத்தனமாக இருந்தது. சுரீர் என்று தொடங்கிய வலி இடது கால் மூலம் நிலத்தை வந்து அடைந்தது. அவன் முகம் அருவருக்கத்தக்க முறையில் மாறி எதிரில் வருபவர்களை வேறு பக்கம் திரும்பிப் பார்க்க வைத்தது. வலி எண் எத்தனையாக இருக்கும் என்று யோசித்தவாறே மற்றக் காலைத் தூக்கி முன்னுக்கு வைத்தான்.

◆

நிலம் எனும் நல்லாள்

சைமன் கனடா வந்து நாலாவது நாளே தாயிடம் கேட்டான். 'அம்மா, உங்களிடம் துப்பாக்கி இருக்கிறதா?'

'இல்லையே, இது என்ன கேள்வி?'

'அமெரிக்காவின் சனத்தொகையிலும் பார்க்க அங்கே துப்பாக்கிகளின் எண்ணிக்கை அதிகமாமே?'

'இது அமெரிக்கா அல்ல மகனே, கனடா.'

'பக்கத்து வீட்டுக்காரர்களிடம் துப்பாக்கி இருக்குமா?'

'ஏணி கடன் கேட்பதுபோல பக்கத்து வீட்டில் போய் இரவல் கேட்கப்போகிறாயா? யேசுவே, என்ன நடக்கிறது இங்கே?'

'இல்லை அம்மா, ஒரு பாதுகாப்புக்குத்தான்.'

'இங்கே உனக்கு எதிரிகள் இல்லை. நீ சுதந்திரமாக உலாவலாம். இது சமாதானமான நாடு.'

'அம்மா நான் இருபது வருடங்களுக்கு மேலாக கையிலேயோ இடுப்பிலேயோ ஒரு துப்பாக்கியைக் காவியபடி அலைந்திருக்கிறேன். ஏதோபோல இருக்கிறது.'

'அது வேண்டாம் மகனே. அந்த நினைப்பையே விடு. கையிலே சுத்தியல் இருந்தால் எல்லாப் பிரச்சினையும் ஆணி போலவே தெரியும்.'

அன்றும் அவர்கள் பேச்சு திருப்தியில்லாமல் நின்றது. எப்பொழுது மகனுடன் பேசத் தொடங்கினாலும் அந்தச் சம்பாசணை அசாதாரணமானதாக உருவெடுத்து வேறு திசையில் சென்று எதிர்பாராத முடிவுக்கு வருவதே வழக்கம்.

சைமன் இளவயதில் நன்றாகப் படித்தான். ஒருநாள் காலை பள்ளிக்கூடத்துக்குப் புறப்பட்டவன் பின்னர் திரும்பவே இல்லை. இயக்கத்தில் சேர்ந்துவிட்டான் என்று சொன்னார்கள். மகன் திரும்பி வருவான் என்று காத்திருந்து நம்பிக்கை இழந்தபின்னர்

அவனுடைய பெற்றோர்கள் கனடாவுக்குக் குடிபெயர்ந்தார்கள். அங்கே பிளாஸ்டிக் உதிரிப்பாகம் செய்யும் தொழிலை அவனுடைய அப்பா தொடங்கி வெற்றிபெற்றார். இலங்கைப் போர் முடிவுக்கு வந்தபோது நிறையப் பணம் செலவழித்து மகனை தேடிக் கண்டுபிடித்து அவனைத் தாய்லாந்து வழியாக கனடாவுக்கு எடுப்பித்து விட்டார்.

சைமன் கனடாவுக்கு வந்த அன்று அவன் பெற்றோர்கள் வசித்த வீட்டைப் பார்த்து திகைத்துவிட்டான். அரை ஏக்கர் நிலத்தில் கட்டப்பட்ட மாளிகை என்று சொல்லலாம். பளிங்குத் தரை. மரவேலைப்பாடுகள். சுழன்று ஏறும் படிக்கட்டுகள். சுவிட்ச்போட்டு திறந்து மூடும் திரைச் சீலைகள். தொலைக் காட்சியைப் பார்ப்பவர்கள் இருக்கும் தூரத்திலும் பார்க்க அகலமான ரீ.வி. அவனால் அத்தனை படாடோபத்தைத் தாங்க முடியவில்லை. 'இத்தனை பெரிய வீடா?' என்று வாய்விட்டுச் சொன்னான். அவன் யாருக்காகப் போர் புரிந்தான்? அவர்களுக்காகவும்தானே. ஆனால், அவர்களோ நாட்டை மறந்துவிட்டார்கள். போரை மறந்துவிட்டார்கள். 'நீங்கள் என்னை மறந்து விட்டீர்கள்' என்றான்.

'மகனே, உன்னை நினைக்காத நாள் ஏது? உனக்காகவே நாங்கள் இந்த வாழ்க்கையைத் தேர்ந்தெடுத்தோம். உனக்கென்று ஒரு நல்ல வாழ்க்கையை நீ இங்கே அமைக்கவேண்டும்.' 'எப்படி அம்மா அது முடியும்? என்னால் பழைய நினைவுகளிலிருந்து விடுபட முடியவில்லையே.' 'இந்த வீட்டுக்கு நாங்கள் குடிபெயர்ந்து 5 வருடங்களாகின்றன. இன்றைக்கும் இடைக்கிடை பழைய வீட்டுக்காரருக்குக் கடிதம் வருகிறது. அப்படித்தான் பழைய ஞாபகங்கள் தேடி வரும். பொருட்படுத்தக்கூடாது. புதிய வாழ்க்கைக்கு நீ தயாராகவேண்டும்.'

'தயாராவதா? நான் எவ்வளவு இழந்துவிட்டேன். நான் போர் செய்துகொண்டு இருந்தபோது கொசோவோ என்று ஒரு புதிய நாடு உண்டாகிவிட்டது. அது எனக்குத் தெரியாது. யாராவது 23.20 மணி என்று சொன்னால் அது புரியாது. இங்கே நாலு மணி என்றால் உலகத்தில் வேறு எங்கே எங்கே நாலு மணி, அதுவும் தெரியாது. 'வண்ணத்துப்பூச்சி காலிலே ஒரு காட்டைக் காவுகிறது' என்று ஓர் அருமையான கவிதை வரி நேற்று சொன்னீர்கள். நான் காலிலே எந்தக் காட்டைச் சுமக்கிறேனோ? 20 வருடத்துக்கு மேலாக ஒரு நிலத்துக்காகப் போராடிய பின்னர் என்னிடம் மிஞ்சியது இரண்டு பழைய உடுப்புகள், ஒரு

சோடி சப்பாத்து, ஓடாத கடிகாரம். புதிய எதிரிகள்.' 'இங்கே உனக்கு எதிரிகள் கிடையாது. உன்னுடைய அப்பாவின் தொழிற் சாலையில் 200 பேர் வேலைசெய்கிறார்கள். நீ அப்பாவிடம் வேலை பழகு. உனக்கு ஒரு நல்ல பொம்பிளை பார்ப்போம்' என்றார் அம்மா.

நேற்றையைப்போலவும் நாளையைப்போலவும் இருக்கப் போகும் அந்தநாள் விடிந்தது. அம்மா றால் பொரியலும் கரு வாட்டுக் குழம்பும் மஞ்சள் சோறும் செய்தார். சாப்பிடும்போது அவனுக்குக் கண்ணீர் வந்தது. 20 வருடத்திற்குப் பின்னரும் அம்மாவின் கைருசி மாறவில்லை. ஒருமுறை சிங்கள ராணுவம் ஹெலியில் பறந்து தங்கள் பக்கம் வீசிய உணவுப் பொதியொன்று காற்றுக்கு ஆடி ஆடித் தவறுதலாக அவர்கள் பக்கம் வந்து விழுந் தது. மஞ்சள் நெய்ச்சோறும் இறைச்சிப் பக்கட்டுகளும். போராளி களுக்கு எப்பவும் பசி. அவனும் நண்பர்களும் அடித்துப் பிடித்துச் சாப்பிட்டார்கள். அந்த நண்பர்களை ஒவ்வொருவராகப் பெயர் சொல்லி நினைத்துப் பார்த்தான். இப்போது ஒருவர்கூட இல்லை.

அன்றிரவு யன்னலில் வாயினால் ஊதி விரலால் 'மஞ்சுளா' என்று எழுதினான். அப்படி எழுதி முடித்ததும் அது தானாக அழியத் தொடங்கியது. அவன் வாழ்வில் கிடைத்த சதா பிரமிப் பூட்டும் பெண். அவளைச் சந்தித்தபோது அவள் இறப்பதற்கு ஒரு வருடம், இரண்டு மாதம் 14 நாட்கள் இருந்தன. அவளுடன் அவன் பேசிய எல்லா வார்த்தைகளின் கூட்டுத்தொகை நூறைத் தாண்டாது. அவள் அதிகம் கதைத்தது அவளுடைய அகலக் கண்களால்தான். அவளுக்குப் பயிற்சி கொடுத்த பிரதீப் மாஸ்டர் சொல்வார், அவளைப்போல ஒரு போராளியை அதற்குமுன்னர் அவர் காணவில்லையென்று. மெலிந்துபோய் இருப்பாள், ஆனால், முதுகிலே 50 கிலோவை காவிக்கொண்டு இரண்டு மைல் தூரம் நடப்பாள். சைமனுடைய துப்பாக்கி சுடும் திறனைக் கேலிசெய்வது அவளுடைய முழுநேரத் தொழில். 'நீ முதலில் சுட்டுவிட்டு பின்னர் இலக்குப் பார்க்கிறாய்.'

இயக்கத்தின் சங்கேத வார்த்தைகள் அவளுக்கு மனப்பாடம். 'தேங்காய்' என்றால் போரில் மரணம். 'இளநீர்' என்றால் போரில் காயம். 'எறியல்' என்றால் சாப்பாடு. இவளும் சில சங்கேத வார்த் தைகளை அவனுக்காக உண்டாக்கி வைத்திருந்தாள்.

'நுங்கு' என்றால் உன்னைக் காதலிக்கிறேன். 'பாளை' உன் பிரிவு தாங்கமுடியவில்லை. 'ஓலை' உடனே வா இப்படி. காதலித்த வள் இவனுக்குச் சொல்லாமல் ஒருநாள் தற்கொலைப் படையில்

சேர்ந்துவிட்டாள். தாக்குதலுக்குப் புறப்பட்டபோது தன் கைக் கடிகாரத்தைக் கழற்றி அவனிடம் கொடுத்தாள். அது ஓடாத கடிகாரம், அதைத் திருத்தக் கொடுக்கிறாள் என்று எண்ணினான். முதல்நாள் 'நீ பழகப் பழக புதுசாக இருக்கிறாய். உன் கடைசிப் பக்கத்தை என்னால் எட்டவே முடியாது' என்று சைமன் சொன்னான். 'கடைசிப் பக்கமா? அதை நான் நாளைக்குத்தான் எழுதப் போகிறேன்' என்றாள் அவள். அப்போதும் அவனுக்குப் புரியவில்லை. கடிகாரத்தை அவளின் ஞாபகார்த்தமாகக் கொடுத்தாள் என்பது பின்னர் தெரிந்தது. அதைத்தான் கனடாவுக்குக் கொண்டுவந்திருந்தான்.

முள்ளிவாய்க்கால் சுற்றிவளைப்பில் அவனைப் பிடித்து விட்டார்கள். செட்டிக்குளத்தில் அருணாச்சலம் திறந்தவெளிச் சிறையில் அவனை அடைத்து வைத்தார்கள். உயரமான முள்ளுக் கம்பி வேலிகளும் இரண்டு அடுக்கு ராணுவக் காவலும்; தப்புவது என்பதை நினைத்தே பார்க்கமுடியாது. ஒவ்வொரு நாளும் கண் விழிக்கும்போது 'அட, நான் இன்னும் சாகவில்லை' என்ற நினைப்பு வரும். தினம் அவனை அதிகாரியிடம் விசாரணைக்கு இழுத்துச் செல்வார்கள். பிலாத்து கைகழுவி சைகை காட்டியதும் யேசுவை சிலுவையில் அறைந்ததுபோல இந்த அதிகாரியின் தலையசைப்பில் அவன் நெஞ்சில் எந்த நேரமும் குண்டு பாயும் அபாயம் இருந்தது. விசாரிப்பவர் குறிப்பு எழுதுவதில்லை. ஒலிப் பதிவு செய்வதில்லை. ஒரு விளையாட்டு போலத்தான். ஒவ்வொரு தடவையும் ஒரு புது அதிகாரி விசாரிப்பார். இடைக்கிடை முகத்திலே குத்துவார் அல்லது அடிப்பார். கேள்விகள் அதே கேள்விகள். பதில்கள் அதே பதில்கள். ஒவ்வொருநாளும் அதிகாரி புதிது. அடியும் புதிது.

அதிகாரி தனது வாயைத் திறந்துவிட்டார் என்பதை அவன் கண்டுபிடித்துத் தயாராகும்போது நாலு கேள்விகள் கேட்டு முடித்துவிடுவார். 'நீதானே சைமன்?'

'ஓம் சேர்.'

'இயக்கத்திலே உன்னுடைய பெயர் செல்வகுமார்?'

'நான் இயக்கத்திலே இல்லை சேர்.'

'படத்திலே சின்னத்தாடி வைத்து சின்ன மீசை வைத்து நிற்பது நீதானே?'

'அது இன்னொரு சைமன் சேர்.'

‘இந்த நாலு பேரில் கறுப்புக் கண்ணாடியணிந்து இங்கே நிற்பது யார்?’

‘அது இன்னொரு சைமன்.’

‘மாங்குளம் போரிலே குண்டு எறிந்து பங்கர் பிடித்தது நீதானே? உன்னுடைய பெயரெல்லாம் பேப்பரில் வந்தது.’

‘அது இன்னொரு சைமன்.’

அப்பொழுதுதான் உதை விழுந்தது. கதிரையுடன் சேர்ந்து நாலடி தூரம்போய் விழுந்தான். அறிவு மயங்கிவிட்டது. கண் விழித்தது ஆஸ்பத்திரியில்தான்.

மாங்குளம் அவனுடைய முதல் சமர். மூன்று மாதம் உடல் பயிற்சியும், மூன்று மாதம் ஜெகன் மாஸ்ரரிடம் ஆயுதப் பயிற்சியும் பெற்று, முதன்முதலாக வரியுடுப்பு அணிந்து பங்குபற்றிய போர். அவனுடைய குழுவில் 15 பேர் இருந்தார்கள். குழு இலக்கை அடைந்தபோது நிலத்துக்கு அடியிலிருந்த பங்கர் ஒன்றிலிருந்து குண்டுகள் சரம் சரமாகப் பாய்ந்தன. இதை ஒருவரும் எதிர்பார்க்க வில்லை. அவனுடன் வந்த 14 பேரும் போர் தொடங்கி 10 செக் கண்டுக்குள் இறந்துவிட்டனர். இவன் மட்டும் பள்ளத்தில் விழுந்து கிடந்தான். காயமில்லை. நெஞ்சு வேகமாக அடித்தது. கையிலே கிடந்த குண்டை வீசினான். அது குருட்டுவாக்கில் நேராகப் போய் பங்கருக்குள் விழுந்தது. பின்னர் அங்கிருந்து குண்டுகள் வர வில்லை. பங்கருக்குள் பாய்ந்து பதுங்கிக்கொண்டான். வெளியே சண்டை மும்முரமாக நடந்தது. 24 மணிநேரம் இரண்டு பிணங் களுடன் கழித்தான். மாங்குளம் போர் சரித்திரத்தில் அவனுக்கு ஓர் இடம் கிடைத்தது.

அம்மா அடிக்கடி அவனிடம் ஒரு பெண்ணைப்பற்றிப் பேசி னார். இந்த வயதில் அவனுக்கு ஒரு கல்யாணமா? அவன் மனது சம்மதிக்கவில்லை. அந்தப் பெண் வந்தபோது அம்மா அறிமுகம் செய்து வைத்தார். ஒரு வேலைக்காரனுக்குக் கொடுக்கும் புன்னகை அவளிடமிருந்து வெளியே வந்தது. வெள்ளை வெளேர் என்ற மெழுகுபோன்ற கால்களுக்கு மேல் உடம்பிலிருந்து எதிர்ப்பக்கமாக விரிந்த ஆடை அணிந்து, குதிக்கால் சப்பாத்தில் இடறி இடறி நடந்தாள். ஒரு கத்திபோலப் பற்கள் பளிச்சிட்டன. நல்ல உணவாலும் தேகப்பயிற்சியாலும் அடுத்தவேளை உணவு எங்கேயிருந்து வரும் என்ற கவலை இல்லாததாலும் தோலுக்கு அடியிலே ரத்தம் வேகமாகப் பாய்ந்து அவள் சருமம் வர்ணிக்க முடியாதபடிக்கு ஒரு மினுமினுப்பை அடைந்திருந்தது. அவளுக்கு

அவன் முன்னாள் போராளி என்பது தெரியாது. ஆனால், அவனிடம் கணக்கு இருந்தது. 17 கொலைகள். இரண்டு சிறைவாசம். நான்கு பயிற்சி முகாம்கள். மூன்று பெரிய போர்கள். ஆறு சிறிய போர்கள். ஏழு போர் வடுக்கள். ஒரு பங்கர் கைப்பற்றல். ஒரு காதல். 15 நிமிடத்துக்கு ஒருமுறை சரிபார்த்துத் திருத்தப்பட்ட கூந்தல், 30 நிமிடத்துக்கு ஒருமுறை பூசப்பட்ட உதடுகள், 10 நிமிடத்துக்கு ஒருமுறை நேர்த்தியாக்கப்பட்ட புருவம். இந்தப் பெண்ணுடன் அவனால் வாழமுடியுமா?

முகம் கழுவ முன்னரும் முகம் கழுவிய பின்னரும். உணவு உண்ண முன்னரும் உணவு உண்ட பின்னரும், துப்பாக்கி கழற்றி பூட்ட முன்னரும், பூட்டிய பின்னரும் ஒரே சிந்தனைதான். ஒரு நாட்டை எப்படி உண்டாக்குவது? ஒருநிலத்தை எப்படிச் சொந்த மாக்குவது? 20 வருடங்கள் அப்படி வாழ்ந்தான். அம்மா சொல் கிறார். 'நீ எங்கே இருக்கிறாயோ, அதுதான் உன் நாடு. எங்கே சமஉரிமை கிடைக்கிறதோ அதுவே உன் நிலம். அது உனக்குள்ளே தான் இருக்கிறது. ஒருவரும் பறிக்கமுடியாது. நீ நல்லவன். உன் குணத்தை நீ கொன்றவர்களின் எண்ணிக்கையை வைத்துத் தீர்மானிக்கமுடியாது. நீ கொல்லாதவர்களுடன் எப்படிப் பழகி னாய் என்பதை வைத்துத்தான் தீர்மானிக்கவேண்டும்.'

அவனுடைய குழுவில் இருந்த ஒருவன் ஆயுதம் பறிப்பதில் வல்லவன். பால்ராஜ் அண்ணர் பொறுப்பாளராயிருந்த ஆனை யிறவுச் சமரில் தனஞ்செயன் 11 ஆயுதங்கள் பறித்து ஒரு சாத னையை நிலைநாட்டினான். மகாபாரதப் போரிலே உத்தரகுமாரன் கௌரவ சேனையை எதிர்த்துப் போருக்குக் கிளம்பியபோது அவன் சகோதரி உத்தரையும் சேடிகளும் அவனிடம் இன்ன பட்டு உத்தரீயங்கள், இன்ன ஆபரணங்கள், இன்ன கிரீடங்கள் எதிரி களை வென்று கொண்டுவரச் சொல்வார்கள். அப்படித் தினமும் தனஞ்செயனிடம் 'அண்ணை எனக்கு ஒரு எம் 70 கொண்டு வாருங்கள்', 'அண்ணை எனக்கொரு ஏகே 47', 'அண்ணை எனக் கொரு ரி–56' என்று போராளிகள் தொந்தரவு கொடுப்பார்கள். பேராசைக்காரர் ஏகேஎல்எம்ஜி கூட கேட்டதுண்டு. சகலவிதமான ஆயுதங்களையும் எதிரிகளிடமிருந்து லாகவமாகக் கைப்பற்றி விடுவான். அன்றும் அப்படித்தான். எதிராளி குண்டுபட்டு சரியத் தொடங்கியதும் தனஞ்செயன் ஓடத் தொடங்கினான். ஆயுதத்தைக் கைப்பற்றிப் பாதி தூரம் கடந்தபோது குண்டு முதுகைத் துளைத்துக் குப்புற விழுந்தான், ஆனால், பறித்த துப்பாக்கிப் பிடியை அவன் விடவில்லை. சைமன் விழுந்த நண்பனை முதுகிலே காவிக்கொண்டு ஓட்டமும் நடையுமாக விரைந்தான்.

துப்பாக்கிக் குண்டுகள் பக்கத்துப் பக்கத்தில் சீறின. சுற்றிலும் தீச்சுவாலைகள். நெஞ்சிலே வழிந்த ரத்தம் சைமன் முதுகை நனைத்துக் காலிலே சொட்டியது.

'சைமன், என்னைக் கைவிடாதே, காப்பாற்று' என்று அவனுடைய உற்ற நண்பன் மன்றாடினான். நண்பன் இறந்தது தெரியாமல் சைமன் உடலைக் காவிக்கொண்டு ஒரு மைல் தூரம் அன்று ஓடியிருந்தான்.

அவனைக் கனடாவுக்கு எடுப்பித்ததோடு தன்னுடைய கடமை முடிந்துவிட்டது என அப்பா நினைத்தார். உணவகத்து சேவகன்போல பின்பக்கமாக ஒரு கையைக் கட்டிக்கொண்டு அவன் கண்படும் விதமாக உலாத்துவார். தொழிற்சாலைக்கு வந்து தனக்கு உதவ வேண்டும் என எதிர்பார்த்தார். ஆனால், அவன் அவருடன் பேசுவதற்கு அகப்படுவதில்லை. அடிக்கடி கதவைத் திறந்துபோட்டு வெளியே போய்விடுவான். ஒருநாள் அம்மா அவனைத் தேடிக்கொண்டு தோட்டத்தில் வந்து பார்த்தபோது ஒரு மரத்தின் அடியில் உட்கார்ந்து ஆகாயத்தை பார்த்தபடி இருந்தான். 'மகனே, என்ன பார்க்கிறாய்?' 'அம்மா, ஏப்ரல் மாதத்தைக் காது கொடுத்துக் கேட்டுக்கொண்டிருக்கிறேன், பாருங்கள், மிகவும் வித்தியாசமாகக் கேட்கிறது.'

'ஓ, யேசுவே! ஏப்ரல் மாதம் சத்தம் போடுமா? உள்ளே வா மகனே. குளிரடிக்கிறது.'

'அப்ப இது ஏப்ரல் மாதம் இல்லையா?'

'முட்டாள்போலப் பேசாதே.'

'உலகிலே ஒன்றிரண்டு முட்டாள்கள் கூடுவதால் பெரிய மாற்றம் ஒன்றும் ஏற்படப் போவதில்லை.'

'ஓய்வுநாளில் என்ன செய்வீர்கள்?' என்று அம்மா ஒருநாள் கேட்டார். அந்தக் கேள்வியை அவனால் தாங்க முடியவில்லை. ஒரு போராளிக்கு ஓய்வுநாள் கிடையாது என்பது அவனுடைய சொந்த அம்மாவுக்குகூடத் தெரியவில்லை. அவனுடைய குழு பத்து நாட்கள் காட்டிலே ஒளித்திருந்து திடீர்த் தாக்குதல் நடத்த வேண்டியிருந்தது. காவிக் கொண்டுவந்த உணவும் தண்ணீரும் தீர்ந்துவிட்டது. இரண்டு முழு நாட்கள் உணவோ தண்ணீரோ இல்லாமல் பொறுத்திருந்து சமயம் பார்த்துத் தாக்குதலை நடத்திவிட்டுத் திரும்பினார்கள். அந்தச் சூழலிலும் ஒருவர்கூட 'பசிக்குது' என்றோ 'தண்ணீர்த்தாகம்' என்றோ 'திரும்புவோம்' என்றோ ஒரு வார்த்தை சொல்லவில்லை. அப்படி அர்ப்பணிப்

போடு ஒரு நாட்டை உருவாக்குவதற்கு அவர்கள் போராடினார்கள். அதே நேரம் அம்மா சமையலறைக்கு என்ன வர்ணம் பூசலாம் என்று மூளையைச் செலவழித்திருப்பார். அல்லது இரவு விருந்துக்கு இறைச்சியை வதக்குவதா பொரிப்பதா என்று சமையல்காரிக்கு உத்தரவு கொடுத்திருப்பார். அவனுக்கு அவமானமாக இருந்தது. அங்கே தங்கும் ஒவ்வொரு நிமிடமும் நரகமாகவே பட்டது.

இரவு படுக்கப் போகுமுன்னர் அவன் தாய் வெளிக்கதவைப் பூட்டித் திறப்பை வழக்கம்போல ஒளித்து வைத்தார். காலையில் பார்த்தால், முதல்நாள் சலவைசெய்து ஸ்திரிபோட்டு, ஒரு சுருக்கம் கூட இல்லாமல் இழுத்துச் செருகப்பட்ட தூய வெள்ளை மெத்தை விரிப்பில் படுத்திருந்த மகனைக் காணவில்லை. ஆனால், ஒரு யன்னல் திறந்து கிடந்தது. வெளியே பனி தூறியது. இரவு எந்த நேரம் புறப்பட்டுப் போனானோ தெரியவில்லை. அவன் அடிக்கடி பாதைகள் பழக்கமில்லாததால் தவறிப் போகிறவன். காலநிலை அறிவிப்பாளர் அன்று நாலு அங்குலம் பனிப்பொழிவு இருக்குமென்று அறிவித்துக்கொண்டிருந்தார். உடனேயே பொலீசுக்குத் தெரிவித்ததுடன், பேப்பர்களிலும் தொலைக்காட்சியிலும் அறிவித்தல்கள் கொடுத்தார்கள். ஒருவாரம் கழித்துத்தான் உடல் கிடைத்தது. சைமனுடைய முகம் பனிமூடி சிதையாமல் புன்னகையுடன் இருந்ததுபோலத் தோன்றியது.

சைமனுடைய அப்பா இரண்டு வருடத்துக்கு முன்னரே சவ அடக்கத்துக்கான மூன்று நிலத்துண்டுகளை ரெஸ்தாவன் நினைவுத் தோட்டத்தில் அதிக விலை கொடுத்து வாங்கியிருந்தார். அவை மூன்றும் அருகருகாக இருந்தன. அந்தப் பனிக்குளிரிலும் சவ அடக்கத்துக்கு 12 பேர் வந்திருந்தனர். பாதிரியார் ஜெபம் செய்தார். ‘எங்கள் தேவனாகிய கர்த்தாவே, வேலைக்காரரின் கண்கள் எஜமான்களின் கையை நோக்கி இருக்குமாப் போல, தேவன் எங்களுக்கு இரக்கம் செய்யும்வரைக்கும் எங்கள் கண்கள் உம்மை மெய்யாகவே நோக்கியிருக்கும். நீர் படைத்த ஜீவன் உம்மிடத்தில் வரும் நாளில் தீவிரமாய் உத்தரவு அருளிச் செய்யும். ஆமென்’. யாழ்ப்பாணம் மயிலிட்டியில் பிறந்து, முள்ளிவாய்க்காலில் தப்பி, தாய்லாந்தில் உத்தரித்து, ரொறொன்ரோ வந்துசேர்ந்த சைமனின் பனிமூடிய உடல் ஸ்காபரோவில் அடக்கம் செய்யப்பட்டது. இனி அந்த நிலம் அவனுக்குத்தான் சொந்தம். யாருமே பறிக்க முடியாது.

◆

எலி மூஞ்சி

புதுச் சட்டம் வந்தபோது எல்லோரும் கூடிக்கூடி அது பற்றியே பேசினார்கள். 'மனித அடிப்படை உரிமை இது. அரசு எப்படி அதில் தலையிடலாம். வேற்று நாடுகளில் இப்படியான புதுச் சட்டம் கிடையாதே. அமெரிக்கா மற்ற நாடுகளுக்கு முன்னோடியாக இருந்த காலம் போய்விட்டது. இப்போது பின்னோக்கிச் செல்கிறது. நாங்கள் போராடவேண்டும்' என்றாள் ஒரு மாணவி. அவளுக்கு வயது 10. 'நான் என்னுடைய வலைப்பூவில் எழுதுவேன்' என்றான் ஒரு பையன். 'ஆஹா! உன் பெயரைத் தெருவுக்குச் சூட்டுவார்கள்.' எல்லோரும் சிரித்தார்கள். இறுதியில் நனோபேசி மூலம் இந்த அநியாயத்தை உலகம் முழுவதும் பரப்புவது, பேசுவது, அறிக்கை விடுவது என்று முடிவானது. அமெரிக்க அரசு நிச்சயம் பணிந்துவிடும்.

சமந்தா இதுபற்றி அவ்வளவு கவலைப்படவில்லை. 2029ஆம் ஆண்டின் கடைசி நாளுக்கு இன்னும் ஐந்தே நாட்கள் இருந்தன. அன்று அவளுக்கு 12 வயது தொடங்குகிறது. அவள் வாழ்க்கையில் பெரும் மாற்றம் ஏற்படப்போகும் நாள். இந்தச் சட்டம் அவளை ஒன்றும் செய்யாது. பார்க்கப்போனால் இது மோசமான சட்டம் என்றும் சொல்லமுடியாது. ஒருவர் அவர் வாழ்நாளில் மூன்று தடவைக்கு மேல் பால் மாறக்கூடாது. அவ்வளவுதான். சமந்தாவுக்கு இரண்டு அம்மாமார். அதிலே அவளைப் பெறாத அம்மா முன்பு ஆணாக இருந்தவர். அப்பொழுதுதான் சமந்தா பிறந்தாள். அதன் பின்னர் பெண்ணாக மாறிவிட்டார். அவளுக்கு இரண்டு அம்மா கிடைத்தது அப்படித்தான். 2029 கடைசி நாள் அன்று அவளைப் பெற்ற அம்மா ஆணாக மாறிவிடுவதாக அவளுக்கு வாக்கு கொடுத்திருந்தார். இரண்டு அம்மாவைச் சமாளித்து அவளுக்கு அலுத்துவிட்டது. 2030 பிறக்கும்போது அவளுக்கு ஒரு அப்பா, ஒரு அம்மா கிடைத்துவிடும். அப்பா அப்பா அப்பா என்று பலமுறை வாய்க்குள் சொல்லிப் பார்த்துக் கொண்டாள்.

இதற்குக் காரணம் அவளுடைய உயிர்ச் சிநேகிதி மார்ட்டிதான். வகுப்பிலே அவளுக்குப் பக்கத்தில்தான் சமந்தா

உட்கார்ந்திருப்பாள். தூங்கும் நேரம் தவிர மீதி நேரமெல்லாம் அவளுடன் நனோபேசியில் தொடர்பில் இருப்பதுதான் வேலை. மார்ட்டி மிக அழகாக இருப்பாள். காலை, மதியம், மாலை தானாக நிறம் மாறும் ஆடைகளையே அணிவாள். சமந்தா மார்ட்டிபோல அழகில்லை. அவளுடைய முகம் கொஞ்சம் முன்னுக்கு நீண்டு போயிருக்கும். ஓர் அறையினுள் நுழையும்போது அவள் முகம்தான் முதலில் நுழையும். மார்ட்டியுடைய அப்பா அம்மாவின் படம் அவளுடைய நனோபேசி முகப்பை அலங் கரிக்கும். மார்ட்டியின் அப்பா மணமுடிக்க முன்னர் ஆணாக இருந்தவர். அவருக்கு ஒரு மகவைப் பெற வேண்டும், அந்த இன்பத்தை அனுபவிக்கவேண்டும் என்று ஆசை. ஆகவே பெண் ணாக மாறி, இலவச விந்தணுத் திட்டத்தில் கருவாகி, மார்ட்டி யைப் பெற்றுவிட்டு மறுபடியும் ஆணாக மாறிவிட்டார். மார்ட்டி யின் அம்மா பேருக்குத்தான் அம்மா. அவருக்குக் கர்ப்பமாவதி லேயோ குழந்தை பெறுவதிலேயோ எந்த ஆர்வமும் கிடையாது.

சமந்தாவின் ஆசிரியருடைய பெயர் ரொபர்ட்டோ. அவருக்கு ஒருகாலத்தில் எந்திரன் காதலி இருந்ததாகப் பேச்சு அடிபட்டது. அவர் சொல்லுவார், இந்த உலகத்தில் பிறக்கும் ஆணோ பெண்ணோ ஒரு முறையாவது எதிர்பாலுக்கு மாற வேண்டும் என்று. அப்போதுதான் எதிர்பால் பற்றிய உண்மை யான அறிவு உண்டாகும். இருவரின் உணர்வுகளும் எதிர் எதி ரானவை. உலக இயல்பை முற்றிலும் உணரவேண்டுமானால் பால் மாறினாலே முடியும் என்பார். அவர் சொன்னமாதிரி ஒருநாள் திடீரென்று பெண்ணாக மாறி வகுப்புக்கு வந்தார். அவர் நடந்த போது அவருடைய நீல நிற ஆடை, அதுவும் தனியாக உயிர் பெற்றதுபோல அசைந்தது. அவர் பெயர் ரிபெக்கா என்றார். என்ன அழகு! அவருடைய ஒடுங்கிய இடுப்பும், முடியும், விரிந்த தோளும், கண்வெட்டும் மாணவிகளைப் பொறாமைப்பட வைத்தது. வகுப்பிலே வாக்கெடுப்பு நடத்தியபோது 30 மாணவ மாணவிகளில் 26 பேர் அவர் பெண்ணாகவே தொடரவேண்டும் என வாக்களித்தனர்.

சமந்தாவுக்கு வாரத்தில் ஐந்து நாட்களும் பள்ளிக்கூடம் நடைபெற்றால் மகிழ்ச்சிதான். அவள் அம்மா காலத்தில் அப்படித் தான் இருந்ததாம். ஆனால், வாரத்தில் மூன்று நாட்கள்தான் பள்ளிக்கூடம். இரண்டு நாட்கள் வீட்டில் இருந்தபடியே படிக்க லாம். கணினிமூலம் ஆசிரியை பாடம் நடத்துவார். கேள்விகள் கேட்பார். பரீட்சை வைப்பார். அதிலே அவளுக்கு ஆர்வம் கிடை யாது. ஆசிரியைக்குக் குறுஞ்செய்தி அனுப்புவாள். என்ன

மதிப்பெண்? என்ன மதிப்பெண்? பதில் வரும். பேச்சு முடிந்த பின்னர்தான் கைதட்டல் எதிர்பார்க்க வேண்டும்.

அம்மா இன்னொன்றும் சொன்னார். அவர் காலத்தில் காரோட்டும் லைசென்சுக்கு 16 வயது மட்டும் காத்திருக்க வேண்டும். இப்பொழுது 12 வயதிலேயே கிடைத்துவிடும். காரை ஓட்டவே தேவை இல்லை. போகவேண்டிய முகவரியை சொன்னால் அது தானாகவே கொண்டுபோய்ச் சேர்த்துவிடும். 2030 முதல்நாள் அவளுக்குச் சூரிய கார் கிடைக்கும். அவளுடைய வகுப்பில் பலரிடம் சூரியகார் இருந்தது. எரிபொருள் பிரச்சினை இல்லை. சுற்றுச்சூழல் மாசும் கிடையாது. சமந்தா பள்ளி தொடங்கும் நாளை எதிர்பார்த்திருந்தாள். ஆனால், அதற்கிடையில் இடி போல ஒரு செய்தி நனோபேசியில் உலகம் எங்கும் பரவிக்கொண்டிருந்தது. தற்செயலாக அன்று காலை அதைப் பார்த்து சமந்தா திடுக்கிட்டுப் போனாள்.

அவளுடைய வகுப்பில் அவளுக்கு ஓர் எதிரி இருந்தான். அவனுக்கு இரண்டு அம்மாக்களும் ஓர் அப்பாவும். அதில் வேறு பெருமை அவனுக்கு. அவன் பெயர் நோவா. ஜலப்பிரளயம் வந்த போது உயிர்களைக் கப்பலில் ஏற்றிக் காப்பாற்றியவன் என்று பைபிளில் ஒரு பெயர் வருமே, அதுதான். ஆனால், இவனுக்கு உயிர்களை வதைப்பதுதான் பொழுதுபோக்கு. கணிதத்தில் அவன் எப்பொழுதும் முதலாவதாகத்தான் வந்தான். பிராந்திய அளவில் நடந்த போட்டியில் சமந்தாவும் எழுதினாள். பெண்டுலத்தின் நீளத்தைக் குறைத்தால் நேரத்துக்கு என்ன ஆகும் என அவளுக்குத் தெரிந்தது. அவனுக்குத் தெரியவில்லை. அவ்வளவுதான். அவளே திகைக்கும் அளவுக்கு முதலாவதாய் வெற்றி பெற்றிருந்தாள். அவன் இரண்டாவது. அவளுடைய நீண்ட முகத்தைப் பற்றிப் பையன்கள் பின்னால் கேலி செய்வது அவளுக்குச் சாடைமாடையாகத் தெரியும். நனோபேசியில் நோவா அனுப்பிய செய்தி இதுதான்: 'எலிப்பந்தயத்தில் முதலாவதாக வந்தாலும் எலி எலிதான்.' அவளுக்கு எலும்பெல்லாம் எரிந்தது. மார்ட்டியைக் கட்டிப்பிடித்து அழவேண்டும்போலத் தோன்றியது.

2030ஆம் ஆண்டு தொடங்கமுன்னர் தலைமையாசிரியர் தன் உரையை நனோபேசி மூலம் அனுப்பியிருந்தார். அவருடைய உரையில் பாதி அவளுக்குப் பிடித்திருந்தது. 'பைசிக்கிளில் ஏறி உட்கார்ந்தால் நீங்கள் நகரவேண்டும், அல்லது விழுந்துவிடுவீர்கள். உங்கள் வேலை நகர்ந்துகொண்டே இருப்பது. அறிவைத்தேடி. பூமி கிழக்குப் பக்கம் சுழல்கிறது. இது அறிவு அல்ல, ஒரு சிறு

அ. முத்துலிங்கம் ◆ 1165

உண்மை. இதைத் தெரிந்து பிரயோசனமில்லை. பூமி மேற்குப் பக்கம் சுழன்றால் என்ன நடக்கும்? அப்படிச் சிந்திப்பதுதான் அறிவின் நகர்வு. உங்கள் பைசிக்கிள் ஓடிக் கொண்டேயிருக்கட்டும்.'

இதுவரைக்கும் அந்தப் பேச்சு சமந்தாவுக்குப் பிடித்துக் கொண்டது. ஆனால், பிடிக்காதது 'ஒரு கதவு பூட்டினால் இன்னொரு கதவு திறக்கும்' என்று அவர் கூறியது இதைத்தான். 18ஆம் நூற்றாண்டில் இருந்து சொல்லிக்கொண்டு வருகிறார்கள். அந்த இன்னொரு கதவு 37ஆம் மாடியில் இருப்பதை ஒருவரும் சொல்வதில்லை. அந்த மாடிக்குப் போகும் மின்தூக்கி பழுதுபட்டு விட்டது என்ற தகவலையும் மறந்துவிடுகிறார்கள். அம்மா சொல்கிறார், புத்தி மட்டும் இருந்தால் பிழைக்க முடியாது. கடின உழைப்பும் அதே அளவுக்குத் தேவை. மண்புழுவும் கடினமாகத்தான் உழைக்கிறது; கோழியின் வாய்க்குள் போவதற்கு.

நேற்றிரவு அம்மாவுக்குப் பிடித்த டைட்டானிக் திரைப் படத்தை வீட்டுத் திரையில் அம்மாவுடன் அவளும் பார்த்தாள். எத்தனை குழந்தைத்தனமான படம்! கேட் வின்ஸ்லெட் அணிந்த பிரபலமான சிவப்பு ஆடையைப் பார்த்ததும் சிரிப்பு சிரிப்பாக வந்தது. தையல்காரக் குருவிகூட இன்னும் திறமாக ஆடை தைத்திருக்கும். படத்திலே உண்மையான ஆண்களும் பெண்களும் நடித்தார்கள். ஓர் ஆறு வயதுப் பிள்ளை எழுதக்கூடிய திரைக்கதை. இப்போது வெளியாகும் திரைப்படங்களின் கதைகளை ஊகிக்கவே முடியாது. எப்படித் துவங்கும் எப்படி முடியும் என்பது புதிராகவே இருக்கும். இரண்டாவது தடவை பார்க்கும்போது கதை மாறி விடும். மறுபடியும் புதுவிதமான முடிவு கிடைக்கும். நடிக நடிகைகள் கிடையாது. அனைத்துத் திரைப்படங்களும் எண் தொழில் நுட்பத்தில் ஒரு சின்ன அறையில் இருந்து சொற்ப காசுக்குத் தயாரிக்கப்பட்டிருக்கும்.

வகுப்பிலே அவளுக்குப் பிடித்த இன்னொரு சிநேகிதி அனெட். அழுதபடியே இருப்பாள். ஆனால், கையிலே பாதி கடித்த சாண்ட்விச்சும் இருக்கும். அவள் டச்சுக்காரி. அவளுக்கு ஒரு சொல் ஆங்கிலம் தெரியாது. டச்சு மொழியிலேயே படித்தாள். அதிலேயே பதில் கூறினாள். பரீட்சை எழுதினாள். நனோபேசி எல்லாவற்றையுமே ஆங்கிலத்தில் மாற்றிவிடும். ஐஸ்லாண்டிலிருந்து வந்த பெண்ணுக்கு எல்லாமே ஆச்சர்யம். சூரியனைக்கூட தினமும் அதிசயமாகப் பார்த்தாள். போர்ச்சுக்கல் மாணவன் ஒரு நாள் தன் தாயின் பெயரையே மறந்துவிட்டான். பல மொழி மாணவர்களும் படித்தார்கள். புதுமொழி படிக்கவேண்டும் என்ற

அவசியமே இல்லாமல் செய்துவிட்டது நனோபேசி. இதனால் பிரெஞ்சு, ஸ்பானிஷ், லத்தீன், கிரேக்கம் படிப்பிக்கும் ஆசிரியர் களுக்கெல்லாம் வேலை போய்விட்டது.

வாக்கு கொடுத்தபடியே 2030ஆம் வருடம் பிறந்த அன்று அவளுக்கு புது அப்பா கிடைத்தார். ஒரு மீசைகூட வளர்ந்திருந் தது. கட்டிப்பிடித்து முத்தம் கொடுத்தாள். அப்பாவும் அம்மாவும் ஒன்றாயிருக்கும் படத்தை நனோபேசியின் முகப்பில் பதிந்திருந் தாள். பள்ளிக்குப் புறப்பட்டபோது அவள் கையிலே புத்தகப் பை, பென்சில், பேனா, பேப்பர், புத்தகம் ஒன்றுமே கிடையாது. கையிலே இருந்ததெல்லாம் நனோபேசிதான். வாசலிலே இரண்டு இருக்கைகொண்ட சூரிய கார் அவளுக்காகக் காத்திருந்தது. அவள் அணுகியதும் கதவு திறந்தது. ஏறி உட்கார்ந்ததும் பூட்டியது. இரவு பனி தூவியிருந்தாலும் கார் சரியான வெப்பத்தில் இருந்தது. 'பள்ளிக்கூடம்' என்று மட்டுமே சொன்னாள். அது ஓடத்தொடங் கியது. ரோட்டில் ஆயிரக்கணக்கான கார்கள் ஒன்றையொன்று துரத்தின. இரண்டு இருக்கைக் கார்கள், நாலு இருக்கைக் கார்கள், ஆறு இருக்கைக் கார்கள். எல்லாமே சூரிய ஒளியில் இயங்கு பவைதான். வேகக்கட்டுப்பாடு கிடையாது. விபத்துகள் கிடை யாது. ஆகவே இருக்கைப் பட்டி கிடையாது, காற்றுப் பை கிடை யாது. சந்தி விளக்குகள்கூடக் கிடையாது. ஆனால், அவ்வப்போது கார்கள் சொல்லிவைத்ததுபோல திடீரென்று நின்று மற்றக் கார்களுக்கு வழிவிட்டன.

பாதிப் பயணத்திலே மனதை மாற்றி 'மடேரா கோப்பிக் கூடம்' என்றாள் சமந்தா. எந்தக் கோப்பிக் கூடம் என்று சொல்ல வில்லை. கார் மிக அண்மையில் உள்ள ஓர் கோப்பிக் கூடத்தைத் தேர்வுசெய்து அதற்குள் நுழைந்து நின்றது. மடேரா கோப்பி மூளையைக் கூர்மைப்படுத்தும் என்று ஆராய்ச்சி சொன்னது. எத்தியோப்பியன் ஆடு மேய்க்கும் சிறுவன் 500 ஆண்டுகளுக்கு முன்னர் ஒரு செடியில் உள்ள காய்களை ஆடுகள் தின்று துள்ளி விளையாடுவதைக் கண்டான். அவற்றைப் பறித்து வேகவைத்து நீரை குடித்த அவனும் மகிழ்ச்சியில் துள்ளினான். அதே செய் முறையில் தயாரித்த கோப்பிதான் மடேரா கோப்பி. இது உற்சாகம் தரக்கூடியது என மருத்துவக் குழு சான்று வழங்கியிருந்தது.

முதலாவது யன்னலில் 'யூனியர் கோப்பி சுப்பீரியர்' என்றாள். அடுத்த யன்னலில் கடுதாசிக் குவளையில் கோப்பியைப் பெற்றுக் கொண்டு நன்றி என்று மட்டுமே சொன்னாள். அவள் குரல் ரேகையை வைத்து அவள் கணக்கில் இருந்து பணம்

அவர்கள் கணக்குக்கு மாறிவிடும். கடன் அட்டை என்பது அம்மாவின் காலத்திலேயே ஒழிந்துவிட்டது. காசுத்தாள் எப்போவோ வழக்கொழிந்துபோனது. மார்ட்டி பாதுகாத்து வைத்திருக்கும் அண்ட்ரூ ஜாக்ஸன் படம் போட்ட 20 டொலர் தாள் ஒன்றை அவள் பார்த்திருக்கிறாள். நனோபேசியில் சமந்தாவின் கைரேகை, கண்ரேகை, குரல்ரேகை, டிஎன்ஏ இரட்டைச் சங்கிலி எல்லாமே பதிவாகியிருந்தன. அதை வேறு எவரும் பாவிக்க முடியாது. அவள் குரலோ கைரேகையோ கண்ரேகையோதான் அதை இயக்க முடியும்.

பள்ளிக்கூடத்துக்குள் நுழைந்ததும் கார் குறிப்பிட்ட இடத்தில் நின்றது. கதவு திறந்து அவள் இறங்கியதும் தானாகவே மூடியது. 'தரிக்கும் இடத்துக்கு போ' எனக் கட்டளையிட்டாள். அது நகர்ந்து தரிக்கும் இடத்துக்குபோய் தன்னை நிறுத்திக்கொண்டது. வகுப்பை நோக்கி நடந்தாள். எதிரே தலைமையாசிரியர் ஜோன்ஸ் நீளக் கறுப்பு மேலங்கியில் தென்பட்டார். வணக்கம் என்றாள். அவரும் சொன்னார். அருமையான ஆரம்ப உரை என்றாள். அவர் நன்றி என்று கூறிவிட்டு சிவப்புத் தலைமுடி துள்ள அகன்றார். போனவருடம் பச்சைத் தலைமுடி இருந்தது. இன்னும் இரண்டு மாதத்தில் அவருக்கு 75 வயதாகிறது. ஓய்வு பெறவேண்டும். நல்ல மனிதர். தான் ஓய்வு பெறும்போது பெண்ணாக மாறப்போவதாகச் சொல்லியிருந்தார். ஏன் பெண் என்று பலபேர் கேட்டிருந்தார்கள். தனிமையையும் முதுமையையும் ஒரு பெண்ணால்தான் சாதுர்யமாகக் கடக்கமுடியும். ஆணுக்கு அந்தத் திறமையும் கிடையாது; பொறுமையும் இல்லை. ஆனால், பாவம் அவரால் பால் மாறமுடியாது. அவர் ஏற்கனவே மூன்றுதடவை பால் மாறிவிட்டார். புதுச் சட்டத்தின் பிரகாரம் மீதி நாட்களை ஆணாகவே வாழ்ந்து தொலைக்க வேண்டியதுதான்.

வகுப்பை நோக்கித் தயங்கித் தயங்கி நடந்தபோது கொஞ்சம் பயமும் அதே அளவுக்கு ஆர்வமும் இருந்தது. வயிறு உள்ளுக்கு இழுத்துக் கொண்டுவிட்டது. எலி மூஞ்சி என்று செய்தி பரப்பியவன் அங்கே இருப்பான். ஓர் அருமையான முதல் நாளை இத்தனை மோசமானதாக்கி விட்டான். வகுப்பின் கதவுக்குக் கிட்ட நின்றாள். வகுப்பு தொடங்குவதற்குச் சரியாக ஒரு நிமிடம் இருப்பதைக் கதவு மணி காட்டியது. அவளுடைய மோசமான ஆரம்பத்தை மேலும் மோசமாக்கும் ஒரு சம்பவம் உள்ளே காத்திருப்பது அவளுக்குத் தெரியாது. கதவு அவளுடைய கண்ரேகையைப் படித்துத் திறந்து அவளை உள்ளே விட்டது. மறுபடியும் மூடிக்கொண்டது.

வகுப்பிலே எல்லா ஆசனங்களும் நிரம்பிவிட்டன. தன் னுடைய இருக்கையை நோக்கி நகர்ந்தவள் திடுக்கிட்டு நின்றாள். அமர்வதற்கு முன்னரே 'நீ யார்? எதற்காக இங்கே உட்கார்ந்திருக் கிறாய். இது மார்ட்டியின் இருக்கை?' என்றாள்.

வகுப்பு முழுக்க வாய்விட்டு ஒரே குரலில் ஆவென்று சிரித்தது. அவள் முகம் சிவந்து நீண்டு எலியின் மூஞ்சிபோலவே ஆகிவிட்டிருந்தது. அந்தப் பையன் 'என்னை மார்ட்டி என்று கூப்பிடாதே. நான் இப்போது மார்ட்டின்' என்றான். 'துரோகி. இத்தனை நட்பாக இருந்தும் சொல்லவே இல்லை. உனக்குக் காட்டவென்று என் பெற்றோரைப் படம் பிடித்து வந்தேன். நான் முட்டாள். நான் முட்டாள்' என்று கத்தியபடியே தன் நனோபேசியை சுவற்றை நோக்கி வேகமாக வீசினாள். அது சுவற்றிலே பட்டுத் தெறித்துச் சுக்கு நூறாக உடைந்து சிதறியது. பின்னர் அந்தத் துண்டுகள் தாமாகவே ஒவ்வொன்றாக ஒட்டிக் கொண்டன. அவள் பார்த்துக்கொண்டிருக்க அது மெள்ள மெள்ள அவளை நோக்கி நகர்ந்து வந்தது.

♦

இலையுதிர் காலம்

ஒவ்வொரு வருடமும் கனடாவில் 11ஆம் மாதம் 11ஆம் தேதி காலை 11 மணிக்கு இரண்டு நிமிட நேர மௌனம் அனுட்டிக் கப்படும். முதலாம் உலகப் போர் 1918 நவம்பர் மாதம் காலை 11 மணிக்கு முடிவுக்கு வந்ததை நினைவுகூரும் நாள். அன்றுதான் போர் நாடுகளுக்கு இடையில் சமாதான உடன்படிக்கை கையெழுத்தானது. கனடாவில் அந்த இரண்டு நிமிடம் பஸ்கள் ஓடாது. கார்கள் ஓடாது. தெரு நிசப்தமாக இருக்கும். வீடுகளில் ரேடியோக்களும் டிவிக்களும் அணைக்கப்பட்டிருக்கும். கனடா முழுக்க மௌனத்தில் ஆழ்ந்திருக்கும். நான் வீட்டினுள்ளே என் பாடங்களைப் படித்துக்கொண்டிருந்தேன். பல்கலைக்கழகத்தில் முதல் வருடத்தில் சேர்ந்து ஒன்பது வாரங்கள் கடந்திருந்தன. ஏற்கனவே படித்த புத்தகங்களும் படிக்கவேண்டிய புத்தகங்களும் முன்னே குவிந்து கிடந்தன. அந்தப் பெரிய மௌனத்தைக் கலைத்துக்கொண்டு பக்கத்து வீட்டு முன் தோட்டத்தில் சத்தம் எழுந்தது. மிஸஸ் சூஸன் டி அல்மேடா 'ஓ, கடவுளே!' என்று கத்திக்கொண்டு கீழே விழுந்தார்.

அவர் அந்த வீட்டில் தனியாக வாழ்ந்தார். அவருடைய ஒரே மகன் 10,000 மைல் தூரத்தில் ஏதோ ஒரு கம்பெனியில் ஆலோசகராகப் பணிபுரிந்தார். நான் எட்டிப் பார்த்தபோது ராட்சதப் பறவை அடிபட்டுக்கிடப்பதுபோல புற்தரையில், நாலு கால்கள் மூன்று கைகளுடன் அறிவில்லாமல் கிடந்தார். தூயவெள்ளை ஆடை உடம்பில் தாறுமாறாக ஏறியிருந்தது. டெலிபோனில் 911 அவசர உதவி நம்பரை நான் அழைத்தேன். மௌனம் அனுட்டிக்கும் நேரமாயிருந்தும் அவர்கள் அழைப்பை ஏற்றார்கள். இரண்டு நிமிடத்தில் அம்புலன்ஸ் வந்து சூஸனை ஆஸ்பத்திரிக்கு ஏற்றிச் சென்றது. நான் அவருடைய மகனுக்குக் குறுஞ்செய்தி ஒன்று அனுப்பிவிட்டு மறுபடியும் விட்ட இடத்திலிருந்து படிக்கத் தொடங்கினேன்.

அன்று காலைதான் சூஸன் வீட்டு முன் தோட்டத்தைக் கூட்டி உதிர்ந்திருக்கும் இலைகளை அள்ளி நாலு பெரிய கடுதாசிப் பைகளில் நிரப்பியிருந்தேன். அதற்கு முதல் நாள் அவருடைய

பின் தோட்டத்தைச் சுத்தம் செய்திருந்தேன். இலைகள் உதிர்ப்பது ஓரளவுக்கு முடிந்துவிட்டது. கம்பளி ஆடையால் தன்னைச் சுற்றிக் கட்டிக்கொண்டு வாசலில் நின்று ஆகாயத்தைக் கூர்ந்து பார்த்தார். பின்னர் மேற்பார்வையாளர் குரலில் சூஸன் எனக்கு உத்தரவுகள் பிறப்பிக்கத் தொடங்கினார். எந்த நேரமும் பனி கொட்ட ஆரம் பிக்கலாம். அவர் வீட்டுப் பனி தள்ளுவதும் நான்தான். 70 வயது சூஸனால் அதை எல்லாம் செய்ய முடியாது. மாத முடிவில் கணக்குப் பார்த்து எனக்குச் சம்பளம் தருவார். கோபமானவர், ஆனால், தாராளமானவர்.

அன்று மௌனம் அனுட்டிக்கும் வேளையில் எதற்காக முன் தோட்டத்துக்குப் போனார் என்பது புதிராகவே இருந்தது. நான் குப்பையைப் பைகளிலே நிரப்பி ஏற்கனவே கட்டி வைத்திருந்தது அவருக்குத் தெரியும். ஒழுங்காக வேலையைச் செய்தேனா என்பதை உறுதிப்படுத்த நினைத்திருப்பாரோ தெரியவில்லை. ஒன்றிரண்டு இலைகள் உதிர்ந்திருந்தால் அவருடைய முகபாவம் விதம் விதமாக மாறியிருக்கும். அவற்றைச் சேகரித்து மறுபடியும் பையில் நுழைத்துவிடுவார். அவருக்கு எல்லாமே சுத்தமாக இருக்க வேண்டும். நாலு அறைகள் உள்ள பெரிய வீடு அது. நில அறை களில் அலங்காரப் பொருட்கள் நிறைந்திருக்கும். படுக்கை அறை, குளியல் அறை, இருக்கும் அறை, சமையல் அறைகளைப் பார்க்கும் போது ஐந்து நட்சத்திர ஹொட்டல் நினைவுக்கு வரும். ஒரு கடுமையான மேலதிகாரி அவரை மேற்பார்வை செய்வதுபோல ஐந்து நிமிடத்துக்கு ஒருமுறை வீட்டைத் துப்புரவாக்குவார். தூசியைப் பொறுக்கிக் கையிலே வைத்துப் பார்த்தபின்னர் குப்பைத் தொட்டியில் வீசுவார். பளிங்குபோல மினுங்கும் மேசை யையும் கண்ணாடியையும் துடைப்பார்; பின் மீண்டும் துடைப் பார். நாற்காலியை மேலும் பலமானதாக்க ஐந்தாவது காலைப் பொருத்துவது போலத்தான். தூசி உறிஞ்சியால் கம்பளங்களைச் சுத்தப்படுத்துவார். கால் வைத்ததும் புதைந்து, கால் எடுத்ததும் மீண்டும் சமநிலை அடைய கம்பளம் அரை நிமிடம் எடுக்கும். திரைச் சீலைகள் மாதத்துக்கு ஒருமுறை மாற்றப்பட்டுத் தூய வெண் நிறத்தில் மெலிதாக அசையும்.

சூஸன் படித்துப் பட்டம்பெற்ற பின்னர் காதல் திருமணம் செய்துகொண்டார். கணவரும் அவரும் சேர்ந்து ஆரம்பித்த காப்புறுதி முகவர் நிறுவனம் அமோகமாக வளர்ந்து லாபம் ஈட்டி யது. மகன் படித்தது கணினி பொறியியல். பல நாடுகளில் ஆலோசகராக அலைந்தபடி இருக்கும் வேலை. இன்னும் மண முடிக்கவில்லை. கணவன் இறந்த பின்னர் சூஸன் கம்பெனியை

விற்றுவிட்டார். முழுநேர வேலையாக வீட்டைப் பராமரித்தார். காலை எழுந்ததுமே பாடிக்கொண்டே வீட்டைச் சுத்தம் செய்ய ஆரம்பிப்பார். மெட்டும் தெரியாது, சொற்களும் வராது. ஆனாலும் பாடுவார். 'எதற்காக இத்தனை கடும் உழைப்பு? அவருக்கு யாராவது சலவைக்கல் சிலை வைக்கப் போகிறார்களா?' என்று கேட்பேன். 'ம்' என்பார், அவருடைய சிரிப்பு.

ஆஸ்பத்திரியிலிருந்து தாயை வீட்டுக்குக் கொண்டு வந்தார் மகன். மருத்துவர் சொல்லிவிட்டார், இனிமேல் அவர் தனிமையில் இருப்பது அத்தனை விரும்பத்தக்கது அல்ல என்று. கடவுள் கொடுத்த முகம் அல்ல சூஸனுடையது; முற்றிலும் மாறிவிட்டது. வீட்டை விற்றுவிட மகன் முடிவெடுத்து அதை விற்பனைக்குப் போட்டார். கார் ஏற்கனவே விற்றாகிவிட்டது. முதியோர் காப்பகம் ஒன்றில் தாயாரைச் சேர்ப்பதற்கு ஏற்பாடு செய்தார். உச்சமான பணக்காரர்கள் மட்டுமே அங்கே தங்குவதற்கு அனுமதி பெறலாம். அங்கே இடம் கிடைப்பதற்காகக் காத்திருப்போரின் பட்டியல் நீளமானது. காப்பகத்துக்குப் பெரிய தொகை மகன் நன்கொடை வழங்கியதால் உடனேயே இடம் கிடைத்துவிட்டது. மகனுக்கு அவசர வேலை இருந்ததால் எல்லாவித ஏற்பாடுகளையும் செய்த பின்னர் அவர் மறுபடியும் பயணம் புறப்பட்டுப் போய்விட்டார்.

சூஸன் வீட்டுச் சாமான்களை அகற்ற நான் அவருக்கு உதவி செய்தேன். மகன் உத்தரவு போட்டிருந்தார். ஒரு பொருளும் இருக்கக்கூடாது. தானமாகக் கொடுத்துவிடுங்கள். அல்லது விற்று விடுங்கள். இரண்டும் முடியாவிட்டால் குப்பையில் எறியுங்கள். என் வாழ்க்கையில் இப்படித் துயரமான ஒன்றை நான் காண வில்லை. புத்தகங்கள் மாத்திரம் 2000 இருந்தன. அத்தனையையும் நூலகத்துக்கு சூஸன் தானம் செய்தார். இரண்டு பக்கமும் நிரையாக ஓட்டை விழுந்த தாள்களில் கம்பெனி அறிக்கைகள் கட்டுக் கட்டாகக் கிடந்தன. அவற்றை எறியவேண்டி நேர்ந்தது. வீட்டினுள் அவர் வளர்த்த செடிகளையும் பூக்கன்றுகளையும் பலருக்கு இலவசமாகத் தந்தார். செடிகளை விட்டு அவரால் பிரியமுடியவில்லை. ஒவ்வொன்றையும் தடவி விடைகொடுத்தார். அடுத்து, சுவரிலே மாட்டியிருந்த குடும்பப் படங்கள். அவற்றை அவர் எங்கே வைப்பார்? என்ன செய்வது? என்னைப் பார்த்தார். நான் கீழே பார்த்தேன். ஒரு படத்தைப் பார்த்து நான் திடுக் கிட்டேன். இளமையாக கவர்ச்சியாகச் சிரித்துக்கொண்டு நின்றார். மணமுடித்த புதிதில் எடுத்தது. ஒரு காலத்தில் அவரால் சிரிக்க முடிந்திருந்தது. வேறு வழியின்றி குப்பையிலே எறிந்தார். ஒரு முழு வாழ்க்கை நினைவிலிருந்து அழிந்தது. அந்த முதிய கண்களில் நீர் கசிந்தது.

பிரச்சினை என்னவென்றால் முதியோர் காப்பகத்தில் சொல்லிவிட்டார்கள், ஒரு சூட்கேசில் 20 கிலோ சாமான் மட்டுமே எடுத்துவரலாம் என. ஒரு உயர்தர ஹொட்டலில் கிடைக்கும் வசதிகள் அங்கே இருந்தன. உடைகள், மேலாடைகள், கம்பளிகள், காலணிகள், கையுறைகள், கண்ணாடி மருந்து ஆகியவையே அவருக்குத் தேவைப்படும். மீதி எல்லாமே அங்கே கிடைக்கும். ஓர் அழகான அறை; அத்துடன் தொடுத்த பாத்ரூம். இருக்கும் அறை, இளைப்பாறும் அறை என எல்லா வசதியும் இருந்தது. சூஸனுடைய வீடு ஏற்கனவே விற்பனையாகிவிட்டதால் புதிதாக வருபவர்கள் குடிவரத் தயாராக இருந்தனர். வீட்டுத் தளபாடங்கள், கம்பளங்கள், திரைச்சீலை போன்றவற்றை வீட்டோடு சேர்த்து வாங்கிவிட்டார்கள்.

இன்றுதான் சூஸன் வீட்டைவிட்டுப் புறப்படும் நாள். முதி யோர் காப்பகம் ஒரு குறிப்பிட்ட நேரத்தில் அவருக்கு வாகனத்தை அனுப்புவதாகச் சொல்லியிருந்தது. சூஸன் முன் அறை நாற் காலியில் தன் ஆடையைச் சற்று மேலே இழுத்துவிட்டு உட்கார்ந் தார். நான் பக்கத்தில் அமர்ந்தேன். அவர் போன பின்னர் அவர் இல்லாததை நான் பெரிதாக உணர்வேன். முழுநேர வேலைபோல நாற்காலியில் நிமிர்ந்து பொறுமையாக அவர் காத்திருந்த காட்சியை என்னால் பார்க்க முடியவில்லை. அவர் விரல்கள் நடுங்கின. கண்களில் அமைதி போய்விட்டது. ஏதோ சொல்ல விரும்பினார், ஆனால், சொல்ல முடியவில்லை. சூட்கேஸ் நிரப்பப் பட்டு பக்கத்தில் நின்றது. உட்கார்ந்திருந்த அவர் திடீரென்று எழும்பி நடந்தார். திரைச் சீலையைத் தொட்டுப் பார்த்தார். நீண்ட யன்னல் கண்ணாடி வழியாக பின் தோட்டத்துப் புல் தரையைப் பார்த்தார். அது பச்சை நிறம் மாறி பழுப்பாகிக் கொண்டு வந்தது. இருக்கும் அறையில் உள்ள நீண்ட கண்ணாடி முன் நின்று தன் உருவத்தைப் பார்த்தார். அதைத் தொட்டார். கைப்பையைத் திறந்து மென்தாள் ஒன்றை எடுத்துக் கண் ணாடியைத் துடைத்தார். என்னைப் பார்த்துச் சொன்னார். ‘இந்த வீட்டில் நானும் கணவரும் 30 வருடங்கள் வாழ்ந்தோம். இந்த நிலைக்கண்ணாடிதான் மணமுடித்த பிறகு நாங்கள் வாங்கிய முதல் பொருள். நானும் கணவரும் இது விற்ற கடைக்கு இரண்டு தரம் சென்று பேரம் பேசினோம். என் கணவர் அதை அன்று இரவே இதே இடத்தில் பொருத்தினார். அவர் தினமும் இதன் முன் நின்று தன்னை ஒருமுறை பார்த்துவிட்டுத்தான் அலுவலகம் போவார்.’

‘உங்கள் மகன் இங்கேதான் பிறந்தாரா?’, ‘ஆமாம். இந்த வீட்டை வாங்கிய இரண்டாம் வருடம் பிறந்தான். இடது பக்கத்தில் தெரிவது அவனது அறை. நீலக்கலரில் என் கணவர்

எனக்குத் தெரியாமல் வண்ணம் பூசி அலங்காரம் செய்து வைத்தார். நான் ஆஸ்பத்திரியில் இருந்து வந்தபோது அற்புதமான ஒரு புது அறை நீல நிறத்தில் தயாராக இருந்தது. இந்தச் சுவர் முழுக்க மகனின் கிறுக்கல்கள் இருந்தன. நாங்கள் அவனைத் தடுக்கவில்லை. என் கணவர் அவனின் வெளிப்பாடு என்று சொன்னார். கணவர் இறந்த பின்னர் நான் அந்த அறையை மீண்டும் வர்ணம் பூசிப் புதிதாக்கினேன். என் கணவருடன் 40 வருடங்கள் வாழ்ந்தேன். என் மகனுடன் 20 வருடங்கள். என்னுடன் 70 வருடம் வாழ்ந்துவிட்டேன். அலுப்பாயிருக்கிறது.' தலையைச் சாய்த்துத் தூரத்துச் சத்தத்தைக் கேட்பதுபோல கண்கள் மேலே போக யோசித்தார். பழைய எண்ணங்களில் அவர் மூழ்கிவிட்டார்.

சூஸனின் வயதைச் சொல்லவே முடியாது. கழுத்தில் கொஞ்சம் சுருக்கம் தொங்கியது. ஆனால், புத்தி கூர்மையாக வேலை செய்தது. சூட்கேஸ் மேலே ஒரு புத்தகம் இருந்தது. புத்தம் புதிதுபோல காணப்பட்ட 400 பக்கப் புத்தகம் அது. இதை மாத் திரம் அவர் நூலகத்துக்குத் தானம் செய்யவில்லை. அது கட்டடக் கலை பற்றிய புத்தகம். திறந்து பார்த்தேன். யாராவது அன்பளிப்பு என்று எழுதிக் கையெழுத்து வைத்திருப்பார்களோ? அப்படி ஒன்றும் இல்லை. 'இது என்ன புத்தகம்? கட்டடக்கலை பற்றி இனிமேல் படிக்கப் போகிறீர்களா?' என்று கேட்டேன்.

'எனக்கு 20 வயது நடந்தபோது நான் பல்கலைக் கழகத்தில் இரண்டாம் ஆண்டு படித்துக்கொண்டிருந்தேன். கட்டடக்கலை நிபுணராகவேண்டும் என்பது பலவருடங்களுக்கு முன்னர் நான் எடுத்த முடிவு. அதற்கான புத்தகங்களைத் தேடினேன். புத்தகங்கள் அதிக விலையாக இருந்தன. அவற்றை வாங்கும் வசதி எனக்கு இல்லை. ஆகவே நூலகங்களில் இரவிரவாகப் படித்து குறிப்புகள் எடுத்தேன். நான் ஏழ்மையான குடும்பத்திலிருந்து படிக்க வந்திருந் தேன். என்னுடைய படிப்புக்கு நானே காசு கட்டவேண்டும். அதற்காகப் பல்கலைக்கழகத்தில் நாள்கூலி வேலை பார்த்தேன். காசு போதாமல் வெளியே கோப்பிக் கடைகளில் வேலைசெய்து பணம் சம்பாதித்தேன். என்னுடைய சிநேகிதிகள் விருந்து, கேளிக்கை, சினிமா என்று வெளியே சுற்றும்போது நான் உண வகத்தில் கோப்பைகள் கழுவிக்கொண்டிருந்தேன்.

'பேராசிரியர் ஒரு பெரிய புரொஜெக்டை என்னிடம் ஒப் படைத்தார். அதில் வெற்றி பெற்றால்தான் என்னுடைய கட்டடக் கலை படிப்பு உறுதியாகும். எப்படியும் வெற்றிபெற வேண்டும்

என்ற வெறி என்னுள் இருந்தது. அப்பொழுது கட்டடக்கலைச் சிந்தனையை முழுக்க மாற்றியமைத்த பேராசிரியர் ஒருவர் இருந் தார். அவரை நேர்காணல் செய்ய முடிவெடுத்தேன். அவரைக் கண்டுபிடிக்க முடியவில்லை. தொலைபேசி எண் கிடைத்து அழைத்தபோது அது வேறு எங்கேயோ போனது. பின்னர்தான் எனக்கு விசயம் புரிந்தது. இந்தப் பேராசிரியர் ஹிப்பி கலாச் சாரத்தைச் சேர்ந்தவர். சிக்குப்பிடித்த தாடி. நகம் வெட்ட மாட் டார். குளிக்க மாட்டார். உடை மாற்ற மாட்டார். அவர் தூரத்தில் வரும்போதே நெடி தாங்கமுடியாமல் போகும். ஆனால், இவர் மாணவர்களுடன் நட்பாக இருந்தார். இவர் கற்பித்தது அமெரிக் காவில் அதி பிரபல்யமான பல்கலைக்கழகம் ஒன்றில். அதிகாரம் அவரைத் திருத்த முயன்றது. எச்சரிக்கை விடுத்தது. அவர் ஒன்றை யும் கண்டுகொள்ளவில்லை. இறுதியில் அவரை வேலையை விட்டு நீக்கிவிட்டது.

பேராசிரியருக்குப் பின்னர் வேலை கிடைக்கவில்லை. அவரு டைய விண்ணப்பம் போகுமுன்னர் அவர் பற்றிய சேதி அங்கே போய்விடும். வேலை இல்லாமல் வீதிவீதியாக அலைந்தார். ஒரு நாள் அவரைத் தேடிக் கண்டுபிடித்துவிட்டேன். சற்று முன்னுக்குத் தள்ளிய முகம். கடல் சிப்பிபோல வளைந்த முதுகு. பிரகாசமான கண்கள். சிரிக்கும்போது எல்லாப் பற்களாலும் சிரிப்பார். மோச மான ஒரு தெருவில் சின்ன அறையில் வசித்தார். ஒருநாள் முழுக்க அவரை நேர்காணல் செய்தேன். எதிர்பார்த்ததிலும் அதிகமான ஒத்துழைப்பு கொடுத்தார். நிறைய விவரங்களைத் தானாகவே தந்தார். கண்ணியமாக நடந்துகொண்டார். அற்புதமான மனுசர். பேட்டி முடிவில் அவர் என்னிடம் கேட்டார். நான் அப்படியே அதிர்ந்துபோய்விட்டேன். 'எனக்கு பசியாயிருக்கு. என்னை ஓர் உணவகத்துக்கு அழைத்துப் போக முடியுமா?' பிரச்சினை என்ன வென்றால் நான் அவரிலும் பார்க்க கொடிய ஏழ்மையில் இருந் தேன். உணவகத்துக்கு அழைத்துச் செல்லும் வசதி எனக்கிருக்க வில்லை. ஆனால், இப்படி பதில் சொன்னேன்: 'உணவகச் சாப் பாடு மோசமாக இருக்கும். என் சமையல் அற்புதமானது. என் அறைக்கு வாருங்கள்.'

சொன்ன நேரத்துக்கு அவர் வந்தார். குளிர் காலம் ஆரம் பித்துவிட்டது. இரண்டு முன்பொத்தான்கள் இல்லாத பழைய ஓவர்கோட்டை அணிந்து, கைகளால் தோளைக் கட்டிக்கொண்டு நின்றார். சப்பாத்துகள் பிய்ந்து கடைசி நிலையை எட்டியிருந்தன. 'ஒரு முழு வாத்தை நான் இப்போது சாப்பிடுவேன்' என்றார். என்னிடம் கோழிக்குஞ்சுகூட இல்லை, ஆனால், முட்டை

இருந்தது. அதிலே நல்ல ஓம்லெட் செய்தேன். பிரட், சீஸ், வால்நட் தூவிய ரொமெய்ன் சாலட், தக்காளி சூப் என்று பலவிதமான உணவு தயாரித்தேன். பியரை அப்படியே போத்தலுடன் கொடுத்தேன். உணவைத் திரும்பவும் மேசையில் இருந்து எடுத்துவிடுவேன் எனப் பயந்ததுபோல அவசரம் அவசரமாகச் சாப்பிட்டார். மூக்கையும் வாயையும் ஒரே சமயத்தில் கோப்பையினுள் நுழைத்து சூப்பைக் குடித்தார். அதி மகிழ்ச்சியில் காணப்பட்டார். நன்றி என்று கூறிவிட்டுப் புறப்பட்டார்.

கதை முடியவில்லை. ஒரு வாரம் கழிந்தது. தொலைபேசியில் என்னை அழைத்து ஓர் உதவி கேட்டார். 'புத்தகக் கடைக்கு போய்ப்பார்க்க ஆவலாக இருக்கிறது. என்னை உள்ளே விடமாட்டார்கள். அழைத்துப் போகமுடியுமா?' அன்று நான் மிகவும் பிசியாக இருந்தேன். எனினும் இந்தச் சின்ன உதவியை எப்படிச் செய்யாமல் இருக்க முடியும்? புத்தகக் கடை வாசலுக்கு சென்றதும் என் பின்னாலிருந்து மெல்லத் தொட்டார். அவர் கைவிரல்கள் நடுங்குவதை உணரமுடிந்தது. குழந்தைப்பிள்ளை விளையாட்டுச் சாமான் கடைக்குள் நுழைந்ததுபோல ஆவலாக ஒவ்வொரு புத்தகத்தையும் தொட்டுப் பார்த்தார். சிலதை விரித்துப் படித்தார். இந்தப் புத்தகத்தை என் மாணவன் எழுதினான் என்று ஒன்றைக் காட்டினார். ஒவ்வொரு புத்தகத்தையும் தடவிய பின்னர் திரும்ப அதே இடத்தில் வைத்தார். ஒரு புத்தகமும் அவர் வாங்கவில்லை.

வெளியே வந்தோம். 'உங்கள் சுயசரிதையை எழுதுங்கள். உபயோகமாயிருக்கும்' என்றேன். 'என்ன பிரயோசனம்? ஒருவராலும் முழுதாக எழுதமுடியாது. கடைசி அத்தியாயம் விட்டுப் போய்விடும்' என்றார். சிறிது தூரம் என் பக்கத்தில் நடந்தபின்னர் நடுவீதியில் சட்டென்று நின்றார். மழைபெய்து தண்ணீர் தேங்கி நின்றது. எனக்கு நன்றி சொல்லப் போகிறார் என்று நினைத்தேன். அவருடைய பழைய ஓவர்கோட்டின் பைகளுக்குள் கையை நுழைத்து ஒரு புத்தகத்தை வெளியே எடுத்து என்னிடம் நீட்டினார். நான் 'என்ன? என்ன?' என்று பதறியபடி பின்னுக்கு நகர்ந்தேன். கட்டடக் கலை பற்றிய முக்கியமான புத்தகம் அது. நூலகத்தில் இரவிரவாக நான் குறிப்பெடுத்தது இந்தப் புத்தகத்தில் இருந்துதான். 'பரிசாகத் தருகிறேன். தயவுசெய்து ஏற்கவேண்டும்' என்றார்.

'பரிசா? களவெடுத்தீர்களா?'

அவர் வளைந்துபோய், இரண்டு பொத்தான் இல்லாத ஓவர்கோட் விளிம்பை ஒரு கையாலும், மறு கையால் புத்தகத்தையும்

பிடித்துக்கொண்டு, அசையாது நின்றார். அவருடைய பிம்பம் கீழே தண்ணீரில் ஆடியது.

'ஆமாம், உங்களுக்கு ஏதாவது தரவேண்டும். என்னிடம் ஒன்றுமில்லையே. பிளீஸ். மறுக்கவேண்டாம்' என்றார்.

'நான் வேறு வழியின்றி ஏற்றுக்கொண்டேன். இதுதான் அந்தப் புத்தகம்.'

'கட்டடக்கலை படித்தீர்களா?'

'இல்லையே. அதற்குப் பின்னர் என் மனம் மாறிவிட்டது. மனேஜ்மெண்ட் படிக்கவேண்டும் என்ற எண்ணம் மூளைக்குள் புகுந்துவிட்டது.'

'உங்கள் கணவர் ஞாபகமாக ஏதாவது இருக்கிறதா?'

'இல்லை.'

'உங்கள் மகன் ஞாபகமாக ஏதாவது எடுத்துப் போகிறீர்களா?'

'இல்லை.'

கார் வந்து வாசலில் நிற்கும் சத்தம் கேட்டது. சாரதி உள்ளே நுழைந்தார். பெரிய விருட்சம் ஒன்று சுருங்கிச் சுருங்கி மறுபடியும் விதையானதுபோல நாலு அறை, நிலவறை, மாடி கொண்ட பெரிய வீட்டு சாமான்களை சுருக்கி 20 கிலோவாக சூட்கேசில் அடைத்து வைத்திருந்தார். அது பக்கத்தில் ஓர் ஆள்போல இரண்டு சில்லு களில் நின்றது.

சாரதி பெட்டியை இழுத்துக்கொண்டு முன்னே நடந்தார். சூஸன் இரண்டு கைகளையும் முன்னே நீட்டி ஒரு குழந்தையை ஏந்துவதுபோல புத்தகத்தைத் தூக்கிக்கொண்டு நடந்தார். நான் அவர் பின்னே நடந்தேன்.

◆

அது நான்தான்

இரவு ஒன்பது மணியாகிவிட்டது. ரொறொன்ரோ சூரியனின் சாய்ந்த கிரணங்கள் அவன் கண்களைக் கூசவைத்தன. நெடுஞ் சாலையில் காரை வேகமாக விமான நிலையத்தை நோக்கி ஓட்டினான் வசந்தகுமாரன். அவனுடைய புது மனைவி தன்னந்தனியாக கொழும்பிலிருந்து வருகிறாள். அவள் வரும்போது அவன் அங்கே நிற்க வேண்டும். 13 மாதத்திற்குப் பிறகு மனைவியைப் பார்க்கப் போகிறோம் என்று நினைத்தபோது மனது குறுகுறுவென்று ஓடியது. காரை மூன்றாவது தளத்தில் நிறுத்திவிட்டு, தரிப்புச் சீட்டில் காரை நிறுத்திய இடத்தைக் குறித்து வைத்துக்கொண்டான். புது மனைவியுடன் திரும்பும்போது காரைக் கண்டுபிடிக்க அலையக்கூடாது.

வருகைக்கூடத்தில் நிறைய ஆட்கள் சேர்ந்துவிட்டார்கள். அவனுக்குப் பக்கத்தில் ஒருவர் உரத்துப் பேசிக்கொண்டிருந்தார். அவர் பக்கத்தில் நிற்பவருடன் பேசக்கூடும். அல்லது 1000 மைல் களுக்கப்பால் உள்ள ஒருவருடன்கூட உரையாடலாம். 'விநோதினி ரத்தினராசா' என்று எழுதிய அட்டையைத் தூக்கிப் பிடித்துக் கொண்டு காத்திருந்தபோது கூச்சமாகவிருந்தது. ரத்தினராசா என்பது அவள் அப்பாவின் பெயர். அவளுடைய கடவுச்சீட்டும் அதே பெயரில்தான் இருந்தது. கனடா வந்து சேர்ந்தபின் அவள் பெயரை 'விநோதினி வசந்தகுமாரன்' என மாற்றவேண்டும் என்று நினைத்துக்கொண்டான். யாராவது மனைவியின் பெயரட்டையைக் காவிக்கொண்டு நிற்பார்களா?

அவன் அப்படி நின்றதற்குக் காரணம் இருந்தது. 13 மாதங் களுக்கு முன்னர் அவன் சித்தப்பாவின் தொந்தரவு தாங்காமல் இலங்கை சென்று அங்கே அவர் தெரிவுசெய்த பெண்ணைக் கோயிலில் தாலி கட்டி மணமுடித்தான். அவனுக்குக் கிடைத்த ஒருவார விடுப்பில் பெண்ணைப் பார்த்து ஏற்பாடு செய்ய நாலு நாட்கள் போனது. மீதி மூன்று நாட்கள் அவளுடன் கழித்த பின்னர் கனடா திரும்பிவிட்டான். மணமுடித்த சான்றிதழ் அனுப்பி மனைவிக்கு விசா கிடைப்பதற்கு இத்தனை காலம் பிடித்தது. இந்த இடைவெளியில் கடிதம் பரிமாறினார்கள்.

கடிதத்தில் சொல்லமுடியாததைத் தொலைபேசியில் நீண்ட நேரம் பேசிச் சரிசெய்தார்கள்.

ஆனால், நம்பமுடியாத ஒரு விசயம் நடந்தது. திருமணம் நடந்த கோயிலில் அவனுடைய சித்தப்பா படம் பிடிப்பதற்கு ஒரு பையனை அமர்த்தியிருந்தார். இலக்கக்காமிராக்கள் பிரபல மாகாத காலம். படச்சுருள் பழுதாகி ஒரு படமும் தப்பவில்லை என்று சித்தப்பா எழுதியபோது அவனுக்கு அடக்க முடியாத கோபம் வந்தது. விநோதினியின் முகத்தை நினைக்கப் பார்த்தான். அது மனதில் வரவே இல்லை. அவளுக்கும் அவன் முகம் நினை வில் இருக்கிறதோ என்னவோ. அதுதான் பெயர் அட்டையைக் காவியபடி நின்றான். யாராவது இளம்பெண் தனியாக வண்டி தள்ளிக்கொண்டு வந்தால் அவளை உற்றுப் பார்த்தான். அவள் தாண்டிப் போனதும் இன்னொரு பெண் ஜீன்ஸ் அணிந்து நீண்ட கைப்பையைத் தோளிலே தொங்கவிட்டபடி அசைந்து அசைந்து வந்தாள். நீண்டநேர பயணத்தில் வருபவள் போலவே இல்லை. மியூசியத்தைப் பார்க்க வந்தவள்போல இரண்டு பக்கமும் பார்த்த படி சாவதானமாக நடந்து போனாள். இவன் அட்டையை அவள் பக்கம் திருப்பினான். அவளாக இருந்தால் நல்லாயிருக்கும். அவள் அப்படியே நகர்ந்து போய்விட்டாள்.

அவனுடைய மனைவியின் நடையை ஞாபகப்படுத்திப் பார்த்தான். கொஞ்சம் முன்சாய்ந்த நடை. சிலவேளை விழுந்து விடுவாளோ என்றுகூட அவன் நினைத்ததுண்டு. சற்றுக் குனிந்து மேல்கண்ணால் பார்த்துக் கதைப்பாள். என்ன சொன்னாலும் திருப்பி ஒன்றைச் சொல்லுவாள். ‘கிக் கிக்’ என்று பெரிதாகச் சத்தம் போட்டுச் சிரிப்பாள். அவள் இருக்கும் இடம் கலகலப்பாக இருக்கும். அவனுக்கு ஏற்றமாதிரி பெண்ணை சித்தப்பா தேர்வு செய்ததில் அவனுக்கு மகிழ்ச்சிதான். ஆனாலும் அவரை நினைக்க நினைக்கக் கோபமாக வந்தது. இப்படி ஏமாற்றிவிட்டார். திருமணப்படம் ஒன்றுகூட அவனிடம் இல்லாமல் போனது அவரால்தான். மனைவியின் முகத்தில் ஞாபகம் இருப்பது அவளுடைய கண்கள்தான். ‘தீக்கோழி போல உனக்குப் பெரிய கண்கள்’ என்று சொல்லியிருக்கிறான். அவள் உடனே ‘உங்களுக்குத் தெரியுமோ, தீக்கோழியின் மூளை அதன் கண்களிலும் பார்க்கச் சிறியது’ என்றாள். அவள் சொன்னது உண்மைதான் என்று பின்னர் தெரிந்தது.

ஒன்றிரண்டு பழுப்புத் தோல் பெண்கள் வந்தார்கள். இவர் களில் யாராவது விநோதினியாக இருக்கலாம் என்று நினைத்தான்.

தூரத்தில் சேலையுடுத்திய பெண் ஒருத்தி வந்தாள். பக்கத்தில் ஒரு சிறுவனும் வந்ததால் அவளாக இருக்க முடியாது. மணமுடித்த மூன்றாவது நாள் அவன் புறப்படுமுன் மாடியில் அமர்ந்து அவளுடன் பேசிக்கொண்டிருந்தான். அவள் கேட்டாள் 'நீங்கள் CSIS இல் வேலை பார்க்கிறீர்கள். அப்படி என்றால் என்ன?' 'அமெரிக்காவில் சிஐஏ இருப்பதுபோல இந்தியாவில் ரோ இருப்பதுபோல கனடாவில் இதுதான் உளவுத்துறை.' 'அப்படி யென்றால் நீங்கள் ஜேம்ஸ்பொண்ட் போல துப்பாக்கியுடன் நாடு நாடாகச் சென்று கொலை செய்வீர்களா?' 'அப்படியெல்லாம் இல்லை. முழுக்க முழுக்கக் கணினியின் முன் உட்கார்ந்து செய்யும் வேலைதான். குறியீட்டியல் படித்திருக்கிறேன். சங்கேத வார்த்தை களில் பரிமாறப்படும் ராணுவ ரகஸ்யங்களை உடைத்துக் கொடுப் பதுதான் என் வேலை. 10 சதவீதம் மூளைக்கு வேலை; மீதியைக் கணினி செய்துவிடும்.' 'ஓ, நான் படித்திருக்கிறேன். ஜூலியஸ் சீசர்தான் முதன்முதலில் 2000 வருடங்களுக்கு முன்னரே யுத்த உத்தரவுகளைக் குறியீட்டு முறையில் அனுப்பினான் என்று. ஓர் எழுத்துக்குப் பதில் மூன்றாவது எழுத்தைப் பாவிப்பான். Aக்கு பதிலாக D; Bக்குப் பதிலாக E என்று எழுதுவான்.' 'இந்தக் காலத்தில் இப்படி சங்கேத வார்த்தைகளில் தகவல் அனுப்பினால் அதை 10 வயது பள்ளி மாணவன் உடைத்துவிடுவான். இப் பொழுதெல்லாம் அதிநவீனக் குறியீட்டு முறைகளைப் பயன்படுத்து வதால் மனித மூளையால் அவற்றை உடைக்கவே முடியாது. அதிவேகமான கம்ப்யூட்டர்கள் உதவுகின்றன. அப்படியும் சில தகவல்களை முறிக்க இரண்டு மாதமாகி அவை பயனற்றதாகி விடும்.'

'நான் உங்களுக்குக் கடிதங்களைக் குறியீட்டு முறையில் அனுப்பினால் அவற்றை அவிழ்த்துப் படிப்பீர்களா?' 'முயற்சி செய் கிறேன்' என்றான் அவன் சிரித்துக்கொண்டே. ஆனால், ஒரு குறி யீட்டுக் கடிதம்கூட அவளிடமிருந்து வரவில்லை. எட்டாம் வகுப்பு மாணவி போலத்தான் எழுதினாள். 'எப்ப வருகிறீர்கள்? குளிக் கிறீர்களா? சாப்பிடுகிறீர்களா? உடம்பைப் பாருங்கள். உங்கள் நினைவாகவே இருக்கு. இங்கே வரும் சந்திரன்தான் அங்கேயும் வருவானா? 'நிலவுக்கு என் மேல் என்னடி கோபம் நெருப்பாய் எரிகிறது' என்ற கண்ணதாசனின் வரிகள் எனக்காகவே எழுதப் பட்டவை என்று நினைக்கிறேன். காலண்டரில் ஒரு நாளைக்கு இரண்டு தாள்களாக கிழிக்கிறேன். அங்கே மாலை நாலு மணிக்கே இரவு வந்துவிடுமாம். நானும் உங்களைப் போல மாலையே தூங்கப் போய்விடுகிறேன். அப்பொழுதுதானே அடுத்தநாள் காலை சீக்கிரமாக விடியும்' இப்படியெல்லாம் எழுதுவாள்.

அவனுக்கு முன் ஒரு பெண் நின்றாள். அவன் நிமிர்ந்து பார்த்தபோது திடுக்கிட்டுவிட்டான். சேலையுடுத்தி அதற்குமேல் ஒரு மெல்லிய கோட் அணிந்திருந்தாள். சரோஜாதேவி போடுவது போல உயரமான கொண்டை. பழுப்பு நிறம். முடிவடையாத முகம். தள்ளுவண்டியில் இரண்டு பயணப்பெட்டிகள். அதற்குமேல் பயணப்பை. இவன் ஒன்றுமே பேசாமல் அவளுக்கு என்ன வேண்டும் என்பதுபோலப் பார்த்தான். 'தெரியவில்லையா? நான் தான் உங்கள் மனைவி விநோதினி ரத்தினராசா' என்று அவனு டைய பெயரட்டையைச் சுட்டிக் காட்டினாள். தன்னை அவனுக்கு அடையாளம் தெரியவில்லையே என்பதில் ஏமாற்றமும் துயரமும் முகத்தில் தெரிந்தது. தண்ணீருக்கு அடியில் ஒருவர் சிரிப்பதுபோல அவனைப் பார்த்துச் சிரித்தாள்.

குறியீட்டியல் நிபுணரின் முகத்தில் அதிர்ச்சி. அவனால் நம்பமுடியவில்லை. அவன் பாவிக்கும் அதிவேகக் கணினிபோல மூளை வேலை செய்தது. இந்தப் பெண் ஓர் அங்குலம் கட்டை யாகத் தெரிந்தாள். உடல் மெலிந்து அதே பருமனில் இருந்தாலும் அவளிடம் இருந்த மிடுக்கு இல்லை. முகத்தைப் பார்த்தபோது ஏதோ சதி நடந்துவிட்டது போன்ற உணர்வு. ஒரு பக்கம் முகம் பளிச்சென்று இருந்தது. மறு கன்னத்தில் சந்திரனில் இருப்பது போலத் திட்டுத் திட்டாகக் கறுப்பு. வசந்தகுமாரன் 'நீங்கள் தவறான இடத்தில் நிற்கிறீர்கள். நான் என்னுடைய மனைவிக்காகக் காத்திருக்கிறேன்.' 'அது நான்தான்.' அவள் குரல் தழுதழுக்க ஆரம் பித்தது. சுற்றிலும் நின்றவர்கள் திரும்பிப் பார்த்தார்கள். அவள் கைப்பைக்குள் கையைவிட்டுக் கடவுச்சீட்டை வெளியே எடுத்து நீட்டி 'பாருங்கள்' என்றாள். விநோதினி ரத்தினராசா. அவளு டைய படம்தான். அதில் பதிந்த கையெழுத்தும் அவளுடை யதுதான். மாதத்துக்கு நாலு என்று வந்த அவளுடைய கடிதங் களில் காணப்பட்ட அதே கையொப்பம்தான்.

என்ன செய்வதென்று தெரியவில்லை. வண்டியைப் பிடுங்கி தானே தள்ளினான். அவள் பின்னே தலை குனிந்து பாவமாகத் தொடர்ந்தாள். போகும் வழியில் தரிப்பிடக் காசைக் கட்டிவிட்டு சாமான்களை காரில் ஏற்றி அவளுக்குக் கதவைத் திறந்துவிட்டான். காரில் ஏறியபின்னர், அவளுக்கு இருக்கை பெல்ட் கட்டத் தெரிய வில்லை. அதையும் சொல்லித் தந்தான். அடுத்த கணமே நெடுஞ் சாலையை நோக்கி வேகமாக காரைச் செலுத்தினான். அவள் பக்கத்தில் உட்கார்ந்து ஆகாயத்தையும் மரங்களையும் கட்டடங் களையும் பார்த்தாள். ஒன்றைப் பார்த்து முடிவதற்குள் கார் வேக மாகக் கடந்துவிடுவதால் கழுத்தை வளைத்து வளைத்துப்

பார்க்கவேண்டி வந்தது. தண்ணீர் கலந்ததுபோல சூரிய வெளிச்சம் பலகீனமாக விழுந்து கொண்டிருந்தது. கார்கள் ஏதோ இடிப்பது போல எதிர்திசையில் வேகமாக வருவதும் வெளிச்சம் ஒன்றை யொன்று வெட்டிப்போவதும் கண்களை எடுக்காமல் அவளைப் பார்க்க வைத்தன.

யங் வீதியைத் தாண்டும் வரைக்கும் அவன் அவளுடன் ஒரு வார்த்தை பேசவில்லை. அதிர்ச்சியிலிருந்து மீள நேரம் தேவைப்பட்டது. போலரொய்ட் காமிராவில் எடுத்த படம் மெல்ல மெல்லத் துலங்குவதுபோல அவன் மூளை அப்போதுதான் மெதுவாக சமநிலைக்குத் திரும்பி வேலை செய்ய ஆரம்பித்தது. அவன் தாலி கட்டியதும் மூன்று நாள் சேர்ந்து வாழ்ந்ததும் இந்தப் பெண்ணல்ல என்பது அவனுக்கு நிச்சயமாகத் தெரிந்தது. ஆனால், எப்படி இவள் அதே பெயருடன் வந்து நிற்கிறாள்? அவனுடைய மனைவி என்று வாய்கூசாமல் சொல்கிறாளே! கனடிய உளவுப் பிரிவில் வேலை செய்யும் ஒருவனை அத்தனை சுலபமாக ஒரு கிராமத்துப் பெண்ணால் ஏமாற்றிவிட முடியுமா?

வீட்டுக்கு வந்தவுடன் அவள் மிரள மிரள விழித்தாள். எசமான் முகத்தை வேலைக்காரி பார்ப்பதுபோல உத்தரவுக்காகக் காத்து நின்றாள். அவளுக்குக் கனடா புதிது, வீடு புதிது. கணவன் புதிது. வசந்தகுமாரனுக்கு அவளைப் பார்க்க இரக்கமாக இருந்தது. சூழ்ச்சி செய்யும் ஒரு பெண் போலவே அவள் இல்லை. இது வெல்லாம் சித்தப்பாவின் சதி. ஒரு பெண்ணுக்குத் தாலி கட்ட வைத்து இன்னொரு பெண்ணை அனுப்பியிருக்கிறார். அவளுக்கு ஒரு படுக்கையைக் காட்ட அவள் படுத்துக்கொண்டாள். சித்தப் பாவைத் தொலைபேசியில் அழைத்துக் கடுமையாகத் திட்டினான். அவருக்குக் கோபம் வந்தது. 'என்ன விசர்க் கதை கதைக்கிறாய். அதுதான் நீ தாலி கட்டிய பெண். உன்னை நம்பி வந்திருக்கிறாள். திருப்பி அனுப்பாதே. இது என்ன சுப்பர்மார்க்கெட்டில் வாங்கும் சாமானா?' அன்றிரவு முழுக்க அவன் உறங்கவில்லை.

அடுத்தநாள் காலை அவளுக்குச் சமையலறை யந்திரங்களை எப்படி இயக்குவது என்று மூளைக் குறைபாடு உள்ள ஒருவருக்கு கற்பிப்பதுபோல மெதுவாகச் செய்து காட்டினான். என்ன பொருட்கள் எங்கே இருக்கின்றன, என்ன செய்ய வேண்டும், என்ன செய்யக்கூடாது என்பதையும் சொல்லிக்கொடுத்தான்.

அவளைக் கொடுமைப்படுத்தி என்ன பிரயோசனம்? அவன் தான் உண்மையைக் கண்டுபிடிக்கவேண்டும். அவளிடம் நேரி லேயே கேட்டான். 'அச்சுவேலிக் கிராமத்துக் கோயிலில் 1999ஆம் ஆண்டு மே மாதம் 20ஆம் தேதி நான் தாலி கட்டியது யார் கழுத்தில்?' 'அது நான்தான்' என்றாள். சட்ட ஆலோசகரிடம்

யோசனை கேட்டான். 'நீங்கள் இந்தப் பெண்ணைத்தான் சட்டப் படி மணமுடித்திருக்கிறீர்கள். திருமணச் சான்றிதழில் அவள் பெயர்தான் காணப்படுகிறது. கடவுச் சீட்டில் அவள் படம், அத்துடன் கையொப்பம்கூட சரியாகத்தானே இருக்கிறது. நீங்கள் வேறு ஒரு பெண்ணின் கழுத்தில் தாலி கட்டியதற்கு என்ன அத்தாட்சி? ஒரு புகைப்படம்கூட இல்லையே. கோர்ட் இதை ஏற்காது. பெண் நல்லவராகத் தெரிகிறார் என்று வேறு சொல்கிறீர்கள். அப்ப என்ன பிரச்சினை?' என்றார்.

அப்படித்தான் வசந்தகுமாரன் சேர்ந்து வாழத் தொடங்கினான். வாழ்க்கையும் மகிழ்ச்சிகரமாகப் போனது. ஆனாலும் அவனுக்கு மனதின் அடியில் ஒரு நெருடல் இருந்துகொண்டே வந்தது. அவன் தாலி கட்டிய பெண் வெடுக் வெடுக் என்று பதில் கூறுவாள். நடக்கும்போது உடை மடிப்புகள் உரசும் சத்தம் எழும். எதையோ பார்த்து அதிர்ச்சியடைந்ததுபோல பெரிய கண்கள். அவளை அணுகும்போதெல்லாம் அவனுக்கு இதயத்தின் படபடப்பு நிமிடத்துக்கு நிமிடம் அதிகமாகும். அவள் 'பைபை' என்றோ 'டாட்டா' என்றோ சொல்லாமல் 'சீரியோ' என்றுதான் சொல்வாள். விமான நிலையத்துக்கு அவன் கிளம்பியபோது 'சீரியோ' என்றுதான் விடைகொடுத்தாள். விநோதினிக்கு அந்த வார்த்தையே தெரியவில்லை. ஒருநாள் சோதிப்பதற்காக அலுவலகத்துக்குப் புறப்பட்டபோது 'சீரியோ' என்று சொல்லிப் பார்த்தான். அவள் 'சரி, போயிட்டு வாங்கோ' என்றாள்.

அவர்களுக்கு ஒரு குழந்தை பிறந்தபோது யுகேஷ் என்று பெயர் வைத்தார்கள். தனிமையில் இருக்கும்போது வசந்தகுமாரன் யோசிப்பான் இனி வாழ்க்கையில் என்ன வேண்டும் என்று. அவன் மேல் அத்தனை அன்பாக இருக்கும் மனைவி. கனடாவுக்கு வந்து இரண்டு ஆண்டுகளில் அவனுடன் ஒரு சின்னச் சண்டைகூட பிடித்ததில்லை. ஒருநாள் யுகேஷ் காலையும் கையையும் ஆட்டியபடி கிடப்பதைப் பார்த்து ரசித்தபடி இருந்தான். விநோதினி தேநீர்க் கோப்பையைக் கொண்டு வந்து அவன் முழங்காலுக்கு முன்னால் வைத்துவிட்டுப் பக்கத்தில் அமர்ந்தாள். யுகேஷ் நடுவிலே கிடந்தான். திடீரென்று யுகேஷ் திரும்பி வயிற்றிலே படுத்தான். இவர்களால் நம்பமுடியவில்லை. அவனை மறுபடியும் திருப்பிப் போட்டார்கள். கால்களையும் கைகளையும் போட்டு ஆட்டினான். கவிழ்த்துப்போட்ட கரப்பான் பூச்சி கால்களை உதைப்பதுபோல உதைத்தான், பின்னர் திடீரென்று வயிற்றிலே போய் விழுந்தான். அந்தக் காட்சியைப் பார்த்து கணவனும் மனைவியும் விழுந்து விழுந்து சிரித்தார்கள். அதுதான் முதல் தடவை அவர்கள் ஒன்றாகச் சிரித்தது.

வசந்தகுமாரனின் அலுவலகத்தில் 1984ஆம் ஆண்டிலிருந்து சேகரிக்கப்பட்ட உடைக்க முடியாத சங்கேதத் தகவல்கள் ஒரு கோப்பில் கிடந்தன. அவற்றை அவ்வப்போது யாராவது பயிற்சிக் காக உடைக்க முயல்வார்கள். 'உடைக்கமுடியாத புதிர்கள் பட்டி யல்' என அதற்குப் பெயர். ஒருநாள் அலுவலகத்தில் அதிமுக்கிய மான தகவல் ஒன்று அவன் மேசைக்கு வந்தது. மேலாளர் அதை எப்படியும் சீக்கிரத்தில் உடைத்தே ஆகவேண்டும் என உத்தர விட்டிருந்தார். அல்லது அதுவும் பட்டியலில் சேர்ந்து விடும். இரண்டு நாளாக அந்தப் புதிரை உடைக்க முயன்றான். தகவல் யாரிடமிருந்து யாருக்குப் போனது, என்ன தேதி போன்ற விவரங்கள் மறைக்கப்பட்டிருந்தன. மறைமொழியில் இருந்ததை விடுத்து ஆங்கிலத்தில் எழுதினான். ஒரு வசனம் அவனுக்கு வியப்பை உண்டாக்கியது. 'பல சமயங்களில் உண்மை மோசமானது; பொய்தான் சுகமானது.' அவனுக்கு விநோதினியின் நினைப்பு வந்தது. வேலையை உடனே நிறுத்திவிட்டு அவளைப் பார்க்க ஒருவரிடமும் சொல்லிக்கொள்ளாமல் வீட்டுக்குப் புறப் பட்டான்.

பின்மதியம் 3 மணி. கள்ளம் செய்துவிட்ட சந்தோஷம் அவன் முகத்தில் தெரிந்தது. கதவு திறந்த சத்தத்தைக் கேட்டு மனைவி சமையலறையில் இருந்து ஓடிவந்தாள். பாதிரிமார் பைபிளை நெஞ்சோடு பிடிப்பதுபோல கரண்டியை நெஞ்சோடு அணைத்துக்கொண்டு அவன் முன்னால் இளைக்க இளைக்க நின்றாள். முகத்திலே பரவசம். எதற்காக இப்படி ஓடி வருகிறாள்? கழுத்தில் கொலர் வைத்து கால்மட்டும் நீண்ட வீட்டு உடை அணிந்திருந்தாள். முகத்து வியர்வையில் முன்மயிர் விழுந்து ஒட்டி யிருந்தது. கறுப்புத் திட்டு கன்னம்கூட பளிச்சென்று மின்னியது. 'திரும்பிப் போகவேண்டுமா?' என்று கேட்டாள். அவன் இல்லை என்றதும் அப்படியே கரண்டியுடன் சேர்த்து அவனைக் கட்டிக் கொண்டாள். அவன் அவளுக்கு ஒன்றுமே செய்தது கிடையாது. ஆனால், அவனைக் கண்டதும் அவளுக்கு அத்தனை அன்பு பீறிட்டுக்கொண்டு வந்தது. அவர்கள் வாழ்க்கையில் புதிய அத்தியாயம் தொடங்கியது.

பனிக்காலம் வந்தது. 11ஆம் மாடியில் இருந்த அலுவலக யன்னல் வழியாக வசந்தகுமாரன் வெளியே பார்த்தான். ஆகாயம், மரம், நிலம் சகலதும் வெள்ளை மயம். அட்சரேகை, தீர்க்க ரேகை எல்லாமே மறைந்துவிட்டன. பனித்திவலைகள் மேலேயிருந்து கீழே கொட்டுகின்றனவா அல்லது நிலத்திலேயிருந்து உற்பத்தியாகி மேலே பறக்கின்றனவா என்பது தெரியவில்லை. தொலைபேசி ஒலித்தது. இலங்கையிலிருந்து வந்த அழைப்பு ஆச்சரியத்தைக் கொடுத்தது. ஒரு பெண்குரல் 'நீங்கள் வசந்தகுமாரன்தானே?'

என்றது. 'ஓம், நீங்கள் யார்?' என்றான். 'மூன்று நாட்கள் உங்க ளுடன் வாழ்ந்திருக்கிறேன்' என்றாள். வெலவெலத்துப்போய் ஒரு முழு நிமிடம் பேசாமல் நின்ற பின் 'உங்களுக்கு என்ன வேணும்?' என்றான். 'ஒன்றுமே வேண்டாம். என்ரை கழுத்தில் நீங்கள் கட்டிய அம்மன் தாலி இன்னும் தொங்குகிறது. நான் அதைக் கழற்றமாட்டேன். ஒருவேளை என்னைத் தேடி நீங்கள் இங்கே வரலாம். வரவேண்டாம். நான் நிரந்திரமாக வெளிநாடு போகி றேன். அதைச் சொல்லத்தான் எடுத்தேன்.' 'எதற்காக அப்படிச் செய்தாய்? உனக்கு அது ஒரு தொழிலா?' 'சேவை என்றல்லவோ நான் நினைத்தேன்.' 'அந்தப் பெண் நீதான் என்று நான் எப்படி நம்புவது?' 'சீரியோ.' டெலிபோன் வைக்கப்பட்டது.

அவன் கைகள் வெகுநேரம் நடுங்கின. விநோதினியிடம் என்ன என்ன கேட்கவேண்டும், என்ன என்ன தன்னிடமே வைத்துக்கொள்ளவேண்டும் என்பதைத் திட்டமிட்டு முடிவு செய்தான். தொலைபேசி வந்த விசயத்தை அவளிடம் சொல்லவே கூடாது. எத்தனை பெரிய பொய்! அவன் பார்த்ததில் விநோதினி தான் ஆகப்பெரிய புதிர். மீன் நீந்தி வந்த பாதையைக் கண்டு பிடிக்கலாம் ஆனால், அவள் மூளை ஓடும் பாதையைக் கண்டு பிடிக்கவே முடியாது. சாவியை நுழைத்து வீட்டுக் கதவைத் திறந்த தும் சமையலறையிலிருந்து விநோதினி துள்ளியபடியே ஓடி வந்தாள். பத்து வருடம் காணாததுபோல முகத்திலே எத்தனை மகிழ்ச்சி. பரவசம். அவன் மேலங்கியைக் கழற்ற முன்னரே காலை யில் யுகேஷ் என்ன செய்தான், என்ன விளையாடினான், என்ன புது வார்த்தை சொன்னான் என்று முழு விவரங்களையும் நிறுத் தாமல் ஒப்புவித்தாள். அவள் முகத்தில் ஓடிய பெரும் மகிழ்ச்சியை ஒரேயொரு கேள்வி துயரமாக மாற்றிவிடும்.

இரவு குழந்தையைத் தூங்கப்பண்ணிய பிறகு மெதுவாக வசந்தகுமாரன் பேச ஆரம்பித்தான். அவன் வாயைத் திறந்ததும் அவள் முகம் மாறியது. கண்களில் இருந்து நீர் கொட்டத் தொடங்கியது. 'எத்தனைதரம்தான் ஒரே கேள்வியைக் கேட்பீர்கள். மருந்துக்கடையில் வாங்கும் மருந்துக்குக்கூட முடிவு தேதி உண்டு. உங்கள் கேள்விக்கு முடிவு தேதி கிடையாதா? நான்தான் உங்கள் மனைவி. இதில் என்ன சந்தேகம். இவன் யுகேஷ், எங்களுக்குப் பிறந்தவன். இத்தனை வருடத்தில் அதை வாங்கித்தா இதை வாங்கித்தா என்று எப்பவாவது கேட்டேனா? நீங்கள் என்ன குற்றம் சாட்டினாலும் நான் என் நியாயத்தைச் சொல்ல முடியும். ஆனால், என் நேர்மையைச் சந்தேகித்தால் என்னால் என்ன செய்யமுடியும்?' அவள் விம்மத் தொடங்கினாள்.

‘என்னுடைய அன்பு ஒன்றும் குறையாது. உண்மையைச் சொல்லும். நான் உமக்குக் கட்டியது அம்மன் தாலி. உம்முடைய கழுத்தில் இருப்பதோ பிள்ளையார் தாலி. இது எப்படி நடந்தது? உண்மையைச் சொன்னால் ஞாபகம் வைக்கவேண்டிய அவசியமே இல்லை.’ ‘நீங்கள் கட்டியது பிள்ளையார் தாலி. அதுதான் என் கழுத்தில் இருக்கிறது.’ இப்படி உரக்கக் கத்தியபடியே விநோதினி அழத் தொடங்கினாள். அழுகை பெரிதாகி அவள் கேவத் தொடங்கியபோது குழந்தை எழும்பி விடுவானோ என்ற பயம் தோன்றியது. ‘சரி, சரி. நிறுத்தும். எனக்குப் பதில் வேண்டாம். எப்பக் கேட்டாலும் இதேதான். எனக்குத் தெரியும் பொய் என்று. உமக்கும் தெரியும் பொய் என்று. அவசியமில்லாமல் எங்கள் வாழ்க்கை நரகமாகிக்கொண்டு வருகிறது.’

அவள் முழங்காலில் தலை வைத்து அழுதுகொண்டே இருந்தாள். வசந்தகுமாரனுக்குத் தெரியும் பிரி தேய்ந்த நட் சுழலுவதுபோல அவளிடம் இருந்து ஒரே பதில்தான் வரும் என்று. நேரம் முடிவில்லாமல் ஓடிக்கொண்டிருந்தது. கணினியில் மின்நுனி ஒளிர்ந்து ஒளிர்ந்து அடுத்த வசனத்துக்குக் காத்து நிற்பதுபோலக் காத்து நின்றான். அப்படியே சரிந்து தூங்கியும் விட்டான். இரவு இரண்டு மணி இருக்கும். திடீரென்று முழிப்பு வந்து தலையை நிமிர்த்திப் பார்த்தபோது அவன் அதிர்ச்சியடைந்தான். அவள் அந்த இடத்தைவிட்டு நகரவேயில்லை. தலைவாரி இழுத்து, முகத்தைக் கழுவித் துடைத்து பளபளப்பாக ஆக்கிக்கொண்டு, அவனையே உற்றுப் பார்த்தவாறு உட்கார்ந்திருந்தாள். அவள் முகம் ஒரு பக்கம் பிரகாசமாகவும் மறுபக்கம் சந்திரனின் கறுப்புத் திட்டுப்போலவும் இருந்தது.

‘நான் உங்களுக்கு உள்ளதைச் சொல்லப் போகிறேன். இந்த விசயத்தை இனிமேல் நீங்கள் என்னிடம் கேட்கக்கூடாது. இது எங்களுக்காகவும் எங்கள் குழந்தையின் எதிர்காலத்துக்காகவும்.’ அந்தக் கணத்தில் அவன் மனம் உருகியது. ‘எத்தனைக் கொடூரமாக நடந்துகொண்டேன்’ என்று நினைத்தான். ‘நீங்கள் சத்தியம் செய்து கொடுக்கவேண்டும்.’ ‘சத்தியம்’ என்றான் வசந்தகுமாரன். ‘நீங்கள் தாலி கட்டிய பெண் வேறு யாருமல்ல. அது நான்தான்’ என்றாள் சிரித்துக்கொண்டே.

அலுவலகத்தின் உடைக்க முடியாத புதிர்கள் பட்டியலில் அதையும் சேர்க்கவேண்டும் என்று வசந்தகுமாரன் நினைத்துக் கொண்டான்.

◆

ஆதிப் பண்பு

படுக்கையறை வாசலில் இருந்து நடுக்கூடத்து ஆசனத்துக்குத் தட்டுத்தடுமாறி நடந்து, இடையில் நாலுதரம் நின்று இளைப்பாறி, வந்து சேர்ந்த சார்லி அபேயசிங்க, என் நண்பனின் தகப்பன், அவருடைய 12 வயதில் ஒரு காட்டு யானையைத் தனியாகச் சுட்டு வீழ்த்தியவர். இதை எனக்குச் சொன்னது என்னுடன் பல்கலைக் கழகத்தில் படித்த ரோஹான், அவருடைய மகன். யானையைச் சார்லி சுட்டது நிக்கவெரட்டிய காட்டில். அந்தக் காடு எனக்குப் பழக்கமானது. ஏனென்றால் நான் கொழும்பில் டொக்டராக பாஸ் பண்ணியதும் எனக்கு அரசாங்கம் தந்த முதல் வேலை நிக்கவெரட்டிய ஆஸ்பத்திரியில்தான். ஆகவே ரோஹான் சொன்னதை உடனேயே நம்பினேன். அங்கே என்னிடம் வந்த நோயாளிகளிலும் பார்க்க யானை அடித்து வந்தவர்களே அதிகம். யானையைக் கொன்றவர்களுக்கு வைத்தியம் பார்த்திருக்கிறேன். யானை கொன்றவர்களையும் வெட்டிப் பிரேதப் பரிசோதனை செய்திருக்கிறேன்.

நிக்கவெரட்டியாவில் நடந்த ஒரு சம்பவம்தான் என்னை மேல்படிப்புக்காக நாட்டைவிட்டு விரட்டியது. ஒரு பிணம் காட்டினுள் கிடப்பதாக தகவல் வந்தது. காட்டினுள் சென்று பிணத்தைப் பரிசோதிக்கும்படி எனக்கு ஆணை கொழும்பிலிருந்து வந்தது. நானும் பொலீஸ்காரனும் பிணத்தைத் தேடிக் காட்டினுள்ளே சென்றோம். என்னுடைய வேலை பிணத்தைப் பரிசோதனை செய்வது மட்டுமே. வழக்கம்போல 'யானை அடித்து மரணம்' என்று எழுதுவதற்குத் தயாராக வந்திருந்தேன். சோதித்ததில் கழுத்திலே வெட்டுக்காயம் இருந்தது. இது கொலைதான், ஆனால், யானை அடித்து மரணம் என்று பொலீஸ் தீர்மானிக்க வேண்டும் என்பதற்காக பிணத்தைக் காட்டுக்குள் வீசியிருந்தார்கள். பொலீஸ்காரன் சொன்னான்: 'சேர் சேர், யானை அடித்து மரணம் என்று எழுதிவிடுங்கள் சேர். கொலைகாரனைப் பிடிக்க முடியாது சேர். நீங்களும் நானும் கோர்ட்டுக்கு அலையவேண்டும் சேர். இரவிரவாக நான் இந்தக் காட்டில் பிணத்துக்கு காவல் காக்கவேண்டும் சேர், பிளீஸ்.'

நான் இங்கிலாந்துக்குப் போய் மகப்பேறு மருத்துவத்தில் விசேட படிப்புப் படித்தேன். என்னுடைய பெயருக்குப் பின்னால் MRCOG எழுத்துகள் சேர்ந்துகொண்டன. ஆனால், கொழும்பிலே எனக்கு வேலை செய்யப் பிடிக்கவில்லை. கனடாவில் இருந்து உடனே மருத்துவர் தேவை என்று கடிதம் வந்தபோது நான் கனடா வந்தேன். மருத்துவமனையை அப்போதுதான் புதிதாகக் கட்டி முடித்திருந்தார்கள். கனடா உலகத்திலேயே இரண்டாவது ஆகப் பெரிய தேசம் என்பதை நான் உணரவில்லை. அங்கே எந்தப் பகுதியில் வேலை என்ற சாதாரண கேள்வியைக்கூட நான் கேட்கத் தவறிவிட்டேன். எனக்குக் கிடைத்தது நியூஃபவுண் லாண்ட். மிகவும் பின்தங்கிய பிரதேசம். அது ஒரு தீவு, அத்துடன் கனடாவின் பத்தாவது மாநிலம். இலங்கையிலும் பார்க்க 6 மடங்கு பெரியது. பனிக்காலத்தில் குளிர் 20, 30 சென்ரிகிரேட் வரைக்கும் இறங்கும். ஆர்க்டிக் வட்டம் 800 கி.மீட்டர் தூரத்தில் இருந்ததால் அங்கிருந்து காற்று வீசும்போது குளிர் 40க்கு இறங்கிவிடும். இதை யெல்லாம் பின்னர்தான் தெரிந்துகொண்டேன்.

நியூஃபவுண்லாண்டின் தலைநகரம் சென்ற் ஜோன்ஸ். அங்கேதான் ரோஹான் எஞ்சினியராக வேலைபார்த்தான். தற்செயலாக அவனைச் சந்தித்தபோது நான் அடைந்த மகிழ்ச்சிக்கு அளவில்லை. உலகம் கவனிக்காத பனிப்பிரதேசத்தில் 10 வருடங் களுக்கு முன்னர் என்னுடன் பல்கலைக்கழகத்தில் ஒன்றாகப் படித்த நண்பனைப் பார்ப்பது எத்தனை அபூர்வம். சார்லியிடம் நான் பல வருடங்களாகக் கேட்க நினைத்த கேள்வியைக் கேட் டேன். ‘எப்படி 12 வயதில் உங்களால் யானையைச் சுட முடிந்தது?’ ‘என் அப்பாவின் புத்திமதி இதுதான். உன் உயிரை உன் சம்மத மின்றி எதுவும் பறிக்கமுடியாது. பதற்றம் கூடாது. நம்பிக்கை இழக் காதே. நிதானம் மிகமிக அவசியம். வேட்டைக்குப் போனபோது திடீரென்று ஒரு யானை என் முன்னே தோன்றியது. அப்பா சுடு என்றார். நான் சுட்டேன். யானையின் மண்டை ஓட்டில் ஒரு விசித்திரம் உண்டு. தந்தங்களுக்கு மேலே நெற்றிக்குக் கீழே ஓர் ஓட்டையுண்டு. என் அதிர்ஷ்டம் நான் சுட்ட குண்டு ஓட்டைக்குள் நுழைந்து மூளையை துளைத்தது. யானை ஒரு நிமிடம் ஆடாது திகைத்து நின்று, பின்னர் பக்கவாட்டில் சரிந்து விழுந்தது. இப் பொழுதுகூட என் கனவுகளில் இந்தக் காட்சி அடிக்கடி வருகிறது’ என்றார்.

நான் நியூஃபவுண்லாண்டுக்கு வந்து கிட்டத்தட்ட இரண்டு வருடமாகிறது. மருத்துவமனை அனுபவம் வித்தியாசமானது. அங்கே வேலை செய்யும்போது எனக்கு நிக்கவெரெட்டியா ஆஸ்

பத்திரி நினைவுக்கு வரும். ஒருநாள் முழுக்க பயணித்து ஆட்கள் வருவார்கள். நிக்கவெரட்டியாவில் யானை அடித்துப் பிணங்கள் வருவதுபோல இங்கே அநேகமாக குளிரில் உறைந்துபோன பிணங் கள் வரும். அதைப் பிரேதப் பரிசோதனைக்கு அனுப்புவோம். குளிரில் அரைகுறையாக உறைந்துபோன உடல்களும் வரும். முதலில் தாக்கப்படுவது உடலின் நுனிப்பாகங்கள்தான். கைவிரல் களும் கால்விரல்களும் விறைத்துச் செயலற்றதாகிவிடும். அவற்றை உடனுக்குடன் அகற்றவேண்டி நேரும். முழுக் கால்களை இழந்த வர்களும் உண்டு.

எங்கள் நாட்டிலே மூட நம்பிக்கைகள் இருந்தன. அவைக்கு நான் பழகிவிட்டேன். ஆனால், ஒரு வெள்ளைக்கார நாட்டில் மூடநம்பிக்கைகளை நான் எதிர்பார்க்கவில்லை. மிஸஸ் ஜேஸ னுக்கு நடுத்தர வயது. இரண்டுமுறை அவர் கருத்தரித்துப் பாதியி லேயே கரு கலைந்துவிட்டது. மூன்றாவது தடவையாக என்னிடம் வந்திருந்தார். கிரமமாக அவரைச் சோதித்தேன். அவரும் எச்சரிக் கையாகவே இருந்தார். ஒருமுறை சோதித்தபோது குழந்தை அவர் வயிற்றிலே எக்கச்சக்கமாக பெருத்துப்போய்க் கிடந்தது. ஆபத்து, சிசேரியன் மூலம் குழந்தையை வெளியே எடுக்கவேண்டும் என்று அடுத்த நாளைக் குறித்துக் கொடுத்தேன். அந்தநேரம் அவர் தன் கையுறையைத் தவறுதலாக நழுவ விட்டு விட்டார். உடனேயே மற்றக் கையுறையையும் கீழே எறிந்தார். ‘இது கெட்ட சகுனம். இன்னொரு தேதி தரமுடியுமா?’ என்றார். கொடுத்தேன். அவர் சிசேரியனுக்கு வந்தபோது உள்ளே குழந்தை செத்துவிட்டது. அவர் மனம் உடைந்து அழுதார். தன் மூடத்தனத்தை எண்ணி எண்ணி வருந்தினார். அவருக்கு ஆறுதல் சொன்னேன். தயங்கித் தயங்கி நின்றார். பின்னர் ஓர் அலை திரும்புவதுபோல என்னையே பார்த்தபடி பின்னகர்ந்தார்.

சில மாதங்கள் கழித்து மறுபடியும் கருவுற்று மிஸஸ் ஜேஸன் வந்தார். ஒவ்வொரு மாதமும் பரிசோதித்தேன். மறுபடியும் குழந்தை பெரிதாக வளர்ந்துவிட்டது. இரண்டு நாள் கழித்து காலைநேரம் அவருக்கு சிசேரியன் செய்ய நாள் குறித்துக் கொடுத் தேன். அவர் உடனேயே சரி என்றார். கையுறையை அவர் கையிலே இறுக்கிப் பிடித்தபடி இருந்ததால் ஒருவித அசம்பா விதமும் நேரவில்லை. எனக்கு தலைநகரில் வேலை இருந்தது. அதை முடித்துவிட்டு ரோஹானைச் சந்தித்தேன். அவன் ‘ரம்யா எப்போது வருகிறார்?’ என்றான். ‘அவளை நான் காதலிப்பது அவனுக்குத் தெரியும். நான் கொழும்புபோய் அவளை அழைத்து வரவேண்டும். பனிக்காலம் முடிந்ததும் போகலாம் என்பது திட்டம்’ என்றேன்.

மதிய உணவை முடித்துவிட்டுக் கிளம்பியபோது ரோஹான் 'இன்றே புறப்படப் போகிறாயா?' என்று கேட்டான். நான் 'ஆமாம்' என்றேன். 'நீ ஒரு மூடனா?' என்றான். ஏன் என்றேன். 'இன்று மிகப்பெரிய பனிப்புயல் வீசப்போகிறது. காலநிலை அறிவிப்பாளர் டிவியில் சொல்லிக் கொண்டிருக்கிறாரே' என்றான். 'எப்படிப் போகாமல் இருக்க முடியும்? மிஸஸ் ஜேஸனின் சிசேரியனுக்கு நாளை காலை எட்டு மணிக்கு நான் இருக்கவேண்டுமே' என்றேன். 'முட்டாள். நீ போகாவிட்டால் என்ன நடக்கும்?' 'சேய் மாத்திர மல்ல, தாயும் இறக்கலாம். என் கடமை' என்றேன். 'சரி, கவன மாகப் போ. அங்கே போய்ச் சேர்ந்ததும் எனக்கு டெலிபோனில் தகவல் சொல்' என்றான்.

என் எஞ்சிய வாழ்நாளில் நான் என்றென்றும் மறக்கமுடி யாத இரவு தொடங்கியது. மிஸஸ் ஜேஸன் என்னிடம் சொன்னது நினைவுக்கு வந்தது. 'நீங்கள் கொழும்பில் படித்திருக்கிறீர்கள். லண்டனில் படித்து இருக்கிறீர்கள். கனடாவில் படித்து இருக் கிறீர்கள். உங்களிடம் மூன்று நாடுகளின் அறிவு உள்ளது. நீங்கள் தான் என்னுடைய சிசேரியனைச் செய்யவேண்டும்.' எப்படியும் நான் போய்ச் சேரவேண்டும். மருத்துவமனை மேரீஸ் டவுன் என்ற நகரத்தில் இருந்தது. சென்ற் ஜோன்ஸில் இருந்து அதன் தூரம் 300 கிலோ மீட்டர். சாதாரண நாளில் ஐந்து மணி நேரத்தில் கடந்துவிடலாம். நீண்ட சாலை; போக்குவரத்து குறைவு, ஆகவே நிம்மதியாகக் காரை ஓட்டலாம். மாலை ஆறு மணிக்குப் போய்ச் சேர்ந்துவிடலாம் என்று பட்டது. இரண்டு மணி நேரப் பயணம் ஒருவிதப் பிரச்சினையும் இன்றிக் கழிந்தது. பின்னர் பனிப்புயல் ஆரம்பமானது.

ஆறுமாதம் முன்புதான் புதுக் கார் வாங்கியிருந்தேன். பனிக் கால டயர் பூட்டிய ஃபோர்ட் கிரவுண் விக்டோரியா. 1992 டிசெம்பர் மாதம். ஆரம்பத்திலேயிருந்து வானம் சாம்பல் நிறத் திலே இருந்தது. சூரியன் அங்கே இருப்பதற்கான அறிகுறியே கிடை யாது. வாகனத்தின் வேகத்தைக் குறைத்தேன். நாலு மணி ஆனபோது பாதி தூரத்தைக் கடந்திருந்தேன். திரும்ப முடியாது என்றபடியால் எப்படியும் எச்சரிக்கையாக ஓட்டிச் செல்வது என்று முடிவு செய்தேன். ஏழு மணி ஆனபோது மீதி தூரம் 100 கி.மீட்டர் இருந்தது. இந்தப் பாதையில் லைட் கம்பங்கள் இல்லாததால் வழியெல்லாம் இருட்டாக இருக்கும். பனியோ கொத்துக் கொத்தாகக் கொட்டியது. பார்க்கும் இடம் எல்லாம் வெண்பனி யால் நிறைந்திருந்தது. ஒரே பனிப்பாலைவனம் என்று சொல்ல லாம். இதைக் கனடாவில் வைட்டவுட் (Whiteout) என்று

சொல்வார்கள். வீடுகள் இல்லை. மரங்கள் இல்லை. வேறு வாகனங்கள் இல்லை. ஒரே தனிமைதான். கார் கண்ணாடித் துடைப்பான் வேகமாக வேலை செய்தது. அப்படியும் பனி கொட்டியபடியே இருந்தது. எங்கே ரோட்டுப் போகிறது, எது என்னுடைய பக்கம், எது எதிர்ப்பக்கம் ஒன்றையுமே ஊகிக்க முடியவில்லை. கார் முகப்பு வெளிச்சம் பத்தடி தூரம் கூடப் பாயவில்லை.

காரிலே ஒரு ரேப் ஓடிக்கொண்டிருந்தது. கரகாட்டக்காரனில் வரும் பாடல். இளையராஜா இசை அமைத்து, அவரும் சித்ராவும் பாடியது. 'இந்த மான், உந்தன் சொந்த மான், பக்கம் வந்துதான் சிந்து பாடும்.' பாடலைக் கேட்டு கொஞ்சம் உற்சாகம் பிறந்தது. ரம்யாவுக்கு மிகவும் பிடித்த பாடல். அவளும் பக்கத்தில் இருந்தால் எவ்வளவு நல்லாய் இருக்கும். தண்ணீர் சூழ்வதுபோல என்னை அவள் சுற்றி அணைத்துக் கொள்வதை நினைத்தேன். பெரிய உதடுகளை நான் விரல்களால் பிடித்து இழுத்து விடும் போது அவை ரப்பர்போல ஆடும். இடையில் இருந்து தொங்குவதுபோல ஆரம்பித்த கால்களால் சேற்றிலே நடப்பதுபோல நடப்பாள். அவள் சாரி உடுப்பதும் ஒருவித அழகுதான். பார்த்திருக்கும்போதே அரை நிமிடத்தில் உடுத்தி முடிப்பாள். எஞ்சிய சேலையை உருட்டி வலக் கையிலே வைத்துக்கொண்டு இதை என்ன செய்வது என்பதுபோல யோசிப்பாள். பின்னர் சிறுமிகள் ரைட்டோ விளையாட்டில் கல் எறிவது போல தோளுக்கு மேலால் எறிந்துவிடுவாள். என்னுடன் காரிலே இப்போது ரம்யாவும் இளையராஜாவும் சித்ராவும் பயணம் செய்தார்கள்.

ரோட்டைப் பிரிக்கும் மஞ்சள் கோடோ, வெள்ளைக் கோடோ தெரியவில்லை. ஒரு மைல் நீளமான குளம் ஒன்று அந்தப் பாதையில் கிடந்தது. இந்த நேரம் அது உறைந்து போயிருக்கும். ஒருவேளை கார் எதிர்வரும் பாதையில் போகிறதோ என்று நினைப்பு வந்தது. அடுத்தகணம் கார் பள்ளத்தில் உருளத் தொடங்கியது. பத்து இருபது தடவை உருண்டு 50 அடி கீழே விழுந்து உறைந்துபோன குளத்தில் தலைகீழாகக் கிடந்தது. அத்தனை தரம் கார் புரண்டபோதும் எனக்கு நினைவு தப்பவே இல்லை. ரேப்பிலே ஓடிய பாட்டு தலை கீழாக ஒலித்துச் சடுதியாக நின்றது. பனி தொடர்ந்து காரை மூடியது.

முதலில் மனதில் நினைவுக்கு வந்தது உறைந்துபோன உடல்களை அவர்கள் தள்ளிக்கொண்டு ஆஸ்பத்திரிக்குப் போகும் காட்சி. என்னுடைய உடலைக் கண்டுபிடிப்பார்களா? எத்தனையாவது நாள் என் உடலைத் தள்ளிக்கொண்டு போவார்கள். பனி

காரை மூடுவதற்கு எத்தனை மணி நேரம் பிடிக்கும். சிலவேளை ரோஹான் ஆஸ்பத்திரியைக் கூப்பிட்டு விசாரிக்கக்கூடும். தொலைபேசி இந்தப் புயலில் வேலை செய்யுமா? மிஸஸ் ஜேஸன் வந்து காத்திருப்பார். அவருடைய சிசேரியனை யார் செய் வார்கள்? ரம்யாவுக்கு அறிவிப்பார்களா? எத்தனை நாள் கழித்து தகவல் போகும். அனலைத் தீவில் பிறந்து, நிக்கவெரட்டிய காடுகளில் அலைந்து, லண்டனில் படித்து, மேரீஸ்டவுன் பியூரின் மருத்துவமனையில் மகப்பேறு வைத்தியம் செய்யவந்த என் விதி இப்படி முடியவேண்டுமா? ஒருவித பேய் வேகத்தில் கார் சில்லுகளின் தடயத்தையும் என் வரலாற்றையும் பனிப்புயல் அழித்துக்கொண்டிருந்தது.

கதவை உடைத்து வெளியே வரமுடியாது. அது நெளிந்து போய்க் கிடந்தது. உடலிலே எங்கேயாவது காயம் இருக்கிறதா என்று தடவிப் பார்த்தேன். கிடையாது. தலைகீழாகத் தொங்கு வதை நேராக்க முடியுமா என்றால், அதுவும் முடியவில்லை. புவியீர்ப்பு மையம் நழுவியது. வெளியே போனால் இன்னும் நிலைமை மோசமாகிவிடும். உள்ளே இருப்பது பாதுகாப்பானது. என்னுடைய மருத்துவ அறிவைக்கொண்டு எத்தனை மணிநேரத் தில் சாவு வரும் என்று கணிக்க முயன்றேன். நாலு அடுக்கு உடை, தலையிலே தொப்பி, கையிலே கையுறை, காலிலே தடித்த காலுறையும், சப்பாத்தும், கழுத்தைச் சுற்றிக் கம்பளி ஸ்கார்ஃப். வெளியே 30 டிகிரி இருந்தது. உள்ளேயும் அதுதான். ஆர்க்டிக் காற்று அடிப்பதால் வெளியே சீக்கிரத்தில் 40 டிகிரி ஆகிவிடும்.

காரின் குளிர்நிலை ஒவ்வொரு நிமிடமும் ஒரு டிகிரி கீழே போய்க்கொண்டிருந்தது. முதலில் கை கால் விரல் நுனிகள் விறைக் கும். மூக்கு விறைக்கும். பின்னர் உடல் மரத்துப்போக ஆரம் பிக்கும். உதடுகள் காய்ந்து தன்பாட்டுக்கு துடித்தன. உணர்ச்சியே இல்லை. 'இந்த மான், உந்தன் சொந்த மான், பக்கம் வந்துதான், சிந்து பாடும்' என்று பாடினேன். வேறு வார்த்தைகள்தான் வெளியே வந்தன. இதுவே என்னுடைய கடைசிப் பாட்டாக அமையலாம். மரணத்துக்கு முன்னர் நினைவுக்கு வருவது பனிக் குளிரில் இறந்தவர்களுடைய கதைகள்தான். ஒருவருடைய கைவிரல்கள் விறைத்தபோது அவர் வளர்த்த நாயை குத்திக் கொன்று அதன் வெதுவெதுப்பான ரத்தத்துக்குள் விரல்களை நுழைத்து தன்னைக் காப்பாற்றியிருக்கிறார். டைட்டானிக் மூழ்கிய இடத்தை ஏழு வருடங்களுக்கு முன்னர் கண்டுபிடித்தார்கள். சென்ற் ஜோன்ஸிலிருந்து அதன் தூரம் வெறும் 560

கி.மீட்டர்தான். அதிலே பயணித்தவர்களில் அநேகர் குளிரில் விறைத்துத்தான் இறந்துபோனார்கள்.

12 வயதில் யானையைச் சுட்டு வீழ்த்திய சார்லி சொன்னது நினைவுக்கு வந்தது. உன் சம்மதமின்றி உயிர் பிரியாது. பதற்றம் ஆகாது. நிதானம் தவறக்கூடாது. நம்பிக்கையை இழக்காதே. எந்த நேரமும் மூளை குழம்பிப் போகலாம். அதற்கு முன்னர் சிந்தித்துச் செயல்படவேண்டும். நீ ஒரு டொக்டர், டொக்டர் போல யோசி. கண்ணாடி வழியாக ஒரு சதுர பிரதேசம் இருளில் தெரிந்தது. உடல் இப்படியே தொங்கும். பின்னர் விறைப்பு நிலை மெள்ள மெள்ள அதிகமாகி ரத்தம் உறையும். ஆழ்ந்த நித்திரை உன்னை அணைக்கும். மனித உடல் அனுபவிக்கும் அதியற்புத உறக்கமாக அது இருக்கும்.

கார் யன்னலில் டக்டக் என்று தட்டும் சத்தம் கேட்டது. முதலில் ஏற்பட்டது பயம்தான். காதைக் கூர்மையாக்கினேன். மறுபடியும் அதே சத்தம். தொங்கிய நிலையில் உடலை வளைத்துத் திரும்பி பார்த்தேன். ஓர் உருவம் அசைந்தது. கையிலே டோர்ச் வெளிச்சம் அங்குமிங்கும் ஆடியது. வெள்ளை மனித முகம். கறுப்பு உடை மேலே வெளிச்ச ஆடை தரித்திருந்தது. இந்த மனிதன் என்னைக் காப்பாற்ற வந்தவன் என்று தோன்றவே இல்லை. விரோதி என்றே நினைத்தேன். என்னைக் கண்டு விட்டான். உயிர் இருக்கிறதா என்று கூர்ந்து பார்த்தான். நான் டக் டக் டக் என்று மூன்றுதரம் கண்ணாடியில் தட்டினேன்.

ஒரு விரலை வாயில் குறுக்காக வைத்துச் சைகை செய்தான். என்னைப் பேசவேண்டாம் என்கிறான். கைகளைச் சுழற்றினான். என்னுடைய கார் கண்ணாடி மின்சார இயக்கத்தில் வேலை செய்வது அல்ல. கைப்பிடியைத் தேடினேன். தலைகீழாகத் தொங்கியதால் அது மேலே இருந்தது. அதைப்பிடித்துச் சுழற்றினேன். குளிர்காற்றும் பனித்திவலைகளும் வேகமாக உள்ளே அடித்தன. அந்த மனிதன் வலுவான தன் கைகளால் என்னைப் பிடித்து இழுத்தான். 50 அடி தூரம் என்னை மேலே இழுத்துச் சென்றான். சில இடங்களில் சறுக்க மறுபடியும் இழுத்தான். அவனுடைய வாகனம் பனிக்காலத்தில் ஓடக்கூடிய கனரக வண்டி. அது இயங்கிக் கொண்டிருந்தது. அதன் கதகதப்பு என்னைச் சூழ்ந்தது. பிளாஸ்கில் இருந்து கொஞ்சம் கோப்பி ஊற்றித் தந்தான். நான் அவனை மாட்டுக் கன்று அதன் தாயைச் பார்ப்பதுபோலப் பார்த்தேன். மறுபடியும் விரலைக் குறுக்காக வைத்துப் பேசவேண்டாம் என்றான். வண்டி ஓடிக்கொண்டிருந்தது.

சிறிது நேரத்தில் என் உதடுகள் அசையக்கூடியதாக இருந்தன. 'மிக்க நன்றி' என்றேன். அவர் பேசவே இல்லை. 'எப்படி என்னைக் கண்டுபிடித்தீர்கள்?' அவர் சொன்னார், 'நான் வாகனத்தை ஓட்டிக்கொண்டு வந்தபோது கீழே காரிலிருந்து வெளிச்சம் தெரிந்தது. கார் தலைகீழாகத் தொங்கியதால் வெளிச்சம் மேல் நோக்கி அடித்தது. எனக்கு விபத்து என்று புரிந்துவிட்டது.' 'ஆபத்தான பள்ளத்தில் இறங்கிவந்து என்னைக் காப்பாற்றவேண்டும் என்று எப்படித் தோன்றியது?' அவர் உடனே பேசவில்லை. நீண்ட நேரம் யோசித்துவிட்டு நான் என்றென்றைக்கும் மறக்கமுடியாத பதிலைச் சொன்னார். 'இன்றும் பலர் அமெரிக்காவைக் கண்டுபிடித்தது கொலம்பஸ் என்று நினைக்கிறார்கள். கொலம்பஸ் வருவதற்கு 500 வருடங்களுக்கு முன்னரே லெய்ஃப் எரிக்ஸன் என்ற நோர்வே நாட்டுக்காரன் அமெரிக்காவைக் கண்டுபிடித்ததும் அல்லாமல் குடியேற்றமும் செய்தான். அப்படிக் குடியேறிய 1000 வருடத்து சந்ததிச் சங்கிலியின் மீதி நாங்கள். தொடர்ந்து நாங்கள் உயிர் தரிக்கக் காரணம் ஒருவருக்கு ஒருவர் உதவி செய்வதுதான். அது கடமை. நடுக்கடலில் கப்பல்கள் ஒன்றுக்கொன்று உதவுவது போல. அப்படித்தான் இங்கே உயிர் வாழமுடியும். ஒருவர் பள்ளத்திலே விழுந்து கிடக்க அதைப் பார்த்துக்கொண்டு நான் போக முடியாது. இது எங்கள் ஆதிப் பண்பு.'

'ஆதியில் குடியேறியவர்கள் பயங்கரமாகப் பனிகொட்டும் இந்தப் பிரதேசத்தை ஏன் தேர்ந்தெடுத்தார்கள்?' 'ஐரோப்பாவில் இருந்து ஆகக் குறைந்த தூரத்தில் நியூஃபவுண்லாண்ட் இருக்கிறது. 3200 கி.மீட்டர் தூரம்தான். கடல் அடி கேபிள் இங்கிருந்துதான் அயர்லாந்துக்குப் போடப்பட்டது. தெரியுமா, ஆப்பிரஹாம் லிங்கன் 1865இல் சுடப்பட்டு இறந்தபோது அந்தச் செய்தி ஐரோப்பாவுக்குப் போய்ச்சேர 10 நாள் எடுத்தது. ஆனால், அடுத்த வருடம், 1866இல் செய்திகள் பத்து செக்கண்டிலே ஐரோப்பாவுக்குப் போய்ச் சேர்ந்தன. காரணம் கடல் அடி கேபிள் போடப்பட்டுவிட்டது.'

என் இடம் வந்தது. நன்றிகூறி விடைபெற்றேன். அவருடைய முகம் இருட்டில் தெரியவில்லை. 'உங்கள் பெயரையாவது சொல்லுங்கள். நான் ஞாபகம் வைக்கவேண்டும்.' 'என் பெயரை ஞாபகத்தில் வைத்து என்ன செய்யப் போகிறீர்கள்? இந்தத் தீவின் ஆதிப் பண்பை நினைவில் இருத்துங்கள்' என்றார். பின்னர் மறைந்துவிட்டார். அன்றிரவு எனக்கு நல்ல தூக்கம் கிடைத்தது.

காலையில் ரம்யாவுக்கும் ரோஹானுக்கும் சேமமாக வந்து சேர்ந்ததை டெலிபோனில் சொன்னேன். விபத்து பற்றி மூச்சு விடவில்லை. மிஸஸ் ஜேஸன் சிசேரியனுக்குத் தயாராக இருந்தார். 11.8 றாத்தல் எடையுள்ள சிசுவை வெளியே எடுத்தேன். ஆண் குழந்தை.

அன்று மாலை வழக்கம்போல வார்டைச் சுற்றிப் பார்த்தேன். மிஸஸ் ஜேஸனின் படுக்கை வந்தபோது என்னையறியாமல் நின்றேன். கையிலே இருந்த குழந்தையைப் பார்த்து அவர் கண்கள் சிரித்தன. அடக்க முடியாத மகிழ்ச்சியில் காணப்பட்டார். உணர்ச்சி வேகத்தில் வாயைத் திறந்து ஏதோவெல்லாம் பிதற்றினார். முன்னுக்கு நின்ற ஆண் ஒரு விரலை உதட்டில் குறுக்காக வைத்து ஒன்றும் பேசவேண்டாம் என ஆறுதல்படுத்தினார்.

◆

பதினொரு பேய்கள்

ஆறு மாதம் சென்ற பின்னர்தான் தோழர் செல்வா சுப்பிரமணியத்துக்கு என்ன பிரச்சினை என்பது புரிய ஆரம்பித்தது. இயக்கத்தில் அவர் சேர்ந்து மூன்று வருடம் ஆகியிருந்தது. அவருடன் சேர்த்து செயற்குழுவில் 11 பேர் இருந்தனர். அவர்தான் யாழ்ப்பாணத்துக்குப் பொறுப்பாளர் என்று அறிவிப்பு வந்துவிட்டது. ஆனால், செயற்குழு கூட்டத்தில் செல்வன் கேட்ட கேள்வி அவரை யோசிக்க வைத்தது. அதில் இருந்த நியாயம் அவருக்கும் தெரியும். மற்றக் குழுக்காரர்கள் அவனை அவமானப் படுத்திவிட்டார்கள். எல்லோரிடமும் வாகனம் இருந்தது. துப்பாக்கி இருந்தது. அவர்களிடம் ஒன்றுமில்லை. தலைவர்கள் இந்தியாவில் சொகுசாக உட்கார்ந்துகொண்டு கட்டளைகள் பிறப்பித்தார்கள். எப்படிப் போராட முடியும்?

யாழ்ப்பாணத்தில் மாத்திரம் எட்டுக் குழுக்கள் இயங்கின. அவர்களுடைய குழுவை ஒருவருமே கணக்கில் எடுப்பதில்லை. யாழ்ப்பாண நூல் நிலையத்தை அரச படையினர் எரித்த அடுத்த மாதம் சுந்தரம் குழுவினர் ஆனைக்கோட்டை பொலீஸ் நிலையத்தை அடித்து நொறுக்கினர். அவர்கள் இயக்கம் என்ன செய்தது? வெலிக்கட சிறையில் 18 போராளிகளைச் சிங்கள அதிகாரம் கொன்றொழித்தது. அவர்கள் இயக்கம் என்ன செய்தது? வேறொரு இயக்கம் திருநெல்வேலியில் தாக்குதல் நடத்தி 13 ராணுவத்தினரைக் கொன்றது. ஆயுதமே இல்லாமல் எப்படி ராணுவத்தோடு போராடுவது? அவர்களைப் பார்த்துப் பின்னாலும் சிரித்தார்கள், முன்னாலும் சிரித்தார்கள்.

'நேற்று நான் உரும்பிராய் காவல் அரணைக் கடந்தபோது இயக்கக் காவல்காரர்கள் என்னிடம் அடையாள அட்டையைக் கேட்டார்கள். அவர்களுக்கு நான் இயக்கத்தில் வேலை செய்வது தெரியும். காட்டினேன். கால்சட்டை பொக்கற்றுகளைக் காட்டச் சொன்னார்கள். நான் இழுத்து வெளியே விட்டேன். அவை மாட்டு நாக்குகள்போலத் தொங்கின. வாகன இலக்கத்தைக் கேட்டார்கள். சைக்கிளுக்கு எங்கே இலக்கம் இருக்கு? எனக்கு வெட்கமாய்ப் போய்விட்டது. அவர்களிடம் துப்பாக்கி இருந்தது

தோழர். நாங்களும் ஈழ விடுதலைக்காகத்தானே போராடுகிறோம். எங்களை மதிக்கிறார்கள் இல்லை.'

இதைக் கேட்டுக்கொண்டு நின்ற மற்றொரு தோழர் சொன்னார். 'இதுவாவது பரவாயில்லை. எனக்கு நடந்ததைக் கேளுங்கள். என்னுடைய இயக்கத்தின் பெயரைக் கேட்டார்கள். நான் சொன்னேன். ஐந்து எழுத்துகளா என்று கேட்டார்கள். ஓம் என்றேன். ஆங்கிலத்தில் எத்தனை எழுத்துகள் என்று கேட்டார்கள். குத்துமதிப்பாக 26 என்று சொன்னேன். மிச்சம் 21 எழுத்துகள் சும்மாதானே இருக்கின்றன. அவற்றையும் சேர்ப்பதுதானே என்று ஒருவன் சொன்னான். மற்றவர்கள் சிரித்தார்கள். எல்லா இயக்கங்களுக்கும் சிரிப்புக் காட்டுவதற்காகத்தான் நாங்கள் இருக்கிறோம்.'

தோழர் செல்வாவுக்கு இது புதிதல்ல. அவரை ஒருமுறை சைக்கிளை உருட்டிக்கொண்டு ஒரு மைல்தூரம் நடக்க வைத்து வேடிக்கை பார்த்திருக்கிறார்கள். யாழ்ப்பாணத்துக்கு அவர் பொறுப்பாளர் என்பது அந்த இயக்கக்காரர்களுக்குத் தெரியும். அவர் காதுபட ஒருவன் மற்றவனுக்குச் சொன்னான் 'அண்ணை, மூக்கிலே குறுக்காக எலும்பு செருகிக்கொண்டு, கையிலே கம்பைச் சுழட்டி காட்டு நடனம் ஆடக்கூடத் தகுதியில்லாத ஆட்கள் எல்லாம் இயக்கம் நடத்தினம். கொஞ்சம் நடந்துபோனால் உடல் பயிற்சி கிடைக்கும்.' அந்த அவமானத்தை மறக்க முடியாது. அவர்கள் எல்லாம் வெட்கித் தலை குனிகிறமாதிரி பெரிசாக ஏதாவது செய்யவேண்டும்.

ஒரு வருடம் முன்னர் சொப்பனா இயக்கத்தில் சேர வந்த போது தோழர் செல்வா மறுத்துவிட்டார். 'நான் எப்படி முடிவு செய்யமுடியும்? கமிட்டிதான் முடிவு செய்யும்' என்று சொல்லி கடத்தினார். பெண் விடுவதாயில்லை. 'என்ன கமிட்டி? நீங்கள் தானே கமிட்டி' என்று பிடிவாதம் பிடித்தாள். உடலை வளைத்து அவரை உற்றுப் பார்த்துக்கொண்டே நின்றாள். தோழர் செல்வா பார்த்தார். 'நல்ல அலங்காரம்தான். நெற்றியிலே பொட்டு. காலிலே கொலுசு. கூந்தலிலே மல்லிகைச் சரம். போர்க் கோலத்தில்தான் வந்திருக்கிறீர்.' அவள் முகம் சிறுத்துப் போனது; ஆனாலும் பிரகாசம் குறையவில்லை. 'உங்கள் இடுப்பில் ஒரு துப்பாக்கிகூட இல்லை. எப்போது போர் துடங்கி நீங்கள் புறப்படுவீர்களோ அப்போது நானும் போர்க்கோலத்தில் வருவேன்.' தோழர் செல்வாவுக்கு வெட்கமாகப் போய்விட்டது. அவள் நினைவு பின்னர் அவருக்கு அடிக்கடி வந்து போனது.

இன்னொரு பிரச்சினை இருந்தது. இயக்கத் தோழர்களுக்குப் புத்திஜீவிகளைப் பிடிக்காது. மூன்று வருடங்களுக்கு முன்னர் அரவிந்தன் இயக்கத்தில் சேர வந்தபோது எல்லோரும் அவனைத்

அ. முத்துலிங்கம் ♦ 1197

துரத்திக் கேலி செய்தனர். காரணம் அவன் நடக்கும்போது இறகு பறப்பது போலிருக்கும். அப்படி மெலிந்து நீண்ட குச்சிபோல தேகம். 'ஏகே 47ஐ அவன் தோளில் தூக்கி வைக்க இன்னொருவர் தேவைப்படும்' என்று பகிடி செய்தார்கள். ஏ லெவல் சோதனையில் நாலு பாடங்களிலும் ஏ எடுத்தவன், படிப்பு வேண்டாமென்று இயக்கத்தில் சேர வந்திருந்தான். உடல் வலுவானவர்கள் போர் செய்ய ஒன்றையுமே கண்டு பிடித்ததில்லை. அவர்கள் உடலை நம்பியிருந்தார்கள். பலசாலியை வெற்றிகொள்ள ஆயுதம் கண்டு பிடித்தவன் புத்திசாலி. கல்லாயுதத்தை முறியடிக்க கத்தியைக் கண்டுபிடித்தவன் உடல் வலுவில்லாதவன்தான். கத்தியை வெற்றி கொள்ளத் துப்பாக்கியைக் கண்டுபிடித்தவனும் புத்திஜீவிதான். 'அவனைச் சேருங்கள், எங்களுக்குப் பலமாயிருப்பான்' என்று தோழர் செல்வா பரிந்துரை செய்தார்.

ஒன்றுமே செய்யாமல் இருந்தால் அவர்கள் இயக்கத்தைப் பற்றி எப்படி வெளியே தெரியவரும். வங்கியைக் கொள்ளை அடிக்கலாம் என்று ஒருவர் சொன்னார். தோழர் செல்வாவுக்கு அது விருப்பமில்லை. அப்படி முடிவெடுத்தாலும் எப்படி? அவர்களிடம் ஒரு கறள் பிடித்த துப்பாக்கிகூட இல்லையே. ஒரு துப்பாக்கி இடுப்பில் இருந்தால் ரகஸ்யக் குரலில் பேசினாலும் அது இடிமுழக்கம் போலக் கேட்கும். ஏ லெவல் அரவிந்தன் அருமையான யுத்தி ஒன்று சொன்னான். 'யாழ்ப்பாணம் கோர்ட்டிலே லைசென்ஸ் இல்லாததால் பொதுமக்களிடம் பறிமுதல் செய்த எட்டு வேட்டைத் துப்பாக்கிகள் உள்ளன. அதைப் பூட்டி வைத்திருக்கும் இடமும் எனக்குத் தெரியும். ஓர் இரவிலே அதைக் கொள்ளையடித்துவிடலாமே.'

அந்த இடத்துக்குக் காவலே இல்லை. மறுநாள் இரவு பூட்டை உடைத்து உள்ளே போய் எட்டு துவக்குகளையும் கைப்பற்றிவிட்டார்கள். 'தோழர், தோட்டாக்கள் இல்லை. கொஞ்சம் கறள் பிடித்துப்போய் இருக்கு. என்ன செய்யலாம்?' 'அது பரவாயில்லை. குழலில் பாதியை வெட்டுங்கள். காவுவதற்கு வசதியாயிருக்கும். தோட்டா இல்லை என்பது எங்களுக்குத்தான் தெரியும். துப்பாக்கிக்கும் தெரியும். குறிபார்க்கப்படும் ஆளுக்குத் தெரியாது அல்லவா?' என்றார் தோழர் செல்வா. 11 பேருக்கு எட்டுத் துப்பாக்கிகள். இதுதான் ஆரம்பம். உடனேயே செயற்குழுவைக் கூட்டினார்கள். மற்றக் குழுக்கள் எல்லாம் வியக்கும்வண்ணம் ரகஸ்யமாகக் காரியத்தில் இறங்கவேண்டும் என்று தீர்மானிக்கப்பட்டது.

'துப்பாக்கிதான் கிடைத்துவிட்டதே, வங்கியைக் கொள்ளை யடிப்போம்.' இவர் வங்கியைக் கொள்ளை அடிப்பதிலேயே

குறியாய் இருந்தார். இன்னொருவர் 'சிறையை உடைப்போம். ஆறு மாதம் முன்பு மட்டக்களப்புச் சிறையை உடைத்து போராளிகள் வெளியேறினார்கள். அவர்கள் துணிச்சலில் பாதியாவது எங்களுக்கு வேணும்' என்றார். 'ராணுவ வாகனத்துடன் மோது வோம்' என்றார் இன்னொரு தோழர். அவர் தோட்டா இல்லை யென்பதை மறந்துவிட்டார். 'ராணுவத்துக்கு உதவும் தேசவிரோதி களைப் பிடித்து வந்து அடைத்து வைப்போம்' என்றார் ஒருவர். அப்பொழுதுதான் தோழர் செல்வாவுக்குப் புதிதாக மூளையிலே பொறி உண்டாகியது. 'நாங்கள் செய்வது உலகச் செய்தியாக வேண்டும். இலங்கை, இந்தியா, ஐரோப்பா, அமெரிக்கா எல்லாம் எங்களைத் திரும்பிப் பார்க்க வேண்டும். தோட்டா இல்லாத துப்பாக்கியால் செய்யக்கூடிய ஒரே காரியம் ஆட்களைக் கடத்து வதுதான். அமெரிக்காவிலிருந்து சுற்றுலா வரும் ஆளைக் கடத்தி னால் உலகப் பிரபல்யம் உடனேயே கிடைத்துவிடும். என்ன கோரிக்கை என்பதைப் பிறகு தீர்மானிக்கலாம்' என்றார். எல்லோ ருக்கும் பிடித்துக்கொண்டது. ஜனாதிபதி ரேகன் டெலிபோனில் அவர்களை அழைத்துக் கெஞ்சுவது கண் முன்னே வந்தது. பாதிவெட்டிய துப்பாக்கிகளைத் தூக்கி தலைக்குமேலே பிடித்துக் கொண்டு எல்லோரும் நடனமாடினார்கள்.

இத்தனை சுலபமாகத் திட்டத்தைச் செயலாக்கலாம் என ஒருவருமே நினைக்கவில்லை. யாழ்ப்பாணத்தில் அமெரிக்காவைச் சேர்ந்த அலென் தம்பதிகள் வசித்தனர். ஒரு மாதம் முன்புதான் திருமணம் செய்து குடிநீர் ஆராய்ச்சி செய்வதற்காக வந்திருந்த ஸ்டான்லி அலெனுடன் புது மனைவி மேரியும் இருந்தார். இருவரும் அமெரிக்காவின் ஒஹையோ மாநிலத்தின் ரூஃலின் கம்பெனிக்காக வேலைசெய்தனர். 'சுற்றுலாப் பயணிகளுக்காகக் காத்திருக்கத் தேவையில்லை, இவர்களையே கடத்தலாம்' என்று ஏ லெவல் அரவிந்தன் சொன்னான். அப்படியே முடிவும் எடுக்கப் பட்டது.

வியாழக்கிழமை, 10 மே 1984 அன்று மாலை ஆறுமணிக்கு இருவர் தம்பதிகள் வசித்த குருநகர், பீச் ரோட் 19ஆம் வீட்டுக் கதவைத் தட்டினார்கள். நூலகத்துக்கு நன்கொடை பெற வந்ததாகச் சொன்னதும் அலென் அடுத்தநாள் காலை வந்து சந்திக்கச் சொன்னார். மறுபடியும் இரவு 10 மணிக்குப் போய் கதவைத் தட்டினார்கள். அவர்கள் திறக்கவில்லை. தம்பதிகள் ஜேம்ஸ்பொண்ட் படம் ஒன்றைப் பார்த்துக்கொண்டிருந்தார்கள். ஒருவர் முன்கதவைத் தட்டிக்கொண்டிருக்க இருவர் பின் கதவை உடைத்து உள்ளே புகுந்தார்கள். துப்பாக்கிகளைக் கண்டதும் தம்பதிகள் வெலவெலத்து விட்டார்கள். அலென் கட்டை கால்

சட்டையும் ஒரு பனியனும் அணிந்திருந்தார். மனைவி மெல்லிய வெள்ளை உடையில் காணப்பட்டார். இருவருடைய கண்களையும் கட்டி அவருடைய வாகனத்திலேயே அவர்களை ஏற்றிக் கடத்தினார்கள்.

மாறனுக்குக் காரோட்டத் தெரியும். ஆனால், லைசென்ஸ் கிடையாது. மைக்கேல் கொழும்புக்காரன். அவனிடம் லைசென்ஸ் இருந்தது, ஆனால், யாழ்ப்பாண வீதிகள் பழக்கமில்லை. மைக்கேல் ஓட்ட, மாறன் பக்கத்தில் இருந்து வழிசொல்லிக்கொண்டு வந்தான். போராளிகள் காரிலே முகமூடிகளைக் கழற்றினார்கள். மைக்கேல் சொன்னான். 'நாங்கள் முகமூடி அணிந்தது வீண். இவர்கள் எங்களை அடையாளம் காணவே முடியாது. எல்லா முகங்களும் இவர்களுக்கு ஒன்றுதான்.' மண்டை தீவு, மணல்வீதி 18ஆம் நம்பர் வீடு ஒரு தோழருடையது. அங்கே தம்பதிகளை அடைத்து வைத்தனர். இரண்டு காவலாளிகள் துவக்குகளுடன் வீட்டிலேயே தங்கினர். மற்ற இருவரும் வாகனத்தை ஓட்டிச்சென்று சேந்தன் குளம் கடற்கரையில் நிறுத்திவிட்டு மெதுவாக வீடு போய்ச் சேர்ந் தனர். மாறன் 200 றாத்தல் எடை இருப்பான். காலையும் மாலையும் உடற்பயிற்சி செய்து உடம்பை பயில்வான்போல முறுக்கி வளர்த்து வைத்திருப்பான். முதலைக் கண்ணீர் தெரியும். இவனுக்கு முதலைச் சிரிப்பு. சும்மா இருக்கும்போதே சிரிப்பது போன்ற முகம். கழுத்துக்கு மேலே அவன் உடம்பு வேலை செய்வதில்லை. ஆனால், அன்று அவன் கடற்கரையில் வாகனத்தை நிறுத்தியது அவன் வாழ்க்கையில் அபூர்வமாகப் புத்தியை உபயோகித்து செய்த முதல் காரியமாகும்.

அடுத்த நாள் காலை ஒன்பது மணிக்கு ஒரு பையன் யாழ்ப்பாண அரசாங்க அதிபரிடம் சென்று ஒரு கடிதத்தைக் கொடுத்து விட்டு ஓடினான். அவர் கடிதத்தைத் திறந்து பார்த்ததும் நடுநடுங்கி விட்டார். அது இலங்கை ஜனாதிபதி ஜே.ஆர். ஜெயவர்த்தனாவுக்கு எழுதப்பட்டிருந்தது. சொற்குற்றம் பொருட்குற்றத்துடன் ஆங்கிலத்தில் எழுதப்பட்ட கடிதத்தில் சொல்லப்பட்ட விசயம் மட்டும் குற்றமற்றதாக இருந்தது. அதன் சுருக்கம் இதுதான்.

1. அமெரிக்க உளவுப்பிரிவைச் சேர்ந்த ஸ்டான்லி அலென் தம்பதியினரைக் கடத்தியிருக்கிறோம். அவர்களை விடுதலை செய்வதற்கான நிபந்தனைகள்:

2. மட்டக்களப்பு சிறையில் அடைத்து வைத்திருக்கும் 20 விடுதலைப் போராளிகளை உடனே விடுதலை செய்யவும். போராளிகளின் பட்டியல் இணைக்கப்பட்டிருக்கிறது.

3. இரண்டு மில்லியன் அமெரிக்க டொலர்களைக் காசாகவோ தங்கமாகவோ தமிழ்நாடு அரசின் வசம் எங்கள் சார்பில் ஒப்படைக்கவேண்டும்.

4. அவகாசம் 72 மணி நேரம் மட்டுமே. தவறினால் தம்பதிகள் சுட்டுக் கொல்லப்படுவர்.

இப்படிக்கு
மக்கள் விடுதலைப் படை

கடிதம் கொடுத்த சில மணி நேரங்களிலேயே விசயம் உலகச் செய்தியாகிவிட்டது. இலங்கைப் பத்திரிகைகள் எழுதின. ரேடியோக்கள் அலறின. திருச்சி வானொலி முதலில் செய்தியை அறிவித்தது. பிபிசி தமிழோசை தொடர்ந்தது. இங்கிலாந்து பத்திரிகைகள் எழுதின. நியூயோர்க் டைம்ஸ் பத்திரிகை செய்தி வெளியிட்டதாக அமெரிக்காவிலிருந்து ஓர் அனுதாபி டெலிபோனில் தகவல் சொன்னார். இலங்கை பாதுகாப்பு அமைச்சராக இருந்த அதி புத்திசாலி லலித் அத்துலத்முதலி, நிருபர்கள் அவரைச் சூழ்ந்து கொண்டு கேட்ட கேள்விக்கு 'கடத்தல்காரர்களுக்கு என்னுடைய பதில் 'காதைப் பிளக்கும் மௌனம்' என்றார். பின்னர் அவருடைய புத்தி சாதுர்யத்தின் கனம் தாங்க முடியாமல் வாயைத் திறந்தார். 'கடத்தல்காரர்களின் வாகனம் சேந்தன்குளம் கடற்கரையில் கண்டுபிடிக்கப்பட்டுள்ளது. அவர்கள் அலென் தம்பதியினரை இந்தியாவுக்குக் கடத்திவிட்டார்கள். இங்கே தேடுவதில் என்ன பிரயோசனம்? இந்தியா கடத்தல்காரர்களுக்குத் துணைபோய்விட்டது என முதல் கணையை ஏவினார்.

அமெரிக்க உபஜனாதிபதி ஜோர்ஜ் புஷ் இந்திரா காந்தியைச் சந்திப்பதற்காக டெல்லி வந்திருந்தார். 'தமிழ்நாடு அரசு கடத்தல் பணத்தை அவர்கள் சார்பாகப் பெறும்' என்று எழுதியது இந்திரா காந்திக்கு அவமானகரமாக இருந்தது. இலங்கை ஜனாதிபதி ஜே.ஆர். ஜெயவர்த்தனா இந்தியத் தூதர் சாட்வாலை நெருக்கினார். உலகம் முழுக்க பரபரப்பாகியிருந்தது. ஆனால், ஒருவருக்கும் மண்டைதீவு, மணல்வீதி 18ஆம் நம்பர் வீட்டை சோதிக்க வேண்டும் என்று தோன்றவில்லை. அது மிக மிக அமைதியாக இருந்தது. உரும்பிராய் வேம்பன் ஒழுங்கையில் இருக்கும் கல் வீட்டைச் சோதிக்கலாம் என்றும் ஒருவருக்கும் தோன்றவில்லை. அங்கேதான் தோழர் செல்வா இருந்தார். அது கலகலப்பாகவும் கொண்டாட்டத்துடனும் இருந்தது. காரணம் ஒரு வருடம் முன்னர் இயக்கத்தில் சேர வந்த சொப்பனா வீட்டைவிட்டு வெளியேறி இயக்கத்தில் இணைந்துவிட்டார். திடீர் முடிவுக்கு என்ன காரணம் என்று தோழர் செல்வா கேட்டபோது 'போர் துடங்கி

விட்டதே' என்றார். திருச்சி வானொலியைக் கேட்டதிலிருந்து சொப்பனா வானிலிருந்து கீழே இறங்கவில்லை.

தோழர் செல்வா ரேடியோவை ஒரு காதில் வைத்தபடியே இருந்தார். துப்பாக்கிதாரிகள் கடத்தியதாக பிபிசி சொன்னது அவர் வாழ்நாளில் கிடைத்த பேறு. மூன்று நாள் முடியமுன்னரே அவர் நினைத்ததுபோல உலகப் புகழ் கிடைத்துவிட்டது. 'அது என்ன, சொப்பனா? உம்முடைய அப்பாவுக்கு வேறு பெயர் கிடைக்கவில்லையா?' இறுக்கமான அவர் முகத்தில் நிரந்தரப் புன்னகை வந்துவிட்டது. அவள் தலைகுனிந்தாள். 'பிடிக்கவில்லையா?' 'அப்படிச் சொல்லுவேனா? நல்ல பெயர்தான், பொருள் தெரியவில்லை.' 'சொப்பனம். சொப்பனம் என்றால் கனவு. கன வானவளே என்று அர்த்தம். கனவிலேதான் நான் ஒருத்தருக்குக் கிடைக்கக்கூடியவள். 'சொப்பன வாழ்வில் மகிழ்ந்து' என்ற பாடலைக் கேட்டதில்லையா? சிவகவி படத்தில் எம்.கே. தியாக ராஜபாகவதர் பாடியது. அந்தப் படத்தை அப்பா ஒன்பது தடவை பார்த்தாராம். அதுதான் சொப்பனா என்று வைத்திருக்கிறார்.' 'அப்பாடி, உம்முடைய பெயரில் இத்தனை விவரம் இருக்கா?' 'அடுத்த வரியில் உங்கட பெயர் வருகுது.' 'அது என்ன?' 'சுப்ர மண்ய ஸ்வாமி உனை மறந்தேன்.' அவரைக் கூர்ந்து பார்த்துக் கொண்டு 'என்னை மறப்பீர்களா?' என்றாள். எட்டுத் துப்பாக்கி களையும் யாரோ பறித்துவிட்டதுபோல நிராயுதபாணியாக நின்று முத்தமே படாத அவள் முகத்தை ஆராய்ந்தார். எங்கே தொடங் கலாம் என்று தோழரால் முடிவுக்கு வரமுடியவில்லை.

ஞாயிறு பகல் முடிந்து இரவு தொடங்கியது. விடிந்தால் திங்கள் காலையாகிவிடும். 72 மணி நேரம் கெடு நெருங்கியது. பிணைக் கைதிகளைச் சுடவேண்டும் அல்லது விடுவிக்க வேண்டும்.

ஞாயிறு இரவு அலென் தம்பதியினரைப் பார்க்க தோழர் செல்வா போனார். மிகப் பரிதாபமான காட்சி. அவர்கள் இரு வரும் நிலத்திலே உட்கார்ந்து ஐஸ்கிரீம் கூம்பை நக்கிக் கொண்டிருந்தனர். ஒரு போராளியின் மனைவி பக்கத்திலே நின்று சுளகினால் விசுக்கிக்கொண்டிருந்தார். அவர்கள் உடம்பிலே வியர்வை ஆறாக ஓடியது. பயமாக இருக்கலாம். தாங்கமுடியாத வெக்கையாகவும் இருக்கலாம். 'எல்லாம் வசதியாக இருக்கிறதா?' 'ஆமாம் இருக்கிறது. நன்றி!' என்றார்கள். இரண்டு நிமிடத்தில் 15 தடவை நன்றி சொன்னார்கள். ஐஸ்கிரீம்தான் அவர்களின் கடைசி உணவாக இருக்குமோ என்ற சந்தேகத்தில் ஒருவரை ஒருவர் பார்த்தபடியே சாப்பிட்டார்கள். தோழர் செல்வா சொன்னார். 'உங்களைக் கொல்லமாட்டோம். நாங்கள் காட்டுமிராண்டிகள்

அல்ல. உரிமைக்காகப் போராடுகிறோம். ஒருகாலத்தில் ஜோர்ஜ் வாஷிங்டன் தலைமையில் பிரிட்டிஷ்காரரை எதிர்த்து உங்கள் தேசம் விடுதலைக்காகப் போராடினது அல்லவா? அது போலத்தான் இதுவும். பொறுத்துக்கொள்ளுங்கள்.'

அன்று இரவு இந்திரா காந்தி அமெரிக்கத் தம்பதிகளை மனிதாபிமான அடிப்படையில் விடுதலை செய்யும்படி வேண்டுகோள் விடுத்திருந்தார். எம்.ஜி.ஆர் பொலீஸ் மா அதிபரை அழைத்து விவகாரத்தை உடனடியாக முடிவுக்குக் கொண்டு வரும்படி கட்டளையிட்டார். கே. மோகன்தாஸ் செயல்வீரர் என்று பெயர் எடுத்தவர். இயக்கத் தலைவரையும் உதவியாளர்களையும் கைது செய்து சென்னை ஹொட்டல் அறை ஒன்றில் அடைத்தார். 'அங்கே அலென் தம்பதிகள் கொலை செய்யப்படும் அதே நேரம் இங்கே நீங்கள் அனைவரும் கொல்லப்படுவீர்கள்' என்று கடைசி எச்சரிக்கை விடுத்தார். 'அலென் தம்பதிகள் விடுவிக்கப்பட்டுவிட்டனர்' என்று உத்தியோகபூர்வமாக ரேடியோவில் அறிவிப்பு வந்தது. சரித்திர முக்கியத்துவம் வாய்ந்த ஆள் கடத்தல் விவகாரம் முற்றுப்பெற்றது.

வேறு வழியில்லை. 14 மே 1984 திங்கள் இரவு சரியாக 8.45 மணிக்கு அலென் தம்பதிகளை யாழ்ப்பாணம் தேவாலயத்தின் ஆயரிடம் இயக்கத்தினர் ஒப்படைத்தனர். தம்பதிகளுக்கும் இயக்கத்தினருக்கும் ஆயர் இஞ்சிக் கோப்பி வழங்கிக் கொண்டாடினார். அதே சமயம் உரும்பிராய் வேம்பன் ஒழுங்கை கல் வீட்டில் தோழர் செல்வா அளவுமீறிய உற்சாகத்தில் இருந்தார். இயக்கம் உலகச் செய்தியாக்கிவிட்டது. மூன்று நாட்களில் சொப்பனா தோழருடைய இரும்பு இதயத்தைப் பிளந்து உள்ளே நுழைந்துவிட்டாள். கடத்தல் வெற்றிகரமான முடிவை எட்டிய போது அவரைக் கட்டிப்பிடித்து பெரிய முத்தம் ஒன்று கொடுத்தாள்.

சொப்பனாவின் கன்னமும் உதடுகளும் நெற்றிப் பொட்டும் ஒரே சிவப்பு நிறத்துக்கு மாறியிருந்தன. 'ஓ சொப்பனா, சொப்பனா' என்றார் தோழர் செல்வா. அவருக்கு அந்தப் பெயரைப் பல தடவை உச்சரிக்க வேண்டும்போலத் தோன்றியது. அவர் குனிந்து தன் கால் பெருவிரலைப் பிடித்தார். 'என்ன? என்ன?' என்று பதறினாள் சொப்பனா. நேற்று மதில் பாய்ந்தபோது காயம் என்றார். 'இங்கேயா?' என்று பெருவிரலைத் தடவினாள். 'ஓமோம்' என்று தலையாட்டினார். அங்கே முத்தம் பதித்தாள். 'இங்கே?' என்று கணுக்காலைத் தடவினாள். அவர் 'ஓமோம்' என்று சொல்ல அங்கே முத்தம் பதித்தாள். 'இங்கே?' முழங்காலைத் தடவினாள். 'ஓமோம்.' அங்கேயும் முத்தம் பதித்தாள். அவள்

முத்தங்கள் மேல்நோக்கி ஏறின. உடம்பின் உறுப்பின் பெயர்களும் மாறியபடியே வந்தன.

புத்திஜீவிகளுக்கு ஒரு பழக்கம் உண்டு. சமய சந்தர்ப்பம் தெரியாது. ஏ லெவல் அரவிந்தன் பதற்றமாக உள்ளே நுழைந்தான். 'நீங்கள் ஆள் கடத்தல் வெற்றி என்று சொல்லிக் கொண்டாடு கிறீர்கள். இது முழுத்தோல்வி அல்லவா? வெளியிலே தலைகாட்ட முடியவில்லையே?'

'என்ன தோழர் இப்படிச் சொல்கிறீர்? எங்களுடைய வெற்றி யைக் குறைவாக எடைபோடுகிறீர். இன்று நாங்கள் உலகச் செய்தி. இலங்கைப் பேப்பர்கள், இந்தியப் பேப்பர்கள், அமெரிக்க பேப்பர் களில் எல்லாம் இதே செய்திதான். பெருமைப்படும் நாள் இது.'

'பெருமை கிடக்கட்டும். நாங்கள் எதற்காகக் கடத்தினோம்? அந்தக் காரணம் நிறைவேறியதா? அதுவல்லவா முக்கியம் தோழர்.'

'அதிலென்ன சந்தேகம். உலக நாடுகள் எமது இயக்கத்தின் செயல்பாடுகளைக் கண்டு வியப்பு மேலிட்டு நிற்கின்றன. இது சாதனையல்லவா? ஆக 11 பேருடன், எட்டு வெட்டிய பாதித் துப்பாக்கிகளுடன், 12,400 ரூபாய் செலவில் உலக சாதனை படைத் திருக்கிறோம். தோழரே, நீர் ஒரு வரலாற்றுப் புள்ளியில் நிற்கிறீர்.'

தோழர் அரவிந்தன் கீழே பார்த்தார். அவருக்குப் புள்ளி தெரியவில்லை. 'உங்களுக்கு புளிய மரத்துப் பேய்க் கதை தெரியுமா?' என்றார்.

'இது கதை பேசும் நேரமில்லை. கொண்டாடும் நேரம் தோழர். சுருக்கமாகச் சொல்லுங்கள்.'

'ஒரு வீட்டுக்காரர் முன் வளவில் இருந்த புளியமரத்தில் 10 பேய்கள் குடியிருந்தன. ஒருநாள் வீட்டுக்காரர் புளியமரத்தை வெட்டி எள் விதைக்கத் தீர்மானித்தார். அவருக்குப் 10 மூட்டை எள் கிடைக்கும். இதைக் கேள்விப்பட்ட பேய்கள் அலறியடித்துக் கொண்டு அவரிடம் வந்தன. 'ஐயா, மரத்தை வெட்டவேண்டாம். நாங்கள் எங்கே போவோம்? உங்களுக்கு வருடத்துக்கு 10 மூட்டை எள் தந்துவிடுகிறோம்.' வீட்டுக்காரர் சம்மதித்தார். சில வருடங்கள் ஓடினதும் ஒரு புதுப்பேய் வந்து சேர்ந்தது. அது சொன்னது, 'இது கேவலம். மனிதன் அல்லவா பேய்க்குப் பயப்படவேண்டும். நான் அந்த மனிதப் பதரிடம் பேசுகிறேன்' என்று வீறாப்பாய்ப் போனது. வீட்டுக்காரர் மாட்டுக்கு சூடுபோட இரும்புக் கம்பியை நெருப்பில் பழுக்க காய்ச்சிக்கொண்டு இருந்தார். பேயைக் கண்ட தும் அவர் கையில் சூட்டுக் கம்பியுடன் பேச வந்தார். பேய்க்கு நாக்குழறியது. 'நான் புதுப்பேய். நாங்கள் 11 பேய்கள். இனிமேல்

11 மூட்டை எள் இல்லை, இல்லை இனிமேல் 11 மூட்டை எள்ளை எண்ணெயாகவே தருகிறோம்.'

'என்ன சொல்ல வருகிறீர், தோழர்? விளக்கமாகச் சொல்லமாமே.'

'நாங்கள் கேட்ட பணயப் பணம் இரண்டு மில்லியன் டொலர். அது கிடைக்கவில்லை. சிறையில் இருந்து 20 போராளிகளை விடுவிக்கவேண்டும். அதுவும் நிறைவேறவில்லை. மாறாக சிறையில் அடைத்த போராளிகளின் தொகை 22 ஆக கூடியிருக்கிறது.'

'அது எப்படி?'

'நாங்கள் விடுதலை செய்யக் கோரியவர்களின் பட்டியலில் சிலர் ஏற்கனவே விடுதலையாகி வெளியே இருந்தனர். அவர்களையும் இன்னும் சிலரையும் பொலீஸ் மறுபடியும் பிடித்துச் சிறையில் அடைத்துவிட்டது. எதற்கு என்று கேட்டதற்கு அப்பொழுதுதானே உங்களை விடுதலை செய்யலாம். அதுதானே கோரிக்கை' என்றார்களாம். இப்பொழுது சிறையில் இருப்பவர்களின் எண்ணிக்கை 22.'

'அது இருக்கட்டும், தோழர். போரிலே ஒன்றிரண்டு பின்னடைவுகள் ஏற்படுவது இயற்கை. ஒரு நாட்டுக்காக இரவும் பகலும் போராடும் தோழர்களின் அர்ப்பணிப்பையும் தியாகத்தையும் குறைவாக மதிப்பிடக் கூடாது. இலங்கை சரித்திரத்தின் திசையை அல்லவா உடைத்திருக்கிறோம்.'

'ஓம் தலைவா.'

'இனிமேல் எங்கள் போராட்டம் உலகமயமாக்கப்பட்டு விடும். நகர்வுகள் இல்லை. பாய்ச்சல்தான்.'

'ஓம் தலைவா.'

'புதிய பெண்கள் அணி துவங்கப்பட்டுவிட்டது. அதன் தலைவி இவர்தான், சொப்பனா.'

அவசரமாகத் தலையை ஒதுக்கி, சேலையை நேராக்கி, உதட்டுக் காயத்தை மறைத்தவாறு சொப்பனா உடம்பை விறைப்பாக வைத்துக்கொண்டு செருப்புக் காலில் நின்றார்.

'ஓம் தலைவா.'

◆

சின்னச் சம்பவம்

சின்னச் சம்பவம் என்று ஒன்றும் உலகத்தில் கிடையாது. வழக்கம்போல வாடகைக் கார் நிறுத்தத்தில் காரை நிறுத்தி வைத்துக்கொண்டு வாடிக்கையாளருக்குக் காத்திருந்தேன். எனக்கு முன்னால் இரண்டு கார்களும் பின்னால் நாலு கார்களும் நின்றன. பகல் பத்துமணி. மே மாதம் என்பதால் குளிரும் இருந்தது, வெப்ப மும் இருந்தது. அன்று கொஞ்சம் வெப்பம் வெற்றிபெற்ற நாள். ரொறொன்ரோவின் அலுவலக அவசரம் முடிந்து விட்டதால் சிறிது அமைதி நிலவியது. ஒரு பெண் தூரத்திலே நடந்து வந்தாள். ரோஸ்டரில் வாட்டிய முழுக்கோதுமை ரொட்டியின் நிறம். கையிலே கைப்பை இல்லை. காலிலே ஓட்டக்காரர் அணியும் காலணி. மெலிந்த தேகம் ஆனால், எங்கேயெங்கே சதை வேணுமோ அங்கேயங்கே அது இருந்தது. தினம் தேகப்பயிற்சி செய்யும் உடம்பு. சமீபத்தில் வந்தபோது முகத்தைப் பார்த்தேன். பெரிய அழகி என்று சொல்ல முடியாது. தேனின் மேல் சூரிய ஒளி பட்டதுபோல கண்கள். எந்த ஓர் ஆணையும் வசப்படுத்தும் கவர்ச்சி இருந்தது. எனக்கு முன்னால் தரித்திருந்த கார்களை விலக்கிவிட்டு நேராக என்னிடம் வந்தாள். ஒரு கையை இடுப்பில் வைத்து சற்றுச் சாய்ந்து நின்று காலை வணக்கம் சொன்னாள். நானும் சொன்னேன். அவள் எங்கேயும் பயணம் போகப்போவ தாக இல்லை. வழிகேட்பதற்காக இருக்கலாம்.

'ஒரு சிகரெட் இருக்குமா?' என்றாள்.

புத்திசாலியான பெண் என்று உடனேயே தெரிந்தது. அங்கே நின்ற ஏழு வாடகைக் கார்ச் சாரதிகளில் சிகரெட் குடிப்பவன் நான் மட்டுமே என்பதை எப்படியோ ஊகித்துக் கண்டுபிடித்து என்னிடம் நேரே வந்திருக்கிறாள். சிகரெட் பக்கெட்டை நீட்டி னேன். ஒரு சிகரெட்டை மட்டும் உருவி எடுத்து உதட்டிலே பொருத்தி வைத்துக்கொண்டு நின்றாள். என்னுடைய லைட்டரால் பற்ற வைத்தேன். நன்றி என்றுவிட்டு நகராமல் அதே இடத்தில் நின்றாள். அவள் வந்த விசயம் முற்றுப் பெறவில்லை என்று நினைக்கிறேன்.

‘உங்களிடம் இரண்டு டொலர் இருக்கிறதா?’ ஒரு பெண் முன்பின் தெரியாத ஒருவரிடம் இரண்டு டொலர் கேட்டால் அவருக்கு யாசிப்பவரிடம் கேள்வி கேட்கும் உரிமை கிடைத்து விடுகிறது. ‘எதற்கு என்று சொன்னால் தருகிறேன்.’ ‘இரண்டு டொலரை வைத்து என்ன செய்யமுடியும்? கோப்பி குடிப்பதற்குத் தான்.’ ‘கோப்பிக்கடை தூரத்தில் அல்லவா இருக்கிறது. நான் உங்களை அங்கே கொண்டுபோய் விடுகிறேன்.’ ‘கோப்பிக்கு காசில்லை. டாக்சிக்கு கொடுக்க பணம் எங்கிருந்து வரும்?’

நான் அவளைப் பார்த்தேன். உடம்பை ஒட்டிப் பிடிக்கும் பழைய ஜீன்ஸ் அணிந்திருந்தாள். பழசாக்கப்பட்ட ஜீன்சை புதி தாகக் கடையில் வாங்கினாளா அல்லது திருப்பித் திருப்பி அணிந்து பழசாகினதா என்பதைக் கண்டுபிடிக்க முடியவில்லை. தவறான சலவையில் சிவப்பும் மஞ்சளும் கலந்ததுபோன்ற ஒரு நிறத்தில் தொளதொளவான ரீசேர்ட். அதிலே TAIBU என்ற வார்த்தை எழுதியிருந்தது. இரண்டு டொலர் காசைக் கொடுக்க முன்னர் அதற்குப் பெறுமதியான விவரங்களை பெற்றுவிட வேண்டுமென்பது என் கொள்கை.

‘TAIBU என்றால் என்ன?’

‘ஓ, அதுவா?’ சிரித்தாள். முதல் முறையாக அவள் பற்கள் வெளியே தெரிந்து பளிச்சிட்டன. ‘என் கணவருடைய டீசேர்ட். ஸ்வாஹிலி மொழியில் TAIBU என்றால் ‘உடல் நலம் பெறுக’ என்பதுபோல ஒரு வாழ்த்து. அவர் கென்யாக்காரர்’ என்றாள். ஒவ்வொரு விவரத்தையும் நான் பிடுங்கமுன்னர் அவளாகவே சொன்னாள். ஆரம்பத்திலிருந்து அடிமனதில் இருந்த கேள்வியைக் கேட்டேன். ‘நீங்கள் தமிழா?’ ‘நான் தமிழ்தான், கொஞ்சம் பேச வரும், சொல்வது முழுக்கப் புரியும். அப்படித்தான் அப்பாவுடன் சம்பாஷணை செய்வேன். இது என்ன வகுப்பறையா? கையைத் தூக்காமல் கேளுங்கள்.’ ‘இங்கே கனடாவில் பிறந்தீர்களா?’ ‘இங்கே தான். இன்னும் எத்தனை கேள்விகளுக்கு பதில் சொன்னால் காசு கிடைக்கும்?’ என்றாள். அவள் சிகரெட் எரிந்து கடைசி நிலையை எட்டியிருந்தது.

நான் இரண்டு டொலர் காசைக் கொடுத்துவிட்டுச் சொன் னேன். ‘நீங்கள் ஏதோ பெரிய சங்கடத்தில் மாட்டியிருக்கிறீர்கள். எங்கே போகவேண்டுமோ அங்கே டாக்சியில் கொண்டுபோய் இறக்கிவிடுவேன். பணம் வேண்டாம்.’ அவள் என்னை நிமிர்ந்து நேராகப் பார்த்தாள். ‘உங்கள் கருணையான உள்ளத்துக்கு நன்றி. இது நான் உண்டாக்கிய பிரச்சினை. நானே தீர்க்கவேண்டும்.

என் கணவர் என்னை வீட்டைவிட்டுத் துரத்திவிட்டார். இரவு முழுக்கச் சித்திரவதை செய்தார். எல்லோரையும் பொறாமைப்பட வைக்கும் அருமையான வேலை எனக்கு இருந்தது. அதைத் துறந்துவிட்டு அவருக்கு அடிமையாக வாழ்கிறேன். இது என் தேர்வு.' உடனே எது செய்யக்கூடாதோ அதைச் செய்ய ஆரம்பித் தேன். புத்திமதிகள் என் வாயை நிரப்பின. 'இது கனடா. உங்களை ஒருவர் தொடமுடியாது. பொலீஸைத் தயங்காமல் அழையுங்கள். அவர்கள் நிமிடத்தில் வந்து அவரைக் கைது செய்து போவார்கள்.' 'எனக்குத் தெரியும். இதற்கு முன்னரும் அவர் என்னைத் துரத்தி யிருக்கிறார். இன்றிரவு வந்து என்னிடம் கெஞ்சுவார். நான் அவரை நேசிக்கிறேன். அளவுக்கு அதிகமாக நேசிக்கிறேன். நான் செத்துப்போவேன், ஆனால், அவரைப் பொலீஸில் பிடித்துக் கொடுக்கமாட்டேன்.' சம்பாஷணை முடிந்துவிட்டது என்பது போலச் சட்டென்று திரும்பி நடந்தாள். நான் கொடுத்த இரண்டு டொலரை எறிந்து எறிந்து ஏந்தினாள். அது சூரிய ஒளியில் மின்னியது.

பத்தடி தூரம் போனவள் எதையோ நினைத்து மறுபடியும் திரும்பினாள். 'இன்றிரவு நீங்கள் தூங்கச் செல்லும்போது 'அட பெயரைக் கேட்க மறந்துவிட்டோமே' என்று வருத்தப்படுவீர்கள். நீங்கள் நல்லவர். அந்தத் துக்கம் உங்களுக்கு வேண்டாம். என் பெயர் அல்கா' என்று சொல்லிக் கையை நீட்டினாள். குளிர்ந்த பூவைத் தொட்டதுபோல இருந்தது. 'அல்காவா? அப்படி ஒரு தமிழ் பெயரா?' என்றேன். 'என் அப்பாதான் இன்றைக்கும் அவர் வைத்த பெயரால் என்னைக் கூப்பிடுவார். வாயில் நுழையாத பெயர். அதன் சுருக்கம்தான் இது. உலகத்துக்கு நான் அல்கா.' இப்படிச் சொல்லிவிட்டு நடந்தாள். அவள் தலை மறைந்ததும் மற்ற டாக்சி ஓட்டுநர்கள் அத்தனை பேரும் என்னை வந்து சூழ்ந்து கொண்டார்கள்.

நான் 20 வருடமாக ரொறொன்ரோவில் டாக்சி ஓட்டு கிறேன். 25வது வயதில் ஆரம்பித்த வேலை இன்றும் தொடர்கிறது. இந்த இருபது வருடத்தில் எத்தனையோ அனுபவங்கள் கிடைத் திருந்தாலும் இன்றைக்கும் ஆச்சரியமேற்படுத்தும் சம்பவங்கள் நடந்தவண்ணம்தான் இருக்கின்றன. சில அதிர்ச்சியைத் தரும். சில சொல்லமுடியாத நிறைவைத் தரும். துக்கம் தந்தவையும் இருக் கின்றன. ஆனால், அவ்வப்போது ஏற்படும் புதிர்களும் மர்மங்களும் என் வேலையைச் சுவாரஸ்யமாக்கியிருக்கின்றன.

எங்கள் கம்பெனியில் 96 டாக்சி ஓட்டுநர்கள் வேலை செய் தார்கள். வெள்ளையர், கறுப்பர், இந்தியர், சீனாக்காரர், பிலிப்

பினோக்காரர், பாகிஸ்தானியர் என்று பல நாடுகளிலிருந்து வந்த வர்கள். தமிழர்கள் நாலே நாலு பேர். வாடிக்கையாளர்கள் டெலிபோனில் கம்பெனியை அழைப்பார்கள். கம்பெனியிலிருந்து எங்களுக்கு ரேடியோத் தகவல் வந்ததும் நாங்கள் குறிப்பிட்ட முகவரிக்குப் போவோம். முதல் நாளைப்போல அடுத்த நாள் இருக்காது. ஆனால், அவ்வப்போது நடக்கும் சில சம்பவங்கள் ஆச்சரியத்தைக் கொடுக்கும். நேற்றிரவு நடந்ததும் புதுமையான அனுபவம். ரேடியோவில் தகவல் வந்தபோது இரவு 11 மணி. ஒரு விலாசத்தைத் தந்து அங்கு போகச் சொன்னார்கள். ஆனால், அந்த வீட்டுக்காரர் பாதையில் வாகனத்தை நிற்பாட்டாமல் வெளியே ரோட்டில் நிறுத்தவேண்டும் என்பது கட்டளை. இப்படியான சமயங்களில் எச்சரிக்கையாக இருக்கவேண்டும். ஒரு வீட்டு நம்பரைக் கொடுத்து இன்னொருவர் அழைக்கிறார் என்பதால் எந்த வீட்டிலிருந்து அழைத்தவர் வருவார் என்பது தெரியாது. எஞ்சினை ஓடவிட்டபடியே காத்திருந்தேன். இருட்டான இடம். வீட்டின் முன்னே உயரமான செடிகள் வளர்ந்திருந்தன. செடிகள் அசைந்த அடுத்த கணம் ஓர் உருவம் சட்டென்று காருக்குள் ஏறி உட்கார்ந்து 'ஓடு, ஓடு' என்றது. 'எங்கே போகவேண்டும்?' 'நேரே போ. நேரே போ. வேகம், வேகம்.' சில மைல்கள் தூரம் போனதும் திரும்பிப் பார்த்தேன். பள்ளி மாணவி. சீனப் பெண், மகத்தான பூவாகப் பூக்க ஆரம்பித்திருந்தாள். 'எங்கே போகிறீர்கள்?' அவளுடைய வகுப்பு தோழிகள் பியர் பார்ட்டி வைக்கிறார்கள். அதில் கலந்துகொள்ளப் பெற்றோருக்குத் தெரியாமல் போகிறாள். சட்டப்படி நான் சவாரியை மறுக்கலாம். அவள் முகத்தில் காணப்பட்ட குதூகலத்தைக் கெடுக்க விரும்பவில்லை. கள்ள நோட்டுக் கொடுத்து சாமான் வாங்கியதுபோல மகிழ்ச்சி கிடைத்தது; குற்றவுணர்ச்சியாகவும் இருந்தது. 'எப்படி வீட்டுக்குத் திரும்புவீர்கள்?' அவள் பதில் பேசவில்லை. செல்போனில் மூழ்கிக் கிடந்தாள். அவளுடைய பெற்றோர்கள் வீட்டிலே ஒன்றும் அறியாமல் தூங்கிக்கொண்டிருந்தார்கள்.

வாடகைக்கார் ஓட்ட வந்த முதல் நாள் நடந்த சம்பவத்தை நினைக்கும்போது இப்போது சிரிப்பு வந்தது. மற்றைய சாரதிகள் எச்சரிக்கையாக இருக்க வேண்டுமென எனக்கு நிறையப் புத்திமதி சொல்லியிருந்தனர். என்னுடைய முதல் சவாரி ஓர் இளைஞன். காரில் ஏறியவுடனேயே நான் கேட்டுக்கொண்டிருந்த ரேடியோ சானலை மாற்றச் சொன்னான். மாற்றினேன். பின்னர் இன்னொரு சானலுக்கு மாற்றச் சொன்னான். அதையும் செய்தேன். அதுவும் பிடிக்கவில்லை. தானே திருக வந்தான். 'நான் உங்கள் சாரதி,

உங்களுக்கு ரேடியோ போடுபவர் அல்ல. எங்கே போகவேண்டும். அதைச் சொல்லுங்கள்' என்றேன். அவன் சொல்லவில்லை. 'நேரே போ, வலது பக்கம் போ, இடது பக்கம் போ' என்று என்னை அதிகாரம் செய்தான். பல இடங்களில் என்னை நிறுத்தி, நிறுத்தி ஓடவைத்தான். இறுதியில் ஒரு பெட்ரோல் ஸ்டேசனில் இறங்கப் போவதாகச் சொன்னான். நிறுத்தியதும் கதவைத் திறந்து குதித்து குறுக்குப் பாதையால் ஓடினான். நான் திகைத்துப்போய் பார்த்துக் கொண்டு நிற்க மறைந்துவிட்டான். வேலை தொடங்கிய முதல் நாள் நட்டம் 140 டொலர்.

டாக்சிக்காரருக்கு எல்லோரும் டிப் தருவதில்லை. சிலர் தாராளமாகத் தந்திருக்கிறார்கள், ஆனால், நான் டிப் கொடுத்த சம்பவங்கள் பல உள்ளன. பனிக்காலம் வந்தால் மதியம் முடிந்த வுடனேயே இரவு தொடங்கிவிடும். 12 மணிநேரம் வேலை செய்த களைப்பில் கென்னடி எக்லிண்டன் சந்திப்பில் காரை ஓட்டிக் கொண்டிருந்தேன். பனியகற்றும் வாகனங்கள் உர்ரென்று சத்த மிட்டுக்கொண்டு நகர்ந்தன. பனி கொத்துக்கொத்தாக நிற்காமல் கொட்டியது. 'இடரினும் தளரினும் எனதுறுநோய் தொடரினும்' வேலை செய்தால்தான் பணம். ஒரு வெள்ளைக்காரப் பெண் கைகாட்டி நிறுத்தினாள். கையுறை இல்லை. தொப்பி இல்லை. நீண்ட ஓவர்கோட் அணிந்திருந்தாள். அந்த இடம் பாதுகாப் பானது அல்ல. எதற்காக அங்கே தன்னந்தனியாக நிற்கிறாள்? நான் காரை நிறுத்தியதும் அதைக் கட்டிப் பிடிப்பதுபோல அணுகி அதன் வெப்பத்தில் குளிர் காய்ந்தாள். 'என்னிடம் காசில்லை' என்றாள். அடுத்த நிமிடம் அவள் கண்களிலே பொலபொல வென்று நீர் கொட்டியது. இரண்டு பக்கமும் பார்த்தேன். ஏதாவது தந்திரமாக இருக்கும் என்று பட்டது. ஆனால், அவள் பாசாங்கு செய்யவில்லை, நிசமாகத்தான் அழுதாள். 'என்ன பிரச்சினை? இது ஆபத்தான இடம்' என்றேன். 'என் அப்பா என்னை வீட்டை விட்டுத் துரத்திவிட்டார். அம்மா அழுது கொண்டிருக்கிறார். எனக்கு இரவு தங்க இடமில்லை.'

அவளுக்கு 17, 18 வயதுதான் இருக்கும். மேல் பள்ளியில் படிக்கிறாள் என்று ஊகிக்க முடிந்தது. என்ன உதவிசெய்வது என்று என்னால் முடிவெடுக்க முடியவில்லை. என் வாழ்க்கையில் என்றென்றும் மறக்கமுடியாத ஒரு வாசகத்தை அந்தப் பெண் அப்போது சொன்னாள். 'இந்த மோசமான குளிரில் என்னை விட்டுவிட்டுப் போகவேண்டாம். நான் செத்துப்போவேன். எப்படி வேண்டுமென்றாலும் என்னை உபயோகித்துக்கொள்ளலாம். ஓர் இரவு மட்டும் தங்க ஏற்பாடு செய்யுங்கள்.' பச்சைக் கண்களுக்குப்

பக்கத்தில் அத்தனை சிவப்பு உதடுகளை நான் கண்டதே கிடை யாது. இந்தப் பெண் என்னைப் பெரும் சிக்கலில் மாட்டிவிடக் கூடும். உதவி செய்யாவிட்டால் இன்னும் மோசமாக ஏதாவது அவளுக்கு நடக்கலாம். ஒரு ஹொட்டலில் அன்றிரவு தங்க ஏற் பாடு செய்வதாகச் சொன்னேன். அவள் நன்றி சொல்லிக்கொண்டு சடக்கென்று காரில் ஏறினாள்.

'என்ன காரணத்துக்காக அப்பா உங்களை வீட்டைவிட்டுத் துரத்தினார்? காதல் விவகாரமா?' 'இல்லை. இல்லை. காதல் விவகாரம் என்றால் அவர்கள் சந்தோசப்படுவார்கள்.' 'பரீட்சையில் தோற்றுவிட்டீர்களா?' 'அதற்கு வாய்ப்பே இல்லை. நான் தொடர்ந்து A எடுக்கும் மாணவி.' 'நடுநிசியில் ஒரு தகப்பன் தன் மகளை எதற்காக வீட்டைவிட்டுத் துரத்தினார்?' 'நிலவறைத் திறப்பைக் கைமறதியாக வைத்துவிட்டேன்.' 'அதற்காகவா? எதற்கு நிலவறைத் திறப்பு உங்களுக்குத் தேவைப்பட்டது?' 'ஏணியை எடுப்பதற்கு.' 'ஏணி எதற்கு?' 'அப்பத்தானே சீலிங்குக்குள் போய்த் தேட முடியும்.' 'எதற்கு சீலிங்குக்குள் நுழைந்து தேடுகிறீர்கள்?' 'அங்கேதானே போதை மருந்து ஊசி கிடக்கிறது.'

டாக்சி ஓட்டுநர் கூட்டத்திலே எங்கள் தொழிலின் மேன் மைகள் விவாதிக்கப்படும். ஏற்றத் தாழ்வில்லாமல் சம உரிமை கொடுத்து நடத்தும் தொழில் இது. முதல் நாள் உலகப் புகழ் விஞ்ஞானி ஒருவர் உங்கள் டாக்சியில் பயணம் செய்வார். அடுத்தநாள் அதே இருக்கையில் செக்ஸ் தொழில் செய்யும் பெண் உட்கார்ந்திருப்பார். இருவரையும் நாங்கள் சமமாகத்தான் நடத்து வோம். ஏறக்குறைய ஒரே வயது ஆண்கள் கூட்டமாக ஏற முயற்சித் தால் அந்தச் சவாரியை நான் தவிர்த்துவிடுவேன். அதுவும் இரவு நேரமென்றால் எச்சரிக்கை தேவை. அன்று டண்டாஸ் ரோட்டில் போய்க்கொண்டிருந்தபோது இரவு பதினொரு மணி. இரண்டு இளைஞர்கள் கைகாட்டி நிறுத்த ஒருவர் முன் சீட்டில் பாய்ந்து ஏறினார், மற்றவர் பின் சீட்டில் அமர்ந்தார், ஆனால், கதவைச் சாத்தவில்லை. சட்டென்று எங்கிருந்தோ இன்னும் இரண்டு பேர் உண்டாகி காரில் ஏறிவிட்டார்கள். இதெல்லாம் முன்னேற்பாடு என்பது எனக்குத் தெரியவில்லை. கெட்ட சம்பவம் நடப்பதற்குக் காத்திருந்தது. 'எங்கே போகவேண்டும்?' நடுக்கம் தெரியாமல் இருக்க உரத்துப் பேசினேன். 'இந்த ரோட்டு போகும் இடத்துக்கு.' கார் எஞ்சின் சத்தத்துக்குப் போட்டியாக நெஞ்சு அடித்தது. தப்பிப் பதற்கான உத்திகளை மனம் உற்பத்தி செய்தது. ஒரு பழைய கட்டிடத்துக்குப் பின்னே காரை விடச் சொன்னார்கள். ஒருவன் கத்தியை எடுத்து கழுத்தில் வைத்து என்னிடம் இருந்த அத்தனை

காசையும் பிடுங்கினான். ரப்பர் பாய்க்குக் கீழே தேடினார்கள். கால் சப்பாத்தைக் கழற்றி உதறிப் பார்த்த பின்னர் 'போ' என்று என்னைத் துரத்திவிட்டார்கள். எனக்கு ஆச்சரியம் தாங்க முடிய வில்லை. கார்ச் சாவியைக் கொடுப்பதற்குத் தயாராக இருந்தேன். அவர்களுக்குத் தேவை காசு மட்டுமே. என் அதிர்ஷ்டத்தை நம்ப முடியாமல் அதி மகிழ்ச்சியுடன் வீடு வந்து சேர்ந்தேன். என் மனைவி நினைத்தார் அன்று எனக்கு அதிக வரும்படி என்று. அவருக்குத் தெரியாது அன்றைய பெரிய வருமானம் என்னுடைய உயிர் என்பது.

விடுக்கமுடியாத புதிர்போல என் மூளைக்கு அப்பாற்பட்ட சில சம்பவங்களும் அவ்வப்போது நடக்கும். பெரிய அளவில் செக்ஸ் பெண்களை வைத்து தொழில் நடத்தும் ஒருவர் என் வாடிக்கையாளர். இவர் ரேடியோவில் அழைக்காமல் நேரடியாக என் செல்போனில் தொடர்புகொள்வார். எந்தப் பெண்ணை எங்கே அழைத்துச் செல்லவேண்டும், எத்தனை மணிக்கு மீண்டும் திரும்ப வேண்டும் போன்ற விவரங்களைத் தருவார். அவருடைய கண்ட்ராக் கிடைத்தால் அன்று வேறு வேலை செய்யக்கூடாது. என்னுடைய சன்மானம் இரண்டு மடங்காக இருக்கும். பல வருடப் பழக்கம் என்பதால் என்மீது ஒருவிதமான நம்பிக்கை அவருக்கு இருந்தது.

ஒருநாள் அவரிடமிருந்து அழைப்பு வந்தது. 60 மைல் தூர ஹொட்டலில் இருந்த பெண்ணை அழைத்துச் சென்று விமானத் தில் ஏற்றிவிடவேண்டும். அதிகாலையே போய் அவளுக்காகக் காத்திருந்தேன். சுழலும் கதவில் விடுபட்டு தேவதைபோல் தோன்றிய ஒரு பல்கலைக்கழக மாணவிதான் வெளியே வந்தாள். இப்படித் தொழில் செய்யும் பெண் என்று எனக்குத் தோன்றவே இல்லை. எத்தனையோ பெண்களை என்னுடைய காரிலே ஏற்றி யிருக்கிறேன். இந்தப் பெண்ணின் சௌந்தர்யம் அபூர்வமானதாக இருந்தது. ஒடுங்கிய இடையை மேலும் சிறுக்கவைத்த நீண்ட ஸ்கர்ட். குதிவைத்த காலணிகள். எத்தியோப்பியாவில் இருந்து படிக்க வந்தவள் என்று பின்னால் அறிந்தேன். பைபிள் கதையில் சோலமன் அரசனை மயக்கிய எத்தியோப்பிய அழகி இப்படித் தான் இருந்திருப்பாள். கருகருவென்று சுருண்டு வளர்ந்திருந்த முடியை இழுத்து நேராக்கி சிறு சிறு பின்னல்களாகக் கட்டி யிருந்தாள். கரிய பெரிய கண்களும், மினுங்கிய உடம்பும் அவளுக்கு விலைமதிக்கமுடியாத வசீகரத்தைக் கொடுத்திருந்தது. காரில் ஏறியவுடனேயே இதற்கு முன்னர் பலதடவை சந்தித்தவள்போல கலகலவென்று பேசத் தொடங்கினாள். அவள் வார்த்தைகளால்

கார் நிரம்பியது. ஒருவருடமாக ரொறொன்ரோ பல்கலைக்கழகத்தில் சமூக மானிடவியல் துறையில் முனைவர் பட்டம் படிப்பதாகச் சொன்னாள்.

'கோடைக் காலம் முழுக்க உங்கள் திட்டம் போடப்பட்டுவிட்டதா?' என்று கேட்டேன். வெளிநாட்டு எழுத்தாளர்கள் புத்தகச் சுற்றுக்கு வரும்போது அவர்களைக் காரில் ஏற்றி வேறு வேறு இடங்களுக்கு அழைத்துச் சென்றிருக்கிறேன். ஒவ்வொரு மாகாணமாகச் சென்று புத்தகங்களைக் கையெழுத்திட்டு விற்பனை செய்வார்கள். இந்தப் பெண்ணுக்கும் பத்து மாகாணங்களுக்கும் மூன்று பிரதேசங்களுக்கும் திட்டம் போட்டுவிட்டார்கள். மூன்று மாத காலம் விடுமுறையில் அவள் நகரம் நகரமாகச் சுற்றுவாள். இன்ன தேதி இன்ன இடம் இன்ன நபர் இன்ன தொலைபேசி என்ற சகல விவரங்களும் அவள் கைப்பையில் இருந்தன. சுற்றுலாவுக்குப் புறப்பட்டதுபோல அவள் உடம்பிலிருந்து மகிழ்ச்சி வீசி காரை ஓட்டிய என்னையும் தாக்கியது.

'உங்கள் பெற்றோருக்கு நீங்கள் என்ன செய்கிறீர்கள் என்று தெரியுமா?' 'ஆண்டவனே, அம்மாவுக்குத் தெரியாது. அப்பா இல்லை. அம்மா கிராமத்து சேர்ச்களில் போய் என் வெற்றிக்காக மன்றாடுகிறாள்.' 'உங்களுடைய ரேட் என்ன?' என்று கேட்டேன். இப்படியான பெண்களுக்கு டாக்சி சாரதிகளின் நட்பு முக்கியம். அவர்கள் ஒன்றையும் மறைக்கமாட்டார்கள். 'ஓர் இரவுக்கு 1500 டொலர். இரவும் பகலும் என்றால் 2000 டொலர்.' 'உங்கள் பங்கு என்ன?' 'நாளுக்கு 1000 டொலருக்குக் குறையாமல் கிடைக்கும்.' 'இந்தத் தொழிலை விரும்பிச் செய்கிறீர்களா?' 'இது என்ன கேள்வி. விருப்பமில்லாமல் ஒரு தொழில் செய்தால் அடுத்த வாடிக்கையாளர் கிடைப்பாரா?' 'எத்தியோப்பியாவில் இருந்து புறப்பட்டபோதே இப்படி உழைக்கவேண்டும் என்று திட்டமிட்டீர்களா?' அவள் அதற்குப் பதில் பேசவில்லை. சிறிது நேரம் பழைய நினைவில் இருந்தாள். பின்னர் தானாகப் பேசினாள்.

'அடிஸ் அபபா புனித மேரி பெண்கள் பள்ளிக்கூடத்தில் படித்தேன். நான் மிகவும் ஏழ்மையான குடும்பத்திலிருந்து வந்தவள். ஆனால், வகுப்பில் முதலாக வருவேன். ஒருநாள் ஆசிரியை கூம்பு வடிவத்தின் கொள்ளளவை எப்படிக் கண்டுபிடிப்பது என்று கேட்டார். நானாக யோசித்து விடை சொன்னேன். அவர் எனக்கு ஒரு கைக்கடிகாரம் பரிசு தந்தார். அதுதான் முதன்முதலாக சொந்தமாகக் கிடைத்த பரிசு. அதன் பின்னர் யோசித்தேன். என் வழியை நானே கண்டுபிடிக்க வேண்டும்; வேறு ஒருவர் எனக்காக

உருவாக்க முடியாது.' 'இந்தப் பணத்தை என்ன செய்வதாக உத்தேசம்?' என்று கேட்டேன். 'பட்டப்படிப்புக் கட்டணம் கட்டு வேன்' என்று சொல்லுவாள் என எதிர்பார்த்தேன். 'ஓ, நான் ஒரு எஸ் கிளாஸ் மெர்சிடிஸ் பென்ஸ் கார் வாங்குவேன்' என்றாள் தயங்காமல். 'அது 100,000 டொலர் அல்லவா?' 'அதற்கென்ன. பென்ஸ் கம்பெனித் தலைவர்கூட என் வாடிக்கையாளர்தான்' என்றுவிட்டு மர்மமாகச் சிரித்தாள்.

'பென்ஸ் கார் வாங்கவேண்டும் என்பது என் வாழ்நாள் ஆசை. அது இத்தனை இலகுவாக ரொறொன்ரோவில் கைகூடும் என்று நான் எதிர்பார்க்கவில்லை.' 'ஒரு மாணவியாக இருந்து கொண்டு பென்ஸ் காரில் போய் இறங்கும்போது உங்களுக்குச் சங்கடமாக இருக்காதா?' 'விருந்துக்கு போனால் எப்படிக் கார் வாங்கினாய் என்று ஒருவரும் கேட்கமாட்டார்கள். என்னை ஒருமுறை அதில் ஏற்றிப்போவாயா என்றுதான் கேட்பார்கள்.' 'உங்கள் பட்டப் படிப்புக்கு என்ன நடக்கும்?' 'ஒன்றுமே நடக்காது. என் விடுமுறையில்தானே இதைச் செய்கிறேன். ஓர் அனுகூலம் உண்டு. பேராசிரியர் என்னுடைய எஸ் கிளாஸ் மெர்சிடிஸ் பென்ஸ் காரைப் பார்த்தபிறகு வாழ்க்கையில் வெற்றிபெற என்ன என்ன செய்யவேண்டும் என்று போதிப்பதை நிறுத்திவிடுவார்.' அவள் பெரிதாக வாய்விட்டுச் சிரித்தாள். பியர்ஸன் விமான நிலையத்தில் நீண்ட கைப்பை தோளிலே தொங்க, சில்லு வைத்த பயணப்பெட்டியை நேராக உருட்டிக்கொண்டு கயிற்றுப்பாலத்தில் நடப்பதுபோல மெதுவாக நடந்து கடைசித் தூரத்தை ஓடிக் கடந்தாள். திடீரென்று நினைவுக்கு வந்து 'உங்கள் தொலைபேசி எண்?' என்று கத்தினேன். அவளுக்குக் கேட்கவில்லை. படம் எடுத்த பின்னர் சிரித்ததுபோல எனக்கு ஏமாற்றமாகிவிட்டது. இது நடந்து நாலு வருடங்கள் ஓடிவிட்டன. இன்றுவரை அவளைத் தேடுகிறேன். எஸ் கிளாஸ் மெர்சிடிஸ் பென்ஸ் காரை ஓட்டும் சமூக மானிடவியல் துறை பேராசிரியரை ஒருநாள் நான் சந்திப்பேன்.

இத்தனை அனுபவங்கள் என் வாழ்க்கையில் கிடைத் திருந்தாலும் கடந்த ஆண்டு டிசம்பர் மாத ஆரம்பத்தில் நடந்த சம்பவத்துக்கு அவை என்னைத் தயாராக்கவில்லை. ஒரு வீட்டுக்குப் போகச் சொல்லி ரேடியோவில் எனக்குத் தகவல் வந்தது. அந்த மனிதர் தமிழ் பேசும் சாரதி வேண்டும் என்று கேட்டிருந்தார். தாறுமாறாக உடையணிந்த 65 வயது ஆள் எனக்காகக் காத்துக்கொண்டு பழைய கட்டடத் தொகுதி ஒன்றின் முன் தோள்மூட்டில் கிழிந்த மேலங்கியுடன் நின்றார். ஒரு

கட்டடம் அதன் மேலேயே விழுவதுபோல அவர் உடம்பு உடைந்துகொண்டிருந்தது. மூச்சுவிட எடுக்கும் உழைப்புக்கான பிராண வாயு அவர் இழுக்கும் சுவாசத்தில் கிடைக்கவில்லை என்று நினைக்கிறேன். கைகள் இரண்டையும் மடித்து நெஞ்சுக்கு முன்னால் ஒரு பையைப் பிடிப்பது போலப் பிடித்திருந்தார். மெல்லிதாக விரல்கள் நடுங்கின. 'நீங்கள்தானா தமிழ் பேசும் டிரைவரைக் கேட்டது?' 'ஓம் நான்தான்.' 'என்ன விசயம்?' 'நான் பொலீஸ் ஸ்டேசனுக்குப் போய் ஒரு முறைப்பாடு கொடுக்கவேண்டும். நீங்கள் மொழிபெயர்க்கவேண்டும்.' மனிதரைப் பார்க்க பாவமாக இருந்தது. 'சரி' என்றேன்.

ஒரு வாரமாக சவரம் செய்யாத முகம். முன்னுக்கு நீண்ட தாடை. அவர் கதைக்கும்போது கழன்று விழுந்துவிடுமோ என்று அச்சம் தோன்றும்விதமாக ஆடியது. கண்ணாடியில் பார்த்தேன். பின் சீட்டில் பெரும் யோசனையோடு அமர்ந்திருந்தார். மனதை என்னவோ செய்தது. 'தனியாகவா இருக்கிறீர்கள்?' 'எனக்கு ஒரு மகள் இருக்கிறார். பெரிய உத்தியோகம். அடிக்கடி பயணம் செய்வார். எங்கே நின்றாலும் தொலைபேசியில் அழைப்பார். மூன்று நாட்களாகத் தகவல் இல்லை. எனக்கு வேறு ஒருவரும் இல்லை.' மனிதர் விக்கி அழத்தொடங்கினார். 'கவலைப்படாதீர்கள். அவர் எங்கோ பிஸியாக இருக்கிறார். உங்களுக்கு நல்ல சேதி வரும்' என்று ஆறுதல் கூறினேன்.

இதற்கிடையில் பொலீஸ் ஸ்டேசன் வந்துவிட்டது. வர வேற்பு யன்னலில் இரண்டு பொலீஸ்காரர்கள் கறுப்பு உடையில் அமர்ந்திருந்தார்கள். அவர்களிடம் விசயத்தைச் சொன்னேன். முதியவரிடம் பெயரைக் கேட்டார்கள். அவர் 'சந்திரசேகரம்' என்று சொன்னார். 'உள்ளே போய் அமருங்கள். உங்கள் கேசை விசாரிக்கும் பொலீஸ்காரர் உங்களிடம் வந்து பேசுவார்.' நாங்கள் உள்ளே போனோம். அங்கே இன்னும் சிலரும் காத்திருந்தார்கள். இருக்கை ஊத்தையாகிவிடும் என்பதுபோல பாதி சோபாவில் பாதி பிருட்டத்தை வைத்து உட்கார்ந்தார். நான் பக்கத்தில் அமர்ந்தேன். நடுவில் அச்சம் கிடந்தது. இரண்டு பக்கமும் திரும்பித் திரும்பிப் பதற்றத்துடன் கிழவர் பார்த்தார். அவருடைய நடுக்கம் சற்று அதிகமானது.

எங்களுக்கு முன்னே இருந்த சுவரில் 'காணாமல் போனவர்கள்' என்ற தலைப்பின் கீழ் பல படங்கள் ஒட்டியிருந்தன. பெரியவர் உட்கார்ந்தவாறே அவற்றைப் பார்வையிட்டுக்கொண்டு வந்தார். 'உங்கள் மகளின் பெயர் என்ன?' என்று கேட்டேன்.

அ. முத்துலிங்கம் ◆ 1215

'அழகுராணி. நான்தான் அழகுராணி அழகுராணி என்று அழைப் பேன். அவளுக்குப் பிடிக்காது. அதைச் சுருக்கி 'அல்கா' என்று பெயர் வைத்திருந்தாள்.' 'அல்காவா?' பெரியவர் பதில் சொல்ல வில்லை. திடீரென்று எழுந்து நின்று ஒரு படத்தை உன்னிப்பாகப் பார்த்தார். நானும் எழுந்து நின்றேன். படத்தின் கீழே 'அல்கா கென்யாட்டா' என்று எழுதியிருந்தது. பெண்ணின் டீசேர்ட்டில் TAIBU என்ற வார்த்தை காணப்பட்டது. மூன்று நாட்களுக்கு முன்னரே கணவன் அவள் தொலைந்து போனதாக முறைப்பாடு செய்திருந்தான்.

'மிஸ்டர் சந்திரசேகரம், மிஸ்டர் சந்திரசேகரம்' என அழைத்தபடி ஒரு பொலீஸ்காரர் எங்களை நோக்கி வந்தார். பெரியவர் திரும்பியும் பார்க்கவில்லை. நெஞ்சுக்குக் கிட்டப் பிடித்த அவருடைய கைவிரல்கள் கட்டுமீறி ஆடத் தொடங்கின.

◆

மண்ணெண்ணெய் கார்காரன்

என்ன நடந்ததென்றால், ஒருநாள் ஜெகன் சத்தம் படபடவென்று அடிக்க ஒரு காரை ஓட்டிவந்தான். அது A 40 கார். 100 அடி தூரத்திலும் கார் எஞ்சின் சத்தத்தை வைத்து நான் என்ன கார் என்று சொல்லிவிடுவேன். அன்று என்னால் சொல்ல முடியவில்லை. ஜெகன் பெற்றோலில் ஓடும் காரை மண்ணெண்ணெயில் ஓடுவதுபோல திருத்தி அமைத்திருந்தான். அது அவ்வளவு வெற்றிகரமாக அமையவில்லை. ஆனால், அப்படிச் செய்யலாம் என்ற ஊக்கம் என் மூளைக்குள் வந்துவிட்டது.

யாழ்ப்பாணத்தில் 1990களில் பெற்றோல் கிடையாது. சனங்கள் அவசரத்துக்குப் போவதென்றால் வாகனமே இல்லை. நான் தீர்மானித்துவிட்டேன். இரண்டரை லட்சம் கொடுத்து ஒரு மொரிஸ் ஒக்ஸ்ஃபோர்ட் பழைய கார் வாங்கினேன். கார் எல்லாம் அப்ப நல்ல மலிவு. பெற்றோல் இல்லாததால் ஓடாமல் துருப் பிடித்துப்போய்க் கிடந்தன. மொரிஸ் ஒக்ஸ்ஃபோர்ட் காரின் எந்த உதிரிப்பாகத்தையும் யாழ்ப்பாணத்தில் கடைந்து எடுக்கலாம். மண்ணெண்ணெயில் ஓடுவதென்றால் எஞ்சின் அழுத்தம் எகிறி அடிக்கும். நாலு காஸ்கட் போட வேண்டும். மானிஃபோல்டை பெரிசாக்கவேண்டும். மண்ணெண்ணெய்க்கு ஒரு டாங்க். பெற்றோலுக்கு ஒரு குட்டி டாங்க். ஒரு துளி பெற்றோலில் காரைக் கிளப்பிவிட்டால் அது தன் பாட்டுக்கு மண்ணெண்ணெயில் ஓடும். அரியாலையில் என்னுடைய ஒரு கார்தான் அப்போது ஓடியது. கல்யாண வீடுகளுக்கும் பிள்ளைப்பேறுகளுக்கும் என்னுடைய கார்தான். 22 பிள்ளைப்பேறுகளுக்கு ஆஸ்பத்திரிக்குக் காரை ஓட்டியிருக்கிறேன்.

ஒரு டொக்டரின் வேலை என்ன? நோய் என்று அவரிடம் வருபவர்களைக் குணமாக்குவதுதானே. நீ சிங்களவனா தமிழனா போராளியா துரோகியா என்றெல்லாம் கேட்க முடியாது. அவர்களுக்குச் சிகிச்சை அளிப்பதுதான் முக்கியம். அதுபோலத்தான். நான் ஒரு மெக்கானிக். என்னிடம் வாகனங்களைப் பழுதுபார்க்கக் கொண்டுவருவார்கள். நான் திருத்திக் கொடுப்பேன்.

அ. முத்துலிங்கம்

இயக்கக்காரர்களும் வருவார்கள். நான் திருத்திக் கொடுக்க முடியாது என்று சொல்ல மாட்டேன். எப்படியும் புதிதாக உதிரிப் பாகங்கள் செய்து திருத்திவிடுவேன்.

ஒருநாள் அதிகாலை நான் தூங்கிக்கொண்டு இருந்தபோது நாய் குலைத்தது. ஆடுகள் அவிழ்த்துக்கொண்டு ஓடின. சிங்களத்தில் பேசும் சத்தம் கேட்டுத் திடுக்கிட்டு விழித்தேன். இரண்டு துப்பாக்கிகள் என் முகத்துக்கு நேராக இருந்தன. சிங்கள ராணுவம் என்னைப் பிடித்துப் போனது. பிடரியில் அடித்த அடியில் ரத்தம் ஓடி, சாகக் கிடந்ததால் என்னை ஆஸ்பத்திரியில் சேர்த்தார்கள். அங்கிருந்துதான் தப்பினேன். இப்படித் தப்புகிறவர்கள் போகும் ஒரே இடம் தாய்லாந்துதான். அந்த ஒருநாட்டுக்கு விசா தேவை இல்லை. என்னுடைய மனைவியின் அண்ணன் ஜெர்மனியில் இருந்தார். அவர் என்னை எப்படியும் ஒரு வெளிநாட்டுக்குக் கடத்திவிடுவதாகச் சொல்லியிருந்தார். அந்த நம்பிக்கையில் காத்திருந்தேன்.

மண்ணெண்ணெய்ப் புகையைச் சுவாசித்த எனக்கு தாய்லாந்தில் கிடைத்த பெற்றோல் மணம் சொர்க்கத்தைத் திறந்தது போல இருந்தது. 10 வருடங்களாக அங்கே வசித்த தமிழர் ஒருவரைச் சந்தித்தேன். 'எல்லோரும் என்னை மறந்துவிட்டார்கள். உன்னுடைய கதியும் இதுதான்' என்று அவர் சொன்னபோது எனக்குக் கிலி பிடித்தது. ஆனால், என் விதி வேறு மாதிரி எழுதப் பட்டிருந்தது. 2009 ஆகஸ்ட் முதலாம் தேதி இரவு என்னை மீன்பிடிப் படகு ஒன்றில் கொண்டுபோய் நடுக்கடலில் 'Ocean Lady' என்னும் கப்பலில் ஏற்றிவிட்டார்கள். என்னுடன் இன்னும் எட்டுப் பேர் ஏறினார்கள். எங்களையும் சேர்த்து கப்பலில் 76 பேர் இருந்தோம். எல்லோரும் ஆண்கள்; வயது 18இல் இருந்து 45 வரைக்கும் என்று சொல்லலாம். கப்பல் எங்கே போகிறது? ஒருவருக்கும் தெரியவில்லை. யார் காப்டன்? அதுவும் தெரியாது.

அன்று படுத்து அடுத்தநாள் எழும்பியவுடன் ஒருவரை ஒருவர் அறிமுகப்படுத்திக்கொண்டோம். என்னை அங்கே ஒன்றி ரண்டு பேருக்கு ஏற்கனவே தெரிந்திருந்தது. என்னுடைய கார் அச்சுவேலி, கிளாலி, சாவகச்சேரி என்று ஓடியிருக்கிறது. இயக்கம் என்னுடைய காருக்கு நம்பரும் தந்திருந்தது. த.ஈ 1244. எனக்கு அதனால் கப்பலில் கொஞ்சம் மரியாதை கிடைத்தது. ஆரம்பத்தில் கப்பலில் பயணித்த அத்தனை பேருக்கும் ஏறக்குறைய ஒரே அனுபவம்தான். வயிற்றைப் பிடித்து வாந்தி எடுத்தார்கள் அல்லது சுருண்டுபோய்ப் படுத்தார்கள். செல்வரத்தினம் மாஸ்ரர் அரியாலையில் சயன்ஸ் படிப்பித்தவர். அவர்தான் முதலில் தேறினார்.

காலையில் எழும்பித் தேநீர் தயாரித்து எல்லோருக்கும் வழங்கினார். நாங்கள் உயிர் தரித்தது அப்படித்தான்.

மூன்றாம் நாள் மெள்ள மெள்ள எல்லோரும் எழும்பி விட்டார்கள். அந்தக் கப்பல் மர்மமான முறையில் ஓடியது. யார் கப்பல் தலைவன், முடிவுகளை யார் எடுப்பது, எங்கேயிருந்து உணவு வருகிறது என எல்லாமே புதிர்தான். சீருடையில் ஒருவருமே இல்லை. ஆனாலும் கப்பல் ஓடியது. சமையலறையில் சகலரும் உதவி செய்தார்கள். சமையல் முடிந்ததும் ஒன்றாக அமர்ந்து சாப்பிட்டோம். வேலைகளை அனைவரும் பங்கு போட்டுக் கொண்டோம். சமையல் வேலை, துப்புரவாக்கும் வேலை, எஞ்சின் வேலை இப்படி முறைவைத்து நடந்தது.

குலசேகரத்துக்கு 40 வயதிருக்கும். அவருக்கு அதிர்ச்சியான முகத்தோற்றம். இப்போதுதான் நீண்ட நேரமாக அழுது முடித்திருக்கிறார் என்று தோன்றும். இவருடைய கதை பரிதாபமானது. முள்ளிவாய்க்கால் இறுதிப் போரில் இவரும் மனைவியும் இரட்டைப் பிள்ளைகளும் அகப்பட்டுவிட்டனர். ஒரு குழந்தைக்குச் சன்னம் ஏறி காயம் பட்டதால் இவர் தூக்கிக்கொண்டு ஆஸ்பத்திரிக்கு ஓட, மனைவி மற்றக்குழந்தையை எடுத்துக் கொண்டு ராணுவப் பக்கம் தப்பினார். குழந்தைக்குக் கட்டுப் போட்டு இவர் திரும்பியபோது செல் அடிபட்டு மனைவியும் குழந்தையும் இறந்து கிடந்ததைப் பார்த்தார். ஓ என்று தலை தலையாக அடித்துக்கொண்டார். கைக்குழந்தையை வைத்து இவர் என்ன செய்வார். தங்கையிடம் ஒப்படைத்துவிட்டு இவர் மட்டும் தப்பி வெளியே வந்துவிட்டார். அந்தக் குற்றவுணர்வு அவருக்கு இருந்தது. ஒவ்வொரு தடவையும் சாப்பிடும்போது கண்ணீர் விட்டுக்கொண்டே சாப்பிட்டார்.

அந்தக் கப்பலுக்குள் கொஞ்சம் வித்தியாசமாக இருந்தவன் பார்த்திபன்தான். எல்லோரிடமும் தானாகப் போய்க் கதைத்தான்; சீக்கிரம் ஒரு நாடு கிடைத்துவிடும் என்று உற்சாகமூட்டினான். இவனுடையது பெரிய கதை. இறுதிப் போர் நடந்தபோது வயிற்றிலே குண்டு பாய்ந்து இவன் ஆஸ்பத்திரியில் கிடந்தான். கடைசி நாட்களில் ஆஸ்பத்திரியை மூடிவிட்டார்கள். சேலயின் உடம்பில் ஏறிக்கொண்டிருந்தது. ஒரு கையில் சேலயின் போத்தலையும், மறு கையில் மூத்திரப் பையையும் காவிக்கொண்டு ஒருமைல் தூரம் நடந்தான். கண் விழித்துப் பார்த்தபோது அவன் பாதுகாப்புப் பிரதேசத்துக்குள் வந்துவிட்டான். இவனிடம் ஒரு ரகஸ்ய துக்கம் இருந்து அதை என்னிடம் சொன்னான். சாண்டில்யனின் யவன

ராணியை பாதி படித்து முடிக்காமல் விட்டு வந்ததுதான் மிகப் பெரிய குறை.

கப்பலில் எங்களுக்கு ஆகக்கூடிய பிரச்சினை குளிர்தான். எத்தனை உடுப்பு அணிந்தாலும் எத்தனை போர்வையால் போர்த்தினாலும் குளிர் உதறி எடுத்தது. எஞ்சின் அறையில் எப் போதும் சூடு இருப்பதால் கதகதப்பாக இருந்தது. முறை வைத்துக் கொண்டு பத்துப் பத்து பேராக எஞ்சின் ரூமுக்குள் போய் குளிர் காய்ந்தோம். இதற்குப் பொறுப்பாயிருந்தவன் ஒரு கரிய பையன். எஞ்சின் புகைபட்டு அப்படி ஆகியிருந்தான் என்று நினைக்கிறேன். அவன் தூங்கியதை ஒருவருமே காணவில்லை. முழங்கை வரை நீண்ட மஞ்சள் கையுறை அணிந்து எதையாவது ஒன்றைச் சுத்த மாக்கியபடியே இருந்தான்.

திடீரென்று ஒருநாள் இரவு எல்லாமே மாறியது. தனித் தனியாக துயரங்கள் இருந்தாலும் ஒரு பொதுக் காரியத்தில் ஒன்று சேரும்போது பெரும் உற்சாகம் பிய்த்துக்கொண்டு வரும். மேலே ஆரவாரமும் சத்தமும் கேட்டு எல்லோரும் ஓடினார்கள். நானும் போனேன். பாரமான லைட்டுகளைக் கீழே தொங்கவிட்டபடி கப்பல் ஓடிக்கொண்டிருந்தது. வாயை ஆவென்று விரித்துக் கொண்டு பெரிய பெரிய மீன்கள் வெளிச்சத்தை நோக்கி வந்தன. நாலுபேர் வலையை வீசி இழுத்தபோது மீன்கள் சுலபமாகச் சிக்கின. அன்று இரவு முழுக்கக் கொண்டாட்டம்தான். தொடர்ந்து இரண்டு நாட்கள் மீன் குழம்பு, மீன் பொரியல், மீன் வறுவல், மீன் சாண்ட்விச்தான். ஆனால், இப்படி மீன்கள் ஒவ் வொரு முறையும் வந்து சிக்குவது கிடையாது. கூட்டம் கூட்டமாக மீன் ஓடும் பாதையில் கப்பல் குறுக்கிடும்போதுதான் இப்படி நடக்கும் என்று பேசிக்கொண்டார்கள்.

இரண்டு மூன்று தடவை புயல் அடித்து கப்பல் ஆட்டம் போட்டது பழகிவிட்டது. கடல் நடுவில் புயலில் சிக்கி இறப் பதற்கா இத்தனை கஷ்டப்பட்டுப் புறப்பட்டோம். சிங்கள ராணு வத்தின் துப்பாக்கியில் இறந்துபோயிருக்கலாமே என்று ஒவ்வொரு முறையும் தோன்றும். ஒரு தடவை புயல் அமைதி அடைந்த பின்னர் முழு நிலவைப் பார்த்தேன். பசிபிக் சமுத்திரத்தின் மேலே வட்டமான சந்திரன் தெரிய அலைகளில் அவன் துண்டு துண் டாகச் சிதறிக் கிடந்தான். அன்று வலையை வீசியபோது ஒரு மீன் சிக்கியது, கூடவே ஒரு பறவையும் வந்தது. பறவை உயிரு டன் துடித்ததுதான் ஆச்சரியம். செல்வரத்தினம் மாஸ்ரர் பார்த்த உடனே சொல்லிவிட்டார் அது அல்பாட்ரஸ் என்று. பறக்கும்

பறவைகளில் உலகத்தில் அதுதான் ஆகப் பெரியது. மஞ்சள் கழுத்து, ஊதாக்கலர் சொண்டு, வெள்ளை கறுப்பு செட்டைகள். அதனுடைய செட்டை பார்க்கச் சாதாரணமாக இருந்தாலும் பறக்கும்போது செட்டை நுனிகளின் நீளம் 8 – 10 அடி இருக்கும் என்றார்கள். மாலுமிகள் இதைப் பார்த்துப் பயப்படுவார்களாம். சாபம் விடுக்கும் பறவை என்பது நம்பிக்கை. அதைப் பற்றி ஓர் ஆங்கிலப் பாடல்கூட உள்ளது. இது எல்லாம் செல்வரத்தினம் மாஸ்ரர் சொன்னதுதான்.

அல்பாட்ரஸ் இறந்தால் கெட்ட சகுனம் என்று மாஸ்ரர் சொன்னதினால் பறவைக்கு அதி கவனத்துடன் சிகிச்சை அளிக்கப் பட்டது. பார்த்திபன்தான் பொறுப்பு. காயத்துக்கு மருந்து போட்டுக் கட்டினான். அதன் உணவுக்குப் போதிய மீன் இருந்தது. அதற்கு ஒரு பெயர் வைக்கலாம் என்று நினைத்தோம். எங்கள் கப்பலின் பெயரையே தமிழில் சூட்டினோம். Ocean Lady. கடல் கன்னி. சாண்டில்யனின் நாவல் தலைப்புபோல இருக்கிறதென்று ஒருவர் சொன்னார். அந்தப் பெயரைச் சொன்னதே சாண்டில்ய பக்தரான பார்த்திபன்தான். மூன்றாம் நாள் மேல்தளத்துக்குக் கடல் கன்னியைக் கொண்டுபோய் ஆகாயத்தைக் காட்டினோம். அது செட்டையை விரித்து அடித்தது. நடுக்கடலில் எங்களைப் பார்க்க வந்த ஒரே ஜீவன் அதுதான். விமானம் ஓடுவதுபோல தரையில் ஓடி எம்பி செட்டை மடிப்பை எட்டு அடி தூரம் விரித்து ஆகாயத்தை நோக்கி எழும்பி ஒரு வட்டம் அடித்துப் புள்ளியாகப் போய் மறைந்தது.

கப்பலில் எங்களுடன் மயூரன் என்று ஒரு பையன் பயணம் செய்தான். ஆரம்பத்தில் இருந்தே இவன் புதிரானவன். 18 வயது முகம். 14 வயது உடம்பு. அவன் கதை என்னவென்று ஒருவருக்கும் தெரியாது. ஒரு வார்த்தை பேசமாட்டான். முகத்தில் இரண்டு கண்கள் ஆழமாகப் பதிந்துபோய் வைரம்போல ஜொலிக்கும். பெரும் பசிக்காரன். சாப்பாட்டுக்குத் தட்டை நீட்டுவான். குல சேகரம் உணவைப் போடுவார். அவன் உணவைப் பார்ப்பான். பின்னர் குலசேகரத்தின் முகத்தைப் பார்ப்பான். மீண்டும் உணவைப் பார்ப்பான். பேசமாட்டான். குலசேகரம் இன்னொரு அகப்பை உணவைத் தட்டிலே போடுவார். பறவை வந்து கப்பல் முழுக்க ஆரவாரம் நடந்தபோது ஒன்றுமே பேசாமல் ஒரு மூலை யில் அமர்ந்து சாப்பிட்டுக்கொண்டிருந்தான்.

பறவை போன மறுநாள் பெரும் புயலடிக்கத் தொடங்கியது. இப்பொழுது எங்கள் எல்லோருக்கும் புயல் பழகிவிட்டது.

ஆனால், இந்தப் புயல் வேறு வகையானது. கப்பலைத் தூக்கித் தூக்கி எறிந்தது. ஒவ்வொரு முறையும் அப்படி மேலே போய்க் கீழே விழும்போது அதுதான் கடைசி என்று நினைத் தோம். கப்பல் சரியும்போது உருண்டு உருண்டு ஒரு பக்கம் போனோம். மறுபடியும் மற்றப் பக்கம். இதுதான் முடிவு என்று என் மனதிலே பட்டுவிட்டது. அல்பாட்ரஸ் சாபமிட்டிருக்கலாம் என்று சயன்ஸ் மாஸ்ரர் சொன்னது கொஞ்சம் அதிர்ச்சிதான். எல்லோரும் ஒன்றாக ஓர் இடத்தில் குழுமிவிட்டோம்.

மைக்கேல் என்ற கிறிஸ்தவப் பையன் எங்களுடன் இருந் தான். வளருவதை இன்னும் நிறுத்தாத இளைஞன். தினமும் முகச் சவரம் செய்து, நடு உச்சி பிரித்து தலை வாரி இழுத்து, யாரோ மினுக்கி விட்டதுபோல பளிச்சென்று இருப்பான். குடை பிடிப் பதுபோல எப்பொழுதும் அவன் வலது கையில் தோள்மூட்டுக்குக் கிட்ட ஒரு பைபிள் இருக்கும். 'ஸ்தோத்திரம், ஸ்தோத்திரம்' என்று சத்தமிட்டான். முழங்காலில் உட்கார்ந்தபோது அவனுடைய பெரிய நிழலும் சுவரில் முழங்காலில் உட்கார்ந்தது. 'கர்த்தரே, பீட்டருக்கு படகு நிறைய மீன் அளித்ததுபோல எங்களுக்கு வலை கொள்ளாமல் மீன் தந்து பசியிலிருந்து மீட்டது புயலிலே சாவ தற்குத்தானா?' என்று கத்தினான். பின்னர் கண்களை மூடி பைபி ளின் ஒரு பக்கத்தைத் திறந்து பிரார்த்திக்க ஆரம்பித்தான்.

'நீர் என்னை உமது இதயத்தின் மேலே முத்திரையைப் போலவும், உமது புயத்தின் மேலே முத்திரையைப் போலவும் வைத்துக்கொள்ளும். நேசம் மரணத்தைப்போல வலிது; நேச வைராக்கியம் பாதாளத்தைப்போல கொடிதாயிருக்கிறது. அதின் தழல் அக்கினித் தழலும் அதின் சுவாலை கடும் சுவாலையுமாயிருக் கிறது.' நாங்கள் 'ஆமென்' என்று சொல்லி முடித்தோம்.

குலசேகரம் சுந்தரருடைய தேவாரம் ஒன்றைச் சொல்ல நாங்களும் சேர்ந்து பாடினோம்.

கரையும் கடலும் மாலையும் காலையும் எல்லாம்

உரையில் விரவி வருவான் ஒருவன் உருத்திர லோகன்.

புயல் வேகம் இன்னும் அதிகமானது. ஒருவர் கையை ஒருவர் பற்றிக்கொண்டோம். மயூரன் வட்டத்துக்குள் வரவே இல்லை. அவன் பாட்டுக்கு ஒதுங்கியிருந்தான். திடீரென்று அவன் எழுந்து இருபக்கமும் கைகளை நீட்டி சிலுவைபோல அசையாது நின்றான். பின்னர் இனிமையான மெல்லிய குரலில் பாடத் தொடங்கினான். அந்தப் புயலிலும் மனதை உருக்குவதுபோல

ஒரு பாட்டு. அதைத் தொடர்ந்து கைகள் இரண்டையும் அசைத்து உடம்பை வளைத்துக் கால்களை மெல்ல மெல்லத் தட்டி அபூர்வ மான ஆட்டம் ஒன்றை ஆரம்பித்தான்.

கானக் கரிசலிலே
களையெடுக்கும் பெண்மயிலே
நீலக் கருங்குயிலே
நிக்கட்டுமா போகட்டுமா

மஞ்சள் புடவைக்காரி
மாதுளம்பூ கூடைக்காரி
நெஞ்சைப் பிடுங்கிவிட்டாய்
நிக்கட்டுமா போகட்டுமா

கடைசி வரியை மூன்று தடவை பாடினான். அவனுடைய ஆட்டமும் பாட்டும் எங்களை ஈர்த்தது. எல்லோரும் பாடிக் கொண்டே ஆடினோம். புயலை மறந்தோம். அந்த நேரம் கப்பல் அப்படியே கீழே போயிருந்தாலும் ஒரே மகிழ்ச்சிதான். ஆனால், புயல் நின்றுவிட்டது. அது தெரியாமல் எல்லோரும் ஆடிக் கொண்டிருந்தோம்.

நான் மெதுவாக மேலே ஏறிப்போய் எஞ்சின் ரூமை எட்டிப் பார்த்தேன். அங்கே ஒருவருமே இல்லை. எஞ்சின் நின்றுவிட்டது. மேல் தளத்திலும் ஆட்கள் இல்லை. பசிபிக் மகா சமுத்திரத்தின் எங்கோ ஒரு புள்ளியில் கப்பல் ஆடாமல் அசையாமல் நின்றது. எஞ்சின் ரூமில் இருக்கும் கரிய பையனைக் காணவில்லை. அவன் ட்ரோலர் கப்பல்களில் வேலை பார்த்தவன். கப்பலைப் பற்றி அதிகம் தெரிந்தவன் அவன் ஒருவன்தான். மேல்தளத்தில் கடலை உற்றுப் பார்த்துக்கொண்டு தனிய நின்றான். நான் அவன் கைகளைத் தொட்டேன். மீனைத் தொட்டதுபோல வழுவழுப்பாக குளிர்ந்துபோய் இருந்தது. 'அண்ணை, நீங்கள் பெற்றோல் காரை மண்ணெண்ணெய் காராக மாற்றியவர். உங்களுக்கு மெக்கானிக் வேலை தெரியும். ஒருக்கா எஞ்சினை வந்து பாருங்கோ.' எனக்கு நெஞ்சு படபடவென்று அடித்தது. எஞ்சின் பிரமாண்டமானதாக இருந்தது. எங்கே தொடங்கி எங்கே முடிகிறது என்றே தெரிய வில்லை. ஒவ்வொரு பகுதியாக ஆராய்ந்தேன். 'இதோ' என்றான். நான் திரும்பிப் பார்ப்பதற்குள் கடலுக்குள் குதித்துவிட்டான். கீழேபோய் என்னவோ செய்து விட்டு மறுபடியும் மேலே வந்து பிழையைக் கண்டுபிடித்துச் சரி செய்தான். கப்பல் மறுபடியும் ஓடத் தொடங்கியது. 'உனக்காவது கப்பல் எங்கே போகிறது என்று

தெரியுமா?' என்று கேட்டேன். 'அண்ணை, நாலு நாள் முன்பு நாங்கள் சர்வதேச தேதிக் கோட்டைத் தாண்டிவிட்டோம். கப்பல் எங்களை அமெரிக்கா கொண்டு போகும் அல்லது கனடாதான். தேசம் எங்களைக் கண்டுபிடிக்காது. நாங்கள்தான் அதைக் கண்டுபிடிக்க வேண்டும்.'

'அது என்ன சர்வதேச தேதிக்கோடு?' 'தாய்லாந்தில் இருந்து பசிபிக் சமுத்திரம் வழியாக அமெரிக்கா போகும்போது சர்வதேச தேதிக்கோட்டைத் தாண்டவேண்டியிருக்கும். அப்படித் தாண்டும் போது ஒரு முழுநாள் மறைந்துவிடும். புதன்கிழமை மறுபடியும் செவ்வாய்க்கிழமையாக மாறிவிடும். நீங்கள் ஒருநாளை இரண்டு தடவை வாழலாம்.' இப்படி அவன் சொல்லிக் கொண்டிருக்கும் போதே ஒரு மஞ்சள் கலர் விமானம் தாழ்வாகப் பறந்து எங்களைச் சுற்றத்தொடங்கியது. அதன் பக்கவாட்டில் ஒரு கொடி வரைந் திருந்தது. இரண்டு சிவப்புக்கோடு. நடுவிலே வெள்ளை. அதிலே சிவப்பு இலை. 'அண்ணை, கனடா. கை காட்டுங்கோ. கனடா' என்று கத்தினான். நாங்கள் இருவரும் துள்ளித்துள்ளிக் கை காட்டி னோம். ஒரு முழு வசனத்தை ஆங்கிலத்தில் பேசிவிட்டதுபோல என் இருதயம் மகிழ்ச்சியால் நிறைந்தது. எஞ்சின் பையன் தேசம் எங்களைக் கண்டுபிடிக்காது என்று சொன்னான். அது முழுப் பிழை. கனடா எங்களைக் கண்டுபிடித்துவிட்டது.

அடுத்த நாள் இரண்டு கனடிய ரோந்துக் கடற்படைக் கப் பல்கள் வழிகாட்டிக்கொண்டு போக எங்கள் கப்பல் கனடாவின் விக்டோரியா துறைமுகத்தை நோக்கிப் போனது. 45 நாட்கள் எங்கே போகிறோம் என்பது தெரியாமல் கடலில் அலைந்திருந் தோம். கப்பலில் தண்ணீர் முடிந்துவிட்டது. உணவும் ஒரு நாளைக் குத்தான் போதும். நாளைக்கு என்ன நடக்கும் என்ற அவதியில் நாங்கள் இருந்தபோது விமானம் தோன்றியது எத்தனை அதிர்ஷ் டம். நாளை காலை எங்கள் கால்கள் கனடிய மண்ணில் பதியும். ஒருநாளும் இல்லாத உவகையுடனும் நிம்மதியுடனும் அன்று உறங்கப் போனோம்.

அத்தனை நாட்களிலும் ஆழ்ந்த தூக்கம் கிடைத்தது அன்று இரவுதான். அடுத்த நாள் காலை பெரும் அதிர்ச்சி காத்திருக்கும் என்பது தெரியாது. காலை எழும்பியபோது இரண்டு துப்பாக்கி கள் என்னை நோக்கிக் குறிவைக்கப்பட்டு இருந்தன. பூட்ஸ் கால் களின் ஓசை கப்பலின் நாலு திசைகளிலும் ஒலித்தது. புதன்கிழமை செவ்வாய்க்கிழமை ஆனதுபோல நான் யாழ்ப்பாணத்துக்கு மறுபடியும் திரும்பிவிட்டேனோ என்று ஒரு கணம் நடுங்கி

விட்டேன். முன்னே நீட்டிக்கொண்டு நிற்பது சிங்களத் துப்பாக்கி அல்ல. கனேடியத் துப்பாக்கி என்பது இன்னும் புதிராக இருந்தது. நான் என்ன குற்றம் செய்தேன் என்று எனக்குப் புரியவில்லை.

கைகளிலும் கால்களிலும் விலங்கு பூட்டி எங்களை அழைத்துப் போனார்கள். 'நீ பயங்கரவாதியா?' 'இல்லை ஐயா இல்லை. நான் நாடில்லாதவன். மண்ணெண்ணெய் கார்க்காரன்.' 'மண்ணெண்ணெய் என்றால்? அப்ப நீ பயங்கரவாதியா?' 'மண்ணெண்ணெயில் ஓடும் காரின் சாரதி.' கனடிய மண்ணில் முதல் தடவையாக கால் வைத்தபோது கப்பல் அசைவதுபோல கால்கள் ஆடி ஆடி நடந்தன. வழக்கை விசாரித்த நீதிபதியும் என்னிடம் மண்ணெண்ணெய் என்றால் என்ன என்று கேட்டார். ஏறக்குறைய ஐந்து வருடங்கள் கடந்து 18 ஜூலை 2014 வெள்ளிக் கிழமை அன்று நான் கனடாவில் அகதியாக அனுமதிக்கப்பட்டேன். அத்தனை காலம் எடுத்தது அவர்களுக்கு நான் பயங்கரவாதி இல்லை, அகதி என்று கண்டுபிடிப்பதற்கு. மண்ணெண்ணெய் என்றால் என்ன என்று அவர்கள் கண்டுபிடிக்கவே இல்லை.

◆

குறிப்பு: தாய்லாந்தில் இருந்து 1 ஆகஸ்ட் 2009 சனிக்கிழமை புறப்பட்ட Ocean Lady கப்பல் 76 இலங்கை அகதிகளை ஏற்றிக் கொண்டு கனடாவின் விக்டோரியா துறைமுகத்தை 45 நாட்களுக்கு பின்னர், 14 அக்டோபர் 2009 புதன்கிழமை அடைந்தது. ஐந்து வருடங்கள் கழித்து 14 அக்டோபர் 2014 செவ்வாய்க்கிழமை அன்று. 76 பேர்களின் விவரம் கீழ்வருமாறு.:

30 பேர் அகதிகளாக ஏற்கப்பட்டனர்.

27 பேர் நிராகரிக்கப்பட்டனர்

7 பேர் திருப்பி அனுப்பப்பட்டனர்.

12 பேர் முடிவு இன்னும் இல்லை.

◆

ஒன்றைக் கடன்வாங்கு

ஓட்டு வளையத்தைத் தொட்டுக்கொண்டிருந்தால் கார் தானாகவே ஓடும் என்று நினைக்கும் வயது எனக்கு. எட்டு அல்லது ஒன்பது இருக்கலாம். ஓர் ஐஸ்கிரீமுக்காக உலகத்தில் எதையும் செய்வேன். ஒரு வட்டக் கிளாஸில் ஐஸ்கிரீமை நிரப்பி அதற்குமேல் மென்சிவப்பு பழம் ஒன்றை வைத்துத் தரும்போது அலங்காரமாக இருக்கும்; ருசியும் அதிகமாகும். பொய்யும் அப்படித்தான். அதைச் சொல்லும்போது உண்மைத் துளி ஒன்றையும் கலந்துவிட வேண்டும். சிறந்தபொய் அப்படித்தான் உண்டாக்கப் படுகிறது. இந்த உண்மை எனக்கு நாலு வயதிலேயே தெரிந்து விட்டது. ஒரு பொய் சொல்வதில் ஏற்படும் திரில்லும் வேடிக்கை யும் விளையாட்டும் மகிழ்ச்சியும் எனக்கு வேறு எதிலும் கிடைப்ப தில்லை.

எங்கள் வீட்டு விதிகள் குழப்பமானவை. வாய்க்கு ருசி இல் லாதது ஒன்று இருந்தால் அது உடம்புக்கு நல்லது. வேப்பெண் ணெய் நல்லது. பாவக்காய் நல்லது. வல்லாரைக் கீரை மிகவும் நல்லது. ஆனால், இவற்றை வாயில் வைக்கமுடியாது. ஐஸ்கிரீம் நல்ல ருசியாக இருக்கும். சொக்கலட் சுவையானது. சீனி முறுக் கைச் சாப்பிட்டால் நிறுத்தவே முடியாது. ஆனால், இவற்றுக் கெல்லாம் தடை. வீட்டிலே செய்யும் சீனிமுறுக்கு உயரத்திலே டின்னிலே அடைத்துப் பாதுகாக்கப்படும். ஆனால், எண்ணிக்கை குறைந்துகொண்டே வரும். நான் களவாடிச் சாப்பிடும் வேகத்தைப் பார்த்து தம்பி சொல்வான். 'மெதுவாகச் சாப்பிடு, இந்த ஸ்பீடில் முறுக்கு மூளைக்குள் போய்விடும்.' பிடிபட்டால் கைவசம் என்னிடம் பொய் இருந்தது.

பொய்களைச் சோடிப்பதில் ஒரு முறைஉண்டு. பள்ளிக்கூட வகுப்பு வாத்தியாரிடமும் நிறைய பொய்கள் சொல்வேன். பெரிய திட்டமெல்லாம் போடுவது கிடையாது. அவர் ஏதாவது கேட்டு நான் வாய் திறந்ததும் பொய்யாகவே வரும். இயற்கையாக அது நடந்தது. மிக அரிதாகப் பிடிபட்டு அடி விழுந்ததும் உண்டு. ஆனால், பிடிபடாத சமயங்களில் அது கொடுக்கும் திரில்லும் வேடிக்கையும் மகிழ்ச்சியும் தொடர்ந்து பொய் பேசத் தூண்டியது.

‘ஏண்டா வீட்டுப் பாடம் செய்யவில்லை?’ என்பார் வாத்தியார். ‘ஆடு சாப்பிட்டுவிட்டது.’ நம்பிவிடுவார். வீட்டிலே அம்மா கேட்பார். ‘ஏன் இவ்வளவு பிந்தி வாறாய்? உன் தம்பி அப்போதே வந்துவிட்டானே.’ ‘12 மணி பூசையின்போது பத்மநாப குருக்கள் மயங்கி விழுந்துவிட்டார்.’ நான் சொன்னதில் ‘12 மணி’ என்பது மட்டும்தான் உண்மை.

என் வாழ்க்கையில் பல முக்கியமான விடயங்கள் என் ஒன்பது வயதில்தான் நடந்தன. ஒருநாள் காலை அம்மா வயிற்று வலியில் துடித்தார். அப்பா இடி முழக்கக் குரலில் என்னைக் கூப்பிட்டார். அவ்வப்போது அவர் கத்தும்போது எதிரொலிகூட கேட்பதுண்டு. ‘ஓடு. மருத்துவச்சி வீட்டுக்குப் போய் அவளைக் கையோடு கூட்டி வா’ என்று கட்டளையிட்டார். பள்ளி உடை, வீட்டு உடை, வெளி உடை, இரவு உடை எல்லாமே ஒன்றுதான் என்பதால் அப்படியே புறப்பட்டேன். வீட்டில் இருக்கும்போது தான் நான் சோம்பேறி. வெளியே புறப்பட்டால் ஓட்டம்தான். போகும் வழியெல்லாம் புளியமரங்கள் இரண்டு பக்கமும் காய்த்து நின்றன. கைக்கு எட்டிய புளியங்காய்களைப் பறித்துச் சாப்பிட்டேன். கறையான் புற்றுகள் வேலியோரத்தில் என்னிலும் பார்க்க உயரமாக வளர்ந்து கிடந்தன. முந்தாநாள் பாம்பு ஒன்று வெளியே வந்ததை பார்த்திருந்தேன். வேகமாக அந்த இடத்தைக் கடந்த நான் சட்டென்று நிற்கவேண்டி நேர்ந்தது. ஒரு சொறிநாய் நிலத்தை முகர்ந்தபடி நின்றது. அந்த வீதி அதற்குச் சொந்தமானது. பல தடவை என்னைத் துரத்தியிருக்கிறது. மேல் கண்களால் என்னைப் பார்த்து ‘உர்’ரென்றது. ஓடினால் நிச்சயம் துரத்தும். உயரமான கிழவர் ஒருவர் கையில் கோழி ஒன்றைத் தலைகீழாகத் தூக்கியபடி அந்தப் பக்கம் வந்தார். நான் அவருடைய மற்றக் கையைப் பிடித்துக்கொண்டு நடந்தேன். நாய் பகையை மறந்துவிட்டுத் தன்னை நக்கியபடி போய்ப் படுத்தது.

கிழவர் என்னைக் குனிந்து பார்த்தார். கழுத்தை முறித்து பின்னுக்கு வளைத்து ஒரு விமானத்தைப் பார்ப்பதுபோல நான் அவரைப் பார்த்தேன். வெகுதூரத்தில் தெரிந்தார். அவர் உதடுகள் அசைந்து நிறுத்திய பிறகுதான் வார்த்தைகள் என்னிடம் வந்தன. ‘உனக்கு என்ன வயசு?’ என்றார். வழக்கமாக எல்லோரும் பெயரைத்தான் கேட்பார்கள். நான் ‘பன்னிரெண்டு’ என்று சொன்னேன். அவர் அதிசயப்படாததால் நம்பிவிட்டார் என்றே நினைக்கிறேன். ‘உங்களுக்கு என்ன வயது?’ என்றேன். ‘என்னிடம் மூன்று வேட்டி இருக்கிறது. ஒரு சட்டை, இரண்டு சால்வைகள். ஒரு உத்தரீயம். ஒரு மாடு, நாலு ஆடுகள், ஒரு சோடிச் செருப்பு. ஒரு குடை. இவைதான் கணக்கு. யாராவது திருடினால் உடனே எனக்குத் தெரிந்துவிடும். வயதைக் கணக்கு வைப்பதில்லை. அதை

யார் திருடப் போகிறார்கள்?' கைத்தட்டலுக்கு நிறுத்துவதுபோல பேச்சை நிறுத்திவிட்டு என்னைப் பார்த்தார். இப்படி ஏமாற்றி விட்டாரே! இனிமேல் நானும் என் வயதைச் சொல்லக்கூடாது. 'நீ யாருடைய மகன்?' 'வினாசித்தம்பி' என்றேன். அந்தப் பெயர் தான் உதட்டிலே அந்தக்கணம் உதித்தது. 'வினாசித்தம்பியா? அப்படி ஒருவரும் இங்கே இல்லையே?' அவர் குரல் சன்னமாக ஒலித்தது. நான் நூறு அடி தூரத்தில் ஓடிக்கொண்டிருந்தேன்.

என்னுடைய அதிர்ஷ்டம் ரயில் கேட் மூடியிருந்தது. ரயிலில் நான் பயணம் செய்தது கிடையாது. பறவை பறப்பதிலும் பார்க்க வேகமாக அது ஓடும் என்று கேள்விப்பட்டிருந்தேன். ஓர் ஊர் வலத்தைப் பார்ப்பதுபோல எந்தக் காலநிலையிலும் எந்த நேரத் திலும் ரயில்வண்டியைப் பார்த்துக்கொண்டே நிற்கலாம். இந்தப் பக்கமும் அந்தப்பக்கமும் ரயிலைப் பார்ப்பதற்காகச் சனங்கள் கூடி நின்றார்கள். 'கூ' என்ற சத்தம் கேட்டது. தூரத்து வளைவில் புகை எழும்பி ஆகாயத்துக்குப் போனது. ஒவ்வொரு பெட்டியும் நகர்ந்து முன்னேயும் பின்னேயும் அசைய பெரும் ஒலி எழுப்பிய படி ரயில் ஸ்டேசனுக்குள் நுழைந்தது. பாதி ரயில் வெளியே தள்ளிக்கொண்டு நிற்க, ஒரேயொரு ஆள் உமலில் பெரிய மீனைக் கட்டிக்கொண்டு கீழே இறங்கினார். ஒருவரும் ஏறவில்லை. ஓர் ஆளுக்காகவும் மீனுக்காகவும் உமலுக்காகவும் அந்தப் பிர மாண்டமான ரயில், சின்ன கிராமத்து ஸ்டேசனில் நின்றுவிட்டு மறுபடியும் புறப்பட்டது. ரயில் மணம் போய் மீன் மணம் சூழ்ந்தது.

ஸ்டேசனை ஒட்டிய கடையில், வெளியே கிடந்த உடைந்த வாங்கில் மீசை வைத்த ஓர் இளைஞன் அமர்ந்திருந்தான். அவன் தலைக்கு மேலே ஒரு பலகையில் 'இங்கே துப்பக்கூடாது' என்று எழுதியிருந்தது. அவனுக்கு 30 வயது இருக்கலாம். வெள்ளை நீளக் கை சேர்ட், வெள்ளை வேட்டி. சேர்ட்டின் கொலரில் பச்சைக் கைலேஞ்சி. முதுகில் யாரோ கத்தியை நீட்டியதுபோல நேராக உட்கார்ந்து டீ குடித்துக்கொண்டிருந்தான். அவனைச் சுற்றி நின்றவர்கள் கொஞ்சம் குனிந்து மரியாதையாக அவனிடம் பேசினர். அவன் உட்கார்ந்திருந்த விதம் ஓர் அரசனின் தோரணை யாகவே இருந்தது. அவன்தான் சண்டியன் சண்முகம் என்பது நினைவுக்கு வந்தது. தேநீர் குடித்து முடிந்ததும் கடை முதலாளி கீழே இறங்கிவந்து கிளாஸை எடுத்துப் போனார்.

சிகரெட் என்றான். திரீரோஸஸ் சிகரெட் ஒன்றை எடுத்து அவனிடம் நீட்டினார். எரிந்துகொண்டிருந்த நீளக் கயிற்றில் அதைப் பற்றவைத்து இழுத்தான். அவன் இழுத்த விதமும் புகையை ஊதியவிதமும் ஸ்டைலாக இருந்தது. என் பக்கத்தில்

மாயமாகத் தோன்றிய வீரசிங்கம் மெல்ல முழங்கையால் இடித்தான். என்னுடன் படிப்பவன், எப்படி அங்கே வந்தான் என்று தெரியாது. 'மூன்று கொலை செய்தவன். இன்று ஒன்று விழும் பார்' என்றான் ரகஸ்யக் குரலில். 'எப்படித் தெரியும்?' 'அதற்குத்தான் ஏதோ திட்டம் போடுகிறார்கள்' என்றான். சண்டியனின் இடதுகை மடிக்காமல் நீளமாகத் தொங்கியது. அதற்குள்தான் வாள் இருக்கும். திடீரென்று சண்டியன் எழுந்து நடக்க அவனுடைய இரண்டு எடுபிடிகளும் பின்னால் போனார்கள். அவர்களில் ஒருவன் சொன்னான். 'இந்த ஊரின் சனக்கணக்கு ஒன்று குறையப் போகுது.' மற்றவன் சிரித்தான். அவர்கள் போன போது அசைந்த காற்று என்னையும் தொட்டது. நான் கூசிக் கொண்டு நின்றேன்.

வீரசிங்கம் சைக்கிள் வாடகைக்கு எடுக்க வந்திருந்தான். என்னிலும் இரண்டு வயது கூடியவன். வாய்க்குள் எதையோ வைத்திருப்பதுபோல முகம். நல்ல ஓட்டக்காரன். நெஞ்சில் நாடா தொட்ட பிறகும் ஓட்டத்தை நிறுத்த மாட்டான். ஆனால், அவனால் சைக்கிள் ஓட்ட முடியாது. கடைக்காரர் அவனுக்கு பழக்கம் என்பதால் வாடகைக்குத் தருவார். வீரசிங்கம் சைக்கிளை சாய்வாகப் பிடித்து, சீட்டுக்கு மேலே உட்காராமல் பாருக்கு கீழே காலை நுழைத்து பெடலை மிதித்து ஓட்டினான். பிரேக் இல்லாத சைக்கிள் அது; குதிக்காலால்தான் போடவேண்டும். அப்படியே வட்டம்போட்டு என்னிடம் வந்தான். கையினால் என் முகத்தைப் பிடித்துத் திருப்பி 'நீயும் ஓட்டிப்பார். சீட்டில் இருந்து ஓட்டாததால் வாடகை பாதிதான். காசு தரவேண்டாம்' என்றான். சைக்கிள் சின்னதாக வேண்டும்; அல்லது நான் கொஞ்சம் பெரிசாக வேண்டும். 'இந்தச் சைக்கிள் சரியில்லை. எனக்குப் புதுச் சைக்கிள் கொழும்பில் இருந்து வருகிறது' என்றேன். வீர சிங்கம் நம்பிவிட்டான்.

புது மாப்பிளையும் பொம்பிளையும் மணமுடித்துக் கோயி லுக்குப் போனார்கள். ஒரு கூட்டம் அவர்கள் பின்னே போனது. அன்று காலைதான் கல்யாணம் நடந்திருக்க வேண்டும். பொம் பிளையின் தலை நெஞ்சோடு ஒட்டிக் குனிந்திருந்தது. தலையிலே கழுத்திலே கையிலே சூடியிருந்த நகைகள் எல்லாம் வெயிலில் பளிச்சிட்டன. கழுத்தில் வட்டமாக தாலி கிடந்தது. பின்னலில் கூட நீளமாக ஒரு நகை பூட்டியிருந்தது. கோயிலிலே அவர்களுக் காக விசேட பூஜை ஒன்று நடந்தது. கோயில் மணியை ஒருவன் மணிக்கூட்டுச் சுவரில் பாதிதூரம் ஏறி பின்னர் கீழே விழுந்து அடித்தான். புதுத்தம்பதிகளுக்குச் சர்க்கரைப் பொங்கல் வழங்கப் பட்டது. அதை விநியோகித்தவர் என்னைப் பார்த்து 'பசிக்கிறதா?' என்று கேட்டார். பசியைக் கண்டுபிடித்தவன் நான். அது

அவருக்குத் தெரியாது. சதுரமான ஐந்து சதக் குற்றியை துணியிலே சுருட்டி என் மணிக்கட்டில் கோயிலுக்கு நேர்ந்து அம்மா கட்டியிருந்தார். வாத்தியாரிடம் பிரம்படி வாங்க நீட்டுவதுபோல நான் அந்தக் கையை நீட்டினேன். உள்ளங்கையில் ஒரு துளி பொங்கல் விழுந்தது. கையைப் பார்த்தேன். அதிலே போதிய இடம் மீதி இருந்தது.

திடீரென்று பசித்தது. அத்தனை நேரமும் பசி ஞாபகம் வரவில்லை. ஒரு பயம் பிடித்தது. நேரம் பிந்திப் போனால் தம்பி என் பங்கு சாப்பாட்டைச் சாப்பிட்டுவிடுவான். ஒருநாள் நான் போனபோது என்னுடைய நீலப்பூப் போட்ட கோப்பையில் சாப் பிட்டுக்கொண்டிருந்தான். அவனுடையது சிவப்புப் பூப்போட்ட தட்டு. 'என்னுடைய பிளேட்டில் நீ ஏன் சாப்பிடுகிறாய்?' என்று அவன் மேல் பாய்ந்தேன். சாப்பிட்டு முடித்த அவனுடைய சிவப்பு எச்சில் கோப்பை பக்கத்திலேயே கிடந்தது. நான் சாப்பாட்டுக்கு வரப் பிந்தியதால் அவன் என்னுடைய உணவையும் சாப்பிட்டு விட்டான். 'ஏண்டா என்னுடையதைச் சாப்பிட்டாய்?' மகா புத்தி சாலியான அவன் சொன்னான், 'உன்னுடைய சாப்பாடா? அதிலே உன்ரை பேர் எழுதியிருக்கா?' நான் திகைத்துப்போய் நின்றேன். 'சாப்பாட்டுக்காக மனிதன் காத்திருக்கலாம். ஆனால், மனிதனுக்காகச் சாப்பாடு காத்திருக்கக் கூடாது.'

கோயிலை ஒட்டிய வீதியில் வெயில் ஏறி மணல் மின்னியது. கடுதாசி ஓரங்கள் எரிவதுபோல ஆகாயம் எரிந்துகொண்டு வந்தது. மரங்களே இல்லாத தெரு வெகுதூரம் நீண்டுபோய்க் கிடந்தது. வேலிப் பக்கமாக கால்களின் ஓரத்தால் மெதுவாக நடந்தேன். என்னுடைய நிழல் வரவரச் சிறுத்துப்போய் என் கால்களுக்குள் சிக்கியது. தூரத்தே ஒரு கறுப்பு மாடு அசைந்து வந்தது. பின்னர் பார்த்தால் ஒரு மனிதன் கறுப்பாக ஒன்றைச் சுமந்து கொண்டி ருந்தான். இன்னும் கொஞ்சம் கிட்ட வந்ததும் அது கணக்குப் படிப்பிக்கும் லலிதா டீச்சர் என்று தெரிந்தது. காலிலே செருப்பு; கையிலே கறுப்புக் குடை. இயற்கைக் காட்சிகளை ரசிப்பதுபோல மெதுவாக வந்துகொண்டிருந்தார். மஞ்சள் கரை வைத்த சேலை சுழன்று சுழன்று அவர் காலை அடித்தது. அவரை எனக்குப் பிடிக்கும். கண் மருத்துவருடைய பலகையில் மேலே பெரிய எழுத்துகளும் கீழே சிறிய எழுத்துகளுமாக இருப்பதுபோல அவர் கரும்பலகையில் மேலே பெரிய எழுத்தில் எழுதத் தொடங்கி கீழே வரவர சிறிய எழுத்தில் முடிப்பார்.

கறுப்பு வெள்ளைப் படத்துக்கு வர்ணம் தீட்டி கலர் பட மாக்குவதுபோல ரீச்சர் கறுப்பு முகத்தில் பவுடர் அப்பி ஒப்பனை செய்திருந்தார். 'நாலில் இருந்து ஐந்தைக் கழிக்க என்ன செய்ய வேண்டும்?' 'தெரியாது டீச்சர்.' 'நாலில் ஐந்து போகுமோ?'

'போகாது.' 'உன்னிடம் இல்லாவிட்டால் பக்கத்தில் ஒன்றைக் கடன் வாங்கு' என்றார். எனக்கு ஒரே குழப்பம். அப்பாவைத் தேடிக் கடன்காரர் வருவார்கள். கணக்குப் பாடத்தில் கடன் வாங்கச் சொல்லித் தருகிறாரே! ரீச்சர் கண்களைச் சுருக்கி 'நீ இங்கே என்ன செய்கிறாய்?' என்றார். ஒருமுறை யாரோ செத்தார்கள் என்று பள்ளிக்கூடக் கொடியை அரைக் கம்பத்தில் பறக்க விட்டார்கள். பள்ளிக்கூடம் விடுமுறை என்றால் எங்களுக்குக் கொண்டாட்டம், ஆனால், ரீச்சர் அழுததை அன்று பார்த்தேன். 'என்ன?' என்றார் மறுபடியும். 'கணக்குப் புத்தகம் இரவல் வாங்க வந்தனான்.' 'யாரிடம்?' எடை சமமான இரண்டு பொய்கள் சட்டென்று மூளையில் தோன்றின. ஒன்றைச் சொன்னேன். 'சரி, சரி. இந்த வெயிலைத் தாங்கமாட்டாய். வீட்டுக்கு ஓடு' என்று என்னைத் துரத்திவிட்டுக் குடையைச் சரித்துப் பிடித்துக்கொண்டு அவசரமின்றி நடந்தார்.

புளிய மரத்தடியில் என்னை இடித்துக்கொண்டு இரண்டு பெண்கள் முன்னேறினார்கள். 'இந்த உலகத்தில் அதிகபட்ச அற்புதம் ஓர் உயிரிலிருந்து இன்னொரு உயிர் பிரிந்து இரண்டாகும் அந்தத் தருணம்தான்' என்றார் ஒருவர். 'உலகம் தோன்றிய நாளில் இருந்து நடப்பதால் அதை அற்புதமாக ஒருவருமே நினைப்பதில்லை. ஊர் சனத்தொகை ஒன்று கூடும் என்றே எண்ணு கிறார்கள்' என்றார் மற்றவர். சண்டியன் சண்முகத்தின் எடுபிடி ஊர் சனத்தொகை ஒன்று குறையும் என்று சொன்னது நினைவுக்கு வந்தது. அப்பாவுடன் இரண்டு பேர் மரத்தின் கீழ் நின்று பேசினார்கள். அப்பாவின் குரலில் சிரிப்பு இருந்தது. வீட்டின் உள்ளே குழந்தையின் அழுகைச் சத்தம் கேட்டது. மருத்துவச்சி ஒரு பேசினில் தண்ணீர் கொண்டுவந்து வெளியே ஊற்றினார்.

அப்பா 'எங்கேடா இவ்வளவு நேரம்?' என்றார். படுத்திருந்த வீட்டு நாய் விறுக்கென்று எழும்பி ஓடியது. சம்பவங்கள் பின்னி ருந்து முன்னால் நிரையில் தோன்றின. இரண்டு பெண்கள், ரீச்சர், கோயில், புதுமணத் தம்பதிகள். வீரசிங்கம், சண்டியன் சண்முகம், ரயில், கிழவர், நாய், புளியங்காய். அப்பா பதிலை எதிர்பார்த்து நின்றார். கொஞ்சம் காற்றை இழுத்து சுவாசப்பையை நிரப்பி னேன். போன தடவை அப்பா அடித்தபோது அவருடைய கைரேகை கன்னத்தில் பதிந்தது நினைவுக்கு வந்தது. என் வாயில் நிமிடத்தில் பல பொய்கள் உண்டாகும். அன்று மூளையில் ஒன்றுமே இல்லை. 'உன்னிடம் இல்லாவிட்டால் ஒன்றைக் கடன் வாங்கு.' அதைத்தான் செய்ய வேண்டும்.

◆

அ. முத்துலிங்கம் ◆ 1231

லூக்கா 22:34

(ஏசு அவனை நோக்கி: பேதுருவே, இன்றைக்குச் சேவல் கூவுகிறதற்கு முன்னே நீ என்னை அறிந்திருக்கிறதை மூன்றுதரம் மறுதலிப்பாய் என்று உனக்குச் சொல்லுகிறேன் என்றார்.)

ஆரம்பத்தில் ஒரு துவக்கு இருந்தால் நல்லாயிருக்கும் என்ற எண்ணம் மார்செலாவுக்கு எழவே இல்லை. கனடாவில் அவளுடைய திருமண வாழ்க்கை மகிழ்ச்சியாகத்தான் ஆரம்பித்தது. ஒரு முடி திருத்தகத்துக்குப் போனால்கூட முதலில் உங்கள் உயரத்துக்கு ஏற்ப நாற்காலியை ஏற்றி இறக்குவார்கள். திருமணத்தில் அப்படி ஒன்றும் செய்வதில்லை. முதல் ஆறு மாதம் சுமுகமாகப் போனது. அதன் பின்னர்தான் தொடங்கியது. காலையில்தான் அவளுக்கு அடி விழும். மற்ற வீடுகளில் நடப்பதுபோல மாலையில் கணவன் குடித்துவிட்டு வந்து அடிப்பதில்லை. அலுவலகத்துக்குப் புறப்படும் அவசரத்தில் அவர் அடித்துவிடுவார். பின்னர் அலுவலகத்திலிருந்து மன்னிப்பு கேட்டுத் தொலைபேசி வரும். போகப் போக அதுவும் நின்றுவிட்டது. ஆனால், அடி விழுவது தொடர்ந்தது.

அடி என்றால் கோபத்தில் வன்மத்துடன் அடிக்கும் அடி இல்லை. வலி இராது. ஆனால், சமீபத்தில் அவர் வார்த்தைகள் வலிக்கத் தொடங்கியிருந்தன. 'தின்று தின்று கொழுத்துப்போய் இருக்கிறாய்' என்று சொல்லிவிடுகிறார். அன்று காலையில் அவளுடைய உருவத்தைக் கண்ணாடியில் பார்த்தபோது அவளுக்கே கொஞ்சம் அருவருப்பாகத்தான் இருந்தது. பத்து வருடத்துக்கு முன்னர் அவள் கனடாவுக்கு வந்தபோது ஒல்லியாகத்தான் இருந்தாள். அவள் கண்கள் கூராகக் காதுக்குக் கிட்டப்போய் முடியும். படிக்கும் காலத்தில் கண்களைப் பார்த்து மயங்கியவர்கள் பலர் இருந்தார்கள். அவளுடன் படித்த காப்ரியல் அந்தோனிப்பிள்ளை அவள்மேல் பைத்தியமாக இருந்தான். அவள் பிறப்பதற்கு முன்னர் ஓடிய படம் ஒன்றில் ஏ.எம். ராஜாவும் பி. பானுமதியும் பாடிய பாடல் ஒன்று பிரபலமாகியிருந்தது. அதன் வரிகள் 'மாசிலா உண்மைக் காதலே! மாறுமோ செல்வம் வந்த போதிலே!'

என்றிருக்கும். அந்தோனிப்பிள்ளை அந்த வரிகளை மாற்றி அவளைக் காணும்போதெல்லாம் இப்படிப் பாடுவான்:

மார்செலா என்னைக் காதலி
மறக்குமோ ஓ ஓ உந்தன் கூர்விழி.

அவன் இப்பொழுது அவளை மறந்துபோயிருப்பான். ஆனால், அவளைக் கூர்விழி என்று அவன் வர்ணித்ததை அவளால் இன்றைக்கும் மறக்க முடியவில்லை.

மேற்படிப்பு படிக்கவேண்டும் என்று இருந்தவளைப் பாதியில் நிற்பாட்டி கனடாவுக்கு அனுப்பிவிட்டார்கள். அவளுக்குக் கணவராகப் போகிறவர் மிஸிஸாகாவில் உரிமம் பெற்ற 'வீடு விற்பனை முகவர்' என்று சொன்னார்கள். மிஸிஸாகா என்றாலோ, உரிமம் என்றாலோ, வீடு விற்பனை முகவர் என்றாலோ என்னவென்று அவளுக்குத் தெரியாது. பெரிய அரசாங்க உத்தியோகமாக இருக்கும் என்று மார்செலா நினைத்தாள். அவர் 15,000 டொலர் ஏஜண்டுக்கு கட்டி அவளைக் கள்ள விசாவில் எடுப்பித்திருந்தார். கொழும்பில் விமானம் ஏறியபோது கனடாவைப் பற்றிய கற்பனைகள் எக்கச்சக்கமாக இருந்தன. எச்சில் பூசாமல் தபால்தலை ஒட்டலாம் என்று சொன்னார்கள். இரவு வந்த பின்னரும் அங்கே சூரியன் மறைவதில்லை என்றும் கேள்விப்பட்டிருந்தாள். அது பெரிய பிரச்சினையாக இராது. ஆனால், இங்கே வந்து இறங்கிய பின்னர் அவள் வெறும் வேலைக்காரிதான் என்பதை வெகு சீக்கிரத்திலேயே கண்டுபிடித்துவிட்டாள். கணவர் அவளுக்கு நேரம் ஒதுக்கவில்லை. மாதத்தில் மூன்று நான்கு வீடுகள் எப்படியும் விற்று விடவேண்டும் என்று அலைந்துகொண்டிருந்தார். வீடு விற்பனை முகவர் என்றால் வேறு ஒன்றுமில்லை, வீட்டு புரோக்கர்தான் என்பது புரிந்தது.

அவர் கொஞ்சம் உயரமாகச் சற்று வளைந்து இருந்ததைப் பற்றி அவள் கவலைப்படவில்லை. ஆனால், அவர் கோபப்படும் போதும் சிந்திக்கும்போதும் துயரப்படும்போதும் முகத்தில் பெரிய வித்தியாசம் தெரியாது. சிரித்ததை அவள் பார்த்ததே கிடையாது. அவர் வாய் திறந்தால் அது அநேகமாக ஒரு கேள்விக்காகத்தான் இருக்கும். 'ஊதா நிற ஓர்கிட் பூத்துக்கிடக்கிறது.' 'உடம்பிலும் பார்க்க நீண்ட அலகு கொண்ட பறவை ஒன்றை இன்று பார்த்தேன்.' இப்படியெல்லாம் பேசியதே கிடையாது. இவள் சிலசமயம் சம்பாஷணையைத் தொடங்குவாள். 'யேசுவுக்கு நல்ல வழக்கறிஞர் கிடைக்கவில்லை. கிடைத்திருந்தால் சிலுவையில் அறைந்திருப்பார்களா?' பதில் இல்லை. முன்கோபத்தை முந்திய

அவசரக்காரராக இருப்பதுதான் அவர் லட்சியம். ஓர் ஆணியைக் கண்டெடுத்தால் 'கூர் பிழையான பக்கம் இருக்கிறது' என்று சொல்லி எறிந்துவிடுவார்.

அவர்களுடைய வீடு 19வது மாடியில் சகல வசதிகளுடனும் இருந்தது. இரவில் யன்னல் வழியாக எட்டிப் பார்க்கும்போது மின் விளக்குகளால் அலங்கரிக்கப்பட்ட பிரமாண்டமான ஒரு நகரம் அவள் காலடியில் கிடப்பது போலத் தோன்றும். கணவனின் அலுவலகம் இருப்பது எட்டாவது மாடி என்று சொல்லி யிருக்கிறார். அவர்கூட அவளுடைய காலுக்குக் கீழேதான். வீடு ஒரு சந்தியில் இருந்ததால் இரண்டு பக்க ரோடும் வழுவழுவென்று சறுக்கிக்கொண்டு நெடுந்தூரம் போவது தெரியும். இப்படியே போனால் இந்த ரோடு எங்கே முடிகிறது என்று ஒருநாள் கண வரிடம் கேட்டாள். வீடு விற்பனை முகவர் புத்திசாலி முகத்தை வெளியே கொண்டுவந்து அபூர்வமாகப் பதில் சொன்னார். 'ரோடுகள் முடிவதில்லை. முடியும் இடத்தில் அவை மீண்டும் தொடங்குகின்றன.'

அலுவலகம் போக முன்னர் அன்று என்ன உணவு சமைக்க வேண்டும் என்று கணவர் உத்தரவு கொடுத்துவிட்டுத்தான் புறப் படுவார். எந்த அவசரமென்றாலும் அதை மறப்பதில்லை. அவர் போன பின்னர் வேண்டிய சமையல் சாமான்களை சுப்பர் மார்க் கெட் போய் மார்செலா வாங்கி வருவாள். அது பக்கத்தில்தான் இருந்தது. திரும்பும் வழியில் சிலவேளை தேவாலயத்துக்குச் சென்று பிரார்த்தனை செய்வதுண்டு. அவள் கிராமத்தில் வரும் சம்மனசுகள் இங்கே கனடாவில் வருவார்களா என்பது அவளுக் குத் தெரியாது. வழக்கமாக தேவாலயத்தில் அந்நேரம் ஒருவரும் இருக்க மாட்டார்கள். அன்று ஓர் இளம்பெண் மண்டியிட்டு ஏதோ வேண்டியபடி இருந்தாள். சின்னப் பெண். இரண்டு கண்கள், ஒரு வாய் இவற்றுக்கு மட்டுமே போதுமான அளவு முகம். கண்கள் மூடியிருந்தாலும் கண்ணீர் வழிந்தது. உலகத்தில் துயரம் இல்லாதவர்கள் யார் என நினைத்தாள். அவளுக்குப் பக்கத்தில் மண்டியிட்டு இருவருக்காகவும் பிரார்த்தித்தாள்.

தேவனே, எனக்கு முன்னே போகாதீர். எனக்கு பின்னேயும் வராதீர். என் பக்கத்திலே வாரும். எனது மன்றாட்டைக் கேளும் இறைப்பிரசன்னம் பெற எம்மை ஆசீர்வதியும்.

அவர்கள் வீட்டில் நாலே நாலு புத்தகங்கள் இருந்தன. டெலிபோன் புத்தகம், பைபிள், ஆங்கில அகராதி, நாலாவதாக The Good Earth என்ற ஆங்கில நாவல். இந்தப் புத்தகத்தை அவள்

கணவன் காசு கொடுத்து வாங்கவில்லை. வீட்டில் முன்பு இருந்த வர்கள் மறந்துபோய் விட்டுவிட்டுப் போனது. மார்செலா அந்தப் புத்தகத்தை முழுவதுமாக ஒரு தடவை அகராதியைப் பக்கத்தில் வைத்துக்கொண்டு படித்து முடித்துவிட்டாள். இப்பொழுது இரண்டாவது தடவையாகப் படித்தாள். அவளுக்கு அது நோபல் பரிசு பெற்ற பெரிய இலக்கியம் என்பது தெரியாது. வாங்லங் என்ற ஏழைக் கிராமவாசி ஓலாங் என்ற அடிமைப் பெண்ணை விலைக்கு வாங்கி மணமுடிப்பான். படிப்படியாக அவன் உயர்ந்து பெரிய பணக்காரன் ஆகிறான். ஆனாலும் மனைவியை அடிமை யாகவே நடத்தினான். ஒருநாள் மனைவியிடம் 'உன்னுடைய பாதங்கள் உருண்டையாக இல்லாமல் பெரிதாக நீட்டிக்கொண்டு அசிங்கமாக இருக்கின்றன' என்று சொல்லிவிடுவான். அவள் அழு வாள். பல இடங்களில் மார்செலாவுக்குத் தன்னுடைய சொந்தக் கதையைப் படிப்பதுபோலவே இருக்கும்.

இதுவரை 'நீ மகிழ்ச்சியாக இருக்கிறாயா?' என்று யாரும் மார்செலாவிடம் கேட்டதில்லை. கேட்டால் சொல்லியிருப்பாள். வாழ்க்கையில் அவள் ஆகச் சந்தோசமாக இருந்தது எட்டு மாதங்கள்தான். அவள் கொழும்பிலிருந்து கனடாவுக்கு பயணம் செய்ய எடுத்துக்கொண்ட கால அவகாசம் அது. அவள் சிறையி லிருந்தாள், முதுகில் அடி வாங்கினாள், பட்டினி கிடந்தாள், அமெரிக்காவில் காலையும் கையையும் சங்கிலியால் பிணைத்து இழுத்துச் சென்றார்கள். ஆனால், சுதந்திரமாக இருந்தாள். ஒவ் வொரு முடிவையும் அவள்தான் எடுத்தாள். அவள் வாழ்க்கையை அவள் தீர்மானித்தாள். இலங்கையில் அப்பா முடிவுகளை எடுத்ததுபோல கனடாவில் அவள் கணவர் எடுத்தார். என்ன கார் வாங்குவது? அவர் முடிவெடுத்தார். சமையலறைக்கு என்ன கலர் பூசுவது? அவள் கணவருக்குத் தெரியும். மத்தியானம் என்ன கறி சமைப்பது? அவள் கணவர் சொல்வார். சுதந்திரமாக இருப்ப தென்றால் என்ன? முடிவெடுக்கும் உரிமைதானே?

வழக்கமாகக் கணவர் மாலை ஏழு மணிக்கு வீடு திரும்பு வார். ஏதாவது பெரிய விற்பனை நடந்தால் பத்து மணிகூட ஆக லாம். அவள் அவருக்கு விருப்பமான உணவு வகையைச் சமைத்து வைத்திருப்பாள். அவர் சுவைத்து உண்ணும்போதே நிறைய தொலைபேசி அழைப்புகள் வந்தபடி இருக்கும். ஒன்றையும் தவற விடமாட்டார். ஒன்றை அலட்சியப்படுத்தினால் அந்த விற்பனை வேறு ஒருவருக்குப் போய்விடும். ஒன்றிரண்டு முறை அவருடைய கவனயீனத்தினால் பெரிய தொகையை இழந்திருக்கிறார். அவர் சொல்வார்: 'ஒரு வாடிக்கையாளரைத் தயார் செய்ய ஒன்பது வருடம் ஆகலாம். அவரை இழக்க ஒரு நிமிடம்கூட ஆகாது.'

அ. முத்துலிங்கம்

ஒருமுறை கணவர் நெடுஞ்சாலையில் வேகமாகப் பயணித்துக்கொண்டிருந்தபோது ஓர் அழைப்பு வந்தது. ஆனால், அழைத்தவர் பேசியது புரியவில்லை. செல்பேசியை அணைத்து விட்டு இவரே அரைமணி நேரம் கழித்து அவரைக் கூப்பிட்டார். ஆனால், விற்பனை வேறு ஒரு முகவர் பேரில் முடிந்து, இவருக்குக் கிடைக்கவேண்டிய 9,000 டொலர் பணம் இன்னொருவருக்குப் போய்விட்டது. எப்பொழுதும் எந்த நேரமும் செல்பேசி அழைப்பை ஏற்கத் தயாராக இருக்கவேண்டும். இதைப் பல தடவை அவளிடம் சொல்லியிருக்கிறார்.

அவள் கணவர் குடிகாரர் இல்லை. எப்போதாவது நல்ல விற்பனை ஒன்று படிந்தால் அதில் சம்பந்தப்பட்டவர்களோடு குடித்துக் கொண்டாடுவதுண்டு. குடித்துவிட்டு வரும் நாட்களில் சாதுவாகப் பதுங்கியபடி வந்து படுத்துத் தூங்கிவிடுவார். அடுத்த நாள் காலை ஒன்றுமே நினைவில் இராது. அன்றும் அப்படித் தான். இரவு நேரம் 11 மணியாகிவிட்டது, ஒரு தகவலும் இல்லை. அழைக்கலாமா என்று யோசித்தாள். முக்கியமான கூட்டத்தில் இருக்கும்போது அழைப்பது பிடிக்காது. அவளுக்கு அவருடைய எண் மட்டுமே தெரியும். அலுவலக எண்கூடத் தெரியாது. அவர் நண்பர்களும் பரிச்சயமில்லை. என்ன செய்வதென்று தெரியாமல் திகைத்து நின்றபோது மின்தூக்கி 19ஆம் மாடியில் வந்து நிற்கும் சத்தம் கேட்டது. வாசலுக்கு ஓடினாள். புருசன் தள்ளாடித் தள்ளாடி நடந்து வந்தார். நிறையக் குடித்திருந்தார். இந்த நிலையில் எப்படி கார் ஓட்டினாரோ தெரியவில்லை. பொலீஸில் பிடி பட்டிருந்தால் லைசென்ஸை பிடுங்கியிருப்பார்கள். செல்பேசியை வழக்கமாக மின்னேற்றியில் செருகுவார். அதைக்கூடச் செய்யாமல் படுக்கையில் அப்படியே உடுப்பைக் கழற்றாமல் விழுந்தார். அவள் ஒன்றுமே பேசவில்லை. சாப்பிடுங்கள் என்று தொந்திரவு செய் யாமல் அவருடைய கோட்டைக் கழற்றி, சப்பாத்தை அகற்றிப் படுக்க வைத்தாள். அவள் சமைத்த சாப்பாடெல்லாம் மேசையில் இருந்தது. அவளும் சாப்பிடவில்லை. அவற்றை எடுத்து ஒவ் வொன்றாகக் குளிர்பெட்டியில் அடுக்கினாள்.

மார்செலா கனடாவுக்கு வந்த புதிதில் எல்லோரையும்போல குழம்பிப்போனாள். தூரத்தை கி.மீட்டரில் சொன்னார்கள்.

ஆனால், காலநிலை வெப்பத்தை சென்டிகிரேட்டில் அளந் தார்கள். வீட்டு அளவைச் சதுரஅடி என்றார்கள். மணமுடித்த முதல்நாள் கிலோ கணக்கில் வாங்கிய அரிசியைச் சோறாக்கி நல்ல கறியும் சமைத்து மேசையில் பரிமாறினாள். அவர் உடனே

சாப்பிட ஆரம்பித்தபோது இவள் 'ஸ்தோத்திரம், ஸ்தோத்திரம்' என்று கத்தினாள். அவர் கவனிக்காமலே சாப்பிட்டு முடித்து விட்டார். இவள் அதிர்ச்சியில் வாயைத் திறந்து வைத்துக்கொண்டு நின்றாள். அவர் 'என்ன, சற்பிரசாதத்துக்காகவா வாயைத் திறந்து வைத்திருக்கிறீர்? மூடும்' என்றார். பின்னர் அவள் தன்னுடைய சாப்பாட்டை பிளேட்டில் போட்டு சமையலறைத் தரையில் அமர்ந்து பிரார்த்தித்துவிட்டு உண்ணத் தொடங்கினாள். கணவனுக்கு அது பிடிக்கவில்லை. 'இவ்வளவு விலை கொடுத்து சிவப்பு ஓக் மேசை வாங்கி வைத்திருக்கிறேன். அதிலிருந்து சாப்பிடும்' என்றார். அவருக்காக மேசையில் அமர்ந்து உண்டபோது சாப்பிட்டது போலவே இல்லை.

காலை வேளைகளில் அவளுக்கு நடுக்கம் தொடங்கும். அவர் தொலைப்பதைத் தேடி எடுத்துக்கொடுப்பதுதான் வேலை. கார்ச்சாவி, கண்ணாடி, செல்பேசி, அலுவலகக் கோப்பு, கைப்பெட்டி இப்படியாகத் தேடி எடுக்கவேண்டும். ஒருநாள் செல்பேசியைத் தொலைத்ததற்காக அவள் தலையில் அகராதியால் அடித்துவிட்டார். 40,000 வார்த்தைகளின் கனத்தால் தலைக்கு ஓடிய ரத்தம் அப்படியே நின்று திரும்பிவிட்டது. அப்போது பார்த்து அவர் கோட்டுப் பையினுள் இருந்து செல்பேசி அடித்தது. அவளிடம் மன்னிப்புக் கேட்காமல் அழைத்தவருடன் பேசினார். செல்பேசியில் குறுஞ்செய்திகளும் ரகஸ்யம் ரகஸ்யமாக வந்து அமர்ந்துகொள்ளும். இத்தனைக்கும் இடையில் முகச்சவரம் செய்து, குளித்து, உடை மாற்றி அவசரமாகப் புறப்படுவார். அந்தச் சமயங்களில் 19ஆம் மாடி சுழல்வதுபோல இருக்கும். அவருக்குப் பின்னால் ஓடியபடியே இருப்பது நாளடைவில் பழகிவிட்டது.

முதன்முதல் துப்பாக்கி பற்றி அவள் எண்ணியது ஒருநாள் காலை வேளையில்தான். இவர் குளித்துக்கொண்டிருந்தார். செல்பேசியில் யாரோ அழைத்தார்கள். இவள் செல்பேசியைத் தொட்டுவிட்டாள். அதற்குத்தான் அடி. எந்தக் காரணம் கொண்டும் அவள் செல்பேசியைத் தொடக்கூடாது. ரேடியோவில் திருப்பித் திருப்பி ஒரே விளம்பரம் வருவதுபோல பலதடவை சொல்லி ஞாபகமூட்டியிருக்கிறார். எதற்காக என்று கேட்டு அவருடன் வாக்குவாதம் செய்யமுடியாது. கடந்த நாலு வருடங்களில் அவர் ஆறு செல்பேசி மாறிவிட்டார். மற்றவர் சொல்வதைக் கேட்கும் வழக்கம் என்பது அவரிடம் கிடையாது, விவாதம் என்று வந்தால் அவர் சொல்வதுதான் சரி என்று ஆரம்பத்திலேயே முடிவாகி விடும். அப்போதுதான் அவளுக்கு அந்த எண்ணம் தோன்றியது.

அவள் கிராமத்திலிருந்து ஒரு போராளிப் பெண் இயக்கத்தில் சேர்ந்தாள். மாலதி அக்கா என்று மார்செலா அவளைக் கூப்பிடுவாள். இந்திய ராணுவம் போன பின்னர் ஒருநாள் வந்தாள். அவள் மாங்குளம் போரில் பங்கெடுத்து வெற்றியீட்டிய கதையை அம்மாவுக்குச் சொல்லிக்கொண்டிருந்தாள். மார்செலாவுக்குப் பத்து வயதிருக்கும். இயக்கத்தின் சீருடையில் மாலதி அக்கா அழகாக இருந்தாள். பாம்பின் உடம்பு எல்லாப் பக்கமும் வளைவதுபோல வளைந்தாள். 'மார்செலா, மார்செலா' என்று அவள் அழைத்தபோது அது வேறு யாருடைய பெயர் போலவோ இனிமையாக ஒலித்தது. தூரக் கண்ணாடியை மாலை போல கழுத்திலே அணிந்திருந்தாள். கையிலே வைத்திருந்த ரீ – 81 சீனத் துப்பாக்கியைத் தொட்டுப் பார்க்க அனுமதித்தாள். 500 மீட்டர் தூரம் அது சுடும் என்றாள். அதன் கனமும் வழுவழுப்பும் பார்க்கவே பிரமிப்பாக இருந்தது. மாலதி அக்கா சிரித்துக் கொண்டே அம்மாவிடம் சொன்னாள், 'ஒரு துப்பாக்கி கையிலே இருந்தால் எந்த விவாதத்திலும் வெற்றி பெற்றுவிடலாம்.'

காலை எழுந்தபோது பெரும் பதற்றமும் கூடவே எழுந்தது. வழக்கமாக அதிகாலை எழும்பும் கணவர் ஏழு மணிக்குப் பிந்திப் போய் கண் விழித்தார். முதல் நாள் இரவு அலுவலக ஆடையுடன் படுத்தது அவருக்கு ஞாபகம் இல்லை. செல்பேசியில் ஒன்றிரண்டு அழைப்புகள் வர ஆரம்பிக்க அவற்றுக்குப் பதில் கூறினார். குளித்து ஆடை மாற்றி அவசர அவசரமாக மேசையில் அமர்ந்து சாப்பிட்டார். அன்று மிக முக்கியமான நாள். அவர் வாழ்க்கையில் என்றும் இல்லாத விதமாக ஆகப் பெரிய விற்பனை ஒன்று முடிவாகும் என்று தொலைபேசியில் யாருக்கோ சொன்னார். முதல் நாள் மாலை குடித்துக் கொண்டாடியது இதற்காகத்தான் இருக்கும் என்று மார்செலா ஊகித்துக் கொண்டாள்.

அலுவலகம் புறப்படுவதற்காக மேல் கோட்டை எடுத்து அவள் பின்னால் நின்று பிடிக்க கைகளை நுழைத்து அணிந்தார். வாசலை நோக்கி நகரும்போதே அவள் கைப்பெட்டியைக் கொடுத்தாள். அஞ்சல் ஓட்டக்காரர் பின்னுக்குத் திரும்பாமலே கைநீட்டி வாங்குவதுபோல வாங்கினார். கார் சாவியை நீட்டினாள். அதையும் பெற்றுக்கொண்டவர் சற்று நின்று நிதானித்தார். ஏதோ திடீரென்று ஞாபகம் வந்ததுபோல பரபரப்பாகச் செல்பேசியை எடுத்து ஓர் எண்ணை அழைக்க முயன்றார். முடியவில்லை. மனைவியைப் பார்த்து 'நீர் செல்பேசியை தொட்டீரா?' என்றார்.

அவள் இல்லையே என்று அவரையே பார்த்தாள். அவர் அழைக்கவேண்டிய நம்பரை 'தொடர்பு' பகுதியில் தேடினார். இல்லை. இன்னொன்றைத் தேடினார். அதுவும் இல்லை. மேலும்

கீழுமாகத் தேடித்தேடிப் பார்த்தார். ஓர் எண்கூட இல்லை. எல்லாமே மாயமாக மறைந்துவிட்டன. மனைவியை உற்றுப் பார்த்தார். அவள் உடல் உதற நின்றுகொண்டிருந்தாள். 'நீர் செல் பேசியைப் பாவித்தீரா?' அவள் 'ஏன் கேட்கிறீர்கள்? அதை எப்படிப் பாவிப்பது என்று சொல்லித் தரவே இல்லை. தொட்டாலே எரிந்து விழுவீர்களே.'

'ஒரு நம்பரும் இல்லை. எல்லாமே அழிந்து போனது. இது எப்படிச் சாத்தியம்? நான் அவசரமாக வீடு வாங்குபவரை அழைக்கவேண்டும். எட்டு மணிக்கு முன்னர் தொடர்பு கொள்ளாவிட்டால் ஒப்பந்தம் செல்லாததாகிவிடும். 15,000 டொலர் எனக்கு நட்டம்.'

'வீட்டு டெலிபோனிலிருந்து அழைத்துப் பேசலாமே' என்றாள்.

'மொக்கு, எனக்கு அவருடைய நம்பர் தெரியாதே!'

'உங்கள் அலுவலகத்துடன் தொடர்புகொள்ளுங்கள். அவர்களுக்குத் தெரிந்திருக்கும்.'

'மொக்கு, மொக்கு. அலுவலக நம்பர் என்ன எனக்கு மனப் பாடமா? எல்லாம் அந்தச் சனியன் பிடித்த செல்பேசியில் அல்லவோ கிடக்குது.'

'செல்பேசி கம்பெனியை அவசரத்துக்குக் கூப்பிட முடியாதா?'

'எத்தனை தரம் சொல்வது? அந்த நம்பரும் என்னிடம் இல்லை. எல்லா இழவும் இதிலேதான் இருக்கு.'

'காரை எடுத்துக்கொண்டு வேகமாகப் போனால் விற்பனை முடிய முன்னர் போய்ச் சேர்ந்துவிடலாம்' என்றாள்.

அவர் 19ஆம் தள மின்தூக்கியை நோக்கி ஓடினார். இவளும் தொடர்ந்தாள். திடீரென்று கழுத்துடன் சேர்த்து முழு உடம்பையும் திருப்பி அவளிடம் 'எங்கள் வீட்டு டெலிபோன் எண் என்ன?' என்றார். அவள் சொன்னாள். மின்தூக்கி கதவு மூட முன்னர் 'இன்றைக்குக் கோழிப் பொரியல்' என்று கத்தினார். அவள் சரி என்று தலையாட்டினாள்.

சரியாக ஐந்து நிமிடம் கழித்துத் தொலைபேசி அழைப்பு வந்தது. அவளுக்கு அது வரும் என்று தெரியுமாதலால் காத்திருந்தாள். அவர்தான் பேசினார். 'உண்மையைச் சொல்லும். நீர் ஏதாவது செய்தீரா? ஒரு நம்பர்கூட மிச்சமில்லையே!'

‘ஏசுவே! என்ன சொல்லுறியள்? நான் அதைத் தொட்டதே கிடையாது! எத்தனை தரம் சொன்னால் நம்புவீர்கள்? எனக்கு ஒன்றுமே தெரியாது.’ அவர் இணைப்பைத் துண்டித்தார்.

அவரிடமிருந்து வேறு அழைப்பு வராது என்பது நிச்சய மானவுடன் மார்செலா அவசரமாகப் படுக்கை அறைக்குள் நுழைந் தாள். ஏற்கனவே அணிந்திருந்த ஆடையைக் களைந்து எறிந்து விட்டு அவள் புருசனுக்குப் பிடிக்கவே பிடிக்காத பெரிய பெரிய சூரியகாந்தி பூப்போட்ட இரவு உடையைக் கழுத்து வழியாக அணிந்துகொண்டாள். நேற்று அவருக்காக இரண்டு மணி நேரம் கோது உடைத்து, கழுவி, பிரட்டி, ஊறவைத்து சமைத்த றால் குழம்பு அப்படியே தொடாமல் சட்டியுடன் குளிர் பெட்டியில் கிடந்தது. அதைச் சூடாக்கினாள். தமிழ் கடையில் வாங்கிய, துண்டு துண்டாக வெட்டாத, முழுப்பாணை குளிர் பெட்டியி லிருந்து எடுத்தாள். மூன்று பேருக்குப் போதுமான கோப்பியைப் பெரிய பாத்திரத்தில் தயாரித்து ஒரு குவளையையும் கையில் எடுத்துக்கொண்டாள். அத்தனையையும் குளிர்பெட்டிக்கு முன் தரையில் பரப்பினாள். எல்லாம் அந்தந்த இடத்தில் இருக்கிறதா என்று ஒரு முறை கண்ணால் சரி பார்த்தாள். பிளேட்டும் கரண்டியும் தேவைப்பட்டன. அவற்றையும் கையில் எடுத்தாள். நேராக நின்று குளிர்பெட்டியில் முதுகைச் சாய்த்து வைத்து பின்னர் அப்படியே சறுக்கி, தரையில் அமர்ந்து கொண்டாள். சமையலறையில் அரைவாசி நிரம்பியது.

நேற்றிரவு சாப்பிடாதது நினைவில் வந்தபோது பசி அதிக மாகியது. கண்களை மூடிக்கொண்டு ‘பரலோகத்தில் இருக்கும் எங்கள் பிதாவே’ என ஆரம்பித்தாள். விறுவிறுவென்று ஸ்தோத் திரத்தைச் சொல்லி ‘தீமையிலிருந்து எங்களை இரட்சித்தருளும், ஆமென்’ என்று முடித்தாள். றால் குழம்பின் கறி வாசனை அவளைச் சுற்றி நின்றது. பிளேட்டில் குழம்பை ஊற்றி முழுப் பாணில் ஒரு துண்டு பிய்த்து அதில் தொட்டுச் சாப்பிட்டாள். கண்களை மூடி முழுச்சுவையையும் ருசித்தாள். பின்னர் ஒவ்வொரு துண்டாகப் பிய்த்துப் பிய்த்து தோய்த்துத் தோய்த்து உண்டாள். குவளையில் கோப்பியை ஊற்றி ஒரு மிடறு விழுங்கினாள். அரைவாசிப் பாண் வயிற்றுக்குள் போன பிறகு கொஞ்சம் நிறுத்தி நிதானித்து யோசித்தாள். முதல் நாள் இரவு கணவர் நித்திரையான பின்னர் படுக்கையில் வீசியிருந்த கணவரின் செல்பேசியைத் தற்செயலாகத் தொட்டதை நினைத்துப் பார்த்தாள். அது உயிர்த்து நீல நிறமாக ஒளிர்ந்து அவளை வசீகரித்தது. போர்வையினுள் வைத்து அதனுடன் விளையாடினாள். சேமிக்கப்பட்டிருந்த தொடர்பு எண்களை ஒவ்வொன்றாக அழித்தது நினைவுக்கு

வந்தது. பின்னர் செல்பேசியை அதே இடத்தில் அதே கோணத்தில் இருந்தமாதிரியே வைத்துவிட்டுப் படுத்தாள், ஆனால், தூக்கம் வர வெகு நேரமாயிற்று.

சில நாட்களுக்கு முன் தொலைக்காட்சியில் ஒரு காட்சி பார்த்தது நினைவுக்கு வந்தது. பனிப் பிரதேசத்தில் வாழும் இரண்டு நீர்ப் பிராணிகள். ஒன்று சீல் மற்றது வால்ரஸ். நீண்டு வளைந்த தந்தங்கள் கொண்ட வால்ரஸ் சீலை வேட்டையாடும். அதனுடைய நீண்ட தந்தத்தினால் சீலின் உடம்பில் ஒரு துளை போடும். பின்னர் துளையிலே வாயை வைத்து அதன் கொழுப்பை எல்லாம் உறிஞ்சிவிடும். இதில் பரிதாபம் என்னவென்றால் சீலுக்கு தான் உண்ணப்படுகிறோம் என்பது தெரியவே தெரியாது. அது தெரிய வருமுன்னரே காற்றுப்போன பலூன்போல அது இறந்து போய்விடும்.

மூன்று மணி நேரத்தில் அகர வரிசையில் அடுக்கியிருந்த 500 நம்பர்களை அவள் அழித்தது ஒரு சாதனைதான். அதை நினைத்தபோது அவள் முகத்திலே நீண்ட ஒரு புன்னகை அரும்பி நெடுநேரம் நின்றது. வாழ்க்கையில் அவள் அப்படிச் சிரித்தது மூன்றாவது தடவை. முதல் தரம் எட்டு வயதில் அவள் யார் உதவியும் இல்லாமல் 10 யார் தூரம் சைக்கிளில் ஓடியபோது அப்பா அவளைத் தலைக்கு மேல் தூக்கினார். அப்பொழுது சிரித்தாள். அடுத்தது பள்ளிக்கூடத்தில் அவள் ஏ லெவல் செய்தபோது வகுப்பில் மாணவர்கள் ஒருவருமே செய்ய முடியாத சிக்கலான கணிதத்தை அவள் சொற்ப நிமிடத்தில் செய்து காட்டினாள். வகுப்பாசிரியர் அவளைப் பாராட்டினார். அப்போது எழுந்து நின்று நாணிக்கொண்டு சிரித்தாள்.

இப்படி ஒரு மகிழ்ச்சியையும் திருப்தியையும் சுதந்திர உணர்வையும் அவள் நீண்டகாலமாக அனுபவித்தது கிடையாது. மறுபடியும், கனடா வாத்துக்கு எறிவதற்கு பிய்ப்பதுபோல, மீதிப் பாணை பிய்த்துப் பிய்த்துச் சாப்பிட ஆரம்பித்தாள்.

மார்செலா என்னைக் காதலி
மறக்குமோ ஓ ஓ உந்தன் கூர்விழி.

உடம்பு கொழுத்து என்னவோவானால் ஆகட்டும். அவள் கூர்விழி அப்படியேதான் இருந்தது. கூர்மதிக்கும் குறைவில்லை. துவக்கைப் பற்றிய எண்ணம் அறவே ஒழிந்துபோனது. மூன்றாவது குவளைக் கோப்பியை அவள் பருகத் தொடங்கியபோது காலை 11 மணி ஆகியிருந்தது.

◆

நான்தான் அடுத்த கணவன்

'பத்மப்ரியாவிடமிருந்து கடிதம் வந்திருந்தது. என் உடம்பு முழுக்க இருதயமாகித் துடித்தது. உருண்டை உருண்டையான எழுத்து. நான் டெல்லி சிறையிலிருந்து மீண்டு கனடா திரும்பி ஒரு வருடம் ஆகியிருக்கும். எப்படியோ என்னுடைய முகவரியைத் தேடிக் கண்டுபிடித்து எழுதியிருக்கிறாள். இது எப்படி சாத்திய மானது? ஐயா, என்னால் நம்பவே முடியவில்லை. என்னை அப்படிப் பார்க்க வேண்டாம். அப்படிப் பார்க்க வேண்டாம். நான் ஆரம்பத்திலிருந்தே சொல்கிறேன்.'

'நான் பிறந்தது யாழ்ப்பாணத்திலுள்ள ஒரு சின்ன ஊர். 1990ஆம் வருடம் எனக்கு 18 வயது தொடங்கியபோது அப்பா என்னை வெளிநாட்டுக்கு அனுப்பத் தீர்மானித்தார். எங்கள் ஊர் ஏஜண்டைப் பிடித்து, பணம் கொடுத்து, என்னை எப்படியும் கனடாவுக்கு அனுப்பிவிடும்படி சொன்னார். எங்கள் கிராமத்தி லிருந்து ஏற்கனவே பலர் அங்கே போயிருந்தார்கள். இந்த ஏஜண்ட் தான் அவர்களை அனுப்பியவர் என்பதால் அவருக்கு நல்ல பெயர் இருந்தது. ஏஜண்ட் என்னை சென்னைக்கு அனுப்பி அங்கே ஒரு வீட்டில் தங்கவைத்தார். அங்கிருந்து பம்பாய் போய், கியூபா, அமெரிக்கா வழியாக கனடா போவதுதான் திட்டம்.

சென்னையில் என்னை தங்க வைத்ததுதான் பிரச்சினை. அந்த வீட்டுக்கார அம்மாவுக்கு 16 வயது மகள் ஒருத்தி இருந்தாள். பெயர் பத்மப்ரியா. அந்தப் பெயரைக் கேட்டவுடன் உங்கள் மனத் தில் ஓர் உருவம் தோன்றுமே, அதுதான் அவள். டிவி விளம்பரங் களில் வரும் பெண்களை அவள் அழகு சாதாரணமாக்கிவிடும். மலிவு ஆடையிலும் பேரழகியாய் தெரிவாள். தான் அழகு என்று தெரிந்த பெண் காட்டும் ஒயில் அவளிடமிருந்தது. நகைகள் அணியமாட்டாள். அவளுடைய ஒவ்வொரு அங்கமும் ஒரு நகை போலத்தான். அபூர்வமாக அவள் சிரிக்கும்போது உங்கள் மனம் உங்களையே மறந்துவிடும்.

ஆனால், நான் காதலிக்க முடிவு செய்த சில நிமிடங் களிலேயே இடி விழுந்தது. அவளுக்கு ஒரு காதலன் இருந்தான்.

பெயர் அபி. சினிமாவில் ஒளிப்பதிவாளருக்கு உதவியாளாக இருந்தான். சினிமா பிரபலங்களை எல்லாம் அவனுக்குத் தெரியும். அவளை வைத்து முதலில் விளம்பரப் படம் எடுப்பான். பின்னர் அவள் சினிமாவில் கதாநாயகியாவாள். அவனே படத்தை இயக்குவான். இப்படி எல்லாம் ஆசை காட்டினான். அடிக்கடி வீட்டுக்கு வந்து அவளைச் சந்தித்தான். அவளுடைய அம்மாவுக்கும் பரிபூரண சம்மதம். இந்த நிலைமையில் கனடாவுக்கு அகதியாகக் கள்ள பாஸ்போர்ட்டில் போகத் திட்டமிடும் ஒருவன் எப்படி அந்தப் பெண்ணின் மனதில் இடம் பிடிப்பது? அவர்களை ஒன்றாகப் பார்க்கும்போதெல்லாம் எனக்கு எரிச்சல் எரிச்சலாக வரும். என்னுடன் ஒரு வார்த்தை அவள் பேசினால் அன்று முழுக்க அந்த வார்த்தையை நினைத்தபடியே நாளைக் கழிப்பேன்.

அந்த வீட்டில் நான் இரண்டு மாதம் தங்கினேன். அவளைத் தினமும் பார்க்கவும் அவளுடன் பேசவும் எனக்கு வாய்ப்புக் கிடைத்தது. ஒளிப்பதிவாளரின் உதவியாளர் பாவம் வாரத்தில் மூன்று நாட்கள்தான் வருவார். நானோ ஏழு நாட்கள் 24 மணி நேரம் அங்கேயே கிடந்தேன். எனக்கு அது பெரிய அனுகூலம். நான் கனடா போகிறேன், அங்கே விரைவில் எஞ்சினியர் ஆவேன். வசதியான வாழ்வு கிடைக்கும். உலகத்தின் பல இடங்களுக்கும் சுற்றுலா போகலாம் என்றெல்லாம் பேசினேன். அவள் மனதில் முதலாவது இடத்தில் அபியும் இரண்டாவது இடத்தில் நானும் இருந்தோம். அப்படி அவள்தான் சொன்னாள்.

நான் கடவுளிடம் தினம் வேண்டியதற்கு ஒரு பலன் கிடைத்தது. ஒருநாள் அபிக்கும் அவளுக்குமிடையில் பெரும் சண்டை மூண்டது. அவன் கோபித்துக்கொண்டு ஸ்கூட்டரை உதைத்துக் கிளப்பிப் போய்விட்டான். மூன்று நாள் அவள் தொடர்ந்து அழுதாள். நாலாவது நாள் என்னுடன் சிரித்துப் பேசினாள். 'நான் உன்னை மணமுடிப்பேன். உலகத்துக் காதலர்கள் எல்லாம் பொறாமைப்படும்படி நாங்கள் வாழலாம்' என்றெல்லாம் சொன்னேன். 'எப்பொழுது நான் கனடா வரலாம்?' என்றாள்.

'நான் அங்கே போய் எஞ்சினியராகிவிடுவேன். விசா கிடைத்ததும் உம்மைக் கூட்டிப்போவேன். நயாகரா நீர் வீழ்ச்சிக்குக் கிட்டவாக நாங்கள் பெரிய வீடு எடுத்து வாழலாம்' என்றேன். அவள் 'அப்படியா, எனக்கு நீர் வீழ்ச்சி பிடிக்கும். குற்றாலம் அருவியிலே குளித்திருக்கிறேன்' என்றாள். நான் 'நாங்கள் நயாகரா போய் அடிக்கடி குளிக்கலாம்' என்று சொன்னதும் சம்மதம் சொன்னாள்.

‘இதையெல்லாம் எதற்கு என்னிடம் சொல்கிறீர்?’

‘கேளுங்கள் ஐயா. நீங்கள் என் முதலாளி. பத்மப்ரியாவின் தாயாருக்குக் கனடா மாப்பிள்ளை கிடைப்பதில் பெருமைதான். ஆனால், நான் என் பெற்றோருக்கு இதுபற்றி ஒன்றுமே அறிவிக்க வில்லை. லண்டனில் இருந்த என் அண்ணருக்கு மாத்திரம் சொன்னேன். நான் என்ன கேட்டாலும் அவர் செய்வார். என்னிலே அளவு கடந்த அன்பு வைத்திருந்தார். ‘அண்ணை, இந்தப் பெண் மட்டும் எனக்குக் கிடைத்தால் வாழ்க்கையில் உள்ள சகல ஐஸ்வரியங்களும் கிடைப்பதற்குச் சமம். நீ அவளைப் பார்க்க வேண்டும். பேரழகி’ என்றேன். ‘சரி, அவசரப்படாதே. நான் வந்து கல்யாணத்தை நடத்தி வைக்கிறேன்’ என்றார். அதுதான் என் அண்ணர். தங்கக் கட்டி. நான் கேட்டதை அவர் மறுத்ததே கிடையாது.

அடுத்த வாரம் கோயிலில் கல்யாணம் என்று ஏற்பாடு. அண்ணர் மறுநாள் காலை சென்னை வருகிறார். முதல்நாள் இரவு அபி அவளை ஸ்கூட்டரில் கடத்திக்கொண்டு போய்விட்டான். அவள் ஒரு கடிதம்கூட எனக்கு எழுதி வைக்கவில்லை. அவர்கள் வேறு கோயிலில் அதே முகூர்த்தத்தில் மணமுடித்து விட்டதாகச் செய்திகள் வந்தன. அண்ணர் வந்து எனக்கு ஆறுதல் கூறினார். ‘இப்படியான பெண் உனக்குக் கிடைக்காமல் போனது நல்லதுதான். இவள் மோசமானவள். உன்னை இப்படி அவமானப் படுத்தியவளை மறந்துவிடு.’

நான் கனடாவுக்கு வந்து அகதியாகப் பதிவு செய்தேன். அட்லாண்டிக் சமுத்திரத்தைத் தாண்டி வந்தாலும் அவளை என்னால் மறக்க முடியவில்லை. நான் நினைத்த மாதிரி எஞ்சினியரிங் படிப்பு அவ்வளவு இலகுவானதில்லை. ஒருவித திறமையும் தேவைப்படாத பலவித வேலைகள் செய்தேன். உணவகங்களில் கோப்பை கழுவுதல். துப்புரவுப் பணி. சில சமயம் தொழிற்சாலையில் நாள்கூலி வேலை. காதலில் தோல்வி. படிப்பில் தோல்வி. வேலையில் தோல்வி. ஆனால், மிகப் பெரிய வெற்றி ஒன்று கிட்டியது. கனடியக் குடியுரிமை.

இந்த நாலு வருடங்களில் ஒருநாள்கூட நான் அவளை மறந்தது கிடையாது. என்னுடைய பெற்றோர்களை மறந்து விட்டேன்.

அண்ணரை வாரத்தில் ஒருதடவை நினைப்பேன். ஆனால், இந்தப் பெண்ணை ஒவ்வொரு நிமிடமும் நினைத்தேன். என்னாலேயே இதை நம்ப முடியவில்லை. இவள் யார்? என்னை

ஏமாற்றியவள். இவளை ஏன் நான் நினைக்கவேண்டும். கனடிய பாஸ்போர்ட் கையில் கிடைத்த அன்று அதை முத்தமிட்டேன். நான் அகதி இல்லை. எனக்கு ஒரு நாடு கிடைத்துவிட்டது. நாலு வருடங்களாகத் திட்டமிட்டதைச் செய்தேன். சென்னைக்குப் போகும் விமானத்தில் ஏறினேன். சென்னை வந்து இறங்கிய பின்னர்தான் அண்ணருக்கு அறிவித்தேன். அவர் ஒன்றும் சொல்ல வில்லை.

நான் கேள்விப்பட்டது சரிதான். அவளுக்கும் அபிக்கும் விவாகரத்து ஆகிவிட்டது. அவள் ஒரு விளம்பரக் கம்பெனியில் வேலை செய்தாள். நான் அவளை வீட்டிலே பார்க்கப் போன போது ஒன்றுமே நடக்காததுபோல தாயும் மகளும் என்னை அன்பாக வரவேற்றார்கள். முதல் கேள்வியாக நான் கனேடியன் ஆகிவிட்டேனா என்று கேட்டாள். நான் ஓம் என்று சொன்னேன். கருநீலக் கலரில் இருந்த என்னுடைய பாஸ்போர்ட்டை வாங்கித் தடவிப் பார்த்தாள். 'எனக்கு கருநீலம் பிடிக்கும்' என்றாள். அதிலே இருக்கும் படத்தைப் பார்த்து பின்னர் என்னுடைய முகத்தை நிமிர்ந்து பார்த்தாள். குடிவரவு அதிகாரி பார்ப்பதுபோல அவள் பார்வை ஊடுருவியது.

வயது அதிகமாக அழகும் அதிகமாகும் என்பதை அன்று தான் உணர்ந்தேன். கண்மை, முகப்பூச்சு, உதட்டுச் சாயம் என்று அவள் அழகு பன்மடங்கு பெருகியிருந்தது. அவள் அணியும் ஆடம்பரமான ஆடைகளோ, அணிகலன்களோ தெரிவதில்லை. அவள்தான் தெரிந்தாள். இருபது வயதாகியிருந்த அவளை இன்னும் சினிமாக்காரர்கள் விட்டு வைத்தது ஓர் அதிசயம்தான். நான் அவளைக் கூர்ந்து பார்த்தபோது அவள் முகம் ஆழ்ந்த சிந்தனையில் இருந்தது. 'உங்களை மணமுடித்தால் எனக்கு எப் போது கனடிய பாஸ்போர்ட் கிடைக்கும்?' என்றாள். எனக்கு அப்போது ஒன்று ஞாபகத்துக்கு வந்தது. என்னிடம் படிப்பு இல்லை. வேலை இல்லை. பணம் இல்லை. என்னுடைய ஒரே தகைமை என்னிடம் கனடிய பாஸ்போர்ட் இருந்ததுதான்.

தினமும் நாங்கள் வெளியே போனோம். உணவகத்தில் உண வருந்தினோம். சினிமா பார்த்தோம். பார்க்குகள், கடற்கரை என்று சுற்றினோம். ஆனால், அவள் முகத்தில் மகிழ்ச்சியில்லை. ஏதோ கடினமான மனக்கணிதத்துக்கு விடை தேடுவதுபோல இருந்தாள். ஒருநாள் 'உங்கள் அண்ணருக்குத் தினம் தொலைபேசி எடுத்து பணம் கேட்கிறீர்களே. வெட்கமாயில்லையா? நீங்கள் கனடாவில் பெரிய எஞ்சினியர். ஆனால், சாதாரண ஹொட்டலில் தங்கியிருக் கிறீர்கள். மலிவான உணவகங்களுக்கு அழைத்துப் போகிறீர்கள்.

நீங்கள் தரும் பரிசுகள் விளையாட்டுத்தனமாக இருக்கின்றன. ஒன்றுமே புரியவில்லை' என்று முகத்தில் ஈரத்துணியால் அடித் ததுபோல கேட்டுவிட்டாள். இந்தப் பேரழகியை மறுபடியும் இழந்துவிடுவேனோ என்ற பயம் என்னை ஆட்டியது. பணம்தான் பிரச்சினைக்குக் காரணம். என்னுடைய மூளை இரவும் பகலும் இதையே யோசித்தது. எப்படியும் அவளை மணமுடிக்காமல் கனடாவுக்குப் புறப்படக்கூடாது. அந்த நேரம் பார்த்து ஹொட்டல் அறைக் கதவை யாரோ தட்டினார்கள். என்னைத் தேடி வரக் கூடிய நண்பர் ஒருவர்கூட எனக்கு இல்லை. கதவைத் திறந்த நான் திடுக்கிட்டு நின்றேன். என்னை நாலு வருடம் முன்பு கனடா வுக்கு அனுப்பிய பழைய ஏஜண்ட். 'வாருங்கள்' என்று சிரித்தேன். என்னுடைய வாழ்க்கையில் நான் என்றென்றுமே மறக்க முடியாத இரண்டு வருடங்கள் ஆரம்பமாகின.

ஏஜண்ட் சுற்றி வளைக்காமல் நேராக விசயத்துக்கு வந்தார். 'ஒரு கணவனும் மனைவியும் அமெரிக்காவுக்கு புறப்படுகிறார்கள். நான்தான் அவர்கள் பாஸ்போர்ட்டை தயாரித்துக் கொடுத்தேன். உண்மையான பாஸ்போர்ட்டுகள் ஆனால், அவர்களுடைய படம் மாற்றப்பட்டது. கண்டுபிடிக்கவே முடியாது, அசல்போலவே இருக்கும். உங்களிடம் கனடிய பாஸ்போர்ட் இருப்பதால் பிரச் சினையே கிடையாது. நீங்கள் இந்தத் தம்பதியினருடன் அமெரிக்கா போகவேண்டும். அவர்கள் நியூயோர்க்கில் இறங்கிய தும் அவர்களிடமுள்ள பாஸ்போர்ட்டை திரும்பப் பெற்று சென் னைக்குக் கொண்டு வரவேண்டும். உங்களுக்கு 4000 டொலர் கிடைக்கும்.' 'இதுதானா? எதற்காக நான் போகவேண்டும்? பாஸ் போர்ட்டுகளை கூரியர்மூலம் அனுப்பலாமே.' 'இதைப்பற்றி யோசிக்காமல் இருப்போமா? பயணிகளை நம்ப முடியாது. பாஸ் போர்ட்டை திருடி விடுவார்கள். ஒவ்வொரு பாஸ்போர்ட்டின் விலை 25,000 டொலர். இதை நீங்கள் திரும்பக்கொண்டு வந்து கொடுத்தால் போதும். இதை வைத்து இன்னும் பத்துப்பேரை அமெரிக்காவுக்கு அனுப்பலாம்.' 'ஆபத்து இல்லையா?' 'என்ன ஆபத்து? நீங்கள் கனடிய பாஸ்போர்ட்டில் போகிறீர்கள், வரு கிறீர்கள். உங்களை என்ன கேள்வி கேட்க முடியும்? திருடுகிறீர் களா? ஏமாற்றுகிறீர்களா? இல்லையே!'

அண்ணருக்கோ பத்மப்ரியாவுக்கோ நான் ஒன்றுமே சொல்லவில்லை. இரண்டு நாள்தானே. போனதும் உடனே திரும்பிவிடலாம் என்று நினைத்தேன். அந்த நாள் நன்றாக நினை விருக்கிறது. 19 நவம்பர் 1995, ஞாயிற்றுக்கிழமை. 18 நவம்பர் புறப்படுவதாக இருந்து ஏஜண்டின் எண் சாஸ்திரப் பிரகாரம்

19ஆம் தேதி மாற்றப்பட்டது. கணவனும் மனைவியும் டெல்லி விமான நிலையத்தில் குடிவரவைத் தாண்டி உள்ளே நுழைந்து விட்டார்கள். அதை உறுதி செய்துவிட்டு நான் புறப்பட்டேன். தம்பதிகளை நான் தொடர்பு கொள்ளவே கூடாது. அவர்களுக்கும் என்னைத் தெரியாது. நியூயோர்க் விமான நிலையத்தில் இறங்கி வெளியே வந்த பின்னர் நான் அவர்களிடம் பாஸ்போர்ட்டை பெற்று மறுபடியும் விமானத்தில் டெல்லி திரும்ப வேண்டும். பேசியபடி ஏஜண்ட் 4000 டொலர் தருவார். பத்மப்ரியா விரும்பிய மாதிரி ஆடம்பரமாகத் திருமணத்தைக் கொண்டாடிவிடலாம்.

டெல்லியில் முதலில் தம்பதிகளைக் கைது செய்தார்கள். பின்னர் என்னைக் கைது செய்தார்கள். கணவன் மனைவியைப் பார்த்து அதிகாரிகளுக்கு சிரிப்பு வந்தது. அவனுக்கு 18 வயது, அவளுக்கு 40 வயது. கள்ள பாஸ்போர்ட் என்றபடியால் அவர் களைக் கைது செய்ய காரணம் இருந்தது. நான் என்ன குற்றம் செய்தேன்? என்னுடைய பாஸ்போர்ட்டை பறிமுதல் செய்தார்கள். ஆள்கடத்திய குற்றம் என் மேல் சுமத்தப்பட்டது. 'நீங்கள் எப்படி என்னைக் கைதுசெய்ய முடியும்? நான் கனடியக் குடிமகன். நியூயோர்க் போகிறேன்' என்றேன். 'ஒரே ஏஜண்ட் உங்கள் மூவருக் கும் டிக்கட் போட்டிருக்கிறார். அவரே பணம் கட்டியிருக்கிறார். உங்கள் டிக்கட் நம்பர்களின் ஓடர் அடுத்தடுத்து வருகிறது. முதலில் சனிக்கிழமை டிக்கட் போட்டு பின்னர் ஞாயிறாக மாற்றப்பட்டிருக் கிறது. கள்ள பாஸ்போர்ட்டில் ஆள் கடத்துவது கடுமையான குற்றம். சரி, 200 டொலர் தாருங்கள் விட்டுவிடுகிறேன்' என்றார் அதிகாரி. முட்டாள்தனமாக நான் மறுத்துவிட்டேன்.

எதிர்பாராத திருப்பங்கள் பல நிகழ்ந்தன. ஏஜண்ட் திரும்பி யும் பார்க்கவில்லை. மறைந்துவிட்டார். திகார் ஜெயிலில் என்னை அடைத்தார்கள். அது எத்தனை பிரபலமானது! சில வருடங் களுக்கு முன்னர்தான் கிரண் பேடியால் 'திகார் ஆச்ரமம்' என்று பெயர் மாற்றம் செய்யப்பட்டிருந்தது. 7000 பேர் தங்கக்கூடிய சிறையில் அப்போது 12,000 கைதிகளை அடைத்து வைத்தார்கள். தென் கிழக்கு ஆசியாவில் ஆகப்பெரிய ஜெயில் என்று சொன் னார்கள். என்னுடைய அறையில் நாலு சிமெண்ட் படுக்கைகளும் ஒரு திறந்த கழிப்பிடமும் இருந்தன. முதல் நாள் இரவு ஒரு தலை யணையுடனும் போர்வையுடனும் நிலத்தில் படுத்தேன். போர்வை யால் காலை மூடினால் தலையை மூட முடியவில்லை. டெல்லி யில் நவம்பர் குளிர் மோசமாயிருக்கும். நடுங்கியபடி முழு இரவையும் கழித்தேன். அன்றிரவு என் வாழ்க்கை பற்றியே யோசித் தேன். பத்மப்ரியாவுக்கு ஒன்றுமே தெரியாது. அண்ணருக்கும் தெரியாது. எப்படி அவர்களிடம் முகத்தைக் காட்டுவேன்?

அடுத்த நாள் காலை ஐந்து மணிக்கு சிறைக்கதவு திறந்ததும் எல்லோரும் வெளியே ஓடினார்கள். நானும் ஓடினேன். முதல் இரண்டு நிமிடத்துக்கிடையில் கழிப்பறைகளைப் பாவிக்க வேண்டும் என்று கற்றுக்கொண்டேன். காலைச் சாப்பாடாக ரொட்டியும், தண்ணீர்போல ஓடிய சப்ஜியும் கிடைத்தது. சாப்பிட்டுத்தான் ஆகவேண்டும். பசி என்ற ஒன்று என்னுடன் சிறைக்குள்ளும் வந்துவிட்டது. முதல் நாளே என்னை புல்லு வெட்ட அனுப்பினார்கள். சரியாக ஏழு மணிக்கு தேசிய கீதம் உரத்து ஒலிக்க அரிவாள்களைப் போட்டுவிட்டு சல்யூட் அடித்தார்கள். நானும் செய்தேன். ஒரு வாரம் அப்படியே கழிந்தது. ஏஜண்ட் வந்து பார்ப்பார் என்று நினைத்தேன், வரவில்லை. கோர்ட்டிலே என்னை நிறுத்தினார்கள். இரண்டு லட்சம் பிணை கட்டினால் வெளியே வந்துவிடலாம். அண்ணரைத் தொடர்பு கொள்ளுவதா அல்லது பத்மப்ரியாவைத் தொடர்புகொள்வதா என்று என்னால் முடிவெடுக்க முடியவில்லை.

காவலாளி ஒருத்தன் என்னுடைய நிலைமையைப் பார்த்து இரங்கி வாசுதேவ் என்ற வழக்கறிஞரை அறிமுகப்படுத்தினான். அவர் பார்ப்பதற்கு அப்பொழுது சினிமாவில் பிரபலமாயிருந்த ஜாக்கி ஷ்ராஃப் போலவே இருந்தார். ரூபா 35,000 கொடுத்தால் என்னை வெளியே எடுத்துவிடுவதாகச் சொன்னார். வேறுவழி இன்றி பத்மப்ரியாவை டெல்லிக்குக் கூப்பிட்டேன். அவள் பதறிய படி வந்து சேர்ந்தாள். என்னுடைய கதையைக் கேட்டு அழுதாள். ஆனால், நம்பவில்லை. அப்படியும் பாதி உண்மைதான் சொல்லியிருந்தேன். என் அண்ணரைப்போல ஒருவரை இந்த உலகத்தில் கண்டுபிடிக்க முடியாது. ஒரு கேள்வி கேட்காமல் பணத்தை அனுப்பிவைத்தார். பத்மப்ரியா பணத்தை எடுத்துப் போய் லோயரிடம் கொடுத்தாள். ஆனால், ஒன்றுமே நடக்கவில்லை. டெல்லி சிறையைப் பார்த்தபோது அங்கே நிறைய ஏமாற்றுக்காரர்கள், திருடர்கள், கொலைகாரர்கள் இருப்பது தெரிந்தது. ஆனால், லோயர்கள் ஏமாற்றுவார்கள் என்று நான் கனவிலும் நினைக்கவில்லை.

'என்ன பிரயோசனம்? இதையெல்லாம் எதற்கு என்னிடம் சொல்கிறீர்?'

'ஐயா, உங்களுக்குத் தெரியவேண்டும். வேறு யார் என் கதையைக் கேட்பார்கள்? தயைசெய்து கேளுங்கள். ஒரு மாதம் ஆகிவிட்டது. என்னை வெளிநாட்டுக்காரர் சிறைக்கு மாற்றினார்கள். இங்கே நாங்கள் வேலைக்குச் செல்லத் தேவையில்லை. சிறையிலே இருக்கலாம். புத்தகம் படிக்கலாம்.

ஹிந்தி வகுப்பு நடக்கும் அதற்குப் போகலாம். ஆனாலும் சிறை சிறைதானே. பலவிதமானவர்கள் இருந்தார்கள். இத்தாலியர், ஆர்ஜண்டீனியர், அரேபியர், அமெரிக்கர், பிலிப்பினோக்காரர். ஏறக்குறைய 22 வருடமாக அங்கே வாசம்செய்த 40 வயது ஆப் பிரிக்கரும் இருந்தார். பிரெஞ்சுதான் அவருடைய மொழி. கொஞ்சம் ஆங்கிலமும் கொஞ்சம் ஹிந்தியும் தெரியும். இரண்டு தரம் தப்ப முயற்சி செய்து பிடிபட்டதில் தன்னுடைய சிறை நாட்களைத் தானாகவே கூட்டிக்கொண்டார். 1978இல் இந்திரா காந்தி திகார் சிறையில் அடைக்கப்பட்டபோது தானும் இருந்த தாகப் பெருமையுடன் சொல்வார். 'என்ன செய்தாய்?' என்று கேட்டேன். அவருக்கு 18 வயது நடந்தது. படிக்க ஆசை ஆனால், பணமில்லை. அவருடைய தாயாரைப் பிணையாக வைத்துக் கொண்டு அவரிடம் போதைப்பொருள் கொடுத்து அனுப்பி னார்கள். அவர் பிடிபட்டுவிட்டார். தப்பியிருந்தால் அவருக்கு 1000 டொலர் கிடைத்திருக்கும். வாழ்நாள் முழுவதும் படித் திருக்கலாம்.

'நீர் எங்கிருந்து வருகிறீர்?' என்று கேட்டேன். 'ஓக்கடொக்கு' என்றார். எனக்குச் சிரிப்பு வந்தது. இந்த 40 வயதுக்காரர் எனக்குச் சிரிப்பு மூட்டுகிறார். மறுபடியும் கேட்டேன். 'ஓக்கடொக்கு' என்றார். 'அது எங்கே இருக்கிறது?' 'புர்க்கினஃபாஸோவில். அந்த நாட்டின் தலைநகரம் ஓக்கடொக்கு' என்றார். 'புர்க்கினஃபாஸோ என்று ஒரு நாடா? அதன் பொருள் என்ன?' என்று கேட்டேன். 'நேர்மையான மனிதர்களைக் கொண்ட நாடு' என்றார். 'மிகப் பொருத்தம்தான். நேர்மையான நாட்டிலிருந்து கள்ளக்கடத்தல் செய்கிறீர்.' அவர் சொன்னார். 'எனக்கு வேறு வழி தெரியவில்லை. படிக்கவேண்டும் என்ற வெறி. இப்பொழுது படிப்பும் இல்லை. அம்மாவும் இல்லை. வாழ்வும் இல்லை.'

'நான் வெளிநாட்டுச் சிறையில் இருப்பதைக் கேள்விப்பட்டு தானாகவே அங்கே வந்து சேர்ந்தான் சந்திரபோஸ். இவன் இலங் கைக்காரன். பார்த்தவுடனேயே இவனை யாருக்கும் பிடிக்கும். 30 வயது மதிக்கலாம். குழந்தைப்பிள்ளை முகம். விளையாட்டுக் குணம். ஒருவருக்கும் துரோகம் செய்யமாட்டான். இரண்டு பக்கமும் சாய்ந்து சாய்ந்து நடப்பான். தூரத்தில் வரும்போது உருண்டு உருண்டு வருவதுபோலத் தோன்றும். பத்து வருடமாக அதே சிறையில் உள்ளே வருவதும் போவதுமாக இருந்தான். எல்லா சிறையதிகாரிகளும் அவனிடம் நட்பாகப் பழகினர். இவனு டைய கதையும் என்னுடையது போலத்தான். ஜேர்மனி போவ தற்கு இலங்கையிலிருந்து புறப்பட்டான். டெல்லியில் அவனுக்கு

கடன் அட்டை திருடும் கும்பலுடன் தொடர்பு ஏற்பட்டது. பின்னர் அங்கேயே தங்கிவிட்டான்.

வீட்டிலே இருப்பதுபோல மிக மகிழ்ச்சியாக இருந்தது அவன் ஒருவன்தான். காலையில் ஒரு சுற்றுப்போய் சிறையதி காரிகளையும், சிறையில் அடைபட்டுக் கிடப்பவர்களையும் பார்ப் பான். என்ன தேவையோ அவனிடம் கேட்கலாம். எப்படியோ வருவித்துத் தருவான். என்னிலும் பார்க்க அவனுக்கு வயது கூட. ஆனால், என்னை 'மச்சான்' என்று அழைப்பான். நான் 'டேய் போசு' என்று கூப்பிடுவேன். 'டேய் போசு. ஏன் வாழ்க்கையைப் பாழாக்குகிறாய். மறுபடியும் உன் பெற்றோரிடம் போய்விடு.' அவன் சிரித்தான். ஆட்களை மயக்கும் சிரிப்பு. அவனுக்கு இந்த வாழ்க்கை பிடித்துக்கொண்டது.

எங்களுடன் தங்கிய இத்தாலியர்கள் இருவரும் மல்யுத்த வீரர்கள்போல இருந்தார்கள். இருவரும் போதைப் பொருள் கடத்திப் பிடிபட்டவர்கள். ஒவ்வொரு ஞாயிற்றுக்கிழமையும் அவர்கள் சுறுசுறுப்பாகி விடுவார்கள். இத்தாலியத் தூதரகத்தி லிருந்து அதிகாரிகள் வந்து அவர்களை நலம் விசாரிப்பார்கள். சொக்கலெட், சிகரெட் போன்றவற்றைக் கொடுப்பார்கள். போதைப் பொருள் கடத்தினாலும் ஏதோ தேசப்பிதாக்கள் போலத் தான் அவர்கள் மதிக்கப்பட்டார்கள். போசு சொல்வான் 'மச்சான் நீயும் கனடியக் குடிமகன். நீ ஒரு குற்றமும் செய்யவில்லை. உன்னைப் பிடித்து அடைத்துவிட்டார்கள். உன்னைக் கனடியத் தூதரகத்திலிருந்து ஒருவரும் வந்து பார்ப்பதில்லை. சும்மா கனடியக் குடிமகனாக இருந்து பிரயோசனம் இல்லை. உன் தோல் வெள்ளையாகவும் இருக்கவேண்டும்' என்றான்.

'நான் சிறையில் இருந்த அதேசமயம் மிகப் பிரபலமான வர்கள் எல்லாம் சிறையில் இருந்தார்கள். என்னைக் கைது செய்த சமயம் பிரதம மந்திரியாக இருந்தவர் நரசிம்மராவ். அதன் பின்னர் தூங்கும் பிரதமர் தேவகவுடா பிரதமரானார். அவரைத் தொடர்ந் தது குஜ்ரால். வாஜ்பாய் வந்தபோது நான் விடுதலையாகிவிட் டேன். நாலு பிரதமர்கள் என்னை ஆண்டார்கள். என் சிறைவாச ஆரம்பத்தில் பிரதமராக இருந்த அதே நரசிம்மராவ் கைதியாகப் பிடிபட்டு எங்கள் சிறையில் அடைக்கப்பட்டது எங்களுக்குப் பெருமையான விசயம். அவருடன் அவருடைய குரு சந்திரா சாமியும் கைதுசெய்யப்பட்டிருந்தார். வாழ்நாள் முழுக்க நான் அதைச் சொல்லித் திரியலாம்.

சந்திராசாமி அப்பொழுது உலகப் பிரபலமாக இருந்தார். சிவப்பு பச்சைச் சால்வை அணிந்து பெரிய குங்குமப்பொட்டுடன்

கம்பீரமாகக் காட்சியளிப்பார். முன்னாள் பிரிட்டிஷ் பிரதமர் மார்கிரெட் தாட்சர் சந்திராசாமியை ஆலோசித்துத்தான் காரியங் கள் செய்தார். சந்திராசாமி சிவப்பு ஆடை அணியச் சொன்னால் தாட்சர் அணிவார். தாயத்து கட்டுவார். நரசிம்மராவ் வழக்க மான வெள்ளைச் செருப்பு வெள்ளைச் சால்வையில் காணப் பட்டார். ஒக்கடொக்கு ஸொங்கோதான் அவர்கள் கைது விவரத்தை எனக்குச் சொன்னான். முன்னாள் பிரதமர் வி.பி. சிங்கின் மகன் தகப்பனுடைய பெயரில் சென்ற்கிட்ஸ் தீவு வங்கி யில் 21 மில்லியன் டொலர் கட்டியதாக கள்ள ஆவணம் தயாரித்ததாக வழக்கு. நரசிம்மராவ் கோர்ட்டிலே நின்றபோது நீதிபதி அவரைப் பார்த்து இப்படிச் சொன்னாராம்: 'ஓ, நீங்கள் உச்சத்திலும் அதி உச்சத்தில் இருக்கலாம். ஆனால், சட்டம் அதனி லும் உயரமானது.' அந்த வழக்கு தள்ளுபடியாகி எனக்கு முன்னரே அவர்கள் விடுதலையானார்கள். ஒரு நாட்டின் பிரதம மந்திரிக்கே இந்தக் கதி என்றால் என் நிலைமையைப்பற்றி சொல்லவும் வேண்டுமோ?

ஆனால், இவர்கள் இருவரிலும் பார்க்க மிகப் பிரபலமான இன்னொருவனும் அப்போது அங்கே சிறையில் இருந்தான். அவன் பெயர் சார்ள்ஸ் சோப்ராஜ். சர்வதேச திருடன், ஏமாற்றுக்காரன். 12 கொலைகள் செய்தவன். கோடுபோட்ட சிறை உடுப்பில் இருந் தாலும் அவனை மரியாதையுடன் நடத்தினார்கள். சிறையிலிருந்து தப்பி ஓடுவதும் பின்னர் பிடிபடுவதும் அவனுக்கு வழக்கம். அவன் தன்னுடைய கதையைப் பத்திரிகைகளுக்கும் சினிமாவுக்கும் விற்றுப் பணம் சேர்த்தான். அவன் சிறையில் கழித்த ஒவ்வொரு வருடமும் அவனுடைய வருமானம் ஒரு மில்லியன் டொலர் என்று பேசிக்கொண்டார்கள். இவனை மணந்த கனடியப் பெண் இறுதிவரை அவனுக்கு விசுவாசமாக இருந்தாள். இந்தக் கொலை காரனும் எனக்கு முன்னரே சிறையிலிருந்து விடுதலையானான்.

என்னுடைய பிணையை ரூபா 100,000 ஆக குறைத்ததும் அண்ணர் எப்படியோ உழைத்து காசு சேர்த்துக்கொண்டு லண்டனிலிருந்து வந்து என்னைப் பிணை எடுத்தார். நான் வெளியே வந்து டெல்லியிலேயே ஒரு சிறிய அறை வாடகைக்கு எடுத்து வசித்தேன். வழக்கு முடியும்வரை நான் அங்கேயே இருக்க வேண்டும். அண்ணர் மாதா மாதம் செலவுக்கு பணம் அனுப்பு வார். வெளியே இருந்தாலும் இந்த வாழ்க்கை எனக்கு நரகமாயிருந் தது. பத்மப்ரியா தொலைபேசி எண்ணை மாற்றிவிட்டாள். அவளுக்கு அனுப்பும் கடிதங்கள் திரும்பி வந்தன. என்னில் வெறுத்துப்போய் என்னைக் கைவிட்டுவிட்டாள். திகார் சிறையில் அடைபட்டுக் கிடந்தவனை எந்தப் பெண்தான் விரும்புவாள்?

என்னுடைய ஒரே நண்பன் சந்திரபோஸ்தான். ஒவ்வொரு வாரமும் அவனைச் சென்று பார்ப்பேன். அவனைப் பார்த்தால் அவனுடைய குதூகலம் கொஞ்சம் என்னிலும் தொற்றிவிடும். நான் வெளியே இருந்து துக்கமாயிருந்தேன். அவன் உள்ளேயிருந்தாலும் மகிழ்ச்சியாக இருந்தான். ஒருநாள் அவன் சொன்னான். 'எனக்கு வெளியே இருப்பதும் உள்ளே இருப்பதும் ஒன்றுதான்' என்று. 'எப்படி நீ சொல்லலாம்?' என்று கேட்டேன். அவன் சொன்னான் 'இங்கே எனக்கு நண்பர்கள் இருக்கிறார்கள். வேண்டியது கிடைக் கும். அடுத்த வேளை உணவு எங்கேயிருந்து வரும், எப்போது வரும் என்ற கவலை கிடையாது. ஆனால், நீ இப்போது வெளியே இருக்கிறாய். எனக்கு வெளியே வந்து உன்னுடன் வாழ ஆசை' என்றான்.

நான் திடுக்கிட்டுவிட்டேன். யாரோ சவுக்கினால் அடித்தது போலப் பட்டது. இத்தனை நாளும் நான் அவனிடம் அவனுடைய வழக்குப் பற்றி விசாரித்ததே இல்லை. 'என்னுடைய பிணைப்பணம் ரூபா 1500. உன்னால் கட்டமுடியுமா? நான் வெளியே வர வேண்டும்.' எனக்கு ஏற்பட்ட அதிர்ச்சியை சொல்லமுடியாது. வெறும் ரூபா 1500. என்னால் நம்பமுடியவில்லை. இதை நான் எப்போவோ கட்டியிருக்கலாம். 'இந்தச் சின்னத் தொகையைக் கட்ட உனக்கு நண்பர்கள் ஒருவரும் இல்லையா?' என்றேன். 'இருந் தார்கள். அப்போது வெளியே வரவேண்டும் என்று தோன்ற வில்லை. இப்போது தோன்றுகிறது' என்றான்.

அன்றே ரூபா 1500 பிணைகட்டி அவனை வெளியே எடுத் தேன். அவன் என்னுடன் தங்கினான். நான் மகிழ்ச்சியாக இருந்த சில நாட்கள் அவை. 'என்னுடன் இருக்கும்போது நீ கள்ளக் கடன் அட்டை, ஏமாற்று வேலை செய்யக்கூடாது' என்று கேட்டுக் கொண்டேன். அவனும் சம்மதித்தான். என்னுடைய வழக்கு பல தடவை ஒத்திவைக்கப்பட்டது. டெல்லியில் அவனுடன் சுற்றி னேன். எங்கே சென்றாலும் அங்கே அவனுக்கு ஆட்கள் இருந் தார்கள். சில உணவகங்களில் காசு வாங்க மாட்டார்கள். அவனை அத்தனை மரியாதையுடன் நடத்தினார்கள். எனக்கு அது புரியவே இல்லை.

ஒருநாள் வேலையாக வெளியே கிளம்பிப்போன போஸ் பாதியிலேயே அவசரமாகத் திரும்பினான். 'உன்னுடைய பத்ம ப்ரியா என்ன செய்தாள் தெரியுமா?' என்றான். 'தெரியாதே. இன் றைக்கும் அவளைத் தேடிக்கொண்டுதானே இருக்கிறேன்' என்றேன். 'மூடனே, நீ ஒரு லோயரிடம் ரூபா 35,000 கொடுத்து

ஏமாந்தாயே ஞாபகம் இருக்கிறதா?' என்றான். 'தெரியும். அவன் பெயர் வாசுதேவ். பத்மப்ரியா பணத்தை அவனிடம்தான் கொடுத்தாள்.' 'உன்னை ஏமாற்றி இருக்கிறார்கள். பத்மப்ரியா அவனை மணந்து இங்கே டெல்லியில்தான் வாழ்கிறாள்.' என் நெஞ்சு பதைக்க ஆரம்பித்தது. அவள் செய்த துரோகத்திலும் பார்க்க அவளைக் கண்டுபிடித்ததில் ஏற்பட்ட ஆனந்தம்தான் பெரிதாக இருந்தது. 'இங்கே இருக்கிறாளா? பத்மப்ரியாவா? நான் அவளைப் பார்க்கவேண்டும்' என்றேன். போஸ் என்னை உற்றுப் பார்த்தான். அப்படி அவன் என்னைப் பார்ப்பதில்லை. 'அவள் உனக்கு துரோகம் செய்தவள். நீ சிறையிலிருந்து அவளுக்காக உருகினாய். அவளோ உன்னை ஏமாற்றிய லோயரை மணந்து சந்தோசமாக வாழ்கிறாள். நீ வெளியே வரக்கூடாது என்றுகூட அவள் நினைத்திருக்கலாம் அல்லவா? அவளை மறந்துவிடு' என்றான்.

அவன் சொன்னதில் நியாயம் இருந்தது. அதன் பின்னர் என்னால் அங்கே இருக்க முடியவில்லை. எப்பொழுது வெளியே போனாலும் என் கண்கள் அவளைத் தேடியபடியே இருந்தன. இங்கேதான் எங்கோ அவள் இருக்கிறாள். என்ன உடை உடுத்தியிருப்பாள். டெல்லிக்காரர்போல சுரிதார் அணிவாளா? அல்லது நாகரிகமாக ஜீன்ஸ் அணிந்து உலவுவாளா? எந்த சனக்கூட்டத்தைக் கண்டாலும் என் கண்கள் அவளைத் தேடி அலைந்தன.

என்னுடைய நிலைமையைப் பார்த்து சந்திரபோஸ் இரக்கப்பட்டான். ஒருநாள் என்னைக் கூட்டிக்கொண்டு தனக்குத் தெரிந்த ஒரு லோயரிடம் போனான். வழக்கு விவரங்களைப் படித்த லோயர் திகைத்துப்போனார். குற்றம் செய்யத் தொடங்காத ஒரு வனுக்கு சட்டத்தின் பல பிரிவுகளில் குற்றம் சுமத்தப்பட்டிருந்தது. பிரிவு 120 – B சதிக்குற்றம், பிரிவு – 419 தேசத்துரோகம், பிரிவு – 420 ஏமாற்று இப்படித் தாறுமாறாகக் குற்றம் பதிவு செய்யப்பட்டிருந்தது. லோயர் சொன்னார், 'இந்த வழக்கிலிருந்து விடுபட பல வருடங்கள் ஆகும். லட்சக்கணக்கில் செலவு செய்ய வேண்டும். அப்பொழுதும் நிச்சயமில்லை. எனக்கு நீதிபதியைத் தெரியும். 2000 டொலர் கொண்டு வாருங்கள். நான் வழக்கை சரிபண்ணிவிடுகிறேன்.' ஆரம்பத்தில் அவர்கள் கேட்டது வெறும் 200 டொலர். இப்பொழுது இரண்டு வருடங்களுக்குப் பின்னர் நான் 2000 டொலர் கொடுத்தால்தான் விடுதலையாவேன்.

இரண்டு நாளில் போஸ் 2000 டொலருடன் வந்தான். வாக்குக் கொடுத்த மாதிரியே லோயர் வழக்கைத் தள்ளுபடி செய்து என்னுடைய கனடிய பாஸ்போர்ட்டையும் மீட்டுக்

கொடுத்தார். சந்திரபோஸ் விமான டிக்கட்டை தந்து என்னை ரொறொன்ரோ விமானத்தில் ஏற்றிவிட்டான். அவனுக்கு பணம் எப்படிக் கிடைத்தது என்பதுபற்றி நிறைய மூளையைச் செல வழிக்கத் தேவை இல்லை. விமானம் தரையைவிட்டு மேலெழும் பியபோது டெல்லி நகரம் கையளவு சிறிய படமாகத் தெரிந்தது. அந்தக் கணத்தில் சந்திரபோஸை என் மனம் மறந்தது. எனக்குத் துரோகம் செய்வதையே தன் வாழ்நாள் இலட்சியமாகக் கொண்ட பத்மப்ரியா நினைவுக்கு வந்தாள். என்னுடனேயே அவள் ரொறொன்ரோவுக்குப் பயணம் செய்தாள்.'

'என்னுடைய அருமையான நேரத்தை வீணாக்கிவிட்டீர். இதையெல்லாம் எனக்கு ஏன் சொல்கிறீர்?'

'உங்களிடம் சொல்லாமல் வேறு யாரிடம் சொல்வேன். நீங்கள்தானே எஜமானன். ஆறு மாதமாக உங்களிடம் வேலை செய்திருந்தாலும் நான் விசுவாசமான ஊழியன். என்னுடைய எதிர்காலம் உங்கள் கையில் உள்ளது. ஐயா, எனக்கு முக்கியமான கடிதம் வந்திருக்கு.'

'அதற்கு என்ன?'

'என்னவா? ஆதரவான ஐயா! நீங்களல்லவோ என் முதலாளி. நீங்கள்தான் உதவி செய்யவேண்டும்.'

'என்ன செய்யவேண்டும்?'

'இரண்டு வாரம் லீவும், 2500 டொலர் முன்பணமும் வேண்டும்.'

'முன்பணமா? எதற்கு?'

'கடிதம் வந்திருக்கு. பத்மப்ரியா. பத்மப்ரியாவிடமிருந்து.'

'வரட்டுமே!'

'இது என்ன? கருணையானவரே! இத்தனை நீண்ட கதை கேட்டபின்னரும் உங்களுக்குப் புரியவில்லையா? அடுத்த பிளேனில் நான் சென்னைக்குச் செல்லவேண்டும். பத்மப்ரியா சொல்லிவிட்டார். சொல்லிவிட்டார். நான்தான் அடுத்த கணவன்.'

◆

ரயில் பெண்

கனடாவில் அவனுக்கிருந்த முதல் பிரச்சினை அங்கே பனிக்காலம் ஒவ்வொரு வருடமும் வருவதுதான். அவன் மலிவான கோட்டும், மலிவான உள்ளங்கியும், மலிவான சப்பாத்தும் அணிந்திருந்தான். பாதாள ரயிலில் பிரயாணம் செய்தபோதும் அவன் உடம்பு நடுங்கியது. அவனுடைய அகதிக்கோரிக்கை வழக்கை வாதாடும் வழக்கறிஞரிடம் அவன் மூன்றாம் தடவையாகப் போகிறான். அவன் அவரிடம் எழுதிக் கொடுத்தது உண்மைக் கதை. அதை அவரால் நம்பமுடியவில்லை என்றார். அவனுடைய கதையைக் கிழித்தெறிந்துவிட்டு வழக்கறிஞரே ஒரு புதுக்கதை எழுதினார். அவருக்கு ஆதாரங்கள் தேவையாம். ஆகவே முன்கூட்டியே ஆதாரங்களைச் சேகரித்து வைத்துக் கொண்டு தன் கற்பனையை விரித்து அதற்கேற்ற மாதிரி புதுக்கதை தயாரித்தார். அதைத்தான் கோர்ட்டு நிராகரித்துவிட்டது.

அவன் இறங்கவேண்டிய ஸ்டேசன் வருவதற்கு 20 நிமிடம் இருந்தபோது அந்தப் பெண் ஏறினாள். அவளைக் கண்டதும் அவன் கால்கள் உதறத் தொடங்கின. அவன் இருதயம் ரயில் சத்தத்தையும் மீறி அவன் காதுக்குக் கிட்டவாக அடித்தது. குளிரில் கால்கள் நடுங்குகின்றன என முதலில் நினைத்தான். அவள், அவனைப் போலவே பொது நிறம் உள்ளவள். மிருதுவான தோலங்கியும், எந்தப் பனியையும் சமாளிக்கக்கூடிய பூட்சும் அணிந்திருந்தாள். ஒருமுறை கண்களை எறிந்து அவனைப் பார்த்தாள். பின்னர் தன் பையிலிருந்த ஒரு புத்தகத்தைக் கையிலே எடுத்துப் படிக்க ஆரம்பித்தாள். அது பாடப் புத்தகம் போல இருந்தது. அடுத்து வந்த ஸ்டேசனில் ரயில் நிற்க அவள் இறங்கினாள். அவனுடைய நெஞ்சு நிற்கவில்லை, தொடர்ந்து படபடவென்று அடித்தது. அப்பொழுது தீர்மானம் செய்துகொண்டான். கனடாவில் தற்கொலை செய்வதென்றால் அது அவள் பயணிக்கும் பாதாள ரயிலுக்குக் கீழேதான்.

தற்கொலை எண்ணம் வரும்போதெல்லாம் கூடவே சோமாலியின் நினைப்பும் வந்தது. இத்தாலியில் மிலானோ ஸ்டேசனில் அவனைப் பட்டினியால் சாகாமல் காப்பாற்றியது சோமாலிதான். அவன் எல்லா நாடுகளுக்கும் பயணித்திருந்ததால்

ஒவ்வொரு நாட்டுக்கு ஒவ்வொரு தற்கொலை முறை என ஆராய்ச்சிசெய்து வைத்திருந்தான். பெல்ஜியம் போதை மருந்து. இத்தாலியில் துப்பாக்கிச் சூடு. பாரிஸ் என்றால் வேறு என்ன, ஈபல் கோபுரம்தான். வெனிஸில் எப்படிச் சாகலாம் என்று கேட்ட தற்கு 'நீ முயற்சி செய்யவே வேண்டாம். வெனிஸ் தண்ணீரில் மூழ்கிக்கொண்டிருக்கிறது' என்றான். சோமாலிக்கு என்ன ஆனது என்பது அவனுக்குக் கடைசிவரை தெரியவே இல்லை.

அவன் கொழும்பில் விமானம் ஏறி, தனியாக ரோம் வந்து சேர்ந்தபோது எந்த நேரத்திலும் பனிக்காலம் தொடங்கலாம் என்றிருந்தது. அந்த வருடத்தை அவனால் மறக்க முடியாது. அந்த வருடம்தான் ஜனாதிபதி பிரேமதாசா கொலை செய்யப்பட்டி ருந்தார். அவனுடைய பெயரை அடிக்கடி மறந்துவிடும் மாமா எப்படியோ காசு சேர்த்து அவனை அனுப்பிவைத்தார். ஏஜண்ட் சொல்லியதுபோல நேரே கிரீசுக்குச் சென்று அங்கே கப்பலில் சேர்வதுதான் திட்டம். அது கேட்க மிகவும் சுலபமானதாகத்தான் தோன்றியது. கிரீசுக்குக் கள்ள விசா அவனிடம் இருந்ததால் பிரச்சினை இல்லாமல் கப்பலில் சேர்ந்துவிடலாம் என்றுதான் எண்ணினான். ஆனால், ஐரோப்பாவை விட்டு வெளியேற மூன்று வருடம் பிடிக்கும் என்பது அவனுக்கு அப்போது தெரியாது.

கிரீஸ் எல்லையிலே அவனைப் பிடித்த அதிகாரி வெள்ளைச் சீருடை தரித்தவன். கம்புபோல மெலிந்து உயரமாக இருந்தான். கடவுச்சீட்டை விரித்ததும் அவனுடைய முகம் மாறியது. காட் டிலே பிடித்து வந்த எச்சில் ஒழுகும் விலங்கு ஒன்றைப் பார்ப்பது போல பார்த்தான். அவனுடைய உடம்பிலும் பார்க்க பத்து மடங்கு பெரிதான ஒரு சத்தம் எழுப்பினான். அதிகாரி கத்திய கத்தலில் அவனுடைய கொடுப்புப் பல் ஒன்று ஆடியது. 'கிரேக்க மொழிபோல இருந்தது' என்றொரு பழமொழி உண்டு. அதேதான்.

அதிகாரியின் வசை ஒன்றுமே புரியவில்லை. வெனிஸுக்குப் போகும் ரயிலில் ஏற்றிவிட்டார்கள். பாதி வழியில் டிக்கட் பரி சோதகர் பிடித்தபோது ஒவ்வொரு தமிழ் வார்த்தையையும் ஆங்கிலமாக மாற்றி மன்றாடினான். மனிதர் அசரவில்லை. 50 டொலர், அந்தக் காலத்தில் நினைத்துக்கூடப் பார்க்க முடியாத தொகை, அபராதம் கட்டினான். அப்பொழுதுதான் அவன் எண்ணினான். இன்னொருவருக்குப் புரிந்தால்தான் ஒரு மொழியி னால் பிரயோசனம் உண்டு. புரியாவிட்டால் அதைத் தெரிந் திருப்பதும் ஒன்றுதான். தெரியாமல் இருப்பதும் ஒன்றுதான்.

வெனிஸ் ஸ்டேசனில் இறங்கியதும் அந்தத் துயரத்திலும் ஒரு சின்னக் குதூகலம் தோன்றியதை நினைக்க ஆச்சரியமாக இருந்தது. சேக்ஸ்பியருடைய வெனிஸ் வணிகனைத் தமிழிலே

படித்திருந்தான். அந்த நகரத்தை வியந்து வியந்து பார்த்தான். அவன் மனக்கண்ணிலே 3000 தங்கக் காசுகளுக்கு உத்தரவாதம் தந்த உயிர் நண்பன் அண்டொனியோ, பஸானியோ, அவனுடைய காதலி போர்ஸியா எல்லோரும் வந்து போனார்கள். சைலொக்கை நினைத்ததும் வீதியிலுள்ள கடை எப்படி இருக்கும் எனப் பார்க்க ஆசைப்பட்டு ஒரு கதவைத் திறந்தான். கதவு டங் என்று சத்த மிட்டு திறந்தது. ஒரு பெண் வெளியே ஓடி வந்து போ போ எனக் கைகளை வீசித் துரத்தினாள். அவன் கதவுப் பிடியை விட்டு விட்டு வெளியே வந்தபோது கதவு மறுபடியும் டங் என்ற சத்தத் துடன் மூடிக்கொண்டது. சைலொக் அந்த வீதிகளில் எத்தனை இழிவு வார்த்தைகளைக் கேட்டிருப்பான். அவனுக்குப் பிடித்தது சைலொக்கின் வாசகங்கள்தான். 'நான் ஒரு யூதன். என்னைக் குத்தினால் எனக்கு ரத்தம் ஒழுகாதா? எனக்கு நஞ்சு ஊட்டினால் சாவு வராதா? எனக்கு சிரிப்பு மூட்டினால் நான் சிரிக்க மாட் டேனா?' அழகுமிகு வெனிஸ் நகரத்து மக்களுக்கு வேற்று மனித ரில் எத்தனை வெறுப்பு? அந்த நகரம் சேக்ஸ்பியர் வர்ணித்தது போலவே மாற்றம் எதுவும் இல்லாமல் அப்படியே இருந்தது போலப் பட்டது. திரும்பவும் சான்ரா லூசியா ஸ்டேசனுக்குச் சென்று ஓர் இருக்கையில் அமர்ந்தான். அப்பொழுது சருகுக் கூட்டம் நகர்வதுபோல மெல்ல அசைந்து வந்து பக்கத்திலே உட் கார்ந்து 'அகதியா? உங்கள் பெயர் என்ன?' என்றான் சோமாலி. அவன் 'மகேஸ்' என்றான். அப்படித்தான் அவர்களின் முதல் சந்திப்பு நடந்தது.

மகேஸுக்குத் தொழிற்சாலையில் பலகைகள் அறுக்கும் வேலை. காலையில் அன்றைய வேலை ஆணை வந்துவிடும். எத்தனை பலகைகள், எத்தனை நீளம், எத்தனை அகலம், எத்தனை தடிப்பு என்ற விவரங்கள் இருக்கும். தூசிக் கவசத்தையும், கையுறைகளையும் மாட்டிக்கொண்டு காலையில் தொடங்கினால் மாலை வரை அறுப்பதுதான் வேலை. அந்த நேரம் முழுக்க அவளையே நினைப்பான். ஒரேயொருமுறை ரயிலில் பார்த்த பெண்ணை அப்படி நினைப்பதால் என்ன பிரயோசனம்? அவளை நினைக்கவேண்டும் என்று அவனுக்குத் தோன்றியது. ஒரு பாட்டைக் கேட்டுக்கொண்டு வேலை செய்வதுபோல அவளை நினைத்துக்கொண்டு மரம் அறுத்ததால் களைப்பே அவனுக்குத் தெரிவதில்லை.

அடுத்த வாரம் முழுக்க அவளைக் காணவில்லை. சரியாக அந்த நேரம் அதே ரயிலைப் பிடித்து அவன் தினமும் வேலைக்குச் செல்கிறான். திடீரென்று மீண்டும் ஒருநாள் அவளை ரயிலிலே கண்டான். எப்பொழுது எங்கே எப்படி வருவாள் என்பது தெரி யாது. அன்று அவளுக்கு இருக்க இடமில்லை. மேலே கம்பியைப்

பிடித்தவாறு அசைந்துகொண்டு நின்றாள். ஏதோ கேட்காததை அவளிடம் கேட்டதுபோல திடுக்கிடும் கண்கள். இந்தியா, இலங்கை, கயானா என அவள் எந்த நாட்டுக்காரியாகவும் இருக்கலாம். சற்று முன்தள்ளிய உதடுகளில் ஒளி விழுந்து கவர்ச்சியைக் கூட்டியது. அவள் இறங்கும் இடம் வந்தபோது திடீரென்று நகர்ந்தாள். சிறிது நேரத்தில் அவளுடைய உடை சுழன்று விடுவித்துக் கொண்டு அவளுடன் போனது. ஒருமுறை திரும்பிப் பார்த்திருந்தால் பெரிய ஆறுதலாக இருந்திருக்கும்.

கனடா வந்த பின்னர் அவனுக்குத் தற்கொலை நினைப்புத் தோன்றியது இரண்டு முறைதான். பாதாள ரயிலின் கீழ் விழுவது என்பதை எப்போதோ தீர்மானித்திருந்தாலும், எந்த ரயில் எந்த ஸ்டேசன் என்பதையெல்லாம் அவளைப் பார்த்த பின்னர் முடிவு செய்தாகிவிட்டது. அகதிக் கோரிக்கை நிராகரித்த அன்று அதைச் செய்ய யோசித்தான். ஆனால், வழக்கறிஞர் அப்பீலில் வென்று விடலாம் என்று ஆசை காட்டினார். அவன் மரம் அறுப்பது வழக்கறிஞர் உயிர்வாழ்வதற்குத்தான். அவனுடைய ஏழாவது வேலை நேர்காணல் தோல்வியானபோதும் தற்கொலை எண்ணம் வந்தது. அவனுடைய முதல் நேர்காணல் வேடிக்கையானது. அதிகாரி உயரமான நாற்காலியில் உட்கார்ந்து கேள்விகள் கேட்டார். 'இந்தப் பாரத்தை நீங்கள்தான் நிரப்பினீர்களா?'

'ஆமாம். நான்தான். நான்தான்.'

'நீங்கள் அணிந்திருக்கும் உடை உங்களுடையதா?'

அட, எப்படியோ கண்டுபிடித்துவிட்டார். அது இரவல் உடுப்புதான்.

'இந்த உடுப்புக்குச் சொந்தக்காரன் நான்தான்.'

'இந்த விண்ணப்பத்தில் இருக்கும் புகைப்படம் உங்களுடையதா?'

'ஆமாம், அது நான்தான்.'

சிறிது நேரம் அதிகாரி ஒன்றும் கேட்கவில்லை. அடுத்த கேள்வியை மூளையிலே தயாரித்துக்கொண்டிருந்தார். அந்த இடைவெளியை வீணாக்காமல் அவன் தானாகவே சொன்னான். 'இன்று காலை முகச்சவரம் செய்தது நான்தான். தலைவாரியதும் நான்தான். நான்தான்.'

என்ன காரணமோ அவனுக்கு வேலை கிடைக்கவில்லை. ஏழு வேலை அடுத்தடுத்துத் தவறி எட்டாவதாகக் கிடைத்ததுதான் மரம் அறுக்கும் வேலை.

ரயில் பெண் மர்மமானவளாக இருந்தாள். இந்த ரயிலில் இந்த நேரம் வருவாள் என்று முன்கூட்டியே ஊகிக்க முடியாது. ஒவ்வொரு நாளும் ரயில் ஏறுமுன்னர் மனதிலே உறுதி எடுப்பான். ஓர் ஆரம்ப வசனத்தை மனப்பாடம் செய்து தயாராக வைத்திருந்தான். அதை அவளிடம் சொல்லும் சந்தர்ப்பம்தான் கிடைக்கவில்லை. எதிர்பாராமல் ஏதாவது நடந்து அவன் வாழ்க்கையே மாறக்கூடும். வெனிஸ் ஸ்டேசனில் அப்படித்தான் நடந்தது.

சோமாலியும் அவனும் ஓர் இருக்கையில் அமர்ந்து எதிர் காலத்தைப் பற்றி கவலைப்பட்டுக்கொண்டு இருந்தபோது கடவுள் அனுப்பிய தூதுவர் போல தோற்றமளித்த ஒருவர் வந்தார். ஆடம்பரமாக ஆடை அணிந்திருந்தார். கையிலே உத்தியோகத்தர்கள் காவும் பை. அவர்கள் மனதுக்குள் ஓடுவதை படித்தவர் போல ஆங்கிலத்தில் 'உங்களுக்குக் கப்பலில் சேர விருப்பமா?' என்றார். 'ஐயா அதற்குத்தான் நாட்டைவிட்டு வெளியேறி அலைந்துகொண்டிருக்கிறோம்.' அந்த மனிதர் பையைத் திறந்து சில பாரங்களை எடுத்து அவர்கள் மொழியில் நிரப்பி அவர்களைக் கையொப்பமிடச் சொன்னார். பின்னர் ஆளுக்கு 500 டொலர் கட்டவேண்டும் என்றார். அவர்களிடம் இருந்தது மொத்தம் 840 டொலர்தான். மீதிப் பணத்தை ஒரு மாதத்தில் தருவதாக எழுதிக் கையொப்பம் பெற்றுக்கொண்டார். 'இங்கேயே இருங்கள். கப்பல் ஏஜண்டை அழைத்து வருகிறேன்' என்று சொல்லி புறப்பட்டவர் பின்னர் திரும்பவே இல்லை. மகேஸ் அன்று ஒரு பாடம் கற்றான். வெள்ளைக்காரர்கள்கூட ஏமாற்றுவார்கள்.

'இத்தாலியில் மிகப் பெரிய ஸ்டேசன் மிலானோ. அங்கே போகலாம், ஏதாவது வழி தோன்றும்' என்று சோமாலி சொன்னான். டிக்கட் இல்லாமல் ரயில் ஏறி மிலானோ ஸ்டேசன் வந்து சேர்ந்தார்கள். அவ்வளவு பிரமாண்டமான ஒரு ஸ்டேசனை மகேஸ் வாழ்நாளில் பார்த்தது கிடையாது. பெருமழை கொட்டுவதுபோல ஓர் இரைச்சல் எந்நேரமும் இருக்கும். அங்கேயிருந்து ஐரோப்பாவின் எந்த ஒரு நாட்டுக்கும் பயணிக்கலாம். பார்சிலோனா, ஜெனீவா, சூரிச், பிராங்ஃபர்ட், என ரயில்கள் வருவதும் போவதுமாக ஒரே திருவிழாக் கோலம்தான். ஓர் இருக்கையில் அமர்ந்து இருவரும் எதிர்காலத்தைத் திட்டமிட்டார்கள். கையிலே காசு இல்லை. மொழி தெரியாது. மகேஸ் நிமிர்ந்து பார்த்தான். மேலே சுவற்றிலே 12 ராசிகளின் உருவங்களையும் கல்லிலே செதுக்கி வைத்திருந்தார்கள். என்ன வேலைப்பாடு? யாரோ சிற்பி எப்பவோ எவருக்காகவோ எழுப்பிய சிலைகள். அவனுடையது துலாம் ராசி. தராசு நேராக நின்றது. அது அவனுடைய எதிர்

காலம் பற்றி என்ன சொல்கிறது என ஆராய்ந்தபோது ஒல்லிப் பிச்சான் சோமாலி 'நான் சாகப் போகிறேன்' என அலறினான்.

சோமாலி சின்னச் சின்ன ஆங்கிலம் பேசினான். கிரீஸ் நாட்டுக் குடிவரவு அதிகாரிபோல நிறையக் கேள்விகள் கேட்டான். மூன்று நாட்களாக இருவரும் பட்டினி. கையிலே ஒரு காசும் இல்லை. தண்ணீரை மட்டுமே குடித்து உயிர் தரித்தார்கள். பேசும் போது அடிக்கடி வயிற்றைப் பிடித்துக்கொண்டு சோமாலி சுருண்டு விழுவான். சந்திப்பவர்களையெல்லாம் துரத்தித் துரத்திக் கேள்விகள் வீசுவான். அப்படி ஒருநாள் அருமையான தகவலைச் சேகரித்து வந்தான். ஆறு மைல் தூரத்தில் ஒரு மாதாகோயிலில் காலண்டரில் நாள் குறித்து உணவு தருகிறார்கள். இன்ன நாளைக்கு இன்ன உணவு.

தினமும் இருவரும் இரண்டு மணிநேரம் நடப்பார்கள். அங்கே பாதிரியார் ஓட்டை வழியாக உணவு வழங்குவார். முதலில் வெள்ளைக்கார அகதிகள், அதற்குப் பின்னரே கறுப்பர்கள். இரந்து சாப்பிடும்போதுகூட வெள்ளைக்காரர்கள் உயர்வானவர்கள் என்பதை அன்று கற்றுக்கொண்டான். மறுபடியும் இரண்டு மணிநேரம் நடந்து ஸ்டேசனுக்கு வந்து சேர்ந்ததும் சோமாலி வயிற்றைப் பிடித்துக்கொண்டு 'பசிக்குது, பசிக்குது' என அலறுவான். 'நாளைக்கு செத்துப்போவேன்' என அவன் கத்தும்போது மகேஸுக்குக் கிலி பிடித்துவிடும். திடீரென்று எழுந்து ஓடி ஒரு பயணியைப் பிடித்து இந்த ரயில் எங்கே போகிறது. எத்தனை மணி நேரம் எடுக்கும் என்று அலுப்புக் கொடுப்பான். அவனிடம் நிறைய கேள்விகள் இருந்தன. வீடு எரியும்போது யாராவது ஹெலிகொப்டரில் வந்து கயிற்றை இறக்கினால் நாலு கேள்விகள் கேட்காமல் கயிற்றைப் பிடிக்கமாட்டான்.

மாதாகோயில் உணவை கண்ணீர் விட்டுக்கொண்டு சாப்பிடுவான். 'நான் படிக்கவில்லை. எங்கள் வீட்டில் உள்ள மொத்தப் புத்தகங்களிலும் பார்க்க பிள்ளைகள்தான் அதிகம்' என்பான். அவன் இறுதியாகப் பேசிய வசனம், 'நீ ஊருக்குப் போ. அல்லது செத்துப்போவாய்.' அடுத்தநாள் காலை மாயமாக மறைந்துவிட்டான். அவன் தற்கொலை செய்தானா அல்லது இன்னொரு நாட்டுக்குப் பயணம் செய்தானா தெரியவில்லை. தோள்மூட்டெலும்புகள் அசைய சோமாலி பயணிகள் பின்னால் ஓடுவதுதான் அவன் மனதில் என்றென்றைக்கும் அழியாது நிற்கும் கடைசிப் பிம்பம். ஆறுமாதம் ஓடிய பின்னர் ஒரு விசயம் அவனுக்குப் புரிந்தது. இந்த உலகத்தில் பட்டினி கிடந்து ஒருவராலும் சாக முடியாது. எப்படியோ கடைசி நேரத்தில் எங்கிருந்தோ உதவி வந்துவிடும். ஒருநாள் எதேச்சையாகக்

கண்ணாடியில் ஓர் உருவத்தைக் கண்டு திடுக்கிட்டான். அது அவன்தான். தடி போன்ற உடம்பில் உடைகள் தொங்கின. 24 மேடைகளில் நாளுக்கு 500 ரயில்களும் 400,000 பயணிகளும் வந்துபோகும் மிலானோ ஸ்டேசனில் அவன் ஒருநாள் அசந்து தூங்கிய சமயம் முதன்முதல் தமிழ்ச் சொல் ஒன்று ஒலித்தது. அவன் கண் திறந்தபோது தடிப்பான மஞ்சள் ஸ்கார்ஃப்பை தலையில் சுற்றிக்கொண்டு ஓர் இளம் தமிழ் பெண் நின்றாள்.

மரம் அறுக்கும் நேரம் தவிர மீதி நேரத்தில் மகேஸ் ரயில் பெண்ணைத் தேடினான். அவளைக் கடைசியாகச் சந்தித்த நாளை நினைத்துப் பார்த்தான். அன்று அத்தனை சனம் இல்லை. அவன் ஏறியபோது அவள் ஏற்கனவே பெட்டியில் ஓர் ஆசனத்தில் அமர்ந் திருந்தாள். வழக்கம்போல பாடப் புத்தகத்தைத் திறந்து வைத்துப் படித்த அதே சமயம் காதிலே ஒரு கருவியை மாட்டி ஏதோ பாட்டைக் கேட்டுக்கொண்டிருந்தாள். கண்களும் காதுகளும் வேலையாய் இருக்க, கைகள் அடிக்கடி ஒற்றைகளைத் திருப்பின. இன்னும் நாலைந்து ஸ்டேசன்கள் கழித்து அவள் இறங்கிச் சென்று விடுவாள். எந்த நிமிடமும் ஓர் எதிர்பாராத சம்பவம் நடக்கலாம்.

அடுத்த ஸ்டேசனில் ரயில் நின்றதும் பார்வையில்லாத ஒருவர் நாயுடன் ரயிலில் ஏறினார். நாய் அவரை அழைத்துக் கொண்டு வெற்றிடம் தேடி நகர்ந்தது. இந்தப் பெண் அவர்களுக்கு இடம் விட்டு அடுத்த ஆசனத்துக்கு நகர்ந்தாள். அப்போது அவளுடைய செல்பேசி கீழே விழுந்து உருண்டு அவனிடம் வந்தது. அவன் அதைப் பாய்ந்து எடுத்து அவளிடம் நீட்டினான். முன்னுக்குத் தள்ளிக்கொண்டு நிற்கும் உதடுகளை ஆகக் குறைவாகத் திறந்து 'தாங்க்ஸ்' என்றாள். எலியின் மூச்சுக்காற்று போல மிக மெல்லிய ஒலி அது. அந்த வார்த்தை அவனை நோக்கி வந்தபோது பாதியிலேயே மடிந்துவிட்டது. ஒரு கணம் அவள் கண்கள் அவனை நேருக்கு நேர் பார்த்தன. அதிலே சிரிப்பு இருந்தது. அதை நினைத்தபடியே அவன் ஒரு முழு வாரத்தை ஓட்டிவிட்டான்.

மிலானோ ஸ்டேசனில் அவனுக்கு முன் நின்றவள் இலங்கைப் பெண்தான். 'அண்ணை இந்த டிக்கட்டை பாருங்கோ. என்னட்டை விசா இருக்கு. நான் பாரிஸ் போகவேணும். அங்கே என்னுடைய அக்கா குடும்பம் காத்துக்கொண்டு நிற்கும். என்னைச் சரியான ரயிலில் ஏற்றி விடுங்கோ.' அவளுடைய கடவுச்சீட்டு, விசா, டிக்கட் எல்லாம் சரியாகவே இருந்தன. நல்லாய் சாப்பிட்டு வளர்ந்த முகம். அவனைப்போல பட்டினி கிடந்த முகமில்லை. 'ஒரு பன் வாங்கித் தாருங்கோ தங்கச்சி' என்றான். வாங்கித் தந்து அவளும் சாப்பிட்டாள். 'நீங்கள் யார்?' என்று கேட்டான். அவள்

சொன்ன பதில் அதிர்ச்சி தருவதாக இருந்தது. அவன் வாழ்நாளில் அப்படி ஒரு பதிலைக் கேட்டதில்லை. 'எங்கள் ஊரை ராணுவம் பிடிச்சிட்டுது. நான் வெளியேதான் தமிழ். உள்ளுக்கு ஒரு சிங்களப் பிள்ளை வளருது.' அதன் பின்னர் இருவரும் ஒன்றுமே பேசவில்லை. சரியான ரயிலில் அவளை ஏற்றிவிட்டான். போய்ச் சேர்ந்தாளோ என்னவோ?

வடக்கே போன பறவைகள் எல்லாம் ஒருநாள் திரும்பவும் தெற்கே பறந்துவிட்டன. மிகமோசமான பனிக்காலம் வந்தது. மூடிய உடம்பு, மூடாத உடம்பு இரண்டையும் குளிர் சரிசமமாகத் தின்றது. அன்று அவனுக்கு மதிய உணவு கிடையாது. காலையில் ஆரம்பித்த பனி மாலையும் கொட்டியது. காலையில் புதன் கிழமை. மாலையும் அதே புதன் கிழமைதான். மேலே மேஷத்திலிருந்து மீனம் வரைக்கும் ராசிகள் அவனைப் பார்த்தன. துலாம் ராசி அவனுக்கு நல்ல செய்தி ஒன்று சொல்வதுபோல பட்டது. ஓர் இளம்பெண்ணை சக்கர நாற்காலியில் தள்ளிக்கொண்டு ஒரு முதிய பெண் அவனைக் கடந்து போனாள். அந்த இளம்பெண் பார்க்க மிக அழகாக இருந்தாள். ஒரு நடிகையாகக்கூட இருக்கலாம். அத்தனை பேரழகு. அவளுடைய கால்களைப் பார்த்தான். அதி விலை உயர்ந்த மிருதுவான சிவப்புத் தோல் சப்பாத்துகள். நடக்கவே முடியாத பெண்ணுக்கு இத்தனை உயர்ந்த காலணியா என மனதில் எண்ணினான். அவன் மனதைப் படித்ததுபோல அந்த நாற்காலி திரும்பவும் அவனை நோக்கி வந்தது. இளம்பெண் கைப்பையைத் திறந்து 1,000 லீரா நோட்டு ஒன்றை எடுத்துத் தந்தாள். அது ஒரு டொலருக்கு சமம், இரண்டு தேநீர் குடிக்கலாம். இவன் தயங்காமல் பெற்றுக்கொண்டான். கடந்த ஆறுமாத காலமாகக் கைநீட்டியதில் அது பழகிவிட்டது. அந்தப் பெண் அவனைப் பிச்சைக்காரன் என நினைத்துவிட்டாள்.

அன்று இரவு முழுக்க தன் நிலையை எண்ணி அழுதான். அடுத்த நாள் தற்கொலை செய்வதென்று தீர்மானித்தான்.

சோமாலி முழங்கால்களுக்குக் கீழ் தலையைக் குனிந்து உட்கார்ந்திருப்பது நினைவுக்கு வந்தது. அடிக்கடி அவன் கேட்பான். 'நேற்றைக்கு வந்ததே ஒன்று. பசி. அது இன்றைக்கும் வருமா?' எந்த நேரமும் பசியினால் துடித்தான். அவன் இன்று இருந்திருந்தால் ஆலோசனை தந்திருப்பான். நாய் இறப்பதற்கு ஓர் இடம் தேடித் திரிவதுபோல அவன் நல்ல ஓர் இடம் தேடி அலைந்தான். ஒரு சர்க்கஸ் கூடாரத்தைத் தாண்டியபோது உள்ளே இருந்து ஒருவன் அவசரமாக வெளியே வந்து இவனைப் பார்த்து 'வேலை இருக்கிறது, செய்வாயா?' என்று கேட்டான். இவன் மறுமொழி கூறாமல் 'சாப்பாடு தருவாயா?' என்றான். இரண்டு

வருடம் அங்கே வேலைபார்த்தான். அந்தக் காசில் ஒரு கள்ள பாஸ்போர்ட் வாங்கி, எங்கே போகலாம் என பாஸ்போர்ட் விற்றவனிடமே கேட்டான். அவன் 'கனடா' என்று சொன்னான். அப்படித்தான் கனடா வந்து சேர்ந்தான்.

அவனைப் படிப்பித்த ஆசிரியர் அடிக்கடி சொல்வார், 'நீ தோற்கவில்லை, வெற்றியைத் தள்ளிப்போட்டிருக்கிறாய்.' அன்று அவனுக்கு இரண்டு வெற்றிகள் கிடைத்த தினம். கனடியக் குடிமகனாக சத்தியப் பிரமாணம் செய்வதற்காக, ஸ்காபரோவின் குடிவரவு மண்டபத்தில் 200 பேர்களுடன் அவன் காத்திருந்தான். தூய வெள்ளை சேர்ட்டும், அளவெடுத்துத் தைத்த சாம்பல் நிற ஜாக்கட்டும் மினுங்கும் சப்பாத்தும் அணிந்திருந்தான். குடிவரவு நீதிபதி அவர்களை வரவேற்றார். 'நீங்கள் இன்று இங்கே வரும் போது உங்களுக்கு ஒரு நாடு இல்லை. இங்கேயிருந்து திரும்பும் போது ஒரு நாடு கிடைத்துவிடும். அது கனடா. வாழ்த்துக்கள். வளைந்த ஆணி உதவாது. நிமிர்ந்து நின்று, வலது கையைத் தூக்கிப்பிடித்து சத்தியப்பிரமாணம் செய்யுங்கள்' என்றார்.

'கனகசபாபதி மகேஸ்வரன் ஆகிய நான் கனடாவின் ராணியாகிய மேன்மை தங்கிய இரண்டாம் எலிஸபெத்துக்கும் அவரது வாரிசுகளுக்கும் அவருக்குப் பின்வருபவர்களுக்கும் சட்டத்திற்கு அடக்கமானவனாகவும் விசுவாசமானவனாகவும் தேசபக்தி நிறைந்தவனாகவும் இருப்பேன் என்று இத்தால் சத்தியப்பிரமாணம் செய்கிறேன்.'

'ஓ கனடா' தேசிய கீதம் இசைத்தபோது அவளைக் கண்டான். ரயில் பெண். முழுத்தொண்டையைத் திறந்து பாடினாள். கண்ணாடிபோல மெல்லிய சேலையால் அவளைச் சுற்றியிருந்தாள். அதே முன்தள்ளிய வசீகரமான உதடுகள்.

பக்கத்திலே பெற்றோர். தம்பி போல தோற்றமளித்த ஒரு சிறுவன் கனடியக் கொடியைக் கையிலே ஏந்தியிருந்தான். அவளைப் பார்த்தான். அவளும் பார்த்தாள். அவனுடைய கால்கள் இப்போது நடுங்கவில்லை. அவனுடைய உதடுகளில் இருந்து ஒரு கனடியச் சிரிப்பு வெளியே வந்தது. அவளும் சிரித்தாள். உலகத்து எல்லா நாடுகளிலும், எல்லா மக்களிடையிலும், எல்லா மொழிகளிலும் எல்லாப் படுக்கை அறைகளிலும் ஒருமுறையேனும் பேசப்படும் வாக்கியம் ஒன்று இருந்தது. அதை உதட்டிலே தயாராக வைத்துக்கொண்டான்.

நான் அவளை நோக்கி நடந்தேன்.

◆

கடவுச்சொல்

அன்று காலை விடிந்தபோது அது அவர் வாழ்க்கையில் மிகவும் ஆச்சரியமான நாளாக மாறும் என்பது சிவபாக்கியத்துக்குத் தெரியாது. செப்டம்பர் மாதத்தில் இலைகள் நிறம் மாறுவது பார்க்க அவருக்குப் பிடிக்கும். அவர் வசித்த நாலாவது மாடி மரங்களின் உயரத்தில் இருந்தது இன்னொரு வசதி. யன்னலைத் திறந்தவுடன் குளிர் காற்று வீசியது. முன்னே நிற்பது வெள்ளையடித்ததுபோல பேர்ச் மரம். சற்றுத் தள்ளி சேடர் மரம். ஆக உயரமானது. ஆஷ் மரப்பட்டைகள் சாய்சதுரமாகவும் இலைகள் எதிரெதிராகவும் இருக்கும். ஐந்துகோண மேப்பிள் இலை அவசரமாக நிறம் மாறும். கடைசியாக மாறுவது ஓக்.

தகவல் பெட்டியில் மாலை நாலு மணிக்கு தண்ணீர் அப்பியாசம் என நினைவூட்டல் குறிப்பு கிடந்தது. நியூயோர்க்கில் இருந்து 80 மைல் தூரத்தில் இருக்கும் முதியோர் காப்பகத்துக்கு அவரைக் கொண்டுவந்து மகள் விட்ட நாளிலிருந்து அவர் தினம் மறக்காமல் செய்தது தண்ணீர் உடற்பயிற்சி. அது அவரை ஆரோக்கியமாக வைத்திருந்தது. குளித்து உடுப்பை மாற்றி அரை மணி நேரம் பிரார்த்தனை செய்தார். ஒரு துண்டு ரொட்டியில் அப்ரிகோட் ஜாம் பூசிச் சாப்பிட்டுவிட்டு, தேநீர் பருகினார். அங்கே வந்து ஐந்து வருடமாகிவிட்டது. மகள் அவருக்கு ஒரு குறையும் வைக்கவில்லை. ஐந்து நட்சத்திர ஹொட்டலில் இருப்பதுபோல வசதிகள். கடன் அட்டையில் கீழே இருக்கும் சுப்பர்மார்க்கட்டில் என்னவும் வாங்கிச் சமைக்கலாம். அல்லது வேண்டிய உணவுக்கு ஓடர் கொடுக்கலாம். தொலைக்காட்சி பார்க்கலாம். ரேடியோ கேட்கலாம். தினம் மருத்துவர் வந்து சோதிப்பார். வேண்டுமானால் முழுநாளும் படுத்துக் கிடக்கலாம். ஒருவர் கேள்வி கேட்க மாட்டார்கள்.

கீழே போய் தோட்டத்தில் சிறிது நேரம் உலாத்தலாம் என்று நினைத்தபோது கதவு தட்டப்பட்டது. முன்கூட்டியே அறிவிக்காமல் ஒருவரும் வருவதில்லை. வெளியே இருந்து வருபவர்கள் முதலில் பஸ்ஸரை அழுத்தி இவர் கீழே மின்கதவைத் திறந்த

பிறகுதான் மேலே வரலாம். மறுபடியும் யாரோ தட்டினார்கள். கதவைத் திறந்தபோது அதிர்ச்சியில் ஓர் அடி பின்னே நகர்ந்தார். நம்பமுடியவில்லை. ஆப்பிரஹாம் நீலக் கண்களுடன் உயரமாக 14 வயதை நிரப்பிக்கொண்டு நின்றான். 'அம்மம்மா' என உரக்க அழைத்தான். அதன் பின்னர்தான் முன்னே பாய்ந்து அவனைக் கட்டிக்கொண்டார். வார்த்தைகள் குழறின. 'நீ என்னை மறக்கவில்லையா? மறக்கவில்லையா?' என்று அரற்றினார். 'அம்மம்மா, அம்மம்மா' என்று அழைத்தபடியே அவன் கூச்சமாக நின்றான். அவனுக்கு ஒன்பது வயது நடந்தபோது பிரிந்தது. இப்பொழுது தான் முதல் தடவையாகச் சந்திக்கிறார்கள்.

சிவபாக்கியம் பேரனைத் தடவித் தடவிப் பார்த்தார். ஈட்டி எறிபவன் போல உடம்பு. பொன் கம்பிகளாகத் தனித்தனியாகக் குத்திட்டு நிற்கும் முடி. அணைத்தார், மீண்டும் தடவினார். 'அம்மா நல்லாய் இருக்கிறாரா? அப்பா நல்லாய் இருக்கிறாரா. படிக்கிறாயா?' என்றார். 'அம்மம்மா இன்றுமுழுக்க நான் உங்களுடன்தான். எல்லாக் கேள்விகளுக்கும் பதில் இருக்கு. முதலில் மோலுக்கு போவோம் அங்கே உங்களுக்கு விருப்பமான பிரவுணி ஐஸ்கிரீம் சாப்பிடுவோம்' என்றான். 'உனக்கு இன்னும் ஞாபகம் இருக்கா?' என்றார் சிவபாக்கியம் ஆச்சரியத்துடன். அவனுக்கு ஐந்து வயதிருக்கும். பிரவுணி ஐஸ்கிரீம் என்றால் இருவருக்குமே பிடிக்கும். அன்று சாப்பிடும்போது அது கைதவறிக் கீழே விழுந்து விட்டது. சிவபாக்கியம் அதைக் குனிந்து துடைத்துத் துப்புர வாக்கினார். மகள் 'எதற்காக கூட்டிச் சுத்தம் செய்கிறீர்கள்? அதற்குத்தான் வேலைக்காரர்கள் இருக்கிறார்களே' என்றாள். சாதாரணக் குரல்தான். உடல் முழுவதும் சேகரமான கோபம் அவள் வாய்வழியாக வேகமாக வெளியே வந்தது. சிவபாக்கியம் திடுக்கிட்டுவிட்டார். அப்படித்தான் சச்சரவு ஆரம்பித்தது.

ஆப்பிரஹாமுக்கு ஆறு வயதானபோது ஒருநாள் தாதி அவனைப் பள்ளிக்கூடத்திலிருந்து அழைத்து வந்தாள். அவன் வரவை எதிர்பார்த்தபடியே வாசலில் சிவபாக்கியம் காத்துக் கிடந்தார். முழங்கால்கள் ஒன்றுடன் ஒன்று இடிபட ஓடிவந்து சப்பாத்துகளைக்கூட கழற்றாமல் அவர் மடியில் தாவி ஏறி உட்கார்ந்து அன்று பள்ளிக்கூடத்தில் நடந்ததை ஒவ்வொன்றாகச் சொன்னான் அபே. இவர் தமிழில் கேட்பார் அவன் ஆங்கிலத்தில் பதில் சொல்வான். எலும்புகள் இல்லாதவன்போல வளைந்து விளையாட்டுக் காட்டினான். நாற்காலியில் ஏறிப் பாய்ந்தபோது முழங்காலில் காயம்பட்டு அவன் உடலின் உள்ளே ஓடிய ரத்தம் அதே வேகத்தில் அதே திசையில் வெளியே ஓடியது. சிவபாக்கியம்

ஒன்றுமே புரியாமல் 'ஓ'வென்று கத்தினார். தாதி ஓடிவந்து கட்டுப் போட்டாள். அன்று மகள் அவர்மேல் பாம்புபோலச் சீறியதை மறக்க முடியாது. 'தாதி ஒருத்தி இருக்கிறாளே. அவளுடைய வேலையை நீங்கள் ஏன் செய்கிறீர்கள்?'

பழைய செய்தித்தாளில் சுற்றிவரும் இனிப்புக்காக வீட்டு வாசலில் இரண்டு மணிநேரம் காத்திருந்த அந்தச் சிறுமியா இன்று அவர்மேல் அப்படிப் பாய்ந்தாள். அவரால் நம்பமுடியவில்லை. அவருடைய ஒரே மகிழ்ச்சி ஆப்பிரஹாம்தான். அவர் கொழும்பி லிருந்து அமெரிக்கா வந்ததே அவனைப் பார்க்கத்தான். புலமைப் பரிசிலில் படிக்க வந்த மகள் பெஞ்சமினைக் காதலித்து மணந்து கொண்டாள். அவன் பரம்பரைச் செல்வந்தர் குடும்பத்தைச் சேர்ந்தவன். மிக நல்லவன்; ஆடம்பரமே கிடையாது. பிள்ளை பிறந்து நாலு வயதானபோது மகள் அவரை வருவித்தாள். அந்த ஆரம்ப நாட்களில் மகளிடம் கேட்டார். 'ஏன் நீ யூத மதத்துக்கு மாறினாய். திரௌபதி என்ற பெயரைக்கூட ரிபெக்கா என்று மாற்றிவிட்டாயே.' 'அம்மா, நீதானே சொன்னாய் எல்லா மதமும் ஒன்று என.' 'அதைத்தான் இப்பவும் சொல்கிறேன். எல்லா மதமும் ஒன்று என்றால் ஏன் நீ மாறவேண்டும்?' 'அம்மா, நீங்கள் முழங் காலில் உட்கார்ந்து இன்னொருவர் வீட்டுத் தரையைத் துடைப் பதுதான் என் சிறுவயது ஞாபகம். அந்த நிலை எனக்கு வந்து விடுமோ என்று பயமாக இருக்கிறது.'

வரவரச் சின்ன விசயங்களுக்கெல்லாம் மகள் எரிந்து விழுந் தாள். புண்படுத்தும் வார்த்தைகள் சொன்னாள். மூடிவைத்த புத்தகம்போல முகம் இருந்தது. அன்பாகக் கதைப்பதென்பது அரிதாகிவிட்டது. ஆப்பிரஹாமுடன் கழிக்கும் அந்த ஒன்றிரண்டு நிமிடங்களுக்காக மட்டுமே சிவபாக்கியம் உயிர் வாழ்ந்தார். வெள்ளிக்கிழமை இரவுகளில் அநேகமாக வீட்டிலே பெரிய விருந்து நடைபெறும். 'அம்மா இன்றைக்கு இரவு விருந்து நடக் கிறது' என்று மகள் சொல்வாள். 'நீங்கள் கீழே வந்து விருந்தினர் கண்ணில் படவேண்டாம்' என்பதுதான் பொருள். தாயாரை அறிமுகம் செய்யும் அவமானத்திலிருந்து அவள் தப்பிவிடலாம். அன்றிரவு வெகுநேரம் ஹோரா நடனம் ஆடிக் களித்துவிட்டு விருந்தினர்கள் கலைந்தார்கள். அடுத்தநாள் காலை தேநீர் தயாரிப் பதற்காக சிவபாக்கியம் கீழே இறங்கிவந்து வாயு அடுப்பைப் பற்ற வைத்தார். அன்று சனிக்கிழமை என்பதை முற்றிலும் மறந்து போனார். திரும்பிப் பார்த்தபோது பின்னால் மகள், மருமகன், ஆப்பிரஹாம், தாதி, வேலைக்காரி எல்லோரும் நின்று அவளை உற்றுப் பார்த்தனர். யூத வீடுகளில் வெள்ளி இரவு தொடங்கி

சனி இரவு வரைக்கும் அடுப்பு பற்றவைக்க முடியாது. அது மகா பாவம். மகள் 'அம்மா, உனக்கு அறிவு கெட்டுப் போச்சா? எங்கள் வீட்டை நாசமாக்க வந்தாயா?' என்று எல்லோர் முன்னிலையிலும் கத்தினாள். ஏழு வயது ஆப்பிரஹாம் ஓடி வந்து 'அம்மம்மா' என்று அவரைக் கட்டிக்கொண்டான். சிவபாக்கியம் மேலே போய் அறையில் தனிமையில் அழுது தீர்த்தார். கூட்டுவதையும் துடைப் பதையும் மினுக்குவதையும் மட்டுமே அறிந்த அவர் மூளைக்குள் இந்த விசயம் ஏறவில்லை. 'நரகத்துக்குள் நுழைந்தவர் தங்கக் கூடாது; நடந்துகொண்டே இருக்கவேண்டும்.'

எல்லா வசதியும் இருந்தது. வெளியே போகலாம் வரலாம். வேண்டியதை வாங்கிச் சமைக்கலாம். ஆனால், மகள் அவரை வெறுத்தாள். ஒரு பழைய வாழ்க்கையை அவளுக்கு ஞாபகமூட்டிய காரணமாக இருக்கலாம். கடைசி சம்பவம் ஆப்பிரஹாமின் ஒன்ப தாவது வயதில் நடந்தது. அவன் கிளாசில் தண்ணீர் குடிக்கும் போது கடைவாயில் இரண்டு பக்கமும் வழியும். சிவபாக்கியம் அதைத் துடைத்தபடியே அவனுக்கு இடியப்பத்தையும் றால் பொரி யலையும் பிசைந்து ஊட்டினார். வெட்டிய தக்காளிபோன்ற சின்ன வாயை அவன் திறப்பான். பாதியில் போதும் என்று மூடு வான். இவர் 'இன்னும் கொஞ்சம்' என்பார். அவன் திறப்பான். கால்களை உயரத் தூக்கிப் பாய்ந்து எங்கேயோவிருந்து மகள் வந்தாள். றால் பொரியலைப் பார்த்துவிட்டு 'அம்மா' என்று கத்தி னாள். வீடு முழுக்க அதிர்ந்தது. ஆப்பிரஹாம் மடியிலிருந்து குதித்து இறங்கி மூலையில் போய் நடுங்கிக்கொண்டு நின்றான். 'எங்கள் குடும்பத்தைப் பிரிப்பதற்குத்தான் நீ வந்திருக்கிறாய். உன்னைப்போல என்னையும் வெகு சீக்கிரத்தில் வீடு கூட்ட வைத்துவிடுவாய்.'

இத்தனை கொடூரமான வார்த்தைகளை ஒருவரும் எதிர் பார்க்கவில்லை. அன்றே சிவபாக்கியம் முதியோர் இல்லத்தில் சேர்க்கப்பட்டார். ஓர் ஒற்றையைத் திருப்புவதுபோல அத்தனை எளிதாக அது நடந்துவிட்டது. அங்கே வந்த பின்னர்தான் சில விசயங்களைக் கற்றுக் கொண்டார். யூதர்கள் குளம்பு பிளந்த, இரை மீட்கும் மிருகத்தின் இறைச்சியை மட்டுமே உண்பார்கள். ஆடு, மாடு, மான், மரை. பன்றிக்கு பிளவுபட்ட குளம்பு. ஆனால், இரை மீட்காது. ஆகவே அது தள்ளி வைக்கப்பட்ட உணவு.

ஒட்டகம் இரை மீட்கும். ஆனால், குளம்பு பிளவு பட வில்லை. அதுவும் தள்ளிவைக்கப்பட்ட உணவு. நீரில் வாழும் பிராணிக்கு செதிளும் செட்டையும் இருக்கவேண்டும். ஆகவே

மீன் ஏற்கப்பட்ட உணவு. நண்டு, கணவாய், றால் தள்ளிவைக்கப் பட்டவை. சிவபாக்கியத்துக்கு இவை எல்லாம் தெரியவில்லை.

ஐந்து வருடங்களாக மகள் அவரை அங்கே வந்து பார்த்தது கிடையாது. பேசியதும் இல்லை. ஆனால், ஐந்து நட்சத்திர ஹொட்டல்போல எல்லா வசதிகளும் செய்து தந்திருந்தாள். கடன் அட்டையில் அவர் என்னவும் வாங்கலாம். எவ்வளவும் செல வழிக்கலாம். ஆனாலும் அவரால் சந்தோசமாக இருக்க முடிய வில்லை. ஏதோ குறைந்தது. பயணி மறந்து விட்டுப்போன பயணப் பெட்டிபோல ஒருவருக்கும் பிரயோசனம் இல்லாமல் கிடந்தார். தியான வகுப்பில் மனதை மூடச் சொல்வார்கள். அப்படிச் சொன்ன உடனேயே அங்கே ஆப்பிரஹாம் தோன்றிவிடுவான்.

'அம்மம்மா, நீங்கள் மெலிந்துபோய் விட்டீர்கள். என் கையைப் பிடியுங்கோ, மோல் வந்துவிட்டது. பிறகு சுத்திப் பார்ப் போம். இப்ப ஐஸ்கிரீம் சாப்பிடுவோம். இன்றைக்கு மதியச் சாப் பாடும் என்னோடுதான், யப்பானிய உணவகத்தில்.' இருவரும் பிரவுணி ஐஸ்கிரீம் சாப்பிட்டார்கள். 'அம்மம்மா, நீங்கள் போன வருடம் என்னுடைய பார்மிற்ஸாவை மறந்துவிட்டீர்கள். 200 விருந்தினர்கள் வந்திருந்தார்கள் ஆனால், நீங்கள் வரவேயில்லை.' 'அப்படியா? என்னை ஒருவருமே அழைக்கவில்லை, அபே. அது என்ன பார்மிற்ஸா?' 'ஓ, அதுவா? 13வது பிறந்தநாளுடன் கொண் டாடுவது. நான் முழு ஆண் ஆகிவிட்டேன் என்ற பிரகடனம். என்னுடைய பாவங்களுக்கு நானே முழுப் பொறுப்பு.' 'எனக்குத் தெரியாதே. என் ஆசி உனக்கு எப்பொழுதும் உண்டு.'

'அம்மம்மா உங்களுக்கு என்ன வயது?' 70 என்றார் சிவபாக்கியம். 'அப்ப ஒன்று செய்யலாம். எங்கள் சமய முறைப்படி 83 வயதை அடைந்த ஒருவருக்கு நாங்கள் இரண்டாவது பார் மிற்ஸா கொண்டாடுவோம். உங்களுக்கு 83 வயதாகும்போது எனக்கு 27 வயது நடக்கும். நான் உங்களுக்கு மிகப்பெரிய பார் மிற்ஸா ஏற்பாடுசெய்வேன். சம்மதமா?' 'எனக்கு சம்மதம். ஹோரா வட்ட நடனம் என்னை ஆடச்சொல்லக்கூடாது.' இருவரும் வாய்விட்டுச் சிரித்தார்கள்.

அன்று நெடுநேரம் சுற்றிக் களித்துவிட்டு மாலையானதும் களைத்துப்போய் வீடு திரும்பினார்கள். 'அம்மம்மா, இரவு என்ன சாப்பாடு?' 'நல்ல இடியப்பமும், சொதியும் இருக்கு. கொஞ்சம் சாப்பிடு, அபே.' 'றால் இருக்கா அம்மம்மா?' றால் ஆழ்குளிரில் கிடப்பது ஞாபகத்துக்கு வந்தது. 'ஏன் கேட்கிறாய் அபே?' 'றால் பொரியுங்கோ, அம்மம்மா.' 'அதே பிழையை இன்னொருமுறை

விடமாட்டேன், அபே. நல்ல பாடம் படித்துவிட்டேன், போதும்.' 'என்ரை அம்மம்மா!. இனி நான் எப்ப வருவேனோ தெரியாது? எனக்கு வேணும். பிளீஸ்.' அவனுடைய பிரகாசமான முகம் கறுத்து அழத் தயாரானபோது அவரால் தாங்க முடியவில்லை. 'சரி சரி அழவேண்டாம், என்ரை ராசா.'

றால் பொரிந்து பொன்னிறமாக மாறியபோது மணம் அறை முழுக்க பரவியது. இரண்டு இடியப்பம், சொதி, றால் பொரியல் ஆகியவற்றை ஒரு பிளேட்டில் பரிமாறி அபேயிடம் கொடுத்தார். அவன் உள்ளங்கையால் பிசையத் தொடங்கினான். 'அம்மம்மா வாயைத் திறவுங்கோ.' 'எனக்கு வேண்டாம். நீ முதலில் சாப்பிடு.' 'நான் சாப்பிடக்கூடாது. இது தடுக்கப்பட்ட உணவு, கோசர் அல்ல, உங்களுக்குத் தெரியும். அம்மம்மா, வாயைத் திறவுங்கோ.' அவர் வாயைத் திறக்க அவன் ஊட்டிவிட்டான். 'போதும், போதும்' என்றார் அவர். 'இன்னும் கொஞ்சம், இன்னும் கொஞ் சம்' என்றான் அவன். சாப்பாட்டின் சுவையோடு கண்ணீரும் அவர் வாய்க்குள் நுழைந்தது. அதுவரை சிவபாக்கியம் நினைத் திருந்தார் ஒரு பெண்ணுக்குக் கிடைக்கக்கூடிய ஆகப் பெரிய சந்தோசம் 'இன்னும் கொஞ்சம், இன்னும் கொஞ்சம்' என்று சொல்லி ஏமாற்றி பேரனுக்கு உணவூட்டுவதுதான் என்று. இப் பொழுது தெரிந்தது அதிலும் கூடிய மகிழ்ச்சி ஒன்று இருந்தது. அது பேரன் கையால் 'இன்னும் கொஞ்சம், இன்னும் கொஞ்சம்' என்று சொல்லி உணவூட்டப்படுவதுதான்.

மணி ஒன்பதை நெருங்கியது. 'அம்மம்மா நான் புறப்பட வேண்டும், கார் வந்துவிட்டது.' என்றான். 'அம்மாவும் அப்பாவும் நல்லாயிருக்கிறார்களா?' 'ஒரு குறையும் இல்லை. இன்று முழுக்க அவர்கள் யூதக் கோயிலில் கழித்திருப்பார்கள்.' 'அப்படியா? என்ன விசேஷம்?' 'இன்றுதான் யொம்கிப்பூர். பாவ மன்னிப்பு நாள். விரதம் இருந்து பாவங்களைக் கழுவும் நாள். அப்பாவிடம் முன்னரே பேசி உங்களிடம் வர அனுமதி பெற்றிருந்தேன்' என்று சொல்லிவிட்டுச் சிரித்துக்கொண்டு நின்றான். அவன் நீலக் கண் களில் வீசிய ஒளி அறையை நீல நிறமாக மாற்றியது.

'நீ பாவத்தைக் கழுவவா இங்கே வந்தாய்? நீ என்ன பாவம் செய்தாய்?' அவன் ஒன்றுமே பேசாமல் நிலத்தைப் பார்த்தான். 'அம்மாவுக்கு நீ இங்கே வந்தது தெரியுமா?' 'நான் சொல்ல வில்லை? அவர் சம்மதிப்பாரோ என்னவோ. ஆனால், வீட்டுக்குப் போனதும் அவரிடம் சொல்லப் போகிறேன்.' முதுகுப்பையை மாட்டிக்கொண்டு புறப்பட ஆயத்தமானான்.

‘இனி எப்போது வருவாய், அபே?’ ‘புதிய பாவங்களைச் சேர்த்த பிறகு.’ மீண்டும் சிரித்தான். திடீரென்று I love you என்று சொல்லி மறுபடியும் கட்டிப்பிடித்தான். ‘ரோஷ்ஹஷானாவுக்கு வீட்டுக்கு வருவீர்களா, அம்மம்மா?’ ‘அது என்ன?’ ‘எங்கள் புது வருடம். ஆதாமும் ஏவாளும் சிருட்டிக்கப்பட்ட தினம்.’ ‘யார் என்னை அழைப்பார்கள்? நீ என்னை மறந்துபோக மாட்டாயே?’ என்றாள் கிழவி தழுதழுத்த குரலில்.

பனிக் குளத்தில் குதிக்கத் தயாராவதுபோல சிறிது தயங்கி நின்றான். ‘இல்லை, அம்மம்மா. எப்படி மறப்பேன்? என்னுடைய itune, amazon, netflix, facebook, icloud, youmanage எல்லாக் கணக்கு களுக்கும் உங்களுடைய பெயரைத்தானே கடவுச்சொல்லாக வைத் திருக்கிறேன். ஒருநாளைக்கு 10 தரமாவது உங்களை நினைக்கிறேன் அம்மம்மா.’ அவருடைய கன்னத்தை தடவினான். அது ஈரமாக இருந்தது. itune, amazon, netflix,facebook, icloud, youmanage என்ன என்று அவர் கேள்விப்பட்டதேயில்லை. ஆனால், அவன் தன்னை மறக்கவில்லை என்று சொன்னது புரிந்தது.

அவர் கண்கள் அவன் முதுகையே பார்த்துக்கொண்டி ருந்தன. பேர்ச் மரத்தைத் தாண்டி, ஓக் மரத்துக்கும் மேப்பிள் மரத்துக்கும் இடையில் ஒரு துள்ளுத் துள்ளி புகுந்து காரை நோக்கி ஓடினான். திடீரென்று அடித்த காற்றுக்குத் திரைச்சீலை விழுந்ததுபோல இலைகள் பல வண்ணங்களில் உதிர்ந்தன. அவன் மறைந்துவிட்டான். யூதக் காலண்டரில் அடுத்த யொம்கிப்பூர் எப் பொழுது வரும் என்ற ஆலோசனையில் அதே இடத்தில் நெடு நேரம் நின்றார் சிவபாக்கியம்.

◆

வாடகை வீடு

வீடு எனக்குப் பிடித்துக்கொண்டது. மனைவியைத் திரும்பிப் பார்த்தேன். அவருக்கும் சம்மதம் என்றே தோன்றியது. பாகிஸ் தானில், அதுவும் பெஷாவாரில் வீடு கிடைப்பது அத்தனை சிரம மானது. இந்த வீடு விசேஷமாகத்தான் இருந்தது. அப்படி வனப் புள்ள வீட்டைத் தரகர் எங்களுக்கு முன்னர் காட்டியதில்லை. அபூர்வமாக வீட்டை அமைத்திருந்தார்கள். வீட்டின் பின்னே ஒரு குன்று இருந்தது. முன்னே சிற்றாறு. அதில் பளிங்குபோன்ற நீர் ஓடிக்கொண்டிருந்தது. அந்த வீட்டுக்காக உண்டாக்கியதுபோல ரோடு இருந்தது. தூரத்தில் சில வீடுகள் தெரிந்தன. ஆனால், இந்த வீட்டின் கம்பீரமும் அலங்காரமும் அவைக்கு இல்லை. ஆற்றுக்கு அந்தப் பக்கம் தென்பட்ட சின்னச்சின்னக் குடிசை களின் முன் சிறுவர்கள் விளையாடினார்கள். ஆற்றிலே தொட்டு வந்த குளிர் காற்று எங்கள் மேலே பட்டு உற்சாகமூட்டியது. இந்த வீடுதான் எங்களுக்கு என்று நாங்கள் மனதுக்குள் முடி வெடுத்தோம். அது எப்படியோ கண்கள் வழியாக வெளியே தெரிந்து வீட்டுக்காரரும் தரகரும் நம்பமுடியாமல் ஒருவரை ஒருவர் சாடையாகப் பார்த்தார்கள்.

இது நான் பார்த்த 22வது வீடு. ஆனால், இதே வீட்டை இதற்கு முன்னர் 30 பேர் வந்து பார்த்து நிராகரித்துவிட்டுப் போன விசயம் எங்களுக்குத் தெரியாது. இந்தத் தகவலைத் தரகர்தான் இரண்டு மாதம் கழித்துச் சொன்னார். வீடு அழகாகப் பராமரிக்கப் பட்டிருந்தது. வீட்டின் முகப்பில் இருந்த பூந்தோட்டம் ஊடாகத் தான் வீட்டுக்குள் நுழையவேண்டும். என்னென்ன பூக்கள் வேண்டும் என்று ஒருவர் நினைப்பாரோ அவையெல்லாம் இருந் தன. ரோஜா, மல்லிகை, செவ்வரத்தை, லில்லி, டாலியா, கார் ணேசன், கிரிசாந்திமம், ஓர்க்கிட், மாரிகோல்ட் என்று அத்தனை வகையும் பூத்துக் குலுங்கின. வீட்டின் உள்ளே நுழைந்து மேல் மாடிக்குப் போய் கதவைத் திறந்தால் அங்கேயும் ஒரு தோட்டம் இருந்தது, அதே மாதிரியான பூக்களுடன். குன்றுக்குப் பக்கத்தில் வீடு இருந்ததால் அந்தச் சரிவைப் பயன்படுத்தி வீட்டைச் சாமர்த்தியமாக அமைத்திருந்தார்கள். குன்றின் அடிப்பாகம் ஒரு தோட்டம்; மேல்பாகம் இன்னொரு தோட்டம்.

வீட்டுக்காரருக்கு விரல்களில் ஐந்து மோதிரங்கள்; அத்துடன் இரண்டு மனைவிகளும், மூன்று பிள்ளைகளும். ஒரு காலத்தில் இந்த ஊரை புஷ்பபூர் என்று அழைத்தார்கள். அதிலிருந்துதான் பெஷாவார் என்ற பெயர் வந்ததாக அவர் சொன்னார். பாகிஸ்தான் ராணுவத்தில் முன்னர் வேலை செய்ததால் அவருக்கு அந்த இடத்தை அரசாங்கம் இலவசமாக வழங்கியிருந்தது என்று பின்னர் கேள்விப்பட்டேன். ஆனால், பெஷாவார் பற்றிய அறிமுகப் புத்தகத்தை நான் படித்தபோது அது வேறு ஒன்று சொன்னது. ராமாயணத்தில், ராமனுடைய தம்பி பரதனுடைய பூமி அது. அவனுடைய மகனின் பெயர் புஷ்கல். அவன் ஆண்ட தேசம் புஷ்கலாவதி. அதிலிருந்து இந்த பெயர் மருவியது என்று சொன்னது. இரண்டு காரணமும் பொருத்தமாய்த்தான் இருந்தது.

வீடு புதிது. நாங்கள்தான் முதன்முதல் குடிவரப் போகிறோம். தரை முழுக்கக் கால் புதையும் கம்பளம் விரித்திருந்தது. நீண்ட பட்டு திரைச்சீலைகள் அலை அலையாக மெல்லிசாக எழும்பி அசைந்தன. சமையலறை யன்னலைத் திறந்தால் பூக்கள் எட்டிப்பார்த்தன. அழகாக வெட்டிப் பராமரிக்கப்பட்ட பசும் புல். குருவிகள் பறந்து பறந்து புல்லில் எதையோ தேடிப் பிடித்தன. மீண்டும் பறந்தன. மனைவி சமையலறையை ஆராய்ந்தார். அவர் சம்மதம் சொன்னவுடன் வீட்டு வாடகை ஒப்பந்தம் கையெழுத்துப் போடுவதற்குத் தயாராக இருந்தது. குளிர்பெட்டி வேலைசெய்தது. மின்னடுப்பு வேலை செய்தது. குழாயைத் திறந்தால் தண்ணீர் வந்தது. இறுதியில் சமையலறையில் ஒவ்வொரு இழுப்பறையாக இழுத்துப் பார்த்தார். பின்னர் சரி என்று தலையாட்டினார். நான் ஒப்பம் வைத்தேன். அவர் இழுப்பறையில் என்ன தேடினார் என்பது இன்றுவரை மர்மமாகவே பாதுகாக்கப்படுகிறது.

அந்த வீட்டில் நாங்கள் குடிபுகுந்து நாலு வருடங்கள் வாழ்ந்தோம். பாகிஸ்தானில் ஒரு வழக்கம் இருந்தது. வீடு வாடகைக்கு விடும்போது வீட்டோடு சேர்த்து காவல்காரர்களும் கிடைப்பார்கள். அவர்களுக்கு மாதாமாதம் சம்பளம் கொடுப்பது வீட்டுக்காரர்தான். பகலில் ஒரு காவல்காரன்; இரவில் ஒரு காவல்காரன். இருவரும் முன்னாள் ராணுவச் சிப்பாய்கள். இவர்களுக்கு நான் கட்டளையிட முடியாது. வீட்டுக்காரர்தான் இவர்களுடைய எசமானானபடியால் அவருடைய கட்டளைகளையே நிறைவேற்றுவார்கள். அந்தக் கட்டளை என்னவென்று எனக்குத் தெரியாது. ரவை மாலைகளைக் குறுக்காக அணிந்தபடி நீண்ட துவக்குகளை வைத்துக்கொண்டு காவல் காப்பார்கள். வீட்டுக் கேட்டை அவர்களே திறப்பார்கள். அவர்களே பூட்டுவார்கள். வீட்டுச் சிறை

போல நாங்கள் தப்பிவிடாமல் எங்களைக் காவல் காக்கிறார்களா அல்லது வெளியாட்கள் உள்ளே புகுந்துவிடாமல் காக்கிறார்களா என்ற சந்தேகம் எனக்குப் பலமுறை வந்தது. இந்த நீண்ட துப் பாக்கியால் யாரைச் சுடுவார்கள்? என்ன நடந்தால் துப்பாக் கியைச் சுடுவதற்குத் தூக்கவேண்டும்? இவர்களுடைய எசமான் என்ன கட்டளையிட்டிருக்கிறார்? ஒன்றுமே தெரியாது. ஆனால், அவர்கள் விசுவாசமாக இருந்தார்கள் என்றே பட்டது.

பகல் நேரத்து வாயிலோனைப் பார்க்கும்போது எனக்குச் சிரிப்பு வரும். பெரும் சைனியத்தின் தளபதி முன்னே வருவது போல என்ன கண்டதும் குருவி தத்துவதுபோல பக்கவாட்டில் தத்தி சப்பாத்துகளை நிலத்திலே உதைத்து சல்யூட் வைப்பான். வீட்டுக்காரர் அவனுக்குக் கொடுக்கும் கட்டளைகளில் அது ஒன் றாக இருக்கலாம். ஆணைகளைத் தீவிரத்துடன் செயல்படுத்து வான். இவனை மீறி ஓர் எறும்பு உள்ளே நுழையமுடியாது. என்னை யாராவது பார்க்க வந்தால் காக்க வைத்துவிட்டுத் தானாகவே முடிவெடுத்து அவர்களை வந்த வழியே திருப்பி அனுப்பிவிடுவான். அவ்வையார் காலத்தில் அவரை நாட்கணக் காக் காக்கவைத்து, அரசனை அணுக அனுமதிக்காது திருப்பி அனுப்பிய வாயிலோனும், ஔவையார் அந்தச் சந்தர்ப்பத்தில் வயிறெரிந்து பாடிய பரிதாபமான பாடலும் எனக்கு நினைவுக்கு வரும்.

மாலை வரும்போது எங்களுக்கு அபூர்வமான காட்சி கிடைக்கும். எதிரிலே இருக்கும் குடிசைகளில் இருந்து சிறுவர்கள் எருமைகளைக் கொண்டுவந்து ஆற்றிலே குளிப்பாட்டுவார்கள். பெஷாவாரில் எருமைகள் வயல் உழும். வண்டி இழுக்கும். பொதி ஏற்றிச் செல்லும். பெண் எருமைகள் பால்தரும். அவர்களுடைய செல்வம் அது. அவர்கள் எருமைகளோடு விளையாடுவதையும் கொஞ்சுவதையும் அவற்றைக் குளிப்பாட்டுவதையும் பார்க்கும் போது மகிழ்ச்சியாக இருக்கும். அந்தச் சிறுவர்களுக்கு வயது எட்டில் இருந்து 10, 11 வரை இருக்கும். எருமைகள் பெரிய வளைந்த கொம்புகளுடன் கொழுத்துப்போய் காணப்படும். இந்தச் சிறுவர்கள் சொல்வதை அவை கேட்கும். நட என்றால் நடக்கும், நில் என்றால் நிற்கும். குனி என்றால் குனியும். பகல் முழுக்க எருமைகளை மேய்த்துக் களைத்தவர்களுக்கு இது விளையாட்டு நேரம். அவர்கள் கிரிக்கெட்டோ உதைபந்தோ விளையாடுவது கிடையாது. இதுதான் விளையாட்டு. ஆற்றுக்குள் இறங்கினால், இருள் எருமைகளை மூடு மட்டும் விளையாடுவார்கள். அல்லது தாய்மார்கள் வெளியே வந்து கத்திக் கூப்பாடு போடவேண்டும்.

அதிலே ஆகச்சிறிய வயதுப் பையன் ஒருவனும் இருந்தான். ஆறு வயது இருக்கலாம். அவனுடைய எருமை பிரமாண்டமானது. கொம்புகள் வளர்ந்து வளைந்திருக்கும். செவிகள் இன்னும் நீளமாகப் பக்கவாட்டில் செல்லும். எப்படி இந்த மிருகம் இத்தனை சின்னப் பெடியனுக்குக் கீழ்ப்படிகிறது என்று வியப்பாக இருக்கும். அதன் முதுகில் சிலவேளை பயணம் செய்வான். எப்படி ஏறுவானோ தெரியாது. இறங்கும்போது சறுக்கிக்கொண்டு இறங்குவான். அநேக நேரம் அதன் கழுத்தில் தலைகீழாகத் தொங்கிக் கொண்டு சவாரி செய்வான். கட்டிப்பிடித்து முத்தம் கொடுப்பான். அவனுக்கு அந்த எருமை என்ன? சவாரி மிருகமா அல்லது வேலைக்காரனா, ஒருவேளை விளையாட்டுத் தோழனா? அவனுடைய பெயர் இக்பால். புஸ்து மொழியில் அவனிடம் நலம் விசாரிப்பேன். புறப்படும்போது எருமையின் முதுகில் ஏறி நின்று ராணுவ வீரன்போல சல்யூட் வைப்பான்.

நடிகை ஸ்ரீதேவி மிகவும் பிரபலமாகியிருந்த சமயம் அது. முதன்முதல் வந்து பெஷாவார் விமான நிலையத்தில் இறங்கி ஹொட்டலுக்கு வாடகைக் காரில் போய்ச் சேர்வதற்கிடையில் ஸ்ரீதேவியின் பதாகைகளையும் சுவரொட்டிகளையும் வழி நெடுகப் பார்த்தேன். அது தவிர ஆட்டோக்களின் பின் படுதாக்களில் ஸ்ரீதேவி சிரித்த முகத்துடன் தொங்கினார். இதை நான் எதிர் பார்க்கவில்லை. ஒரு தமிழ் நடிகைக்கு புஸ்து தேசத்தில் இத்தனை வரவேற்பு கிடைத்தது கொஞ்சம் மகிழ்ச்சியைத் தந்தது. ஆச்சரியம் அத்துடன் முடியவில்லை.

நான் நடைபயிற்சிக்குப் போகும்போது பச்சைக்கண் சிறுமி ஒருத்தி நாலு ஐந்து குருவிகளை வைத்து விற்பதைப் பார்ப்பேன். ஒரே குருவிகளா அல்லது வேறு வேறு குருவிகளா தெரியாது. நான் தினம் சிறுமியுடன் பேசுவேன். அது பறவைகளுக்குப் புரிந்தாலும் அவளுக்குப் புரியாது. சின்னத் தலையை இரண்டு பக்கமும் பலமாக ஆட்டுவாள். ஓய்வுபெற்ற விமானப்படை அதிகாரி ஒருவர் எங்களைத் தாண்டி வேகமாக நடப்பார். நான் வேகமாக நடந்தால் எனக்குள் இருக்கும் காற்று சீக்கிரத்தில் முடிந்துபோகும். ஆகவே மெதுவாக நடப்பேன். அதே வீதியில் விமானி சற்றுத் தூரத்தில் வசித்தார். முதலில் சிறு புன்னகையுடன் பிரிந்தோம்; பின்னர் பேசினார். அவர் பாகிஸ்தான் விமானப் படையில் ஓய்வு பெற முன்னர் எயர் வைஸ் மார்ஷலாகப் பதவி வகித்தவர். 1971 பங்களாதேஷ் பிரிவினையின்போது பொய்ரா விமானப்போரில் கலந்துகொண்டவர். இரண்டு சாபர் விமானங்களை இந்திய விமானப்படை சுட்டு வீழ்த்தியதை எனக்குச் சொல்லியிருக்கிறார். திடீரென்று நான் கேட்காமலே சொன்னார். ‘போர் உத்தி

ஒன்றிருக்கிறது. குளவியைக் கொல்ல வேண்டுமென்றால் ஒவ் வொரு குளவியாகப் பிடித்துக் கொல்லக்கூடாது. குளவிக்கூட்டை அழிக்கவேண்டும்.' இதை ஏன் சொன்னார் என்பது தெரிய வில்லை.

அவருடனான முதல் சந்திப்பும் சம்பாஷணையும் நினைவில் இருக்கிறது.

'நீங்கள் பேசுவது தமிழா?'

'ஆமாம்.'

'நீங்கள் மதராசியா?'

'இல்லை, இலங்கை' என்றேன்.

'உங்களிடம் ஸ்ரீதேவியின் பட கசெட்டுகள் இருக்கின்றனவா?'

எனக்கு ஆச்சரியம்தான். சந்தித்துப் பேசி இரு நிமிடங் களுக்கிடையில் அவர் கேட்டது இதுதான். ஸ்ரீதேவி ஹிந்தியில் நடித்த பல படங்கள் பெஷாவாரில் வெற்றிகரமாக ஓடிக்கொண்டி ருந்தன. சாண்டினி, மிஸ்டர் இந்தியா, நாகினி போன்ற படங் களுக்கு பெரிய வரவேற்பு இருந்தது. பெஷாவாரில் உள்ள வீடியோக் கடைகளில் அவருடைய படங்கள் வாடகைக்குக் கிடைக்கும். ஒருநாள் வாடகைக்கு பத்து ரூபாய். இன்னொருநாள் அதிகமானால் இருபது ரூபாய். அப்படியிருக்க என்னிடம் விசாரித்தது விநோதமாகப் பட்டது. 'இருக்கின்றன. அவை தமிழ்ப் படங்கள்' என்றேன். 'தெரியும். உங்களால் இரவல் கொடுக்க முடியுமா?' என்றார். 'முடியும். ஆனால், தமிழ் மொழி உங்களுக்குப் புரியாதே' என்றேன். ஓய்வுபெற்ற எயர் வைஸ் மார்ஷல் உரக்கச் சிரித்தார். 'மொழி யாருக்குத் தேவை? ஸ்ரீதேவியுடைய முகத்தைத் தானே பார்க்கப் போகிறேன்' என்றார்.

அவர் அடிக்கடி வீட்டுக்கு வருவார். வாயிலோன் அவரைக் கேட்டிலேயே தடுத்து நிறுத்திவிட்டு உள்ளே வந்து ஸ்ரீதேவியின் பட கசெட்டை எடுத்துப்போய் கொடுப்பான். பார்த்து முடிந்ததும் திருப்பிக் கொண்டு வருவார். மூன்றாம் பிறை, வாழ்வே மாயம் போன்ற படங்களை இருதடவை பார்த்தார். தேவராகம் அவருக்குப் புரியவே இல்லை. ஏதோ நான்தான் அந்தப் படத்தை எடுத்ததுபோல என்னுடன் வாக்குவாதம் செய்தார். இந்தச் சம்பாஷணை எல்லாம் கேட் முன்புதான் நடக்கும். பலமுறை அவரை உள்ளே அழைத்திருப்பேன். வருந்தி அழைத்தாலும் வரமாட்டார். எனக்கு ஒருமாதிரியாகப் போகும்.

அ. முத்துலிங்கம்

பலர் நினைத்திருக்கிறார்கள் கடன் அட்டை என்பது 1950 களில் கண்டுபிடிக்கப்பட்ட ஒன்று என்று. அதற்கு பல நூறு ஆண்டுகளுக்கு முன்னரே பாகிஸ்தானில் அது நடைமுறைக்கு வந்துவிட்டது. அதன் பெயர் கடன் அட்டை அல்ல, கடன் குச்சி. பெஷாவாரில் இருந்தபோது நான்கூட அதைப் பயன்படுத்தினேன். என்னுடைய வீதியின் நுனியில்தான் பாபர் கிழவரின் ரொட்டிக் கடை இருந்தது. காவல்காரன் ரொட்டி வாங்கச் செல்லும்போது கிழவர் ரொட்டியைக் கொடுத்து ஒரு குச்சியில் கத்தியால் ஒரு வெட்டுப் போட்டு தருவார். இரண்டு ரொட்டி வாங்கினால் இரண்டு வெட்டு. அடுத்தநாள் காவல்காரன் ரொட்டிவாங்கப் போகும்போது அதே குச்சியைக் கொண்டுபோவான். மாதக் கடைசியில் பாபர் கிழவர் வீட்டுக்கு வருவார். வீட்டுக்கு என்றால் கேட் மட்டும்தான். குச்சியில் எத்தனை வெட்டு விழுந்திருக்கிறது என்று எண்ணிப்பார்த்துக் காசு கொடுக்கவேண்டும். வாசலில் எறும்பு புற்றுக்குக் கிட்ட நிற்பதுபோல நின்று பதற்றப்படுவார். உள்ளே வரச்சொல்லிக் கேட்பேன். மறுத்துவிடுவார். காசைப் பெற்றதும் குச்சியை முறித்துப்போட்டு புதுக் குச்சி தருவார். அது அடுத்த மாதத்திற்கான கடன் குச்சி.

ராம்ழான் நோன்பு வந்தபோது நாங்கள் விடுமுறை போய்த் திரும்பினோம். ஒரு மாதம் கழித்து வழக்கம்போல மாடியில் உட்கார்ந்து சிறுவர்கள் விளையாடுவதை வேடிக்கை பார்த்தோம். இக்பால் இருந்தான், ஆனால், அவனுடைய எருமையைக் காண வில்லை. மற்றச் சிறுவர்கள் தங்கள் தங்கள் எருமைகளைக் குளிப் பாட்டினார்கள். இவன் ஒவ்வொருவராகக் கெஞ்சினான் தன்னை யும் விளையாட்டில் சேர்த்துக்கொள்ளும்படி. அவர்கள் சேர்க்க வில்லை. எருமை மாடு இல்லாதவனை எப்படி விளையாட்டில் சேர்ப்பார்கள்? சோகமாகத் தலையைக் குனிந்தான். தண்ணீரில் மூழ்குவதும் வெளியே வருவதுமாகத் தனியாக விளையாடினான். இக்பால் என்று சத்தமாக அழைத்து அவனை வரும்படி சைகை காட்டினேன். ஆற்றை நீந்திக் கடந்து வந்தான். ஆனால், கேட்டை திறந்து உள்ளே வர மறுத்துவிட்டான்.

'உன் எருமை எங்கே, காணவில்லை?' என்றேன். 'ராம் ழானுக்கு சாப்பிட்டுவிட்டோம்' என்றான். ஓர் எடை யந்திரத்தில் நிற்பதுபோல கைகளை ஒடுக்கி நேராக நின்றான். 'உனக்கு விளை யாட ஒருவரும் இல்லையா?' இல்லை என்று அவன் நிலத்தைப் பார்த்தான். சிறிது நேரம் அப்படியே நின்றான். அழுகை வெளியே வராமல் அவன் சொண்டுகள் வேகமாக வேலைசெய்து தடுத்தன. எதற்காக அவன் துக்கப்படுகிறான். எருமையைச் சாப்பிட்டதற்கா

அல்லது விளையாட யாருமே இல்லை என்றா? 'துக்கப்படாதே, உள்ளே வா' என்றேன். அவன் அசையவே இல்லை. காவல்காரன் 'அவன் உள்ளே வரமாட்டான்' என்று அவனை உற்றுப் பார்த்த படி ஒருவித நிச்சயத்துடன் என்னிடம் சொன்னான். சிறுவனின் தாயார் எதிர்ப் பக்கம் நின்று கத்தினாள். அவன் ஆற்றில் குதித்து நீந்திப் போனான். அந்தத் தாய் சிறுவனின் காதைப் பலம் கொண்ட மட்டும் முறுக்கினாள்; பின்னர் இழுத்தாள். காது தலை யிலே கச்சிதமாகப் பொருத்தப்பட்டிருக்கிறது என்பதை நிச்ச யித்தபிறகு அதை விடுவித்தாள்.

நாலு வருடத்தில் அந்த வீட்டுக்குள் ஒரு பாகிஸ்தானியரும் நுழைந்தது கிடையாது. வெளிநாட்டுக்காரர்கள் வந்துபோவார்கள். பாகிஸ்தானியர்களிடம் எங்களிடம் மறைக்கப்பட்ட ஏதோவொரு தகவல் இருந்தது. எருமைச் சிறுவன் வரமாட்டான். பாபர் கிழவர் வரமாட்டார். ஆனால், முக்கியமாக விமான ஓட்டி, கனடிய சாபர் விமானத்தை 1000 கி.மீட்டர் வேகத்தில் ஓட்டி எதிரி விமானங் களை துவம்சம் செய்தவர், அவருக்கு என்ன பயம்? அவரும் உள்ளே வந்தது கிடையாது. நாலு வருடம் முடிந்து பாகிஸ்தானை விட்டுப் புறப்பட்ட அன்றுதான் மர்மம் துலங்கியது. எங்களை விமான நிலையத்துக்கு ஏற்றிச் செல்ல வாடகைக் கார் வந்திருந் தது. கார் சாரதி வியப்புடன் கேட்டான் 'இந்த வீட்டிலா இத்தனை வருடங்கள் வசித்தீர்கள்?' அவன் கேட்ட விதத்தில் அந்த வீடு பேய் பிடித்த வீடு என்று சொல்லப்போகிறான் என்று நினைத் தேன். 'இந்த வீட்டை பலபேர் பார்த்தும் ஒருவரும் எடுக்கவில் லையே. நீங்கள் எடுத்ததுதான் ஆச்சரியம்.' 'என்ன பிரச்சினை?' என்றேன். அவன் கேட்டான் 'உங்கள் வீட்டுக்குப் பின் என்ன இருக்கிறது?' 'மண் குன்று' என்றேன். கார் விமான நிலையத்தை நோக்கி வேகமாகப் போனது. சுவர்களில் இருந்து ஸ்ரீதேவி சிரித்தபடி விடை கொடுத்தார்.

'அது நீங்கள் நினைப்பதுபோல இயற்கையான மண் குன்று அல்ல. செயற்கையானது.'

'அப்படியா?'

'பாகிஸ்தான் ராணுவத்தின் ஆயுதக் கிடங்கு. ராணுவம் ஆயுதங்களை ஒரே இடத்தில் புதைத்து வைப்பதில்லை.

நூற்றுக்கணக்கான ஆயுதக் கிடங்குகள் உள்ளன. அதிலே இது ஒன்று. மக்கள் வாழும் பகுதிகளில் தெரிந்தே அமைப்பார்கள். அப்பொழுது எதிரி நாட்டுக்கு அது ஆயுதக் கிடங்கு என்ற சந்தேகம் உண்டாகாது. உண்டானாலும் குண்டுபோட்டு அழிக்கத்

தயங்குவார்கள்.' என்றான். சட்டென்று எல்லாம் புலப்பட்டது. விமானப்படை வீரர் எத்தனை தரம் அழைத்தும் வீட்டுக்குள் வராததன் காரணம்.

இருபது வருடம் கழித்து என் பாகிஸ்தான் நண்பர் ஒருவரிடமிருந்து தொலைபேசி வந்தது. அவருடைய மகளுக்குத் திருமணம் என்றார். நாங்கள் அங்கே வசித்தபோது கைக்குழந்தையாக இருந்த பெண். வேறு பல விசயங்களும் பேசினோம். நான் வசித்த வீடு 20 வருடமாகப் பூட்டியிருக்கிறது என்ற தகவலைச் சொன்னபோது என்னால் நம்பமுடியவில்லை. 'வீட்டுக்காரர் வாடகையைப் பாதியாகக் குறைத்துவிட்டார். அப்படியும் ஆள் கிடைக்கவில்லை' என்றார். உலகம் முழுக்க மூடர்கள் நிறைந்திருக்கிறார்கள். ஆனால், அவர்கள் அகப்படுவது எத்தனை சிரமமான விசயம் என்பது எனக்கு அன்றுதான் புலப்பட்டது.

◆

கடவுளை ஆச்சரியப்படுத்து

‘உலகத்தின் எல்லையைக் கண்டுபிடிப்பதற்காக ஒரு மனிதன் நடக்கத் தொடங்கினான். பல நாட்கள் பயணம் செய்து பல மலைகளைக் கடந்து, பல ஆறுகளைத் தாண்டி உலகத்தின் எல்லைக்கு வந்து சேர்ந்தான். அங்கே ஒரு பாறை இருந்தது. அதன் உச்சிதான் எல்லை. ஒருநாள் முழுக்க ஏறி உச்சியை அடைந்தான். தான் வந்து சேர்ந்த அடையாளமாக அதிலே எழுதினான். ‘இங்கே நான் வந்தேன்.’ எழுதி முடிந்ததும் திகைத்தான். ஏற்கனவே பாறையின் உச்சியில் ‘இங்கே நான் வந்தேன்’ என்று எழுதியிருந்தது, ஆனால், தலைகீழாக.’

றொறொன்ரோ பூங்கா இருக்கையில் உட்கார்ந்து ஒரு நடுமதியம் அந்தக் கதையைக் கிழவர் சொன்னார். அதைக் கேட்டவனுக்கு வயது 17 இருக்கும். பத்து வயதில் பெற்றோருடன் கனடாவுக்கு வந்தவன். இரண்டு நாள் முன்னர்தான் வீட்டைவிட்டு ஓடினான். அவனுடைய மூளை வளரும் வேகத்திலும் பார்க்க பள்ளிக்கூடத்தில் அவன் படித்து முடிக்க வேண்டிய புத்தகங்களின் எண்ணிக்கை வளர்ந்தது. சரித்திர பாடத்தில் கி.மு என்பதற்குப் பதிலாக கி.பி என்று எழுதிவிட்டான். அவனுடைய அப்பா திட்டினார். அம்மா தலைமயிரை விரித்து ஓங்கி ஓங்கித் தன் தலையில் தானே அடித்தார். அவனுடைய பெற்றோர் பள்ளிக்கு வரும்போது அவனுக்கு வெட்கமாக இருக்கும். அவனை அழைத்துக்கொண்டு சொந்தக்காரர் வீட்டுக்கு விருந்துக்குப் போகும்போது பெற்றோருக்கு வெட்கமாக இருக்கும். நீண்ட தலைமயிரும், காதுக் கடுக்கனும் வாழ்க்கைக்கு அத்தியாவசியமில்லை என்பது பெற்றோர்களின் எண்ணம்.

அவனுக்கு இப்பொழுது உடனே ஒரு வேலை தேவை. கிழவர் சொன்னார். ‘உலகத்தில் புதிது என்று ஒன்றுமே கிடையாது. அதை ஏற்கனவே ஒருத்தன் செய்திருப்பான். ஒருவன் ஒரு வேலையைச் செய்யமுடியும் என்றால் அதை இன்னொருவனும் செய்யலாம். உனக்கு முன்னால் தெரியும் உணவகத்தைப் பார். கனடாவின் ஆகப் பெரிய உணவகம் இதுதான். அங்கே இரண்டு

வேலைகள் எப்பவும் கிடைக்கும். ஒன்று கோப்பை கழுவுவது; இன்னொன்று மேசை துடைப்பது.' 'ஆனால், எனக்கு அனுபவம் இல்லையே?' நீ பிறந்தபோது யார் உனக்குப் பால் குடிக்கச் சொல்லித் தந்தது. நீ எப்படியோ உன் உணவுப்பை எங்கேயிருக் கிறது என்பதைத் தடவிக் கண்டுபிடித்து உறிஞ்சினாய் அல்லவா? துணிந்துபோ. மேசை துடைக்கும் வேலைக்கு ஆகக் குறைந்த மூளையே போதும்' என்று துரத்தினார். சமையல்கூட மனேஜரை பார்க்கச் சொன்னார்கள். அவர் பெயர் ஐஸாக். பெரிய பொத் தான்கள் வைத்த வெள்ளைச் சீருடை இறுக்கமாக அவர் உடம்பை கவ்விப் பிடித்திருந்தது. அந்த உணவகத்தில் 200 பேர் ஒரே சமயத் தில் உட்கார்ந்து உணவருந்த முடியும். 60 மேசைகளும் அதைச் சுற்றி நாற்காலிகளும் இருந்தன. 'இங்கே இரண்டு மேசை துடைப்பாளர்கள் தேவை. இன்று ஒருவர் மட்டுமே வேலை செய் கிறார். அவர் வேலையை ஒரு மணி நேரம் அவதானித்துப் பார். அதற்குப் பின்னர் நீ அவர் போலவே வேலை செய்' என்றார். அவனுக்கு வேலை கிடைத்தது.

அவனுடைய வீட்டுப் பெயர் மகேஸ்வரன். பள்ளிப்பெயர் மார்க். வேலையில் அவனுக்குக் கொடுத்த பெயர் busboy. வாடிக் கையாளர் உணவருந்திய பின்னர் மேசையில் இருக்கும் பிளேட்டு களையும் கிளாஸ்களையும் அகற்ற வேண்டும். மேசையைத் துடைத்து அடுத்தவருக்கு அதைத் தயாராக்க வேண்டும். சீனி பக்கட்டுகளை அடுக்கி நிரப்பி வைத்துவிட்டு 38ஆம் நம்பர் அல்லது 39ஆம் மேசை தயார் என்பதை வரவேற்புப் பெண் மணிக்கு அறிவிக்கவேண்டும். அப்பொழுதுதுதான் அவர் புதிய வாடிக்கையாளரை மேசைக்கு அனுப்புவார். 30 மேசைகளுக்கு அவன் பொறுப்பு. மீதி 30 மேசைகளுக்கு பிலிப்பினோ பொறுப்பு. ஓர் உணவகத்தில் இதுதான் ஆகக் கடைநிலை வேலை, ஆனால், முக்கியமானது. வாடிக்கையாளர் மேசையை விட்டு நீங்கிய இரண்டு நிமிடங்களில் மேசை அடுத்த வாடிக்கையாளருக்குத் தயாராகிவிடவேண்டும். அதுதான் கட்டளை. மிகச் சுலபமான வேலை என்றுதான் ஆரம்பத்தில் நினைத்தான். ஆனால், எச்சில் பிளேட்டுகளைச் சுமந்து செல்லவேண்டும். கிளாஸ்களில் மீத முள்ள குடிபானங்களை வாளியில் ஊற்றிவிட்டு அவற்றை ஒன்றன் மேல் ஒன்றாக அடுக்கி தூக்கிப் போகவேண்டும். பின்னர் நாற்காலி களை நேராக்கிச் சுத்தமாக்கும் திரவத்தை மேசையில் அடித்துத் துடைத்து துப்புரவாக்கி அலங்காரம் செய்யவேண்டும்; நாப் கின்கள் புதியவை என்பதை உறுதிசெய்யவேண்டும்.

பிலிப்பினோக்காரன் இரண்டு வருடமாக அங்கே வேலை செய்கிறான். மெலிந்து உயர்ந்த தேகம். அவனால் பதினைந்து

பிளேட்டுகளை அனாயாசமாகத் தூக்கிக்கொண்டு விரைந்து செல்லமுடியும். எதிர்ப் பக்கம் சாய்ந்தபடி வாளித் தண்ணீரைத் தூக்கிக்கொண்டு மேசை மேசையாக நகர்வான். ஒட்டகத்தின் நீண்ட கழுத்தில் தலை ஆடுவதுபோல ஆடும். அவனுக்குக் களைப்பே கிடையாது. கழுத்திலிருந்து தோள்மூட்டுவரை பல் காயமாக இருக்கும். கழுத்திலிருந்து கீழே போகிறதா அல்லது தோள்மூட்டிலிருந்து மேலே போகிறதா என்பது மர்மம்தான். காதலியின் பல்காயங்களை முத்துமாலைபோல அணிந்திருப்பான். 'உனக்கு வலிக்காதா?' 'வலிக்கும்தான்' என்பான். 'நீ அவளுக்குச் சொல்லலாமே.' 'எப்படி? என்னுடைய வாய்க்குள் அவள் முழுக் கூந்தலும் இருக்குமே!'

பிலிப்பினோவின் ஒரே பயம் மனேஜர்தான். அவரின் முகம் வியர்த்திருக்கும். அக்குளில் வியர்வை சேர்ந்து சீருடையின் நிறம் அங்கே மாறியிருக்கும். எந்நேரமும் புகழப்பட விரும்புபவர். சுற்றிப் பார்க்க அவர் புறப்படும்போது பிலிப்பினோவின் முகம் 15 பிளேட்டுகளின் பின்னால் மறைந்துவிடும். அவன் அடிக்கடி சொல்லும் புத்திமதி இதுதான். 'மனேஜர் மகிழ்ச்சியில் கைதட்டும் போது உன் தலையை நடுவே நுழைக்காதே.' அவனுடைய புத்தி மதியைச் சிலசமயம் அவனே மறந்துவிடுவதுண்டு. மனேஜர் எதிர்வரும்போது ஒதுங்கிப் போகவேண்டும். அவர் உடம்பை சுருக்க மாட்டார். ஒருமுறை பிலிப்பினோ அவர் தோள்மூட்டில் மோதி பிளேட்டுகளைக் கொட்டிவிட்டான். அவர் திரும்பியும் பார்க்காமல் நடந்து கொண்டேயிருந்தார். அவர் ஒரு விரலை உயர்த்தி நட்டத்தை அவனுடைய சம்பளத்தில் பிடிக்கலாம்; அல்லது அவனை வீட்டுக்கு அனுப்பலாம். அத்தனை அதிகாரம் அவருக்கு உண்டு.

மூன்று மாதம் வேலை செய்த பின்னர்தான் ஒருநாள் அவளைக் கண்டான். 24ஆம் நம்பர் மேசையில் தனியே உட்கார்ந் திருந்தாள். பல்கலைக்கழக மாணவி போன்ற தோற்றம். ஃபாஷன் இதழ் ஒன்றில் வெட்டி எடுத்ததுபோன்ற முகம், குழந்தைப் பிள்ளைத்தனமாகவும் அதே சமயம் நாகரிகமாகவும் இருந்தது. சாண்ட்விட்ச்சை கையிலே தூக்கி முன்னுக்கும் பின்னுக்கும் ஆராய்ந்தாள். அவளுக்கு அவன் 'பஸ்போய்' என்பது தெரியாது. அவனை ஒரு பரிசாரகன் என்றே நினைத்துவிட்டாள். அவனைக் கிட்ட அழைத்து 'இது என்ன?' என்று கேட்டாள். அவன் 'சாண்ட்விச்' என்று கூறினான். 'மரக்கறியா?' என்றாள். 'இல்லை இல்லை கோழி' என்று சொன்னான். நடுங்கியபடி திறந்து பரி சோதித்தாள். 'செத்துவிட்டதா?' என்றாள். 'நெடுநாட்களுக்கு முன்பே' என்றான். அதை மேசையில் வைத்தாள். சதுரங்க

ராசாவை ஒற்றை விரலினால் அடுத்த கட்டத்துக்குத் தள்ளுவது போல மெள்ள எதிர்ப்பக்கத்துக்குத் தள்ளினாள். உதடுகள் துடித்து அவள் அழுதுவிடுவாள்போல இருந்தது. அவசரமாகத் தப்பு செய்த பரிசாரகனை அழைத்துவந்தான். அவன் பதிலுக்கு மரக்கறி சாண்ட்விச் கொண்டு வந்து கொடுத்தான். அவளால் அதிர்ச்சியி லிருந்து மீளமுடியவில்லை. பிளேட்டுகளை அகற்றச் சென்றபோது ஏதோ அவன்தான் பிழைவிட்டதுபோல 'மன்னித்துக் கொள் ளுங்கள்' என்றான். சற்றுமுன் துடித்த அதே உதடுகளை மெல்லத் திறந்து சிரித்தாள். கைப்பையையும் செல்போனையும் தூக்கிக் கொண்டு எழுந்து நின்றாள். கறுப்பு மஞ்சள் ஸ்கர்ட்டும், நீண்ட கைவைத்த ஊதாக்கலர் பிளவுஸும் அணிந்திருந்தாள். மடித்த பின்விரல்களால் உடையைச் சரிசெய்தாள். பின்னர் விமானப் பணிப்பெண்போல டக்டக்கென நடந்துபோனாள். நாலு அடி தூரம் சென்றதும் அவனை ஒருமுறை திரும்பிப் பார்த்தாள். அன்று காலையிலிருந்து சேமித்துவைத்த பெருமூச்சை அவன் விட்டான்.

பல நாட்களாக அவளை நினைத்துக்கொண்டே அவன் வேலை செய்தான். ஒருநாள் பிலிப்பினோ வேலையை விட்டு விட்டான். மனேஜர் 60 மேசைகளையும் அன்று மட்டும் அவனைத் தனியாகக் கவனிக்கச் சொன்னார். 'அது எப்படி முடியும்?' என்றான். அவர் 'முடியும், இன்று கடவுளை ஆச்சரியப் படுத்து' என்றார். மதியம் முடிவதற்குள் அவன் பிளேட்டுகளைத் தூக்கிக்கொண்டு பத்து மைல் தூரம் ஓடியிருப்பான். ஆட்கள் வருவதும் போவதுமாய் இருந்தார்கள். தோள்மூட்டில் இருந்து கைகள் கழன்றுவிடத் துடித்தன. அன்று பார்த்து இந்தப் பெண் மறுபடியும் வந்தாள். அவனால் அவளைக் கிட்ட நெருங்க முடிய வில்லை. அவளுடைய மேசை பரிசாரகன் அவளுக்கு வேண்டிய உணவைப் பரிமாறினான். அவள் உணவை முடித்தால்தான் பிளேட்டுகளை அகற்றும் சாட்டில் அவளை அணுகமுடியும்.

எங்கே சுற்றினாலும் அவன் கண்கள் அந்த மேசையிலேயே நிலைத்திருந்தன. கண்களை எடுத்தால் அவள் மறைந்துவிடு வாளோ என்று பயந்தான். நாலு மேசை தள்ளி உட்கார்ந்திருந்த ஒரு நடுத்தர வயதுக்காரர் வாய்க்குள் இறைச்சி இருக்கும்போதே இன்னொரு துண்டை வெட்டி முள்ளுக்கரண்டியால் வாயினுள் திணித்தார். எலும்பை உறிஞ்சி சதையை எடுத்துவிட்டு அதைத் தூக்கி கண்ணுக்கு நேரே வைத்து அந்த ஓட்டை வழியே அவளையே பார்த்துக்கொண்டிருந்தார். தூரக்கண்ணாடியால் கப்பலில் காப்டன் பார்ப்பதுபோல. இவனுக்குக் கோபம் வந்தது.

'வணக்கம் சேர். நீங்கள் சாப்பிட்டு முடித்துவிட்டீர்கள் என்று நினைக்கிறேன். உங்கள் பிளேட்டை எடுக்கலாமா?' என்று மரி யாதையாகக் கேட்டுவிட்டு அவர் பிளேட்டையும் எலும்புத்துண் டையும் கிளாஸ்களையும் அகற்றினான். அவர் உணவுக்குப் பணத்தைக் கட்டிவிட்டுப் புறப்பட்டார். இவன் பெண்ணிடம் சென்று 'மன்னிக்க வேண்டும். ஒவ்வொருமுறையும் நீங்கள் இங்கே வரும்போது ஏதாவது ஒன்று நடந்துவிடுகிறது. அது தற்செய லானது. இந்த உணவகம் மதிப்பானது. தயவுசெய்து மனதில் ஒன்றும் நினைக்கவேண்டாம். தொடர்ந்து வாருங்கள்' என்று வேண்டிக்கொண்டான். அவள் அதே புன்சிரிப்பைத் தந்தாள்.

அதன் பின்னர் அவளை ஒரு மாதமாகக் காணவில்லை. இவனுக்கு ஏமாற்றமாகிவிட்டது. ஏனெனில் இவன் இப்போது பஸ்போய் அல்ல. தற்காலிக பரிசாரகன். இந்தப் பரீட்சையில் அவன் வெற்றி பெற்றால் நிரந்திரமாகப் பரிசாரகன் ஆவான். சீருடை கொடுப்பார்கள். நல்ல பரிசாரகனுக்கு ஒருநாளில் குறைந் தது 100 டொலர் காசு டிப்ஸாகவே கிடைக்கும். அதிலே 25 வீதம் மற்றவர்கள் பங்குபோட்டுக்கொள்வார்கள், மீதம் அவனுக்கே. அத்துடன் விதம் விதமான வாடிக்கையாளர்களைத் தினம் சந்திக்கலாம். முதல்முறையாக அவனுக்குத் தன் வேலைமேல் பெருமையாக இருந்தது. அளவில்லாத மகிழ்ச்சியில் மதிய வேளையில் எப்போது அவள் வருவாள் என்று பார்த்த படியே இருந்தான்.

ஒருநாள் அவள் வந்து வழக்கமாக உட்காரும் மேசையிலே அமர்ந்தாள். இவன் பரிசாரகனுக்குரிய சீருடையில் அவளுக்கு முன் போய் நின்றபோது அவள் சிரித்தபடி 'ஓ, நீங்களா' என்று கேட்டாள். அவனைக் கண்ட மகிழ்ச்சி அவள் கண்களில் தெரிந் தது. அவன் மூச்சு நிதானத்துக்கு வர ஒரு நிமிடம் எடுத்தது. அவள் உடையில் இருந்து உலர் சலவை மணம் எழுந்தது. அந்த இடத்தை விட்டு நகர மனம் விரும்பவில்லை. அவள் சாப்பிட்டு முடித்ததும் சொக்கலட் ஐஸ்கிரீமை கொண்டுபோய் முன்னால் வைத்தான். அவள் தான் ஓடர் பண்ணவில்லையே என்றாள். இவன் சொன்னான். 'உங்களுக்குத் தெரியாதா? இந்த மாதம் முழுக்க மதிய உணவுக்கு வரும் மாணவ மாணவிகளுக்கு ஐஸ்கிரீம் இலவசம்.' அவள் நம்பிவிட்டாள். பில்லுக்கு பணம் செலுத்திய போது இவன் ஐஸ்கிரீம் காசை தன் கணக்கில் கொடுத்தான். பில்லின் பின் பக்கத்திலே அவளுடைய பெயரையும் டெலிபோன் நம்பரையும் அவள் படிக்கும் பல்கலைக்கழகத்தின் பெயரையும் குறித்து வைத்துக்கொண்டான். தன் பெயரை அவள் 'ஜெஸிக்கா'

என்று இனிமையாக உச்சரித்ததைப் பல தடவை மனதுக்குள் சொல்லிச் சரிபார்த்தான்.

அடுத்த வாரம் அவன் முற்றிலும் எதிர்பாராதது நடந்தது. அவள் தன்னுடைய இரண்டு சிநேகிதிகளை அழைத்துக்கொண்டு மதிய உணவுக்கு வந்தாள். அன்று அவனுடைய ஓய்வு நாள். உணவுக்குப் பின்னர் ஐஸ்கிரீம் ஓடர் பண்ணிச் சாப்பிட்டார்கள். பில் கொண்டு வந்த பரிசாரகன் ஐஸ்கிரீமுக்கு அப்படி ஒரு சலுகையும் இல்லை என்றான். மனேஜர் 'அப்படியா சரி, ஏதோ தவறு நடந்துவிட்டது' என்று சொல்லி பெருந்தன்மையாக ஐஸ்கிரீமுக்கு காசு அறவிடவில்லை. அவளுக்கு அவமானமாக இருந்தது. தன்னை ஒருவன் இத்தனை இலகுவாக ஏமாற்றிவிட்டானே என்று ஆத்திரப்பட்டாள்.

மனேஜர் ஐஸ்கிரீம் காசை அவன் சம்பளத்தில் பிடித்துக் கொண்டு அவனை வீட்டுக்கு அனுப்பினார். இத்தனை சீக்கிரம் பிடிபடுவோம் என்று அவன் நினைக்கவில்லை. டெலிபோனில் அவளை அழைத்தபோது அவள் கோபமாக இருந்தாள். 'எதற்காக அப்படிச் செய்தாய்?' என்றாள். 'உனக்கு ஏதாவது செய்ய வேண்டும்போல பட்டது. நீ ஏற்றுக்கொள்வாயோ என்ற பயமாயிருந்தது' என்றான். 'என் சிநேகிதிகளுக்கு முன் என்னை அவமானப்படுத்தி விட்டாய்.' 'மன்னிக்கவேண்டும். எனக்குத் தண்டனை கிடைத்தது. வேலை போய்விட்டது. இனிமேல் உங்களைச் சந்திக்க முடியாது' என்றான். 'ஏன் சந்திக்க வேண்டும்?' 'நான் உங்களைக் காதலிக் கிறேன்.' அவள் டெலிபோனை கிளிக்கென்று மூடினாள்.

ஒருநாள் மறுபடியும் மனேஜரிடம் போனான். 'நான் காத லித்தது உண்மை. ஆனால், அவள் என்னை நிராகரித்துவிட்டாள். ஒரு குற்றத்துக்கு இரண்டு தண்டனை அதிகம். என் வேலையை எனக்குத் திருப்பித் தாருங்கள்.' மனேஜர் 'உன் வேலையா?' என்று விட்டுச் சிரித்தார். அவர் உயரமாக அவன் முன்னே சீருடையில் நின்று அவனையே உற்றுப் பார்த்தார். 'இனிமேல் உனக்கு வாடிக் கையாளர்களுடன் பேசும் வாய்ப்புள்ள வேலை கிடையாது. சாலட் பாரில் வேலை செய். இங்கேயிருந்து ஒருவர் துரத்தப் பட்டால் அவரை மீண்டும் வேலைக்கு எடுப்பதில்லை.

உன்னை மன்னித்திருக்கிறேன். இனிமேல் ஒரேயொரு தவறு செய்தாலும் உன்னை நிரந்திரமாக வெளியே அனுப்பிவிடுவேன்.'

ஆறுமாத காலம் சாலட் பாரில் வேலை செய்தான். ஒரு வாளியை நிறைத்து முட்டை வெள்ளைக்கரு அவன் முன் இருந்தது. கரண்டியில் அதை எடுத்து ஊற்றி ஓம்லெட் செய்தான்.

ரொமெய்ன் லெட்டூஸ் வெட்டி, பர்மேசன் வெண்ணெய்க்கட்டி தூவி சின்னத் தக்காளி சேர்த்து சாலட் செய்துவிட்டு பம்ப் பண்ணினான். பரிசாரகன் வந்து எடுத்துப் போனான். அவனுக்கு வேலை பிடித்தது. படிக்கவேண்டும், முன்னேற வேண்டும் என்று முதல்தடவையாக மூளையில் யோசனை உதித்தது. எச்சில் பிளேட்டை எடுப்பதும் ஒரு வேலையா என்று தோன்றியது. ஒரே யொரு துயரம் ஜெஸிக்கா அங்கே வந்தாலும் அவனால் அவளைப் பார்க்க முடியாது. பார்த்தாலும் பேச முடியாது. ஆனால், அவன் கைப்பட தயாரித்த உணவை அவள் சாப்பிடக்கூடும்.

அவள் நினைவு வராத நாளே அவனுக்குக் கிடையாது. அதிவேகமாகக் கழற்றக்கூடிய கவர்ச்சியான உடையில் அவள் சின்னச் சின்ன அடிகள் வைத்து நடந்துவரும் காட்சி. இடது தோளில் இருந்து உடம்பை நெளித்து கைப்பையை இறக்கி வைப் பது. செல்போனை நிமிடத்துக்கு ஒருமுறை வெளியே எடுத்துப் பார்ப்பது. விளக்கை அணைப்பதற்கு ஊதுவதுபோல சூப்பை ஊதிக் குடிப்பது. கழுத்தைப் பின்னுக்கு வளைத்து டயற்கோக் அருந்துவது. எல்லாம் நினைவுக்கு வந்தது. 'அவளும் என்னை என்றாவது ஒருநாள் நினைப்பாளா?' அந்த எண்ணத்தை அவன் துரத்தினான்.

சாலட் பாரில் திறமை அடைந்ததும் அவன் ஹெவிசைட்டில் சேர்ந்து வேலை செய்வான். இரவுப் பள்ளிக்குப் போய் படிப்பான். 'உலகத்தில் புதிது என்று ஒன்றுமேயில்லை. அதை ஏற்கனவே ஒருத்தன் செய்திருப்பான்.' ஒருவன் செய்வதை இன்னொருவன் செய்யலாம். மனேஜராகக்கூட ஆகலாம். சம்பளம் அதிகமாகும். நிரந்திரமான வேலை. போனஸ்கூட உண்டு. அவன் எதிர்பார்த்த சந்தர்ப்பம் ஒருநாள் அவனைத் தேடி வந்தது. தயாரிப்பு அறை பொறுப்பாளர் இரண்டு வார லீவில் போய்விட்டார். ஹெவிசைட் செய்தவர் உடல்நிலை சரியில்லாததால் வரவில்லை. மனேஜர் அவனிடம் வந்தார். 'நீதான் இன்று ஹெவிசைட் பொறுப்பு. இன்றைய நாள் முக்கியமான நாள். இன்று வெற்றி பெற்றால் நீ இங்கே நிரந்தரம். சீருடையை மாட்டு. மேலதிகமாக 60 பேர் கொண்ட விருந்தும் இன்றைக்கு வருகிறதாக இப்பொழுதுதான் டெலிபோன் வந்தது. உன்னால் முடியும்' என்றார்.

அவன் பட்டன்கள் வைத்த வெள்ளைச் சீருடையை மாட்டி னான். நீண்ட தலைமுடியை மறைத்து தொப்பியை அணிந்தான். சமையல் மேலாடையைத் தரித்தான். அன்று திறன் உச்சத்தில் இருந்தான். முதல் வேலையாக விருந்தினர்க்கு 60 ஸ்ரிப் லொய்ன்

ஸ்டேக் செய்யவேண்டும். எந்தத் திறமையான சமையல்காரருக்கும் முதல் ஸ்ரிப் லொய்ன் ஸ்டேக் சரிவருவதில்லை. அதி விலைகூடிய உணவு. ஸ்டேக் துண்டுகளை கிரில்லில் வேகவைத்தான். மாட்டின் நடுவயிற்றுக்கும் பின்பக்கத்துக்கும் இடையில் வெட்டிய இறைச்சி. வேலைசெய்யாத தசைக்கூட்டம் என்பதால் மிருதுவாக இருக்கும். இலக்க வெப்பமானியை வெந்த இறைச்சியின் மேலே பிடித்த போது சூடு 60 டிகிரி காட்டியது. நடுவிலே கொஞ்சம் சிவப்பாக வும் ஓரத்தில் தடிப்பாகவும் நல்ல பதமாக வந்தது மணத்தில் தெரிந்தது. 60 பேருக்கு வேகமாக செய்யவேண்டும். உதவிச் சமையல்காரர் காத்திருந்தார். செல்போன் அடித்தது. இலக்கமாக மாற்றப்பட்ட மணி ஓசை. அழைத்தது ஜெஸிக்கா. அவன் இரு தயம் துள்ளி வேகம் பிடித்தது. ஒருமாதமாக உதாசீனம் செய்தவள் திடீரென்று அழைக்கிறாள். 'என்ன?' என்றான். 'உடனே பார்க்க வேண்டும்' என்றாள். 'உடனேயா?' 'உடனே.' அவன் வாழ்க் கையைத் தலைகீழாக மாற்றக்கூடிய அதிசந்தோஷமான தருணம் சிலநிமிட தூரத்தில் இருந்தது. இருதயம் ஆடையைக் கிழித்து வெளியே வந்து அடித்தது. சமையல் அங்கியைக் கழுத்துக்கு மேலால் இழுத்துத் தூர வீசினான். சீருடையைக் கழற்றினான். தொப்பியிலிருந்து தலையை விடுவித்தான். உதவியாளர் ராபின்ஸ னிடம் தான் வெளியே போவதாகச் சொன்னான். அவன் பதறிக் கொண்டு 'நில், நில்' என்று கத்தினான்.

பின்கதவால் புறப்பட்டபோது முன் கதவு வழியாக பார்ட் டியை சேர்ந்த 60 பேரும் வரத்தொடங்கினர். மனேஜர் அவனைக் கண்டு விட்டார். மழைக்குள் ஓடுவதுபோல குனிந்தபடி அவனை நோக்கி வேகமாக வந்தார். 'எங்கே போகிறாய்? எங்கே போகிறாய்?' அவன் விரைவாக நடந்தான். மனேஜர் துரத்தினார். அவன் திரும்பியும் பார்க்கவில்லை. 'நீ வெளியே போனால் மீண்டும் உள்ளே வரமுடியாது. இதுதான் கடைசி.' அவன் திரும்பிப் பார்த்து மெல்லிசாகச் சிரித்தான். 'விளையாடுகிறாயா? 60 பேர் விருந்துக்கு வந்துவிட்டார்கள். திரும்பி வா. திரும்பி வா. நான் என்ன செய்வேன்?' கதவைத் திறந்து வெளியே போனவாறே அவன் கத்தினான் 'கடவுளை ஆச்சரியப்படுத்து.' கதவு தானாக மூடுவதற்கு முன்னர் அந்த வார்த்தைகள் உள்ளே நுழைந்தன.

◆

உன்னுடைய கால அவகாசம் இப்பொழுது தொடங்குகிறது

ரூபவதியில் உனக்குப் பிடித்தது அவளுடைய சிரிப்புத்தான். சிரிப்பு என்றால் அது வெளியே வராத சிரிப்பு. எந்நேரமும் சிரிப்பின் தொடக்கம் அவள் உதடுகளில் இருக்கும். பத்திரிகை படிக்கும்போதும், தேநீர் அருந்தும்போதும், வேலைகள் செய்யும் போதும், நடக்கும்போதும், அமரும்போதும், அலங்கரிக்கும்போதும் அது இருந்தது. அநேக சமயம் அவள் இருளில் கலந்துபோய் இருப்பாள். நீ அவளுக்கு முன் நிற்கிறாயா அல்லது இருட்டின் முன் நிற்கிறாயா என்ற சந்தேகம் உனக்கு ஏற்படும். அவளை மணமுடித்து ஆறு மாதம் சென்ற பிற்பாடுதான் அவளுடைய முக அமைப்பு அப்படி என்பது உனக்குப் புரிய ஆரம்பித்தது.

மணமான அன்று இரவு அவள் முகம் ஒருகணம் கூம்பிச் சோர்ந்தது. அப்பொழுதுகூட அவள் உதட்டிலிருந்து சிரிப்பு முற்றி லும் மறையவில்லை. நீ கேட்டாய் 'ஏதாவது வருத்தமா?' என்று. அவள் சொன்னாள். 'எங்கள் திருமணத்துக்கு 15 பேர் வந்திருந் தார்கள். எல்லோருமே உங்களுக்குத் தெரிந்தவர்கள். எனக்கு ஒருவருமே இல்லை' என்றாள். உனக்கு என்னவோ மாதிரி இருந்தது. 'ஏன் நான் இருக்கிறேனே. நான் இருக்கிறேனே' என்று நீ சொன்னாய். அவள் தலை குனிந்து நின்றாள். வாய் சிரித்தாலும் கண்கள் பளபளப்பாகின. உன்னை மட்டுமே நம்பி அவள் வந்திருக் கிறாள். உலகத்தில் அவளுக்கு ஒருவருமே இல்லை என்று நினைத்தபோது மனம் இரங்கியது. எக்ஸ்ரே எடுக்கும்போது ஈயக்கவசம் அணிந்ததுபோல உன் நெஞ்சு கனத்தது. நீ அவளை அணைத்து ஆறுதல் சொன்னது நினைவுக்கு வந்தது. 'உங்களுடன் பேசவேண்டும். நேரம் கிடைக்குமா?' என்றாள். நீ 'என்னுடைய நேரம் எல்லாம் உன்னுடையவைதான் இனிமேல்' என்றாய். அவள் உடல் உன் கைகளுக்குள் நசுங்கிக்கொண்டு கிடந்தது. 'நான் ஆபத் தானவள் அல்ல' என்று முணுமுணுத்தாள்.

ஆரம்பத்தில் இருந்தே அவள் விசித்திரமானவளாகத்தான் இருந்தாள். மரணக்கடல் சேற்றை முகத்தில் அப்பி ஒப்பனை செய்வாள். முகத்தைக் கழுவியதும் புதுப்பொலிவுடன் தெரிந்தாள்.

நீ 'கண்ணாடிபோல் உன் கன்னம் ஆகிவிட்டது' என்று தடவினாய். உடனே அவள் முகத்தைக் கண்ணாடியில் பார்த்தாள். அடிக்கடி டிவி திரையில், மினுங்கிய தரையில், குளிர்பெட்டிக் கதவில் எங்கேயெல்லாம் பிம்பம் தெரியுமோ அங்கேயெல்லாம் பார்த்தாள். ரோட்டிலே தண்ணீர் தேங்கி நின்றால் அதில் சற்று நின்று தன்னைப் புதிதாகப் பார்ப்பதுபோல வேடிக்கை பார்ப்பாள். சமைக்கும்போதுகூட அடிக்கடி கரண்டியின் பின்பக்கத்தில் தன் வளைந்த முகத்தைப் பார்ப்பாள். ஒருநாள் நீ அவள் பிம்பத்துடன் பேசினாய். 'உன் முகத்தில் உனக்கு அத்தனை ஈர்ப்பா?' அவள் தடுமாறினாள். இரண்டு கைகளையும் மேலும் கீழும் ஆட்டி ஏதோ கெட்ட மணத்தைத் துரத்துவதுபோல வீசி 'அப்படி ஒன்றும் இல்லையே' என்று பதில் கூறினாள். நீ அத்துடன் அதை விட்டு விட்டாய்.

சின்னச் சின்ன சம்பவங்களாக நடக்கத் தொடங்கின. ஒருசமயம் அவள் கேள்விகள் புத்திசாலித்தனமானவையாகத் தோன்றும். அடுத்த நிமிடம் மூடப்பெண்போல தோற்றம் தருவாள். உன்னால் தீர்மானிக்கவே முடிவதில்லை. ஒரு காலையில் நீ அவசரமாக அலுவலகத்துக்குப் புறப்பட்டுக்கொண்டிருந்தாய். இரவு ஆடையை நடு வயிற்றில் சுருட்டிப் பிடித்துக்கொண்டு ரூபவதி உனக்கு முன்னால் நின்றாள். நீ என்ன என்பதுபோல முகத்தை ஆட்டினாய். 'கனடாவின் தலைநகரம் என்ன?' நீ 'ஒட்டாவா' என்றதும் அவள் முகம் மாறிப் போனது. 'ரொறொன்ரோ இல்லையா?' என்றாள். 'ஒட்டாவாதான் தலைநகரம்' என்று நீ மறுபடியும் சொன்னாய். அவள் விடுவதாயில்லை. 'ஏன்?' என்றாள். முதன் முதலாக முழுப் பைத்தியம் ஒன்றை மணமுடித்து விட்டோமோ என்ற எண்ணம் உனக்குத் தோன்றியது.

'நீயும் நானும் முடிவுசெய்யும் விசயமா இது? 150 வருடங்களுக்கு முன்னர் விக்டோரியா மகாராணி தீர்மானித்தது' என்று சொன்னாய். அவளுக்குச் சமாதானம் உண்டாகவில்லை.

'எதற்காக அப்படித் தீர்மானித்தார்?' என்றாள். 'கனடாவுடன் அமெரிக்கா போர் தொடுத்தால் ஒட்டாவாவில் இருந்து அதை எதிர்கொள்வது வசதியானது. அதுதான் காரணம்' என்று நீ பொறுமையாகச் சொன்னதும் அவள் முகம் சுருங்கியதைப் பார்த்து நீ ஆச்சரியப்பட்டாய். 'ஓ, அப்படியா? எனக்குப் படிப்பியுங்கள். தொடர்ந்து படிப்பியுங்கள். நான் அறிவைப் பெருக்க வேண்டும். நிறுத்தவேண்டாம்' என்றாள் கெஞ்சலோடு.

ரூபவதி இதைச் செய்வாள் இதைச் செய்யமாட்டாள் என்று உன்னால் முன்கூட்டியே ஊகிக்க முடியாது. அவள் புத்திசாலி தான். ஆனால், சிலவேளை மண்டைக்குள் மூளை புகுந்துவிடும்

சமயங்களில் மொக்குத்தனமாக ஏதாவது செய்வாள். யாராவது அவளிடம் முகவரி கேட்டால் அவள் பதில் இப்படி இருக்கும். 'எக்லிண்டன் ரோட்டு கிழக்கில், 1717ஆம் நம்பரில், மஞ்சளும் பச்சையும் கலந்த 20 மாடிக் கட்டடம் ஒன்று நிற்கும். காவல்காரர் புத்தகத்தில் பெயரை எழுதிவிட்டு மேலே வரவேண்டும். மூன்றாம் மாடி, அதற்கு மேலே நாலாம் மாடி. அதற்கு மேலே இருப்பது ஐந்தாம் மாடி. அதிலே 514ஆம் நம்பர்' என்று சொல்வாள். உனக்குச் சிரிப்பு வரும். 'அது என்ன மூன்றாம் மாடி. அதற்கு மேலே நான்காம் மாடி. அதற்கு மேலே ஐந்தாம் மாடி' என்று நீ கேட்க நினைப்பாய், ஆனால், கேட்கமாட்டாய்.

இரவிலே அவள் உடம்பில் வெப்பம் அதிகரிப்பதும் ஒருவித மான புதிர்தான். படுக்கைக்குப் போகும்போது அவள் உடம்பு குளிராகச் சில்லென்று இருக்கும். நேரம் செல்லச்செல்ல வெப்ப மானியில் மெர்குரி மேலே ஏறுவதுபோல அவள் உடம்பில் வெப்பம் மெள்ளக் கூடும். நடு இரவு தாண்டியதும் அவள் உடலி லிருந்து வீசும் வெப்பக் காற்று தாங்க முடியாததாகிவிடும். எப்படி இத்தனை வெப்பம் உண்டாகிறது என்று உனக்கு ஆச்சரியமாக விருக்கும். ஆனால், அவள் ஆழ்ந்த தூக்கத்திலிருப்பாள்.

ஆரம்பத்தில் ஒரேயொருமுறை ஒரு புத்தகத்தில் காணப் பட்ட கவிதையை அவளிடம் கொடுத்துப் படிக்கச் சொன்னாய். அவள் புத்தகத்தை கையிலே வாங்கி மேசையிலே வைத்தாள். ஓர் ஓவியத்தை ஆராய்வதுபோல புத்தகத்தை வலது பக்கம் திருப்பிப் பார்த்தாள்; பின்னர் இடது பக்கம் திருப்பிப் பார்த்தாள். நீ 'கவிதையைப் படிக்கவில்லையா?' என்று கேட்டாய். இரண்டு நிமிட நேரம் வார்த்தைகளை ஒவ்வொன்றாக உச்சரிப்பது தெரிந் தது. 'இன்றைக்கே படிக்கவேண்டுமா?' 'ஆமாம்' என்றாய். 'இப்ப வேயா?' 'ஆமாம்.' 'கடைசி வரி வரைக்குமா?' 'ஏன், என்ன பிரச் சினை?' என்று நீ கேட்டாய். 'எல்லாமே வார்த்தைகளாக இருக் கின்றன' என்றாள். அந்தச் சம்பவத்திற்குப் பிறகு நீ அவளிடம் கவிதை பற்றிப் பேசுவதை நிறுத்திவிட்டாய்.

கையிலே ரூபவதி தேநீர்க் கோப்பையை ஏந்திக் குடிப்பதும் ஒரு விசித்திரம்தான். தேநீர்க் கோப்பையைக் கையிலே எடுப்பாள். அதை உயர்த்தி உதட்டுக்குக் கிட்ட கொண்டுபோய் உறிஞ்சிக் குடிப்பாள் என்றுதான் நீ எதிர்பார்ப்பாய். ஆனால், அது நடக்காது. முதுகை வளைத்து கழுத்தைக் குனிந்து கோப்பை விளிம்பில் உதட்டை வைத்து உறிஞ்சுவாள். ஒருநாள் நீ தாங்க மாட்டாமல் அவளிடம் கேட்டாய். 'எதற்காக இப்படி தேநீர்

அருந்துகிறீர். இன்னொரு சிறந்த முறை இருக்கிறது. கையைத் தூக்கி கோப்பையை உதட்டுக்கு அருகில் கொண்டுபோவது.' அப்படி நீ சொன்னாய். அவளுக்குப் பிடிக்கவில்லை. ஆசனத்தை விட்டு விருட்டென்று எழுந்து போனாள்.

தொலைக்காட்சியில் அவள் விருப்பத்தோடு பார்ப்பது இரண்டு. ஒன்று ஒப்பரா. யாரோ முதுகில் கத்தியால் குத்தியது போல அரைவாசித் திரையை மறைத்து ஒரு பெண் வாயைத் திறந்து கத்துவாள். கீழே கதை எழுத்துக்களில் காட்சியளிக்கும். 'என்ன கதை?' என்று நீ கேட்பாய். 'நான் படிக்க முன்னர் எழுத்துகள் ஓடிவிட்டனவே' என்பாள். அடுத்தது சிறுவர்களின் கார்ட்டூன். ஒரே கார்ட்டூனை பலமுறை பார்ப்பாள். ஒரு குறிப் பிட்ட இடம் வரும்போது சிரிப்பாள். எத்தனை தடவை பார்த் தாலும் முதன்முதல் பார்த்தபோது எப்படிச் சிரித்தாளோ அப்படியே சத்தம் குறையாமல் சிரிப்பு இருக்கும்.

சிலசமயம் அவள் கேட்கும் கேள்விகளில் நீ திக்குமுக்காடிப் போவதுண்டு. 'இலையின் நிறம் இருளில் என்ன?' என்றாள். நீ யோசிக்காமல் 'பச்சை' என்றாய். 'எப்படித் தெரியும்?' என்றாள். 'இலையின் நிறம் பச்சைதானே. வெளிச்சத்திலும் அதே நிறம், இருளிலும் அதே நிறம்தான்.' 'அது எப்படி உறுதியாகச் சொல்ல முடியும்?' உனக்கு எப்படிப் பதில்சொல்வது என்பது தெரிய வில்லை. 'விளக்கைக் கொழுத்தினால் தெரியும்' என்றாய். அவள் 'விளக்கைக் கொழுத்தினால் இருள் போய்விடுமே' என்றாள். உனக்குப் பதில் தெரியவில்லை. இருளில் இலையின் நிறம் பச்சை யாக இருக்கலாம். வேறெதுவுமாகவும் இருக்கலாம். என்ன மூடத் தனமான பதில். எட்டாவது பிறந்த நாளுக்கு ஏழாவது பிறந்தநாள் வாழ்த்து அட்டையைக் கொடுத்ததுபோல உனக்குப் பெரிய சங்கடமாகிவிட்டது.

ஒருநாள் அதிகாலை ரூபவதி ஓட்டப் பயிற்சிக்குப் புறப் பட்டபோது நீ ஆச்சரியப்படவில்லை. பழகிவிட்டது, ஆனாலும் சிறிது கவலை கொண்டாய். அவள் ஒருவிதத் தயக்கமும் காட் டாமல் தேர்ந்த ஓட்டக்காரி மாதிரி ஓடிவிட்டு களைத்துப்போய் திரும்பினாள். எதற்காகத் திடீரென்று இந்த ஓட்டப் பயிற்சி என்று நீ கேட்டபோது அவள் மரதன் ஓட்டப் பந்தயத்தில் தான் கலந்து கொள்ளப்போவதாகச் சொல்லி உனக்கு கிலியூட்டினாள். 'மரதன் ஓட்டமா?' என்று நீ வியப்புடன் கூவினாய். அதன் பின்னர் வந்த மூன்று நாட்களிலும் நீ அவள் சொன்னதைத் திருப்பித் திருப்பி யோசித்து வியந்துபோனாய்.

‘விலங்குகளில் மனிதன் ஒருவன்தான் ஓடுவதற்காகப் படைக்கப்பட்டவன். அவனுடைய கணுக்காலும் பாதமும் ஓடுவதற்குத் தோதாகவே அமைக்கப்பட்டிருக்கின்றன. குழந்தைகள் முதலில் ஓடத் தொடங்குகின்றன; பின்னர்தான் நடக்கப் பழகுகின்றன. நிற்பது அதற்குப் பிறகுதான். மனிதனின் இயற்கை நிலை ஓடுவதுதான்.’ இவள் எங்கே இந்தத் தகவல்களைத் திரட்டினாள் என்று நீ உன்னையே கேட்டுக்கொண்டாய். ‘எப்படி ஒரு மனிதனைத் தாண்டி குதிரை வேகமாக ஓடுகிறது?’ என்று கேட்டாய். அவள் சொன்னாள், ‘குதிரை வேகமாக வேண்டுமானால் ஓடலாம். ஆனால், மனிதனால் நீண்டதூரம் ஓடமுடியும். ஒரு குதிரையும் மனிதனும் ஒரே நேரத்தில் புறப்பட்டால் குதிரை பாதி வழியில் நின்றுவிடும். மனிதன் தொடர்ந்து ஓடிக்கொண்டே இருப்பான். மரதன் போரில் கிரேக்கர்களின் வெற்றியைச் சொல்ல 26 மைல் தூரத்தைத் தாண்ட மனிதனைத்தான் அனுப்பினார்கள்; குதிரையை அல்ல. அது பாதி வழியிலேயே விழுந்து இறந்து போயிருக்கும்.’ இப்படி அவள் சொன்னதும் உனக்கு என்ன சொல்வது என்று தெரியவில்லை. அந்தக் கதையை நீ அப்புறம் எடுக்கவில்லை.

அவள் உணவுமேசையில் அமர்ந்து சாப்பிடுவதும் விசித்திரமானதுதான். ஒரு பூனைபோல சின்னச் சின்னதாக கடித்து வேகமாக உண்பாள். ‘மணமுடித்து ஐந்து வருடமாகியும் பிள்ளை இல்லையே. மருத்துவரிடம் சென்று பரிசோதிப்போமா?’ என்று நீ கேட்டாய். குளிக்கும்போது காதுக்குள் தண்ணீர் போய்விட்டது போல தலையை பலமாக ஆட்டினாள். நீ பார்த்துக் கொண்டிருந்தபோதே அவள் கண்கள் பெரிதாகின. நாற்காலியைப் பிருட்டத்தால் தள்ளிவிட்டு எழுந்து வேகமாய்ப் போனாள். அவளுடைய உணவுத் தட்டை நீதான் அன்று கழுவி வைத்தாய்.

வெளிநாட்டிலுள்ள உன் அதிகாரியுடன் நீ டெலிபோனில் பேசிக்கொண்டிருந்தாய். ரூபவதி உனக்கு முன்னால் நின்றாள். அவளுக்கு அவசரமாக ஏதோ உன்னிடம் கேட்கவேண்டியிருந்தது. பத்து நிமிடம் ஆகியிருக்கும். திடீரென்று திரும்பித் தன் விரல்களால் உன் தாடையை அமுக்கிப் பிடித்தாள். உன் வாய் சற்று திறந்திருக்க சம்பாஷணை நின்றது. அவள் உன்னைப் பார்த்து ‘உண்மையை சொல்லுங்கோ. கனடாவின் தலைநகரம் ரொறொன்ரோதானே’ என்றாள். அவள் விரல்களை எடுத்ததும் ‘இல்லை ஒட்டாவா’ என்று நீ சொல்லிவிட்டு அதிகாரியுடன் மீளவும் சம்பாஷணையைத் தொடர்ந்தாய். ஆனாலும் உன்னால் நேராகச் சிந்திக்க முடியவில்லை. உனக்கு அதிர்ச்சியாக இருந்தது.

அன்றுதான் மருத்துவரிடம் போகவேண்டும் என்று தீர்மானித்தாய்.

அவர் முதலில் இருவருக்கும் ரத்தப் பரிசோதனை செய்தார். உன்னுடைய ரத்தத்தில் ஒரு பிழையும் இல்லை. உன் மனைவியின் ரத்தத்தை இன்னொரு முறை பரிசோதிக்க வேண்டும் என்றார். ஆனால், ரூபவதி மறுத்துவிட்டாள். 'எத்தனை தடவை கேட்பது? உங்களுடன் பேசுவதற்கு எனக்குக் கால அவகாசம் வேண்டும்' என்றாள். நீ சொன்னாய். 'பேசலாமே அதில் என்ன பிரச்சினை. மருத்துவர் உடனே வரவேண்டும் என்கிறார்.' 'மருத்துவர் கேட்டுக் கொண்டே இருப்பார். நான் ரத்தம் கொடுத்துக்கொண்டே இருக்க வேண்டுமா? பெண்கள் கர்ப்பம் தரித்து பிள்ளை பெறவேண்டும் என்பது எத்தனை அநீதியானது என்றாள். நீ திடுக்கிட்டுவிட்டாய். அவள் அப்படி ஒருபோதும் முன்னர் பேசியது கிடையாது. 'வேறு யார் செய்யமுடியும். அதுதானே இயற்கை' என்றாய். அவள் சொன்னாள், 'அப்படி உலக நியதி ஒன்றும் கிடையாது. கடல் குதிரையில் ஆண்குதிரைதானே குட்டியை ஈனுகிறது.'

உன் மூளை அதன் எல்லையை அடைந்துவிட்டது. நீ சேர்த்துவைத்த நினைவுகள் தாறுமாறாக ஓடின. வாழ்க்கை என்பது என்ன? உன் நினைவில் உள்ள சம்பவங்களின் தொகுப்பு தானே. மேற்கொண்டு உன்னால் சிந்திக்க முடியவில்லை. ரூபவதி வேறு என்னவோ ஆக மாறிக்கொண்டு வருகிறாள். கைகளை மடித்து அதற்குமேல் தலையை வைத்து மல்லாக்காக நீ படுத்திருந்தாய். மேலே தட்டைக் கூரையில் ஓர் இலையான் தலைகீழாக நகர்ந்தது. பச்சை உடல், சிவப்பு தலை. கண்ணாடிபோல உடையும் தன்மையான இறகுகள். நீ நினைத்தாய் எதற்காக இந்த இலையான் தலைகீழாக நடக்கிறது என்று. அதற்கு என்ன வேண்டும்? அதனால் பறக்க முடியுமே, ஆனாலும் தலைகீழாகத் தொங்கியபடி மெல்ல மெல்ல ஊர்ந்தது. அதனிடம் உள்ள முழுத்திறமையை அது உணரவில்லை. அல்லது பாதித்திறமையே போதும் என அது நினைத்திருக்கலாம்.

என்ன நடந்ததோ ரூபவதி தானாகவே ரத்தப் பரிசோதனைக்குச் சம்மதித்து உன்னுடன் கூடவந்தாள். அவள் முடிவுகள் அப்படித்தான் திடீர் திடீரென்று மாறும். பெயரைத் தாறுமாறாக உச்சரித்து ஒரு தாதி உங்களை உள்ளே அழைத்தார். மருத்துவர் மேசையில் பொருள்களை ஒன்று மாற்றி ஒன்று நகர்த்திக்கொண்டு முகத்தைப் பார்க்காமலே பேசினார். ரூபவதியின் ரத்தப் பரிசோதனை முடிவை ஒரு வாரத்தில் சொல்வதாக உறுதி கூறி

உன்னை அனுப்பினார். ஒருநாள் மாலை ரூபவதி வழக்கம்போல தொலைக்காட்சியில் என்னவோ தேடிக்கொண்டிருந்தாள். இடது கையை நீட்டிப்பிடித்து சானல்களை மாற்றி வந்தவள் கார்ட்டூன் வந்ததும் அப்படியே நிறுத்தி பார்க்கத் தொடங்கினாள். அவள் எத்தனையோ தடவை ஏற்கனவே பார்த்ததுதான். அவளுக்குப் பிடித்த இடங்கள் வந்தபோது புதிதாகப் பார்ப்பதுபோல குரல் எழுப்பிச் சிரித்தாள்.

மருத்துவரிடமிருந்து வந்த தொலைபேசியை எடுத்து நீ பேசத் தொடங்கியதும் உனக்குத் தொந்திரவு இல்லாமல் இருக்க மியூட் பட்டனை அமர்த்திவிட்டு டிவியைப் பார்த்தாள். ஆனால், வாயை மியூட் பண்ணாததால் அது தொடர்ந்து சிரித்தது. மருத்துவர் உன்னுடைய மனைவியின் ரத்தப் பரிசோதனை பற்றிப் பேசினார். உடனே அவளை அழைத்துக்கொண்டு வரும்படிச் சொன்னார். 'மறுபடியுமா?' என்று நீ அலறினாய். இரண்டு மருத்துவ ஆராய்ச்சியாளர்கள் மருத்துவருடன் அங்கே காத்துக்கொண்டிருக்கிறார்கள். 'மனிதர்களின் ரத்தவகை 33 விதமாகப் பிரிக்கப்பட்டிருக்கிறது. உன்னுடைய மனைவியின் ரத்தவகை இந்த 33 பிரிவுகளில் அடங்கவில்லை. அது மனித ரத்தமே அல்ல.'

நீ தொலைபேசியில் பேசியபடியே உன் கண்களை மனைவி பக்கம் திருப்பினாய். உன்னால் நம்ப முடியவில்லை. மீன் தண்ணீரில் துள்ளுவதுபோல உன் இருதயம் ஒரு கணம் துள்ளி விழுந்தது. அவளுடைய கை நீண்டுபோய் தொலை இயக்கியை பிடித்திருந்தது. டிவியில் சானல்கள் அதிவேகமாக மாறின. அவள் உதட்டிலே இருந்த புன்னகை கொஞ்சம் அதிகமாகி ஏறக்குறைய சிரிப்பாக மாறியது. ஒரு சிலை தலையைத் திருப்புவதுபோல மெல்ல தலையைத் திருப்பி உன்னைப் பார்த்தாள். நீ வெலவெலத்துப் போனாய். அவள் உடல் நாற்காலியில் இருந்து ஓர் அடி உயரத்தில் மிதந்தது.

உன்னுடைய கால அவகாசம் இப்பொழுது தொடங்குகிறது.

◆

வால்காவிலிருந்து கனடாவரை

15 வயதுக்குப் பிறகு நான் சந்தித்த பரீட்சைகளில் எல்லாம் பரீட்சையே வென்றது. புத்தகத்தைத் தூக்கி அலுத்துவிட்டது. பக்கத்து வீட்டு சுதாகரன் இயக்கத்தில் ரகஸ்யமாகச் சேர்ந்துவிட்டான் என்று பேச்சு அடிபட்டது. இயக்கத்தில் சேர்ந்தால் துப்பாக்கியைத் தூக்கலாம், குறிபார்த்துச் சுடலாம், இடுப்பிலே குத்தலாம் என்றெல்லாம் எனக்கு கனவிருந்தது. 1981இல் குட்டிமணியையும் தங்கத்துரையையும் கைது செய்தவுடன் இயக்கத்தில் சேரும் ஆட்களின் அளவு சட்டென்று கூடியது. அந்த அலையின் வேகத்தில் நானும் சேர்ந்தேன். அப்பொழுது யாழ்ப்பாணத்தில் எட்டு இயக்கங்கள் செயலாற்றின. நான் சேர்ந்த இயக்கத்தில் புத்தகப் படிப்பு முக்கியமானது. காலையில் உடல் பயிற்சி. மதிய நேரத்தில் இயக்க வேலைகள். மாலை தொடங்கி இரவுவரை புத்தகப் படிப்பு. பாம்புக்குப் பயந்து கிணற்றில் குதித்த கதைதான்.

இயக்கவியல், வர்க்கம், உற்பத்தி சக்திகள், பொருள்முதல் வாதம் போன்ற வார்த்தைகளை முதல் நாளே நான் கற்றுக்கொண்டேன். அந்த இயக்கத்தில் ஆயுதங்களிலிலும் பார்க்கப் புத்தகங்களே அதிகமாகக் காணப்பட்டன. எங்கள் பொறுப்பாளர் எப்பொழுதும் கையில் ஒரு புத்தகத்தோடுதான் திரிவார். வெளியே புறப்படும்போது மாத்திரம் நீளக்கோடுபோட்ட சேர்ட்டை முழங் கைவரைக்கும் மடித்துவிட்டுக்கொண்டு சாரத்துக்குள் துப்பாக்கியைச் செருகியிருப்பார். சேர்ட் கடைசிப் பட்டனைத் திறந்து விடுவதால் கைப்பிடி கொஞ்சம் வெளியே தெரியும். நான் ஏக்கத்தொடு பார்ப்பேன். இப்படி ஆறுமாதம் ஓடிய பின்னர்தான் ஒருநாள் பொறுப்பாளர் என்னைக் கூப்பிட்டு 'நீ இந்தியாவுக்கு உடனே புறப்படு. வேலையிருக்கு' என்றார். என் மனம் துள்ளி முதலிலேயே அங்கே போய்விட்டது. திரும்பும்போது என் கையில் ஏகே 47 துப்பாக்கி இருப்பதாகக் கற்பனை செய்தேன்.

நாங்கள் நாலு பேர் புறப்பட்டோம். மற்றவர்கள் சீனியர்கள், பலமுறை இந்தியா போய்ப் பழக்கப்பட்டவர்கள். இம்முறை எதற்காகப் போகிறார்கள் என்ற ரகஸ்யம் என்னிடமிருந்து மறைக்கப்பட்டிருந்தது. என்னை ஓர் எடுபிடி போலவே நடத்தினார்கள்.

நெடுந்தீவு கடல் கரையில் வெகுநேரம் காத்திருந்தோம். இரவு 10 மணிக்கு வரவேண்டிய வள்ளம் இரண்டு மணிக்கு வந்தது. வள்ளத்திலிருந்து தீக்குச்சியைக் கிழித்து மூன்று முறை பற்ற வைத்தார்கள். அதுதான் சைகை. நாங்களும் அப்படியே செய்தோம். வள்ளம் கரைக்கு வந்தது. முழங்கால் அளவு தண்ணீரில் இவர்கள் பாய்ந்து ஏறினார்கள். அவர்களிடம் சின்னச் சின்ன கைப்பைகள் இருந்தன. என்னிடம் மட்டும் பெரிய பெட்டி கொடுக்கப்பட்டிருந்தது. நான் அதைத் தலையிலே காவி, வள்ளத்தில் ஏற்றி நானும் ஏறிக்கொண்டேன்.

வள்ளத்தை ஓட்டி வந்தது இரண்டு பேர். எங்கள் பாரத்தில் வள்ளம் தத்தளித்தது. எட்டு குதிரை சக்தி எஞ்சின் டுப்டுப்பென்று சத்தமிட வள்ளம் அசைந்து அசைந்து புறப்பட்டது. ஒரு கோழி தீனி பொறுக்க நடப்பதுபோல மெதுவான நகர்வு. வழக்கமாக நாலு மணிநேரத்தில் ராமேஸ்வரம் கரையை அடைந்துவிடலாம் என்று சொன்னார்கள். ஆனால், விடிந்துகொண்டு வந்தது. ஒரு கட்டத்தில் வள்ளம் சத்தம் போடுவதை நிறுத்திவிட்டு சட்டென்று நின்றது. ஒரு திசையைக் காட்டி கச்சத்தீவு அந்தப் பக்கம் இருக்கிறது என்றார்கள். 'எல்லோரும் கைலியைக் கழற்றுங்கள்' என்றான் வள்ளக்காரன். நான் தயங்கினேன். மற்றவர்கள் கடகடவென்று கழற்றினார்கள். ஒரு புது தொழில்நுட்பம் அங்கே உருவானது. அனைத்துக் கைலிகளையும் விரித்து பாய்போல பிடிக்க வள்ளம் மெள்ள மெள்ள அசைந்து கச்சத்தீவு கரையை அடைந்தது.

இப்பொழுதுதான் வள்ளக்காரர்களைப் பார்த்தேன். ஒருத்தனுக்கு என் வயதிருக்கும். பெயர் ரமேசு என்றான். மற்றவனுக்கு 40 மதிக்கலாம். தினமும் இப்படி நடப்பதுபோல ஒருவிதப் பதற்றமும் இல்லாமல் எஞ்சினைப் பழுது பார்த்தார்கள்.

என்னுடன் பயணித்த சீனியர்கள் அந்தோனியார் கோயிலுக்குப் போய்விட்டார்கள். என்னை விட்டுவிட்டு வள்ளம் போய்விடுமோ என்ற பயத்தில் நான் அன்று முழுக்க அங்கேயே காத்திருந்தேன். இரவு வள்ளம் புறப்பட்டு ராமேஸ்வரம் கரையை அடைந்தது. சீனியர்கள் என்னைத் திரும்பிப் பாராமல் தங்கள் தங்கள் சாமான்களைத் தூக்கிக்கொண்டு போய்விட்டார்கள். ரமேசுதான் என் பெட்டியைத் தூக்க உதவிசெய்தான். அதில் இருந்தது அத்தனையும் சுவிட்ச் குடைகள். பட்டனை அமர்த்தியதும் குடை இரண்டு மடங்கு நீண்டு பின் விரியும். அதை வாங்குவதற்கு ஒருத்தன் ஏற்கனவே அங்கே காத்திருந்தான். அவன் தந்த காசுக்கட்டை எண்ணி சேர்ட்டின் உள்பக்கத்தில் இருந்த பொக்கற்றுள் வைத்தேன்.

ரமேசு சொன்னான். 'இங்கே பொலீஸ் நடமாட்டம் அதிகம். உடனே குளித்து உடைமாற்று. அவர்கள் உன்னைப் பிடித்தால் நக்கிப் பார்ப்பார்கள். உப்பு கரித்தால் கைதுசெய்துவிடுவார்கள்.' அப்படியே செய்தேன். தங்குவதற்கு இடமில்லை. இரண்டாம் காட்சி சினிமாவுக்கு ரமேசு கூட்டிப்போனான். சூடம் காட்டிய பிறகு எம்ஜிஆரின் படம் போட்டார்கள். படத்தின் பெயர் நினைவில் இல்லை. சரோஜாதேவியும் அவரும் காதல் சீனில் 'குமரிப் பெண்ணின் உள்ளத்திலே குடியிருக்க நான் வரவேணும்' என்று பாடியபோது தூங்கிவிட்டேன். அந்தப் பெரிய ராமேஸ்வரத்தில் அன்றைய இரவு குடியிருக்க எனக்கு ஒரு அறை கிடைக்கவில்லை. அடுத்தநாள் காலை ரமேசு என்னை மதுரைக்கு ரயில் ஏற்றி விட்டான்.

ஸ்டேசனுக்குப் போகும் வழியில் நடந்த சம்பவம் ஒன்று நினைவுக்கு வருகிறது. ஓர் இடத்தில் சனங்கள் தள்ளுப்பட்டபடி கூட்டமாக நின்று எதையோ வேடிக்கை பார்த்தார்கள். இடையிடையே கைதட்டலும் பெரிய சத்தமும் கேட்டது. என்னவென்று எட்டிப்பார்த்தேன். ரமேசு என்னைத் தடுத்தபடி அவசரப்படுத்தினான். அப்படியே உறைந்துபோனேன். நான் கொண்டு வந்த சுவிட்ச் குடைகள் படுவேகமாக விற்பனையாகின. ஆட்கள் இரண்டு குடை, மூன்று குடை என்று அடித்துப் பிடித்து வாங்கிக் கொண்டு போனார்கள். 'இந்தக் குடை பற்றறியில் இயங்குகிறது. சுவிட்சை அமத்தியவுடன் பற்றறி மேலே போய் குடை விரியும். மழைபெய்தால் உள்ளே பல்பு எரியும். இருட்டிலே வெளிச்சம் இருக்கும். மழையில் நனையாமலும் போகலாம்' என்று கத்தினான் விற்பனைக்காரன். நான் ஸ்டேசன் போய்ச் சேருவதற்குள் குடை முழுவதும் விற்றுத் தீர்ந்துவிடும்போல இருந்தது. என்னால் அவனுடைய எக்கச்சக்கமான கற்பனையை வியக்காமல் இருக்க முடியவில்லை.

மதுரையிலே பொறுப்பாளர் இருக்கும் இடத்துக்கு வழி வழியாக விசாரித்தபடி போய்ச் சேர்ந்தேன். அவர் ஒரு கட்டிலிலே படுத்திருந்தார். பிள்ளை பெறப்போகும் பெண்கள் முழங்கால்களை உயரமாக மடித்து படுத்திருப்பார்களே, அப்படி. பின்னர்தான் தெரிய வந்தது அவர் படுப்பது அப்படித்தான் என்று. காசுக் கட்டை வாங்கி உதவியாளரிடம் கொடுத்தார். பிறகு படுத்தபடியே கட்டளைகள் பிறப்பித்தார். இரண்டு மாத காலம் அவரிடம் வேலைசெய்தேன். படுத்தபடி புத்தகம் படிப்பார்; பற்றறி முடிந்துவிட்டது போலத்தான் இயங்குவார். அவர் கொடுக்கும் வேலைகளைச் செய்தேன். அனைவரும் என்னைக் கண்காணித்துக்

கொண்டிருந்தார்கள். என் கடமைகளில் நான் வெற்றிபெற்றால் தான் அடுத்த கட்டத்துக்குத் தயாராவேன். ஆயுதப் பயிற்சி. அதற்குப் பின்னர் என் வளர்ச்சி எங்கோ போய்விடும்.

நான் கற்பனை செய்தது ஒன்றுமே அங்கே நடக்கவில்லை. நான் வெறும் வேலைக்காரனாகவும் அவ்வப்போது தூதுவ னாகவும் செயல்பட்டேன். 'இந்தக் கடிதத்தை மட்ராஸ் கொண்டு போய்க்கொடு' என்பார்கள். எனக்கு தொடைகள் ஆடத் தொடங் கும். 'அங்கே என்ன பாஷை பேசுகிறார்கள்?' என்று கேட்பேன். 'பயப்படாதே, தமிழ்தான். தண்ணீருக்கு அடியில் நின்று பேசினால் எப்படி ஒலிக்குமோ அப்படி ஒலிக்கும். பழகிவிடும்' என்றார்கள். பழகவேயில்லை. 'இந்தப் பார்சலை வேதாரண்யத்தில் சேர்க்க வேண்டும்.' நான் உடனே துள்ளிக்கொண்டு புறப்படுவேன். வேதாரண்யம் எனக்குப் பிடிக்கும். அங்கே இரண்டு மாத காலம் வேலை பார்த்தேன். பொறுப்பாளர் பெயர் சிவா. அரும்பு மீசை வைத்து, பாதி பழுத்த தக்காளிபோல சிவப்பாயிருப்பார். அவரிடம் ஒரு வசீகரம் இருந்தது. ரீ சேர்ட்டை தலைக்கு மேலால் கழற்றும் அதே நேரத்தில் முகச் சவரம் செய்வார். ஒருநாள் அவரிடம் நேரிலே கேட்டுவிட்டேன். 'சிவா அண்ணை. நான் பெரிய எதிர் பார்ப்போடு வந்தேன். என்னைப் பயிற்சிக்கு அனுப்பவே இல்லை.' அவர் வெள்ளைப் பற்களைக் காட்டி கடகடவென்று சிரித்தார். 'நீர் பயிற்சியில்தான் இருக்கிறீர்.' 'அப்படியா?' என்றேன் திகைத்துப் போய். 'எங்கள் வேலை ஒருவருடைய திறமையைக் கண்டுபிடிப் பது. ஒவ்வொருவரிடமும் ஒரு திறமை உள்ளது. அது அவர் களுக்கே தெரியாது. இங்கே அடிக்கடி வருவானே ராஜீவ், அவனு டைய திறமை என்ன தெரியுமா? இலக்குத் தவறாமல் சுடுவது. இருட்டிலே குரல் வரும் திசையை ஊகித்துச் சரியாகச் சுடுவான். பலமுறை அவனைப் பரீட்சித்திருக்கிறேன். ஒருதடவையேனும் குண்டு தவறவில்லை. அந்தத் திறமை அவனிடம் இருப்பது அவனுக்கே தெரியாது. அதைக் கண்டுபிடித்தது நாங்கள்தான்.'

மணி என்று கூப்பிட்டார். அவன் வந்தான். அவனும் பயிற்சியில் இருப்பவன்தான். அன்றைய தினசரியை விரித்து ஏதேனும் ஒரு பாராவை என்னைச் சுட்டிக்காட்டச் சொன்னார். செய்தேன். மணி அதை ஒருமுறை படித்தான். பின்னர் அப்படியே வார்த்தைக்கு வார்த்தை ஒப்புவித்தான். 'இவனுடைய திறமை ஞாபகசக்தி. பலவிதத் தகவல்கள், சங்கேத வார்த்தைகள், செயல் எண்கள் அனைத்தையும் மனனம் செய்துள்ளான். 1000 தொலை பேசி இலக்கங்களுக்கு இவன் அதிபதி' என்றார். நான் ஆச்சரியத்தோடு அவனையே பார்த்தேன். 'இந்த அறையில்

எத்தனைபேர் இருக்கிறார்கள்?' என்றார். நான் 'மூன்று' என்றேன். அவர் 'தவறு, நாலு' என்றார். எனக்குப் பின்னாலிருந்து ஒருவன் வெளிப்பட்டான். அவன் அங்கே நுழைந்ததையோ என் பின்னால் போய் நின்றதையோ நான் கவனிக்கத் தவறிவிட்டேன். 'எந்தக் கூட்டத்தினுள்ளும் இவன் கலந்துவிடுவான். இவன் முகத்தை ஒருவரும் ஞாபகம் வைப்பதில்லை. பச்சைத்தண்ணி முகம். இதுதான் இவனுடைய திறமை.' அவர் பேசப்பேச எனக்குள் வியப்பு அதிகமாகியது. 'சிவா அண்ணை, என்னுடைய திறமை என்ன?' என்றேன். 'உன்னுடைய திறமையா? ஒரு திறமையும் இல்லை. அதுதான் உன்னுடைய சிறப்பு' என்றுவிட்டு வாய் திறந்து சிரித்தார். பின்னுக்கு அவர் வளைந்து நின்றபோது எனக்கு கோபம் வந்தாலும் உடனே மறந்துவிட்டேன். காரணம் அன்று மதியம் என்னை ஒரு முக்கியமான வேலையாக வெளியே கூட்டிப் போவதாகச் சொல்லியிருந்தார்.

சிவா அண்ணையின் பிரதம உதவியாள் நான்தான். அவர் நடந்தால் அவருடன் நான் நடக்க வேண்டும். அவர் நின்றால் நான் நிற்கவேண்டும். அவர் உட்கார்ந்தால் நான் நிற்கவேண்டும். அவர் படுத்தால் நான் நிற்கவேண்டும். ஒரு துப்பாக்கி விற்பனைக்கு இருப்பதாக மன்னார்குடியிலிருந்து தகவல் வந்தது. அதை வாங்குவதற்கு அவர் புறப்பட்டபோது நானும் போனேன். அன்று முழுக்க பல இடங்களில் அலைந்து கடைசியில் துப்பாக்கிக்காரரைக் கண்டுபிடித்தோம். அவரிடம் ஒரு 3.8 கைத் துப்பாக்கி விற்பனைக்கு இருந்தது. உடம்பில் மறைத்து எடுத்துப் போவதற்கு இலகுவானது. விலையாக 1500 ரூபா கேட்டார். துப்பாக்கியைச் சோதனை செய்ய ஒரு குண்டுகூட அவரிடம் கிடையாது. இருந்தாலும் 800 ரூபா கொடுத்து சிவா அண்ணை அதை வாங்கினார். குண்டுகளை எப்படியும் வாங்கிவிடலாம் என்பது அவர் எண்ணமாயிருக்கும்.

சிவா அண்ணை ஒரு முக்கியமான விசயமாக என்னை யாழ்ப்பாணம் புறப்படுவதற்குத் தயாராக இருக்கும்படி சொன்னார். இந்தப் பயணத்தில் என்னுடைய முழுத்திறமை வெளிப்பட்டால் என்னை அவர் ஆயுதப் பயிற்சிக்கு அனுப்பக்கூடும். அன்று மதியம் அவர் மேசையில் உட்கார்ந்து எழுதினார். நான் பக்கத்தில் விசுவாசமான காவல்காரன் நிற்பதுபோல விறைப்பாக நின்றேன். உள்ளே மீன் பொரித்துக் கொண்டிருந்தார்கள். ஒரு கார் வந்து சட்டென்று நின்றது. அதிலிருந்து பிரேமானந்தா சுவாமி இறங்கினார். அவருடைய பிரபலம் அனைவரும் அறிந்தது. இலங்கையிலிருந்து குடிபெயர்ந்தவர், புதுக்கோட்டையில் 150

ஏக்கரில் ஆச்சிரமம் அமைத்து நடத்தினார். உலகம் முழுக்க அவருக்குப் பக்தர்கள். இங்கிலாந்திலும் சுவிட்சர்லாந்திலும் பெல்ஜியத்திலும் அவருடைய ஆச்சிரமக் கிளைகள் இருந்தன. தாடியும் சடையுமாக நெற்றியிலே நீறணிந்து பார்த்தவுடனேயே மதிப்பு கொடுக்கக்கூடியவராகத் தென்பட்டார். 'வாங்கோ சுவாமி' என்றார் சிவா அண்ணை. அவர் மரியாதை காட்டினாரே ஒழிய நாற்காலியை விட்டு எழும்பவில்லை. சுவாமி மீன் பொரியல் மணத்துக்கு மூக்கைச் சுளித்தபடி நாற்காலியில் அமர்ந்தார். சிவா அண்ணைக்கு சுவாமி ஏமாற்றுக்காரர் என்ற அபிப்பிராயம் இருந்தது. ஆனால், ஒன்றையும் வெளிக்காட்டவில்லை.

'தம்பி, யாழ் நூலகத்தை ராணுவம் எரித்துவிட்டது. இலங்கையில் போர் நிலைமை மோசமாகி வருகிறது. அங்கேயுள்ள அநாதை ஆச்சிரமத்தில் சிறுமிகளும் பெண்களும் மாட்டிக் கொண்டு புகலிடம் தேடித் தவிக்கிறார்கள். நீர் அவர்களை எப்படியும் இங்கே கொண்டு வந்தால் என் ஆச்சிரமத்தில் சேர்க்கலாம். பெரிய உதவியாயிருக்கும்' இப்படிப் பேசினார். சிவா அண்ணை பல கேள்விகள் கேட்டு, இறுதியில் சரியென்று சொல்லி அவரை அனுப்பிவிட்டு என்னிடம் சொன்னார். 'அற்புதம் செய்யும் மனிதர் என்று கொண்டாடப்படுபவர் என்னிடம் உதவிக்கு வந்திருக்கிறார். மனிதாபிமான அடிப்படையில் நான் சம்மதம் தெரிவித்திருக்கிறேன். அவரால் ஒரு சிறு நன்மையும் நடக்கட்டுமே.'

அன்று மீன் பொரியல் சாப்பிட்டபோது அண்ணையின் இறுக்கம் கொஞ்சம் தளர்ந்து காணப்பட்டது. 'நீ என்ன நினைக்கிறாய்?' என்றார். நான் 'மன்னிக்கவேண்டும். தவறான முடிவு' என்றேன். 'பெண்களை இவரிடம் ஒப்படைப்பது நம்பிக்கைத் துரோகம் என்று நீ நினைக்கிறாய். அவர்களோ கதியில்லாமல் தத்தளிக்கிறார்கள். இங்கே வந்தால் எங்கள் பாதுகாப்பு அவர்களுக்குக் கிடைக்குமல்லவா?' நான் ஒன்றும் பேசவில்லை. தலையைக் குனிந்தேன். அவர் தொடர்ந்தார் 'நீ அதீத எச்சரிக்கைக்காரனாக இருக்கிறாய். காரை ஓட்டுபோது அடிக்கடி கண்ணாடியில் பின்னுக்குப் பார்க்கவேண்டும். ஆனால், முழுநேர வேலையாகப் பின்னுக்கு பார்த்துக்கொண்டே ஓட்டினால் விபத்து ஏற்பட்டுவிடும்.'

அன்று கொஞ்சம் அதிகமாகக் கதைத்துவிட்டேனோ என்ற பயம் எனக்கிருந்தது. ஒரு முக்கியமான பார்சலை பத்திரமாகக் கொண்டுபோய் யாழ்ப்பாணத்தில் ஒப்படைப்பதுதான் எனக்கு இடப்பட்ட கட்டளை. கையில் தூக்கக்கூடிய அளவில் பார்சல்

சின்னதாக இருக்கும் என்று நினைத்தேன். அதன் சைஸைப் பார்த்து அதிர்ச்சியடைந்தேன். பெரிய அட்டைப்பெட்டியில் கனமாக இருந்தது. இரண்டுபேர் சேர்ந்து தூக்கினால்தான் முடியும். அன்று இரவே படகு வரும் என்று சொல்லியிருந்தார்கள். ராமேஸ்வரம் கடற்கரைக்குப் பெட்டியை எடுத்துப்போக குதிரைக்காரனைத் தேடினேன். அவன் 300 ரூபா கூலி கேட்டான். வழமையான கூலி 35 ரூபா என்பது எனக்குத் தெரியும். அவனோ ரவுடிபோல சண்டைக்குத் தயாராய் வந்திருந்தான். நான் சைக்கிள் ரிக்சாக்காரனை அழைத்து வந்தபோது குதிரைக்காரன் அவனை அடித்தான். எனக்குக் கோபம் வந்துவிட்டது. என்னிடம் இருந்த வில்லுக்கத்தியை விரித்தபடி குதிரைக்காரன்மேல் பாய்ந்தேன். 'என்னிடம் கத்தி இருக்கிறது. உன்னிடம் கழுத்து இருக்கிறது. அன்னப்பறவை பற்றிக் கேள்விப்பட்டிருக்கிறாயா? அதுதான் எங்கள் சின்னம். இறக்கும்போது பாடும் பறவை. மரணத்தை ஒரு சகோதரன்போல பக்கத்திலே வைத்திருப்பதுதான் என்னுடைய பயிற்சி என்று கழுத்தில் கத்தியை வைத்தேன். குதிரைக் காரன் பயந்துவிட்டான். வேறு பேச்சு இல்லாமல் 35 ரூபாய்க்கு பெட்டியைக் கொண்டுவந்து கடற்கரையில் இறக்கினான்.

பயிற்சி முடிந்து திரும்பும் சிலர் என்னுடன் சேர்ந்து கொண் டார்கள். படகு தூரத்தில் நின்றது. அவர்கள் ஆளுக்கொரு கைப்பை காவினார்கள். என்னுடைய பெட்டிதான் எங்களிடம் இருந்த ஒரே முக்கியமான பொருள். ஒரு வள்ளத்தில் சாமான் களை ஏற்றி படகுக்குக் கொண்டுபோனோம். குதிரைக்காரன் இன்னும் கரையிலேதான் நின்றான். வள்ளம் நகர நகர அவன் ஏதோ தண்ணீரில் மூழ்கிறவன்போல துள்ளித் துள்ளிக் கைகாட்டினான். சில நிமிடங்களுக்கு முன்னர் அவன் கழுத்தில் கத்தி இருந்தது. இப்பொழுது என்னைப் பிரியமுடியாமல் விடை கொடுத்தான். பெட்டியில் ஆயுதம்தான் இருக்கிறது என்று சீனியர்கள் அபிப்பிராயப்பட்டார்கள். ஒருவிதப் பயிற்சியும் இல்லாத என்னிடம் இத்தனை பெரிய பொறுப்பை நம்பி ஒப்படைத் திருந்ததை அவர்களால் நம்பவே முடியவில்லை.

பெரிய படகு என்பதால் வேகமாகப் போனது. நடுநிசி தாண்டியதும் நெடுந்தீவுக் கரையை நெருங்கினோம். அரைமைல் தூரத்திலேயே ஓட்டியவன் படகை நிறுத்திவிட்டான். மேற் கொண்டு அது உள்ளே போக முடியாது. தீப்பெட்டி சைகை கொடுத்தபோது பதில் வரவேயில்லை. வள்ளமோ கட்டுமரமோ வந்து எங்களையும் பெட்டியையும் ஏற்றிப்போனால்தான் உண்டு. படகுக்காரன் ஒரு மணிநேரம் காத்திருந்துவிட்டு 'சிலோன் நேவி

வரும் நேரம்; நான் திரும்பவேண்டும்' என்று அவசரப்படுத்தி னான். பெயர் மாறி 10 வருடமாகியும் அவன் 'சிலோன் நேவி, சிலோன் நேவி' என்றே சொன்னான். எங்களில் தலைவன்போல காணப்பட்டவன் 'திரும்பிப்போய் இன்னொரு நாள் வரலாம்' என்றான். நெடுந்தீவுக் கடற்கரை எனக்குப் பழக்கமானது. மூன்று மைல்தூரம் என்னால் நீந்த முடியும். சாரத்தை உருவி தலையிலே தலைப்பாபோல கட்டிக்கொண்டு கடலில் பாய்ந்தேன். தூரத்திலே மீன்காரர்களின் குடிசை தெரிந்தது. கரை வந்ததும் தலைப்பாவில் மறைத்துவைத்த தீக்குச்சியை பற்றவைத்து சைகை கொடுத்தேன். அவர்களிடமிருந்து உடனே பதில் சைகை கிடைத்தது.

கரையிலே கிடந்த கட்டுமரங்களில் ஒன்றை எடுத்து வலித்துக்கொண்டு மறுபடியும் படகுக்குப் போனேன். ஆட் களையும் பெட்டியையும் விரைவில் மீட்கவேண்டும். காலிலே ஏதோ ஊர்வதுபோல இருந்தது. தொட்டுப் பார்த்தேன். ரத்தம். பாறை ஒன்றிலிலே இடித்தோ என்னவோ கணுக்காலில் இருந்து ரத்தம் கொட்டியது. வலியோ தாங்கமுடியாமல் நிமிடத்துக்கு நிமிடம் கூடிக்கொண்டே போனது. படகிலே இருந்து சாமான் களையும் ஆட்களையும் ஏற்றிக்கொண்டு திரும்பவும் குடிசைக்கு வந்தேன். குடிசையிலே என் பெட்டியை வைத்து அதன்மேல் நான் சாய்ந்து படுத்துக்கொண்டேன். சீனியர்கள் தங்கள் தங்கள் கைப்பைகளைத் தூக்கிக்கொண்டு புறப்பட்டார்கள். 'உடனேயே உனக்கு உதவி வரும். தைரியமாய் இரு' என்று அவர்கள் உறுதி சொல்லிவிட்டுப் போனது கொஞ்சம் ஆறுதலாக இருந்தது.

இரவு முழுவதையும் தூங்குவதும் விழிப்பதுமாகக் கழித் தேன். இடது கணுக்கால் வீங்கி உருண்டு கிரிக்கெட் பந்து அளவு சைசுக்கு வந்துவிட்டது. காலை அசைக்க முடியவில்லை. அது பாட்டுக்குக் கைக்குழந்தைபோல ஒரு பக்கத்தில் கிடந்தது. பகல் பத்து மணியாகிவிட்டது. பசியும் இப்போது சேர்ந்துவிட்டது. நடக்கமுடியாது, முடிந்தாலும் பெட்டியை விட்டு நகரமுடியாது. ஏதாவது சாப்பிடக் கிடைக்கலாம் என நினைத்து பார்சலை உடைத்தேன். 800 ரூபாவுக்கு வாங்கிய 3.8 கைத்துப்பாக்கி மேலே கிடந்தது. மீதி எல்லாமே புத்தகங்கள். நான் ஏதோ ஆயுதங்கள் என்று நினைத்து பெருமைப்பட்டுக் கொண்டிருந்தேன். கையை அடியிலே விட்டுக் கிண்டி எடுத்தேன். பெட்டி முழுக்க ஒரே புத்தகத்தைத்தான் நெருக்கமாக அடுக்கியிருந்தார்கள். புத்தகத்தின் பெயர் 'வால்காவிலிருந்து கங்கைவரை.' எழுதியவர் பெயர் ராகுல சாங்கிருத்தியாயன். 368 பக்கங்கள். ஏமாற்றமாகிவிட்டது. எனினும் புத்தகத்தைப் படிக்கத் தொடங்கினேன்.

மதியமாகிவிட்டது. ஒருவருமே என்னைத் தேடி வரவில்லை. தூரத்தில் பேச்சுக்குரலும் காலடி ஓசையும் கேட்டது. நான் சேர்ட் கையை அவசரமாக மடித்து முழங்கைக்கு மேலே விட்டேன். இடுப்பிலே 3.8 கைத்துப்பாக்கியைச் செருகினேன். சேர்ட்டின் கடைசிப் பட்டனைத் திறந்து துப்பாக்கியின் கைப்பிடி தெரிகிற மாதிரி இழுத்துவிட்டேன். பெட்டியில் சாய்ந்தபடி கிடந்தேன். 19, 20 வயது மதிக்கக்கூடிய இரண்டு இளைஞர்கள் குடிசையை அவசரமாகக் கடந்தார்கள். 'டேய், இஞ்ச வாங்கடா' என்றேன். இருவரும் பயந்து நடுநடுங்கி கிட்டவந்து 'அண்ணை' என்றார்கள். 'பார்த்தும் பார்க்காததுபோல போறீங்களோடா' என்றேன். 'இல்லை, அண்ணை, உங்களைத் தெரியாதா? என்ன செய்ய வேணும்?' முதல்தடவையாக யாரோ என்னை அண்ணை என்று அழைத்தார்கள். இளையவனை என்னுடன் வைத்துக்கொண்டு மற்றவனை அனுப்பினேன். 'நீ போய் எனக்குச் சாப்பாடும் வலி மருந்தும் தள்ளுவண்டியும் கொண்டுவா. ரகஸ்யம்' என்றேன். அவன் பறந்தான். அவன் திரும்பி வருவதற்குள் நான் முதல் அத்தியாயத்தை படித்து முடித்தேன். என்னுடன் நின்ற இளை யவன் 'அண்ணை, இந்தப் புத்தகத்தை நானும் படிக்கலாமோ' என்று கேட்டான். 'வாசிக்கும்போது உனக்கு உதடு அசைவது நின்றுவிட்டது என்றால் நீ இந்தப் புத்தகத்திற்குத் தயாராகி விட்டாய் என்று அர்த்தம்' என்றேன்.

பெரியவனுடைய பெயர் கமலக்கண்ணன். அவன் கொண்டு வந்த பாத்திரத்தை எட்டிப் பார்த்தேன். அதன் அடி துல்லியமாகத் தெரிந்தது. 'இது தண்ணிபோல இருக்கே? உங்கட ஊரில இதற்கு கஞ்சியாடா பெயர்?' அவன் பேசாமல் கூனிக்குறுகி நின்றான். ரொட்டியைத் திருகிப் பிய்த்துச் சாப்பிட்டேன். எத்தனை பசி முன்பு இருந்ததோ அத்தனை பசி சாப்பிட்ட பின்பும் அளவு குறையாமல் இருந்தது. 'பார்த்துக்கொண்டு நிற்க வேண்டாம். என்னை ஊருக்குள் கொண்டு போங்கோ' என்றேன். 33 வயதில் நெப்போலியன் அவுஸ்திரியாவை வென்ற பின்னர் பிரான்சுக்குள் எப்படி ஆடம்பரமாகவும் படாடோபமாகவும் நுழைந்தான் என்று படித்திருக்கிறேன். பெண்கள் எல்லோரும் வழிவழியாக நின்று பூச்சரம் எறிந்து வரவேற்றார்களாம். சாரத்தை இறுக்கிக் கட்டி துப்பாக்கியை இடுப்பில் செருகினேன். நானும் கமலக்கண்ணனும் நீளக்கோடுபோட்ட சேர்ட்டும் துப்பாக்கியும் கிராமத்தினுள் நுழைந்தோம். தள்ளுவண்டியில், புத்தகப் பெட்டியின் மேல் என்னை இருத்தி தள்ளி வந்ததுதான் அந்தச் சம்பவத்தின் மகத்துவத்தைச் சற்றுக் குறைத்தது.

ஒருவாரமாக நான் ஓய்வெடுத்தேன். காலுக்கு மருந்து வைத்துக் கட்டி அது ஒருமாதிரி ஆறி நொண்டி நொண்டி நடக்கக் கூடிய அளவுக்குத் தேறிவிட்டேன். துப்பாக்கியை மறுபடியும் பெட்டிக்குள் அடைத்து பழையமாதிரி கட்டிவிட்டேன். புத்தகத் தைத் திரும்பவும் வைக்கவில்லை. இத்தனை புத்தகங்கள் இருக்கும் போது அதை எண்ணிப் பார்க்கமாட்டார்கள் என்பது எனக்குத் தெரியும். கடந்த ஒருவாரமாகப் புத்தகத்தைப் படித்து முடித்தேன். இதை எழுதிய ராகுல சாங்கிருத்தியாயன் 32 மொழிகளில் வல்லுநர். முதுமையில் அவருக்கு மறதி வியாதி வந்து இறக்கும் போது அவர் தன் பெயரைக்கூட மறந்துவிட்டாராம். இது பின்னர்தான் எனக்குத் தெரிந்தது. 8000 வருட மனித வரலாற்றை அவர் கதையாக எழுதினார். கி.மு 6000இல் தொடங்கி 20ஆம் நூற்றாண்டில் முடிந்தது. 20 அதிகாரங்கள், 20 கதைகள். மனித வரலாறு என்பது என்ன? அடிமைப்படுத்தப்பட்டவர்களின் போராட்டம்தானே. இதிலே என் பங்கு என்ன? இனி வரப் போகும் மனித வரலாற்று சமுத்திரத்தில் என் செயல்களின் ஒரு துளிப் பதிவாவது இருக்குமா?

புத்தகப் பெட்டியைக் கொடுக்கவேண்டியவரின் முகவரி என்னிடம் இருந்தது. வாடகை வண்டி ஒன்றில் பெட்டியை ஏற்றிக்கொண்டு புறப்பட்டேன். சரியான முகவரியைத் தேடிக் கண்டுபிடித்து வாசலில் பெட்டியை இறக்கினேன். சபாபதி என்ற வுடன் என்னை ஒருவர் எதிர்பார்த்திருந்தவர்போல வெளியே வந்தார். அவர் கையில் ஒரு புத்தகம் விரித்தபடி காணப்பட்டது. அவர் தோற்றம் பள்ளிக்கூடத் தலைமையாசிரியர்போல இருந்தது. சோப் நுரைபோல தலை. கைவைத்த பனியன். பார்த்தவுடனேயே ஏதோ பெரிய பொறுப்பில் இருப்பவர் என்று தெரிந்தது. உள்ளே அழைப்பார் என்று நினைத்தேன். என் சாகசத்தில் ஒன்றிரண்டைச் சொல்லியிருக்கலாம். வருகிறேன் என்றேன். அவர் பேசவே இல்லை. அவர் தலை சற்றுக் குனிந்து மீண்டும் நிமிர்ந்தது. அது தான் அவர் விடைகொடுக்கும் முறை.

எத்தனை பாடுபட்டேன். குதிரைக்காரனைக் கத்தியால் குத்தப்போவதாக வெருட்டினேன். அரைமைல் தூரம் இருட்டிலே கடலில் நீந்தினேன். காலுடைந்து ரத்தம் ஒழுகக் கட்டுமரம் களவெடுத்து புத்தகங்களைக் கரைக்குக் கொண்டு வந்து சேர்த் தேன். துப்பாக்கியைக் காட்டி மிரட்டி கஞ்சி வாங்கிக் குடித் தேன். எல்லாம் இந்தப் புத்தகங்களுக்காகத்தான். அது இந்தப் பெரியவருக்கு ஒரு நாளும் தெரிய வரப்போவதில்லை என்று நினைத்தபோது துக்கமாக இருந்தது. சரித்திர வரலாறுகள்

பூரணமாவதில்லை. சில வீரச்செயல்கள் இப்படித்தான் சரித்திரத்தில் இடம்பிடிக்கத் தவறி விடுகின்றன.

2011, பிப்ரவரி மாதம் கனடாவின் கடும் குளிர் வீசிய இரவு ஒன்றில் நான் தொலைக்காட்சி பார்த்துக்கொண்டிருந்தேன். செய்திகளின்போது பிரேமானந்தாவின் படத்தைக் காட்டி அவன் இறந்துபோனதை அறிவித்தார்கள். நான் வேதாரண்யத்தில் பொறுப்பாளருக்கு பக்கத்தில் நிற்க பிரேமானந்தா வெள்ளை வேட்டி, வெள்ளை சேர்ட்டு அணிந்து, செருப்புச் சத்தமிட மீன் பொரியல் மணத்துக்கு முகத்தைச் சுளித்தபடி நடந்து வந்ததை நினைத்துப் பார்த்தேன். 13 பெண்களை வல்லுறவு செய்தவன். கொலைகாரன், கடலூரில் 32 வருட சிறைத்தண்டனை அனுபவித்துக் கொண்டிருந்தபோது இறந்துவிட்டான். 'இவனா?' என்று என்னுடைய அறை நண்பன் எழுந்து நின்றான். 'இவனை உனக்குத் தெரியுமா? என்று கேட்டேன். 'தெரியுமாவா? 38 பெண்களை, சிறுமிகளை, குழந்தைகளை இலங்கை அநாதை ஆச்சிரமத்திலிருந்து இந்தியாவுக்கு மூன்று வள்ளங்களில் கடத்திச் சென்று இவனுடைய ஆச்சிரமத்தில் சேர்த்தது நான்தான்.'

'நீயும் இயக்கத்தில் இருந்தாயா?'

'நாலு வருடங்கள். குற்றங்களுக்கு அவர்கள் கொடுக்கும் தண்டனை பிடிக்காமல் விலகி ஓடினேன்.'

'என்ன குற்றம்?'

'பெரிதாக ஒன்றுமில்லை. ஒரு முட்டையைக் களவெடுத்து விட்டேன். அவ்வளவுதான். அதற்கு அவர்கள் விதித்த தண்டனை தான் மோசமானது.'

'என்ன தண்டனை?'

'மற்ற இயக்கங்கள் துப்பாக்கியைத் தலைக்கு மேல் பிடித்துக் கொண்டு மைதானத்தைச் சுற்றி நாலு தடவை ஓடச்சொல்லும். அது மதிப்பாக இருக்கும்.'

'இங்கே?'

'ஒரு முழுப் புத்தகத்தை கொடுத்து படித்து முடிக்கச் சொன்னார்கள்.'

'என்ன புத்தகம்?'

'வால்காவிலிருந்து கங்கைவரை.'

◆

இன்னும் முன்னேற இடமுண்டு

ஒரு பழைய மஞ்சள் கடித உறையின் பின்னால் எழுதி யிருந்த எண்ணை அவள் படித்தாள். அந்த எண் அவளுடைய வாழ்க்கையை மாற்றப்போகிறது என்பது அவளுக்குத் தெரியாது. அவள் அப்பாவின் முகத்தில் அத்தனை மகிழ்ச்சியை அவள் முன்னர் கண்டதே இல்லை. துபாயிலுள்ள மிகப் பெரிய செல் வந்தர் ஒருவரின் மகன் அவளுடன் பேச வேண்டுமாம். மண முடிக்க விரும்புகிறான்.

அந்தச் சின்னக் கிராமத்தில் தொலைபேசி வசதி எல்லாம் கிடையாது. போரில் பல சனங்கள் வெளியேறிவிட்டார்கள். அப்பா அவளை ஒரு கடைக்கு அழைத்துச் சென்று, முதலிலேயே காசை எண்ணிக் கொடுத்துவிட்டு, அந்த எண்ணை அழைத்துப் பேசினார். அவர் குரல் கொஞ்சம் நடுங்கியது. பின்னர் அவள் பேசினாள். அவளுக்கு 100 ஆங்கில வார்த்தைகள் தெரியும். அவனுக்கு 100 வார்த்தைகள் தமிழ் தெரியும். எப்படியோ அவர்கள் பேசினார்கள். திரும்பி வீட்டுக்குச் செல்லும்போது அவள் கேட் டாள். 'அவருடைய பெயர் என்ன?' அவள் அப்பா 'அரவிந்தன்' என்று சொன்னார். வாய்க்குள் இரண்டு முறை சொல்லிப் பார்த் தாள். பிடிக்கிறதா என்பதைத் தீர்மானிக்க முடியவில்லை.

இரண்டு வாரத்தில் அவர்கள் திருமணம் நடந்தது. அத்தனை பெரிய செல்வந்தரின் மகன் அந்தச் சின்னக் கிராமத்தில் வந்து மணமுடித்தது ஒரே பேச்சாக இருந்தது. இங்கிலாந்தில் அவன் படித்துக்கொண்டிருந்தபோதுதான் சுவாதியின் படத்தை எங்கேயோ கண்டான். அப்பொழுதே தீர்மானித்துவிட்டான், இவள்தான் தன் மனைவி என்று. சுவாதியின் முகத்தில் ஒரு கவர்ச்சி இருந்தது. சிரிப்பை அடக்கி வைத்திருப்பது போன்ற முகம். கன்ன எலும்புகள் துல்லியமாகத் தொடங்கி திடீரென்று முடிந்துவிடும். மனதில் உள்ளதை அப்படியே காட்டும் கண்கள். உலகத்தில் அவளுடைய சொத்து அவளுடைய இரண்டு அண்ணன்களும் இரண்டு தம்பிகளும்தான். இரண்டு நாட்கள் அவர்களைக் கட்டிப்பிடித்து அழுது தீர்த்தாள். அடுத்தநாள் கணவனுடன் துபாய்க்குப் பறந்தாள்.

சுவாதிக்கு கணவரில் வீசிய வெளிநாட்டு மணம் பிடித்தது. சுவாதியின் நீண்ட விரல்கள் அவனை ஈர்த்தன. பொய் பேச அவளுக்கு வராது. வெகுளி. தன் கணவரோ, மாமாவோ அதி உயர்ந்த செல்வ நிலையில் உள்ளவர்கள் என்பது தெரியாது. ஆயிரம் ரூபாய்க்கும், லட்ச ரூபாய்க்கும் எத்தனை சைபர்கள் வித்தியாசம் எனக் கேட்டால் பதில் தெரியாமல் விழிப்பாள். இவர்கள் செல்வத்தைக் கண்டு மிரளாத ஒரே பெண். அரவிந்த னுக்கு அவளை நிரம்பப் பிடித்துக்கொண்டது.

துபாயில் இறங்கிய முதல்நாளை சுவாதியால் மறக்க முடியாது. விமான நிலையம் ஒரே இரைச்சலாக இருந்தது. அவர்கள் பேசிய ஆங்கிலம் அவளுக்குப் புரியவே இல்லை. அரவிந்தன் சொன்னான், 'அது ஆங்கிலம் இல்லை, அரபுமொழி' என்று. அவள் 'அப்படியா?' என்றாள். அவர்களுடைய வீடு இன்னும் ஆச்சரியப்படுத்தியது. பளிங்குத்தரை தகதகவென்று மின்னியது. அவளுடைய உருவம் அவளுக்குக் கீழே தலைகீழாகத் தெரிந்தது. தனக்குமேலே தானே நிற்பது கூச்சமாகப் பட்டது. எந்தப் பக்கம் திரும்பினாலும் நீண்ட யன்னல்கள். இரண்டு மூன்று தரம் தன் வீட்டில் தானே தொலைந்துபோனாள். கழி வறைகள் அவைகளாகவே தண்ணீர் ஊற்றிக் கழுவிக்கொண்டன. வீட்டுக்குள் நுழைந்ததும் விளக்குகள் தானாகவே எரிந்தன; வெளியேறியதும் அணைந்தன.

'பார்லருக்கு போவமா?' 'அது எங்கே இருக்கு? இந்தியா விலா?' என்றாள். அவனுக்குச் சிரிப்பு வந்தது. அதைக் காட்டாமல் அவளுடைய ஆள்காட்டி விரலை எடுத்து வாய்க்குள் வைத்துக் கடித்தான். காதலை அவன் வெளிப்படுத்துவது அப்படித்தான். 'வாயைத் திறவுங்கோ, விரல் நோகுது' என்று வருங்காலத்தில் அவள் பலமுறை கதறுவாள். 'இதை எப்போ பழகினீர்கள்?' 'இப்போதான். உன் விரல்களைப் பார்த்தால் கடித்துத் தின்னத் தோன்றுகிறது.' அவனுடைய உதடுகள் விநோதமாகக் குவிந்து ஒரு தமிழ் வார்த்தையை உண்டாக்கும். இன்னொருமுறை குவிந்து இன்னொரு வார்த்தை வெளியே வரும். அந்த அழகைப் பார்த்தபடியே இருப்பாள். அவன் என்ன சொன்னான் என்பது மறந்துவிடும்.

சுவாதி திறமையாகச் சமையல் செய்வாள். மணமுடித்த ஒரு மாதத்திற்குள்ளாகவே கணவனுக்கு என்னென்ன பிடிக்கும் என்பதைத் தானாகவே கண்டுபிடித்து சமைத்து வைப்பாள். கணவன் ருசித்துச் சாப்பிடுவதைப் பார்த்து ரசிப்பாள். அப்பா வுக்கு என்ன பிடிக்கும், அண்ணன்களுக்கு என்ன பிடிக்கும்,

தம்பிகளுக்கு என்ன பிடிக்கும் என யோசித்து யோசித்து அதையே சமைப்பாள். கணவர் ஒரு வார்த்தை பாராட்டினால் ஒரு வாரத் துக்கு அது போதும்.

ஒருநாள் கணவருடைய கம்பெனிக்குப் போனவள் அப்படியே அசந்துபோனாள். கணவர் தலைமையில் பல வெள்ளைக்காரர்கள் வேலை செய்தார்கள். எல்லோரும் தங்கள் பெயர் எழுதிய அட்டைகளைக் கழுத்திலே மாட்டியிருந்தது பார்க்க வேடிக்கையாக இருந்தது. வரவேற்பறை பெண் எப்படித் தன்னைச் சுருக்கி அந்த உடைக்குள் நுழைந்துகொண்டாள் என்பது அவளை ஆச்சரியப்பட வைத்தது. முகப்பில் ஆங்கிலத்தில் இப்படி ஒரு வாசகம் எழுதியிருந்தது. அதை எழுத்துக்கூட்டிப் படித்தாள். 'இயலாத ஒன்றை உடனே செய்வோம். அற்புதங்கள் ஒருநாள் எடுக்கும்.' அவளுக்குச் சிரிப்பு வந்தது. இவர் அற்புதம் எல்லாம் செய்வாரா? முதல்தரமான ஒப்பனையில் காட்சியளித்த பெண்களை அறிமுகப்படுத்தியதும் அவர்கள் எழுந்து நின்று கை குலுக்கினார்கள். இவள் கிராமத்தில் ஒருவருடனும் கை குலுக்கியதே கிடையாது. ஒரு வெள்ளைக்காரப் பெண் வேகமாக ஏதோ ஆங்கிலத்தில் சொன்னாள். புரியவில்லை. ஆனால், கணவர் சிரித்தார். இவளும் சிரித்து வைத்தாள். ஏதோ மாதிரி இருந்தது. அப்படிக் கணவரைச் சிரிக்க வைக்க தனக்கும் வருமா என்று சிந்தித்தபோது கொஞ்சம் வருத்தமாகத்தான் இருந்தது.

விருந்துகள்தான் அவளுடைய ஒரே பிரச்சினை. ஒரு முறை விருந்துக்குத் தயாரானபோது அவள் வீட்டிலிருந்து கொண்டு வந்த சின்னச் சின்ன நகைகளைப் படுக்கையில் பரப்பி வைத்து எதைப் போடுவது என்ற ஆலோசனையில் இறங்கினாள். கிராமத்து சந்தைகளில் ஒன்றிரண்டு காய்கறிகளைப் பரப்பிவிட்டுக் காத்திருக்கும் கிழவியைப்போல அந்தக் காட்சி இருந்தது. அரவிந்தன் 'உம்முடைய பிறந்த நாளுக்கு வாங்கித் தந்த நெக் லெசை அணியும்' என்றான். அதைத் தரித்த பின்னர் வேறு ஒரு நகையை சுவாதி எடுத்தாள். 'நோ, நோ. விலை உயர்ந்த நகையுடன் இந்த நகைகளை அணியக்கூடாது. அதன் மதிப்பு போய்விடும்' என்றான். அவளுக்கு ஒன்றும் புரியவில்லை. 'அப்படி என்ன மதிப்பு?' 'இதன் விலை நாலு லட்சம் டிராம்.' 'அப்படியென்றால்.' 'ஒரு லட்சம் அமெரிக்க டொலர்கள்.' 'அப்படியென்றால்.' '16 மில்லியன் இலங்கை ரூபா.' 'அப்படியென்றால்.' 'அப்படித்தான்.' 'அப்பா வாங்கித் தந்த ஒரேயொரு நகையை அணிய முடியாதா?' பரிதாபமாகக் கேட்டாள். 'ஏன் முடியாது? இன்றைய விருந்துக்கு வேண்டாமே.'

பகல் முடியவில்லை. இரவு துவங்கவில்லை. மாடியில் நின்று ரோட்டையே பார்த்தாள். தூரத்தில் கணவருடைய கார் வரும்போதே அவளுக்குத் தெரிந்துவிடும். சமையலறையில் உணவு மேசையைத் தயாராக்கினாள். அவன் வீட்டு உடைக்கு மாறிவிட்டு மேசைக்கு வரும்போது உணவு தயாராக இருக்கவேண்டும். அன்று அவன் சாப்பிட உட்காரவில்லை. 'நான் அம்மா வீட்டில் சாப்பிட்டுவிட்டேன்' என்றான். 'அப்படியா? எனக்குத் தொலைபேசியில் சொல்லியிருக்கலாமே' என்றாள். 'ஓ, மறந்துவிட்டேன், மன்னிக்கவும்.' அவளுக்கு அழுகை கண்ணை உடைத்தது. முகத்தைத் திருப்பினாள். 'நீர் சாப்பிடும்' என்று சாதாரணமாகச் சொன்னான். அந்த நேரத்துக்காக அவள் காலையிலிருந்து காத்திருந்தாள்.

அரவிந்தன் காலையில் சாப்பிடுவதில்லை. மத்தியானம் வெளியே சாப்பிடுவார். இரவு அவருடன் ஒன்றாக அமர்ந்து சாப்பிடுவதற்காகக் காத்திருப்பாள். அவருக்குப் பிடித்த ஏதாவது ஒரு பதார்த்தத்தைச் சிறப்பாகச் சமைத்திருப்பாள். இந்தத் தருணம் அவளுக்கு மிக முக்கியம். ஏதாவது வணிக விருந்து அல்லது கூட்டம் அவருக்கு இருக்கும். வெளியே உணவருந்திவிடுவார். அவளுக்கு ஏமாற்றமாக இருக்கும். கணவர் இல்லாமல் தனியாக உட்கார்ந்து சாப்பிடுவதை அவள் வெறுத்தாள். பிச்சைக்காரர்களைப் பார்த்திருக்கிறாள். அவர்கள்கூட கூட்டமாக இருந்துதான் சாப்பிடுவார்கள். தனிமையில் சாப்பிடும் ஒவ்வொரு முறையும் 'தனக்கு யாரும் இல்லை' என்ற உணர்வு அவளுக்குள் எழும்.

அன்று மதியம் பிளாஸ்டிக் தாளில் சுற்றி பாதுகாப்பாகக் கொண்டு வந்த குடும்பப் புகைப்படங்களை வெளியே எடுத்துப் பார்த்தாள். அவளுடைய அண்ணன்மார் ஒரு பக்கமும் தம்பிமார் இருவரும் மற்றப் பக்கமும் நின்றார்கள். நடுவில் அவள். சரியாக அந்த நேரம் அவள் அப்பா தொலைபேசியில் அழைத்தார். 'எப்படியம்மா இருக்கிறாய்?' என்று ஒரு வார்த்தை கேட்டார். அவளுக்கு அழுகை வந்துவிட்டது. கண்ணீர் கொட்டியது. முழங்கையால் துடைத்தபடி பேச முயன்றாள். வார்த்தை வரவே இல்லை. 'இன்றைக்கு உன் அண்ணனுடைய நினைவு நாள். ஞாபகம் இருக்கா?' யாரோ நெஞ்சில் ஓங்கி அறைந்ததுபோல இருந்தது. அவள் சிறுமியாக இருந்தபோது அது நடந்தது. இது பத்தாவது வருடம். 'மறந்துவிட்டேன், அப்பா.' 'பரவாயில்லை, அம்மா. உன்னுடைய அண்ணன்களும் தம்பிகளும் உபவாசம் இருந்து இப்பொழுதுதான் ஒன்றாக அமர்ந்து சாப்பிட்டோம்.' 'மன்னியுங்கள் அப்பா. எப்படி என்னால் மறக்க முடிந்தது?' 'உனக்கு வேலைப்

பளுவாக இருந்திருக்கும்.' 'இல்லை அப்பா. எனக்கு வேலையே இல்லை. அதுதான் பிரச்சினை. சகல வசதிகளும் இருக்கு. சமையல்காரி, காவலாள், சாரதி, தோட்டக்காரன் என்று பலர் ஏவலைச் செய்யக் காத்திருக்கின்றனர். எனக்கு மன்னிப்பே இல்லை.' 'இதுல என்ன இருக்கு. உலகத்து ஜீவராசிகளில் மனிதன் ஒருவனுக்குத்தான் இறப்பு என ஒன்று இருப்பது தெரியும். மிருகங்களும் பறவைகளும், ஏன் புழுக்கள்கூட எத்தனை குதூகல மாக இருக்கின்றன. அவற்றுக்கு மரணம் என்பது தெரியாது. மனிதனுக்குள் அந்த நினைப்பு எப்பவும் இருந்து தொந்தரவு செய்கிறது.' 'அப்பா. எங்கள் அண்ணன் பேரில் ஒரு வீதி இல்லை; வாசகசாலை இல்லை; பூங்கா இல்லை. எங்கள் மனங்களில்தானே அவன் வாழ்கிறான். அப்படியும் நான் மறந்துவிட்டேன்.'

அவள் பள்ளிக்கூடத்தில் படித்தபோது ஒருமுறைகூட முதல் பத்துக்குள் வந்தது கிடையாது. வருட முடிவில் கிடைக்கும் தேர்ச்சிப் பத்திரத்தில் 'இன்னும் முன்னேற இடமுண்டு' என எழுதியிருக்கும். ஒவ்வொரு வருடமும் அதேதான். ஒருநாள் அப்பா கேட்டார். 'இவர்கள் இப்படி வருடாவருடம் எழுதுகிறார்களே. நீ இன்னும் கொஞ்சம் முயற்சி எடுத்துப் படிக்கலாமே.' அவள் சொன்னாள். 'பிரயோசனம் இல்லை, அப்பா. நூற்றுக்கு நூறு மதிப்பெண் வாங்கும் என் சிநேகிதியின் தேர்ச்சி அட்டையில் 'இனி முன்னேற இடமில்லை' அப்படித்தானே எழுதவேண்டும். எழுதவே இல்லை.' என்னதான் உயர்ந்த நிலையில் ஒருவர் இருந் தாலும், வாழ்க்கையின் ஒரு மூலையில் ஏதோ ஒரு போதாமை இருக்கத்தான் செய்யும்.

உப்பரிகையில் நின்று வீதியைப் பார்த்தாள். அவளுக்கு மனம் தவிப்பாக இருந்தது. ஆற்றாத துயரமாக வளர்ந்தது. கணவன் சிலவேளை சாப்பிட்டுவிட்டுத்தான் வருவார். வழக்கம் போல அவள் தனியாகச் சாப்பிட வேண்டி நேரிடும். அங்கே அவள் வீட்டில் எல்லோரும் ஒன்றாக அமர்ந்து உண்பது ஒரு கொண்டாட்டமாகவே இருக்கும். இன்றைக்கும் அவர்கள் ஒன்றாக அமர்ந்து சாப்பிட்டார்களாம். அவள்தான் இல்லை. கணவர் வந்ததும் அவளுடைய அப்பா காலையில் கூப்பிட்டதைச் சொன்னாள். 'அப்படியா?' 'என் அண்ணனின் இறந்த நாளை நான் மறந்துவிட்டேன். அப்பாதான் ஞாபகப் படுத்தினார். குற்ற உணர்வாக இருக்கிறது.' 'ஏன் குற்ற உணர்வு?' 'உபவாசம் இருக்க வில்லையே.' 'எல்லாமே ஞாபகத்தில் வைத்திருக்க முடியுமா?' 'இது என் அண்ணன் அல்லவா? எப்படி மறந்தேன்?' 'உலகத்திலே ஒரு நாளைக்கு 1,50,000 பேர் இறக்கிறார்கள். எல்லோரையும்

நினைவு வைக்கமுடியுமா?' 'அண்ணன் இறக்கவில்லை. கொலை செய்யப்பட்டார். ஒருவன் பூட்ஸ் காலால் அவர் முகத்தில் மிதிக்க, இன்னொருவன் துப்பாக்கியால் சுட்டான்.' 'இரண்டும் ஒன்று தான்.' அப்படிச் சொல்லிவிட்டு ரிமோட்டை கையில் எடுத்தார். அவளால் நம்ப முடியவில்லை. கணவருக்கு எத்தனை பெரிய வார்த்தைகள் தெரியும். அறிவாளி. 'இரண்டும் ஒன்றுதான்' என்று சொல்கிறாரே.

மூன்று நாட்கள் அவளால் தூங்கவே முடியவில்லை. ஒரு கை வெளியே தொங்க கணவன் படுக்கையில் படுத்திருந்தான். மெதுவாக எழும்பி மாடியில் போய் நின்றாள். துபாய் நகரம் அவளுடைய காலடியில் கிடந்தது. அவளைச் சுற்றிலும் ஒன்றுட னொன்று போட்டியிடுவதுபோல உயரமான கட்டடங்கள். ஒரு சில கார்கள் தூரத்தில் ஊர்ந்தன. எறும்பு ஒன்று அவசரமாக ஓடியது. நடு இரவுகூட அதற்கு ஏதோ வேலை. எதற்காக அப்படி உழைக்கிறது. ஒருவேளை தனிமையை மறக்கவாக இருக்கலாம். மனதின் எடை இரண்டு மடங்காகிக் கனத்தது. ஆகாயத்தை நிறைத்து நட்சத்திரங்கள். சுவாதி நட்சத்திரம் செம்மஞ்சள் நிறத்தில் வானத்தின் வலது பக்கத்தில் விட்டு விட்டு ஒளிர்ந்தது. அவள் அப்பா சொல்லுவார் 'சுவாதி நாலாவது பிரகாசமான நட்சத்திரம்' என்று. 'ஏனப்பா முதலாவது நட்சத்திரத்தின் பெயரை எனக்குச் சூட்டவில்லை' என அழுவாள். 'இல்லை அம்மா. நீ நாலாவதாகப் பிறந்தவள். எங்கள் தவக்குழந்தை, அதுதான்' என்று சமாளிப்பார்.

அன்று கணவர் வீட்டுக்கு வந்தபோது சுவாதி சூட்கேசை நிறைத்துவிட்டு அதன் மேல் உட்கார்ந்திருந்தாள். 'என்ன?' என்றார் கணவர். 'நான் இப்பவே வீட்டுக்குப் போகவேண்டும்.' அவள் அப்படி ஒருமுறைகூட பேசியதில்லை. 'அதற்கென்ன, நாளைக்கு டிக்கட் ஏஜண்டிடம் பேசுகிறேன்.' 'இப்பவே.' அவள் கத்தியதில் குரல் இரண்டாகப் பிளந்தது. வேறு ஒரு குரல் பேசியது. 'இப்ப இயலாதே' என்றான் பரிதாபகரமாக. அலுவலக வரவேற்பறையில் 'இயலாதென்றால் உடனே முடிப்போம்' என்று எழுதியிருந்தது அவள் ஞாபகத்துக்கு வந்தது.

அப்பாவிடம் யோசனை கேட்டபோது 'அவள் பாவம், சகோதரங்களோடு வளர்ந்தவள். தனிமையாக இருக்கும். கொண்டு போய் விடு. ஒரு மாதத்தில் சரியாகும். திரும்பவும் அழைக்கலாம்' என்றார். அரவிந்தன் அவளைக் கூட்டிச் சென்று கிராமத்தில் விட்டுவிட்டுத் திரும்பினான். தொலைபேசியில் பேசினார்கள். மிகவும் அன்பாகத்தான் இருந்தாள். 'இரவு வெகுநேரம் வெளியே அலைய வேண்டாம். உடம்பைப் பார்த்துக்கொள்ளுங்கள்' என்று

சொன்னாள். ஒரு வருடம் ஓடிவிட்டது. திரும்பி வர மறுத்து விட்டாள். வேறு வழியில்லாமல்தான் மணவிலக்குக்காக வழக்கறிஞரிடம் செல்லவேண்டி நேர்ந்தது.

சுவாதியின் தகப்பனுக்கும் இது புரியாத புதிர்தான். எவ்வளவோ மகளிடம் சொல்லிப் பார்த்தார். அவள் மறுத்து விட்டாள். அரவிந்தனோ அவளுடன் பேசிக் களைத்துவிட்டான். இறுதி முயற்சியாக அரவிந்தனின் அப்பா கிராமத்துக்குப் போய் சுவாதியைச் சந்தித்தார். 'ஏன் அம்மா, உனக்கு என்ன குறை? என்னிடம் சொல்லலாம். நான் தீர்த்து வைக்கிறேன்.' 'மாமா, நீங்கள் ஏன் இவ்வளவு தூரம் வந்தனீங்கள். அவரில் ஒரு பிழையும் இல்லை. அவர் நல்லவர். எனக்கு வாழப் பிடிக்கவில்லை. தயவுசெய்து எங்களைப் பிரித்து விடுங்கள்.'

'சரி அம்மா. உன் விருப்பம். நாங்கள் சமாதானமாகப் பிரிவோம். இதற்கெல்லாம் வழக்கறிஞர் தேவையில்லை. என்னிடம் போதிய பணம் இருக்கிறது. உனக்கு எவ்வளவு வேண்டுமோ, கேள்.' 'இது என்ன மாமா? எனக்கு எதற்குப் பணம்? நான் அப்பாவுடன்தானே இருக்கிறேன்.' 'அது தெரியும், அம்மா. மண விலக்கு பெறும்போது கொடுக்கவேண்டும். கணவனுக்கு ஒரு கடமை உண்டு. அதுதான் சட்டமும். நீ விரும்பிய தொகையைச் சொல்.'

'அவர் பாவம். இரவு பகலாக கஷ்டப்பட்டு உழைக்கிறார். வெளியே அலைகிறார். நேரத்துக்குச் சாப்பிடுவதும் இல்லை. இந்தக் காசை சம்பாதிக்க என்ன பாடுபட்டாரோ. பத்தாயிரம் ரூபா போதும்.'

அவர் திகைத்துப்போய் நின்றார். இந்தப் பெண்ணுக்கு என்ன நேர்ந்தது? புதிர் இன்னும் கூடியது. ஒரு கோடி ரூபாய்க்குக் காசோலை எழுதி சுவாதியிடம் நீட்டினார். அவள் காசோலையை வாங்கினாள். நீளத்துக்கு சைபர் சைபர் ஆக இருந்தது. அவள் முகத்தில் ஒருவித மாற்றமும் இல்லை. பத்திரத்தில் கையெழுத்திட்டாள்.'

அரவிந்தனுக்கு அவள் பிரிந்து சென்ற காரணம் புரியவே இல்லை. ஆறுமாதம் கடந்து சுவாதியிடமிருந்து ஒரு கடிதம் வந்தது. அரவிந்தன் அவசரமாக அதைப் பிரித்தான். வளைந்த வளைந்த எழுத்துகள். தமிழாகத்தான் இருக்கவேண்டும். மேசையில் கன்னத்தை வைத்துப் படுத்தபடி பேனையைச் செங்குத்தாகப் பிடித்து அதை எழுதியிருப்பாள். கடைசியில் காணப்பட்ட மூன்று

எழுத்துகள் அவளுடைய கையெழுத்தாக இருக்கும். அதை விரலால் தொட்டுப் பார்த்தான். 'வாயைத் திறவுங்கோ. விரல் நோகுது' என்று அவள் கத்தியது நேற்று நடந்ததுபோல இருந்தது.

அப்பாவிடம் கடிதத்தை நீட்டியபோது அவர் என்ன என்பதுபோல முகத்தை ஆட்டினார். பின்னர் விசயத்தைப் புரிந்து கொண்டு கடிதத்தை வாங்கி உரத்து வாசிக்கத் தொடங்கினார்.

என்றும் மறக்க முடியாத என் முன்னாள் கணவருக்கு,

நமஸ்காரம். நான் விலகியபோது என் நகைகளுடன், நீங்கள் வாங்கிப் பரிசளித்த நெக்லசையும் அனுப்பியிருந்தீர்கள். என் அப்பா செய்து தந்த புல்லாக்கை மட்டும் அனுப்பவில்லை. அதன் பெறுமதி 60 ரூபாய். இப்படிச் செய்வீர்கள் என்று நான் நினைக் கவே இல்லை. இந்தக் கடிதம் கண்டதும் அதை அனுப்பி வைக்கவும்.

உங்கள் முன்னாள் மனைவி,

சுவாதி.

'புல்லாக்கா? அது என்ன?' என்றான் அரவிந்தன்.

◆

சிம்மாசனம்

தினமும் 5 நிமிடம் பிந்திவரும் சோமபாலாவுக்கு வயது முப்பதுக்குள்தான் இருக்கும். ஆறடி உயரமாக இருப்பான். அடி மரக்குத்திகளைத் தோளிலே அனாயாசமாகத் தூக்கி எறிவதைக் கண்டிருக்கிறேன். அப்படிச் செய்யும்போது அவன் புஜத்தில் திரளும் தசைநார்கள் முறுகி உருண்டு பெருகி புஜத்தை உடைத்து வெளியே வந்துவிடுமோ என்ற அச்சத்தையூட்டும். கைகட்டி முன்னே நின்றான். ஆசனத்தில் உட்காரமாட்டான். அவன் கையில் பிடித்திருந்த அட்டையை நீட்டினான். ஐந்து நிமிடம் பிந்தி வந்ததால் வருகை நேரம் அட்டையில் சிவப்பாக அச்சடிக்கப் பட்டிருந்தது.

ஆயிரம் பேர் வேலைசெய்யும் அந்தத் தொழிற்சாலையில் 6 மாதம் முன்னர்தான் வருகைப் பதிவு மணிக்கூடுகள் இரண்டை நிறுவியிருந்தார்கள். தொழிலாளிகள் நிரையாக வந்து தங்கள் தங்கள் அட்டைகளை மணிக்கூட்டில் செருகி வருகை நேரத்தைப் பதிவுசெய்வார்கள். 5 நிமிடம் பிந்தி வந்தால் 15 நிமிடக் கூலி வெட்டப்படும். 15 நிமிடம் பிந்தி வந்தால் அரைமணி நேரக் கூலி. அரை மணி பிந்தி வந்தால் ஒருமணி நேரக்கூலி. ஒரு மணி நேரம் பிந்தி வந்தால் தொழிலாளி அன்று உள்ளே அனுமதிக்கப் படமாட்டார்.

சோமபாலா தினமும் பிந்தி வந்ததால் என் முன்னே நின்றான். அந்தத் தொழிற்சாலை கொழும்பில் இருந்து 125 கிலோ மீட்டர் தூரத்தில் உள்ள ஜிந்தோட்ட என்னுமிடத்தில் இருந்தது. முழுக்க முழுக்க சிங்களப் பிரதேசம். அங்கே வேலை செய்தவர் களில் நான் ஒருவனே தமிழ் ஆள். நூறு சிங்கள வார்த்தைகளுக்கு மேலே எனக்குப் பேசத் தெரியாது. நான் சொல்ல வேண்டியதை அந்த நூறு வார்த்தைகளுக்குள் சுருக்கிச் சொல்லிவிடவேண்டும். 'நீ பிந்தி வருவதால் உன் கூலியை வெட்டிவிடுகிறார்களே. வீட்டிலேயிருந்து ஐந்து நிமிடம் முந்தி புறப்பட்டால் போதுமே. என்ன பிரச்சினை?' என்றேன். சோமபாலா குனிந்து பார்த்த படியே நின்றான். ஏதோ பேசவிரும்பினான். ஆனால், அவனால்

முடியவில்லை. அத்தனை பலசாலியான ஒருவன் என் முன்னே கூனிக்குறுகி நின்றது எனக்கே சங்கடமாக இருந்தது. 'சரி போ' என்றதும் அவன் போனான். இன்னொரு தொழிலாளி கழுத்தை வளைத்து தலையை மட்டும் நீட்டிப் பார்த்தான். யாரோ பக்க வாட்டில் பிதுக்கி பிதுக்கி நேராக்கியதுபோல உயரமாகவிருந்தான். வருகை அட்டையுடன் உள்ளே நுழைந்தான்.

அரசாங்கத்துக்குச் சொந்தமான அந்த ஒட்டுப்பலகை நிறுவனம் 20 வருடங்களாக இயங்கியது. தினமும் பெரிய பெரிய லொறிகளில் காட்டு மரங்கள் வந்து குவிந்தன. எந்த நேரமும் மரங்களின் மணம் அங்கே சூழ்ந்திருந்தது. பிரமாண்டமான மெசின்களில் மரங்கள் சுழல அவற்றைக் கூரிய கத்திகள் ஒரு பக்கத்தில் செதுக்க மறுபக்கத்தில் அவை நீண்ட மரத்தாள்களாக விழுந்தன. இந்த இழைகளை ஒன்றுக்கொன்று குறுக்காக வைத்து 3,5,7,9 மரத்தாள்கள் என ஒட்டி வெவ்வேறு தடிப்புகளில் பலகைகள் செய்யப்பட்டன. அவை வழுவழுப்பாகவும் லேசாகவும் இருக்கும். ஆனால், சாதாரண மரப்பலகைகளிலும் பார்க்க வலுவானவை. ஆகவே விற்பனை அமோகமாகவிருந்தது.

தொழிற்சாலையில் வேலை செய்தவர்களில் அதிகமாகப் படித்தவன் சோமபாலா. ஆனால், அவன் மெசின்களில் வேலை செய்வதில்லை. மரங்களைத் தரம் பிரிக்கும் பகுதியிலோ மற்றும் மரங்களை மெசினுக்குள் செலுத்தும் பகுதிகளிலோ இல்லை. ஒட்டும்பகுதியிலும் மினுக்கும் பகுதியில்கூட அவனுக்கு வேலை கிடையாது. மரத்துண்டுக் கழிவுகளைக் கூட்டி அள்ளும் பகுதியில் வேலை செய்தான். ஆனால், அவனால் நூற்றுக்கு மேல் மரங்களை அடையாளம் காணமுடியும். அவற்றின் குணங்களும் உபயோகங்களும் அவனுக்கு மனப்பாடம். தச்சு வேலையின் நுட்பங்கள் அறிந்தவன். அவனுடைய பரம்பரைத் தொழில் அது. ஆனாலும் அங்கே ஆகக் கடைநிலையில் எல்லோருடைய ஏளனத்தையும் சகித்துக்கொண்டு வேலை செய்தான்.

ஒருநாள் சோமபாலா அரைமணி நேரம் பிந்தி வந்ததால் அவனுடைய மேலாளர் அவனை மோசமாகத் திட்டினார். 'உன் கூலியைத்தான் தண்டனையாகப் பிடிக்கிறார்களே. எதற்காக அவர் உன்னைத் திட்டினார்?' என்று கேட்டேன். 'நான் கின்னர சாதி. ஆகக் கீழான சாதி. அப்படித்தான் திட்டுவார்கள்' என்றான். 'உனக்குப் பழகிவிட்டதா?' என்றேன். கிட்ட வந்து காதோடு தொழிற்சாலையின் பொது மேலாளர் என்ன சாதி தெரியுமா என்றான். எனக்குத் தெரியாது என்றேன். தேவ சாதி என்றான்.

‘அப்படி என்றால்?’ எங்கள் பழைய அரசர்கள் எல்லாம் தேவ சாதி. ஆக உயர்ந்தது என்றான். பின்னர் இருபக்கமும் பார்த்து விட்டு ‘உங்களுக்கு ஒரு விசயம் தெரியுமா? எங்கள் பொது மேலாளர் ஒரு சிம்மாசனம் செய்கிறார்’ என்றான். ‘சிம்மாசனமா எதற்கு?’ ‘உட்காரத்தான்.’

‘பொது மேலாளருக்குத் தன் முன்னோர்கள் அமர்ந்தது போல ஒரு சிம்மாசனத்தில் உட்காரவேண்டும் என்ற ஆசை தோன்றிவிட்டது. காட்டிலிருந்து வந்து இறங்கும் மரங்களில் சிறந்த மரங்களைத் தேர்ந்தெடுத்து நல்ல சிம்மாசனம் ஒன்றை உருவாக்கச் சொல்லிக் கட்டளையிட்டிருந்தார். அதற்காகத் தேர்வு செய்யப் பட்டவன் துணிந்து பொய் பேசுகிறவன். அவனை நம்ப முடியாது. அன்னாசிப் பழம் தலையில் விழுந்தது என்று கூசாமல் சொல் வான். அவனுக்குத் தச்சுவேலையும் தெரியாது, சிற்ப வேலையும் தெரியாது. பல மரங்களைப் பாழாக்கிவிட்டான். சிம்மாசனத்தின் கால்கள் சிங்கத்தின் முன்னங்கால்கள்போல இருக்கவேண்டு மென்று பொது மேலாளர் சொல்லியிருந்தார். அவனால் கழுதைக் காலைக்கூட உருவாக்க முடியாது.’

‘ஒன்றிரண்டு மரங்கள் பொதுமேலாளர் சார்பில் வீணா னால் என்ன? பெரிய நட்டம் ஏற்பட்டுவிடுமா?’ ‘நீங்களே இப்படிப் பேசுவது ஆச்சரியமாக இருக்கிறது. அவர்கள் வீணாக்குவது சாதாரண மரங்கள் அல்ல. அபூர்வமான மரங்கள். முன்பு எங்களை ஆண்ட வெள்ளைக்காரர்கள் கலுமெதிரிய மரங்களை கப்பல் கப்பலாக இங்கிலாந்துக்குக் கொண்டுபோய்ச் சேர்த் தார்கள். நூறு வயது மரங்களை அவர்கள் வெட்டியபோது அவற் றுக்கு ஈடாக புதிய மரங்களை நடவில்லை. இங்கிலாந்திலே இந்த மரங்களில் செய்த மேசைகளிலும் நாற்காலிகளிலும் அமர்ந்து உணவருந்துகிறார்கள். இப்படியான மரம் அவர்களுக்கு எங்கேயும் கிடைக்காது. அத்தனை வழுவழுப்பானது; வலுவானது. மினுக்கி னால் அதில் முகம் பார்க்கலாம். அவர்கள் அழித்தது போதா தென்று வேலை தெரியாதவர்களும் அழிக்கிறார்கள். கலையம்சம் சிறிதும் இல்லாதவர்கள் மரம் வெட்டும் வேலையைச் செய்யலாம். மரத்தில் ஒன்றை உருவாக்கும் வேலையைச் செய்யக்கூடாது. மூளைக்குள் ஏதாவது இருந்தால்தான் அது கலையாக மரத்தில் வெளிப்படும்.’

சோமபாலா இத்தனை கோபப்பட்டு நான் பார்த்ததில்லை. ‘என்ன மரம் சிம்மாசனத்துக்கு உகந்தது என்று நீ நினைக்கிறாய்?’ ‘முன்பு ஒரு வெள்ளைக்கார கவர்னர் இருந்தான். அவன் பெயர்

சேர் ரோபர்ட் பிரவுன்றிக். இவன் இங்கிலாந்துக்கு காலண்டர் மரங்களைக் கடத்திப் போய்விட்டான். அவன் வீட்டுக் கதவு களைக்கூட இந்த வகை மரத்தில்தான் செய்தானாம். அதிலும் மோசமாகவல்லோ இப்பொழுது நடக்கிறது. மரக் கழிவுகளைத் தினமும் கூட்டி அள்ளும் வேலைசெய்யும் என்னால் இவர்கள் செய்யும் அநியாயங்களைப் பார்த்துக்கொண்டு இருக்கமுடிய வில்லை.' நான் கேட்ட கேள்விக்கு அவன் பதில் சொல்லவே இல்லை.

'மரங்களில் இத்தனை நேசம் வைத்திருக்கும் நீ எப்படி இந்தத் தொழிலுக்கு வந்தாய்?' 'வேறு என்ன? மரப்பற்றுத்தான். ஒவ்வொருநாளும் என்னால் மரங்களுடன் வாழமுடிகிறது. அவற்றின் சரித்திரத்தைப் படிக்கிறேன். எத்தனை ரகங்கள். 60 அடி 70 அடி உயரமான மரங்கள். 20 அடி சுற்றளவான மரங்கள். 100 வயது வாழ்ந்த மரங்கள். ஆனால், இவை எல்லாம் அழிக்கப் படுவதை என்னால் பார்த்துக்கொண்டு இருக்கமுடியாது. இந்த வேலை எனக்குப் பொருத்தமானது இல்லை. நீங்கள் என்ன நினைக்கிறீர்கள்?' 'நீ அநேக கேள்விகள் கேட்கிறாய்.' 'கேள்விகள் தான் முக்கியம். பதில்கள் அல்ல. உலகம் முன்னேறுவது கேள்வி களால்தான்.' 'என்ன செய்யப் போகிறாய்?' 'எனக்கு என்னவோ மரத்தை அழித்துக் கிடைக்கும் காசில் வாழ்வது பிடிக்கவே இல்லை. ஒருநாள் வேலையை விட்டுவிடுவேன்.'

என்னுடைய தட்டச்சு மெசினில் யூ, கே, எக்ஸ் போன்ற எழுத்துகள் அடித்தவுடன் அவை தாளுடன் ஒட்டிவிடும். அவற்றை விரல்களால் கிளப்பிவிடவேண்டும். அந்த எழுத்துகள் வராத வசனங்களாக உண்டாக்கி டைப் அடித்துக்கொண்டி ருந்தேன். வேலை முடிந்த சமயம் வாசலில் நிழல் தட்டியது. சோமபாலாவைப் பார்த்துத் திடுக்கிட்டேன். முகம், முடி, கை, கால் எல்லாம் மரத்தூள் அப்பியிருந்தது. ஆளே மாறிவிட்டான். 'உள்ளே வா' என்றேன். குறுக்காக அறுத்த முழுப் பலகை ஒன்றைத் தலையிலே தூக்கி வந்திருந்தான். வட்டமான பலகையின் விளிம்புகளை இரண்டு கைகளை நீட்டினாலும் தொடமுடியாது. அதன் சுற்றளவு 20 அடி இருக்கும். மரத்தின் கனத்தில் அவன் புஜங்கள் முறுகி ஏறின. நிலத்தில் கிடத்திவிட்டு 'இது என்ன மரம் தெரியுமா?' என்றான். 'தெரியாது' என்றேன். 'போபாப். சிங்களத்திலும் தமிழிலும் இதன் பெயர் பெருக்கா மரம். பல ஆயிரம் வருடங்களுக்கு முன்னர் இந்த வகை மரம் ஆப்பிரிக்கா வில் இருந்து வந்தது. வளையங்களை எண்ணிப் பார்த்தால் வயது தெரியும். இந்த மரத்தின் வயது தெரியுமா? 400 வருடம். 400

வயது மரத்தை வெட்டிவிட்டார்கள். இதைப்போல இன்னொரு மரம் கிடைக்க நாம் 400 வருடம் காத்திருக்க வேண்டும். இதோ இந்த நடுப்புள்ளி இருக்கிறதே இதுதான் இது தோன்றிய காலம். அரசன் விமலதர்மசூரியா ஆண்ட காலம். 400 வருடங்களுக்கு முன்னர் கண்டியை ஆண்டவன். கிறிஸ்தவ சமயத்திலிருந்து புத்த சமயத்துக்கு மாறியவன். பெரிய படையோடு வந்த போர்த்துக் கீசியரைத் தன் சிறிய படையைத் திரட்டி தந்திரத்தால் துவம்சம் செய்தவன். அவன் காலத்தில் தோன்றிய மரம் இது. இதோ இந்தப் புள்ளியில் இலங்கையின் கடைசி அரசன் சிறீ விக்கிரம ராஜசிங்கன் வேலூர் சிறையில் இறந்தான். இந்தப் புள்ளியில் இலங்கை சுதந்திரம் அடைந்தது.' இப்படியே சொல்லிக்கொண்டு போனான்.

'அவ்வளவு நிச்சயமாகச் சொல்ல முடியுமா?' 'முடியும். அத்துடன் இன்னும் ஒன்று. இந்த மரம் அரிதானது. கடைசிக் கணக்கெடுப்பில் 40 மரங்கள்தான் இருந்தன. அதிலே ஒன்றை இன்று வெட்டிவிட்டார்கள். அதுதான் எனக்கு வருத்தமாயிருக் கிறது. மரங்களை அழித்து வரும் காசில் வாழ்வது வெட்க மாயிருக்கிறது. நான் வேலையை விடப்போகிறேன்.' 'நீ வேலையை விடமாட்டாய். மரங்களை அளவுக்கு அதிகமாக நேசிக்கிறாய். அவற்றின் அருகாமை உனக்குத் தேவை.'

அவன் சொன்ன மாதிரி சோமபாலா வேலையை விட்டு விட்டான் என்று நினைத்தேன். ஒருநாள் காலை வருகை அட்டை யுடன் எனக்கு முன்னால் நின்றான். 'என்ன மறுபடியுமா?' என்றேன். அவனுக்குக் கோபம் வந்துவிட்டது. அவன் அப்படிப் பேசியதே இல்லை. 'நான் என்ன குழந்தைப் பிள்ளையா? திருப்பித் திருப்பிச் சொல்லி என்ன பிரயோசனம். நான் பிந்தி வந்த காரணம் தெரியுமா? நானும் என் தகப்பனாரும்தான் வீட்டில். எனக்கு ஒருவித உதவியும் இல்லை. நான் வீட்டில் இல்லாத நேரத்தில் அவர் வெளியே போய்த் திரும்பிவர வழி தெரியாமல் தொலைந்துபோய்விடுகிறார். அவருக்கு மறதி வியாதி. நான் காலையில் அவரைக் கழுவி சாப்பாடு ஊட்டி கட்டிலில் படுக்க வைத்து, முழங்காலில் முத்தமிட்டுவிட்டு, கட்டிலோடு சேர்த்து அவரைக் கயிற்றினால் கட்டிவிட்டு வேலைக்கு வருகிறேன். சிலசமயம் கொஞ்சம் நேரம் பிந்திவிடுகிறது. நான் மாலை போய்த் தான் அவரை விடுதலை செய்கிறேன். மறுபடியும் அவரைக் கழுவி சாப்பாடு கொடுத்து முழங்காலில் முத்தமிட்டு அவரைத் தூங்க வைப்பேன். நான் பிந்தி வந்தால் தண்டனையாகக் கூலியைப் பிடித்துவிடுகிறீர்கள். இதிலே என்ன பெரிய நட்டம். நான் மெசின்

அ. முத்துலிங்கம் ♦ 1317

வேலையா செய்கிறேன். எனக்குக் கூட்டி அள்ளும் தொழில் தானே.'

அந்த நேரம் பார்த்து பிரியங்கா உள்ளே நுழைந்தாள். பொது மேலாளரின் காரியதரிசி. அங்கே வேலை செய்யும் ஒரே பெண். அவளுடைய உடை பழைய காலத்து ராணியின் ஆடைபோல காலையும் தாண்டி நீண்டிருந்ததால் நிலத்திலே அரைந்தது. சேற்றிலே நடப்பதுபோல காலைத் தூக்கித் தூக்கி வைத்து நடந்தாள். நான் பாடுபட்டு அச்சடித்த தாளைத் திருப்பித் தந்தாள். யூவோ அல்லது கேயோ தாளில் பதியவில்லை என்று மனேஜர் சுட்டிக் காட்டியிருப்பார். 'டைப்ரைட்டர் பழுதுபட்டுக் கிடக்கிறது' என்றேன். அவள் ஒன்றுமே பேசாமல் கண்களை எறிந்து கூரையைப் பார்த்து நாடகத்தனமாகச் சுழற்றிவிட்டுத் திரும்பினாள். நான் சோமபாலாவிடம் 'இந்தப் பெண்ணை உனக்குப் பின்னால் அழைத்துக்கொண்டு போ. அவளுடைய ஆடை நீ கூட்டவேண்டியதை எல்லாம் கூட்டிவிடும்.' என்றேன். சோமபாலா வயிற்றைப் பிடித்துக்கொண்டு குனிந்து குனிந்து சிரித்தான். சிரிக்கும்போதுகூட அவன் புஜங்கள் திரண்டன.

அறை மகிழ்ச்சியால் நிரம்பியதும் நான் கேட்டேன். 'உனக்கு உதவ யாருமே இல்லையா?' 'நான் ஏன் மற்றவர்களிடம் உதவி கேட்கவேண்டும். இது என் கடமையல்லவா? ஒரு மரத்தின் நடுதான் அதன் பலம். வைரமாகவிருக்கும். மரத்தின் மூத்த பகுதியும் அதுதான். ஆனால், மரத்துக்கு வேண்டிய உணவை அதனால் கடத்த முடியாது. மரத்தின் பட்டைகள்தான் உணவைக் கடத்தும் வேலையைச் செய்கின்றன. அந்தப் பகுதி இளையது. மனிதர்களும் அதுபோலத்தான். முதியவர்கள் குடும்பத்தின் பலம். இளையவர்கள்தான் வேண்டிய உணவைச் சம்பாதிக்கவேண்டும்.'

அதன் பின்னர் அவன் இரவு வேலைக்கு மாறிவிட்டதாகச் சொன்னார்கள். அவனைச் சந்திக்கும் சந்தர்ப்பமும் குறைந்து போனது. ஒருநாள் இரவு வேளையின்போது லொறியில் வந்த மரங்கள் கட்டு அறுந்து விழுந்து உருளத்தொடங்கின. பள்ளத்தில் அவை வேகம் பிடித்து ஓடியதை சோமபாலா கண்டான். அங்கே வேலைசெய்த ஆட்கள்மீது மரம் ஏறினால் ஒன்றிரண்டு பேர் சாவது நிச்சயம். சோமபாலா பாய்ந்து வந்து மரக்குத்தி ஒன்றைக் குறுக்காகத் தூக்கி எறிந்து விபத்தைத் தவிர்த்துவிட்டான். அடுத்த நாள் காலை அதுவே பேச்சாக இருந்தது.

அந்த வருசம் தொழிற்சாலை நடத்தும் வருடாந்த பரிசளிப்பு விழாவில் அவனுக்குப் பரிசு கிடைக்கும் என்று பேசிக் கொண்டார்கள். நானும் அப்படித்தான் நினைத்தேன். ஆட்களின்

உயிரை அல்லவா காப்பாற்றியிருந்தான். ஆனால், ஒரு பரிசும் கிடைக்கவில்லை. பொது மேலாளர் என்ன பேசினார் என்ற வதந்தி வெளியே உலாவியது. அவர் சொன்னாராம் 'அவனுக்குப் பரிசு கொடுப்பதிலும் பார்க்க ஒரு தமிழனுக்குக் கொடுக்கலாம்' என்று. 'நீ பரிசு எதிர்பார்த்தாயா?' என்று கேட்டேன். அவன் சொன்னான் 'மரம் உருளத் தொடங்கியபோது நான் ஓடிப்போய் நிறுத்தினேன். அந்த நேரம் பரிசு கிடைக்குமா என்றெல்லாம் யோசித்தது கிடையாது. அவர் அவருக்கு என்ன எழுதி வைத்திருக்கிறதோ அது அதுதான் நடக்கும்' என்றான். நான் ஒன்றுமே சொல்லவில்லை. 'நான் வேலையை விட்டுவிடப்போகிறேன்' என்றான். நான் திரும்பிப் பார்க்காமல் நடந்தேன்.

சோமபாலா வேலையை விடவில்லை. இரண்டு வாரம் கழித்து நான்தான் என் வேலையைத் துறந்தேன். சாமான்களைப் பயணப் பெட்டியில் அடுக்கிக்கொண்டு பஸ்ஸுக்குப் புறப்பட்ட போது, பாதி வழியில் சோமபாலாவிடம் சொல்லவேண்டும் என்று தோன்றியது. அவன் இரவு வேலையில் இருந்தான். தொழிற்சாலை இரவு நேரத்தில் முற்றிலும் வேறுமாதிரி காட்சியளித்தது. வாசலில் இரண்டு பெரிய வருகைப் பதிவு மணிக்கூடுகள் நின்றன. காலை நேரத்தில் தொழிலாளர்கள் வரிசையாக நின்று அடித்துப்பிடித்துக் கொண்டு தங்கள் நேரங்களை அட்டைகளில் பதியும் காட்சி நினைவுக்கு வந்தது. நான் சென்ற நேரம் அங்கே ஒருவரும் இல்லை.

சோமபாலாவைத் தேடிக்கொண்டு போனேன். வழக்கமான இடத்தில் அவனைக் காணவில்லை. மெசின்கள் காது செவிடாகும் ஒலியை எழுப்பின. கட்டடத்தின் ஒதுங்கிய சின்ன மூலையில் தனியாளாக அவன் வேலை செய்தான். என்னை நிமிர்ந்து பார்த்து விட்டு மறுபடியும் வேலையில் மூழ்கினான். 'உன்னைப் பழைய இடத்தில் தேடினேன்' என்றேன். என் முகத்தைப் பார்க்காமலே பதில் சொன்னான். 'பல மாதங்களையும், அபூர்வ மரங்களையும் வீணடித்துவிட்டார்கள். இப்பொழுது என்னிடம் வேலை வந்திருக் கிறது. பழைய கண்டி அரசர்கள் தங்கள் அரண்மனைகளை அலங் கரிப்பதற்கு விரும்பிப் பயன்படுத்தியது இந்த மரம்தான். இதன் பெயர் ஹுலான்ஹிக். எப்படியோ வெள்ளைக்காரனிடமிருந்து இது தப்பிவிட்டது. இதிலிருந்து எழும்பும் நறுமணம் அரண் மனையையே நிறைக்கும். கறுப்பு என்பது நிறமே இல்லை என் கிறார்கள் விஞ்ஞானிகள். மரத்தை மினுக்க மினுக்க அதன் மினு மினுப்பு கூடிக்கொண்டே போகும். இதைப்போல ஒளிவிடும் கறுப்பு மரம் உலகத்திலேயே கிடையாது.'

கைப்பிடியில் இரண்டு வாய் திறந்த சிங்கங்கள் தத்ரூபமாக நின்றன. கால்களும் பாய்வதற்குத் தயாரான சிங்கத்தின் கால்கள் போலவே அமைந்திருந்தன. ஒரு குழந்தைப் பிள்ளையை அரவணைப்பதுபோல மெதுவாக அந்தக் கைப்பிடிகளை மினுக்கினான். அது கறுப்பு ஒளியை வீசியது. அவன் வேலையில் ஆழ்ந்து போய் இருந்தான். கலை என்று வந்துவிட்டால் எல்லாம் மறந்து போகும் போலும். 'இதைப்போன்ற நார்வரிகளை எங்கேயும் பார்க்க முடியாது. அவற்றின் உள் அணுத்துகள்களின் ஒழுங்கமைதி அற்புதமானது. மரங்களின் அரசன் இதுதான்.'

'சிம்மாசனமா செய்கிறாய்?'

எங்குமே பார்க்காத ஒரு பார்வை அவனுக்கு வந்தது. 'நான் நாற்காலிதான் உருவாக்குகிறேன். ஒரு மன்னன் உட்கார்ந்தால்தான் அது சிம்மாசனம் ஆகும்.'

'நான் வேலையை விட்டுவிட்டேன். உன்னிடம் சொல்லிவிட்டுப் போவதற்காகத்தான் வந்திருக்கிறேன்' என்றேன். அவன் ஒன்றுமே பேசவில்லை. குனிந்து மிகக் கவனமாக மினுக்கிக் கொண்டு இருந்தான். ஏதோ அவன் மூளையின் உள்ளே ஓடியது. ஆனால், சொல்லாக வடிவம் பெறவில்லை. அவனுக்குக் கிடைக்க வேண்டிய கூலியைத் தாறுமாறாக வெட்டிய ஒருவரிடம் என்ன பேச்சு என்று அவன் நினைத்திருக்கலாம்.

நான் கொழும்புக்குப் போகும் கடைசி பஸ்ஸைப் பிடித்தேன். மூன்று மணிநேரம் பயணம் செய்யவேண்டும். கட்டிலில் கட்டப்பட்டுக் கிடக்கும் கிழவர் ஒருவரின் ஞாபகம் மனதில் வந்தது. ஆறாம் ஜோர்ஜ் மன்னர் அமர்வதற்குத் தகுதியான உத்தமமான சிம்மாசனம் கறுத்து மினுங்கி உருவாகும் காட்சி தொடர்ந்தது. சிவப்பு மையில் நேரம் அச்சடித்த அட்டைகளை வைத்துக் கொண்டு வரிசையாக தொழிலாளர்கள் நிற்கும் காட்சி அடுத்து. தன்பாதை வெளிச்சத்தைத் தானே உண்டாக்கிக்கொண்டு பஸ் இருளை நோக்கி ஒளிக்கோடாக ஓடிக்கொண்டிருந்தது. ஒருவர் வாழ்நாளில் அருமையாகக் கிடைக்கும் என் நடுநிசி மணித்தியாலங்கள், தன் தகப்பனாரிலும் பார்க்க மரங்களை நேசிக்கும் ஒருவனைப்பற்றிச் சிந்திப்பதிலேயே கழிந்தது.

◆

வெள்ளிக்கிழமை இரவுகள்

ஏதோ காட்டு மிருகம் துரத்தியதுபோல உள்ளே பாய்ந்தாள் ஆகவி. பத்து வயதுதான் இருக்கும். அவளுடன் வந்த காற்றும் உள்ளே நுழைந்தது. புத்தகப் பையைக் கீழே எறிந்தாள். எதையோ தேடுவதுபோல இரண்டு பக்கமும் பார்த்தாள். பத்து மைல் தூரம் ஓடிவந்ததுபோல அவளுக்கு மேல்மூச்சு கீழ்மூச்சு வாங்கியது.

தாயார் சமையல் அறையில் இருந்து மெள்ள எட்டிப் பார்த்தார். ஒவ்வொரு வெள்ளிக்கிழமையும் இப்படி நடப்பதுதான். பள்ளியிலிருந்து வரும்போதே சண்டை பிடிக்க ஏதாவது காரணத்துடன் வருவாள். அகிலா தனியாகக் கனடாவுக்கு அகதியாக வந்தபோது நாலு மாதம் கர்ப்பம். ஐந்து மாதம் கழித்து ஆகவி பிறந்தாள். தாயாரின் ஒரே செல்லம். அவர் மடியில் தலைவைத்துப் படுக்க அகிலா முடியைக் கோதிவிட்டார். 'கோதாதே. என் தலையை இறுக்கி அமுத்து' என்று கத்தினாள். தாயார் மகளின் தலையை இரண்டு கைகளாலும் அமுத்திப் பிடித்தார். 'சரி, உன் பொய்களால் என் மண்டையை நிரப்பு' என்றாள். இவ்வளவு ஆவேசமாகவும் கோபமாகவும் ஆகவி பேசியதே இல்லை.

அகிலாவுக்கு மகளை எப்படிச் சமாளிப்பது என்று தெரியும். 'நீ முதலில் சாப்பிடு. பின்னர் யார் உனக்கு நான் பொய் பேசியதாகச் சொன்னார்கள்? அதைச் சொல்லு.' 'ஒல்லிப்பிச்சான் மைக்தான் சொன்னான்.' 'அவனுக்கு எப்படித் தெரியும்?' 'அவனுக்கு எல்லாம் தெரியும். அவனுக்கு இரண்டு அப்பாக்கள். இருவருமே விமானங்கள் திருத்துவார்கள்.' 'விமானம் திருத்தினால் அவர்களுக்கு எல்லாம் தெரியுமா? வேறு என்ன சொன்னான்.' 'என்னுடைய அப்பா ஓடிவிட்டாராம்,' 'அதற்கு நீ என்ன சொன்னாய்?' 'கழுதைப் பல், சதுரப் பல் என்று திட்டினேன்.' 'எதற்கு அப்படித் திட்டினாய்?' 'எனக்கு அதனிலும் மோசமான வசவு தெரியாதே.' 'அவன் என்ன சொன்னான்?' 'உன்னுடைய அம்மா உன்னை வீசிவிட்டு தொப்புள்கொடியை வைத்திருந்திருக்கலாம் என்றான்.' 'அப்படியா? நீ என்ன சொன்னாய்?' 'நீயே பார்வைக்கு ஒரு தொப்புள்கொடி போலத்தானே இருக்கிறாய் என்றேன். அப்போது மணி அடித்துவிட்டது.'

வெள்ளிக்கிழமை இரவுகளை ஆகவியால் தாங்கமுடியாது; அகிலாவும் வெறுத்தாள். அவள் வேலை செய்யும் கம்பெனியில் வாரத்தில் நான்கு நாட்கள் பகல் வேலை. வெள்ளிக்கிழமை மாத்திரம் இரவு வேலை. இரவிரவாக ஏற்றுமதிக்கு வேண்டிய பொருட்களைப் பெட்டிகளில் அடைத்துத் தயாராக்கவேண்டும். சனிக்கிழமை காலை அவற்றை ஏற்றிப்போக கனரக வண்டிகள் வந்துவிடும். வெள்ளிக்கிழமை இரவுகளில் ஆகவிக்கு உணவு கொடுத்து அவளைப் படுக்கவைத்துவிட்டு வேலைக்குப் புறப்படுவாள். படுக்கையில் இருந்து டிவி பார்த்தவாறு ஆகவி தூங்கி விடுவாள். அடுத்தநாள் காலை அவள் எழும்பும்போது அம்மா பக்கத்தில் இருப்பார்.

ஆகவியின் பள்ளிக்கூடத்தில் ஐந்து விதமான குடும்பப் பிள்ளைகள் படித்தார்கள். இரண்டு அம்மா உள்ள பிள்ளைகள். இரண்டு அப்பா உள்ள பிள்ளைகள். அப்பா, அம்மா இருவருமே உள்ள பிள்ளைகள். தனி அப்பா பிள்ளை; தனி அம்மா பிள்ளை. இரண்டு அப்பா அல்லது இரண்டு அம்மா அல்லது அம்மா, அப்பா உள்ள பிள்ளைகள் பெருமை அடித்துக்கொள்வார்கள். தனி அம்மா பிள்ளைகளை அவர்கள் கேலி செய்வார்கள். 'உன் அப்பா எங்கே? ஓடிவிட்டாரா?' என்று இவளைச் சீண்டுவதே அவர்கள் வேலை.

'எங்கே என் அப்பா?' என்று ஆகவி பலதடவை தாயாரிடம் சீறியிருக்கிறாள். சிலகாலமாகவே அவள் தாயாரை மதிப்பது கிடையாது. என்ன சொன்னாலும் அதற்கு ஒரு பதில் இருக்கும். அந்த வருடத்தில் மட்டும் அவள் பள்ளிக்கூடத்தில் 100 பென்சில்களைத் தொலைத்திருந்தாள். கேட்டால் 'தொலைந்துவிட்டது' என்று கத்து கிறாள். அவளுடன் படிக்கும் மற்றப் பிள்ளைகளும் இப்படித்தான் தொலைக்கிறார்களா? யாராவது பெரியவர்கள் 'நீ எப்படியம்மா இருக்கிறாய்?' என்று கேட்டால் இவள் 'நல்லாயிருக்கிறேன்' என்று பதில் சொல்வதில்லை. 'முழுதாயிருக்கிறேன்' என்கிறாள். 'சாப் பிட்டாயா?' என்று விசாரித்தால் ஆம் இல்லை என்று பதில் சொன்னால் போதும். ஆனால், இவள் பல்லை இளித்துக் காட்டிக் கொண்டு ஒன்றுமே பேசாமல் நிற்பாள்.

'எங்கே உன் பென்சில்?' என்றார் அகிலா.

'தொலைந்துவிட்டது.'

'எங்கே தொலைந்தது?'

'பென்சில் என்னிடம் சொல்லிவிட்டா போகும்? எப்படியோ தொலைந்துவிட்டது.'

'அது எப்படி ஒவ்வொரு நாளும் தொலைந்து போகும். உனக்குப் பென்சில் வாங்கிக் கொடுத்தே நான் ஏழையாகி விடுவேன்போல இருக்கிறதே?'

'இப்ப நாங்கள் பணக்காரர்களா?'

'இடக்காகப் பேசாதே. நான் ஒருத்தி உனக்காக இரவு பகலாக உழைக்கிறேன். சமைத்துப் போடுகிறேன். உன் உடுப்பைத் தோய்க்கிறேன். கொஞ்சம் பொறுப்பாக இரு மகளே. புரிகிறதா?'

'நீ சொன்னதில் எந்த வார்த்தையை நான் அகராதியைப் பார்த்துப் புரிந்துகொள்ள வேண்டும்?'.

இடியப்பத்துக்குக் குழைத்த மாவில் சின்ன உருண்டை செய்து அதைக் கையிலே உருட்டிக்கொண்டே ஆகவி மேசைக்கு அடியில் உட்கார்ந்து கதைப்புத்தகம் படித்தாள். அந்த ஓர் இடத்தில்தான் அவளுக்குத் தாயாரின் தொந்தரவு இல்லை. நீண்ட நேரமாகத் தயாரித்த புதுவிதமான சிற்றுண்டியை மேசைக்குக் கீழே குனிந்து மகளுக்கு நீட்டினாள் அகிலா. அதன் நிறத்தையும் வடிவத்தையும் பார்த்துவிட்டு ஆகவி வேண்டாம் என்றாள் 'சாப்பிட்டுப் பார், நல்லாயிருக்கும்'. 'நீ செய்வது ஒன்றுமே நல்லாயிராது.' 'இப்ப நீ ஆக மோசம். குழந்தையாய் இருந்தபோது பிரச்சினையே இல்லை.' 'என்ன சாப்பிட்டேன்?' 'என்னைத்தான்.' ஆகவி அதைக் கேட்டு விழுந்து விழுந்து சிரித்தாள். மேசைக்கு வெளியே வந்து தாயைச் சுற்றி சுற்றி ஓடினாள். 'நான் விட்ட மிச்ச உணவு, அம்மா, நான் விட்ட மிச்ச உணவு, அம்மா' அகிலாவுக்கும் சிரிப்பு வந்தது. ஆகவியுடன் தர்க்கம் செய்யவே முடியாது. அவள் யோசிப்பதே இல்லை. வாயைத் திறந்ததும் உள்ளேயிருந்து சொற்கள் வெளியே வந்து விழும்.

இத்தனை புத்திசாலியான பெண் தினமும் பென்சில்களை எப்படித் தொலைக்கிறாள்? அகிலாவுக்கு எரிச்சல் எரிச்சலாக வந்தது. அவளுடைய பள்ளிக்கூட ஆசிரியர் அவள் வேண்டுமென்றே தொலைக்கிறாள் என்றார். அவளுடன் படிக்கும் சக மாணவிகளுக்குக்கூட அந்த மர்மம் புரியவில்லை. மகளை மனநல மருத்துவரிடம் அழைத்துப் போனாள் அகிலா. மருத்துவர் இருவரிடமும் கேள்விகள் கேட்டார். பின்னர் சிறுமியிடம் தனியாகப் பேசினார். 'ஆகவியின் உள்ளத்திலே அடி ஆழத்தில் ஏதோ இழப்பு இருக்கிறது. அதைச் சரிக்கட்ட முயலுங்கள்' என்றார். அப்போதுதான் அவளுக்கு அப்பா இல்லாத குறையாக இருக்கலாமோ என்ற சந்தேகம் அகிலாவுக்கு ஏற்பட்டது...

சில்வியாவைத் தொலைபேசியில் அழைத்தாள். அகிலாவுடன் படித்த சிநேகிதி அவள். பத்திரிகைத்துறையில் புலனாய்வுக்

கட்டுரைகள் எழுதி கொழும்பில் பிரபலமாக இருந்தாள். அகிலாவின் அம்மா மாங்குளத்தில் இறந்தபோது போர்ச்சூழல் காரணமாக அகிலாவால் போக முடியவில்லை. சில்வியாதான் அகிலாவுக்காக இறுதிக் காரியங்களைச் செய்தாள். அவளுக்கு நடந்த சம்பவம் முழுக்கத் தெரியும். இரவிரவாக தப்பி வந்த அகிலா கொழும்பிலே அவளுடன் தங்குவதற்கும், பின்னர் கள்ளக் கடவுச் சீட்டில் கனடா போவதற்கும் உதவிசெய்தது சில்வியாதான். அவளிடம் விசயத்தைச் சொன்னபோது. 'பெயர் தெரியுமா?' என்றாள். அகிலா சொன்னாள் 'எப்படித் தெரியும்?' 'அவர்கள் பேசிக்கொண்டார்கள்.' 'வேறு ஏதாவது தகவல் உண்டா?' 'கொமாண்டோ படைப்பிரிவு மேஜர் ஜெயநாத்தின் தலைமையில் தான் தாக்குதல் தொடங்கியது.' 'இது போதும், கவலையை விடு' என்றார் சில்வியா.

இரண்டு மாதம் கழித்து நடு இரவில் சில்வியாவிடமிருந்து தொலைபேசி வந்தது. 'உடனே புறப்படு. கண்டுபிடித்துவிட்டேன்' என்றார். முகவரியை அவர் சொல்லச்சொல்ல அகிலா தினப் பத்திரிகையின் மூலையில் எழுதிக்கொண்டாள். இரண்டே நாளில் புறப்படுவதாக அகிலா சொன்னாள். 'விரைவுதான் முக்கியம். பல மாதங்களாகச் செய்த ஆராய்ச்சி கடைசியில் பலன் தந்திருக்கிறது. இதைத் தவறவிட்டால் இன்னொரு சந்தர்ப்பம் கிடைக்காது. உடனே வா.'

ஜூலை 9, 2010 வெள்ளிக்கிழமை அகிலாவும் மகளும் கொழும்புபோய் இறங்கினார்கள். மினுவாங்கொட கொழும்பிலிருந்து 35 கிலோமீட்டர் தூரம். அங்கிருந்து பல கி.மீட்டர்கள் உள்ளே உடுகம்பொல என்ற கிராமத்துக்குப் போகவேண்டும். முழுக்க முழுக்க சிங்களவர்கள் வாழும் பிரதேசம் என்றபடியால் அகிலாவுக்குச் சிறிது தயக்கம் இருந்தது. சில்வியா சிரித்தாள். 'ஞாபகம் இருக்கா? நீ கனடாவுக்குப் புறப்பட்டபோது இப்படித் தான் பயந்து செத்தாய். நான் சொன்னேன் '2000 வருடங்களுக்கு முன்னர் யேசுவைப் பெற்றெடுக்க மேரி பத்து நாட்கள் கழுதை மேல் பயணம் செய்யவில்லையா? நீ விமானத்தில்தானே பறக்கிறாய். உனக்கு என்ன பிரச்சினை?' இப்பொழுது பார். போர் முடிந்துவிட்டது. ஒரு மணி நேரப் பயணம்தானே. பயமில்லாமல் போ. எனக்குத் தெரிந்த ஆட்டோ ஒன்றை ஏற்பாடு செய்திருக்கிறேன்' என்றார் சில்வியா.

ஆகவியால் பரவசத்தைத் தாளமுடியவில்லை. அவள் ஆட்டோவைக் கண்டது கிடையாது. தலையையும் பாதி உடம்பையும் வெளியே நீட்டி துடைத்து வைத்தது போன்ற வானத்தை அண்ணாந்து பார்த்தாள். வெளிச்சம் அலைஅலையாக வந்தது. மினுவாங்கொட தாண்டியதும் தார் ரோடு முடிந்து ஆட்டோ

துள்ளத் தொடங்கியபோது ஆகவியும் சேர்ந்து துள்ளினாள். வீதியிலே கிடந்த பிளாஸ்டிக் பைகள் ஆட்டோவைத் துரத்தி வந்தன. ரோட்டோரத்தில் முளைத்த வாழைமரங்களில் முழு வாழைக்குலைகள் தொங்கின. ஆகவியால் நம்பவே முடியவில்லை. மாமரத்தில் போத்தல்கள் கயிறுகளில் ஆடின. கழுத்து மெலிந்த போத்தல்களுக்குள் பெரிய மாங்காய்கள் தொங்கின. 'இது எப்படி?' என்றாள் ஆகவி மேலும் வியப்புடன். 'உனக்குத் தான் எல்லாம் தெரியுமே. யோசி' என்றார் தாய். வான்கோழிகளை ஆகவி மேசையில் பார்த்திருந்தாள். ரோட்டோரத்தில் கண்டதில்லை. சின்னத் தலையும் பெரிய உடலுமாக அவை வீதிகளில் அசைந்து அசைந்து உலாவின. அவளுக்குச் சிரிப்பு சிரிப்பாக வந்தது. அவள் சின்ன மூளைக்குள் அத்தனை ஆச்சரியங்களை அடக்க முடியவில்லை. திடீரென்று 'எங்கே அம்மா போகிறோம்? பாட்டியின் சொந்தக்காரர் வீட்டுக்கா?' என்றாள்.

'கொஞ்சம் பொறு, என்ன அவசரம்? சொல்கிறேன். உன்னிடமிருந்து நான் நல்ல நடத்தை எதிர்பார்க்கிறேன். துப்புவது போல கதைக்காதே. உன் மூளையைப் பாவிப்பதை நிறுத்து. உன்னுடைய பெயர் என்ன என்று யாராவது கேட்டால் ஒரு நல்ல அடக்கமான கனடிய சிறுமிபோல ஆகவி என்று சொல்... பல்லை இளித்துக்கொண்டு நிற்காதே.' 'அது எல்லாம் சரி. நான் நல்ல பிள்ளையாக நடந்தால் எனக்கு என்ன தருவாய்?' 'என்ன தர வேண்டும்? நீ வகுப்பில் முதலாவதாக வந்தால் பரிசு கேட்கலாம். அல்லது நூறு மீட்டர் ஓட்டப் போட்டியில் திறமாகச் செய்தால் ஏதாவது தரலாம். நல்ல நடத்தைக்கு யாராவது பரிசு கொடுப்பார்களா?' 'ஓ, கடவுளே! என் வாழ்நாளே முடிந்தது. பத்தாயிரம் மைல்கள் பறந்து வந்தது என்னுடைய நல்ல பழக்கத்தைக் காட்டவா?' 'சரி, சரி, புலம்பாதே. இன்னும் சில நிமிடங்கள்தான். நீ என்றென்றைக்கும் மறக்கமுடியாத ஒரு நாளாக இது இருக்கும்.'

'நம்பமாட்டேன்.'

'கம்பளிப்புழு வண்ணத்துப்பூச்சியாக மாறும் நாள். ஒரு முறை மாறியபின் அது மறுபடியும் கம்பளிப் புழுவாக முடியுமா?'

'அது எப்படி? வண்ணத்துப்பூச்சி வண்ணத்துப்பூச்சிதான்.'

'அதேதான். உன்னுடைய வாழ்விலும் அப்படியான ஒரு தருணம் இது.'

'நான் உருமாறப் போகிறேனா?'

'மக்கு, மக்கு' என்று அகிலா அவள் தலையில் செல்லமாகக் குட்டினாள்.

அ. முத்துலிங்கம்

அகிலாவுக்குக் கொஞ்சம் சிங்களம் தெரியும். என்ன பேச வேண்டும் என்பதை மனதுக்குள் அடுக்கிக்கொண்டாள். அந்த வீதியில் எல்லாமே மூன்று, நான்கு அறை கொண்ட வீடுகள். அஸ்பெஸ்டஸ் கூரைகள். பூக்கன்றுகள் நிரையாக நடப்பட்டிருந்தன. நல்ல பராமரிப்பு இருந்ததால் அந்தூரியம், கார்னேசன், ரோஜா, போர்கன்வில்லா போன்ற பூக்கள் பூத்துக் குலுங்கின.

சாரதி வழியில் போன ஒருவரிடம் சிறீபாலா என்று விசாரித்தார். அவர் ஒரு வீட்டைச் சுட்டிக்காட்டிவிட்டுச் சென்றார். 'ஒரு சாதாரண ராணுவச் சிப்பாயின் வீடு இத்தனை பெரிதா?' என்று அகிலா நினைத்தார். சாரதியைக் காத்திருக்கச் சொல்லிவிட்டு ஆகவியைக் கையிலே பிடித்துக்கொண்டு முன்னேறினார். அழைப்பு மணியை அடித்ததும் ஒரு பெண் வந்து கதவைத் திறந்தார். வீட்டு உடையில் இருந்தார். 14 சைஸ் உடம்பை 12 சைஸ் உடைக்குள் நுழைத்திருந்ததால் சதை கொஞ்சம் பிதுங்கியது. ஆனால், மலர்ந்த முகம். கழுத்திலே தடித்த சங்கிலிகள். இரண்டு கைகளிலும் முழங்கைவரை காப்புகள். முப்பது வயதுக்குள்தான் இருக்கும். 'யார் வேண்டும்?' என்று தயக்கத்துடன் கேட்டார். 'சிறீபாலா' என்று அகிலா சொல்ல 'ஆ! வாருங்கள் உள்ளே' என்று அரைப் புன்னகையுடன் வரவேற்றார். அவர் வாய் அப்படிச் சொன்னாலும் முகத்திலே கொஞ்சம் கலவரம் கிடந்தது.

'என் பெயர் அகிலா. நான் கனடாவிலிருந்து வருகிறேன். இது என் மகள் ஆகவி' என்றார். அந்தப் பெண் ஒன்றுமே புரியாமல் மிரள மிரளப் பார்த்தார். சத்தம் கேட்டு உள்ளேயிருந்து ஒரு சிறுமி ஓடிவந்தாள். அவளைக் கண்டதும் அகிலாவுக்கும் ஆகவிக்கும் ஒரே அதிர்ச்சி. கண்ணாடி உருவம் போல அந்தச் சிறுமி ஆகவியைப் போலவே அச்சாக இருந்தாள். அதே உயரம், அதே சுருட்டை முடி, அதே நீட்டு கண்கள். 'இவள் என் மகள், அசுந்தா. ஏதாவது குடிக்கிறீர்களா?' என்றார். 'தண்ணீர் மாத்திரம்' என்றார் அகிலா. 'அவர் லீவிலே வந்து நிற்கிறார். இன்னும் இரண்டு நாளில் திரும்ப வேண்டும். சந்தையிலிருந்து இதோ இப்போது வந்துவிடுவார்' என்று கூறியபடியே சமையலறையை நோக்கி நடந்தார். ஆகவியும் சிறுமியும் ஒருவரை ஒருவர் திகைப்புடன் பார்த்தபடி நின்றனர். சிறீபாலாவின் மனைவி சமையலறையிலிருந்து தண்ணீருடன் திரும்பிய அதே நேரத்தில் சைக்கிளில் வந்து சாவதானமாகக் குதித்தான் சிறீபாலா. மீன், மரக்கறி ஆகிய சாமான்களைப் பையிலே காவிக்கொண்டு வீட்டுக்குள் சிரித்தபடி காலடி வைத்தான். அந்தக் கணத்திலிருந்து அவனுடைய வாழ்க்கை மாறப்போகிறது அவனுக்குத் தெரியாது.

அகிலா எழுந்து நின்றாள். அகிலாவையும் ஆகவியையும் கண்டு திடுக்கிட்டுப்போய் ஓர் அடி பின்வாங்கினான். ஆகவியைப்

பார்த்து பின் தன் மகளைப் பார்த்தான். அவனுக்கு ஒன்றுமே புரியவில்லை. அவனுடைய மனைவி பிரமை பிடித்துப்போய் நின்றாள். ஏதோ கெட்ட ஆவி நுழைந்துவிட்டது என்ற எண்ணம் அவனுக்குள் எழுந்தது.

அகிலா சிறீபாலாவைப் பார்த்தாள். அதே முகம்; அதே உடைந்த பல். அவன் சிரிப்பு தலைகீழாக வந்தது. எதைச் சொல் வது, எதை உள்ளே வைப்பது என்பதைத் தீர்மானித்துக்கொண்டு துண்டு துண்டாகப் பேசினாள். 'ஜெயசிக்குறு போர் நடவடிக்கை. 21 நவம்பர் 1997. வெள்ளிக்கிழமை. மாங்குளம். இரவு ஒரு மணி. ராணுவ வாகனத்தில் உன் கூட்டாளியுடன் வந்திறங்கி என் வீட்டுக் கதவை உடைத்தாய். என் அம்மாவின் தலையில் உன் சிநேகிதன் துப்பாக்கிக் கட்டையால் இடித்தான். இது உன் மகள். பெயர் ஆகவி. இவளுடைய அப்பாவைக் காட்ட கனடாவில் இருந்து வந்திருக்கிறேன்.' சிறீபாலாவின் மனைவி ஈரச் சேலை கொடியறுந்து விழுந்ததுபோல சத்தமாக நிலத்தை அறைந்து விழுந்தாள். தண்ணீர் சிதறியது. சிறீபாலா சற்று வாயைத் திறந்த படி வெலவெலத்துப்போய் அப்படியே நின்றான்.

ஆகவியின் கையைப் பிடித்து இழுத்தபடி அகிலா ஓடிப்போய் காத்திருந்த ஆட்டோவில் ஏறினாள். சாரதி சீப்பினால் தலையை வாரிக்கொண்டு நின்றான். 'சீக்கிரம், சீக்கிரம்' என்றாள். ஆகவிக்கு அவர்கள் பேசியது ஒன்றுமே புரியவில்லை. என்ன நடந்தது என்பதை அவளுடைய சின்ன மூளை கிரகிக்கவில்லை. ஆட்டோ நகரத் தொடங்கியதும் ஏதோ பெரிய இக்கட்டிலிருந்து அவர்கள் தப்பி ஓடுவது அவளுக்குத் தெரிந்தது. அம்மாவின் முகத்தைப் பார்த்தாள். உணர்ச்சிப் பெருக்கில் அது நனைந்து வேறு யாருடைய முகமாகவோ மாறிவிட்டது. 'நான் நல்ல பிள்ளை யாக நடந்தேனா? அது யார்? என் பெயரை ஏன் சிங்களத்தில் சொல்லவில்லை?' என்றாள் ஆகவி.

அகிலா அவளைக் கட்டிப்பிடித்து முத்தமிட்ட பின்னர் சொன்னார். 'அவனுடைய பெயர் சிறீபாலா. அவன்தான் உன் னுடைய அப்பா. அவன் முகத்தை உன் நினைவில் அழுத்தமாகப் பதிவு செய். இதுதான் கடைசி. இனிமேல் நீ அவனைப் பார்க்கவே போவதில்லை.'

'அப்ப அசுந்தா? அவளுக்கு அம்மா, அப்பா யார்?'

'இன்றிலிருந்து அசுந்தா தனி அம்மா பிள்ளை.'

'என்னைப்போலவா?'

'உன்னைப்போலவேதான்.'

◆

அ. முத்துலிங்கம்

சிப்பாயும் போராளியும்

ராணுவவீரன் போராளியின் தலையில் குறிவைத்து கைத்துப்பாக்கியின் விசையை இழுத்தான். அது வெடிக்கவில்லை. பின்னுக்குக் கைகள் கட்டப்பட்ட நிலையில் போராளி முழங்காலிட்டிருந்தான். துப்பாக்கி சுடாதபோது தலையை உயர்த்தி சிப்பாயைச் சினத்துடன் பார்த்தான். அவன் பார்வையில் ஏளனம் இருந்தது. 'என்ன, மறுபடியும் உன் துப்பாக்கி வேலை செய்யவில்லையா? உன்னுடைய ராணுவ அதிகாரிகள் உடைந்துபோன துப்பாக்கிகளையா சிப்பாய்களுக்குக் கொடுப்பார்கள்? அல்லது உன்னைப்போல உதவாக்கரைகளுக்குப் பழுதான துப்பாக்கிகள் போதுமென்று நினைத்தார்களா?'

சிப்பாய்க்குக் கோபம் வந்தது. 'உன்னுடைய புத்தி கட்டையானது; ஆனால், வாய் நீளமோ அளக்க முடியாதது. இந்தத் துப்பாக்கியைத் திருத்தியவுடன் குண்டு உன் வாய்க்குள்ளால் பாயும். அதுவரைக்கும் பொறுமையாக இரு' என்றான் சிப்பாய். அவனுக்கு வயது இருபதுக்குள் இருக்கும். தலைமுடி ஒட்ட வெட்டி இருந்தது. சலவை செய்த ராணுவ உடை கச்சிதமாக அவன் உடலில் பொருந்தியிருந்தது. மூன்று நேரமும் சாப்பிட்ட செழிப்பான முகம். சுறுசுறுப்பான கைகள். ரிவால்வரைத் திறந்து அதைச் சரி செய்ய முயன்றான்.

போராளிக்கு நடுத்தர வயது இருக்கும். மெல்லிய தாடியில் ஒன்றிரண்டு நரைமுடி காணக்கூடியதாக இருந்தது. முழங்கால்களில் அவன் உட்கார்ந்திருந்தபோதும் அவன் உயரமானவன் என்று ஊகிக்கமுடியும். தலைமயிர் கலைந்து சிக்குப்பட்டுக் கிடந்தது. பட்டினியால் மெலிந்த உடம்பு. சாப்பிட்டு இரண்டு நாட்கள் இருக்கலாம். தூக்கத்தில் பாதியில் எழுப்பப்பட்டவன் போல களைப்பாகக் காணப்பட்டான். ஆனால், கண்களில் பயம் கிடையாது. அவை இரண்டு பக்கமும் சுழன்றுகொண்டிருந்தன.

போராளி சொன்னான். 'நீ துப்பாக்கியைச் சரி செய்யும் வரைக்கும் என்னால் காத்திருக்க முடியாது. போ, உன் ராணுவ

அதிகாரிகளிடம் கேட்டு இன்னொரு துப்பாக்கி கொண்டு வா. ஆயுள் முடிந்த துப்பாக்கியால் என் ஆயுளை முடிக்கப் பார்க்கிறாய். இந்தத் துப்பாக்கியால் மரணம் ஏற்படுவது எனக்கு அவமானகரமானது. துருப்பிடிக்காத நல்ல துப்பாக்கி கிடையாதா? எனக்கு இப்படி இறப்பது சம்மதமில்லை.'

'உன் சம்மதத்தை யார் கேட்டார்கள்? ராணுவம் போய் விட்டது. இந்தக் காட்டில் நீயும் நானும்தான். நீதான் இன்று என்னுடைய இரை. இந்தத் துப்பாக்கிதான் உன் உயிரைக் குடிக்கும். குண்டு துளைத்து நீ சாவாய் என்று நான் திட்டமாகச் சொல்லமாட்டேன். வௌவால் செட்டைகளில் தெரியும் எலும்புகள்போல உன் உடம்பில் தூக்கி நிற்கும் எலும்புகளை ஒவ்வொன்றாக என் துப்பாக்கியால் உடைப்பேன். முதலில் கன்ன எலும்புகள். அவைதான் உடைக்க லேசானவை. அடுத்து விலா எலும்புகள். விலாவின் கடைசி கீழ் எலும்புகள் தொடுக்கப்படாமல் தொங்கிக்கொண்டு நிற்கும். ஆதாமின் உடம்பிலிருந்து கடவுள் முறித்தெடுத்ததுபோல நான் அவற்றை உடைத்தெறிவேன். விரைவில் துப்பாக்கி வேலை செய்யவேண்டும் என்று நீ பிரார்த்தித்துக்கொள்.'

'உன்னைப்போல அனுபவமில்லாத, புத்தியில்லாத, பச்சை சிப்பாயை அனுப்பியிருக்கிறார்கள். என்னைப்போலத் தேர்ந்த போராளியைக் கொல்வதற்கு நேரத்தை வீணடிக்காதே. துப்பாக்கியை அடிக்கடி திறந்து மூடினால் அது வேலை செய்யத் தொடங்குமா? இதுதான் உன் ராணுவப் பயிற்சிப் பள்ளியில் உனக்குச் சொல்லித் தந்ததா? இனிமேலும் உன்னை நம்பி இருக்க முடியாது. நீ என்னை இன்றைக்குக் கொல்லப்போவதே இல்லை.'

'சரி, இத்தனை அவசரப்படுகிறாய். உன்னைக் காக்க வைக்கக்கூடாது. நீ இந்தப் பூலோகத்தில் சாதித்ததைக் காட்டிலும் இறந்து முடிந்ததும் அதிகமாகச் சாதிப்பாய். நீ இறந்த பின்னர் உன்னை இங்கேயே விட்டுவிட்டுப் போவேன். புதைக்கமாட்டேன். நாலு கல்லைப் பெயர்த்து அடையாளமாக வைக்க மாட்டேன். உன் மரணத்தைக் கொண்டாட யாருமே இருக்க மாட்டார்கள். உன் உடலை ஓநாயும் நரியும் கழுகும் பிய்த்துப் பிய்த்து உண்ணும். மீதியைக் காகம் வந்து தோண்டியெடுக்கும். அதிலே மிஞ்சிய சதைத் துணுக்குகளை எறும்புகளும் பூச்சிகளும் புழுக்களும் தின்னும். உன் எலும்புகள் வெண்ணிறமாக மாறி ஒளிவிடும். காற்று எலும்புத் துண்டுகளை எற்றி விளையாடும். உனக்கு எத்தனை வயசு?'

'நாற்பது.'

'நாற்பதா? பார், நாற்பது வருடம் வாழ்ந்த நீ இன்று சாகப் போகிறாய். உன் மரணத்துக்கு உன் பாதி வயதான நான் காரண மாக இருக்கிறேன். எத்தனை பரிதாபம். உன் வாழ்க்கையின் அர்த்தம் என்ன? என்ன சாதித்தாய்? உனக்குக் குடும்பம் இருக் கிறதா? அவர்களுக்கு நீ இறந்துபோன செய்திகூடப் போய்ச் சேராதே!'

'இருக்கிறது. உன்னைப்போல ஒரு மகனும் இருக்கிறான். உன்னளவு உயரம். உன்னளவு பருமன். எடையும் ஏறக்குறைய அப்படியேதான் இருக்கும். உன் கண்களைப்போல அவனுடைய கண்களும் பழுப்பு நிறம்தான். ஆனால், உன் தலைமுடி ஒட்ட வெட்டியிருக்கிறது. அவனுடையது அடர்த்தியாக சடைத்து வளர்ந்திருக்கும். அவன் அதை எண்ணெய் பூசி அழகாக அழுத்தி வாரி விட்டிருப்பான்.'

'அவனை எப்போது கடைசியாகப் பார்த்தாய்?'

'இரண்டு வருடம் இருக்கும். ராணுவத்தின் குண்டு வீச்சில் அவர்கள் புலம்பெயர்ந்து வேறு கிராமத்துக்குப் போய் விட்டார்கள். எங்கேயோ உயிருடன் இருப்பார்கள் என்றுதான் நினைக்கிறேன்.'

'அவர்களைப் பார்க்க உனக்கு விருப்பமில்லையா?'

'விருப்பம் என்று சொன்னால் நீ என்னைக் கொல்லாமல் விட்டுவிடுவாயா? ஒரு பழுதடைந்த துப்பாக்கியை வைத்துக் கொண்டு என்னைக் கொல்லப் போவதாக மிரட்டுகிறாய். என்னைக் கொல்வதால் உனக்கு என்ன பயன்? அடுத்த நாள் உன் ராணுவத்துக்கு வெற்றி கிட்டிவிடுமா? போரை நிறுத்திவிடு வார்களா? என்னைப்போல எத்தனை போராளிகள் இருக் கிறார்கள். அவர்கள் அத்தனை பேரையும் நீ தேடித்தேடிக் கொல் வாயா? இந்த வயதுக்குள் நீ இதுவரை எத்தனை கொலைகள் செய்திருப்பாய். உன் எதிரிகள் எதற்காகப் போரிடுகிறார்கள் என்றாவது யோசித்துப் பார்த்திருக்கிறாயா? அவர்களுக்குக் குடும்பம் மேல் பற்றில்லையா? பெண்சாதி, பிள்ளைகள் வாழ வேண்டும் என்று ஆசைப்படமாட்டார்களா? ஆனாலும் எதற்காக மரணத்தைக் கண்டு அஞ்சாமல் போர் புரிகிறார்கள். அவர்களுக்கு எங்கிருந்து அந்த வெறி வருகிறது? அடிமைகளாக வாழ அவர் களுக்குப் பிடிக்கவில்லை. உலகத்தில் பிறந்த எந்த மிருகத்துக்கும் பறவைக்கும் சுதந்திரம் வேண்டியதாய் இருக்கிறது. ஒரு புழுவுக்குக் கூட சுதந்திரம் தேவை. அப்படியிருக்க மனிதன் சுதந்திரத்துக்குப்

போராடுவதில் என்ன தப்பு இருக்கிறது. அதை யோசித்துப் பார்த்திருக்கிறாயா?'

'நான் என்னுடைய நாட்டுக்காகப் போராடுகிறேன்.'

'உன்னுடைய நாடா? அதிலே எனக்கு எங்கே இடமிருக்கிறது. எனக்கு விடுதலை வேண்டும் என்று போராடுவது குற்றமா. அதற்காக ஓர் ஓட்டைத் துப்பாக்கியால் என்னைச் சுட்டுவிடப் போகிறாயா?'

'நான் தேசப்பற்றைப் பற்றிப் பேசுகிறேன். நீ அதை இழிவாக நினைக்கிறாய்.'

'தேசப்பற்றா? உனக்கா? சம்பளம் வாங்கிக்கொண்டு நீ கொலைத் தொழில் செய்கிறாய். நீ மணமுடித்து நாலு பிள்ளைகள் பெற்ற பின்னர் ஓய்வாக இருக்கும் ஒரு வேளையில் உன் பிள்ளைகளை அழைத்து பக்கத்தில் வைத்துக்கொண்டு நீ ஒருகாலத்தில் கொலைத் தொழில் செய்தாய் என்று சொல்லிப் பெருமைப்பட்டுக்கொள். ராணுவ வாழ்க்கையில் எத்தனை பேரைக் கொன்றாய் என்று கணக்கு வைத்திரு. உன் சுயசரிதையை எழுதும்போது பயன்படும். நாடு உன்னைப் பாராட்டும். ஒரு தனிக் காட்டில் நாற்பது வயதுப் போராளியைக் கைகளைப் பின்னே கட்டிவிட்டு முழங்காலில் உட்காரவைத்து 10 அடி தூரத்தில் அவனைச் சுட்டு வீழ்த்தினாய் என்று சொல்ல மறக்காதே. அவனுக்கு ஒரு மனைவியும் 18 வயது மகனும் இருந்தார்கள் என்பதையும் சொல்லு. அவனுடைய உடலைக் காட்டு விலங்குகளுக்கு எறிந்துவிட்டுப் போனதையும் சொன்னால் உன் மதிப்பு கூடும்.'

'உனக்கு வாழும் ஆசை வந்துவிட்டது. நீ என் மனதை மாற்றப் பார்க்கிறாய்.'

'உன்னுடைய மனதை நான் எப்படி மாற்ற முடியும். மனிதன் ஒரு லட்சியத்துக்கு வாழவேண்டும். அது முடியாவிட்டால் ஒரு லட்சியத்துக்காகச் சாகவேண்டும். நீ ஒரு கொள்கைக்காகவோ லட்சியத்துக்காகவோ போராடவில்லையே. பணத்துக்காகத்தானே கொலைத்தொழில் செய்கிறாய். என்னிடம் போதிய பணம் இருந்தால் நான் உன்னிடம் தருவேன். நீ என்னை விடுதலை செய்வாய். ஏனெனில் நீ பணத்துக்காகக் கொலை செய்பவன். அதே பணத்துக்காகக் கொலை செய்யாமலும் விடுவாய்.'

'நீ புலம்பிக்கொண்டே இரு. நான் துப்பாக்கியைச் சரி செய்துவிடுகிறேன். அதன் பின்னர் உன் பேச்சு துப்பாக்கியுடன் தொடரட்டும்.'

'உனக்குத் துப்பாக்கிபற்றி ஒன்றுமே தெரியாது. அதன் தொழில்நுட்பம் உனக்குப் புரிபடவில்லை. நீ துப்பாக்கியைப் பிடித்த விதம், குறிவைத்த பாங்கு, விசையை அழுத்திய வேகம், அதைத் திறந்து பின்னர் மூடியது எல்லாவற்றையும் நான் அவதானித்தபடியே இருந்தேன். எனக்குத் துப்பாக்கியில் 20 வருட அனுபவம் உண்டு. நான் முதல் துப்பாக்கியைத் தூக்கி குறி பார்த்த போது நீ பிறக்கக்கூட இல்லை. அதைக் கொடு. நான் நிமிடத்தில் திருத்தித் தருகிறேன். பின்னர் நீ என்னைச் சுடலாம்.'

'நல்லது. இந்தக் காட்டில் ஒரேயொரு புத்திமான் இருக்கிறார். அது நீதான். உன்னுடைய கட்டை அவிழ்த்துவிட்டு நான் உன்னிடம் துப்பாக்கியைத் தரவேண்டும். நீ அதைத் திருத்திவிட்டு என்னிடம் தருவாய். நான் உன்னைச் சுடுவேன். அப்படித்தானே.'

'வெடிக்காத துப்பாக்கியால் நீ எப்படி என்னைச் சுடுவாய். அது உன்னிடம் இருந்தாலும் என்னிடம் இருந்தாலும் ஒன்றுதான். நேரம் நாலு மணியாகிவிட்டது. காட்டிலே சீக்கிரம் இருட்டிவிடும். நீ துப்பாக்கியைத் திருத்தி என்னைச் சுட்டாலும் திரும்பி உன் ராணுவ முகாமுக்கு உன்னால் போகமுடியாது. காட்டிலே பாதை தவறி சுற்றிச் சுற்றி வருவாய். நீயும் மிருகங்களுக்கு இரையாவாய். என் மகன் போலவே இருக்கிறாய், இன்று ஒரு சாவு போதும். நீ என்னை விரைவில் சுட்டுவிட்டுப் புறப்படு.'

'இந்த விசையைப் பார். எப்படி இழுத்து விட்டாலும் இங்கே ஒரு சிறு தடங்கல் ஏற்படுகிறது. இதை நிமிர்த்திவிட்டால் சரியாகிவிடும். கொஞ்சம் பொறுமையாக இரு. ஒரு கல்லைப் பொறுக்கி வந்து இதைச் சரி பண்ணிவிடுகிறேன். உன்னை இத்தனை நேரம் காக்க வைத்ததற்கு என்னை மன்னித்துவிடு.'

'பரவாயில்லை. நீ மரியாதை தெரிந்தவனாக இருக்கிறாய். நல்ல குடும்பப் பின்னணி என்பது தெரிகிறது. உனக்கு மணமாகி விட்டதா?'

'இல்லை. என் தாயாருக்கு நானும் என் தங்கையும்தான். அவள் படிக்கிறாள். மிகப்பெரிய படிப்புக்காரி. நிச்சயமாக ஒரு விஞ்ஞானியாகவோ பேராசிரியராகவோ வருவாள். எனக்குப் படிப்பு பெரிதாக ஓடவில்லை.'

'அதுதான் ராணுவத்தில் சேர்ந்தாயோ?'

'உண்மையான காரணம் வறுமைதான். எங்களுக்கு அப்பா இல்லை. ஆகவே நான் ஏதாவது வருமானம் தேடவேண்டியதாகி விட்டது. ஆனால், அந்தப் பிரச்சினை விரைவில் தீர்ந்துவிடும்.

அடுத்த வாரம் எனக்கு லீவு கிடைக்கிறது. நான் மகிழ்ச்சியாயிருக் கிறேன். என் அம்மாவின் திருமணத்துக்கு நான் போகவேண்டும்.'

'அம்மாவின் திருமணம் பற்றி இத்தனை மகிழ்ச்சியாகச் சொல்கிறாயே. உனக்குத் திருமணம் என்றல்லவா நான் நினைத் தேன். அம்மாவை உனக்கு நிரம்பப் பிடிக்குமோ?'

'இது என்ன கேள்வி? அம்மாதானே எனக்கு உயிர் கொடுத்த வர். பிடிக்காமல் இருக்குமா? சமீபத்தில் ஒரு சம்பவம் நடந்தது. ஒரு கிராமத்தை நாங்கள் முற்றுகையிட்டு சுற்றி வளைத்தோம். போராளிகள் சிலர் தப்பி ஓடினர். சிலர் சரணடைந்தார்கள். பல உடல்கள் சிதறிப்போய்க் கிடந்தன. ஆடு ஒன்று நடுவீதியில் துடி துடித்து இறந்தது. ஓர் இளம் பெண் கை துண்டான குழந்தையைத் தூக்கிக்கொண்டு ஓடினாள். ஒரு கிழவர் குண்டு பட்டு கதறிக் கொண்டிருந்தார். அவருக்கு 90 வயது இருக்கும். அவரை ஒருவரும் கவனிப்பாரில்லை. 'அம்மா, அம்மா' என்று அலறினார். 90 வயதிலும் அவர் அம்மாவைத்தான் அழைத்தார். இரண்டு நூற்றாண்டுகளை அந்த அலறல் இணைத்தது. நான் என் அம்மாவை நினைத்துக்கொண்டேன்.'

'அம்மாவை யார்தான் மறக்கமுடியும். உனக்குத் திருமணம் எப்போ?'

'எனக்கு ஒரு காதலி இருக்கிறாள். சென்றமுறை நான் லீவில் போனபோது அவளுடைய தலைமுடியை வாரி விட்டேன். ஒவ்வொரு ஆண்மகனும் ஒரு நாளாவது ஒரு பெண்ணின் முடியை வாரவேண்டும். அது சுகமான அனுபவம். நீ அப்படிச் செய்திருக் கிறாயா?

'செய்யவில்லை. ஆனால், இந்த இக்கட்டிலிருந்து நான் தப்பும் பட்சத்தில் அதைத் தவறாமல் செய்துவிடுவேன். ஆனால், நீ கடமை தவறாத போர்வீரன். உனக்கு விதிக்கப்பட்ட கட்ட ளையை நீ நிச்சயம் நிறைவேற்றுவாய். நான் உன்னிடம் விடுதலை செய் என்று கெஞ்சமாட்டேன். அதுவும் உனக்குத் தெரிந்திருக்கும். உன் காதலிக்கு முடி நீளமா? கொஞ்சம் வர்ணி பார்க்கலாம்?'

'வேறு என்ன கேட்பாய்? சாகப்போகும் ஒருவன் என்ன என்ன கேட்பான் என்று ஒரு வரைமுறை இல்லையா?'

'இதிலே என்ன வரைமுறை? நீ உன் துப்பாக்கியை இப் போதைக்கு பழுதுபார்க்கப்போவதில்லை. ஏதாவது பேசினால் மனதுக்கு அமைதியாக இருக்கும். உன் காதலி அந்த மகிழ்ச்சி யைத் தருவாள்.'

அ. முத்துலிங்கம்

'நான் அவளை மிகவும் நேசிக்கிறேன். அவளை முழுவதுமாக என்னால் வர்ணிக்க முடியாது. 16 முக வைரத்தைப் பகுதி பகுதியாகத்தான் பார்க்க முடியும். முழு வடிவத்தை ஒருவர் கற்பனையில்தான் உண்டாக்கிக் கண்டு மகிழவேண்டும். அப்படித்தான் அவளும். என் கைகளைப் பிடித்து முறுக்குவாள். நான் திரும்பும்போது என் முகத்தைப் பார்ப்பாள். தோள்கள் கொஞ்சம் முன்னுக்கு வளைந்திருக்கும். ஏக்கமான கண்கள். தண்ணீர்ப் பாம்புகள்போல கேசம் நீளமாகவும் ஈரமாகவும் பளபளப்பாகவும் தொங்கும். சிறிது சிறிதாகத்தான் சிரிப்பாள். நடக்கும்போது யாரோ அவளைத் திருகுவதுபோல இடம் வலமாக சுழன்றபடி நடப்பாள். அந்த இடம் அவளுக்குச் சொந்தமாகி விடும்.'

'அற்புதம். அற்புதம். நீ ஒரு கவிஞன். அழகு என்ற வார்த்தையைப் பயன்படுத்தாமல் உன் காதலி அழகானவள் என்பதைச் சொல்லிவிட்டாய். அவளுடைய உடையையோ, ஆபரணத்தையோ, ஒப்பனையையோ நீ வர்ணிக்கவில்லை. உண்மையான உன் காதல் வெளிப்பட்டது. இன்றிரவு நீ ராணுவ முகாமுக்குப் போன பின்னர் இரவு உணவு மேசையில் உட்கார்ந்து சுட்ட கிழங்கும் ரொட்டியும், வாட்டிய இறைச்சியும் சாப்பிடுவாய். புளித்த வைனைப் பருகுவாய். அப்போது அந்தப் பெண்ணை நினைப்பாய். என் நினைவும் உனக்கு வருமல்லவா?'

'உன்னை நம்புவது எனக்குக் கடினமாக இருக்கிறது. சாக வேண்டும் என்று துடிக்கிறாய். அதே சமயம் என் காதலியை வர்ணிக்கச் சொல்லிக் கேட்கிறாய். உன் தோற்றம் பரிதாபகரமானதாக இருக்கிறது. மெலிந்து களைத்துப்போய் காணப்படுகிறாய். ஆனால், புத்திசாலித்தனமாகப் பேசுகிறாய். உன் கண்களில் அச்சமே கிடையாது.'

'அச்சமா? அது போராளிகளுக்கு இல்லை. சாக்கிரட்டீஸ் கேள்விப்பட்டிருக்கிறாயா? கிரேக்க அறிஞர். அவர் சொன்னார்: 'உண்மையான வீரன் களத்திலிருந்து கடைசிவரை ஓடமாட்டான். தன் நிலையில் நின்று இறுதிவரை போர் புரிவான்.' அப்படித்தான் நாங்கள் போர் புரிந்தோம்.'

'எங்கே உன் போராளிக்குழு? எப்படித் தனியனாக மாட்டினாய்?'

'நான்தான் போராளிக் குழு. என் குழுவில் மிஞ்சியது நான் ஒருவன்தான். இரண்டுநாள் முன்னர் நடந்த போரில் நான்

மட்டுமே உயிர் பிழைத்தேன். ஓர் இரவில் இருபது மைல் தூரம் ஓடிக் கடந்தேன்.'

'நம்பமுடியாது. 20 மைல் தூரமா? ஒரு விலங்குகூட அத்தனை தூரம் தாண்டமுடியாது.'

'அது உண்மை. மனிதன் மட்டும்தான் அப்படி ஓடலாம். உனக்குத் தெரியுமா விலங்குகளுடைய மூச்சும் காலடியும் தொடுக்கப்பட்டிருக்கிறது. ஒரு சிறுத்தையோ, நாயோ, யானையோ ஓடும்போது ஒவ்வொரு மூச்சுக்கும் ஒவ்வொரு பாய்ச்சல் பாயும். மனிதன் அப்படியல்ல. இரண்டு மூன்று பாய்ச்சலுக்கு ஒரு மூச்சு என்று ஓடுவான். அவனால் நெடுந்தூரம் ஓடமுடியும். நான் களைப்பில் ஒரு மரத்தின் கீழ் இளைப்பாறியபோது பிடிபட்டு விட்டேன். அவமானம். என் குழுவுடன் நானும் இறந்துபோயிருக்க லாம். உன்னிடம் ஒன்று கேட்கவேண்டும். என்னைக் கொல்வதற்கு எப்படி நீ தெரிவு செய்யப்பட்டாய்?'

'நான் படையில் சேர்ந்து ஒரு வருடமாகிவிட்டது. இன்னும் ஒருவரைக்கூட கொல்லவில்லை. மேஜர் எனக்கு இந்தக் கட்டளையை இட்டிருக்கிறார். நான் கடமையை நிறைவேற்றினால்தான் எனக்கு மதிப்பு. இதுதான் என்னுடைய முதல் கொலையாக இருக்கும்.'

'அப்படியா? சந்தோசம். எனக்கும் இதுதான் முதல் தடவை சாவது.'

'உனக்கு பயமே இல்லையா? அல்லது நடிக்கிறாயா?'

'நான் யாரைக் கொலை செய்கிறேனோ அவர்களால் எனக்கு நிம்மதி கிடைக்கிறது. யாரைக் கொலை செய்யாமல் விடுகிறேனோ அவர்களால் எனக்கு பயம் ஏற்படுகிறது. என் போர் வாழ்க்கையில் நான் கண்டது இதுதான். போரில் ஒருவரை ஒருவர் கொல்வதில் ஒரு தர்மம் இருக்கிறது. இருவரிடமும் ஆயுதம் உள்ளது. ஒன்றில் கொல். அல்லது கொல்லப்படு. இது வேறு. உன்னிடம் ஆயுதம் இருக்கிறது. என்னிடம் இல்லை. கைகளை வேறு கட்டிப் போட்டிருக்கிறாய். இந்தக் கொலையில் என்ன பெருமை? இதுவும் ஓர் எறும்பைக் கொல்வதும் ஒன்றுதான். வீரம் இல்லாத ஒருவனை உன்னுடைய மேஜர் வீரனாக்கப் பார்க் கிறார்.'

'வீரத்தைப்பற்றி இன்னும் சிறிது நேரத்தில் தெரிந்துவிடும். இந்தப் பாழாய்ப்போன துப்பாக்கி இடுக்கிக்கொண்டு நிற்கிறது. இதை உன்னால் பழுதுபார்க்க முடியுமா?"

அ. முத்துலிங்கம்

'ஒரு நிமிடத்தில் திருத்திவிடுவேன். ஆனால், ஒரு நிபந்தனை. நீ சுடும்போது என்னைக் கருணையோடு பார்க்க வேண்டும். நான் முழங்காலில் நிற்கமாட்டேன். எந்த மண்ணுக்காக நாங்கள் போராடினோமோ அந்த மண்ணில் என் கால்கள் நிற்கவேண்டும். ஒரே குண்டில் என்னை நீ கொல்லவேண்டும்.'

'நீ என் எதிரி. உன்னை எப்படி நான் கருணையுடன் பார்ப்பேன்?'

'ஏன் முடியாது. நான் உன்னை என் மகன்போல பார்க்கிறேனே. போகப்போக உன் நடை பாவனை எல்லாம் என் மகனையே நினைவூட்டுகின்றன. அது சரி, உன் காதலியின் பெயர் என்ன சொன்னாய்?'

'நான் சொல்லவில்லையே. என் பெயரே உனக்குத் தெரியாது. காதலி பெயரை எப்படிச் சொல்லியிருப்பேன்?'

'சரி, உன் காதலியின் பெயரைச் சொல்.'

'இன்னும் சில நிமிடங்களில் சாகப்போகிறாய். என் காதலியின் பெயரைத் தெரிந்து என்ன பிரயோசனம்? சரி பரவாயில்லை. உனக்கு ஒன்று சொல்லுவேன். என் பெயரை மாற்றிப் போட்டால் காதலியின் பெயர் வந்துவிடும். இந்தப் புதிரை உடைக்க முயன்றபடியே நீ இறந்துபோகலாம். ஆ, விசை சரி வந்துவிட்டது.'

'சரி, சரி மகனே. மகிழ்ச்சி. மகிழ்ச்சி. நான் உன்னை 'மகனே' என்று அழைக்கலாமா?'

'அழை. அதனால் ஒரு மாற்றமும் வந்துவிடாது. நான் உன்னை அப்பா என்று அழைக்கவேண்டும் என எதிர்பார்க்காதே. சீக்கிரம். உன் கடைசி ஆசையைச் சொல்.'

'என் கட்டுகளை அவிழ்த்துவிடு. ஆ... மிக்க நன்றி மகனே. நான் நிலத்திலே காலைப் பதித்து உன்னையே பார்த்து நிற்கிறேன். என் நெஞ்சைக் குறி வை. என்னையே பார். உன் புதிரை நினைத்தபடியே நான் இறந்துபோகிறேன். கொஞ்சம் கருணையோடு பார்.'

'கருணையா?'

'யோசித்துப் பார். நான் உனக்கு ஒரு கெடுதலும் செய்யவில்லை. உன்னிடம் திருடினேனா? உன்னைக் காயப்படுத்தினேனா? உன் அம்மாவைத் தூற்றினேனா? உன் காதலியைக்

கடத்தினேனா? நான் உன் எதிரியே அல்ல. உன் கண்களில் சிறிய அளவு கனிவைக் காட்டு.'

'பேசாதே. போதும். என்னைக் கலங்க வைக்கிறாய். நேராக நில்.'

'இது என்ன நீ இடக்கைக்காரனா? உனக்கு மகாபாரதம் தெரியுமா? அதிலே வரும் அர்ச்சுனன் சுத்தமான வீரன். பெரிய வில்வித்தைக்காரன். அவனைக் கண்ணன் 'இடக்கை வீரா' என்று தான் அழைப்பான். உன்னைப் பார்த்தாலும் சுத்தவீரன் போலவே படுகிறது. இடக்கையால் உனக்குச் சுட வரும்தானே?'

'பேசாதே. பேசாதே. பேசாதே.'

'ஏன் உன் கை நடுங்குகிறது. பதறாதே. என் கண்களைப் பார். துப்பாக்கியின் குறி எங்கேயெல்லாமோ அலைகிறது. என் நெஞ்சுக்கு நேராகப் பிடித்துச் சுடு. மறுபடி வேலை செய்ய வில்லையா? விசையை இழு.'

'ஆ பறிக்காதே! என் துப்பாக்கியைத் தா. துப்பாக்கியைத் தா. என்னைச் சுட்டுவிட்டாயே, அப்பா.'

'முட்டாளே. என் மனைவியின் தலைமுடியை நான் வாரவேண்டும். நீ என் மகனா? செத்துப் போ. இது போர்.'

◆

சின்ன ஏ, பெரிய ஏ

'இன்னும் எவ்வளவு நேரம்?' என்றார். 'மூன்று நிமிடம்' என்றேன் நான். காசாளரிடம் சென்று பணத்தைக் கட்டிவிட்டு வந்தார். அவருக்கு அப்படி ஒன்றும் அவசரமில்லை. வீட்டிலே போய்க் கயிற்று ஏணையில் படுப்பதுதான் வேலை. அவ்வப்போது வருவார். இன்று 12 அடி நீளம், 6 அங்குலம் அகலம், 2 அங்குலம் தடிப்பான மரம் வேண்டுமென்றார். அவர் கொடுத்த அளவுக்கு மரத்தை வெட்டும்வரை காத்திருந்தார். 'இன்னும் எவ்வளவு நேரம்?' 'ஒரு நிமிடம்' என்றேன். மேற்கு ஆப்பிரிக்காவில் அட்லாண்டிக் சமுத்திரத்தைப் பார்த்திருக்கும் ஒரு சிறிய நாட்டில் இந்தச் சம்பாசணை நடந்தது.

அவருடைய பெயர் ஜோசப் மடிங்கோ. கழுத்தில் தொடங்கி கால்வரை நீண்ட அங்கி அணிந்திருந்தார். வயிறு முன்னுக்குக் கொஞ்சம் தள்ளிக்கொண்டு நிற்பதால் அவருடைய முன்பக்க உடை தூக்கி நின்றது. கால்களில் பிளாஸ்டிக் செருப்பு. தலையிலே மணிகள் வைத்து வண்ணவேலை செய்த தொப்பி. சிறிய கட்டட வேலைகளுக்கு ஒப்பந்தம் எடுப்பார். வீடுகளும் களஞ்சியங்களும் கட்டிக் கொடுப்பார். ஒன்றிரண்டு மரம் தேவைப்படும்போது வந்து வாங்குவார். அப்படித்தான் எங்களுக்குள் பழக்கம்.

ஒரு தள்ளுவண்டியில் அவரை நோக்கி மரம் வந்தது. இதை எப்படிக் கொண்டுபோவார் என நான் யோசித்தபோது அத்தனை நேரமும் நிலத்திலே குந்தியிருந்த ஒரு கறுத்த சிறுவன் எழுந்து நின்றான். அவனுக்கு 11 வயது இருக்கும். கிழிந்த அரைக்கால் சட்டை. புழுதி படிந்த சுருட்டை மயிர். இரண்டுபேர் மரப் பலகையைத் தூக்கி அவன் தலையில் வைத்தார்கள். கழுத்து அரை அங்குலம் கீழே இறங்கியது. மரத்தின் புவியீர்ப்பு மையம் தலையின் நடுவில் வரும்படி கொஞ்சம் சரி செய்தான். பையன் முன்னே நடக்க இவர் பின்னே தொடர்ந்தார். சட்டென்று திரும்பிய மடிங்கோ என்னிடம் ஓடிவந்து 'கட்டாயம் என்வீட்டுக்கு ஒரு முறை வரவேண்டும்' என்று அழைக்க மறக்கவில்லை. அது ஐந்தாவது அழைப்பு என்று நினைக்கிறேன்.

இரண்டு வாரம் போயிருக்கும். ஜோசப் மடிங்கோ தன் காரை ஓட்டிக்கொண்டு என் அலுவலகத்துக்கு வந்துவிட்டார். நேரம் ஐந்து மணி இருக்கும். 'இன்று நிச்சயம் என் வீட்டுக்கு வரவேண்டும். கார் கொண்டுவந்திருக்கிறேன்' என்றார். ஆப்பிரிக்க சூரியன் மறைவதற்கு முன்னால் அதி வெப்பத்தை அள்ளி வீசிக் கொண்டிருந்தான். மடிங்கோவோ குளிர்கால ஆடையில் என் முன்னால் உயரமாக நின்றார். அவரிடம் சொல்வதற்கு உடனடி யாக ஒரு சாக்கும் கிடைக்கவில்லை. அவருடன் புறப்பட்டேன்.

எனக்குப் பழக்கமில்லாத வீதிகளில் கார் வளைந்து வளைந்து ஓடியது. சிறுவர் சிறுமியர் கும்பலாக மண் நிற சீருடை அணிந்து எதிரில் காணப்பட்டார்கள். சமீபத்தில் ஒரு பள்ளிக் கூடம் இருக்கவேண்டும். புத்தகங்களைத் தலையில் சுமந்த வண்ணம் நண்பர்களுடன் பேசுவதும் சிரிப்பதும், ஒருவருக்கொரு வர், அடிப்பதும் விளையாடுவதுமாக வீதியைக் கடந்தார்கள். கார் காட்டுப் பகுதியைக் கடந்தபோது ரோடு கல்லு வீதியாக மாறி பின்னர் அதுவும் சுருங்கியது. ஓர் இடத்தில் இனிமேல் கார் போகமுடியாது என்று தோன்றியது. மடிங்கோ சட்டென்று காரை விட்டு இறங்கி நடக்க நான் பின் தொடர்ந்தேன்.

தூரத்தில் ஆறு ஒன்று ஓடியது. எங்கே இவர் போகிறார், ஆட்களையே காணவில்லை என நான் நினைத்த சமயம் ஒரு பெண் தோன்றினாள். தலையிலே காவிய தட்டில் வாழைப்பழங் கள் நிரையாக அடுக்கியிருந்தன. இரவுச் சந்தையில் விற்பதற்குப் போகிறாள் போலும். முதுகிலே கட்டியிருந்த குழந்தை, அது பாட்டுக்குக் கழுத்து கீழே சரியத் தூங்கியது. மடிங்கோ பெண் ணிடம் என்னவோ கேட்டார். அதற்கு அவள் கையை ஒரு பக்கமாக நீட்டிக் காட்டி அவர்கள் மொழியில் ஏதோ சொல்லி விட்டு அகன்றாள். தன் வீட்டுக்குப் போவதற்கே இவர் வழி கேட்கிறாரே என்று எனக்கு நடுக்கம் பிடித்தது. என் மனதில் ஓடியதைப் படித்த அவர் சொன்னார் 'அந்தக் காணி விலைக்கு வருகிறது. நான் வாங்கப் போகிறேன்.' 'எதற்காக?' என்று கேட் டேன். 'சினிமாக் கொட்டகை கட்டத்தான்' என்றார்.

ஆப்பிரிக்காவில் சினிமாவில் நல்ல லாபம் எடுக்கலாம். இந்திய சினிமாக்கள் வருடக் கணக்காக ஓடியிருக்கின்றன. சுனில் டத்தும், நர்கீஸும் நடித்த மதர் இந்தியா படத்தைப் பார்த்து அழுதபடியே சனங்கள் வெளியேறியதை இப்பொழுதும் நினைவு கூர்வார்கள். 'அவாரா' படம் பல வருடங்கள் தொடர்ந்து தியேட்டர்களில் ஓடியது. திடீரென்று 'நீங்கள் திலிப்குமாரைச்

அ. முத்துலிங்கம் ♦ 1339

சந்தித்திருக்கிறீர்களா?' என்று கேட்டார். வைஜயந்திமாலாவுடன் அவர் நடித்த 'கங்கா யமுனா' படம் அப்போதுதான் அங்கே வந்து ஓடிக்கொண்டிருந்தது. 'இல்லை. ஆனால், அவர் வீடு என் வீட்டுக்கு எதிரில்தான்' என்றேன். சினிமா சம்பந்தமான எந்தக் கேள்விக்கும் பொய் சொன்னால்தான் ஆப்பிரிக்காவில் மதிப்புடன் வாழமுடியும். அவர் கொஞ்சமும் ஆச்சரியப்படாமல் 'ராஜ்கபூர்?' என்றார். 'அவர் வீடு நாலு வீதி தள்ளி இருக்கிறது என்று சொன்னேன்.

இன்னும் வேறு கேள்விகள் கேட்பார் என நினைத்தேன். ஆனால், அதற்கிடையில் வீடு தூரத்தில் தெரிந்தது. அவருடைய மூன்றாவது மனைவியின் வீடு அது என்று சொன்னார். 'மூன்றாவது மனைவியா? அது எப்படி? நீங்கள் கிறிஸ்தவர் அல்லவா?' என்றேன். 'இல்லை, என்னுடைய அம்மாதான் கிறிஸ்தவர். அப்பா முஸ்லிம். அவர் எனக்கு ஐந்து வயது நடக்கும்போதே இறந்து போனார். என் அம்மா என்னையும் தம்பியையும் வளர்க்க தனியாளாகப் பட்டபாட்டை இன்றைக்கும் என்னால் நினைக்க முடியாது. என் சிறுவயது ஞாபகம் எல்லாம் பசிதான். அப்பொழுது பலதடவை நினைத்திருக்கிறேன் என் அப்பா இன்னும் இரண்டு பெண்களை மணமுடித்திருந்தால் அம்மா தனியாகக் கஷ்டப் பட்டிருக்க மாட்டாரே என்று. அம்மா இரண்டு கால்களில் நின்றதை நான் காணவே இல்லை. முழங்காலில் பிரார்த்திப்பார் அல்லது ஒரு பணக்கார வீட்டுத் தரையை முழங்காலில் உட் கார்ந்து துடைப்பார். அவர் வாழ்க்கை முழுக்க முழங்காலில்தான் கழிந்தது. நான் அந்த வயதில் ஒரு சபதம் எடுத்தேன். பசி என்னை நினைவுபடுத்தக்கூடாது. நான்தான் பசியை நினைவு படுத்துவேன்.'

மூன்றாவது மனைவி அழகியாகவும் இளமையானவராகவும் இருந்தார். முடியை சிறு சிறு பின்னல்களாகப் பின்னித் தொங்க விட்டிருந்தார். நனைந்த நிலக்கரி போன்ற கண்கள். பளீரென்ற வெள்ளையான பற்கள். புத்திசாலித்தனமாக எனக்கு அவரை மடிங்கோ முதலிலேயே அறிமுகம் செய்துவைத்து விட்டபடியால் நான் அவரை மகள் என்று தப்பாக நினைக்கவில்லை. அவர் லப்பாவை இடையிலே சுருக்கமில்லாமல் கட்டியிருந்தார். 'என்ன வேண்டும்?' என்று கேட்டார். ஆனால், நான் பதில் சொல்ல முன்னரே திரும்பிவிட்டார். இறுக்கமான லப்பாவில் அவருடைய பின்பகுதி கலிலியோவின் பெண்டுலம் போல இடமும் வலமும் அசைந்தாடியது.

ஆப்பிரிக்க வீடுகளில் கோப்பி, தேநீர் கிடைக்காது. பாம் மரத்தில் எடுக்கும் வைன் உண்டு. கோக் அடுத்தது. மூன்றாவது ஸ்டார் பியர். வைன் குடிக்க நல்லதுதான். ஆனால், சுத்தமில்லாத தண்ணீர் கலந்துவிடுவார்கள். அதனால் ஆபத்தானது. கோக் ருசியாயிருக்கும். பற்களால் கடித்து மூடியைத் திறப்பார்கள். ஸ்டார் பியர்தான் உத்தமமானது. விரலால் திறக்கலாம். அதுதான் வந்தது. நான் ஒவ்வொரு மிடறாகப் பருகத் தொடங்கினேன்.

திடீரென்று எதிர்த் திசையில் ஏதோ அசைந்தது. கறுத்த பூதாகரமான உருவம் ஒன்று எழுந்து நின்றது. அத்தனை நேரமும் அந்த உருவத்தை என் கண்கள் காணவில்லை. 'என் மாமனார்' என்றார் மடிங்கோ. உருவம் அசைந்து எனக்குக் கிட்ட வந்தது. நான் கைகளை நீட்டினேன். அவர் கையைப் பிடிக்காமல் என்னை அணுகி கட்டிப்பிடித்தார். ஆப்பிரிக்கக் கண்டமே என்னைக் கட்டிப்பிடித்ததுபோல எனக்கு இருந்தது. அவர் உடலுக்குள் நான் மறைந்துபோனேன். 'அரசாங்கத்தில் பெரிய வேலையில் இருந்தார். ஆனால், வேலை பிடிக்காமல் விட்டுவிட்டார்' என்றார் மடிங்கோ.

'ஏன் வேலையை விட்டார்?' ஆப்பிரிக்காவில் ஒருவரும் அரசாங்க வேலையை உதறிவிட்டு வீட்டுக்கு வருவதில்லை.

'ஒரே வேலையைத் திருப்பித் திருப்பிச் செய்யப் பிடிக்க வில்லை. அலுத்துப்போனதாம்.'

'என்ன வேலை?'

'தினம் அலுவலகத்துக்கு வரும் கடிதங்களின் விவரங்களை ஒரு நாளேட்டில் எழுதிவைப்பது.

'அவ்வளவுதானா?'

'அவ்வளவுதான்.'

'சரி. இப்ப என்ன வேலை செய்கிறார்.'

'வேலை தேடுகிறார். அதுதான் டைப்பிங் தானாகக் கற்கிறார்.'

அப்பொழுதுதான் பார்த்தேன். ஒரு மேசையில் சதுரமான அண்டர்வுட் தட்டச்சு மெசின் இருந்தது. அதற்குமுன் மாமனார் உட்கார்ந்து டக் டக் என அடிக்கத் தொடங்கினார். பெரிய எழுத்தும் சின்ன எழுத்தும் மாறி மாறி அடித்தார். ஒரு விசையை அழுத்தியதும் சின்ன எழுத்து பெரிய எழுத்தாக மாறிவிடும். அந்த வரி முடிவுக்கு வந்ததும் டிங் என்ற இனிமையான ஒலி எழும்பும். பின்னர் அடுத்த வரிக்கான ஆயத்தம் நடக்கும்.

பியரை முழுவதுமாகக் குடிக்க எனக்கு விருப்பமில்லை. ஒரு மரியாதைக்காக இரண்டு மிடறு குடித்துவிட்டுப் புறப்படுவதுதான் திட்டம். நாடகத்தில் பாத்திரங்கள் வருவதுபோல ஒவ்வொன்றாக உருவங்கள் தோன்றின. படுக்கை விரிப்பைத் திரைச்சீலையாக மாற்றி மறைத்த கதவுக்குப் பின்னே ஒருவர் என்னையே பார்த்தபடி கம்புபோல நேராக நின்றார். அவருக்கு 70 வயது இருக்கலாம். கடுமையான எலும்பைக் கடிப்பதுபோல அவர் முகம் கோணலாயிருந்தது. சிரிப்பாக இருக்கலாம். என் மீது எரிச்சலோ தெரியவில்லை. போர்க்களத்தில் எதிரியிடம் சரணடையப் போவதுபோல இரு கைகளையும் உயர்த்தியபடி மெதுமெதுவாக என்னை நோக்கி முன்னேறினார். மடிங்கோ என் பக்கம் குனிந்து திருடர்கள் பேசுவதுபோல ரகஸ்யக் குரலில் 'என் மாமனாரின் தகப்பன். கண்பார்வை இல்லை' என்றார். கிழவர் உடுப்பில் துளை மாற்றி பொத்தானை மாட்டியிருந்தார். வாயின் இருபக்கமும் துப்பல் காய்ந்து ஒட்டியிருந்தது. அவர் கையைப் பிடித்துக் குலுக்கினேன். 'அவருக்கு இரண்டு வருடமாக ஆற்று நோய்' என்றார் மடிங்கோ. 'ஆறுகளுக்கு அண்மையில் வாழும் கறுப்பு இலையான் பரப்பும் நோய். இலையான் கடித்ததும் கிருமி ரத்தத்தில் கலந்து மூளைக்குப் போய் கண்பார்வையைச் செயலற்றதாக்கிவிடும்' என்றார்.

கிழவர் வெள்ளைக்காரரிடம் படித்து ஆசிரியராக வேலை பார்த்தவர். 'என் சிறுவயதில் இந்தக் கிராமத்தில் பலருக்கு இந்த நோய் வந்ததைக் கண்டிருக்கிறேன். எனக்கு வரும் என்று நான் நினைத்துப் பார்த்ததே இல்லை' என்றார். மடிங்கோ சொன்னார். 'ஆற்றிலே இருந்து பரவும் நோய் இது. நாம்தான் ஆற்றுக்கு ஏதாவது செய்யவேண்டும்.' 'அது எப்படி முடியும்? 500 மில்லியன் ஆண்டுகளாக ஆறு இங்கே ஓடுகிறது. மனிதனுடைய வயது 2,00,000 ஆண்டுகள் மட்டுமே' என்றார் கிழவர். அவர் மெள்ள மெள்ள நடந்து புறப்பட்ட இடத்துக்கு ஊகமாகத் திரும்பினார்.

பியர் கிளாசை மேசையில் வைத்துவிட்டுச் சுற்றுமுற்றும் பார்த்தேன். இன்னும் பல முகங்களும் கால்களும் திரைச்சீலையின் பின்னால் தெரிந்தன. ஒரு நாளில் மூன்று புது அறிமுகம் போதும் என்று பட்டது. எழுந்து நின்றேன். 'புறப்பட்டுவிட்டீர்களா?' என்றார் மடிங்கோ. மாமனார் உடலைத் தூக்கிக்கொண்டு மறுபடியும் என்னை நோக்கி வந்தார். நான் கிலி பிடித்து பின்னுக்கு நகர்ந்தேன். என்னைக் கட்டிப்பிடிக்கப்போகிறார் என்று நினைத்தேன். அவர் தன் தலை மயிரில் குத்திவைத்த பேனாவை எடுத்து ஒரு கடித உறையில் என்னுடைய மூன்று எழுத்துப்

பெயரை இரண்டு பிழைகளுடன் எழுதி என்னிடம் நீட்டினார். நான் 'என்ன?' என்று அலறினேன். மடிங்கோ பதில் சொன்னார். 'அது வேலைக்கான விண்ணப்பம்.' 'யாருக்கு? 'மாமனாருக்குத் தான்.' 'என்ன வேலை?' 'என்ன வேலை என்றாலும் பரவாயில்லை. அவர் கடுமையான உழைப்பாளி. சொன்ன வேலையை கிரமமாக முடித்துக் கொடுப்பார். நீங்கள் தயவு செய்யவேண்டும்.' நான் கடித உறையை வாங்கிப் பைக்குள் வைத்தேன். எனக்குப் பின்னால் விசுவாசமான மரங்கொத்தியின் விடாமுயற்சிபோல டக் டக் என்ற ஒலி மீண்டும் கேட்கத்தொடங்கியது.

வீட்டுக்கு வந்ததும் முதல் வேலையாக விண்ணப்பத்தை மறந்துபோனேன். ஆனால், மடிங்கோவின் மூன்றாவது மனைவி யின் நிலக்கரிக் கண்கள் நினைவுக்கு வந்தன. அவரும் ஒரு காலத் தில் கண் பார்வையை இழப்பாரா? யாரால் சொல்லமுடியும். இரண்டு நாள் கழிந்தது. அலுவலகத்துக்கு மடிங்கோ அவசரமாக வந்தார். 'விண்ணப்பத்துடன் சான்றிதழ்களை இணைக்க மறந்து விட்டோம். பிறப்புச் சாட்சிப் பத்திரம், கல்வித் தகைமைகள், நன்னடத்தைக் கடிதங்கள் எல்லாம் இருக்கின்றன. அவற்றை நகல் எடுத்து இன்னும் இரண்டே நாளில் கொண்டுவருகிறேன்' என்றார். அப்பொழுதெல்லாம் நகல் எடுக்கும் மெசின் அரிதிலும் அரிது. தலைநகரத்தில் ஒன்று இருந்தது. இவர் அங்கே போய்த்தான் நகல்கள் எடுத்து வரவேண்டும். அவர் செயல்படும் முறையைப் பார்த்தபோது மனிதர் வேலை உறுதி என்று நினைத்துவிட்டார் என்ற கலக்கம் எனக்கு உண்டானது.

அன்று மாலை வீட்டிலே தேநீர் அருந்தும்போது திடீ ரென்று மடிங்கோவின் மாமனாரின் நினைவு வந்தது. அவர் தட்டச்சு மெசினுக்கு முன் முக்காலியில் உட்கார்ந்த சமயம் முக் காலி முற்றிலும் மறைந்துபோனது ஞாபகம் வந்து மெல்லச் சிரித் தேன். எதிரில் உட்கார்ந்திருந்த என் மனைவி 'என்ன சிரித்தீர்கள்?' என்றார். நான் 'இல்லையே. காற்றடித்ததே அதாயிருக்கும்' என்றேன்.

ஒரு வாரமாகிவிட்டது. விண்ணப்பத்தைத் திறந்து பார்க்க நேரம் கிடைக்கவில்லை. அன்று. சாவகாசமாக உட்கார்ந்து கடித உறையைப் பிரித்து விண்ணப்பத்தை முதன்முதலாக வெளியே எடுத்தேன். அந்த நேரம் பார்த்து என் மனைவி இரவு உணவு சாப்பிட அழைத்தார். உலகத்து மனைவியர்போல ஏதாவது வேலை ஆரம்பிக்கும்போது அவர் அப்படிச் செய்வது வழக்கம். விண்ணப்பம் இரண்டு பக்கங்களில் கைகளால் மைப்பேனாவி னால் எழுதப்பட்டிருந்தது. அவருடைய பெயர், முகவரி, வயது,

படிப்பு என்று நிரையாக விவரங்கள் தந்திருந்தார். உயரம் கொடுத்ததை மன்னிக்கலாம். எடையையும் பெரிய எழுத்தில் எழுதியிருந்தார். விண்ணப்பத்தின் பின்பக்கத்தைப் பார்த்தேன். ஆங்கிலத்தில் சின்ன ஏ, பெரிய ஏ என்று தாள் முழுக்க டைப் அடிக்கப்பட்டிருந்தது. அடுத்த தாளைப் பார்த்தேன். அங்கேயும் சின்ன ஏ பெரிய ஏ என்று முழுத்தாளையும் நிரப்பி அச்சடித்திருந்தது. 26 ஆங்கில எழுத்துகளில் முதல் அட்சரமான 'ஏ' என்ற எழுத்துக்கு திறமான அப்பியாசம் நடந்திருப்பது தெரிந்தது. தட்டச்சுப் பயிற்சிக்கு வைத்திருந்த தாள்களை மிச்சம் பிடிப்பதற்காக விண்ணப்பத்தை அந்தத் தாள்களின் பின்னால் எழுதி அனுப்பியிருக்கிறார்.

மனைவி காத்திருந்தார். ஒரு வாரமாகியும் சான்றிதழ் நகல்கள் வரவில்லை. நான் காத்திருந்தேன். மடிங்கோவின் சதுரமான அண்டர்வுட் தட்டச்சு மெசினின் மீதி 25 எழுத்துகளும் தங்கள் முறைக்காகக் காத்திருந்தன.

◆

ஸ்டைல் சிவகாமசுந்தரி

யாழ்ப்பாணம் டவுனுக்குப் போவதற்கு பஸ் டிக்கட் 10 சதம்தான். கொக்குவில் என்றால் 50 சதம். வவுனியாவுக்கு 4 ரூபா; கொழும்புக்கு 12 ரூபா. கொழும்புத்துறைக்கு ஒன்றுமே கொடுக்கத் தேவையில்லை. ஏனென்றால் அவள்வீடு அங்கேதான் இருந்தது. பெயர் சிவகாமசுந்தரி. வயது 15. படித்த பள்ளிக்கூடம் வேம்படி. வருடம் 1965.

தினமும் அவளுடைய அப்பா அவருடைய காரில் அவளைக் கொண்டுபோய் பள்ளிக்கூடத்தில் விடுவார். மாலையில் மறுபடியும் அழைத்துவருவார். கொழும்புத்துறையில் அவர் ஒருவரிடம்தான் கார் இருந்தது. ஏ30 கார். அது தூரத்தே வரும் போதே சனங்கள் சொல்லிவிடுவார்கள் சந்திரசேகரம் புறப்பட்டு விட்டார் என்று. அவருடைய கார் அளவுக்கு அவரும் பிரபல மானவர். அவரிடம் இரண்டு லொறிகள் இருந்தன. அவற்றில் சாமான்கள் கொழும்புக்குப் போகும், பின்னர் அதே லொறிகளில் வேறு சாமான்கள் திரும்பும். காலையில் அவர் வீட்டு வாசலில் ஒருகூட்டம் சனம் சாமான்களை வாங்க நிற்கும். 'ஒரு காலத்தில் கொழும்பில் இருந்து நாவாய்களில் சாமான்கள் வந்து இங்கேதான் இறங்கின. அதுதான் கொழும்புத்துறை என்று பெயர். என்னுடைய பாட்டனுக்குப் பாட்டன் செய்ததைத்தான் நான் செய்கிறேன்' என்று பெருமையாகச் சொல்வார்.

கொழும்பு ஸ்டைலை கொழும்புத்துறைக்கு முதலில் கொண்டு வந்தது சிவகாமசுந்தரிதான். பால் கலக்காத தேநீர் நிறத்தில் இருப்பாள். சுற்றிலும் நிலத்தில் புறாக்கூட்டம் நிற்பது போல அவதானமாகத்தான் கால்களை எடுத்து வைப்பாள். ஆனால், கண்களில் கர்வம் இருக்கும். அப்பாவின் செல்லம். அவள் என்ன கேட்டாலும் அதைக் கொழும்பிலிருந்து தருவித்துக் கொடுத்துவிடுவார். 2 உதட்டுச் சாயம், 4 நகப்பூச்சு, மூன்று அஞ்சனக் குப்பி, இருபது ரிப்பன்கள், ஒரு யார்ட்லி பவுடர் என ஒப்பனைப் பொருட்கள் அவளிடம் இருந்தன. ரப்பர் வளையப் பந்துகளைத் தலையில் முதலில் அணிந்து யாழ்ப்பாணத்துக்கு அறிமுகம் செய்தது அவள்தான்.

பள்ளிக்கூடத்திலிருந்து வந்ததும் முகத்தைக் கழுவுவாள். தலைவாரி இழுத்து பவுடர் பூசிப் பொட்டு வைத்து பச்சைப் பாவாடை அணிந்து பச்சைக்கரை வைத்த பிளவுஸ் தரித்து பச்சைத் தாவணியை உடுத்தி பச்சைக் குடையைத் தலைக்குமேல் பிடித்தபடி கேட்டைத் திறந்து வெளியே வந்தவள் நின்று யோசிப் பாள். சட்டென்று உள்ளே திரும்பி பச்சைக் கைலேஞ்சியை எடுத்து இடுப்பிலே செருகிக்கொண்டு நடக்கத் தொடங்குவாள். உடனேயே செய்தி பறக்கும். அந்த வீதியில் உள்ள இளம் பெண்கள் வாசலில் நிற்பார்கள். சிவகாமசுந்தரி ஸ்டைலாக நடந்து வீதியின் எல்லை மட்டும் போவாள். பின்னர் திரும்புவாள். கொழும்புக் குடை கையிலே இருப்பது பெரிய அனுகூலம். யாராவது அவளைப் பார்ப்பது பிடிக்கவில்லை என்றால் குடையால் மறைத்துவிடுவாள். கைப்பிடியில் இருக்கும் சின்ன பொத்தானை அழுத்தியதும் குடை தானாக அரை அடி உயரும். பின்னர் படக் கென்று இரண்டு கட்டமாக விரியும். அந்தக் குடை யாழ்ப் பாணத்தில் ஒருவரிடமும் இல்லை. அவளிடம் நாலு குடைகள் நாலு கலர்களில் இருந்தன.

எத்தனை ஸ்டைல் என்றாலும் சிவகாமசுந்தரிக்கு ஏதோ ஒன்று குறைந்தது. அரசியாக எங்கோ பிறக்க வேண்டியவள் இந்தக் குக்கிராமத்தில் பிறந்ததால் அவள் ஸ்டைல் எல்லாம் வீணாகிக் கொண்டிருந்தது. சௌபாக்கியவதி படத்தில் சாவித்திரி பழைய காலத்து ராஜகுமாரிபோல சேடிப்பெண்களுடன் போவாள். தோழிகள் இருந்தால்தான் மதிப்பு. அழகிலும் ஸ்டைலிலும் குறைந்த நாலு பெண்களைத் தோழியராக சேர்த்துக்கொண்டு வீதிவீதியாக அலைந்தாள். கரம்பன்வீதியைக் கடக்கும்போது சிவகாமசுந்தரி மூக்கைப் பொத்துவாள். மற்றவர்களும் பொத்து வார்கள். தேங்காய் மட்டைகளை கடற்கரையில் நனையவைத்து அங்கே கயிறு திரிப்பார்கள். அந்த மணம் வீதி முழுக்க நிரம்பி யிருக்கும். சில பையன்கள் தொடருவார்கள். இன்னும் சிலர் அப் போது பிரபலமாயிருக்கும் சினிமா பாடல் வரி ஒன்றைப் பாடு வார்கள். தோழிகள் கிலுகிலுவென்று சிரிக்க இவள் மட்டும் தோரணையாக ஒரு பார்வை பார்ப்பாள். அவர்கள் அடங்கி சுருண்டு விழுவார்கள்.

தாயாருக்கு இவளுடைய ஸ்டைல் பிடிக்காது. அடிக்கடி திட்டுவாள். ஒருநாள் அவர் பயந்தது போலவே நடந்தது. சென்ட்ரல் கல்லூரி கார்னிவலுக்கு பலநாள் திட்டமிட்டு ஐந்து பெண்களும் புறப்பட்டார்கள். அன்று சிவகாமசுந்தரி முன்னெப் பொழுதும் செய்திராத மாதிரி தன்னை அலங்கரித்திருந்தாள்.

ஒற்றை விரலால் கொழும்பு கிரீமை முகத்திலே தடவினாள். கட்டம்போட்ட அரைத்தாவணி அணிந்து, தலையை வாரி இழுத்து சுருட்டி அலங்கரித்து முடியில் இரண்டு ரப்பர் பந்துகளை மாட்டியிருந்தாள். தோளிலே தொடும் தொங்கட்டான். கொஞ்சம் குதி உயர்ந்த கொழும்பு செருப்பில் உயரமாகத் தெரிந்தாள். சிவப்பும் மஞ்சளும் கலந்த காப்புகளை அணிந்து மஞ்சள் கைப்பையைத் தோளிலே மாட்டி மஞ்சள் கைக்குட்டையை இடுப்பிலே செருகினாள்.

கண்ணாடியில் பார்த்தபோது அவள் வடிவில் அவளே சொக்கினாள். கார்னிவல்லில் லைட்டுகள் மாயவேலைகள் செய்தன. சில ஓடின, சில சுழன்றன. சில பத்தி பத்தி நூர்ந்தன. சுழல் ராட்டினத்தில் சுழன்றார்கள். ராட்சத சில்லில் மேலும் கீழுமாக ஏறி இறங்கினார்கள். முழங்கைகளில் வழியவழிய ஐஸ்கிரீம் சாப்பிட்டார்கள். பாதாளக்கிணற்றில் மோட்டார் சைக்கிள் ஓட்டும் நிகழ்ச்சியின்போது நாலு சீட் தள்ளி அழகான இளந்தாரி ஒருத்தன் உட்கார்ந்திருந்தான். கறுப்புக் கண்ணாடி அணிந்தபடி இவளையே பார்த்தான். பக்கத்தில் இருந்த சிநேகிதி தோளை இடித்து 'அவன் உன்னைப் பார்க்கிறான்' என்றாள். இவளுக்கு நெஞ்சுப் படபடப்பு ஆரம்பித்தது. எத்தனை ஆண்கள் அவளைப் பார்த்திருக்கிறார்கள். அவள் சட்டை செய்ததே கிடையாது. இந்த உணர்வே வேறு. இவளால் கண்களை விலக்க முடியவில்லை. ஒருவிதக் குதூகலம் நெஞ்சை நிறைத்தது.

வீட்டினுள் நுழைந்ததும் எரிச்சல் எரிச்சலாக வந்தது. அம்மாவைப் பார்த்ததும் அது கூடியது. கைப்பையை வீசினாள். கொழும்பு செருப்பை காலிலே இருந்து உதறினாள். தகப்பன் வந்து தலையைத் தடவி 'என்ன அம்மா?' என்றார். ஏதாவது தேவையென்றால் அவள் பேசுவதை நிறுத்திவிடுவாள். தகப்பனைக் கெஞ்ச வைத்தபின் 'சன்கிளாஸ்' என்றாள். அவருக்குப் புரியவில்லை. 'கறுப்புக் கண்ணாடி, அப்பா. அதுதான் இப்ப ஸ்டைல்.' அடுத்த நாளே கொழும்பிலிருந்து கறுப்புக் கண்ணாடி ஒன்று வந்தது. முன்னுக்கு நிற்பவருடைய முகம் அதில் தெரியும் அதை மாட்டி நடக்கும்போது அவன் பார்க்க வேண்டும் என நினைத்தாள். ஆனால், அவனை எங்கே தேடுவது?

கணக்குப் பாடம் ஓடாததால் இரண்டு வீதி தள்ளி கணக்கு மிஸ்ஸிடம் தனியாக ட்யூசனுக்குப் போய்வரத் துவங்கினாள். கறுப்புக் கண்ணாடி அணிந்து வீதியிலே அவள் போனபோது ஒருநாள் சைக்கிளில் ஒரு வாலிபன் உட்கார்ந்து அவளையே

உற்றுப் பார்த்தான். அதே கறுப்புக் கண்ணாடி அணிந்தவன்தான். இவள் நெஞ்சு பதைபதைக்கத் தொடங்கியது. எங்கே பார்ப்பது என்று தெரியவில்லை. எங்கே தலையைத் திருப்பினாலும் கண்கள் அவன் பக்கமே பார்த்தன. துணிச்சலாக அவன் சிரித்தான். அவளுக்கு என்ன நடந்தது? வேகமாக அந்த இடத்தைவிட்டு ஓடவேண்டும் அல்லவா? சிரித்துவிட்டாள். ஏன் அப்படிச் சிரித்தோம் என்று தன்னையே கேட்டபடி வீட்டுக்கு வந்தாள். அவளால் அவனை மறக்க முடியவில்லை. தினமும் அதே இடத்தில் நின்று சிரித்தான். ட்யூசன் செல்லும் மாலைகளை ஆவலுடன் எதிர்பார்க்க ஆரம்பித்தாள்.

சனி, ஞாயிறு ட்யூசன் இல்லாததால் வீட்டில் இருப்பது நரக வேதனையாக இருந்தது. திங்கள் ட்யூசனுக்குப் போனபோது அவனைக் காணவில்லை. அந்த இடத்தில் சிறிது நின்றுகூடப் பார்த்தாள். கோபம் கோபமாக வந்தது. செவ்வாய்க்கிழமையும் அவன் வரவில்லை. இப்பொழுது பயம் பிடித்தது. கோபம், பயம், எரிச்சல் என்று பல உணர்ச்சிகள். இவன் யார்? பெயர்கூடத் தெரியாதே? பாவாடையைக் கிழிக்கத் தோன்றியது. தலைமயிரை இழுத்து பிய்த்துப் போட நினைத்தாள். புதன்கிழமை அதே இடத்தில் நின்று ஒன்றுமே நடக்காததுபோல சிரித்தான். அவள் பட்ட வேதனை ஓர் இழவும் அவனுக்குத் தெரியவில்லை. அவளுக்கு ஆத்திரம் ஆத்திரமாக வந்தது. அவனைப் பார்த்து 'நேற்று ஏன் வரவில்லை?' என்று கேட்டாள். ஒரு காதலனைப் பார்த்து அவள் பேசிய முதல் வார்த்தைகள். அவனில் ஒரு மாற்றமும் இல்லை. ஒரு கால் நிலத்தில் ஊன்றியிருக்க மற்றக் காலை பெடலில் வைத்து அவளைப் பார்த்துச் சொன்னான். 'நேற்று என்ன கிழமை? செவ்வாய்க்கிழமை. ஓ, சியாமளாவைப் பார்க்கப் போய்விட்டேன்' என்றான். பின்னர் இருவரும் ஒரே நேரத்தில் சிரித்தார்கள். அவன் சிரித்தபோது கழுத்து நரம்புகள் துடித்ததைப் பெரும் அதிசயத்தோடு பார்த்தாள். அப்படித்தான் அவர்கள் காதல் ஆரம்பித்தது.

மூன்றாம் நாள்தான் அவன் பெயர் தெரிந்தது. சாமுவேல் என்றான். 'ஓ யேசுதான் உங்கள் கடவுளா?' அவன் தலையாட்டினான். ஒரு சின்னத் தலையாட்டல்கூட எத்தனை அழகாயிருக்கிறது. அவள் சிரித்தாள். 'ஏன் சிரிக்கிறீர்?' 'அப்பாவிடம் உங்கள் பெயர் சாமிவேல் என்று சொல்லிவிடுவேன். ஒரு பிரச்சினையும் இராது.' இப்பொழுது இருவரும் சிரித்தார்கள். ட்யூசன் நேரத்தை அரைவாசியாகக் குறைத்தாள். சிலநாட்கள் ட்யூசனுக்கே போவதில்லை. தினமும் கடிதம் பரிமாறிக் கொண்டார்கள். சனி,

ஞாயிறு நாட்களில் சந்திக்க முடியாமல் விரக தாபத்தில் துடித் தார்கள். இந்தக் காதல் விவகாரம் ஒரு வருடம் தொடர்ந்தது. ஊருக்கெல்லாம் கதை பரவிய பின்னர் அவள் அம்மாவுக்குத் தெரிந்தது. கடைசி கடைசியாக அப்பாவுக்கும் செய்தி எட்டியது. அப்பா அவளை நேருக்கு நேர் கேட்டார். அந்த முகத்தை அவளால் மறக்க முடியாது. இருபது பேர் குத்தியதுபோல அவர் முகம் சிவந்து ரத்தம் கண்டிப்போய் கிடந்தது. முகத்தில் கண்ணீரா வியர்வையா என்று தெரியாதபடி திரவம் ஓடியது. 'உண்மையா?' என்றார். அவள் 'ஓம் அப்பா' என்றாள்.

அதற்கு முதல் நாள் நல்லூர் ஏழுமுகத் திருவிழாவுக்குப் போயிருந்தார்கள். அப்பா அதிசந்தோசமாக இருந்த கடைசி நாள் அது. அம்மா கேட்ட அத்தனை வெண்கலப் பாத்திரங்களை யும் வாங்கிக் கொடுத்தார். சிவகாமசுந்தரி வளையல் கடையின் முன்னால் ஒரு மணிநேரம் நின்று கறுப்பு, மஞ்சள், ஊதா, நீலம், பச்சை, சிவப்பு, மென்சிவப்பு என்று சகல நிறங்களிலும் ஐந்து ஐந்து சோடிகள் வாங்கினாள். சனக்கூட்டம் ஒருவரை ஒருவர் இடித்தபடி வெளியேறிக்கொண்டிருந்தது. நீண்ட தூரம் நடந்து கோயிலுக்கு வெளியே வந்து காரைக் கண்டுபிடித்து ஏறினார்கள். கார் வேகம் பிடிக்க ஆரம்பித்தபோது 'அப்பா' என்றாள் 'என்ன மகளே?' சட்டென்று காரை நிறுத்தினார். 'அப்பா, வெள்ளைக் காப்பு வாங்க மறந்துபோனேன்.' அவர் ஒன்றுமே பேசாமல் காரை விட்டு இறங்கி மகளிடம் அளவுக் காப்பு வாங்கிக்கொண்டு எதிர் திசையில் ஓடினார். இருபது நிமிடம் காத்திருந்தார்கள். களைத்து விழுந்து திரும்பிய அவர் கையை நீட்டியபடியே ஓடி வந்தார். அதில் ஐந்து சோடி வெள்ளை வளையல்கள் இருந்தன. 'செல்ல அப்பா, என்ரை அப்பா' என்று காப்புகளை வாங்கினாள். சற்று திரும்பிப் பார்த்திருந்தால் தாயார் முகத்தில் நெருப்பு எரிவது தெரிந்திருக்கும்.

'மகள், இது சரிவராது. பையனைப் பற்றி விசாரித்தனான். அவன் படிக்கவில்லை. பஸ் கம்பெனியில மிகச் சாதாரண வேலை செய்கிறான். அவன் சம்பளத்தில் உனக்கு ஒரு நல்ல சேலைகூட வாங்கித் தரமுடியாது. அவர்கள் வேதக்காரர்கள். நீ என்ரை செல்ல மகள் அல்லவா? நான் வெளியிலே தலை காட்ட முடி யாது, மகளே' என்று கெஞ்சினார். அவள் சாமுவேல் சொல்லித் தந்ததை மனதிலே நினைத்தாள். 'உன்பக்கம் நியாயம் இருந்தால் உன் வலிமை நாலு மடங்காகக் கூடிவிடும்.' திரும்பத் திரும்ப அதையே சொன்னாள். அழவில்லை. நிதானமாகவே பேசினாள். 'அப்பா அவர் நல்லவர். என்னை நல்லாய் வைத்திருப்பார்.'

தினம் தினம் அறிவுரைபோல ஆரம்பிக்கும் பேச்சு பின்னர் குரல் உயர்ந்து சண்டையாக மாறும். அவள் சாப்பிடாமல் படுக்கப் போய்விடுவாள். ஒருநாள் சந்திரசேகரம் கோபம் தலைக்கேறி கன்னத்தில் அடித்துவிட்டார். அவளால் நம்ப முடியவில்லை. அவராலும் நம்ப முடியவில்லை. இந்த 16 வருடத்தில் ஒருநாள்கூட அவர் அவளை அடித்தது கிடையாது. அவள் ஓடிப்போய் கிணற்றிலே குதித்துவிட்டாள். அவரும் குதித்தார். இருவரையும் ஆஸ்பத்திரிக்குத் தூக்கி ஓடினார்கள். அவருக்குக் கால் முறிந்துவிட்டது. அவள் ஒருநாளில் வீட்டுக்குத் திரும்பிவிட்டாள். அவருக்கு மூன்று மாதம் எடுத்தது. அந்த மூன்று மாதமும் அவள் சாமுவேலை ரகஸ்யமாகச் சந்தித்துக்கொண்டே இருந்தாள்.

சந்திரசேகரம் இந்தப் பிரச்சினையை எப்படித் தீர்ப்பது என்று தெரியாமல் குழம்பிப்போய் இருந்தார். அவர் என்ன குறை வைத்தார்? அன்பைத் தவிர அவர் வேறு ஒன்றையும் அவளுக்குத் தரவில்லையே! எப்படி அவளால் விலகி விலகிப் போகமுடிந்தது. பள்ளிக்கூடத்துக்குப் போவதை ஒரு வருடமாக நிறுத்திவிட்டார்கள். கொழும்பிலே நல்ல உத்தியோகத்தில் இருக்கும் ஒருவனின் சாதகம் பொருந்தியிருந்தது. சிவகாமசுந்தரியின் படத்தைப் பார்த்து அவன் சம்மதம் சொன்னதால், திருமணத்துக்கு நாளும் குறித்துவிட்டார்கள். அவளுக்கு முன்னுக்கும் பின்னுக்கும் காவல். கிணற்றுப் பக்கம் அவள் போகவே முடியாது. அன்றிரவு தண்ணீர் குடிக்க வைத்திருந்த கிளாஸை உடைத்து தூள் தூளாக்கி எப்படியோ உட்கொண்டுவிட்டாள்.

ஆஸ்பத்திரிக்கு மறுபடியும் கொண்டு ஓடினார்கள். நாலு நாட்களாக ரத்தம் ரத்தமாக வாயாலும் வயிற்றாலும் போனது. கிளாஸ் துகள்கள் குடல் முழுக்க ஒட்டிக்கொண்டதால் மருத்துவர்களுக்கு என்ன செய்வதென்று தெரியவில்லை. ரொட்டித் துண்டை இரண்டாக வெட்டி நடுவிலே பஞ்சு அடைத்து சாண்ட்விச் போல செய்து சாப்பிட வைத்தார்கள். அப்படி நாலு சாண்ட்விச் உள்ளே போனது. இன்னொரு பக்கத்தில் ட்ரிப் ஏறியது. கொஞ்சம் கொஞ்சமாக ரத்தப்போக்கு நின்று முற்றிலும் குணமானாள்.

பத்து நாட்களும் கட்டிலுக்குப் பக்கத்தில் அப்பா இருந்தார். 'ஏன் மகளே இப்படிச் செய்தாய். நீ செத்தபிறகு நாங்கள் உயிருடன் இருப்போமா?' என்று சொல்லி அழ ஆரம்பித்தார். இத்தனை பாசம் கொண்ட அப்பாவைப் பிரிந்து என்ன வாழ்க்கை வேண்டியிருக்கு என்ற எண்ணம் அவளுக்கு எழுந்தது. 'அப்பா உங்கள்

விருப்பம் போலவே செய்யுங்கள். நான் மாறமாட்டேன். இது சத்தியம்' என்றாள். அவள் அப்பா முகம் சிரிப்பதை பல மாதங் களுக்குப் பிறகு கண்டாள். அடுத்தநாள் காலை அவர் அவளை வீட்டுக்கு அழைத்துப்போக வந்தார். அவளைக் கட்டிலில் காண வில்லை. அவள் சாமுவேலுடன் ஓடிவிட்டாள்.

சந்திரசேகரம் வீட்டில் நிறைய ஆட்கள் சேர்ந்துவிட்டார்கள். ஒரு செத்த வீடு எப்படியிருக்குமோ அப்படியே ஆகிவிட்டது. அவள் சத்தியம் செய்து கொடுத்ததையே திரும்பத் திரும்ப எண்ணி னார். மனைவி முடியை விரித்து தலையில் அடித்து 'முற்றத்து வெயில் முதுகில் படாமல் வளர்த்தேனே' என்று ஒப்பாரி வைத் தார். சிலர் இப்பொழுதே போய் அவளை இழுத்து வருவோம் என்றார்கள். வேறு சிலர் பொலீஸில் சொல்லலாம் என்று அறிவுரை கூறினார்கள். சந்திரசேகரம் யோசித்துப் பார்த்தார். இரண்டு தரம் தற்கொலை முயற்சியில் இறங்கியிருக்கிறாள். சத்தியம் செய்து கொடுத்துவிட்டு அதை மீறிப் போயிருக்கிறாள். அவள் காதலில் எத்தனை தீவிரமாக இருக்கிறாள். 'வேண்டாம் 17 வருடங்கள் மட்டுமே எனக்கு ஒரு மகள் இருந்தாள். அவளைப் பிடித்து இழுத்து வந்து என்ன பிரயோசனம்? மறுபடியும் ஓடத் தானே போகிறாள்' என்றார்.

அன்றிலிருந்து அவருக்குத் தகவல் சொல்லும் ஆட்கள் பெருகிவிட்டார்கள். ஒருவர் சொன்னார் அவளுடைய பெயர் இப்போ 'மட்டில்லா.' இன்னொருவர் மாதாகோயிலில் திருமணம் நடந்து முடிந்துவிட்டதாகத் தகவல் தந்தார். 'முன்பெல்லாம் என்ன ஸ்டைலாக இருப்பாள். பூவெல்லாம் சாயம்போன பழைய சேலையில் சந்தைக்கு வந்திருந்தாள். தலை வாரவில்லை; பொட் டும் இல்லை' என்றார்கள். அவருக்குக் குடலையே அறுத்து வீசியதுபோல வேதனை ஏற்பட்டது. 'மட்டில்லா' என்று பெயராம். 'அவளுக்கு மட்டில்லா மகிழ்ச்சியா? அல்லது எங்களுக்கு மட்டில்லா வேதனையா?' வயிற்றைப் பிடித்தபடி அவர் புலம்பினார்.

முதல் பிள்ளை பிறந்தபோது அவர்கள் வரக்கூடும் என்று நினைத்தார். வரவில்லை. மூன்று வருடம் ஓடியது. இரண்டாவது பிள்ளையும் பிறந்தது. அவர்களை இனிமேல் பார்ப்போம் என்ற நம்பிக்கை போய்விட்டது. வெளியிடங்களுக்குப் போகும்போது அவர் கண்கள் அவளைத் தேடித்தேடி ஏங்கின. ஒருநாள் செய்தி வந்தது. அவள் ஆஸ்துமாவால் தினம் வேதனை அனுபவிக்கிறாள் என்று. சிறு வயதாயிருந்தபோது ஒரேயொரு முறை அவளுக்கு

ஆஸ்துமா தாக்கி அவர் அவளைத் தோளிலே தூக்கிப் போட்டுக் கொண்டு ஆஸ்பத்திரிக்கு ஓடியது நினைவுக்கு வந்தது.

சிலநாட்களாக அவருக்குச் சீவியம் வெறுத்துவிட்டது. மகள் நினைவாகவே இருந்தது. மெலிந்து போயிருக்கிறாள் என்று சொன் னார்கள். மாமியாருக்கு வேறு உடல்நலம் இல்லையாம். புருசன் காலையில் போனால் இரவுதான் திரும்புவான். இரண்டு குழந்தை களையும் மாமியாரையும் எப்படிச் சமாளிக்கிறாள்? சிறுவயதில் இரவிலே ரகஸ்யமாக வந்து அவர் முதுகிலே கன்னத்தை வைத்துக் கொண்டு தூங்குவாள். வீட்டிலே உளுத்தம் களி கிண்டினால் அதைச் சாப்பிட முன்னர் ஒரு கரண்டி கொண்டுவந்து அவர் வாய்க்குக் கிட்ட நீட்டுவாள்.

அவரால் அவதி தாங்க முடியவில்லை. காரை எடுத்துப் போய் கரம்பன் வீதி நுனியிலே நிறுத்திவிட்டு 18ஆம் நம்பர் வீட்டையே பார்த்துக்கொண்டிருந்தார். ஓர் அறை மட்டுமே உள்ள சின்ன வீடு அது. மறுபடியும் மாலைபோய் அரை மணி நேரம் காத்திருந்தார். அவருடைய காரை எல்லோருக்கும் தெரியு மாதலால் நீண்ட நேரம் தரிக்க முடியாது. இது பல நாள் தொடர்ந்தது. ஒருநாள் காலை ஒன்பது மணிபோல. அவரிடம் கொஞ்சம் தைரியம் மிச்சமிருந்தது. 'எதற்கு பயம்? மகள் வீடுதானே, உள்ளே போகலாம்' என்று நினைத்தபோது ஓர் உருவம் வீட்டை விட்டு வெளியே வந்து எதையோ வீதியில் கொட்டிவிட்டு நின்று அவர் பக்கம் உற்றுப் பார்த்தது. சந்திரசேகரம் காரை விட்டு இறங்கி மகளை நோக்கி ஓடத் தொடங்கினார். அவள் தன் வாழ்நாளில் பலமுறை பின்னர் நினைத்துப் பார்த்த அவளுடைய ஓட்டம் தொடங்கியது. விமானம் ஒன்று மேலே பறக்கும் சத்தம் கேட்டது. ஈரக் கயிறு மணம் வீசும் காற்றை உள்ளே இழுத்தாள்; அவள் நிழல் அவளை முந்திக்கொண்டு பாய்ந்து பாய்ந்து நகர்ந்தது. கட்டிப்பிடித்து 'அப்பா' என்று அலறினாள். அவள் அழுவதே இல்லை. முதல்முறையாக அவள் அழுவதைப் பார்த்தார். 'அழாதே அம்மா நான் வந்திட்டன், அழாதே' என்று கண்ணீரைத் துடைத்தார். 20 வருடக் கண்ணீர் அங்கே கொட்டியது.

'இத்தனை தூரம் வந்த உங்களுக்கு வீட்டினுள்ளே வரமுடிய வில்லையா, அப்பா?' அப்பொழுதுதான் 'ஸ்டைல் சிவகாமசுந்தரி' என்று ஒருகாலத்தில் அழைக்கப்பட்ட அவருடைய மகளைக் கவனித்தார். கண்கள் உள்ளுக்குப் போய், உதடுகள் வெடித்துக் கிடந்தன. ஒரு கிழமைக்கு முன்னர் தோய்த்திருக்கக்கூடிய நீளமான வீட்டு உடையை அணிந்திருந்தாள். தினம் நகப்பூச்சு பூசிய நகங்கள்

உள்பக்கம் தேய்ந்து கறுத்துப்போய்க் காணப்பட்டன. மூச்சு வாங்கி யது. அது ஓடிவந்த களைப்பு அல்ல, மூச்சுத் திணறல். நிமிர்ந்து மூச்சை உள்ளே இழுத்தாள் ஆனால், அவளால் சுவாசப்பையைப் பாதிகூட நிரப்ப முடியவில்லை. பார்க்கவே பரிதாபமாகவிருந்தது. 'இப்பவே நான் உன்னை மருத்துவரிடம் அழைத்துப் போகிறேன். அவரை எனக்குத் தெரியும். காரில் ஏறு' என்றார். அவள் இறகு போல அவருக்குப் பின்னால் வந்தாள். காருக்குள் ஏறியதும் 'உன்னை 'மட்டில்லா' என்றா நான் அழைக்கவேண்டும்?' என்றார். 'அப்பா, உங்களுக்கு நான் எப்பவும் சிவகாமசுந்தரிதான்.' 'இது என்ன கோலம், அம்மா?' என்று மறுபடியும் விம்மினார். 'பேசாமல் ஓட்டுங்கோ' என்றாள் பழைய கட்டளையிடும் தொனி யில். அதைக் கேட்க அவருக்கு மகிழ்ச்சியாக இருந்தது. 'உன்னைத் தேடுவார்களே. வீட்டுக்குப் போய் மாமியாரிடம் சொல்லிவிட்டு வா' என்றார்.

'அப்பா, காரை எடுங்கோ.' அதிகாரம் குறையவில்லை. 'நான் உங்களிடம் சொல்லாமல்தானே ஓடினேன்.'

◆

ஆட்டுப்பால் புட்டு

இதுவெல்லாம் நடந்தது சிலோனில்தான், ஸ்ரீலங்கா என்று பெயர் மாற்றம் செய்ய முன்னர். அப்பொழுதெல்லாம் 'தபால் தந்தி சேவை' என்றுதான் சொன்னார்கள். அலுவலகம், அஞ்சல் துறை, திணைக்களம் போன்ற பெரிய வார்த்தைகள் கண்டுபிடிக்கப் படவில்லை. தினம் யாழ்தேவி கொழும்பிலிருந்து சரியாக காலை 5.45க்குப் புறப்பட்டு காங்கேசன்துறைக்கு ஓடியது; பின்னர் அதே நாள் திரும்பியது. தபால், தந்தி சேவையில் அதிகாரியாக வேலை செய்த சிவப்பிரகாசம் இரண்டு மாதத்திற்கு ஒருமுறை வெள்ளிக் கிழமை அதிகாலை யாழ்தேவியைப் பிடித்து புறப்பட்டு மதிய உணவுக்கு யாழ்ப்பாணம் போய்விடுவார். பின்னர் ஞாயிறு மதியம் அங்கேயிருந்து கிளம்பி இரவு கொழும்பு வந்துவிடுவார். திங்கள் காலை வழக்கம்போல கந்தோருக்கு அதிகாரம் செய்யக் கிளம்பு வார்.

யாழ்ப்பாணத்தில் அவருடைய மனைவி நாற்சார் வீட்டை யும், பெரிய வளவையும் பரிபாலித்துக்கொண்டிருந்தார். அவர்க ளுடைய ஒரே மகள் மணமுடித்து சிங்கப்பூர் போய்விட்டாள். வீட்டிலே அவர்கள் வளர்த்த ஒரு மாடு, இரண்டு ஆடுகள், மூன்று நாய்கள், 20 கோழிகளும், வளர்க்காத எலிகள், சிலந்திகள், கரப் பான்பூச்சிகளும் அவர்களை ஓயவிடாமல் வேலை கொடுத்தன. சிவப்பிரகாசம் அடிக்கடி வருவது மனைவியைப் பார்ப்பதற்கு மட்டுமல்ல, வீடு வளவுகளைப் பராமரிக்கவும்தான். அப்படித்தான் அவர் மனைவிகூட நினைத்தார். ஆனால், இன்னொரு ரகஸ்யக் காரணமும் இருந்தது.

யாழ்ப்பாணத்திலே தேங்காய்ப் புட்டு பிரபலம். தேங்காய்ப் பால் புட்டு இன்னும் பிரபலம். மாட்டுப் பால் புட்டையும் சிலர் விரும்பி உண்பதுண்டு. ஆனால், சிவப்பிரகாசம் சாப்பிடுவது என்றால் அது ஆட்டுப்பால் புட்டுதான். தேங்காயைச் சிறுசிறு துண்டுகளாக நறுக்கி இட்டு, அரிசிமாவையும், உளுத்தம்மாவையும் சரிசமமான விகிதத்தில் கலந்து குழைத்து முதலில் புட்டு அவிக்கவேண்டும். அதை இறக்கியவுடன் சூடாக்கிய ஆட்டுப்

பாலில் கிளறி சர்க்கரை இரண்டு கரண்டி சேர்த்து சுடச் சுடச் சாப்பிட்டால் அதன் ருசியே தனி என்பது சிவப்பிரகாசத்தின் அபிப்பிராயம். மனைவிக்கு ஒத்துவராத கருத்து அது. ஆட்டுப் பாலில் கொழுப்பு குறைவு. ஆனால், புரதச் சத்து அதிகம். அது காந்தியின் உணவு என்று வாதம் செய்வார் சிவப்பிரகாசம். யாழ் தேவியில் இறங்கி வீட்டுக்கு வந்துசேரும் நேரம் அவர் மனைவி ஆட்டுப்பால் புட்டைச் சுடச்சுடத் தயாராக வைத்திருக்கத் தவறு வதே இல்லை.

ஒருமுறை அவர் வீட்டு மாடு கன்று ஈன்றுவிட்டது. 'நீங்கள் வந்த நேரம்' என்று மனைவி அவரைப் புகழ்ந்தார். மனைவிகள் கணவரைப் பாராட்டுவது அபூர்வமானது. சிவப்பிரகாசத்துக்கு மகிழ்ச்சி தாளவில்லை. அவசர அவசரமாகக் கன்றைச் சுற்றிவந்த இளங்கொடியை உமலிலே போட்டுக்கட்டினார். உடனுக்குடன் அதை ஆலமரத்தின் உச்சியில் தொங்கவிட வேண்டும். அந்த ஊரில் இப்படியான வேலைகளைச் செய்வதற்கு ஒருவன் இருந் தான். வேலி அடைப்பது, விறகு தறிப்பது போன்ற வேலைகள். அழகான வாலிபன். அவனுடைய தாய் தமிழாசிரியை. படிப்பு ஓடாதபடியால் அதை நிறுத்திவிட்டு இப்படியான வேலைகளை ஊருக்குள் செய்தான். பெயர் நன்னன்.

'ஆலமரத்தின் உச்சியில் கட்டவேண்டும். அப்பத்தான் மாடு நிறைய பால் கறக்கும். வேறு ஒருவருடைய உமலும் அதற்குமேல் இருக்காமல் பார்த்துக்கொள்' என்றார். அவன் 'தெரியும் ஐயா. இந்த ஊர் முழுக்க பால் கறப்பது என்னால்தான்' என்று சொல்லியவாறு போய்க் கட்டிவிட்டு வந்தான். அடிக்கடி வீட்டுக்கு வந்து அவர் கொடுக்கும் வேலைகளைச் செய்தான். குணசாலி. குடிப்பது கிடையாது. சீட்டு விளையாடுவது இல்லை. ஒருவித கெட்ட பழக்கமும் அவனிடம் இருப்பதாகச் சொல்ல முடியாது. வேலை முடிந்ததும் காசை வாங்கிக்கொண்டு போவான். எண்ணிக்கூடப் பார்ப்பதில்லை.

ஒருநாள் சிவப்பிரகாசம் கேட்டார் 'உனக்கு இந்தப் பெயர் யார் வைத்தது?' அவன் சொன்னான், 'அம்மாதான். அது பழைய மன்னனின் பெயர்.' 'அவன் கொடூரமானவன் அல்லவா?' என்றார். அவன் சொன்னான் 'எந்த மன்னன்தான் கொடூரம் இல்லாதவன் என்று அம்மா சொல்வார்.' பெயர்தான் நன்னன் என்று இருந்ததே ஒழிய அவனுடையது சாதுவான முகம். எப்பொழுதும் ஏவலை எதிர்பார்க்கும் கண்கள். நாளை என ஒன்றிருக்கே என்ற யோசனை அவனுக்குக் கிடையாது. கொஞ்ச

நேரம் தீவிரமாகச் சிந்திப்பதுபோல முகத்தைக் கோணலாகப் பிடித்தபடி நின்றான். பின்னர் அவர் ஆச்சரியப்படும் விதமாக ஒன்றைச் சொன்னான், 'அரசன் என்றால் அவனுக்கு ஒரு கொடி இருக்கவேண்டும். இந்த ஊர் ஆலமரத்தைப் பார்த்தால் அது தெரியும். எனக்கு எத்தனை இளங்கொடிகள் தொங்குகின்றன என்று.'

ஒவ்வொரு முறையும் சிவப்பிரகாசம் வரும்போது நன்ன னுக்கு ஏதாவது வேலையிருக்கும். அந்தத் தடவை அவர் வந்த போது 'நன்னன் மணமுடித்துவிட்டான்' என்று மனைவி சொன் னார். அன்று பின்னேரமே அவன் மனைவியை அழைத்துக் கொண்டு அவரைப் பார்க்க வந்தான். பெண் அழகில் அவனுக்குக் கொஞ்சமும் குறைந்தவள் இல்லை. கண்களைப் பார்த்தபோது துணுக்கென்று இருந்தது. இமைக்க முடியாத பாம்பின் கண்கள் போல அவை நீளமாக இருந்தன. அதில் கொஞ்சம் தந்திரமும் தெரிந்தது. அவருடைய முதல் நினைப்பு 'இவன் அப்பாவியாக இருக்கிறானே. இவளை எப்படிச் சமாளிக்கப் போகிறான்' என்பது தான். பின்னர் யோசித்தபோது இவள்தான் சரியென்று பட்டது. அப்பாவியானவனை இவள் எப்படியும் முன்னேற்றிவிடுவாள். வெற்றிலையில் காசு வைத்து மணமக்களிடம் கொடுத்து சிவப் பிரகாசம் வாழ்த்தி அனுப்பினார். அவள் முன்னே போக இவன் பின்னால் குனிந்தபடி இடது பக்கமோ வலது பக்கமோ பார்க் காமல் அவள் காலடியை மட்டுமே பார்த்து நடந்தான். மண முடிக்க முன்னர் அவன் எப்படி நடந்தான் என்பது அவனுக்கே மறந்துவிட்டது. அவள் கொஞ்சம் உதட்டைக் குவித்தால் அவன் கிணற்றுக்குள் குதித்துவிடுவான் என்று சிவப்பிரகாசம் எண்ணி னார்.

அடுத்தநாள் காலை அவர் முட்டைக் கோப்பியை ரசித்துக் குடித்துக்கொண்டிருந்தபோது நன்னன் தனியாக வந்தான். அவனைப் பார்க்க வேறு யாரோ போல இருந்தது. அவன் அணிந்திருந்த டெர்லின் சட்டை பொக்கற்றுக்குள் திரீரோஸஸ் சிகரெட் பக்கட் இருந்தது. தலையை ஒட்ட வாரி மேவி இழுத் திருந்தான். சுருட்டிய தினகரன் பேப்பர் கையிலே கிடந்தது. 'என்ன நன்னா? பேப்பர் எல்லாம் படிக்கிறாய் போல இருக்கு?' என்றார். 'ஐயா, எல்லாம் பத்துமாவின் வேலை. கையிலே பேப்பர் இருந்தால் ஆட்கள் மதிப்பார்களாம்.' 'சிகரெட்டும் பிடிப்பாயா?' 'அதுதான் ஸ்டைல் என்று பத்துமா சொல்கிறா. அவளுடன் வெளியே போகும்போது நான் சிகரெட் பிடித்தே ஆகவேண்டும். பழகிக் கொண்டு வருகிறேன்' என்றான்.

'இப்ப என்ன வேலை செய்கிறாய்?' 'அதுதான் பிரச்சினை, ஐயா. என்னை வீட்டு வேலைகள் செய்ய வேண்டாமாம். இப்ப நான் சைக்கிள் கடையில்தான் வேலை பழகுகிறேன். அது மதிப் பான வேலை. ஆனால், சம்பளம் குறைவு. போதிய வரும்படி இல்லாவிட்டாலும் பரவாயில்லை என்று பத்து சொல்கிறா,' அவர் வீட்டு பலாமரத்தில் ஒரே சமயத்தில் பழுத்துத் தொங்கிய மூன்று பழங்களைக் காகங்கள் கொத்திக்கொண்டிருந்தன. சிவப் பிரகாசம் நன்னனிடம் பலாப்பழத்தை இறக்கித்தரச் சொன்னார். அவன் நிமிர்ந்து பார்த்துவிட்டு 'ஐயா, பத்துவுக்குத் தெரிந்தால் என்னைக் கொன்றுபோடுவா. நான் வாறேன்' என்று புறப் பட்டான். சிவப்பிரகாசம் 'நீ ஒரு பழத்தை எடுத்துக்கொள். இரண்டை எங்களுக்குத் தா' என்று ஆசை காட்டினார். அவன் அதைக் கேட்டதாகவே காட்டிக்கொள்ளவில்லை.

வழக்கமாக ஞாயிறு அன்று கொழும்புக்குப் பயணமாகும் சிவப்பிரகாசம் திங்கள் மதியம் யாழ்தேவியில் திரும்புவதாகத் திட்டமிட்டிருந்தார். ஞாயிறு இரவு அவருடைய இரண்டு ஆடு களில் ஒன்றை யாரோ திருடிவிட்டார்கள். இரவு ஆடு கத்தியது என்ற விவரத்தை மனைவி காலையில் சொல்லி என்ன பிர யோசனம். மூன்று நாய்கள் இருந்தன, ஆனால், அவை ஒன்றுமே குரைக்கவில்லை. சிவப்பிரகாசம் பயணத்தைத் தள்ளி வைத்தார். ஆடுகட்டிய கயிறு அவிழ்க்கப்படாமல் வெட்டப்பட்டிருந்ததால் ஆட்டை யாரோ களவாடியிருப்பது உறுதியானது. அந்தக் கிராமத் தில் இப்படியான திருட்டு நடப்பதில்லை. எனவே முழுக் கிராமமும் ஆட்டைத் தேடியது.

ஊர்ப் பெரியவர், 'ஆட்டைத் திருடியவன் இந்தக் கிராமத் தில் விற்கமாட்டான். அடுத்த கிராமத்திலும் விற்கமாட்டான். இன்று சந்தை கூடும் நாள். ஆட்டை அங்கேதான் விற்பான்' என்று கூறினார். சிவப்பிரகாசம் ஊர்ப் பெரியவரை அழைத்துக் கொண்டு சந்தைக்குச் சென்று தேடினார். அவர் சொன்னது சரிதான். அங்கே அவருடைய ஆடு ஏற்கனவே கைமாறப்பட்டு கசாப்புக் கடைக்குச் செல்வதற்கு ஆயத்தமாக நின்றது. அவர் ஆட்டைக்கண்ட அதே சமயம் அதுவும் அவரைப் பார்த்தது. அதன் பழுப்புக் கண்கள் அவரை அடையாளம் கண்டுவிட்டது போல ஈரமாக மாறின. ஊர்ப் பெரியவர் பொலீசுக்கு அறிவிக்கும் காரியத்தைச் செய்தார்.

வீடு திரும்பியபோது மூன்று நாய்களும் ஓடிவந்து அவர்மேல் பாய்ந்து புரண்டன. அவற்றின் வால்மட்டும் ஆடாமல் முழு

உடம்பும் ஆனந்தத்தில் துள்ளியதைப் பார்க்க அவருக்கு ஆத்திர மாக வந்தது. திருடனை விட்டுவிட்டு அவர்மேல் பாய்வதற்கா நாய்களை வளர்த்தார். அவர் வீட்டினுள் புகுந்து ஒருவன் ஆடு திருடியதை யோசிக்க யோசிக்க அவர் மனம் சினம் கொண்டது. அந்த ஆடு வேறு குட்டித்தாய்ச்சியாக இருந்தது. இரண்டு ஆடும் மாறி மாறி குட்டிபோட்டு அவருடைய ஆட்டுப்பால் புட்டுக்கு தடங்கல் வராமல் பார்த்துக்கொண்டிருந்தன. ஒரு குட்டித்தாய்ச்சி ஆட்டை வெட்டி இறைச்சியாக்குவதற்கு எத்தனை கல்மனசு வேண்டும்.

சென்ற வருடத்து இலைகள் வளவை நிறைத்துக் கிடந்தன. நன்னன் உதவிக்கு வரப்போவதில்லை. மனைவி கூட்டிச் சருகு களைக் குவித்துவிட சிவப்பிரகாசம் அள்ளிக் குப்பைக் கிடங்கில் கொண்டுபோய்க் கொட்டினார். இரண்டுதரம் கொட்டிவிட்டு மூன்றாவது தரம் வந்தபோது காற்று சுழன்றடித்தது. குப்பை சிதற முன்னர் அள்ளிவிடலாம் என்று ஓடினார். காற்று வென்று விட்டது. அந்த நேரம் வெளியே பெரும் ஆரவாரம் கேட்டது. படலைத் திறந்து வீட்டுக்குள்ளே சனம் வந்தது. பின்னர் ஆடு வந்தது. பின்னால் பொலீஸ்காரர் வந்தார். அவரைத் தொடர்ந்து கைகளைப் பின்புறம் கட்டிய நிலையில் நன்னனைப் பிடித்து இழுத்தபடி ஒருத்தன் வந்தான். 'ஐயா, என்னை விட்டுவிடுங்கள். பத்துமா சொல்லித்தான் செய்தனான்' என்று அவன் கெஞ்சி னான். அவன் ஏதோ சிங்களம் பேசியதுபோல சிவப்பிரகாசம் அதிர்ச்சியில் உறைந்துபோய் நின்றார். அப்பாவியான ஒருத்தனை சிலமாதத்திற்குள் இப்படி ஒருத்தி மாற்றிவிட்டாளே என்று நினைத்தார். 'ஆடுதான் கிடைத்துவிட்டதே. அவன் பாவம், விட்டு விடுங்கள்' என்று அவர் வேண்டினார். பொலீஸ்காரர் மறுத்து விட்டார். 'இது பொலீஸ் கேஸ் ஆகிவிட்டது. கோர்ட்டுக்குப் போனால் நூறு ரூபா அபராதம் விதிப்பார்கள். அல்லது இரண்டு கிழமை சிறைத் தண்டனை கிடைக்கும். அதை அனுபவித்தால் தான் திருடனுக்குப் புத்திவரும். நாளைக்கே கோர்ட்டுக்கு ஆட்டைக் கொண்டு வாருங்கள்' என்று சொல்லிவிட்டு பொலீஸ் காரர் நன்னனை இழுத்துப் போனார்.

அன்றிலிருந்துதான் சிவப்பிரகாசத்துக்கு நினைத்துப் பார்த் திராத சிக்கல் ஒன்று முளைத்தது. வெள்ளி அதிகாலை யாழ் தேவியைப் பிடித்து வந்து இரண்டு நாள் தங்கிவிட்டு கொழும்பு திரும்புகிறவர் அப்படியெல்லாம் செய்ய முடியவில்லை. 'வழக்கு இத்தனையாம் தேதி. உடனே வரவும்' என்று மனைவி தந்தி கொடுப்பார். சிவப்பிரகாசம் அவசரமாகப் புறப்பட்டு யாழ்தேவி யில் வருவார். கோர்ட்டுக்கு மாட்டு வண்டிலில் ஆட்டை ஏற்றிக்

கொண்டு போவார். வழக்கைத் தள்ளி வைப்பார்கள். அவர் கொழும்புக்குத் திரும்புவார். மறுபடியும் தந்தி வரும். கோர்ட்டுக்கு வருவார். வழக்கை ஒத்திவைப்பார்கள். பலதடவை இப்படி அலையவேண்டி நேர்ந்தது.

ஒருமுறை கோர்ட்டுக்கு ஆட்டையும் அதனுடைய இரண்டு குட்டிகளையும் வண்டியில் ஏற்றிப் போனார். வழக்கறிஞர் குட்டி களையும் கொண்டுவரச் சொல்லிக் கட்டளையிட்டிருந்ததால் அப்படிச் செய்தார். கோர்ட்டிலே பத்துமாவின் கையில் ஒரு குழந் தையிருந்தது. எட்டாம் வகுப்பு நன்னனும், பத்தாம் வகுப்பு பத்துமாவும் ஒரு குழந்தையை உண்டாக்கிவிட்டார்கள். அதற்குப் பட்டப்படிப்பு ஒன்றும் தேவையில்லை. வழக்கை மறுபடியும் தள்ளி வைத்தது சிவப்பிரகாசத்துக்கு ஆத்திரத்தைக் கொடுத்தது. பத்துமா மரத்திலே சாய்ந்தபடி குழந்தையுடன் நின்றாள். கோர்ட்டுக்கு அவசரமாகப் போனவர்கள் அவளைத் தாண்டும் போது வேகத்தைப் பாதியாகக் குறைத்தார்கள். அவள் முகம் சந்திர வெளிச்சத்தில் பார்ப்பதுபோல வெளிறிப்போய் காணப் பட்டது. அவர்களைப் பார்க்க பரிதாபமாக இருந்தது. நன்னனிடம், 'சாப்பிட்டாயா?' என்று கேட்டார். அவன் இல்லை என்றான். பாலைவனத்து ஒட்டகம்போல அவள் தலையை அலட்சியமாக மறுபக்கம் திருப்பினாள்.

சாப்பாட்டுக் கடையில் நன்னன் கைக்குட்டையை எடுத்து வாங்குமேலே விரிக்க அவள் உட்கார்ந்தாள். இப்பொழுதுதான் அந்தப் பெண்ணை சிவப்பிரகாசம் நேருக்கு நேர் பார்த்தார். அவள் உடம்பு அசையாமல் இருக்க அவள் தலை மட்டும் ஒரு நடனக்காரியுடையதுபோல இரண்டு பக்கமும் அசைந்தது. அவள் ஓயாமல் பேசினாள். வாய்க்குள் உணவு இருக்கும்போதும், அதை விழுங்கிய பின்னரும், அடுத்த வாய் உணவு வாய்க்குள் போக முன்னரும் அவள் வாயிலிருந்து வார்த்தைகள் ஒன்றுடன் ஒன்று ஒட்டியபடி நிறுத்தாமல் வெளிவந்தன. எல்லாமே கணவனுக்கான கட்டளைகள்தான். அவன் உணவை அள்ளி வாயில் திணித்த படியே தலையை மட்டும் ஆட்டினான். 'பஸ்ஸுக்கு காசு இருக் கிறதா?' என்று கேட்டார். அவன் இல்லை என்றான். அதையும் தந்து அவர்களை அனுப்பி வைத்தார். அவர் படும் அவதியிலும் பார்க்க அந்த இளம் தம்பதிகள் அனுபவிக்கும் துன்பத்தைப் பார்க்க அவரால் முடியவில்லை.

அன்று கோர்ட்டு கலையும் வரை காத்திருந்தார். அரசு வழக்கறிஞர் காரை நோக்கிச் சென்றபோது குறுக்கேபோய்

விழுந்தார். 'நான் ஓர் அரசாங்க உத்தியோகத்தன். ஆட்டைத் திருட்டுக் கொடுத்ததால் கடந்த 18 மாதங்களாக கொழும்பிலிருந்து வழக்குக்கு வருகிறேன். ஆட்டையும் குட்டிகளையும் வழக்கு நாட்களில் கொண்டு வரவேண்டும் என்பது உத்தரவு. ஆட்டின் விலை அறுபது ரூபா. ஆனால், நான் செலவழித்தது 600 ரூபாவுக்கு மேலே. ஆட்டைத் திருடியவன்தான் தண்டனை அனுபவிக்கவேண்டும். ஆனால், திருட்டுக் கொடுத்தவன் திருடனிலும் பார்க்க கூடிய தண்டனை அனுபவிப்பது எந்தவிதத்தில் நியாயம். அடுத்த தடவையாவது வழக்கை முடித்து வையுங்கள், ஐயா.' வழக்கறிஞர் ஒன்றுமே பேசவில்லை. அவரை விலத்திக்கொண்டுபோய் காரிலே ஏறினார்.

வழக்கு தேதிக்கு இரண்டு நாள் முன்னதாகவே சிவப் பிரகாசம் கிளம்பி யாழ்ப்பாணம் வந்துவிட்டார். வீட்டு வளவு வேலைகளை முடித்துவிட்டு இரவு ஓய்வெடுத்தபோது மனைவி சொன்னார். 'இப்பவெல்லாம் மாடு முன்னைப்போல கறப்ப தில்லை. பால் குறைந்துவிட்டது.' சிவப்பிரகாசம் ஒரே வெறுப்பில் இருந்தார். 'இந்த வழக்கு என்னை அலைக்கழித்துவிட்டது. எவ்வளவு நாட்கள் வீணாக ஓடின. எத்தனை காசு நட்டம். அல்லாவிட்டால் இன்னொரு மாடு வாங்கி விட்டிருப்பேனே' என்றார். அடுத்தநாள் காலை மாஜிஸ்ட்ரேட் வழக்குக்கு ஒரு நிமிடம் மட்டுமே எடுத்து போதிய சாட்சியங்கள் இல்லாதபடியால் வழக்கைத் தள்ளுபடி செய்வதாகச் சொன்னார். இதை 20 மாதங் களுக்கு முன்னரேயே செய்திருக்கலாம். இத்தனை அலைச்சலும் தொல்லையும் பணமும் மிச்சமாகியிருக்கும்.

தீர்ப்பான பின்னர் நன்னனில் பெரிய மாற்றம் தெரிந்தது. சிவப்பிரகாசம் நம்பமுடியாமல் தலையைப் பின்னுக்கு இழுத்து மறுபடியும் பார்த்தார். அவன் கண்களில் வெளிச்சம் நடனமாடி யது. அரும்பு மீசை. திரிரோஸஸ் சிகரெட் சட்டை பொக்கற்றுக் குள் தெரிந்தது. கையிலே தினகரன் பேப்பரைச் சுருட்டி வைத்த படி சிரித்துக்கொண்டே கோர்ட்டுக்கு வெளியே வந்தான். பத்துமா எங்கிருந்தோ வந்து அவன் கையை டெர்லின் சட்டை முடிந்த இடத்தில் பிடித்து இழுத்தாள். சிவப்பிரகாசத்துக்கு அவர்களைப் பார்க்க சந்தோசமாகவிருந்தது. விடுதலையுணர்வு எல்லோருக்கும் பொதுதானே.

பத்துமா ஒரு குழந்தையைத் தூக்க ஓடுவதுபோல குனிந்தபடி அவரை நோக்கி ஓடிவந்தாள். காலிலே விழுந்து நன்றி சொல்லப் போகிறாள் என அவர் நினைத்தார். அவள் குனிந்து மண்ணை வாரி எடுத்து வீசி 'நாசமாய்ப்போக' என்று திட்டினாள். 'உன்

ஆடு நாசமாய்ப் போக. உன் மாடு நாசமாய்ப்போக. உன் குடி விளங்காது. இல்லாதவன் என்ன செய்வான்? இருக்கிறவனிடத் திலேதானே எடுக்கவேணும். இதையும் பெரிய வழக்கு என்று கொழும்பிலே இருந்து வந்து நடத்தினாயே. ஆலமரத்து இளங் கொடியை எப்பவோ அறுத்துக் கீழே வீசியாச்சுது. அதுபோல நீயும் அறுந்துபோவாய். உன் அழிவுகாலம் இன்றுதான் ஆரம்பம். நீ புழுத்துச் சாவாய்' என்று வைதுவிட்டு நடந்தாள். திடீரென்று ஒரு வசவு விடுபட்டதை நினைத்துத் திரும்பிவந்தவள், அவர் புழுதியிலே குளித்து நின்றதைப் பார்த்து மனதை மாற்றி ஒன்றுமே பேசாமல் சென்றாள்.

சிவப்பிரகாசம் திகைத்துப்போய் நின்றார். அவர் மேசையில் விரல்களால் சுழற்றும் 3 டெலிபோன்கள் இருக்கும். நாலுபேர் வாசலில் எந்த நேரமும் அவர் கையொப்பத்துக்காகக் காத்திருப் பார்கள். மந்திரி அவருக்குக் கை கொடுத்திருக்கிறார். இருபது வயதைத் தொடாத இந்தப் பெண்ணின் வாயிலிருந்து வந்த வசவு களை ஒவ்வொன்றாக எண்ணிப் பார்த்தார். வண்டில்காரன் ஆட்டையும் குட்டிகளையும் வண்டிலிலே ஏற்றித் தயாராகவிருந் தான். அவன் நடந்ததைப் பார்த்ததாகக் காட்டவில்லை. அடுத்த நாள் ஊரிலே கதை பரவும். இரண்டு நாளில் கொழும்புக்கும் போய்விடும். தலைப் புழுதியைக் கைவிரல்களினால் தட்டியபடி ஆட்டைப் பார்த்தார். அது தன் பழுப்புக் கண்களால் அவரையே உற்று நோக்கியது. முழுக்கதையையும் அறிந்த அந்த ஜீவன் ஒன்று தான் அவருடைய ஒரே சாட்சி. வண்டிலில் ஏறி உட்கார்ந்தபோது அவர் மனைவி ஆட்டுப்பால் புட்டுடன் காத்திருப்பதாகச் சொன் னது நினைவுக்கு வந்தது.

◆

கடைசிச் சாட்சி

அன்று காலை எழுந்ததுமே வழக்கம்போல தன் பெயரை கூகிளில் தேடினாள் நிரஞ்சனா. ஒன்றுமே அகப்படவில்லை. இது என்ன கேவலமான விளையாட்டு என்று தன்னைத்தானே நொந்து கொண்டாள். வான்கூவரில் காப்புறுதி பற்றிய கருத்தரங்கில் கலந்து உரையாற்றியதிலிருந்து தினமும் தன் பெயரைத் தேடினாள். பலர் அவளை நேரிலே பாராட்டினார்கள். சிலர் கடிதம் எழுதினார்கள். கம்பெனி தலைமை இயக்குநர் அவளைத் தேடி அவள் அறைக்கு வந்து வாழ்த்துத் தெரிவித்தபோது பெருமையாகவே இருந்தது.

என்ன பெரிதாகச் சாதித்துவிட்டோம் என்று அவளின் இன்னொரு மனது சொன்னது. பக்கத்து வீட்டில் அகிலா இருக்கிறாள். அவளுக்கு 12 வயது. வீட்டிலே அவளும் தாயாரும் மட்டுமே. கடந்த ஒரு மாத காலமாக காலை உணவைச் சமைத்து தாய்க்கு ஊட்டிவிட்டு பள்ளிக்கூடம் செல்கிறாள். அவர் முகத்தைக் கழுவி, தலைவாரி மருந்துகளை எடுத்து நிரையாகப் பக்கத்தில் அடுக்கி வைத்துவிடுகிறாள். பள்ளியிலிருந்து திரும்பியதும் தன் வீட்டுப் பாடங்களைச் செய்துவிட்டு தாயாருக்கு உணவூட்டித் தூங்க வைக்கிறாள். தினம் இதைச் செய்கிறாள். அவளுடைய பெயரல்லவா கூகிளில் வரவேண்டும்.

ரொறொன்ரோ நகரில் பிரபலமான காப்புறுதி நிறுவனம் அது. ஆரம்பத்தில் அவளுக்கு வேலை சுவாரஸ்யமானதாகத்தான் இருந்தது. இழப்பீட்டுக் கோரிக்கைகளைப் படித்து சிலசமயம் வாய்விட்டுச் சிரித்திருக்கிறாள். வீட்டிலே தாயாருக்குச் சொல்லி மறுபடியும் சிரிப்பாள். விபத்துக்கான காரணத்தை ஒருவர் விளக்கினார். 'காலை நான் என் காரை வீட்டிலிருந்து பின்னுக்கு எடுத்தேன். ரோட்டில் வந்த பஸ் மோதிவிட்டது. பஸ் அன்று 5 நிமிடம் முன்னதாக வந்தது எனக்கு எப்படித் தெரியும்?' இன்னொருவர் எழுதினார். 'ஒரு கண்ணை பின்னால் வந்த லாரியில் வைத்திருந்தேன். இன்னொரு கண்ணைப் பாதசாரியில் வைத்திருந்தேன். ரோட்டில் வைக்க கண் இல்லை. அதுதான்

பிரச்சினை.' கேள்வி: 'விபத்தைத் தவிர்க்க என்ன செய்திருக்கலாம்?' பதில்: 'பஸ்சில் போயிருக்கலாம்.' 'இருபது வருடமாக கார் ஓட்டுகிறேன். நான் ஒருவரை இடித்தது கிடையாது. முன்னால் போன கார் அந்த ஆளை அடித்தது. என்னுடைய கார் அவர்மேல் ஏறியது. நான் குற்றம் செய்யவில்லை.' இப்படிப் புலம்பல்கள் இருக்கும்.

வேலை நிரந்தரமான பின் அவளிடம் வந்த இழப்பீட்டுக் கோரிக்கைகளின் தன்மை மாறிவிட்டது. சிலவேளைகளில் இந்த வேலை தனக்குப் பொருத்தமானதுதானா என்று யோசிக்க வைத்தது. ஒரு தாயும் மகளும் அவளைப் பார்க்க அலுவலகம் வந்திருந்தனர். தாயாருக்கு 35 வயதிருக்கும். மகளுக்கு நாலு வயது. மெழுகிலே செய்ததுபோல லட்சணமான குழந்தை. கணவர் இறந்துவிட்டார். சில மாதங்களாக அவர் காப்புறுதித் தவணை கட்டாததால் அவருடைய காப்புறுதி காலாவதியாகிவிட்டது மனைவிக்குத் தெரியாது. காசோலையைக் கையிலே பெற்றுப் போகலாம் என்று நினைத்திருந்தார். அந்தப் பெண்ணின் முகத்தில் ஏற்பட்ட அதிர்ச்சியும் ஏமாற்றமும் இன்றுவரை அவள் நினைவில் இருந்தன. குழந்தை சிரித்துக்கொண்டே கையசைத்து விடை பெற்றது. அவர்களுக்கு உதவ முடியாதபோது அவளுக்குத் தன் மேல் வெறுப்பு ஏற்பட்டது.

நாள் செல்லச் செல்ல வேலையில் கிடைக்கும் திருப்தியிலும் பார்க்க துக்கம் அதிகமானது. நிரஞ்சனா சிறுமியாக இருந்த நாட்கள்தான் அவள் வாழ்க்கையில் அதிமகிழ்ச்சியானவை. அவளுக்கு நாலு வயதாயிருந்தபோது தம்பி பிறந்தான். மகிழ்ச்சி இன்னும் கூடியது. மாலையானதும் அம்மாவின் மடியில் படுப்பதற்குப் போட்டி நடக்கும். நிரஞ்சனா தலையைச் சாய்த்த வுடன் அம்மா தலை முடியைத் தடவுவாள். அம்மாவின் சேலை மணத்தில் சூரியன் இருக்கும். அப்படியே சில நிமிடங்களில் உறங்கி விடுவாள். என்ன நிம்மதியான உறக்கம். அந்த அமைதி அவள் வாழ்நாளில் பின்னர் கிடைத்ததே இல்லை.

காப்புறுதிப் படிப்பை முடித்து வேலைக்குச் சேர்ந்த அன்று காத்திருந்ததுபோல அவள் அப்பா இறந்துபோனார். அவளுடைய முதல் சம்பளத்தை அவர் பார்க்கவில்லை. அவளே முழுக் குடும்பப் பொறுப்பையும் ஏற்றுக்கொண்டாள். தம்பியை மேல் படிப்புக்காக அமெரிக்கா அனுப்பினாள். ஒருநாள் தாயாரிடம் கேட்டாள். 'என் மனதில் நிம்மதி கிடையாது. காரணம் இல்லாமல் பதற்றமாயிருக்கிறது. இரவில் அமைதியாகத் தூங்கியதே இல்லை.

இது ஏன் அம்மா?' அவர் சொன்னார். 'உன் அப்பா நிம்மதியாகத் தூங்கமுடிகிற காரணத்தைச் சொல்லியிருக்கிறார். அவர் மனச் சாட்சிப்படிதான் நடந்தார். எந்தச் சந்தர்ப்பத்திலும் அவர் மனது சொன்னதற்கு எதிராகச் செயல்பட்டதில்லை. ஒரு கொலைகாரன், கொள்ளைக்காரனுக்குக்கூட அறம் என்றால் என்னவென்று தெரியும். தெரிந்துதான் மீறுகிறார்கள். அதை மதிக்காதவர்கள் நிம்மதியாக உறங்க முடியாது.' 'நான் அறத்தை மீறுகிறேனா, அம்மா?' 'அப்படியெல்லாம் இல்லை. அதைப் புறக்கணிப்பதற் கான மயக்கங்கள் உன் தொழிலில் ஏற்படுகின்றன. அதுதான் நிம்மதியைக் குலைக்கிறது. மாலையானதும் நிழல் மறைந்துபோகும் அல்லவா? அதுபோலத்தான். நீ ஒன்றுமே செய்யத் தேவை யில்லை. நீ அதைக் கடந்துபோவாய்.' தினம் அம்மா அதைச் சொல்லுவாள். ஆனால், ஒவ்வொரு நாளும் அவளுடைய பதற்ற நிலை மேலும் மேலும் அதிகரித்தது.

காப்புறுதிக் குழுவின் வழிநடத்துனராக பதவி உயர்வு வெகு சீக்கிரம் அவளுக்குக் கிடைக்கும் என்று மேலாளர் கூறியிருந்தார். சம்பளம் அதிகரிப்பதுடன் அவள் நினைத்துப் பார்த்திராத அளவு மிகையூதியமும் கிடைக்கும். ஆனால், அன்று மேசையில் காத்திருந்த கோப்பு அவள் எதிர்காலத்தையே மாற்றிவிடும் என்பது அவளுக்குத் தெரியாது. நாலு வருடங்களாக இழுபட்டு முடி வெடுக்க முடியாமல் கொழுத்துப்போய்க் கிடந்த கோப்பு. அதைப் படிக்கப் படிக்க அவளுக்கு ஆச்சரியம் மேலிட்டது. காப்பீட்டு விதிகளும் கம்பெனி விதிகளும் அவளுக்கு மனப்பாடம். ஆனால், அந்தக் கோப்பில் சொல்லப்பட்ட கதை அவளுடைய கற்பனை யின் எல்லைக்குள் வராமல் வெளியே நின்றது.

20 வயது ஆன ரோமானா யோசுகே கனடியப் பெண். ஜமாய்க்கா நாட்டிலிருந்து குடும்பத்துடன் குடிபெயர்ந்தவள். ஒரு நாள் கனடாவின் நெடுஞ்சாலையில் பயணம் செய்தபோது விபத்து ஏற்பட்டு அவளுடைய குடும்பம் அழிந்துபோனது. அவள் மாத்திரம் பலத்த காயத்துடன் தப்பினாள். மருத்துவரின் அறிக்கை பெண்ணின் உடலிலும் மூளையிலும் பாதிப்பு என்று சொன்னது. காப்பீட்டு நிறுவனம் அவருடைய மருத்துவச் செலவுக்கும் பராமரிப்புக்கும் மாதாமாதம் இழப்பீடு வழங்கியது.

சிறிது காலத்தில் பெண்ணின் வழக்கறிஞரிடமிருந்து கடிதம் வந்தது. பாதிக்கப்பட்ட பெண்ணை மணமுடிக்க ஒருவர் ஜமாய்க் காவில் தயாராயிருக்கிறார். காப்புறுதி நிறுவனம் அனுமதி கொடுத் தால் அந்த மனிதர் கனடா வந்து பெண்ணை மணந்து

கொள்வார். பெண்ணின் பராமரிப்புக்கு வேற்று ஆள் தேவை இல்லை. கணவரே அந்த வேலையைச் செய்வார். மாதாமாதம் இழப்பீட்டுத் தொகையை கணவரிடம் தந்துவிடவேண்டும். காப்புறுதி நிறுவனம் சம்மதம் சொன்னது.

மேலும் சிறிது காலம் சென்றது. கணவர் ஜமாய்க்காவில் இருந்தபோது நல்ல உத்தியோகம் ஒன்றில் இருந்தார். கனடா வந்ததால் அந்த வருமானத்தை அவர் இழந்துவிட்டார். காப்புறுதி நிறுவனம் அந்த இழப்பையும் சரிக்கட்டவேண்டும். காப்புறுதி நிறுவனத்தால் மறுப்பு சொல்ல முடியவில்லை. ஜமாய்க்காவில் கிடைத்த வருமானத்தையும் சேர்த்து காப்புறுதி நிறுவனம் கணவருக்கு மாதாமாதம் பணம் கொடுத்தது.

விசயம் அத்துடன் முடியவில்லை. பெண்ணுக்கு ஒரு குழந்தை பிறந்தது. காப்புறுதி நிறுவனம் குழந்தையைப் பராமரிப் பதற்கு ஒரு பணிப்பெண்ணையும் நியமித்து அவருக்கும் மாதா மாதம் சம்பளம் கொடுத்தது. நிறுவனத்தின் செலவு வரவரக் கூடிக்கொண்டே போனது. ஒருகட்டத்தில் கணவரும் பணிப்பெண் ணும் வழக்கறிஞரும் கூட்டாகச் சேர்ந்து காப்புறுதி நிறுவனத்தில் பெறவேண்டிய தொகையைப் பல வழிகளில் அதிகரித்துக் கொண்டே போனார்கள்.

இறுதியில் வழக்கறிஞரிடம் இருந்து ஒரு கடிதம் வந்தது. ஒட்டுமொத்தமாக எட்டு மில்லியன் டொலர் வழங்கினால் அவர்கள் ஒப்பந்தத்தில் கையெழுத்திடத் தயாராயிருந்தார்கள். அதன் பின்னர் காப்புறுதி நிறுவனத்திற்கு ஒரு பொறுப்பும் கிடை யாது. பெண்ணையும் குழந்தையையும் வாழ்நாள் முழுக்க பராமரிக்க இந்தத் தொகை போதுமானது. நிரஞ்சனாவின் மேலாளர் உடனேயே சம்மதித்தார். நிறுவனத்திற்கு இதனால் கணிசமான லாபம் வரும். இந்த விவகாரத்தை முடிவுக்குக் கொண்டுவந்து கோப்பை மூடச் சொல்லி நிரஞ்சனாவுக்கு ஆணை வந்தது.

அன்றிரவு நிரஞ்சனா தூங்கவில்லை. அவள் மனது அமைதி இழந்து தவித்தது. இதில் ஏதோ சூது இருக்கிறது என்று பட்டது ஆனால், என்னவென்று தெரியவில்லை. விபத்தில் சிக்கிய பெண்ணைச் சந்தித்த நாள் நினைவுக்கு வந்தது. என்ன கேள்வி கேட்டாலும் அவள் சிரித்தாள். அவளைச் சுற்றி என்ன நடக்கிறது என்பது அவளுக்குத் தெரியாது. பணிப்பெண்ணும் அவளுடைய கணவரும் தொழில் ரீதியான உறவு வைத்திருந்தவர்கள் போலவே காணப்படவில்லை. பெரிய திட்டமிடல் தெரிந்தது. எட்டு மில்லியன் டொலர்களைக் கொடுத்தால் விபத்தில் மாட்டிய பெண்ணுக்கும் அந்தக் குழந்தைக்கும் என்ன ஆகும்?

அ. முத்துலிங்கம் ♦ 1365

ரோமானாவுக்கு 24 வயது ஆகிவிட்டது. நாலு வருடங்கள் சக்கர நாற்காலியில் அமர்ந்திருந்தாலும் அவளுடைய அழகு குறையவில்லை. கூந்தலை இரண்டாகப் பிளந்து பந்துபோலச் சுருட்டி மாணவிபோல தோற்றம்தரும் சிகையலங்காரத்தை அவளுக்கு யாரோ செய்திருந்தார்கள். கூராக முடியும் இலை போன்ற கண்கள். என்ன சொன்னாலும் சிரித்தாள். அதுதான் பதில். சிலவேளை வாய் திறந்து அபூர்வமான மூளைத் திறனுடன் பேசினாள்.

'அடுத்த கட்டளை என்ன?' என்றாள் ரோமானா. 'நான் கட்டளையிட வரவில்லை. எல்லாம் வசதியாக இருக்கிறதா?' பற்கள் பளீரிடும் சிரிப்பு. அதுதான் பதில். பின்னர் சொன்னாள், 'சூப் குடிக்கும்போது கரையில் இருந்து தொடங்கவேண்டும்.' 'அப்படியா? இன்று காலை என்ன சாப்பிட்டீர்கள்?' தலையைச் சரித்து உலகத்தை ஏற்காததுபோல கண்களைச் சுழற்றினாள். ஒரு முழு நிமிடம் கழிந்தது. திடீரென்று கத்தினாள். 'பிரெட்டும் ஆப்ரிகொட் ஜாமும். அத்துடன் சூப்பும் குடித்தேன்' 'பிடிக்குமா?' 'இல்லையே, யார் சொன்னது.' பாடத் தொடங்கினாள். வினோத மான மொழியாக இருந்தது. 'ட்டூ, ட்டூ. நான்தானே அந்த முட்டை' என்று ஆங்கிலத்தில் முடித்தாள். அது ஜமாய்க்கன் குழந்தைப் பாடல். 'உனக்கு பாத்துவா மொழி தெரியுமா?' 'அது அம்மா வுக்குத்தான் தெரியும். சரி சொல்லு. அடுத்த கட்டளை என்ன?'

நிரஞ்சனா ஒரு குறிப்பு எழுதி தன் மேலாளருக்கு அனுப்பி வைத்தாள். 'காப்பீட்டு நிறுவனம் பாதிக்கப்பட்ட பெண்ணின் நீண்டகாலப் பராமரிப்பு பற்றி ஆலோசிக்காமல் ஒரு தொகைக்குக் காசோலை எழுதுவதன் மூலம் அதன் பொறுப்பில் இருந்து விலக முடியாது. எனக்கு இது அவசரமான முடிவாகத் தெரிகிறது. இதைத் தீர விசாரிக்க அவகாசம் வேண்டும்.'

வழக்கறிஞரிடமிருந்து மூன்று ஞாபகமூட்டல்கள் வந்திருந் தன. மேலாளர் தன்னை வந்து பார்க்கும்படி நிரஞ்சனாவுக்குச் செய்தி அனுப்பினார். அவள் போனபோது அந்தக் கோப்பு அவர் மேசையில் விரித்தபடி கிடந்தது. அவள் முன்னே நின்றாள். அவர் கண்கள் கோப்பின்மேல் ஓடின. ஆனால், அவர் அதைப் படிக்க வில்லை என்பது அவளுக்குத் தெரியும். அவளை அமரச் சொல்ல வில்லை. இரண்டு இருக்கைகள் அவர் முன்னே வெறுமையாகத் தான் இருந்தன.

மேலாளர் உலர் சலவை செய்த உயர்தர ஆடை அணிந் திருந்தார். அவருடைய மேசை பளபளவென்று மினுங்கியது. அதில் ஒரு கணினியும் ஒரேயொரு டெலிபோன் மட்டுமே இருந் தன. ஒரு குறிப்பு புத்தகம்கூட அங்கே கிடையாது. அவருடைய

ஞாபக சக்தி புகழ்பெற்றது. பத்துவருடங்களுக்கு முன்னர் நடந்த ஒரு வழக்கில் எவ்வளவு இழப்பீடு தீர்ந்தது என்று கேட்டால் அந்தத் தொகையை தசம் இரண்டு தானங்களில் சொல்லும் ஆற்றல் படைத்தவர். அவர் ஆராயாமல் முடிவு எடுக்கமாட்டார்; எடுத்தால் பின் அதில் மாற்றம் கிடையாது. அவர் தட்டச்சு செய்வதில்லை. கணினி பூச்சாடி போல மேசையில் ஓர் அலங்காரம்தான்.

'இன்று இழப்பீடு பற்றி முடிவெடுக்க வேண்டும் அல்லவா? ஒப்பந்தம் தயாரா?' 'அது விசயமாக உங்களுக்கு எழுதினேனே.' 'மன்னிக்கவேண்டும். இந்த முடிவு என் மனச்சாட்சிக்கு சரியாகப் படவில்லை.' 'அப்படியா? உன்னுடைய வேலை சட்டங்களுக்கு அமைய முடிவெடுப்பது. இங்கே மனச்சாட்சி எங்கே வந்தது? நாங்கள் என்ன நீதிபரிபாலனம் செய்கிறோமா?'

'மன்னிக்கவேண்டும். மனிதனின் சட்டம் இப்போதுதானே வந்தது. அதற்கும் மேலே ஆதியிலே தோன்றியது கடவுளின் சட்டம் அல்லவா? சோஃபக்கிளிஸ் எழுதிய அன்ரிகன் நாடகத்தில் அன்ரிகன் அரசனைப் பார்த்து சொல்லுவாள். அரசனின் சட்டத்திலும் பார்க்க கடவுளின் சட்டம் உயர்ந்தது என்று.' '2400 வருடங்கள் பழமையான கிரேக்க நாடகத்தை உதாரணம் காட்டுகிறாயா? இங்கே என்ன இலக்கிய வகுப்பா நடக்கிறது?' நிரஞ்சனா தான் பிடித்து நின்ற நாற்காலியின் பிடியை விட்டுவிட்டு கதவை நோக்கி நகர்ந்தாள்.

அடுத்த நெருக்கடி மேலிடத்திலிருந்து வரும். அவள்தான் கோடரியைத் தலைக்குமேல் பிடித்து நிற்கும் கடைசி காவலாளி. அவள் தயாராக வேண்டும். தலைமை இயக்குநரை எல்லோரும் அவருக்குப் பின்னால் 'சுண்டெலி' என்றே அழைப்பார்கள். உருவத்தில் அல்ல. அவர் உயரமாக வாட்டசாட்டமாக இருப்பார். சூப்பில் சுண்டெலி விழுந்தது என்று வந்த இழப்பீட்டுக் கோரிக்கையைத் துவம்சம் செய்தவர். மருத்துவரைக் கொண்டு சுண்டெலியை வெட்டி ஆராய்ந்தபோது அதன் குடலிலே ஒரு துளி சூப்பும் காணப்படவில்லை. வாடிக்கையாளரே இறந்துபோன சுண்டெலியை சூப்பிலே போட்டு ஏமாற்ற முயன்றிருக்கிறார். அந்த மோசடிக்காரருக்கு ஆறுமாதம் சிறைத் தண்டனை கிடைத்தது.

தலைமை இயக்குநர் என்றுமில்லாத நாளாக அவள் அறையினுள் நுழைந்தார். அவள் எதிர்பார்க்கவில்லை. ஆனால், கதவைத் திறந்தவர் உள்ளே வரவில்லை, கதவுக் குமிழைப் பிடித்த படியே நின்றார். நிரஞ்சனா மரியாதை நிமித்தமாக எழுந்தாள். 'உன் முடிவை இன்றைக்கு அறிவிக்கப் போகிறாயா?' 'மேலாளரிடம் ஏற்கனவே தெரிவித்துவிட்டேன். இந்த வழக்கை

நுணுக்கமாக நான் ஆராய்ந்திருக்கிறேன். சம்பந்தப்பட்ட பெண்ணைச் சந்தித்திருக்கிறேன். நான்தான் அவளுடைய கடைசிச் சாட்சி. அந்தப் பெரிய தொகையை நிறுவனம் கொடுத்தால் அவளைச் சுற்றியிருக்கும் கும்பல் அதைக் கையாடிவிடும். பாதிக்கப்பட்ட பெண் கைவிடப்பட்டு, கவனிப்புக் கிடைக்காமல் இறந்துபோனாலும் போகலாம். உண்மையில் அது கொலைதான். அதன் தார்மீகப் பொறுப்பு எங்கள் மீதுதான் விழும்.' 'கொலையா? ஒரு காப்புறுதி அதிகாரிபோல உன் பேச்சு இல்லையே? சட்டத்தைப் பின்பற்று என்றுதானே உனக்குக் கட்டளையிடப் பட்டது.' 'சட்டம் மிகச் சரியாகத்தான் வேலை செய்கிறது. ஆனால், அற உணர்வு என ஒன்று இருக்கிறதே. அதை எப்படி மீறமுடியும்?'

'உன் பேச்சு விசித்திரமானது. இது என்ன மனித சேவை அமைப்பா? கூகிளில் உன்னைப் பாராட்டி யாராவது எழுதப் போகிறார்களா? எங்கள் நிறுவனம் லாப நோக்கத்துடன் நடத்தப் படுவது. அதுகூடத் தெரியாதா?'

'தெரியும். ஆனால், உலகம் இயங்குவது அறவுணர்வினால் தான்; சட்டத்தினால் அல்ல.'

'என் வாய்க்குள் இருந்து வெளிவரும் வார்த்தைகள் உன்னைத் தாண்டிச் செல்கின்றன. நீ விரைவில் உன் சினேகிதி களிடம் 'என் முந்தைய அலுவலகம் இது' என்று காட்ட நேரிடும்.' அவர் பதிலுக்குக் காத்திருக்கவில்லை. கதவுக் குமிழை விடுவித்துக் கொண்டு வேகமாக வெளியேறினார்.

காலை ஆறுமணி அடித்தபோது நிரஞ்சனாவின் அறைக்குள் கோப்பிக் குவளையுடன் தாயார் நுழைந்தார். மகள் ஆழ்ந்த நித்திரையில் இருந்தாள். 'எழும்பு மகள். கோப்பி ஆறுது' என்று சொல்லி மேசையில் வைத்துவிட்டு படுக்கையின் ஓரத்தில் அமர்ந்து மகளின் தலைமுடியைக் கோதினார். நிரஞ்சனா மெது வாகக் கண்விழித்து தாயாரை முதன்முதல் பார்ப்பதுபோல பார்த்தாள். 'மகளே இன்று உன் தம்பிக்கு பல்கலைக் கழகக் கட்டணம் 10,000 டொலர் அனுப்பவேண்டும். மறக்காதே' என்றார். நிரஞ்சனா ஒன்றுமே பேசவில்லை. அவள் வேலையை விட்டு விலகியதை இன்னும் தாயாரிடம் சொல்லவில்லை. தாயை இழுத்து அவர் மடியிலே தலை வைத்துப் படுத்தாள். மறுபடியும் நீண்ட நித்திரையில் சட்டென்று ஆழ்ந்தாள். மகள் முகத்தில் தெரிந்த அமைதியையும் பிரகாசத்தையும் வியப்புடன் பார்த்தபடி அந்தத் தாயார் நீண்ட நேரம் அங்கே அமர்ந்திருந்தார்.

◆

இலக்கணப் பிழை

அன்புள்ள செயலருக்கு,

'இலக்கணப் பிழை திருத்தி' என்னும் செயலி பற்றிய விளம்பரம் படித்தேன். இலக்கணப் பிழையின்றி ஆங்கிலம் எழுத வேண்டும் என்பது சிறுவயது முதலான என் ஆசை, லட்சியம், கொள்கை. அத்துடன் ஒரு முக்கியமான அம்சமும் இப்பொழுது சேர்ந்துகொண்டது. நான் ஒரு பத்திரிகையில் உதவி ஆசிரியராகப் பணியில் சேர்ந்திருக்கிறேன். பெயர் உதவி ஆசிரியரே ஒழிய அது கடைநிலை வேலைதான். இலக்கணச் சுத்தமாக எழுத வேண்டும் என்று என்னைத் தெரிவு செய்தபோதே சொல்லிவிட்டார்கள். ஆகவே என் ஆசை இப்போது அவசரத் தேவையாகிவிட்டது. தயவுசெய்து எனக்கு ஒரு செயலியை உடனடியாக அனுப்பி வையுங்கள். கடன் அட்டையில் பணம் செலுத்திவிட்டேன். நன்றி

கே. கேதாரநாதன்

அன்புள்ள கே. கேதாரநாதன்,

உங்கள் பணம் கிடைத்தது. செயலி உங்களுக்கு உடனேயே அனுப்பிவைக்கப்படும். இலக்கணப் பிழை இல்லாத உலகத்துக்கு உங்களை வரவேற்கிறேன் நன்றி.

லாரா.

அன்புள்ள லாரா

முழுதாக 139 டொலர்கள் அனுப்பிவைத்தேனே. செயலி எங்கே? செயலி எங்கே?

கே.கே

அன்பான கே.கே,

செயலி தபால் மூலம் வரும் என்று நீங்கள் எதிர்பார்த்தீர்கள் போல இருக்கிறது. செயலி ஏற்கனவே உங்கள் கம்புயூட்டருக்கு அனுப்பப்பட்டுவிட்டது. அதை இயக்கத் தேவையான கட்டளைகள் கீழ்க்காணும் கொழுவியில் இருக்கின்றன.

லாரா

அன்புள்ள லாரா,

இலக்கணப் பிழை திருத்தியை அனுப்பிவிட்டதாகச் சொல்கிறீர்களே. அது எங்கே இருக்கிறது?

கே.கே

அன்புள்ள கே.கே,

கீழே உள்ள கொழுவியைச் சொடுக்கவும்.

லாரா

அன்புள்ள லாரா,

ஒரு கேள்வி கேட்டால் அதற்கு ஒரு கொழுவியை அனுப்புகிறீர்கள். அது இன்னொரு கொழுவியைத் திறக்கச் சொல்கிறது. அது இன்னொன்றைத் திறக்கச் சொல்கிறது. இப்படிக் காடு மலையெல்லாம் சுற்றி அலைந்து திரும்பி வரும்வழி தெரியாமல் போய்விடுகிறது. ஏற்கனவே தயாரித்த 1000 பதில்களில் ஒன்றை அனுப்பித் தப்பி விடுகிறீர்கள். ஒரு மொக்கு ஐந்தாம் வகுப்பு மாணவனுக்குச் சொல்வதுபோல முதலில் இதைச் செய், அடுத்து இதைச் செய் என்று எழுதினால் நான் கற்றுக்கொண்டிருப்பேனே. உங்கள் கொழுவிகள் நிறைய சேர்ந்துவிட்டன. இதுவரை நீங்கள் அனுப்பிய கொழுவிகள் எல்லாவற்றையும் தொடுத்தால் அவற்றைப் பிடித்துத் தொங்கிக்கொண்டு நான் ஒன்ராறியோ வாவியைக் கடந்துவிடுவேன்.

கே.கே

அன்புள்ள கே.கே,

வாவியை ஒன்றும் தாண்டத் தேவையில்லை. அறியாமை கடலைத் தாண்டினால் போதும். கொழுவிகளைப் பற்றி நீங்கள் படு கேவலமாக நினைக்கிறீர்கள். பல விஞ்ஞானிகளும் இலக்கண அறிஞர்களும் இணைந்து உருவாக்கியவை அவை. நீங்கள் அவற்றைச் சரியாகப் புரிந்துகொண்டு பயன்படுத்துங்கள். அவை தொந்திரவானவை என்பது வருத்தத்துக்குரியது.

லாரா

அன்புள்ள லாரா,

நீங்கள் என்னைக் கொடூரமானவன், கரைச்சல் தருபவன், மொக்கன் என்றெல்லாம் இதுவரை கற்பனை செய்திருப்பீர்கள். நான் கொடூரமானவன் அல்ல; கரைச்சல் தருபவனும் அல்ல. ஒருவேளை மொக்கன் என்பது சரியாக இருக்கலாம். நான் தலைகீழாகப் பிறந்ததால் மருத்துவச்சி என்னைக் குலுக்கு

குலுக்கென்று குலுக்கினார். அப்பொழுது ஒருவேளை மூளை பிசகி இருக்கலாம். அப்படி அம்மா அபிப்பிராயப்பட்டிருக்கிறார்.

நீங்கள் அனுப்பிய கொழுவியைப் பிரித்து ஆராய்ந்தேன். 'உங்கள் கம்புயூட்டரின் வலது பக்கக் கீழ் மூலையில் ஒரு பச்சை பட்டன் தெரியும். அதை கிளிக் செய்தால் செயலி இயங்க ஆரம்பிக்கும்.' இப்படி எழுதியிருக்கிறது. பிரச்சினை என்ன வென்றால் கம்புயூட்டரின் வலது பக்கக் கீழ் மூலையில் தேடி னேன். அப்படி ஒரு பட்டனும் இல்லை. இடது பக்கத்திலும் இல்லை. கம்புயூட்டரின் பின் பக்கத்திலும் தேடினேன். நான் என்ன செய்வது? எப்படி இலக்கணச் சுத்தமாக எழுதுவது? என் எதிர்காலம் ஒரு பச்சை பட்டனில் வந்து நிற்கிறதே!

கே.கே

அன்புள்ள கே.கே,

நிச்சயமாக உங்கள் கம்புயூட்டரில் பச்சை பட்டன் ஏறிவிட்டது. திரையின் கீழே அது மினுங்கிக்கொண்டு இருப்பதை எங்களால் பார்க்க முடிகிறது. கம்புயூட்டர் திரையைப் படம் பிடித்து அனுப்பவும்.

லாரா

அன்புள்ள லாரா,

எத்தனை சுலபமாக படம் பிடித்து அனுப்புங்கள் என்று சொல்லிவிட்டீர்கள். நான் எப்படி எடுப்பது? அதைச் சொல்ல வில்லையே!

பக்கத்து வீட்டில் ஒருவர் நல்ல காமிரா வைத்திருக்கிறார். சுண்ணாம்பு வெள்ளை அடிப்பவர்போல ஒரு கண் கொஞ்சம் மூடியிருக்கும். வேறு குறை இல்லை. அவரிடம் காமிரா இரவல் வாங்கி என்னால் படம் எடுக்கமுடியும். பரோபகார சிந்தை நிறைய அவருக்குண்டு. உங்கள் கையைப் பிடித்துக் குலுக்கிக்கொண்டு அவர் கதைக்கத் தொடங்கினார் என்றால் நிறுத்த மாட்டார். நல்லாய் காயவைத்த தடித்த தோலினால் செய்யப்பட்ட அவருடைய கை உங்கள் கையை இறுக்கிக்கொண்டே இருக்கும். விடமாட்டார். எப்படிப் பறித்துக்கொண்டு வருவது? போனமுறை இரவு நேரம் ஏணி கடன் வாங்கப் போனேன். உயரத்தில் தொங்கிய பல்பை மாற்றுவதற்குத்தான். அவர் வானத்தில் தெரிந்த நடசத்திரக் குவியலைக் காட்டி 'என்ன அற்புதம்?' என்றார். அதிலே என்ன அற்புதம்? 'முதல் நாளும் அதே குவியல் இருந்தது. 300 மில்லியன் ஆண்டுகளுக்கு முன்னரும் அது இருந்தது' என்றேன். 'ஆம், ஆம். யார் பார்க்கிறார்கள்? மனிதகுலம் வீணாகிக்கொண்டிருக்கிறது' என்றார்.

இம்முறை பகல் நேரம். நட்சத்திரம் இல்லை, ஆகவே துணிந்து போனேன். ஆனால், அவரிடம் டீசேர்ட் இருந்தது. என் கையைப் பிடித்து, அவர் அணிந்திருந்த டீசேர்ட்டை தொட்டுக்காட்டி பேசத் துடங்கினார். 'இந்த டீசேர்ட்டை பார்த் தீர்களா? நியூசீலண்டில் இருந்து எடுப்பித்தது. ஆட்டு மயிரில் விசேடமாகத் தயாரிக்கப்படுவது. குளிர்காலத்திலும் போடலாம். கோடைக் காலத்திலும் அணியலாம். குளிர்காலத்தில் வெப்பமாக இருக்கும், கோடைக் காலத்தில் குளிராக இருக்கும். டீசேர்ட்டில் இருக்கும் நம்பரை இந்தக் குறிப்பிட்ட இணைய தளத்தில் பதிந்து தேடினால் எந்த ஆட்டு மயிரிலிருந்து இதை உருவாக்கினார்கள் என்ற தகவல் கிடைக்கும்.' நான் கையை விடுவிக்க முயன்றேன். அவர் ஐபாட்டைத் திறந்து 'இதோ இந்த ஆடுதான், பாருங்கள்' என்றார். நானும் பார்த்தேன். அப்படியே டீசேர்ட்டின் முகச் சாடை அதற்கும் இருந்தது. அவரிடம் விடைபெற்று கையையும் திரும்பப் பெற்றுக்கொண்டு காமிராவுக்காகக் காத்திருந்தேன். அதற் கிடையில் அவர் மனைவி வந்துவிட்டதால் தொடர் ஓட்டத்தில் பின்கையால் தடியைத் தருவதுபோல காமிராவைத் தந்தார். நான் ஒருவாறு படம் எடுத்துவிட்டேன். எந்த முகவரிக்கு அனுப்புவது?

கே.கே

அன்புள்ள கே.கே,

பக்கத்து வீட்டுக்காரரிடம் காமிரா கடன் வாங்கினீர்களா? ஓ, கடவுளே! கம்புயூட்டர் திரையைப் படம் பிடித்து மின்னஞ் சலில் அனுப்புவதற்கு காமிரா ஒன்றும் தேவையில்லை. கீழே அனுப்பியிருக்கும் கொழுவியில் எப்படிப் படம் பிடிப்பது என்ற விவரம் கொடுக்கப்பட்டிருக்கிறது. அதன்படி செய்யுங்கள்.

லாரா

அன்புள்ள லாரா,

கடந்த நாலு நாட்களாக நான் பாடுபட்டேன். படுத்திருந்து பார்த்ததில் பச்சை பட்டனைக் கண்டுபிடித்துவிட்டேன். இலக் கணப் பிழை திருத்தியைச் சோதனை செய்வதற்காகத் தட்டச்சு செய்தேன். ஒருமுறை 'செய்வினை' என்று சொன்னது. இன்னொரு சமயம் 'நிச்சயமற்ற பெயர்ச் சொற்குறி' என்று சிவப்பு எழுத்தில் பெரிசாக எழுதியது. ஆனால், நான் என்ன செய்யவேண்டும் என்பதைச் சொல்லவில்லை. இது சொல்வதை விளங்குவது இலக்கணப் புத்தகத்திலும் பார்க்கக் கடினமாக இருக்கிறது. இலக்கணப் புத்தகங்களை இன்னும் கொஞ்சம் ஊன்றிப் படித் திருக்கலாமோ என்று இப்போது தோன்றுகிறது.

கே.கே

அன்புள்ள கே.கே,

எங்கள் இலக்கணப் பிழை திருத்தி பற்றி நீங்கள் தவறாக விளங்கிக்கொண்டிருக்கிறீர்கள். இலக்கணப் பிழைகளைச் சுட்டிக்காட்டுவதுதான் செயலியின் வேலை. உங்களுக்காக அது கட்டுரை எல்லாம் எழுதமுடியாது. தொடர்ந்து செயலியைப் பயன் படுத்துங்கள். உங்கள் எழுத்து துலக்கமாகும். எதிர்காலம் பிரகாச மாக அமையும்.

லாரா

அன்புள்ள லாரா,

நீங்கள் தீர்க்கதரிசி. இன்று என்ன நடந்தது என்று சொன் னால் நம்ப மாட்டீர்கள். பத்திரிகை ஆசிரியர் என்னைக் கூப் பிட்டார். ஆசிரியர் ஒருவரைத் தன் அறைக்கு அழைத்தால் அதன் பொருள் ஒன்றுதான். வேலை போகப்போகிறது. ஏற்கனவே ஆசிரியர் என் எழுத்தில் இருதடவை இலக்கணப் பிழை கண்டு பிடித்திருந்தார். ஆகவே தயங்கியபடி அவர் அறைக்குள் நுழைந் தேன். என்ன நடந்தது என்று நினைக்கிறீர்கள்? அவர் என்னை நிமிர்ந்து பார்த்தார். எனக்கு நடுங்கியது. வணக்கம் என்றார். அவர் குரலோ அறையிலும் பார்க்க பெரிது. சாப்பிட்டுமுடித்த கோப்பையை நீட்டுவதுபோல ஒரு பேப்பரை நீட்டினார். நான் அதைப் படிப்பதற்காக உதடுகளைக் கூட்டினேன், அவை நடுங்கும் வேலையில் இருந்தன. ‘உனக்கு வேலை உயர்வு’ என்றார். என்னால் நம்ப முடியவில்லை. ‘நன்றி, நன்றி’ என்று பதினைந்து தடவை சொன்னேன். ஒரு முறைதான் சத்தம் வெளியே வந்தது. இதை யெல்லாம் ஏன் உங்களுக்கு எழுதுகிறேன்? இதில் ஒரு பிரச்சினை இருக்கிறது. என்னுடன் வேலை செய்யும் பெண்மணிக்கு இது பிடிக்கவில்லை. அவர் இலக்கணத்தில் ராணி. எப்படியும் என் வேலையில் பிழை பிடித்து என்னை வெளியே அனுப்ப முயல் வார். உங்கள் இலக்கணப் பிழை திருத்தியை நம்பி வேலையை ஏற்றுக்கொண்டிருக்கிறேன். கைவிடமாட்டீர்கள் என்ற நம்பிக்கை.

கே.கே

அன்புள்ள கே.கே,

உங்கள் வேலை உயர்வுக்கு என் வாழ்த்துகள். இலக்கணப் பிழை திருத்தியைப் பயன்படுத்திய பலர் பதவி உயர்வு பெற்றிருக் கிறார்கள். அமெரிக்க ஜனாதிபதிகள்கூட அதன் அருமையை உணர்ந்திருக்கிறார்கள். பில் கிளின்டன் தன் சுயசரிதையை எழுது வதற்கு எங்கள் செயலியைத்தான் பாவித்தார். அது உங்களுக்குத் தெரிந்திருக்கும். மைக்கேல் ஜாக்ஸன் இலக்கணப் பிழை திருத்தி பற்றி ஒரு பாடல்கூடப் பாடியிருக்கிறாரே. ஆனால், அது வெளி

வரமுன்னர் அவர் இறந்துவிட்டார். இது ஆரம்பம் மட்டுமே. இன்னும் பல புகழ் மாலைகளுக்கும் பாராட்டுகளுக்கும் நீங்கள் தயாராகவேண்டும்.

லாரா

அன்புள்ள லாரா,

கனடாவில் எல்லோருக்கும் பனிக்காலம் எதிரி. எனக்கு அதனிலும் கூடிய எதிரி என்றால் அந்தப் பெண்தான். அவர் என் அறைக்கு வந்தார். அவர் நுழைந்ததும் அறையின் வெளிச்சம் மாறிவிடும். கோதுடைத்த அவித்த முட்டைபோல தளதளவென்று அவர் சருமம் மினுங்கியது. கன்னம் சிவந்திருந்தது. குளிர்கால சிவப்பாக இருக்கலாம். கோபமோ தெரியாது. அவருடைய வேலை வாரா வாரம் அழகுக் குறிப்பு எழுதுவது. பல்லைக் காட்டிச் சிரித்துக்கொண்டே அந்த வாரத்துக் கட்டுரையை நீட்டினார். அவருடைய பற்கள் சிரிப்பதற்காகப் படைக்கப்பட்டவை அல்ல. கடிப்பதற்காக ஆண்டவனால் கொடுக்கப்பட்டவை என்று எனக்கு அந்தக் கணத்தில் தோன்றியது. கட்டுரையில் என்ன எழுதி யிருந்தார் தெரியுமா? அந்தக் காலத்து பிரபுக்களின் மனைவிமார் எப்படி நடக்கப் பழகினார்கள் என்று. தலை குனிந்து நிலத்தைப் பார்க்கக்கூடாது. நேராகவும் பார்க்கக்கூடாது. ஒரு கோழி முட்டையை எடுத்து தாடைக்கும் கழுத்துக்கும் இடையில் வைத்து விழாமல் நடக்கப் பழகவேண்டும் என்று எழுதியிருந்தார். கண்பார்வை 20 அடி தூரத்தில் நிலத்தில் நிலைக்க வேண்டுமாம். என்ன கோழி முட்டை என்று எழுதவில்லை. சிவப்பா, வெள்ளையா, நாட்டுக்கோழியா என்ற விவரமும் கிடையாது. என்ன விழக்கூடாது? முட்டையா அல்லது நடப்பவரா? நான் அதைக் கேட்டபோது அவர் பதில் சொல்லவில்லை. ஒரு கண்ணால் ஒருமாதிரி சிரித்தார். மறு கண்ணை அவர் தலைமுடி மூடியிருந்தது.

இனி விசயத்துக்கு வருவோம். நான் சென்றவாரம் எழுதிய கட்டுரை பத்திரிகையில் வந்திருந்தது. அது இலக்கணப் பிழை திருத்தியால் திருத்தப்பட்டது. அந்தக் கட்டுரையில் ஒரு வசனத்தை அடிக்கோடிட்டு 'இறந்தகாலத் தொடர்வினை' என்று எழுதி அந்தப் பேப்பரை எனக்கு முன்னே விசுக்குவதுபோல ஆட்டினார். செல்போன் உறுமுவதுபோல அடித்தொண்டையால் ஒரு சத்தம் செய்தார். கதவை அடித்துச் சாத்திவிட்டு வெளியேறினார். உறுமல் என்னுடனேயே நின்றது. என் வேலை போய்விடுமோ என்று பயம் பிடிக்கிறது. நான் என்ன செய்யவேண்டும்?

கே.கே

அன்புள்ள கே.கே,

உங்கள் அலுவலகப் பிரச்சினைகளை நாங்கள் தீர்த்து வைக்க முடியாது. இலக்கணப் பிழை திருத்தி சம்பந்தமாக மட்டுமே உங்கள் சந்தேகங்களைக் கேளுங்கள்.

லாரா

அன்புள்ள லாரா,

பத்திரிகை ஆசிரியரிடம் முறைப்பாடு செய்தேன். அவர் சிரித்தார். பொறுமை வேண்டும் என்றார். ஆற்றங்கரையில் ஒருவன் பொறுமையுடன் நெடுநேரம் நின்றால் ஒருநாள் அவனுடைய எதிரியின் பிணம் மிதந்துபோவதைக் காணலாம் என்றார். இவர் என்ன சொல்கிறார்? நான் ஆற்றங்கரையில் போய் நிற்கவேண்டுமா? எந்த ஆறு?

எனக்குப் பதவி உயர்வு கிடைத்த பின்னர் நான் ஒரு கார் வாங்கியிருந்தேன். புதுக் கார் அல்ல; பழைய கார்தான். என் சொந்தக் கார் என்றபடியால் முழங்கையை வெளியே வைத்துக் கொண்டு ஓட்டினேன். எப்படியோ என் எதிரிக்கு அது தெரிய வந்தது. ‘முழுக்காரும் வாங்கினீர்களா?’ என்று கேட்டார். இதன் அர்த்தம் என்ன? எனக்குக் கோபம் வந்துவிட்டது. ‘இரண்டு நூற்றாண்டுகளுக்கு முன்னர் பிரபுக்களின் மனைவிமார் எப்படி நடந்தால் என்ன? தவழ்ந்தால் என்ன? அதை இந்தக் காலத்தில் எழுதலாமா? எழுதினாலும் யார் படிப்பார்கள்? முட்டை விற்பனைதான் அதிகமாகும்’ என்றேன். கடந்தவாரம் நான் எழுதிய கட்டுரையில் ‘செயப்படுபொருள் சுட்டுப்பெயர்’ பல இடங்களில் தவறாக வந்ததென்றும், இந்தப் பேப்பரில் பணி புரிவது தனக்கு அவமானம் என்றும் சொன்னார்.

நான் வாயை மூடிக்கொண்டு இருக்கவில்லை. ‘அப்படி யானால் நாட்டைக் காக்கப் போவதுதானே’ என்றேன். அவர் முகம் மாறியது. இரண்டு பல் முளைத்து வெளியே நீண்டுவிடுமோ என்று பயமேற்பட்டது. ‘நான் பனி. உருள உருளப் பெரிசாவேன். நீரோ பாறாங்கல். உருள உருள என்ன நடக்கும் என்று உம் முடைய ஆமை மூளையால் யோசித்துப் பாரும். என் மாண்பு களும் மாட்சிமைகளும் இந்தச் சின்னப் பத்திரிகை அலுவலகத் துக்கு என்றைக்குமே புரியாது’ என்றார். அவர் மேல் உதடுகள் மடிந்தன. ரேடியோவில் விசையைத் திருகத் திருக ஒலி மேலே மேலே போவதுபோல அவருடைய புன்னகை கூடிக்கூடி முழு வட்டமாகியது. ஏளனமான சிரிப்புத்தான். அவர் ஏதோ திட்ட மிடுகிறார்.

உங்கள் செயலியில் நம்பிக்கை போய்விட்டது. எனக்கு இலக்கணப் பிழை திருத்தி தேவை இல்லை. அது இருப்பதும் ஒன்றுதான். இல்லாததும் ஒன்றுதான்.

கே.கே

அன்புள்ள கே.கே,

எங்கள் பிழை திருத்தியைப் பயன்படுத்தச் சொல்லி ஒருவரும் உங்களை நிர்ப்பந்திக்கவில்லை. ஆமை மூளைபற்றி நான் ஒன்றும் அபிப்பிராயம் சொல்ல முடியாது.

லாரா

அன்பான லாரா,

தயவுசெய்து என்னை விட்டுவிடுங்கள். இலக்கணப் பிழைகள் அழகானவை. இயற்கையானவை. சிந்தனை மூளையில் தோன்றியவுடன் அவை எழுத்து வடிவம் பெறுகின்றன. இந்தச் செயல்பாட்டில் இலக்கணம் நுழைந்தவுடன் உங்கள் சிந்தனை சிதைக்கப்படுகிறது. குழந்தை பேச ஆரம்பிக்கும்போது இலக்கணத் துடனேயா பேசுகிறது. அதன் பேச்சு எத்தனை இனிமையாக இருக்கிறது. உங்களுக்குச் சட்டென்று புரிந்துவிடுகிறது. படைப்பை அது ஊக்குவிப்பதில்லை. இடைஞ்சலாகவே உள்ளது. 2500 வருடங்களுக்கு முன்னர் வாழ்ந்த கிரேக்க அறிஞர் ஹெராக்லிட் டசுக்கு இலக்கணம் பிடிக்காது. அவர் சொன்னார், ‘மருத்துவர் களைத் தவிர்த்து, இலக்கணக்காரர்களிலும் பார்க்க முட்டாள் களை இந்த உலகத்தில் காணமுடியாது.’ ஆகவே இனிமேல் இலக்கணப் பிழைகளைச் சரிபார்க்காமல் எழுதுவது என்று தீர்மானித்துவிட்டேன். செயலிக்கு நான் கட்டிய 139 டொலர்களை உடனேயே திருப்பி அனுப்பிவிடுங்கள். நான் வங்கிக்குச் சென்று என் பணத்தை எண்ணி எண்ணி மகிழ்வேன். வாசகர்கள் பத்திரிகையில் என் இலக்கணப் பிழைகளை எண்ணி எண்ணி மகிழட்டும்.

கே.கே

◆

நல்ல திமிங்கிலம்

பிரபல கவிஞர் மனுஷ்யபுத்திரன் ஒரு திரைப்படத்தைப் பற்றி எழுதும்போது இப்படிச் சொல்கிறார். 'அதிலே நல்ல ஆசிரியர்கள், நல்ல டாக்டர்கள், நல்ல நண்பர்கள், நல்ல பொலீஸ் ஆபிஸர்கள் எல்லோரும் வந்து போகிறார்கள்.' நல்ல திமிங்கிலத்தைப் பற்றி ஒன்றுமே சொல்லவில்லை. அது பற்றி அறியும் சந்தர்ப்பம் இன்று எனக்குக் கிடைத்தது.

அவருடைய பெயர் சுகப்பிரம்மம். வயது 53. வெள்ளை அரைக்கை சட்டை அணிந்திருந்தார். மெல்லிய வசீகரிக்கும் குறுந்தாடி. அன்று ரொறொன்றோவில் நல்ல வெயில். யன்னல் வழியாகப் பாய்ந்த வெளிச்சம் அவர் முகத்திலும் மேசையிலும் ஒளிப்பொட்டுகளைச் சிதறவிட்டது. பக்கத்தில் இருந்த மகளின் வயது 16. நீள்வட்டக் கண்ணாடி. சிரித்த முகம். பேசும்போது அடிக்கடி கீழே குனிந்து பார்த்தார். நீலோற்பலம் போன்ற கண்கள் என்றுதான் எனக்குச் சொல்லத் தோன்றியது.

சரியாக 30 வருடங்களுக்கு முன்னர் சுகப்பிரம்மமும் அவருடன் படகில் வந்தவர்களும் அட்லாண்டிக் சமுத்திரத்தில் உயிருக்குப் போராடியபோது ஒரு கப்பல் தலைவர் அவர்களைக் காப்பாற்றினார். அவருக்கு நன்றி கூறுவதற்காக சுகப்பிரம்மம் தன் மனைவியுடனும் இரு மகள்களுடனும் 2700 கி.மீட்டர் பயணம் சென்று அன்றுதான் திரும்பியிருந்தார்.

இலங்கையிலிருந்து நேராக கனடா வந்தீர்களா?

1983ஆம் ஆண்டு ஜூலை மாதம் ஓர் இரவில் நாங்கள் எல்லாவற்றையும் இழந்தோம். அப்பாவின் புடவைக் கடையை எரித்தார்கள். பிறந்த ஊரிலேயே அகதிகள் ஆக்கப்பட்டோம். எனக்கு வயது 21. எந்த நேரம் ராணுவம் வந்தாலும் என்னைப் பிடித்துப் போய்விடும். ஒரு குற்றமும் செய்யத் தேவை இல்லை. தமிழனாய் இருப்பதே குற்றம்தானே. என் மாமா வெளிநாடு புறப்பட்டபோது என்னையும் அழைத்துப் போனார். கிழக்கு ஜேர்மனிக்கு விசா தேவையில்லை. அங்கே விமானத்தில் போய்

பின்னர் மேற்கு ஜேர்மனிக்குள் நுழைந்தோம். எங்களுக்காகக் காத் திருந்ததுபோல பொலீஸ் எங்களைக் கைது செய்து அகதி முகா முக்கு அனுப்பியது. தங்க இடமும் படுக்கையும் உணவும் கிடைத் தாலும் அதுவும் ஒரு சிறைதான்.

சிலர் கள்ளக் கப்பலில் கனடா போகத் திட்டமிட்டார்கள். ஆளுக்கு 5000 டொலர் கட்டவேண்டும். அதற்கும் மாமாதான் பணம் கொடுத்தார். கனடா பற்றி எனக்கு எதுவித அறிவும் கிடை யாது. இரவு விமானத்தில் தூங்கிய சமயம் ஜேர்மனி வந்ததுபோல கப்பலில் தூக்கம் போட்டால் கனடா வந்துவிடும் என்று நினைத் தேன்.

1986ஆம் ஆண்டு ஜூலை மாதப் பின்னிரவில் ரகஸ்யமாக வாகனம் ஒன்றில் புறப்பட்டோம். இருட்டிலே பிரமாண்டமான கப்பலின் உருவம் தெரிந்தது. ஆட்களின் முகங்கள் தெரியவில்லை. கப்பல்காரன் அவசர அவசரமாக எங்களைக் கீழ்த்தளத்துக்கு அனுப்பிவிட்டு மேல்கதவை மூடினான். அது ஒரு சாமான் கப்பல். 4 பெண்கள், ஒரு கைக்குழந்தை உட்பட நாங்கள் 155 பேர். சாமான் கள் அடுக்கும் ஒடுக்கமான இடத்தில் நாங்கள் நெருக்கியடித்து உட்கார்ந்தோம்.

மூன்று நாட்கள் கப்பல் திகிலூட்டியபடி குலுக்கியது. எங்களுக்கு வேறு சிந்தனையே இல்லை. ஒரு பக்கத்திலிருந்து மறுபக்கத்துக்கு வீசி எறியப்பட்டோம். வாந்தி எடுத்துப் பின்னர் அதன்மேலேயே கிடந்தோம். ஒருவரும் எட்டிப் பார்க்கவில்லை. கதவு மறுபக்கம் பூட்டியபடியே கிடந்தது. ஆங்கில சினிமா படங் களில் அடிமை கப்பல்களைப் பார்த்திருந்தேன். அதேதான். கப்பல் அமைதியடைந்த பின்னர் முதல் முறையாக மேல் கதவு திறந்தது. டின் உணவுகளும் தண்ணீரும் தந்த பின்னர் கதவு மூடிக் கொண்டது. ஆடு மாடுகளைக்கூட ஒருவர் கொஞ்சம் கருணை யுடன் நடத்துவார். 'பூட்டவேண்டாம். எதற்காக பூட்டுகிறீர்கள்?' என்று அலறியபோது செம்பட்டை முடிக்காரன் 'கதவு இருப்பது பூட்டுவதற்குத்தானே' என்றான்.

13 நாட்கள் கழிந்த நிலையில் ஒருநாள் மாலை கதவு திறந்து வெளிச்சம் பாய்ந்தது. எங்களை மேலே வரச்சொன்ன போது என்ன ஏது என்று கேட்காமல் இடித்துப் பிடித்துக் கொண்டு மேலே வந்தோம். மூட்டை முடிச்சுகளைத் தூக்கிய போது அவற்றை அங்கேயே விடச்சொல்லி கட்டளை பிறந்தது. கண்களைக் கூசிக்கொண்டு பார்த்தோம். செம்பட்டை தலை முடிக்காரன் 'கனடா, கனடா' என்றான். மகிழ்ச்சி தொடங்கிய அதே கணம் அது முடிவுக்கும் வந்தது.

இரண்டு படகுகள் கடலில் இறக்கப்பட்டன. 'மேற்கு நோக்கி படகைச் செலுத்துங்கள், கரை வந்துவிடும்.' ஆட்கள் சரிசமமாக பிரிக்கப்பட்டார்கள். முதல் படகில் மோட்டார் இருந்தது. நான் ஏறியது இரண்டாவது படகில்தான். அதை முதல் படகுடன் கயிற்றினால் பிணைத்திருந்தார்கள். திரும்பிப் பார்த்த போது கப்பல் மறைந்துவிட்டது. எங்கள் அதிர்ச்சிக்கு அளவே இல்லை. 13 நாட்கள் கப்பல் அடித்தளத்தில் அனுபவித்த நரகத்திலும் பார்க்க பத்துமடங்கு நரகம் காத்துக்கொண்டிருப்பது எங்களுக்குத் தெரியாது.

பலமணி நேரம் முயன்ற பின்னர் மோட்டார் வேலை செய்ய ஆரம்பித்தது. முழு இருட்டு கவிந்துவிட்டதால் முதல் படகில் இருந்தவர்களைத் தெரியவில்லை. அழுகை சத்தம் மாத்திரமே கேட்டது. எஞ்சின் விசையை அதிகரிக்க அதிகரிக்க படகுகள் ஒன்றையொன்று சுற்றினவே ஒழிய நேரே போகவில்லை. அடுத்த நாள் காலை விடிந்தபோது எங்கே இறக்கிவிடப்பட்டதோ அங்கேயே படகு நின்றது. உணவு இல்லை, தண்ணீர் இல்லை. அப்பொழுதுதான் நாங்கள் எப்படியான ஆபத்தில் மாட்டியிருக்கிறோம் என்பதை முதன்முதலாக உணர்ந்தோம்.

இன்னொரு ஆபத்தும் இருந்தது. தண்ணீரின் மட்டம் படகின் விளிம்போடு இருந்தது. அனைவரும் அசையாமல் அதே இடத்தில் இருக்க வேண்டும்; எழும்பினால் படகு சாய்ந்து தண்ணீர் உள்ளே புகுந்துவிடும். நாள் முழுக்க சூரியன் எரித்தது. எனக்குப் பக்கத்தில் இருந்தவனுக்கு 18 வயது இருக்கும். 'அண்ணை' என்றான். திரும்பிப் பார்த்தேன். பச்சை நிறப் பற்களால் சிரித்தான். அவனுடைய காதலிதான் அவனுக்குப் பணம் கட்டி அனுப்பினாளாம். திடீரென்று விம்மி விம்மி அழத்தொடங்கினான். 'என்ன?' என்று கேட்டேன். 'அண்ணை, மரணம் பயணத்தைத் தொடங்கிவிட்டது. ஐயோ, நான் சாகப்போறேன். பனியில் விறைத்துச் சாவேனோ அல்லது மூச்சு முட்டிச் சாவேனோ? இங்கே திமிங்கிலம் இருக்காமே. ஒருவேளை அது என்னைக் கடித்துத் தின்னுமோ? அண்ணை இனித் தாங்க முடியாது' என்றான். சிறுநீர் கால்களில் வழிந்து கீழே ஓடியது. ஒருவரும் ஒன்றுமே சொல்லவில்லை. தாங்கமுடியாத நாற்றம் எங்களைச் சூழ்ந்தது.

அன்று இரவு மழை பெய்தது. நீரைக் கைகளால் ஏந்தி தாகத்தைத் தீர்த்தோம். அதே சமயம் படகில் நீர் வேகமாக நிரம்பியது. ஆசனத்தில் அமர்ந்தபடியே யாரோ விட்டுப்போன

அ. முத்துலிங்கம் ◆ 1379

பிளாஸ்டிக் கிண்ணத்தால் நீரை அகற்றினோம். அடுத்த நாள் விடிந்தபோது படகு நிற்கிறதா நகர்கிறதா என்றே தெரியவில்லை. முதல் முறையாக திமிங்கிலம் ஒன்றைப் பார்த்தோம். மூச்செடுக்க தண்ணீருக்கு மேலே வரும்போது தண்ணீரை விசிறி அடித்தது. பிறகு மீண்டும் தண்ணீருக்குள் மூழ்கியது. அது என்ன செய்தது என்பது 30 வருடங்களுக்குப் பிறகுதான் எனக்குத் தெரியவரும்.

அது மோசமான நாளும் மகிழ்ச்சியான நாளும். முதல் படகில் இருந்த கைக்குழந்தை தொடர்ந்து அழுதது. சட்டென்று அது அழுகையை நிறுத்தியதும் தாய் கடலுக்குள் பாய முயன்றாள். அவள் பாய்ந்திருந்தால் முழுப் படகும் கவிழ்ந்திருக்கும். அப்பொழுதுதான் தூரத்தில் பொட்டுப்போல ஒன்று தெரிந்து, அது வரவரப் பெரிதாகியது. ஒருவருடைய ரீசேர்ட்டைக் கழற்றி, துடுப்பிலே மாட்டி சுழற்றினோம். சுழற்றியவர் படகின் நடுவே நிற்க மற்றவர்கள் அவர் கால்களைக் கெட்டியாகப் பிடித்துக்கொண்டார்கள். கப்பல் எங்களை நோக்கி வர ஆரம்பித்தது.

மீன்பிடிக் கப்பலில் வந்தவர் பெயர் கஸ் டால்டன். சீட்டுக் கட்டில் காணப்படும் ஜாக் போன்ற அகலமான மார்பு. கருணையான கண்கள். எங்களை மீட்டு தண்ணீரும் உணவும் தந்தார். அதைத் தொடர்ந்து கனடிய எல்லைக் காவல் கப்பலுக்கு அறிவித்தார். எல்லைக் காவல் கப்பல் அருகில் வந்ததும் அதன் உயரத்தைப் பார்த்து பிரமித்தோம். மீன்பிடிக் கப்பலில் இருந்து அதற்கு மாறவேண்டும். நீண்ட கயிற்று ஏணியில் ஏறியபோது எனக்கு முன்னே ஏறியவர் கைத்தவறி என் நெஞ்சின் மீது வந்து விழுந்தார். நான் மறுபடியும் மீன்பிடிக் கப்பலில் விழுந்தேன். கண் விழித்தபோது சென்ற் ஜோன் ஆஸ்பத்திரியில் இருந்தேன். கனடா மண்ணில் நான் கால்வைக்கவே இல்லை. என்னைத் தூக்கிக்கொண்டு போய்விட்டார்கள்.

கனடாவில் உங்கள் வாழ்க்கை எப்படி அமைந்தது?

ரொறொன்ரோ வந்து மூன்று நாட்களில் தண்ணீர் மெத்தை செய்யும் தொழிற்சாலை ஒன்றில் வேலை கிடைத்தது. தொடர்ந்து வேலை செய்து உயர்ந்தேன். ஏழு வருடங்களில் என் பெற்றோரை வரவழைத்தேன். 1995இல் என் முதல் வீட்டை வாங்கினேன். மணமுடித்தேன். எனக்கு இரண்டு பெண்பிள்ளைகள் பிறந்தார்கள். படகிலே தொடர்ந்து அழுத குழந்தை இன்று ஒரு டாக்டர். பச்சைப் பல்காரன் விருந்து மண்டபம் ஒன்றுக்கு சொந்தக்காரன். வாழ்க்கை அமைதியாக ஓடியது. ஒரேயொரு குறைதான். எங்களைக் காப்பாற்றிய கப்பல் தலைவரை மறுபடியும் சந்தித்து

நன்றி கூறவில்லையே என்று. ஒவ்வொரு வருடமும் ஆகஸ்டு 11ஆம் தேதி வரும்போது என் உடம்பு பதறத் தொடங்கும். அன்று முழுக்க பிரமை பிடித்தவன்போல இருப்பேன். 30 வருடங்களுக்குப் பிறகு இப்பொழுதுதான் 2016இல் என் ஆசை நிறைவேறியுள்ளது.

அந்த அனுபவத்தைச் சொல்லுங்கள்?

நான், என் மனைவி, இரண்டு மகள்களுடன் நியூஃபவுண்ட் லாண்ட் போனேன். முப்பது வருடங்களுக்கு முன்னர் நான் ஏறிய படகு கரையில் கிடந்தது. மூன்று நாட்கள் படகில் நான் அமர்ந் திருந்த அதே இடத்தில் உட்கார்ந்தேன். அந்தக் கணமே என்னை யறியாமல் அழுகை பீறிட்டது. நிறுத்த முடியாமல் அழுதேன். மனைவி, பிள்ளைகள் தேற்றி சமநிலை அடைந்தேன். மீன்பிடிக் கப்பல் தலைவர் கஸ் டால்டனை சந்தித்தோம். அவருக்கு வயது 85. நாங்கள் அவருக்கு நன்றி சொல்ல வந்திருக்கிறோம் என்று அறிந்தபோது கண்கலங்கினார். 155 உயிர்களைக் காப்பாற்றிய ஒருவருக்கு நன்றி என்ற வார்த்தை போதுமானதாக இல்லை.

டைடானிக் கப்பல் மூழ்கியதும் ஏறக்குறைய எங்கள் படகு கண்டுபிடிக்கப்பட்ட இடத்தில்தான். கொஞ்சம் வடக்கு நோக்கி படகு நகர்ந்திருந்தால் எங்கள் படகும் பனிப்பாறைகளில் மோதிச் சிதறியிருக்கும். அன்று நாங்கள் உயிர் தப்பியது ஓர் அற்புதம்தான். அப்பொழுது அது தெரியாது; பின்னர்தான் அறிந்துகொண்டேன்.

உங்களை நடுக்கடலில் தவிக்கவிட்டுப்போன கப்பல்காரன் பிடிபட்டானா?

ஏறக்குறைய ஒரு மில்லியன் டொலர்களை நாங்கள் அவனுக்குக் கொடுத்திருந்தோம். 155 அகதிகளைக் கொல்ல முயன்ற அவன் ஒரு வெள்ளைக்காரன். எங்களைக் கொல்வதற்கு நாங்கள் அவனிடமே பணத்தைக் கொடுத்தோம். இரண்டு படகு களில் அட்லாண்டிக் சமுத்திரத்தில் இரவு தொடங்கும் வேளை எங்களை இறக்கிய அந்தக் கணமே அவனுக்குத் தெரியும் நாங்கள் இறக்கப் போகிறோம் என்பது. ‘கனடா ஐந்து கி.மீட்டர் தூரம் தான்’ என்று எங்களிடம் சொன்னான். ஆனால் உண்மையில் அது 300 கி.மீட்டர் தூரம். எத்தனை கொடூர நெஞ்சக்காரனாக அவன் இருந்திருப்பான்.

எங்களைக் காப்பாற்றிய கஸ் டால்டனும் ஒரு வெள்ளைக் காரன்தான். அவருடைய மீன்பிடிக் கப்பலில் போதிய இடம் இல்லை. ஆகவே அவர் எங்களைக் கப்பலில் ஏற்றுவதற்காக, ஏற்கனவே பிடித்த மீன்களைத் திரும்பவும் கடலில் கொட்டினார். அது அவருடைய மூன்று மாதகால வருமானம். இவர்

கனடாவின் ஆதிக்குடியைச் சேர்ந்தவர். கொலம்பஸ் வருவதற்கு 600 வருடங்கள் முன்னரே வந்து குடியேறியவர்களின் வழிவந்தவர். இந்தப் பிரதேசம் ஆபத்தானது. ஒருவருக்கு ஒருவர் உதவி செய்யா விட்டால் இங்கே வாழமுடியாது. இதுதான் இவர்களின் ஆதிப் பண்பு.

அது சரி. நீங்கள் திமிங்கிலம் பற்றி சொல்லவில்லையே?

நாங்கள் மூன்று நாட்கள் கடலில் தவித்தபோது திமிங்கிலம் ஒன்றை அண்மையில் கண்டோம். கடல் ஆழத்திலிருந்து மேலே வரும்போது தண்ணீரைச் சீறி அடிக்கும். பின்னர் வேண்டிய காற்றை உள்ளே இழுத்துக்கொண்டு கீழே போய்விடும். அந்த ஆபத்திலும் திமிங்கிலத்தைக் கண்டபோது ஒரு மகிழ்ச்சி இருந்தது. எங்களைப்போல மூச்சுவிடும் இன்னொரு ஜீவராசி அங்கே தோன்றியது துணிச்சலைக் கொடுத்தது. திமிங்கிலம் எங்களைக் காப்பாற்றியிருக்கிறது என்று கஸ் டால்டன் சொன்னார். அந்த நீர்ப்பரப்பில் மிக ஆபத்தான நீர்ச்சுழல் ஒன்று இருக்கிறது. அது படகுகளை ஒரேயடியாக உள்ளே இழுத்து மூழ்கடித்துவிடும். எங்கள் படகு நீர்ச்சுழலை அண்மிக்க முடியாதபடி திமிங்கிலம் தடுத்தது என்று சொன்னார். திமிங்கிலங்கள் அப்படி முன்னரும் செய்திருக்கின்றனவாம். அதுதான் உண்மை. மனிதன் திமிங்கிலத் துக்குத் தீமை செய்கிறான். திமிங்கிலம் அவனைக் காப்பாற்றுகிறது.

'நம்பமுடியவில்லை' என்றேன்.

திமிங்கிலம் ஒன்றையும் எதிர்பார்த்து உதவவில்லை. கஸ் டால்டனும் அப்படித்தான். கடலில் தப்பிய சம்பவத்திற்குப் பின்னர் என் வாழ்க்கை மாறிவிட்டது. நான் ஒன்றையுமே எதிர் பார்ப்பதில்லை. பிள்ளைகளும் அப்படித்தான். என் மகள் அடிக்கடி சொல்வாள். 'விதையை ஊன்றிக்கொண்டே இரு. முளைத்தால் மரம். முளைக்காவிட்டால் உரம்.'

நான் விடைபெற்றேன். நீலோற்பலக் கண்களுடைய பெண் ணும் புறப்பட்டாள். இலங்கையில் பிறக்காவிட்டாலும் இலங் கையின் தேசிய மலர் கண்களை அவள் பெற்றிருந்தாள். ஆதிப் பண்பை பின்பற்றுவதற்கு இன்னொரு தலைமுறை உருவாகி விட்டது.

◆

ஜெர்மன் விசா

ஒருவன் வீட்டைவிட்டு ஓடுவதற்குப் பல காரணங்கள் இருக்கலாம். பரீட்சையில் சித்தியடையாதது. காதல் தோல்வி. அம்மா ஏசியது. அப்பா அடித்தது. கடன் தொல்லை. விரோதிகளின் சதி. இப்படிப் பலவற்றைச் சொல்லலாம். நான் வீட்டை விட்டு ஓடியதற்குக் காரணம் ஓர் ஆடுதான். வீட்டைவிட்டு மட்டுமல்ல; நான் நாட்டையேவிட்டு ஓடினேன். அதைச் சொன்னால் ஒருவருமே நம்புவதில்லை. ஆகவே அது உண்மை இல்லை என்று ஆகிவிடுமா?

வருடம் 1979. எனக்கு வயது 15. நெடுந்தீவு மகாவித்தியாலயத்தில் படித்துக் கொண்டிருந்தேன். வகுப்பில் முதலாவதாக வராவிட்டாலும் 'நீ சுயமாகச் சிந்திக்கிறாய்' என்று வாத்தியார் என்னைப் பாராட்டியிருக்கிறார். வீட்டுப் பாடம் செய்வதில்லை என்று ஒரு கொள்கை வைத்திருந்தேன். ஆகவே அடிக்கடி வகுப்புக்கு வெளியே நிற்க நேர்ந்தது. உலகத்தைப் பற்றி சிந்தித்ததெல்லாம் அந்த நேரங்களில்தான். 'செருப்புக்கு தோல் வேண்டி' என்று பாரதி எழுதிய வரிகளில்தான் பிரச்சினை ஆரம்பித்தது. வாத்தியார் சொன்னார். 'கவி சாதாரணமானதை அசாதாரணமாகச் சொல்வான். அசாதாரணமானதை சாதாரணமாகச் சொல்வான்.' நான் கேட்டேன், 'சாதாரணமானதை சாதாரணமாகவே சொன்னால் கவியாகாதா?' அன்று முழுநாளும் நான் முழங்காலில் வகுப்புக்கு வெளியே நின்றேன்.

சரித்திர ஆசிரியரை 'வாஸ்கோடகாமா வாத்தியார்' என்றுதான் அழைப்போம். வாஸ்கோடகாமாவைப் பற்றி பேசத் துடங்கினால் நிறுத்த மாட்டார். மிளகு வாங்க இந்தியாவுக்கு வந்தவன், நம்பூதிரியின் காதை அறுத்துவிட்டு, அந்த இடத்தில் நாய்க்காது தைத்து அனுப்பிய கதையைச் சொல்லிவிட்டு விழுந்துவிழுந்து சிரிப்பார். இந்த வாத்தியாருக்கு ஓர் ஆடு தேவைப்பட்டது. 39 பேர் உள்ள வகுப்பில் 'துந்திரவெளியில் மரங்களே முளைக்காது' என்று பாடம் சொல்வதுபோல 'எனக்கு ஓர் ஆடு தேவை' என்று பிரகடனம் செய்தார். எவருமே சட்டை செய்ததாகத்

தெரியவில்லை. சிலர் அதைத் தங்கள் நோட்டுக்கில் அதுவும் ஒரு பாடம் என்பதுபோல எழுதிவைத்தனர். நான் ஊர் முழுக்க அலைந்து விசாரித்து ஓர் ஆட்டைக் கண்டுபிடித்தேன். அதை நாலு மைல் தூரம் நடத்திச் சென்று வாத்தியாரிடம் ஒப்படைத்தேன். அவருக்கு ஆடு பிடித்துக்கொண்டது. ஆடுக்கும் பிடித்தது. 'என்ன விலை?' என்றார். நான் வாய் கூசாமல் 30 ரூபா சொன்னேன். அவர் காசை எண்ணித் தந்தார். நான் ஆட்டுக்காரரிடம் போய் 25 ரூபாவைக் கொடுத்துவிட்டு மீதிக் காசை கொடிபோல தலைக்கு மேல் ஆட்டிக்கொண்டு வீட்டுக்கு ஓடினேன். அப்பா 'என்னடா?' என்றார். 5 ரூபா நோட்டைக் காட்டி விவரத்தைச் சொன்னேன். நான் என் வாழ்நாளில் விட்ட அதி பயங்கரப் பிழை அதுதான்.

'இஞ்ச வாடா' என்றார். 'துரோகி. குருவுக்கே துரோகம் பண்ணலாமா? நீ விளங்குவாயா? இது அறமா? அறமாடா?' என்று என்னைத் துரத்தினார். 'வாத்தியாரிடம் போய் மன்னிப்புக் கேள். ஐந்து ரூபா காசைத் திருப்பிக் கொடுத்துவிட்டு வா.' வேறு வழியின்றி வாத்தியாரிடம் போய் பணத்தைத் தந்துவிட்டு திரும்பினேன். நான் பாடுபட்டு உழைத்த காசு அது. அறம் அது இது என்று கூறி அப்பா என்னை வெருட்டிவிட்டார். எனக்கு அது புரியவே இல்லை.

அப்பா காலை 4 மணிக்கு எழுந்திருப்பார். இளம் பனை யோலையை வெட்டி, தண்ணீர் தெளித்து, ஈக்கில் பிரித்து, ஓலையைத் தனித்தனியாக வார்ந்து வைத்துக்கொண்டு பாய் முடைவார். ஒரு பாய் செய்து முடிக்கும்போது காலை 7.30 மணி யாகிவிடும். நெடுந்தீவில் ஓடும் ஒரேயொரு பஸ் எட்டு மணிக்கு வரும். நான் பாயைச் சுருட்டிக்கொண்டு சந்தைக்குப் புறப்படு வேன். அங்கே அதை 50 சதத்துக்கு விற்றுவிட்டு பள்ளிக்கூடத் துக்குப் போவேன். போக வர பஸ் காசு 30 சதம். மிச்சம் 20 சதம்தான் என்னுடைய மதியச் சாப்பாட்டுக் காசு. இது தினமும் நடக்கும். ஒருநாளைக்கு அப்பா பாய் முடையாவிட்டால் அன்று எனக்குப் பள்ளிக்கூடம் கிடையாது. நான் பள்ளிக்குப் போன அத்தனை நாளும் பாய் விற்றுத்தான் சென்றேன். அப்படியிருக்க, நான் ஒருமணி நேரத்தில் 5 ரூபா சம்பாதித்தேன். அப்பா என்னைப் பாராட்டியிருக்கவேண்டும். மாறாக 'அறம் அறம்' என்று ஏதோ சொல்லிக் கத்தினார். நான் என்ன திருடினேனா? கொலை செய்தேனா? நாலு மைல் தூரம் நடந்ததற்கு ஊதியம்

வேண்டாமா? வீட்டைவிட்டு ஓடவேண்டும் என்று அப்போதுதான் தீர்மானித்தேன்.

என் நண்பன் ஒருவன் அடிக்கடி கள்ளத் தோணியில் இந்தியா போய் வருவான். போகும்போது பொலியெஸ்டர், தேங்காயெண்ணெய், சோப் ஆகியவற்றைக் கொண்டுபோய் அங்கே விற்பான். திரும்பும்போது சேலை, வேட்டி, பருப்பு என்று வாங்கி வருவான். ஒருமுறை போய் வந்தால் அவனுக்கு 2000 ரூபா லாபம். அவன் படித்தது 5ஆம் வகுப்பு மட்டும்தான். அவனைப் படிப்பித்த வாத்தியாரின் மாதச் சம்பளம் ரூபா 400. நான் ஓ.எல் சோதனை எழுதிவிட்டு வீட்டில் சும்மாதான் உட்கார்ந் திருந்தேன். அவனே இத்தனை சம்பாதித்தால் படித்த நான் எவ்வளவு சம்பாதிக்க முடியும்?

அவன் என்னைக் கூட்டிப்போக சம்மதித்து, இரண்டு மடங்கு சாமான் எடுத்துப் போனான். நான் சாமான்களைத் தூக்கி அடுக்கி கூடமாட உதவி செய்தேன். இரவு 12 மணிக்கு பனங்காணி முனையிலிருந்து புறப்பட்டோம். வள்ளத்தில் இன்னும் சிலர் இருந்தார்கள். இரவு நேரம் ஆளுக்காள் முகம் தெரியாது. பளபளவென்று விடியும்போது ராமேஸ்வரம் வந்தது. கொண்டுவந்த சாமான்களை விற்றுவிட்டு வேறு சாமான்கள் வாங்கிக்கொண்டு திரும்பினோம். கிடைத்த லாபத்தில் நண்பன் எனக்கு 100 ரூபா நோட்டு ஒன்று தந்தான். என் வாழ்நாளில் சொர்க்கமான தருணம் அது. தினமும் நாலு மணிக்கு எழும்பி பனை ஓலைப்பாய் முடைந்து 50 காசு சம்பாதிக்கும் அப்பாவை நினைத்துக்கொண்டேன்.

அதன் பின்னர் நானே தனியாக வியாபாரம் செய்ய ஆரம் பித்தேன். ஒவ்வொரு முறையும் ராமேஸ்வரம் போய் அங்கிருந்து மதுரைக்குப் போவேன். மதுரை 24 மணி நேரமும் கலகலவென்று இருக்கும். கைவிளக்குக்குப் பழகிய எனக்கு பிரமாண்டமாக சுழலும் கலர் வெளிச்சங்களைப் பார்த்து பிரமிப்பு ஏற்படும். சனங்கள் மூன்று நேரமும் அங்கே சாப்பிடுவார்கள். சீனியை நக்கிக்கொண்டு தேநீர் குடிக்காமல் கரைத்துக் குடிப்பார்கள். முகத்திலே ஆட் களுக்கு எலும்பு தெரியாது. ஏ.கே. ரமேஷ் என்பவருக்கு நடுத்தர வயதுதான். மீசை வைத்து அழகாக இருப்பார். தேங்காய் எண் ணெய் தேய்த்து தலை முடியை வாரியிருப்பார். சீப்புக் கோடுகள் தெரியும். அவர்தான் நான் கொண்டுபோன அத்தனை சாமான் களையும் வாங்கினார். ஒரு வியாபாரிக்கு உரிய கறார்தன்மையோ,

கண்டிப்போ கிடையாது. சொந்த அண்ணையிலும் பார்க்க அன்பாகக் கவனித்தார். தாராளமான குணம். சில இரவுகள் தங்க வேண்டி நேர்ந்தால் அவர் வீட்டுத் திண்ணையிலேயே படுத்துத் தூங்கிவிடுவேன்.

எந்தெந்த மாதங்களில் என்னென்ன சாமான் நல்ல விலைக்குப் போகும் என்று அண்ணை புத்திமதி கூறுவார். சில வேளைகளில் நான் கேட்ட விலையிலும் கூடத் தருவார். ஏன் என்று கேட்டால் 'இந்த உலகம் பெரியது. எல்லோருக்குமே போதியது இருக்கிறது. ஏன் ஒருவரை ஏமாற்றவேண்டும்' என்பார். ஒரு நாள் அவரிடம் ஆடு விற்ற கதையைச் சொல்லி 'இது அறமாடா? இது அறமாடா' என்று அப்பா திட்டியதைச் சொன்னேன். சிறிது நேரம் அவர் ஒன்றுமே பேசாமல் அமைதியாகவிருந்தார். 'நீ ஏதோ புண்ணியம் செய்திருக்கிறாய். எல்லோருக்கும் இப்படி ஓர் அப்பா அமைவதில்லை. நீ பள்ளிக்கூடம் செல்வதற்காக தினமும் நாலு மணிக்கே எழும்பி பாய் முடைகிறார். அவருக்கு உன் மேல் எத்தனை கரிசனை. யோசித்துப் பார். நீ ஐந்து ரூபா லாபம் வைத்தது தவறில்லை. ஆனால் உன் வாத்தியாருக்குத் தெரியாமல் அதைச் செய்திருக்கிறாய். அதுதான் தப்பு. வெளியே எத்தனை மகிழ்ச்சி இருந்தாலும், உன் உள்மனதில் வாத்தியாரை ஏமாற்றி விட்டோமே என்ற குற்றவுணர்ச்சி இருந்திருக்கும். அதுதான் அறம். நீ அறம் தவறும்போது உன் மனமே அதை உனக்குக் காட்டிவிடும்.'

நானும் அண்ணையும் வெளித்திண்ணையில் உட்கார்ந்து பேசிக்கொண்டிருந்தோம். 'அண்ணை, இப்பவெல்லாம் சட்டத்தை மீறுபவர்கள் அதிகரிக்கிறார்களே. அது எப்படி?' என்றேன். அண்ணை 'முட்டாள் துணிச்சல்தான்' என்றார். 'நீ ஒரு சட்டத்தை மீறும்போது வேறு சட்டங்களை மீறாமல் பார்த்துக்கொள்ள வேண்டும். உதாரணமாக வங்கியில் நீ கொள்ளை அடித்தால், அந்தப் பணத்தைக் கொண்டுபோகும் காருக்கு லைசென்ஸ் இருக்க வேண்டும். ஓட்டுபவனும் சட்டத்தை மதிக்கவேண்டும்.'

'அண்ணை, அரசாங்கத்தை ஏமாற்றினால் அதுவும் தர்மத்தை மீறுவது போலத்தானே. கள்ளக் கடத்தல் பிழைதானே.' 'அது எப்படி? நீ யாரையாவது ஏமாற்றினாயா? யாரிடமாவது திருடினியா? உணவும் உடையும் இல்லாத மக்களுக்கு அவற்றை எடுத்துச் செல்கிறாய். ஒரு கோடு போட்டு இது எங்கள் நாடு. இது உன் நாடு என்று மனிதன் எல்லை உண்டாக்கினான். அதற்கு முன்னர் அவன் என்ன செய்தான்? அதைத்தான் நீ செய்கிறாய். இதிலே அறம் மீறல் எங்கே வருகிறது.'

எனக்கு 19 வயது தொடங்க முன்னர் நான் கிராமத்தில் பணக்காரனாகிவிட்டேன். நாங்கள் ஆறு பேர் ஒன்றாகச் சேர்ந்து வியாபாரம் செய்தோம். ஒரு படகில் இந்தியாவுக்குப் போய் சாமான்களை விற்றுவிட்டு அதே படகில் வேறு சாமான்களுடன் திரும்புவோம். சில சமயம் கச்சத்தீவில் இறங்கிக்கொண்டு மீதித் தூரத்தை இந்திய மீனவர் படகில் ஏறிக் கடப்போம். இந்த முறையில் எங்கள் லாபம் அதிகரித்தது. ஒரு சமயம் எங்களைக் கச்சத்தீவில் இறக்கிய பின்னர் படகு திரும்பிப் போய்விட்டது. இந்தியாவில் இருந்து ஒரு மீன்பிடிப் படகும் வரவில்லை. காற்று மாறிவிட்டது என்று நினைத்தோம். கச்சத்தீவில் தண்ணீர் இல்லை. உணவு இல்லை. ஆட்கள் இல்லை. வெறும் புதர்ச் செடிகள் மட்டும்தான். ஒருநாள் முழுக்க பட்டினி கிடந்தோம். இரண்டாம் நாளும் அப்படியே. மூன்றாம் நாளும் ஒரு படகும் தென்படவில்லை. நாங்கள் மயக்க நிலையை அடைந்திருந்தோம். இயக்கத்திலிருந்து ஓடிவந்தவனின் தலை பக்கவாட்டில் கவிழ, நாங்கள் அதை நிமிர்த்தியபடியே இருந்தோம். பயம் பிடித்தது. எழும்பி நிற்கக்கூட பலம் இல்லை. நாலாவது நாள் அற்புதமாக இந்தியப் படகுகள் வந்தன. இலங்கை 1983 ஜூலை கலவரத்தைக் கண்டித்து எம்.ஜி.ஆர் அரசாங்கம் நாடுதழுவிய கடை அடைப்பு அறிவித்திருந்தது. அந்த நேரம் நாங்கள் மாட்டிக்கொண்டோம். எங்கள் கதையைக் கேட்ட மீனவர்கள் எங்களை இலவசமாக ராமேஸ்வரத்தில் கொண்டுபோய் இறக்கினர். அங்கிருந்து மதுரை போய்ச் சேர்ந்தோம். அண்ணை என்னைப் பார்த்து அழுதுவிட்டார். நான் கறுத்து கருவாடாகியிருந்தேன். மதுரையில் சில கடைகளுக்குக் கதவுகளே இல்லை. இரவும் பகலும் அவை திறந்தே கிடக்கும். கடை அடைப்பு செய்வதற்காக அவர்கள் புதிய கதவுகள் செய்துகொண்டார்களாம். 'இனிமேல் கடல் வியாபரம் உனக்கு வேண்டாம், இங்கேயே தங்கிவிடு' என்றார் அண்ணை.

அண்ணை எனக்கு ஒரு வீடியோ கடை வைத்துத் தந்தார். மெல்ல மெல்ல என் வியாபாரத்தை விருத்தி செய்தேன். அண்ணையின் தாராள மனசு ஊருக்குத் தெரியும். அடிக்கடி அவரிடம் ஆட்கள் உதவி கேட்டு வருவார்கள். ஒருநாள் என் கிராமத்துக்காரர் ஒருத்தர் அண்ணையிடம் கடன் வாங்கினார். அவர் முகம் பலகையால் அடித்ததுபோல சப்பையாக இருக்கும். பெரும் ஏமாற்றுக்காரர். அவருடைய மகளை மீனாட்சி கல்லூரி விடுதியில் சேர்க்க வந்திருந்தார். அண்ணையிடம் கடன் கொடுக்க வேண்டாம் என்று நான் சாடை காட்டியும் அவர் பொருட்படுத்த

வில்லை. அந்த மனிதர் காசை வாங்கிக்கொண்டு போனது போனதுதான், திரும்பவில்லை. விடுதியில் சேர்த்த அவருடைய மகள்பாடு அவலமாகியது. முன்பின் தெரியாத அந்த மனிதருக்காக அண்ணை அந்தப் பெண்ணின் படிப்பு முடியும்வரை பணம் கட்டி அவளைத் திரும்பவும் ஊருக்கு அனுப்பி வைத்தார்.

என்னுடைய வீடியோ கடை நல்ல லாபம் ஈட்டியது. நான் இந்துசுசுகி 125 மோட்டார் சைக்கிள் வாங்கினேன். நாலு பவுண் சங்கிலியும் கல்வைத்த மோதிரங்களும் என்னை அலங்கரித்தன. டெர்லின் சேர்ட்டும் கறுப்புக் கண்ணாடியும் சிட்டிசன் கைக்கடிகாரமும் என் நிரந்தர அடையாளம். முழு அழகை நோக்கி முன்னேறிய என் உருவத்தைக் கண்ணாடியில் பார்க்க எனக்கே பிரமிப்பாக இருந்தது. ஒருநாள் கிழவி ஒருத்தி இருட்டு நேரம் வந்தார். மகள் ஆஸ்பத்திரியில் ஆபத்தான நிலையில் இருப்பதாக அண்ணையிடம் ஐயாயிரம் ரூபா உதவி கேட்டார். அன்று வெள்ளிக்கிழமை. இரவில் அண்ணை பணம் தருவதில்லை என்பதால் அடுத்தநாள் வரச் சொன்னார். கிழவி போய் மறுபடியும் ஒரு மணிக்குத் திரும்பினார். மகள் நிலைமை படுமோசம் என்றார். அண்ணை பணம் தர மறுத்துவிட்டார். 'வெள்ளைக்காரனுக்குத்தான் 12 மணிக்குப் பிறகு அடுத்த நாள். எங்களுக்கு சூரிய உதயம் கண்டால்தான் மறுநாள்' என்றார். என்னால் நம்ப முடியவில்லை. வெறுப்பாக வந்தது. விடிந்ததும் அண்ணை கிழவியை ஆள் விட்டுத் தேடினார். மகள் பிழைத்ததையும், நான் பணம் கொடுத்து அனுப்பியதையும் அவரிடம் சொல்லவில்லை. 'நாளும் கிழமையும் வியாபாரத்துக்குத்தான். தர்மம் செய்வதற்கு அல்ல' என்பது இத்தனை தயாளமான என் அண்ணைக்குத் தெரியாமல் போய் விட்டது.

மதுரை தூங்கா நகரம். நேரம் மாற மாற ஒலியும் மாறிக் கொண்டே இருக்கும். ஒலியை வைத்து என்ன மணி என்று சொல்லிவிடும் திறமையை நான் பெற்றிருந்தேன். இரவு ஒரு மணியாகியும் தூக்கம் வரவில்லை. என்னுடைய ரேசன் கார்டை கொடுத்து இந்தியக் கடவுச்சீட்டுக்கு விண்ணப்பித்திருந்தேன். அது அண்ணைக்கு இன்னும் தெரியாது. கடவுச்சீட்டு கிடைக்க இரண்டு மாதம் எடுக்கும் என்று நண்பன் சொன்னான். ஆனால் அவர்களிடம் பிடிபட்டால் சிறைவாசம்தான். 'உனக்கு இங்கே என்ன குறை?' என்று அண்ணை நிச்சயம் திட்டுவார். வீடியோ கடை முதலாளியாவதுதான் என் லட்சியமா? வாழ்க்கையில் எத்தனை இருக்கிறது.

கடவுச்சீட்டு கிடைத்ததும் அமெரிக்கா போகலாம். கனடா போகலாம். இங்கிலாந்து போகலாம். பிரான்ஸ் போகலாம். நண்பன் சொன்னான் 'அட முட்டாளே. இந்த நாடுகளுக்கெல் லாம் விசா தேவை. விசா தேவைப்படாத ஒரே நாடு கிழக்கு ஜேர்மனிதான்.' அப்படியென்றால் மேற்கு ஜேர்மனி என்றும் ஒரு நாடு இருக்கவேண்டும். ஆனால் அது எங்கே இருக்கிறதென்பது எனக்குத் தெரியாது. நான் ஏன் கவலைப்பட வேண்டும்? கிழக்கு ஜேர்மனிக்காரர்கள்தான் கவலைப்படவேண்டும். ஏனென்றால் நான் அங்கேதான் போவதென்று முடிவெடுத்திருந்தேன்.

கடவுச்சீட்டு எடுப்பதற்கு அழைத்துப் போனபோது நண்பன் எச்சரிக்கை செய்தான். 'உன்னிடம் கெட்டித்தனம் உண்டு; விடாப்பிடித்தனம் இல்லை. புத்தியாக நட.' எத்தனை பதில்கள் சொன்னாலும் அவர்களுக்குத் திருப்தியே இல்லை. மீண்டும் மீண்டும் கேட்டார்கள். பெயர் என்ன? அப்பா பெயர் என்ன? அம்மா பெயர் என்ன? பிறந்த இடம்? பிறந்த தேதி? எங்கே படித்தது? என்ன தொழில்? எங்கே போகப் போகிறாய்? உண்மைக் கும் எனக்குமான தூரம் கூடிக்கொண்டே வந்தது. அவர்களுக்கும் ஜேர்மனி போவதற்கு விசா தேவைப்படாது என்பது தெரிய வில்லை. இன்னும் பல விசயங்களும் தெரியவில்லை. நான் கச்சத் தீவில், இயக்கத்தைவிட்டு ஓடிவந்த ஒருவனுடனும், இரண்டு திருடர்களுடனும், ஒரு கடத்தல்காரனுடனும், ஒரு கொலையாளி யுடனும் மூன்று இரவுகள் கழித்திருக்கிறேன். அது அவர்களுக்குத் தெரியாது. ஆயிரங்கால் மண்டபத்தில் 985 தூண்கள்தான் உள்ளன. அது அவர்களுக்குத் தெரியாது. மதுரைக் கோயிலில் பிச்சைக்காரர்களின் வருமானம், அவர்களுக்குப் பிச்சை போடுகிற வர்களின் வருமானத்திலும் பார்க்க அதிகம். அது அவர்களுக்குத் தெரியாது. கடந்த ஐந்து ஆண்டுகளில் ஈழத்தமிழர்களின் சராசரி வயது 15 குறைந்துவிட்டது. அது அவர்களுக்குத் தெரியாது. இன்னும் எத்தனையோ. ஏராளம். ஏராளம்.

எனக்கு மகிழ்ச்சியான நாள். 'ஒப்பரேசன் பூமாலை' பெயரில் இந்திய விமானங்கள் ஈழத்தில் உணவுப் பொதிகளைப் போட்டன. ஆனால் இரண்டு நாட்களாக அண்ணையின் முகம் சோர்ந்து போய்க் கிடந்தது. திரும்பிப் போகும் அலைபோல அவர் நடையில் உற்சாகமே இல்லை. ஒருவேளை கடவுச்சீட்டு விசயம் அவருக்குத் தெரிந்துவிட்டதோ? இரண்டு முழங்கைகளையும் தரையில் ஊன்றி படகு வலிப்பதுபோல பின்னகர்ந்து அவர் திண்ணையில் படுத்த போது கரை ஒதுங்கிய திமிங்கிலம் நினைவுக்கு வந்தது.

அவருடைய 42 வயது வயிறு மெதுவாக ஏறி இறங்கியது. நான் செய்தது அறத்தை மீறிய செயலா? என்னைத் திட்டுவாரா அல்லது வாழ்த்துவாரா? இன்னும் இரண்டு மாதம் முடிவதற்கிடையில் நான் ஜேர்மனியில் இருப்பேன். அல்லது சிறையில் இருப்பேன். இது எனக்குத் தெரியும். அண்ணைக்குத் தெரியாது.

◆